ಅಮೇರಿಕಾ ಕನಸು

ಕನ್ನಡದಾಸ

2011

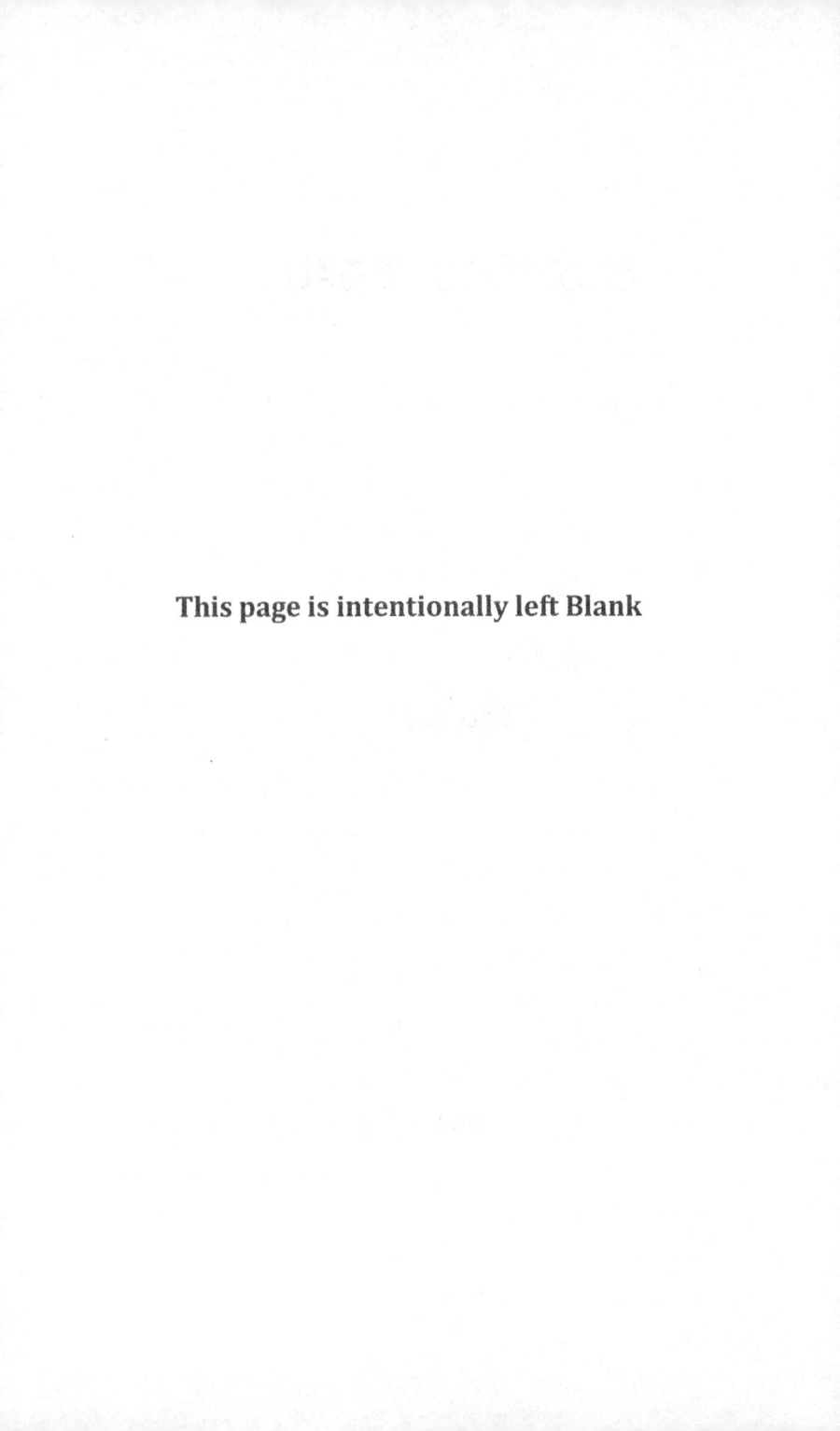

This page is intentionally left Blank

Publisher's Note

This Book was written by Dr.Raghava Reddy (pen name: Kannada Dasa), a scientist working at the Los Angeles Childrens Hospital. This book deals with the controversial topic of illegal migration tells the fictionalized story of five individuals who enter the US illegally. It is based on true stories and details some of the methods by which millions of people enter America illegally. The Author does not ratify Illegal immigrations and this work is not meant to give any ideas to illegal immigrants. This is just any account of the reality we live in.

We believe that this is one of the first Kannada book to be published using Amazon's Self-Publishing policy and are proud of the same. Except for this small introduction this book makes use of only Kannada with no English words; words have been invented in-order to eliminate usage of English. The author would be glad to receive feedback via email ragureddy@hotmail.com.

gadhadar

Bangalore

2/18/11

ಪರಿವಿಡಿ

This page is intentionally left Blank

ಅಮೇರಿಕಾ ಕನಸು

ಚಿಗುರಿದ ಅಮೆರಿಕ ಬಯಕೆ

ಇಂದು ಪ್ರದೀಪನ ವೈದ್ಯಕೀಯ ಪದವಿಯ ಅಂತಿಮ ವರ್ಷದ ಫಲಿತಾಂಶದ ದಿನ. ಹಿಂದೆ ಎರಡು ಸಾರಿ ಪರೀಕ್ಷೆಗಳಲ್ಲಿ ಉತ್ತೀರ್ಣನಾಗದೆ, ಅಪಮಾನವನ್ನು ಅನುಭವಿಸಿದ್ದ ಪ್ರದೀಪನನ್ನು "ಹೇಗೋ ಏನೋ" ಎಂಬ ಆತಂಕ ಆವರಿಸಿತ್ತು. ದುಗುಡದಿಂದಲೇ ಕೆಂಪೇಗೌಡ ವೈದ್ಯಕೀಯ ಕಾಲೇಜಿಗೆ ಬಂದಾಗ ತನ್ನ ಸಹಪಾಠಿಗಳೆಲ್ಲಾ, ಫಲಿತಾಂಶದ ಬಗ್ಗೆ ಮಾತನಾಡುತ್ತಿದ್ದರು. ಪ್ರದೀಪನು ಕಳವಳದಿಂದ ಪ್ರಕಟಣಾ ಫಲಕದ ಬಳಿ ಹೋಗುತ್ತಿದ್ದಂತೆಯೇ, ತನ್ನ ಗೆಳೆಯ ಗಣೇಶನು ಕೂಗಿ ಕರೆದು, ಸಂತೋಷ ವ್ಯಕ್ತಪಡಿಸುತ್ತಾ, ಪ್ರದೀಪನನ್ನು ಅಭಿನಂದಿಸಿ, ಕೈಕುಲುಕುತ್ತಾ ಹೇಳಿದ: "ಪ್ರದೀಪ, ಪಂಡಿತಾ ಆಗಿಬಿಟ್ಟೆ; ವೈದ್ಯ ಪಂಡಿತಾ. ನಿಮ್ಮ ತಾತನ ಹಾಗೆ".

ಪ್ರದೀಪನ ತಾತ, ರಾಮಣ್ಣನವರು, ಮಾಲೂರು ತಾಲ್ಲೂಕಿಗೆಲ್ಲಾ ಗೊತ್ತಿದ್ದ ನಾಟಿವೈದ್ಯರಾಗಿದ್ದರು. ಅವರ ಬಳಿ ಬರುತ್ತಿದ್ದ ರೋಗಿಗಳು ಅವರನ್ನು "ಪಂಡಿತ್ ರಾಮಣ್ಣ" ಎಂದೇ ಸಂಬೋಧಿಸುತ್ತಾ ಗೌರವಿಸುತ್ತಿದ್ದರು. ಮೊಮ್ಮಗ ತನ್ನಂತೆ ವೈದ್ಯ ಪಂಡಿತನಾಗುವುದು ತಾತನ ಹಾರೈಕೆಯಾಗಿತ್ತು. ತನ್ನ ಆಪ್ತಮಿತ್ರನ ಮಾತು ಕೇಳಿ, ಆನಂದಿಂದ ತಾತನನ್ನು ಸ್ಮರಿಸುತ್ತಾ, ದೇವರಿಗೆ ವಂದಿಸುತ್ತಾ ಪ್ರದೀಪನು "ಅಯ್ಯೋ ಭಗವಂತ.." ಎಂದು ಹರ್ಷೋದ್ಗಾರದಿಂದ ಕೈಲಾಸವಾಸಿಯಾಗಿರುವ ತಾತನಿಗೆ ಕೈಮುಗಿದೆತ್ತಿ ನಮಸ್ಕಾರವನ್ನು ಅರ್ಪಿಸಿದ. ಸದಾ ಸೋಲಿನ ಕಹಿಯನ್ನೇ ಉಂಡಿದ್ದ ಪ್ರದೀಪ ಈ ಬಾರಿ ಸಫಲತೆಯ ಸಿಹಿಯನ್ನು ಸವಿಯುತ್ತಾ ಸ್ವರ್ಗಸುಖದಲ್ಲಿ ಮುಳುಗಿ ತೇಲಾಡುತ್ತಿದ್ದ.

ಕೆಂಪೇಗೌಡ ಕಾಲೇಜಿನಲ್ಲಿ ಓದುತ್ತಿರುವ ಅಮೇರಿಕಾ ನಿವಾಸಿ ಚಂದ್ರಶೇಖರನನ್ನು ಮುತ್ತಿಕೊಂಡ ಸಹಪಾಠಿಗಳೆಲ್ಲಾ ಅಮೇರಿಕಾದಲ್ಲಿ ವೈದ್ಯವೃತ್ತಿಯ ಬಗ್ಗೆ ವಿಚಾರಿಸುತ್ತಾ ವ್ಯಾಖ್ಯಾನಗಳನ್ನು ಆರಂಭಿಸಿದ್ದರು. ಅಮೇರಿಕಾಪ್ರಿಯನಾದ ರಾಗು ಅಮೇರಿಕಾಗೆ ಹಾರುವ ಕನಸನ್ನು ಹೊತ್ತಿದ್ದರೆ, ಸಮತಾವಾದಿ ಪ್ರಿಯ ಸೀನುಗೆ ಅವಕಾಶ ಸಿಕ್ಕಿದಾಗಲೆಲ್ಲಾ ಅಮೇರಿಕಾವನ್ನು ಹೀಯಾಳಿಸುವ ಹಂಬಲ.

ರಾಗು: ಚಂದ್ರು, ಅಮೇರಿಕಾ ವೈದ್ಯರಿಗೆ ಅವಕಾಶಗಳ ಅಮರಾವತಿ. ಅಲ್ಲವೇ?

ಸೀನು: ಅಮೇರಿಕಾ ರೋಗಿಗಳ ಆಗರ. ರೋಗಗಳ ಸಾಗರ. ಏಯ್ಡ್ಸ್ ರೋಗಾ ಅಲ್ಲೇ ಹುಟ್ಟಿದ್ದು.

ಸೀನೂನ ವ್ಯಾಖ್ಯಾನವನ್ನು ಕೇಳಿ, ನಗಲಾರಂಭಿಸಿದಾಗ, ಕಲ್ಯಾಣರಾಮನು ವಾಸ್ತವಾಂಶವನ್ನು ಪ್ರಕಟಿಸುತ್ತಾ, "ದೀರ್ಘಾಯುಷ್ಯವೇ ಒಂದು ದೊಡ್ಡ ರೋಗವಾಗುತ್ತಿದೆ" ಎಂದು ಹೇಳಿದಾಗ, ಸೀನು ಅವಹೇಳನ ಮುಂದುವರಿಸಿದ.

ಸೀನು: ಅಲ್ಲಿ ಬೀದಿಗೊಂದು ವೃದ್ಧಾಶ್ರಮ, ಕೇರಿಗೊಂದು ಕ್ಯಾನ್ಸರ್ ಆಸ್ಪತ್ರೆ, ಊರಿಗೊಂದು ಅನಾಥಾಶ್ರಮ. ಅಲ್ಲವೇ ಚಂದ್ರು ?

ಸೀನುವಿನ ಅತಿರೇಕಗಳಿಗೆ ಉತ್ತರಿಸಲಾಗದೆ, ಒಳಗೊಳಗೊಳಗೆ ನಗುತ್ತಾ ಸುಮ್ಮನಿದ್ದ ಚಂದ್ರಶೇಖರನು ಮೆಲ್ಲಗೆ ಪಕ್ಕಕ್ಕೆ ಸರಿಯುತ್ತಾ ಹೋಗುವಾಗ, ಪ್ರದೀಪನು ಎದುರಾಗಿ, ಮಾತಿಗಾರಂಭಿಸಿದ. ಆಗ ಚಂದ್ರಶೇಖರನೇ ಅವನನ್ನು ಅಭಿನಂದಿಸುತ್ತಾ, ಅಮೇರಿಕಾಗೆ ಆಹ್ವಾನಿಸುತ್ತಾನೆ.

ಚಂದ್ರು: ಅಭಿನಂದನೆ, ಪ್ರದೀಪ್. ನಿಮ್ಮ ಮಾವ ಅಮೇರಿಕಾದಲ್ಲಿದ್ದಾರೆ ಅಲ್ಲವೇ?

ಪ್ರದೀಪ: ಹೌದು ಹೌದು, ಷಿಕಾಗೋದಲ್ಲಿ.

ಚಂದ್ರು: ಅಮೇರಿಕಾ ನಿಮ್ಮ ಮಾವನ ಮನೆ. ಯಾವಾಗ ಬರ್ತೀರಾ?

ಪ್ರದೀಪ: ನಮ್ಮ ಮಾವ ಯಾವಾಗ ಕರೆಯಿಸಿಕೊಳ್ತಾರೋ ಆವಾಗ.

ಚಂದ್ರು: ಪ್ರದೀಪ್ ಕುಮಾರ್, ಅಮೇರಿಕಾಗೆ ಹೋಗಲೇಬೇಕು ಅನ್ನೋ ಆಕಾಂಕ್ಷೆ ನಿಮಗಿರಬೇಕು. ಆವಾಗಲೇ ನೀವು ಅಮೇರಿಕಾಗೆ ಹೋಗೋದು. ಮಾವ–ಅತ್ತೆಯವರ ಆಹ್ವಾನಕ್ಕೆ ಕೈಚಾಚಿದರೆ, ನೀವಿಲ್ಲೇ, ಅವರಲ್ಲೇ...

ಪ್ರದೀಪನಿಗೆ ಚಂದ್ರಶೇಖರನ ಮಾತುಗಳ ತಾತ್ಪರ್ಯ ಅರ್ಥವಾಗುತ್ತದೆಯಾದರೂ, ಹೇಗೆ ಮುಂದುವರಿಯಬೇಕೆಂಬ ಪ್ರಶ್ನೆಗೆ ಉತ್ತರಸಿಗದೆ, ಮೌನಿಯಾಗಿದ್ದಾಗ ಚಂದ್ರಶೇಖರನು ಮತ್ತೊಮ್ಮೆ ಹೇಳಿದ.

ಚಂದ್ರು: ಪ್ರದೀಪ್ ಕುಮಾರ್, ನಿಮ್ಮ ಸ್ವಂತ ಕಾಲಲ್ಲೇ ನೀವು ನಡೆಯಬೇಕು.

ಅಮೇರಿಕಾದಲ್ಲಿ ಹುಟ್ಟಿಬೆಳೆದ ಚಂದ್ರಶೇಖರನ ಮಾತುಗಳಲ್ಲಿ, ತನ್ನ ಸ್ವಂತ ಮಾವ ತನಗೆ ಸಹಾಯ ಮಾಡದೆ ಇರಬಹುದು ಎಂಬ ಗೂಢಾರ್ಥ ಅರಿವಾದರೂ, ಭಾರತದಲ್ಲಿ ಹುಟ್ಟಿಬೆಳೆದ ಪ್ರದೀಪನಿಗೆ ಅದು ಸಂದೇಹವಾಗಿಯೇ ಉಳಿಯಿತು.

ಪರೀಕ್ಷೆಯ ಜಯಭೇರಿ ಪ್ರದೀಪನ, ಅಮೇರಿಕಾ–ಕನಸಿಗೆ ಹಾಸಿಗೆಯನ್ನು ಹಾಸಿತ್ತು. ಸಡಗರದಿಂದ ಮನೆಗೆ ಬಂದ. ತಾಯಿ ಶಾಂತಮ್ಮನವರು ಕಾತರದಿಂದ ಬಾಗಿಲು ತೆಗೆದಾಗ, ಮಗನ ಮಂದಹಾಸದಿಂದಲೇ ವಿಜಯೋತ್ಸವದ ವಾರ್ತೆಯನ್ನು ಊಹಿಸಿದ್ದರು. ಪ್ರದೀಪನು ನಗುತ್ತಾ "ಅಮ್ಮಾ, ವೈದ್ಯ ಪಂಡಿತಾ ಆದೆ" ಎನ್ನುತ್ತಾ ತಾತನ ಬಿರುದಿನಿಂದಲೇ ತನ್ನ ಸಾಧನೆಯನ್ನು ಸೂಚಿಸಿದ. ಶಾಂತಮ್ಮನ ಆನಂದಕ್ಕೆ ಪಾರವೇ ಇಲ್ಲದಂತಾಯಿತು. "ನಿಮ್ಮ ಅಪ್ಪ ಇದ್ದಿದ್ದರೆ ಎಷ್ಟು ಸಂತೋಷ ಪಡುತ್ತಿದ್ದರೋ' ಎಂದು ಶಾಂತಮ್ಮನವರು, ಗತಿಸಿದ ತಮ್ಮ ಪತಿರಾಯ ಶ್ಯಾಮಸುಂದರರನ್ನು ನೆನಪಿಗೆ ತಂದರು. ಮಗನನ್ನು ವೈದ್ಯಕೀಯ ಕಾಲೇಜಿಗೆ ಸೇರಿಸಬೇಕೆಂದು ತರಾತುರಿಯಗಿ ಓಡಾಡುತ್ತಿದ್ದ ಸಮಯದಲ್ಲಿಯೇ ಅವರು ಭಯಂಕರ ವಾಹನ ಅಪಘಾತಕ್ಕೆ ಬಲಿಯಾಗಿದ್ದರು. ವೈದ್ಯನಾಗಲು ಪ್ರದೀಪನಿಗೆ ತಾತ ಸ್ಫೂರ್ತಿ ನೀಡಿದ್ದರು, ತಂದೆ ಪ್ರಾಣವನ್ನೇ ತೆತ್ತಿದ್ದರು. ಶಾಮರಾಯರಿಗೆ ವಿದ್ಯೆ ಹತ್ತದೆ, ಪ್ರೌಢಶಾಲೆಯನ್ನೂ ದಾಟದೆ ಇದ್ದರೂ, ಸರಕಾರಿ ಲೋಕೋಪಯೋಗಿ ಕಾರ್ಯಾಚರಣೆಗಳ ಸಾಧಾರಣ ಗುತ್ತಿಗೆದಾರರಾಗಿಯೇ ಲಕ್ಷಾಧಿಪತಿಯಾಗಿದ್ದರು. ಇದ್ದ ಒಬ್ಬಳೇ ಮಗಳು, ಸುಜಾತಾಳನ್ನು ಶ್ರೀಮಂತರ ಕುಟುಂಬಕ್ಕೆ ಕೊಟ್ಟು ಸುಖಜೀವನವನ್ನು ಕಲ್ಪಿಸಿದ್ದರು. ಹಾಗೆಯೇ ತನ್ನ ಭಾವಮೈದುನರಿಗೂ ಸಾಕಷ್ಟು ಆರ್ಥಿಕ ನೆರವು ಪ್ರೋತ್ಸಾಹಗಳನ್ನು ನೀಡಿ, ನಂಬಿದವರಿಗೆಲ್ಲಾ ಪ್ರಿಯರಾಗಿದ್ದರು. ತನ್ನ ಹೆಂಡತಿಯ ತಮ್ಮ, ವೀರಣ್ಣನನ್ನು ಅಮೇರಿಕಾಗೆ ಹೋಗಲು ಉತ್ತೇಜನ ನೀಡಿ, ಪ್ರಯಾಣದ ಖರ್ಚುವೆಚ್ಚಗಳನ್ನೆಲ್ಲಾ ತಾವೇ ವಹಿಸಿಕೊಂಡಿದ್ದರು. ವೀರಣ್ಣನು ಅಮೇರಿಕಾದ ಷಿಕಾಗೋ ನಗರದಲ್ಲಿ ಸಾಫ್ಟ್‌ವೇರ್ ಎಂಜಿನಿಯರ್ ಆಗಿ, ಒಳ್ಳೆಯ ಹುದ್ದೆಯಲ್ಲಿದ್ದನು. ಒಂದು ವರ್ಷದ ಹಿಂದೆ ಮದುವೆಯಾಗಿದ್ದ ವೀರಣ್ಣನ ಹೆಂಡತಿ, ಲಲಿತಾಳಿಗೆ ಅಮೇರಿಕಾದಲ್ಲಿ ಇಬ್ಬರು ಅಕ್ಕಂದಿರು ನೆಲಸಿದ್ದರು. ಲಲಿತಾಳು ಅಮೇರಿಕಾ ನಿವಾಸಿಯಾಗಿದ್ದುದರಿಂದಲೇ, ವೀರಣ್ಣನಿಗೂ ಬಹಳ ಸುಲಭವಾಗಿ "ಅಮರನಿವಾಸಿ ವೀಸಾ" ಲಭಿಸಿತ್ತು. "ನನ್ನಿಂದಲೇ ನನ್ನ ಗಂಡಾ ಅಮೇರಿಕನ್ ಆಗಿದ್ದು" ಎಂಬ ಭ್ರಮೆಯೂ ಅವಳ ಮನಸ್ಸಿನಲ್ಲಿ ಮನೆ ಮಾಡಿತ್ತು.

ವೀರಣ್ಣ ಮತ್ತು ಲಲಿತರು ಭಾರತಕ್ಕೆ ಬರುವ ಸುದ್ದಿಯನ್ನು ಪ್ರಸ್ತಾಪಿಸುತ್ತಾ, ಪ್ರದೀಪನು ತಾಯಿಗೆ ಅಮೇರಿಕಾಗೆ ಹೋಗುವ ಆಸೆಯನ್ನು ವಿವರಿಸಿದ.

ಪ್ರದೀಪ: ಅಮ್ಮಾ, ವೀರಣ್ಣ ಮಾವ ಪ್ರವಾಸಿವೀಸಾಗೆ ಪ್ರಾಯೋಜನ ಮಾಡಿದರೆ, ನಾಳೇನೇ ಅಮೇರಿಕಾಗೆ ಹೋಗಬಹುದು.

ಶಾಂತಮ್ಮ: ಅವನು ನಿನಗೆ ಏನು ಬೇಕಾದರೂ ಮಾಡ್ತಾನೆ. ಮುಂದಿನ ತಿಂಗಳು ಬರ್ತಾನಲ್ಲಾ? ಆವಾಗ ಮಾತಾಡೋಣಾ.

ಶಾಂತಮ್ಮನಿಗೆ ಮಗನನ್ನು ಅಮೇರಿಕಾಗೆ ಕಳುಹಿಸಲು ಬಹಳ ಆಸೆಯಿದ್ದರೂ, ಮಗ ಹೋದ ಮೇಲೆ ತಾನು ಒಬ್ಬೊಂಟಿಯಾಗಿರುತ್ತೇನಲ್ಲಾ ಎಂಬ ಚಿಂತೆ ಕಾಡಿದರೂ, ಮಗನ ಹಿತಕ್ಕಾಗಿ ಏನು ಮಾಡಲೂ ಸಿದ್ಧರಾಗಿದ್ದರು.

ವಿಜಯೋತ್ಸವದ ಸಂಭ್ರಮವನ್ನು ತನ್ನ ಭಾವೀಸತಿ ಸುಮನಾಳೊಡನೆ ಹಂಚಿಕೊಳ್ಳಲು ಪ್ರದೀಪನು, ತನ್ನ ಮಾವನವರ ಊರಾದ, ಕೋಡಿಹಳ್ಳಿಗೆ ಬೈಕ್‌ನಲ್ಲಿ ಸವಾರಿ ಹೊರಟ. ಕೋಡಿಹಳ್ಳಿ ಬೆಂಗಳೂರಿನಿಂದ ಮೂವತ್ತು ಕಿಲೋಮೀಟರ್ ದೂರದಲ್ಲಿರುವ ಕುಗ್ರಾಮ. ಪ್ರದೀಪನ ತಾಯಿಯ ತವರೂರು, ಮೇಲಾಗಿ ಮಾವನ ಮಗಳೂರು. ಸುಮನಾ, ಪ್ರದೀಪನ ತಾಯಿ ಶಾಂತಮ್ಮನ ಅಣ್ಣನ ಮಗಳು. ಇದೀಗ ತಾನೆ ಲಕ್ಕೂರಿನಲ್ಲಿರುವ ವೆಂಕಟೇಶ್ವರ ಕಾಲೇಜಿನಲ್ಲಿ ಮೊದಲನೆಯ ವರ್ಷದ ಕಲಾ ಪದವಿಗೆ ಸೇರಿದ ಸುಮನಾ, ಪ್ರದೀಪನಿಗಿಂತ ಐದಾರು ವರ್ಷ ಚಿಕ್ಕವಳು. ಹಿರಿಯರ ಹಾರೈಕೆಯಂತೆ ಸುಮನಾ–ಪ್ರದೀಪರು ಪರಸ್ಪರ ಪ್ರೀತಿಸುತ್ತಾ, ಸತಿಪತಿಯರಾಗಲು ಕಾಲಕ್ಕಾಗಿ ಕಾಯುತ್ತಿದ್ದರು. ಪ್ರದೀಪನ ವೈದ್ಯ ಪದವಿ ಮುಗಿದ ನಂತರ ಮಹೂರ್ತ ಮುಗಿಸಬೇಕೆಂದು, ಶಾಂತಮ್ಮ ಮತ್ತು ಅವರಣ್ಣ, ಗೋವಿಂದಯ್ಯನವರು ಆಲೋಚಿಸಿದ್ದರು. ನೋಡಲು ಸುಮನಾ ಸಾಧಾರಣ ಹಳ್ಳಿಯ ಹುಡುಗಿಯಾಗಿದ್ದರೂ, ಅಸಾಧಾರಣ ಚತುರೆಯೂ, ಪ್ರದೀಪನ ಅಪ್ರತಿಮ ಅನುರಕ್ತೆಯೂ ಆಗಿದ್ದಳು. ಚಿಕ್ಕಂದಿನಿಂದ ಪರಿಚಿತನಾದ "ಪ್ರದೀಪಭಾವ", ವೈದ್ಯನಾಗುವುದೆಂದರೆ, ಸುಮನಾಳ ಆನಂದಕ್ಕೆ ಮೇರೆಯುಂಟೆ. ಅಂತೂ ಭಾವೀಪತಿಯನ್ನು ಸುಮನಾ

ದೈವೀಪತಿಯೆಂದೇ ಆರಾಧಿಸುತ್ತಿದ್ದಳು. ಪ್ರದೀಪನೂ ಅಷ್ಟೇ ಪ್ರೀತಿಯಾದರದಿಂದ ಸುಮನಾಳನ್ನು ಕಾಣುತ್ತಿದ್ದನು.

ಪ್ರದೀಪ ಕೋಡಿಹಳ್ಳಿಗೆ ಬಂದಾಗ ಮನೆಯಲ್ಲಿ ಸುಮನಾ ಒಬ್ಬಳೇ ಇದ್ದಳು. ತಂದೆಯವರು ತೋಟದಲ್ಲಿ ಬೇಸಾಯ ಕೆಲಸದಲ್ಲಿ ತೊಡಗಿದ್ದರು. ತಾಯಿ ರಾಜಮ್ಮನವರು ಊರಿನೊಳಗೆ ಹೋಗಿದ್ದರು. ಬೈಕ್ ಸದ್ದು ಕೇಳಿ, ಭಾವನೇ ಇರಬಹುದೆಂದು ಊಹಿಸಿ, ಸುಮನಾ ಬಾಗಿಲು ತೆಗೆದಾಗ, ಆತನೇ ಪ್ರತ್ಯಕ್ಷನಾದ. ಕೈಯಲ್ಲಿ ಹೂಗಳು ಮತ್ತು ಸಿಹಿತಿಂಡಿಗಳ ಪೊಟ್ಟಣವನ್ನು ನೋಡಿ, ಭಾವನು ವೈದ್ಯ ಪರೀಕ್ಷೆಯಲ್ಲಿ ಗೆದ್ದನೆಂದು ಊಹಿಸಿ, ಸಿಹಿಸುದ್ದಿಯನ್ನು ಅವನ ಬಾಯಿಯಿಂದಲೇ ಕೇಳಬೇಕೆಂದು, ಕಾತುರಳಾಗಿ ವಿಚಾರಿಸಿದಳು.

ಸುಮನಾ: ಓಹೋ, ರಾಯರಿಗೆ ಈವತ್ತು ನಮ್ಮೂರಿಗೆ ದಾರಿ ಸಿಕ್ತಾ?

ಪ್ರದೀಪ್: ಪರೀಕ್ಷೆಗಳ ಕಾಟಾನಮ್ಮ, ಭಾಮಾಮಣಿ.

ಪ್ರದೀಪನು ಮನೆಯ ಒಳಗೆ ಬಂದು, ಮನೆಯಲ್ಲಿ ಯಾರೂ ಇಲ್ಲದ್ದನ್ನು ಕಂಡು, ಖಚಿತಪಡಿಸಿಕೊಳ್ಳಲು ಸುಮನಾಳನ್ನು "ಅತ್ತೆ–ಮಾವ ಯಾರೂ ಇಲ್ಲವಾ?" ಎಂದು ಕೇಳಿದ. ಸುಮನಾ "ಯಾರೂ ಇಲ್ಲಪ್ಪಾ... ನಾವಿಬ್ಬರೇ.." ಎಂದು ಏಕಾಂತವನ್ನು ಉಲ್ಲೇಖಿಸಿ, ಪ್ರಿಯತಮನನ್ನು ಪ್ರೇಮಾಚರಣೆಗೆ ಪ್ರಚೋದಿಸಿದಾಗ ಪ್ರದೀಪನು, "ನಿನಗೊಂದು ಸಿಹಿಸುದ್ದಿ... ಮೊದಲು ಸಿಹಿ, ಆಮೇಲೇ ಸುದ್ದಿ" ಎಂದು ಮಾತಿನಮೋಡಿಯಾಡಿ, ಸುಮನಳನ್ನು ಚುಂಬಿಸಿ, ನಂತರ ಒಗಟು ಮಾತಿನಲ್ಲಿ ಹೇಳಿದ.

ಪ್ರದೀಪ: ನಾನು ನಮ್ಮ ತಾತನಾದೆ.

ಸುಮನಾಳಿಗೆ ಗೂಢಾರ್ಥ ಹೊಳೆಯದೆ "ಆ.." ಎಂದು ಉದ್ಗರಿಸಿದಾಗ, ಪ್ರದೀಪನು ಹೆಮ್ಮೆಯಿಂದ ತನ್ನ ತಾತ ರಾಮಣ್ಣನ ಪರಂಪರೆಯನ್ನು ಉಳಿಸಿದ್ದೇನೆಂದು ಹೇಳಿದ.

ಪ್ರದೀಪ: ನಮ್ಮ ತಾತ ಹಾಗೇ ನಾನೂ ಕೂಡಾ ಈವತ್ತಿನಿಂದ "ವೈದ್ಯ ಪಂಡಿತಾ" ಕಣೇ.

ಸುಮನಾಳಿಗೆ ಬಹಳ ಸಂತೋಷವಾಗಿ ಭಾವನನ್ನು ಅಪ್ಪಿಕೊಂಡು ಪ್ರತಿಚುಂಬಿಸುತ್ತಾ, ಪ್ರೇಮಲೋಕದಲ್ಲಿ ವಿಹರಿಸುತ್ತಾ ಇರುವಾಗ, ಪ್ರದೀಪನು ತನ್ನ ಅಮೇರಿಕಾ-ಕನಸನ್ನು ಮಂಡಿಸಿದ.

ಪ್ರದೀಪ: ಸುಮಾ, ನನಗೊಂದು ಹೊಸ ಆಸೆ ಮೂಡಿದೆ. ಆಸೆ ಅನ್ನೋದಕ್ಕಿಂತಲೂ ಹುಚ್ಚೇ ಅನ್ನಬಹುದು. ಅಮೇರಿಕಾದಲ್ಲಿ ಉನ್ನತ ವ್ಯಾಸಂಗ ಮಾಡಬೇಕು.

ಸುಮನಾ: ಒಳ್ಳೇ ಹುಚ್ಚು ಭಾವಾ.

ಪ್ರದೀಪ: ಮುಂದಿನ ತಿಂಗಳು ವೀರಣ್ಣ ಮಾವ ಬರ್ತಿದ್ದಾರೆ. ಅಮೇರಿಕಾಗೆ ಕರೆಯಿಸಿಕೊಳ್ಳಬೇಕು ಮಾವ ಅಂತ ಕೇಳ್ತೀನಿ. ನೋಡೋಣಾ, ಮಾವ ಏನಂತಾನೋ.

ಸುಮನಾ: ಯಾರನ್ನೇನು ಕೇಳೋದು, ಯಾರೇನು ಮಾಡೋದು. ನೀವು ಮನಸ್ಸು ಮಾಡಿದರೆ ಆಯಿತು. ನೀವು ಯಾರಿಗೇನು ಕಡಮೆ, ವೈದ್ಯ ಪಂಡಿತರೇ.

ಪ್ರದೀಪ್: ಅದೊಂದು ಸುದೀರ್ಘ ಯೋಜನೆ ಚಿನ್ನಾ. ನಮ್ಮ ಮದುವೆಯನ್ನು ಕನಿಷ್ಠಾ ಮೂರು ವರ್ಷ ಮುಂದೂಡಬೇಕು.

ಸುಮನಾ: ನಿಮ್ಮನ್ನ ಮದುವೆ ಆಗುವುದಕ್ಕೆ ಮೂರು ವರ್ಷಾ ಅಲ್ಲಾ, ನೂರು ವರ್ಷಾ ಬೇಕಾದರೂ ಕಾಯ್ತೀನಿ ಭಾವ.

ಸುಮನಾಳ ಪ್ರೇಮ ವಚನವನ್ನು ಕೇಳಿ ಪುಳಕಿತಗೊಂಡ ಪ್ರದೀಪನು, ಅಪ್ಪಿ ಆಲಂಗಿಸಿಕೊಂಡು ಕಣ್ಣಲ್ಲಿ ಕಣ್ಣಿಟ್ಟು, ಕೈಯಲ್ಲಿ ಕೈಯಿಟ್ಟು, "ನಿನ್ನನ್ನು ಮದುವೆಯಾಗುವುದಕ್ಕೆ ಒಂದು ಜನ್ಮಾ ಅಲ್ಲಾ, ನೂರು ಜನ್ಮಾ ಬೇಕಾದರೂ ಎತ್ತುತ್ತೀನಿ ಸುಮಾ" ಎಂದು ಪ್ರಮಾಣವಚನವನ್ನೇ ನೀಡಿದ. ಪ್ರಿಯತಮನ ಬಾಹುಬಂಧನವೇ ಅವಳಿಗೆ ಆನಂದನಿಲಯವಾಗಿತ್ತು. ಪ್ರದೀಪನ ಪ್ರೇಮವಾಣಿಯನ್ನು ಆಲಿಸಿ ಆನಂದಸಾಗರದಲ್ಲಿ ಮುಳುಗಿಹೋಗಿದ್ದಳು.

****

ಮಾವ ಬಂದ

ವೀರಣ್ಣ ಮತ್ತು ಲಲಿತಾರು ಅಮೇರಿಕಾದಿಂದ ಬೆಂಗಳೂರಿಗೆ ಆಗಮಿಸಿದಾಗ ಅವರನ್ನು ಎದುರುಗೊಂಡು ಕರೆತರಲು, ಪ್ರದೀಪನೇ ಮುಂದಾಗಿ ಹೋಗಿದ್ದ. ಕಾರ್‌ನ ಹಿಂದಿನ ಸೀಟಿನಲ್ಲಿ ಲಲಿತ ಒಬ್ಬಳೇ ಆರಾಮವಾಗಿ ನಿದ್ರಿಸುತ್ತಿದ್ದಳು. ಮುಂದಿನ ಸೀಟ್‌ನಲ್ಲಿ ಕುಳಿತಿದ್ದ ಮಾವನು, ಪ್ರದೀಪನ ಭವಿಷ್ಯದ ಬಗ್ಗೆ ಮಾತನಾಡುತ್ತ, ಅವನ ಆಸೆಗಳನ್ನು ಕೆಣಕಿದ.

ವೀರಣ್ಣ: ಅಂತೂ–ಇಂತೂ ವೈದ್ಯ ಪದವಿಯನ್ನು ಮುಗಿಸಿದೆ. ನಿಮ್ಮ ತಾಯಿಗೆ ಹೆಮ್ಮೆಯ ಮಗನಾದೆ. ಮುಂದೆ ಏನು ಮಾಡ್ತೀಯಪ್ಪಾ? ...ಅಮೇರಿಕಾಗೇ ಬರೋ ಆಸೆ ಏನಾದರೂ ಇದೆಯಾ?

ಪ್ರದೀಪನು "ಬಹಳಾ, ಬಹಳಾ, ಮಾವ" ಎಂದು ತನ್ನ ಉತ್ಕಟಾಂಕ್ಷೆಯನ್ನು ಸೂಕ್ಷ್ಮವಾಗಿ ವ್ಯಕ್ತಪಡಿಸಿದ. ಅದಕ್ಕೆ ಪ್ರತ್ಯುತ್ತರವಾಗಿ ವೀರಣ್ಣನು ಅಮೇರಿಕಾದಲ್ಲಿ ವಿದೇಶಿ ವೈದ್ಯರ ಬವಣೆಗಳನ್ನು ಬಣ್ಣಿಸಿದ.

ವೀರಣ್ಣ: ಪ್ರದೀಪ, ಅಮೇರಿಕಾದಲ್ಲಿ ವಿದೇಶಿ ವೈದ್ಯರ ಪರಿಸ್ಥಿತಿ ಬಹಳ ಕಷ್ಟ. ಮೂರು ಪರೀಕ್ಷೆಗಳಲ್ಲಿ ತೇರ್ಗಡೆಯಾಗಬೇಕು. ಅಮೇರಿಕಾ ಪ್ರಜೆ ಅಥವ ಅಮೇರಿಕಾ ನಿವಾಸಿ ಆಗಿರಬೇಕು. ಕನಿಷ್ಠಾ ಮೂರು ವರ್ಷ ಸ್ಥಾನಿಕ ವೈದ್ಯಾಧಿಕಾರಿಯಾಗಿ ತರಬೇತಿ ಪಡೆಯಬೇಕು. ಆಮೇಲೇನೇ ನೀನು ವೈದ್ಯ ವೃತ್ತಿ ನಡೆಸೋದಕ್ಕೆ ಅವಕಾಶ ಸಿಗುತ್ತೆ.

ಮಾವನ ನಿರುತ್ಸಾಹಿ ಮಾತುಗಳನ್ನು ಕೇಳಿ ಪ್ರದೀಪ ದಿಕ್ಕುತೋಚದಂತಾಗಿಹೋದ. ಅಮೇರಿಕಾ ನಿವಾಸಿ ಚಂದ್ರಶೇಖರನು ಹೇಳಿದ

"ನಿನ್ನ ಸ್ವಂತ ಕಾಲಿನ ಮೇಲೆಯೇ ನಡೆಯಬೇಕು" ಎಂಬ ಉವಾಚ ಪ್ರದೀಪನ ಮನಸ್ಸಿನಲ್ಲಿ ಅನುರಣಿತವಾಯಿತು.

ಮಾರನೆಯ ದಿನ ಬೆಳಿಗ್ಗೆ, ವೀರಣ್ಣ ಇನ್ನೂ ಮಲಗಿದ್ದ. ಮನೆಯಲ್ಲಿ ಎಲ್ಲರೂ ಲೋಕಾಭಿರಾಮವಾಗಿ ಮಾತನಾಡುತ್ತಿರುವಾಗ, ಅತ್ತೆ ಲಲಿತಾಳೇ ಪ್ರದೀಪನನ್ನು ಅಮೇರಿಕಾಗೆ ಬರಲು ಸೂಚಿಸಿ, ಸುಲಭೋಪಾಯವನ್ನು ಮಂಡಿಸಿದಳು. ಪ್ರದೀಪನು ಮೌನವಾಗಿ ಆತ್ತೆಯ ವ್ಯಾಖ್ಯಾನವನ್ನು ತುಸು ಸೋಜಿಗದಿಂದಲೇ ಕೇಳುತ್ತಿದ್ದ.

ಲಲಿತಾ: ಅತ್ತಿಗೆ, ಪ್ರದೀಪನನ್ನು ಅಮೇರಿಕಾಗೆ ಕಳುಹಿಸೋ ಆಸೆ ಇದೆಯಾ?

ಶಾಂತಮ್ಮ: ಇದೆ, ಇದೆ. ಅಮೇರಿಕಾಗೆ ಹೋಗೋಕೆ ಕನಸು ಕಾಣ್ತಾಯಿದ್ದಾನೆ.

ಲಲಿತಾ: ಪ್ರದೀಪ, ನೀನು ವೈದ್ಯನಾಗಬೇಕಾದರೆ, ಪರೀಕ್ಷೆಗಳನ್ನ ಮುಗಿಸಿದರೆ ಸಾಲದು, ನಿನಗೆ "ನಿವಾಸಿ ವೀಸಾ" ಇರಬೇಕು.

ಮಾವನು ಹೇಳಿದ ಮಾತನ್ನೇ ಅತ್ತೆಯೂ ಅನುಮೋದಿಸಿ ಸಮಸ್ಯೆಯನ್ನು ಎತ್ತಿತೋರಿಸಿದಾಗ ಪ್ರದೀಪನು "ಪ್ರವಾಸಿಯಾಗಿ ಬಂದು ನಿವಾಸಿಯಾಗಲು ಸಾಧ್ಯವಿಲ್ಲವೇ?" ಎಂದು ಕೇಳಿದಾಗ, ಲಲಿತಳು 'ವಿವಾಹ ವೀಸಾ' ಸೂಚಿಸಿದಳು.

ಲಲಿತಾ: ಪ್ರವಾಸಿಯಾಗಿ ಬಂದು, ಅಮೇರಿಕಾ ಪ್ರಜೇನ ಮದುವೆ ಮಾಡಿಕೋ, ದಿಢೀರಾಗಿ ಅಮೇರಿಕಾ ನಿವಾಸಿ ಆಗ್ತೀಯಾ. ನಮ್ಮ ಕ್ಯಾಲಿಫೋರ್ನಿಯ ಶಾರದಕ್ಕನ ಮಗಳು, ಅಂಜಲಿನಾ, ಮದುವೆ ಮಾಡಿಕೋ. ಬಹಳ ಒಳ್ಳೇ ಹುಡುಗಿ.

ಪ್ರದೀಪನು ನಗುತ್ತಾ ತಲೆ ಅಲ್ಲಾಡಿಸುತ್ತಾ ಮದುವೆಯಾಗಲಾರೆ ಎಂದು ಸಾಂಕೇತಿಕವಾಗಿ ವ್ಯಕ್ತಪಡಿಸಿದಾಗ, ಶಾಂತಮ್ಮನು ಮಧ್ಯೆ ಪ್ರವೇಶಿಸಿ, ಅಂಜಲಿಯ ಸಂಬಂಧವನ್ನು ಧಿಕ್ಕರಿಸಿ, ಸುಮನಾಳ ಸಂಬಂಧದ ಬಗ್ಗೆ ಪ್ರಸ್ತಾಪಿಸಿದಳು.

ಶಾಂತಮ್ಮ: ಆ ಕರೀ ಹುಡುಗೀನಾ, ಲಲಿತಾ. ಸಾಧ್ಯವೇ ಇಲ್ಲಾ. ಪ್ರದೀಪನಿಗೆ ನಾವು ನಮ್ಮ ಗೋವಿಂದಣ್ಣನ ಮಗಳು, ಸುಮನಾಳನ್ನೇ ತಂದುಕೊಳ್ಳೋದು. ಈಗಾಗಲೇ ಮಾತು ಕೊಟ್ಟಾಗಿದೆ. ಸುಮನಾ ಚಿನ್ನದ ಗೊಂಬೆ.

ಶಾಂತಮ್ಮ ಮಾತು ಮುಗಿಸುವುದರೊಳಗೆ, ಯಾರೋ ಬಾಗಿಲು ಬಡಿದ ಶಬ್ದವಾಗಿ, ತೆರೆಯಲು ತೆರಳಿದಳು. ಹಿಂದು-ಮುಂದೂ ನೋಡದೆ, ತನ್ನ ಅಕ್ಕನ ಮಗಳನ್ನು "ಕರಿ ಹುಡುಗಿ" ಎಂದು ಹೀಯಾಳಿಸಿದ್ದಕ್ಕೆ, ಲಲಿತಳಿಗೆ ಸಹಜವಾಗಿ ಸಿಟ್ಟು ಬಂದು, ಮುಂದೇ ಏನೂ ಹೇಳಲು ತೋಚದೆ-ತಿಳಿಯದೆ, ತಲೆತಗ್ಗಿಸಿಕೊಂಡು ಮೌನವಾದಳು. ವಾಸ್ತವವಾಗಿ ಅಂಜಲಿ ಕಪ್ಪುಬಣ್ಣದ ಹುಡುಗಿಯಾಗಿದ್ದರೂ, ಹಳೆಯ ಕಾಲದ ಹಳ್ಳಿ ಹೆಂಗಸು, ಶಾಂತಮ್ಮನು, ಅಮೇರಿಕಾ ಅಕ್ಕನ ಮಗಳಿಗೆ "ಕರಿ ಹುಡುಗಿ" ಎಂಬ ಬಿರುದು ಕೊಟ್ಟಿದ್ದು, ಲಲಿತಳಿಗೆ ಅಕ್ಷಮ್ಯ ಅಪರಾಧವಾಗಿ ಕಂಡಿತು. ಲಲಿತಳ ತೇಜೋಭಂಗ ಅರಿತ ಪ್ರದೀಪ, ಅತ್ತೆಯನ್ನು ಸಮಾಧಾನ ಮಾಡಲು ಪ್ರಯತ್ನಿಸುತ್ತಾ, "ಅತ್ತೇ, ನಾನು-ಸುಮನಾ ಚಿಕ್ಕಂದಿನಿಂದಲೂ, ಪರಸ್ಪರ ಪ್ರೀತಿಸಿಕೊಂಡಿದ್ದೀವಿ. ಅವಳಿಗೆ ನಾನಂದ್ರೆ ಪ್ರಾಣ. ನನಗೂ ಅಷ್ಟೆ. ಅವಳಂದ್ರೆ ಪ್ರಾಣ" ಎಂದು ತಮ್ಮ ಪ್ರೀತಿ-ಪ್ರೇಮದ ಇತಿಹಾಸವನ್ನು ತಿಳಿಸಿದನು. ಲಲಿತಳು ವ್ಯಂಗ್ಯವಾಗಿಯೇ "ಬಾಲ್ಯವಿವಾಹನಾ?.. ಶೋಭನಾನೂ ಆಗಿರಬೇಕು, ಅಲ್ಲವೇ?" ಎಂಬ ಪ್ರಶ್ನಾಬಾಣದಿಂದ ಪ್ರದೀಪನ ಬಾಯಿಯನ್ನು ಮುಚ್ಚಿಸಿದಳು.

ವೀರಣ್ಣನು ಎದ್ದು ಪ್ರಾತಃವಿಧಿಗಳನ್ನು ಮುಗಿಸಿ, ನೆಂಟರಿಷ್ಟರನ್ನು ಭೇಟಿಯಾಗುವ ಮುನ್ನವೇ, ಲಲಿತಳು ಗಂಡನಿಗೆ, ಶಾಂತಮ್ಮನ ಬಗ್ಗೆ ರೋಷಾವೇಷದಿಂದ ದೂರಿತ್ತಳು. "ಕರೀಹುಡುಗಿ" ಎಂಬ ವಾಸ್ತವ ವಿಷಯವೇ ವಿಷವಾಗಿ ವಕ್ಕರಿಸಿತ್ತು. ನಡೆದ ಸಂಗತಿಯನ್ನು ತಿಳಿಸಿ, ಅತ್ತಿಗೆಯನ್ನು ಹೀಯಾಳಿಸುತ್ತಾ ಕ್ರೋಧ ಕಾರಿದಳು.

ಲಲಿತಾ: ನಿಮ್ಮ ಅಕ್ಕನಿಗೆ ಎಷ್ಟು ದುರಹಂಕಾರ. ಕಪ್ಪಗೆ ಇರೋರೆಲ್ಲಾ ಕೆಟ್ಟವರು, ಬೆಳ್ಳಗೇ ಇರೋರೆಲ್ಲಾ ಒಳ್ಳೆಯವರಾ? ಅಂಜಲೀನಾಳನ್ನು ಮದುವೆ ಆಗೋಕೆ ಪುಣ್ಯ ಮಾಡಿರಬೇಕು. ಈ ಪ್ರದೀಪ ಪಂಡಿತನಲ್ಲಾ, ಪಾಮರ.

ವೀರಣ್ಣನು ಹೆಂಡತಿಯನ್ನು ಸಮಾಧಾನ ಮಾಡಲು, "ನಮ್ಮಕ್ಕ ಹಳ್ಳಿಯವಳು, ಇದ್ದದ್ದನ್ನ ಇದ್ದಂಗೆ ಹೇಳಿದ್ದಾಳೆ, ಯಾಕೆ ಅದನ್ನೇ ಒಂದು ದೊಡ್ಡ ರಾದ್ಧಾಂತ ಮಾಡ್ತೀಯಾ?" ಎಂದ. ಈ ಮಾತುಗಳು, ಬೆಂಕಿಗೆ ಎಣ್ಣೆ ಸುರಿದಂತಿದ್ದವು. ತನ್ನ ಗಂಡನೂ ಶಾಂತಮ್ಮನ ಅವಹೇಳನವನ್ನು ಬೆಂಬಲಿಸಿದನಲ್ಲಾ ಎಂದು ಲಲಿತಳಿಗೆ ಇನ್ನೂ ನೋವಾಯಿತು. ಖಡಾಖಂಡಿತ ವಾಣಿಯಿಂದ ಗಂಡನಿಗೆ, "ಪ್ರದೀಪನನ್ನು ಅಮೇರಿಕಾಗೆ ಕರೆಯಿಸಿಕೊಳ್ಳುವುದಕ್ಕೆ ನೀವು ಮುಂದಾಗಬೇಡಿ" ಎಂದು ಆಜ್ಞಾಪಿಸಿದಳು. ವೀರಣ್ಣನಿಗೆ ಲಲಿತಳ ವರ್ತನೆ ಆಶ್ಚರ್ಯವಾಗಿರಲಿಲ್ಲಾ. ಲಲಿತಳೂ ಕಪ್ಪಾಗಿಯೇ ಇದ್ದಳು. "ಕರಿಹುಡುಗಿ" ಎಂಬ ಶಬ್ದಕ್ಕೆ ಅಲರ್ಜಿಯಾಗಿದ್ದಳು. ಸನ್ನಿವೇಶವನ್ನು ನಿಭಾಯಿಸಲೋಸುಗ ವೀರಣ್ಣ ಪತ್ನಿಯನ್ನು ಓಲೈಸಲು ಮುಂದಾದ.

ವೀರಣ್ಣ: ಲಲಿತಾ, ನಮ್ಮಕ್ಕನ ಪರವಾಗಿ ನಾನು ಕ್ಷಮೆ ಕೇಳ್ತಾಯಿದ್ದೀನಿ. ದಯವಿಟ್ಟು ಮನ್ನಿಸು. ನನ್ನನ್ನ ಅಮೇರಿಕಾಗೆ ಕಳಿಸಿದ್ದು ನಮ್ಮಕ್ಕನ ಗಂಡ. ಅವರ ಮಗನಿಗೆ ಸಹಾಯ ಮಾಡುವುದು ನನ್ನ ಕರ್ತವ್ಯ.

"ಅಮೇರಿಕಾಗೆ ಬಂದಿರಬಹುದು, ಆದರೆ ವೀರಣ್ಣನು ಅಮೇರಿಕಾದಲ್ಲಿ ನೆಲೆಸಲು ಸಾಧ್ಯವಾದದ್ದು ತನ್ನನ್ನು ಮದುವೆಯಾದುದರಿಂದಲೇ" ಎಂಬ ಭಾವನೆಯಲ್ಲಿಯೇ ಇರುವ ಲಲಿತಳಿಗೆ ಗಂಡನ ಮಾತುಗಳು ಕಿಂಚಿತ್ತೂ ಹಿತವೆನಿಸಲಿಲ್ಲ. ಮತ್ತೊಮ್ಮೆ ತನ್ನ ಬುದ್ಧಿವಂತಿಕೆಯನ್ನು ತೋರಿಸುತ್ತಾ "ನಿಮ್ಮನ್ನೇ ಅಮೇರಿಕಾಗೆ ಕಳುಹಿಸಿದವರು, ಅವರ ಮಗನನ್ನು ಕಳಿಸೋಕೇ ಆಗೊಲ್ಲವೇ?" ಎಂದು ಗಂಡನಿಗೆ ಸವಾಲು ಹಾಕಿದಳು. ವೀರಣ್ಣನಿಗೆ ಹೆಂಡತಿಯೊಡನೆ ವಾದಿಸುವುದು ವ್ಯರ್ಥವೆನಿಸಿ ಸುಮ್ಮನಾದಾಗ, ಪತಿರಾಯನಿಗೆ "ಎಷ್ಟಾದರೂ ಅವನು ಪಂಡಿತಾ, ವೈದ್ಯ ಪಂಡಿತಾ. ಅವನೇ ಬರ್ಲಿ ಬಿಡಿ. ನೀವ್ಯಾಕೆ ತಲೆ ಚಚ್ಚಿಕೊಳ್ತೀರಾ" ಎಂದು ಉಪದೇಶ ಮಾಡಿದಳು.

ಭಾರತದ ಹಳ್ಳಿಯಲ್ಲಿ ಹುಟ್ಟಿ ಬೆಳೆದು, ಬೆಂಗಳೂರಿನಲ್ಲಿರುವ ಶಾಂತಮ್ಮನಿಗೆ, ಅಮೇರಿಕಾ ಸಂಸ್ಕೃತಿಯ ಬೆಡಗಿ ಲಲಿತಾಳ ಶಿಷ್ಟಾಚಾರಗಳು ಅರ್ಥವಾಗಲಿಲ್ಲ. ಹುಟ್ಟು ಭಾರತೀಯಳಾದರೂ, ತಾನು ಅಮೇರಿಕಾ ಪ್ರಜೆ ಎಂಬ ಅಹಂಕಾರದಿಂದ, ಸತ್ತ ಭಾರತೀಯರಂತೆ ವರ್ತಿಸುವ ಜನರ ಗುಂಪಿಗೆ ಸೇರಿದ ಲಲಿತಾಳ ಪ್ರಭಾವದಿಂದ ವೀರಣ್ಣ ಕೂಡಾ ಬದಲಾಗಿದ್ದ. ಎಷ್ಟಾದರೂ ಅವಳು ಅರ್ಧಾಂಗಿಯಲ್ಲವೇ? ಶಾಂತಮ್ಮನಿಗೆ ಪ್ರದೀಪನ ಅಭ್ಯುದಯವೇ ಗುರಿಯಾಗಿತ್ತು. ಮಗನ ಕನಸೇ ತನ್ನ ಕನಸಾಗಿತ್ತು. ಪ್ರದೀಪನನ್ನು ಅಮೇರಿಕಾಗೆ ಕರೆಯಿಸಿಕೊಳ್ಳುವ ಬಗ್ಗೆ ಶಾಂತಮ್ಮನೇ ವಕಾಲತ್ತು ವಹಿಸಿಕೊಂಡು, ವೀರಣ್ಣನೊಡನೆ ವಿಚಾರಕ್ಕಾರಂಭಿಸಿದಳು. ಲಲಿತಳು ನೆಂಟರ ಮನೆಗೆ ಹೋಗಿದ್ದಳು. ಪ್ರದೀಪ ದೊಡ್ಡವರ ಮಾತನ್ನು ಆಲಿಸುತ್ತಾ ಶತಪಥ ತಿರುಗುತ್ತಿದ್ದ. ಶಾಂತಮ್ಮ ನೇರವಾಗಿಯೇ ವಿಷಯವನ್ನು ಮಂಡಿಸಿದಳು.

ಶಾಂತಮ್ಮ: ಅಣ್ಣಾ, ಪ್ರದೀಪನ್ನ ನೀನೇ ಅಮೇರಿಕಾಗೆ ಕರೆಯಿಸಿಕೊಳ್ಳಬೇಕು.

ವೀರಣ್ಣ: ಅವನಿಗೆ ಪರೀಕ್ಷೆಯಲ್ಲಿ ಒಳ್ಳೆ ಅಂಕ ಬಂದರೆ, ಅಮೇರಿಕಾದೋರೇ ಕರೆಯಿಸಿಕೊಳ್ತಾರೆ.

ಶಾಂತಮ್ಮನು "ಅವರಿವರ ಸುದ್ದಿ ಬೇಡಾ. ನೀನು ಮಾಡಬೇಕು" ಎಂದು ಒತ್ತಾಯಿಸಿದಾಗ, ವೀರಣ್ಣನು ದೀರ್ಘವಾಗಿ ಉಸಿರೆಳೆದುಕೊಂಡು, ತಲೆಯ ಮೇಲೆ ಕೈಯಿಟ್ಟುಕೊಂಡು, ಹೇಗೆ ಉತ್ತರಿಸಬೇಕೆಂದು, ಆಲೋಚಿಸುತ್ತಿರುವಾಗ, ಪ್ರದೀಪ ತನ್ನ ಸಲಹೆಯನ್ನು ಮಂಡಿಸಿದ.

ಪ್ರದೀಪ: ಮಾವ, ಪ್ರವಾಸಿ ವೀಸಾದಲ್ಲಿ ಬಂದು ಅಲ್ಲೇ ಪರೀಕ್ಷೆ ಮುಗಿಸ್ತೀನಿ.

ವೀರಣ್ಣ; ಪರೀಕ್ಷೆಯಲ್ಲಿ ಪಲ್ಟಿ ಹೊಡೆದರೆ?

ಪ್ರದೀಪನಿಗೆ ಮನಸ್ಸು ಚಿವುಟಿದಂತಾಗಿ ದಿಕ್ಕುತೋಚದೆ ಸುಮ್ಮನಾದಾಗ, ತಾಯಿಯೇ ಮಗನ ಪರವಾಗಿ ಮಾತು ಮುಂದುವರಿಸಿ "ನೀನಿದ್ದೀಯಲ್ಲಾ, ಸೋದರ ಮಾವ" ಎಂದು, ತಮ್ಮನಿಗೆ ಮಗನ ಜವಾಬ್ದಾರಿಯನ್ನು ವಹಿಸಿದಳು. ಈ ಮಾತನ್ನು ಹೇಳುವ ಹಕ್ಕು ಶಾಂತಮ್ಮನಿಗಿತ್ತು. ಈ ಜವಾಬ್ದಾರಿಯನ್ನು ಹೊರುವ ಹೊಣೆ ವೀರಣ್ಣನಿಗಿತ್ತು. ವೀರಣ್ಣ ಸಂದಿಗ್ಧ ಪರಿಸ್ಥಿತಿಯಲ್ಲಿ ಸಿಕ್ಕಿಹಾಕಿಕೊಂಡ. ಉತ್ತರಿಸಲಾಗದೇ ತಲೆಕೆರೆದುಕೊಂಡು ಆಲೋಚಿಸುತ್ತಿರುವಾಗ ಶಾಂತಮ್ಮನೇ ಪ್ರಸ್ತಾಪನೆಗೆ ಇತಿಶ್ರೀ ಹಾಡಲಾರಂಭಿಸಿದಳು.

ಶಾಂತಮ್ಮ: ಹೋಗಲಿ ಬಿಡು. ನಿನಗೆ ಇಷ್ಟಾ ಇಲ್ಲದಿದ್ರೆ ನಾವೇನು ಮಾಡೋಕಾಗುತ್ತೆ?

ವೀರಣ್ಣನು "ಹಾಗಲ್ಲಾ ಅಕ್ಕಾ, ಇರೋ ವಿಷಯ ಹೇಳ್ದೆ" ಎಂದು ಹೇಳಿದಾಗ, ಸಂಕೋಚವನ್ನು ಬದಿಗಿಟ್ಟು ಪ್ರದೀಪನೇ, ಮಾವನನ್ನು ವೀಸಾಗೆ ನೆರವು ನೀಡಲು ಆಗ್ರಹಿಸಿದ.

ಪ್ರದೀಪ: ಮಾವ ನನಗೆ ಅರ್ಥವಾಯಿತು. ದೇವರಾಣೆಗೂ ನಾನು ನಿಮಗೆ ಹೊರೆಯಾಗಲ್ಲಾ. ದಯವಿಟ್ಟು "ಪ್ರವಾಸಿ ವೀಸಾ"ಗೆ ಪ್ರಾಯೋಜನ ಮಾಡಿ. ಮಿಕ್ಕಿದ್ದನ್ನೆಲ್ಲಾ ನಾನು ನಿಭಾಯಿಸಿಕೊಳ್ತೀನಿ.

ಮೊಟ್ಟ ಮೊದಲ ಬಾರಿಗೆ ಪ್ರದೀಪನ ವಾಣಿಯಲ್ಲಿ ಆತ್ಮವಿಶ್ವಾಸ–ಪೌರುಷ ತುಂಬಿತ್ತು, ಅಷ್ಟೇ ವಿನಯ–ಯಾಚನೆಯೂ ತುಂಬಿತ್ತು. ಸಂತುಷ್ಟನಾದ ವೀರಣ್ಣನು, "ಆಯಿತಪ್ಪಾ, ಪ್ರಾಯೋಜನ ಪತ್ರ ಕಳುಹಿಸ್ತೀನಿ. ಸಂತೋಷಾನಾ?" ಎಂದು ಆಶ್ವಾಸನೆ ನೀಡಿ ಸಮಸ್ಯೆಯನ್ನು ಬಗೆಹರಿಸಿದ.

––––––––

ವೀರಣ್ಣನು ಪ್ರದೀಪನಿಗೆ "ಪ್ರವಾಸಿ ವೀಸಗೆ ಪ್ರಾಯೋಜನ ಮಾಡುತ್ತೇನೆ" ಎಂದ ಸುದ್ದಿ ಲಲಿತಳ ಕಿವಿಗೆ ಬೀಳಲು ಬಹಳ ಸಮಯವೇನೂ ಆಗಲಿಲ್ಲ. ಸ್ವತಃ ಶಾಂತಮ್ಮನೇ ಸಂಜೆ ಊಟದ ಸಮಯದಲ್ಲಿ ತಿಳಿಸಿದ್ದಳು. ಲಲಿತಳಿಗೆ ಮುಜುಗರವಾದರೂ, ಗಂಡನನ್ನು ಎಲ್ಲರ ಎದುರಿಗೆ ಎದುರು ಹಾಕಿಕೊಂಡು ವಾದಿಸಿ ಜಯಿಸುವಷ್ಟು, ವಾಕ್ಚಾತುರ್ಯವೂ ಇರಲಿಲ್ಲಾ, ವಾದಿಸಲು ವಸ್ತುವೂ ಇರಲಿಲ್ಲಾ. ಸಮಯಕ್ಕಾಗಿ ಕಾದಳು. ಮರುದಿನ ವೀರಣ್ಣ, ಲಲಿತ, ಮತ್ತು ಪ್ರದೀಪರು, ಬೆಂಗಳೂರು ನಗರ ಸಂಚಾರ ಮಾಡುತ್ತಾ, ಲಾಲ್‌ಬಾಗ್‌ನಲ್ಲಿ ಬಯಲೂಟ ಮಾಡುತ್ತಿರುವಾಗ ಲಲಿತಳು ಭಾರತದಲ್ಲಿ ವೈದ್ಯ ಕ್ಷೇತ್ರದ ಬಗ್ಗೆ ವಿಚಾರಣೆಯನ್ನು ಆರಂಭಿಸಿದಳು. ಪ್ರದೀಪನಿಗೆ "ಅತ್ತೆ ಏನೋ ಅಡ್ಡ ಹಾಕುತ್ತಾಳೆ" ಅನಿಸಿತು.

ಲಲಿತಾ: ವೈದ್ಯರಿಗೆ ಭಾರತದಲ್ಲಿರುವಷ್ಟು ಗೌರವ ಅಮೇರಿಕಾದಲ್ಲಿಲ್ಲಾ.

ವೀರಣ್ಣನು, "ಅಮೇರಿಕಾ ಬಂಡವಾಳಶಾಹಿ ದೇಶ, ಹಣಕ್ಕೆ ಇರುವ ಬೆಲೆ ಜನಕ್ಕಿಲ್ಲಾ" ಎಂದು ಹಾಸ್ಯದ ಚಟಾಕಿಯನ್ನು ಹಾರಿಸಿದ. ಎಲ್ಲರೂ ನಗುತ್ತಿದ್ದಾಗ, ಲಲಿತಾ ತನ್ನ ಬಾಣ ಪ್ರಯೋಗ ಮಾಡಿದಳು.

ಲಲಿತಾ: ಪ್ರದೀಪ್, ಅಮೇರಿಕಾದಲ್ಲಿ ಸಾವಿರಾರು ಜನ ವಿದೇಶಿ ವೈದ್ಯ ಪಂಡಿತರು, ಪರೀಕ್ಷೆಯಲ್ಲಿ ಉತ್ತೀರ್ಣರಾಗದೆ, ಮಾಡಬಾರದ ಕೆಲಸಗಳನ್ನೆಲ್ಲಾ ಮಾಡಿಕೊಂಡಿದ್ದಾರೆ.

ವೀರಣ್ಣನು ಲಲಿತಳ ಹೇಳಿಕೆಯನ್ನು ಸಮರ್ಥಿಸುತ್ತಾ "ನಿಜಾ ಪ್ರದೀಪ್, ಅವಮಾನ ಅಂತ ನಮ್ಮ ಜನ ಹೇಳಿಕೊಳ್ಳಲ್ಲ. ನನ್ನ ಇಬ್ಬರು ಆಪ್ತ ಮಿತ್ರರು ವೈದ್ಯ ಪಂಡಿತರು ಪಾಮರರಾಗಿದ್ದಾರೆ. ಕೂಲಿ ಕೆಲಸ ಮಾಡಿಕೊಂಡು ಬದುಕ್ತಿದ್ದಾರೆ. ವೈದ್ಯ ಪದವೀಗೇ ಅವಮಾನ" ಎಂಬ ನಿದರ್ಶನಗಳನ್ನು ನೀಡಿದಾಗ ಪ್ರದೀಪನಿಗೆ ನಂಬಲಸಾಧ್ಯವಾಯಿತು. ವೀರಣ್ಣನ ಮಾತಿನಲ್ಲಿ ಸತ್ವವಿದ್ದರೂ, ಸಂದರ್ಭ ಸಂದೇಹವನ್ನು ತುಂಬಿತ್ತು. ಮಾವ ಪರೋಕ್ಷವಾಗಿ ಅಮೇರಿಕಾಗೆ ಬರಬೇಡಾ ಎಂಬ ಸಂದೇಶವನ್ನೆ ಪ್ರದೀಪ ಗ್ರಹಿಸಿದ. ಲಲಿತ ಕೂಡಾ ಪತಿದೇವನ "ವೈದ್ಯ ಪದವಿಗೆ ಅವಮಾನ" ಎಂಬ ಉಕ್ತಿಯನ್ನು ಉಲ್ಲೇಖಿಸುತ್ತಾ, "ನಮ್ಮ ದೇಶಕ್ಕೇ ಅವಮಾನ" ಎಂದು ಘೋಷಿಸಿದಳು. ಮಾವನ ಗೋಸುಂಬೆತನ, ಅತ್ತೆಯ ನಯವಂಚಕತನಗಳನ್ನು ಅರಿತ ಪ್ರದೀಪನ ಮನಸ್ಸಿನಲ್ಲಿ "ಆಪತ್ತಿಗೆ ಆದವನೇ ನೆಂಟ" ಎಂಬ ನಾಣ್ನುಡಿ ಅನುರಣಿತವಾಯಿತು. ಚಿಂತಾಮಗ್ನನಾದ ಪ್ರದೀಪನನ್ನು ಎಚ್ಚರಿಸುತ್ತಾ ಲಲಿತಳು, "ಪ್ರದೀಪ್, ನಾನು ನೀನಾಗಿದ್ರೆ ಖಂಡಿತಾ ಅಮೇರಿಕಾಗೆ ಪರಾವಲಂಬಿಯಾಗಿ ಬರಲು ಮುಂದಾಗುತ್ತಿರಲಿಲ್ಲಾ" ಎಂದು ಬೇರೆ ಹೇಳಿದಳು. ಮಾವನು "ದುಡುಕಬೇಡಾ, ಚೆನ್ನಾಗಿ ಆಲೋಚಿಸು" ಎಂದು ಬುದ್ಧಿವಾದ ಹೇಳಿದ. ಅತ್ತೆ ಕೊಟ್ಟ ತಿರುವಿನಿಂದ, ಮಾವ ಕೊಟ್ಟ ಹೊಡೆತದಿಂದ ಪ್ರದೀಪನ ಉತ್ಸಾಹವೆಲ್ಲಾ ಕರಗಿ ನೀರಾಗಿಹೋಯಿತು.

ಎರಡು ಸಾರಿ ಪರೀಕ್ಷೆಗಳಲ್ಲಿ ಉತ್ತೀರ್ಣನಾಗದೆ, "ಜೀವನಾಂಶ" ಅಂಕಗಳನ್ನು ಗಳಿಸಿದ್ದ ಪ್ರದೀಪನಿಗೆ ಅತ್ತೆ-ಮಾವರ ನಿರುತ್ಸಾಹ ಮಾತುಗಳಿಂದ, ಆತ್ಮವಿಶ್ವಾಸ ಕುಂದಿತ್ತಾದರೂ, ಅವರ ಪ್ರೇರಣೋದ್ದೇಶಗಳ ಬಗ್ಗೆ, ಸಂಪೂರ್ಣ ಸಂಶಯವಿತ್ತು. ಅಂಜಲಿಯನ್ನು ಮದುವೆಯಾಗಿ ಅಮೇರಿಕಾಗೆ ಬರಲು ಉತ್ತೇಜಿಸಿದ ಲಲಿತ, ಸುಮನಾಳ ಸಂಗತಿ ತಿಳಿದೊಡನೆ, ಹಠಾತ್ತಾಗಿ ತಿರಿಗೇಟು ಕೊಟ್ಟು, "ಪ್ರವಾಸಿವೀಸಾಗೆ ಪ್ರಾಯೋಜನ ಮಾಡುತ್ತೇನೆ" ಎಂದು ಆಶ್ವಾಸನೆ ನೀಡಿದ್ದ ವೀರಣ್ಣನನ್ನೂ ತನ್ನ ಹಾದಿಗೆ ಎಳೆದುಕೊಂಡಿದ್ದಳು. ಪ್ರದೀಪನ ಅಮೇರಿಕಾ ಕನಸಿಗೆ ವೀರಣ್ಣನೇ ಮೂಲಕಾರಣನಾಗಿದ್ದ.

ವೀರಣ್ಣ-ಲಲಿತರು ಬೆಂಗಳೂರಿನಿಂದ, ತಮ್ಮ ಹುಟ್ಟೂರುಗಳಿಗೆ ತೆರಳಿದ ನಂತರ, ಪ್ರದೀಪ ತಾಯಿಗೆ ನಡೆದ ವಿಷಯವನ್ನು ಅರುಹಿದ. ಶಾಂತಮ್ಮನಿಗೆ ಇದೆಲ್ಲಾ ಲಲಿತಳ ಪಿತೂರಿಯೆಂದೂ, ಅಂಜಲಿಯನ್ನು ನಿರಾಕರಿದ್ದೇ ಸೇಡಿನ ಕಿಡಿಯೆಂದೂ, ಅರಿವಾಯಿತು. ಅದು ಸಹಜವೆಂದೆನಿಸಿದರೂ, ಹೆಂಡತಿಗೆ ದಾಸನಾಗಿ ವರ್ತಿಸುತ್ತಾ, ತಮ್ಮ ವೀರಣ್ಣನು ಮಂಗಣ್ಣನಾಗಿರುವುದು ಶಾಂತಮ್ಮನಿಗೆ ಆಶ್ಚರ್ಯಕ್ಕಿಂತ ಮಿಗಿಲಾಗಿ ಅಸಹ್ಯವಾಯಿತು. ಸಿಟ್ಟಿಗೊಂಡ ಶಾಂತಮ್ಮನು "ಇದೆಲ್ಲಾ ಆ ಕಾಟೇರಿಯ ಕುಮ್ಮಕ್ಕು" ಎಂದು ಲಲಿತಳನ್ನು ಬಯ್ದುಕೊಂಡಳು. ಸ್ವಾಭಿಮಾನಭಂಗದಿಂದ ಪ್ರದೀಪನಲ್ಲಿ ಛಲ ಮೂಡಿತ್ತು. ತಾಯಿಗೆ ತನ್ನ ಹಠವನ್ನು ತಿಳಿಸಿದ.

ಪ್ರದೀಪ: ಅಮ್ಮಾ, ಅತ್ತೆ-ಮಾವರ ಮೇಲೆ ಸವಾಲಿಗಾದರೂ ಹೋಗಿ ಮೆರೆಯಬೇಕು.

ಶಾಂತಮ್ಮ ಮಗನ ಛಲವನ್ನು ಮೆಚ್ಚಿ-ಕೊಂಡಾಡುತ್ತಾ ಮುದ್ದಾಗಿ "ಹೌದು ಪುಟ್ಟಾ, ಅವನನ್ನ ಯಾವೂರು ದಾಸಯ್ಯ ಅನ್ನದೆ ಅಮೇರಿಕಾಗೆ ಹೋಗಿ ಬಾಮ್ಮಾ" ಎಂದು ಹೃದಯಪೂರ್ವಕವಾಗಿ ಹರಸಿದರು.

ಪ್ರದೀಪ: ಅಮೇರಿಕಾಗೆ ಹೋಗಿ ಮಾವನ ಮನೆಯ ಬಾಗಿಲನ್ನ ತಟ್ಟಿ, ಅತ್ತೆಯ ಹೊಟ್ಟೆಯನ್ನ ಉರಿಸ್ತೀನಿ.

ಪ್ರದೀಪನ ಶಪಥವನ್ನು ಕೇಳಿ ಶಾಂತಮ್ಮ ಹೆಮ್ಮೆಪಟ್ಟಳು.

ವೀರಣ್ಣನು ಶಾಂತಮ್ಮ–ಪ್ರದೀಪರು ಎಣಿಸಿದಷ್ಟು ಕೃತಘ್ನನಾಗಿರಲಿಲ್ಲಾ. ವೈದ್ಯ ಪಂಡಿತರಿಗೆ ಅಮೇರಿಕಾಗೆ ಬರಲು ಪ್ರವಾಸಿವೀಸಾ ದೊರಕುವುದು ಕಷ್ಟ ಎಂಬುದು ಬಹಳ ಪ್ರವಾಸಿ ಭಾರತೀಯರಿಗೆ ತಿಳಿದ ವಿಷಯ. ಇದಕ್ಕೆ ಮುಖ್ಯ ಕಾರಣ, ಪ್ರವಾಸಿಯಾಗಿ ಬಂದ ಸುಮಾರು ವೈದ್ಯರು ಅಮೇರಿಕಾದಲ್ಲಿ ವೀಸಾ ಬದಲಾಯಿಸಿಕೊಂಡು, ಅಮರನಿವಾಸಿಗಳಾಗಿದ್ದು. ಅಮೇರಿಕಲ್ಲಿ ನೆಲಸಿರುವ ನೆಂಟರಿಂದ ವೀಸಾಗೆ ಪ್ರಾಯೋಜನ ಪಡೆದರೆ, ಪ್ರವಾಸಿವೀಸಾ ಪಡೆಯುವುದು ಇನ್ನೂ ಪ್ರಾಯಾಸವೇ. ಇದೆಲ್ಲವನ್ನೂ ಅರಿತಿದ್ದ ವೀರಣ್ಣನಿಗೆ ಈಗ ಸಮಸ್ಯೆಯನ್ನು ವಿವರಿಸಲು ಸನ್ನಿವೇಶ ಸರಿಯಾಗಿರಲಿಲ್ಲ. ಭಾರತದಿಂದ ಹೊರಡುವ ಮುನ್ನ ವೀರಣ್ಣನು ಶಾಂತಮ್ಮನ ಎದುರಿನಲ್ಲೇ, ಪ್ರದೀಪನಿಗೆ ಖಚಿತವಾಗಿಯೇ ಹೇಳಿದ.

ವೀರಣ್ಣ: ಪ್ರದೀಪ, ನನ್ನ ಕರ್ತವ್ಯ ನಾನು ಮಾಡ್ತೀನಿ. ಹೋದ ಕೂಡಲೇ ನಿನಗೆ "ಪ್ರವಾಸಿವೀಸಾ"ಗೆ ಪ್ರಾಯೋಜನ ಪತ್ರ ಕಳುಹಿಸ್ತೀನಿ. ಮಿಕ್ಕಿದ್ದನ್ನೆಲ್ಲಾ ನೀನೇ ನಿಭಾಯಿಸಿಕೊಳ್ಳಬೇಕು. ಸರೀನಾ?

ಪ್ರದೀಪನಿಗೆ ನಿರಾಳವಾಯಿತು. ಸಂತುಷ್ಟಳಾದ ಶಾಂತಮ್ಮನಿಗೆ ವೀರಣ್ಣನ ಮೇಲೆ ಅಕ್ಕರೆಯುಂಟಾಯಿತು. ಪ್ರೀತಿಯಿಂದಲೇ "ನಿನಗೆ ತೊಂದರೆ ಆಗೋದಾದರೆ ಬೇಡ" ಎಂದು ಹೇಳಿದಾಗ ವೀರಣ್ಣನು ತನ್ನ ಭಾವನನ್ನು ಸ್ಮರಿಸಿಕೊಂಡು ಹೇಳಿದ.

ವೀರಣ್ಣ: ಅಕ್ಕಾ, ಭಾವ ನನ್ನ ಕನಸನ್ನು ಈಡೇರಿಸಿದಾ. ಪ್ರದೀಪನ ಕನಸನ್ನು ಈಡೇರಿಸುವುದು ನನ್ನ ಕರ್ತವ್ಯ.

ವೀರಣ್ಣನ ಕೃತಜ್ಞತಾ ಪ್ರಜ್ಞೆಯನ್ನು ಅರಿತುಕೊಂಡು, ಶಾಂತಮ್ಮನು ಕೊನೆಯಲ್ಲಿ ತಮ್ಮನನ್ನು ಅಪ್ಪಿಕೊಂಡು ಅಮೇರಿಕಾಗೆ ಬೀಳ್ಕೊಟ್ಟಳು. ಅಂತೂ-ಇಂತೂ ಅಕ್ಕ ತಮ್ಮರ ಮನಗಳಲ್ಲಿ ಬಿರುಗಾಳಿಯ ನಂತರ ತಂಗಾಳಿ ಬೀಸಿತ್ತು. ಪ್ರದೀಪನು "ನಾನು ದುಡುಕಿದೆನಲ್ಲಾ" ಎಂದು ಪಶ್ಚಾತ್ತಾಪಪಟ್ಟ.

ರಾಯಭಾರ ಕಚೇರಿಯಲ್ಲಿ

ವೀರಣ್ಣನು ಪ್ರದೀಪನಿಗೆ ಪ್ರವಾಸಿವೀಸಾ ಪ್ರಾಯೋಜನಪತ್ರಗಳನ್ನು ಕಳುಸಿದ. ಪ್ರದೀಪನ ಆನಂದಕ್ಕೆ ಪಾರವಿಲ್ಲದಂತಾಯಿತು. ಶಾಂತಮ್ಮನಿಗೆ ತಮ್ಮನ ಮೇಲೆ ಪ್ರೀತಿವಾತ್ಸಲ್ಯಗಳು ಉಕ್ಕಿಬಂದವು. ಲಲಿತಳ ಮೇಲಿದ್ದ ವೈಷಮ್ಯಗಳು ಕರಗಿಹೋದವು.

ಪ್ರದೀಪ ಅಮೇರಿಕಾ ರಾಯಭಾರ ಕಚೇರಿಯಲ್ಲಿ ವೀಸಾಗೆ ಅರ್ಜಿಗಳನ್ನು ಸಲ್ಲಿಸಲು ಚೆನ್ನೈಗೆ ಹೋಗಲು, ರೈಲ್ವೇ ನಿಲ್ದಾಣಕ್ಕೆ ಬಂದಾಗ, ತನ್ನ ಸಹಪಾಠಿಗಳಾದ ರಾಗು ಮತ್ತು ಸೀನು ಸಿಕ್ಕಿದರು. ಪ್ರದೀಪನು ಸಡಗರದಿಂದ ಪ್ರಯಾಣದ ಉದ್ದೇಶವನ್ನು ತಿಳಿಸಿದಾಗ, ಮಿತ್ರರಿಬ್ಬರೂ ತುಂಬು ಹೃದಯದಿಂದ ಪ್ರದೀಪನಿಗೆ ಯಶಸ್ಸನ್ನು ಕೋರಿದರೂ, ಸೀನು ಪ್ರದೀಪನಿಗೆ ಎಚ್ಚರಿಕೆಯ ಮಾತನ್ನು ಹೇಳಿದ.

ಸೀನು: ನೆಂಟರಿಂದ ಪ್ರಾಯೋಜನ ಪಡೆದರೆ ಪ್ರವಾಸಿವೀಸಾ ಸಿಕ್ಕೋದು ಕಷ್ಟ ಅಂತಾರೆ. ಜಾಗ್ರತೆಯಾಗಿರು.

ಪ್ರದೀಪನ ಮನಸ್ಸಿನಲ್ಲಿ "ಇವನೊಬ್ಬ ಶನಿ ಅಪಶಕುನ ನುಡೀತಾನೆ, ಯಾಕೆ ಅಡ್ಡ ಬಂದನೋ" ಎಂದುಕೊಂಡ. ರಾಗು ಅವನ ಮನದಾಳವನ್ನು ವ್ಯಕ್ತಪಡಿಸುತ್ತಾ "ಅದೆಲ್ಲಾ ಬರಿ ಸುಳ್ಳು. ಹೋಗೋವಾಗ ಅಪಶಕುನ ನುಡೀಬೇಡಾ ಸೀನು. ಆಗುತ್ತೇ ಹೋಗಮ್ಮಾ ಪ್ರದೀಪ್" ಎಂದು ಶುಭಕೋರಿದ.

ಚೆನ್ನೈನ ಅಮೇರಿಕಾ ರಾಯಭಾರ ಕಚೇರಿಯಲ್ಲಿ ವೀಸಾ ಪಡೆಯಲು ಕೊಡಬೇಕಾದ ಎಲ್ಲಾ ಪ್ರಾಯೋಜನ ಪತ್ರಗಳನ್ನೂ, ಪಾಸ್‌ಪೋರ್ಟ್‌ನ್ನೂ, ಕೊಟ್ಟು, ವೀಸಾಗಾಗಿ ತವಕದಿಂದ ಕಾಯುತ್ತಿದ್ದ. ವೀಸಾ ಕಚೇರಿಯಲ್ಲಿ ಹಲವಾರು ಕನ್ನಡಿಗರೂ ಇದ್ದರು. ಗುಸುಗುಸು ಧ್ವನಿಯಲ್ಲಿ "ಇದು ಮೂರನೇ ಸಾರಿ ನಾನು ವೀಸಾಗೆ ಬಂದಿರೋದು", "ವೈದ್ಯರಿಗೆ ವೀಸಾ ಸಿಗೋದು ಬಹಳ ಕಷ್ಟ", "ಸಾಫ್ಟ್‌ವೇರ್ ಎಂಜಿನಿಯರ್‌ಗಳಿಗೆ ಬಹಳ ಸುಲಭ" ಎಂದು ಮಾತನಾಡುತ್ತಿರುವದನ್ನು ಆಲಿಸಿಕೊಂಡ ಪ್ರದೀಪನ ಮನಸ್ಸಿನಲ್ಲಿ ಅದೇನೋ ಭಯ ಉಂಟಾಯಿತು. ದೇವರನ್ನು ಸ್ಮರಿಸುತ್ತಾ, ಉದ್ವೇಗದಿಂದ ಕಾಯುತ್ತಿರುವಾಗ, ವೀಸಾ ಅಧಿಕಾರಿಣಿಯು "ಪ್ರದೀಪ್ ಕುಮಾರ್" ಎಂದು ಕರೆದಳು. ಹರ್ಷೋನ್ಮಾದದಿಂದಲೇ, ಪ್ರದೀಪನು ವೀಸಾ ಅಧಿಕಾರಿಣಿಯನ್ನು ಕಿಂಡಿಯಲ್ಲಿ ಕಂಡಾಗ, ಆ ಮಹರಾಯಿತಿ ವಿನಯವಾಗಿಯೇ "ಪ್ರದೀಪ್ ಕುಮಾರ್, ನಿಮಗೆ ಪ್ರವಾಸಿವೀಸಾವನ್ನು ನಿರಾಕರಿಸಲಾಗಿದೆ" ಎಂದು ಹೇಳಿ, ಪತ್ರಗಳನ್ನೆಲ್ಲಾ ಹಿಂದಕ್ಕೆ ನೀಡಿದಾಗ, ಪ್ರದೀಪನ ಗಂಟಲು ಒಣಗಿಹೋಯಿತು. ಗದ್ಗದ ಸ್ವರದಿಂದ ಕಾರಣವೇನೆಂದು ಗೌರವವಾಗಿಯೇ "ಯಾಕೇ ಮೇಡಮ್" ಎಂದು ವಿಚಾರಿಸಿದಾಗ, ಆಕೆ ವಿವರಣೆ ನೀಡಿದಳು.

ವೀಸಾ ಅಧಿಕಾರಿಣಿ: ನೀವು ಪ್ರವಾಸಿಯಾಗಿ ಹೋಗಿ ನಿವಾಸಿ ಆಗ್ತೀರಾ ಅದಕ್ಕೆ?

ಪ್ರದೀಪನ ಮನಸ್ಸಿನಲ್ಲಿ ಇದ್ದುದನ್ನು ಆಕೆ ತನ್ನ ಬಾಯಿಯಲ್ಲಿ ಹೇಳಿದ್ದಳು. ಚೇತರಿಸಿಕೊಂಡು ಪ್ರದೀಪನು "ಅದು ಅಪರಾಧವೇ ಮೇಡಮ್" ಎಂದು ಕೇಳಿದಾಗ, ಆಕೆ ಸೌಜನ್ಯವಾಗಿಯೆ ಹೇಗೆ "ಅಮರ ನಿವಾಸಿ ವೀಸಾ"ವನ್ನು ಪಡೆಯಬಹುದೆಂಬುದನ್ನು ಕೂಲಂಕಷವಾಗಿ ವಿವರಿಸಿದಳು.

ಅಧಿಕಾರಿಣಿ: ಇಲ್ಲಾ, ಇಲ್ಲಾ, ಪ್ರದೀಪ್ ಕುಮಾರ್. ಅದಕ್ಕೆ ನೀವು ಅಮರ ನಿವಾಸಿ ಪ್ರಾಯೋಜನ ಪತ್ರವನ್ನು ಪಡೆಯಬೇಕು. ಪ್ರಾಯೋಜಕರು ಅಮೇರಿಕಾ ಪ್ರಜೆಗಳಾಗಿರಬೇಕು. ನಿಮ್ಮ ರಕ್ತ ಸಂಬಂಧಿಗಳಾಗಿರಬೇಕು. ಈ ರೀತಿಯಲ್ಲಿ ನಿಮಗೆ ವೀಸಾ ಬರಲು ಕನಿಷ್ಠಾ ಹತ್ತು ವರ್ಷಗಳಾಗಬಹುದು"

ವೀಸಾ ಅಧಿಕಾರಿಣಿಯ ಮಾತುಗಳನ್ನು ಕೇಳುತ್ತಿದ್ದಂತೆ, ಪ್ರದೀಪನ ಅಮೇರಿಕಾ-ಕನಸು ಅವನ ಮನಸ್ಸಿನಿಂದ ಕಂಬಿ ಕೀಳುತ್ತಿತ್ತು. ಪ್ರದೀಪನ ಆಸೆ-ಆಕಾಂಕ್ಷೆಗಳು ಭಗ್ನಾವಶೇಷವಾದವು. ಪ್ರದೀಪನ ವಿಷಾದ ವದನವನ್ನು ನೋಡಿ, ವಿನಯವಾಗಿ ಕೊನೆಯಲ್ಲಿ ಅಧಿಕಾರಿಣಿಯು "ದೇವರು ನಿಮಗೆ ಒಳ್ಳೆಯದು ಮಾಡಲಿ" ಎಂದು ಹೇಳಿದಳು. "ಮೇಡಮ್, ನೀವೇ ನನಗೆ ದೇವತೆಯಾಗಬಾರದಿತ್ತೇ?" ಎಂದು ಮನಸ್ಸಿನಲ್ಲಿ ಅಂದುಕೊಂಡು ಪ್ರದೀಪನು ಯಾಂತ್ರಿಕವಾಗಿ ಪ್ರಾಯೋಜನ ಪತ್ರಗಳನ್ನು ಈಸಿಕೊಂಡು ತಲೆತಗ್ಗಿಸಿಕೊಂಡು ಭಾರವಾದ ಮನಸ್ಸಿನಿಂದ ಅಮೇರಿಕಾ ರಾಯಭಾರಿ ಕಚೇರಿಯಿಂದ ನಿರ್ಗಮಿಸಿದ.

ಹೊರಗೆ ಬರುತ್ತಿದ್ದಂತೆಯೇ ದೂರದಲ್ಲಿ ನಿಂತು ಪ್ರದೀಪನನ್ನು ನೋಡುತ್ತಿದ್ದ ಒಬ್ಬ ಕೃಶಕಾಯದ ವ್ಯಕ್ತಿ, ಪ್ರದೀಪನನ್ನು ಹಿಂಬಾಲಿಸುತ್ತಾ ಬಂದು, "ನಮಸ್ಕಾರ ಸ್ವಾಮಿ, ನನ್ನ ಹೆಸರು ರಂಜನ್" ಎಂದು ಮಾತನಾಡಿಸಿದ. "ಇವನ್ಯಾರಪ್ಪ" ಎಂದುಕೊಂಡು ನಿರಾಸಕ್ತನಾಗಿ ಪ್ರದೀಪನು ಏನೂ ಹೇಳದೆ ಸುಮ್ಮನೆ ಅವನನ್ನು ನೋಡಿದಾಗ "ನಿಮ್ಮ ಹೆಸರು" ಎಂದು ಕೇಳಿದಾಗ, ರಂಜನನು ಏನೋ

ನಿರೀಕ್ಷಿಸುತ್ತಿದ್ದಾನೆಂಬುದನ್ನು ಮನಗಂಡ ಪ್ರದೀಪನು "ಯಾಕೆ?" ಎಂದು ಪ್ರಶ್ನಿಸಿದ. ರಂಜನನು ನಗುಮೊಗದಿಂದಲೇ ಕೇಳಿದ "ನಿಮಗೆ ವೀಸಾ ಸಿಕ್ಕಲಿಲ್ಲಾ, ಅಲ್ಲವೇ?" ಪ್ರದೀಪನ ಮೌನವೇ ಸಮ್ಮತಿಯನ್ನು ಸೂಚಿಸಿತು. ರಂಜನನು ಉತ್ತೇಜನಗೊಂಡು "ಬನ್ನಿ ಬನ್ನಿ, ಅಲ್ಲಿ ಕುಳಿತುಕೊಂಡು ವೀಸಾ ಪಡೆಯೋ ವಿಷಯ ಮಾತಾಡೋಣಾ" ಎಂದು ಫಲಹಾರ ಮಂದಿರವನ್ನು ತೋರಿಸಿದ. ಹತಾಶೆಯಿಂದ ಸುಸ್ತಾಗಿದ್ದ ಪ್ರದೀಪನಿಗೆ ರಂಜನನ ಸಾಂತ್ವನ ಆಶಾದಾಯಕವಾಗಿತ್ತು. ಇಬ್ಬರೂ ಕೈಕುಲುತ್ತಾ ತಮ್ಮ ಹೆಸರುಗಳನ್ನು ಮತ್ತೆ ಹೇಳಿಕೊಂಡರು. ಪ್ರದೀಪನು ತಾನು ವೈದ್ಯ ಪಂಡಿತನೆಂದೂ ತಿಳಿಸಿದಾಗ, ರಂಜನನು "ಹೌದಾ, ಪ್ರದೀಪ್. ನೀವು ದೊಡ್ಡವರು" ಎಂದು ಪ್ರಶಂಶಿಸುತ್ತಾ ಆನಂದವನ್ನು ಪ್ರಕಟಿಸಿದ.

ಅನ್ನಪೂರ್ಣಾ ಹೊಟೇಲ್‌ನಲ್ಲಿ ನಿಸ್ತೇಜನಾಗಿ ಕುಳಿತು, ಶೂನ್ಯ ಮನಸ್ಕನಾಗಿರುವ ಪ್ರದೀಪನೊಡನೆ ಕಾಫಿಯನ್ನು ಹೀರುತ್ತಾ ರಂಜನನು ವೀಸಾ ಮಂತ್ರೋಪದೇಶ ಮಾಡಲಾರಂಬಿಸಿದ.

ರಂಜನ್: ಪ್ರದೀಪ್, ನಿಮಗೆ ಅಮೇರಿಕಾಗೆ ಹೋಗಲೇಬೇಕು ಅನ್ನೋ ಹಟ ಇದ್ರೆ, ಛಲ ಇದ್ರೆ ಹೇಳಿ. ನಿಮಗೆ ದಾರಿ ತೋರಿಸ್ತೀನಿ.

ಅನುಮಾನದಿಂದ ಸುಮ್ಮನೆ ಆಲಿಸುತ್ತಿದ್ದ ಪ್ರದೀಪನ ಮನಸ್ಸಿನಲ್ಲಿ ಯಾವ ಸಂಚಲನೆಯನ್ನು ಕಾಣದೆ ನಿರಾಶನಾದ ರಂಜನನು ಕುತೂಹಲವನ್ನು ಉಂಟುಮಾಡಲು ಅಮೇರಿಕಾದಲ್ಲಿ ವೈದ್ಯರ ಬಗ್ಗೆ ಮಾಹಿತಿಯನ್ನು ನೀಡಲಾರಂಭಿಸಿ, ನಂತರ ವೀಸಾದ ಬಗ್ಗೆ ನಿರೂಪಣೆಯನ್ನು ನೀಡಿದ.

ರಂಜನ್: ವೈದ್ಯರಿಗೆ ಅಮೇರಿಕಾ ಚಿನ್ನದ ಗಣಿ. ಒಂದು ವರ್ಷಕ್ಕೆ ಒಂದು ಕೋಟಿ ಸಂಪಾದಿಸಬಹುದು. ಅಮೇರಿಕಾ ವಲಸೆಗಾರ ಸಾಗರ. ವೀಸಾ ಇಲ್ಲದೆ ಪ್ರತಿವರ್ಷ ಹತ್ತು ಲಕ್ಷ ಜನ ಅಮೇರಿಕಾಗೆ ಹೋಗ್ತಾರೆ. ಗುಂಪಿನಲ್ಲಿ

ಗೋವಿಂದಾ. ಲಕ್ಷದಲ್ಲಿ ನೀನೂ ಒಬ್ಬನಾಗು. ಪ್ರದೀಪ್, ಮನಸ್ಸಿದ್ದರೆ ಮಾರ್ಗ, ಕನಸಿದ್ದರೆ ಸ್ವರ್ಗ.

ರಂಜನನು ಹೇಳುವುದೆಲ್ಲಾ ಆಶಾದಾಯಕವಾಗಿದ್ದರೂ, ನಂಬಲು ಯಾವ ಆಧಾರವೂ ಇಲ್ಲದಿದ್ದುದರಿಂದ, ಪ್ರದೀಪನ ಮನಸ್ಸು ಇನ್ನೂ ತೂಗುಯ್ಯಾಲೆಯಲ್ಲಿಯೇ ಓಲಾಡುತ್ತಿತ್ತು. ಪ್ರದೀಪನನ್ನು ಒಲಿಸುವುದು ಬಹಳ ಪ್ರಯಾಸವೆಂದು ರಂಜನನಿಗೆ ಅರಿವಾಯಿತು. ಗಿರಾಕಿಯನ್ನು ಹೇಗೋ ಮಾಡಿ ತನ್ನ ಒಡೆಯ ಯಶವಂತಸಿಂಹನ ಬಳಿ ಕರೆದೊಯ್ಯುವುದು ರಂಜನನ ಕರ್ತವ್ಯವಾಗಿತ್ತು. ಮೌನವನ್ನು ಮುರಿದು ಪ್ರದೀಪನು "ಗ್ಯಾರಂಟೀ ಏನಪ್ಪಾ? ಖರ್ಚು-ವೆಚ್ಚ ಏಷ್ಟು?" ಎಂದು ಕೇಳಿದಾಗ, ರಂಜನನು "ಅದೆಲ್ಲಾ ಇಲ್ಲಿ ಮಾತಾಡೋದು ಬೇಡಾ. ಬನ್ನಿ ನಮ್ಮ ಕಚೇರಿಗೆ ಹೋಗೋಣಾ" ಎಂದು ಮೆಲ್ಲಗೆ ಕಿವಿಯಲ್ಲಿ ಉಸುರಿ, ವಿಷಯ ಗಹನವಾದುದೆಂದು ಮನಗಾಣಿಸಿದ.

ಅಕ್ರಮ ವಲಸೆಯ ವಿಷವರ್ತುಲ

ರಂಜನನು ಚೆನ್ನೈನಲ್ಲಿರುವ ಪಂಜಾಬಿ ಮೂಲದ ಯಶವಂತ ಸಿಂಹನೆಂಬ ವೀಸಾ ವರ್ತಕನ ಕಾರ್ಯಭಾರಿ. ವೀಸಾಕಾಂಕ್ಷಿಗಳನ್ನು ಪತ್ತೆಮಾಡಿ, ಅವರನ್ನು ಕರೆತಂದು ಯಜಮಾನನಿಗೆ ಪರಿಚಯ ಮಾಡಿಸುವುದು ರಂಜನ ಕೆಲಸ. ಚೆನ್ನೈನಲ್ಲಿರುವ ಅಮೇರಿಕಾ ರಾಯಭಾರಿ ಕಚೇರಿಯ ಹೊರಾಂಗಣವೇ ರಂಜನನ ಬೇಟೆಯ ತಾಣ. ವೀಸಾ ನಿರಾಕರಣೆಯಿಂದ ಆಶಾಭಗ್ನಗೊಂಡ ವೀಸಾರ್ಥಿಗಳೇ ರಂಜನನ ಉದರಪೋಷಣೆಗೆ ಆಹಾರ.

ಯಶವಂತ ಸಿಂಹನು "ವಿಶ್ವ ಪ್ರವಾಸ" ಎಂಬ ಪ್ರವಾಸಿ ಸಂಸ್ಥೆಯ ಮಾಲೀಕ. ವಿಮಾನ ಟಿಕೆಟ್ಟುಗಳನ್ನು ಮಾರುವುದು, ಅಧಿಕೃತ ವ್ಯವಹಾರ. ಯಶವಂತ ಸಿಂಹನ ನಿಜವಾದ ಹೆಸರು, ಬೀರೇಂದ್ರ ಬಾದಲ್. ಬೀರೇಂದ್ರ ಹಿಂದೊಮ್ಮೆ "ಖಾಲಿಸ್ತಾನಿ"ಯಾಗಿದ್ದು, ಭಯೋತ್ಪಾದಕನಾಗಿ ಕೊಲೆ ಪ್ರಕರಣದಲ್ಲಿ ಸಿಲುಕಿ, ಲೂಧಿಯಾನಾದಿಂದ ತಲೆತಪ್ಪಿಸಿಕೊಂಡು, ಭಾರತ ಸರಕಾರದ ಅಪರಾಧಿಗಳ ಪಟ್ಟಿಯಲ್ಲಿ ಸೇರಿದ್ದ. ಕೇವಲ ಪ್ರೌಢಶಾಲೆ ಮುಗಿಸಿದ್ದ ಬೀರೇಂದ್ರನಿಗೆ ಪ್ರಚಂಡ ವ್ಯವಹಾರ ಪ್ರಜ್ಞೆಯಿತ್ತು. ಖಾಲಿಸ್ತಾನಿಯಾಗಿ ತಪ್ಪಿಸಿಕೊಳ್ಳುವ ಎಲ್ಲಾ ಕೌಶಲ್ಯಗಳು ಅವನಿಗೆ ಕರತಲಾಮಲಕವಾಗಿದ್ದವು. ತನಗೆ ಭಾರತದಲ್ಲಿ ಉಳಿವಿಲ್ಲವೆಂದು ಮನಗೊಂಡ ಬೀರೇಂದ್ರನು, ನೇಪಾಳದ ಕಠ್ಮಂಡು ನಗರಕ್ಕೆ ಹೋಗಿ, ಕಳ್ಳ ದೇಶಾನುಮತಿ ಪತ್ರಗಳನ್ನು ಪಡೆದು; ಅಲ್ಲಿಂದ ದಕ್ಷಿಣ ಅಮೇರಿಕಾದ ಪೆರು ದೇಶಕ್ಕೆ ಹಾರಿ; ತರುವಾಯ ಕೊಲಂಬಿಯಾ, ಪನಾಮಾ, ನಿಕರಾಗುವ, ಕೋಷ್ಟಾರಿಕಾ, ಗ್ವಾಟಮಾಲ, ಮೆಕ್ಸಿಕೋ ದೇಶಗಳ ಮೂಲಕ "ಅಮೇರಿಕಾ ಸಂಯುಕ್ತ ಸಂಸ್ಥಾನ"ವನ್ನು ಸೇರಿದ್ದ. ಅಮೇರಿಕಾದ ಅಮೃತಸರವೆಂದೇ ಹೆಸರು ಪಡೆದಿರುವ, ಸಿಕ್ಕರ ರಾಜಧಾನಿ ಎಂಬ ಅನ್ವರ್ಥನಾಮ ಹೊಂದಿರುವ ಕ್ಯಾಲಿಫೋರ್ನಿಯಾದ ಯೂಬಾಸಿಟಿಯಲ್ಲಿ ಅಕ್ರಮನಿವಾಸಿಯಾಗಿ ಜೀವನ ಆರಂಭಿಸಿದ್ದ. ಬಾರ್ಬರ ಎಂಬ ಅಮೇರಿಕಾ ಯುವತಿಯನ್ನು ಮದುವೆಯಾಗಿ "ಅಮರ ನಿವಾಸಿ ವೀಸಾ" ಪಡೆದು, ತರುವಾಯ ಅಮೇರಿಕಾ ಪ್ರಜೆಯಾದ. ಆದರೆ ಬಾರ್ಬರ ಇನ್ನೊಬ್ಬನೊಡನೆ ಅನುರಕ್ತಗೊಂಡಳು. ಒಮ್ಮೆ ಸರಸದಲ್ಲಿದ್ದ ಈ ಪ್ರೇಮಪಕ್ಷಿಗಳ ಮೇಲೆ ಬೀರೇಂದ್ರ ಆಕ್ರೋಶದಿಂದ ಕೈಮಾಡಿದ. ಕೊಲೆ ಯತ್ನದ ಆರೋಪದ ಮೇಲೆ, ಬೀರೇಂದ್ರನಿಗೆ ಹತ್ತು ವರ್ಷದ ಕಾರಗೃಹ ಶಿಕ್ಷೆ ನೀಡಲಾಯಿತು. ಆಹೊತ್ತಿಗೆ ಭಾರತದಲ್ಲಿ ಖಾಲಿಸ್ತಾನದ ಕಾರ್ಯಾಚರಣೆಗಳು

ಸ್ತಬ್ಧವಾಗಿ, ಪಂಜಾಬಿನಲ್ಲಿ ಪರಿಸ್ಥಿತಿ ಶಾಂತವಾಗಿತ್ತು. ಹಿಂದಿನ ಖಾಲಿಸ್ತಾನಿ ಅಪರಾಧಿಗಳಿಗೆಲ್ಲಾ ಭಾರತ ಸರಕಾರ "ಕ್ಷಮಾದಾನ" ನೀಡಿತ್ತು. ಕಾರಾಗೃಹವಾಸದಿಂದ ವಿಮೋಚನೆ ಪಡೆಯಲು, ಅಮೇರಿಕಾ ದೇಶಾ ಬಿಡಲು, ಬೀರೇಂದ್ರನು ಒಪ್ಪಿಕೊಂಡನು. ಭಾರತಕ್ಕೆ ಮರಳಿದ ಬೀರೇಂದ್ರನು, ಹೆಸರು ಬಲಾಯಿಸಿಕೊಂಡು ತಮಿಳುನಾಡಿನಲ್ಲಿ ನೆಲೆಯೂರಿ, ಚೆನ್ನೈನಲ್ಲಿ ಪ್ರವಾಸೋದ್ಯಮವನ್ನು ಸ್ಥಾಪಿಸಿದ. ಅಮೇರಿಕಾದಲ್ಲಿ ಆಂಗ್ಲಭಾಷೆಯಲ್ಲಿ ವ್ಯವಹರಿಸುವುದು ಅವನಿಗೆ ವರದಾನವಾಗಿತ್ತು. ಸ್ನೇಹಪರನಾಗಿದ್ದ ಬೀರೇಂದ್ರನು, ಅಮೇರಿಕಾ ಸಿಖ್ಖರ ಸಮುದಾಯದಲ್ಲಿ ಜನಪ್ರಿಯನಾಗಿದ್ದ. ಬಾರ್ಬರಳ ದಾಂಪತ್ಯದ್ರೋಹ ಎಲ್ಲರಿಗೂ ಗೊತ್ತಾಗಿತ್ತು. ಮಿತ್ರರೆಲ್ಲರೂ ಬೀರೇಂದ್ರನಿಗೆ ತಮ್ಮ ಅನುಕಂಪವನ್ನು ಸೂಸಿ, ಅವನಿಗೆ ಬೆಂಬಲ ನೀಡಿದ್ದರು. ವಿದೇಶ ಮಿತ್ರವೃಂದದ ಸಂಪರ್ಕವನ್ನು ಉಪಯೋಗಿಸಿಕೊಂಡು ಜೀವನಮಾಡಲು, ಪ್ರವಾಸೋದ್ಯಮ ಹೇಳಿ ಮಾಡಿಸಿದಂತಿತ್ತು. ಹೆಸರಿಗೆ ತಕ್ಕಂತೆ, ಯಶವಂತ ವ್ಯಾಪಾರದಲ್ಲಿ ನಿಜವಾಗಿಯೂ ಯಶವಂತನಾದ.

ದೇಶಾನುಮತಿ-ಪ್ರವೇಶಾನುಮತಿ ಪತ್ರಗಳಿಲ್ಲದೆ ಅಮೇರಿಕಾಗೆ ಗುಳೇಹೋಗುವ ಮಾರ್ಗೋಪಾಯಗಳು, ಯಶವಂತನಿಗೆ ಅನುಭವವೇದ್ಯವಾಗಿದ್ದವು. ಭಾರತದಲ್ಲಿ ರಾಜಕೀಯ ಹಾಗೂ ಸರಕಾರದ ಕೋಟಲೆಗಳಿಂದ ತಪ್ಪಿಸಿಕೊಂಡು ಪರದೇಶಗಳಿಗೆ ಗುಳೇಹೋಗಲು ಪ್ರಯತ್ನಿಸುವ ಜನರಿಗೆ, ಯಶವಂತ ಸಿಂಹನು ಮಾರ್ಗದರ್ಶಕನಾದ. ಅವನ ಪ್ರವಾಸೋದ್ಯಮಕ್ಕೆ ಈ ಉಪಕಾರ ಪೂರಕವಲ್ಲದೆ, ಪ್ರಯೋಜನಕರವಾಗಿತ್ತು. ಚತುರನಾದ ಯಶವಂತನು, ಸರಕಾರದ ವಿಧಿ-ನಿಯಮಗಳಿಗೆ ಸಿಲುಕದಂತೆ, ವಹಿವಾಟು ನಡೆಸುತ್ತಿದ್ದ. ಮೊದಲು ಪಂಜಾಬಿಗಳೇ ಮುಖ್ಯ ಗುಳೇಗಿರಾಕಿಗಳಾಗಿದ್ದರು. ನಂತರ ಸಿಂಹಳದಿಂದ ಭಾರತಕ್ಕೆ ವಲಸೆ ಬಂದ ತಮಿಳರಿಗೆ ದಾರಿದೀಪವಾದ. ದಕ್ಷಿಣ ಅಮೇರಿಕಾ ಹಾಗೂ ಮದ್ಯ ಅಮೇರಿಕಾದಲ್ಲಿ ದಾರಿಯುದ್ದಕ್ಕೂ ತನ್ನ ಅನುಚರರನ್ನು ನೇಮಿಸಿಕೊಂಡು, ನಿಯತ್ತಾಗಿ ವಲಸಿಗರನ್ನು ಗುರಿ ಮುಟ್ಟಿಸುತ್ತಿದ್ದ. ಕೆಟ್ಟು ಒಳ್ಳೆಯವನಾಗಿದ್ದ ಯಶವಂತ ಸಿಂಹನು, ಇಲ್ಲದ-ಸಲ್ಲದ ಆಶೆಯನ್ನು ಹುಟ್ಟಿಸಿ, ವಲಸೆಗಾರರನ್ನು ಸುಲಿಗೆ ಮಾಡುತ್ತಿರಲಿಲ್ಲ. ಪ್ರದೀಪನ ಪಾಲಿಗೆ, ಯಶವಂತನ ಪರಿಚಯ ಭೇಟಿ, ಅದೃಷ್ಟವೇ ಸರಿ.

ರಂಜನನು ಪ್ರದೀಪನನ್ನು "ವೈದ್ಯ ಪಂಡಿತ"ನೆಂದು ಪರಿಚಯ ಮಾಡಿಸಿದ ಕೂಡಲೇ, ಯಶವಂತ ಗೌರವಾದರದಿಂದ ಬರಮಾಡಿಕೊಂಡು, ಮುತುವರ್ಜಿಯಿಂದ ಕ್ಷೇಮಸಮಾಚಾರಗಳನ್ನು ಕೇಳಿದ. ತರುವಾಯ ವ್ಯವಹಾರದ ಬಗ್ಗೆ ಮುಚ್ಚುಮರೆಯಿಲ್ಲದೆ ಹೇಳಿದ.

ಯಶವಂತ್: ವೈದ್ಯ ಪಂಡಿತರೇ ನಾನು ವಲಸೆ ಪಂಡಿತ, ವೀಸಾ ಪಂಡಿತ. ವೀಸಾ ಇಲ್ಲದೆ ನಿಮ್ಮನ್ನ ಯಾವ ದೇಶಕ್ಕಾದರೂ ಕಳುಹಿಸಬಲ್ಲೆ. ಆದರೆ ನಿಮಲ್ಲಿ ಎರಡು ಇರಬೇಕು. ಒಂದು ಧಮ್ ಇನ್ನೊಂದು ದುಡ್ಡು.

ಪ್ರದೀಪನು ಯಶವಂತನತ್ತ ತೀಕ್ಷ್ಣ ನೋಟ ಬೀರಿ, "ಎಷ್ಟು" ಎಂದು ಕೇಳಿದ.

ಯಶವಂತ್: ರೂ. ಐದು ಲಕ್ಷ ಕೊಟ್ಟರೆ ವೀಸಾ ಇಲ್ಲದೆ ಅಮೇರಿಕಾ ಸೇರಿಸ್ತೀನಿ. ವೀಸಾ ಬೇಕಂದ್ರೆ ಹತ್ತು ಲಕ್ಷ.

ಮತ್ತೊಮ್ಮೆ ಪ್ರದೀಪ ಯಶವಂತನ ಕಣ್ಣಲ್ಲಿ ಕಣ್ಣಿಟ್ಟು "ಹೇಗೆ" ಎಂದು ಪ್ರಶ್ನಿಸಿದ. ರಂಜನನು "ಮನಸ್ಸಿದ್ದರೆ ಮಾರ್ಗ" ಎಂದು ಧ್ವನಿಗೂಡಿಸಿದಾಗ, ಯಶವಂತನು ದೃಢವಾಣಿಯಿಂದ ತಿಳಿಸಿದ;

ಯಶವಂತ: ಪಂಡಿತ್-ಜೀ, ಅದು ನಮ್ಮ ಉದ್ಯಮರಹಸ್ಯ. ದುಡ್ಡು ಕೊಟ್ಟ ಗಿರಾಕಿಗಳಿಗೆ ಮಾತ್ರ, ಪ್ರಯಾಣದ ವಿವರಗಳನ್ನ ತಿಳಿಸ್ತೀನಿ. ಪ್ರದೀಪ್, ನಾನು ಮಾಡ್ತಾ ಇರೋದು ಅಂತರಾಷ್ಟ್ರೀಯ ಅಕ್ರಮ ವ್ಯಾಪಾರ. ಕಳ್ಳ ಕೆಲಸ. ನಿಮಗೆ ನಮ್ಮ ಮೇಲೆ ವಿಶ್ವಾಸ ಇದ್ರೆ ಬನ್ನಿ ಅಮೇರಿಕಾದಲಿ ಬಿಡ್ತೀವಿ. ಇಲ್ಲಾ ಅಂದ್ರೆ ಇಲ್ಲೇ ಇದ್ದುಬಿಡಿ.

ಪ್ರದೀಪ್: ಯಶವಂತಜೀ, ನೀವು ನನ್ನನ್ನು ಅಮೇರಿಕಾಗೆ ಸೇರಿಸ್ತೀರಿ ಅನ್ನೋದಕ್ಕೆ ಏನು ಗ್ಯಾರಂಟೀ.

ಯಶವಂತ: ವೈದ್ಯ ಪಂಡಿತರೇ, ನಾನು ನಾಳೆ ಬದುಕಿರ್ತೀನಿ ಅನ್ನೋದಕ್ಕೇ ಗ್ಯಾರಂಟಿ ಕೊಡಲಾರೆ.

ಪ್ರದೀಪ್: ಯಶವಂತ್, ದಯವಿಟ್ಟು ಕೋಪ ಮಾಡಿಕೊಳ್ಳಬೇಡಿ. ಈ ಕಳ್ಳ ವ್ಯವಹಾರದ ಬಗ್ಗೆ ಈವತ್ತೆ ಕೇಳಿದ್ದು. ಹಿಂದೂ-ಮುಂದೂ ಏನೂ ಗೊತ್ತಿಲ್ಲದೆ, ಲಕ್ಷಾಂತರ ರೂಪಾಯಿ ಕೊಟ್ಟು, ಪರದೇಶಗಳಲ್ಲಿ ಪ್ರಯಾಣ ಮಾಡೋದಕ್ಕೆ ನನಗೆ ಬಹಳ ಭಯವಾಗ್ತಿದೆ. ನಿಮ್ಮ ಕಾರ್ಯಾಚರಣೆಗಳ ಬಗ್ಗೆ ಸೂಕ್ಷ್ಮವಾಗಿ ತಿಳಿಸಿ.

ಪ್ರದೀಪನ ದುಮ್ಮಾನವನ್ನು ಅರ್ಥಮಾಡಿಕೊಂಡ ಯಶವಂತನು, ಮೇಲೆದ್ದು "ಒಂದು ನಿಮಿಷಾ ಇರಿ ಬಂದೆ" ಎಂದು ಹೇಳಿ, ಒಳಗೆ ಹೋದ. ಮೇಜಿನ ಮೇಲೆ ಗಾಜಿನ ತಳದಲ್ಲಿದ್ದ ಪ್ರಪಂಚದ ಭೂಪಟದಲ್ಲಿ ತೋರಿಸುತ್ತಾ ರಂಜನನು "ವಾಯುಮಾರ್ಗದಲ್ಲಿ ಇಲ್ಲಿಂದ ನೇರವಾಗಿ ದಕ್ಷಿಣ ಅಮೇರಿಕಾ, ಅಲ್ಲಿಂದ ಮೆಕ್ಸಿಕೊ ದೇಶಕ್ಕೆ ಭೂಮಾರ್ಗದಲ್ಲಿ; ಆಮೇಲೇ ಅಲ್ಲಿಂದ ಅಮೇರಿಕಾ ಗಡಿ ದಾಟೋದು". ಅಷ್ಟರಲ್ಲಿ ಯಶವಂತನು ಹಲವಾರು ವೃತ್ತಪತ್ರಿಕೆಗಳ ಕ್ಲಿಪಿಂಗ್ಸ್‌ಗಳನ್ನು ತಂದು ಪ್ರದೀಪನಿಗೆ ನೀಡುತ್ತಾ "ಇವನ್ನ ಓದಿ, ಇನ್ನೂ ಬೇಕಂದ್ರೆ ಈ ಕಂಪ್ಯೂಟರ್‌ನಲ್ಲಿ ನೋಡಿ" ಎಂದು ಇಂಟರ್‌ನೆಟ್‌ನಲ್ಲಿ "ಅಕ್ರಮ ವಲಸೆ" ಬಗ್ಗೆ ಮಾಹಿತಿ ಪಡೆಯಲು ಆಹ್ವಾನಿಸಿದ. ಪತ್ರಿಕೆಯ ವರದಿಗಳನ್ನು ಅವಲೋಕಿಸಿದ ನಂತರ ಪ್ರದೀಪನಿಗೆ ಯಶವಂತನ ಮೇಲೆ ನಂಬಿಕೆ ಹುಟ್ಟಲಾರಂಭಿಸಿತು. ಯಶವಂತನು ತನ್ನ ಅಮೇರಿಕನ್ ದೇಶಾನುಮತಿಯನ್ನು ತೋರಿಸುತ್ತಾ "ಅಮೇರಿಕಾದಲ್ಲಿ ಒಂದೂ ಕಾಲು ಕೋಟಿ ಜನ ವೀಸಾ ಇಲ್ಲದೆ ಇದಾರೆ. ಪಂಡಿತರೇ, ನಾನೂ ವೀಸಾ ಇಲ್ಲದೇ ಹೋಗಿ, ಅಮೇರಿಕಾ ಪ್ರಜೆಯಾಗಿ ಬಂದೆ". ಯಶವಂತನ ದೇಶಾನುಮತಿಯನ್ನು ಸೋಜಿಗದಿಂದಲೇ ನೋಡುತ್ತಾ ಪ್ರದೀಪನು "ಈವಾಗ ಈ ಕಳ್ಳ ಕೆಲಸ ಯಾಕೆ ಮಾಡ್ತೀರಾ?" ಎಂದು ಕೇಳಿದಾಗ, ಯಶವಂತನು ಅಷ್ಟೇ ಘಾಟಿತನದಿಂದ "ನಿಮ್ಮಂಥವರ ಕನಸುಗಳನ್ನು ಈಡೇರಿಸುವುದಕ್ಕೆ" ಎಂದು ಹಾಸ್ಯದ ಚಟಾಕಿಯನ್ನು ಹಾರಿಸಿದ. ಎಲ್ಲರೂ ಘೊಳ್ಳೆಂದು ನಕ್ಕರು.

ಪ್ರದೀಪನ ವಿಫಲ ವೀಸಾ ವೃತ್ತಾಂತವನ್ನು ಕೇಳಿದ ಮೇಲೆ, ಯಶವಂತನ ಮನಸ್ಸೂ ಮೃದುವಾಯಿತು. ಅನಂತರ ಯಶವಂತನು ಏನೂ ಮರೆ ಮಾಚದೆ ಪ್ರಯಾಣದ ಆಗು-ಹೋಗುಗಳನ್ನು ತೋರಿಸುತ್ತಾ ವಿವರಿಸಿದ.

ಯಶವಂತ್: ಪಂಡಿತರೇ ಇರೋ ವಿಷಯ ಹೇಳ್ತೀನಿ. ಭಯಬೀಳಬೇಡಿ. ಭಾರತದಿಂದ ದಕ್ಷಿಣ ಅಮೇರಿಕಾ ದೇಶಗಳಿಗೆ ಹೋಗೋದು ಬಹಳ ಸುಲಭ. ಪೆರು, ಕೊಲಂಬಿಯಾ, ಗಯಾನ, ಸುರಿನ್ಯಾಂ, ಅಮೆಝೋನಿಯಾ ದೇಶಗಳಿಗೆ ವೀಸಾ ಬೇಕಿಲ್ಲಾ. ವಿಮಾನದಲ್ಲಿ ಎರಡು ದಿನ ಪ್ರಯಾಣ. ಅಷ್ಟೇ. ಅಲ್ಲಿಂದ ಮೆಕ್ಸಿಕೋಗೆ ಭೂಮಾರ್ಗದಲ್ಲಿ ಪ್ರಯಾಣ. ಮೂರು-ನಾಲಕ್ಕು ದೇಶಗಳ ಮೂಲಕ ಹಾದು ಹೋಗಬೇಕು. ಇದು ಸ್ವಲ್ಪ ಕಷ್ಟ.

ಪ್ರದೀಪ್: ಯಾಕೆ?

ಯಶವಂತ: ನಮ್ಮ ಮಾರ್ಗದರ್ಶಿಗಳು ಯಾವಾಗ ಹೇಳ್ತಾರೋ ಆವಾಗ ಹೋಗಬೇಕು. ಪ್ರಯಾಣದ ಖರ್ಚೆಲ್ಲಾ ನಮ್ಮದೇ.

ಪ್ರದೀಪ್: ನೇರವಾಗಿ ಮೆಕ್ಸಿಕೋಗೆ ಹಾರಿದರೆ ಹೇಗೆ?

ಯಶವಂತ್: ವೀಸಾ ಕೇಳುವ ದೇಶಕ್ಕೆ ನಾವು ಹೋಗಲ್ಲ. ಮೆಕ್ಸಿಕೊಗೆ ವೀಸಾ ಸಿಕ್ಕೋದು ಕಷ್ಟ.

ಯಶವಂತ ಮತ್ತೆ ಭೂಪಟವನ್ನು ತೋರಿಸುತ್ತಾ ಪ್ರಯಾಣ ಯೋಜನೆಯನ್ನು ವಿವರಿಸಿದ.

ಯಶವಂತ್: ಈ ಅಮೇರಿಕಾ ಗಡಿ ದಾಟೋದೇ ದೊಡ್ಡ ತಲೇನೋವು. ಇದು ಸಾಹಸದ ಕೆಲಸ. ಬಿನ್-ಲಾಡೆನ್ ಬಾಂಬ್ ಹಾಕಿದಮೇಲೆ, ಬಹಳ ಕಷ್ಟಾ ಆಗಿದೆ.

ಪ್ರದೀಪ್: ಅಮೇರಿಕಾ ಸೇರೋಕೇ ಎಷ್ಟು ದಿನ ಆಗುತ್ತೆ?

ಯಶವಂತನು "ಕನಿಷ್ಠ ಒಂದು ತಿಂಗಳು" ಎಂದು ನಿಧಾನವಾಗಿ ಹೇಳಿ ಮುಗಿಸಿದ ಕೂಡಲೇ ಪ್ರದೀಪನು "ಗರಿಷ್ಠಾ?" ಎಂದು ಮರು ಪ್ರಶ್ನಿಸಿದ. ಯಶವಂತ ಸ್ವಲ್ಪ ಆಲೋಚಿಸುತ್ತಾ "ಆರು ತಿಂಗಳು... ಆದರೆ ಸಾಮಾನ್ಯವಾಗಿ ಮೂರು ತಿಂಗಳು", ಎಂದಾಗ, ಪ್ರದೀಪನಿಗೆ ಅಸಮಧಾನವಾಗಿ "ಆರು ತಿಂಗಳಾ?" ಎಂದು ಉದ್ಗಾರವನ್ನು ತೆಗೆದ. ಯಶವಂತ ಹೇಳಿಕೆಯನ್ನು ದೃಢೀಕರಿಸುತ್ತಾ "ಅಮೇರಿಕಾ ಸಾಹಸವಂತರಿಗೆ ಮಾತ್ರ. ಶತಾಯ-ಗತಾಯ ಅಮೇರಿಕಾಗೆ ಹೋಗಬೇಕು, ವೈದ್ಯಾಧಿಪತಿಯಾಗಿ-ಕೋಟ್ಯಧಿಪತಿಯಾಗಿ ಮೆರೆಯಬೇಕು ಅನ್ನೋ ಛಲ ಇದ್ದರೆ ಮಾತ್ರ ಈ ಸಾಹಸಕ್ಕೆ ಕೈ ಹಾಕಿ" ಎಂದು ಪುನರುಚ್ಚರಿಸಿದ. ಪ್ರದೀಪನು "ಬೇರೆ ಉಪಾಯಗಳಿಲ್ಲವೇ?" ಎಂದಾಗ ಯಶವಂತನು "ನಿಮಗೆ ಮದುವೆ ಆಗಿದೆಯೇ?" ಎಂದು ಕೇಳಿದ. ಪ್ರದೀಪಾ "ಇಲ್ಲಾ" ಎಂದು ಉತ್ತರಿಸಿದ ಕೂಡಲೇ, "ವೀಸಾ ವಿವಾಹ ಮಾಡಿಕೊಳ್ಳಿ. ನಾನು ಸಂಬಂಧ ಕುದುರಿಸ್ತೀನಿ" ಎಂದು ಪ್ರಸ್ತಾವನೆಯನ್ನು ಮಾಡಿದ. ಪ್ರದೀಪನು ತಲೆ ಅಲ್ಲಾಡಿಸುತ್ತಾ "ಅಸಾಧ್ಯ" ಎಂದು ವದರಿದ. ಕೊನೆಯಲ್ಲಿ ಪ್ರದೀಪನಿಗೆ ಯಶವಂತ ಒಳ್ಳೆಯ ವ್ಯಾಪಾರ ಒಪ್ಪಂದವನ್ನೇ ಮುಂದಿಟ್ಟ.

ಯಶವಂತ: ಭಾರತದಿಂದ ಮೆಕ್ಸಿಕೋವರೆಗೂ ಎರಡು ಲಕ್ಷ. ಮೇಕ್ಸಿಕೋದಿಂದ ಅಮೇರಿಕಾಗೆ ಮೂರು ಲಕ್ಷ. ಅವಸರಪಡಬೇಡಿ. ಆಲೋಚನೆ ಮಾಡಿ ಹೇಳಿ.

ಪ್ರದೀಪ: ವೀಸಾಗೆ ಮತ್ತೆ ಐದು ಲಕ್ಷ ಕೊಡಬೇಕಾ?

ಯಶವಂತ್: ಹೌದು, ಸ್ವಾಮಿ.

ಯಶವಂತನ ಪ್ರಯಾಣ-ವೀಸಾ ಶುಲ್ಕಗಳನ್ನು ಕುರಿತು ಪ್ರದೀಪನ ಮನಸ್ಸು ಮೌನದಿಂದ ಮೆಲಕುಹಾಕುತ್ತಿತ್ತು.

ಪ್ರದೀಪನು ರೈಲಿನಲ್ಲಿ ಬೆಂಗಳೂರಿಗೆ ಪ್ರಯಾಣ ಮಾಡುತ್ತಾ, ಅಕ್ರಮವಾಗಿ ಅಮೇರಿಕಾಗೆ ಹೋಗುವ ಬಗ್ಗೆ ಆಳವಾಗಿ ಆಲೋಚಿಸತೊಡಗಿದ. ಯಶವಂತನು ಕೊನೆಯಲ್ಲಿ, "ನಮ್ಮ ಹತ್ತಿರ ಬರೋರು ವಿಧಿಯಿಲ್ಲದೆ ವಿದೇಶಕ್ಕೆ ಹೋಗುವವರು, ಬುದ್ಧಿ ಇರುವವರಲ್ಲ" ಎಂದು ಹೇಳಿದ ಮಾತನ್ನೆ ಮೆಲಕುಹಾಕುತ್ತಿದ್ದ. ಪ್ರದೀಪನ ಅಮಾಯಕತನವನ್ನು ಅರಿತುಕೊಂಡ ಯಶವಂತ ಅಕ್ರಮವಾಗಿ ಗಡಿದಾಟುವಾಗ ಎದುರಿಸಬೇಕಾದ ಅಡೆತಡೆಗಳನ್ನೂ, ಆಗಬಹುದಾದ ಅನಾಹುತಗಳನ್ನೂ, ಪಾರಾಗಬಹುದಾದ ಸಾಹಸೋಪಾಯಗಳನ್ನೂ, ಸಾಂಗೋಪಾಂಗವಾಗಿ ತಿಳಿಸಿ, "ಸಾಹಸ ಬುದ್ಧಿ ಇರುವವರಿಗೆ ಯೋಚಿಸುವ ಬುದ್ಧಿ ಇರುವುದಿಲ್ಲಾ" ಎಂದು ತನ್ನನ್ನೇ ಆತ್ಮವಿಮರ್ಶೆ ಮಾಡಿಕೊಂಡಿದ್ದ. ಪ್ರದೀಪನೂ ಆತ್ಮವಿಮರ್ಶೆ ಮಾಡಿಕೊಳ್ಳಲಾರಂಭಿಸಿದ. ಅಷ್ಟೇನೂ ಪ್ರತಿಭಾವಂತನಲ್ಲದ ಪ್ರದೀಪನು, ತಿಣಿಕಿ–ತಿಣಿಕಿ ವೈದ್ಯ ಪದವಿಯನ್ನು ಮುಗಿಸಿದ್ದರಿಂದ, ಕೀಳರಿಮೆ ಸಹಜವಾಗಿತ್ತು. ಆದರೆ ತನಗಿಂತಲೂ ದಡ್ಡನಾದ ದೇವರಾಜು, ಅಮೇರಿಕಾದಲ್ಲಿ ವೈದ್ಯ ಪಂಡಿತನಾಗಿ ಮೆರೆಯುತ್ತಿರುವ ವಿಷಯವನ್ನು ತಿಳಿದನಂತರ, ಪ್ರದೀಪನಿಗೆ ಭರವಸೆ ಮೂಡಿತ್ತು. ಸಮತವಾದಿ ಸೀನು, "ದೇವರಾಜು ಅಮೇರಿಕಾದಲ್ಲಿ ವೈದ್ಯ ಪಂಡಿತ ಆದನೆಂದರೆ, ಅಲ್ಲಿ ಯಾರು ಬೇಕಾದರೂ ವೈದ್ಯ ಶಿರೋಮಣಿ ಆಗಬಹುದು" ಎಂದು ಅಮೇರಿಕಾ ವೈದ್ಯ ಪದ್ಧತಿಯನ್ನೇ ಪರಿಹಾಸ್ಯ ಮಾಡುತ್ತಿದ್ದನು. ಮಾವ ವೀರಣ್ಣನು ಅಮೇರಿಕಾದಲ್ಲಿ ನೆಲಸಿರುವುದು ಅವನ ಅಭಿಲಾಷೆಗೆ ಆಸರೆಯಾಗಿತ್ತು. ಅತ್ತೆ–ಮಾವರೊಂದಿಗೆ ಸಂಘರ್ಷವಾದ ನಂತರವಂತೂ ಪ್ರದೀಪನಲ್ಲಿ ಅಮೇರಿಕಾಗೆ ಹೋಗಲೇಬೇಕೆಂಬ ಹಠವನ್ನು ಮೂಡಿಸಿ–ಕಾಡಿಸುತ್ತಿದ್ದವು. ವೀರಣ್ಣನಿಂದ ವೀಸಾಗೆ ಪ್ರಾಯೋಜನ ಪತ್ರ ಬಂದ ಕೂಡಲೇ, ಶಾಂತಮ್ಮನು ತನ್ನ ನೆಂಟರಿಷ್ಟರಿಗೆಲ್ಲಾ ಡಂಗೂರಾ ಹೊಡೆದು, ವೀರಣ್ಣನನ್ನು ಆದರ್ಶ ತಮ್ಮನೆಂದೂ, ತನ್ನ ಮಗ ಮುಂದಿನವಾರ ಅಮೇರಿಕಾಗೆ ಹೋಗುತ್ತಾನೆಂದೂ ಸಾರಿ, ಹಲವಾರು ಬಂದುಮಿತ್ರರ ಹೊಟ್ಟೆಯನ್ನು ಉರಿಸಿದ್ದಳು. ಪ್ರದೀಪನಿಗೆ ಅಮೇರಿಕಾ ಕನಸು, ಭಯಂಕರ ನನಸಾಗಿತ್ತು.

ಪ್ರದೀಪನು ಸಂಜೆ ಮನೆಯನ್ನು ಪ್ರವೇಶಿಸಿದಾಗ, ಕಾತರದಿಂದ ಎದುರುಗೊಂಡ ಶಾಂತಮ್ಮ, ಮಗನ ವಿಷಾದ ವದನವನ್ನು ನೋಡಿ, ವೀಸಾ ವೈಫಲ್ಯತೆಯನ್ನು ಊಹಿಸಿ, ಶೋಕೋದ್ವೇಗದಿಂದ "ಏನಾಯಿತಮ್ಮಾ?" ಎಂದು ಕೈಹಿಡಿದುಕೊಂಡು ಕೇಳಿದಾಗ, ಕಿರುನಗೆಯಿಂದಲೇ ಪ್ರದೀಪನು ತಲೆ ಅಲ್ಲಾಡಿಸುತ್ತಾ "ಹೋದ

ಕೆಲಸ ಆಗಲಿಲ್ಲಮ್ಮಾ" ಎಂದು ನೋವು ತುಂಬಿದ ಧ್ವನಿಯಲ್ಲಿ ಹೇಳಿದ. ಶಾಂತಮ್ಮ ಮಗನನ್ನು ಅಪ್ಪಿಕೊಂಡು "ಅಯ್ಯೋ ಆ ದೇವರು ಯಾಕೆ ಹೀಗೆ ಮಾಡಿಬಿಟ್ಟಾ?" ಎನ್ನುತ್ತಾ ಆ ದೇವರನ್ನು ಬಯ್ಯದೆ, "ಆ ಕತ್ತೆ-ಅತ್ತೇ ಮಾತೇ ಗೆದ್ದಿತು" ಎಂದು ಲಲಿತಳ ಮೇಲೇ ದೋಷಾರೋಪಣೆಯನ್ನು ಹೊರಿಸಿದಳು.

ಅನಂತರ ತಾಯಿ-ಮಗ ಇಬ್ಬರೂ, ಸಾವಧಾನವಾಗಿ ಕುಳಿತು ಸಮಸ್ಯೆಯನ್ನು ವಿಶ್ಲೇಷಿಸುತ್ತಾ ಪರ್ಯಾಯ ಪರಿಹಾರಗಳ ಬಗ್ಗೆ ಚಿಂತನೆ ಮಾಡಲಾರಂಭಿಸಿದರು. ಮಗನಿಗಿಂತಲೂ ಮಿಗಿಲಾಗಿ ಶಾಂತಮ್ಮನಿಗೇ ಪ್ರದೀಪನು ಅಮೇರಿಕಾಗೆ ಹೋಗಬೇಕೆಂದಿತ್ತು.

ಶಾಂತಮ್ಮ: ಬೇರೇ ದಾರಿನೇ ಇಲ್ಲವೇ?

ಪ್ರದೀಪ: ಇವೆಯಮ್ಮಾ, ವಿಪರೀತ ಲಂಚ ಕೊಡಬೇಕು. ಹತ್ತಿಪ್ಪತ್ತು ಲಕ್ಷಾ ಖರ್ಚಾಗುತ್ತಮ್ಮ.

ಶಾಂತಮ್ಮ; ಆಗಲಿ ಬಿಡು ಮಗನೇ. ದೇವರು ಕೊಟ್ಟಿದ್ದಾನೆ. ನಿನ್ನ ಸುಖಾನೇ ನನಗೆ ಮುಖ್ಯ . ದುಡ್ಡಲ್ಲಾ.

ಶಾಂತಮ್ಮನ ಸಾಂತ್ವನ ಪ್ರದೀಪನಿಗೆ ಪ್ರಚೋದನೆಯಾಗಿತ್ತು. ತಾಯಿಯನ್ನು ಪ್ರೀತಿಯಿಂದ ಅಪ್ಪಿಕೊಂಡು, ನಂತರ ತಾಯಿಯ ತೊಡೆಯಮೇಲೆ ತಲೆಯಿಟ್ಟುಕೊಂಡು ಕಂದನಹಾಗೆ ಕಣ್ಣುಮುಚ್ಚಿಕೊಂಡ. ಸುಮನಾಳು ಸ್ವಪ್ನಸುಂದರಿಯಾಗಿ ಕಾಯುತ್ತಿದ್ದಳು.

ತಾಯಿಗೆ ತಕ್ಕ ಮಗ ಆಗುವುದಕ್ಕಾದರೂ ಅಮೇರಿಕಾಗೆ ಹೋಗುವುದು ಒಳಿತೆಂದು ಮನಗಂಡ ಪ್ರದೀಪನು ಮರುದಿನ ತನಗೆ ಪರಿಚಯವಿದ್ದ ಪ್ರವಾಸೋದ್ಯಮಿ ರಾಮಮೋಹನನ್ನು ಭೇಟಿಯಾಗಿ ಅಕ್ರಮ

ವಲಸೆ ಬಗ್ಗೆ ಎರಡನೆಯ ಅಭಿಪ್ರಾಯವನ್ನು ಪಡೆಯಲು ಯೋಚಿಸುತ್ತಿರುವಾಗ, ಸುಮನಾಳಿಂದ ದೂರವಾಣಿ ಕರೆಬಂದಿತು. ಪ್ರಿಯತಮೆಗೆ ಸೂಕ್ಷ್ಮವಾಗಿಯೇ ವಿಷಯವನ್ನು ತಿಳಿಸಿ, "ಊರಿಗೆ ಬಂದಾಗ ಮಾತಾಡೋಣ" ಎಂದು ಮಾತು ಮುಗಿಸಿದ.

ಪ್ರದೀಪನಿಗೆ ಅಪಾಯಗಳನ್ನು ಎದುರಿಸುವ ಧೈರ್ಯವಾಗಲಿ, ಹೊಸ ಕಾರ್ಯಾಚರಣೆಗಳನ್ನು ಕೈಗೊಳ್ಳುವ ಸಾಹಸಬುದ್ಧಿಯಾಗಲಿ ಇರಲಿಲ್ಲ. ಅವನ ಬುದ್ಧಿಗೆ ವೈದ್ಯ ಪಂಡಿತನಾಗಿದ್ದೆ ಒಂದು ದೊಡ್ಡ ಸಾಹಸವಾಗಿತ್ತು. ತಿಳಿಯದ ವ್ಯವಹಾರಕ್ಕೆ ದುಮುಕಲು ಅಳುಕುತ್ತಿದ್ದ. ಕರ್ನಾಟಕದಿಂದ ವೀಸಾಗೆ ಚೆನ್ನೈಗೆ ಹೋದದ್ದೇ, ಅವನ ದೊಡ್ಡ ಪ್ರಯಾಣವಾಗಿತ್ತು. ಇಂತಹ ಪ್ರದೀಪನಿಗೆ ಒಮ್ಮೆಗೆ ಅಕ್ರಮವಾಗಿ ಪರದೇಶಗಳಿಗೆ ಹೋಗುವುದು ಅಗಾಧವಾಗಿ ಕಂಡುಬಂದಿತು. ಅತ್ತೆ-ಮಾವರ ಮೇಲೆ ಸವಾಲು ಹಾಕಿ ತಾನು ತೊಟ್ಟ ಹಟಕ್ಕಾಗಿ ಮತ್ತು ತಾಯಿಯ ಮನಸ್ಸನ್ನು ಮೆಚ್ಚಿಸುವುದಕ್ಕಾಗಿ, ಈಗ ಅಮೇರಿಕಾಗೆ ಹೋಗುವುದು ಅನಿವಾರ್ಯವೆನಿಸಿತು.

ಪ್ರದೀಪನು ಮರುದಿನ ಕೆಂಪೇಗೌಡ ರಸ್ತೆಯಲ್ಲಿರುವ ಪ್ರಭಾತ್ ಪ್ರವಾಸೋದ್ಯಮ ಸಂಸ್ಥೆಗೆ ಹೋಗಿ ರಾಮಮೋಹನನ್ನು ಭೇಟಿಯಾದ. ಪ್ರದೀಪನ ವೀಸಾ ವೃತ್ತಾಂತವನ್ನೆಲ್ಲಾ ಕೇಳಿದ ನಂತರ "ವೈದ್ಯಪಂಡಿತರೇ, ನಿಮಗೆ ಪ್ರವಾಸಿವೀಸಾ ದಕ್ಕದಿರುವುದು, ನನಗೇನೂ ಆಶ್ಚರ್ಯವಿಲ್ಲಾ" ಎಂದು ಉದ್ಗಾರ ಎಳೆದು, ವೀರಣ್ಣನನ್ನು ಉದ್ದೇಶಿಸುತ್ತಾ "ನಿಮ್ಮ ಮಾವನಿಗೆ ಮಗಳಿದ್ದರೆ ಮದುವೆಯಾಗುವುದೊಂದೇ ನಿಮಗೆ ಉಳಿದಿರುವ ಮಾರ್ಗ" ಎಂದು ತನ್ನ ನಿರ್ಣಯವನ್ನು ಹೇಳಿದ. ಅಕ್ರಮ ವಲಸೆ ಬಗ್ಗೆ ಮಾಹಿತಿ ಪಡೆಯಲು ಪ್ರದೀಪನು ಪರೋಕ್ಷವಾಗಿ "ಅಮೇರಿಕಾಗೆ ಬೇರೇ ದಾರೀನೇ ಇಲ್ಲವೇ ರಾಮ್" ಎಂದು ವಿಚಾರಿಸಿದಾಗ, "ಇವೆ ಆದರೆ ನಿಮಗಲ್ಲಾ, ಪ್ರದೀಪ್" ಎಂದು ಚುಟುಕಾಗಿ ಉತ್ತರಿಸಿದ ರಾಮಮೋಹನನು, "ಪಂಜಾಬಿನ ಸಿಂಹಗಳು, ಸಿಂಹಳದ ಹುಲಿಗಳು, ಪಾಕಿಸ್ತಾನದ ಪಾಪಿಗಳು, ಬಾಂಗ್ಲಾದೇಶದ ಬದ್ಮಾಷಗಳು, ವೀಸಾ-ಪೀಸಾ ಏನೂ ಇಲ್ಲದೆ, ಗಡಿ ನುಸುಳಿ ಅಮೇರಿಕಾ ಸೇರ್ತಾರೆ" ಎಂದು ಅಕ್ರಮ ವಲಸೆ ಪಟ್ಟಿಯನ್ನು ನೀಡಿದ. ಪ್ರದೀಪನು ಸ್ವಲ್ಪ ನಿಧಾನಿಸಿ ಕೇಳಿದ "ನಮ್ಮೋರು ಯಾಕೆ ಹೋಗಲ್ಲಾ?"

"ನಮ್ಮೋರಿಗೆ ಪ್ರಾಣದ ಮೇಲೆ ಆಸೆಯಿದೆ. ಆ ಬಡ್ಡೀಕೆಗಳು ಎಲ್ಲಾ ಬಿಟ್ಟವರು. ಅವರೆಲ್ಲಾ ದೇಶಾ ಬಿಟ್ಟು ಹೋಗೋದಕ್ಕೆ ಕಾರಣ ಗೊತ್ತೇ? ಅವರ ದೇಶದಲ್ಲಿ ಅವರಿಗೆ ಉಳಿಗಾಲ ಇಲ್ಲಾ ಅದಕ್ಕೆ. ಅಪರಾಧಿಗಳಾಗಿರ್ತಾರೆ ಅಥವ ಆರೋಪಿಗಳಾಗಿರ್ತಾರೆ" ಎಂದು ರಾಮಮೋಹನ ನಿಜಾಂಶವನ್ನು ವಿವರಿಸಿದ. ಪ್ರದೀಪನು ಏನೂ ಅರಿಯದವನಂತೆ, ಬಾಯಿಬೀಗ ಹಾಕಿಕೊಂಡು, ಕಿವಿಯನ್ನು ತೆರೆದುಕೊಂಡಿರುವಾಗ ರಾಮಮೋಹನನು "ಚೆನ್ನೈನಲ್ಲಿ ಇಂತಹ ಕೆಲಸಗಳು ಬಹಳಾ. ಹೆಸರಿಗೆ ಪ್ರವಾಸೋದ್ಯಮ, ಮಾಡೋದು ಅಕ್ರಮ ವಲಸೆ. ಪಂಜಾಬಿಗಳಂತೂ ಎತ್ತಿದ ಕೈ. ಯಶವಂತ ಸಿಂಹ ಅನ್ನೋವನಿದಾನೆ ಸಕತ್ ಖದೀಮ" ಎಂದು ಎಚ್ಚರಿಸಿದ. ಪ್ರದೀಪ ನೀರೀಕ್ಷಿಸಿದ್ದ ಮಾಹಿತಿಯನ್ನು ರಾಮಮೋಹನನು ಖಚಿತ ಪಡಿಸಿದ.

ದುಡುಕುವ ಬುದ್ಧಿಗಿಂತ ಅಳುಕುವ ಬುದ್ಧಿಯೇ ಲೇಸು. ರಾಮಮೋಹನ್ ಅದೆಷ್ಟೇ ಎಚ್ಚರಿಕೆ ನೀಡಿದ್ದರೂ ಪ್ರದೀಪ್‌ನಿಗೆ ಯಶವಂತ ಸಿಂಹನ ಅಕ್ರಮ ವಲಸೆ ಯಶಸ್ವಿಯಾಗಬಹುದೆಂಬ ಆಸೆ ಮೂಡಿತು. ತಾಯಿಯ ಆಶೀರ್ವಾದ ಬೇರೆ ಹೊಸ ಹುರುಪು ನೀಡಿತು. ಕೂಡಲೇ ತನ್ನ ಭಾವೀಸತಿಯನ್ನು ಭೇಟಿಯಾಗಿ, ಸಮಾಲೋಚನೆ ಮಾಡಲು, ಮಾವನ ಊರು, ಕೋಡಿಹಳ್ಳಿಗೆ ಬಂದ. ಮನೆಯಲ್ಲಿ ಎಲ್ಲರೂ ಇದ್ದರು. ಮಾವ ಗೋವಿಂದಯ್ಯನವರು ಪ್ರದೀಪನಿಗೆ ವೀಸಾ ಸಿಗದಿದ್ದ ಬಗ್ಗೆ ಸಂತಾಪ ಸೂಚಿಸದೆ, "ಅಮೇರಿಕಾದಲ್ಲೇನಾ ರೋಗಿಗಳು ಇರೋದು. ಅಲ್ಲಿಗಿಂತ ಇಲ್ಲೇ ಹೆಚ್ಚಾಗಿದ್ದಾರೆ. ಇಲ್ಲೇ ಇದ್ದು ದೇಶಸೇವೆ ಮಾಡಪ್ಪಾ. ಅಲ್ಲಿಗೆ ಹೋದಮೇಲೆ ಯಾರೂ ಈ ಕಡೆ ತಲೆ ಇಡಲ್ಲಾ" ಎಂದು ಅಳಿಯನಿಗೆ ದೇಶಾಭಿಮಾನವನ್ನು ಬೋಧಿಸಿದರು. ಮಗಳನ್ನು ಮದುವೆ ಮಾಡಿಕೊಳ್ಳದೆ ಅಮೇರಿಕಾಗೆ ಹೋದರೆ, ಪ್ರದೀಪನ ಮನಸ್ಸು ಬೇರೆಡೆ ಜಾರಬಹುದೆಂಬ ಸಂಶಯ ಅವರನ್ನು ಕಾಡಿತ್ತು. ಅತ್ತೆ ವೆಂಕಟಮ್ಮನವರು "ಹೌದು ಪ್ರದೀಪು, ನಿಮ್ಮ ತಾತನವರ ಹೆಸರಿನಲ್ಲಿ ಲಕ್ಕೂರಿನಲ್ಲಿ ಒಂದು ಆಸ್ಪತ್ರೆ ಕಟ್ಟಿಸಿಕೊಂಡು, ಅವರ ಹೆಸರುಳಿಸು. ಅದಕ್ಕಿಂತ ಸಾರ್ಥಕವಾದ ಕೆಲಸ ಯಾವುದಿದೆ?" ಎಂದು ಗಂಡನ ಮಾತನ್ನು ಅನುಮೋದಿಸಿದಳು. ಪ್ರದೀಪನು "ನಾನು ಅಮೇರಿಕಾಗೆ ಹೋಗಬೇಕೆಂದಿರುವುದು ನಮ್ಮ ದೇಶವನ್ನ ಮರೆಯೋಕಲ್ಲ, ಉನ್ನತ ವ್ಯಾಸಂಗಕ್ಕೆ ಮಾವ" ಎಂದು ಸಮಾಧಾನ ಹೇಳಿದಾಗ, ಗೋವಿಂದಯ್ಯನವರು

ಕುಹಕವಾಗಿ ನಗುತ್ತಾ "ಹೋಗೋವಾಗಾ ಎಲ್ಲಾ ಹಂಗೇ ಹೇಳೋದು, ಆಮೇಲೇ ನಮ್ಮ ದೇಶಾನೇ ಹೀಯಾಳಿಸ್ತಾರೆ. ಅದೇ ಅಲ್ಲಿ ಅವರು ಕಲಿಯುವ ಉನ್ನತ ವ್ಯಾಸಂಗ". ಅತ್ತೆ–ಮಾವರ ವ್ಯಾಖ್ಯಾನಗಳಲ್ಲಿ ನಿಜಾಂಶವಿದೆಯೆಂದು ಅರಿತ, ಪ್ರದೀಪ ಹೆಚ್ಚಾಗಿ ವಾದಿಸಲಾರದೆ ಸುಮ್ಮನಾದ.

ಉಭಯಕುಶಲೋಪರಿಯ ನಂತರ ತನ್ನ ಅಕ್ರಮ ಅಮೇರಿಕಾ ವಲಸೆ ಸಾಹಸವನ್ನು ಸುಮನಾಳಿಗೆ ತಿಳಿಸಿ ಕೊನೆಯಲ್ಲಿ, "ಸುಮಾ, ನಿನಗೆ ಮಾತ್ರ ನಿಜಾ ಹೇಳ್ತಾಯಿದ್ದೀನಿ. ನಾನು ಮಾಡ್ತಾಯಿರೋದು ಸಕತ್ ಛತ್ರಿ ಕೆಲಸ. ನನ್ನ ಅಮೇರಿಕಾ ಕನಸು ಏನಾಗುತ್ತೋ ಗೊತ್ತಿಲ್ಲಾ" ಎಂದು ಭವಿಷ್ಯದ ಬಗ್ಗೆ ಶಂಕೆಯನ್ನು ವ್ಯಕ್ತಪಡಿಸಿದ. ಸುಮನಾಳು "ಖಂಡಿತಾ ನನಸಾಗುತ್ತೆ ಭಾವ" ಎಂದು ಶುಭ ಹಾರೈಸಿದಳು. ತನ್ನ ಸಾಹಸದ ವಿಫಲತೆಯ ಪರಿಣಾಮವನ್ನು ಸಂವೇದಿಸುತ್ತಾ ಪ್ರದೀಪನು "ಎಲ್ಲಾ ಸರಿಯಾದರೆ ಅಮೇರಿಕಾ ಸೇರ್ತೀನಿ, ಇಲ್ಲಾಂದ್ರೆ ಅಟ್ಲಾಂಟಿಕ್ ಸೇರ್ತೀನಿ. ಅಕಸ್ಮಾತ್ ನಾನು ಸತ್ತು ಹೋದರೆ ಏನು ಮಾಡ್ತೀಯಾ ಚಿನ್ನಾ" ಎಂಬ ಯಕ್ಷಪ್ರಶ್ನೆಯನ್ನು ಎಸೆದ.

"ನಿಮ್ಮ ಹಿಂದೇನೇ ನಾನೂ ಸ್ವರ್ಗಕ್ಕೆ ಬಂದು ಬಿಡ್ತೀನಿ, ಭಾವ" ಎಂದು ಹೇಳಿ ಸತಿಸಾವಿತ್ರಿಯಾದಳು. ಪ್ರದೀಪನು ಪ್ರಿಯತಮೆಯನ್ನು ಅಲಂಗಿಸಿಕೊಂಡು ಅವಳ ಕಣ್ಣಲ್ಲಿ ಕಣ್ಣಿಟ್ಟು ಹೇಳಿದ "ಇದೇ ನನ್ನ ಸ್ವರ್ಗ".

ಮತ್ತೆ ಚೆನ್ನೈಗೆ ಹೋಗಿ, ಯಶವಂತ ಸಿಂಹನನ್ನು ಭೇಟಿ ಮಾಡಿ ಪ್ರಯಾಣದ ವಿವರಗಳನ್ನು, ಅಗತ್ಯವಾದ ಎಲ್ಲಾ ದಾಖಲೆ ಪತ್ರಗಳನ್ನು, ಪಡೆದ. ಈ ವ್ಯಹಹಾರದಲ್ಲಿ ಪ್ರದೀಪನು ಜಾಣತನ ಉಪಯೋಗಿಸಿದ. ಎರಡು ಲಕ್ಷ ರೂಪಾಯಿಗಳಿಗೆ ಭಾರತದಿಂದ ದಕ್ಷಿಣ ಅಮೇರಿಕಾದ ಮೂಲಕ ಮೆಕ್ಸಿಕೋವರೆಗೆ ಕರೆದೊಯ್ಯಲು ಒಪ್ಪಂದ ಮಾಡಿಕೊಂಡ. ಮೊದಲನೇ ಹಂತದಲ್ಲಿಯೇ ಈ ಸಾಹಸ ಅಸಾಧ್ಯವೆನಿಸಿದರೆ ಅಥವ ಅಯೋಗ್ಯವೆನಿಸಿದರೆ, ವೆಸ್ಟ್‌ಇಂಡೀಸ್‌ಗೆ ಹೋಗುವ ಪರ್ಯಾಯ ಯೋಜನೆಯನ್ನು ಪ್ರದೀಪ ಆಲೋಚಿಸಿದ್ದ. ಈ ಯೋಚನೆಗೆ ಯಶವಂತ ಸಿಂಹನೇ ತಲೆದೂಗಿದ್ದ. ಚೆನ್ನೈನಿಂದ ಸ್ಪೈನ್ ದೇಶದ ಮೇಡ್ರಿಡ್ ನಗರದ ಮೂಲಕ, ದಕ್ಷಿಣ ಅಮೇರಿಕಾ ಖಂಡದ ಉತ್ತರದಂಚಿನಲ್ಲಿರುವ ಅಮೆಝೋನಿಯ ದೇಶದ ಮಾನೋಸ್

ನಗರದಲ್ಲಿ ಬಂದಿಳಿಯಲು ಎಲ್ಲಾ ಪ್ರಯಾಣ ವ್ಯವಸ್ಥೆಗಳನ್ನು ಯಶವಂತ ಕಲ್ಪಿಸಿದ.

ಪ್ರದೀಪನ ತನ್ನ ಈ ಸಾಹಸ ಪ್ರಯಾಣದ ವಿಷಯವನ್ನು ತನ್ನ ಮಿತ್ರರಾರಿಗೂ ತಿಳಿಸಲಿಲ್ಲ. ಕೇವಲ ಆಪ್ತ ಬಂಧುಗಳಿಗೆ ಮಾತ್ರ ತಿಳಿಸಿದ್ದ. ಎಲ್ಲರಿಗೂ ತಾನು "ವೆಸ್ಟ್ ಇಂಡೀಸ್"ಗೆ ಹೋಗುತ್ತೇನೆಂದು ತಿಳಿಸಿದ. ಪ್ರದೀಪನು ಅಕ್ರಮವಾಗಿ ದೇಶ ಸಂಚಾರ ಮಾಡುವ ವಿಷಯವನ್ನು ಕೂಲಂಕಷವಾಗಿ ಸುಮನಾಳಿಗೆ ಮಾತ್ರ ತಿಳಿಸಿದ್ದ.

ಪ್ರಯಾಣದ ದಿನ ಬೆಂಗಳೂರಿನ ವಿಮಾನದಲ್ಲಿ ಪ್ರದೀಪನನ್ನು ಬೀಳ್ಕೊಡಲು, ತಾಯಿ, ಅಕ್ಕನ ಪರಿವಾರ, ಸುಮನಾ ಮತ್ತು ಅವಳ ಪರಿವಾರದವರು ಬಂದಿದ್ದರು. ತಾಯಿಗೆ ಆತಂಕ ಸಹಜವಾದರೂ, ಪ್ರಯಾಣದ ದುಷ್ಪರಿಣಾಮಗಳನ್ನು ಅರಿತಿದ್ದ ಸುಮನಾಳನ್ನ ಏನಾಗುವುದೋ ಎಂಬ ಅವ್ಯಕ್ತ ಭಯ ಆವರಿಸಿತ್ತು. ಎಲ್ಲರಿಗಿಂತಲೂ ಹೆಚ್ಚಾಗಿ, ಪ್ರದೀಪನಿಗೆ ಈ ಸಾಹಸ ಸಾರ್ಥಕವೇ ಅಥವ ವ್ಯರ್ಥವೇ ಎಂದು ಅನಿಸುತ್ತಿತ್ತು. ವಿಚಾರ, ಆಲೋಚನೆಗಳಿಗೆ ಕಾಲ ಮೀರಿತ್ತು. ಶಾಂತಮ್ಮ ಮಗನನ್ನು ಅಪ್ಪಿಕೊಂಡು ಮುದ್ದಿಸುತ್ತಾ" ವಾರಕ್ಕೊಂದು ಸಾರಿಯಾದರೂ ಕರೆ ಮಾಡುತ್ತಿರು, ದುಡ್ಡು ಬೇಕಾದರೆ ತಕ್ಷಣ ತಿಳಿಸು" ಎಂದು ಅಳುದನಿಯಲ್ಲೇ ಹೇಳಿದಳು. ಕೊನೆಯಲ್ಲಿ ಪ್ರದೀಪನು ಸುಮನಾಳನ್ನು ಅಪ್ಪಿಕೊಳ್ಳಲು ಹೋದಾಗ ಅವಳ ಕಣ್ಣಲ್ಲಿ ಭಯದಿಂದ ನೀರು ತುಂಬಿತ್ತು. ಕೈಹಿಡಿದುಕೊಂದು "ನೀನೇ ನನ್ನ ಪ್ರೇಮಾ" ಎಂದು ಚುಂಬಿಸಿದಾಗ, ಸುಮನಾ "ನೀವೇ ನನ್ನ ಪ್ರಾಣ" ಎಂದು ಪ್ರದೀಪನನ್ನು ಆಲಂಗಿಸಿಕೊಂಡಳು.

****

ಅಮೆರಿಕಾ ಕನಸು–2

ಅಮೆಜಾನ್ ಮಡಿಲಲ್ಲಿ

ಹಿಮಾಲಯದ ತಪ್ಪಲಲ್ಲಿ, ಉತ್ತುಂಗ ಹಿಮಗಿರಿಗಳ ಮಡಿಲಲ್ಲಿ ಹಿಂದೂ ರಾಷ್ಟ್ರವಾಗಿ ರಾರಾಜಿಸುತ್ತಿರುವ ನೇಪಾಳ ಪುರಾತನದಲ್ಲಿ ಭಗವಾನ್ ಬುದ್ಧನಿಗೆ ಜನ್ಮ ನೀಡಿದ ಪವಿತ್ರ ನೆಲ. ರಾಜರ ಆಳ್ವಿಕೆಯಲ್ಲಿಯೇ ಇದ್ದ ಈ ಸಣ್ಣ ದೇಶ ಇತ್ತೀಚೆಗಷ್ಟೇ ಪ್ರಜಾಪ್ರಭುತ್ವವನ್ನು ಅಂಗೀಕರಿಸಿದೆ. ಸುಮಾರು ವರುಷ ಅರಾಜಕತೆಯಲ್ಲಿ, ಪ್ರಜಾಂದೋಲನದಲ್ಲಿ ಬೆಂದು ಬೇಯುತ್ತಿರುವ ನೇಪಾಳದ ರಾಜಧಾನಿ ಕಠ್ಮಂಡು ನಗರ ಹಲವಾರು ಅಕ್ರಮ ಚಟುವಟಿಕೆಗಳ ತಾಣ. ನಕಲಿ ಪಾಸ್‌ಪೋರ್ಟ್‌ಗಳಿಂದ ಅಕ್ರಮವಾಗಿ ಭಾರತೀಯರು ವಿದೇಶಗಳಿಗೆ ಹೋಗುವುದು ಒಂದು ದೊಡ್ಡ ದಂಧೆಯಾಗಿದೆ. ಭಾರತದ ಅಧಿಕಾರಿಗಳ ಕಣ್ಣು ತಪ್ಪಿಸಿ ಹೊರದೇಶಗಳಿಗೆ ವಲಸಿಗರನ್ನು ರವಾನೆಮಾಡುವ ವ್ಯವಹಾರ ಕಠ್ಮಂಡುವಿನಲ್ಲಿ ಭರದಿಂದ ಸಾಗಿದೆ. ಯಶವಂತ ಸಿಂಹ ತನ್ನ ವಲಸಿಗರನ್ನು ಇಲ್ಲಿಂದಲೇ ವಿದೇಶಗಳಿಗೆ ಉಡಾಯಿಸುತ್ತಿದ್ದ.

ಪ್ರದೀಪನ ಅಂತರರಾಷ್ಟ್ರೀಯ ಪ್ರಯಾಣ ರಾತ್ರಿ ಒಂದು ಗಂಟೆಯಲ್ಲಿ ಕಠ್ಮಂಡುವಿನಿಂದ ಶುರುವಾಯಿತು. ತೂಕಡಿಸುತ್ತಾ ವಿಮಾನ ಹತ್ತಿ ಕುಳಿತೊಡನೆಯೇ ನಿದ್ರಾದೇವಿಗೆ ವಶವಾಗಿದ್ದ. ಬೆಳಿಗ್ಗೆ ಏಳುವ ಹೊತ್ತಿಗಾಗಲೇ ವಿಮಾನ ಸ್ಪೈನ್ ದೇಶವನ್ನು ತಲುಪಿತ್ತು. ಅಲ್ಲಿಂದ ಎಂಟು ಗಂಟೆಗಳ ತರುವಾಯ ದಕ್ಷಿಣ ಅಮೇರಿಕಾಗೆ ಪ್ರಯಾಣ ಆರಂಭವಾಯಿತು. ಕಾಲಾಂತರದ ವ್ಯತ್ಯಾಸದಿಂದ ಭಾರತೀಯ ಕಾಲಮಾನ ರಾತ್ರಿಯೇ ಆಗಿದ್ದುದರಿಂದ, ಪ್ರದೀಪನು ನಿದ್ರೆಯ ಮಂಪರಿನಲ್ಲೇ ಪ್ರಯಾಣ ಮಾಡಿದ. ನಡುವೆ ವಿಮಾನ ಟ್ರಿನಿಡಾಡ್ ದೇಶದ ಪೋರ್ಟ್ ಆಫ಼್ ಸ್ಪೈನ್ ನಗರದಲ್ಲಿ ಎರಡು ಗಂಟೆ ನಿಂತು, ಅಲ್ಲಿಂದ ನೇರವಾಗಿ ಅಮೆಝೋನಿಯಾ ದೇಶಕ್ಕೆ ಹಾರಿತು. ಪ್ರಯಾಣದ ಪರಿವೆಯಿಲ್ಲದ ಪ್ರದೀಪನಿಗೆ, ಮಾನೋಸ್ ನಗರದಲ್ಲಿ ವಿಮಾನದಿಂದ ಇಳಿದಾಗ, ನಿದ್ದೆಯಲ್ಲಾ ಮರೆಯಾಗಿತ್ತು. ಹೊಸ ದೇಶವನ್ನು ನೋಡುವ ಕುತೂಹಲ ಸಹಜವಾಗಿಯೇ ಮೂಡಿತು. ಮಾನೋಸ್ ವಿಮಾನ ನಿಲ್ದಾಣದಲ್ಲಿ ವೀಸಾ ಇಲಾಖೆಯವರಿಗೆ "ಅಮೆಝಾನ್ ಪ್ರವಾಸಕ್ಕೆ ಬಂದಿರುವೆ" ಎಂದು

ಅರುಹಿದಾಗ, ಯಾವ ತಗಾದೆಯೂ ಮಾಡದೆ, ಮೂರು ತಿಂಗಳಿಗೆ ಪ್ರವೇಶಾನುಮತಿಯನ್ನು ಕೊಟ್ಟರು. ಗಂಟು-ಮೂಟೆಗಳನ್ನು ಹೊತ್ತುಕೊಂಡು ಸುಂಕದಕಟ್ಟೆಯಿಂದ ಈಚೆ ಬಂದ ಕೂಡಲೇ, "ಪ್ರದೀಪ್ ಕುಮಾರ್ ಹೊಸಮನೆ" ಎಂಬ ನಾಮಫಲಕವನ್ನು ತೋರಿಸುತ್ತಿದ್ದ ಭಾರತೀಯ ವಿಕ್ರಮ್ ಸಿಂಹನು ಕಾಣಿಸಿದಾಗ, ಪ್ರದೀಪನಿಗೆ ನೆಮ್ಮದಿಯಾಯಿತು. ವಿಕ್ರಮ ಸಿಂಹನು ಮಾನೋಸ್ ನಗರದಲ್ಲಿ ನೇಮಿತವಾಗಿರುವ ಯಶವಂತ ಸಿಂಹನ ಕಾರ್ಯಭಾರಿ.

ಅಮೇರಿಕಾಗೆ ಅಕ್ರಮವಾಗಿ ಪ್ರತಿ ವರ್ಷ ಏಳು ಲಕ್ಷ ಜನ ವಲಸೆ ಹೋಗುತ್ತಾರೆ. ದಕ್ಷಿಣ ಅಮೇರಿಕಾದ ಮತ್ತು ಮೆಕ್ಸಿಕೋ ದೇಶದ ನಿರ್ಗತಿಕರೇ ಅಧಿಕಾಂಶವಾದರೂ, ಏಷ್ಯಾ ಖಂಡದಿಂದ, ಚೀನಿಯರು, ಭಾರತೀಯರು, ಸಿಂಹಳದವರೂ, ಬಾಂಗ್ಲಾದೇಶಿಗಳೂ, ಪಾಕಿಸ್ತಾನಿಯರೂ, ಗಣನೀಯ ಸಂಖೆಯಲ್ಲಿ, ಅಮೇರಿಕಾ ಮತ್ತು ಕೆನಡಾ ದೇಶಗಳಿಗೆ ಅಕ್ರಮವಾಗಿ ವಲಸೆ ಹೋಗುತ್ತಿದ್ದಾರೆ. ಭಾರತದಿಂದ ವಲಸೆ ಹೋಗುವವರಲ್ಲಿ ಸಿಂಹಪಾಲು ಪಂಜಾಬಿಗಳು ಮತ್ತು ಸಿಂಹಳೀಯ ತಮಿಳರು. ಖಾಲಿಸ್ತಾನದ ಹೋರಾಟದಲ್ಲಿ ಪಾತಕಿ ಕೃತ್ಯಗಳನ್ನೆಸಗಿದ ಸುಮಾರು ಉಗ್ರರು ತಲೆತಪ್ಪಿಸಿಕೊಳ್ಳಲು ದೇಶಬಿಟ್ಟರು. ಹಾಗೆಯೇ ಸ್ವತಂತ್ರ ದೇಶಕ್ಕಾಗಿ ಹಿಂಸಾಚಾರಗಳಲ್ಲಿ ತೊಡಗಿದ ಸಿಂಹಳದ ತಮಿಳು ರಾಷ್ಟ್ರೀಯವಾದಿಗಳು, ಕಾನೂನಿನ ಬಲೆಯಿಂದ ತಪ್ಪಿಸಿಕೊಳ್ಳಲು, ದೇಶವನ್ನು ತೊರೆದರು. ಅಮೇರಿಕಾದಲ್ಲಿ ಒಂದು ಕೋಟಿ ಜನ ಅಕ್ರಮನಿವಾಸಿಗಳಿದ್ದಾರೆ.

ಅಕ್ರಮವಾಗಿ ವಲಸಿಗರನ್ನು ರವಾನೆ ಮಾಡುವ ಕಾರ್ಯ ಒಂದು ದೊಡ್ಡ ಭೂಗತ ಉದ್ಯಮವಾಗಿ ಬೆಳೆದಿದೆ. ದಕ್ಷಿಣ ಅಮೇರಿಕಾ ಖಂಡದಿಂದ ಉತ್ತರಕ್ಕೆ ಸುಮಾರು ನಾಲಕ್ಕು ಸಾವಿರ ಮೈಲಿ ದೂರದಲ್ಲಿರುವ ಅಮೇರಿಕಾ ಸಂಯುಕ್ತ ಸಂಸ್ಥಾನವನ್ನು ತಲುಪಬೇಕಾದರೆ ಕೊಲಂಬಿಯ, ಪೆರು, ಪನಾಮ, ಕೋಸ್ಟರಿಕಾ, ಸಾಲ್ವಡೋರ್, ಗ್ವಾಟೆಮಾಲ ಮತ್ತು ಮೆಕ್ಸಿಕೋ ದೇಶಗಳ ಮೂಲಕ ಹಾಯ್ದು ಹೋಗಬೇಕಾಗುತ್ತದೆ. ಈ ದೇಶಗಳ ಗಡಿಗಳಲ್ಲಿ ಬರುವ ಎಡರು-ತೊಡರುಗಳನ್ನು ಬಗೆಹರಿಸಿ, ವಲಸಿಗರ ಸಾಗಣೆಯನ್ನು ಸುಗಮವಾಗಿಸಲು ಸುಮಾರು ಗುಂಪುಗಳು ಸೃಷ್ಟಿಯಾಗಿವೆ. ಅಗತ್ಯವೆನಿಸಿದಾಗ ಗಡಿ ರಕ್ಷಣ ಪಡೆಯವರಿಗೆ ತಿಳಿಯದಂತೆ ವಲಸಿಗರನ್ನು ನೆರೆಯ ದೇಶಕ್ಕೆ ಗಡಿಪಾರು ಮಾಡಲು, ವಲಸೆದಾರರು ಕಳ್ಳದಾರಿಗಳನ್ನೂ ಕಲ್ಪಿಸಿ, ಜನ

ಸಾಗಣೆಯನ್ನು ನಿರ್ವಹಿಸುತ್ತಾರೆ ಹಾಗೂ ನಿಯಂತ್ರಿಸುತ್ತಾರೆ. ಹಲವಾರು ವಲಸೆದಾರ ಗುಂಪುಗಳಿರುವಂತೆ, ಹತ್ತಾರು ಗುಳೇಪಥಗಳಿವೆ. ಒಂದೊಂದು ಗುಂಪು ಒಂದೊಂದು ದೇಶವನ್ನು ಗುತ್ತಿಗೆ ತೆಗೆದುಕೊಂಡಿದೆ. ಮುನ್ನೂರು ವರ್ಷಗಳ ಹಿಂದೆ ಹೇಗೆ ಬಿಳಿಯರು, ಆಫ್ರಿಕಾ ಖಂಡದಿಂದ ನೀಗ್ರೋಗಳನ್ನು ಗುಲಾಮರನ್ನಾಗಿ ಸರಬರಾಜು ಮಾಡಿಕೊಳ್ಳುತ್ತಿದ್ದರೋ, ಹಾಗೆಯೇ ಈಗ ದಕ್ಷಿಣ ಅಮೇರಿಕಾದ ನಿರ್ಗತಿಕರನ್ನು ಜೀತಗಾರರನ್ನಾಗಿ ಎಳೆದುಕೊಳ್ಳುತ್ತಿದ್ದಾರೆ. ಪ್ರದೀಪನಂತಹವರು ಈ ದಾರಿಯಲ್ಲಿ ಬರುವುದು ಬಹಳ ವಿರಳ.

ವಿಕ್ರಮ ಸಿಂಹನೂ ಪಂಜಾಬಿಯೇ. ಯಶವಂತ ಸಿಂಹನು ಸ್ವದೇಶಕ್ಕೆ ಹಿಂತಿರುಗಿ, ಚೆನ್ನೈನಲ್ಲಿ ಪ್ರವಾಸೋದ್ಯಮವನ್ನು ಸ್ಥಾಪಿಸಿ, ಭಾರತದಿಂದ ಅಕ್ರಮವಾಗಿ ವಲಸಿಗರನ್ನು ಅಮೇರಿಕಾಗೆ ಸಾಗಿಸುವ ಸಾಹಸೋದ್ಯಮವನ್ನು ಪ್ರಾರಂಭಿಸಿದ ನಂತರ, ಅಮೆಝೋನಿಯದ ಮಾನೋಸ್ ನಗರವನ್ನು, ಮೊದಲ ಗುಳೇತಾಣವನ್ನಾಗಿ ಆರಿಸಿದ. ಅಮೆಝೋನಿಯಾ ದೇಶಕ್ಕೆ ಹೋಗಲು ಭಾರತದ ಪ್ರಜೆಗಳಿಗೆ ವೀಸಾ (ಪ್ರವೇಶಾನುಮತಿ–ವಿದೇಶಾನುಮತಿ) ಅಗತ್ಯವಿಲ್ಲ. ಕೇವಲ ಪಾಸ್ ಪೋರ್ಟ್ ಇದ್ದರೆ ಸಾಕು. ಅಮೆಝಾನ್ ಅರಣ್ಯ ಅಮೆಝೋನಿಯಾದ ಪ್ರಮುಖ ಪ್ರೇಕ್ಷಣೀಯ ಆಕರ್ಷಣೆ. ಪ್ರವಾಸೋದ್ಯಮವೇ ಅಮೆಝೋನಿಯಾದ ಆರ್ಥಿಕತೆಯ ಮುಖ್ಯ ಮೂಲ. ಅಮೆಝೋನಿಯಾಗೆ ಆಗಮಿಸಿದ ಭಾರತೀಯರಿಗೆ ಸಲೀಸಾಗಿ ಮೂರು ತಿಂಗಳ ಪ್ರವಾಸಿ ವೀಸಾ ಸಿಗುತ್ತದೆ.

ಮಾನೌಸ್ ಅಮೆಝಾನಿಯಾದ ರಾಜಧಾನಿ. ಈ ನಗರದಲ್ಲಿ ನಿವಾಸಿಗಳಿಗಿಂತ ಪ್ರವಾಸಿಗಳೇ ಹೆಚ್ಚು. ಭಾರತೀಯ ಮೂಲದ ಸುಮಾರು ಆರು ನೂರು ಸಿಂಧಿಗಳು ಮತ್ತು ಗುಜರಾತಿಗಳು, ವಿವಿಧ ವ್ಯಾಪಾರೋದ್ಯಮಗಳಲ್ಲಿ ತೊಡಗಿದ್ದಾರೆ. ಎಲ್ಲಿ ಸಿಂಧಿಗಳೋ ಅಲ್ಲಿ ಸಾಯಿ ದೇವಾಲಯ, ಎಲ್ಲಿ ಗುಜರಾತಿಗಳೋ ಅಲ್ಲಿ ಕೃಷ್ಣ ದೇವಾಲಯ. ಮಾನೋಸ್–ನಲ್ಲಿ ಭಗವಾನ್ ಶ್ರೀಸತ್ಯಸಾಯಿ ಬಾಬಾರವರನ್ನು ಆರಾಧಿಸುವ "ಪ್ರಶಾಂತಿ ನಿಲಯಮ್" ಎಂಬ ಪ್ರಾರ್ಥನಾ ಮಂದಿರ ಮತ್ತು ಗುರುಕುಲವಿದೆ. ಹಾಗೆಯೇ ಭಗವದ್ಗೀತೆಯನ್ನು ಬೋಧಿಸುತ್ತಿರುವ ಹರೇ ಕೃಷ್ಣ ದೇವಾಲಯವೂ ಇದೆ. ಯಶವಂತನು ಮಾನೌಸ್–ನಗರಕ್ಕೆ ಭೇಟಿಕೊಟ್ಟು ಗುಜರಾತಿ ಮಿತ್ರನೊಬ್ಬನಿಂದ ಸಣ್ಣ ಮನೆಯೊಂದನ್ನು ಬಾಡಿಗೆಗೆ ಪಡೆದು, ಐದಾರು ಜನರು ಮಲಗಿ ಏಳುವಷ್ಟು ಅನುಕೂಲಗಳನ್ನು ಕಲ್ಪಿಸಿ, ಊಟೋಪಚಾರಗಳಿಗಾಗಿ ತಕ್ಕ ವ್ಯವಸ್ಥೆಯನ್ನು ಮಾಡಿ, ವಿಕ್ರಮನನ್ನು ನಿರ್ವಾಹಕನಾಗಿ ನೇಮಿಸಿದ್ದ. ಬಂದು ಹೋಗುತ್ತಿದ್ದ

ಭಾರತೀಯರು ಈ ಮನೆಯನ್ನು "ಭಾರತೀಪುರ" ಎಂದು ಸಂಬೋಧಿಸುತ್ತಿದ್ದರು.

ಭಾರತದಿಂದ ಬರುವ ವಲಸಿಗರು ಮಾನೋಸ್‌ನಲ್ಲಿ ಸಾಮಾನ್ಯವಾಗಿ ಒಂದು ತಿಂಗಳು ತಂಗಬೇಕಾಗುತ್ತದೆ. ವಲಸಿಗರ ಭಾರತೀಯತೆಯನ್ನು ಮರೆಮಾಚಿಸುವುದು ಮೊದಲನೆಯ ಕಾರ್ಯ. ಏಕೆಂದರೆ ವಿದೇಶಗಳಲ್ಲಿ ರಕ್ಷಣಾ ಪಡೆಯವರಿಗೆ ಸಿಕ್ಕಿಕೊಂಡರೆ, ವಲಸಿಗರನ್ನು ನೇರವಾಗಿ ಅವರ ತವರು ದೇಶಕ್ಕೆ ರವಾನೆ ಮಾಡುತ್ತಾರೆ. ಹಾಗಾಗಿ ಭಾರತೀಯರನ್ನು ಅಮೆಝೋನಿಯಾದ ಪ್ರಜೆಗಳೆಂದು ಮನಗಾಣಿಸುವ "ನಕಲಿ" ಗುರುತುಪತ್ರಗಳನ್ನು-ದೇಶಾನುಮತಿಗಳನ್ನೂ-ಪ್ರವೇಶಾನುಮತಿಗಳನ್ನೂ ಸೃಷ್ಟಿಸುವುದು ಬಹಳ ಮುಖ್ಯವಾದ ಹಾಗೂ ಗಹನವಾದ ಕೆಲಸ. ಇಂತಹ ಕುಶಲಕರ್ಮಿಗಳು ಮಾನೋಸ್ ನಗರದಲ್ಲಿ ವಿಪುಲವಾಗಿರುತ್ತಾರೆ. ಮತ್ತೊಂದು ವಿಶೇಷವೆಂದರೆ ಅಮೆಝೋನಿಯಾ ಸಮ್ಮಿಶ್ರ ಜನಾಂಗದವರ ನೆಲ. ಸ್ಪ್ಯಾನಿಶ್-ಪೋರ್ಚುಗೀಸ ಜನಾಂಗಗಳು ಹೆಚ್ಚಾಗಿದ್ದರೂ, ಆಫ್ರಿಕಾದ ಕರಿಯ ಜನಾಂಗಗಳೊಡನೆ ಸ್ವಚ್ಛಂದವಾಗಿ ಬೆರೆತ ಕಾರಣದಿಂದ, ಅಮೆಝೋನಿಯಾದ ಪ್ರಜಾಸಂಕುಲದೊಡನೆ, ಭಾರತೀಯರು ಸುಲಭವಾಗಿ ಕಲೆತುಹೋಗುತ್ತಾರೆ. ಭಾರತೀಯರಿಗೆ ಅಮೆಝೋನಿಯದ ನಕಲಿ ಪೌರತ್ವ ಒದಗಿಸುವುದು ಸುಲಭವಾಗಿದೆ. ಈ ಕಾರಣಗಳಿಂದಲೇ ಯಶವಂತ ಸಿಂಹನು ಮಾನೋಸ್ ನಗರವನ್ನು ಆರಿಸಿಕೊಂಡಿದ್ದು. ಭಾರತದಿಂದ ಬಂದವರನ್ನು ಸತ್ಕರಿಸುತ್ತಾ, ಅಗತ್ಯವಾದ ನಕಲಿಪತ್ರಗಳನ್ನು ಒದಗಿಸುತ್ತಾ, ದೇಶಾಂತರ ಪ್ರಯಾಣಕ್ಕೆ ಎಲ್ಲವನ್ನೂ ಅಣಿ ಮಾಡುತ್ತಾ, ವಿಕ್ರಮನು ಎಲ್ಲರಿಗೂ ಬೇಕಾದವನಾಗಿದ್ದ. ತನ್ನ ವ್ಯಾವಹಾರಿಕ ಚತುರತೆ ಮತ್ತು ಸ್ನೇಹಪರತೆಯಿಂದ ಅಲ್ಲಿ ಜನಪ್ರಿಯನಾಗಿದ್ದ.

ವಿಕ್ರಮನೊಂದಿಗೆ ವಾಹನದಲ್ಲಿ ಭಾರತೀಪುರಕ್ಕೆ (ಮನೆಗೆ) ಹೋಗುವಾಗ ಪ್ರದೀಪ ಹೊಸ ದೇಶವನ್ನು ವಿಸ್ಮಯದಿಂದ ವೀಕ್ಷಿಸುತ್ತಿದ್ದ. ಸಂಪೂರ್ಣವಾಗಿ ಸ್ಪ್ಯಾನಿಶ್-ಮಯವಾಗಿರುವ ಬೋರ್ಡ್‌ಗಳು, ಭಿತ್ತಿಚಿತ್ರಗಳು, ರಸ್ತೆಯ ನಾಮಫಲಕಗಳು, ಆಂಗ್ಲಬಾಷೆಯನ್ನು ಅಲ್ಲಗೆಳೆಯುವಂತಿತ್ತು. ಮನೆಯ ಗೋಡೆಗಳಿಗೆ ಕಡುಗೆಂಪು, ಹಳದಿ, ನೀಲಿ, ಹಸಿರು, ಇತರ ವಿವಿದ ಬಣ್ಣಗಳನ್ನು ಬಳಿದು ಸಿಂಗರಿಸುವುದು ಈ ನಾಡಿನ ಇನ್ನೊಂದು ವೈಶಿಷ್ಟ್ಯ. ಭಾರತದಂತೆಯೇ ಅಸ್ತವ್ಯಸ್ತವಾಗಿದ್ದ ಬೀದಿಗಳಲ್ಲಿ ಆಧುನಿಕ ನಾಗರಿಕರೊಡನೆ, ಬೆರೆಯದೆ ತಮ್ಮದೇ ಆದ ವೈವಿಧ್ಯಮಯ ರಂಗುರಂಗಿನ ಮೇಲಂಗಿಗಳಲ್ಲಿ

ವಿಜೃಂಭಿಸುತ್ತಿದ್ದ "ಅಮೆಜಾನ್ ಇಂಡಿಯನ್" (ಅಮೆಝಾನ್ ದೇಶದ ಆದಿನಿವಾಸಿಗಳು) ಜನರನ್ನು ನೋಡುತ್ತಾ ಪ್ರದೀಪ, "ವಿಕ್ರಮ್, ಇವರು ಯಾರು?" ಎಂದು ವಿಚಾರಿಸಿದ. ಸ್ವಲ್ಪ ನಗುತ್ತಲೇ ವಿಕ್ರಮನು "ಇವರೇ ಅಮೆಝಾನ್ ಇಂಡಿಯನ್ಸ್-ಅಮೆಝಾನ್ ಬಾರತೀಯರು" ಎಂದು ಉತ್ತರಿಸಿ, ತನ್ನ ವಿವರಣೆಯನ್ನು ಮುಂದುವರಿಸಿದ.

ವಿಕ್ರಮ್: ಪಂಡಿತ್ ಪ್ರದೀಪ್-ಜೀ, ಕ್ರಿಸ್ಟೋಫರ್ ಕೊಲಂಬಸ್ ಪ್ರಕಾರ ಇಡೀ ಅಮೇರಿಕಾ ಖಂಡವೆಲ್ಲಾ ಭಾರತ. ದಕ್ಷಿಣ ಅಮೇರಿಕಾ ದಕ್ಷಿಣ ಭಾರತ. ಉತ್ತರ ಅಮೇರಿಕಾ ಉತ್ತರ ಭಾರತ.

ವಿಕ್ರಮನ ವ್ಯಾಖ್ಯಾನ ಹಾಸ್ಯಮಯವಾಗಿದ್ದರೂ, ನಿಜಾಂಶವಾಗಿತ್ತು. ಉತ್ತರ ಮತ್ತು ದಕ್ಷಿಣ ಅಮೇರಿಕಾ ಖಂಡಗಳಲ್ಲಿರುವ ಎಲ್ಲಾ ಮೂಲ ನಿವಾಸಿಗಳನ್ನು "ಇಂಡಿಯನ್ಸ್" ಎಂದೇ ಇಂದಿಗೂ ಕರೆಯುತ್ತಾರೆ. ದಕ್ಷಿಣ ಅಮೇರಿಕಾ ಖಂಡದ ಪ್ರತಿದೇಶದಲ್ಲೂ ಹಲವಾರು ಬಗೆಯ "ಇಂಡಿಯನ್" ಜನಾಂಗಗಳಿವೆ.

"ಇವರು ದಕ್ಷಿಣ ಭಾರತೀಯರು, ಈ ದೇಶದಲ್ಲಿ ಇವರೇ ಸ್ವದೇಶಿಯರು. ಈ ಬಿಳಿಯರು, ಯೂರೋಪಿಯನ್ನರು ನಿಜವಾಗಿ ಪರದೇಶಿಗಳು. ಅಕ್ರಮ ನಿವಾಸಿಗಳು"

ವಿಕ್ರಮನ ವ್ಯಂಗ್ಯೋಕ್ತಿಗೆ ಉತ್ತರಿಸುತ್ತಾ "ಆದರೇನು? ಈ ದೇಶದಲ್ಲಿ ಅಕ್ರಮ ನಿವಾಸಿಗಳೇ ವಿಕ್ರಮ ನಿವಾಸಿಗಳಾಗಿದ್ದಾರೆ" ಎಂದು ಪ್ರದೀಪನು ಸ್ವದೇಶಿಯರ ಬವಣೆಯನ್ನು ನೋಡಿ ನಿಟ್ಟಿಸಿರುಬಿಟ್ಟ.

ದಾರಿಯಲ್ಲಿ ಹೋಗುತ್ತಿರುವಾಗ "ಪ್ರಶಾಂತ ನಿಲಯಂ" ದೇವಾಲಯದ ಆವರಣವನ್ನು ಕಂಡು ಸೋಜಿಗದಿಂದ ಕೇಳಿದ.

"ವಿಕ್ರಮ್, ಇದೇನಪ್ಪ ನಮ್ಮ ಸತ್ಯ ಸಾಯಿಬಾಬಾ ಇಲ್ಲಿಗೂ ಬಂದಿದ್ದಾರಾ?"

"ಪಂಡಿತರೇ, ಸತ್ಯ ಭಕ್ತಿ ಎಲ್ಲಿದೆಯೋ ಅಲ್ಲೆಲ್ಲಾ ಸತ್ಯಸಾಯಿ ಇರ್ತಾರೆ"

"ಅಬ್ಬಬ್ಬಾ, ಸಾಯಿಬಾಬಾ ಭಕ್ತ ಅಂದರೆ ನೀನೇ ನೋಡು" ಎಂದು ಪ್ರದೀಪನು ವಿಕ್ರಮನನ್ನು ಹೊಗಳಿದ. ವಿಕ್ರಮ ಸಿಂಹನು ಸಾಯಿಬಾಬಾ ಭಕ್ತನಾಗಿದ್ದುದು ನಿಜವೇ. ಪರದೇಶದಲ್ಲಿ ಭಾರತೀಯ ಆಧ್ಯಾತ್ಮಿಕ ಸಂಸ್ಥೆಗಳೊಡನೆ ಸಂಪರ್ಕ ಹೊಂದಿದ್ದರಿಂದ ವಿಕ್ರಮನಿಗೆ ಎರಡು ಬಗೆಯ ಲಾಭವಾಗಿದೆ: ತವರಿನ ಕೊರಗು ಮರೆಯುವುದು ಜೊತೆಗೆ, ಹಲವಾರು ಗಣ್ಯರ ನಿಕಟ ಸಂಪರ್ಕ ಲಭ್ಯವಾಗಿದ್ದು. ವಿಕ್ರಮನು ತನ್ನ ಭಕ್ತಿಯನ್ನು ಪ್ರದರ್ಶಿಸುತ್ತಾ "ಪ್ರದೀಪ್, ನಂಬಿದವರನ್ನ ನಮ್ಮ ಬಾಬಾ ಎಂದಿಗೂ ಕೈಬಿಡಲ್ಲಾ" ಎಂದು, ಪರೋಕ್ಷವಾಗಿ ಬಾಬಾ ಭಕ್ತನಾಗಲು ಪ್ರೇರೇಪಿಸಿದ. "ನಂಬಿದವರನ್ನ ಯಾವ ಬಾಬಾನೂ ಕೈಬಿಡಲ್ಲಪ್ಪಾ" ಎಂದು ಪ್ರದೀಪ ಸಮಜಾಯಿಷಿ ನೀಡಿದ. ಪ್ರಶಾಂತ ನಿಲಯದ ಪಕ್ಕದಲ್ಲಿಯೇ "ಭಾರತೀಪುರ" ಇತ್ತು. ಭಾರತೀಪುರದ ನಿವಾಸಿಗಳಿಗೆಲ್ಲಾ ವಾರಕ್ಕೆ ಕನಿಷ್ಠ ಎರಡು ಸಾರಿಯಾದರೂ, ಸಾಯಿ ಪ್ರಸಾದವೇ ಸಮೃದ್ಧ ಊಟವಾಗುತ್ತಿತ್ತು.

ಭಾರತೀಪುರ ಎರಡು ಕೋಣೆಗಳ ಚಿಕ್ಕ ಮನೆ. ಅದಕ್ಕೆ ತಕ್ಕಂತೆ ಅಡುಗೆಮನೆ, ಪಡಸಾಲೆ, ಮತ್ತು ಎರಡು ಶೌಚಗಳಿದ್ದವು. ದೊಡ್ಡ ಕೋಣೆಯಲ್ಲಿ ವಲಸಿಗರಿಗೆ ಚಿಕ್ಕ ಮಂಚ–ಹಾಸಿಗೆಗಳನ್ನು ಜೋಡಿಸಲಾಗಿತ್ತು. ಪಡಸಾಲೆಯಲ್ಲಿ ಎರಡು ದೊಡ್ಡ ಸುಖಾಸನಗಳಿದ್ದವು. ವಿಕ್ರಮನು ಪ್ರದೀಪನನ್ನು ಮನೆಗೆ ಕರೆತಂದಾಗ ನಾಲ್ವರು ವಲಸಿಗರಾದ, ಅರ್ಜುನ್ ಸಿಂಹ, ರಾಜಬೀರ್ ಸಿಂಹ, ಸೆಲ್ವಮ್ ಮತ್ತು ವಿಜಯನ್ ಅವರು ಮದ್ಯ ಹೀರುತ್ತಾ, ಸಿಗಾರ್ ಎಳೆಯುತ್ತಾ, ಇಸ್ಪೀಟು ಆಟವನ್ನಾಡುತ್ತಿದ್ದರು. ಮನೆಯ ವಾತಾವರಣ ಮಲಿನವಾಗಿತ್ತು. ಪ್ರದೀಪನು ಬರುವ ವಿಷಯ ಎಲ್ಲರಿಗೂ ಈಗಾಗಲೇ ಗೊತ್ತಿತ್ತು. ಮನೆಯನ್ನು ಪ್ರವೇಶಿಸಿದ ನಂತರ ವಿಕ್ರಮನು ಪ್ರದೀಪನಿಗೆ ವಲಸಿಗರ ಪರಿಚಯ ಮಾಡಿಸಿದ.

"ಇವರೇ ಪ್ರದೀಪ್ ಕುಮಾರ್, ವೈದ್ಯ ಪಂಡಿತ, ಕರ್ನಾಟಕದವರು. ಇವನು ಅರ್ಜುನ, ರಾಜಬೀರ್, ಸೆಲ್ವಮ್, ವಿಜಯನ್" ಎಂದು ಪರಿಚಯ ಮಾಡಿಸಿದಾಗ, ಎಲ್ಲರೂ ಕುಳಿತಲ್ಲಿಂದಲೇ "ಪಂಡಿತ್-ಜೀ, ಪಂಡಿತ್-ಜೀ" ಎಂದು ಗೌರವವಾಣಿಯಿಂದಲೇ ಸಂಬೋಧಿಸಿದರು. ಪ್ರದೀಪನು ಪ್ರತಿಯಾಗಿ "ನಮಸ್ಕಾರ, ನಮಸ್ಕಾರ" ಎಂದಷ್ಟೇ ಹೇಳಿದ. ಅರ್ಜುನನು ತಮಾಷೆಗೆಂದೇ ವಿಕ್ರಮನನ್ನು ಚುಡಾಯಿಸುತ್ತಾ" ವಿಕ್ರಮ್, ಹುಡುಗೀರನ್ನ ಕರಕೊಂಡು ಬಾ ಗುರು, ನಾವೆಲ್ಲಾ ಗೂಳಿಗಳಾಗ್ತೀವಿ" ಎಂದ. ಎಲ್ಲರೂ ಘೊಳ್ಳೆಂದು ನಕ್ಕರೂ, ಪ್ರದೀಪನಿಗೆ "ಇವರು ಎಂತಹವರೋ ಏನೋ" ಎಂಬ ಭಯ ಮೂಡಿತು. ಮನೆಯ ಮಾಲಿನ್ಯದೊಡನೆ, ಮಾಲಿನ್ಯದ ಮಾತುಗಳು ಪ್ರದೀಪನ ಮನಸ್ಸನ್ನು ಕೆಡಿಸಿತ್ತು. ಅ ಮನೆಯಲ್ಲಿ ಇರಲು ಅಸಾಧ್ಯವೆಂದೆನಿಸಿತು.

ವಿಕ್ರಮನನ್ನು ಬಳಿಗೆ ಕರೆದು ಪ್ರದೀಪನು "ವಿಕ್ರಮ್, ಈ ಪ್ರಾಣಿಗಳ ಜೊತೆ ಇರಲಾರೆ. ದಯವಿಟ್ಟು ಬೇರೆ ಎಲ್ಲಾದರೂ ಜಾಗ ಇದ್ದರೆ ತೋರಿಸು" ಎಂದು ತಿಳಿಸಿದ. ವಿಕ್ರಮನಿಗೆ ಪ್ರದೀಪನ ನಿರಾಕರಣೆ ಆಶ್ಚರ್ಯವೇನೂ ಆಗಿರಲಿಲ್ಲ. ಪ್ರದೀಪನಂತಹ ಸಭ್ಯರಿಗೆ ಇದು ಸಹಜವೇ.

"ಪ್ರಶಾಂತ ನಿಲಯದಲ್ಲಿ ಜಾಗ ಇದೆ. ಬನ್ನಿ ಹೋಗಿ ಮಾತಾಡೋಣಾ" ಎಂದು ಹೇಳುತ್ತಾ ವಿಕ್ರಮನು ಪ್ರದೀಪನನ್ನು ಹೊರಗೆ ಕರೆದುಕೊಂಡು ಹೋದ.

ರಸ್ತೆಯಲ್ಲಿ ಹೋಗುವಾಗ ವಿಕ್ರಮನು ಪ್ರಶಾಂತಿ ನಿಲಯಂನಲ್ಲಿ ಅತಿಥಿಯಾಗಿ ತಂಗಿರುವ ಕರ್ನಾಟಕದ ಸಂದೇಶ್ ಎಂಬುವವರ ಬಗ್ಗೆ ಸ್ಥೂಲವಾಗಿ ತಿಳಿಸಿದ.

ವಿಕ್ರಮ್: ಪ್ರಶಾಂತಿ ನಿಲಯಂನಲ್ಲಿ ನಿಮ್ಮ ಕರ್ನಾಟಕದ ಸಂದೇಶ್ ಕಡೂರ್ ಇದ್ದಾರೆ. ಬಹಳ ಒಳ್ಳೇ ಮನುಷ್ಯ. ಅವರ ಜೊತೆ ಹಾಯಾಗಿರಿ. ತಿಂಗಳಿಗೇ ಒಂದು ಸಾವಿರ ರಿಯಲ್ಸ್ ಅಷ್ಟೇ.

ಒಪ್ಪಂದದ ಪ್ರಕಾರ, ಮೆಕ್ಸಿಕೋಗೆ ಹೋಗುವವರೆಗೂ ಊಟಾ-ವಸತಿಗಳ ಖರ್ಚುಗಳನ್ನೆಲ್ಲಾ ವಿಕ್ರಮನೇ ವಹಿಸಿಕೊಳ್ಳಬೇಕಾಗಿತ್ತು. "ತಿಂಗಳಿಗೆ ಸಾವಿರ ರೀಯಲ್" ಮಾತುಕೇಳಿ ಚಕಿತಗೊಂಡ ಪ್ರದೀಪನು "ನಾನು ಬಾಡಿಗೆ ಬೇರೆ ಕೊಡಬೇಕಾ?" ಎಂದು ನಿಂತು ಕೇಳಿದ. ಶಾಂತವಾಗಿಯೇ ವಿಕ್ರಮನು "ಹೌದು, ಇದು ಇತರೆ. ಭಾರತೀಪುರದಲ್ಲಿ ಎಷ್ಟು ತಿಂಗಳು ಬೇಕಾದರೂ ಇರಿ. ನೀವೇನೂ ಕೊಡಬೇಕಾಗಿಲ್ಲ" ಎಂದು ಒಪ್ಪಂದದ ಕರಾರನ್ನು ವಿವರಿಸಿದ. "ತಿಂಗಳು" ಎಂಬ ಶಬ್ದದಿಂದ ಪ್ರದೀಪ ಮತ್ತಷ್ಟು ಆತಂಕದಿಂದ "ಒಂದು ತಿಂಗಳು ಇಲ್ಲಿ ಇರಬೇಕಾ? ವಿಕ್ರಂ" ಎಂದಾಗ, ವಿಕ್ರಮನಿಗೆ ಪ್ರದೀಪನ ದುಗುಡ ಅರ್ಥವಾಯಿತು. ಸಂತೈಸುವ ವಾಣಿಯಲ್ಲಿ ವಿನಯಪೂರ್ವಕವಾಗಿಯೇ ವಿಕ್ರಮನು ಸಮಸ್ಯೆಗಳನ್ನು ವಿವರಿಸುತ್ತಾ ಹೇಳಿದ.

"ಪಂಡಿತ್ ಪ್ರದೀಪ್ ಜೀ, ನಿಮಗೆ ನಕಲಿ ಗುರುತುಚೀಟಿ, ದೇಶಾನುಮತಿ, ಪ್ರವೇಶಾನುಮತಿ, ಪತ್ರಗಳನ್ನ ಮಾಡಿಸಬೇಕು. ಅದಕ್ಕೆಲ್ಲಾ ಕನಿಷ್ಠಾ ಎರಡು ವಾರ ಆಗುತ್ತೆ. ಅಮೇಲೇ ಗುಳೇದಾರ ಯಾವಾಗ ಸರಿ ಅಂತಾನೋ ಆವಾಗ ಹೊರಡಬೇಕು. ಇದು ನಮ್ಮ ದೇಶಾ ಅಲ್ಲ. ಅವರು ಹೇಳಿದ ಹಾಗೆ ನಾವು ಕೇಳಬೇಕು".

ವಿಕ್ರಮನ ಮಾತಿಗೆ ಪ್ರತಿಹೇಳಲು ತೋಚದೆ, "ಮುಂದೆ ಇನ್ನೇನು ಕಾದಿದೆಯೋ" ಎಂಬ ಚಿಂತೆಯಿಂದ ಪ್ರದೀಪನು ಯಾಂತ್ರಿಕವಾಗಿ ಸಾಯಿಬಾಬಾ ಆಶ್ರಮದ ಕಡೆಗೆ ಕಾಲು ಹಾಕಿದ.

ಸಂದೇಶ್ ಕಡೂರು ಪ್ರಕೃತಿ ವಿಜ್ಞಾನಿಯಾಗಿ ಪಶ್ಚಿಮ ಘಟ್ಟಗಳ ಪರಿಸರದ ಬಗ್ಗೆ ಆಳವಾಗಿ ಅಧ್ಯಯನ ಮಾಡಿ, "ಸಹ್ಯಾದ್ರಿ" ಎಂಬ ಬೃಹತ್ ಗ್ರಂಥ ಮತ್ತು ಸಾಕ್ಷ್ಯಚಿತ್ರ ನಿರ್ಮಿಸಿದವರು; ಸಾರ್ವಜನಿಕರಲ್ಲಿ ಪರಿಸರ ಜಾಗೃತಿ ಮೂಡಿಸಿ, ಪ್ರಕೃತಿ ಸಂರಕ್ಷಣೆಯ ಹೋರಾಟಗಾರರಾಗಿ ವಿಶ್ವವಿಖ್ಯಾತರಾದವರು. ಇದೀಗ ಅಮೆಝಾನ್ ಅರಣ್ಯದ ಬಗ್ಗೆ ಸಾಕ್ಷ್ಯಚಿತ್ರವನ್ನು ನಿರ್ಮಿಸುವ ಕಾರ್ಯದಲ್ಲಿ ತೊಡಗಿದ್ದು, ಮಾನೋಸ್-ನಲ್ಲಿ ನೆಲಸಿದ್ದಾರೆ. ಪ್ರಶಾಂತಿ ನಿಲಯದ ಅತಿಥಿಗೃಹದಲ್ಲಿ ಭಾರತೀಯರಿಗೆ ವಿಶೇಷ ಮಾನ್ಯತೆ ಮತ್ತು

ಪ್ರೀತಿಯಾದರ. ಸಸ್ಯಾಹಾರಿಗಳಿಗೆ ಇದೊಂದು ಓಯಸಿಸ್. ವಿಕ್ರಮನೊಡನೆ ಪ್ರದೀಪನು ಸಂದೇಶರ ಕೋಣೆಯನ್ನು ಪ್ರವೇಶಿಸಿದಾಗ, ಸಂದೇಶರು ಕಂಪ್ಯೂಟರ್‌ನಲ್ಲಿ ಎಡಿಟ್ ಮಾಡುತ್ತಿದ್ದರು. ಇವರನ್ನು ಕಂಡವರೇ ಎದ್ದು ಬಂದು ಮಾತನಾಡಿಸಿದರು. ಪರಿಚಯದಲ್ಲೇ ಪ್ರದೀಪನ ಕನ್ನಡತನ ಮತ್ತು ವೈದ್ಯ ಪಾಂಡಿತ್ಯ ಸುರೇಶರ ಗಮನ ಸೆಳೆಯಿತು. ಕ್ಷಣಮಾತ್ರದಲ್ಲಿ ಇಬ್ಬರೂ ಗೆಳೆಯರೂ ಆದರು. ತೃಪ್ತನಾದ ವಿಕ್ರಮನು ಹೊರಡುವಾಗ "ಹಾಯಾಗಿ ಸಂದೇಶ್ ಜೊತೆ, ಅಮೆಝಾನ್ ದೇಶ ನೋಡ್ತಾ, ಒಂದು ತಿಂಗಳು ಕಾಲ ತಳ್ಳಿ" ಎಂದು ಮತ್ತೊಮ್ಮೆ ಬೇಕೆಂದೇ ತಿಂಗಳ ಪ್ರಸ್ತಾಪ ಮಾಡಿದ. ಪ್ರದೀಪನಿಗೆ ಸುಮ್ಮನಿರಲಾಗದೆ ನೇರವಾಗಿಯೇ ವಿಕ್ರಮನಿಗೆ "ವಿಕ್ರಮ್-ಜೀ, ನಾನು ಬಂದಿದ್ದು ಅಮೆಜಾನ್ ದೇಶ ನೋಡೋದಕ್ಕಲ್ಲಾ, ಅಮೇರಿಕಾಗೆ ಹೋಗೋಕೆ" ಖಾರವಾಗಿ ಹೇಳಿದ. ವಿಕ್ರಮನು ನಗುತ್ತಾ "ಪಂಡಿತ್ ಜೀ, ನಿಧಾನವೇ ದಾನ. ಅವಸರವೇ ಆಪತ್ತು" ಎಂದು ಬುದ್ಧಿವಾದ ಹೇಳುತ್ತಾ ನಿರ್ಗಮಿಸಿದ.

ಸಂದೇಶರ ಸಾನ್ನಿಧ್ಯದಿಂದ ಪ್ರದೀಪನಿಗೆ ಅಮೇರಿಕಾದ ಮೂಲನಿವಾಸಿಗಳ ಸಂಸ್ಕೃತಿ ಮತ್ತು ಪರಂಪರೆಗಳ ಬಗ್ಗೆ ಹೊಸ ಅರಿವಿನೊಂದಿಗೆ ಒಲವೂ ಮೂಡಿತು. ಅಮೇರಿಕಾದ ಮೂಲನಿವಾಸಿಗಳನ್ನೆಲ್ಲಾ ಇಂದಿಗೂ "ಇಂಡಿಯನ್"ರೆಂದು ಕರೆಯುವುದು ದೊಡ್ಡಸೋಜಿಗವೇ ಸರಿ. ಕ್ರಿಸ್ಟೋಫರ್ ಕೊಲಂಬಸನು ಅಮೇರಿಕಾವನ್ನು ಭಾರತವೆಂದೇ ಭಾವಿಸಿದ್ದ. ತರುವಾಯ ಬಂದಿಳಿದ ಯೂರೋಪಿಯನ್ನರು ಅಮೇರಿಕಾ ಖಂಡಗಳನ್ನು ಅಮೂಲಾಗ್ರವಾಗಿ ಶೋಧಿಸಿ, ಶೋಷಣೆ ಮಾಡಿದರು. ಜಗತ್ತಿನ ಎಲ್ಲಾ ಮೂಲನಿವಾಸಿಗಳು ಪ್ರಕೃತಿಯನ್ನೇ ದೇವರೆಂದು ಆರಾಧಿಸುವುದು ಸಾಮಾನ್ಯ. ಶಕ್ತಿ-ಬೆಳಕನ್ನು ನೀಡುವ ಸೂರ್ಯ, ಅನ್ನ ನೀಡುವ ಭೂಮಿ, ಪ್ರಾಣ ನೀಡುವ ವಾಯುವನ್ನು, ಜೀವವನ್ನು ಉಗಮಗೊಳಿಸುವ ಜಲರಾಶಿಯನ್ನು, ನೀರನ್ನು ಸುರಿಸುವ ಆಗಸವನ್ನು, ಆಹಾರವನ್ನೊದಗಿಸುವ ಸಸ್ಯಕೋಟಿಯನ್ನು, ಹೀಗೆ ಅನೇಕ ಪ್ರಕೃತಿಯ ಕೊಡುಗೆಗಳನ್ನು, ಪವಾಡಗಳೆಂದು ಪರಿಗಣಿಸಿ, ಪ್ರಪಂಚವೇ ಪರಮಾತ್ಮನ ಲೀಲೆ, ಎನ್ನುವ ನಂಬಿಕೆಗಳೆಲ್ಲಾ, ಮೌಢ್ಯವಲ್ಲ. ಅಮೂಲ್ಯವಾದವು. ಅಮೇರಿಕಾ ಖಂಡಕ್ಕೆ ಅಕ್ರಮವಾಗಿ ಆಗಮಿಸಿದ ಯೂರೋಪಿಯನ್ನರು, "ಕ್ರೈಸ್ತಧರ್ಮವೊಂದೇ ಸ್ವರ್ಗಕ್ಕೆ ದಾರಿ, ಬೇರೆ ಎಲ್ಲಾ ಮತಗಳು ನರಕಕ್ಕೆ ದಾರಿ" ಎಂಬ ಮತಾಂಧತೆಯಿಂದ, ಅಮೇರಿಕಾ ಖಂಡದಲ್ಲಿ ಪ್ರಚಲಿತವಾಗಿದ್ದ ಮತಾಚಾರಗಳನ್ನು-ದೈವಾರಾಧನೆಗಳನ್ನು ಖಂಡಿಸಿ, ಅಮೇರಿಕಾದ ಸಾಂಸ್ಕೃತಿಕ ಪರಂಪರೆಯನ್ನು ನಿರ್ನಾಮಗೊಳಿಸಿದರು. ಕ್ರೈಸ್ತಮತಕ್ಕೆ ಸೇರಲು ಒಪ್ಪದೆ

ದಂಗೆಯೆದ್ದ ಮೂಲನಿವಾಸಿಗಳನ್ನು ಕಗ್ಗೊಲೆ ಮಾಡಿದರು. ಅಮೇರಿಕಾ ಇಂಡೀಯನ್ನರ ಜನಸಂಖ್ಯೆಯನ್ನು ಅರವತ್ತು ಲಕ್ಷದಿಂದ ಏಳು ಲಕ್ಷಕ್ಕೆ ಇಳಿಸಿದರು. ದ್ರೋಹ-ದಬ್ಬಾಳಿಕೆಯಿಂದ ಮೂಲನಿವಾಸಿಗಳ ನೆಲವನ್ನೆಲ್ಲಾ ವಶಮಾಡಿಕೊಂಡು ಬಂಡವಾಳಶಾಹಿ ಸಾಮ್ರಾಜ್ಯಗಳನ್ನು ಸ್ಥಾಪಿಸಿದರು. ಕ್ರೈಸ್ತ ಮತಾಂಧರ ದೌರ್ಜನ್ಯಕ್ಕಾಗಿ ಕ್ರೈಸ್ತಧರ್ಮಾಧಿಕಾರಿ ಪೋಪ್ ಬೆನೆಡಿಕ್ಟ್‌ರವರೇ, ದಕ್ಷಿಣ ಅಮೇರಿಕಾದ ಇಂಡಿಯನ್ನರಿಂದ "ಕ್ಷಮಾಪಣೆ" ಕೋರಿದ್ದಾರೆ.

ಗೋಡೆಯ ಮೇಲೆ ಅಂಟಿಸಿದ್ದ ಅಮೇರಿಕಾ ಇಂಡಿಯನ್ನರ ಭಿತ್ತಿಚಿತ್ರಗಳನ್ನು ಕುತೂಹಲದಿಂದ ನೋಡುತ್ತಾ ಪ್ರದೀಪನು, "ಯೂರೋಪಿಯನ್ನರ ಪ್ರಕಾರ ಇದು ಉತ್ತರ ಭಾರತ, ಇದು ದಕ್ಷಿಣ ಭಾರತ" ಎಂದು ಲಘು ಹಾಸ್ಯವಾಣಿಯಲ್ಲಿ ಹೇಳಿದ. ಸಂದೇಶ ಕೂಡಾ ನಗುತ್ತಲೇ "ನಿಜಾ, ನಿಜಾ" ಎಂದು ತಲೆದೂಗುತ್ತಾ ಇತಿಹಾಸದ ಬೆಳಕು ಚೆಲ್ಲಿದ.

"ಐನೂರು ವರ್ಷಗಳ ಹಿಂದೆ ಭಾರತವೇ ಭವ್ಯದೇಶವಾಗಿತ್ತು. ಈಗ ನಾವೆಲ್ಲಾ ಅಮೇರಿಕಾಗೇ ಬರೋ ಹಾಗೆ, ಯೂರೋಪಿಯನ್ನರು ಭಾರತಕ್ಕೆ ಬರ್ತಾ ಇದ್ದರು".

ಪ್ರದೀಪನು ಅಮೇರಿಕಾಗೆ ಹೋಗಲು ಬಂದಿರುವುದನ್ನು ಊಹಿಸಿದ ಸಂದೇಶನು ವಿಚಾರಿಸುತ್ತಾ "ನೀವೂನೂ ಅಮೇರಿಕಾಗೆ ಹೋಗೋಕೆ ಇಲ್ಲಿಗೆ ಬಂದ್ರಿ?" ಕೇಳಿದಾಗ, ಪ್ರದೀಪನು ಹೌದೆಂದು ತಲೆಯಾಡಿಸಿದ. ಸಂದೇಶನು ತನ್ನ ಅನುಭವ ಅರುಹುತ್ತಾ...

"ಮೊದಲು ಪಂಜಾಬಿಗಳು, ಶ್ರೀಲಂಕಾದವರು ಮಾತ್ರ ಈ ದಾರಿಯಲ್ಲಿ ಬರ್ತಿದ್ರು. ಈಗ ನಮ್ಮೋರು ಈ ಕಳ್ಳದಾರಿ ಕಂಡುಕೊಂಡ್ರು. ಇದು ಕಳ್ಳಗಂಡಿಯ ಮೂಲಕ ಚಿತ್ರದುರ್ಗದ ಕೋಟೆಯನ್ನು ಭೇದಿಸಿದ ಹಾಗೆ. ಅಮೇರಿಕಾ ಗಡಿಯೊಳಗೆ ಒನಕೆ ಓಬಣ್ಣನವರು ಕೋವಿ ಹಿಡುಕೊಂಡು ಕಾದಿರ್ತಾರೆ. ಜಾಗರೂಕರಾಗಿರಿ" ಎಂದು ಎಚ್ಚರಿಸುತ್ತಾ...

"ಮಂಡ್ಯದ ನಿಮ್ಮಂತಹ ವೈದ್ಯ ಪಂಡಿತ ಸಂಜಯ್ ಗೌಡಾ ಅಂತ. ಬೆಂಗಳೂರಿನಿಂದ ಗ್ವಾಟೆಮಾಲಾಗೆ ಬಂದು, ಆರು ತಿಂಗಳು ಹೊಂಚು ಹಾಕಿ ಅಮೇರಿಕಾ ಸೇರಿದ".

ಪ್ರದೀಪನು ಸ್ವಲ್ಪ ಗಾಬರಿಯಿಂದಲೇ "ಆರು ತಿಂಗಳಾ?" ಎಂದು ಬಾಯಿಬಿಟ್ಟು ಕೇಳಿದ.

"ಹೌದು, ಹೌದು, ಪ್ರದೀಪ್. ಮೆಕ್ಸಿಕೋದಿಂದ ಅಮೇರಿಕಾ ಗಡಿ ದಾಟೋವಾಗ ಎಂಟು ಸಾರಿ ಸಿಕ್ಕಿಹಾಕಿಕೊಂಡನಂತೆ. ಭಟ್ಟಿವಿಕ್ರಮಾದಿತ್ಯನ ಹಾಗೆ ಹಠಮಾಡಿ ಗಡಿ ದಾಟಿದ. ಈಗ ಶಿಕಾಗೋದಲ್ಲಿ ಶಿಶುವೈದ್ಯನಾಗಿ ವಿಜೃಂಭಿಸುತ್ತಿದ್ದಾನೆ".

ಸಂದೇಶನ ಮಾತನ್ನು ಕೇಳಿದ ಪ್ರದೀಪನಿಗೆ ತನ್ನ ಅಮೇರಿಕಾ ಕನಸು ನನಸಾಗಬೇಕಾದರೆ ಇನ್ನೂ ಬಹಳ ಬೇಳೆಕಾಳು ಬೇಯಿಸಬೇಕೆಂದು ಮನದಟ್ಟಾಯಿತು.

ಅದ್ಭುತಕ್ಕೆ ಮತ್ತೊಂದು ಹೆಸರು ಅಮೆಝಾನ್. ಭರತಖಂಡದಲ್ಲಿ ಹರಿಯುವ ಎಲ್ಲಾ ನದಿಗಳು ಒಟ್ಟಾಗಿ ಸೇರಿದರೂ, ಅಮೆಝಾನಿನ ಜಲರಾಶಿಗೆ ಸರಿಸಮವಾಗುವುದಿಲ್ಲ. ಸಾವಿರಕ್ಕೂ ಹೆಚ್ಚು ಉಪನದಿಗಳನ್ನು ಹೊಂದಿರುವ ಅಮೆಝಾನ್ ನದಿ, ಪೆರು ದೇಶದಲ್ಲಿರುವ ಆಂಡೀಸ್ ಪರ್ವತದಲ್ಲಿ ಹುಟ್ಟಿ, ಆರು ದೇಶಗಳಲ್ಲಿ ಏಳು ಸಾವಿರ ಕಿಲೋಮೀಟರ್ ಹರಿದು, ಭಾರತದೇಶಕ್ಕಿಂತಲೂ ವಿಶಾಲವಾಗಿರುವ ಮಹದಾರಣ್ಯವನ್ನು ತಣಿಸಿ, ಅಟ್ಲಾಂಟಿಕ್ ಸಾಗರವನ್ನು ಸೇರುತ್ತದೆ. ಅಮೆಝಾನ್ ಅರಣ್ಯದ ವೈಶಾಲ್ಯ, ಸಸ್ಯ ಸಮೃದ್ಧಿ, ಜೀವ ವೈವಿಧ್ಯತೆ ಅಗಾಧ. ಈ ನಿತ್ಯಹರಿದ್ವರ್ಣದ ಕಾಡು ಜಗತ್ತಿನ ಸಕಲಜೀವಿಗಳಿಗೆ ಅಗತ್ಯವಾದ ಆಮ್ಲಜನಕವನ್ನು ಉತ್ಪಾದಿಸುವ ಪ್ರಾಕೃತಿಕ ಸ್ಥಾವರವಾಗಿ, ಭೂಮಿತಾಯಿಯ ಶ್ವಾಸಕಾಂಗವೆಂಬ ಹೆಸರು ಪಡೆದಿದೆ. ಅಮೆಝಾನ್ ಅರಣ್ಯದಲ್ಲಿರುವಷ್ಟು ಜೀವಜಂತುಗಳು, ವೈಚಿತ್ರ್ಯ-ವೈವಿಧ್ಯಗಳು ಜಗತ್ತಿನ ಬೇರೆಡೆ ಇಲ್ಲ. ನೂರು ಕೆ.ಜಿ ತೂಕದ ಕಾಪಿಬರ ಎಂಬ ಬೃಹತ್ ಇಲಿಗಳು, ಹೆಬ್ಬೆಟ್ಟಿನಷ್ಟೇ ಚಿಕ್ಕದಾಗಿರುವ ಮರಿಮಂಗಣ್ಣರು, ಮೂರು ಕಾಲಿನಲ್ಲಿಯೇ ಮರಗಳಲ್ಲಿ ಓಡಾಡುವ ಮರಕರಡಿಗಳು, ಕಣ್ಣುಕೋರೈಸುವ ಪಂಚವರ್ಣ ಗಿಳಿಗಳು, ದೇಹಕ್ಕಿಂತಲೂ ದೊಡ್ಡ ಕೊಕ್ಕಿರುವ ಟೂಕಾನ್ ಹಕ್ಕಿಗಳು, ಪಚ್ಚೆಮಣಿಯ ಹಾಗೆ ಹೊಳೆಯುವ ಹಸಿರು ಹಾವುಗಳು, ಸುರನಾರಿಯ ಸೌಂದರ್ಯವನ್ನೂ ನಾಚಿಸುವ ಬಣ್ಣಬಣ್ಣದ ಚಿಟ್ಟೆ-ಕೀಟಗಳು, ರಂಗು-ರಂಗುಗಳಿಂದ ತಳಕುತ್ತಾ-ಬಳಕುತ್ತಾ ರಾರಾಜಿಸುವ ಕಪ್ಪೆಗಳು, ಬೇರೆಲ್ಲೂ ಕಾಣದ ಕಂದು ಡಾಲ್ಫಿನುಗಳು, ಅಮೆಝಾನ್ ಅರಣ್ಯದ ಸೊಬಗನ್ನು ಹೆಚ್ಚಿಸಿವೆ. ಸುಂದರಪ್ರಾಣಿಗಳೊಂದಿಗೆ ಜಾಗ್ವಾರ್ ಚಿರತೆ,

ಪ್ಯೂಮಾ ಸಿಂಹ, ಅನಕೊಂಡ ಹೆಬ್ಬಾವುಗಳಂತಹ ಭಯಂಕರ ಜೀವಿಗಳೂ ಅಮೆಝಾನಿನಲ್ಲಿವೆ. ಆದರೆ ಆಧುನಿಕ ಮಾನವನಂತಹ ಭಯಂಕರಪ್ರಾಣಿ ಮತ್ತೊಂದಿಲ್ಲ.

ಕಿನ್ನರಲೋಕವಾಗಿರುವ ಅಮೆಝಾನ್ ಅರಣ್ಯ ಖಿನ್ನರಲೋಕವಾಗುತ್ತಿದೆ. ಭೂಮಾತೆಯ ಒಡಲಿಗೇ ಕೊಡಲಿ ಏಟು ಬಿದ್ದಿದೆ. ದುರಾಕ್ರಮಣಕಾರರ ದಾಳಿಗೆ ಸಿಕ್ಕಿ ಅಮೆಜಾನಿನ ವೃಕ್ಷರಾಶಿ ತತ್ತರಿಸುತ್ತಿದೆ, ಜೀವರಾಶಿ ನಶಿಸುತ್ತಿದೆ.

"ಮಿತಸಂಸಾರ ಹಿತಸಂಸಾರ" ಎಂಬುದನ್ನು ಮರೆತು, "ಮಕ್ಕಳು ದೇವರು ಕೊಡುವ ವರ" ಎನ್ನುತ್ತಾ, ದೇವರ ಮೇಲೆ ಭಾರಹಾಕಿ, ತಾಯಿಗೂ-ಭೂಮಿಗೂ ಭಾರವಾಗುವಷ್ಟು ಮಕ್ಕಳನ್ನು ಹೆರುತ್ತಿರುವ ದೇಶಗಳಲ್ಲಿ ಬಡವರ ಸಂಖ್ಯೆ ಗಗನಕ್ಕೇರುತ್ತಿದೆ. ಎಲ್ಲಾ ಇರುವವರಿಗೆ ಇರುವಷ್ಟು ಹಣದ ದಾಹ, ಏನೂ ಇಲ್ಲದವರಿಗಿಲ್ಲಾ. ಒಂದು ಕಡೆ ಬಡಪಾಯಿಗಳು, ಇನ್ನೊಂದು ಕಡೆ ಧನಪಿಶಾಚಿಗಳು, ಭೂಮಾತೆಗೆ ಯಮಘಾತಕರಾಗಿದ್ದಾರೆ. ನಿರ್ಗತಿಕರು ಸಾಗುವಳಿಗೆಂದು ಅರಣ್ಯವನ್ನು ಸುಟ್ಟುಬೂದಿಮಾಡುತ್ತಿದ್ದರೆ, ಶ್ರೀಮಂತರು ನಾಗರಿಕತೆಯ ಸುಖಭೋಗಗಳಲ್ಲಿ ಮೆರೆಯಲು, ಮರಗಳನ್ನೇ ಕಡಿದು ಮಾರುತ್ತಿದ್ದಾರೆ. "ಪ್ರಕೃತಿಯ ನಾಶ ಪರಿಸರದ ನಾಶ; ಪರಿಸರದ ನಾಶ ಪ್ರಪಂಚದ ನಾಶ" ಎಂದು ಸದಾ ಎಚ್ಚರಿಕೆಯನ್ನು ಮೊಳಗುತ್ತಿರುವ ಪರಿಸರ ವಿಜ್ಞಾನಿಗಳ ಕಹಳೆಗೆ, ಪ್ರಪಂಚದ ಬಂಡವಾಳ ಶಾಹಿಗಳು ಸೊಪ್ಪು ಹಾಕುತ್ತಿಲ್ಲ. ಸಾವಿರಾರು ವರ್ಷಗಳಿಂದ ಅಮೆಜಾನಿನ ಅರಣ್ಯದಲ್ಲಿ ಪ್ರಕೃತಿಯ ಮಕ್ಕಳಾಗಿ ಸರಳಜೀವನವನ್ನು ನಡೆಸುತ್ತಾ, ಸಾಂಸ್ಕೃತಿಕವಾಗಿ ಶ್ರೀಮಂತಿಕೆಯನ್ನು ಸೂಸುತ್ತಿರುವ, ಅಮೆಝಾನಿಯ ಇಂಡಿಯನ್ ಜನಾಂಗಗಳ ಬದುಕು, ಅರಣ್ಯನಾಶದಿಂದ ವಿನಾಶದ ಅಂಚಿನಲ್ಲಿದೆ.

ಪ್ರಕೃತಿವಿಜ್ಞಾನಿಗಳಿಗೆ ಮತ್ತು ನಿಸರ್ಗಪ್ರಿಯರಿಗೆ ಕಾಶಿ-ಪ್ರಯಾಗವಾಗಿರುವ ಅಮೆಝಾನಿಯಾ, ಜಗತ್ತಿನ ಹಲವಾರು ಪರಿಸರ ಸಂರಕ್ಷಣಾ ಸಂಸ್ಥೆಗಳ ಸಹಾನುಭೂತಿಗೆ ಪಾತ್ರವಾಗಿದೆ. ಅಮೆಜಾನ್ ಇಂಡಿಯನ್ನರ ಸಮಸ್ಯೆಗಳನ್ನು ಬೆಳಕಿಗೆ ತಂದು, ಮೂಲ ನಿವಾಸಿಗಳು "ಅನಾಗರಿಕರಲ್ಲ ಅಮಾಯಕರು" ಎಂಬುದನ್ನು ನಿರೂಪಿಸುವ ಕೈಂಕರ್ಯದಲ್ಲಿ ಪರಿಸರ ಸಂಸ್ಥೆಗಳು ತೊಡಗಿವೆ. ಸಂದೇಶ್ ಕಡೂರ್‌ರವರು ಅಮೇರಿಕಾದ ಟೆಕ್ಸಾಸ್ ರಾಜ್ಯದಲ್ಲಿರುವ ಗೋರ್ಗಾಸ್ ವಿಜ್ಞಾನ ಪ್ರತಿಷ್ಠಾನದ ವಿಶೇಷ ನಿಯೋಗಿಯಾಗಿ ಅಮೆಜಾನಿಯದ ಮೂಲ ನಿವಾಸಿಗಳ ಕುರಿತು ಸಾಕ್ಷ್ಯಚಿತ್ರವನ್ನು ತಯಾರಿಸುವ ಕಾರ್ಯನಿಮಿತ್ತ

ಮಾನೋಸ್-ನಗರದಲ್ಲಿ ತಂಗಿದ್ದಾರೆ. ಸಂದೇಶ್ ಪರಿಸರ ವಿಜ್ಞಾನದೊಂದಿಗೆ ವಿಡಿಯೋಗ್ರಾಫಿ ಕಲೆಯಲ್ಲೂ ನಿಪುಣರಾಗಿದ್ದಾರೆ.

ಪ್ರದೀಪನಿಗೆ ಸಂದೇಶರ ಪರಿಚಯ-ಸ್ನೇಹ ಒಂದು ಅದೃಷ್ಟವೇ ಆಗಿತ್ತು. ಒಂದು ತಿಂಗಳ ಕಾಲ ದೂಡಲು ಅತ್ಯುತ್ತಮ ಜೊತೆ ಸಿಕ್ಕಿದ್ದಲ್ಲದೆ, ಅಮೇಜಾನ್ ಅರಣ್ಯದಲ್ಲಿ ವಿಹರಿಸುವ ಸದವಕಾಶವೂ ಲಭಿಸಿತ್ತು. ಸಂದೇಶರಿಗೂ ಪ್ರದೀಪನ ಸ್ನೇಹದಿಂದ ಸಂತೋಷವಾಗಿತ್ತು. ಹೊರಾಂಗಣ ಚಿತ್ರೀಕರಣಕ್ಕೆ ಹೋಗುವಾಗ ಪ್ರದೀಪನು ಉತ್ಸುಕತೆಯಿಂದ ನೆರವಾಗುತ್ತಿದ್ದ. ಅಮೆಜಾನ್ ಇಂಡಿಯನ್ನರ "ಶಾಮನ್" ವೈದ್ಯರ ಅಮೆಜಾನ್ ಆಯುರ್ವೇದ ದರ್ಶನವೂ ಆಯಿತು. ಗಿಡಮೂಲಿಕೆಗಳಿಂದ ಔಷಧಿಗಳನ್ನು ತಯಾರಿಸುವ ವಿದ್ಯೆಯಲ್ಲಿ ಪರಿಣಿತರಾಗಿರುವ ಕೋಪಾನ್ ಇಂಡಿಯನ್ನರಿಂದಲೇ ಅಮೇರಿಕಾದ ರಿಚರ್ಡ್ ಶೂಲ್ಟ್ಸ್‌ರವರು "ಕ್ಯುರಾರೆ" ಎಂಬ ಔಷಧಿಯನ್ನು ಅವಿಷ್ಕಾರ ಮಾಡಿದರು. ಅಮೇರಿಕಾದ ಹಲವಾರು ವೈದ್ಯ ವಿಜ್ಞಾನಿಗಳು ಹೊಸ ಔಷಧಗಳ ಅನ್ವೇಷಣೆಗಾಗಿ ಅಮೆಜಾನ್‌ಗೆ ಬರುವುದು ವಾಡಿಕೆಯಾಗಿದೆ. ಇಂಗ್ಲೆಂಡಿನ ಮಾರ್ಕ್ ಪ್ಲಾಟ್ಕಿನ್ ಎಂಬುವರು ಮಾನೊಸ್ ನಗರದ ಸಮೀಪದಲ್ಲಿ "ಅಮೆಜಾನ್ ವೈದ್ಯಕೀಯ ಸಂಶೋಧನಾ ಸಂಸ್ಥೆ"ಯನ್ನು ಸ್ಥಾಪಿಸಿ, ಮೂಲ ನಿವಾಸಿಗಳ ಆಯುರ್ವೇದ ವಿಧಾನಗಳನ್ನು ಮತ್ತು ಔಷಧೋಪಚಾರಗಳನ್ನು ಅಧ್ಯಯನ ಮಾಡುತ್ತಿದ್ದಾರೆ. ಪ್ರದೀಪನಿಗೆ ಅಮೆಜಾನ್ ಪ್ರವಾಸೆ ಒಂದು ಬಗೆಯ ಶೈಕ್ಷಣಿಕ ಪ್ರವಾಸವಾಗಿತ್ತು.

ವಿದೇಶದಲ್ಲಿ ಭಾರತೀಯತೆಯನ್ನು ಅಪ್ಪಿಕೊಂಡು ದೈವಾರಾಧನೆಯನ್ನು ಮಾಡುತ್ತಿರುವ ಸಾಯಿಬಾಬಾ ಅನುಯಾಯಿಗಳನ್ನು ಕಂಡು, ಅಚ್ಚರಿಗೊಂಡ ಪ್ರದೀಪನಿಗೆ, ಅಮೆಝಾನಿಯಾ ಯೂರೋಪಿಯನ್ ಮಿತ್ರರೂ ಸಿಕ್ಕಿದರು. ಹಲವಾರು ಬಾಬಾ ಭಕ್ತರು ಬೆಂಗಳೂರಿಗೆ ಮತ್ತು ಪುಟ್ಟಪರ್ತಿಗೆ ಬಂದವರಾಗಿದ್ದರಿಂದ, ಬೆಂಗಳೂರಿನ ನಿವಾಸಿ ಪ್ರದೀಪನಿಗೆ ಅವರೊಂದಿಗೆ ಸ್ನೇಹ ಬೆಳಸುವುದು ಸುಲಭವಾಗಿತ್ತು. "ನಮ್ಮ ಧರ್ಮವೇ ನಿಜವಾದ ಧರ್ಮ, ಬೇರೆ ಎಲ್ಲಾ ಮತಾಚರಣೆಗಳೂ ಅಧರ್ಮ" ಎಂದು ಬೋಧನೆ ಮಾಡುವ ಪಾದ್ರಿಗಳು-ಪ್ರವಾದಿಗಳ ಮಧ್ಯೆ, ಸರ್ವಧರ್ಮ ಸಮಾನತೆಯನ್ನು ಘೋಷಿಸಿ, ಭಕ್ತರ ಸ್ವಧರ್ಮವನ್ನೇ ಸಾಧನೆಗೆ ಪೋಷಿಸುವ ಸನಾತನ ಸಾರಥಿ ಶ್ರೀಸತ್ಯ ಸಾಯಿಬಾಬಾರು ಅಲ್ಲಿ ಜನಪ್ರಿಯರಾಗಿರುವುದು ಅಚ್ಚರಿಯೇನಲ್ಲ. ಅವರಿಗೆ

ಎಲ್ಲಾ ಮತಗಳೂ ಪಥಗಳೇ. ಅವರು ನುಡಿಯುವುದೆಲ್ಲವೂ ವೇದವಾಕ್ಯಗಳೇ. ಅವರು ಹಾಡುವುದೆಲ್ಲವೂ ದೇವರನಾಮಗಳೇ.

ಪ್ರದೀಪನು ಸಂದೇಶನ ಮನೆಯಲ್ಲಿ ತಂಗಿದ್ದರೂ, ದಿನಕ್ಕೆ ಒಮ್ಮೆಯಾದರೂ ವಿಕ್ರಮ ಸಿಂಹನ ದರ್ಶನವಾಗುತ್ತಿತ್ತು. ಮೊದಮೊದಲು ಪ್ರದೀಪನು "ಭಾರತೀಪುರ"ಕ್ಕೆ ಹೋಗಲು ಇಷ್ಟವಾಗದೆ ದೂರವಿದ್ದರೂ, ಪ್ರತಿದಿನ ವಿಕ್ರಮನು ಊಟೋಪಚಾರಗಳಿಗೆ ಕರೆಯುತ್ತಿದ್ದುದರಿಂದ, ಒಂದು ಸಂಜೆ ಆ ಮನೆಗೆ ಭೇಟಿ ಇತ್ತಾಗ ಅಚ್ಚರಿ ಕಾದಿತ್ತು. ಮನೆ ಕೊಳಕಿಲ್ಲದೆ ಶುಭ್ರವಾಗಿತ್ತು. ನಾಲ್ವರು ವಲಸಿಗರು ಪ್ರದೀಪನತ್ತ ಪ್ರೀತ್ಯಾದರಗಳಿಂದ ಮಾತನಾಡಿದರು. ಪ್ರಸ್ತುತ ವಲಸಿಗರ ಗುಂಪಿನಲ್ಲಿ ಪ್ರದೀಪನೇ ಅತ್ಯಂತ ವಿದ್ಯಾವಂತನಾಗಿದ್ದ. ಪಂಜಾಬಿಗಳಾದ ಅರ್ಜುನ ಸಿಂಹ ಮತ್ತು ರಾಜಬೀರರು ಪ್ರೌಢಶಾಲೆಯನ್ನೂ ದಾಟಿರಲಿಲ್ಲಾ; ಸಿಂಹಳದ ವಿಜಯನ್ ಮತ್ತು ಸೆಲ್ವಮ್ ಅವರು ಪ್ರೌಢಶಾಲೆ ಮುಗಿಸಿ ಕಾಲೇಜು ಮೆಟ್ಟಿಲು ಹತ್ತಿದ್ದರೂ, ವಿದ್ಯೆ ಹತ್ತದೆ, ತಮಿಳು ಆಂದೋಲನಕ್ಕೆ ದುಮುಕಿದ್ದರು. ಒಂದಲ್ಲ ಒಂದು ರೀತಿಯ ಅಕ್ರಮ ಕೃತ್ಯಗಳನ್ನು ಮಾಡಿ ಭಾರತದಿಂದ ಪರಾರಿಯಾಗಿ ಪರದೇಶಕ್ಕೆ ಬರುತ್ತಿರುವ ಈ ವಲಸಿಗರಿಗೆಲ್ಲಾ, ಪ್ರದೀಪನಂತಹ ವೈದ್ಯ ಪಂಡಿತನೊಬ್ಬನು ತಮ್ಮ ಜಾಡನ್ನು ಹಿಡಿದಿರುವುದು ಒಂದು ಸೋಜಿಗವಾಗಿತ್ತು. ಪ್ರದೀಪನಿಗೆ ಪದವಿಯೇ ಭೂಷಣವಾಗಿತ್ತು; ವಿನಯವೇ ಪದಕವಾಗಿತ್ತು.

ವಲಸಿಗರೊಂದಿಗೆ ಮೊದಲ ಬಾರಿಗೆ ಊಟ ಮಾಡುತ್ತಾ ಲೋಕಾಭಿರಾಮವಾಗಿ ಮಾತನಾಡುತ್ತಿರುವಾಗ, ವಿಕ್ರಮಸಿಂಹನು ಎಲ್ಲರನ್ನೂ ಉದ್ದೇಶಿಸಿ...

"ಮಿತ್ರರೇ, ವೈದ್ಯ ಪಂಡಿತರಿಗೆ ಗುರುತುಚೀಟಿ-ಪತ್ರಗಳು ಬಂದ ಕೂಡಲೇ, ಪ್ರಯಾಣಕ್ಕೆ ಸಿದ್ಧವಾಗಿ. ಇಲ್ಲಿ ಎಷ್ಟು ಬೇಕಾದರೂ ತಿಂದು ತೇಗಿ. ದಾರಿಯಲ್ಲಿ ಸಿಕ್ಕಿದ್ದನ್ನೆಲ್ಲಾ ತಿನ್ನಬೇಡಿ. ಈ ದೇಶಗಳಲ್ಲಿ ವಿಚಿತ್ರವಾದ ಅಂಟುಜಾಡ್ಯಗಳಿವೆ" ಎಂದು ಎಚ್ಚರಿಸಿದ.

ಅರ್ಜುನನು ವಿಶ್ವಾಸದಿಂದ "ವೈದ್ಯ ಪಂಡಿತರು ಇರ್ತಾರಪ್ಪ. ನಮಗೇಕೆ ಭಯ" ಎಂದು ಪ್ರದೀಪನನ್ನು ಉಬ್ಬಿಸಿದ. ಪ್ರದೀಪನು ನಗುತ್ತಾ "ನಿವಾರಣೆಗಿಂತ ರೋಗನಿರೋಧವೇ ಲೇಸು" ಎಂಬ ವೈದ್ಯೋಕ್ತಿ ಹೇಳಿದಾ, ಪ್ರಣಯ ಪ್ರವೀಣನಾಗಿದ್ದ ಅರ್ಜುನನು...

"ಪಂಡಿತ್-ಜೀ, ಅದಕ್ಕೆ ನಾನು ಯಾವಾಗಲೂ ನಿರೋದ್ ಉಪಯೋಗಿಸ್ತೀನಿ" ಎಂದು ಚಟಾಕಿ ಹಾರಿಸಿ ಎಲ್ಲರನ್ನೂ ನಗಿಸಿದ.

ಪ್ರತಿ ಗುರುವಾರ ಮತ್ತು ಭಾನುವಾರದಂದು ಬಾಬಾ ಮಂದಿರದಲ್ಲಿ ಉಚಿತವಾಗಿ ಹೊಟ್ಟೆ ತುಂಬುವಷ್ಟು ಪ್ರಸಾದ ಸಿಗುತ್ತಿತ್ತು. ಈ ಸಮಯದಲ್ಲಿ ವಲಸಿಗರೆಲ್ಲಾ ಸಾಯಿಬಾಬಾ ಭಕ್ತರಾಗಿ ಪ್ರಶಾಂತಿ ನಿಲಯಕ್ಕೆ ಹಾಜರಾಗುತ್ತಿದ್ದರು. ಆಗಾಗ ಪ್ರದೀಪ್ ಮತ್ತು ಸಂದೇಶರೂ ಬರುತ್ತಿದ್ದರು. ಅರ್ಜುನನು "ಮೈಸೂರುವಾಲ ಪೈಸೇವಾಲ" ಎಂದು ಪ್ರದೀಪ-ಸಂದೇಶರನ್ನು ಹೊಗಳುತ್ತಿದ್ದ. ಅಂತೂ-ಇಂತೂ ಪ್ರದೀಪನು ವಲಸಿಗರೆಲ್ಲಾ ಪ್ರಿಯನಾದಂತೆ, ಪ್ರದೀಪನಿಗೂ ಅವರ ಬಗ್ಗೆ ಪ್ರೀತಿಯಾದರಗಳು ಮೂಡಿದವು.

ಅಮೆಜಾನಿನ ನಯನ ಮನೋಹರ ಪ್ರಕೃತಿ, ವಲಸಿಗ ಮಿತ್ರರ ಹಾಸ್ಯಲಹರಿ, ಪ್ರಶಾಂತಿ ನಿಲಯದ ಸಾನ್ನಿಧ್ಯ... ಇವುಗಳ ನಡುವೆ ಪ್ರದೀಪನಿಗೆ ಪರದೇಶದಲ್ಲಿ ಕಾಲ ಹೋಗಿದ್ದೇ ಗೊತ್ತಾಗಲಿಲ್ಲ. ತನ್ನ ಭಾವೀಸತಿಗೆ ನೋಡಿದುದನ್ನೆಲ್ಲಾ ವರ್ಣಿಸುತ್ತಾ, ಪತ್ರಗಳನ್ನು, ಭಾವಚಿತ್ರಗಳನ್ನು ಕಳುಹಿಸುತ್ತಿದ್ದ.

ಮಾನೌಸ್ ನಗರ ಅಮೆಝಾನಿಯದ ಪ್ರೇಕ್ಷಣೀಯ ರಾಜಧಾನಿ. ಇಲ್ಲಿಂದ ಅನತಿ ದೂರದಲ್ಲಿ ಉತ್ತರದಿಂದ ಬರುವ ನೀಗ್ರೋ ನದಿ, ಅಮೆಝಾನ್ ಮಹಾನದಿಯನ್ನು ಸೇರುತ್ತದೆ. ಇದು ನಮ್ಮ ದೇಶದ ತ್ರಿವೇಣಿ ಸಂಗಮದಷ್ಟೆ ಪ್ರಸಿದ್ಧಿ. ಹೆಸರೇ ಸೂಚಿಸುವಂತೆ ನೀಗ್ರೋ ನದಿಯ ನೀರು ನಿಜವಾಗಿಯೂ ಕಪ್ಪು. ಆದರೆ ಅಮೆಝಾನ್ ನದಿಯ ನೀರು ಸಾಮಾನ್ಯ ನದಿಯ ನೀರನಂತೆ ತಿಳಿಗೆಂಪು. ಈ ಎರಡೂ ನದಿಗಳ ಸಂಗಮವನ್ನು ನೋಡುವುದು ಕಣ್ಣಿಗೆ ಹಬ್ಬ. ದೊಡ್ಡ ಪ್ರವಾಸಿ ಹಡಗುಗಳಲ್ಲಿ ಈ ಜಲಸಂಗಮಕ್ಕೆ ಪೇಕ್ಷಕರನ್ನು ಕೊಂಡೊಯ್ಯುತ್ತಾರೆ. ಅಮೆಜಾನ್ ನದಿಯ ವಿಶಾಲತೆಯನ್ನು ಕಣ್ಣಾರೆ ನೋಡಿ ಪ್ರದೀಪನು ಬೆರಗಾಗಿ ಹೋದ.

ಪಕ್ಕದಲ್ಲಿದ್ದ ಸಂದೇಶನಿಗೆ, "ಸಂದೇಶ್, ಅಮೆಜಾನ್ ದರ್ಶನ ಮಾಡಿಸಿದ್ದಕ್ಕೆ ಅನಂತ ಅನಂತ ಕೃತಜ್ಞತೆಗಳು" ಎಂದು ಹಸ್ತಲಾಘವ ಇತ್ತಾಗ ಪ್ರತಿಯಾಗಿ

ಸಂದೇಶ್, "ಪಂಡಿತ್ ಪ್ರದೀಪ್, ಇದೇನು. ಇಗ್ವಾಜು ಜಲಪಾತ ನೋಡಿ. ಅಮೇಲೇ ಹೇಳಿ ಅಮೆಜಾನ್ ಹೇಗಿದೆ ಅಂತ" ಎಂದ.

ಇದಾದ ಕೆಲವು ದಿನಗಳ ನಂತರ ಸಂದೇಶನೊಡನೆ ಇಗ್ವಾಜು ಜಲಪಾತ ನೋಡುವ ಸುಯೋಗವೂ ಪ್ರದೀಪನಿಗೆ ಒದಗಿ ಬಂತು. ಇಗ್ವಾಜು ಒಂದು ಜಲಪಾತವಲ್ಲ. ಮಹಾ ಜಲಪಾತ-ಝರಿಸ್ತೋಮ. ಎರಡು ಮೈಲಿ ಅಗಲದ ಪ್ರಪಾತದಿಂದ, ಇನ್ನೂರು ಜಲಪಾತಗಳು-ಝರಿಗಳು ಮುನ್ನೂರು ಅಡಿ ಆಳದ ಕಮರಿಗೆ ದುಮುಕಿ, ಬೃಹತ್ ಕಾಮನಬಿಲ್ಲನ್ನು ಮೂಡಿಸಿ, ಜಲ ನೀಡುವ ಬಾನ್ದೇವಿಗೆ ವಂದಿಸುತ್ತವೆ. ಪ್ರದೀಪನು ಈ ದೃಶ್ಯವನ್ನು ನೋಡಿ ಕರಗಿ ಹೋದ. ಪ್ರದೀಪ ಪ್ರಕೃತಿಯ ಮಡಿಲಲ್ಲಿ ಮಗುವಾಗಿದ್ದ. ಅಮೆಜಾನ್ ಜಲರಾಶಿಯ ಭೋರ್ಗರೆವ ಶಬ್ದ ಕಿವಿಯನ್ನು ಕೊಚ್ಚುವಂತಿದ್ದರೂ, ಅದ್ಭುತಾನಂದ ನೀಡಿತ್ತು. ಪ್ರದೀಪನು ದಂಗಾಗಿ ನೋಡುತ್ತಾ ಇರುವಾಗ ಸಂದೇಶನು...

"ಪ್ರದೀಪ್ ಮದುವೆ ಆದ ಮೇಲೇ ನಿಮ್ಮ ಹೆಂಡತಿ ಜೊತೆ ಇಲ್ಲಿ ಮಧುಚಂದ್ರಕ್ಕೆ ಬನ್ನಿ" ಎಂದು ಚುಡಾಯಿಸುತ್ತಾ ಹೇಳಿದ.

"ನನ್ನ ಹೆಂಡತಿ ಮಕ್ಕಳಿಗೇನು, ಇಡೀ ಜಗತ್ತಿನ ಜನಕ್ಕೆ ಈ ದೃಶ್ಯವನ್ನು ತೋರಿಸಬೇಕು" ಎಂದು ಯಾಂತ್ರಿಕವಾಗಿ ತನಗರಿಯದಂತೆಯೇ ಉತ್ತರಿಸಿದ. ಅದ್ಭುತಾನಂದ ಸ್ವಾರ್ಥವನ್ನು ಅಳಿಸಿತ್ತು; ನಿಸ್ವಾರ್ಥವನ್ನು ಉಳಿಸಿತ್ತು.

ತರುವಾಯ ಮಾತನಾಡುತ್ತಿರುವಾಗ ಸಂದೇಶನು, "ಪ್ರದೀಪ್, ಪ್ರಕೃತಿ-ಶ್ರೀಮಂತಿಕೆಗೆ ಯಾವ ಶ್ರೀಮಂತಿಕೆಯೂ ಸಾಟಿಯಿಲ್ಲ. ದಕ್ಷಿಣ ಅಮೇರಿಕಾ ಆರ್ಥಿಕವಾಗಿ ಬಡದೇಶ, ಆದರೆ ಪ್ರಾಕೃತಿಕವಾಗಿ ಶ್ರೀಮಂತ ದೇಶ".

ಸಂದೇಶನ ಮಾತುಗಳನ್ನು ಮೆಲಕುಹಾಕುತ್ತಾ ಪ್ರದೀಪನಿಗೆ "ಈ ದೇಶದಲ್ಲಿಯೇ ಯಾಕೆ ವೈದ್ಯ ವೃತ್ತಿಯನ್ನು ಮಾಡಬಾರದು" ಎಂಬ ಯೋಚನೆ ಬಂತಾದರೂ, ಅಮೆಝಾನಿಯಾದಲ್ಲಿ ಪೋರ್ಚುಗೀಸ್ ಭಾಷೆಯನ್ನು ಕಲಿತು, ವೈದ್ಯ ಪರೀಕ್ಷೆಗಳಲ್ಲಿ ಉತ್ತೀರ್ಣನಾಗುವುದು ಅಸಂಭವ ಮತ್ತು ಅಸಾಧ್ಯವೆನಿಸಿತು. ಆದರೇನು ಅವನ ಸ್ಮೃತಿಪಟಲದಲ್ಲಿ ಅಮೆಝಾನ್ ಅಚ್ಚಳಿಯದ ಮುದ್ರೆಯನ್ನು ಒತ್ತಿತ್ತು.

ಅಮೆಜ್ಹಾನಿನ ಅಮೋಘತೆಯ ಅಮಲಿನಲ್ಲಿರುವಾಗಲೇ ಪ್ರದೀಪನಿಗೆ ವಿಕ್ರಮಸಿಂಹನಿಂದ ವಲಸೆಯ ಸೂಚನೆ ಬಂದಿತು. ಮೊದಲನೆಯ ದಿನ "ಹೇಗೆ ಇಲ್ಲಿ ಒಂದು ತಿಂಗಳ ಕಾಲ ಕಳೆಯುವುದು?" ಎಂದುಕೊಂಡಿದ್ದ ಪ್ರದೀಪನಿಗೆ ಈಗ ಹೊರಡುವ ಸಂಕಟ. ತಿಂಗಳ ಅವಧಿಯಲ್ಲಿ ತನಗೆ ಆಪ್ತ ಸ್ನೇಹಿತನಾಗಿದ್ದ ಸಂದೇಶನಿಂದ ಬೀಳ್ಕೊಡುವಾಗ, ಬೆಂಗಳೂರಿನಿಂದ ಬಂಧುಬಳಗದವರನ್ನು ಬೀಳ್ಕೊಡುವಷ್ಟೇ ಸಂಕಟವಾಯಿತು. ಹೊರಡುವಾಗ ಸಂದೇಶನ ಸಾಧನೆಯನ್ನು ಕೊಂಡಾಡುತ್ತಾ ಪ್ರದೀಪನು... "ಸಂದೇಶ್, ನಿಮ್ಮ ಪ್ರಕೃತಿ ಸಂರಕ್ಷಣಾ ಚಿಂತನೆಗಳು, ಸಾಕ್ಷ್ಯಚಿತ್ರಗಳು ಪ್ರಪಂಚದಲ್ಲೆಲ್ಲಾ ಅನುರಣಿತವಾಗಲಿ. ನೀವು ಬರಿ ಕನ್ನಡ ತಾಯಿಯ-ಭಾರತ ಮಾತೆಯ ಹೆಮ್ಮೆಯ ಪುತ್ರರಲ್ಲಾ, ಭೂಮಾತೆಯ ಸುಪುತ್ರ" ಎಂದ.

ಸಂದೇಶ ಕೂಡಾ ಅಷ್ಟೇ ಆಪ್ಯಾಯಮಾನವಾಗಿ ಪ್ರದೀಪನಿಗೆ ಪ್ರೀತಿಯಿಂದ ಹರಸಿ "ಅನಂತ ಅನಂತ ಧನ್ಯವಾದಗಳು, ವೈದ್ಯ ಪಂಡಿತರೆ" ಎಂದ. "ಪ್ರದೀಪ್, ದೇಶಾಂತರ ವಲಸೆ ಅಂದರೆ ದಾರಿಯಲ್ಲಿ ಅನಿರೀಕ್ಷಿತ ಅಡಚಣೆಗಳು ಬರ್ತವೆ. ವಲಸೆದಾರರು ಒಂದು ವಾರ ಅಂದರೆ, ಎರಡು ವಾರ ಆಗಬಹುದು; ಒಂದು ಮೈಲಿ ಅಂದರೆ, ಐದು ಮೈಲಿ ಇರಬಹುದು. ಯಾವ ಕಾರಣಕ್ಕೂ ವಲಸೆದಾರರೊಡನೆ ಕಿತ್ತಾಡಬೇಡಿ." ಎಂದು ಎಚ್ಚರಿಸಿದ. ತರುವಾಯ ತನ್ನ ವಿಳಾಸ-ದೂರವಾಣಿಗಳನ್ನು ಕೊಟ್ಟು ಸದಾ ಸಂಪರ್ಕದಲ್ಲಿರಲು ಉತ್ತೇಜಿಸುತ್ತಾ, "ಏನಾದರೂ ತುರ್ತು ಪರಿಸ್ಥಿತಿ ಉದ್ಭವಿಸಿದರೆ, ಸಂಕೋಚಪಡದೆ ತಿಳಿಸಿ. ನನ್ನ ಕೈಲಾದ ಸಹಾಯ ಮಾಡ್ತೀನಿ" ಎಂದು ಆಶ್ವಾಸನೆ ನೀಡುತ್ತಾ ಬೀಳ್ಕೊಂಡ.

****

ಅಮೆರಿಕಾ–ಕನಸು–3

ಆಂಡೀಸಿನ ಅಡಿಯಲ್ಲಿ

ಹಲವಾರು ದಿನಗಳಿಂದ "ಭಾರತೀಪುರ"ದಲ್ಲಿ ವೃಥಾ ಕಾಲಹರಣ ಮಾಡುತ್ತಾ ಬೇಸತ್ತಿದ್ದ ವಲಸಿಗರಿಗೆ ಅಮೇರಿಕಾಭಿಮುಖವಾಗಿ ಪ್ರಯಾಣ ಮಾಡುವ ಸುದ್ದಿ ಸಹಜವಾಗಿ ಹರ್ಷ ತಂದಿತ್ತು. ಯಶವಂತ ಸಿಂಹನ ಆದೇಶದ ಮೇರೆಗೆ, ಕಾರ್ಲೊಸ್ ಗೆರೆರೊ ಎಂಬ ವಲಸಿಗರೊಡನೆ ಎಲ್ಲರನ್ನು ಮೆಕ್ಸಿಕೊಗೆ ಕಳುಹಿಸುವ ಏರ್ಪಾಟನ್ನು ವಿಕ್ರಮ ಸಿಂಹ ಮಾಡಿದ್ದ. ಪ್ರಯಾಣದ ಖರ್ಚುವೆಚ್ಚಗಳೆಲ್ಲಾ ಕಾರ್ಲೊಸನೇ ವಹಿಸಿಕೊಳ್ಳಬೇಕೆಂದು ಒಪ್ಪಂದವಾಗಿತ್ತು. ಕಾರ್ಲೊಸ್ ಗೆರೆರೊ, ಕೊಲಂಬಿಯ ದೇಶದ ನಿವಾಸಿಯಾಗಿ, ಹಿಂದೆ ಕೊಕೈನ್–ಮದ್ದನ್ನು ಸಾಗಿಸುವ ಕೆಲಸ ಮಾಡಿ, ಕಳ್ಳದಾರಿಗಳನ್ನು ಅರಿತವನಾಗಿದ್ದು, ಗಡಿಪಾರಾಗುವ ಗರಡಿಯಲ್ಲಿ ನುರಿತವನಾಗಿದ್ದ.

ಮಾನೌಸ್‌ನಿಂದ ಹೊರಡಲು ಎಲ್ಲರೂ ಬಹಳ ಉತ್ಸಾಹದಿಂದ ತುದಿಗಾಲಿನಲ್ಲಿ ನಿಂತಿದ್ದರು. ವಿಕ್ರಮಸಿಂಹನು ಐದು ಜನ ಭಾರತೀಯ ವಲಸಿಗರನ್ನು ಮಹಾಭಾರತದ ಪಂಚಪಾಂಡವರಿಗೆ ಹೋಲಿಸುತ್ತಾ ಹಾಸ್ಯಮಯವಾಗಿ 'ಪಾಂಡವರು' ಎಂದು ಕಾರ್ಲೋಸನಿಗೆ ಪರಿಚಯಿಸುತ್ತಾ "ಪ್ರದೀಪ್ ಕುಮಾರ್, ವೈದ್ಯ ಪಂಡಿತ" ಎಂದು ಉಲ್ಲೇಖಿಸಿದಾಗ, "ಬಹಳ ಒಳ್ಳೆಯದು" ಎಂದು ಕೈಕುಲುಕುತ್ತಾ ಕಾರ್ಲೋಸನು "ಪಂಡಿತ್ ಪ್ರದೀಪ್, ನಮ್ಮ ಸಾಹಸ ಅಮೋಘ" ಎಂದು ಮೆಚ್ಚುಗೆಯನ್ನು ಸೂಚಿಸಿದ. ಅರ್ಜುನನನ್ನು ಉದ್ದೇಶಿಸಿ, "ಕಾರ್ಲೋಸ್, ಇವನು ನಿಜವಾಗಿಯೂ ಅರ್ಜುನನೇ, ಆದರೆ ಆತುರದ ಬುದ್ಧಿ. ರಸಿಕ, ಸ್ತ್ರೀಲೋಲಾ" ಎಂದು ಬಿಚ್ಚುಮನಸ್ಸಿನಿಂದಲೇ ಹೇಳಿದ. ಹೆಸರಿಗೆ ತಕ್ಕಂತೆ ಅರ್ಜುನ ಸಿಂಹ, ಸ್ಫುರದ್ರೂಪಿಯೂ, ಸಾಹಸವಂತನೂ, ರಸಿಕರಾಜನೂ ವಾಚಾಳಿಯೂ ಆಗಿದ್ದ. ರಾಜಬೀರ್ ಸಿಂಹನು ಅರ್ಜುನನ ಆಪ್ತ ಅನುಯಾಯಿ, ಮಿತ ಭಾಷಿ, ನಿಧಾನ ಮನೋಭಾವದವ. ಎಲ್ಲರಿಗಿಂತಲೂ ಹಿರಿಯವನಾದ ವಿಜಯನ್ ಬಹಳ ಜಾಗರೂಕ ಮತ್ತು ಪಕ್ಕಾ ವ್ಯವಹಾರಿ. ಕಿರಿಯವನಾದ ಸೆಲ್ವಮ್ ಚತುರ. ವಿದ್ಯಾ

ಬುದ್ಧಿಯಲ್ಲಿ, ನಯವಿನಯಗಳಲ್ಲಿ, ದುಡ್ಡುಕಾಸಿನಲ್ಲಿ, ಗುಣಲಕ್ಷಣಗಳಲ್ಲಿ, ಪ್ರದೀಪನೇ ಧರ್ಮರಾಯನಾಗಿದ್ದ.

ಪ್ರಯಾಣ ಬಹುಮಟ್ಟಿಗೆ ಸಾರ್ವಜನಿಕ ವಾಹನಗಳಲ್ಲಿ, ಸಮಸ್ತ ಅಮೇರಿಕಾ ಹೆದ್ದಾರಿಯಲ್ಲಿ ಹೋಗಬೇಕೆಂದು ಯೋಜಿಸಿದ್ದರೂ, ಗಡಿ ಪ್ರದೇಶಗಳಲ್ಲಿ ಕಾಲುನಡಿಗೆಯಲ್ಲಿ ಪ್ರಯಾಣ ಮಾಡಬೇಕಾಗುವ ಸನ್ನಿವೇಶ ಬರುತ್ತದೆಯೆಂದು ಕಾರ್ಲೋಸನು ಎಲ್ಲರಿಗೂ ಎಚ್ಚರಿಸಿ, ಒಂದೇ ಒಂದು ಕೈಪೆಟ್ಟಿಗೆಯನ್ನು ಮಾತ್ರ ತರಬೇಕೆಂದು ಎಲ್ಲರಿಗೂ ಸೂಚಿಸಿದ. ಹೋಗುತ್ತಿರುವಾಗ ದಾರಿಯಲ್ಲಿ ಬೇರೆ ದೇಶಗಳ ವಲಸಿಗರೊಡನೆ ಬೆರೆತು ಪ್ರಯಾಣ ಮಾಡುವ ಕಾರಣದಿಂದ, ಹಲವಾರು ವಲಸಿಗರು ಕಳ್ಳರೂ ಆಗಿರುವುದರಿಂದ, ಹಣದ ಬಗ್ಗೆ ಮತ್ತು ಅಮೂಲ್ಯ ವಸ್ತುಗಳ ಬಗ್ಗೆ ಯಾವಾಗಲೂ ಕಣ್ಣಿಡಬೇಕೆಂದು ತಿಳಿಸಿದ.

ಮಾನೋಸ್‌ನಿಂದ ಹೊರಡುವಾಗ ವಿಕ್ರಮಸಿಂಹನು ಹಾಸ್ಯವಾಗಿ ಪ್ರದೀಪ, ಅರ್ಜುನ್, ರಾಜಬೀರ್, ಸೆಲ್ವಮ್, ಮತ್ತು ವಿಜಯನ್‌ರವರನ್ನು ಉದ್ದೇಶಿಸಿ, "ಕಾರ್ಲೋಸ್, ಇವರೆಲ್ಲಾ ನನಗೆ ಸ್ವಂತ ತಮ್ಮಂದಿರ ಹಾಗೆ. ಈ ಪಂಚ ಪಾಂಡವರನ್ನು ಸುರಕ್ಷಿತವಾಗಿ ಸ್ವರ್ಗಕ್ಕೆ ಸೇರಿಸಬೇಕು" ಎಂದು ಆಗ್ರಹ ಮಾಡಿದಾಗ, ವಾಚಾಳಿ ಅರ್ಜುನನು ವಿಕ್ರಮನನ್ನು ಉದ್ದೇಶಿಸಿ, ಕಾರ್ಲೋಸನಿಗೆ "ಹೌದು ಕಾರ್ಲೋಸ್, ವಿಕ್ರಮನೇ ನಮ್ಮ ದೊಡ್ಡಣ್ಣ ಕರ್ಣ. ದಾನಶೂರ. ಅದಕ್ಕೆ ನಮ್ಮನ್ನೆಲ್ಲಾ ನಿನಗೆ ದಾನ ಮಾಡ್ತಿದ್ದಾನೆ" ಎಂದು ತಮಾಷೆ ಮಾಡಿದ. ಪ್ರದೀಪನೂ ಉತ್ತೇಜಿತನಾಗಿ ಕಾರ್ಲೋಸನಿಗೆ, "ಕಾರ್ಲೋಸ್, ನೀನೇ ನಮ್ಮ ಶ್ರೀಕೃಷ್ಣ ಪರಮಾತ್ಮ" ಎಂದು ಹೊಗಳಿ ಉಬ್ಬಿಸಿ ಎಲ್ಲರನ್ನು ನಗಿಸಿದ.

ಪಾಂಡವರನ್ನು ಭಾರತೀಯರನ್ನಾಗಿ ಪೆರು ದೇಶಕ್ಕೆ ಸಾಗಿಸಬೇಕಾದರೆ ಅವರಿಗೆಲ್ಲಾ ಪೆರುದೇಶದ ವಿದೇಶಾನುಮತಿಯನ್ನು ಭಾರತೀಯ ಪಾಸ್‌ಪೋರ್ಟ್‌ನಲ್ಲಿ ನಮೂದಿಸರಬೇಕು. ಅಕ್ರಮ ವಲಸಿಗರಿಗೆ ಹಾಗೂ ವಲಸೆದಾರರಿಗೆ ಇದೊಂದು ತಲೆ ಬೇನೆ. ಮುಂದೆ ಗಡಿ ಬಾಗಿಲಲ್ಲಿ ಅಕಸ್ಮಾತ್ ಪಾಂಡವರು ಸಿಕ್ಕಿಹಾಕಿಕೊಂಡರೆ ಅವರನ್ನೆಲ್ಲಾ ಭಾರತೀಯ ರಾಯಭಾರಿಯ ಅಧೀನಕ್ಕೆ ಒಳಪಡಿಸಿ ಅವರನ್ನೆಲ್ಲಾ ಭಾರತಕ್ಕೆ ಗಡೀಪಾರು ಮಾಡುವುದು ಅಧಿಕೃತ ಕ್ರಮವಾಗಿರುತ್ತದೆ. ಇಂತಹ ಸಂಭವವನ್ನು ತಪ್ಪಿಸಲು ಕಾರ್ಲೋಸನು ಪಾಂಡವರಿಗೆಲ್ಲಾ ಅಮೆಝೋನಿಯಾ ದೇಶದ ನಕಲಿ ಗುರುತುಪತ್ರಗಳನ್ನು ಮಾಡಿಸಿದ್ದ. ಪೆರು ದೇಶದ ಗಡಿಯಲ್ಲಿ ಪಾಂಡವರೆಲ್ಲರೂ ಗಡಿ

ಕಾವಲುದಾರರಿಗೆ ಸಿಕ್ಕಿ ಹಾಕಿಕೊಂಡರೂ, ಅವರನ್ನು ಮತ್ತೆ ಅಮೆಝೋನಿಯಾಗೆ ಹಿಂತಿರುಗಿಸುತ್ತಾರೆಯೇ ಹೊರತು ಭಾರತಕ್ಕೆ ರವಾನೆ ಹಾಕುವುದಿಲ್ಲ.

ಕಾರ್ಲೋಸನು ಪೆರು ದೇಶದ ಗುರುತುಚೀಟಿಗಳನ್ನು-ಪಾಸ್‌ಪೋರ್ಟ್‌ಗಳನ್ನು ಪಾಂಡವರಿಗೆ ಹಂಚುತ್ತಾ, "ಮಿತ್ರರೇ, ಈಗ ನೀವೆಲ್ಲಾ ಅಮೆಜಾನಿಯ ಇಂಡಿಯನ್ಸ್. ಸೂರ್ಯವಂಶಿಗಳು". ಅಮೆಝೋನಿಯಾ ಮೂಲನಿವಾಸಿಗಳ ಪರಂಪರೆಯನ್ನು ಪರಿಚಯಿಸಿದ. ಪ್ರತಿಯಾಗಿ ವಿಕ್ರಮನು "ರವಿಕುಮಾರರು ಅಂದರೆ ರಘುಕುಲದವರು, ಶ್ರೀರಾಮಚಂದ್ರನ ಹಾಗೆ" ಎಂದು ಅಮೆಝೋನಿಯಾ ದೇಶದ ಪರಂಪರೆಗೆ ಭಾರತದ ದೇಶದ ಪರಂಪರೆಯನ್ನು ಬೆರೆಸಿದ.

"ಹಂಗಾದರೆ ಈವತ್ತಿನಿಂದ ನಮ್ಮ ಹದಿನಾಲಕ್ಕು ವರ್ಷ ವನವಾಸ ಪ್ರಾರಂಭಾನಾ?" ಎನ್ನುತ್ತ ವಿಜಯನ್ ವಲಸೆಯ ಕಷ್ಟ-ಸುಖಗಳಿಗೆ ರಾಮಾಯಣದ ಬಣ್ಣವನ್ನು ಬಳಿದ.

"ಇಲ್ಲಪ್ಪ. ಕೇವಲ ಹದಿನಾಲ್ಕು ವಾರ" ಎಂದು ಅರ್ಜುನ ವನವಾಸವನ್ನು ಲಘುವಾಗಿಸಿದ.

ಅಂತೂ ಸ್ನೇಹದ ಕಡಲಲ್ಲಿ, ನಗುವಿನ ಅಲೆಗಳಲ್ಲಿ, "ಪಾಂಡವರ ವನವಾಸ" ಪ್ರಾರಂಭವಾಯಿತು.

ಶ್ರೀಕೃಷ್ಣ-ಪಾಂಡವರ ತಂಡ ಮಾನೋಸ್‌ನಿಂದ ನೈಋತ್ಯಾಭಿಮುಖವಾಗಿ ಅಮೆಝಾನಿನ ದಟ್ಟಕಾಡಿನ ಮಧ್ಯೆ ಹಾಯ್ದುಹೋಗುವ ರಾಷ್ಟ್ರೀಯ ಹೆದ್ದಾರಿಯಲ್ಲಿ, ಪೋರ್ಟೋ ವೇಹೋ ಮತ್ತು ರಿಯೋ ಬ್ರಾಂಕೋ ಪಟ್ಟಣಗಳ ಮೂಲಕ, ಪೆರು ದೇಶದೆಡೆಗೆ ಸಾರ್ವಜನಿಕ ವಾಹನದಲ್ಲಿ ಪ್ರಯಾಣವನ್ನಾರಂಭಿಸಿತ್ತು. ವಾಹನಗಳು ಸುಸಜ್ಜಿತವಾಗಿ ಸೌಲಭ್ಯದಿಂದ ಕೂಡಿದ್ದವು. ವಾಹನಕ್ಕೆ ತಕ್ಕ ರಸ್ತೆಗಳಿರಲಿಲ್ಲ. ಇಡೀ ದಿನ ಮತ್ತು ಇಡೀರಾತ್ರಿ ಪ್ರಯಾಣದ ನಂತರ ತಂಡ ರಿಯೋ ಬ್ರಾಂಕೋ ಪಟ್ಟಣ ತಲುಪಿತ್ತು.

ಅಮೆಝಾನಿಯದ ಪಶ್ಚಿಮ ಭಾಗದಲ್ಲಿ, ಪೆರು ದೇಶದಿಂದ ಅನತಿದೂರದಲ್ಲಿರುವ ರಿಯೋ ಬ್ರಾಂಕೋ ನಗರ, ಅಮೆಝಾನಿಯಾದ ಖಾಂಡವ ವನ. ಮರಗಳನ್ನು ಕಡಿದುಹಾಕಿ, ಉಳಿದಿರುವ ಗಿಡಗಳನ್ನು ಅಗ್ನಿದೇವನಿಗೆ ಆಹುತಿಕೊಟ್ಟು, ಭೂಮಾತೆಯನ್ನು ದಹಿಸುವ ದೃಶ್ಯ ನೂರಾರು ಮೈಲಿ ಎತ್ತರದಲ್ಲಿರುವ ಉಪಗ್ರಹಗಳಿಗೂ ಕಾಣುವಷ್ಟು ವ್ಯಾಪಕವಾಗಿದೆ. ರಿಯೋ ಬ್ರಾಂಕೋ ನಗರವನ್ನು ಸಮೀಪಿಸುತ್ತಿದ್ದಂತೆ ಸುಟ್ಟ ಮರಗಳ ಸೂತಕದ ಕಂಪು, ಬಿಳಿಯ ಮೋಡಗಳಂತೆ ನೀಲಾಕಾಶದಲ್ಲಿ ಮಡುಗಟ್ಟುವ ಕಾಡ್ಗಿಚ್ಚಿನ ಹೊಗೆ, ಅಮೋಘ ಅಮೆಝಾನಿನ ಘೋರ ಸ್ಮಶಾನವನ್ನು ಬಹಿರಂಗಪಡಿಸುತ್ತಿತ್ತು.

ಹಿಂದೊಮ್ಮೆ ಮರಗಳಿಂದ ರಬ್ಬರ್-ರಸವನ್ನು ಸಂಗ್ರಹಿಸುವ ಅರಣ್ಯೋದ್ಯಮದ ರಾಜಧಾನಿಯಾಗಿದ್ದ ರಿಯೋ ಬ್ರಾಂಕೋ, ಪೆಟ್ರೋಲಿಯಂ-ಕಚ್ಚಾವಸ್ತುಗಳಿಂದ ರಬ್ಬರನ್ನು ಕೃತಕವಾಗಿ ತಯಾರಿಸಲು ಪ್ರಾರಂಭಿಸಿದ ನಂತರ, ಆರ್ಥಿಕವಾಗಿ ನೆಲಕಚ್ಚಿತ್ತು. ಕಂಗಾಲಾದ ಜನರು ಸಾಗುವಳಿಗೆಂದು ಅರಣ್ಯನಾಶ ಮಾಡುವುದು ತಮಗೆ ದೇವರು ಕೊಟ್ಟ ವರವೆಂದು ಪರಿಭಾವಿಸಿದರು. ಅಮೆಜಾನಿಯಾ ದೇಶದ ಆಡಳಿತ, ಹೇಗಾದರೂ "ಬದುಕಿಕೊಳ್ಳಿ ನಮ್ಮಿಂದ ಯಾವ ನೆರವನ್ನೂ ಕೇಳಬೇಡಿ" ಎಂದು ಸ್ವೇಚ್ಛಾಚಾರಕ್ಕೆ ಹಸಿರು ಬಾವುಟ ತೋರಿಸಿದ ನಂತರ, 'ಹಸಿರು ಕ್ರಾಂತಿ' ಆರಂಭವಾಯಿತು. ನಿತ್ಯಹರಿದ್ವರ್ಣದ ಕಾಡು, ಹತ್ತಿ ಉರಿಯುವ ಸುಡುಗಾಡಾಯಿತು. ಸಮಯಸಾಧಕರಾದ ಬಂಡವಾಳಶಾಹಿಗಳು "ವ್ಯವಸಾಯೋದ್ಯಮ ಸಂಸ್ಥೆ"ಗಳ ಲಾಂಛನದಲ್ಲಿ, ಅಮೆಝಾನಿಯಾದ ಅಧಿಕಾರಿಗಳನ್ನು ಲಂಚಕೊಟ್ಟು ಒಲಿಸಿಕೊಂಡು, ಚದರ ಮೈಲಿಗಟ್ಟಲೇ ಅರಣ್ಯವನ್ನು ಆಕ್ರಮಿಸಿ, ಪ್ರಕೃತಿಗೆ ಪ್ರಳಯಾಂತಕರಾದರು. ಸಾವಿರಾರು ವರ್ಷಗಳಿಂದ ಅರಣ್ಯನಿವಾಸಿಗಳಾಗಿದ್ದ ಅಮೆಜಾನ್ ಇಂಡಿಯನ್ನರ ಮನೆ-ಮಠಗಳನ್ನೂ, ಗುಡಿ-ಗೋಪುರಗಳನ್ನು, ನಿರ್ನಾಮ ಮಾಡಲಾರಂಭಿಸಿದರು. ದುಡ್ಡಿಲ್ಲದವರ ಹತಾಶೆ, ದುಡ್ಡಿರುವವರ ದುರಾಶೆ, ಅಮೆಜಾನಿಗೆ ಶಾಪವಾಯಿತು.

ಅಮೆಜಾನಿನ ಆಕ್ರಂದನಕ್ಕೆ, ಮೂಲ ನಿವಾಸಿಗಳ ಕಣ್ಣೀರಿಗೆ ಕರಗಿದ, ಪರಿಸರ ವಿಜ್ಞಾನಿ ಮತ್ತು ಕಾರ್ಮಿಕ ಸಂಘಟನೆಕಾರ ಚೀಕೋ ಮೆಂಡೇಝ್, ಬಂಡವಾಳಶಾಹಿಗಳೊಡನೆ ಬಂಡಾಯ ಎಬ್ಬಿಸಿ, ಸರಕಾರದೊಡನೆ ಆಂದೋಲನ ನಡೆಸಿ, ಕೊನೆಗೆ ದುರಾಕ್ರಮಣಕಾರರ ಕ್ರೋಧಕ್ಕೆ ಬಲಿಯಾದ. ಚೀಕೋ ಮೆಂಡೇಝ್ ಹುತಾತ್ಮನಾದ ಸುದ್ದಿ, ವಿಶದಾದ್ಯಂತ ಪರಿಸರಪ್ರಿಯರನ್ನು ಪ್ರಕೃತಿ ಸಂರಕ್ಷಕರನ್ನು, ಕೆರಳಿಸಿ ರೊಚ್ಚಿಗೆಬ್ಬಿಸಿತು. ವಿಶ್ವಸಂಸ್ಥೆಗೂ ಬಿಸಿಮುಟ್ಟಿತು.

ಅಮೆಜಾನಿಯಾ ಸರಕಾರದ ಮೇಲೆ ಆರೋಪಣೆಗಳ, ಆಪಾದನೆಗಳ ಸುರಿಮಳೆಯಾಯಿತು. ವಿಧಿಯಿಲ್ಲದೆ ಅಮೆಜಾನಿಯಾ ಸರಕಾರ, ಚೀಕೋ ಮೆಂಡೇಝ್ ಹಂತಕರನ್ನು ಹಿಡಿದು ಶಿಕ್ಷೆಗೆ ಗುರಿಪಡಿಸಿ, "ಚೀಕೋ ಮೆಂಡೇಝ್ ಸಂರಕ್ಷಿತ ಅರಣ್ಯ"ವನ್ನು ಸ್ಥಾಪಿಸಿತು. ಚೀಕೋ ಮೆಂಡೇಝ್ ನಿಜವಾಗಿಯೂ ಅಮೆಜಾನಿನ ಮಹಾತ್ಮ.

ರಿಯೋ ಬ್ರಾಂಕೋ ನಗರದ ಮತ್ತೊಂದು ವಿಶೇಷ, "ಸಾಂಟೋ ಡೈಮ್" ಎಂಬ ಪ್ರಕೃತಿ ಆರಾಧಕ ಧರ್ಮ. ರೈಮುಂಡೋ ಎಂಬ ಅಮೆಜಾನ್ ಇಂಡಿಯನ್ ನಾಟಿ ವೈದ್ಯ (ಶಮಾನ್)ದಿಂದ ಪ್ರೇರಣೆಗೊಂಡು ಅಸ್ತಿತ್ವಕ್ಕೆ ಬಂದ "ಸಾಂಟೋ ಡೈಮ್" ಪ್ರಕಾರ ಅರಣ್ಯ ನಾಶ ಧರ್ಮವಿರೋಧಿ ಕೃತ್ಯ. ಈ ಧರ್ಮದ ಅನುಯಾಯಿಗಳು ಧ್ಯಾನೋದ್ದೀಪನೆಗೆ ಆಯವಾಸ್ಕ ಎಂಬ ಅಫೀಮಿನಂತಹ ಗಿಡಬಳ್ಳಿಯ ಕಷಾಯವನ್ನು ಸೇವಿಸುತ್ತಾರೆ. ಇದನ್ನು ದುರಾಚಾರವೆಂದು ಹಲವಾರು ವಲಯದ ಜನ ಖಂಡಿಸುತ್ತಾರಾದರೂ, ನಿಸ್ಸಂದೇಹವಾಗಿ "ಸಾಂಟೋ ಧರ್ಮ" ಪ್ರಚಾರ ಮಾಡುತ್ತಿರುವ ಸಸ್ಯ ಸಂರಕ್ಷಣೆ ಶ್ಲಾಘನೀಯ ಕಾರ್ಯ.

ಮುಂಜಾನೆ ಒಂಬತ್ತು ಗಂಟೆಯ ಸುಮಾರಿಗೆ ರಿಯೋ ಬ್ರಾಂಕೋವನ್ನು ತಲುಪಿದ ಪಾಂಡವರು, ರಾತ್ರಿಯಲ್ಲಾ ನಿದ್ದೆಗೆಟ್ಟು ಪ್ರಯಾಣ ಮಾಡಿದ್ದರಿಂದ, ವಾಹನದಿಂದ ಕೆಳಗಿಳಿದು ಕಾಲು-ಕೈಗಳನ್ನು ಆಡಿಸುವುದೇ ಒಂದು ಉಲ್ಲಾಸವಾಗಿತ್ತು. ರಿಯೋ ಬ್ರಾಂಕೋದಲ್ಲಿ ಒಂದು ದಿನ ತಂಗಿದ್ದು, ಮಾರನೆಯ ದಿನ ಪ್ರಯಾಣವನ್ನು ಮುಂದುವರಿಸಬೇಕೆಂದು ಕಾರ್ಲೋಸ್ ಪಾಂಡವರೆಲ್ಲರಿಗೂ ತಿಳಿಸಿ, ರಾತ್ರಿ ಉಳಿದುಕೊಳ್ಳಲು, ತನಗೆ ತಿಳಿದವರೊಬ್ಬರ ಮನೆಯಲ್ಲಿ ವಸತಿ ವ್ಯವಸ್ಥೆ ಮಾಡಿದ್ದ. ವಾಹನ ತಾಣದಲ್ಲಿ ಎಲ್ಲರೂ ಇಳಿದು ಬರುತ್ತಿರುವಾಗ ಮುಖ್ಯರಸ್ತೆಗಳು ಕವಲಾಗುವ ವೃತ್ತದ ಮಧ್ಯದಲ್ಲಿ ಚೀಕೋ ಮೆಂಡೇಝ್‌ರವರ ದೊಡ್ಡ ವಿಗ್ರಹವನ್ನು ನಿಲ್ಲಿಸಿ, ಅವರ ಪರಿಚಯ ಮತ್ತು ಸಾಧನೆಯನ್ನು ಶಿಲಾಫಲಕದ ಮೇಲೆ ಕೆತ್ತಿದ್ದರು. ಪ್ರದೀಪನು ಆ ಮಹಾತ್ಮನ ಪುತ್ಥಳಿಯನ್ನು ಮೆಚ್ಚಿಗೆಯಿಂದ ನೋಡುತ್ತಾ ಮೈಮರೆತಿರುವಾಗ, ಕಾರ್ಲೋಸನು ಹತ್ತಿರ ಬಂದು... "ಪ್ರದೀಪ್ ಇಲ್ಲಿಂದ ಮೂವತ್ತು ಕಿಲೋಮೀಟರ್ ದೂರದಲ್ಲಿ ಚಿಕೋ ಮೆಂಡೇಝ್ ಸಂರಕ್ಷಿತ ಅರಣ್ಯ ಇದೆ" ಎಂದು ಮಾಹಿತಿ ನೀಡಿದ.

ಕಾರ್ಲೋಸನು ಎಲ್ಲರನ್ನು ತನ್ನ ಗೆಳೆಯ ಮಾನವೆಲ್ ಮನೆಗೆ ಕರೆದುಕೊಂಡು ಹೋಗಿ, ಪರಿಚಯ ಮಾಡಿಸಿ, ಸುಧಾರಿಸಿಕೊಳ್ಳಲು ಹೇಳಿ, ಊಟೋಪಚಾರಗಳಿಗೂ ವ್ಯವಸ್ಥೆ ಮಾಡಿದ. ಮಾನವೆಲ್ ಆರ್ಥಿಕವಾಗಿ ಬಡವ. ಹೆಂಡತಿ ಮತ್ತು ಇಬ್ಬರು ಮಕ್ಕಳೊಡನೆ ಸಂಸಾರ ಸಾಗಿಸುತ್ತಿದ್ದ. ಸೌಲಭ್ಯಗಳಲ್ಲಿ ಶ್ರೀಮಂತಿಕೆ ಇಲ್ಲದಿದ್ದರೂ, ಸೇವೆಯಲ್ಲಿ ಶ್ರದ್ಧೆಯಿತ್ತು. ಸೆಖೆಯಿಂದ ಬೆವರುತ್ತಿದ್ದ ಪಾಂಡವರೆಲ್ಲರೂ ಸಂತೋಷದಿಂದ ತಣ್ಣೀರು ಸ್ನಾನ ಮಾಡಿ, ಊಟ ಪೂರೈಸಿ, ಊರನ್ನು ನೋಡಿ ಬರಲು ತೆರಳಿದರು.

ಪ್ರದೀಪನೇ ಮುಂದಾಗಿ ಪಾಂಡವ ಮಿತ್ರರನ್ನು ರಿಯೋ ಬ್ರಾಂಕೋ ನಗರದ ವಸ್ತುಸಂಗ್ರಹಾಲಯಕ್ಕೆ ಕರೆದುಕೊಂಡು ಹೋದ. ಎಲ್ಲರೂ ಚೀಕೋ ಮೆಂಡೇಜ಼್‌ರ ಜೀವನ–ಸಾಧನೆಗಳ ಬಗ್ಗೆ ತಿಳಿದು ಸಂತೋಷಪಟ್ಟರೂ, ನಾಯಕರನ್ನು ನಂಬಿ ಕೆಟ್ಟಿದ್ದ ಇತರರಿಗೆ, "ಇವೆಲ್ಲಾ ಸಂಘಟನೆಗಳಲ್ಲಿ ಆಗುವ ಮಾಮೂಲು ವ್ಯವಹಾರಗಳೇ" ಎಂದೆನಿಸಿತು. ಕೊನೆಯಲ್ಲಿ ವಿಜಯನ್ "ದೇವರು ಯಾಕೆ ಇಂಥವರನ್ನ ಬದುಕೋಕೆ ಬಿಡಲ್ಲಾ" ಎಂದು ನಿಟ್ಟಿಸಿರು ಬಿಡುತ್ತಾ ಹೇಳಿದ.

ಎಲ್ಲರೂ ಮುಖ್ಯಬೀದಿಗಳಲ್ಲಿ ಸುತ್ತಾಡುತ್ತಿರುವಾಗ, ಭಿಕ್ಷೆ ಬೇಡುವ ಬಡ ಅಮೇಜ಼ಾನ್ ಇಂಡಿಯನ್ ತಾಯಿ–ಮಕ್ಕಳನ್ನು ಕಂಡು, "ಇವರ ದೇಶದಲ್ಲಿ ಇವರಿಗೇ ಜಾಗ ಇಲ್ಲಾ" ಎಂದು ಪ್ರದೀಪ ಹೇಳುತ್ತಾ, ಹತ್ತು ರಿಯಾಲ್ ನೋಟನ್ನು ದಾನ ಮಾಡಿದ. ಅದನ್ನು ನೋಡಿ ರಾಜಬೀರ "ಮೈಸೂರು ವಾಲಾ, ಪೈಸೇ ವಾಲಾ" ಎಂದು ಅರ್ಜುನನಿಗೆ ಉಸುರಿದಾಗ, "ಪ್ರದೀಪ್ ಬಹುತ್ ಪಸಂದ್ ವಾಲಾ ಭೀ ಹೈ" ಎಂದು ಪ್ರದೀಪನನ್ನು ಗುಣಗಾನ ಮಾಡಿದ.

ರಿಯೋ ಬ್ರಾಂಕೋ ನಗರ ಚಿಕ್ಕ ಪಟ್ಟಣವಾದರೂ, ಅಲ್ಲಿ ಮನರಂಜನೆಯ ಬೀದಿಯಿತ್ತು. ಮದ್ಯ ಸರಬರಾಜು ಮಾಡುವ 'ಸುರನಾರಿ'ಯರು, ರಸಿಕರನ್ನು ರಂಜಿಸುವ ರಮಣೀಯರೂ, ಮನಸ್ಸನ್ನು ಮಾಯಾಲೋಕಕ್ಕೊಯ್ಯುವ ಪದಾರ್ಥಗಳನ್ನು ಒದಗಿಸುವ ಮಾದಕವಸ್ತು ವ್ಯಾಪಾರಿಗಳೂ, ಇದ್ದರು. ಧರ್ಮರಾಯನಂತಿದ್ದ ಪ್ರದೀಪನಿಗೆ ಇಂತಹ ಮನರಂಜನೆಯಲ್ಲಿ ಆಸಕ್ತಿ ಇರಲಿಲ್ಲ. ಉಳಿದವರೆಲ್ಲರಿಗೂ ಇದು ಅವಶ್ಯವಾಗಿತ್ತು. ಅವರೆಲ್ಲರೂ ತೆರಳಿದ ಮೇಲೇ ಪ್ರದೀಪನೊಬ್ಬನೇ ಮೆಂಡೇಜ಼್ ವನದಲ್ಲಿ ಕುಳಿತು ಆಲೋಚನಾ ಮಗ್ನನಾಗಿರುವಾಗ ಆಗಂತುಕನೊಬ್ಬ ಬಳಿ ಬಂದು "ನೀವು ಭಾರತೀಯರೆ"

ಎಂದು ಮಾತನಾಡಿಸಿದ. "ಹೌದು" ಎಂದ ಮೇಲೆ, ಆತನು "ನನ್ನ ಹೆಸರು ಸೆಬಾಸ್. ನೀವು?" ಇಬ್ಬರೂ ಹಸ್ತಲಾಘವವಿತ್ತು ಪರಿಚಯಮಾಡಿಕೊಂಡನಂತರ "ನಿಮಗೆ "ಸಾಂಟೋ ಡೈಮ್" ಗೊತ್ತೆ?" ಎಂದು ಕೇಳಿದಾಗ, "ಇಲ್ಲ" ಎಂದ ಕೂಡಲೇ, ತನ್ನ ಕೈಚೀಲದಿಂದ ಹಲವಾರು ಮಾಹಿತಿ ಪತ್ರಗಳನ್ನು ಕೋಡುತ್ತಾ...

"ಪ್ರದೀಪ್, ಪ್ರಕೃತಿಯನ್ನೇ ದೇವರೆಂದು ಆರಾಧಿಸುವುದು ನಮ್ಮ ಧರ್ಮದ ವೈಶಿಷ್ಟ್ಯ. ಮನುಷ್ಯರಿಲ್ಲದೆ ಪ್ರಾಣಿಗಳು ಬದುಕಬಹುದು, ಆದರೆ ಪ್ರಾಣಿಗಳಿಲ್ಲದೆ ಮನುಷ್ಯ ಬದುಕಲಾರ; ಪ್ರಾಣಿಗಳಿಲ್ಲದೆ ಸಸ್ಯಗಳು ಬದುಕಬಹುದು, ಆದರೆ ಸಸ್ಯಗಳಿಲ್ಲದೆ ಪ್ರಾಣಿಗಳು ಬದುಕಲಾರವು. ಸಸ್ಯಗಳು ಮಾತ್ರವೇ ಸ್ವಾವಲಂಬಿಗಳು, ಪ್ರಾಣಿಗಳೆಲ್ಲಾ ಪರಾವಲಂಬಿಗಳು, ಮಾನವರೋ ಪರಮಾವಲಂಬಿಗಳು. ಏನಂತೀರಾ?"

"ಸಂದೇಹವೇ ಇಲ್ಲಾ, ಸೆಬಾಸ್. ನಾನು ವೈದ್ಯ ಪದವೀಧರ. ಗಿಡ–ಮೂಲಿಕೆಗಳ ಮಹತ್ವ ನನಗೆ ಚೆನ್ನಾಗಿ ಗೊತ್ತು." ಎಂದು ಪ್ರದೀಪನು ತಾನು ವೈದ್ಯನೆಂದು ಬಹಿರಂಗಪಡಿಸಿದಾಗ, ರೋಮಾಂಚನಗೊಂಡು ಸೆಬಾಸನು ಉಪದೇಶ ಮುಂದುವರಿಸಿದ...

"ಪಂಡಿತ್ ಪ್ರದೀಪ್, ದೇಶವೇ ದೇವಾಲಯ, ನಿಸರ್ಗವೇ ಗರ್ಭಗುಡಿ, ಗಿಡಮರಗಳೇ ಗುಡಿ ಗೋಪುರಗಳು, ಪಶುಪಕ್ಷಿಗಳೇ ಪ್ರತಿಮೆ ವಿಗ್ರಹಗಳು, ಮಾನವರೇ ಪೂಜಾರಿ–ಪುರೋಹಿತರು" ಎಂದು ರಾಗಬದ್ಧವಾಗಿ ನಾಟಕೀಯವಾಗಿ ಹೇಳಿದ.

ಕೀಟಲೆ ಮಾಡುವ ಉದ್ದೇಶದಿಂದಲೇ ಪ್ರದೀಪನು "ಹಾಗಾದರೆ ದೇವರು ಯಾರು?" ಎಂದು ಪ್ರಶ್ನಿಸಿದ.

"ಇರುವುದೆಲ್ಲವೂ ದೇವರೆ, ಪ್ರದೀಪ್".

ಪರಿಸರ ಪ್ರಜ್ಞೆಯನ್ನು ಬೆಳೆಸಿಕೊಂಡಿದ್ದ ಪ್ರದೀಪನು ಸೆಬಾಸ್‌ನ ವಾಕ್ಚಾತುರ್ಯವನ್ನು, ತರ್ಕಬದ್ಧತೆಯನ್ನು ಕಂಡು ಬೆರಗಾಗಿಹೋದ.

"ಸೆಬಾಸ್ ಇದೆಲ್ಲಾ ನಿಮಗೆ ಹೇಗೆ ಅರಿವಾಯಿತು?" ಎಂದು ಅತ್ಯಂತ ನಮ್ರನಾಗಿ ಕೇಳಿದ.

ಸೆಬಾಸನು ಒಂದು ಗಿಡಮೂಲಿಕೆಯನ್ನು ಕೈಚೀಲದಿಂದ ತೆಗೆದು ತೋರಿಸುತ್ತಾ...

"ಇದರಿಂದ. ಇದು ಸುರಮೂಲಿಕೆ. ಅಮೆಜಾನ್ ಇಂಡಿಯನ್ನರ ಬಾಷೆಯಲ್ಲಿ "ಆಯಾವಸ್ಕಾ" ಅಂತಾರೆ. ಇದರ ಕಷಾಯ ಕುಡಿದರೆ ದೈವಾನುಭವವಾಗುತ್ತದೆ" ಎಂದು ತಿಳಿಸಿ, ಮಾಹಿತಿ ಪತ್ರಗಳಲ್ಲಿ "ಆಯವಸ್ಕಾ" ಬಳ್ಳಿಯ ಬಗ್ಗೆ ಬರಹವನ್ನು ಕೈಬೆರಳಿನಿಂದ ತೋರಿಸುತ್ತಾ "ಅಮೆಜಾನ್ ಅರಣ್ಯದಲ್ಲಿ ಬೆಳೆಯುವ ಆಯವಾಸ್ಕ ಬಳ್ಳಿಯನ್ನು ವೈಜ್ಞಾನಿಕವಾಗಿ "ಬಾನಿಸ್ಟೆರಿಯೋಪ್ಸಿಸ್ ಕಾಪಿ" ಎಂದು ಕರೆಯುತ್ತಾರೆ. ನಿಜವಾಗಿಯೂ ಇದು ಒಂದು ತರಹ ಕಾಫಿಯೇ."

ಪ್ರದೀಪನು ಹೌದೆಂದು ತಲೆದೂಗಿದಾಗ...

"ಆದರೆ ಈ ಕಾಫಿ, ಅಹಂಕಾರವನ್ನು ಅಳಿಸುತ್ತದೆ; ಆತ್ಮಾನುಭವ ಮೂಡಿಸುತ್ತದೆ" ಎಂದು ಸೆಬಾಸನು ಹೇಳಿದ ರೀತಿಯನ್ನು ಕೇಳಿ, ಪ್ರದೀಪನು ವೈಜ್ಞಾನಿಕ ಸಹಜವಾಗಿ "ಅಫೀಮು, ಎಲ್‌ಎಸ್‌ಡಿಗಳ ಹಾಗೆ ಇದೂ ಒಂದು ಮನೋಲ್ಲಾಸದ ಮಾದಕ ವಸ್ತು. ಅಲ್ಲವೇ?" ಎಂದು ಪ್ರಶ್ನಿಸಿದ.

ಆಯವಾಸ್ಕವನ್ನು ಬೀದಿಯಲ್ಲಿ ಮಾರುವ ಮಾದಕ ಮದ್ದುಗಳಿಗೆ ಹೋಲಿಸಿದ ಮಾತು ಕೇಳಿ ಸೆಬಾಸ್‌ನಿಗೆ ಬಹಳ ಖೇದವಾಯಿತು.

ಇರುವ ಸಂಗತಿ ಏನೆಂದರೆ "ಆಯವಾಸ್ಕ"ವನ್ನು ಅಪಾಯಕಾರಿ ಮಾದಕ ವಸ್ತುವೆಂದು ಔಷಧಶಾಸ್ತ್ರಿಗಳು ಮತ್ತು ವೈದ್ಯ ವಿಜ್ಞಾನಿಗಳು ಪರಿಗಣಿಸಿ, ಸಾರ್ವಜನಿಕ ಉಪಯೋಗಕ್ಕೆ ಅಡ್ಡಿ ಮಾಡಿದ್ದಾರೆ. ಆದರೆ "ಸಾಂಟೋ ಡೈಮ್" ಪಂಥದವರು ಇದನ್ನು "ಆತ್ಮಾನುಭವ"ಕ್ಕೆ ಸಾಧನವೆಂದು ಪ್ರಚಾರಮಾಡುತ್ತಿದ್ದಾರೆ. ಏನೇ ಇದ್ದರೂ ಈ ಮದ್ದಿನಂತೆ ಈ ಪ್ರಕೃತಿ ಆರಾಧನಾ ಪಂಥವೂ ಭೂಗತವಾಗಿಯೇ ಬೆಳೆಯುತ್ತಿದೆ.

ಹತಾಶೆಗೊಂಡ ಸೆಬಾಸನಿಗೆ ಮಾತು ಮುಂದುವರಿಸಲು ದಿಕ್ಕು ತೋಚಲಿಲ್ಲ. ಅವನ ಪ್ರಕೃತಿ ಸಂರಕ್ಷಣಾ ಉಪನ್ಯಾಸದಿಂದ ಸಂತುಷ್ಟನಾದ ಪ್ರದೀಪನು ಐವತ್ತು ರಿಯಾಲ್ ಹಣವನ್ನು ಕಾಣಿಕೆಯನ್ನಾಗಿ ನೀಡುತ್ತಾ "ಸೆಬಾಸ್, ಉಪನ್ಯಾಸಕ್ಕೆ ಧನ್ಯವಾದಗಳು" ಎಂದ.

"ನಿಮಗೆ ಸಮಯವಿದ್ದರೆ ನಮ್ಮ ಮಂದಿರಕ್ಕೆ ಬನ್ನಿ." ಎಂದು ಸೆಬಾಸನು ಅಳುಕದೆ ಅಂಜದೆ ಆಹ್ವಾನಿಸಿದ.

"ದೇಶವೇ ದೇವಾಲಯ" ಎಂದು ಹೇಳಿ ನಗುತ್ತಾ...

"ನಿಮ್ಮ ಉಪದೇಶಾಮೃತವನ್ನು ನಾನೆಂದಿಗೂ ಮರೆಯಲಾರೆ. ನಿಮ್ಮ ಸಂದೇಶ ಈ ಜಗತ್ತಿಗೆಲ್ಲಾ ತಿಳಿಯಬೇಕು. ನಾನು ನನಗೆ ತಿಳಿದವರೆಲ್ಲರಿಗೂ ಹೇಳ್ತೀನಿ." ಎಂದು ಪ್ರಚಾರ ಮಾಡುವ ಆಶ್ವಾಸನೆಯನ್ನು ನೀಡಿದ. ಸೆಬಾಸನು ಸಂತುಷ್ಟನಾಗಿ ಕಂಡರೂ ಕೊನೆಯಲ್ಲಿ ಬಹಳ ದೃಢವಾಣಿಯಿಂದ ಪ್ರದೀಪನನ್ನು ಆಗ್ರಹಿಸುತ್ತಾ...

"ಪಂಡಿತ್ ಪ್ರದೀಪ್, ದಯವಿಟ್ಟು ನಮ್ಮನ್ನು ಮಾದಕ ಮದ್ದು ವ್ಯಸನಿಗಳು ಎಂದು ದೂರಬೇಡಿ." ಎಂದು ಬೇಡಿದ.

ಸೆಬಾಸ್‌ನ ಮನಸ್ಸು ಬಹಳ ನೋಯಿಸಿದೆನೆಂದು ಪ್ರದೀಪನಿಗೆ ಮನದಟ್ಟಾಯಿತು. ನಮ್ರತೆಯಿಂದಲೇ ಕೈಹಿಡಿದುಕೊಂಡು ಕ್ಷಮಾಪಣೆಯನ್ನು ಯಾಚಿಸುತ್ತಾ...

ಸೆಬಾಸ್, ದಯವಿಟ್ಟು ಮನ್ನಿಸಿ. ನಾನು ಆಯವಾಸ್ಕ ಬಗ್ಗೆ ಕೇವಲ ವೈಜ್ಞಾನಿಕವಾಗಿ "ಮದ್ದು" ಅಂದೆ. ಅಷ್ಟೇ. ದಯವಿಟ್ಟು ಅನ್ಯಥಾ ಭಾವಿಸಬೇಡಿ" ಎಂದು ಸಮಾಧಾನ ಮಾಡಿದ. ಪ್ರತಿಯಾಗಿ ಸೆಬಾಸನು......

"ಪ್ರದೀಪ್, ಕಾಫಿ. ಟೀ, ಕೋಕೋ, ಕೂಡಾ ಶರೀರಕ್ಕೆ ಹಾನಿ ಮಾಡುವ ಮಾದಕ ಪದಾರ್ಥಗಳೇ. ಆದರೇನೂ ಎಲ್ಲರೂ ಕುಡಿದು ಸಾಯ್ತಾರೆ. ಆಯವಾಸ್ಕ ಕಷಾಯ ದೇಹಕ್ಕೆ ಹಾನಿ ಮಾಡಬಹುದು, ಆತ್ಮಕ್ಕೆ ಶಾಂತಿಯನ್ನು ನೀಡುತ್ತದೆ. ದೇಹ ಶಾಶ್ವತವಲ್ಲಾ, ಆತ್ಮ ಶಾಶ್ವತ" ಎಂದು ಮತ್ತೊಮ್ಮೆ ವೇದಾಂತ ಸತ್ಯವನ್ನು ಉಪದೇಶ ಮಾಡಿದ. ಪ್ರದೀಪನು ಗಂಭೀರವಾಗಿ ಆಲಿಸುತ್ತಾ, ತಲೆದೂಗುತ್ತಾ ನಿಜವೆಂದು ಸೂಚಿಸಿದ. ಕೊನೆಯಲ್ಲಿ "ನನಗೆ ಹೊತ್ತಾಯಿತು, ಬರುತ್ತೇನೆ" ಎಂದು ಹೊರಡಲು ಎದ್ದು ನಿಂತಾಗ, ಪ್ರದೀಪನೆ ಕೈಕುಲುಕಿ "ಅನಂತ ಅನಂತ ಧನ್ಯವಾದಗಳು" ಎಂದು ಹೇಳುತ್ತಾ ಬೀಳ್ಕೊಟ್ಟ. ಸಾವಿರಾರು ಮೈಲಿ ದೂರದ ಅಮೆಜ಼ಾನಿಯಾದಲ್ಲಿ, ಯೂರೋಪಿಯನ್ನನೊಬ್ಬನಿಂದ, ಭಾರತದ ವೇದಾಂತವಾಣಿಯನ್ನು ಕೇಳುವ ಪ್ರಸಂಗ ಸೋಜಿಗವೂ ಆಗಿತ್ತು ಸಂತೋಷವೂ ಆಗಿತ್ತು.

ಮರುದಿನ ಪ್ರಯಾಣಕ್ಕೆ ಎಲ್ಲರೂ ಅಣಿಯಾದರು. ರಿಯೋಬಾಂಕೋನಿಂದ ದಕ್ಷಿಣದಿಕ್ಕಿನಲ್ಲಿ ಸುಮಾರು ಮುನ್ನೂರು ಕಿಲೋಮೀಟರ್ ದೂರದಲ್ಲಿ, ಪೆರು ದೇಶದ ಇನ್ಯಾಪರಿ ಎಂಬ ಗಡಿಯೂರನ್ನು ಸೇರುವುದು ಪ್ರಯಾಣದ ಗುರಿಯಾಗಿತ್ತು. ಎಂಟು-ಜನಕ್ಕೆ ಜಾಗವಿರುವ ವಾಹನದಲ್ಲಿ, ಹನ್ನೆರಡು ಜನ ಪ್ರಯಾಣಿಕರನ್ನು ತುಂಬಿಕೊಂಡು ಹೋಗುವುದಾಗಿ ಕಾರ್ಲೋಸನು ಪಾಂಡವರಿಗೆ ತಿಳಿಸಿದಾಗ, ವಿಜಯನ್ "ಇದು ಮೋಸ." ಎಂದು ಪ್ರತಿಭಟಿಸಿದ. ಶಾಂತವಾಗಿಯೇ ಕಾರ್ಲೋಸನು, "ಹೌದು ವಿಜಯನ್... ನೀವೆಲ್ಲಾ ಮಾಡ್ತಾಯಿರೋದು ಮೋಸಾನೇ... ವೀಸಾಯಿಲ್ಲದೆ ದೇಶಾ ಹೋಗ್ತಿದ್ದೀರಾ" ಎಂದು ತಲೆಗೆ ತಟ್ಟುವಂತೆ ತಾಕಿಸಿದ.

ಪಾಂಡವರೆಲ್ಲರೂ ಶ್ರೀಕೃಷ್ಣನ ವಿಶ್ಲೇಷಣೆಗೆ ಉತ್ತರಿಸಲಾರದೆ ಉತ್ತರಕುಮಾರರಾದರು. ಸನ್ನಿವೇಶವನ್ನು ಹಗುರಗೊಳಿಸಲು ಅರ್ಜುನನು ತನ್ನ ಬುದ್ಧಿ ಬತ್ತಳಿಕೆಯಿಂದ "ಕಾರ್ಲೋಸ್, ಒಳ್ಳೇ ಹುಡುಗೀ ಬಂದ್ರೆ, ನನ್ನ ಜಾಗ ಬಿಟ್ಟು ನಿಂತುಕೊಂಡೇ ಪ್ರಯಾಣ ಮಾಡ್ತೀನಿ" ಎಂಬ ವಿನೋದಾಸ್ತ್ರವನ್ನು ಪ್ರಯೋಗಿಸಿದ. ವಾಸ್ತವವಾಗಿ ಪಾಂಡವರ ಸಂಗಡ ವಾಹನದಲ್ಲಿ ಮೂವರು ಹೆಂಗೆಳೆಯರೂ ಸೇರಿದಂತೆ, ಒಂದೇ ಕುಟುಂಬದ ಏಳು ಜನ ಇತರೆ ವಲಸಿಗರಾಗಿ ಬರುತ್ತಿದ್ದರು.

ಅರ್ಜುನನ ಜಾಣ್ಮೆಯನ್ನು ಅನುಮೋದಿಸುತ್ತಾ ಪ್ರದೀಪನು, "ವಿಜಯನ್, ನಿನಗೆ ನನ್ನ ಜಾಗ ಬಿಡ್ತೀನಿ. ಸರೀನಾ" ಎಂದು ಸಮಾಧಾನ ಹೇಳಿದ.

ಒಂಭತ್ತು ಗಂಟೆಯ ಹೊತ್ತಿಗೆ ಪ್ರಯಾಣಿಕರೆಲ್ಲರೂ ಒಟ್ಟಾಗಿ ಸೇರಿದರು. ಪೆರು ದೇಶಕ್ಕೆ ವಲಸೆ ಹೋಗುತ್ತಿರುವ ಅಮೆಜಾನ್ ಇಂಡಿಯನ್‌ರನ್ನು ಪಾಂಡವರು ಪ್ರೀತಿಯಿಂದಲೇ ಸ್ವಾಗತಿಸಿದರು. ನಲವತ್ತರ ಪ್ರಾಯದ ತಂದೆ-ತಾಯಿಯರೊಡನೆ ವಯಸ್ಸಿಗೆ ಬಂದ ಇಬ್ಬರು ಹೆಣ್ಣುಮಕ್ಕಳು ಮತ್ತು ಕಿರಿಯ ವಯಸ್ಸಿನ ಮೂವರು ಗಂಡು ಮಕ್ಕಳಿದ್ದರು. ನಿರ್ಗತಿಗೆ ನಿದರ್ಶನವಾಗಿದ್ದ ಅವರ ಮೇಲೆ ಎಲ್ಲರಿಗೂ ಕರುಣೆ-ಅನುಕಂಪ ಮೂಡಿತ್ತು. ಸ್ವಲ್ಪ ಇಕ್ಕಟ್ಟಾದರೂ, ನಿರಾತಂಕವಾಗಿ ಎಲ್ಲರೂ ಹೊಂದಿಕೊಂಡು ಪ್ರಯಾಣದಲ್ಲಿ ಹರಟುತ್ತಾ ಕಾಲ ಕಳೆಯುತ್ತಿದ್ದರು. ಕಾಡು-ಮೇಡುಗಳ ರಸ್ತೆಯಲ್ಲಿ ಬೆಟ್ಟಗುಡ್ಡಗಳ ನಡುವಿನಲ್ಲಿ ನಿರಂತರವಾಗಿ ಮುಂದುವರಿಯುತ್ತಾ, ವಾಹನ ದೂರವನ್ನು ಕರಗಿಸುತ್ತಿತ್ತು.

ಪೆರು ದೇಶದ ಮೂಲೇ ಕಾಡಲ್ಲಿರುವ ಕುಗ್ರಾಮ ಇನ್ಯಾಪರಿ. ಅಮೆಜಾನಿಯದಿಂದ ಬರುವ ವಿದೇಶಿಯರನ್ನು ತಪಾಸಣೆ ಮಾಡುವ ಗಡಿ ರಕ್ಷಣಾ ಠಾಣೆ ಇದ್ದರೂ ಇಲ್ಲದಂತಿತ್ತು. ಕಾರ್ಲೋಸ್ ತಂಡ ಪೆರು ದೇಶದ ಗಡಿಯನ್ನು ತಲುಪಿದಾಗ ಸಂಜೆ ಆರು ಗಂಟೆಯಾಗಿತ್ತು. ಐದು ಗಂಟೆಯ ನಂತರ ಗಡಿರಕ್ಷಕ ಮನೆಗೆ ತೆರಳಿದ್ದ. ಪರದೇಶಿಗಳನ್ನು ವಿಚಾರಿಸಲು ಪೆರು ದೇಶದವರಾರೂ ಇರಲಿಲ್ಲ. ಇದೆಲ್ಲವನ್ನೂ ನಿರೀಕ್ಷಿಸಿದ್ದ ಕಾರ್ಲೋಸ್, ವಾಹನದಿಂದಿಳಿದು ಹೋಗಿ ಗಡಿದ್ವಾರವನ್ನು ತೆರೆದು, ವಿಡಂಬನಾತ್ಮಕವಾಗಿ "ಪರದೇಶಿಗಳೇ ಪೆರು ದೇಶಕ್ಕೆ ಸುಸ್ವಾಗತ" ಎಂದು ನಗುತ್ತಾ ಕೈಯಾಡಿಸಿದ. ಗಡಿ ದಾಟುವುದೊಂದು ಸಾಹಸ, ದುರ್ಗಮ, ಅಪಾಯ, ಎಂದು ಏನೇನೋ ಅಂತೆ-ಕಂತೆಗಳನ್ನು ಕೇಳಿದ್ದ ಪಾಂಡವರಿಗೆ ಮೊದಲನೆಯ ಅಕ್ರಮ ಗಡಿನುಸುಳುವಿಕೆ ಹಾಯಾಗಿತ್ತು. ಮೇಲಾಗಿ ಅಚ್ಚರಿಯಾಗಿತ್ತು. ಎಲ್ಲಾ ಶ್ರೀಕೃಷ್ಣನ ಮಾಯೆ ಎಂದು ಕಾರ್ಲೋಸ್‌ನನ್ನು ಕೊಂಡಾಡಿದರು.

ಇನ್ಯಾಪರಿಯಲ್ಲಿರುವ ಒಂದು ಸಣ್ಣ ಹಟ್ಟಿಯಂತಹ ಹೋಟೇಲಿನಲ್ಲಿ ಕಾರ್ಲೋಸ್ ಎಲ್ಲರಿಗೂ ಊಟ-ವಸತಿ ಆಯೋಜಿಸಿದ್ದನು. ಕಾರ್ಲೋಸ್ ವಲಸಿಗರನ್ನು ಈ ಊರಿನ ಮಾರ್ಗದಲ್ಲಿ ಕರೆದೊಯ್ಯುವಾಗಲೆಲ್ಲಾ ಇಲ್ಲಿಯೇ ತಂಗುತ್ತಿದ್ದುದರಿಂದ ಹೋಟೇಲಿನ ಮಾಲೀಕ ಉರೆಯಾನೊಂದಿಗೆ ಸ್ನೇಹ ಬೆಳೆದಿತ್ತು. ಯಾವ ಸಮಯದಲ್ಲಿ ಬಂದರೂ, ಉರೆಯಾ, ಕಾರ್ಲೋಸ್ ಯಾತ್ರಾತಂಡಕ್ಕೆ ತತ್ಕಾಲದಲ್ಲಿ ಸತ್ಕಾರ ಮಾಡುತ್ತಿದ್ದ. ಗೃಹ ಸೌಲಭ್ಯಗಳು ಸೀಮಿತವಾಗಿದ್ದರೂ, ತಿಂಡಿ-ತೀರ್ಥ ಯಥೇಚ್ಛವಾಗಿದ್ದವು. ಎಲ್ಲರಿಗೂ ಚೆನ್ನಾಗಿ ಕುಡಿಸಿ, ತಿನ್ನಿಸಿ, "ನಾಳೆ ಬೆಳಿಗ್ಗೆ ಏಳು ಗಂಟೆಗೆ ಜಾಗ ಖಾಲಿ ಮಾಡಬೇಕು. ಬೇಗ ಮಲಗಿಕೊಳ್ಳಿ" ಎಂದು ಹೇಳಿ ಎಲ್ಲರಿಗಿಂತ ಮುಂಚೆಯೇ ಕಾರ್ಲೋಸ್ ಹಾಸಿಗೆಯಲ್ಲಿ ಕಾಲು ಚಾಚಿದನು.

ಇನ್ಯಾಪರಿಯಿಂದ ಒಂದು ಗಂಟೆ ಪ್ರಯಾಣದ ನಂತರ ದಿಗಂತದಲ್ಲಿ ಆಂಡೀಸ್ ಪರ್ವತದ ಸಾಲು ಕಾಣಬರುತ್ತಿತ್ತು. ಬರುಬರುತ್ತಾ ದಾರಿ ಬೆಟ್ಟದ ರಸ್ತೆಯಾಗುತ್ತಿತ್ತು. ಪೋರ್ಟೋ ಮಾಲ್ಡೊನಾಡೋ ಎಂಬ ಊರನ್ನು ಸೇರುವ ಹೊತ್ತಿಗೆ ವಾಹನ ಆಂಡೀಸ್ ಪರ್ವತದ ತಪ್ಪಲನ್ನು ಸೇರಿತ್ತು. ಅಲ್ಲಿಂದ

ಕೂಸ್ಕೋ ನಗರ ಐನೂರು ಕಿಲೋಮೀಟರ್. ಹಾದಿಯಲ್ಲಿ ಆಂಡೀಸ್ ಪರ್ವತದ ವಿಹಂಗಮ ನೋಟ ಎಲ್ಲರನ್ನೂ ಮಂತ್ರಮುಗ್ಧಗೊಳಿಸಿತ್ತು. ಬೈಗಿಳಿಯುವ ಹೊತ್ತಿಗೆ ಪೆರು ದೇಶದ ಪಕ್ಷಿಕಾಶಿ ಎಂದು

ಪ್ರಸಿದ್ಧಿಯಾಗಿರುವ ಟಾಂಬೋಪಾಟ ಊರನ್ನು ತಲುಪಿದರು. ಬೆಡಗು ಗಿಣಗಳು ಸೇರಿದಂತೆ ಹತ್ತಾರು ಬಗೆಯ ಹಕ್ಕಿಗಳ ತವರು ನೆಲವಾದ ಈ ನಾಡಿನಲ್ಲಿ, ಜಗತ್ತಿನ ಅತ್ಯಂತ ದೊಡ್ಡ ನೀರುನಾಯಿಗಳು ಮತ್ತು ವಿಶಿಷ್ಟ ಜಾತಿಯ ಮಂಗಗಳೂ ವಾಸಿಸುತ್ತವೆ. ಎಲ್ಲೂ ನಿಲ್ಲದೆ ಕುಸ್ಕೋವರೆಗೂ ರಾತ್ರಿ ಇಡೀ ಪ್ರಯಾಣ ಮುಂದುವರಿಸುವುದು ಸೂಕ್ತವೆಂಬ ಕಾರ್ಲೋಸ್ ಸಲಹೆಗೆ ಎಲ್ಲರೂ ಓಗೊಟ್ಟರು. ಆದರೆ ಅದೃಷ್ಟವೋ ದುರದೃಷ್ಟವೋ ವಾಹನ ಓಗೊಡಲಿಲ್ಲ. ಯಾಂತ್ರಿಕ ಸಮಸ್ಯೆಯಿಂದ ವಾಹನ ಸ್ಥಗಿತಗೊಂಡು, ಪ್ರಯಾಣ ಹಠಾತ್ತಾಗಿ ನಿಂತಿತು. ಚಾಲಕ ಪರೀಕ್ಷಿಸಿ ಪರ್ಯಾಯಜನಕ ಸರಿಯಿಲ್ಲವೆಂದು, ಇಂದು ರಿಪೇರಿ ಮಾಡಿ ನಾಳೆ ತೆರಳೋಣವೆಂದು ನಿರ್ಧರಿಸಿದ. ಟಾಂಬೋಪಾಟದಲ್ಲಿ ಭವ್ಯ ಪ್ರವಾಸಿ ಮಂದಿರವಿದ್ದರೂ, ಕೋಣೆಗಳೆಲ್ಲಾ ಭರ್ತಿಯಾಗಿದ್ದವು. ವಲಸಿಗರ ವಾಹನದಲ್ಲಿ ಇಂತಹ ತುರ್ತು ಪರಿಸ್ಥಿತಿ ಎದುರಿಸಲು ತಕ್ಕ ವ್ಯವಸ್ಥೆ ಇರುತ್ತದೆ. ಮಳೆ–ಗಾಳಿ–ಚಳಿಗಳನ್ನು ತಡೆದು ಐದಾರು ಮಂದಿ ಕಾಲುಚಾಚಿ ಮಲಗುವಷ್ಟು ದೊಡ್ಡದಾದ, ಎರಡು ಬಿಡಾರ–ಟಾರ್ಪಲ್‌ಗಳನ್ನು ವಾಹನದಲ್ಲಿ ಹೇರಿದ್ದರು. ಸೊಳ್ಳೆಗಳ ಕಾಟ ತಡೆಯಲು ಮುಲಾಮುಗಳನ್ನೂ ಇಟ್ಟಿದ್ದರು. ಬಿಡಾರಗಳನ್ನು ಹೂಡಿದ ನಂತರ, ಕಾರ್ಲೋಸ್ ಎಲ್ಲರಿಗೂ ಊಟೋಪಚಾರ, ಒಂದು ಕೈ ಹೆಚ್ಚಾಗಿ ಮದ್ಯದ ಬಾಟಲಿಗಳನ್ನೂ ಒದಗಿಸಿದ. ಪಾಂಡವರೆಲ್ಲರೂ ಒಂದು ಬಿಡಾರದಲ್ಲಿ, ಜೊತೆಯಲ್ಲಿ ಬಂದಿದ್ದ ಅಮೆಜಾನ್ ಇಂಡಿಯನ್ನರೆಲ್ಲಾ ಇನ್ನೊಂದು ಬಿಡಾರದಲ್ಲಿ, ಚಾಲಕ ಮತ್ತು ಕಾರ್ಲೋಸ್ ವಾಹನದಲ್ಲಿ ಮಲಗಿ ರಾತ್ರಿಯನ್ನು ಕಳೆದರು. ಪ್ರದೀಪನಿಗೆ ಇದು ಹೊಸ ಅನುಭವವಾಗಿತ್ತು. ಕಾನನದ ಮಡಿಲಲ್ಲಿ, ಪ್ರಾಣಿ–ಪಕ್ಷಿಗಳ ಪರಿಸರದಲ್ಲಿ, ಕ್ರಿಮಿ–ಕೀಟಗಳ ನಾದಮಂಜರಿಯಲ್ಲಿ, ತನ್ನ ಭಾವೀಸತಿಯ ಹೊಂಗನಸಲ್ಲಿ ವಿಲೀನವಾಗಿಹೋದ.

ಇಲ್ಲಿನ ಗಿಣಿಗಳು ಗಾತ್ರದಲ್ಲಿ ಸಾಧಾರಣ ಗಿಳಿಗಳಿಗಿಂತ ದೊಡ್ಡವು. ರೆಕ್ಕೆ–ಪುಕ್ಕಗಳ ಬಣ್ಣ–ಬೆಡಗಿನಲ್ಲಂತೂ ಅತ್ಯಂತ ಆಕರ್ಷಕ. ಮನುಷ್ಯರ ಮಾತುಗಳನ್ನು ಅನುಕರಿಸುವ ಈ ಬೆಡಗಿಳಿಗಳ ವಾಕ್ಚಾತುರ್ಯ ಮನರಂಜನೀಯ. ಇವು ಅಮೆಜಾನ್ ನದಿಯ ದಡದಲ್ಲಿರುವ ಮೆಕ್ಕಲು ಮಣ್ಣಿನ್ನು ತಿನ್ನುತ್ತವೆ. ಮೆಕ್ಕಲು ಮಣ್ಣಿನಲ್ಲಿ ಗಿಳಿಗಳ ಆರೋಗ್ಯಕ್ಕೆ ಅವಶ್ಯವಾದ ಆಹಾರಾಂಶಗಳಿವೆಯೆಂದು

ಪಕ್ಷಿಶಾಸ್ತ್ರಜ್ಞರು ದೃಢಪಡಿಸಿದ್ದಾರೆ. ನೂರಾರು ಬೆಡಗಿಣಿಗಳೊಡನೆ ಸಾವಿರಾರು ಗಿಣಿಗಳು ಮಣ್ಣು ಮುಕ್ಕುವುದನ್ನು ನೋಡುವುದು ಪಕ್ಷಿಶಾಸ್ತ್ರಜ್ಞರಿಗೆ ಸ್ವರ್ಗಸದೃಶ ನೋಟವಾಗಿರುತ್ತದೆ.

ಬೆಳಗಾಗುವುದರೊಳಗೆ ನೂರಾರು ಗಿಳಿಗಳ ಚಿಲಿಪಿಲಿಗಾನ ಉದಯರವಿಗೆ ಕರತಾಡನವನ್ನು ಮಾಡುತ್ತಾ ಜಗತ್ತಿಗೆ ಜಾವಕಹಳೆಯಾಗಿತ್ತು. ಕಾರ್ಲೋಸ್ ಎಲ್ಲರಿಗೂ ಬಿಸಿಬಿಸಿ ಕಾಫಿ ಮಾಡಿ ಕೊಟ್ಟು, ಎಲ್ಲರನ್ನೂ ಎಬ್ಬಿಸಿ, ಗಿಳಿತಾಣಕ್ಕೆ ಕರೆದುಕೊಂಡು ಹೋದ. ಪಾಂಡವರಾರೂ ಪಕ್ಷಿಶಾಸ್ತ್ರಜ್ಞರಾಗಿರಲಿಲ್ಲ. ಟಾಂಬೋಪಾಟದಲ್ಲಿ ಗಿಳಿ ಸಮೂಹ ಮಣ್ಣನ್ನು ಭಕ್ಷಿಸುವ ದೃಶ್ಯವನ್ನು ಕಂಡ ಪ್ರದೀಪನು ಮರುಳಾಗಿಹೋದ. ಅರ್ಜುನನು "ಏನು ಬಣ್ಣಾ, ಎಷ್ಟು ಸುಂದರ" ಎಂದು ಉದ್ಗಾರ ತೆಗೆದಾಗ, ಕಾರ್ಲೋಸ್ ವ್ಯಸನದಿಂದ ಹೇಳಿದ: "ತಮ್ಮ ಸೌಂದರ್ಯವೇ ಈ ಪಕ್ಷಿಗಳಿಗೆ ಶತ್ರುವಾಗಿದೆ. ಪ್ರತಿವರ್ಷ ಸಾವಿರಾರು ಪಕ್ಷಿಗಳನ್ನ ಹಿಡಿದು ಅಮೇರಿಕದಲ್ಲಿ ಪಂಜರ ಪಕ್ಷಿಗಳಾಗಿ ಮಾರಲಾಗುತ್ತಿದೆ".

"ಇಲ್ಲಿಂದ ಅಲ್ಲಿಗೆ ಹೇಗಪ್ಪ ಕಳುಹಿಸ್ತಾರೆ? ವ್ಯವಹಾರ ಗಿಟ್ಟುತ್ತಾ?" ವಿಜಯನ್ ಕೇಳಿದ.

"ವಿಮಾನದಲ್ಲಿ ಬಚ್ಚಿಟ್ಟು ಕಳುಹಿಸುತ್ತಾರೆ. ಒಂದು ಗಿಣಿಗೆ ಒಂದು ಸಾವಿರ ಡಾಲರ್. ಯಾಕೆ ಗಿಟ್ಟಲ್ಲಾ? ಇನ್ನು ಟೂಕಾನ್ ಪಕ್ಷಿಗಳು, ದೊಡ್ಡ ಕೊಕ್ಕಿರ್ತಾವಲ್ಲಾ ಅವು. ಒಂದಕ್ಕೆ ಮೂರು ಸಾವಿರ ಡಾಲರ್. ಕಳ್ಳಕೆಲಸಗಳಿಗೆಲ್ಲಾ ಅಮೇರಿಕಾನೇ ಮೂಲ ಪ್ರೇರಣೆ" ಎಂದು ಕಾರ್ಲೋಸ್ ಅಮೇರಿಕಾದತ್ತಾ ಆಪಾದನೆ ಮಾಡಿದ. ಆಕಾಶದ ಅಂಗಳದಲ್ಲಿ ಹಾರಾಡಿ ನಲಿಯುವ ಪಕ್ಷಿಗಳನ್ನು ಪಂಜರದಲ್ಲಿ ಬಂಧಿಸಿ, ಪಾಪ ಗಳಿಸುವ ಮಾನವ ಪ್ರಾಣಿಗಳೇ, ಪಕ್ಷಿಗಳ್ಳರ ಪ್ರಲೋಭನೆಗೆ ಕಾರಣವಾಗಿದ್ದು, ಪ್ರಕೃತಿಯ ವಿನಾಶಕ್ಕೆ ಮತ್ತೊಂದು ಪ್ರಬಲ ಕಾರಣವಾಗಿವೆ.

ಸುಮಾರು ಹತ್ತು ಗಂಟೆಯ ಸಮಯಕ್ಕೆ ಚಾಲಕ, ಆಲ್ವರಾಡೋ, ವಾಹನವನ್ನು ಪ್ರಯಾಣಕ್ಕೆ ಸಿದ್ಧಪಡಿಸಿದ್ದ. ಪಕ್ಷಿದರ್ಶನದಿಂದ ಪ್ರಸನ್ನಗೊಂಡಿದ್ದ ಪ್ರದೀಪನು ಕಾರ್ಲೋಸ್‌ನನ್ನು ಹೊಗಳುತ್ತಾ, "ಕಾರ್ಲೋಸ್, ಹೋಗೋ

ದಾರಿಯಲ್ಲಿ ಇಂತಹ ಪ್ರೇಕ್ಷಣೀಯ ಸ್ಥಳಗಳು ಬಂದ್ರೆ, ದಯವಿಟ್ಟು ತೋರಿಸಪ್ಪ" ಎಂದು ಬಿನ್ನವಿಸಿಕೊಂಡ.

"ಮುಂದೆ ಮನು ರಾಷ್ಟ್ರೀಯ ವನ ಬರುತ್ತೆ. ಅಲ್ಲಿ ಅಮರಕೇರಿ ಅನ್ನೋ ವನ್ಯಜೀವಿ ಮೀಸಲು ತಾಣ ಇದೆ. ಅಲ್ಲಿ ಮೀಸೆ ಮಂಗಗಳು, ಟಾಪಿರ್ ಹಂದಿಗಳು, ಪೆರು ದೇಶದ ರಾಷ್ಟ್ರೀಯ ಪಕ್ಷಿ, ಕೆಂಪು ಕಲ್ಲುಕುಕ್ಕುಟ, ಇತ್ಯಾದಿ ನೋಡಬಹುದು" ಎನ್ನುತ್ತಾ ಕಾರ್ಲೋಸ್ "ಪೆರು ದೇಶದ ಅಮೆಜಾನ್ ಅರಣ್ಯವನ್ನೆಲ್ಲಾ ತೋರಿಸಿಕೊಂಡು ಹೋಗ್ತೀನಿ. ನೀವೆಲ್ಲಾ ನನಗೇನು ಕೊಡ್ತೀರಾ?" ಎಂದು ಎಲ್ಲರಿಗೂ ಪ್ರಶ್ನೆಯನ್ನು ಹಾಕಿದ.

ನಗುತ್ತಾ ಅರ್ಜುನನು "ಧನ್ಯವಾದಗಳನ್ನು ಕೊಡ್ತೀವಿ, ಗುರು" ಎಂದು ಹಾಸ್ಯ ಚಟಾಕಿಯನ್ನು ಹಾರಿಸಿದಾಗ, ವಿಜಯನ್ "ಎಷ್ಟು ಬೇಕಾದರೂ ಕೇಳು" ಎಂದು ಕುಚೋದ್ಯ ಮುಂದುವರಿಸಿದ. ಎಲ್ಲರೂ ನಗುತ್ತಿದ್ದಾಗ ಕಾರ್ಲೋಸ್ ಪ್ರತಿಯಾಗಿ,

"ಧನ್ಯವಾದಗಳನ್ನೆ ಧನವಾಗಿ ಕೊಟ್ಟುಬಿಡಿ" ಎಂದು ಮಾರ್ನುಡಿದು ತನ್ನಾಸೆಯನ್ನು ಹಾಸ್ಯವಾಗಿಯೇ ಮಂಡಿಸಿದ.

ಇದುವರೆವಿಗೂ ಸುಮ್ಮನಿದ್ದ ರಾಜಬೀರನು "ದನಗಳು ಬೇಕಾ, ಕಾರ್ಲೋಸ್... ಎಂಥಾ ದನಗಳು, ಹಸುಗಳಾ ಕರುಗಳಾ, ಪಡ್ಡೆಗಳಾ..." ಎಂದು ಮಾತಿನ ಮೋಡಿಯಲ್ಲಿ ತಾನೂ ಭಾಗವಹಿಸಿದ. ಎಲ್ಲರ ನಗುವಿನಲ್ಲಿ ತಾನೂ ಪಾಲಾಗಿದ್ದ ಪ್ರದೀಪನು, "ರಾಜಬೀರ್, ಹಸು-ಕರು-ದನಾ ಅಲ್ಲಪ್ಪ. ಹಣ, ಹಣ, ಕಾಂಚಣ, ರೊಕ್ಕ" ಎಂದು ಹೆಬ್ಬರಳಿನಿಂದ ಚಿಟಿಕೆ ಹಾಕುತ್ತಾ ಸ್ಪಷ್ಟೀಕರಿಸಿ, ತಾನೇ ನೇರವಾಗಿ "ಕಾರ್ಲೋಸ್, ಎಷ್ಟು ಬೇಕಪ್ಪಾ?" ಎಂದು ಕೇಳಿದ.

"ನಾನು ತಮಾಷೆ ಮಾಡ್ತಿದ್ದೆ ಮಿತ್ರರೇ" ಎಂದ ಕಾರ್ಲೋಸ್.

"ಕಾರ್ಲೋಸ್, ನಿಮಗೆ ಕಾಣಿಕೆ ಕೊಬೇಕಾದ್ದು ನ್ಯಾಯ" ಎಂದು ಪ್ರದೀಪನು ಪ್ರಶಂಸಿಸುತ್ತಾ ಆಶ್ವಾಸನೆ ನೀಡಿದ.

ಪ್ರದೀಪನ ಪ್ರೋತ್ಸಾಹದಿಂದ ಕಾರ್ಲೋಸ್‌ಗೆ ಪ್ರಯಾಣವನ್ನು ಪ್ರವಾಸವನ್ನಾಗಿಸುವ ಹುಮ್ಮಸ್ಸು ಹೆಚ್ಚಾಯಿತು.

ಟಾಂಬೋಪಾಟದಿಂದ ನಾಲ್ಕು ಗಂಟೆಗಳ ಪ್ರಯಾಣದ ನಂತರ ಆಟಲಾಯ ಎಂಬ ಸಣ್ಣ ಊರಿನ ಬಳಿಯಲ್ಲಿ ಅಮರಕೇರಿ ವನ್ಯಜೀವಿ ತಾಣವನ್ನು ನೋಡಲು ಪ್ರಯಾಣಿಕರೆಲ್ಲರೂ ವಾಹನದಿಂದಿಳಿದರು. ಅಮರಕೇರಿ ಹೆಸರೇ ಪಾಂಡವರಿಗೆ ಒಂದು ಸೋಜಿಗವಾಗಿತ್ತು. ಈ ವನ್ಯತಾಣವನ್ನು ನೋಡಲು, ಅರಣ್ಯ ಮಾರ್ಗದರ್ಶಕರ ನೇತೃತ್ವದಲ್ಲಿ, ವೀಕ್ಷಕ ದೋಣಿಗಳಲ್ಲಿ, ಹೋಗಬೇಕಾಗಿರುವುದಲ್ಲದೆ, ಪ್ರತಿಯೊಬ್ಬರಿಗೂ ಐವತ್ತು "ನೂವೋಸೋಲ್" (ಪೆರು ಹಣ) ಕೊಡಬೇಕಿತ್ತು. ಪ್ರದೀಪನು ಹಣ ಕೊಡಲು ಮುಂದಾಗಿದ್ದರೂ ಇತರರು "ಕೋತಿಗಳನ್ನ ನಾಯಿಗಳನ್ನ ದುಡ್ಡು ಕೊಟ್ಟು ನೋಡ ಬೇಕಾ?" ಎಂದು ಗೊಣಗಾಡಿದರು. "ಇಲ್ಲಿಂದಲೇ ನೋಡೋಕಾಗಲ್ಲವಾ?" ಎಂದು ಸೆಲ್ವಮ್, "ದುಡ್ಡು ದಂಡಾ" ಎಂದು ವಿಜಯನ್, "ನೀನು ನೋಡಿಕೊಂಡು ಬಂದು ನಮಗೆ ಹೇಳು, ಗುರು" ಎಂದು ರಾಜಬೀರ್ ಹಿಂದೇಟು ಹಾಕಿದರು. ಕೊನೆಗೆ ಅರ್ಜುನ ಮತ್ತು ಪ್ರದೀಪರಿಬ್ಬರೇ ಗಟ್ಟಿಯಾದರು. ಕಾರ್ಲೋಸ್‌ನೊಡನೆ ಇನ್ನಿತರ ಪ್ರವಾಸಿಗರ ಜೊತೆ ನಯನ ವಿಹಾರಕ್ಕೆ ಹೋದರು.

ಅಮರಕೇರಿಯಲ್ಲಿ ಸ್ವಚ್ಛಂದವಾಗಿ ಕಾಣಬರುವ ಪೆರು ದೇಶದ ರಾಷ್ಟ್ರೀಯ ಪಕ್ಷಿ, ಕೆಂಪು ಕಲ್ಲುಕುಕ್ಕುಟ, ಬಹಳ ಆಕರ್ಷಣೀಯವಾಗಿತ್ತು. ಅರ್ಜುನನು ಮೆಲ್ಲಗೆ ಪ್ರದೀಪನ ಕಿವಿಯಲ್ಲಿ "ಅಣ್ಣಾ, ಈ ದೇಶದಲ್ಲಿ ಜನರಿಗಿಂತ ಪಕ್ಷಿಗಳೇ ಹೆಚ್ಚು ಸುಂದರವಾಗಿರ್ತಾರೆ" ಎಂದು ವ್ಯಾಖ್ಯಾನ ಮಾಡಿದ. ಒಳಗೊಳಗೇ ನಗುತ್ತಾ ಪ್ರದೀಪನು "ಸುಮ್ಮನಿರಪ್ಪಾ" ಎಂದು ಎಚ್ಚರಿಸುತ್ತಾ, ಮುಂದೆ ಕಾಣುತ್ತಿದ್ದ ಮೀಸೆ ಮರ್ಕಟಗಳನ್ನುದ್ದೇಶಿಸಿ "ಈ ಮಾರುತಿ ಮಹಾಶಯರು ನೋಡು, ಏನು ಜೋರಾಗಿ ಗಡ್ಡ-ಮೀಸೇ ಬಿಟ್ಟವರೆ, ನೀನು ಇದ್ದೀಯಾ, ಮೀಸೆ ಗಡ್ಡ ಇಲ್ಲದ ಪಂಜಾಬಿನ ಸಿಂಹ" ಎಂದು ಪರೋಕ್ಷವಾಗಿ ಅರ್ಜುನ ಸಿಂಹನ ಗತ ಗಡ್ಡ-ಮೀಸೆಗಳ ಬಗ್ಗೆ ಪ್ರಸ್ತಾಪಿಸಿದ. ಅಮರಕೇರಿಯಲ್ಲಿ ಟಾಪಿರ್ ಹಂದಿಗಳು ಮತ್ತು ನೀರುನಾಯಿಗಳು ವಿಶೇಷವಾಗಿ ಕಾಣ ಬರುತ್ತಿದ್ದವು. ಪಕ್ಷಿಗಳಿಗಂತೂ ಲೆಕ್ಕವೇ ಇರಲಿಲ್ಲ. ನಲಿದಾಡುತ್ತಿದ್ದ ನೀರು ನಾಯಿಗಳ ಸಮೂಹ ಕಣ್ಸೆಳೆಯುವಂತಿತ್ತು.

ವಿಹಾರದ ನಂತರ ಪ್ರದೀಪನು ಧನ್ಯವಾದಗಳನ್ನರ್ಪಿಸುತ್ತಾ "ಕಾರ್ಲೋಸ್, ವಲಸೆಕಾರ್ಯದ ಬದಲು ಅಮೆಜಾನ್ ಪ್ರವಾಸಿ ಸಂಸ್ಥೆನಾ ಯಾಕೆ ನಡೆಸಬಾರದು?" ಎಂದು ಕೇಳಿದ.

"ಪಂಡಿತ್ ಪ್ರದೀಪ್, ನೀವು ಬಂಡವಾಳ ಹಾಕಿ. ನಾನು ನಡೆಸ್ತೀನಿ. ನಿಮ್ಮಂತ ಗಿರಾಕಿಗಳು ಸಿಕ್ಕಿದರೆ ಸಾಕು. ಅಮೆಜಾನ್ ಅರಣ್ಯಾನೂ ಉಳಿಯುತ್ತೆ, ನಮ್ಮಂಥವರಿಗೆ ಜೀವನಾನೂ ಆಗುತ್ತೆ".

ಕಾರ್ಲೋಸ್ ಮಾತುಗಳಲ್ಲಿ ಆಸೆಗಿಂತಲೂ ಮಿಗಿಲಾಗಿ ಕೃತಜ್ಞತೆ ತುಂಬಿತ್ತು. ಪ್ರದೀಪನು ತಲೆದೂಗುತ್ತಾ ಅವನ ಪ್ರಕೃತಿಪ್ರಜ್ಞೆ ಕೊಂಡಾಡುತ್ತಾ ಪ್ರತಿಫಲವಾಗಿ ನೂರು ನೂರ್ವೋ ಸೋಲ್ ಹಣ ಕೊಡಲು ಬಂದಾಗ, ಕಾರ್ಲೋಸ್, "ಪಂಡಿತ್ ಪ್ರದೀಪ್, ಈಗಲೇ ಯಾಕೆ? ಪ್ರಯಾಣವೆಲ್ಲಾ ಮುಗಿದ ಮೇಲೇ ಕೊಡುವಿರಂತೆ" ಎಂದ. ಪ್ರದೀಪನಿಗೆ ಕಾರ್ಲೋಸ್ ಬಗೆಗಿನ ಗೌರವ-ಪ್ರೀತಿ-ವಿಶ್ವಾಸಗಳು ಇನ್ನೂ ಹೆಚ್ಚಾದವು.

****

ಅಮೆರಿಕಾ ಕನಸು–4

ಸೂರ್ಯವಂಶಿಗಳ ಸಾಮ್ರಾಜ್ಯದಲ್ಲಿ

ಪ್ರಯಾಣದ ಮುಂದಿನ ಗತಿ, ಪೆರು ದೇಶದ ಮೂಲಕ ಉತ್ತರ ಗಡಿಯತ್ತ ಮುಂದುವರಿದು, ಕೊಲಂಬಿಯಾ ದೇಶವನ್ನು ಸೇರುವುದು. ಐನೂರು ವರ್ಷಗಳ ಹಿಂದೆ ದಕ್ಷಿಣ ಅಮೇರಿಕಾ ಖಂಡದಲ್ಲಿ "ಇಂಕಾ" ಸಾಮ್ರಾಜ್ಯವನ್ನು ಸ್ಥಾಪಿಸಿದ್ದ ಪೆರು ದೇಶ, ಕರ್ನಾಟಕದ ವಿಜಯನಗರ ಸಾಮ್ರಾಜ್ಯದಂತೆ ಭವ್ಯತೆಗೆ ಹೆಸರಾಗಿತ್ತು. ಚಿಲಿ ದೇಶದಿಂದ ಕೊಲಂಬಿಯ ದೇಶದವರೆವಿಗೂ ಉತ್ತರ–ದಕ್ಷಿಣದಲ್ಲಿ 4000 ಕಿಲೋಮೀಟರ್ ಹಬ್ಬಿ, ನೂರಕ್ಕಿಂತಲೂ ಹೆಚ್ಚು ಸಾಮಂತ ರಾಜ್ಯಗಳಿದ್ದ ಜಗತ್ತಿನ ಅತ್ಯಂತ ದೊಡ್ಡ ಸಾಮ್ರಾಜ್ಯವಾಗಿತ್ತು. ಸಾರ್ವಜನಿಕ ಸೌಲಭ್ಯಗಳ ನಿರ್ಮಾಣದಲ್ಲಿ ಇಂಕಾ ನಾಗರಿಕತೆ ಆದರ್ಶಪ್ರಾಯವಾಗಿತ್ತು. ಕಟ್ಟಡ ಕಲ್ಲುಗಳಿಂದ ನೆಲಗಟ್ಟು ಮಾಡಿ ನಿರ್ಮಿಸಿದ್ದ ಹದಿನಾರು ಸಾವಿರ ಕಿಲೋಮೀಟರುಗಳ ದೂರದ ರಸ್ತೆಗಳು ಇಂಕಾ ಸಾಮ್ರಾಜ್ಯದ ಅಸಾಧಾರಣ ಸಾಮರ್ಥ್ಯವನ್ನು ಸಾರುತ್ತಿದ್ದವು. ಆಂಡೀಸ್ ಪರ್ವತಶ್ರೇಣಿ ಇಂಕಾ ಸಾಮ್ರಾಜ್ಯಕ್ಕೆ ಬೆನ್ನುಮೂಳೆಯಂತೆ ಬುನಾದಿಯಾಗಿತ್ತು. ಸಾಮ್ರಾಜ್ಯದ ರಾಜಧಾನಿ ಕುಸ್ಕೋ ನಗರ ನಿಜವಾಗಿಯೂ ಗಿರಿನಗರ. ಸಮುದ್ರಮಟ್ಟದಿಂದ ಮೂರು ಕಿಲೋಮೀಟರ್ ಎತ್ತರದಲ್ಲಿ ಗಿರಿಶಿಖರಗಳ ನಡುವೆ ಈ ರಾಜಧಾನಿ ಸ್ಥಾಪಿತಗೊಂಡಿದೆ. ಪರ್ವತಮಯವಾದ ನಾಡಿನಲ್ಲಿ ನದಿಗಳನ್ನು ದಾಟಲು ತೂಗು ಸೇತುವೆಗಳನ್ನು, ಹಾಗೂ ತೇಲು ಸೇತುವೆಗಳನ್ನು ಕಟ್ಟುವುದರಲ್ಲಿ ಇಂಕಾ ಜನರು ನೈಪುಣ್ಯತೆ ಗಳಿಸಿದ್ದರು.

ಗಾರೆಯಿಲ್ಲದೆ, ಮನೆಗಾತ್ರದ ಬಂಡೆಗಳಿಂದ ಸುಭದ್ರ ಕೋಟೆ–ಕೊತ್ತಲಗಳನ್ನು ಕಟ್ಟಿದ್ದ ಇಂಕಾದವರ ಶಿಲಾ ಕೌಶಲ್ಯ ಇಂದಿಗೂ ವಿಸ್ಮಯವಾಗಿದೆ. ಕೃಷಿ ವಿಜ್ಞಾನಕ್ಕೆ ಇಂಕಾ ಜನರ ಕೊಡುಗೆ ಅಪಾರವಾಗಿದೆ. ಮುಸುಕಿನ ಜೋಳ, ಆಲೂಗಡ್ಡೆ ಮತ್ತು ದಂಟುಸೊಪ್ಪುಗಳನ್ನು ಅವಿಷ್ಕಾರಮಾಡಿ ಅಭಿವೃದ್ಧಿಗೊಳಿಸಿದ ಕೀರ್ತಿ ಇಂಕಾ ನಾಗರಿಕತೆಗೆ ಸಲ್ಲುತ್ತದೆ. ಕಣಿವೆಯ ಇಳಿಜಾರಿನಲ್ಲಿ ಮಳೆಯ ನೀರನ್ನು ಸಂಗ್ರಹಿಸಲು ಕಟ್ಟೆಗಳನ್ನು ನಿರ್ಮಿಸಿ ಕಡಿದಾದ ಬೆಟ್ಟಗುಡ್ಡಪ್ರದೇಶದಲ್ಲಿಯೂ ಬೇಸಾಯವನ್ನು ಮಾಡುವ ಕೃಷಿಕಲೆ ಇಂಕಾ

ಜನರಿಗೆ ಕರತಲಾಮಕವಾಗಿತ್ತು. ಸಮುದಾಯ ಕೃಷಿ ಪದ್ಧತಿಯನ್ನು ಅನುಸರಿಸುವ ಅವಿಭಕ್ತ ಕುಟುಂಬಗಳನ್ನು ಇಂಕಾ ರಾಜರು ಬಹುವಾಗಿ ಪ್ರೋತ್ಸಾಹಿಸಿ ಪೋಷಿಸುತ್ತಿದ್ದರು. ಆಹಾರ ಪದಾರ್ಥಗಳನ್ನು ಶೀತದಲ್ಲಿ ಸಂಸ್ಕರಿಸಿ ಶೇಖರಿಸುವ ತಂತ್ರವನ್ನು ಕಂಡುಹಿಡಿದವರು ಇಂಕಾ ಜನರೇ.

ಆರ್ಥಿಕತೆಯಲ್ಲಿ ಶ್ರೀಮಂತಿಕೆಯನ್ನು ಸಾಧಿಸಿದ ಹಾಗೆ ಧಾರ್ಮಿಕತೆಯಲ್ಲೂ ಇಂಕಾ ಸಾಮ್ರಾಜ್ಯ ಧೀಮಂತಿಕೆಯನ್ನು ಪಡೆದಿತ್ತು. ಮೂಲತಃ ಪ್ರಕೃತಿಯ ಆರಾಧಕರಾದ ಇಂಕಾ ಜನರು ಸೂರ್ಯನನ್ನು ತಮ್ಮ ಜನ್ಮದಾತನೆಂದು ನಂಬಿ, ತಾವು "ಸೂರ್ಯವಂಶಿ"ಯರೆಂದು ಹೆಮ್ಮೆಪಡುತ್ತಾ, ಭಾರತೀಯರಂತೆ ಪಂಚಭೂತಗಳನ್ನು ಪೂಜೆ ಮಾಡುತ್ತಾ, ಪುನರ್ಜನ್ಮದಲ್ಲಿ ಸಂಪೂರ್ಣ ವಿಶ್ವಾಸವನ್ನಿಟ್ಟಿದ್ದರು. ದಕ್ಷಿಣ ಭೂಭಾಗದವರಿಗೆ ಮಕರ ಸಂಕ್ರಾಂತಿಯಂದು ಹೊಸವರ್ಷ ಪ್ರಾರಂಭವಾಗುವ ದಿನ. ಈ ನೂತನ ಸಂವತ್ಸರದ ಹಬ್ಬವನ್ನು "ಇಂಟಿರೇಮಿ" ಎಂದು ಕರೆಯುತ್ತಾರೆ. ಇಂಟಿರೇಮಿ ಪ್ರಪಂಚದ ಅತ್ಯಂತ ಸುಂದರವಾದ ಸಾಂಸ್ಕೃತಿಕ ಹಬ್ಬಗಳಲ್ಲೊಂದು. ಸಾವಿರಾರು ಜನರು, ನೂರಾರು ರಂಗುಗಳ ವಿವಿಧ ವೇಷಭೂಷಣಗಳಿಂದ ಅಲಂಕೃತಗೊಂಡು, ಹಲವಾರು ಆಚರಣೆ-ಮೆರವಣಿಗೆಗಳಲ್ಲಿ ಭಾಗವಹಿಸುತ್ತಾ, ಸೂರ್ಯದೇವನನ್ನು ಆರಾಧಿಸುವ ರವಿಕುಮಾರರ "ಇಂಟಿರೇಮಿ" ಸಮಾರಂಭ ಕಣ್ಣಿಗೆ ಹಬ್ಬ. ಇಂಕಾ ಸಾಮ್ರಾಜ್ಯದ ರಾಜಧಾನಿಯಾಗಿದ್ದ ಕುಸ್ಕೋ ನಗರದಲ್ಲಿ ಪ್ರತಿವರ್ಷ ಜೂನ್ 24ರಂದು ನಡೆಯುವ ಇಂಟಿರೇಮಿ ಹಬ್ಬವನ್ನು ನೋಡಲು ವಿಶ್ವದಾದ್ಯಂತ ಸಾವಿರಾರು ಪ್ರೇಕ್ಷಕರನ್ನು ಪೆರು ದೇಶಕ್ಕೆ ಆಗಮಿಸುತ್ತಾರೆ.

ಇಂತಹ ಐತಿಹಾಸಿಕ ದೇಶದಲ್ಲಿ ಹಾದುಹೋಗುವ ಅದೃಷ್ಟ ಯಾರಿಗುಂಟು ಯಾರಿಗಿಲ್ಲಾ? ಪಾಂಡವರಿಗೆ ಈ ಸುಯೋಗ ಒದಗಿತ್ತು.

ಕೂಸ್ಕೋ ನಗರ ಇನ್ಯಾಪರಿಯಿಂದ ಕೇವಲ ಒಂದು ದಿನದ ಪ್ರಯಾಣ. ಅಮೆಜಾನ್ ಅರಣ್ಯದ ಪಶ್ಚಿಮ ಅಂಗಳದಲ್ಲಿಯೇ ಇರುವ ಪೆರು ದೇಶ, ಆಂಡೀಸ್ ಪರ್ವತ ಶ್ರೇಣಿಯ ಇಕ್ಕೆಲಗಳಲ್ಲಿ ಹರಡಿದೆ. ಆಂಡೀಸ್ ದಕ್ಷಿಣ ಅಮೇರಿಕಾ ಖಂಡದ ಹಿಮಾಲಯ. ದಕ್ಷಿಣ ಧ್ರುವದಿಂದ ಉತ್ತರದಲ್ಲಿ ಕೆರಿಬಿಯನ್ ಸಮುದ್ರದವರೆಗೂ ಚಾಚಿಕೊಂಡು ಅರ್ಜೆಂಟೀನ, ಚಿಲಿ, ಬೊಲಿವಿಯ, ಪೆರು, ಈಕ್ವಡಾರ್, ಕೊಲಂಬಿಯ ಮತ್ತು ವೆನಿಝುವೆಲಾ

ದೇಶಗಳನ್ನು ಆವರಿಸಿರುವ ಪ್ರಪಂಚದ ಅತ್ಯಂತ ಉದ್ದವಾದ ಪರ್ವತಶ್ರೇಣಿ, ಏಳು ಸಾವಿರ ಮೈಲಿಗಳಷ್ಟು ಸುದೀರ್ಘವಾಗಿದೆ. ಎಲ್ಲಿ ಹಿಮಾಲಯವೋ, ಅಲ್ಲೇ ಗಂಗಾ ಮಾತೆಯ ಅವತರಣವಲ್ಲವೇ? ಅಮೋಘ ಅಮೆಜಾನ್ ನದಿ ಉಗಮಿಸುವುದು ಪೆರು ದೇಶಲ್ಲಿರುವ ಆಂಡೀಸ್ ಪರ್ವತದಲ್ಲಿರುವ ಹಿಮರಾಶಿಯಿಂದಲೇ. ಹಿಮಾಲಯಕ್ಕೆ ಅನುರೂಪವಾಗಿರುವ ಆಂಡೀಸ್ ಪರ್ವತಶ್ರೇಣಿಯಲ್ಲಿ ಐವತ್ತಕ್ಕಿಂತಲೂ ಹೆಚ್ಚು ಗಗನಚುಂಬಿ ಶಿಖರಗಳಿವೆ. ಆಲೂಗಡ್ಡೆಯ ತವರೂರಾದ ಈ ಉತ್ತುಂಗ ನಾಡಿನಲ್ಲಿ ಒಂಟೆಯ ಗುಂಪಿಗೆ ಸೇರಿದ, ನೀಳವಾದ ಕತ್ತಿನ ಲಾಮಾ, ಅಲ್ಪಾಕಾ, ಮತ್ತು ವಿಕುನ್ಯಾ ಪ್ರಾಣಿಗಳು, ಮನೆ ಮಾಡಿಕೊಂಡಿವೆ. ಈ ಪ್ರಾಣಿಗಳು ಸಂಘಜೀವಿಗಳು. ನೂರಾರು ಸಂಖ್ಯೆಯಲ್ಲಿ ಒಟ್ಟಾಗಿ ಜೀವಿಸುತ್ತವೆ. ಕುರಿಗಳ ಹಾಗೆ ಸಾಧು ಜೀವಿಗಳಾದ ಈ ಸಾಕು ಪ್ರಾಣಿಗಳು ಇಂಕಾ ಜನರಿಗೆ ತುಪ್ಪಳವನ್ನು ಮತ್ತು ಆಹಾರವನ್ನು ಒದಗಿಸುತ್ತವೆ.

ಇಂಕಾ ನಾಗರಿಕತೆಯ ಮತ್ತೊಂದು ವೈಶಿಷ್ಟ್ಯ ಕೋಕೊ ಸೇವನೆ. ಕೋಕೊ ಗಿಡಗಳ ಎಲೆಗಳನ್ನು ಕುದಿಸಿ ಕಷಾಯ ಮಾಡಿ ಕುಡಿಯುವುದು ಹಾಗೂ ಹಸಿಎಲೆಗಳನ್ನು ವೀಳೆಯದೆಲೆಯಂತೆ ಅಗಿಯುವುದು ಇಲ್ಲಿನ ಜನರಿಗೆ ರೂಢಿಯಲ್ಲಿದೆ. ಆಂಡೀಸ್ ಪರ್ವತಗಳ ಎತ್ತರದ ವಾತಾವರಣದಲ್ಲಿ ಆಮ್ಲಜನಕ ವಿರಳವಾಗಿರುವುದರಿಂದ, ಉದ್ಭವಿಸುವ ವಾಂತಿಬಾಧೆ ಇತ್ಯಾದಿ ದೈಹಿಕ ಸಮಸ್ಯೆಗಳನ್ನು ಕೋಕೊ ಸೇವನೆ ತಡೆಗಟ್ಟುವುದೆಂದೂ, ಕಾಫಿ–ಟೀ–ಗಳಂತೆ ಉತ್ತೇಜಕ ಪಾನೀಯವೆಂದೂ ಹೇಳುತ್ತಾರೆ. ಭಂಗಿಸೊಪ್ಪಿನ ಗಿಡದಿಂದ "ಅಫೀಮು" ತಯಾರಿಸುವ ಹಾಗೆ, ಕೋಕೊ ಸಸ್ಯದ ಎಲೆಗಳಿಂದ "ಕೋಕೈನ್" ಎಂಬ ಮಾದಕ ಪದಾರ್ಥವನ್ನೂ ತಯಾರಿಸುತ್ತಾರೆ. ಕೊಕೈನ್ ದುಷ್ಪರಿಣಾಮಕಾರಿ ಎಂಬುದರಲ್ಲಿ ಸಂದೇಹವೇ ಇಲ್ಲ. ಆರೋಗ್ಯಕ್ಕೆ ಹಾನಿಕರ ಎಂದು ನಿಷೇಧಿಸಿದ್ದರೂ, ಅಮೇರಿಕಾ–ಯೂರೋಪು ದೇಶಗಳಲ್ಲಿ "ಕೊಕೈನ್" ಬಳಕೆ ಹೆಚ್ಚು. ಅಫ್ಘಾನಿಸ್ತಾನದಲ್ಲಿ ಭಂಗಿಸೊಪ್ಪು ಆರ್ಥಿಕ ಬೆಳೆಯಾಗಿರುವ ಹಾಗೆ, ಬೊಲಿವಿಯ, ಪೆರು, ಕೊಲಂಬಿಯ ದೇಶಗಳಲ್ಲಿ ಕೋಕೊ ಬೇಸಾಯ ಒಂದು ಕೃಷಿ ಉದ್ಯಮವಾಗಿದೆ.

ಅಮರಕೇರಿಯ ಪಕ್ಷಿಕಾಶಿಯನ್ನು ನೋಡಿದ ನಂತರ ಪಾಂಡವರ ಪ್ರಯಾಣ ಮುಂದುವರಿಯಿತು. ಕೂಸ್ಕೋ ನಗರ ತಲುಪವವರೆಗೂ ಎಲ್ಲೂ ತಂಗದೆ ಸತತವಾಗಿ ಹೋಗುವುದೆಂದಾಯಿತು. ಇನ್ನೂರು ಮೈಲಿ ಪ್ರಯಾಣ.

ದಾರಿಯುದ್ದಕ್ಕೂ ಅಂಕು-ಡೊಂಕಿನ ರಸ್ತೆಗಳಲ್ಲಿ, ಮೇಲೇರಿ ಕೆಳಗಿಳಿದು ಕಣಿವೆಗಳನ್ನು ದಾಟುವ ತಿರುವು-ಮುರವುಗಳಲ್ಲಿ ವಾಹನ ಪ್ರಯಾಣ, ಮೈಯನ್ನು ಕುಲುಕಿ ಕರುಳನ್ನು ಕದಡುವಂತಹದು. ಸಮುದ್ರ ಮಟ್ಟದಿಂದ ಮೇಲಕ್ಕೇರುತ್ತಿದ್ದಂತೆ, ಪಾಂಡವರಿಗೆ "ಪರ್ವತ ಬೇನೆ" (ವಾಕರಿಕೆ) ಶುರುವಾಯಿತು. ಕಾರ್ಲೋಸ್ ವೈದ್ಯ ಪಂಡಿತನಾದ. ಎಲ್ಲರಿಗೂ ಕೋಕೊ ಕಷಾಯ ಕುಡಿಯಲು ಹೇಳಿದ. ಪ್ರದೀಪನಿಗೆ ಮೊದಲ ಬಾರಿಗೆ ಕೋಕೊ ಕಷಾಯವನ್ನು ಕುಡಿಯುವ ಮತ್ತು ಆನಂದಿಸುವ ಅವಕಾಶ ಬಂದಿತು. ಕೋಕೊ ಪಾನಕವನ್ನು ಸವಿಯುತ್ತಿದ್ದ ಪಾಂಡವರಿಗೆಲ್ಲಾ ಕಾರ್ಲೋಸ್, "ನಮ್ಮ ದೇಶ, ಕೊಲಂಬಿಯ, ಪೆರು ಮತ್ತು ಬೊಲಿವಿಯಾದಲ್ಲಿ ತುಂಬಾ ಕೋಕೊ ತೋಪುಗಳಿವೆ. ಒಂದು ಹೆಕ್ಟೇರ್ ಕೋಕೊ ಇದ್ದರೆ, ಒಂದು ಕೋಟಿ" ಎಂದು ಕೋಕೊ ಬೇಸಾಯದ ಲಾಭ ವಿವರಿಸಿದ. "ಆದರೆ ಅಮೇರಿಕಾ ಬಡ್ಡೀಮಕ್ಕಳ ದೆಸೆಯಿಂದ ನಮಗೆ ಉಳಿಗಾಲವಿಲ್ಲ. ನಾವು ಕೋಕೊ ಬೆಳೆಯಬಾರದಂತೆ. ನಮ್ಮ ದೇಶದಲ್ಲಿ ನಾವು ಅವರು ಹೇಳಿದಂತೆ ಕೇಳಬೇಕು" ಎಂದು ಅಮೇರಿಕಾವನ್ನು ಜರೆದ.

"ಯಾಕಂತೆ" ಅರ್ಜುನ ಪ್ರಶ್ನಿಸಿದ.

"ಕೋಕೊವನ್ನು ಮಾದಕದ್ರವ್ಯ ಕೋಕೈನ್ ಉತ್ಪಾದನೆಗೆ ಉಪಯೋಗಿಸ್ತಾರಂತೆ. ಅದಕ್ಕೆ, ಆ ಕೋಕೈನ್ ಉತ್ಪಾದನೆ ಮಾಡೋರು, ಮಾರೋರು, ಮೆತ್ತೋರು, ಅಮೇರಿಕಾದವರೇ. ಅವರು ಮಾಡೋ ತಪ್ಪಿಗೆ, ನಮಗೆ ದಂಡ. ಅಮೇರಿಕಾ ರಾಜಕೀಯಾನೇ ಹೀಗೆ, ಅವರ ತಪ್ಪನ್ನ ಇನ್ನೊಬ್ಬರ ಮೇಲೆ ಹೊರಿಸೋದು, ತಾವು ದೊಡ್ಡವರು ಅನ್ನಿಸಿಕೊಳ್ಳೋದು" ಎಂದು ಉತ್ತರಿಸಿದ ಕಾರ್ಲೋಸ್ ಮಾತನ್ನು ಬೆಂಬಲಿಸುತ್ತಾ ಚಾಲಕ ಆಲ್ವರಾಡೋ, "ಅಮೇರಿಕಾ ಆಷಾಢಭೂತಿ" ಎಂದು ತನ್ನ ಕಟುಟೀಕೆ ಮಂಡಿಸಿದ.

ಇವರ ಮಾತುಗಳಲ್ಲಿ ಯಾವ ಉತ್ಪ್ರೇಕ್ಷೆಯೂ ಇಲ್ಲ. ಕೊಕೈನ್ ಉತ್ಪಾದನೆಗೆ ಕೋಟಿಗಟ್ಟಲೆ ಹಣ ಸುರಿದಿರುವ ಅಮೇರಿಕಾ ದೇಶದ ಬಂಡವಾಳಶಾಹಿಗಳು ಸುಖಸುಪ್ಪತ್ತಿಗೆ

ಯಲ್ಲಿದ್ದುಕೊಂಡು, ದಕ್ಷಿಣ ಅಮೇರಿಕಾದ ಬಡ ದೇಶಗಳಲ್ಲಿ ಮಧ್ಯವರ್ತಿಗಳ ಮೂಲಕ ಮಾದಕದ್ರವ್ಯ ತಯಾರಿಕೆ ನಡೆಸುತ್ತಾರೆ; ಯುವ ಜನಾಂಗಕ್ಕೆ ಮಾರಕವಾದ ಮಾದಕ ವಸ್ತುಗಳನ್ನು ಇಡೀ ಜಗತ್ತಿಗೆಲ್ಲಾ ಸರಬರಾಜು

ಮಾಡುತ್ತಿದ್ದಾರೆ. ಅಮೇರಿಕಾ ರಾಜಕಾರಣಿಗಳು "ಸಮಾಜ ರಕ್ಷಕ"ರಂತೆ ನಾಟಕವಾಡುತ್ತಿದ್ದಾರೆ. ವಿಶ್ವಸಂಸ್ಥೆ ಕಚೇರಿ ತಮ್ಮ ದೇಶದಲ್ಲಿರುವುದರಿಂದ ವಿಶ್ವವೆಲ್ಲಾ ತಮ್ಮದೇ ಎಂದು ಭ್ರಮಿಸುತ್ತಿದ್ದಾರೆ.

ಕೂಸ್ಕೋ ನಗರವನ್ನು ತಲುಪುವ ಹೊತ್ತಿಗೆ ಮಧ್ಯರಾತ್ರಿಯಾಗಿತ್ತು. ವಲಸಿಗರಿಗೆ ಸೂಕ್ತವಾಗಿ ಸಿದ್ಧವಾಗಿದ್ದ ಮನೆಯೊಂದರಲ್ಲಿ ಪಾಂಡವರೆಲ್ಲರಿಗೂ ತಂಗಲು ಕಾರ್ಲೋಸ್ ವ್ಯವಸ್ಥೆ ಮಾಡಿದ್ದ. ಇದು ಎರಡು ಕುಟುಂಬಗಳಿರುವ, ವಠಾರದ ಮಾದರಿಯ ಜಂಟಿ-ಮನೆಯಾಗಿತ್ತು. ಒಂದು ಮನೆಯಲ್ಲಿ ಮನೆಯ ಒಡೆಯ ಮತ್ತು ಅವನ ಪರಿವಾರ ಇರುತ್ತಿತ್ತು. ಇನ್ನೊಂದು ಮನೆಯನ್ನು ಅತಿಥಿಗೃಹವಾಗಿ ಮಾರ್ಪಡಿಸಿದ್ದರು. ಮೂರು ಕೋಣೆಗಳಲ್ಲಿ ಆರು ಜನರಿಗೆ ಮಲಗಲು ಅವಕಾಶವಿತ್ತು. ಇಂತಹ ಅತಿಥಿಗೃಹಗಳು ಅಮೇರಿಕಾದ ಪ್ರೇಕ್ಷಣೀಯ ನಗರಗಳಲ್ಲಿ ಸಾಕಷ್ಟಿವೆ. ಇವುಗಳನ್ನು "ಬೆಡ್ ಅಂಡ್ ಬ್ರೇಕ್‌ಫಾಸ್ಟ್ ಹೋಮ್ಸ್" ಎಂದೂ, ಇಂತಹ ವಸತಿ ಕಾರ್ಯಭಾರವನ್ನು "ಹೋಮ್ ಸ್ಟೇಯಿಂಗ್" ಎಂದೂ ಕರೆಯುತ್ತಾರೆ. ಸ್ಥಳೀಯ ಜನರ ದೈನಂದಿನ ಜೀವನವನ್ನು ಕಣ್ಣಾರೆ ನೋಡಿ ತಿಳಿಯಲು, ಪ್ರವಾಸಿಗಳಿಗೆ ಇದೊಂದು ಒಳ್ಳೆಯ ಅವಕಾಶ. ಪ್ರಯಾಣ ಖರ್ಚು-ವೆಚ್ಚಗಳನ್ನು ವಲಸೆದಾರರೇ ಭರಿಸಬೇಕಾಗಿರುವುದರಿಂದ ವಲಸಿಗರಿಗೆ ಇಂತಹ ಅಗ್ಗದ ಮನೆಗಳಲ್ಲಿ ವಸತಿ ಸೌಕರ್ಯ ಏರ್ಪಡಿಸುವುದು ಸಾಮಾನ್ಯ.

ಮನೆಯ ಒಡತಿ ಮಾಮಾಕುರ, "ಇಂಕಾ" ಜನಾಂಗದವಳು. ಆಕೆಯ ಗಂಡ, ಆಂಟೋನಿಯೋ, ಸ್ಪಾನಿಷ್ ಮೂಲದವನು. ಮದುವೆಯಾಗಿ ನವಜೀವನವನ್ನು ಆರಂಭಿಸಿರುವ ಈ ದಂಪತಿಗಳು, ಪ್ರವಾಸೋದ್ಯಮವನ್ನು ಜೀವನಾಧಾರವಾಗಿಸಿಕೊಂಡಿದ್ದರು. ಆಂಟೋನಿಯೋ ಸ್ವಂತ ವಾಹನವಿಟ್ಟುಕೊಂಡು ಪ್ರವಾಸಿಗರಿಗೆ ಸಾರಿಗೆ ಸೌಕರ್ಯ ಕಲ್ಪಿಸುತ್ತಿದ್ದ. ಮಾಮಾಕುರ ಊಟೋಪಚಾರಗಳನ್ನು ಮಾಡುತ್ತ ಅತಿಥಿ ಸತ್ಕಾರ ಮಾಡುತ್ತಿದ್ದಳು. ಕಾರ್ಲೋಸ್ ಗಿರಾಕಿಗಳನ್ನು ಒದಗಿಸುತ್ತಾ, ಇವರಿಗೆ ಚಿರಪರಿಚಿತನಾಗಿದ್ದ.

ಕೂಸ್ಕೋ ನಗರ, ಬೊಲಿವಿಯಾ ಮತ್ತು ಚಿಲಿ ದೇಶದಿಂದ ಅಮೇರಿಕಾಗೆ ತೆರಳುವ ವಲಸಿಗರಿಗೆ ಸಂಧಿ ಸ್ಥಾನ. ಇಲ್ಲಿಂದ ಉತ್ತರಾಭಿಮುಖವಾಗಿ

ಎಕ್ವಡೋರ್ ದೇಶದ ಕಡೆಗೆ ಸಾವಿರ ಮೈಲಿ ಪ್ರಯಾಣವನ್ನು ಆರಂಭಿಸುವ ಮೊದಲು, ವಲಸಿಗರು ಉಳಿದುಕೊಳ್ಳುವ ವಿಶ್ರಾಂತಿಧಾಮ.

ಕಾರ್ಲೋಸ್ ಪಾಂಡವರನ್ನು ಆಂಟೋನಿಯೋ ಮತ್ತು ಮಾಮಾಕುರ ಅವರಿಗೆ ಪರಿಚಯಿಸುತ್ತಾ, ಪ್ರದೀಪನು ವೈದ್ಯ ಪಂಡಿತನೆಂದೂ-ಬಹಳ ಒಳ್ಳೆಯವನೆಂದೂ ಹೊಗಳಿದ. ನಂತರ ಪಾಂಡವರಿಗೆ "ಮಿತ್ರರೇ, ಮುಂದಿನ ಭಾನುವಾರ ಬೊಲಿವಿಯಾದಿಂದ ವಲಸಿಗರ ತಂಡ ಬರುತ್ತೆ. ಅವರು ಬಂದ ಮೇಲೆ ಎಲ್ಲಾ ಒಟ್ಟಾಗಿ ಈಕ್ವಡಾರ್ ಕಡೆಗೆ ಪ್ರಯಾಣ ಮಾಡೋಣ. ಅದುವರೆವಿಗೂ ಕೂಸ್ಕೋ ನಗರವನ್ನ ನೋಡಿ ಆನಂದಿಸಿ" ಎಂದ.

"ನನಗೆ ಇಲ್ಲೇ ಪಕ್ಕದ ಊರಿನಲ್ಲಿ ಸ್ವಲ್ಪ ಕೆಲಸ ಇದೆ. ಎಲ್ಲಾ ಮುಗಿಸಿಕೊಂಡು ಶನಿವಾರ ಬಂದು ಬಿಡ್ತೀನಿ" ತನ್ನ ಅಗಲಿಕೆಯ ವಿಷಯವನ್ನು ತಿಳಿಸಿದಾಗ ತುಸು ಆತಂಕಗೊಂಡ ವಿಜಯ್, "ಓ ಆಂಡವನೇ" ಎಂದು ಉದ್ಗಾರ ತೆಗೆದ. ಮತ್ತೊಮ್ಮೆ ಎಲ್ಲರಿಗೂ ವಿಶ್ವಾಸ ಮೂಡಿಸಲು ಸಮಾಧಾನ ಮಾಡುತ್ತಾ ಕಾರ್ಲೋಸ್, "ಪಾಂಡವ ಕುಮಾರರೇ, ಆತಂಕ ಪಡಬೇಡಿ. ಶ್ರೀಕೃಷ್ಣ ನಿಮ್ಮನ್ನ ಯಾವತ್ತಿಗೂ ಕೈಬಿಡಲ್ಲ" ಎಂದು ಮಹಾಭಾರತದ ಶೈಲಿಯಲ್ಲಿ ಹೇಳಿದ. ನಂತರ, "ಇವರಿಗೆಲ್ಲಾ ಇಂಕಾ ಸಾಮ್ರಾಜ್ಯದ ಗತವೈಭವವನ್ನು ತೋರಿಸು. ತಿರುಗಾಡೋ ಖರ್ಚನ್ನ ನಾನೇ ವಹಿಸಿಕೊಳ್ತೀನಿ. ಅತಿಥಿದೇವೋಭವ. ಮರೀಬೇಡ..." ಎಂದು ಆಂಟೋನಿಯೋಗೆ ಅರಿಕೆ ಮಾಡಿಕೊಂಡ.

"ಕಾರ್ಲೋಸ್, ಇಲ್ಲಿ ನಮ್ಮ ಭಾರತೀಯ ಊಟ ಸಿಗುತ್ತಾ?" ಎಂದು ಪ್ರದೀಪ ಕೇಳಿದಾಗ, ಸಂತೋಷದಿಂದಲೇ ಆಂಟೋನಿಯೋ, "ಹೌದು ಸ್ವಾಮಿ. ಗೋವಿಂದಾ ಊಟಾಲಯ ಇದೆ. ಹರೇ ಕೃಷ್ಣ ದೇವಸ್ಥಾನದವರು ನಡೆಸ್ತಾರೆ."

"ಓಹೊ, ವೈಷ್ಣವ ಧರ್ಮ ಇಲ್ಲಿಗೂ ಬಂದಿದೆಯಾ?" ಎಂದು ಪ್ರದೀಪನು ಆಶ್ಚರ್ಯದಿಂದ ಕೇಳಿದ.

"ಹೌದು ಪಂಡಿತ್. ಅದಕ್ಕೇ ಹೇಳಿದ್ದು. ಶ್ರೀಕೃಷ್ಣ ನಿಮ್ಮನ್ನ ಯಾವತ್ತಿಗೂ ಕೈಬಿಡಲ್ಲಾ." ಎಂದು ಕಾರ್ಲೋಸ್ ಹಾಸ್ಯವಾಗಿ ಮತ್ತೊಮ್ಮೆ ಒತ್ತಿ ಹೇಳಿ, ಮಾಮಾಕುರಳಿಗೆ "ಮಾಮಾ, ಪಾಂಡವ ಕುಮಾರರಿಗೆ ಖಾರವಾದ ಅಡಿಗೆ ಇಷ್ಟ. ಅವರನ್ನು ಚೆನ್ನಾಗಿ ತೃಪ್ತಿಪಡಿಸೋದು ನಿನ್ನ ಕರ್ತವ್ಯ" ಎಂದ.

"ಆಗಲಿ ಆಗಲಿ ಕಾರ್ಲೋಸ್" ಎಂದು ಎಲ್ಲರನ್ನೂ ನೋಡುತ್ತಾ ಆಕೆ ಮೋಹಕ ನಗೆ ಬೀರಿದಳು.

"ಚೆನ್ನಾಗಿ ತೃಪ್ತಿ ಪಡಿಸಬೇಕು... ಆಗಲಿ... ಆಗಲಿ" ಎಂಬ ಮಾತುಗಳ ದ್ವಂದ್ವಾರ್ಥದ ಊಹೆಯಿಂದ ಪಾಂಡವರಿಗೆಲ್ಲಾ ಕಚಗುಳಿಯಿಟ್ಟಂತಾಗಿತ್ತು. ಮಾಮಾಕುರ ಸಾಧಾರಣ ಸುಂದರಿಯಾಗಿದ್ದರೂ, ಪ್ರಾಸಂಗಿಕವಾಗಿ, ಪಾಂಡವರ ಕಣ್ಣಿಗೆ ಅಸಾಧಾರಣ ಸೌಂದರ್ಯವತಿಯಾಗಿ ಕಂಡಳು.

ಪ್ರಾಚೀನದಲ್ಲಿ ಸೂರ್ಯವಂಶಿಗಳ ಸುವರ್ಣಯುಗವಾಗಿದ್ದ ಇಂಕಾ ಸಾಮ್ರಾಜ್ಯದ ರಾಜಧಾನಿ, ಕೂಸ್ಕೋ ನಗರ, ಈಗ ಪ್ರಾಚೀನಶಾಸ್ತ್ರಜ್ಞರಿಗೆ ಅಚ್ಚುಮೆಚ್ಚಿನ ತಾಣ. ಆರು ನೂರು ವರ್ಷಗಳ ಹಿಂದೆ ಪಚಕೂಟಿ ಎಂಬ ದೊರೆಯಿಂದ ಸ್ಥಾಪಿತವಾದ ಇಂಕಾ ಸಾಮ್ರಾಜ್ಯ ನೂರು ವರ್ಷಗಳ ಕಾಲ ದಕ್ಷಿಣ ಅಮೇರಿಕಾದ ವಿಜಯನಗರವಾಗಿ ಮೆರೆಯಿತು. ಉತ್ತರದಲ್ಲಿ ಕೊಲಂಬಿಯ ದೇಶದಿಂದ ದಕ್ಷಿಣದಲ್ಲಿ ಚಿಲಿ ದೇಶದವರೆಗೂ ಹಬ್ಬಿದ್ದ ಇಂಕಾ ಸಾಮ್ರಾಜ್ಯದಲ್ಲಿ ಅರವತ್ತು ಲಕ್ಷ ಪ್ರಜೆಗಳಿದ್ದರು. ಹದಿನಾರನೆಯ ಶತಮಾನದಲ್ಲಿ ಸ್ಪಾನಿಷ್ ದಾಳಿಗೆ ತುತ್ತಾಗಿ, ನಿರ್ನಾಮಗೊಂಡ ಇಂಕಾ ಸಾಮ್ರಾಜ್ಯದ ಅವಶೇಷಗಳು, ಕೂಸ್ಕೊ ನಗರದ ಹೊರವಲಯದಲ್ಲಿ, ಯೂರೋಪಿಯನ್ನರ ದೌರ್ಜನ್ಯಕ್ಕೆ ಸಾಕ್ಷಿಗಳಾಗಿ ನಿಂತಿವೆ. ವಿಶ್ವಸಂಸ್ಥೆ ಕೂಸ್ಕೋ ನಗರವನ್ನು "ವಿಶ್ವ ಪರಂಪರೆಯ ತಾಣ" ಎಂದು ಘೋಷಿಸಿ, ಅವಶೇಷಗಳನ್ನು ರಕ್ಷಿಸುತ್ತಿದೆ.

ಕಾರ್ಲೋಸ್ ಅಪ್ಪಣೆಯ ಮೇರೆಗೆ ಆಂಟೋನಿಯೋ ಬಹಳ ಖುಷಿಯಿಂದ ಪಾಂಡವರಿಗೆ ಇಂಕಾ ಸಾಮ್ರಾಜ್ಯದ ಗತವೈಭವವನ್ನು ತೋರಿಸುತ್ತಿದ್ದ. ಐದು ಜನರಿಗೆ–ಏಳು ದಿನಗಳು ಸತತವಾಗಿ ನಗರದರ್ಶನ ಮಾಡಿಸುವ ಅವಕಾಶಗಳು ಬಹಳ ಲಾಭದಾಯಕ. ಯಾತ್ರಿಗಳೆಲ್ಲರೂ ಅವನ ಮನೆಯಲ್ಲಿಯೇ ತಂಗಿದ್ದರಿಂದ ಮತ್ತೂ ಅನುಕೂಲವಾಗಿತ್ತು. ಬಿಟ್ಟಿ ಯಾತ್ರೆಯಾದುದರಿಂದ ಪಾಂಡವರೆಲ್ಲರೂ ಮುಂದಾಗಿದ್ದರು.

ಮೊದಲನೆಯ ದಿನ ಕೂಸ್ಕೋ ನಗರದಲ್ಲಿ ಅಲೆದಾಡುವುದೇ ಆಗಿತ್ತು. ಅವೆನೀಡ ಸೋಲ್ ನಗರದ ಮುಖ್ಯ ಬೀದಿ. ಮೂರು ಲಕ್ಷ ಜನರಿರುವ ಕೂಸ್ಕೋ ಸಾಧಾರಣ ಜಿಲ್ಲಾ ಕೇಂದ್ರದಂತಿತ್ತು. ಪ್ರಾಚೀನ ಇಂಕಾ ದೇವಾಲಯಗಳನ್ನು

ಧ್ವಂಸಮಾಡಿ, ಅವುಗಳ ತಳಹದಿಯ ಮೇಲೇಯೇ ಕಟ್ಟಿದ್ದ ಚರ್ಚುಗಳು ಮತ್ತು ಸಂಗ್ರಾಣಗಳು, ಯೂರೋಪಿಯನ್ನರ ದಬ್ಬಾಳಿಕೆಯನ್ನು ಸಾರುತ್ತಿದ್ದವು. ಹಾಗೆಯೇ ತಿರುಗಾಡುತ್ತಿದ್ದಾಗ ನಗರದ ಮುಖ್ಯ ಬೀದಿಯಲ್ಲಿ ಹರೆ ಕೃಷ್ಣ ಪಂಥದವರ ಸಂಕೀರ್ತನೆ ಯಾತ್ರೆಯನ್ನು ಕಂಡು ಪಾಂಡವರೆಲ್ಲರೂ ಅವಾಕ್ಕಾದರು. ಎಲ್ಲರಿಗಿಂತಲೂ ಮುಂದಾಗಿ ಪ್ರದೀಪನೇ ಹೋಗಿ ಭಜನೆ ಮಾಡುತ್ತಿದ್ದವರಿಗೆ ವಂದಿಸಿ ಪರಿಚಯಮಾಡಿಕೊಂಡು, ನಂತರ ಇತರರನ್ನು ಪರಿಚಯಿಸಿದ. ಅರ್ಜುನನು ಹೆಮ್ಮೆಯಿಂದ "ಶ್ರೀಕೃಷ್ಣ ಪರಮಾತ್ಮ ಭಗವದ್ಗೀತೆಯನ್ನು ಬೋಧಿಸಿದ್ದು ನನಗೇನೇ" ಎಂದು ಹೇಳಿ, ಎಲ್ಲರನ್ನೂ ನಗಿಸಿದ. ಭಜನೆಯ ಮುಖಂಡ, ಹರಿವಿಲಾಸ ದಾಸ್, ಎಲ್ಲರನ್ನು ಪ್ರೀತಿಯಿಂದ ವಿಚಾರಿಸಿಕೊಂಡು, ಹರೆ ಕೃಷ್ಣ ದೇವಾಲಯಕ್ಕೆ ಆಹ್ವಾನಿಸಿದ. "ಭಾನುವಾರ ಸಂಜೆ ತಪ್ಪದೇ ಬರುತ್ತೇವೆ, ಸ್ವಾಮಿ" ಎಂದು ಪ್ರದೀಪ ಎಲ್ಲರ ಪರವಾಗಿ ಹೇಳಿದ. ಅವೇನೀಡಾ ಬೀದಿಯಲ್ಲಿಯೇ ಹರೆ ಕೃಷ್ಣ ಸಂಸ್ಥೆಯವರು ಗೋವಿಂದಾ ಎಂಬ ಹೋಟೇಲ್ ಮತ್ತು ಭಾರತೀಯ ತಿಂಡಿ–ತಿನಿಸುಗಳ ಅಂಗಡಿಯನ್ನು ನಡೆಸುತ್ತಿರುವ ವಿಷಯ ತಿಳಿದು, ಎಲ್ಲರಿಗೂ ಭಾರತೀಯ ರುಚಿಯನ್ನು ಆಸ್ವಾದಿಸುವ ಆಸೆಯಾಗಿ, ಸಂಜೆಯ ತಿಂಡಿ–ತೀರ್ಥಕ್ಕೆ ನೇರವಾಗಿ ಅಲ್ಲಿಗೆ ಹೋದರು. ದುರದೃಷ್ಟವಶಾತ್ ಆದಿನ ಅವರಿಗೆ ರಜಾ ದಿನವಾಗಿತ್ತು. ಸ್ವಲ್ಪ ನಿರಾಶೆಗೊಂಡರೂ, ಸಾವಿರಾರು ಕಿಲೋಮೀಟರ್ ದೂರದಲ್ಲಿರುವ ಸೂರ್ಯವಂಶಿಗಳ ಸಾಮ್ರಾಜ್ಯದಲ್ಲೂ, ಭಾರತದ ಸಂಸ್ಕೃತಿಕ ಜ್ಯೋತಿ ಬೆಳಗುತ್ತಿರುವುದನ್ನು ಕಂಡು ಪಾಂಡವರು ಸಂತೃಪ್ತರಾದರು.

ಮೊದಲನೆಯ ದಿನ ಆಧುನಿಕ ಕೂಸ್ಕೋ ನಗರದ ಬೀದಿಗಳಲ್ಲಿ ಅಲೆದಾಡಿ, ಸುಸ್ತಾಗಿ ಮನೆಗೆ ಬಂದಾಗ, ಮಾಮಾಕುರ ಮಾಡಿದ್ದ, ಸೊಗಸಾದ ಅಡಿಗೆಯನ್ನು ಉಂಡು, ಪಾಂಡವರೆಲ್ಲರೂ ಸಂತೃಪ್ತರಾದರು. ಮಾಮಕುರ ಮಾಡಿದ್ದ "ಆಲಿ" ಚಟ್ನಿಯನ್ನು ಮತ್ತು ಪೂರಿಯಂತೆಯೇ ರುಚಿಯಾಗಿರುವ ಸೋಪಪಿಲ್ಲಾಗಳನ್ನು ಎಲ್ಲರೂ ಬಹಳವಾಗಿ ಮೆಚ್ಚಿಕೊಂಡರು. ಚಿಕ್ಕ ಮೊಲದಂತಿರುವ ಗಿನಿಹಂದಿಗಳನ್ನು ಇಂಕಾ ಜನರು ಮಾಂಸಾಹಾರವಾಗಿ ಭಕ್ಷಿಸುತ್ತಾರೆ. ಅರ್ಜುನನು ತನ್ನ ಪಾಕಪ್ರವೀಣತೆಯ ಬಗ್ಗೆ ಹೇಳುತ್ತಾ...

"ಮಾಮಾ, ನಮ್ಮ ಪಂಜಾಬಿ ಶೈಲಿಯಲ್ಲಿ ಗಿನಿಮಾಂಸದ ಸಾರು ಮಾಡಿದರೆ ಸಕತ್ತಾಗಿರುತ್ತೆ. ನಾಳೆ ರಾತ್ರಿ ನಾನು ಮಾಡಿ ತೋರಿಸಲೇ?" ಎಂದು ಅಡಿಗೆ ಮಾಡಲು ಆಸಕ್ತಿ ತೋರಿಸಿದಾಗ ಮಾಮಾಕುರಳು ಖುಷಿಯಿಂದ...

"ಖಂಡಿತವಾಗಿ. ನನಗೆ ಭಾರತದ ಅಡಿಗೆ ಅಂದ್ರೆ ತುಂಬಾ ಇಷ್ಟಾ. ಆಗಾಗ ಗೋವಿಂದಾಗೆ ಹೋಗ್ತೀವಿ. ಅಲ್ಲಿ ಸಸ್ಯಾಹಾರ ಮಾತ್ರ." ಎಂದು ಹೇಳಿ ಫ್ರಿಡ್ಜ್‌ನಿಂದ ಎರಡು ಎಮ್‌ಟಿಆರ್ ಸಾಂಬಾರ ಪುಡಿ ಪೊಟ್ಟಣಗಳನ್ನು ತೋರಿಸುತ್ತಾ "ಅಲ್ಲಿ ಇವನ್ನ ಮಾರ್ತಾರೆ. ನಮ್ಮ 'ಆಲಿ'ಗೆ ಹಾಕಿ ಕಲಸಿದ್ದೆ. ಅದೇಕೋ ಸರಿಯಾಗಿ ಬರಲಿಲ್ಲ" ಎಂದಳು. ಕರ್ನಾಟಕದ ಖ್ಯಾತ "ಎಂಟಿಆರ್" ಅಡಿಗೆಪುಡಿಯನ್ನು ನೋಡುತ್ತಲೇ ಪ್ರದೀಪನಿಗೆ ದಿಢೀರಾಗಿ ಅಡುಗೆ ಮಾಡುವ ಆಸೆ ಬಂದು... "ಮಾಮಾ, ನಾಳೇ ನಾನು ನಮ್ಮ ಕರ್ನಾಟಕದ ಬಿಸಿಬೇಳೇಬಾತ್ ಮಾಡ್ತೀನಿ. ಸರೀನಾ?" ಎಂದ. ಮಾಮಾಕುರಳನ್ನು ಮೆಚ್ಚಿಸಲು ಪಾಂಡವರಲ್ಲಿ ಪೈಪೋಟಿ ಮೊದಲಾಯಿತು. ವಿಜಯನು "ನಾನು ಮದರಾಸ್ ಸಾಂಬಾರ್ ಮಾಡ್ತೀನಿ ಮಾಮಾ" ಎನ್ನುತ್ತಲೇ, "ನಾನು ಬಿಳಿ ಅನ್ನ ಮಾಡ್ತೀನಿ" ಎಂದು ಸೆಲ್ವಮ್ ತನ್ನ ಜಾಣತನವನ್ನು ಪ್ರದರ್ಶಿಸಿದ. ಪಾಂಡವರೆಲ್ಲಾ ನಕ್ಕರೂ ಮಾಮಾಕುರಳಿಗೆ ಅರ್ಥವಾಗಲಿಲ್ಲ. ಕೊನೆಯಲ್ಲಿ ಪ್ರದೀಪನು "ಮಾಮಾ, ನಾಳೆ ನಾವೇ ಅಡಿಗೆ ಭಟ್ಟರು" ಎಂದು ಘೋಷಿಸಿದ. "ಭಾರತೀಯ ಔತಣ" ಎಂದು ಅರ್ಜುನನು ಮತ್ತೊಮ್ಮೆ ದನಿಗೂಡಿಸಿದ. ಪಾಂಡವರ ಉತ್ಸಾಹದಿಂದ ಮಾಮಾಕುರಳಿಗೂ ಅವರ ಮೇಲೆ ಅಪೂರ್ವ ಪ್ರೀತಿ-ವಿಶ್ವಾಸಗಳು ಮೂಡಿದವು.

"ಸರಿ ಹಾಗಾದ್ರೆ. ನಾನೂ ನಿಮ್ಮ ಜೊತೆ ನಾಳೆ "ನಯನ ವಿಹಾರ"ಕ್ಕೆ ಬರ್ತೀನಿ." ಎಂದು ಗಂಡನತ್ತ ತಿರುಗಿ ಹೇಳಿದಳು. ಆಂಟೋನಿಯೋ ಆಗಲೆಂದು ತಲೆಯಾಡಿಸುತ್ತಾ, ಹೆಂಡತಿಯನ್ನು ಹೊಗಳುತ್ತಾ...

"ಆಗಬಹುದು ಆದರೆ ಮಾಮಾ, ನಿಮ್ಮ ಇಂಕಾ ದೇಶದ ಚರಿತ್ರೆಯನ್ನಾ ಹೇಳಿ ಅವರಿಗೆ ಬೇಸರ ತರಿಸಬೇಡಾ" ಎಂದು ಎಚ್ಚರಿಸಿ, ನಂತರ ಪಾಂಡವರಿಗೆಲ್ಲಾ "ನನ್ನ ಹೆಂಡತಿಗೆ ಅವಳ ಪರಂಪರೆಯ ಬಗ್ಗೆ-ಸಂಸ್ಕೃತಿಯ ಬಗ್ಗೆ ಬಹಳ ಹೆಮ್ಮೆ. ಕಂತೆ-ಪುರಾಣ ಹೇಳೋಕೆ ಆರಂಭಿಸಿದರೆ ನೀವು ಸಾಕು ಅನ್ನೊವರೆಗೂ ಕೊರೆಯುವುದನ್ನು ನಿಲ್ಲಿಸಲ್ಲ." ಎಂದ. ಮಾಮಕುರ ಪ್ರವಾಸದ ಜೊತೆಯಾಗುವುದು ಕೇಳಿ ಸೋಜಿಗಗೊಂಡಿದ್ದ ಪಾಂಡವರಿಗೆ ಆಕೆಯ ವಾಚಾಳಿತನದ ವಿಷಯ ಇನ್ನೂ ಹರ್ಷದಾಯಕವಾಗಿತ್ತು.

ಮರುದಿನ ಮಾಮಾಕುರ, ಬೆಳಿಗ್ಗೆ ಹೊತ್ತಿಗೆ ಮುಂಚೆಯೇ ಉಪಹಾರವನ್ನು ಸಿದ್ಧಪಡಿಸಿ, ಮಧ್ಯಾಹ್ನದ ಭೋಜನಕ್ಕೆ ಬುತ್ತಿಗಳನ್ನು ಸಜ್ಜುಗೊಳಿಸಿದ್ದಳು. ಮಾಮಕುರಳ ಮುತುವರ್ಜಿ ಪಾಂಡವರನ್ನು ಮುಗ್ಧಗೊಳಿಸಿತ್ತು. ಎಲ್ಲರೂ

ತಿಂಡಿ ತಿನ್ನುತ್ತಿರುವಾಗ ಪ್ರದೀಪನು ದೂರವಾಣಿಯಲ್ಲಿ ತನ್ನ ಭಾವಿಸತಿಯೊಡನೆ ಮಾತನಾಡುತ್ತಾ ಮಾಮಾಕುರಳನ್ನು ಹೊಗಳುತ್ತಿದ್ದ. ಪ್ರಸನ್ನಳಾದ ಮಾಮಾಕುರ ಪ್ರದೀಪನನ್ನು "ಯಾರದು?" ಎಂದು ವಿಚಾರಿಸಿದಾಗ "ನನ್ನ ಭಾವಿಸತಿ" ಎನ್ನುತ್ತಾ, ಸುಮನಾಳ ಫೋಟೊ ತೋರಿಸಿದ. ಸುಮನಾಳನ್ನು ನೋಡಿ ಮಾಮಾಕುರಳು ಕೌತುಕದಿಂದ ಹಣೆಯ ಬೊಟ್ಟನ್ನು ಉದ್ದೇಶಿಸುತ್ತಾ..

"ಈ ಬೊಟ್ಟಿನ ಮಹತ್ವ ಏನು?" ಎಂದು ಕೇಳಿದಳು. ಸ್ವಲ್ಪ ಉಪ್ಪುಕಾರವನ್ನು ಬೆರೆಸಿ ಪ್ರದೀಪನು, "ಕಪ್ಪು ಬೊಟ್ಟಿದ್ದರೆ ಕನ್ಯೆ ಅಂತ ಅರ್ಥ, ಕೆಂಪು ಬೊಟ್ಟಿದ್ದರೆ ಶ್ರೀಮತಿ, ಬೊಟ್ಟಿಲ್ಲದ್ದರೆ ವಿಧವೆ..." ಎಂದು ಮಾತು ಮುಗಿಸುವುದರೊಳಗೆ ವಿಜಯನು ಮಧ್ಯೆ ಪ್ರವೇಶಿಸಿ ನೆತ್ತಿಯನ್ನು ತೋರಿಸುತ್ತಾ, "ಪ್ರಜ್ಞೆ ಇರುವ ಜಾಗ. ಆತ್ಮಾನುಭವ ಇಲ್ಲೇ ಆಗೋದು" ಎಂದು ವೇದಾಂತವನ್ನು ಬೋಧಿಸಿ, ಎಲ್ಲರನ್ನೂ ಅಚ್ಚರಿಗೊಳಿಸಿದ. ಅರ್ಜುನನಿಗೆ ಸುಮ್ಮನಿರಲಾಗಲಿಲ್ಲ.

"ತ್ರಿನೇತ್ರ ಕೂಡಾ ಅಲ್ಲೇ ಇರೋದು. ಕುಂಡಲಿನಿ ಎಚ್ಚತ್ತಾಗ ಈ ತ್ರಿನೇತ್ರ ತೆರೆಯುತ್ತದೆ." ಎಂದು ತನ್ನ ಯೋಗವಿಜ್ಞಾನವನ್ನು ನಿವೇದಿಸಿದ.

ಮಾಮಾಕುರಳ ಮಹಿಮೆಯಿಂದ ಪಾಂಡವರು ಮಾತಿನ ಮಲ್ಲರಾಗಿದ್ದರು.

ಮಾಮಾಕುರಳಿಗೆ ಇವರ ಮಾತುಗಳು ಆಶ್ಚರ್ಯಕರವಾಗಿಯೂ, ವಿಶ್ವಾಸಾರ್ಹವೂ ಆಗಿದ್ದವು.

ಇಂಕಾ ಯುವತಿಯಾದ ಮಾಮಾಕುರಳಿಗೆ ಭಾರತೀಯ ಯುವತಿಯನ್ನು ಸಾಂಪ್ರದಾಯಿಕ ಅಲಂಕಾರದಲ್ಲಿ ನೋಡಿದ್ದು ಇದೇ ಮೊದಲು. ಬಳೆ ತೊಡುವುದು–ಕಿವಿಯೋಲೆ–ಮೂಗುತಿ ಇತರೆ ಒಡವೆಗಳು ಬಹುಶಃ ಎಲ್ಲಾ ಸಂಸ್ಕೃತಿಗಳಲ್ಲೂ ಒಂದಲ್ಲಾ ಒಂದು ರೂಪದಲ್ಲಿ ಇದ್ದರೂ, ಹಣೆಗೆ ಬೊಟ್ಟು ಇಡುವುದು ಭಾರತೀಯರಿಗೆ ವಿಶಿಷ್ಟ. ಬೊಟ್ಟಿನ ಬಗ್ಗೆ ಅರ್ಜುನ–ವಿಜಯನ ಆಧ್ಯಾತ್ಮಿಕ ವ್ಯಾಖ್ಯಾನವನ್ನು ಕೇಳಿ, ಮಾಮಾಕುರಳೇ ಅಲ್ಲಾ, ಆಂಟೋನಿಯೋ ಕೂಡಾ ಬೆರಗಾಗಿದ್ದ. ರೋಮನ್ ಕ್ಯಾಥೊಲಿಕ್ ಪಂಗಡಕ್ಕೆ ಸೇರಿದ್ದ ಆಂಟೋನಿಯೋ ತನ್ನ ಅನುಭವವನ್ನು ತಿಳಿಸುತ್ತಾ... "ಪ್ರತಿ ಬುಧವಾರ ನಮ್ಮ ಪಾದ್ರಿಗಳೂ ಹಣೆಗೆ, ಬೊಟ್ಟಿಡುವ ಜಾಗದಲ್ಲೇ, ವಿಭೂತಿಯನ್ನು ಹಚ್ಚಿಕೊಳ್ತಾರೆ.

ಈವತ್ತು ಅರ್ಥ ಆಯಿತು. ಯಾಕೆ ಅಂತ" ಎಂದು ಹಿಂದೂಗಳ ನಂಬಿಕೆಗಳನ್ನು ಅನುಮೋದಿಸಿದ.

ಮಾಮಾಕುರ ಅಚ್ಚ ಇಂಕಾ ಯುವತಿ. ಸೂರ್ಯವಂಶಿಯೆಂದು ಬಹಳ ಹೆಮ್ಮೆ ಸ್ವಾಭಿಮಾನದಿಂದ ಕೂಡಿದವಳು. ಸೂರ್ಯವಂಶಿಗಳ ನಂಬಿಕೆಗಳು, ದೈವಾನುಭೂತಿಗಳು, ಮತ್ತು ಮತಾಚರಣೆಗಳು, ಭಾರತೀಯರ ಹಾಗೆ ಪ್ರಕೃತಿಯ ಆರಾಧನೆಯನ್ನು ಒಳಗೊಂಡಿವೆ. ನಾವು ಪೂಜಿಸುವ ಪಂಚಭೂತಗಳನ್ನೇ ಅವರೂ ಪೂಜಿಸುತ್ತಾರೆ. ಸೂರ್ಯವಂಶಿಗಳನ್ನು ಈಗಲೂ ಯೂರೋಪಿಯನ್ನರು "ಪೆರು ಇಂಡಿಯನ್ಸ್" ಎಂತಲೇ ಕರೆಯುವುದು ಎಷ್ಟು ಸಮಂಜಸ ಅಲ್ಲವೇ? ತನಗರಿಯದಂತೆಯೇ ಮಾಮಾಕುರ ಭಾರತೀಯತೆಗೆ ಪರವಶಳಾಗುತ್ತಿದ್ದಳು. ಪ್ರದೀಪನು ವೈದ್ಯ ಪಂಡಿತನೆಂಬ ವಿಷಯದ ಜೊತೆಗೆ, ಅವನಿಗೆ "ಭಾವಿಸತಿ" ಇದ್ದಾಳೆಂಬ ಸಂಗತಿಯನ್ನು ತಿಳಿದ ನಂತರ, ಮಾಮಾಕುರಳಿಗೆ ಅವನಲ್ಲಿ ಹೆಚ್ಚು ಸಲಿಗೆ ಮೂಡಿತು. ಆಂಟೋನಿಯೋನಿಗೂ ಅವನಲ್ಲಿ ಹೆಚ್ಚು ವಿಶ್ವಾಸ ಮೂಡಿತು.

ಎರಡನೆಯ ದಿನದ ಪ್ರವಾಸ ಹೊಸ ಹುಮ್ಮಸ್ಸಿನಿಂದ ಪ್ರಾರಂಭವಾಯಿತು. ಮಾಮಾಕುರ ದಾರಿಯುದ್ದಕ್ಕೂ ವೀಕ್ಷಕ ವಿವರಣೆಯನ್ನು ಬಿತ್ತರಿಸುತ್ತಿದ್ದಳು.

ಕೂಸ್ಕೋ ನಗರದ ಹೊರವಲಯದಲ್ಲೇ ದಿಣ್ಣೆಯೊಂದರ ಮೇಲೆ ಇರುವ "ಸಾಕ್ಸಿವಾಮನ್" ಎಂಬ ಇಂಕಾ ಅವಶೇಷ ಸ್ಥಾನ ಪ್ರವಾಸದ ಮೊದಲನೆಯ ನಿಲುಗಡೆ. ಇಂಕಾ ಜನರು ಮಾತನಾಡುವ ಕೆಚುವಾ ಬಾಷೆಯಲ್ಲಿ "ಸಾಕ್ಸಿವಾಮನ್" ಎಂದರೆ "ಸಂತೃಪ್ತ ಗರುಡ" ಎಂದರ್ಥ. ವಿಷ್ಣುವಿಗೆ ವಾಹನವಾಗಿರುವ ಹಾಗೆ, ಇಂಕಾ ಸಂತತಿಯ ಪಿತಾಮಹನನ್ನು, ಈ ಪಕ್ಷಿ ಸೂರ್ಯಲೋಕದಿಂದ ಭೂಲೋಕಕ್ಕೆ ತಂದಿಳಿಸಿತೆಂದು, ಪೆರು ದೇಶದ ಸೂರ್ಯವಂಶಿಗಳು ನಂಬುತ್ತಾರೆ. ಈ ಪ್ರದೇಶ ಪಕ್ಷಿನೋಟದಲ್ಲಿ ದೊಡ್ಡ ಕೋಟೆಯಂತೆ ಕಂಡರೂ, ನಿಜವಾಗಿಯೂ ಇದು ಒಂದು ಸೂರ್ಯ ದೇವಾಲಯ. ಬಯಲು ರಂಗಭೂಮಿಯ ಶೈಲಿಯಲ್ಲಿ ನಿರ್ಮಿತವಾಗಿರುವ ಸಾಕ್ಸಿವಾಮನದ ಕೋಟೆ-ಕೊತ್ತಳಗಳು ಬೃಹದಾಕಾರದ ಬಂಡೆಗಳನ್ನು ಒಂದರಮೇಲೊಂದನ್ನು ಜೋಡಿಸಿ ಗಾರೆಯಿಲ್ಲದೆಯೇ ಕಟ್ಟಿರುವ ವಾಸ್ತು ಕೌಶಲ್ಯ ಇಂದಿನ ಎಂಜಿನಿಯರ್‌ಗಳನ್ನೂ ಬೆರಗುಗೊಳಿಸುತ್ತದೆ. ಇದನ್ನು "ಆಶ್ಲಾರ್" ತಂತ್ರವೆಂದು ಕರೆಯುತ್ತಾರೆ. ಗಾರೆಯಿಂದ ಕಟ್ಟಿದ ಗೋಡೆಗಳಿಗಿಂತ, ಆಶ್ಲರ್ ತಂತ್ರದಿಂದ ಕಟ್ಟಿದ ಗೋಡೆಗಳು, ಭೂಕಂಪ ಪ್ರದೇಶಗಳಲ್ಲಿ, ಹೆಚ್ಚು

ಸ್ಥಿರವಾಗಿರುತ್ತವೆಂದು, ವಾಸ್ತುಶಿಲ್ಪಿಗಳು ದೃಢಪಡಿಸಿದ್ದಾರೆ. ಭೂಕಂಪಗಳ ಹಾವಳಿಯಿರುವ ಪೆರು ದೇಶದಲ್ಲಿ ಆಶ್ಲಾರ್ ತಂತ್ರದ ಅವಿಷ್ಕಾರ, ಇಂಕಾ ನಾಗರಿಕತೆಯ ಅಮೂಲ್ಯ ಕೊಡುಗೆಯಾಗಿದೆ.

ಸಾಕ್ಸಿವಾಮನದ ದ್ವಾರವನ್ನು ಪ್ರವೇಶಿಸುತ್ತಿದ್ದಂತೆಯೇ ಅರ್ಜುನನು "ಓ ಭಗವಾನ್" ಎಂದು ಉದ್ಗಾರ ತೆಗೆದ. ಮಾಮಕುರಳು ವರ್ಣಿಸುತ್ತಾ...

"ಇದು ಸೂರ್ಯಾರಾಧನೆಯ ಸಭಾಂಗಣ. ಇಪ್ಪತ್ತು ಸಾವಿರ ಜನರ, ಎಪ್ಪತ್ತು ವರ್ಷಗಳ ಶ್ರಮ. ಪ್ರತಿ ವರ್ಷ ಜೂನ್ ತಿಂಗಳಿನಲ್ಲಿ ಇಂಟಿಏಮಿ ಹಬ್ಬ ಇಲ್ಲೇ ನಡೆಯೋದು" ಎಂದು ತಾಣದ ಮಹತ್ವವನ್ನು ತಿಳಿಸಿದಳು.

ತರುವಾಯ ಗೋಡೆಯ ಭೀಮಬಂಡೆಗಳನ್ನು ತೋರಿಸುತ್ತಾ...

"ಆ ದೊಡ್ಡ ಬಂಡೆಗಳು ಮುನ್ನೂರು ಟನ್, ಚಿಕ್ಕ ಬಂಡೆಗಳು ನೂರು ಟನ್ ಇರ್ತಾವೆ" ಎಂದು ಮಾಹಿತಿಯನ್ನು ನೀಡಿದಾಗ, ಪ್ರದೀಪನು ಆಶ್ಚರ್ಯದಿಂದಲೇ, "ಇಂಕಾ ಜನರಿಗೆ ಆನೆ ಬಲ, ಆಮೆ ಛಲ" ಎಂದು ಸ್ವಾಭಿಮಾನದ ಕಹಳೆಯನ್ನು ಮೊಳಗಿದಾಗ, ಪಾಂಡವರೆಲ್ಲರೂ "ವಾವ್, ಭಲೇ, ಭಲೇ, ಮಾಮಾ" ಎಂದು ಶ್ಲಾಘಿಸಿದರು. ಆಂಟೋನಿಯೋಗೂ ಹೆಂಡತಿಯ ಕವಿವಾಣಿಯನ್ನು ಕೇಳಿ, ಮೆಚ್ಚಿಗೆಯಿಂದ ಮುಗುಳ್ನಗೆ ಸೂಸುತ್ತಾ... "ಮಾಮಾ, ನೀನು ಇಲ್ಲಿ ಮಾರ್ಗದರ್ಶಿ ಕೆಲಸಕ್ಕೆ ಸೇರಿಕೋ." ಎಂದು ಮುಸಲಾಯಿಸಿದ. ಮಾಮಾಕುರಳ ಮಾತಿನಲ್ಲಿ ಉತ್ಪ್ರೇಕ್ಷೆಯೇನೂ ಇರಲಿಲ್ಲ.

ಹಾಗೆಯೇ ಎಲ್ಲರೂ ನೋಡುತ್ತಾ ಸುತ್ತಾಡುತ್ತಿರುವಾಗ ಮಾಮಾಕುರಳು ಇಂಟಿರೇಮಿ ಬಗ್ಗೆ ಮಾಹಿತಿ ನೀಡುತ್ತಾ ಪಾಂಡವರನ್ನೆಲ್ಲಾ ಹಬ್ಬದಾಚರಣೆಗೆ ಬರಲು ಪ್ರಚೋದಿಸಿದಳು.

"ಇಂಟಿರೇಮಿ ನಮ್ಮ ಹೊಸ ವರ್ಷದ ಸಮಾರಂಭ. ಅರವತ್ತು ಕೆ.ಜಿ ತೂಕದ ಚಿನ್ನದ ಸಿಂಹಾಸನದ ಮೇಲೆ ನಮ್ಮ ಇಂಕಾ ರಾಜನನ್ನು ಮೆರವಣಿಗೆ ಮಾಡ್ತಾರೆ. ಸಾವಿರಾರು ಜನ ಈ ವಿಜಯೋತ್ಸವದಲ್ಲಿ ಭಾಗವಹಿಸ್ತಾರೆ. ಇಂಕಾ ಸಾಮ್ರಾಜ್ಯದ ಗತವೈಭವ ಕಣ್ಣಿಗೆ ಹಬ್ಬ"

"ಮಾಮಾ, ನನ್ನ ಹೆಂಡತಿ ಜೊತೆ ಮಧುಚಂದ್ರಕ್ಕೆ ಇಲ್ಲಿಗೇ ಬರ್ತೀನಿ" ಎಂದು ಪ್ರದೀಪ ಹಿಂದು-ಮುಂದು ನೋಡದೇ ಹೇಳಿದ.

"ನನಗೆ ಅಮೇರಿಕಾದಲ್ಲಿ ಪ್ರಿಯತಮೆ ಸಿಕ್ಕಿದ ಕೂಡಲೇ ಇಲ್ಲಿಗೆ ಕರಕೊಂಡು ಬರ್ತೀನಿ" ಎಂದ ಅರ್ಜುನ.

ಎಲ್ಲರೂ ನಗುತ್ತಿರುವಾಗ, ಮಾಮಾಕುರಳು ವಿಜಯನ್, ಸೆಲ್ವಂ, ರಾಜಬೀರರನ್ನು ಉದ್ದೇಶಿಸಿ..

"ನೀವು ಯಾವಾಗ ಬರ್ತೀರಾ?" ಎಂದಾಗ...

"ಗೊತ್ತಿಲ್ಲಾ ಮಾಮಾ" ಎಂದು ವಿಜಯನ್, "ಬರೋದಾದ್ರೆ ಖಂಡಿತ ನಿಮಗೆ ತಿಳಿಸ್ತೀನಿ ಮಾಮಾ" ಎಂದು ಸೆಲ್ವಮ್,

"ನಮ್ಮ ಬೈಶಾಕಿನೇ ನನಗೆ ಇಂಟಿಮಿ" ಎಂದು ರಾಜಬೀರನು ಉತ್ತರಿಸಿದ.

ಭಾರತದ ವಸಂತೋತ್ಸವ ಇಂಟಿರೇಮಿಯ ಹಾಗೆ ಪ್ರಕೃತಿಯಾರಾಧನೆಯ ಹಬ್ಬವೇ. ಮಾಮಾಕುರಳು ಕುತುಹಲಗೊಂಡು... "ನಿಮ್ಮ ದೇಶದಲ್ಲೂ ಇಂತಹ ಹಬ್ಬಗಳಾಗುತ್ತವೆಯೇ?" ಎಂದು ಪಾಂಡವರೆಲ್ಲರನ್ನೂ ನೋಡುತ್ತಾ ಕೇಳಿದಾಗ, ಅರ್ಜುನನು... "ಮಾಮಾ, ನೂರಾರು ಆಗ್ತಾವೆ. ಕುಂಭಮೇಳ ಕೇಳಿದ್ದೀರಾ?"

"ಇಲ್ಲಾ ಇಲ್ಲಾ"

"ಪ್ರಪಂಚದ ಅತ್ಯಂತ ದೊಡ್ಡ ಹಬ್ಬ. ಹನ್ನೆರಡು ವರ್ಷಕ್ಕೆ ಒಂದು ಸಾರಿ ಆಗುತ್ತೆ. ಹತ್ತು ಕೋಟಿ ಜನ ಸೇರ್ತಾರೆ. ಕುಂಭಮೇಳ ಚಂದ್ರಲೋಕಕ್ಕೂ ಕಾಣುತ್ತೆ. ಗೊತ್ತಾ?"

"ವಾವ್, ಹತ್ತು ಕೋಟಿ ಜನ." ಎಂದು ಮಾಮಕುರ ಅಚ್ಚರಿಯಿಂದ ಕೇಳಿದಳು. ಆಂಟೋನಿಯೋನಿಗೂ ಅಚ್ಚರಿಯಾಗಿ... "ನಮ್ಮ ಪೆರು ದೇಶದಲ್ಲಿರುವಷ್ಟು ಜನ, ಒಂದೇ ಜಾಗದಲ್ಲಿ" ಎಂದ.

"ಅಲ್ಲಾ, ನಿಮ್ಮ ದೇಶದ ಮೂರರಷ್ಟು ಜನ" ಎಂದು ಪ್ರದೀಪನು ತಿದ್ದಿ ಹೇಳಿದ.

ಮಾಮಾಕುರಳಂತೂ ಸ್ತಂಭೀಭೂತಳಾಗಿಹೋದಳು. ಆಂಟೋನಿಯೋ "ನಾನು ನಂಬಲಾರೆ" ಎಂದು ಸಂಶಯ ವ್ಯಕ್ತಪಡಿಸಿದ. ಅರ್ಜುನನು "ಪಂದ್ಯಾ?

ಸುಳ್ಳಾದರೆ ನಾನು ನೂರೂ ಸೋಲ್. ಏನು ಹೇಳ್ತೀಯಾ?" ಎಂದು ಸವಾಲು ಹಾಕಿದಾಗ ಆಂಟೋನಿಯೋ ತಣ್ಣಗಾದ. ಪಣದ ಮಾತನ್ನು ಮರೆಸಲು ಮಾಮಾಕುರಳು...

"ಕುಂಭಮೇಳಾ ಅಂದ್ರೆ ಏನು? ಏನ್ಮಾಡ್ತಾರೆ?"

"ಅಮೃತವನ್ನ ಕುಡೀತಾರೆ. ಅಮರತ್ವವನ್ನು ಪಡೆಯುತ್ತಾರೆ" ಎಂದ ಅರ್ಜುನ.

ಹೌದೆಂಬಂತೆ ತಲೆಯಾಡಿಸುತ್ತಾ ಮಾಮಾಕುರಳು "ನಿಮ್ಮ ದೇಶವನ್ನ ನೋಡಬೇಕು" ಎಂದು ಆಶೆಯನ್ನು ವ್ಯಕ್ತಪಡಿಸಿದಾಗ...

"ನಿಮಗೆ ಸದಾ ಸುಸ್ವಾಗತ, ಮಾಮಾಕುರಾ, ಆಂಟೋನಿಯೋ. ನಾನೇ ನಿಮಗೆ ಮಾರ್ಗದರ್ಶಿ ಆಗ್ತೀನಿ" ಎಂದು ಅರ್ಜುನ ದಂಪತಿಗಳಿಬ್ಬರನ್ನು ಅಭಿಮಾನದಿಂದ ಆಹ್ವಾನಿಸಿದ.

ಮಾಮಾಕುರಳು ಪ್ರಸನ್ನಚಿತ್ತಳಾದರೂ, ಆಂಟೋನಿಯೋ ಇನ್ನೂ ಸಂದೇಹದ ಗುಂಗಿನಲ್ಲಿಯೇ ಇದ್ದ. ಇಂಕಾದ ದರ್ಶನದಿಂದ ಮೊದಲುಗೊಂಡ ಯಾತ್ರೆ ಭಾರತ ದರ್ಶನಕ್ಕೆ ಮುನ್ನುಡಿಯನ್ನು ಬರೆದಿತ್ತು.

ತರುವಾಯ ಎಲ್ಲರೂ ಸಾಕ್ಸವಾಮನದ ಕೊತ್ತಳದಲ್ಲಿ ಕುಳಿತು, ಕೂಸ್ಕೋ ನಗರದ ವಿಹಂಗಮ ನೋಟವನ್ನು ಆನಂದಿಸುತ್ತಾ, ಮಾಮಾಕುರ ಕಟ್ಟಿಕೊಟ್ಟಿದ್ದ ಬುತ್ತಿಯನ್ನು ಬಿಚ್ಚಿ ತಿನ್ನುತ್ತಾ, ಊಟದ ಶಾಸ್ತ್ರ ಮುಗಿಸಿದರು.

ಮಧ್ಯಾಹ್ನದಲ್ಲಿ ಕೋರಿಕಾಂಚ ಎಂಬ ಪ್ರೇಕ್ಷಣೀಯಾ ಸ್ಥಳಕ್ಕೆ ಹೋಗುವುದೆಂದಾಯಿತು. ಕೋರಿಕಾಂಚ ಅಂದರೆ ಚಿನ್ನದ ದೇವಾಲಯ ಎಂದರ್ಥ. ಇಂಕಾ ಜನಾಂಗದ ಅತ್ಯಂತ ಪವಿತ್ರ ಸ್ಥಾನ. ಸೂರ್ಯದೇವನ ಗರ್ಭಗುಡಿ. ಐನೂರು ವರ್ಷಗಳ ಹಿಂದೆ ಈ ದೇವಸ್ಥಾನದ ಗೋಡೆಗಳನ್ನೆಲ್ಲಾ ಚಿನ್ನ ಮತ್ತು ಬೆಳ್ಳಿಯ ತಗಡುಗಳಿಂದ ಅಲಂಕರಿಸಲಾಗಿತ್ತು. ಸೂರ್ಯನೊಂದಿಗೆ, ಚಂದ್ರ, ತಾರೆಗಳು, ಗ್ರಹಗಳು, ಸಿಡಿಲು-ಗುಡುಗುಗಳು ಮತ್ತು ಕಾಮನಬಿಲ್ಲುಗಳನ್ನು ದೇವರೆಂದು ಪೂಜಿಸುತ್ತಿದ್ದರು. ಕಲ್ಲುಕಟ್ಟಡವಾಗಿದ್ದ ಕೋರಿಕಾಂಚ ಈಗಲೂ ಭವ್ಯತೆಯನ್ನು ಉಳಿಸಿಕೊಂಡಿದೆ. ಸ್ಪಾನಿಷ್ ದಾಳಿಕೋರರು ಇಂಕಾ ದೊರೆಯನ್ನು ಮೋಸದಿಂದ ಸೋಲಿಸಿ, ಕೊಲ್ಲಿಸಿದ ನಂತರ ಕಾರಿಕಾಂಚದ ಚಿನ್ನ-ಬೆಳ್ಳಿಗಳನ್ನು ಅನಾಮತ್ತಾಗಿ ದೋಚಿಕೊಂಡು

ಹೋದರು. ತರುವಾಯ ಬಂದ ಕ್ರೈಸ್ತ ಪಾದ್ರಿಗಳು, ಸೂರ್ಯಾರಾಧನೆ ಅನಾಗರಿಕವೆಂದೂ, ಹೇಯವೆಂದೂ, ಇಂಕಾ ಮತಾಚರಣೆಗಳನ್ನು ದೆವ್ವಾಚರಣೆಗಳೆಂದು ಜರೆದು, ಇಡೀ ಇಂಕಾ ಜನಾಂಗವನ್ನು ಕ್ರೈಸ್ತ ಮತಕ್ಕೆ ಬಲಾತ್ಕಾರವಾಗಿ ಮತಾಂತರಗೊಳಿಸಿದರು. ಒಪ್ಪದವರನ್ನು ಪರಮಪಾಪಿಗಳೆಂದೂ, ಬದುಕಲು ಅನರ್ಹರೆಂದೂ, ಶಪಿಸಿ ಕಗ್ಗೊಲೆ ಮಾಡಿದರು. ದೇವಾಲಯದ ಗುಡಿಗೋಪುರಗಳನ್ನು ಕೆಡವಿ, ಕಾರಿಕಾಂಚದ ತಳಹದಿಯ ಮೇಲೆಯೇ ದೊಡ್ಡ ಚರ್ಚನ್ನು ಕಟ್ಟದರು.

ಪಾಂಡವರಿಗೆ ದೇವಾಲಯವನ್ನು ತೋರಿಸುತ್ತಾ ಮಾಮಾಕುರಳು ನೋವು ತುಂಬಿದ ದನಿಯಲ್ಲಿ... "ಈ ದೇವಾಲಯ ಚಿನ್ನದ ದೇವಾಲಯವಾಗಿತ್ತು. ಈಗ ಕಲ್ಲಿನ ದೇವಾಲಯವಾಗಿದೆ" ಎಂದು ಸ್ಪಾನಿಷ್ ದಾಳಿಯ ಪರಿಣಾಮವನ್ನು ವಿವರಿಸಿದಳು. ಇದೆಲ್ಲವನ್ನು ಕೇಳುತ್ತಿದ್ದ ಆಂಟೋನಿಯೋಗೆ ಮುಜುಗರವಾಗಿತ್ತು. ಅವನು ಬಿಚ್ಚು ಮನಸ್ಸಿನಿಂದಲೇ... "ನಾನೂ ಯೂರೋಪಿಯನ್ ಮೂಲದವನೇ. ಮಾಮ ಹೇಳಿದ್ದೆಲ್ಲಾ ನಿಜ. ದಬ್ಬಾಳಿಕೆ-ದರೋಡೆ-ದೌರ್ಜನ್ಯಗಳೇ ಯೂರೋಪಿನ ಆದರ್ಶಗಳು" ಎಂದು ವ್ಯಂಗ್ಯವಾಗಿ ಟೀಕಿಸಿದ. ಅರ್ಜುನನು ಮಧ್ಯೆ ಪ್ರವೇಶಿಸಿ... "ಮಾಮಾ, ನಮ್ಮ ಅಮೃತಸರದಲ್ಲಿ ಚಿನ್ನದ ದೇವಾಲಯ ಇದೆ. ನಿಮ್ಮ ಹಿಂದಿನ ಕಾರಿಕಾಂಚದ ಹಾಗೆ."

"ನಿಜವಾಗಲೂ...? ನೀವು ಜಾಗ್ರತೆಯಾಗಿರಬೇಕು. ಸಮಯ ಸಿಕ್ಕಿದರೆ ಯೂರೋಪಿನವರು ದರೋಡೇ ಮಾಡ್ತಾರೆ" ಎಂದು ಮಾಮಾಕುರ ಗಂಡನ ಮಾತನ್ನು ಪ್ರತಿಪಾದಿಸುತ್ತಾ ಹಾಸ್ಯ ಮಾಡಿದಳು. ಅವಳ ಮಾತಿಗೆ ಪುಷ್ಟಿ ಕೊಡುತ್ತಾ ಪ್ರದೀಪನು, "ಬ್ರಿಟಿಷ್‌ನವರು ಈಗಾಗಲೇ ನಮ್ಮ ಮಯೂರ ಸಿಂಹಾಸನವನ್ನ ಕದ್ದುಕೊಂಡು ಹೋದರು" ಎಂದು ಮುಗುಳುನಗೆಯಿಂದ ಐತಿಹಾಸಿಕ ಸತ್ಯವನ್ನು ಹೊರಗೆಡಹಿದ.

ಕಾರಿಕಾಂಚದ ನಂತರ ಪಿಸಾಕ್ ಎಂಬ ಪ್ರೇಕ್ಷಣೀಯ ಸ್ಥಳಕ್ಕೆ ಪಾಂಡವರ ಪಟಾಲಮ್ ಪ್ರಯಾಣ ಮಾಡಿತು. ಬೆಟ್ಟದ ತುದಿಯಲ್ಲಿ ಕಟ್ಟಿರುವ ಪಿಸಾಕ್ ದೇವಾಲಯಗಳು ಪಾಳು ಬಿದ್ದಿದ್ದರೂ, ಕಲ್ಲುಗೋಡೆಗಳೆಲ್ಲಾ ಈಗಲೂ ಸುಭದ್ರವಾಗಿವೆ. ಈಗಲೂ ಇಲ್ಲಿ ಇಂಕಾ ಜನರು ಪೂಜಾವಿಧಿಗಳನ್ನು ನಡೆಸುತ್ತಾರೆ. ಹಲವು ವರ್ಷಗಳ ಹಿಂದೆ ಈ ಪ್ರದೇಶದಲ್ಲಿ ಘೋರ ಭೂಕಂಪವಾದಾಗ ಪಿಸಾಕ್ ದೇವಸ್ಥಾನಕ್ಕೆ ಯಾವ ಹಾನಿಯೂ ಆಗದೆ, ಸುಭದ್ರವಾಗಿದ್ದುದರಿಂದ, "ಸ್ಥಳದ ಮಹಿಮೆ" ಎಂದು ಭಕ್ತಾದಿಗಳು ಬರುವುದು

ಹೆಚ್ಚಾಗಿದೆ. ಸುತ್ತಲೂ ಪರ್ವತಗಳಿಂದ ಆವೃತವಾದ ಪಿಸಾಕ್ ದೇವಾಲಯಕ್ಕೆ ಹಿಮಶಿಖರಗಳೇ ಗೋಪುರಗಳಂತಿದ್ದವು. ಅಲ್ಲಿಂದ ಕಾಣಬರುವ ಉರುಬಾಂಬ ಕಣಿವೆ ಇಂಕಾ ಜನರ ಒಂದು ಮುಖ್ಯ ವ್ಯವಸಾಯ ಕ್ಷೇತ್ರವಾಗಿದೆ.

ಪಾಂಡವರು ಪಿಸಾಕಿಗೆ ಬರುವ ಹೊತ್ತಿಗೆ ಸಂಜೆಯಾಗಿತ್ತು. ದೇವಾಲಯದ ಅಂಗಣದಲ್ಲಿ ಸ್ವಲ್ಪ ಓಡಾಡಿದ ನಂತರ, ಪ್ರದೀಪನು...

"ಮಾಮಾ, ಹಾಳು ದೇವಾಲಯಗಳನ್ನ ನೋಡಿ ಸಾಕಾಯಿತು. ನಾಳೆ ಬೇರೇ ಏನಾದರೂ ತೋರಿಸಿ" ಎಂದು ಆಗ್ರಹ ಮಾಡಿಕೊಂಡ.

"ಹೌದು, ಹೌದು, ಮಾಮಾ. ದೃಶ್ಯ ಬದಲಾಯಿಸಬೇಕು" ಎಂದು ಸೆಲ್ವಮ್ ಹೇಳಿದ.

"ಈಗಲೇ ಬೇರೇದಾರಿಯಲ್ಲಿ ಹೋಗೋಣಾ. ಹತ್ತು ಮೀಟರ್ ಎತ್ತರದ ಪ್ಯೂಮಾ ಸಿಂಹವನ್ನ ತೋರಿಸ್ತೀನಿ" ಎಂಬುದನ್ನು ಕೇಳಿ, ರಾಜಬೀರನು ಆಶ್ಚರ್ಯದಿಂದಲೇ...

"ಹತ್ತು ಮೀಟರ್ ಎತ್ತರ ಇದೆಯಾ?"

"ಹೌದು" ಎಂದು ಆಂಟೋನಿಯೋ ಹೆಂಡತಿಯ ಮಾತನ್ನು ಸಮರ್ಥಿಸಿಕೊಂಡ.

"ನಾನು ನಂಬಲ್ಲಾ ಗುರು" ಎಂದು ಪ್ರದೀಪ ಸವಾಲು ಹಾಕಿದ.

"ನೂರು ಸೋಲ್, ಪಂದ್ಯಾ" ಎಂದು ಆಂಟೋನಿಯೋ ಪ್ರತಿಸವಾಲು ಹಾಕಿದಾಗ, ಮಾಮಾಕುರ ಕಿಸಕ್ಕನೆ ನಕ್ಕಳು. ಇದರಲ್ಲಿ ಏನೋ ಇದೆಯೆಂದು ಊಹಿಸಿ ಪ್ರದೀಪ ಸುಮ್ಮನಾದ. ಒಂದೇ ಮಾತಿನಲ್ಲಿ ಅರ್ಜುನ ಗುಟ್ಟನ್ನು ರಟ್ಟುಮಾಡಿದ.

"ಅದು ಸತ್ತಿದೆಯೋ, ಬದುಕಿದೆಯೋ ಆಂಟೊನಿಯೋ?"

"ಬಂದು ನೋಡಿ" ಎನ್ನುತ್ತಾ ಮಾತು ಮುಗಿಸಿದಾಗ ಎಲ್ಲರೂ ವಾಹನವನ್ನು ಹತ್ತಿ ಪ್ರಯಾಣವನ್ನು ಮುಂದುವರಿಸಿದರು.

ಕಾಲ್ಕ ಎಂಬ ಊರಿನಲ್ಲಿ ಹತ್ತು ಮೀಟರ್ ಎತ್ತರದ ಪ್ಯೂಮಾ ಸಿಂಹದ ಪುತ್ಥಳಿ ಇದೆ. ಯಾತ್ರಿಗಳಿಗೆ ಅದರ ಮೇಲೆ ಹತ್ತಿ ಚಿತ್ರ ತೆಗೆಸಿಕೊಳ್ಳುವುದು ಒಂದು ಮೋಜು. ಪಾಂಡವರೆಲ್ಲರೂ ಮಾಮಾಕುರಳೊಂದಿಗೆ ಹಾಗೂ ಆಂಟೋನಿಯೋನೊಂದಿಗೆ ಚಿತ್ರಗಳನ್ನು ತೆಗೆಸಿಕೊಂಡು ಕೂಸ್ಕೋ ನಗರದತ್ತ ದೌಡಾಯಿಸಿದರು.

ಮನೆಗೆ ಬರುವಾಗ ಗೋವಿಂದಾ ಫಲಹಾರ ಮಂದಿರದಲ್ಲಿ ಸಂಜೆಯ ತಿಂಡಿ-ತೀರ್ಥ ಆಯಿತು. ಬಿಸಿಬಿಸಿಯಾದ ಸಮೋಸಗಳನ್ನುಂಡು ಆನಂದಿಸಿದರು. ಈ ದಿನ ರಾತ್ರಿಯ ಅಡಿಗೆಯನ್ನು ಪಾಂಡವರೇ ಮಾಡಿ ಬಡಿಸಲು, ಬೆಳಿಗ್ಗೆಯೇ ಯೋಜಿಸಿದ್ದರಿಂದ, ಗೋವಿಂದಾದಲ್ಲಿ ಅಗತ್ಯವಾದ ಎಲ್ಲಾ ಸಾಂಬಾರ ಪುಡಿಗಳನ್ನು ಕೊಂಡು, ಪಾಕಶಾಸ್ತ್ರ ಪ್ರಯೋಗ ಮಾಡುವ ತವಕದಿಂದ ಮನೆಗೆ ಬಂದರು. ಭಾರತೀಯ ಅಡಿಗೆ ಮಾಡುವುದು ಪಾಂಡವರಿಗೆ ಒಂದು ಆಟವಾಗಿತ್ತು. ಮಾಮಾಕುರಳ ವೀಕ್ಷಣೆ ಮತ್ತು ವಿಚಾರಣೆಗಳಿಂದ ಇನ್ನಷ್ಟು ಉತ್ತೇಜನಗೊಂಡು ಅಡಿಗೆ ಮಾಡುತ್ತಿದ್ದರು. ಎಲ್ಲರಿಗಿಂತಲೂ ಅರ್ಜುನನ ಪಂಜಾಬಿ ಕುರ್ಮಾವೇ ಘಮಘಮಿಸುತ್ತಿತ್ತು. ಪ್ರದೀಪನ ಬಿಸಿಬೇಳೆಬಾತು ತಕ್ಕ ಮಟ್ಟಿಗೆ ರುಚಿಯಾಗಿತ್ತು. ವಿಜಯನ ಸಾಂಬಾರು, ಸೆಲ್ವನ ಬಿಳಿ ಅನ್ನ, ರಾಜಬೀರನ ಕೋಸುಂಬರಿ, ಮತ್ತು ಮಾಮಾಕುರಳ ಟೋರ್ಟಿಯಾಗಳು (ಚಪಾತಿಗಳು) ರುಚಿಕರವಾಗಿದ್ದವು. ಅತಿಥಿಗಳ ಲವಲವಿಕೆಯನ್ನು ಕಂಡು, ಆಂಟೋನಿಯೋ ಚಿಚಾ ಎಂಬ "ಇಂಕಾಪಾನ"ವನ್ನು ತಂದೊದಗಿಸಿದ. ಚಿಚಾ-ಮುಸುಕಿನ ಜೋಳದಿಂದ ತಯಾರಿಸುವ 'ಪಾನೀಯ. ಇಂಕಾ ವಿಶೇಷ ಪೇಯ. ಎಲ್ಲರೂ ತಿಂದು-ಕುಡಿದು ತೇಗಿದರು.

ಆಂಟೋನಿಯೋ-ಮಾಮಾಕುರರ ಸ್ನೇಹ-ಸೌಹಾರ್ದಗಳಿಂದ ಪಾಂಡವರ "ಪೆರು" ವಾಸ ಎಲ್ಲಾ ರೀತಿಯಲ್ಲೂ ರಂಜನೀಯವಾಗಿತ್ತು. ರಸದೌತಣದ ನಂತರ ಎಲ್ಲರೂ ಲೋಕಾಭಿರಾಮವಾಗಿ ಹರಟೆ ಕೊಚ್ಚಲು ಆರಂಭಿಸಿದರು.

"ನಾಳೆ ಏನು ನೋಡಬೇಕಪ್ಪಾ?" ಎಂದು ಆಂಟೋನಿಯೋ ಪಾಂಡವರನ್ನು ಕೇಳಿದ.

"ಏನಾದರೂ ಪರವಾಯಿಲ್ಲಾ, ಆದರೆ ಅವಶೇಷಗಳು ಮಾತ್ರ ಬೇಡಾ, ಗುರು" ಎಂದು ವಿಜಯನ್ ಘಂಟಾಘೋಷವಾಗಿ ಹೇಳಿದ.

"ಸರಿ. ನಮ್ಮೂರು ಶಿನಕಾರಾಗೆ ಹೋಗೋಣ. ನಮ್ಮ ಜನರು ಐನೂರು ವರ್ಷಗಳ ಹಿಂದೆ ಹೇಗಿದ್ದರೋ, ಈಗಲೂ ಹಾಗೆಯೇ ಇದ್ದಾರೆ. ದಾರಿಯಲ್ಲಿ ಸುರಪಾಂಬಾ-ಉರುಬಾಂಬಾ ಕಣಿವೆಗಳು ಬಹಳ ಸುಂದರವಾಗಿವೆ" ಎಂದು ಮಾಮಾಕುರ ಸೂಚಿಸಿದಾಗ, ಅರ್ಜುನನು... "ಮಾಮಾ, ನಿಮ್ಮೂರಿಗಾ? ತಪ್ಪದೆ ಹೋಗೋಣಾ" ಎಂದು ಉತ್ಸಾಹ ತೋರಿದಾಗ, ವಿಜಯನು, "ಮಾಮಾ, ನಿಮ್ಮೂರಿನಲ್ಲಿ ಇವನಿಗೆ ಒಂದು ಮದುವೆ ಮಾಡಿಸಿ" ಎಂದ.

"ನಾನು ಸದಾಸಿದ್ಧ" ಎಂದು ಅರ್ಜುನ ಸಂಕೋಚವಿಲ್ಲದೆ ನಗುತ್ತಲೇ ಒಪ್ಪಿಕೊಂಡ. ಅವನ ಮಾತಿನಲ್ಲಿ ಮದುವೆಯಾಗುವ ಆಸೆಗಿಂತಲೂ ಹೆಚ್ಚಾಗಿ ಆಟ ಆಡಿಸುವ ಆಸೆಯಿತ್ತು. ಪಾನಮತ್ತರಾಗಿದ್ದ ಪಾಂಡವರು ಒಬ್ಬೊಬ್ಬರಾಗಿ ಚುಡಾಯಿಸಲು ಮುಂದಾದರು.

"ಅರ್ಜುನ್, ನಿಮ್ಮ ದೇಶದಲ್ಲಿ ನಿಮ್ಮಪ್ಪ-ಅಮ್ಮಾನೇ ನಿಮಗೆ ಮದುವೆ ಮಾಡಿಸ್ತಾರಂತೆ. ನಿಜಾನಾ?" ಎಂದು ಆಂಟೋನಿಯೋ ವಿಚಿತ್ರ ಪ್ರಶ್ನೆಯನ್ನು ಕೇಳಿದ.

"ಇನ್ನೇನೂ, ನಿಮ್ಮಪ್ಪ-ನಿಮ್ಮಮ್ಮಾ ಮಾಡಿಸ್ತಾರಾ?" ಅರ್ಜುನ ಚಾವಟಿಯೇಟಿನ ಉತ್ತರ ಕೊಟ್ಟ. ಎಲ್ಲರೂ ನಕ್ಕರು. ಆಂಟೋನಿಯೋ ಪೆಚ್ಚಾಗಿ ತನ್ನ ಪ್ರಶ್ನೆಯನ್ನು ಬಿಡಿಸಿಹೇಳಿದ.

"ಅಂದ್ರೆ, ನಿಮ್ಮಪ್ಪ-ಅಮ್ಮನೇ ನಿಮಗೆ ವಧುವನ್ನ ಹುಡುಕ್ತಾರಂತೆ. ಅವರು ಹೇಳಿದ ಹುಡುಗಿಯನ್ನೇ ಮದುವೆ ಆಗಬೇಕಂತೆ. ನಿಜಾನಾ?"

ಆಂಟೋನಿಯೋನ ಮಾತಿನಲ್ಲಿ ಆರೋಪಣೆಯ ಅಣಕ ಅಡಕವಾಗಿತ್ತು. ತಾವು ಮೆಚ್ಚಿದ ವಧುವನ್ನೇ ಅಥವ ವರನನ್ನೇ ವರಿಸುವ ರೂಢಿ ಇರುವ ಪಾಶ್ಚಿಮಾತ್ಯರಿಗೆ, ಭಾರತದಲ್ಲಿ ಹಿರಿಯರ ಮಾರ್ಗದರ್ಶನ-ಮುಂದಾಳುತ್ವದಲ್ಲಿ ಜರಗುವ ಸಾಂಪ್ರದಾಯಿಕ ವಿವಾಹಗಳು, ವಿಚಿತ್ರವೆನಿಸುತ್ತದೆ. ಅರ್ಜುನ ಉತ್ತರಿಸಲು ತಡವರಿಸಿದಾಗ ಪ್ರದೀಪನು...

"ಆಂಟೋನಿಯೋ, ಅಪ್ಪ-ಆಮ್ಮ ಹುಡುಗೀನ ಹುಡುಕ್ತಾರೆ. ಆದರೆ ನಾವು ಒಪ್ಪಿದರೇನೇ ಮದುವೆ" ಎಂದು ಸಮರ್ಥಿಸಿಕೊಂಡ.

"ಅಂದ್ರೆ ಪ್ರೀತಿ-ಪ್ರೇಮ ಮಾಡದೇ ಮದುವೆ ಆಗ್ತೀರಾ?"

"ಮದುವೆಗೆ ಮುಂಚೆ ಪ್ರೀತಿ–ಪ್ರೇಮಾ ಮಾಡ್ತೀವಿ. ಆದರೆ ಕಾಮ ಇಲ್ಲಾ" ಎಂದು ಪ್ರದೀಪನು ತನ್ನ ಪ್ರೇಮಾನುಭವವನ್ನೇ ಪ್ರಮಾಣೀಕರಿಸುತ್ತಾ ಹೇಳಿದ.

ವಿವಾಹಪೂರ್ವ ಕಾಮ, ಅಪವಿತ್ರ ಪ್ರೇಮ ಎಂದು ಎಲ್ಲಾ ಮತಾಚಾರಗಳೂ ಸೂಚಿಸಿವೆ. ಕಾಮ ಸಂಬಂಧವನ್ನು ಮಧುರ ಪ್ರೇಮದ ಪರಾಕಾಷ್ಠೆಯೆಂದೂ, ಪ್ರಥಮ ಸುರತವನ್ನು ಶೋಭನರಾತ್ರಿಗೆ ಮೀಸಲಿಡಬೇಕೆಂದೂ ಎಲ್ಲಾ ನಾಗರಿಕ ಸಂಪ್ರದಾಯಗಳು ಒತ್ತಿ ಹೇಳುತ್ತವೆ. ಆಂಟೋನಿಯೋ ಇದೆಲ್ಲವನ್ನು ಕೇಳಿದ್ದರೂ, ಇನ್ನೊಂದು ಕಿವಿಯಲ್ಲಿ ಹೊರಗೆ ಬಿಟ್ಟಿದ್ದನು. ಆದರೆ ಇಂಕಾ ಯುವತಿ ಮಾಮಾಕುರ ಇದೆಲ್ಲವನ್ನು ಕೇಳಿ ತಿಳಿದುಕೊಂಡಿದ್ದಳು. ತನ್ನ ಇಂಕಾ ಸಂಪ್ರದಾಯಗಳಿಗೂ, ಭಾರತೀಯ ಸಂಪ್ರದಾಯಗಳಿಗೂ ಇರುವ ಸಾಮ್ಯತೆಯನ್ನು ತಿಳಿದು ಬೆರಗಾದಳು.

"ಯಾಕೆ?" ಆಂಟೋನಿಯೋ ಮತ್ತೆ ಕೆಣಕಿದ.

"ಪ್ರಥಮಾನಂದ ಪರಮಾನಂದ" ಎಂದು ಪ್ರದೀಪನು ಭಾವಪೂರ್ಣವಾಗಿ ಹೇಳಿದ ವೈಖರಿಯನ್ನು ಕಂಡು ಎಲ್ಲರೂ ಬೆರಗಾದರು.

"ಮದುವೆಯ ಮಾಧುರ್ಯವನ್ನು ಅನುಭವಿಸಬೇಕಾದರೆ ಕನ್ಯಾಮಣಿಯನ್ನು ವರಿಸಬೇಕು" ಎಂದು ಅರ್ಥಗರ್ಭಿತವಾಗಿ ಮಾಮಾಕುರಳನ್ನು ನೋಡುತ್ತಾ ಹೇಳಿದ. ಆಂಟೋನಿಯೋನಿಗೆ ತನ್ನ ಪ್ರಥಮ ಪ್ರೇಮಾನಂದ ನೆನಪಿಗೆ ಬಂದಿತು. ಪಕ್ಕದಲ್ಲಿದ್ದ ಮಾಮಾಕುರಳನ್ನು ನೋಡುತ್ತಾ... "ನನಗೆ ಗೊತ್ತು" ಎಂದು ಮುಗುಳುನಗೆಯಿಂದ ಉತ್ತರಿಸಿ, ಮಾಮಾಕುರಳಿಗೆ ಚುಂಬನವನ್ನಿತ್ತ.

ಮರ್ಮವನ್ನರಿತ ಮಾಮಾಕುರ ಪ್ರದೀಪನ ಪತ್ನಿವ್ರತವನ್ನು ಶ್ಲಾಘಿಸುತ್ತಾ, "ಪ್ರದೀಪ್, ನಿನ್ನ ಭಾವಿಸತಿ ತುಂಬಾ ಅದೃಷ್ಟವಂತೆ" ಎಂದಳು.

ಪ್ರದೀಪನು ಪ್ರತಿವಂದಿಸುತ್ತಾ, "ನಿನ್ನ ಗಂಡ ಕೂಡಾ ಅದೃಷ್ಟವಂತ" ಎಂದು ಆಂಟೋನಿಯೋನತ್ತ ನೋಡುತ್ತಾ ನಗೆಬೀರಿದ. "ಹೌದು, ಹೌದು" ಎಂದು ಎಲ್ಲರೂ ದನಿಗೂಡಿಸಿದರು. ಪಾಂಡವರ–ಪೆರು ದಂಪತಿಗಳ ಸ್ನೇಹ ಗಾಢವಾಗುತ್ತಿದ್ದವು. ಒಬ್ಬೊಬ್ಬರು ಒಂದೊಂದು ಕನಸಿನ ಆಸೆಯಲ್ಲಿ ನಿದ್ದೆ ಹೋದರು.

ಮರುದಿನ ಮಾಮಾಕುರಳ ಹುಟ್ಟೂರಾದ ಶಿನಾಕರಕ್ಕೆ ಹೋಗಲು ಪ್ರಯಾಣ ನಿಯೋಜಿತವಾಗಿತ್ತು. ಹಿಂದಿನ ರಾತ್ರಿ ನಡೆದ ಮದುವೆಯ ಮಾತುಕತೆಗಳು, ಹಾಸ್ಯ ಪ್ರಸಂಗಗಳು ಇನ್ನೂ ಹಸಿಹಸಿಯಾಗಿದ್ದವು. ಎಂದಿನಂತೆ ಉಪಾಹಾರದ ನಂತರ, ಆಂಟೋನಿಯೋ ಸಾರಥ್ಯದಲ್ಲಿ, ಮಾಮಾಕುರಳ ನೇತೃತ್ವದಲ್ಲಿ, ಪ್ರಯಾಣ ಆರಂಭವಾಯಿತು. ಕೂಸ್ಕೋದಿಂದ ನೂರು ಮೈಲಿ ದೂರದಲ್ಲಿರುವ ಶಿನಾಕರ ಕನಿಷ್ಠ ನಾಲ್ಕು ಗಂಟೆಗಳ ಪ್ರಯಾಣ. ಬೆಟ್ಟ-ಗುಡ್ಡಗಳ ಮಧ್ಯೆ, ಕಣಿವೆಗಳ ಮೂಲಕ ಹಾದುಹೋಗುವ ದಾರಿಯಲ್ಲಿ, ಉರುಬಾಂಬ, ತಾರಬಾಂಬ, ಸುರಪಾಂಬ, ಎಂಬ ಮೂರು "ಅಂಬ" ಊರುಗಳು ಸಿಗುತ್ತವೆ. ಈ ಹೆಸರುಗಳು ಭಾರತದ ಹೆಸರುಗಳಂತಿರುವುದು ಪಾಂಡವರಿಗೆಲ್ಲಾ ವಿನೋದವಾಗಿತ್ತು. ಈ ನಾಮಧೇಯಗಳನ್ನು ಕುರಿತು, ಮಾಮಾಕುರಳು, "ಇಂಕಾ ಜನರ ಕೆಚುವಾ ಭಾಷೆಯಲ್ಲಿ ಅಂಬ ಎಂದರೆ ನಾಡು" ಎಂದು ವಿವರಿಸಿದಳು.

ಉರುಬಾಂಬ ಎಂಬುದು, ಊರಿನ, ಕಣಿವೆಯ, ಮತ್ತು ನದಿಯ ಹೆಸರು. ಉರುಬಾಂಬ ಕಣಿವೆ ಇಂಕಾ ಜನರ ಪವಿತ್ರ ತಾಣ. ಇಲ್ಲಿ ಹಲವಾರು ಧಾರ್ಮಿಕ ಅವಶೇಷಗಳಿವೆ. ಹಿಮಗಿರಿಗಳ ಮಧ್ಯದಲ್ಲಿರುವ ಉರುಬಾಂಬ ಕಣಿವೆಯ ಮೈದಾನದಲ್ಲಿ ಫಲವತ್ತಾದ ನೆಲದಲ್ಲಿ ಅಚ್ಚುಕಟ್ಟಾಗಿರುವ ಕೃಷಿಕ್ಷೇತ್ರಗಳಿವೆ. ಬೆಟ್ಟದ ಇಳಿಜಾರುಗಳಲ್ಲಿ ಉಪ್ಪನ್ನು ತೆಗೆಯುವ ಜಗತಿ ಗದ್ದೆಗಳು, ಕಣಿವೆಯ ಸೊಬಗನ್ನು ಹೆಚ್ಚಿಸಿವೆ. ಹಾಗೆಯೇ ಇಳಿಜಾರು ನೀರಾವರಿ ತೋಟದ ನೆಲಗಟ್ಟುಗಳು, ಇಂಕಾ ಜನರ, ಜಾಣತನಕ್ಕೆ ಸಾಕ್ಷಿಯಾಗಿವೆ. ವಾಹನದಲ್ಲಿ ಹೋಗುತ್ತಿರುವಾಗ ಮಾಮಾಕುರಳು ವೀಕ್ಷಕ ವಿವರಣೆಯನ್ನು ನೀಡುತ್ತಾ, ಪಾಂಡವರ ಪ್ರಶ್ನೆಗಳಿಗೆ ಉತ್ತರಿಸುತ್ತಾ, ಕಾಲವನ್ನು ಮರೆಸುತ್ತಿದ್ದಳು.

ಪ್ರಯಾಣ ಮುಂದುವರಿದಂತೆಲ್ಲಾ ಪರ್ವತಶಿಖರಗಳು ಕಡಿದಾಗುತ್ತಿದ್ದವು. ಹಿಮಗಿರಿಗಳು ದಟ್ಟವಾಗುತ್ತಿದ್ದವು. ಸುರಪಾಂಬ ಕಣಿವೆಯಲ್ಲಿ ಮಧ್ಯಾಹ್ನದ ಊಟಕ್ಕೆಂದು ವಾಹನವನ್ನು ನಿಲ್ಲಿಸಿ, ಮಾಮಾಕುರಳ ಬುತ್ತಿಯೂಟವನ್ನು ಸವಿಯುವಾಗ ಮೋಹಕ ದೃಶ್ಯ ಕಂಡಿತು. ಕಣಿವೆಯ ಮೈದಾನದಲ್ಲಿ ನೂರಾರು ಅಲ್ಪಾಕಾಗಳು ಅಲೆಯುತ್ತಾ ಮೇಯುತ್ತಿರುವ ಆ ದೃಶ್ಯಕ್ಕೆ ಎಲ್ಲರೂ ಮನಸೋತಿದ್ದರು. ಒಲ್ಲದ ಮನಸ್ಸಿನಿಂದ ಸುರುಪಾಂಬ ಕಣಿವೆಯನ್ನು ಬಿಟ್ಟು ಶಿನಾಕರಾಕ್ಕೆ ಪ್ರಯಾಣ ಮುಂದುವರಿಸಿದರು.

ಎರಡು ಗಂಟೆಗಳ ನಂತರ ಶಿನಾಕರ ಬೆಟ್ಟದ ತಪ್ಪಲನ್ನು ತಲುಪಿದರು. ಉತ್ತುಂಗ ಹಿಮಗಿರಿಗಳ ಹಿನ್ನೆಲೆಯಲ್ಲಿ, ಕಡಿದಾದ ಕಣಿವೆಗಳ ಮಧ್ಯೆ, ಬಣ್ಣ-ಬಣ್ಣದ ಸಸ್ಯಕೋಟಿಗೆ ಆಗರವಾಗಿರುವ ವೈವಿಧ್ಯಮಯ ಕಮರಿಗಳು ಮತ್ತು ಸರೋವರಗಳು, ಮಧ್ಯೆ ಮಧ್ಯೆ

ದ್ವೀಪಗಳಂತಿರುವ ಹುಲ್ಲುಗಾವಲುಗಳು, ಎಲ್ಲಾ ತರದ ವನ್ಯಜೀವಿಗಳಿಗೆ ಆಶ್ರಯ ನೀಡಿದ್ದವು. ಶಿನಾಕರ ಊರಿನ ಹೊರಾಂಗಣ ಸ್ವತಃ ದೇವರೇ ಮಾಡಿಸುತ್ತಿರುವ ತೋಟದಂತಿತ್ತು. ಮುಸುಕಿನ ಜೋಳ ಮತ್ತು ಕೋಕೊ ಅಲ್ಲಿನ ಮುಖ್ಯ ಬೆಳೆ. ಲಾಮಾ ಪಶುಪಾಲನೆಯೂ ಅಲ್ಲಿನ ಮುಖ್ಯ ವೃತ್ತಿಗಳಲ್ಲೊಂದು.

ಸಮುದ್ರ ಮಟ್ಟದಿಂದ ಆರು ಕಿಲೋಮೀಟರ್ ಎತ್ತರದಲ್ಲಿರುವ ಶಿನಾಕರದಲ್ಲಿ ಮೋಡಗಳ ಮಧ್ಯೆಯೇ ಜನ ವಾಸಿಸುತ್ತಾರೆ. ಇಲ್ಲಿ ಕೇರೋಸ್ ಇಂಡಿಯನ್ಸ್ ಮತ್ತು ಕೇಷುವಾ ಇಂಡಿಯನ್ಸ್ ಎಂಬ ಎರಡು ಬುಡಕಟ್ಟಿನ ಜನಾಂಗಗಳು ತಲತಾಂತರಗಳಿಂದ ಒಡನಾಡಿಗಳಾಗಿ ಬದುಕುತ್ತಿವೆ. ಈ ಜನ ಇಂದಿಗೂ ಹಿಂದಿನಂತೆಯೇ ಜೀವಿಸುತ್ತಿದ್ದಾರೆ. ಸೂರ್ಯನನ್ನು ತಂದೆಯೆಂದೂ, ಭೂಮಿಯನ್ನು ತಾಯಿಯೆಂದೂ, ಆರಾಧಿಸುತ್ತ, ಸಕಲ ಜೀವಜಂತುಗಳೊಡನೆ ವಾಸ ಮಾಡುವುದು ಇವರ ಜೀವನಶೈಲಿಯಾಗಿದೆ. ಅವಿಭಕ್ತ ಕುಟುಂಬ ಜೀವನ ಮತ್ತು ಕೂಡೊಕ್ಕಲು ಪದ್ಧತಿಗಳು ಇಂದಿಗೂ ರೂಢಿಯಲ್ಲಿವೆ. ಈ ಪಿತೃಪ್ರಧಾನ ಸಮಾಜದಲ್ಲಿ ಹಿರಿಯರು ಮತ್ತು ಧರ್ಮಾಧಿಕಾರಿಗಳು, ಕಿರಿಯರಿಗೆ ಮಾರ್ಗದರ್ಶಕರು. ಹೆಂಗಸರು, ಗಂಡಸರು, ಮಕ್ಕಳು, ದೊಡ್ಡವರು, ಚಿಕ್ಕವರು, ಜೊತೆಗೆ ನಾಯಿ, ಬೆಕ್ಕು, ಕೋಳಿ ಮುಂತಾದ ಸಾಕುಪ್ರಾಣಿಗಳೆಲ್ಲಾ ಒಂದೇ ದೊಡ್ಡ ಪಡಸಾಲೆಯಂತಹ ತೆರೆದ ಮನೆಯಲ್ಲಿ ವಾಸಿಸುತ್ತಾರೆ. ಈ ಇಂಕಾ ಜನಾಂಗದ ಸಂಪ್ರದಾಯದಲ್ಲಿ, ಸುಳ್ಳು ಹೇಳುವುದು, ಕದಿಯುವುದು ಮತ್ತು ಕೆಲಸ ಮಾಡದೆ ಸೋಮಾರಿಯಾಗಿರುವುದು ಅಕ್ಷಮ್ಯ ಅಪರಾಧಗಳು. ಹುಟ್ಟಿದಾಗಿನಿಂದ ಸಾಯುವವರೆಗೂ ಇರುವೆಗಳ ಹಾಗೆ ದುಡಿಯುವುದೇ ಇವರ ಧರ್ಮ. ಇಂತಹ ಕುಟುಂಬದಲ್ಲಿ ಹುಟ್ಟಿ ಬೆಳೆದ ಮಾಮಾಕುರ, ಆಂಟೊನಿಯೋವನ್ನು ಮದುವೆಯಾಗಿ ಹೊರಪ್ರಪಂಚಕ್ಕೆ ಹೋಗಿ, ಹೊಸ ಜೀವನ ಆರಂಭಿಸಿದ್ದಳು. ತನ್ನ ಸ್ವಂತ ಕುಟುಂಬದಿಂದ ಮಾಮಾಕುರ ದೂರವಾಗಿದ್ದರೂ, ಕೇರೋಸ್ ಬುಡಕಟ್ಟಿನ ಇತರ ಕುಟುಂಬಗಳೊಡನೆ ಸ್ನೇಹಸಂಬಂಧವನ್ನಿಟ್ಟು ಕೊಂಡಿದ್ದಳು. ಪ್ರತಿವರ್ಷ ನಡೆಯುವ "ಕೊಯೊರಿಟಿ"

ಹಬ್ಬದಾಚರಣೆಗೆ, ಆಂಟೋನಿಯೋನೊಡನೆ ಬಂದು ಬಂಧು-ಮಿತ್ರರೊಡನೆ ಬೆರೆತು ನಲಿಯುತ್ತಿದ್ದಳು.

"ಕೊಯೋರಿಟಿ" ಕೇರೋಸ್ ಜನರ ಸಂಕ್ರಾಂತಿ ಸಮಾರಂಭ. ಭಾರತದಲ್ಲಿ ಸಂಕ್ರಾಂತಿಯ ದಿನ ಜಾನುವಾರುಗಳಿಗೆ ಚೆನ್ನಾಗಿ ತಿನ್ನಿಸಿ, ಸಿಂಗರಿಸಿ, ಮೆರವಣಿಗೆ ಮಾಡುವ ಹಾಗೆ, ಕೇರೋಸ್ ಜನರು ಲಾಮಾ ಪ್ರಾಣಿಗಳಿಗೆ ಚೆನ್ನಾಗಿ ತಿನ್ನಿಸಿ, ಕುಡಿಸಿ, ಮೆರವಣಿಗೆಗಳನ್ನು ಮಾಡುತ್ತಾ ನಲಿಯುತ್ತಾರೆ. ಕೊಯೋರಿಟಿ ಹಬ್ಬದ ಸಂದರ್ಭದಲ್ಲಿ ಕೋಕೊದಿಂದ ತಯಾರಿಸಿದ ಮಾದಕ ಪಾನೀಯಗಳನ್ನು, ಮತ್ತು ಮುಸುಕಿನ ಜೋಳದಿಂದ ತಯಾರಿಸಿದ ವಿಶೇಷ ಸೋಮರಸವನ್ನೂ, ಮನಸಾರೆ ಕುಡಿದು, ಲಾಮಾ ಪ್ರಾಣಿಗಳಿಗೂ, ಕುಡಿಸುತ್ತಾರೆ. ಮದ್ಯದ ಮತ್ತಿನಲ್ಲಿ ಆತ್ಮಾನುಭವವಾಗುವುದೆಂದು ನಂಬಿ, ಈ ಹಬ್ಬವನ್ನು ಬಹಳ ಭಕ್ತಿಯಿಂದ ಆಚರಿಸುತ್ತಾರೆ.

ಮಾಮಕುರಳು ತನ್ನ ತವರು ಮನೆಗೆ ಹೋಗದೆ, ಸಮೀಪದಲ್ಲಿಯೇ ಇದ್ದ ಸ್ನೇಹಿತರ ಮನೆಗೆ ಪಾಂಡವರನ್ನು ಕರೆದುಕೊಂಡು ಹೋಗಿ "ಇವರು ಇಂಡಿಯನ್ ಇಂಡಿಯನ್ಸ್" ಎಂದು ಇಂಕಾ ಇಂಡಿಯನ್ಸರಿಗೆ ಪರಿಚಯಮಾಡಿಸಿದಳು. ಮೊದಲಬಾರಿಗೆ ಭಾರತೀಯರನ್ನು ನೋಡುವುದು ಅವರಿಗೆಲ್ಲಾ ಒಂದು ದೊಡ್ಡ ಅಚ್ಚರಿಯಾಗಿತ್ತು. ಪಾಂಡವರಿಗೂ ಅಷ್ಟೇ ಸೋಜಿಗವಾಗಿತ್ತು. ದೊಡ್ಡ ಹುಲ್ಲಿನ ಚಾವಡಿಯ ಅಡಿಯಲ್ಲಿ, ಒಂದು ಕಡೆ ಅಡಿಗೆ ತಾಣ, ಇನ್ನೊಂದೆಡೆ ಉಗ್ರಾಣ, ಮತ್ತೊಂದೆಡೆ ಪ್ರಾಣಿಗಳ ತಾಣ, ಹಲವಾರು ಮಲಗುವ ತಾಣಗಳು ಗೋಚರಿಸುತ್ತಿದ್ದವು. ಬಂದ ಅತಿಥಿಗಳಿಗೆ ಮನೆಯ ಹಿರಿಯರು ಕೋಕೋ ಮತ್ತು ಒಣಮಾಂಸಗಳನ್ನು ನೀಡಿ ಉಪಚರಿಸಿದರು. ಎಲ್ಲರೂ ಕೋಕೋ ಕಷಾಯವನ್ನು ಚೆನ್ನಾಗಿ ಹೀರಿದರು. ಎಲ್ಲಾ ಒಂದೇ ಪಡಸಾಲೆಯಲ್ಲಿ ಮಲಗುತ್ತಾರೆಂದು ತಿಳಿದ ನಂತರ ಅರ್ಜುನನು ಗುಸುದನಿಯಲ್ಲಿ ವಿಜಯನಿಗೆ "ಇಷ್ಟು ಜನರ ನಡುವೆ ಹೆಂಡತಿ ಗಂಡನ ಕೆಳಗೆ ಹೇಗಪ್ಪಾ ಮಲಗ್ತಾಳೆ?" ಎಂದು ಉಸುರಿದ. ವಿಜಯನು ಕಿಸಕ್ಕನೆ ನಕ್ಕು ಅರ್ಜುನನ ಕಿವಿಯಲ್ಲಿ "ಕತ್ತಲಲ್ಲಿ ಕಣ್ಣಿದ್ದರೂ ಕಾಣಲ್ಲ" ಎಂದ. ಎಲ್ಲರೂ ಅವರ ಕಡೆ ನೋಡುತ್ತಿರುವಾಗ, ಮಾಮಾಕುರಳೇ "ಏನದು ಹೇಳಿ. ನಾವೂ ಸ್ವಲ್ಪ ನಗ್ತೀವಿ" ಎಂದು ನಿಸ್ಸಂಕೋಚವಾಗಿ ಕೇಳಿದಳು. "ಏನೂ ಇಲ್ಲಾ" ಎಂದು ಅರ್ಜುನ-ವಿಜಯರಿಬ್ಬರೂ ನಗುತ್ತಾ ಸುಮ್ಮನಾದರು.

ನಂತರ ಎಲ್ಲರನ್ನೂ ಹೊರಗೆ ಕರೆದುಕೊಂಡು ಹೋಗಿ, ಪೂಜಾವಿಧಿಗಳನ್ನು ನಡೆಸುವ ತಾಣವನ್ನು ತೋರಿಸುತ್ತಾ, "ಕಷ್ಟ ಬಂದಾಗ ಇಲ್ಲಿಯೇ ನಾವು ದೇವರನ್ನ ಪ್ರಾರ್ಥನೆ ಮಾಡೋದು "ಎಂದಾಗ ಸೆಲ್ವಂ "ಸಂಕಟ ಬಂದಾಗ ವೆಂಕಟರಮಣ" ಎಂದು ಗೇಲಿಮಾಡಿದ. ಎಲ್ಲರೂ ನಕ್ಕರು. ಪ್ರದೀಪನು "ಮಾಮ, ನಿಮ್ಮ ಮನೆ ಎಲ್ಲಿ?" ಎಂದು ವಿಚಾರಿಸಿದಾಗ, ಆಕೆ "ಅದು ಇಲ್ಲಿಂದ ಮೂರು-ನಾಲ್ಕು ಮೈಲಿ. ನಡೆಯಬೇಕು" ಎಂದಳು. ವಿಜಯನು "ನಮ್ಮ ಅರ್ಜುನನಿಗೆ ವಧುವನ್ನ ಇಲ್ಲೇ ತೋರಿಸ್ತೀರಾ?" ಎಂದಾಗ ಮಾಮಕುರಳು ಏನು ಹೇಳಲು ತೋಚದೆ ನಗುತ್ತಾ ಸುಮ್ಮನಾದಾಗ, ಅರ್ಜುನನೇ "ಮಾಮಾ, ನಿಮಗೆ ತಂಗಿ ಇದ್ದರೆ ಹೇಳಿ. ನಾನು ನಾಲ್ಕಲ್ಲ ಹತ್ತು ಮೈಲಿ ನಡೆಯೋಕೂ ಸಿದ್ಧಾ" ಎಂದು ತಮಾಷೆಗೆ ಛೇಡಿಸಿದ. ಅವಳು ಅಷ್ಟೇ ಚಾತಿಯಿಂದ "ಅರ್ಜುನ್, ನನಗೆ ನಿನ್ನ ಅತ್ತಿಗೆ ಆಗುವಷ್ಟು ಅದೃಷ್ಟ ಇಲ್ಲಾ. ನನಗಿರುವುದು ಅಣ್ಣಾ ಒಬ್ಬನೇ" ಎಂದು ಮದುವೆಯ ಪ್ರಸ್ತಾಪಕ್ಕೆ ಪರಿಸಮಾಪ್ತಿ ಹಾಡಿದಳು.

ಹೊರವಲಯದಲ್ಲಿ ಹಲವು ಬಗೆಯ ಕೆಲಸಗಳಲ್ಲಿ ನಿರತರಾಗಿದ್ದ ಜನರೆಲ್ಲಾ ಪಾಂಡವರನ್ನು ನೋಡುತ್ತಾ ತಮ್ಮತಮ್ಮೊಳಗೇ ಮಾತನಾಡಿಕೊಳ್ಳುತ್ತಿದ್ದರು. ಬಣ್ಣಬಣ್ಣದ ಕಂಬಳಿಯಂತಹ ಉತ್ತರೀಯಗಳನ್ನು ಹೊದ್ದುಕೊಂಡು, ತಲೆಯನ್ನು ಟೋಪಿಯಿಂದ ಮುಚ್ಚಿಕೊಂಡು, ಕೇವಲ ಮುಖವನ್ನು ಮಾತ್ರ, ತೋರಿಸುತ್ತಿದ್ದ ಇಂಕಾ ಜನರು, ಸ್ವಲ್ಪ ಮಟ್ಟಿಗೆ ಟಿಬೆಟ್ ಜನರನ್ನು ಹೋಲುತ್ತಾರೆ. ಗಂಡಸರಿಗೆ ಗಡ್ಡ-ಮೀಸೆಗಳು ಇದ್ದರೂ ತೀರ ವಿರಳ. ದೂರದ ನೋಟದಿಂದ ಇವರು ಗಂಡೋ-ಹೆಣ್ಣೋ ಎಂದು ಗುರುತು ಹಿಡಿಯುವುದು ಕಷ್ಟ.

ಮಾಮಾಕುರಳು ಅವರೊಡನೆ ಕೆಚುವಾ ಭಾಷೆಯಲ್ಲಿ ಮಾತನಾಡಿ ಏನೋ ಯೋಜಿಸುತ್ತಿದ್ದಳು. ನಂತರ, "ಸ್ವಲ್ಪ ಹೊತ್ತು ಕಳೆದ ಮೇಲೆ ಇವರಿಂದ ಮನರಂಜನಾ ಕಾರ್ಯಕ್ರಮ ಇದೆ; ನಿಮಗಾಗಿ..." ಎಂದು ಹೇಳಿ ಅವರೊಡನೆ ಮನೆಯ ಒಳಗೆ ಹೋದಳು.

ಪಾಂಡವರು ಹರಟುತ್ತಾ ಇರುವಾಗ ಆಂಟೋನಿಯೋ ಆಗಮಿಸಿದ. ಅರ್ಜುನನು...

"ಆಂಟೋನಿಯೋ, ನೀನು ಮಾಮಾಕುರಾಳನ್ನ ಹೇಗೆ ಮದುವೆಯಾದೆ? ಅಂದ್ರೆ ಎಲ್ಲಿ, ಹೇಗೆ?"

"ದಾರಿಯಲ್ಲಿ ಹೋಗೋವಾಗ ಹೇಳುತ್ತೀನಿ" ಎಂದು ಆತ ಚುಟುಕಾಗಿ ಉತ್ತರಿಸಿದ.

ತುಸು ಸಮಯದಲ್ಲೇ ನಾಲ್ಕೈದು ಹೆಂಗೆಳೆಯರು–ವಯಸ್ಕರು ಸುಂದರವಾದ ವೇಷಭೂಷಣಗಳಲ್ಲಿ ಬಂದು ನಿಂತರು. ಅವರೊಂದಿಗೆ ವಾದ್ಯಗಾರರು ಹಾಗೂ ಪ್ರೇಕ್ಷಕರಾಗಿ ಮನೆಯವರೆಲ್ಲರೂ ನೆರೆದರು. ಮಾಮಾಕುರಳು ಎಲ್ಲರನ್ನೂ ಉದ್ದೇಶಿಸಿ "ಭಾರತೀಯ ಮಿತ್ರರಿಗೆ ನಮ್ಮ ಸಾಂಸ್ಕೃತಿಕ ಪ್ರದರ್ಶನ" ಎಂದು ಹೇಳಿ, ನೃತ್ಯ–ಸಂಗೀತ ನಾಟಕಕ್ಕೆ ಕರೆಯಿತ್ತಳು. ಪಾಂಡವರಿಗೆ ಅದರಲ್ಲೂ ಅರ್ಜುನನಿಗೆ "ಇದು ಒಂದು ರೀತಿಯ ಸ್ವಯಂವಧು ಸಮಾರಂಭ. ನೀವು ಯಾರನ್ನು ಮೆಚ್ಚುತ್ತೀರೋ, ಅವಳನ್ನು ನಿಮಗೆ ಕೊಟ್ಟು ಮದುವೆ ಮಾಡಿಸ್ತೀನಿ" ಎಂದಳು. ಪಾಂಡವರೆಲ್ಲರೂ "ಸೈ ಸೈ ಸೈ" ಎಂದು ಹುಮ್ಮಸ್ಸಿನಿಂದ ಕೂಗಿದರು. ಆದರೆ ಅರ್ಜುನ ಅದುರಿಹೋದ. ಪೆರು ದೇಶದ ಇಂಕಾ ಹುಡುಗಿಯನ್ನು ಮದುವೆಯಾಗುವ ಉದ್ದೇಶ ಅವನಲ್ಲಿ ಲವಲೇಶವೂ ಇರಲಿಲ್ಲಾ. ಏನೋ ಮಿತ್ರರನ್ನು ಛೇಡಿಸಲು ಹುಡುಗಾಟಿಕೆಯಿಂದ ಮಾಮಾಕುರಳ ತಂಗಿಯನ್ನು ಮದುವೆ ಆಗುತ್ತೇನೆಂದು ಹೇಳಿದ್ದ.

ಅರ್ಜುನನು ಮಾಮಾಕುರಳನ್ನು ಬಳಿಗೆ ಕರೆದು "ಮಾಮಾ, ನಾನು ತಮಾಷೆಗೆ ಹಾಗಂದೆ. ಆದರೆ ಮದುವೆ ತಮಾಷೆ ಅಲ್ಲಾ..." ಎಂದ. ಮಾಮಾಕುರಳು ಅಷ್ಟೆ ಗಂಭೀರಮುದ್ರೆಯಿಂದ... "ಗೊತ್ತಪ್ಪಾ... ಮೊದಲು ನೋಡು. ಹುಡುಗಿ ಇಷ್ಟಾ ಆದರೆ, ಮುಂದಿನ ಮಾತು" ಎಂದು ಸಮಾಧಾನ ಹೇಳಿದಳು.

ಸಂಗೀತ–ನಾಟ್ಯ ಶುರುವಾಯಿತು. ಕನ್ಯಾಮಣಿಗಳು ಪ್ರೇಮಮಯ ಹಾವಭಾವಗಳಿಂದ ನರ್ತಿಸಿದರು. ಸಹಜವಾಗಿ ಸಾಧಾರಣ ಸುಂದರಿಯರಾಗಿದ್ದರೂ, ಇಂಕಾ ವೇಷಭೂಷಣಗಳಲ್ಲಿ ಅತ್ಯಾಕರ್ಷಕವಾಗಿದ್ದರು. ಅರ್ಜುನನಿಗೆ ನಿಜವಾಗಿಯೂ ಇಬ್ಬರು ಹುಡುಗಿಯರು ಇಷ್ಟವಾದರು. ಆದರೆ ಮದುವೆಯಾಗುವುದಕ್ಕಲ್ಲ! ಇತ್ತ ಪಾಂಡವರ ವರಾತ ಶುರುವಾಯಿತು. ಎಲ್ಲರಿಗಿಂತಲೂ ಮೊದಲು ಪ್ರದೀಪನೇ ಮಾತು ತೆಗೆದ.

"ಅರ್ಜುನ, ಈ ನೀಲಿ ಉಡುಪಿನ ಹುಡುಗಿ. ನಿನಗೆ ಚೆನ್ನಾಗಿ ಒಪ್ತಾಳೆ"

"ಕೆಂಪು ಉಡುಪಿನ ಹುಡುಗಿ ದ್ರೌಪದಿ ಥರಾ ಇದಾಳಮ್ಮ" ಎಂದು ವಿಜಯ ಬಾಯಿ ಹಾಕಿದ.

"ಈಗಲೇ ಮದುವೆ ಮುಗಿಸಿಬಿಡೋಣಾ ಗುರು" ಎಂದು ಸೆಲ್ವಮ್ ಉರಿಯುವ ಬೆಂಕಿಗೆ ತುಪ್ಪ ಸುರಿದ.

ಹುಡುಗಿಯರು, ಪ್ರೇಮ, ಮದುವೆ ಎಂದರೆ ಮಾತಿನ ಚಕಮಕಿಯಾಗುತ್ತಿದ್ದ ಅರ್ಜುನ, ಮಿತ್ರರ ಮಾತು ಕೇಳುತ್ತಾ, ನಾಲಿಗೆ ಬಿದ್ದಂತಾದ. ರಾಜಬೀರನೊಬ್ಬನೇ ಪಂಜಾಬಿಯಲ್ಲಿ "ಗೋಲಿ ಮಾರೋ" ಎಂದ.

ಎಲ್ಲಾ ಆದ ಮೇಲೆ, ಸಂಜೆ ತಿಂಡಿ–ತೀರ್ಥದ ವ್ಯವಸ್ಥೆ ಮಾಡಿದ್ದರು. ಸಸ್ಯಾಹಾರದ ತಿಂಡಿಗಳೊಡನೆ ಚೀಚಾ ಮಾದಕ ಪಾನೀಯವನ್ನೂ ನೀಡಿದ್ದರು. ಎಲ್ಲರೂ ತಿನ್ನುತ್ತಾ ಹರಟೆ ಮುಂದುವರಿಸಿದರು.

ಮಾಮಾಕುರಳು ಅರ್ಜುನನ್ನು ಎಲ್ಲರ ಮುಂದೆ ಬೇಕಂತಲೇ "ಅರ್ಜುನ್, ಯಾವ ಹುಡುಗಿ ಇಷ್ಟ ಆಯಿತಪ್ಪಾ" ಎಂದಾಗ ಅರ್ಜುನ ಉತ್ತರಿಸದೆ ತಿಂಡಿ ತಿನ್ನುವುದರಲ್ಲಿ ಮಗ್ನನಾದಂತೆ ನಟಿಸುತ್ತಿದ್ದ.

ಅವನ ಪರವಾಗಿ ವಿಜಯನೇ "ಎಲ್ಲರೂ ಇಷ್ಟಾನೇ" ಎಂದು ಜೋರಾಗಿ ಹೇಳಿದ. ಎಲ್ಲರೂ ಘೊಳ್ಳೆಂದು ನಕ್ಕರು.

ಅರ್ಜುನನು "ಓ ಭಗವಾನ್" ಎಂದು ಉದ್ಗಾರ ತೆಗೆದ. ಸ್ನೇಹಿತರ ಕುಚೋದ್ಯ ಮಿತಿ ಮೀರುತ್ತಿತ್ತು.

ಪ್ರದೀಪನು "ಮಾಮಾ, ಅವನಿಗೆ ನೀಲಿ ಉಡುಪಿನ ಹುಡುಗಿ ಇಷ್ಟಾನಂತೆ" ಎಂದು ತನ್ನಿಷ್ಟವನ್ನೆ ತಿಳಿಸಿದ.

ಅರ್ಜುನನು ತಡೆಯಲಾರದೆ ಎದ್ದು ಮಾಮಾಕುರಳನ್ನು ಸ್ವಲ್ಪ ದೂರ ಕರೆದುಕೊಂಡು ಹೋಗಿ ಗಂಭೀರವಾಗಿ, "ಮಾಮಾಕುರ, ಈ ಪೋಕರಿಗಳ ಮಾತಿಗೆ ಸೊಪ್ಪು ಹಾಕಬೇಡಿ. ನಾನು ಮದುವೆ ಆಗುವುದಕ್ಕೆ ಇನ್ನೂ ಸಿದ್ಧವಾಗಿಲ್ಲ. ವೀಸಾ ಇಲ್ಲಾ, ಕೆಲಸ ಇಲ್ಲಾ, ಮನೆ ಇಲ್ಲಾ. ಅಮೇರಿಕಾಗೆ

ಹೋದಮೇಲೇ, ಎಲ್ಲಾ ಸರಿಯಾದ ಮೇಲೆ ಮದುವೆ. ನೆನ್ನೆ ರಾತ್ರಿ ಸುಮ್ಮನೆ ಏನೋ ಮೋಜಿಗೆ ಹಾಗಂದೆ" ಎನ್ನುತ್ತಾ ಕ್ಷಮೆಯಾಚಿಸಿದ.

ಮಾಮಾಕುರಳೂ ಬೇಕಂತಲೇ ಈ ನಾಟಕವನ್ನು ಆಡಿಸಿದ್ದಳು. ಮದುವೆಯ ಬಗ್ಗೆ ಅರ್ಜುನನಿಗಿರುವ ಸದ್ಭಾವನೆ ಅರಿತು ನಿಜವಾಗಿಯೂ ಸಂತುಷ್ಟಳಾದಳು. ನಂತರ ಪ್ರೀತಿಯಿಂದಲೇ, "ಅರ್ಜುನ್, ನೀನು ಯಾವಾಗಬೇಕಾದರೂ, ಯಾರನ್ನ ಬೇಕಾದರೂ ಮದುವೆ ಆಗು. ನಾನು ನಿನ್ನನ್ನ ಪರೀಕ್ಷೆ ಮಾಡಿದೆ ಅಷ್ಟೆ. ನೀನು ಬಹಳ ಒಳ್ಳೆಯ ಪತಿ ಆಗ್ತೀಯಾ" ಎಂದು ಶ್ಲಾಘಿಸಿದಳು.

ಅರ್ಜುನ ಸಮಾಧಾನದ ನಿಟ್ಟುಸಿರು ಬಿಟ್ಟ. ಸ್ವಯಂವಧು ನಾಟಕ ಮುಗಿದಿತ್ತು. ಕೂಸ್ಕೋಗೆ ನಾಲ್ಕು ಗಂಟೆಗಳ ರಾತ್ರಿ ಪ್ರಯಾಣ ಕಾದಿತ್ತು.

ದೂರದೇಶದ ಬಾಂಧವರು

ಇತ್ತ ಕಾರ್ಲೋಸನು ಬೊಲಿವಿಯಾ ದೇಶದಲ್ಲಿ ವಲಸೆದಾರರಿಗಾಗಿ ಹುಡುಕಾಡುತ್ತಿದ್ದ. ಬೊಲಿವಿಯಾ ದಕ್ಷಿಣ ಅಮೇರಿಕಾದ ಅತ್ಯಂತ ಬಡ ದೇಶ. ವಿದೇಶಿಯರ ದುರಾಕ್ರಮಣದಲ್ಲಿ, ಬಂಡವಾಳಶಾಹಿಗಳ ಕಪಿಮುಷ್ಟಿಯಲ್ಲಿ, ಬಳಲಿ ಬೆಂಡಾಗಿ ಬರಡಾಗಿರುವ ಬೊಲಿವಿಯಾ ದೇಶದ ಶ್ರೀಸಾಮಾನ್ಯರ ಪರಿಸ್ಥಿತಿ ಶೋಚನೀಯ. ಈ ದೇಶದ ಕಾಲುಭಾಗದಷ್ಟು ಜನ ವಿದೇಶಗಳಲ್ಲಿ ಕೂಲಿಗಳ ಹಾಗೆ ದುಡಿಯುತ್ತಿದ್ದಾರೆ. ಕಾರ್ಲೋಸ್‌ನು ಬೊಲಿವಿಯಾದ ರಾಜದಾನಿ, ಲಪಾಝ್ ನಗರದಲ್ಲಿ, ವಲಸಿಗರನ್ನು ಜಮಾಯಿಸುತ್ತಿದ್ದ. ಲಪಾಝ್ ನಗರ ಕೂಸ್ಕೋದಿಂದ ಒಂದು ದಿನದ ಪ್ರಯಾಣ. ಬೊಲಿವಿಯಾದಿಂದ ಬಂದ ವಲಸಿಗರಿಗೆ, ಕೂಸ್ಕೋ ಸೂಕ್ತ ವಿಶ್ರಾಂತಿಧಾಮವಾಗಿತ್ತು.

ಕಾರ್ಲೋಸನು ಆಂಟೊನಿಯೋನನ್ನು ದೂರವಾಣಿಯಲ್ಲಿ ಸಂಪರ್ಕಿಸಿ, ಪಾಂಡವರ ಕಷ್ಟ-ಸುಖಗಳ ಬಗ್ಗೆ ವಿಚಾರಿಸಿದ. ತರುವಾಯ ಪಾಂಡವರೊಡನೆಯೂ ಮಾತನಾಡಿ, ಮೂರು ದಿನಗಳಲ್ಲಿ ಕೂಸ್ಕೋಗೆ ಬೊಲಿವಿಯಾ ವಲಸಿಗರೊಂದಿಗೆ ಬರುವುದಾಗಿ ತಿಳಿಸಿದ. ಪಾಂಡವರೆಲ್ಲರೂ ಆಂಟೋನಿಯೊ-ಮಾಮಾಕುರಳ ಅತಿಥಿ-ಸತ್ಕಾರವನ್ನು ಪ್ರೀತಿಯಾದರಗಳನ್ನು

ಬಹಳ ಕೊಂಡಾಡಿದರು. ಕಾರ್ಲೋಸನು ಪ್ರದೀಪನ ಮುಖಾಂತರ ಪಾಂಡವರಿಗೆಲ್ಲಾ ಪೆರು ದೇಶದ ವಿಶ್ವವಿಖ್ಯಾತ "ಮಾಚುಪಿಚ್ಚು" ಪ್ರಾಚೀನ ನಗರವನ್ನು ನೋಡಲು ಉತ್ತೇಜಿಸಿದ.

"ಮಾಚುಪಿಚ್ಚು" ದಕ್ಷಿಣ ಅಮೇರಿಕಾ ಖಂಡದ ಹಂಪೆ. ಐನೂರು ವರ್ಷಗಳ ಹಿಂದೆ ಕರ್ನಾಟಕದಲ್ಲಿ ವಿಜಯನಗರ ಸಾಮ್ರಾಜ್ಯ ಉಚ್ಛ್ರಾಯ ಸ್ಥಿತಿಯಲ್ಲಿದ್ದಾಗ, ಮಾಚುಪಿಚ್ಚು ಇಂಕಾ ಸೂರ್ಯವಂಶಿಗಳ ಪವಿತ್ರ ಪಟ್ಟಣವಾಗಿತ್ತು. ಆಂಡಿಸ್ ಪರ್ವತ ಶಿಖರಗಳ ಮಧ್ಯೆ, ಬೆಟ್ಟದ ಬೆನ್ನಹುರಿಯ ಮೇಲೆ, ಅಮೆಜಾನ್ ಅರಣ್ಯದ ಪೂರ್ವಾಂಗಣದಲ್ಲಿ, ಉರುಬಾಂಬ ನದಿಯ ಮುಖಜದಿಂದ ಅರ್ಧ ಮೈಲಿ ಎತ್ತರದಲ್ಲಿ, ಹಂತ-ಹಂತವಾಗಿ ಸೋಪಾನದ ಶೈಲಿಯಲ್ಲಿ, ನಿರ್ಮಿತವಾದ ಮಾಚುಪಿಚ್ಚು ಪುಣ್ಯಕ್ಷೇತ್ರ, ತಿರುಪತಿಯ ವೆಂಕಟೇಶ್ವರ ದೇವಾಲಯವನ್ನು ನೆನಪಿಗೆ ತರುತ್ತದೆ. ಸಮುದ್ರಮಟ್ಟದಿಂದ ಸುಮಾರು ಎರಡು ಮೈಲಿ ಎತ್ತರದಲ್ಲಿ, ಬೆಳ್ಳಿಮೋಡಗಳ ಬಾನಿನಲ್ಲಿ, ಹಿಮಗಿರಿಗಳ ನಡುವೆ, ಪ್ರಶಾಂತ ನಗರವಾಗಿದೆ.

ಮಾಚುಪಿಚ್ಚುವಿನಲ್ಲಿ ಇರುವ ಎಲ್ಲಾ ಕಟ್ಟಡಗಳನ್ನು, ಸಾಕ್ಸಿವಾಮನ, ಕೋರಿಕಾಂಚ, ಮೊದಲಾದ ಇಂಕಾ ನಗರಗಳಂತೆ, ಆಶ್ಲರ್ ತಂತ್ರದಿಂದ, ಗಾರೆಯಿಲ್ಲದೆಯೇ ಕೇವಲ ಕಲ್ಲುಗಳ ಸಂಜೋಡಣೆಯಿಂದಲೇ ಕಟ್ಟಲಾಗಿದೆ. ಮಾಚುಪಿಚ್ಚುವಿನ ರಾಜಭವನ, ಭವ್ಯ ಬಂಗಲೆ ಮತ್ತು ದೇವಾಲಯಗಳ ಸುತ್ತಲೂ ಆವರಿಸಿರುವ ಉದ್ಯಾನವನಗಳ ವಿನ್ಯಾಸ, ಇಂದಿಗೂ ಆಕರ್ಷಕವಾಗಿದೆ. ಉದ್ಯಾನವನದಲ್ಲಿ ಲಾಮಾ ಮತ್ತು ಅಲ್ಪಾಕಾ ಪ್ರಾಣಿಗಳು ಈಗಲೂ ಮೇಯುತ್ತಿರುತ್ತವೆ.

ಮಾಚುಪಿಚ್ಚುವಿನಲ್ಲಿ ದೈವಾರಾಧನೆಯೊಂದಿಗೆ, ಖಗೋಳವಿಜ್ಞಾನವೂ ಮೈತಳೆದಿತ್ತು. ಸೂರ್ಯಾರಾಧಕರಾದ ಇಂಕಾ ಪೂಜಾರಿಗಳು, ಅಂತರಿಕ್ಷದಲ್ಲಿ ಸೂರ್ಯನ ಚಲನ-ವಲನಗಳನ್ನು ಅಧ್ಯಯನ ಮಾಡಿ, ದೈನಂದಿನ ಕಾಲಾವಧಿಯನ್ನು ಅಳೆಯುವ, "ಇಂಟಿವಾತನ" ಎಂಬ ಕಾಲಮಾಪಕವನ್ನು ಸ್ಥಾಪಿಸಿದ್ದರು. ಇಂಟಿವಾತನ ಕಲ್ಲುಬಂಡೆಯ ಮೇಲೆ ನಿರ್ದಿಷ್ಟ ಆಕಾರದಲ್ಲಿ, ಗಗನಾಭಿಮುಖವಾಗಿ ಮೂಡಿಸಿರುವ ಕೋಡುಗಲ್ಲು. ಸೂರ್ಯ ಸರಿಯಾಗಿ ನಡುನೆತ್ತಿ ಮೇಲಿರುವ ದಿನಗಳಲ್ಲಿ, ಅಂದರೆ ಮಾರ್ಚಿ 21 ಮತ್ತು ಸೆಪ್ಟಂಬರ್ 21, ಇಂಟಿವಾತನದ ಮೇಲೆ ತಲೆ ಇಟ್ಟು ಧ್ಯಾನ ಮಾಡಿದರೆ ಜ್ಞಾನೋದಯವಾಗುತ್ತದೆಂದು ಇಂಕಾ ಜನರು ನಂಬುತ್ತಾರೆ.

ಮಾಚುಪಿಚ್ಚು ಅವಶೇಷವನ್ನು ನೂರು ವರ್ಷಗಳ ಹಿಂದೆ, ಹೈರಮ್ ಬಿಂಗಮ್ ಎಂಬ ಅಮೇರಿಕಾದ ಇತಿಹಾಸಕಾರ, ಪತ್ತೆಮಾಡಿದ. ಅದೃಷ್ಟವಶಾತ್ ಇದು ಸ್ಪಾನಿಷ್ ದಾಳಿಕೋರರ ಕಣ್ಣಿಗೆ ಬೀಳದೆ, ಹಾಗೆಯೇ ಉಳಿದುಕೊಂಡಿವೆ. ಈ ತಾಣದ ಐತಿಹಾಸಿಕ ಮಹತ್ವವನ್ನು ಪರಿಗಣಿಸಿ, ವಿಶ್ವಸಂಸ್ಥೆಯವರು ಮಾಚುಪಿಚ್ಚುವನ್ನು "ವಿಶ್ವ ಪರಂಪರ ತಾಣ" ವೆಂದು ಘೋಷಿಸಿದ್ದಾರೆ. ಮಾಚುಪಿಚ್ಚು ಪ್ರಾಚೀನಶಾಸ್ತ್ರಜ್ಞರಿಗೆ ವಾರಣಾಸಿಯಾಗಿದೆ.

ಹಿಂದಿನ ದಿನ ಶಿನಾಕರದಿಂದ ಬಹಳ ತಡವಾಗಿ ಮನೆ ತಲುಪಿದ್ದ ಪಾಂಡವರು ಮರುದಿನ ನಿದ್ರೆಯಿಂದ ಎಚ್ಚರವಾಗುವ ವೇಳೆಗೆ ಮಧ್ಯಾಹ್ನವಾಗಿತ್ತು. ಕಾರ್ಲೋಸ್‌ನ ದೂರವಾಣಿಯೇ ಅವರಿಗೆಲ್ಲಾ ಅಲರಾಂ ಆಗಿತ್ತು. ಮಾಮಾಕುರಳ ಮಮಕಾರಕ್ಕೆ ಮರುಳಾಗಿದ್ದ ಪಾಂಡವ ಕುಮಾರರಿಗೆ, ಕೂಸ್ಕೋ ನಗರವೇ ಹಸ್ತಿನಾಪುರವಾಗಿತ್ತು. ಆಂಟೋನಿಯೋನೇ ಮಾಚುಪಿಚ್ಚು ಪ್ರವಾಸದ ಬಗ್ಗೆ ಪ್ರಸ್ತಾಪಿಸಿ, ಹೈರಮ್ ಬಿಂಗಮ್ ರೈಲಿನಲ್ಲಿ ಹೋಗಬೇಕೆಂದು ತಿಳಿಸಿದ. ಆದರೆ ಪ್ರಯಾಣದ ವೆಚ್ಚ ಆರುನೂರು ನೂವೋಸೋಲ್ ಆಗುತ್ತದೆಂದಾಗ, ಎಲ್ಲರ ಉತ್ಸಾಹ ಒಮ್ಮೆಲೇ ಕುಸಿಯಿತು. "ಹಾಳೂರನ್ನು ನೋಡೋಕೆ, ಆರು ನೂರು ಕೊಡಬೇಕಾ?" ಎಂದು ಅರ್ಜುನನು, "ಇಷ್ಟು ದಿನ ನೋಡಿದ್ದು ಸಾಲದೆ?" ಎಂದು ವಿಜಯನೂ, "ನಾವು ಬರಲ್ಲಾ" ಎಂದು ಸೆಲ್ವಮ್ ಮತ್ತು ರಾಜಬೀರರು ಕಳಚಿಕೊಂಡರು.

"ಮಾಚುಪಿಚ್ಚು ನೋಡದೇ ಹೋದರೆ, ಪೆರು ದೇಶವನ್ನು ನೋಡದೇ ಹೋದಂತೆ" ಎಂದು ಆಂಟೋನಿಯೋ ಮತ್ತೊಮ್ಮೆ ಪುಸಲಾಯಿಸಿದರೂ ಪ್ರಯೋಜನವಾಗಲಿಲ್ಲ.

ಕೊನೆಗೆ ಪ್ರದೀಪನು "ನಾಳೆ ನೋಡೋಣ, ಸದ್ಯಕ್ಕೆ ಕೂಸ್ಕೋದಲ್ಲೇ ಅಡ್ಡಾಡೋಣಾ" ಎಂದು ಸೂಚಿಸಿದ. ಕೊನೆಗೆ ಕೂಸ್ಕೋದಲ್ಲಿ ನಡೆಯುವ ಇಂಕಾ ಜನರ ಸಂತೆಗೆ ಹೋಗಿಬರಲು ಎಲ್ಲರೂ "ಸೈ" ಎಂದರು.

ಆಂಡೀಸ್ ಪರ್ವತ ಶ್ರೇಣಿಯ ಬೆಟ್ಟಗುಡ್ಡಗಳಲ್ಲಿರುವ ಹಳ್ಳಿಗಳಲ್ಲಿ ವಾಸಿಸುವ ಇಂಕಾ ಮೂಲನಿವಾಸಿಗಳು ತಯಾರಿಸಿದ ಕರಕುಶಲ ವಸ್ತುಗಳನ್ನು, ಉಡುಗೆತೊಡುಗೆಗಳನ್ನು, ವಸ್ತ್ರಾಭರಣಗಳನ್ನು, ಪ್ರದರ್ಶಿಸಿ ಮಾರಾಟಮಾಡುವ ಸಂತೆಗಳು ಪ್ರವಾಸಿಗರಿಗೆ ಪ್ರಿಯವಾಗಿವೆ. ಬಣ್ಣಬಣ್ಣದ ವೇಷಭೂಷಣಗಳಲ್ಲಿ, ಇಂಕಾ ಜನರ ಸಾಂಸ್ಕೃತಿಕ ಕುಣಿದಾಟಗಳೂ, ಜಾನಪದ ಸಂಗೀತ–

ಮನರಂಜನೆಯಾಟಗಳೂ ಸಂತೆಗಳಲ್ಲಿ ವಿಶೇಷವಾಗಿರುತ್ತವೆ. ಇಂತಹ ಸಂತೆಯಲ್ಲಿಯೇ ಆಂಟೋನಿಯೋ ತನ್ನ ಹೆಂಡತಿ ಮಾಮಾಕುರಳನ್ನು ಮೊದಲು ಭೇಟಿಯಾಗಿದ್ದು ಮತ್ತು ಸ್ನೇಹವನ್ನು ಬೆಳೆಸಿ, ಅನುರಕ್ತನಾಗಿದ್ದು.

ಸಂಜೆ ಆಂಟೋನಿಯೋ ಪಾಂಡವರೊಡನೆ ಸಂತೆಯಲ್ಲಿ ಅಡ್ಡಾಡುತ್ತಾ "ಇಲ್ಲೇ ನಾನು ನನ್ನ ಹೆಂಡತಿಯನ್ನು ಮೊದಲು ನೋಡಿದ್ದು" ಎಂದು ತಿಳಿಸಿ, ನಂತರ "ನನಗೋಸ್ಕರ ಆಕೆ ಅವರಪ್ಪ-ಅಮ್ಮನನ್ನೇ ತೊರೆದು ಬಂದಳು. ನನ್ನನ್ನ ರಾಜನ ಹಾಗೆ ನೋಡಿಕೊಳ್ತಾಳೆ" ಎಂದು ಹೆಮ್ಮೆಯಿಂದ ಹೆಂಡತಿಯ ತ್ಯಾಗವನ್ನು, ಪ್ರೇಮವನ್ನೂ ಹೊಗಳಿದ. ಪಾಂಡವರೆಲ್ಲರೂ "ನೀನು ಅದೃಷ್ಟವಂತ" ಎಂದು ಅಭಿನಂದಿಸುತ್ತಾ ಹೇಳಿದರು.

"ಮುಂದಿನ ಸೋಮವಾರ ಅವಳ ಜನ್ಮದಿನ. ಅಂದು ಅವಳಿಗೆ ಪ್ರಿಯವಾದ ಒಡವೆಯನ್ನು ಉಡುಗೊರೆಯಾಗಿ ಕೊಡ್ತೀನಿ" ಎಂದು ಪ್ರೀತಿ ಪ್ರದರ್ಶಿಸಿ, "ನೀವ್ಯಾರೂ ಅವಳಿಗೆ ಹೇಳಬೇಡಿ. ಅವಳನ್ನ ಅಂದು ಆಶ್ಚರ್ಯಪಡಿಸಬೇಕು" ಎಂದು ತನ್ನ ಯೋಜನೆಯನ್ನು ಪಾಂಡವರಿಗೆಲ್ಲಾ ತಿಳಿಸಿದ. ಅರ್ಜುನನು "ಹೌದಾ ಗುರು" ಎಂದೂ, "ಛೇ ಇನ್ನೂ ಒಂದು ದಿನ ಇರುವಂತಿದ್ದರೆ ನಾವೂ ಪಾಲ್ಗೊಳ್ಳಬಹುದಿತ್ತಿಲ್ಲ" ಎಂದು ವಿಜಯನು ಹೇಳಿದ. ಕಾರ್ಲೋಸ್‌ನ ಯೋಜನೆಯಂತೆ ಪಾಂಡವರೆಲ್ಲರೂ ಭಾನುವಾರವೇ ಕೂಸ್ಕೋದಿಂದ ತೆರಳಬೇಕಿತ್ತು. ಮಾಮಾಕುರಳ ಜನ್ಮದಿನೋತ್ಸವವನ್ನು ಒಂದು ದಿನದ ಅಂತರದಲ್ಲಿ ತಪ್ಪಿಸಿಕೊಳ್ಳುವುದು ಪಾಂಡವರಿಗೆ ಬೇಸರದ ವಿಷಯವಾಗಿತ್ತು. ಪ್ರದೀಪನೇ ಮುಂದಾಗಿ "ಆಂಟೋನಿಯೋ, ಮಾಮಾಕುರಳ ಹುಟ್ಟುಹಬ್ಬವನ್ನ ಸೋಮವಾರದ ಬದಲು ಶನಿವಾರ ಸಂಜೆ ಆಚರಿಸಿದರೆ ನಾವೆಲ್ಲ ಇರ್ತೀವಿ. ಏನಂತೀಯಾ?" ಎಂದು ಕೇಳಿದ. ಆಂಟೋನಿಯೋ ಕೂಡಲೇ ಉತ್ತರ ನೀಡದೆ, ನಿಧಾನಿಸುತ್ತಾ ಹಿಂದು-ಮುಂದು ನೋಡುತ್ತಿರುವಾಗ "ನಿನಗೆ ಇಷ್ಟಾ ಇಲ್ಲಾ ಅಂದ್ರೆ ಬೇಡಾ" ಎಂದು ಪ್ರದೀಪನೇ ಮತ್ತೊಮ್ಮೆ ಪಾಂಡವರ ಪರವಾಗಿ ಮಾತನಾಡಿದ.

"ಹಾಗಲ್ಲಾ ನನ್ನ ಬಂಧು-ಮಿತ್ರರಿಗೆಲ್ಲಾ ಈಗಾಗಲೇ ಹೇಳಿಬಿಟ್ಟಿದ್ದೀನಿ. ಅವರಿಗೆಲ್ಲಾ ಸೋಮವಾರವೇ ಬಿಡುವಾಗೋದು" ಎಂದು ಆಂಟೋನಿಯೋ ಹೇಳಿದ.

"ಹಾಗಿದ್ದಲ್ಲಿ, ಶನಿವಾರ ಸಂಜೆ ನಾವೆಲ್ಲಾ ಮಾಮಾಕುರಳ ಹುಟ್ಟುಹಬ್ಬ ಆಚರಿಸಿತೀವಿ. ಆಗಬಹುದಾ?" ಎಂದು ಅರ್ಜುನನು ಆಂಟೋನಿಯೋ ಅಪ್ಪಣೆ ಕೇಳಿದ.

"ಅದಕ್ಕೇನಂತೆ. ಅಗತ್ಯವಾಗಿ ಆಚರಿಸಿ" ಎಂದ ಆಂಟೋನಿಯೋ.

"ಆಂಟೋನಿಯೋ, ನಮ್ಮದೂ ಸರ್‌ಪ್ರೈಸ್ ಕಾರ್ಯಕ್ರಮವೇ. ಮಾಮಾಗೆ ಹೇಳಬೇಡಾ" ಎಂದು ಪ್ರದೀಪ ಆದೇಶಿಸಿದ.

ಅಂದು ರಾತ್ರಿ ಪಾಂಡವರೆಲ್ಲರೂ ಮಾಮಾಕುರ ಜನ್ಮದಿನೋತ್ಸವವನ್ನು ಹೇಗೆ ಆಚರಿಸಬೇಕೆಂದು ಸಮಾಲೋಚನೆ ನಡೆಸಿದರು.

ಮರುದಿನ ಶುಕ್ರವಾರವಾಗಿತ್ತು. ಇನ್ನು ಎರಡು ದಿನಗಳಲ್ಲಿ, ಅಂದರೆ ಭಾನುವಾರ ಬೆಳಿಗ್ಗೆ ಕೂಸ್ಕೋದಿಂದ ಹೊರಡಬೇಕಿತ್ತು. ಶನಿವಾರ ಸಂಜೆ ಬೊಲಿವಿಯಾದಿಂದ ವಲಸಿಗರೊಡನೆ ಕಾರ್ಲೋಸನು ಕೂಸ್ಕೋಗೆ ಆಗಮಿಸುತ್ತೇನೆಂದು ಮೊದಲೇ ತಿಳಿಸಿದ್ದ. ಶನಿವಾರ ಸಂಜೆ ಮಾಮಾಕುರಳಿಗೆ ಹುಟ್ಟುಹಬ್ಬವನ್ನು ಆಚರಿಸುವುದು ಪಾಂಡವರಿಗೆಲ್ಲಾ ಬೀಳ್ಕೊಡುಗೆಯ ಸಮಾರಂಭವೂ ಆಗಿತ್ತು.

ಮಾಚುಪಿಚ್ಚುವಿನ ಬಗ್ಗೆ ಬಹಳ ಕೇಳಿ ತಿಳಿದುಕೊಂಡಿದ್ದ ಪ್ರದೀಪನು, ಪಾಂಡವ ಮಿತ್ರರಾರೂ ಆಸಕ್ತಿ ತೋರಿಸದಿದ್ದ ಕಾರಣ, ತಾನೊಬ್ಬನೇ ಮಾಚುಪಿಚ್ಚು ನೋಡಲು ಹೊರಟ. ಕೂಸ್ಕೋದಿಂದ ಹೈರಮ್ ಬಿಂಗಮ್ ರೈಲಿನಲ್ಲಿ ಸಾಗಿ ಅಕ್ವಾ ಕಾಲಿಂಟೆ ಎಂಬಲ್ಲಿ ಇಳಿದು ಅಲ್ಲಿಂದ ಸಾರ್ವಜನಿಕ ವಾಹನದಲ್ಲಿ ಬೆಟ್ಟದ ಮೇಲೆ ಹೋಗಬೇಕಿತ್ತು. ಮೊದಲು ಹೋಗೋಣವೋ, ಬೇಡವೋ ಎಂದು ದ್ವಂದ್ವದಲ್ಲಿದ್ದ ಪ್ರದೀಪನು ಹೈರಮ್ ಬಿಂಗಮ್ ರೈಲು ಹತ್ತಿದ ನಂತರ, ವಾಹನದ ವೈಭವಪೂರ್ಣ ಸೌಲಭ್ಯಗಳನ್ನು, ಊಟೋಪಚಾರಗಳನ್ನು ಕಂಡು ಚಕಿತನಾದ. ಹೋಗುವಾಗ ದಾರಿಯಲ್ಲಿ ಮುಗಿಲೆತ್ತರ ಮಲೆಗಳ ಮಧ್ಯೆ, ಉರುಮಾಂಬ ನದಿಯ ಬದಿಯಲ್ಲಿ, ಹಾವಿನಂತೆ ಹರಿದು ಹೋಗುತ್ತಿರುವ, ಹಳಿಗಾಡಿಯಿಂದ ಕಾಣಬರುತ್ತಿದ್ದ ಆಂಡೀಸ್ ಪರ್ವತದ ಮತ್ತು ಅಮೆಜಾನ್ ಅರಣ್ಯದ ಸೊಬಗನ್ನು ನೋಡಲು ಎರಡೂ ಕಣ್ಣು ಸಾಲದಾಗಿತ್ತು. ಏಕಾಂತನಾಗಿ ಪ್ರಕೃತಿ ಸೌಂದರ್ಯ ಸವಿಯುತ್ತಿದ್ದ ಪ್ರದೀಪನ ಮನಸ್ಸು

ಸುಮನಾಳ ಸಾನ್ನಿಧ್ಯ ಬಯಸಿತು. ಮನದಲ್ಲೇ ಅವಳ ಸಂಗ ಊಹಿಸಿಕೊಂಡು, ನಯನವಿಹಾರದೊಡನೆ, ಪ್ರೇಮವಿರಹ ಅನುಭವಿಸಿದ.

ಹೈರಮ್ ಬಿಂಗಮ್ ರೈಲಿನಲ್ಲಿ ಪ್ರದೀಪನಿಗೆ ಮತ್ತೊಂದು ಆಕಸ್ಮಿಕ ಆಹ್ಲಾದವೂ ಕಾದಿತ್ತು. ಭಾರತೀಯ ದಂಪತಿಗಳಿಬ್ಬರು ಕಣ್ಣಿಗೆ ಬಿದ್ದರು. ನೋಡಿದ ಕೂಡಲೇ ಸಂತೋಷದಿಂದ ಪ್ರದೀಪನೇ ಮೊದಲು ಮಾತನಾಡಿಸಿ ಪರಿಚಯ ಮಾಡಿಕೊಂಡ. ಅವರು ವಿನಯ್ ಮತ್ತು ಅರ್ಚನಾರೆಂದೂ, ಕರ್ನಾಟಕದ ದೊಡ್ಡಬಳ್ಳಾಪುರದವರೆಂದೂ, ತಿಳಿದು ಇನ್ನೂ ಸಂತೋಷಪಟ್ಟ. ವಿನಯ್ ಮತ್ತು ಅರ್ಚನಾರು ಅಮೇರಿಕಾದ "ಸಿಲಿಕಾನ್ ಕಣಿವೆ" ಎಂದು ಖ್ಯಾತವಾಗಿರುವ ಸ್ಯಾನ್ ಹೊಸೆ ನಗರದಲ್ಲಿ ಸಾಫ್ಟ್‌ವೇರ್ ಎಂಜಿನಿಯರಾಗಿದ್ದು, ದಕ್ಷಿಣ ಅಮೇರಿಕಾ ಯಾತ್ರೆಯನ್ನು ಕೈಗೊಂಡಿದ್ದರು. ಪ್ರದೀಪನು ತನ್ನ ವಲಸೆಯ ಬಗ್ಗೆ ಏನೂ ಹೇಳದೆ, ತಾನೂ ಅಮೇರಿಕಾಗೆ ಬರುತ್ತೇನೆಂದು ತಿಳಿಸಿದ. ಪ್ರದೀಪನು "ವೈದ್ಯ ಪಂಡಿತ" ಎಂದ ವಿಷಯ ತಿಳಿದಾಗ, ವಿನಯ್ ಮತ್ತು ಅರ್ಚನಾ ಇಬ್ಬರೂ ಬಹಳ ಉತ್ಸುಕರಾಗಿ...

"ಅಮೇರಿಕಾದಲ್ಲಿ ವೈದ್ಯರ ಕೊರತೆ ಬಹಳವಾಗಿದೆ. ವಿದೇಶಿ ವೈದ್ಯರಿಗೆ ಈಗ ಅವಕಾಶಗಳು ವಿಪುಲವಾಗಿವೆ" ಎಂದಾಗ ಪ್ರದೀಪನ ರೆಕ್ಕೆಗೆ ನೀರು ಹಾಕಿದಂತಾಯಿತು.

"ಪರೀಕ್ಷೆಗಳನ್ನ ಮುಗಿಸಿದರೆ ಸಾಕು. ಅವರೇ ವೀಸಾಗೆ ಪ್ರಾಯೋಜನ ಮಾಡ್ತಾರೆ" ಎಂಬ ವಿನಯನ ಮಾತು ಮತ್ತಷ್ಟು ಆಶಾವಾದ ಮೂಡಿಸಿತು. ಪ್ರದೀಪನ ಪಾಲಿಗೆ ರೋಗಿ ಬಯಸಿದ್ದೂ, ವೈದ್ಯ ಹೇಳಿದ್ದೂ, ಒಂದೇ ಆಗಿತ್ತು.

ವಿನಯ್ ಮತ್ತು ಅರ್ಚನಾರ ಸಂಗದಲ್ಲಿ ಮಾಚುಪಿಚ್ಚು ನೋಡುವುದು ಮಹದಾನಂದವಾಗಿತ್ತು. ಅವಶೇಷವಾಗಿದ್ದರೂ ಇನ್ನೂ ಸುವ್ಯವಸ್ಥಿತವಾಗಿಯೇ ಇದ್ದ ಮನೆಗಳ ಗೋಡೆಗಳೂ, ಉದ್ಯಾನದ ಪ್ರಾಂಗಣಗಳೂ, ದೇವಸ್ಥಾನಗಳ ಚಕ್ಕುಬಂದಿಗಳೂ, ಬಹಳ ಅಚ್ಚುಕಟ್ಟಾಗಿದ್ದವು. ಸುಮಾರು ನೂರಕ್ಕೂ ಹೆಚ್ಚು ಮನೆಗಳು–ಮಂದಿರಗಳು ಇರುವ ಮಾಚ್ಚುಪಿಚ್ಚು ಬೆಟ್ಟದ ಇಳಿಜಾರಿನಲ್ಲಿ ನೆಲದಂತಸ್ತುಗಳಲ್ಲಿ ನಿರ್ಮಿತವಾದ ನಗರದ ಸೌಂದರ್ಯ ಅನ್ಯನ್ಯ ಮತ್ತು ಅಪೂರ್ವ. ವಿನಯನು ಮಾಚುಪಿಚ್ಚುವನ್ನು ಉದ್ದೇಶಿಸಿ "ಇದು ದಕ್ಷಿಣ

ಅಮೇರಿಕಾದ ಹರಪ್ಪ-ಮೊಹೆಂಜೊದಾರೋ" ಎಂದು ಉಲಿದ. ಅರ್ಚನಳು, "ಹರಪ್ಪ-ಮೊಹೆಂಜೊದಾರೋ ಹಿಂದೂ ಸಂಸ್ಕೃತಿಯ ಉಗಮಸ್ಥಾನ. ಆದರೆ ಅದು ಈಗ ಹಿಂದೂಸ್ತಾನದಲ್ಲಿಲ್ಲಾ, ಪಾಕಿಸ್ತಾನದಲ್ಲಿದೆ" ಎಂದು ವಿಷಾದ ಬೆರೆತ ದನಿಯಲ್ಲಿ ಹೇಳಿದಳು.

ಮಾಚುಪಿಚ್ಚುವಿನಿಂದ ಮರಳುವಾಗ ವಿನಯ್ ಮತ್ತು ಅರ್ಚನಾ ಮಾರನೆಯ ದಿನ, ಶನಿವಾರ, ಮುಂಜಾನೆಯೇ ಕೂಸ್ಕೋದಿಂದ ಲೀಮಾ ಮಾರ್ಗವಾಗಿ ಅಮೇರಿಕಾಗೆ ಮರಳುವುದಾಗಿ ಹೇಳಿದರು. ಬೀಳ್ಕೊಡುವಾಗ ತಮ್ಮ ಪರಿಚಯ ಚೀಟಿಯನ್ನು ಕೊಟ್ಟು, ಸ್ಯಾನ್ ಹೊಸೇಗೆ ಬಂದಾಗ ತಪ್ಪದೇ ಭೇಟಿ ಮಾಡುವಂತೆ ಆಹ್ವಾನಿಸಿದರು. ಪ್ರದೀಪನಿಗೆ ಅವರ ಉತ್ಸಾಹದಾಯಕ ಮಾತುಗಳು, ಮಾಚುಪಿಚ್ಚಿನಷ್ಟೇ ಮನೋಹರವಾಗಿದ್ದವು.

ಮಾರನೆಯ ದಿನ ಶನಿವಾರ. ಕಾರ್ಲೋಸನು ಬೊಲಿವಿಯಾದಿಂದ ಎಂಟು ಜನ ವಲಸಿಗರನ್ನು ಕರೆದುಕೊಂಡು ಮಧ್ಯಾಹ್ನ ಮೂರು ಗಂಟೆಗೆ ಕೂಸ್ಕೋ ತಲುಪಿದ. ಎಲ್ಲರಿಗೂ ಆಂಟೊನಿಯೋ-ಮಾಮಾಕುರರ ಮನೆಯಲ್ಲಿಯೇ ತಂಗುವ ವ್ಯವಸ್ಥೆ. ಪಾಂಡವರು ಬೊಲಿವಿಯದವರೊಡನೆ ಬೆರೆತರು. ಮೊದಲೇ ಆಯೋಜಿಸಿದಂತೆ ಈ ದಿನ ಸಂಜೆ ಮಾಮಾಕುರಳಿಗೆ ಜನ್ಮದಿನೋತ್ಸವದ ಆಶ್ಚರ್ಯಕೂಟವನ್ನು ಪಾಂಡವರೆಲ್ಲಾ ಬಹಳ ಸಡಗರದಿಂದ ಏರ್ಪಡಿಸಿದ್ದರು. ಕಾರ್ಲೋಸ್ ಈ ವಿಷಯವನ್ನು ತಿಳಿದಾಗ, ಅವನಿಗೆ ಪಾಂಡವರ ಮೇಲೆ ಇದ್ದ ಪ್ರೀತಿವಿಶ್ವಾಸಗಳು ನೂರ್ಮಡಿಯಾದವು.

ಮಾಮಾಕುರಳಿಗೆ ಈ ದಿನ ಪಾಂಡವರ ವಾಸ್ತವ್ಯದ ಕೊನೆಯ ದಿನ ಎಂಬುದು ಒಂದು ರೀತಿಯಲ್ಲಿ ವಿಷಾದ ತರಿಸಿತ್ತು. ಪಾಂಡವರ ಪ್ರೀತಿವಿಶ್ವಾಸಗಳಿಗೆ ಮಾರುಹೋಗಿದ್ದ ಮಾಮಾಕುರ, ಅವರ ಲಕ್ಷ್ಯದಲ್ಲಿ ನಕ್ಷತ್ರದಂತೆ ಮಿನುಗುತ್ತಿದ್ದಳು. "ನಾಳೆ ನನ್ನ ಯಾರೂ ಕೇಳುವವವರೇ ಇರುವುದಿಲ್ಲವಲ್ಲಾ" ಎಂಬ ವ್ಯಥೆಯಿಂದ ಮರುಗುತ್ತಿದ್ದಳು. ಮಾಮಾಕುರಳ ಪ್ರೀತಿವಾತ್ಸಲ್ಯ ಪಾಂಡವರನ್ನೂ ಕಟ್ಟಿಹಾಕಿತ್ತು. "ಮಾಮಾಕುರಳ ಹುಟ್ಟುಹಬ್ಬಕ್ಕೆ ಏನಾದರೂ ಕಾಣಿಕೆಯನ್ನು ನಾವೆಲ್ಲಾ ಒಟ್ಟಾಗಿ ಕೊಡೋಣ" ಎಂದು ಪ್ರದೀಪನೇ ಮೊದಲು ಪ್ರಸ್ತಾಪಿಸಿದ. ತುಸುಹೊತ್ತು ಚರ್ಚೆ ನಡೆದ ನಂತರ ಕೊನೆಗೆ ಎಲ್ಲರೂ ಸೇರಿ ಐನೂರು ನೂವೋಸೋಲ್ ನೀಡೋಣವೆಂದು ನಿರ್ಧರಿಸಿದರು. ಅರ್ಜುನ

ಮತ್ತು ವಿಜಯರು ಭಾರತದ ಅಡುಗೆಯನ್ನು ತಯಾರಿಸಿದರು. ಮಾಮಾಕುರಳು ಇಂಕಾ-ಪೆರು ಅಡುಗೆಯನ್ನು ತಯಾರಿಸಿದಳು. ಬೊಲಿವಿಯಾದ ವಲಸಿಗರೆಲ್ಲರೂ ಕೊನೆಯ ಔತಣಕ್ಕೆ ಸೇರಿದ್ದರು.

ಊಟಕ್ಕೆ ಮುಂಚೆ ಕಾರ್ಲೋಸನು ದೇವರನ್ನು ಪ್ರಾರ್ಥಿಸುತ್ತಾ "ದೇವರೇ, ನಮ್ಮ ಪ್ರಯಾಣವನ್ನು ಸುಗಮವಾಗಿಸಿದ್ದಕ್ಕೆ ಧನ್ಯವಾದಗಳು. ಮುಂದೆಯೂ ಇದೇ ರೀತಿ ಸುಗಮ ಪ್ರಯಾಣ ಬೇಡುತ್ತೇವೆ" ಎಂದು ಎಲ್ಲರ ಪರವಾಗಿ ಪ್ರಾರ್ಥಿಸಿದ. ನಂತರ ಪಾಂಡವರ ಪರವಾಗಿ ಪ್ರದೀಪನು...

"ಕಾರ್ಲೋಸ್, ಆಂಟೋನಿಯೋ, ಮಾಮಾಕುರ ನಿಮ್ಮ ಪ್ರೀತಿಯಾದರಗಳಿಗೆ ನಾವೆಲ್ಲಾ ಮಾರುಹೋಗಿದ್ದೇವೆ. ನಮ್ಮ-ನಿಮ್ಮ ಪ್ರೀತಿವಿಶ್ವಾಸಗಳು ಎಂದಿಗೂ ಹೀಗೇ ಇರಲಿ" ಎಂದು ಹಾರೈಸಿದಾಗ ಎಲ್ಲರೂ ಚಪ್ಪಾಳೆ ತಟ್ಟಿದರು. ಮಾತು ಮುಂದುವರಿಸುತ್ತಾ.....

"ಇನ್ನೊಂದು ಸಂಗತಿ. ಇದು ಮಾಮಾಗೆ ನಮ್ಮೆಲ್ಲರ ಪ್ರೀತಿಯ ಕಾಣಿಕೆ" ಎಂದು ಹಣ ಮತ್ತು ಜನ್ಮದಿನ ಶುಭಾಶಯಪತ್ರವಿರುವ ಲಕೋಟೆಯನ್ನು ಮಾಮಾಕುರಳಿಗೆ ಕೊಟ್ಟ. ಮಾಮಾಕುರಳು ಅದನ್ನು ಪಡೆದು ಏನಿರಬಹುದೆಂದು ಊಹಿಸುತ್ತಿರುವಾಗ, ಕಾರ್ಲೋಸ್‌ನು....

"ಮಾಮಾ, ನಮಗೂ ಕುತೂಹಲ... ಏನದು?" ಎಂದ.

ಸಾಮಾನ್ಯವಾಗಿ ಇತರ ವಲಸಿಗರು ಬೀಳ್ಕೊಡುವಾಗ ಇಪ್ಪತ್ತೋ-ಐವತ್ತೋ ನೂವೋಸೋಲ್ ಹಣ ಕೊಟ್ಟುಹೋಗುತ್ತಿದ್ದರು. ಮಾಮಾ ಅಷ್ಟನ್ನೇ ಊಹಿಸಿದ್ದಳು. ಎಲ್ಲರೂ ನೋಡುತ್ತಿರುವಂತೆ ಲಕ್ಕೋಟೆಯನ್ನು ಬಿಚ್ಚಿದಾಗ, ಐನೂರು ನೂವೋಸೋಲ್ ಮತ್ತು ಜನ್ಮದಿನೋತ್ಸವ ಶುಭಾಶಯವನ್ನು ನೋಡಿ ದಂಗಾಗಿಹೋದಳು. ಎಲ್ಲರೂ ಶುಭಾಶಯ ಗೀತೆಯನ್ನು ಹಾಡಿದರು. ಪಾಂಡವರ ಪ್ರೀತಿಗೆ ಮಾಮಾಳ ಹೃದಯ ಕರಗಿನೀರಾಗಿತ್ತು. ಎಲ್ಲರನ್ನು ಅಪ್ಪಿ ಮುದ್ದಿಸಿ...

"ನೀವು ಬರೀ ಸ್ನೇಹಿತರಲ್ಲಾ, ನನ್ನ ಆಪ್ತ ಬಂಧುಗಳು" ಎಂದು ಹೇಳುತ್ತಾ ಆನಂದಬಾಷ್ಪ ಸುರಿಸಿದಳು.

"ಮಿತ್ರರೇ, ಇದು ನಿಮ್ಮ ಮನೆ ಅಂದುಕೊಳ್ಳಿ. ನಿಮಗೆ ಸದಾ ಸುಸ್ವಾಗತ" ಎಂದು ಆಂಟೋನಿಯೋ ದನಿಗೂಡಿಸಿದ.

ಪಾಂಡವರಿಗೆ ಪ್ರೀತಿಯ ದೆಶೆಯಿಂದ ಪೆರು ದೇಶ ಪರದೇಶವಾಗಿರಲಿಲ್ಲ, ಪ್ರಿಯ ದೇಶವಾಗಿತ್ತು.

ಮಾರನೆಯ ದಿನ ಪಾಂಡವರೆಲ್ಲಾ ಮಾಮಾಕುರಳನ್ನು ಒಲ್ಲದ ಮನಸ್ಸಿನಿಂದ ಬೀಳ್ಕೊಂಡು, ಕಾರ್ಲೋಸನ ನೇತೃತ್ವದಲ್ಲಿ, ಬೊಲಿವಿಯಾದ ಹೊಸ ವಲಸಿಗರ ಜೊತೆಯಲ್ಲಿ, ಪ್ರಯಾಣವನ್ನು ಆರಂಭಿಸಿದರು. ಸಾರ್ವಜನಿಕ ವಾಹನದಲ್ಲಿ ಕೂಸ್ಕೋದಿಂದ ಲೀಮಾ ನಗರಕ್ಕೆ ಒಂದು ದಿನದ ಪ್ರಯಾಣ. ಮಧ್ಯಮ ವರ್ಗದೆ ಎಕ್ಸ್‌ಪ್ರೆಸ್ ವಾಹನದಲ್ಲಿ ಪಾಂಡವರು-ಬೊಲಿವಿಯನ್ನರು ವಲಸೆ ಮುಂದುವರಿಸಿದರು. ರಾತ್ರಿಯೆಲ್ಲಾ ಪ್ರಯಾಣ ಮಾಡಿದ ನಂತರ ಮುಂಜಾನೆ ಆರುಗಂಟೆಗೆ ಲೀಮಾ ನಗರ ತಲುಪಿದರು.

ಲೀಮಾ, ಪೆರು ದೇಶದ ರಾಜಧಾನಿ. ಎಲ್ಲಾ ದೊಡ್ಡ ನಗರಗಳಂತೆ ಗೌಜು-ಗದ್ದಲ. ಪ್ರಶಾಂತ ಸಾಗರದ ತೀರದಲ್ಲಿರುವ ಈ ನಗರ ಪೆರು ದೇಶದ ಪ್ರಮುಖ ವಾಣಿಜ್ಯ ಕೇಂದ್ರವೂ ಆಗಿದೆ. ಲೀಮಾ ಬಹುಮಟ್ಟಿಗೆ ಸ್ಪಾನಿಶ್ ಶೈಲಿಯ ನಗರ.

ಕಾರ್ಲೋಸ್ ಮತ್ತು ವಲಸಿಗರೆಲ್ಲಾ ಯಾತ್ರಿನಿವಾಸವೊಂದರಲ್ಲಿ ತಂಗಿದರು. ವಾಹನದಲ್ಲಿ ಹೋಗುವಾಗಲೇ ಲೀಮಾ ನಗರವನ್ನು ನೋಡಿದ್ದ ನಗರವೀಕ್ಷಣೆಗೆ ಯಾರೂ ಮುಂದಾಗಲಿಲ್ಲ. ಮರುದಿನ ಮತ್ತೆ ಪ್ರಯಾಣಕ್ಕೆ ಅನುವಾದರು. ಲೀಮಾ ನಗರದಿಂದ ಮತ್ತೆ ಒಂದು ದಿನದ ಪ್ರಯಾಣದ ನಂತರ ಪೆರು ದೇಶದ ಉತ್ತರತುದಿಯಲ್ಲಿರುವ ಟುಂಬೆಸ್ ಎಂಬ ನಗರ ಸೇರಬೇಕಿತ್ತು. ಪಶ್ಚಿಮಕ್ಕೆ ಪ್ರಶಾಂತ ಸಾಗರ, ಪೂರ್ವಕ್ಕೆ ಆಂಡೀಸ್ ಪರ್ವತಸ್ತೋಮ. ಇವೆರಡರ ಮಧ್ಯೆ ಉತ್ತರ-ದಕ್ಷಿಣಾಭಿಮುಖವಾಗಿ ಸುಮಾರು ಎರಡು ಸಾವಿರ ಕಿಲೋಮೀಟರ್ ಇರುವ 'ಸಮಸ್ತ ಅಮೇರಿಕಾ ಹೆದ್ದಾರಿ' (ಪ್ಯಾನ್ ಅಮೇರಿಕನ್ ಹೈವೇ) ಪೆರು ದೇಶದ ಒಂದು ವಿಹಂಗಮ ಮಾರ್ಗ. ದಾರಿಯುದ್ದಕ್ಕೂ ಇಂಕಾ ನಾಗರಿಕತೆಯ ಕುರುಹುಗಳಿಗೆ, ಅಳಿದುಳಿದ ಹಾಳೂರುಗಳಿಗೆ ಲೆಕ್ಕವೇ ಇಲ್ಲ.

ಬೆಳಿಗ್ಗೆ ಒಂಬತ್ತು ಗಂಟೆಗೆ ಪ್ರಯಾಣ ಮೊದಲಾಯಿತು. ದಾರಿಯುದ್ದಕ್ಕೂ ಡ್ರೈವರ್ ವೀಕ್ಷಕ ವಿವರಣೆ ನೀಡುತ್ತಾ, "ನೋಟತಾಣ"ಗಳಲ್ಲಿ ವಾಹನವನ್ನು

ನಿಲ್ಲಿಸಿ, ಪ್ರಯಾಣಿಕರಿಗೆ ಕಾಲು-ಕೈ ಆಡಿಸಲು ಕಾಲಾವಕಾಶ ನೀಡುತ್ತಿದ್ದ. ಪ್ರಯಾಣ ನಿಜವಾಗಿಯೂ ಪ್ರವಾಸವಾಗಿತ್ತು. ಮರುದಿನ ಬೆಳಿಗ್ಗೆ ಟುಂಬೆಸ್ ನಗರ ಬಂದಿತ್ತು.

ಟುಂಬೆಸ್ ನಗರ, ಕೂಸ್ಕೋ ಮತ್ತು ಮಾನೋಸ್ ನಗರಗಳ ಹಾಗೆ ಇನ್ನೊಂದು ವಲಸಿಗರ ತಂಗುದಾಣ. ಇಲ್ಲಿಂದ ಮತ್ತೊಂದು ದೇಶವನ್ನು ದಾಟುವ ಯೋಜನೆಗೆ ಎಲ್ಲಾ ಸೌಕರ್ಯಗಳನ್ನು ಮಾಡಲಾಗುತ್ತದೆ. ಟುಂಬೆಸ್ ಎಕ್ವಡೋ ದೇಶದ ಅಂಚಿನಲ್ಲಿರುವ, ಪೆರು ದೇಶದ ದಂಡು ಪಟ್ಟಣ. ಶ್ರೀಸಾಮಾನ್ಯರಿಗಿಂತ ಸೈನಿಕರೇ ಹೆಚ್ಚಾಗಿರುವ ಟುಂಬೆಸ್, ವಲಸಿಗರಿಗೂ ಮೆಚ್ಚಿನ ತಾಣ. ಪೆರು ದೇಶದ ಗುರುತು ಚೀಟಿ ಇರುವವರಿಗೆ ಎಕ್ವಡೋ ದೇಶದ ಗಡಿ ಪಾಲಕರು, ತಂಟೆ-ತಕರಾರಿಲ್ಲದೆ ತಮ್ಮ ದೇಶಕ್ಕೆ ಪ್ರವೇಶ ನೀಡುತ್ತಾರೆ. ಪಾಂಡವರಿಗೆಲ್ಲಾ ಪೆರುದೇಶದ ಗುರುತು ಚೀಟಿಗಳಿರುವುದರಿಂದ ದಾರಿ ಸುಗಮ. ಪಾಂಡವರೊಂದಿಗೆ ಬಂದ ಬೊಲಿವಿಯಾದವರಿಗೂ ಎಕ್ವಡೋ ದೇಶ ತೊಂಬತ್ತು ದಿನಗಳ ಪ್ರವಾಸಿ ವೀಸಾವನ್ನು ಸ್ಥಳದಲ್ಲಿಯೇ ನೀಡುತ್ತದೆ. ಸರಿಯಾದ ಪ್ರವೇಶಾನುಮತಿ-ಪತ್ರಗಳು ಇಲ್ಲದಿದ್ದರೆ, ಕಳ್ಳ ಪತ್ರಗಳನ್ನು ಮಾಡಿಕೊಡುವ ಖದೀಮರು ಇಲ್ಲಿದ್ದಾರೆ.

ಟುಂಬೆಸ್ ನಗರದಲ್ಲೂ ಕಾರ್ಲೋಸನು ಒಂದು ಹಳೆಯ ಹೊಟೇಲಿನಲ್ಲಿ ವಾಡಿಕೆಯಾಗಿ ವಲಸಿಗರನ್ನು ತಂಗಿಸುತ್ತಿದ್ದ. ಸುಲಭ ಬೆಲೆಗೆ ಒಂದು ಕೋಣೆಯಲ್ಲಿ ನಾಲಕ್ಕು ಜನರನ್ನಿಟ್ಟು, ಊಟೋಪಚಾರದ ವ್ಯವಸ್ಥೆಯನ್ನು ಮಾಡಿದ್ದ.

ಟುಂಬೆಸ್ ತಲುಪಿದ ಕೂಡಲೇ, ವಲಸಿಗರಿಗೆಲ್ಲಾ ಕಾರ್ಲೋಸನು "ಮಿತ್ರರೇ, ಇದು ಪೆರು ದೇಶದಲ್ಲಿ ನಮ್ಮ ಕೊನೆಯ ತಾಣ. ವಿಶ್ರಾಂತಿ ಪಡೆಯಲು ಒಳ್ಳೆಯ ಜಾಗ" ಎಂದಾಗ, ಅರ್ಜುನನು "ಬಹಳ ಅಗ್ಗವಾದ ಜಾಗ" ಎಂದು ಹಾಸ್ಯ ಮಾಡಿದ. ಕಾರ್ಲೋಸನು ನಗುತ್ತಾ...

"ಹೌದು ಅರ್ಜುನ್. ಪ್ರಯಾಣದಲ್ಲಿ ಮಾಡುವ ಉಳಿತಾಯವೇ ನನ್ನ ಆದಾಯ" ಎಂದು ತನ್ನ ಕಷ್ಟವನ್ನು ತೋಡಿಕೊಂಡ.

"ಕಾರ್ಲೋಸ್, ಇದುವರೆಗೆ ನಮ್ಮಂಥ ಎಷ್ಟು ಜನರನ್ನ ಸಾಗಾಣಿಕೆ ಮಾಡಿದ್ದೀಯಾ?" ಎಂದು ಪ್ರದೀಪನು ಅವನ ವಲಸೆ ವ್ಯಾಪಾರದ ಅಂಕಿ-ಅಂಶಗಳ ಬಗ್ಗೆ ಪ್ರಶ್ನಿಸಿದ.

"ನಿಮ್ಮಂತಹ ಒಳ್ಳೆಯವರನ್ನ ಶ್ರೀಮಂತರನ್ನ ಬಹಳ ಕಡಮೆ. ಬಹಳ ಜನ ವಲಸಿಗರು, ಅದರಲ್ಲೂ ನಮ್ಮ ದಕ್ಷಿಣ ಅಮೇರಿಕಾದೋರು ಕಡು ಬಡವರು. ಅವರಿಂದ ನನಗೆ ತುಂಬಾ ಕಡಿಮೆ ಗಿಟ್ಟುತ್ತೆ ಅಷ್ಟೇ. ನಿಮ್ಮಂತವರೇ ನನಗೆ ಆಧಾರ" ಎಂದು ಪಾಂಡವರಿಗೆ ಪರೋಕ್ಷವಾಗಿ ಕೃತಜ್ಞತೆ ಸಲ್ಲಿಸಿದ.

ಅವನ ಮಾತಲ್ಲಿ ಹುರುಳಿತ್ತು. ಕಾರ್ಲೋಸನೊಡನೆ ಯಶವಂತ ಸಿಂಹನು ತಲೆಗೆ ಎರಡು ಸಾವಿರ ಡಾಲರುಗಳನ್ನು ಕೊಟ್ಟು ಗೂಳೆಕಾರರನ್ನು ಮೆಹಿಕೋ ತಲುಪಿಸುವ ಒಪ್ಪಂದವನ್ನು ಮಾಡಿಕೊಂಡಿದ್ದಾನೆ. ಅದರಲ್ಲಿ ಎಲ್ಲಾ ಖರ್ಚುಗಳೂ ಸೇರಿವೆ. ಹಾಗಾಗಿ ಕಾರ್ಲೋಸನು ಕಾಸು ಉಳಿಸುವುದರಲ್ಲಿ ಯಾರಿಗೇನು ಸಂದೇಹವೂ ಇಲ್ಲಾ, ಸಂಶಯವೂ ಇಲ್ಲಾ. ವಲಸಿಗರನ್ನು ಸಂತೋಷವಾಗಿ ಸಾಗಿಸುವುದು ಕಾರ್ಲೋಸನ ವ್ಯಾಪಾರಕ್ಕೆ ಅವಶ್ಯವಾಗಿತ್ತು. ವ್ಯಕ್ತಿಗತವಾಗಿ ಕಾರ್ಲೋಸನು ಜಿಪುಣನಾಗಿರಲಿಲ್ಲ ಅಥವ ನಿರ್ದಯಿಯಾಗಿರಲಿಲ್ಲ. ಒಳ್ಳೆಯ ವ್ಯವಹಾರಿಯಾಗಿದ್ದ.

ಪ್ರಯಾಣದ ಮುಂದಿನ ಗತಿಯ ಬಗ್ಗೆ ಮಾತನಾಡುತ್ತಾ ಕಾರ್ಲೋಸನು...

"ನಾಳೆ ಎಕ್ವಡೋರ್‌ಗೆ ತೆರಳೋಣಾ. ಅಲ್ಲಿ ಎರಡು ದಿನ ಇರಬೇಕು. ಆಮೇಲೆ ಅಲ್ಲಿಂದ ನೇರವಾಗಿ ನಮ್ಮ ಊರು ಬೋಗೊಟ ನಗರಕ್ಕೆ" ಎಂದ.

"ನಿಮ್ಮೂರಿನಲ್ಲಿ ಎಷ್ಟು ದಿನಾನಪ್ಪ?" ಎಂದು ವಿಜಯನು ಪ್ರಶ್ನಿಸಿದ.

"ನಮ್ಮ ಊರಿನಲ್ಲಿ ಎಷ್ಟು ದಿನ ಬೇಕಾದರೂ ಇರಬಹುದು. ನಮ್ಮದೇ ಸ್ವಂತ ಮನೆಯಿದೆ. ನಮ್ಮ ಅಪ್ಪ-ಅಮ್ಮಾನೆ ಇರೋದು" ಎಂದು ಕಾರ್ಲೋಸನು ಅರ್ಜುನನೆಡೆಗೆ ತಿರುಗಿ...

"ಅರ್ಜುನ, ನಮ್ಮೂರಿನಲ್ಲಿ ಹುಡುಗೀರು ಬಹಳ ಸುಂದರ, ಬಹಳ ಸುಲಭ" ಎಂದ.

"ಮಾಮಾಕುರಾಗಿಂತ ಚೆನ್ನಾಗಿರ್ತಾರಾ?" ಎಂದು ಸೆಲ್ವಮ್ ನಗುತ್ತಾ ಕೇಳಿದ.

"ಓ ಮಾಮಾಕುರಾ... ಅವಳಜ್ಜನಂಗಿರ್ತಾರೆ?" ಎಂದು ಕಾರ್ಲೋಸನು ಆಶ್ವಾಸನೆಯಿತ್ತ.

ಪ್ರದೀಪನು ಎಲ್ಲರನ್ನೂ ಎಚ್ಚರಿಸುತ್ತಾ...

"ಕಾರ್ಲೋಸ್, ನಿಮ್ಮೂರಿನಿಂದ ಮೆಹೀಕೋಗೆ ಎಷ್ಟು ದೂರ? ಎಷ್ಟು ದಿನ ಪ್ರಯಾಣ?" ಕೇಳಿದ.

"ಮೆಹಿಕೋನಗರ ಬೋಗೊಟಾದಿಂದ ಎರಡು ವಾರ. ಪನಾಮಾ, ಕೋಸ್ಟಾರಿಕಾ, ನಿಕರಾಗುವಾ, ಗ್ವಾಟೆಮಾಲಾ, ಮೆಹಿಕೋ" ಎಂದು ರಾಗವಾಗಿ ದಾರಿಯಲ್ಲಿ ಬರುವ ದೇಶಗಳನ್ನೆಲ್ಲಾ ಹೇಳಿದ.

"ಅಯ್ಯೋ ಭಗವಂತಾ. ಇನ್ನೂ ಏಳು ದೇಶಗಳನ್ನ ದಾಟಬೇಕಾ?" ಪ್ರದೀಪ ಉದ್ಗಾರವನ್ನೆಳೆದ.

"ಮೂರು ಸಾವಿರ ಕಿಲೋಮೀಟರ್ ಅಷ್ಟೇ. ನಿಕರಾಗುವ ದಾಟೋದು ಸ್ವಲ್ಪ ತಡವಾಗಬಹುದು. ಬೇರೇ ದೇಶಗಳೆಲ್ಲಾ ಬಹಳ ಸುಲಭ."

" ನಿಕರಾಗುವಾ ಯಾಕೆ ಕಷ್ಟ."

"ಅದು ಸಮತಾವಾದಿಗಳ ದೇಶ. ಡೇನಿಯಲ್ ಆರ್ಟೇಗಾನ ಸರಕಾರ. ಗಡಿರಕ್ಷಣೆ ಈಗ ಸ್ವಲ್ಪ ಬಿಗಿಯಾಗಿದೆ. ಆದರೆ ನೀವೇನೂ ಯೋಚನೆ ಮಾಡಬೇಡಿ. ನಾನೂ ಸಮತಾವಾದೀನೇ. ಆ ಗಡಿಯಲ್ಲಿ ನನಗೆ ಸ್ನೇಹಿತರಿದ್ದಾರೆ." ಎಂದು ಕಾರ್ಲೋಸನು ತನ್ನ ರಾಜಕೀಯ ಹಿನ್ನೆಲೆಯನ್ನು ಹೊರಗೆಡಹಿದ.

"ಸಮತಾವಾದ ನನಗೂ ಇಷ್ಟಾನೇ, ಕಾರ್ಲೋಸ್. ಒಂದು ಕಾಲದಲ್ಲಿ ನಾನೂ ನಕ್ಸಲ್ ಆಗಿದ್ದೆ" ಎಂದು ವಿಜಯನು ಹೇಳಿದ ಕೂಡಲೇ, ಅದುವರೆವಿಗೂ ಸುಮ್ಮನಿದ್ದ ರಾಜಬೀರನು...

"ಹಾಗಾದರೆ ಬಂಡವಾಳಶಾಹಿ ಅಮೇರಿಕಾ ದೇಶಕ್ಕೆ ಯಾಕಪ್ಪಾ ಹೋಗ್ತಾಯಿದ್ದೀಯಾ?" ಎಂದು ಗಹನ ಪ್ರಶ್ನೆಯನ್ನು ಸ್ಫೋಟಿಸಿದ. ವಿಜಯನು ಅಷ್ಟೇ ಚತುರವಾದ ಉತ್ತರವನ್ನು ನೀಡಿದ: "ಅಮೇರಿಕಾದಲ್ಲಿ ಸಮತಾವಾದವನ್ನು ಪ್ರಚಾರಮಾಡುವುದಕ್ಕೆ." ಎಲ್ಲರೂ ಘೊಳ್ಳೆಂದು ನಕ್ಕರು.

ನಗೆಗಡಲಿನಲ್ಲಿ ತೇಲುತ್ತಿರುವಾಗ ಕಾರ್ಲೋಸನು ನಾಳೆಯ ಪ್ರಯಾಣದ ಬಗ್ಗೆ ವಿವರಣೆಯನ್ನು ನೀಡುತ್ತಾ: "ಮಿತ್ರರೇ, ನಾಳೆ ಎಕ್ವಡೋರ್ ಪ್ರವೇಶಿಸಬೇಕು. ಪ್ರವೇಶಾನುಮತಿ ಪತ್ರಗಳನ್ನ ಗುರುತುಚೀಟಿಗಳನ್ನ ಸರಿಯಾಗಿ ನೋಡಿಕೊಳ್ಳಿ. ಗ್ವಾಯಕಿಲ್-ನಲ್ಲಿ ಎರಡು ದಿನ ಇರಬೇಕಾಗುತ್ತೆ. ಅಮೇಲೆ ಅಲ್ಲಿಂದ ನೇರವಾಗಿ ಎಲ್ಲೂ ನಿಲ್ಲದೆ ನಮ್ಮದೇಶಕ್ಕೆ, ಬೋಗೋಟಾ ಕೊಲಂಬಿಯಾ" ಎಂದು ಹರ್ಷಘೋಷ ಮಾಡಿದ.

ಪೆರು ದೇಶದ ಉತ್ತರತುದಿಯಲ್ಲಿರುವ ಟುಂಬೆಸ್ ನಗರ, ಎಕ್ವಡೋರ್ ದೇಶದ ದಕ್ಷಿಣ ತಳದಲ್ಲಿದೆ. ಮಾರನೆಯ ದಿನ ಪಾಂಡರನ್ನು ಮತ್ತು ಬೊಲಿವಿಯಾದವರನ್ನು ಎಬ್ಬಿಸಿ, ಸಿದ್ಧವಾಗಲು ತಿಳಿಸಿ, ಕಾರ್ಲೋಸನು ಒಬ್ಬನೇ ಎಕ್ವಡೋರ್ ಗಡಿಠಾಣೆಗೆ ಹೋಗಿ, ಗಡಿಪಾಲಕರೊಡನೆ ಮುಂದಾಗಿಯೇ "ವ್ಯವಹಾರ" ಮಾಡಿಬಂದ. ಕುಂಬೆಸ್-ನಿಂದ ಹೊರಡುತ್ತಾ ಪಾಂಡವಕುಮಾರರು "ಸೂರ್ಯವಂಶಿಗಳ ಸಾಮ್ರಾಜ್ಯಕ್ಕೆ ಜಯವಾಗಲಿ, ಮಾಮಾಕುರಗೆ ಜಯವಾಗಲಿ, ಆಂಟೋನಿಯೋಗೆ ಜಯವಾಗಲಿ, ಪೆರು ದೇಶಕ್ಕೆ ಜಯವಾಗಲಿ" ಎಂದು ಹುಚ್ಚಾಪಟ್ಟೆ ಹರ್ಷೋದ್ಗಾರಗಳನ್ನು ಮಾಡುತ್ತಾ, ಜೊತೆಯಲ್ಲಿದ್ದ ಬೊಲಿವಿಯಾದವರನ್ನೂ ನಗಿಸಿದರು.

ಎಕ್ವಡೋರ್ ಗಡಿಗೆ ಬಂದಾಗ, ಕಾರ್ಲೋಸನು ಪಾಂಡವರ ಮತ್ತು ಬೊಲಿವಿಯಾದವರ ಗುರುತುಚೀಟಿಗಳನ್ನು, ತೆಗೆದುಕೊಂಡು ಹೋಗಿ, ಗಡಿಪಾಲಕನಿಗೆ ಕೊಟ್ಟ. ಪತ್ರಗಳನ್ನೆಲ್ಲಾ ಅವಲೋಕಿಸಿದ ನಂತರ, ಬೊಲಿವಿಯಾದವರನ್ನೆಲ್ಲಾ "ಹೋಗಿ, ಹೋಗಿ" ಎಂದು ದೇಶದೊಳಗೆ ಬಿಟ್ಟುಕೊಂಡ. ನಂತರ ಪಾಂಡವರನ್ನೆಲ್ಲಾ ಕರೆದು ಸಾಲಾಗಿ ನಿಲ್ಲಿಸಿ, ಅವರ ಗುರುತುಚೀಟಿಗಳನ್ನೆಲ್ಲಾ ನೋಡಿ, ಅವೆಲ್ಲವೂ ಕಳ್ಳ ಗುರುತುಪತ್ರಗಳೆಂದು ಅರಿತು, ಕಾರ್ಲೋಸನೆ ಕಡೆ ತಿರುಗಿ ನಕ್ಕ. ಕಳ್ಳ ಗುರುತುಪತ್ರಗಳಲ್ಲಿ ಪಾಂಡವರ ಭಾರತದ ಹೆಸರುಗಳೆಲ್ಲವೂ ಸ್ಪಾನಿಶ್ ಹೆಸರುಗಳಾಗಿದ್ದುವನ್ನು ಗಮನಿಸಿ...

"ನೀವೆಲ್ಲಾ ಕ್ರಿಶ್ಚಿಯನ್ನರಾ?" ಎಂದು ಗಡಿಪಾಲಕ ಪ್ರಶ್ನಿಸಿದ. ಎಲ್ಲರೂ ಸುಮ್ಮನಿದ್ದಾಗ ಮತ್ತೊಮ್ಮೆ...

"ಅಥವಾ ರೋಮನ್ ಕ್ಯಾಥಲಿಕ್ಕರಾ?" ಮತ್ತೆ ಪ್ರಶ್ನಿಸಿದ.

"ಎರಡೂನೂ..." ಎಂದು ಪ್ರದೀಪನು ಚುಟುಕಾದ ಚಟಾಕಿಯನ್ನಾರಿಸಿದ. ಕಾರ್ಲೋಸನು ನಕ್ಕ. ಗಡಿಪಾಲಕನು ಪ್ರದೀಪನನ್ನು ನೋಡುತ್ತಾ, ಅವನ ಹಾಸ್ಯವನ್ನು ಗ್ರಹಿಸುತ್ತಾ, ಮುಗುಳುನಗೆಯನ್ನು ಸೂಸುತ್ತಾ ಇರುವಾಗ, ಕಾರ್ಲೋಸನು ಗಡಿಪಾಲಕನಿಗೆ...

"ವೈದ್ಯ ಪಂಡಿತಾ" ಎಂದು ಪ್ರದೀಪನ ಬಗ್ಗೆ ತಿಳಿಸಿದ.

"ಹೌದಾ... ಆಯಿತು ಹೋಗಿ" ಎಂದು ಗಡಿಪಾಲಕನು ಎಲ್ಲರನ್ನೂ ಎಕ್ವಡೋರ್ ದೇಶದೊಳಕ್ಕೆ ಬಿಟ್ಟುಕೊಂಡ.

ಸಹಜವಾಗಿ ಪಾಂಡವರಿಗೆಲ್ಲಾ ಮೊದಲು ಸ್ವಲ್ಪ ಆತಂಕ ಉಂಟಾಗಿತ್ತು. ಹೇಗೋ ಕೊನೆಯಲ್ಲಿ ಯಾವ ಗೊಂದಲವೂ ಇಲ್ಲದೆ ಹೊಸದೇಶವನ್ನು ಪ್ರವೇಶಿಸಿದ್ದರು. ಪೆರು ದೇಶವನ್ನು ಅಗಲಿದ್ದರು.

ಭೂಮಧ್ಯದಿಂದ ಭೂಕಂಠದವರೆಗೆ

ಎಕ್ವಡೋರ್ ದೇಶ ಅರ್ಥಾತ್ ಭೂಮಧ್ಯ ದೇಶ. ಭೂಮಧ್ಯ ರೇಖೆಯ ಇಕ್ಕೆಲಗಳಲ್ಲಿರುವ ಎಕ್ವಡೋರ್, ದಕ್ಷಿಣ ಅಮೇರಿಕಾದ ಚಿಕ್ಕದೇಶಗಳಲ್ಲೊಂದು. ಮೂರ್ತಿ ಚಿಕ್ಕದಾದರೂ ಕೀರ್ತಿ ದೊಡ್ಡದು ಎಂಬ ನಾಣ್ನುಡಿ ಈ ದೇಶಕ್ಕೆ ಅನ್ವಯಿಸುತ್ತದೆ. ಸ್ಪಾನಿಶ್ ದೇಶದ ಆಡಳಿತದಿಂದ ಸ್ವತಂತ್ರ ಪಡೆದ ಮೊಟ್ಟಮೊದಲ ದೇಶ, ಎಕ್ವಡೋರ್. ಇತರೆ ದಕ್ಷಿಣ ಅಮೇರಿಕಾ ದೇಶಗಳಂತೆ, ಎಕ್ವಡೋರ್ ದೇಶವೂ ಕೊಲಂಬಸ್ ಅಮೇರಿಕಾವನ್ನು ಕಂಡುಹಿಡಿಯುವುದಕ್ಕೆ ಮುಂಚೆ, "ಎಕ್ವಡೋರ್ ಇಂಡಿಯನ್ಸ್" ದೇಶವಾಗಿತ್ತು. ಇಂಕಾ ಸಾಮ್ರಾಜ್ಯದ ಒಂದು ಸಾಮಂತ ನಾಡಾಗಿತ್ತು. ಇಂಕಾ ಸಾಮ್ರಾಜ್ಯದ ಹಾಗೆ, ಐನೂರು ವರ್ಷಗಳ ಹಿಂದೆ ಸ್ಪಾನಿಶ್ ದಾಳಿಗೆ ತುತ್ತಾಗಿ, ಯೂರೋಪಿಯನ್ನರ ವಶವಾಯಿತು. ಎಕ್ವಡೋರ್ ದೇಶದ ಭೌಗೋಳಿಕ ವಿಶೇಷವೆಂದರೆ ಗೆಲಾಪಗೋಸ್ ದ್ವೀಪ ಸಮೂಹ. ವಿಖ್ಯಾತ ವಿಜ್ಞಾನಿ ಚಾರ್ಲ್ಸ್ ಡಾರ್ವಿನ್, ಜೀವ ವಿಕಾಸವಾದಕ್ಕೆ ಪುರಾವೆ ನೀಡಿದ ಪ್ರಾಣಿ ಸಂಕುಲಗಳನ್ನು ಇಲ್ಲಿಯೇ ಪರಿಶೀಲಿಸಿದ್ದು. ಎಕ್ವಡೋರ್ ಪಶ್ಚಿಮ ತೀರದಿಂದ ಸಾವಿರ ಕಿಲೋಮೀಟರ್ ದೂರದಲ್ಲಿರುವ ಗೆಲಾಪಗೋಸ್ ದ್ವೀಪ ಸಮೂಹ, ಜೀವಶಾಸ್ತ್ರಜ್ಞರ "ಕಾಶಿ" ಎನಿಸಿದೆ.

ಪಾಂಡವರು–ಬೊಲಿವಿಯನ್ನರು ಟುಂಬೆಸ್ ನಗರದಿಂದ ಸಾರ್ವಜನಿಕ ವಾಹನದಲ್ಲಿ ನಾಲ್ಕು ಗಂಟೆಗಳ ಪ್ರಯಾಣ ಮಾಡಿ, ವಾಯಕಿಲ್ ನಗರವನ್ನು ತಲುಪಿದರು. ವಾಯಕಿಲ್, ಎಕ್ವಡೋ ದೇಶದ ಅತ್ಯಂತ ದೊಡ್ಡ ನಗರ, ಪ್ರಧಾನ ವಾಣಿಜ್ಯ ಕೇಂದ್ರ, ಮುಖ್ಯ ರೇವುಪಟ್ಟಣ ಹಾಗೂ ಪ್ರವಾಸಕ್ಷೇತ್ರ. ಗೆಲಾಪಗೋಸ್ ದ್ವೀಪಸಮೂಹಕ್ಕೆ ಇಲ್ಲಿಂದಲೇ ಹಡಗುಗಳಲ್ಲಿ ಪ್ರವಾಸ ಮಾಡುತ್ತಾರೆ. ವಾಯಕಿಲ್‌ನಿಂದ ಇನ್ನೂ ಕೆಲವು ವಲಸಿಗರನ್ನು ನಿರೀಕ್ಷಿಸಿದ್ದ ಕಾರ್ಲೋಸನು, ಅವರಿಗಾಗಿ ಕಾಯುವುದಿತ್ತು. ಎಂದಿನಂತೆ ವಲಸಿಗರಿಗೆಲ್ಲಾ ಮನೆಯೊಂದರಲ್ಲಿ ಉಳಿದುಕೊಳ್ಳಲು ವ್ಯವಸ್ಥೆ ಮಾಡಿದ್ದ. ಇದೂ ಹೆಚ್ಚುಕಡಮೆ ಕೂಸ್ಕೋದಲ್ಲಿದ್ದ ಮಾಮಾಕುರ–ಆಂಟೋನಿಯೋರ ಮನೆಯ ಹಾಗೆ ಇತ್ತು. ಈ ಮನೆಯಲ್ಲಿ ಒಡತಿ, ರೋಸಾರಿಟಾ ಮತ್ತು ಆಕೆಯ ಪುತ್ರರು– ರಾಫ಼ಯೆಲ್ ಮತ್ತು ಗಿಲೆರ್ಮೋ ವಾಸಿಸುತ್ತಿದ್ದರು. ಗಂಡನಿಲ್ಲದ ರೋಸಾರಿಟಾಗೆ ಮಕ್ಕಳೇ

ಆಸರೆಯಾಗಿದ್ದರು. ತಾಯಿಯ "ಅತಿಥಿ ಸತ್ಕಾರ" ಕಾರ್ಯದಲ್ಲಿ ಮಕ್ಕಳಿಬ್ಬರೂ ನೆರವಾಗುತ್ತಿದ್ದರು. ಇಬ್ಬರೂ ಇನ್ನೂ ಪ್ರೌಢಶಾಲೆಯಲ್ಲಿ ಓದುತ್ತಿದ್ದರು. ರೋಸಾರಿಟಾ ಸ್ಪಾನಿಷ್ ಮತ್ತು ಪೋರ್ಚುಗೀಸ್ ಮಿಶ್ರ ಜನಾಂಗದವಳು. ರೋಸಾರೀಟಾ ಅತಿಥಿಸತ್ಕಾರದಲ್ಲಿ ಮಾಮಾಕುರಳಂತೆ ಧಾರಾಳಿಯಾಗಿಯೇ ಇದ್ದಳು. ಆದರೆ ಆಕೆಯ ಒಂದು "ಸಣ್ಣ ಬುದ್ಧಿ" ಎಂದರೆ, ಬಂದವರಿಗೆಲ್ಲಾ ಕ್ರೈಸ್ತ ಧರ್ಮ ಬೋಧಿಸುವುದು. ರೋಮನ್ ಕ್ಯಾಥೋಲಿಕ್ ಪಂಗಡಕ್ಕೆ ಸೇರಿದ್ದ ರೋಸಾರೀಟಾಗೆ, ಕ್ಯಾಥೋಲಿಕ್ಕರು ಮಾತ್ರವೇ ಜನರು, ಉಳಿದವರೆಲ್ಲರೂ ಜಂತುಗಳು. ಹಿಂದೊಮ್ಮೆ ಮುಸ್ಲಿಮ್ ವಲಸಿಗನೊಬ್ಬನನ್ನು ಕ್ರೈಸ್ತಧರ್ಮಕ್ಕೆ ಸೇರಲು ಒತ್ತಾಯಿಸಿದಾಗ, ಅವರಿಬ್ಬರ ಮಧ್ಯೆ ವಾಗ್ಯುದ್ಧವಾಗಿ ದೊಡ್ಡ ರಾದ್ಧಾಂತವಾಗಿತ್ತು. ಯಾರೇನೇ ಅಂದರೂ ರೋಸಾ ಮಾತ್ರ ಧರ್ಮಪ್ರಚಾರ ಬಿಡಲಾರಳು. ಆಕೆಯ ಮನೆ ಪ್ರವೇಶಿಸುವ ಮುನ್ನವೇ ಕಾರ್ಲೋಸನು ಎಲ್ಲರಿಗೂ ರೋಸಾಳ ಈ ಗುಣದ ಬಗ್ಗೆ ತಿಳಿಸಿ, "ಅದರ ಬಗ್ಗೆ ಅಷ್ಟೇನೂ ತಲೆಕೆಡಿಸಿಕೊಳ್ಳಬೇಡಿ" ಎಂದು ತಿಳಿಸಿದ.

ರೋಸಾ ಮನೆಯಲ್ಲಿ ನಾಲ್ಕು ಅತಿಥಿ ಕೋಣೆಗಳಿದ್ದವು. ಸೌಕರ್ಯ ಚೆನ್ನಾಗೇ ಇತ್ತು. ಕಾರ್ಲೋಸನು ಪಾಂಡವರಿಗೆಲ್ಲಾ, "ಈ ಊರಿನಲ್ಲಿ ಐದಾರು ಭಾರತೀಯ ಹೋಟೇಲ್‌ಗಳಿವೆ. ಹಿಮಾಲಯ ಹೋಟೇಲ್ ಬಹಳ ಚೆನ್ನಾಗಿದೆ" ಎಂದ.

"ಹಿಂದೂ ದೇವಸ್ಥಾನಗಳಿವೆಯೇ?" ಎಂದು ಪ್ರದೀಪನು ಕೇಳಿದ.

"ಎರಡು ಇವೆ. ಒಂದು ಶ್ರೀಕೃಷ್ಣನ ದೇವಾಲಯ ಮತ್ತೊಂದು ಶಿರ್ಡಿ ಸಾಯಿಬಾಬ ದೇವಾಲಯ".

"ಪರವಾಯಿಲ್ಲ. ವಾಯಕಿಲ್‌ನಲ್ಲಿ ಒಂದಷ್ಟು ದಿನ ಇರಬಹುದು" ಎಂದು ವಿಜಯನು ಹೇಳಿದ.

ಕಾರ್ಲೋಸನು ಪಾಂಡವರಿಗೆಲ್ಲಾ...

"ನಮ್ಮ ತಂಡ ಇಲ್ಲಿಗೆ ಬಂದ ಕೂಡಲೇ ಹೊರಟುಬಿಡೋಣ. ಮೂರು ದಿನಗಳಿಗಿಂತ ಹೆಚ್ಚು ದಿನ ಇಲ್ಲಿರಲಾರವು. ಅಷ್ಟರಲ್ಲಿ ನೋಡೋದನ್ನೆಲ್ಲಾ ನೋಡಿಬಿಡಿ" ಎಂದು ಹೇಳುತ್ತಾ, ಅರ್ಜುನನ ಕಡೆ ತಿರುಗಿ...

"ಮಾಡೊದನ್ನೆಲ್ಲಾ ಮಾಡಿಬಿಡು, ಗುರು" ಎಂದು ತುಂಟನಗೆಯನ್ನು ಬೀರಿದ. ಅದಕ್ಕೆ ಪ್ರತಿಯಾಗಿ ಅರ್ಜುನನು "ನೀನೂ ಜೊತೆಗೆ ಬಾ. ಈವತ್ತು ಸಾಯಂಕಾಲವೇ ಹೋಗೋಣಾ" ಎಂದು ಅನುಮೋದಿಸಿದ.

ಇಲ್ಲಿಗೆ ಬಂದಿಳಿದದ್ದು ಮಂಗಳವಾರದ ಮಧ್ಯಾಹ್ನದ ಸಮಯ. ಊಟದ ಸಮಯ ಮೀರಿತ್ತು. ವಲಸಿಗರೆಲ್ಲರೂ ಮನೆಯಲ್ಲಿ ಕಾಲೂರಿದರು. ರೋಸಾರಿಟೋ ಮಗ, ರಾಫಯೆಲ್ ಅತಿಥಿಗಳನ್ನು ಬಹಳ ಶ್ರದ್ಧೆಯಿಂದ ನೋಡಿಕೊಳ್ಳುತ್ತಿದ್ದ. ಕಾರ್ಲೋಸನೇ ಅವನನ್ನು ಹೊಗಳುತ್ತಾ...

"ರಾಫ಼ಯೆಲ್, ಬಹಳ ಒಳ್ಳೆಯ ಹುಡುಗ. ನಿಮಗೇನು ಬೇಕಾದರೂ ಕೇಳಿ". ಎಂದು ಎಲ್ಲರಿಗೂ ತಿಳಿಸಿದ. ನಂತರ ಅವನಿಗೆ ನೇರವಾಗಿ ಆದೇಶಿಸಿದ." ರಾಫ಼ಯೆಲ್, ಇವರು ಇಂಡಿಯನ್ ಇಂಡಿಯನ್ಸ್. ಇಂಡಿಯನ್ ಪದಾರ್ಥಗಳು ಇಂಡಿಯನ್ ಜಾಗಗಳೆಂದರೆ ಇಷ್ಟಾ" ಎಂದಾಗ ಪ್ರದೀಪನು ಅರ್ಜುನನ ಬಗ್ಗೆ ಹೇಳುತ್ತಾ..." ಇವನಿಗೆ ಸ್ಪಾನಿಶ್ ಹುಡುಗೀರನ್ನ ತೋರಿಸು" ಎಂದ.

"ಆ ಕೆಲಸ ನಾನು ಮಾಡ್ತೀನಿ" ಎಂದು ಕಾರ್ಲೋಸನೇ ವಹಿಸಿಕೊಂಡ. ನಂತರ ಪ್ರದೀಪನನ್ನು ಉದ್ದೇಶಿಸಿ... "ಇವರು ವೈದ್ಯ ಪಂಡಿತ" ಎಂದಾಗ... ಅರ್ಜುನನು, ತಮಾಷೆ ಮಾಡುತ್ತಾ..." ಇವರಿಗೆ ರೋಗಿಗಳನ್ನು ನೋಡುವುದು ಬಹಳ ಇಷ್ಟಾ" ಎಂದು ಹಾಸ್ಯಚಟಾಕಿ ಹಾರಿಸಿದ. ಎಲ್ಲರೂ ಘೊಳ್ಳೆಂದು ನಕ್ಕರು. ಪ್ರದೀಪನೂ ನಗುತ್ತಲೇ "ಹೌದಪ್ಪಾ ಅದು ನನ್ನ ಧರ್ಮ... ಕರ್ಮ" ಎಂದು ಒಪ್ಪಿಕೊಂಡ.

ಕೂಸ್ಕೋದಲ್ಲಿ ಆಂಟೋನಿಯೋನಂತೆ, ವಾಯಕಿಲ್‌ನಲ್ಲಿ ಪಾಂಡವರಿಗೆ ರಾಫ಼ಯೆಲ್ ನಗರದರ್ಶಕನಾದ. ಕಾರ್ಲೋಸನು ಅರ್ಜುನನೊಡನೆ ಪ್ರೇಮವಿಹಾರಕ್ಕೆ ಹೊರಟ. ಪಾಂಡವರ ಜೊತೆಯಿದ್ದ ಬೊಲಿವಿಯಾದವರು ತಮ್ಮದೇ ಒಂದು ಗುಂಪಿನಲ್ಲಿ ವಾಯಕಿಲ್ ನಗರ ನೋಡಲು ಹೋದರು.

ವಾಯಕಿಲ್ ನಗರದ ಪ್ರಮುಖ ಪ್ರವಾಸಿ ಆಕರ್ಷಣೆಗಳು, ಮಲೆಕಾನ್ ನದಿತೀರ ಮತ್ತು ಇಗ್ವಾನಾ 'ಉಡ ವನ'. ವಾಯಸ್ ನದಿಯ ತೀರದಲ್ಲಿ ಎರಡು ಕಿಲೋಮೀಟರ್ ಉದ್ದವಾಗಿರುವ ಹಲಗೆಸೇರುವೆಯ ಪಕ್ಕದಲ್ಲಿ ಅತ್ಯಾಧುನಿಕವಾದ ನೂರಾರು ಅಂಗಡಿಗಳು, ಹೊಟೇಲ್‌ಗಳು ಮತ್ತು

ವಸತಿಗೃಹಗಳು ಬಹಳ ಸುವ್ಯವಸ್ಥಿತವಾಗಿದ್ದು, ವಾಯಕಿಲ್ ನಗರಕ್ಕೆ ಹೊಸ ಶೋಭೆ ತಂದಿದ್ದವು. ಸಂಜೆಯ ಹೊತ್ತು ವಿಧವಿಧವಾದ ದೀಪಾಲಂಕಾರಗಳಿಂದ ಜಗಜಗಿಸುವ ಮಾಲೆಕಾನ್ ಪ್ರೇಮ ವಿಹಾರಿಗಳಿಗೆ ಪ್ರಿಯ ತಾಣ.

ಮಲೇಕಾನ್ ಪಕ್ಕದಲ್ಲಿಯೇ ಇರುವ ಇಗ್ವಾನಾ ಉಡ ವನ, ವಾಯಕಿಲ್ ನಗರದ ವೈಶಿಷ್ಟ್ಯ. ದೊಡ್ಡಹಲ್ಲಿಯಂತೆಯೇ ಇರುವ ಈ ಅಪರೂಪದ ಪ್ರಾಣಿ, ಮಾನವರ ಮಾಂಸಾಹಾರದ ಅಭ್ಯಾಸಕ್ಕೆ ಬಲಿಪಶುಗಳಾಗಿ ವಿನಾಶದ ಅಂಚಿನಲ್ಲಿವೆ. ಈ ಪ್ರಾಣಿಗಳನ್ನು ರಕ್ಷಿಸಲೆಂದೇ ಜನರಲ್ಲಿ ಜಾಗೃತಿ ಮೂಡಿಸಲು, ಎಕ್ವಡೋರ್ ಸರಕಾರ ವಾಯಕಿಲ್ ನಗರದಲ್ಲಿ ಇಗ್ವಾನಾ ಉಡ ವನ ನಿರ್ಮಿಸಿದೆ. ಪ್ರೇಕ್ಷಕರು ಬಾಳೆಯ ಹಣ್ಣುಗಳನ್ನು ತಿನ್ನಿಸಿ, ಈ ಪ್ರಾಣಿಗಳೊಂದಿಗೆ ನಲಿಯುತ್ತಾರೆ.

ರಾಫ಼ಯೆಲ್ ಪಾಂಡವರನ್ನು ಮೊದಲು ಉಡ ವನಕ್ಕೆ ಕರೆದೊಯ್ದ. ನೂರಾರು ಬೃಹತ್ ಹಲ್ಲಿಗಳು ಹಸಿರುಹುಲ್ಲಿನ ಮೇಲೆ ಸ್ವೇಚ್ಛೆಯಾಗಿ ಹರಿದಾಡುವುದನ್ನು ನೋಡಿ ಎಲ್ಲರೂ ಬೆರಗಾದರು. ನೋಡುವುದಕ್ಕೆ ಅಪಾಯಕಾರಿಯಾಗಿ ಕಂಡರೂ, ಈ ಸಾಧುಪ್ರಾಣಿಗಳ ಜೊತೆ ನಿಂತು ಚಿತ್ರ ತೆಗೆಸಿಕೊಳ್ಳುವುದಂತೂ ಇನ್ನೂ ಸೋಜಿಗವಾಗಿತ್ತು. ಪ್ರದೀಪನು ಹೋಗಿ ಒಂದು ಚಿಪ್ಪು ಬಾಳೆಹಣ್ಣುಗಳನ್ನು ತಂದು ಉಡಗಳಿಗೆ ತಿನ್ನಿಸಲಾರಂಭಿಸಿದ. ಅದೇನೊ ಒಂದು ಖುಷಿ. ಕೊನೆಯಲ್ಲಿ ಪಾಂಡವರೆಲ್ಲರೂ ಉಡಗಳೊಂದಿಗೆ ನಿಂತು ರಾಫ಼ಯೆಲ್‌ನಿಂದ ಚಿತ್ರವನ್ನು ತೆಗೆಸಿಕೊಂಡರು.

ತರುವಾಯ ಎಲ್ಲರೂ ಮಲೇಕಾನ್ ಸಂಕೀರ್ಣಕ್ಕೆ ಬಂದರು. ಸಾಧಾರಣವಾದ ಎಕ್ವಡೋ ದೇಶದಲ್ಲಿ, ಮಲೇಕಾನ್ ಕಟ್ಟಡ ಅದ್ಭುತ ರಚನೆಯಾಗಿತ್ತು. ಪಾಂಡವರೆಲ್ಲಾ "ಅಬ್ಬಬ್ಬಾ" ಎಂದು ಬಾಯಿ ತೆರೆದು ನೋಡಿದರು. ಬಳಿಯಲ್ಲೇ ಪ್ರೇಮೋನ್ಮಾದರಾಗಿ ಅಪ್ಪಿಕೊಂಡು ಮುದ್ದಿಸಿಕೊಂಡು ನಲಿಯುತ್ತಿದ್ದ ದಂಪತಿಗಳ ದೃಶ್ಯ ಪಾಂಡವರಿಗೆಲ್ಲಾ ಅರ್ಜುನನ ನೆನಪನ್ನು ತಂದವು.

"ಸಿಹಿ ಮುತ್ತು ಅಂದರೆ ಅದು" ಎಂದು ಬಾಯಿಯಲ್ಲಿ–ಬಾಯಿಯಿಟ್ಟು ಅಮಿತವಾಗಿ ಚುಂಬಿಸುತ್ತಿದ್ದ ದಂಪತಿಗಳನ್ನು ನೋಡಿ ಹೇಳಿದ.

"ಇಲ್ಲಿ ನಾವು ನೋಡ್ತಾಯಿರೋದನ್ನೆಲ್ಲಾ ಆ ಅರ್ಜುನ ಅಲ್ಲಿ ಮಾಡ್ತಾಯಿರ್ತಾನೆ" ಎಂದು ವಿಜಯನು ಉಲಿದ. ಎಲ್ಲರೂ ನಕ್ಕರು.

"ರಾಫ಼ಯೆಲ್ ಇಲ್ಲಿ ಇಂಡಿಯನ್ ಹೊಟೇಲ್ ಇದೆಯಾ?" ಪ್ರದೀಪ ಕೇಳಿದ.

"ಇದೆ, ಇನ್ನು ಮುಂದೆ. ಹಿಮಾಲಯ ಅಂತ." ಎಂದು ಉತ್ತರಿಸಿ..." ಅಲ್ಲಿ ಸಮೋಸಾ, ಗುಲಾಬ್ ಜಾಮೂನ್ ತುಂಬ ಪ್ರಸಿದ್ಧಿ" ಎಂದು ಪಾಂಡವರು ಬಾಯಿ ಚಪ್ಪರಿಸುವಂತೆ ಮಾಡಿದ.

"ಮುತ್ತು ಕೊಟ್ಟು ಸಿಹಿ ಅನುಭವಿಸುವ ಯೋಗಾ ಇಲ್ಲಾ, ಗುಲಾಬ್ ಜಾಮೂನಾದರೂ ತಿಂದು ಬಾಯಿ ಸಿಹಿ ಮಾಡಿಕೊಳ್ಳೋಣಾ" ಎಂದು ಸೆಲ್ವಮ್ ನಗುತ್ತಾ ಹೇಳಿದ. ಸರಿಯೆಂದು ಎಲ್ಲರೂ ಹಿಮಾಲಯಾಗೆ ಹೋದರು.

ಪಂಜಾಬಿನ ಅಂಬಾಲನಗರದಿಂದ ಎಕ್ವಡೋರಿಗೆ ಸುಮಾರು ವರ್ಷಗಳ ಹಿಂದೆ ವಲಸೆ ಬಂದು ನೆಲಸಿದ ಗೋಬಿಂದಸಿಂಹನೆಂಬಾತನು ಹಿಮಾಲಯ ಹೊಟೇಲ್‌ನ್ನು ನಡೆಸುತ್ತಿದ್ದ. ಉತ್ತರ ಭಾರತೀಯ ತಿಂಡಿಗಳನ್ನು ರುಚಿಯಾಗಿ ತಯಾರಿಸುತ್ತಾ, ಜನಪ್ರಿಯತೆ ಗಳಿಸಿದ್ದ. ಅಪರೂಪಕ್ಕೆ ಪಾಂಡವರು ಆಗಮಿಸಿದುದು ಅವನಿಗೆ ಒಂದು ಸಂಭ್ರಮವಾಗಿತ್ತು. ಗೋಬಿಂದಸಿಂಹ ಇನ್ನೂ ಗಡ್ಡ-ಮೀಸೆ ಬೋಳಿಸದೆ, ಪೇಟ ಕಟ್ಟಿಕೊಂಡು ಪಕ್ಕಾ ಸಿಖ್ ಆಗಿದ್ದ. ಅವನನ್ನು ನೋಡಿದ ಕೂಡಲೇ, ರಾಜಬೀರನಿಗೆ ರೋಮಾಂಚನವಾಯಿತು. ತಕ್ಷಣವೇ ಪಂಜಾಬಿಯಲ್ಲಿ ಮಾತನಾಡಿಸಿದ. ಯಾವಾಗಲೂ ಮೂಗನಂತಿರುತ್ತಿದ್ದ ರಾಜಬೀರ, ಈಗ ಗೋಬಿಂದನ ಪಾಲಿಗೆ ಮಾತಿನಮಲ್ಲನಾದ. ಕಿವಿಮಾತಿನಲ್ಲಿ ಸೆಲ್ವಮ್-ವಿಜಯನ್ನರು "ಖಾಲಿಸ್ತಾನದ ಪ್ರಭಾವ" ಎಂದು ಹಾಸ್ಯ ಮಾಡಿದರು.

ಉಭಯಕುಶಲೋಪರಿಯ ನಂತರ ರಾಜಬೀರನು ಪಾಂಡವ ಮಿತ್ರರನ್ನೆಲ್ಲಾ ಪರಿಚಯ ಮಾಡಿಸಿ, ಪ್ರದೀಪನನ್ನು ವೈದ್ಯ ಪಂಡಿತನೆಂದು ಉಲ್ಲೇಖಿಸಿದ. ಎಲ್ಲರೂ ಆರಾಮವಾಗಿ ಕುಳಿತುಕೊಂಡ ನಂತರ, ಗೋಬಿಂದಸಿಂಹನು, "ನೀವು ನನ್ನ ಅತಿಥಿಗಳು. ಏನು ಬೇಕಾದರೂ ಕೇಳಿ, ಎಷ್ಟು ಬೇಕಾದರೂ ತಿನ್ನಿ" ಎಂದು ಆದರದಿಂದ ಕೇಳಿದ. ಎಲ್ಲರಿಗೂ ಸ್ವಲ್ಪ ಮುಜಗರವಾಯಿತು. ಸುಮ್ಮನಿದ್ದಾಗ ಜೊತೆಯಲ್ಲಿ ಬಂದಿದ್ದ ರಾಫ಼ಯೆಲ್, "ನಮಗೆಲ್ಲಾ ಸಮೋಸ-ಗುಲಾಬ್ ಜಾಮೂನ್ ಬಹಳ ಇಷ್ಟ." ಎಂದು ಪಾಂಡವರೆಲ್ಲರ ಪರವಾಗಿ ಆದೇಶ ನೀಡಿದ. ನಗುತ್ತಾ ಗೋಬಿಂದಸಿಂಹನು ಒಳಗೆ ಹೋದ. ಅವನ ಹಿಂದೆಯೇ ರಾಜಬೀರನೂ ಹೋದ. ಸ್ವಲ್ಪ ಹೊತ್ತಿನ ನಂತರ ರಾಜಬೀರನು ಹಲವಾರು ಪಂಜಾಬಿ ತಿಂಡಿಗಳನ್ನು ತಂದು ಮಿತ್ರರೆಲ್ಲರಿಗೂ ನೀಡಿದ. ಇಷ್ಟು ಬೇಗ ರಾಜಬೀರನು ಗೋಬಿಂದಸಿಂಹನಿಗೆ ಆಪ್ತನಾಗಿದ್ದು ಎಲ್ಲರಿಗೂ

ಆಶ್ಚರ್ಯವಾಗಿತ್ತು. ಪ್ರೀತಿಯಾದರಿಂದ ತಿಂಡಿ–ತೀರ್ಥಗಳ ರುಚಿ ಇನ್ನೂ
ಜಾಸ್ತಿಯಾಗಿತ್ತು. ಎಲ್ಲರೂ ತಿಂದು ತೇಗಿದರು. ಕೊನೆಯಲ್ಲಿ ಹೋಗುವಾಗ
ಎಲ್ಲರೂ ಗೋಬಿಂದ ಸಿಂಹನಿಗೆ ಹೃದಯಪೂರ್ವಕವಾಗಿ ಕೃತಜ್ಞತೆ
ಅರ್ಪಿಸಿದಾಗ...

"ಮಿತ್ರರೇ, ನಾನೂ ನಿಮ್ಮ ಹಾಗೆ ಇಲ್ಲಿಗೆ ಬಂದೆ" ಎಂದಾಗ ಪಾಂಡವರೆಲ್ಲರಿಗೂ
ಗೋಬಿಂದನ ಪ್ರೀತಿಯಾದರಗಳ ಹಿನ್ನೆಲೆ ಅರ್ಥವಾಗಿ, ಅವನ ಬಗ್ಗೆ ಇದ್ದ
ಗೌರವ ಹೆಚ್ಚಾಯಿತು. ಪ್ರದೀಪನು "ಚಾಚಾಜಿ, ನಿಮ್ಮ ಪ್ರೀತಿಗೆ ಪ್ರಣಾಮಗಳು"
ಎಂದು ಹೇಳಿ ಕೈಮುಗಿದ. ನಂತರ ಎಲ್ಲರೂ ಕೈಮುಗಿದು ಕೃತಜ್ಞತೆ
ಅರ್ಪಿಸಿದರು. ಕೊನೆಯಲ್ಲಿ ಬೀಳ್ಕೊಡುತ್ತಾ "ಮತ್ತೆ ಬನ್ನಿ, ಮತ್ತೆ ಬನ್ನಿ" ಎಂದು
ಗೋಬಿಂದ ಹೇಳಿದ.

ಈಚೆ ಬಂದ ಮೇಲೆ, "ಏನಪ್ಪಾ ರಾಜಬೀರ್, ಏನು ಮಂತ್ರ ಹಾಕಿದೆ?" ಎಂದು
ಪಾಂಡವ ಮಿತ್ರರೆಲ್ಲರೂ ರಾಜಬೀರನನ್ನು ಚುಡಾಯಿಸಿದರು. "ಏನೂ ಇಲ್ಲಪ್ಪಾ.
ನಮ್ಮ ಊರಿನವರು ಅಷ್ಟೇ" ಎಂದ. ಏನೇ ಆದರೂ ಅದೊಂದು ಅಪೂರ್ವ
ಅನುಭವವಾಗಿತ್ತು.

––––––––––

ಪ್ರಣಯ ಬೇಟೆಗೆ ಹೋಗಿದ್ದ ಅರ್ಜುನನು ಮಾರನೆಯ ದಿನ
ಮಧ್ಯಾಹ್ನ ಊಟದ ಹೊತ್ತಿಗೆ ರೋಸಾರೀಟಾ ಅತಿಥಿಗೃಹವನ್ನು ಪ್ರವೇಶಿಸಿದ
ಕೂಡಲೇ, ಪಾಂಡವರು ಅವನನ್ನು ಗೇಲಿ ಮಾಡಲು ಶುರುಮಾಡಿದರು.

"ಹೇಗಿದ್ದಳಮ್ಮಾ, ಭೂಮಧ್ಯ ದೇಶದ ಬೆಡಗಿ?" ಎಂದು ವಿಜಯನು,

"ಬಸವಿಯೊಡನೆ ಸರಸಮಾಡಿ ಬಹಳ ಬಸವಳಿದ ಹಾಗೆ ಕಾಣ್ತೀಯಾ" ಎಂದು
ಸೆಲ್ವಮ್ ಚುಡಾಯಿಸಲು ಮುಂದಾದರು.

ಪ್ರದೀಪನು, "ಸುಮ್ಮನೆ ಇರ್ರಪ್ಪಾ" ಎಂದು ವಿಜಯನ್–ಸೆಲ್ವಮ್‌ರನ್ನು
ಗದರಿಸುತ್ತಾ ಅರ್ಜುನನಿಗೆ... "ಗುರು ಅರ್ಜುನ್, ಹೋಗಿ ಚೆನ್ನಾಗಿ ಸ್ನಾನ
ಮಾಡಿಕೊಂಡು ಬಾ. ಆಮೇಲೇ ಬೇರೆ ವಿಷಯ" ಎಂದು ನಗುತ್ತಲೇ

ಸೂಚಿಸಿದ. ಮುಗುಳ್ನಗೆಯಿಂದಲೇ ಎಲ್ಲರನ್ನೂ ದಿಟ್ಟಿಸಿನೋಡುತ್ತಾ ಸ್ನಾನದ ಮನೆಗೆ ಅರ್ಜುನನು ತೆರಳಿದ.

ರೋಸಾರಿಟಾಳ ಮಕ್ಕಳಿಬ್ಬರೂ ಪಾಂಡವರಿಗೆ ಊಟ ಬಡಿಸುತ್ತಾ, ತಾವೂ ಅವರೊಡನೆ ಊಟ ಮಾಡುತ್ತಿದ್ದರು. ರೋಸಾರಿಟಾಳು ಆಗಾಗ ಬಂದು ವಿಚಾರಿಸಿಕೊಳ್ಳುತ್ತಿದ್ದಳು. ಅರ್ಜುನನು ಶುಭ್ರವಾಗಿ ಬಂದ ಕೂಡಲೇ ವಿಜಯನು... "ಹೇಳಮ್ಮಾ, ಕೆನೆಡಿನಗರದಲ್ಲಿ ರಾತ್ರಿರಾಣಿ ಸೀನಿಯೋರೀತಾ ಬಗ್ಗೆ" ಎಂದು ಅರ್ಜುನನ್ನು ಕೆಣಕಿದ. ಅರ್ಜುನನು ಮೌನವಾಗಿಯೆ ನಗುತ್ತಾ ಸುಮ್ಮನಿದ್ದ. ಇದನ್ನು ಕೇಳಿಸಿಕೊಂಡ ರೋಸಾರಿಟಾಳು ಮೆಲ್ಲಗೆ ಬಂದು ಅರ್ಜುನನಿಗೆ ಬುದ್ಧಿವಾದ ಹೇಳಲಾರಂಭಿಸಿದಳು.

"ಕೆನೆಡಿ ನಗರ ಬಹಳ ಕೆಟ್ಟ ಜಾಗ. ಅಲ್ಲಿಗೆ ಹೋಗೋರೆಲ್ಲಾ ಪರಮ ಪಾಪಿಗಳು..." ಎಂದು ಅರ್ಜುನನ್ನು ಪರೋಕ್ಷವಾಗಿ ಪಾಪಿ ಎಂದು ಬೈದಳು. ಇದ್ದವರೆಲ್ಲರಿಗೂ ಮುಜುಗರವಾಯಿತು. ಎಲ್ಲರೂ ಸುಮ್ಮನೆ ತಲೆತಗ್ಗಿಸಿಕೊಂಡು ಊಟದಲ್ಲಿ ಮಗ್ನರಾದಾಗ, ರೋಸಾ ಧರ್ಮಬೋಧನೆ ಆರಂಭಿಸಿದಳು: "ಪಾಪ ಮಾಡಿ ನರಕಕ್ಕೆ ಹೋಗಬೇಡಿ. ಏಸು ಸ್ವಾಮಿಯನ್ನು ಪೂಜೇ ಮಾಡಿ ಸ್ವರ್ಗಕ್ಕೆ ಹೋಗಿ" ಎಂದು ಅರ್ಜುನನನ್ನು ದುರುಗುಟ್ಟಿಕೊಂಡು ನೋಡುತ್ತಾ ಹೇಳಿದಳು. ಅವಳ ನೋಟವನ್ನು ಸಹಿಸಲಾರದೆ ಅರ್ಜುನನು ಸಿಡಿದ ವಾಣಿಯಲ್ಲಿಯೇ "ನನಗೆ ಯಾಕೇ ಹೇಳ್ತೀಯಾ?" ಎಂದು ವದರಿದ. "ನಿನ್ನ ಒಳ್ಳೆಯದಕ್ಕೇ" ಎಂದು ಆಕೆ ಸಮಾಧಾನ ಮಾಡಲು ಯತ್ನಿಸಿದಳು. ಪಾಂಡವರು ನಕ್ಕರು. ರೋಸಾರಿಟಾಳ ಹಿರಿಯ ಮಗ, ರಾಫ಼ಯೆಲ್, ತಾಯಿಗೆ ಅಡ್ಡಹಾಕುತ್ತಾ.." ಅಮ್ಮಾ, ಧರ್ಮಬೋಧನೆ ಸಾಕು. ಒಲೆ ಮೇಲೇ ಏನೋ ಇಟ್ಟಿದ್ದೀಯಾ ಹೋಗಿ ನೋಡು" ಎಂದು ಸ್ವಲ್ಪ ಖಾರವಾಗಿ, ಗಡಸು ದನಿಯಲ್ಲಿಯೇ ಹೇಳಿದ. ರೋಸಾರಿಟಾ ನಿರ್ಗಮಿಸಿದಳು. ನಂತರ ರಾಫ಼ಯೆಲ್ ಪಾಂಡವರೆಲ್ಲರಿಗೂ ತಾಯಿಯ ಪರವಾಗಿ ಕ್ಷಮೆ ಯಾಚಿಸುತ್ತಾ, "ನಮ್ಮ ತಾಯಿಗೆ ಧರ್ಮಬೋಧನೆ ಮಾಡೋದು ಒಂದು ದೊಡ್ಡರೋಗ. ಪಾದ್ರಿಯಾಗಿ ಹುಟ್ಟಬೇಕಿತ್ತು, ತಪ್ಪಿ ಗೃಹಿಣಿಯಾಗಿದ್ದಾಳೇ" ಎಂದು ಹೇಳಿದ. ವಿನಾಕಾರಣ ಅರ್ಜುನನ ಮನಸ್ಸು ನೋಯಲು, ಕಾರಣನಾದೆಲ್ಲಾ ಎಂದು ವಿಜಯನು ಮರುಗಿದ. ಬೇಗನೆ ಊಟವನ್ನು ಮುಗಿಸಿ ಎಲ್ಲರೂ ಕೈತೊಳೆದುಕೊಂಡರು.

ರಸಭಂಗವಾದ ಮೇಲೆ ಯಾರಿಗೇನೂ ಹೇಳದೆ, ಅರ್ಜುನ ಮತ್ತು ರಾಜಬೀರರು ಒಂದಾಗಿ ಹೊರಗೆ ಹೋದರು. ವಿಜಯನ್, ಸೆಲ್ವಮ್ ಮತ್ತು

ಪ್ರದೀಪರು ಹಿಂದುಳಿದುಕೊಂಡರು. ರೋಸಾರಿಟಾಳ ಮಕ್ಕಳಿಬ್ಬರೂ ಪಾಂಡವರಿಗೆ ಬಹಳ ಮೆಚ್ಚುಗೆಯಾಗಿದ್ದರು. ಸ್ವಲ್ಪ ಸಮಯದ ನಂತರ ರಾಫ಼ಯೆಲ್ ಮತ್ತು ಗಿಲೆರ್ಮೊರು ಬಂದು ನಗರ ದರ್ಶನಕ್ಕೆ ಕರೆದುಕೊಂಡು ಹೋಗಲು ಮುಂದಾದರು. ಪಾಂಡವರಗೆಲ್ಲಾ ವಾಯಕಿಲ್‌ನಲ್ಲಿರುವ ಭಾರತೀಯರನ್ನು ಬೆರೆಯುವ ಹಂಬಲ ಸಹಜವಾಗಿತ್ತು. ಶಿರ್ಡಿ ಸಾಯಿಬಾಬ ಹೆಸರಿನಲ್ಲಿ ಹಲವಾರು ವಾಣಿಜ್ಯ ಸಂಕೀರ್ಣಗಳನ್ನೂ, ಗೃಹಸ್ತೋಮಗಳನ್ನೂ, ಹಾಗೂ ಶಿರ್ಡಿ ಸಾಯಿಬಾಬಾ ದೇವಾಲಯವನ್ನೂ ನಿರ್ಮಿಸಿದ್ದ ಲಾಲ್ ಲೂಧಾನಿ ಎಂಬ ಸಿಂಧಿ ವಾಣಿಜ್ಯೋದ್ಯಮಿ, ವಾಯಕಿಲ್‌ನಲ್ಲಿ ಹೆಸರುವಾಸಿಯಾಗಿದ್ದ. ರಾಫ಼ಯೆಲ್ ಮತ್ತು ಗಿಲೆರ್ಮೊರು ಪಾಂಡವರಿಗೆ ಶಿರ್ಡಿ ಸಾಯಿಬಾಬಾ ದೇವಸ್ತಾನವನ್ನು ತೋರಿಸಿದರು. ದೇವಾಲಯದೊಳಗೆ ಎಲ್ಲರೂ ಹೋಗಿ, ಶಿರ್ಡಿ ಸಾಯಿಬಾಬಾರ ವಿಗ್ರಹಕ್ಕೆ ವಂದಿಸಿ, ಪೂಜಾರಿಯೊಡನೆ ಮಾತನಾಡಿ, ತಮ್ಮ ಪರಿಚಯ ಮಾಡಿಕೊಂಡರು. ಆ ಪೂಜಾರಿಯಿಂದ ಗುರುವಾರ ಸಂಜೆ ವಿಶೇಷ ಪೂಜೆ–ಆರಾಧನೆಗಳು ನಡೆಯುವುದಾಗಿ ತಿಳಿಯಿತು. ಶಿರ್ಡಿ ಸಾಯಿಬಾಬಾ ದೇವಾಲಯದ ಪೋಷಕರ ಪಟ್ಟಿಯಲ್ಲಿ "ಅಬ್ದುಲ್ ಸಲಾಂ" ಎಂಬ ಮುಸ್ಲಿಮ್ ಹೆಸರನ್ನು ನೋಡಿ, ಪಾಂಡವರೆಲ್ಲರೂ ಅವಾಕ್ಕಾದಾರು. ಪ್ರದೀಪನು ಆತನ ಬಗ್ಗೆ ವ್ಯಾಖಾನ ಮಾಡುತ್ತಾ "ಈವಯ್ಯ ನಮ್ಮ ಶಿಶುನಾಳ ಶರೀಫ಼್‌ನಂಥ ವ್ಯಕ್ತಿ." ಎಂದು ಮಿತ್ರರಿಗೆ ಕರ್ನಾಟಕದ ಕಬೀರನೆಂದೇ ಖ್ಯಾತವಾಗಿರುವ ಶಿಶುನಾಳ ಶರೀಫ಼ಾರ ಕಥೆಯನ್ನು ಹೇಳಿದ.

ತರುವಾಯ ಎಲ್ಲರೂ ವಾಯಕಿಲ್ ನಗರದ ಬಣ್ಣದ ಮನೆಗಳ ಬೀದಿಯಿರುವ ಲಾಸ್ ಪೇನ್ಯಾಸ್ ಎಂಬಲ್ಲಿಗೆ ಹೋದರು. ಹಲವು ಬಗೆಯ ಕಡುಬಣ್ಣಗಳಿಂದ ಅಲಂಕರಿಸಲ್ಪಟ್ಟ ಮನೆಯ ಗೋಡೆಗಳು ವಿಚಿತ್ರವಾಗಿ ಕಾಣುತ್ತಿದ್ದವು. ಇಂತಹ ಮನೆಗಳು ಮತ್ತು ಬೀದಿಗಳು ದಕ್ಷಿಣ ಅಮೇರಿಕಾದ ಹಲವಾರು ನಗರಗಳಲ್ಲಿ ಮೈತಳೆದು, ಪ್ರೇಕ್ಷಣೀಯ ತಾಣಗಳಾಗಿವೆ. ವಾಯಕಿಲ್ ನಗರವೂ ಇದಕ್ಕೆ ಹೊರತಾಗಿರಲಿಲ್ಲ. ತಿರುಗಾಡುತ್ತಾ ಮಾತನಾಡುತ್ತಿರುವಾಗ ಪ್ರದೀಪನು ರಾಫ಼ಯೆಲ್, ಗೆಲಾಪಗೋಸ್ ದ್ವೀಪ ಸಮೂಹದ ಬಗ್ಗೆ ವಿಚಾರಿಸಿದ. ಅದರ ವಿಷಯವನ್ನು ತಿಳಿಸುತ್ತಾ ರಾಫ಼ಯೆಲ್, "ನಮ್ಮ ಧರ್ಮದ ಪ್ರಕಾರ ವಿಕಾಸವಾದವನ್ನು ನಂಬುವುದು ಮಹಾಪಾಪ. ಚಾರ್ಲ್ಸ್ ಡಾರ್ವಿನ್ ಪರಮ ಪಾಪಿ. ನಮ್ಮ ಪಾದ್ರಿಗಳಿಗೆ ಅವನ ಹೆಸರು ಕೇಳಿದರೆ ಆಗೊಲ್ಲಾ" ಎಂದು

ತಿಳಿಸಿದಾಗ, ಪ್ರದೀಪನು ಗಟ್ಟಿಯಾಗಿ ನಕ್ಕ. ವಿಜಯನ್-ಸೆಲ್ವಮ್‌ಗೆ ಇದೆಲ್ಲಾ ಹೆಚ್ಚು ಅರ್ಥವಾಗಲಿಲ್ಲ.

ಸಂಜೆ ಮನೆಗೆ ಮರಳಿದಾಗ ಕಾರ್ಲೋಸನು ಪ್ರತ್ಯಕ್ಷವಾಗಿ, ಪಾಂಡವರ ಕ್ಷೇಮ ಸಮಾಚಾರಗಳನ್ನು ವಿಚಾರಿಸುತ್ತಾ..." ನಾಳಿದ್ದು ಶುಕ್ರವಾರ ಬೆಳಿಗ್ಗೆ ಪ್ರಯಾಣಕ್ಕೆ ಸಿದ್ಧವಾಗಿರಿ" ಎಂದು ತಿಳಿಸಿದ. ಪಾಂಡವರು ರಾಫ಼ಯೆಲ್ಲನ ನಗರ ದರ್ಶನ ಕೊಂಡಾಡುತ್ತಾ "ರಾಫ಼ಯೆಲ್ ನಮಗೆ ದೇವರ ದರ್ಶನ ಮಾಡಿಸಿದ" ಎಂದು ಶಿರ್ಡಿ ಸಾಯಿಬಾಬಾ ದೇವಾಲಯಕ್ಕೆ ಹೋಗಿದ್ದ ವಿಷಯ ಹೇಳಿದರು. ರಾತ್ರಿ ಎಲ್ಲರೂ ಊಟ ಮಾಡುತ್ತಿರುವಾಗ ಮತ್ತೆ ದೇವರ ವಿಷಯ ತಾನಾಗಿಯೇ ಬಂತು. "ಗುರುವಾರ ಸಾಯಂಕಾಲ ಶಿರ್ಡಿ ಬಾಬಾ ದೇವಾಲಯದಲ್ಲಿ ಗುರುಪೂರ್ಣಿಮೆ ಪೂಜೆ. ಶುಕ್ರವಾರ ಪ್ರಯಾಣಕ್ಕೆ ಶುಭವಾಗಲಿ ಅಂತ ಕೇಳಿಕೊಂಡು ಬರೋಣಾ" ಎಂದು ಪ್ರದೀಪನು ಪ್ರಸ್ತಾಪಿಸಿದ. ಇದೆಲ್ಲವನ್ನು ಕೇಳಿಸಿಕೊಂಡಿದ್ದ ರೋಸಾರಿಟಾಗೆ ಧರ್ಮಬೋಧನೆ ಮಾಡಲು ಮತ್ತೆ ಪ್ರೇರೇಪಣೆಯಾಯಿತು. ಯಾರನ್ನೂ ಲೆಕ್ಕಿಸದೇ ತನ್ನ ಕಟುಟೀಕೆಯಿಂದಲೇ ಆರಂಭಿಸಿದಳು.

"ಹಿಂದೂಗಳೇ, ಏಸುವೊಬ್ಬನೇ ದೇವರು. ನಿಮ್ಮ ರಾಮ, ಕೃಷ್ಣ, ಬಾಬಾ, ದೇವರುಗಳಲ್ಲಾ. ದೆವ್ವಗಳು" ಎಂದು ಹೇಳಿ ಮುಗಿಸುವುದರೊಳಗೆ ವಿಜಯನು ಸಿಡಿದೆದ್ದು ಕೇಳಿದ: "ಹಂಗಂತ ಯಾರು ಹೇಳಿದ್ದು?"

ಸೆಲ್ವನ್ ಕೂಡಾ ವಿಜಯ್ ಪರ ದನಿಗೂಡಿಸಿದ. ರೋಸಾರಿಟಾ ನಿಜವಾಗಿಯೂ ಸಭ್ಯತೆಯ ಮಿತಿ ಮೀರಿದ್ದಳು. ಎಲ್ಲರಿಗಿಂತಲೂ ಮಿಗಿಲಾಗಿ ಕಾರ್ಲೋಸನಿಗೆ ಮತ್ತು ರಾಫ಼ಯೆಲ್ಲರಿಗೆ ಹೆಚ್ಚು ಕಸಿವಿಸಿಯಾಯಿತು. ರಾಫ಼ಯೆಲ್ಲನೇ ಮುಂದೆ ಬಂದು "ಅಮ್ಮಾ, ಸಾಕು ನಿಲ್ಲಿಸು. ಒಳಗೆ ಹೋಗು" ಎಂದ. ಆದರೆ ಮಗನ ಮಾತಿಗೆ ಕಿವಿಕೊಡದ ಆಕೆ, ಕೈಕೊಡವಿಕೊಂಡು ಧರ್ಮಯುದ್ಧಕ್ಕೆ ನಿಂತಳು: "ನಮ್ಮ ಬೈಬಲ್ಲಿನಲ್ಲಿ ಹೇಳಿದೆ" ಎಂದು ಬೈಬಲ್ಲನ್ನು ಕೈಯಲ್ಲಿ ಹಿಡಿದುಕೊಂಡು "ಏಸುವನ್ನು ನಂಬಿದವರಿಗೆ ಮಾತ್ರ ಸ್ವರ್ಗ. ನಿಮಗೆಲ್ಲಾ ನರಕವೇ ಗತಿ. ಈಗಲಾದರೂ ಏಸುವನ್ನು ನಂಬಿ" ಎಂದು ಧರ್ಮಘೋಷಣೆ ಮಾಡಿದಳು.

"ಎಮ್ಮೆ ಸಗಣಿ, ಕುದುರೆ ಲದ್ದಿ" ಎಂದು ವಿಜಯನನು ತಾತ್ಸಾರ ಸೂಚಿಸಿದ. ಕಾರ್ಲೋಸನೇ ಕೊನೆಗೆ ಪಾಂಡವರ ರಕ್ಷಣೆಗೆ ಬಂದು ರೋಸಾರೀಟಳಿಗೆ ಚಾವಟಿ ಮಾತಿನಿಂದ ಹೇಳಿದ: "ರೋಸಾರೀಟಾ, ನಾನು ಕ್ಯಾಥಲಿಕ್

ಪಂಗಡದವನೇ ಆದರೆ ನಾನು ಯೇಸುವನ್ನ ನಂಬಲ್ಲ. ಪಾದ್ರಿಗಳಂತ ಪಾಪಿಗಳು ಬೇರೆ ಯಾರೂ ಇಲ್ಲಾ" ಎಂದು ಕ್ರೈಸ್ತ ಪಾದ್ರಿಗಳನ್ನೇ ಜರಿದಾಗ ರೋಸಾರೀಟಳಿಗೆ ದಿಕ್ಕು ತಪ್ಪಿದಂತಾಯಿತು.

"ನಿಮ್ಮ ಚರ್ಚಿನ ದೊಡ್ಡ ಪಾದ್ರಿ ಕೋಹಿಲೋ, ಇನ್ನೂರು ಜನ ಹುಡುಗಿಯರನ್ನ ಕೆಡಿಸಿದ್ದಾನೆ. ಅಂತಹ ಪರಮ ಪಾಪಿಗಳು ಬೋಧಿಸುವ ಧರ್ಮ, ಕ್ರೈಸ್ತ ಧರ್ಮ" ಎಂದು ಕಾರ್ಲೋಸನು ನಡೆದ ಸಂಗತಿಯನ್ನು ವಿವರಿಸಿದಾಗ, ರೋಸಾರೀಟಳ ಜಂಘಾಬಲವೆಲ್ಲಾ ಉಡುಗಿ ಹೋದಂತಾಯಿತು. ನಂತರ ರಾಘ್ಘಯೆಲ್ಲನೇ..." ಅಮ್ಮಾ, ಆ ಪಾದ್ರಿ ಕೊಹೆಲೋನೇ ನಮ್ಮ ಸೆಲೇನಾಳನ್ನು ಕೆಡಿಸಿದ್ದು" ಎಂದು ಗುಟ್ಟನ್ನು ರಟ್ಟುಮಾಡಿದ. ರೋಸಾರೀಟಾ ಸುಸ್ತಾಗಿ, ಅವಮಾನದಿಂದ ಕಣ್ಣೀರು ಸುರಿಸಲಾರಂಭಿಸಿದಳು.

ಸೆಲೇನಾ ರೋಸಾರೀಟಳ ತಂಗಿಯ ಮಗಳು. ರೋಮನ್ ಕ್ಯಾಥಲಿಕ್ ಸಂಪ್ರದಾಯಸ್ಥೆ-ಶ್ರದ್ಧಾವಂತೆ. ಪಾದ್ರಿ ಕೊಹೆಲೋನು ಆಕೆಯ ಶೀಲ ಕೆಡಿಸಿದ್ದ. ಜಿಗುಪ್ಸೆಗೊಂಡ ಸೆಲೇನಾ ಕ್ಯಾಥಲಿಕ್ ಮತವನ್ನೇ ತ್ಯಜಿಸಿ, ಕೊನೆಗೆ ಪ್ರಾಟೆಸ್ಟೆಂಟ್ ಪಂಗಡಕ್ಕೆ ಸೇರಿದ್ದಳು. ಸೆಲೇನಾರ ಮನೆಯವರೆಲ್ಲರೂ ವಿಷಯ ತಿಳಿಯದೇ, ಅವಳನ್ನು 'ಮತಭ್ರಷ್ಟೆ' ಎಂದು ಜರೆದಿದ್ದರು. ಸೆಲೆನಾ ಕಥೆ ರೋಸಾರೀಟಾಳಿಗೆ ತಿರುಗುಬಾಣವಾಗಿತ್ತು.

ವಿಷಯಲಂಪಟರಾಗಿ ಐಷಾರಾಮಿ ಜೀವನವನ್ನು ನಡೆಸುತ್ತಾ, ಭಕ್ತರಿಗೆ ಸರಳ ಜೀವನವನ್ನು- ಶೀಲಪಾಠವನ್ನು ಬೋಧಿಸುತ್ತಿದ್ದ ಹಲವಾರು ಆಷಾಢಭೂತಿ ಪಾದ್ರಿಗಳನ್ನು ನೋಡಿ ಕಾರ್ಲೋಸ್ ಬೇಸತ್ತಿದ್ದ. ಇಂತಹ ಪಾಪಿಗಳು ಬೋಧಿಸುವ ದೇವರಲ್ಲಿ ನಂಬಿಕೆಯನ್ನೇ ಕಳೆದುಕೊಂಡು, ಕೊನೆಗೆ ಕಾರ್ಲ್ ಮಾರ್ಕ್ಸ್ ಸಿದ್ಧಾಂತವನ್ನು ಒಪ್ಪಿಕೊಂಡು, "ಸಮತಾವಾದಿ"ಯಾಗಿದ್ದ.

ಕಾರ್ಲೋಸನಿಗೆ ರೋಸಾರೀಟಾಳೊಡನೆ ಕ್ರೈಸ್ತಮತದ ಬಗ್ಗೆ ಇದು ಮೊದಲನೆಯ ವಾಗ್ಯುದ್ಧವೇನೂ ಆಗಿರಲಿಲ್ಲ. ಆದರೆ, ಈ ಸಲ ಬಹಳ ತೀವ್ರವಾಗಿತ್ತು. ಹಿರಿಯತನವನ್ನು ಲೆಕ್ಕಿಸದೇ ಎಲ್ಲರೂ ರೋಸಾರೀಟಾಳನ್ನು ತರಾಟೆಗೆ ತೆಗೆದುಕೊಂಡು ಆಕೆಯ ಮಾನಸಿಕ ಸ್ಥೈರ್ಯವನ್ನು ಮಣ್ಣು ಮುಕ್ಕಿಸಿದ್ದರು. ಕೊನೆಯಲ್ಲಿ ಕಾರ್ಲೋಸನು ಎಚ್ಚರಿಸುತ್ತಾ ಹೇಳಿದ, "ರೋಸಾರೀಟಾ, ಬಂದ ಅತಿಥಿಗಳನ್ನ ಹೀಗೆ ಅವಮಾನಿಸಿದರೆ, ಈವತ್ತೆ ಎಲ್ಲಾ ಮನೆ ಖಾಲಿ ಮಾಡ್ತೀವಿ" ಎಂದು ಅವಳ ಹೊಟ್ಟೆಯ ಮೇಲೆ ಹೊಡೆಯುವಂತೆ

ಹೇಳಿದ. ಪಾಂಡವರೆಲ್ಲರೂ ಮೌನವಾಗಿ ಏನೂ ಹೇಳದೆ ಭೋಜನಕೋಣೆಯಿಂದ ತಮ್ಮ ಮಲಗುವ ಕೋಣೆಗಳಿಗೆ ತೆರಳಿದರು.

ಆ ದಿನ ರಾಜಬೀರ ಮತ್ತು ಅರ್ಜುನರು ತಡವಾಗಿ ಮನೆಗೆ ಬಂದರು. ರಾಫ಼ಯೆಲ್ ಇಬ್ಬರನ್ನೂ ಊಟಕ್ಕೆ ಕರೆದಾಗ, "ಊಟಾ ಆಗಿದೆ" ಎಂದು ಇಬ್ಬರೂ ನೇರವಾಗಿ ಮಲಗಲು ಹೋದರು. ಮಿತ್ರರೆಲ್ಲಾ ಒಂದು ತರಹ ಮೌನವಾಗಿರುವುದನ್ನು ಕಂಡು ಅರ್ಜುನನೇ "ಏನಾಯಿತ್ರಪ್ಪಾ..." ಕೇಳಿದ. ವಿಷಯವನ್ನು ತಿಳಿದ ಮೇಲೆ ಅರ್ಜುನನು "ಈ ಸುಡುಗಾಡಿಗೆ ಯಾಕಪ್ಪ ಬಂದಿವಿ? ಈ ಮುದುಕಿ ಹತ್ತರ ಬೈಸಿಕೊಳ್ಳೋಕೇ..." ಎಂದು ತನ್ನ ಜಿಗುಪ್ಸೆಯನ್ನು ಪ್ರಕಟಿಸಿದ. ನಂತರ ಪ್ರದೀಪನೇ ಎಲ್ಲರನ್ನೂ ಸಮಾಧಾನಪಡಿಸುತ್ತಾ..." ಪಾಪಾ, ಮುದುಕೀನಾ ಮನ್ನಿಸಿರಪ್ಪಾ. ಏಸು ಸ್ವಾಮಿಯ ಹಾಗೆ. ಇನ್ನು ಎರಡು ದಿನ ಅಷ್ಟೇ ಆಮೇಲೇ ನಾವ್ಯಾರೋ, ಆಯಮ್ಮ ಯಾರೋ" ಎಂದು ನಗುತ್ತಾ ರೋಸಾರೀಟಾಳ ತಪ್ಪನ್ನು ಹಗುರಗೊಳಿಸಿದ.

ವಾಯಕಿಲ್‌ನಿಂದ ಕೊಲಂಬಿಯ ದೇಶಕ್ಕೆ ಶುಕ್ರವಾರ ತೆರಳುವ ಹಾರೈಕೆಯಲ್ಲಿ, ಗುರುವಾರದ ದಿನ ಪಾಂಡವರೆಲ್ಲರೂ ಒಟ್ಟಾಗಿ ಊರನ್ನೆಲ್ಲಾ ಸುತ್ತಾಡಿ, ಸಂಜೆ ಶಿರ್ಡಿ ಸಾಯಿಬಾಬ ದೇವಾಲಯಕ್ಕೆ ಪೂಜಾ ಸಮಯಕ್ಕೆ ಹಾಜರಾದರು. ಮಾನೋಸ್‌ನಲ್ಲಿನ ಸತ್ಯಸಾಯಿಬಾಬ ದೇವಾಲಯದಲ್ಲಿ ಸ್ಪಾನಿಷ್ ಬಿಳಿಯರೇ ಬಹುಮತದಲ್ಲಿದ್ದರೆ, ಶಿರ್ಡಿ ಸಾಯಿಬಾಬಾ ದೇವಾಲಯದಲ್ಲಿ ಉತ್ತರ ಭಾರತೀಯರೇ ಬಹುಮತದಲ್ಲಿದ್ದರು. ಸುಮಾರು ಒಂದು ನೂರು ಭಕ್ತರಿದ್ದ ಈ ಸಮುದಾಯ ಪಾಂಡವರಿಗೆ ಕೌರವರ ಪರಿವಾರದಂತಿತ್ತು. ಪ್ರದೀಪನೇ ಮಿತ್ರರಿಗೆಲ್ಲಾ "ನಾಳೆ ನಮ್ಮ ಪ್ರಯಾಣ ಸುಗಮವಾಗಿರಲಿ ಅಂತ ಬಾಬಾರನ್ನ ಬೇಡಿಕೊಳ್ಳಿ" ಎಂದು ಹಾಸ್ಯಮಯವಾಗಿ ಆದೇಶಿಸಿದ. ಭಜನೆಯ–ಆರತಿಯ ತರುವಾಯ ಪ್ರಸಾದ–ಭೋಜನ. ಎಲ್ಲರೂ ಸಂತೃಪ್ತಿಯಾಗಿ ತಿಂದು ತೇಗಿದರು. ತಿನ್ನುತ್ತಿರುವಾಗ ವಿಜಯನು, "ನಾಳೆ ಪ್ರಯಾಣಕ್ಕೆ ತಂಗಳು ಕಟ್ಟಿಕೊಂಡರೆ ಲೇಸು" ಎಂದು ಮಿತ್ರರಿಗೆ ಕಿವಿಯಲ್ಲಿ ಉಸುರಿದ. ಎಲ್ಲರೂ ಗುಸುಗುಸು ನಕ್ಕರು.

ವಾಯಕಿಲ್–ನಗರದಲ್ಲಿ ಕೊನೆಯ ದಿನ ದೇವರ ದರ್ಶನವಾದುದು ಮಂಗಳಕರವೆಂದು ಪಾಂಡವರೆಲ್ಲಾ ಬಹಳ ಸಡಗರದಿಂದಿದ್ದರು. ಶುಭ ಶುಕ್ರವಾರ ಶುಭ ಪ್ರಯಾಣವನ್ನು ನಿರೀಕ್ಷಿಸುತ್ತಾ ರಾತ್ರಿಯನ್ನು ಕಳೆದರು.

ಆದರೆ ಪಾಂಡವರ ನಿರೀಕ್ಷೆ ಸುಳ್ಳಾಗಿತ್ತು. ಕಾರ್ಲೋಸನ ಪ್ರಯಾಣದ ಯೋಜನೆಗೆ ಶನಿಕಾಟ ಬಂದಿತು.

ದಕ್ಷಿಣ ಅಮೇರಿಕಾ ಖಂಡದ ವಾಯುವ್ಯ ಬದಿಯಲ್ಲಿರುವ ಎಕ್ವಡೋರ್, ಕೊಲಂಬಿಯ ಮತ್ತು ವೆನಿಝುವೇಲಾ ದೇಶಗಳ ನಡುವೆ ವಿರಸ ಉಂಟಾಗಿ ಯುದ್ಧವಾಗುವ ಸಂಭವ ಉಂಟಾಗಿತ್ತು. ಕೋಕೋ ಬೀಜಗಳಿಂದ ಕೋಕೈನ್ ಮದ್ದನ್ನು ಉತ್ಪಾದಿಸಿ, ಹೊರದೇಶಗಳಿಗೆ, ಅದರಲ್ಲೂ ಬಹಳವಾಗಿ ಅಮೇರಿಕಾಗೆ ರಫ್ತು ಮಾಡುವುದು ಕೊಲಂಬಿಯ ದೇಶದ ಒಂದು ಪ್ರಮುಖ ಉದ್ಯಮವಾಗಿದೆ. ಸರಕಾರ ನಿಷೇಧಿಸಿದರೂ, ಕೊಕೈನ್ ಬಳಕೆದಾರರ ಬೇಡಿಕೆಯಿಂದ ಉತ್ತೇಜನಗೊಂಡು, ಅಪಾರ ಲಾಭಕರವಾದ ಕೋಕೋ ಬೆಳೆ ರೈತರಿಗೆಲ್ಲಾ ಪ್ರಿಯವಾಗಿದೆ. ಕೊಲಂಬಿಯಾದವರಿಗೆ ವರದಾನವಾಗಿರುವ ಕೊಕೈನ್ ಅಮೇರಿಕಾದವರಿಗೆ ಶಾಪವಾಗಿದೆ. ಇದನ್ನು ತಡೆಯಲು ಅಮೇರಿಕಾ ಸರಕಾರ, ಕೊಲಂಬಿಯಾ ದೇಶದ ಸರಕಾರದ ಮೇಲೆ, ರಾಜಕೀಯ ಒತ್ತಡವನ್ನು ಹೇರಿದೆ. ಆದರೆ ಕೋಕೋ ರೈತರಿಗೆ ಮತ್ತು ಕೊಕೈನ್ ಉತ್ಪಾದಕರಿಗೆ, ಕೊಲಂಬಿಯಾ ದೇಶದ "ಕೊಲಂಬಿಯ ಕ್ರಾಂತಿ ಸೇನೆ" ಸಮತಾವಾದಿ ತಂಡಗಳು ಬೆಂಬಲ ನೀಡುತ್ತಾ, ಬಂಡವಾಳಿಶಾಹಿಗಳ ವಿರುದ್ಧ ಭೂಗತ ಸಮರವನ್ನು ನಡೆಸುತ್ತಿದ್ದಾರೆ. ಅರ್ಥಾಥ್ ಇವರು ದಕ್ಷಿಣ ಅಮೇರಿಕಾದ ನಕ್ಸಲೀಯರು. ಕೊಲಂಬಿಯಾದ ನೆರೆಯ ದೇಶ ವೆನಿಝುವೆಲಾದಲ್ಲಿ ಸಮಾತಾವಾದಿ ಸರಕಾರ ಆಡಳಿತಕ್ಕೆ ಬಂದು, "ಕೊಲಂಬಿಯಾ ಕ್ರಾಂತಿಸೇನೆ"ಗೆ ಅರ್ಥಿಕ ಹಾಗೂ ಸೈನಿಕ ಬೆಂಬಲವನ್ನು ನೀಡುತ್ತಿದೆ. ಹಾಗೆಯೇ ಎಕ್ವಡೋರ್ ಸರಕಾರ "ಕೊಲಂಬಿಯ ಕ್ರಾಂತಿಸೇನೆ"ಗೆ ಸಹಾನುಭೂತಿ ತೋರಿಸುತ್ತಿದೆ. ಈ ಎರಡೂ ದೇಶಗಳ ಮಧ್ಯೆ ಇರುವ ಕೊಲಂಬಿಯಾ ದೇಶದ ಸರಕಾರಕ್ಕೆ ಕ್ರಾಂತಿಸೇನೆಯನ್ನು ನಿಯಂತ್ರಿಸುವುದು ದೊಡ್ಡ ತಲೆನೋವಾಗಿದೆ. ಈ ದೇಶಗಳಲ್ಲಿ ಆಗಿಂದಾಗ್ಯೆ, ಸೈನಿಕರು ಸಮತಾವಾದಿಗಳೊಡನೆ ಸೆಣಸಾಡುವುದು ಸಾಮಾನ್ಯವಾಗಿದೆ.

ದಕ್ಷಿಣ ಅಮೇರಿಕಾಖಂಡದಿಂದ ಉತ್ತರ ಅಮೇರಿಕಾ ಖಂಡಕ್ಕೆ ಹೋಗುವ ವಲಸಿಗರು ಕೊಲಂಬಿಯ ದೇಶದ ಮೂಲಕವೇ ಹಾದು ಹೋಗಬೇಕು. ಬೇರೆ ಭೂಮಾರ್ಗವೇ ಇಲ್ಲ. ಹಾಗಾಗಿ ಕೊಲಂಬಿಯದಲ್ಲಿ ವಲಸೆಗಾರರ ಸಂದಣಿಯೂ ಒಂದು ಆರ್ಥಿಕ ಉದ್ಯಮವಾಗಿದೆ. ಬಹುಪಾಲು ವಲಸೆದಾರರು ಕೊಲಂಬಿಯಾದವರು. ಕಾರ್ಲೋಸನೂ ಕೊಲಂಬಿಯಾದವನೇ. ದೇಶದ

ರಾಜಧಾನಿ, ಬೋಗೋಟಾದಲ್ಲಿ ಹುಟ್ಟಿ ಬೆಳೆದು, "ಕೊಲಂಬಿಯ ಕ್ರಾಂತಿಸೇನೆ"ಯನ್ನು ಸೇರಿ, ಬಂಡವಾಳಶಾಹಿಗಳೊಡನೆ ಹೋರಾಟ ನಡೆಸಿದ್ದ ಕಾರ್ಲೋಸನಿಗೆ ಕೊಲಂಬಿಯಾದ ರಾಜಕೀಯ ವಿದ್ಯಾಮಾನಗಳು ಚೆನ್ನಾಗಿ ತಿಳಿದಿತ್ತು. ಕಾಡುಮೇಡುಗಳಲ್ಲಿ ನೆಲೆಯೂರಿರುವ ಕ್ರಾಂತಿಸೇನೆಯ ಮಿತ್ರರೊಡನೆ ಒಡನಾಟವನ್ನಿಟ್ಟುಕೊಂಡಿದ್ದ ಕಾರ್ಲೋಸನಿಗೆ ವಲಸಿಗರನ್ನು ಕಳ್ಳದಾರಿಗಳ ಮೂಲಕ ಸಾಗಿಸುವುದು ಸುಲಭವಾಗಿತ್ತು.

ಪಾಂಡವರನ್ನು ಕೊಲಂಬಿಯಾಗೆ ಕರೆದೊಯ್ಯಲು ಕಾರ್ಲೋಸನು ಆಯೋಜಿಸಿದ್ದ ಶುಭ ಶುಕ್ರವಾರದ ದಿನ, "ಅಶುಭ"ವಾಗಿತ್ತು. ಒಂದು ದೊಡ್ಡ ರಾಜಕೀಯ ಅವಾಂತರವಾಗಿತ್ತು. ಕೊಲಂಬಿಯ ದೇಶದ ಸೈನಿಕರು, ಕ್ರಾಂತಿಸೇನೆಯ ನಾಯಕ ರಾವುಲ್ ರೇಯಸ್ ಎಂಬಾತನನ್ನು ಆತನ ಇಪ್ಪತ್ತು ಜನ ಅನುಚರರೊಂದಿಗೆ ಕಗ್ಗೊಲೆ ಮಾಡಿದ್ದರು. ಇಡೀ ಕೊಲಂಬಿಯ ತಲ್ಲಣಿಸಿಹೋಗಿತ್ತು. ರೊಚ್ಚಿಗೆದ್ದ ಕ್ರಾಂತಿಸೇನೆಗೆ ಸಂತಾಪನ್ನು ಸೂಚಿಸಿ, ವೆನಿಝುವೇಲಾ ಮತ್ತು ಎಕ್ವಡೋರ್ ಸರಕಾರಗಳು, ಕೊಲಂಬಿಯಾ ವಿರುದ್ಧ ಯುದ್ಧಕ್ಕೆ ಮುಂದಾಗಿದ್ದವು. ಎಕ್ವಡೋರ್ ತುರ್ತು ಪರಿಸ್ಥಿತಿಯನ್ನು ಘೋಷಿಸಿ, ಕೊಲಂಬಿಯಾ ಗಡಿಯನ್ನು ದಿಗ್ಬಂಧನಗೊಳಿಸಿತ್ತು. ವಲಸೆಗಾರರಿಗೆ ಮಾರ್ಗ ದುರ್ಗಮವಾಗಿತ್ತು. ವಲಸೆ ಅಸಾಧ್ಯವಾಗಿತ್ತು.

ಕಾರ್ಲೋಸನು ಪಾಂಡವರಿಗೆ ಎಲ್ಲವನ್ನೂ ವಿಷದವಾಗಿ ವಿವರಿಸಿ, ಪರಿಸ್ಥಿತಿ ಸಂಪೂರ್ಣವಾಗಿ ಸಹಜಸ್ಥಿತಿಗೆ ಬರುವವರೆಗೂ ವಲಸೆ ಹೋಗುವುದು ಬೇಡವೆಂದು ಆದೇಶಿಸಿದ. ಹಿಂದೊಮ್ಮೆ ಇಂತಹ ವಿಷಮ ಸನ್ನಿವೇಶದಲ್ಲಿ ವಲಸಿಗರು ಗಡಿದಾಟಲು ಹೋಗಿ, ಕೊಲಂಬಿಯಾ ಸೈನಿಕರ ಗುಂಡಿಗೆ ಬಲಿಯಾದ ಉದಾಹರಣೆ ನೀಡಿ, ಪಾಂಡವರ ಎದೆಯಲ್ಲಿ ಭಯ ತುಂಬಿದ. ಕಾರ್ಲೋಸ್ ನಿಜವನ್ನೇ ಹೇಳಿದ್ದ.

"ಈಗೇನು ಮಾಡುವುದು?" ಎಂದು ಪಾಂಡವರೆಲ್ಲರೂ ತಲೆಯ ಮೇಲೆ ಕೈಹೊತ್ತುಕೊಂಡು ಕುಳಿತಿರುವಾಗ, ಕಾರ್ಲೋಸನು..." ತುರ್ತು ಪರಿಸ್ಥಿತಿ ತೆಗೆಯುವವರೆಗೆ ಾಯಬೇಕು ಅಷ್ಟೇ" ಎಂದು ಕೆಳದನಿಯಲ್ಲಿ ಹೇಳಿದ. ಪ್ರದೀಪನು "ಬೇರೇ ದಾರಿ ಇಲ್ಲವೇ?" ಎಂದು ವಿಚಾರಿಸಿದಾಗ, ಕಾರ್ಲೋಸನು ಆಲೋಚಿಸುತ್ತಾ "ಇವೆ. ಆದ್ರೆ ಆ ಖರ್ಚೆಲ್ಲಾ ಇತರೆ. ನೀವು ಕೈಯಿಂದ ಕೊಡಬೇಕಾಗುತ್ತೆ" ಎಂದ. ಪಾಂಡವರೆಲ್ಲಾ, "ಇತರೆ ಖರ್ಚು" ಅಂದ ಕೂಡಲೇ ಹಿಂದೇಟು ಹಾಕಿದರು. ಒಬ್ಬರ ಮುಖವನ್ನೊಬ್ಬರು ನೋಡಿಕೊಂಡರು. ನಂತರ

ಪ್ರದೀಪನೇ "ಎಷ್ಟು, ಹೇಗೆ?" ಎಂಬುದನ್ನು ವಿಚಾರಿಸಿದಾಗ, ಕಾರ್ಲೋಸನು ಎಕ್ವಡೋರ್ ದೇಶದಿಂದ ಸಮುದ್ರಮಾರ್ಗವಾಗಿ ಪನಾಮ ದೇಶವನ್ನು ತಲುಪುದು ಸಾಧ್ಯವಿದೆಯೆಂದೂ, ಒಬ್ಬೊಬ್ಬರಿಗೆ ಕನಿಷ್ಠ ಸಾವಿರ ಡಾಲರ್ ಆಗಬಹುದೆಂದೂ ಅರುಹಿದ. ಪ್ರದೀಪನ ಹೊರತು ಪಾಂಡವರೆಲ್ಲರೂ, "ಇತರೆ ಕತೆ ಬೇಡಾ. ಕೊಟ್ಟಿರೋದರಲ್ಲೇ ನಮ್ಮನ್ನ ಮೆಹಿಕೋ ದೇಶಕ್ಕೆ ಸೇರಿಸಲಿ" ಎಂದು ಹೇಳಿದರು. "ನಿಮ್ಮಿಷ್ಟ" ಎನ್ನುತ್ತಾ ಕಾರ್ಲೋಸನು ನಿರ್ಗಮಿಸಿದ.

ಯಶವಂತ ಸಿಂಹನಿಗೆ ದೂರವಾಣಿ ಮೂಲಕ ಕಾರ್ಲೋಸನು ಎಲ್ಲವನ್ನು ವಿವರಿಸಿದ. ತರುವಾಯ ಯಶವಂತನು ಪಾಂಡವರೊಡನೆಯೂ ಮಾತನಾಡಿದ. ಜಲಮಾರ್ಗದಲ್ಲಿ ಪನಾಮ ದೇಶಕ್ಕೆ ಹೋಗುವುದು ಸುರಕ್ಷಿತವೆಂದು ಹೇಳಿದ್ದನ್ನು ಎಲ್ಲರೂ ಅನುಮೋದಿಸಿದರೂ, ಸಾವಿರ ಡಾಲರ್ "ಇತರೆ ವೆಚ್ಚ" ಕೊಡಲು ಯಾರೂ ಒಪ್ಪಲಿಲ್ಲ. ಒಪ್ಪಂದ ಪ್ರಕಾರ ಯಶವಂತ ಸಿಂಹನೇ ಮೆಹಿಕೋ ದೇಶಕ್ಕೆ ಹೋಗುವವರೆಗೂ ಎಲ್ಲಾ ಪ್ರಯಾಣದ ಖರ್ಚನ್ನು ವಹಿಸಕೊಳ್ಳಬೇಕಾಗಿತ್ತು. ವಲಸಿಗರನ್ನು ಭೂಮಾರ್ಗದಲ್ಲಿಯೇ ಸಾಗಿಸಿದ್ದರೆ ಯಾವ ಸಮಸ್ಯೆಯೂ ಇರುತ್ತಿರಲಿಲ್ಲ. ಕೊಲಂಬಿಯ ಗಡಿಯ ದಿಗ್ಬಂಧನ ಎಲ್ಲರ ಲೆಕ್ಕಾಚಾರಗಳನ್ನು ತಲೆಕೆಳಗಾಗಿಸಿತ್ತು. ವಾಸ್ತವವಾಗಿ ಯಶವಂತಸಿಂಹನು ಪ್ರತಿಯೊಬ್ಬ ವಲಸಿಗರ ಸಾಗಾಣಿಕೆಯಿಂದ ಕನಿಷ್ಠ ಎರಡು ಸಾವಿರ ಡಾಲರ್ ಲಾಭ ಗಳಿಸುತ್ತಿದ್ದ. ಪಾಂಡವರನ್ನು ಜಲಮಾರ್ಗವಾಗಿ ಪನಾಮಕ್ಕೆ ಕಳುಹಿಸಲು ತಲಾ ಸಾವಿರ ಡಾಲರ್ ನಷ್ಟ ಮಾಡಿಕೊಳ್ಳುವುದು ಅವನಿಗಿಷ್ಟವಿರಲಿಲ್ಲ. ಸನ್ನಿವೇಶವನ್ನು–ಪರಿಹಾರವನ್ನು ಎಲ್ಲರಿಗೂ ವಿವರಿಸಿ ಕಾರ್ಲೋಸನು ಪರದೇಶಿಗಳ ನಿರ್ಣಯಕ್ಕೆ ಕಾದು ಕುಳಿತ.

ವಾರ್ತಾ ಪತ್ರಿಕೆಗಳಲ್ಲಿ, ದೂರದರ್ಶನದಲ್ಲಿ, ಪ್ರಜೆಗಳ ಬಾಯಿಯಲ್ಲಿ, ಕೊಲಂಬಿಯಾದ ಕರ್ಮಕಾಂಡ ತಾಂಡವವಾಡುತ್ತಿತ್ತು. ತಮ್ಮ ನಾಯಕನ ಹತ್ಯೆಯಿಂದ ರೊಚ್ಚಿಗೆದ್ದಿದ್ದ ಕ್ರಾಂತಿಸೇನೆ ಕೊಲಂಬಿಯಾದ ಸರಕಾರದೊಡನೆ ಯುದ್ಧ ಘೋಷಿಸಿ,ಸೈನಿಕರ ಮೇಲೆ ಗುಂಡಿನ ದಾಳಿ ನಡೆಸಿತ್ತು. ಕದನ ಭೀಕರವಾಗಿ, ಕೊಲಂಬಿಯಾದಿಂದ ನಿರಾಶ್ರಿತರು ಎಕ್ವಡೋ ದೇಶಕ್ಕೆ ಹಿಂಡುಹಿಂಡಾಗಿ ಬರತೊಡಗಿದರು. ಇದೆಲ್ಲವನ್ನೂ ನೋಡಿದ ನಂತರ, ಪಾಂಡವರ ಮನಸ್ಸು ಬದಲಾಯಿತು. ಪ್ರದೀಪನೇ ಯಶವಂತಸಿಂಹನೊಡನೆ ನೇರವಾಗಿ ದೂರವಾಣಿಯಲ್ಲಿ ಮಾತನಾಡಿ, ಐನೂರು ಡಾಲರ್‌ಗೆ ಪನಾಮಾ ದಡ ಮುಟ್ಟಿಸಲು ವಿನಂತಿಸಿದ. "ಆಗಲಿ" ಎಂದು ಯಶವಂತ ಒಪ್ಪಿಕೊಂಡರೂ,

ಇತರೆ ಪಾಂಡವರು" ನಮ್ಮ ಹತ್ತಿರ ಇರುವುದೇ ನೂರು ಡಾಲರ್" ಎಂದು ಗೋಗರೆದರು. ಪಕ್ಕಾ ಪಾಕಡಾ ಆಸಾಮಿಗಳಾದ ಇತರೆ ಪಾಂಡವರೊಂದಿಗೆ ಬೇರೆ ರೀತಿಯ ಒಪ್ಪಂದ ಮಾಡಿಕೊಂಡಿದ್ದ ಯಶವಂತಸಿಂಹನಿಗೆ ಅವರೊಡನೆ ಮನಸ್ತಾಪ ಕಟ್ಟಿಕೊಳ್ಳುವುದು ಇಷ್ಟವಿರಲಿಲ್ಲ. ವಿಧಿ ಇಲ್ಲದೇ "ಹಾಳಾಗಿ ಹೋಗಲಿ" ಎನ್ನುತ್ತಾ ಯಶವಂತನು, ಪಾಂಡವರನ್ನು ಸಮುದ್ರಮಾರ್ಗದಲ್ಲಿ ರವಾನೆ ಹಾಕಲು ಕಾರ್ಲೋಸನಿಗೆ ಆದೇಶಿಸಿದ. ಕಾರ್ಲೋಸ್, ಸರಕುಹಡಗಿನಲ್ಲಿ ನೌಕರನಾಗಿದ್ದ ತನ್ನ ಹಳೆಯ ಮಿತ್ರ ಹೋರ್ಕಾ ಎಂಬುವನ ನೆರವು ಪಡೆದು ಪಾಂಡವರನ್ನು ಸಾಗಿಸಲು ವ್ಯವಸ್ಥೆ ಮಾಡಿದ.

ಎಕ್ವಡೋರ್ ದೇಶದಿಂದ ಸರಕನ್ನು ರಫ್ತು ಮಾಡುವ ಹಡಗುಗಳಲ್ಲಿ ಪಾಂಡವರನ್ನು "ಕೂಲಿಯಾಳು"ಗಳ ವೇಷದಲ್ಲಿ ಪನಾಮ ದೇಶಕ್ಕೆ ರವಾನೆ ಹಾಕಲು ಕಾರ್ಲೋಸನು ಎಲ್ಲಾ ವ್ಯವಸ್ಥೆ ಮಾಡಿದ. ಪ್ರಯಾಣದ ಖರ್ಚಿಗಿಂತಲೂ, "ಕೂಲಿಯಾಳು"ಗಳನ್ನಾಗಿ ಪರಿವರ್ತಿಸಲು, ನೌಕಾಧಿಕಾರಿಗಳಿಗೆ ಕೊಡಬೇಕಾದ ಲಂಚವೇ ಅತಿಯಾಗಿತ್ತು. ಅಕ್ರಮವಾಗಿ ಕೂಲಿಗಳ ವೇಷದಲ್ಲಿ ವಲಸಿಗರನ್ನು ಸಾಗಿಸುವುದು ಸರಕುಹಡಗಿನ ನೌಕರರಿಗೆ ಸಾಮಾನ್ಯವಾಗಿತ್ತು. ಎಕ್ವಡೋರಿನ ಪಶ್ಚಿಮತೀರದಲ್ಲಿರುವ ಮಾಂಟಾ ರೇವುಪಟ್ಟಣ ಆ ದೇಶದ ರಫ್ತು ರಾಜಧಾನಿ. ರಸಬಾಳೆ ಮತ್ತು ಪಚ್ಚಬಾಳೆ ಹಣ್ಣುಗಳು ಎಕ್ವಡೋ ದೇಶದ ಪ್ರಮುಖ ಕೃಷಿ ಉತ್ಪನ್ನಗಳು. ಕಾರ್ಲೋಸನು ಇಂತಹ ಕೃಷಿ ಸರಕು ಹಡಗಿನಲ್ಲಿ ಪಾಂಡವರಿಗೆ ಅವಕಾಶ ಮಾಡಿಕೊಟ್ಟು ತಾನೂ ಅವರೊಡನೆ ಪನಾಮಾ ದೇಶಕ್ಕೆ ಮಾಂಟಾ ನಗರದಿಂದ ತೆರಳಿದ.

ಮಾಂಟಾದಿಂದ ಪನಾಮಾ ದೇಶಕ್ಕೆ ಜಲಮಾರ್ಗದಲ್ಲಿ ಎರಡು ದಿನದ ಪ್ರಯಾಣ. ನಿಧಾನವಾಗಿ ಮಂದಗತಿಯಲ್ಲಿ ಚಲಿಸುವ ಹಡಗಿನಲ್ಲಿ ಕಾಲ ಕಳೆಯುವುದೇ ಒಂದು ದೊಡ್ಡ ಕೆಲಸ. ಜಗತ್ತಿನ ಅತ್ಯಂತ ವಿಶಾಲವಾದ ಪ್ರಶಾಂತ ಸಾಗರದ ವಿಸ್ತಾರವನ್ನು ಕಣ್ಣಿಂದ ನೋಡಿ ಅನುಭವಿಸುವ ಸುಯೋಗ ಪಾಂಡವರಿಗೆ ಲಭಿಸಿತ್ತು. ಪ್ರದೀಪನಿಗೆ ಮೊದಲು ಸ್ವಲ್ಪ ಬೇಸರವೆನಿಸಿದರೂ, ಸಾಗರ ದೃಶ್ಯ ಅವನ ಮನದಲ್ಲಿ ಅನಂತತೆಯ ಬಗ್ಗೆ ಅರಿವು ಮೂಡಿಸಿತ್ತು. ಹಡಗು ಸಮುದ್ರದ ಮಧ್ಯದಲ್ಲಿದ್ದಾಗ ಸುತ್ತಲೂ ಎಲ್ಲಿ ನೋಡಿದರೂ ದಿಗಂತದಲ್ಲಿ ನೀರೇ ಆಕಾಶವನ್ನು ಮುಟ್ಟಿದಂತಹ ನೋಟ ಮನೋಜ್ಞವಾಗಿತ್ತು. ಸ್ವಚ್ಛಂದ ನೀಲಗಗನದಿಂದ ಸೂರ್ಯನು ಸಮುದ್ರದಲ್ಲಿ ಮುಳುಗುವ ದೃಶ್ಯವನ್ನು ಮೊದಲಬಾರಿಗೆ ವೀಕ್ಷಿಸಿದ ಪ್ರದೀಪನಿಗೆ ಮರೆಯಲಾಗದ ಅನುಭವವಾಗಿತ್ತು.

ಐನೂರು ಡಾಲರುಗಳನ್ನು ಈ ಪ್ರಯಾಣಕ್ಕೆ "ಇತರೆ" ಖರ್ಚಾಗಿ ಕೊಟ್ಟಿದ್ದು ಸಾರ್ಥಕವಾಯಿತು ಎನಿಸಿತು.

ಪಾಂಡವರ ಹಾಗೆ, ಎಕ್ವಡೋರ್ ದೇಶದ ಹಲವಾರು ವಲಸಿಗರೂ ಇದೇ ಸರಕುಹಡಗಿನಲ್ಲಿ ಪ್ರಯಾಣ ಮಾಡುತ್ತಿದ್ದರು. ಅವರಲ್ಲಿ ಮೂವರು ಲಲನೆಯರೂ ಇದ್ದರು. ಹಡಗಿನ ನೌಕರರೇ ಇವರಿಗೆ ಮುಖ್ಯ ಗಿರಾಕಿಗಳಾದರೂ, ಹಣ ಕೊಡುವವರೆಲ್ಲರೂ ಅವರಿಗೆ "ಪ್ರಿಯತಮ"ರಾಗುತ್ತಿದ್ದರು. ಹಡಗನ್ನು ಹತ್ತಿದ ಕೂಡಲೇ ಅರ್ಜುನನಿಗೆ ಲಲನೆಯರ ಪರಿಚಯವಾದರೂ, ಅವನಿಗೆ ಆಸಕ್ತಿ ಮೂಡದೇ, ತಟಸ್ಥನಾಗಿದ್ದ. ವಿಜಯನೇ ಕೇಣಕುತ್ತಾ, "ಅರ್ಜುನ, ನೋಡಮ್ಮಾ. ಈ ಹುಡುಗೀರನ್ನ ಹೆಂಡ್ತಿ ಮಾಡಿಕೋ" ಚುಡಾಯಿಸುತ್ತಿದ್ದ.

ಕಾರ್ಲೋಸನು ಪಾಂಡವರನ್ನು ಆಗಿಂದಾಗ್ಗೆ ವಿಚಾರಿಸಿಕೊಳ್ಳುತ್ತಿದ್ದ. ಲಲನೆಯರ ಬಗ್ಗೆ ಎಚ್ಚರಿಸುತ್ತಾ, "ಈ ಹುಡುಗೀರ ಹತ್ತಿರ ಸುಳಿಯಬೇಡಿ. ನಿಮ್ಮ ಆರೋಗ್ಯ ಕೆಡುತ್ತೆ" ಎಂದು ತಿಳಿಸಿದ. ಕಾರ್ಲೋಸನ ಹಿತವಚನಕ್ಕೆ ಪಾಂಡವರೆಲ್ಲರೂ ಧನ್ಯವಾದ ಅರ್ಪಿಸಿದರು.

ಎರಡು ದಿನಗಳ ಸುದೀರ್ಘ ಪ್ರಯಾಣದ ನಂತರ, ಹಡಗು ಪನಾಮಾ ದೇಶವನ್ನು ತಲುಪಿತು. ದಕ್ಷಿಣ ಅಮೇರಿಕಾ ಖಂಡವನ್ನು ಬಿಟ್ಟು ಮಧ್ಯ ಅಮೇರಿಕಾವನ್ನು ಮುಟ್ಟಿತ್ತು.

ಉತ್ತರ ಅಮೇರಿಕಾ ಖಂಡದಲ್ಲಿ ಕೆನಡಾ, ಅಮೇರಿಕಾ ಸಂಯುಕ್ತ ಸಂಸ್ಥಾನ, ಮತ್ತು ಮೆಹಿಕೋ ದೇಶಗಳನ್ನು ಹೊರತುಪಡಿಸಿ, ಉಳಿದ ಸಣ್ಣ ದೇಶಗಳಾದ ಗ್ವಾಟೆಮಾಲಾ, ಎಲ್ ಸಾಲ್ವಡೋರ್, ಬೆಲೀಜ್, ಹೋಂಡೂರಾಸ್, ಕೋಸ್ಟಾರೀಕಾ, ನಿಕರಾಗುವ, ಮತ್ತು ಪನಾಮಾ ದೇಶಗಳನ್ನು "ಮಧ್ಯ ಅಮೇರಿಕಾ ರಾಷ್ಟ್ರಗಳು" ಎಂದು ಕರೆಯುವುದು ವಾಡಿಕೆಯಲ್ಲಿದೆ. ದಕ್ಷಿಣದಲ್ಲಿ ಪನಾಮಾ, ಉತ್ತರದಲ್ಲಿ ಗ್ವಾಟೆಮಾಲಾ ಮಧ್ಯ ಅಮೇರಿಕಾದ ಮೇರೆಗಳು. ಮಧ್ಯ ಅಮೇರಿಕಾವನ್ನು ದಾಟಲು ಪಾಂಡವರು ಸಾವಿರದ ಐನೂರು ಮೈಲಿಗಳ ಪ್ರಯಾಣವನ್ನು ಭೂಮಾರ್ಗವಾಗಿ ಕೈಗೊಳ್ಳಬೇಕಿತ್ತು.

ಪನಾಮಾ ಪ್ರಯಾಣದ ಮೊದಲನೆಯ ದೇಶ. ಬೃಹತ್ ಭೂಖಂಡಗಳ ಮಧ್ಯೆ ಸೇತುವೆಯಂತೆ ಇರುವ ಪನಾಮಾ ದೇಶದ ವಿಶೇಷ ಪನಾಮಾ ಕಾಲುವೆ.

ಪಶ್ಚಿಮದ ಬದಿಯಲ್ಲಿರುವ ಪ್ರಶಾಂತ ಮಹಾಸಾಗರ ಮತ್ತು ಪೂರ್ವದಲ್ಲಿರುವ ಅಟ್ಲಾಂಟಿಕ್ ಮಹಾಸಾಗರದ ಮಧ್ಯೆ, ಹಡಗುಗಳಿಗೆ ಜಲಮಾರ್ಗವನ್ನು ಕಲ್ಪಿಸುವ ಪನಾಮಾ ಕಾಲುವೆ ಎಂಬತ್ತು ಕಿಲೊಮೀಟರ್ ಉದ್ದವಿದೆ. ಈಜಿಪ್ಟ್ ದೇಶದ ಸೂಯಜ್ ಕಾಲುವೆಯಂತೆ, ಪನಾಮಾ ಕಾಲುವೆ ಮಾನವ ನಿರ್ಮಿತ ರಚನೆ. ಎರಡು ಲಕ್ಷ ಜನರ, ಹತ್ತು ವರ್ಷದ ಪರಿಶ್ರಮದ ಫಲ. ಸಮುದ್ರಮಟ್ಟದಿಂದ ಐವತ್ತು ಅಡಿ ಎತ್ತರಕ್ಕೆ ಚಾಚಿದ ಕಾಲುವೆಗೆ ಹಡಗುಗಳನ್ನು ನೀರಿನಲ್ಲಿ ತೇಲಿಸುತ್ತಾ ಎತ್ತುವ ಸಾಧನಗಳು ರೋಚಕವಾಗಿವೆ.

ಗಾತ್ರದಲ್ಲಿ ಗಗನಚುಂಬಿ-ಕಟ್ಟಡಗಳನ್ನು ಹೋಲುವ ಹಡಗುಗಳನ್ನು ಪನಾಮಾ ಕಾಲುವೆಯಲ್ಲಿ ಐವತ್ತು ಅಡಿ ಎತ್ತರಕ್ಕೇರಿಸಿ ಸಾಗಿಸಲು ಕಟ್ಟಿರುವ ಮಟ್ಟಕಟ್ಟೆಗಳು-ಕಮರಿಗಳು ತಾಂತ್ರಿಕಲೋಕದ ವಿಸ್ಮಯಗಳಾಗಿವೆ. ಮಟ್ಟಕಟ್ಟೆಗಳಲ್ಲಿ ನೀರನ್ನು ತುಂಬಿಸಲು ಅಳವಡಿಸುವ ರೇಚಕಗಳು ನೀರಿನ ಹೊಳೆಗಳನ್ನೇ ಹರಿಸುವಷ್ಟು ಶಕ್ತಿಯುತವಾಗಿವೆ. ಕಾಲುವೆಯ ಅಂಗವಾಗಿ ನಿರ್ಮಿಸಿರುವ ಗೇಟನ್ ಸರೋವರ ಕೂಡ ಬಹುದೊಡ್ಡ ಮಾನವ ನಿರ್ಮಿತ ಸರೋವರ. ಪನಾಮಾ ಕಾಲುವೆ ಎಂಟನೆಯ ಅದ್ಭುತವೆಂದೇ ಹೆಸರುವಾಸಿಯಾಗಿದೆ. ಪ್ರತಿದಿನ ಐವತ್ತು ಹಡಗುಗಳು ಕಾಲುವೆಯನ್ನು ದಾಟುತ್ತವೆ.

ಕಾರ್ಲೋಸನ ವಲಸಿಗರಿದ್ದ ಸರಕು ಹಡಗು ಈ ಕಾಲುವೆಯನ್ನು ದಾಟುವಾಗ, ಪಾಂಡವರು ಮೈಯಲ್ಲಾ ಕಣ್ಣಾಗಿ ಕಾಲುವೆಯನ್ನು ನೋಡಿದರು. ಕಾರ್ಲೋಸನು ವೀಕ್ಷಕ ವಿವರಣೆಯನ್ನು ನೀಡುತ್ತಿದ್ದ. ತೇಲುತ್ತಾ ಮೇಲಕ್ಕೆ ಬಂದ ನಂತರ ಹಡಗು ಗೇಟನ್ ಸರೋವರದಲ್ಲಿ ಮುಂದುವರಿಯಿತು. ಕೊನೆಯಲ್ಲಿ ರೇವುಪಟ್ಟಣವನ್ನು ತಲುಪಿದಾಗ, ಕಾರ್ಲೋಸನು ಪಾಂಡವರನ್ನು ತನ್ನ ಹಡಗಿನಿಂದ "ಕೂಲಿಗಳ" ದ್ವಾರದಲ್ಲಿ ಇಳಿಸಿಕೊಂಡ. ಪನಾಮ ದೇಶವನ್ನು ತಲುಪಿದ ಕೂಡಲೇ, ಕಾರ್ಲೋಸನು ಪಾಂಡವರಿಗೆಲ್ಲಾ "ಮಿತ್ರರೇ, ದೊಡ್ಡ ಗಂಡಾಂತರದಿಂದ ಪಾರಾದೆವು" ಎಂದು ದೇವರಿಗೆ ಕೈಮುಗಿದ. ಪ್ರಯಾಣದಲ್ಲಿ ಅದ್ಭುತ ದೃಶ್ಯಗಳನ್ನು ಕಂಡು ಆನಂದಿಸಿದ್ದ ಪ್ರದೀಪನು, "ಕಾರ್ಲೋಸ್, ಹಡಗು ಪ್ರಯಾಣ ಅಮೋಘವಾಗಿತ್ತು. ಐನೂರು ಡಾಲರ್ ಕೊಡಬಹುದು" ಎಂದು ಧನ್ಯತೆಯನ್ನು ಸೂಚಿಸಿದ. ವಿಜಯನು "ಶ್ರೀಲಂಕದಿಂದ ರಾಮೇಶ್ವರಕ್ಕೆ ಪ್ರಯಾಣ ಹೀಗೇ ಇರುತ್ತೆ" ಎಂದು ವ್ಯಾಖ್ಯಾನ ಮಾಡಿದ.

ಅಮೇರಿಕಾದ ಅಧೀನದಲ್ಲಿದ್ದ ಪನಾಮಾ ದೇಶ, ಹೆಚ್ಚು ಕಡಿಮೆ ಅಮೇರಿಕಾದ ನಾಗರಿಕತೆಯನ್ನು-ಸಂಸ್ಕೃತಿಯನ್ನು ಪ್ರತಿಬಿಂಬಿಸುತ್ತದೆ. ಹಿತಕರ ವಾತಾವರಣ ಇರುವುದರಿಂದಲೂ ಮತ್ತು ಜೀವನವೆಚ್ಚ ಕಡಮೆಯಾಗಿರುವುದರಿಂದಲೂ, ಸಾಕಷ್ಟು ಅಮೇರಿಕನ್ನರು ನಿವೃತ್ತಿಯ ನಂತರ ಇಲ್ಲಿ ನೆಲೆಸುತ್ತಾರೆ. ಕಾರ್ಲೋಸನು ವಲಸಿಗರಿಗೆ ಸಾರ್ವಜನಿಕ ಯಾತ್ರಾ ತಾಣದಲ್ಲಿ ತಂಗುವ ವ್ಯವಸ್ಥೆ ಮಾಡಿದ. ಪನಾಮಾ ನಗರ ದರ್ಶನವನ್ನೂ ಆಯೋಜಿಸಿದ.

ನ್ಯೂಯಾರ್ಕ್ ನಗರದ ಶೈಲಿಯಲ್ಲಿಯೇ ನಿರ್ಮಿತವಾಗಿರುವ ಪನಾಮಾ ನಗರ, ಮರಿ ಮೆನ್-ಹ್ಯಾಟನ್ ನಂತೆಯೆ ಇದೆ. ಬಹುಮಹಡಿಯ ಗೃಹಸ್ತೋಮಗಳಿಂದ ಸಾಲಂಕೃತವಾದ ಸಮುದ್ರತೀರ, ಮುಂಬೈ ನಗರದ ಮರೀನಾ ತೀರವನ್ನು ನೆನಪಿಗೆ ತರುತ್ತದೆ. ಅಮಡೋರ್ ಕಾಸವೇ ಎಂಬ ಒಡ್ಡುದಾರಿಯಿಂದ ಇಡೀ ಪನಾಮಾ ನಗರ, ಸುತ್ತಮುತ್ತಲಿನ ದ್ವೀಪಸಮೂಹ ಹಾಗೂ ಪನಾಮಾ ಕಾಲುವೆಯ ಮಟ್ಟಕಟ್ಟೆಗಳು, ಪಕ್ಷಿನೋಟದಲ್ಲಿ ಚೆನ್ನಾಗಿ ಕಾಣುತ್ತವೆ. ಕಾರ್ಲೋಸನು ಕಾಲುವೆಯ ಬಗ್ಗೆ ವರ್ಣಿಸುತ್ತಾ, "ಪ್ರತಿ ವರ್ಷ ವಸಂತ ಮಾಸದಲ್ಲಿ ಇಲ್ಲಿ ತೆಪ್ಪದೋಣಿ ಪಂದ್ಯ ನಡೆಯುತ್ತದೆ. ನೂರಾರು ಬಣ್ಣಬಣ್ಣದ ತೆಪ್ಪದೋಣಿಗಳು, ಸಾವಿರಾರು ಜನ ಸ್ಪರ್ಧಿಗಳು" ಎಂದ. ಆಗ ಸೆಲ್ವಮ್, "ಕೇರಳದಲ್ಲೂ ಇಂತಹ ತೆಪ್ಪದೋಣಿ ಪಂದ್ಯ ನಡೆಯುತ್ತದೆ. ನಾನು ನೋಡಿದ್ದೇನೆ. ತುಂಬಾ ಸುಂದರವಾಗಿರುತ್ತದೆ" ಎಂದ. ರಾಜಬೀರನು "ಕೇರಳ ಯಾವದೇಶದಲ್ಲಿದೆ?" ಎಂದು ಕೇಳಿದಾಗ, "ಏ ಹನ್ನೆರಡು ಗಂಟೆ, ಕರ್ನಾಟಕದ ಪಕ್ಕದಲ್ಲಿದೆ" ಎಂದು ವಿಜಯನ್ ವಿವರಿಸಿದ.

ಪನಾಮಾ ಮೂಲ ನಿವಾಸಿಗಳ ಬಗ್ಗೆ ವಿಚಾರಿಸುತ್ತಾ ಪ್ರದೀಪನು, "ಕಾರ್ಲೋಸ್, ಈ ದೇಶದಲ್ಲಿ ಮೂಲನಿವಾಸಿಗಳು, ಪನಾಮ ಇಂಡಿಯನ್ಸ್ ಇಲ್ಲವಾ?"

"ಇದಾರೆ ಇದಾರೆ, ಒಂದು ಲಕ್ಷ ಜನ ಕಾಡುಮೇಡುಗಳಲ್ಲಿ ಇದಾರೆ. ಕೂನಾ ಇಂಡಿಯನ್ಸ್, ಗಯಾಮಿ ಇಂಡಿಯನ್ಸ್, ಟೆರಾಬಾ ಇಂಡಿಯನ್ಸ್" ಎಂದು ಮಾಹಿತಿ ನೀಡಿ ಕೊನೆಯಲ್ಲಿ ನಗುತ್ತಾ "ಇಂಡಿಯನ್ ಇಂಡಿಯನ್ಸೂ ಇದ್ದಾರೆ. ಹರೇ ಕೃಷ್ಣಾ ಭಕ್ತರು" ಎಂದ.

ಸಂಜೆ ಕಾರ್ಲೋಸನು ಪಾಂಡವರೆಲ್ಲರನ್ನೂ ಮನರಂಜನಾ ಬೀಡಿಗೆ ಕರೆದುಕೊಂಡು ಹೋಗಿ, ಕುಡಿಯುವ-ಕುಣಿಯುವ ತಾಣಗಳನ್ನೂ ತೋರಿಸಿದ.

ಪಾಂಡವರೆಲ್ಲರೂ ಮಿತವಾಗಿ ಕುಡಿದರು. ಅರ್ಜುನ ಮತ್ತು ಕಾರ್ಲೋಸರಿಬ್ಬರೂ ಸ್ವಲ್ಪ ಹೆಚ್ಚಾಗಿಯೇ ಕುಡಿದು, ಹಲವಾರು ಹುಡುಗಿಯರೊಡನೆ ಕುಣಿದರು. ಎಲ್ಲಾ ಆದಮೇಲೆ, ಕಾರ್ಲೋಸನು "ಪನಾಮಾದಲ್ಲಿ ಇನ್ನೂ ಇರಬೇಕಾ, ಅಥವ ನಾಳೇನೇ ಹೊರಡೋಣವಾ?" ಎಂದು ಕೇಳಿದಾಗ, ಎಲ್ಲರೂ ಒಮ್ಮತದಿಂದ "ನಾಳೇನೇ ಹೊರಡೋಣಾ ಗುರು" ಎಂದರು. ಕಾರ್ಲೋಸನು, "ಯಾಕ್ರಪ್ಪಾ ಪನಾಮಾ ಇಷ್ಟಾ ಅಗಲಿಲ್ಲವಾ?" ಎಂದು ಕೇಳಿ, "ಪನಾಮಾನೇ ಮಧ್ಯ ಅಮೇರಿಕಾದ ಶ್ರೀಮಂತ ದೇಶ. ಮುಂದೆ ಬರುವ ಎಲ್ಲಾ ದೇಶಗಳು, ಕೋಸ್ಟಾರೀಕಾ, ನಿಕರಾಗುವಾ, ಗ್ವಾಟೆಮಾಲಾ, ಮತ್ತು ಮೆಹಿಕೋ ಬಡ ದೇಶಗಳು..." ಎಂದು ಮುಗಿಸುವಷ್ಟರಲ್ಲಿ, ಅರ್ಜುನನು ನಗುತ್ತಾ, "ಬಡ ದೇಶದ ಹುಡುಗಿಯರೇ ಚೆಂದ. ಈ ಶ್ರೀಮಂತರಿಗೆ ಪೊಗರು ಜಾಸ್ತಿ" ಎಂದು ಪನಾಮಾದ ಹುಡುಗಿಯರನ್ನು ಅವಹೇಳನ ಮಾಡಿದ. ವಿಜಯನು "ಪನಾಮಾದಿಂದ ಬೇರೆ ವಲಸಿಗರು ಯಾರೂ ಬರಲ್ವೇನಪ್ಪಾ?" ಎಂದು ವಿಚಾರಿಸಿದಾಗ ಕಾರ್ಲೋಸನು "ಇಲ್ಲಿಂದ ಯಾರೂ ಇಲ್ಲಾ. ಗ್ವಾಟೆಮಾಲಾದಿಂದ ಒಂದು ತಂಡ ಬರುತ್ತೆ" ಎನ್ನುತ್ತಾ, "ಅರ್ಜುನ್, ಹುಡುಗೀರು ಬರಬಹುದು. ಬೇಕಂದ್ರೆ ನಿನ್ನ ಜೊತೇನೇ ಅಮೇರಿಕಾಗೂ ಬರ್ತಾರೆ. ಕರಕೊಂಡು ಹೋಗ್ತೀಯಾ?" ಎಂದು ಅರ್ಜುನನಿಗೆ ಆಸೆಯನ್ನು ಹುಟ್ಟಿಸಿದ.

ಮಾರನೆಯ ದಿನ ಸಾರ್ವಜನಿಕ ವಾಹನದಲ್ಲಿ ಪನಾಮಾ ದೇಶದ ಮೂಲಕ ಉತ್ತರದಲ್ಲಿರುವ ಕೋಸ್ಟಾರೀಕಾ ದೇಶದ ಕಡೆಗೆ ಪ್ರಯಾಣ ಪ್ರಾರಂಭವಾಯಿತು. ಉತ್ತರಾಭಿಮುಖವಾಗಿ ಎರಡು ಗಂಟೆಗಳ ಪ್ರಯಾಣದ ನಂತರ, ಎಲ್ ವಾಲಿ ಎಂಬ ಊರಿನ ಬಳಿ, "ಇಂಡಿಯಾ ಡಾರ್ಮಿಡಾ" ಬೆಟ್ಟಕ್ಕೆ ದಾರಿಯ ಸೂಚನೆಗಳನ್ನು ಕಂಡು, ಪ್ರದೀಪನು ಇದೇನೆಂದು ಕೇಳಿದ. ಇಂಡಿಯಾ ಡಾರ್ಮಿಡಾ ಎಂದರೆ ಅಂಗಾತಾಗಿ ಮಲಗಿರುವ ಇಂಡಿಯನ್ ಯುವತಿ ಎಂದರ್ಥ. ಪನಾಮಾದ ಕೂನಾ ಇಂಡಿಯನ್ಸ್ ದಂತಕತೆಯ ಪ್ರಕಾರ, ಭಗ್ನ ಹೃದಯಿಯಾದ ಹೆಂಗಳೆಯೊಬ್ಬಳು ತನ್ನ ಪ್ರಿಯತಮನಿಗಾಗಿ ಪ್ರಾಣ ತೆತ್ತು, ಅಂಗಾತಾಗಿ ಆಕಾಶವನ್ನು ದಿಟ್ಟಿಸಿ ನೋಡುತ್ತಾ, ಪ್ರಾಣವನ್ನು ಬಿಡುತ್ತಿರುವ ದೃಶ್ಯ. ಕಾರ್ಲೋಸನು ಕಥೆಯನ್ನು ಹೇಳಿದ ನಂತರ, ಸ್ವಲ್ಪ ಸಮಯದಲ್ಲಿಯೇ "ಇಂಡಿಯಾ ಡಾರ್ಮಿಡಾ" ಬೆಟ್ಟ ಕಾಣಬಂದಿತು. ವಾಹನದ ಚಾಲಕನೇ ಪ್ರಯಾಣಿಕರೆಲ್ಲರಿಗೂ ಬೆಟ್ಟದ ಬಗ್ಗೆ ತಿಳಿಸಿ, ಮಾರ್ಗದಲ್ಲಿದ್ದ ನೋಟತಾಣದಲ್ಲಿ ವಾಹನವನ್ನು ನಿಲ್ಲಿಸಿ, ಪ್ರಯಾಣಿಕರು ಬೆಟ್ಟವನ್ನು ವೀಕ್ಷಿಸಲು ಕಾಲಾವಕಾಶವನ್ನು

ಕೊಟ್ಟ. ಪಾಂಡವರೆಲ್ಲರೂ ಆಚೆ ಬಂದು ಬೆಟ್ಟದ ಹಿನ್ನೆಲೆಯಲ್ಲಿ ಚಿತ್ರ ತೆಗೆದುಕೊಂಡರು. "ಇಂಡಿಯಾ ಡಾರ್ಮಿಡಾ" ಬೆಟ್ಟದ ದೃಶ್ಯ ಪ್ರದೀಪನ ಹೃದಯದಲ್ಲಿ ಪ್ರೇಮದ ಕಿಚ್ಚನ್ನು ಹಚ್ಚಿತ್ತು. ಸುಮನಾ ತನಗಾಗಿ ಹೀಗೆಯೇ ಆಕಾಶವನ್ನು ನೋಡುತ್ತಾ ಕಾಯಿತ್ತಿದ್ದಾಳೆಂಬುದು ಅವನ ಮನಸ್ಸಿನಲ್ಲಿ ಅಚ್ಚಳಿದಿತ್ತು. ಪನಾಮಾ ದೇಶದ "ಇಂಡಿಯಾ ಡಾರ್ಮಿಡಾ" ಪ್ರದೀಪನಿಗೆ ದಂತಕತೆಯಾಗಿರಲ್ಲಿಲ್ಲ ಸ್ವಂತ ಕಥೆಯಾಗಿತ್ತು. ಕಾರ್ಲೋಸನು ಇಂಡಿಯಾ ಡಾರ್ಮಿಡಾದ ಮೇಲೆ ವ್ಯಾಖ್ಯಾನ ಮಾಡುತ್ತಾ..

"ಇಂಡಿಯಾ ಹುಡುಗೀರು ಮೆಚ್ಚಿದವನಿಗೆ ಪ್ರಾಣವನ್ನೇ ಮುಡಿಪಾಗಿಡುತ್ತಾರಂತೆ. ಇದೇ ಈ ಬೆಟ್ಟದ ಸಂದೇಶಾ" ಎಂದು ಹೇಳಿ, ಪಾಂಡವರನ್ನು ಉದ್ದೇಶಿಸಿ "ನಿಮಗೆ ಇಂತಹ ಹುಡುಗಿ ಇದಾಳಾ?" ಎಂದು ಪಾಂಡವರನ್ನೆಲ್ಲಾ ನೋಡುತ್ತಾ ಪ್ರಶ್ನಿಸಿದಾಗ, ಅರ್ಜುನನು "ಇದ್ದಿದ್ದರೆ ನಾನು ಇಲ್ಲಿಗಂಟ ಬರ್ತಿರಲಿಲ್ಲಾ" ಎಂದ. ಪ್ರದೀಪನು ಮೌನವಾಗಿ ತಲೆತೂಗುತ್ತಾ ಹೌದೆಂದು ಸೂಚಿಸಿದ.

ಕಾರ್ಲೋಸನು "ಹೌದಾ. ಪಂಡಿತ್ ಪ್ರದೀಪ್. ಆಕೆಯ ಚಿತ್ರ ಇದೆಯಾ?"

ಪ್ರದೀಪನು ತನ್ನ ಸಂಚಯದಿಂದ ಸುಮನಾಳ ಚಿತ್ರವನ್ನು ತೋರಿಸಿದಾಗ ಕಾರ್ಲೋಸನು "ನೀನು ಅದೃಷ್ಟವಂತ" ಎಂದು ಅಭಿನಂದಿಸಿದ. ನಂತರ ಪ್ರದೀಪನು "ಈ ಬೆಟ್ಟದ ಮೇಲಕ್ಕೆ ಹೋಗಬಹುದೇ?" ಎಂದು ಕೇಳಿದಾಗ, ಕಾರ್ಲೋಸನು "ಅಗತ್ಯವಾಗಿ. ಅಲ್ಲಿ ಕೂನಾ ಇಂಡಿಯನ್ ಸ್ಮಾರಕ-ದೇವಾಲಯವೂ ಇದೆ" ಎಂದ. ಪ್ರದೀಪನ ಮೌನ ಬೆಟ್ಟದೆ ಮೇಲೆ ಹೋಗುವ ಆಸೆಯನ್ನು ಸೂಸುತ್ತಿತ್ತು. ಅವನ ಇಂಗಿತವನ್ನು ಅರಿತುಕೊಂಡ ಕಾರ್ಲೋಸನು ಸಮಾಧಾನ ಹೇಳುತ್ತಾ, "ಪಂಡಿತ್ ಪ್ರದೀಪ್, ಇಂತಹ ಸ್ಮಾರಕಗಳು, ಬೆಟ್ಟಗಳು, ದೇವಾಲಯಗಳು, ದಾರಿಯಲ್ಲಿ ನೂರಾರು ಬರ್ತವೆ. ನಿಮಗೆಲ್ಲಾ ಎಲ್ಲಿ ಇರಬೇಕು ಅನ್ನಿಸಿದರೆ ಅಲ್ಲಿ ನಿಲ್ಲೋಣಾ, ತಂಗೋಣಾ" ಎಂದು ಅಭಯವನ್ನಿತ್ತ. ಪ್ರದೀಪನಿಗೆ ಈ ದಿನ ಇಲ್ಲೇ ಇದ್ದು, ಆ ಬೆಟ್ಟವನ್ನು ಹತ್ತಬೇಕೆಂಬ ಆಸೆ ಮೂಡಿತಾದರೂ, ತನ್ನಾಸೆಯನ್ನು ಮುಂದೂಡಬೇಕಾಯಿತು.

ಪ್ರಯಾಣ ಲವಲವಿಕೆಯಿಂದ ಸಾಗುತ್ತಾ ಸಂಜೆಯ ಹೊತ್ತಿಗೆ ಪನಾಮಾದ ಪಶ್ಚಿಮದಲ್ಲಿರುವ ಚಿರಿಕಿ ಸಂಸ್ಥಾನದ ರಾಜಧಾನಿ ಡೇವಿಡ್ ಎಂಬ ಊರು ಬಂದಿತು. ಚಿರಿಕಿ ಬೆಟ್ಟಗುಡ್ಡಗಳ ಪ್ರದೇಶ. ಪ್ರಕೃತಿ ಸೌಂದರ್ಯಕ್ಕೆ ಮತ್ತು

ಪಶುಪಾಲನೆಗೆ ಹೆಸರುವಾಸಿಯಾದ ಪ್ರದೇಶ. ಪನಾಮಾದ ಮೂಲನಿವಾಸಿಗಳು ವಾಸಿಸುವ ಹಲವಾರು ಹಳ್ಳಿಗಳು ಈ ಬೆಟ್ಟ ಪ್ರದೇಶದಲ್ಲಿ ಈಗಲೂ ಅಸ್ತಿತ್ವದಲ್ಲಿದ್ದು, ಪ್ರೇಕ್ಷಣೀಯ ಸ್ಥಳಗಳಾಗಿವೆ.

ಕಾರ್ಲೋಸನು ಡೇವಿಡ್ ನಗರದಲ್ಲಿ ಎರಡು ದಿನ ತಂಗಲು ವ್ಯವಸ್ಥೆ ಮಾಡಿದ್ದ.

ಇಲ್ಲಿಂದ ಕೋಸ್ಟಾರೀಕಾ ಕೇವಲ ಒಂದು ಗಂಟೆ ಪ್ರಯಾಣ. ಕೋಸ್ಟಾರೀಕಾಗೆ ಪ್ರವೇಶಿಸಲು ಹೊಸ ಪ್ರವೇಶಪತ್ರಗಳನ್ನು ಪಡೆಯಬೇಕಾಗಿತ್ತು. ಪಾಂಡವರು ಇನ್ನೂ ಪೆರು ದೇಶದ ಗುರುತುಪತ್ರಗಳಲ್ಲೇ ಇದ್ದರು. ಇದೇ ಪತ್ರಗಳ ಆಧಾರದ ಮೇಲೆ ಪ್ರವೇಶಪತ್ರಗಳನ್ನು, ಡೇವಿಡ್ ನಗರದಲ್ಲಿರುವ ಕೋಸ್ಟಾರೀಕಾ ವೀಸಾ ಅಧಿಕಾರಿಗಳಿಂದ ಮಾಡಿಸಲು, ಪಾಂಡವರೆಲ್ಲರೂ ಅಲ್ಲಿ ತಂಗಬೇಕಾಯಿತು. ಪಾಂಡವರಿಗೆಲ್ಲಾ ನಯನ ವಿಹಾರ ಮಾಡಲು ಸೂಚಿಸಿ, ಕಾರ್ಲೋಸನು ಪ್ರವೇಶಪತ್ರದ ಕೆಲಸಕ್ಕೆ ಹೋದ.

ಪಾಂಡವರು ನಗರ ದರ್ಶನಕ್ಕೆ ಹೊರಟರು. ಚಿಕ್ಕದಾದರೂ ಚೊಕ್ಕಾವಾದ ಡೇವಿಡ್ ನಗರ ನಿವೃತ್ತ ಸ್ವರ್ಗ. ಪನಾಮಾದ ಅತ್ಯಂತ ಉನ್ನತವಾದ ಚಿರಿಕಿ ಗಿರಿಶಿಖರದ ತಪ್ಪಲಲ್ಲಿ, ಸುಂದರವಾದ ಹೂತೋಟಗಳ ನಡುವೆ ಇರುವ ಈ ಪುಟ್ಟ ನಗರದಲ್ಲಿ "ಚಿಟ್ಟೆ ತೋಟ" ಹೆಸರುವಾಸಿಯಾಗಿದೆ. ದೊಡ್ಡ ಗಾಜಿನ ಮನೆಯೊಳಗೆ, ಬಗೆಬಗೆಯ ಹೂಬಿಟ್ಟಿರುವ ಸಸ್ಯಕುಂಡಗಳ ತೋಟದಲ್ಲಿ ನೂರಾರು ಬಣ್ಣಬಣ್ಣದ ಚಿಟ್ಟೆಗಳು ಮಕರಂದವನ್ನು ಹೀರುತ್ತಾ, ಹಾರಾಡುತ್ತಾ ನಲಿಯುತ್ತಿರುವ ದೃಶ್ಯ ಅಪೂರ್ವವಾಗಿತ್ತು. ಪಾಂಡವರು ನೋಡುತ್ತಾ ಅಡ್ಡಾಡುತ್ತಿರುವಾಗ, ಒಬ್ಬಾಕೆ ಬಂದು "ನೀವು ಭಾರತೀಯರಾ?" ಎಂದು ಪ್ರಶ್ನಿಸಿದಾಗ ಪ್ರದೀಪನೇ "ಹೌದು, ಹೌದು" ಎಂದು ಉತ್ತರಿಸಿದ. ಆಕೆ ಆ ಚಿಟ್ಟೆ ತೋಟದ ಮಾಲೀಕಳಾಗಿದ್ದಳು.

"ನಾನು, ನನ್ನ ಪತಿ ಭಾರತಕ್ಕೆ ಭೇಟಿ ನೀಡಿದ್ದೆವು. ಈ ಚಿಟ್ಟೆ ತೋಟಕ್ಕೆ ಭಾರತವೇ ಸ್ಫೂರ್ತಿ" ಎಂದಳು. ಭಾರತದ ರೇಶ್ಮೆಹುಳ ಸಾಕಾಣಿಕೆಯಂತೆಯೇ ಮೊಟ್ಟೆಯಿಂದ ಹುಳವಾಗಿಸಿ ಚಿಟ್ಟೆಯಾಗಿಸುವ ಬೇಸಾಯವನ್ನು ಮಾಡಿ ಈ ಪ್ರೇಕ್ಷಣೀಯ ತಾಣವನ್ನು ನಿರ್ಮಿಸಿದ್ದೇವೆಂದು ವಿವರಿಸಿದಳು. ಪ್ರದೀಪ ತಾನು ಮೈಸೂರಿನವನೆಂದು ಹೇಳಿದಾಗ ಆಕೆ ಇನ್ನಷ್ಟು ಸಂತೋಷದಿಂದ, "ಹೌದೆ? ನಾವು ಮೈಸೂರಿನಲ್ಲಿ ಒಂದು ವಾರ ಇದ್ದಿವಿ. ಅಲ್ಲೇ ಈ ರೇಶ್ಮೆ ಹುಳು ಸಾಕಾಣಿಕೆ ನೋಡಿದ್ದು" ಎಂದು ಆತ್ಮೀಯತೆಯಿಂದ ಮಾತನಾಡಿದಳು. ನಂತರ

ತನ್ನ ಗುರುತು ಹೇಳುತ್ತಾ, "ನನ್ನ ಹೆಸರು ಎಲಿಜ಼ಬೆಥ್. ನಾನು ನನ್ನ ಪತಿ ಇಂಗ್ಲೆಂಡಿನವರು. ಪನಾಮಾ ದೇಶಕ್ಕೆ ವಲಸೆ ಬಂದಿವಿ" ಎಂದು ಪರಿಚಯಿಸಿಕೊಂಡಾಗ ಪಾಂಡವರೆಲ್ಲರಿಗೂ ಅಚ್ಚರಿಪಟ್ಟರು. ಇಂಗ್ಲೆಂಡ್-ಅಮೇರಿಕಾ ದೇಶಗಳಿಗೆ ಹೋಗುವುದು ಭಾರತೀಯರಿಗೆ ಒಂದು ದೊಡ್ಡ ಕನಸಾಗಿರುವಾಗ, ಈ ದೊರೆಸಾನಿ ಇಂಗ್ಲೆಂಡ್ ಬಿಟ್ಟು ಬಂದಿರುವುದು ಸೋಜಿಗವೇ ಸರಿ. ಅರ್ಜುನ ಕೇಳಿಯೇ ಬಿಟ್ಟ, "ಮೇಡಮ್, ಇಂಗ್ಲೆಂಡ್ ಬಿಟ್ಟು ಇಲ್ಲಿಗೆ ಯಾಕೆ ಬಿಟ್ಟುಬಂದಿರಿ?"

ಎಲಿಜ಼ಬೆತಳಿಗೆ ಅರ್ಜುನನ ಪ್ರಶ್ನೆ ಸ್ವಲ್ಪ ವಿಚಿತ್ರವಾಗಿತ್ತು. ಕುತೂಹಲವೋ ಅಥವ ಕುಹಕವೋ ಅರ್ಥವಾಗದೆ, "ಅಲ್ಲಿ ವಿಪರೀತ ಜನಜಂಗುಳಿ. ಯಾವಾಗಲೂ ಮೋಡ-ಮಂಕು ಕವಿದ ವಾತಾವರಣ" ಎಂದು ತಿಳಿಸಿ, "ನೀವೆಲ್ಲಾ ಯಾಕೆ ನಿಮ್ಮ ದೇಶದಿಂದ ಇಲ್ಲಿಗೆ ಬಂದಿರಿ?" ಪ್ರತಿ ಪ್ರಶ್ನಿಸಿದಾಗ ಪಾಂಡವರು ಉತ್ತರಿಸಲು ಹಿಂದು-ಮುಂದು ನೋಡಿದರು. ಕೊನೆಗೆ ವಿಜಯನ್, "ನಾವೆಲ್ಲಾ ಯಾತ್ರಾರ್ಥಿಗಳು. ಪ್ರಪಂಚ ಪರ್ಯಟನೆ ಮಾಡ್ತಾಯಿದ್ದೀವಿ" ಎಂದು ದೊಡ್ಡ ಸುಳ್ಳನ್ನೇ ಹೇಳಿದ. ಇತರರು ಒಳಗೊಳಗೆ ನಗುತ್ತಾ ಸುಮ್ಮನಿದ್ದಾಗ ಎಲಿಜ಼ಬೆತಳು, "ಬೊಕೆಟ್ ನಗರಕ್ಕೆ ಹೋಗಿ. ಅಲ್ಲಿ ಇಂಡಿಯನ್ಸ್ ಇದ್ದಾರೆ. ಗ್ವೇಮಿ ಇಂಡಿಯನ್ಸ್. ಕ್ರಿಸ್ಟೋಫರ್ ಕೊಲಂಬಸ್ ಪ್ರಕಾರ ಅಮೇರಿಕಾ ದೇಶಗಳೆಲ್ಲಾ ಇಂಡಿಯಾ" ಎಂದು ನಗುತ್ತಾ ಹೇಳಿದಳು. ಆಕೆಯ ವ್ಯಾಖ್ಯಾನವನ್ನು ಕೇಳಿ ಪಾಂಡವರಿಗೆಲ್ಲಾ ಭಾರತಾಭಿಮಾನ ಉಕ್ಕಿಬಂದಿತು.

ಪನಾಮಾದ ಗ್ವೇಮಿ ಇಂಡಿಯನ್ಸ್ ಜನರ ಸಾಂಸ್ಕೃತಿಕ ರಾಜಧಾನಿ ಬೊಕೆಟ್. ಪೆರು ದೇಶದಲ್ಲಿರುವ ಶಿನಾಕರದಂತೆ, ಬೊಕೆಟ್‌ನಲ್ಲಿ ಈಗಲೂ ಮೂಲ ನಿವಾಸಿಗಳು ನೂರಾರು ವರ್ಷಗಳ ಹಿಂದೆ ಹೇಗೆ ಜೀವಿಸುತ್ತಿದ್ದರೋ ಹಾಗೆಯೇ ಬದುಕುತ್ತಿದ್ದಾರೆ.

ಪ್ರದೀಪನು "ನಾವು ಪೆರು, ಅಮೆಜಾನ್, ಎಕ್ವಡೋರ್, ದೇಶಗಳಲ್ಲಿನ ಇಂಡಿಯನ್ನರನ್ನು ನೋಡಿದ್ದೇವೆ" ಎನ್ನುತ್ತಾ ನಿರುತ್ಸಾಹವನ್ನು ವ್ಯಕ್ತಪಡಿಸಿದಾಗ, ಎಲಿಜ಼ಬೆತಳು, "ಇರಬಹುದು. ಆದರೆ ಗ್ವೇಮಿ ಇಂಡಿಯನ್ಸ್ ಬಹಳ ವಿಚಿತ್ರ. ಅವರು ಕಡುಬಡವರು. ಊಟ ಇಲ್ಲದಿದ್ದರೆ ಉಪವಾಸ ಮಾಡಿ ಸಾಯ್ತಾರೆ; ಆದರೆ ಭಿಕ್ಷೆ ಬೇಡಲ್ಲಾ" ಎಂದಳು.

"ಸ್ವಾಭಿಮಾನಿಗಳು" ಎಂದು ಪ್ರದೀಪನು ಮೆಚ್ಚುಗೆಯನ್ನು ವ್ಯಕ್ತಪಡಿಸಿದಾಗ, ಎಲಿಜಬೆತಳು ವ್ಯಂಗ್ಯವಾಗಿ ನಗುತ್ತಾ, "ಸ್ವಾಭಿಮಾಭಿಮಾನವೋ, ಸಾಯೋ ಅಭಿಮಾನವೋ?" ಎಂದಳು. ಪ್ರದೀಪನಿಗೆ ಗ್ವೇಮಿ ಇಂಡಿಯನ್ನರ ಮನಸ್ಥೈರ್ಯ ನಿಜವಾಗಿಯೂ ಆಶ್ಚರ್ಯವಾಗಿತ್ತು. ಹಟ ಸಾಧಿಸುವುದಕ್ಕಾಗಿ ಉಪವಾಸ ವ್ರತಗಳನ್ನೂ, ರಾಜಕೀಯ ಉದ್ದೇಶ ಸಾಧನೆಗಾಗಿ ಉಪವಾಸ ಸತ್ಯಾಗ್ರಹಗಳನ್ನೂ ಮಾಡುವ ಭಾರತದಲ್ಲಿ, ಊಟಕ್ಕಿಲ್ಲದಾಗ ಭಿಕ್ಷೆ ಬೇಡಲು ಹೋಗದೆ ಉಪವಾಸ ಮಾಡಿ ಸಾಯುವ "ಸ್ವಾಭಿಮಾನಿ"ಗಳನ್ನು ಕಂಡಿರಲಿಲ್ಲ. ಸಾಲದ ಹೊರೆಯನ್ನು ಭರಿಸಲಾಗದೆ ವಿಷಸೇವಿಸಿ ಕುಟುಂಬ ಸಮೇತ ಆತ್ಮಹತ್ಯೆಮಾಡಿಕೊಳ್ಳುವ ರೈತಬಾಂಧವರ ಸ್ವಾಭಿಮಾನ ಅಮೋಘವಾದುದಲ್ಲವೇ?

ಸ್ಪಾನಿಶ್ ದುರಾಕ್ರಮಣದಲ್ಲಿ ಸೋತು, ಅವರ ಕಿರುಕುಳವನ್ನು ತಡೆಯಲಾರದೆ ಗ್ವೇಮಿ ಇಂಡಿಯನ್ನರು ಪರ್ವತದ ಅಂತರಾಳದಲ್ಲಿರುವ ದಟ್ಟಕಾಡುಗಳಿಗೆ ಹೋಗಿ, ಹೊಸ ನೆಲೆಗಳನ್ನು ಕಟ್ಟಿದರು. ಬೊಕೆಟ್ ಅಂತಹ ಒಂದು ಊರಾಗಿತ್ತು. ಇತರೆ ಪಾಂಡವ ಮಿತ್ರರಿಗೆ ಬೊಕೆಟ್‌ಗೆ ಹೋಗುವುದಕ್ಕೆ ಅಷ್ಟೇನೂ ಇಷ್ಟವಿರಲಿಲ್ಲವಾದರೂ, ಪ್ರದೀಪನ ಸಂಗಡ ಹೊರಟರು. ಸಾರ್ವಜನಿಕ ವಾಹನದಲ್ಲಿ ಒಂದು ಗಂಟೆ ಪ್ರಯಾಣ, ಮನೋಹರವಾದ ಪರ್ವತ ದೃಶ್ಯದ ಹಿನ್ನೆಲೆಯಲ್ಲಿ, ಲೀಲಾಜಾಲವಾಗಿತ್ತು. ಪಾಂಡವರೊಡನೆ ಹಲವಾರು ಯೂರೋಪಿಯನ್ನರೂ ಬೊಕೆಟ್ ನಗರಕ್ಕೆ ಯಾತ್ರಾರ್ಥಿಗಳಾಗಿ ಬಂದಿದ್ದರು. ಪರಸ್ಪರ ಪರಿಚಯವಾಯಿತು.

ಗ್ವೇಮಿ ಇಂಡಿಯನ್ನರ ಮನೆಗಳು ಗುಡಿಸಲುಗಳಾಗಿದ್ದರೂ, ಅವರ ವೇಷ-ಭೂಷಣಗಳು ಬಣ್ಣಬಣ್ಣದ ಉಡುಪುಗಳಿಂದ, ಹೊಳೆಯುವ ಮಣಿಮಾಲೆಗಳಿಂದ, ಹಿಂದಿನ ಕಾಲದ ರಾಜರ ಆಸ್ಥಾನ ಉಡುಪಿನಂತೆ ಕಂಗೊಳಿಸುತ್ತಿದ್ದವು. ಅಲ್ಲಿ ಸುಮಾರು ಮಂದಿ ಹೆಂಗಳೆಯರಿದ್ದರು. ಸುಂದರವಾಗಿಯೂ ಇದ್ದರು. ಗ್ವೇಮಿ ಇಂಡಿಯನ್ನರು ಅಪರಿಚಿತ ಅತಿಥಿಗಳನ್ನು ಭಾರತದಲ್ಲಿನಂತೆ ತಿಂಡಿ-ತೀರ್ಥಗಳಿಂದ ಸತ್ಕರಿಸಿದರು. ಅರ್ಜುನ ಗ್ವೇಮಿ ಹುಡುಗಿಯರ ಮೇಲೆ ಕಣ್ಣಿಟ್ಟು ನೋಡುತ್ತಾ "ಈ ಹುಡುಗೀರು ಸಕತ್ತಾಗಿರಮ್ಮಾ" ಎಂದು ಉದ್ಗಾರ ತೆಗೆದ. ಪಕ್ಕದಲ್ಲಿದ್ದ ಯೂರೋಪಿಯನ್ನನು ಅದನ್ನು ಕೇಳಿಸ್ಕೊಂಡು ನಗುತ್ತಾ, "ಇಲ್ಲಿ ಗಂಡಾಗಿ ಹುಟ್ಟುವುದಕ್ಕೆ ಅದೃಷ್ಟ ಮಾಡಿರಬೇಕು" ಎಂದಾಗ, ಅರ್ಜುನನು "ಹಾಗಂದ್ರೆ" ಎಂದು ವಿಚಾರಿಸಿದ.

"ಗಂಡಸರು ಎಷ್ಟು ಜನ ಹುಡುಗೀರನ್ನ ಬೇಕಾದರೂ ಮದುವೆ ಆಗಬಹುದು" ಎಂದು ಆ ಯೂರೋಪಿಯನ್ ಉತ್ತರಿಸಿ ನಕ್ಕ. ನಂತರ ವಿಜಯನು ತಲೆಹಾಕಿ, "ನಮ್ಮ ದೇಶದಲ್ಲೂ ಹಿಂದಿನ ಕಾಲದಲ್ಲಿ, ಹೀಗೆ ಮಾಡ್ತಿದ್ದರು. ಬ್ರಿಟಿಷರು ಬಂದಮೇಲೆ ಈ ಸುಡುಗಾಡು, "ವಿಚ್ಛೇದನ" ವನ್ನು ಕಲಿಸಿ, ನಮ್ಮ ದೇಶದ ಹುಡುಗೀರ ಬುದ್ಧಿ ಕೆಡಿಸಿಬಿಟ್ಟರು" ಎಂದು ಹಾಸ್ಯ ಚಟಾಕಿಯನ್ನು ಹಾರಿಸಿದ. ಎಲ್ಲರೂ ನಕ್ಕರು.

ಹಾಗೆ ನೋಡುತ್ತಾ ಅಡ್ಡಾಡುತ್ತಿರುವಾಗ, ಅಸ್ವಸ್ಥಳಾಗಿದ್ದ ಮುದುಕಿಯೊಬ್ಬಳನ್ನು ನೋಡಿ, ಪ್ರವಾಸಿಗಳೆಲ್ಲರೂ ಆಕೆಯ ಬಗ್ಗೆ ವಿಚಾರಿಸಿದಾಗ, "ಏಕಾಂತವಾಗಿರುವುದೇ ಆರೈಕೆ" ಎಂದು ತಿಳಿಯಿತು. ವೈದ್ಯನಾಗಿದ್ದ ಪ್ರದೀಪನಿಗೆ ಎದೆ ಹೊಡೆದು ಹೋದಂತಾಯಿತು. ಗ್ವೇಮಿ ಮುಖಂಡನನ್ನು ಆ ಮುದುಕಿಯ ಬಗ್ಗೆ ವಿಚಾರಿಸಿದಾಗ, ಪ್ರತಿನಿತ್ಯ ಆಕೆಗೆ ಊಟೋಪಚಾರಗಳನ್ನು ಔಷಧಿಗಳನ್ನು ನೀಡುವುದಾಗಿಯೂ, ಆಕೆಯ ಖಾಯಿಲೆ ಬೇರೆ ಯಾರಿಗೂ ಬರದಿರಲೆಂದು ಆಕೆಯನ್ನು "ಏಕಾಂತ"ದಲ್ಲಿ ಇರಿಸಿರುವುದಾಗಿಯೂ ತಿಳಿಸಿದ. ಆಕೆಯ ಶರೀರ ಲಕ್ಷಣಗಳನ್ನು ನೋಡಿ, ಪ್ರದೀಪನಿಗೆ ಪೌಷ್ಟಿಕ ಆಹಾರವೇ ಆಕೆಗೆ ಉತ್ತಮ ಔಷಧಿಯೆಂದು ಅರಿವಾಯಿತು. ಗ್ವೇಮಿ ಮುಖಂಡನೊಡನೆ ತಾನು ವೈದ್ಯನೆಂದು ಪರಿಚಯಮಾಡಿಕೊಂಡು ಪ್ರದೀಪನು ಆಕೆಗೆ ಉತ್ತಮ ಆಹಾರ ನೀಡುವಂತೆ ಹೇಳಿ ನೂರು ಡಾಲರ್ ಹಣವನ್ನು ಕೊಡಲು ಹೋದಾಗ, "ನನಗೆ ಕೊಡಬೇಡಿ. ಅಲ್ಲಿ ನಮ್ಮ ನಿಧಿಹುಂಡಿಯಲ್ಲಿ ಹಾಕಿಬಿಡಿ" ಎಂದು ಹೇಳುತ್ತಾ ಕೃತಜ್ಞತೆಯೊಂದಿಗೆ ಕೈಮುಗಿದ. ಅದಕ್ಕೆ ಪ್ರತಿಯಾಗಿ ಪ್ರದೀಪನು ಹಸ್ತಲಾಘವವಿತ್ತು ಸ್ಪಂದಿಸಿದ.

ಪ್ರದೀಪನು ನೂರು ಡಾಲರುಗಳನ್ನು ಹುಂಡಿಯಲ್ಲಿ ಹಾಕಿದುದನ್ನು ನೋಡಿ, ಪಾಂಡವರೆಲ್ಲರೂ ತಮ್ಮ ಜೇಬುಗಳಿಗೆ ಕೈಹಾಕಿ, ಒಂದಿಷ್ಟನ್ನು ಹಾಕಿದರು. ತರುವಾಯ ಯೂರೋಪಿಯನ್ನರೂ ಹಾಕಿದರು.

ಎಲ್ಲರೂ ಮತ್ತೆ ಸಾರ್ವಜನಿಕ ವಾಹನದಲ್ಲಿ ಡೇವಿಡ್ ನಗರಕ್ಕೆ ಮರಳುವಾಗ, ಯೂರೋಪಿಯನ್ನನೊಬ್ಬ ಗ್ವೇಮಿ ಇಂಡೀಯನ್ನರ ಮತಾಚಾರಗಳ ಬಗ್ಗೆ ವ್ಯಾಖ್ಯಾನ ಮಾಡುತ್ತಾ, "ಈ ಇಂಡಿಯನ್ನರು ಇಷ್ಟು ನಿರ್ಗತಿಕರಾಗಿರುವುದಕ್ಕೆ ಕಾರಣವೇನು ಗೊತ್ತಾ?" ಎಂದಾಗ, ಎಲ್ಲರೂ ಸುಮ್ಮನಿದ್ದರು. ಅವನೇ ಮಾತು ಮುಂದುವರಿಸಿ "ಇವರು ಏಸು ಕ್ರಿಸ್ತನನ್ನು ಪೂಜಿಸುವುದಿಲ್ಲ. ಅದಕ್ಕೇ" ಎಂದ. ಅವನ ಮಾತು ಕೇಳಿ ಪಾಂಡವರು ಕೋಪಗೊಂಡರೂ, ಏನೂ ಹೇಳದೆ

ಸುಮ್ಮನಾದರು. ಜೊತೆಯಲ್ಲಿದ್ದ ಇನ್ನೊಬ್ಬ ಯೂರೋಪಿಯನ್ ಈ ಹೇಳಿಕೆಯನ್ನು ಪ್ರತಿಭಟಿಸುತ್ತಾ, "ಜಾನ್, ಅದು ಎಮ್ಮೆ ಸಗಣಿ. ಅವಿವೇಕದ ಮಾತುಗಳು" ಎಂದ. ಅವರವರಲ್ಲೇ ವಾಗ್ವಾದ ಶುರುವಾಯಿತು.

"ಡೇವಿಡ್, ಏಸುವನ್ನು ಧಿಕ್ಕರಿಸಿದವರಿಗೆ ಏನೂ ದಕ್ಕಲ್ಲ. ಅಮೇರಿಕಾ-ಯೂರೋಪ್ ಶ್ರೀಮಂತರಾಗಿರುವುದಕ್ಕೆ ಕಾರಣ ಕ್ರೈಸ್ತಮತ" ಎಂದು ಜಾನ್ ತನ್ನ ತರ್ಕರಹಿತ ವಾದ ಮಂಡಿಸಿ "ಏಸುಕ್ರಿಸ್ತನನ್ನು ಧಿಕ್ಕರಿಸುವವರಿಗೆ ದರಿದ್ರ ತಪ್ಪಲ್ಲ" ಎಂದು ಮತ್ತೊಮ್ಮೆ ಇತರ ಮತ-ಧರ್ಮಗಳನ್ನು ಹೀಯಾಳಿಸಿದ.

"ಹಾಗೋ. ಪ್ರಪಂಚದ ಅತ್ಯಂತ ಶ್ರೀಮಂತ ವರ್ಗ ಯಾವ ಮತದವರು ಗೊತ್ತೆ?" ಎಂದು ಡೇವಿಡ್ ಪ್ರಶ್ನಿಸಿದಾಗ, ಜಾನ್ ಮೌನವಾಗಿ ಆಲಿಸುತ್ತಿರುವಾಗ, ಮಾತನ್ನು ಮುಂದುವರಿಸಿ "ಯಹೂದಿಗಳು" ಎಂದ. ಜಾನನ ಮುಖ ಬಿಳಿಚಿಕೊಳ್ಳಲಾರಂಭಿಸಿತು. ಡೇವಿಡನು ಮಾತಿನ ಪ್ರಹಾರ ಮುಂದುವರಿಸಿ, "ಯಹೂದಿಗಳು ಏಸುಕ್ರಿಸ್ತನಿಗೆ ಏನು ಮಾಡಿದರು, ಗೊತ್ತೇ?" ಎಂದು ಸವಾಲು ಹಾಕಿ ಕೆಣಕಿದಾಗ ಜಾನ್ ರೊಚ್ಚಿಗೆದ್ದು

"ಡೇವಿಡ್, ಸಾಕು ನಿಲ್ಲಿಸು ನಿನ್ನ ವಿತಂಡವಾದವನ್ನ. ಏಸು ಕ್ರಿಸ್ತ ದೇವರ ಮಗ. ಗೊತ್ತೇ?" ಎಂದು ಅಬ್ಬರಿಸಿದ. ಡೇವಿಡನು ನಗುತ್ತಲೇ ಕೇಳಿದ.

"ಹಾಗಾದರೆ ದೇವರು ಯಾಕೆ ಮಗನನ್ನು ರಕ್ಷಿಸಲಿಲ್ಲ?"

ಜಾನನಿಗೆ ಭರಿಸಲಾರದ ತೇಜೋಭಂಗವಾಗಿತ್ತು. ಆದರೂ ವಾದವನ್ನು ಬಿಡದೇ ಮುಂದುವರಿಸಿದ.

"ಯಾಕಂದ್ರೆ, ಏಸು ಕ್ರಿಸ್ತ ಬಲಿಪಶು. ಅದಕ್ಕೆ. ಸರಿಯಾಗಿ ಬೈಬಲ್ ಓದು ಗೊತ್ತಾಗುತ್ತೆ. ಪಾಪಿಗಳ ರಕ್ಷಣೆಗಾಗಿ ದೇವರು ಸ್ವಂತ ಮಗನನ್ನೇ ಬಲಿಕೊಟ್ಟ" ಎಂದು ಬೈಬಲ್ಲಿನ ಕೀರ್ತನಾ ಸಂಖ್ಯೆಯನ್ನು ಉಲ್ಲೇಖಿಸಿದ. ದೇವಿಡನು ಗಹಿಗಹಿಸಿ ನಗುತ್ತಾ, "ಯಾರೋ ದಾರಿಯಲ್ಲಿ ಹೋಗೋ ಪಾಪೀನ ಉಳಿಸೋಕೆ ಸ್ವಂತ ಮಗನನ್ನೇ ಬಲಿ ಕೊಡೋನು ದೇವರಲ್ಲಾ, ದೆವ್ವಾ" ಎಂದು ಸಾರಿದ. ಇಬ್ಬರ ಹೊರತು ಎಲ್ಲರೂ ನಕ್ಕುಬಿಟ್ಟರು. ಜಾನನು ಸತ್ತವನಂತಾಗಿದ್ದ. ಇನ್ನೊಬ್ಬ ಮಿತ್ರನು ಕ್ರಿಸ್ತವಾದಕ್ಕೆ ಕೊನೆಯ ಮೊಳೆಯನ್ನು ಹೊಡೆಯುತ್ತಾ, "ದೇವರು ಯಾಕೆ ನರಬಲಿಯನ್ನು ಕೇಳಬೇಕು?" ಎಂದು ಪ್ರಶ್ನಿಸಿದ.

ಪಾಂಡವರೆಲ್ಲರೂ ಮೌನವಾಗಿ ಕ್ರಿಸ್ತಧರ್ಮದ ವಾದವನ್ನು ಆಲಿಸಿ, ಡೇವಿಡನಿಗೆ ಮನಸ್ಸಿನಲ್ಲಿಯೇ ಕೃತಜ್ಞತೆಗಳನ್ನು ಸಲ್ಲಿಸಿದರು. ಜಾನ್ ಪರೋಕ್ಷವಾಗಿ ಪಾಂಡವರನ್ನು ಹಿಂದೂಗಳೆಂದು ಗ್ರಹಿಸಿ, ಅವರನ್ನು ತಿದ್ದುವ ಒಳ ಉದ್ದೇಶದಿಂದಲೇ ಈ ವಾದವನ್ನು ಪ್ರಾರಂಭಿಸಿ, ಅನಿರೀಕ್ಷಿತವಾಗಿ ಡೇವಿಡನ ಪ್ರತಿವಾದಕ್ಕೆ ಸೋತು, ಸತ್ತ ಹೆಣದಂತಾಗಿದ್ದನು. ಡೇವಿಡನಿಗೆ ಪಾಂಡವರ ಬಗ್ಗೆ ಅನುಕಂಪ ಮೂಡಿತ್ತು.

"ನೀವು ಹಿಂದೂಗಳಲ್ಲವೇ?" ಎಂದು ಡೇವಿಡನು ಕೇಳಿದಾಗ, ಪ್ರದೀಪನು "ಹೌದು, ಇವರಿಬ್ಬರೂ ಸಿಖ್ ಧರ್ಮದವರು" ಎಂದ. ಅರ್ಜುನನು "ಎರಡೂ ಒಂದೇ ಬಳ್ಳಿಯ ಹೂವುಗಳು" ಎಂದ.

"ಹಿಂದೂ ಧರ್ಮ ಬೇರೆಯ ಧರ್ಮಗಳ ಬಗ್ಗೆ ಏನು ಹೇಳುತ್ತೆ?" ಎಂದು ಡೇವಿಡನು ಕೇಳಿದ.

"ಎಲ್ಲಾ ಧರ್ಮಗಳೂ ಸತ್ಯ. ದೇವರು ಒಬ್ಬನೇ, ಆದರೆ ಹೆಸರುಗಳು ಬೇರೆ ಅಷ್ಟೆ. ನೀರನ್ನು ಇಂಗ್ಲಿಷ್‌ನಲ್ಲಿ, ವಾಟರ್ ಎಂದು, ಸ್ಪಾನಿಶ್‌ನಲ್ಲಿ ಆಕ್ವಾ ಎಂದೂ, ಸಂಸ್ಕೃತದಲ್ಲಿ ಜಲ ಎಂದು ಕರೆಯುವ ಹಾಗೆ, ನಾವು ದೇವರನ್ನು ಕೃಷ್ಣ, ರಾಮ, ಈಶ್ವರ, ಅಂತ ಕರೀತಿವಿ." ಎಂದು ಪ್ರದೀಪನು ಸರಳವಾದ ಉದಾಹರಣೆಯಿಂದ ತಿಳಿಸಿದ. ಜಾನನ ಹೊರತು ಎಲ್ಲರೂ "ಸರಿ, ಸರಿ," ಎಂದು ಒಪ್ಪಿಕೊಂಡರು. ಡೇವಿಡನು ಶ್ಲಾಘಿಸುತ್ತಾ, "ಹಿಂದೂ ಧರ್ಮ, ಪ್ರಜಾಪ್ರಭುತ್ವದ ಮೂಲ" ಎಂದು ಘೋಷಿಸಿದ.

ಸಂಜೆ ಡೇವಿಡ್ ನಗರದಲ್ಲಿ ಇಳಿದಾಗ ಪಾಂಡವರೆಲ್ಲರೂ ಡೇವಿಡನಿಗೆ ವಂದಿಸುತ್ತಾ "ನಮ್ಮ ಮಾನವನ್ನ ಕಾಪಾಡಿದ್ದಕ್ಕೆ ಧನ್ಯವಾದಗಳು" ಎಂದಾಗ ಡೇವಿಡನು "ನೀವು ಯಾಕೆ ನಿಮ್ಮ ಧರ್ಮದ ಬಗ್ಗೆ ಹೆಮ್ಮೆ ಪಡಲ್ಲಾ?" ಕೇಳಿದ. ಪ್ರದೀಪನು "ಅದು ನಮ್ಮ ಕರ್ಮ" ಎಂದು ಎಲ್ಲರನ್ನೂ ನಗಿಸಿ ಮತವಾದಕ್ಕೆ ಸಂಧ್ಯಾರಾಗವನ್ನು ಹಾಡಿದ. ಡೇವಿಡ್ ನಗರದಲ್ಲಿ ಡೇವಿಡ್‌ನ ಧಾರ್ಮಿಕ ಮೀಮಾಂಸೆ ಪಾಂಡವರಲ್ಲಿ ಅಭೂತಪೂರ್ವ ಅನುಭವವನ್ನು ಮೂಡಿಸಿತ್ತು.

ಮಾರನೆಯ ದಿನ ಹೊಸ ಪ್ರವೇಶಾನುಮತಿ ಪತ್ರಗಳೊಡನೆ ಕಾರ್ಲೋಸನು ಪಾಂಡವರನ್ನು ಕೋಸ್ಟಾರೀಕಾ ದೇಶದೆಡೆಗೆ ಸಾರ್ವಜನಿಕ ವಾಹನದಲ್ಲಿ ಪ್ರಯಾಣವನ್ನು ವ್ಯವಸ್ಥೆ ಮಾಡಿದ್ದ. ಹೋಗುತ್ತಿರುವಾಗ ಪಾಂಡವರಿಗೆಲ್ಲಾ

ಕೋಸ್ಟಾರೀಕಾದ ಬಗ್ಗೆ ಹೇಳುತ್ತಾ, "ಪಾಂಡವ ಕುಮಾರರೇ, ಕೋಸ್ಟಾರೀಕಾದಲ್ಲಿ ಒಂದು ವಾರಕ್ಕಿಂತ ಹೆಚ್ಚಾಗಿರಕೂಡದು. ತಿಳೀತಾ?" ಎಂದು ಮುನ್ನೆಚ್ಚರಿಸಿದಾಗ, "ಒಂದು ವಾರ ಯಾಕಿರಬೇಕಪ್ಪಾ?" ಎಂದು ವಿಜಯನು, "ಬೇಗ ಅಮೇರಿಕಾ ಸೇರ್ರೋಣಪ್ಪಾ" ಎಂದು ಅರ್ಜುನನು, ಉದ್ಗಾರ ತೆಗೆದರು.

"ಕೋಸ್ಟಾರೀಕಾ ಹತ್ತು ಸಾವಿರ ರಮಣೀಯರ ಲೋಕ. ಸ್ಯಾನ್ ಹೋಸೇ ನಗರ ಪಾಶ್ಚಿಮಾತ್ಯ ಬ್ಯಾಂಕಾಕ್" ಎಂದು ಘೋಷಿಸಿ, "ಪ್ರಣಯೋದ್ಯಮವೇ ಕೋಸ್ಟಾರೀಕಾದ ಪರಮಾಕರ್ಷಣೆ. ತೀಟೆ ತೀರಿಸಿಕೊಳ್ಳೋಕೆ ಅಮೇರಿಕಾದವರೆಲ್ಲ ಇಲ್ಲಿಗೆ ಬರ್ತಾರೆ" ಎಂದು ಮಾಹಿತಿಯನ್ನು ನೀಡಿದಾಗ, ಸಹಜವಾಗಿ ಅರ್ಜುನನು ಪ್ರಸನ್ನನಾಗಿ ಹೋದ.

ಕೋಸ್ಟಾರೀಕಾ ಮಧ್ಯ ಅಮೇರಿಕಾದ ಮಲೆನಾಡು ಹಾಗೂ ಅಗ್ನಿಪರ್ವತಗಳ ಬೀಡು. ಬಹುಮಟ್ಟಿಗೆ ನಿತ್ಯಹರಿದ್ವರ್ಣದ ಕಾಡುಮೇಡುಗಳಿಂದ ಕೂಡಿರುವ ಈ ದೇಶದಲ್ಲಿ ವ್ಯವಸಾಯವೇ ಪ್ರಧಾನ ಕಸಬಾಗಿತ್ತು. ಅನ್ನ ನೀಡುವ ಕೃಷಿಕರಿಗೆ ಎಲ್ಲಾ ದೇಶಗಳಲ್ಲೂ ಬದುಕು ಬವಣೆಯಾಗಿರುವಂತೆ, ಸಣ್ಣ ಹಿಡುವಳಿದಾರೇ ಹೆಚ್ಚಾಗಿರುವ ಕೋಸ್ಟಾರೀಕಾ ದೇಶವೂ, ಆಧುನಿಕ ತಾಂತ್ರಿಕ ಯುಗದಲ್ಲಿ ಆರ್ಥಿಕ ಮುಗ್ಗಟ್ಟನ್ನು ಎದುರಿಸಿತು.

ನಿತ್ಯಸುಮಂಗಲಿಯರ ನಗರದಲ್ಲಿ...

ಭೌಗೋಳಿಕವಾಗಿ ಭೂಕಂತ ದೇಶವಾಗಿರುವ ಕೋಸ್ಟಾರೀಕಾದ ದಕ್ಷಿಣದಿಂದ ಉತ್ತರದ ಗಡಿಯವರೆವಿಗೂ ನೂರಕ್ಕಿಂತಲೂ ಹೆಚ್ಚು ಅಗ್ನಿಪರ್ವತಗಳು ಸಾಲಾಗಿ ಹರಡಿವೆ. ಈ ಪರ್ವತಗಳು ಜ್ವಾಲಾಮುಖಿಗಳಾಗಿ ಸಿಡಿದು, ಧೂಮರಾಶಿಯನ್ನು ಹೊರಚೆಲ್ಲಿ, ಇಡೀ ದೇಶವನ್ನು ಕಪ್ಪು ಮಣ್ಣಿನ ನೆಲವಾಗಿಸಿವೆ. ಇರಝು, ಅರೆನಾಲ್ ಮತ್ತು ಪೋಯಾಸ್ ಎಂಬ ಮೂರು ಅಗ್ನಿಪರ್ವತಗಳು, ಕಳೆದ ದಶಕದಿಂದ ಜ್ವಾಲಾಮುಖಿಗಳಾಗಿ ಸ್ಫೋಟಿಸಿ, ಪ್ರಪಂಚದ ಗಮನ ಕೋಸ್ಟಾರೀಕಾ ದೇಶದ ಮೇಲೆ ಹರಿಸಲು ಕಾರಣವಾಗಿವೆ.

ಭೂಗರ್ಭಶಾಸ್ತ್ರಜ್ಞರಿಗೆ ಈ ದೇಶ ಜ್ಞಾನಕಾಶಿಯಾಗಿದೆ. ಸದಾ ಒಳಕುದಿಯುತ್ತಿರುವ ಈ ಜ್ವಾಲಾಮುಖಿಗಳು, ಆಗಿಂದಾಗ್ಗೆ ಲಾವಾರಸ ಸುರಿಸುವುದನ್ನು ಮತ್ತು ಧೂಮದೋಕುಳಿ ಚೆಲ್ಲುವುದನ್ನು ನೋಡಲು, ಪ್ರಕೃತಿಪ್ರಿಯ ಪ್ರವಾಸಿಗಳು ಜಗತ್ತಿನ ಎಲ್ಲಾ ದೇಶಗಳಿಂದಲೂ ಬರುತ್ತಾರೆ.

ಪ್ರವಾಸೋದ್ಯಮದಿಂದ ದೇಶದ ಆರ್ಥಿಕತೆಗೆ ಪುನಃಚೇತನ ಬಂದಿದೆ. ಪ್ರಕೃತಿಯ ವಿಕೋಪ ಪ್ರದರ್ಶನವೇ ದೇಶದ ಆರ್ಥಿಕಾಬಿವೃದ್ಧಿಗೆ ನಾಂದಿಯಾಗಿದೆ. ಬಡತನದಿಂದ ಕೊರಗುತ್ತಿದ್ದ ದೇಶ ದಿಢೀರನೆ ಶ್ರೀಮಂತವಾಗುವ ಆಕಾಂಕ್ಷೆಯಿಂದ, ವಿದೇಶಿ ಬಂಡವಾಳಶಾಹಿಗಳನ್ನು ಆಕರ್ಷಿಸಲು, ಮುಕ್ತ ಆರ್ಥಿಕ ನೀತಿಗಳನ್ನು ಘೋಷಿಸಿದರ ಫಲವಾಗಿ, ಕೋಸ್ಟಾರೀಕಾದ ಪ್ರವಾಸೋದ್ಯಮ ವಿಲಾಸೋದ್ಯಮವಾಗಿ ವಿಕಾಸಗೊಳ್ಳುತ್ತಿದೆ. ಪ್ರಯಾಣೋದ್ಯಮದೊಂದಿಗೆ ಪ್ರಣಯೋದ್ಯಮವೂ ಬೆಳೆಯುತ್ತಿದೆ.

ಕಾರ್ಲೋಸನು ಹೇಳಿದ ಹಾಗೆ ಹತ್ತು ಸಾವಿರ ನಿತ್ಯ ಸುಮಂಗಲೆಯರು ಸ್ಯಾನ್ ಹೋಸೆ ನಗರದಲ್ಲಿದ್ದಾರೆಂದು ಅಂದಾಜು ಮಾಡಲಾಗಿದೆ. ಸ್ವತಃ ಕಾರ್ಲೋಸನೇ "ಅರ್ಜುನ, ಸ್ಯಾನ್ ಹೋಸೆ ನನ್ನ ಅಂತಃಪುರ. ಒಂದು ತಿಂಗಳು ಬೇಕಾದರೂ ಇಲ್ಲಿ ಇರಬಲ್ಲೆ" ಎಂದು ತನ್ನ ಅಂತರಂಗದಾಸೆಯನ್ನು ತಿಳಿಸಿದ.

ಡೇವಿಡ್–ನಗರದಿಂದ ಹೊರಗೆ ಬರುತ್ತಿದ್ದಂತೆಯೇ ಪನಾಮಾದ ಉತ್ತರ ಭಾಗದಲ್ಲಿರುವ ಬಾರು ಅಗ್ನಿಪರ್ವತ ಕೋಸ್ಟಾರೀಕಾದ ಅಗ್ನಿಪರ್ವತಶೇಣಿಗೆ ಮುನ್ನುಡಿಯನ್ನು ಬರೆದಿತ್ತು. ಬಾರು ಪನಾಮಾದ ಏಕೈಕ ಕ್ರಿಯಾಶೀಲ ಅಗ್ನಿಪರ್ವತ ಹಾಗೂ ಅತ್ಯಂತ ಎತ್ತರವಾದ ಗಿರಿಶಿಖರ. ಪಕ್ಕದಲ್ಲಿಯೇ ಇರುವ ಚಿರಿಕಿ ಪರ್ವತಗಳು ದಟ್ಟಕಾಡಾಗಿದ್ದರೆ, ಬಾರು ಜ್ವಾಲಾಮುಖಿಯ ಪ್ರದೇಶ ಕಪ್ಪುಬಣ್ಣದ ಬಟ್ಟಬಯಲಾಗಿತ್ತು. ಪ್ರದೀಪನಿಗೆ ಪ್ರಕೃತಿಯ ಈ ತಾರತಮ್ಯ ಆಶ್ಚರ್ಯವಾಗಿದ್ದರೂ, ಇತರರಿಗೆ ಏನೋ ಒಂದು ತರಹವಾಗಿತ್ತು.

ಅತ್ತ–ಇತ್ತ ನೋಡುತ್ತಾ ಗೆಳೆಯರೊಡನೆ ಹರಟುತ್ತಾ ಇರುವಾಗ ಒಂದು ಗಂಟೆಯೊಳಗೆ ಕೋಸ್ಟಾರೀಕಾ ದೇಶದ ಗಡಿ ಬಂದಿತು. ಸಾರ್ವಜನಿಕ ವಾಹನದಿಂದ ಪ್ರಯಾಣಿಕರೆಲ್ಲರೂ ಇಳಿದು ಒಬ್ಬೊಬ್ಬರಾಗಿ ಗಡಿಠಾಣೆಯ ಪರಿಶೀಲಕರಿಗೆ ತಮ್ಮ ಪ್ರವೇಶಾನುಮತಿ ಪತ್ರಗಳನ್ನು ತೋರಿಸುತ್ತಾ, ಅವರ ಅಪ್ಪಣೆಯಂತೆ ಮುಂದುವರಿಯುತ್ತಿದ್ದರು. ಪಾಂಡವರ ಸರದಿಬಂದಾಗ ಎಲ್ಲರಿಗಿಂತಲೂ ಮೊದಲು ಕಾರ್ಲೋಸನೇ ಸಾಲಿನಲ್ಲಿದ್ದ. ಪರಿಶೀಲಕರೊಡನೆ

ಸ್ಪಾನಿಶ್ ಭಾಷೆಯಲ್ಲಿ ಮಾತನಾಡಿ, ಪಾಂಡವರೆಲ್ಲಾ ಪರದೇಶಿ ಪ್ರಯಾಣಿಕರೆಂದು ತಿಳಿಸಿ, ತಾನು ಇವರ ಮಾರ್ಗದರ್ಶಿಯೆಂದೂ ಮನಗಣಿಸಿ, ಗಡಿರಕ್ಷಕರ ಮನವೊಲಿಸಿ, ಸಲೀಸಾಗಿ ಪಾಂಡವರನ್ನು ತನ್ನ ತೆಕ್ಕೆಯೊಳಗಿರಿಸಿಕೊಂಡು ಕೋಸ್ಟಾರೀಕಾ ದೇಶವನ್ನು ಪ್ರವೇಶಿಸಿದ. ಮತ್ತೆ ಎಲ್ಲರೂ ಸಾರ್ವಜನಿಕ ವಾಹನವನ್ನು ಹತ್ತಿದರು.

ಸಮಸ್ತ ಅಮೇರಿಕಾ ಹೆದ್ದಾರಿಯಲ್ಲಿ ಮೂರು ಗಂಟೆ ಪ್ರಯಾಣದ ನಂತರ ದೇಶದ ರಾಜಧಾನಿ, ಸ್ಯಾನ್ ಹೋಸೆ ನಗರ ಬಂದಿತು. ಕಾರ್ಲೋಸನು ತಂಗಲು ತನಗೆ ಬಳಕೆಯಿದ್ದ ಕುಟುಂಬದಲ್ಲಿ ಪಾಂಡವರಿಗೆಲ್ಲಾ ವ್ಯವಸ್ಥೆ ಮಾಡಿದ್ದ. ಈ ಅತಿಥಿಗೃಹ ಎಕ್ವಡೋರಿನ ವಾಯಕಿಲ್‌ನಲ್ಲಿದ್ದ ರೋಸಾರೀಟಾ ಮನೆಯ ಹಾಗಿತ್ತು. ಕಾರ್ಲೋಸನು ಮೊದಲೇ "ಆತಂಕ ಪಡಬೇಡಿ. ಈವಯ್ಯ ದೇವರನ್ನು ನಂಬಲ್ಲ. ನಿಮಗೆ ಕ್ರಿಸ್ ಧರ್ಮವನ್ನು ಬೋಧಿಸಲ್ಲ" ಎಂದು ಹೇಳಿದ. ಆ ಮನೆಯ ಒಡೆಯ, ಏರಿಯಾಸ್, ಒಬ್ಬೊಂಟಿಗನಾಗಿದ್ದ. ಅತಿಥಿಗೃಹದಲ್ಲಿ ವಸತಿಯನ್ನು ಮಾತ್ರ ಕಲ್ಪಿಸಿದ್ದ. ಮನೆಯಲ್ಲಿ ಬಂದಿಳಿದು ಸ್ವಲ್ಪ ಸುಧಾರಿಸಿಕೊಂಡ ನಂತರ ಕಾರ್ಲೋಸನು ಪಾಂಡವರನ್ನೆಲ್ಲಾ ಸ್ಯಾನ್ ಹೋಸೆ ನಗರ ದರ್ಶನಕ್ಕೆ ಕರೆದುಕೊಂಡು ಹೋಗಿ "ವಿಷ್ಣು ಭವನ್" ಫಲಹಾರ ಮಂದಿರವನ್ನು ತೋರಿಸಿದಾಗ ಪಾಂಡವರೆಲ್ಲರೂ ಖುಷಿಯಾಗಿ ಬಿಟ್ಟರು. "ವಿಷ್ಣು ಭವನ್", ಹರೇಕೃಷ್ಣ ಸಂಸ್ಥೆಯವರಿಂದ ನಡೆಸಲ್ಪಡುತ್ತಿರುವ ಸಸ್ಯಾಹಾರಿ ಫಲಹಾರ ಮಂದಿರ. ಪ್ರದೀಪನಿಗೆ ತಂತಾನೆ ಬೆಂಗಳೂರಿನಲ್ಲಿ ಕೆಂಪೇಗೌಡ ಚಿತ್ರಮಂದಿರದ ಸಂಕೀರ್ಣದಲ್ಲಿ ಸುಪ್ರಸಿದ್ಧವಾಗಿದ್ದ "ವಿಷ್ಣು ಭವನ್" ನೆನಪು ಬಂದಿತು. ಅಲ್ಲಿ ತನ್ನ ಪ್ರಿಯತಮೆಯೊಡನೆ ಹಲವಾರು ಬಾರಿ ಓಡಿಯಾಡಿದ ಸವಿನೆನಪು ಮೆಲುಕುಹಾಕಿದ.

ಸ್ಯಾನ್ ಹೋಸೆ ನಗರ ದೇಶದ ಮಧ್ಯಬಾಗದಲ್ಲಿರುವ ಕಣಿವೆಯ ಮೈದಾನದಲ್ಲಿದೆ. ಸುತ್ತಲೂ ಕಡಿದಾದ ಹದಿಮೂರು ಅಗ್ನಿಪರ್ವತ ಪರ್ವತಸ್ತೋಮಗಳಿಂದ ಆವೃತವಾಗಿದೆ. ಇರಾಝು ಮತ್ತು ಪೋಯಾಸ್ ಎಂಬ ಎರಡು ಪ್ರಮುಖ ಅಗ್ನಿಪರ್ವತಗಳು ಸ್ಯಾನ್ ಹೋಸೆ ನಗರದ ಹೊರವಲಯದಲ್ಲಿಯೇ ಊರಿನಗೋಪುರಗಳ ಹಾಗೆ ನಿಂತಿವೆ. ಇರಾಝು ಅಗ್ನಿಪರ್ವತ ಸಮುದ್ರಮಟ್ಟದಿಂದ ಮೂರು ಕಿಲೋಮೀಟರ್ ಎತ್ತರಕ್ಕಿದ್ದು, ಇದರ ಜ್ವಾಲಾಮುಖಿ ಒಂದು ಕಿಲೋಮೀಟರ್ ಅಗಲವಿದ್ದು, ಮೂವತ್ತು ವರ್ಷಕ್ಕೊಮ್ಮೆ ಸ್ಫೋಟಿಸುವ ಇತಿಹಾಸವನ್ನು ಹೊಂದಿದೆ. ಮುನ್ನೂರು

ವರ್ಷಗಳ ಹಿಂದೆ ಇರಾಜು ಸ್ಫೋಟನ ಅತ್ಯಂತ ಪ್ರಬಲವಾಗಿದ್ದು, ಕೋಸ್ಟರೀಕಾ ದೇಶದ ಹಿಂದಿನ ರಾಜಧಾನಿ, ಕಾರ್ಟಾಗೋ, ನಗರವನ್ನು ನಿರ್ನಾಮಗೊಳಿಸಿತ್ತು. ಪೋಯಾಸ್ ಅಗ್ನಿಪರ್ವತದಲ್ಲಿ ಮೂರು ಜ್ವಾಲಮುಖಿಗಳು ನೀರಿನಿಂದ ತುಂಬಿದ್ದು, ಕುದಿಯುವ ಕೊಳ, ಬಿಸಿನೀರಿನ ಬುಗ್ಗೆಗಳಿಂದ ಸದಾ ಚಟುವಟಿಕೆಯಿಂದಿವೆ. ಪೋಯಾಸ್ ಅಗ್ನಿಪರ್ವತದ ತುತ್ತತುದಿಯಿಂದ ಪಶ್ಚಿಮದ ಪ್ರಶಾಂತ ಮಹಾಸಾಗರ ಮತ್ತು ಪೂರ್ವದ ಅಟ್ಲಾಂಟಿಕ್ ಮಹಾಸಾಗರಗಳು ಕಾಣುತ್ತವೆ. ಈ ಅಗ್ನಿಪರ್ವತಗಳು ಸ್ಯಾನ್ ಹೋಸೆ ನಗರದ ಪ್ರವಾಸಿ ತಾಣಗಳಾಗಿವೆ.

ವಿಷ್ಣು ಭವನದಿಂದ ಹೊರಬರುತ್ತಾ ಈ ಪರ್ವತಗಳನ್ನು ನೋಡುತ್ತಾ ಪ್ರದೀಪನು "ಕಾರ್ಲೋಸ್, ಈ ಅಗ್ನಿಪರ್ವತಗಳ ಮೇಲೇ ಹೋಗೋಣವೇ?" ಎಂದು ಕೇಳಿದಾಗ, ಕಾರ್ಲೋಸನು ಪಾಂಡವರೆಲ್ಲರನ್ನೂ ವಿಲಾಸವೀದಿಗೆ ಕರೆದೊಯ್ಯುತ್ತಾ, "ಇಂತಹ ಭೂಮಿಯ ಬೆಟ್ಟಗುಡ್ಡಗಳು, ಕಣಿವೆ-ಕಾಲುವೆಗಳು ಇನ್ನೂ ಬೇಜಾನ್ ಬರ್ತಾವೆ, ಪಂಡಿತ್. ಈವತ್ತು ಮಾನವ ಬೆಟ್ಟಗುಡ್ಡಗಳನ್ನ-ಕಣಿವೆಕಾಲುವೆಗಳನ್ನ ನೋಡೋಣಾ ಬಾ" ಎಂದು ರಸಮಯವಾಗಿ ಹೇಳಿದಾಗ, ಪ್ರದೀಪನು "ಕಾರ್ಲೋಸ್, ನಾನು ಇವನ್ನೆಲ್ಲಾ ನೋಡೋಲ್ಲ; ಓದಿದ್ದೀನಿ" ಎಂದು ವೈದ್ಯಶಾಸ್ತ್ರದ ಅಂಗರಚನೆಯ ಶಾಸ್ತ್ರವನ್ನು ಪ್ರಸ್ತಾವಿಸಿದ. ಅದು ನಿಜವಾದರೂ ಪ್ರದೀಪನಿಗೆ ವಿಲಾಸಿನಿಯರನ್ನು ನೋಡುವ ಆಸಕ್ತಿಯಿರಲಿಲ್ಲ. ಆದರೂ ಮಿತ್ರರ ಸಂಘವನ್ನು ಮುರಿಯಲು ಇಷ್ಟವಾಗದೆ ಅವರೊಡನೆ ಯಾಂತ್ರಿಕವಾಗಿ ಮುನ್ನಡೆದ.

ಕಾರ್ಲೋಸನು ಪಾಂಡವಮಿತ್ರರನ್ನು ಸುರಕ್ಷಿತವಾದ ಮತ್ತು ಸುಲಭ ದರದ "ಟಾಂಗೋ ಇಂಡಿಯಾ" ನೃತ್ಯಾಂಗಣಕ್ಕೆ ಕರೆದೊಯ್ದ. ಪಾಂಡವರಿಗೆಲ್ಲಾ "ಇಂಡಿಯಾ" ಹೆಸರೇ ಒಂದು ಸೋಜಿಗವಾಗಿತ್ತು. ಇದರ ಒಡೆಯ ಭಾರತೀಯನಾಗಿದ್ದ. ಜನಪ್ರಿಯವಾಗಿದ್ದ ಹಿಂದಿ ಚಿತ್ರದ ಹಾಡುಗಳನ್ನು ಪ್ರಸಾರ ಮಾಡುತ್ತಾ, ವಿದೇಶಗಳಲ್ಲಿ ಭಾರತೀಯ ಸಂಗೀತವನ್ನು ಜನಪ್ರಿಯಗೊಳಿಸುತ್ತಿದ್ದ. ಇಲ್ಲಿ ನೃತ್ಯ ಮಾಡುವವರಿಗೆ ಸರಸಗಾತಿಯರು ಸಲೀಸಾಗಿ ಜತೆಗೂಡುತ್ತಾರೆ. ಟಾಂಗೋ ಇಂಡೀಯಾದ ಮಾಲೀಕ, ಮುಂಬೈ ಮೂಲದ ಪ್ರಮೋದ್ ಗಿತ್ತೆ. ಗಿತ್ತೇಗೆ ಕಾರ್ಲೋಸನು ಪಾಂಡವರನ್ನು ಪರಿಚಯಿಸಿದ. ಆದರೆ ಗಿತ್ತೆ ಪ್ರೀತಿಯಾದರವೇನೂ ತೋರಿಸಲಿಲ್ಲ. "ಸಂತೋಷಾ ಪಡಿ" ಎಂದು ಮಾತ್ರ ಹೇಳಿ ನುಸುಳಿಕೊಂಡ. ಎಕ್ವಡೋರಿನ ವಾಯಕಿಲ್-ನಗರದ ಹಿಮಾಲಯಾ

ಹೊಟೇಲ್‌ನ ಮಾಲೀಕ ಗೋಬಿಂದ ಸಿಂಹನ ಸ್ವಜನ ಪ್ರೇಮ ಎಷ್ಟು ಅಮೋಘವಾಗಿತ್ತೋ, ಈ ಪ್ರಮೋದ್ ಗಿತ್ತೆಯ ವರ್ತನೆ ಅಷ್ಟೆ ವಿಚಿತ್ರವಾಗಿತ್ತು. ಪಾಂಡವರೆಲ್ಲರೂ ಪ್ರಮೋದ್ ಗಿತ್ತೆಯ ಅನಾದರಣೆಯನ್ನು ಕಂಡು ಪೆಚ್ಚಾದರು.

ಸುರಪಾನ ಮಾಡುತ್ತಾ ಕುಣಿಯುತ್ತಿರುವವರನ್ನು ನೋಡುತ್ತಾ ಪ್ರದೀಪ, ವಿಜಯ, ಸೆಲ್ವಮ್ ಮತ್ತು ರಾಜಬೀರ್, ಹುಡುಗಿಯರೊಂದಿಗೆ ಕುಣಿಯುತ್ತಿರುವ ಕಾರ್ಲೋಸ್ ಮತ್ತು ಅರ್ಜುನರನ್ನು ನೋಡಿ ನಲಿಯುತ್ತಿದ್ದರು. ಹಲವಾರು ಸರಸಗಾತಿಯರು ಜೊತೆಗಾಗಿ ಕಾಯುತ್ತಿದ್ದರು. ನಡುನಡುವೆ ಹಲವಾರು ಜೋಡಿಗಳು ನೃತ್ಯಾಂಗಣದಿಂದ ಮಾಯವಾಗುತ್ತಿದ್ದುದನ್ನು ಉದ್ದೇಶಿಸಿ ವಿಜಯನು, "ಈ ಹುಡುಗಿ ಗಿರಾಕೀನ ಗಿಟ್ಟಿಸಿಕೊಂಡು ಹೋದಳು" ಎಂದು ವ್ಯಾಖ್ಯಾನ ಮಾಡಿದ. ಕಾರ್ಲೋಸನು ಹುಡುಗಿಯೊಬ್ಬಳೊಂದಿಗೆ ಕುಣಿಯುತ್ತಾ ನಡುವೆ ಕಿವಿಯಲ್ಲಿ ಮಾತನಾಡುತ್ತಾ ಏನನ್ನೋ ವಿಚಾರಿಸಿ ತಿಳಿದುಕೊಳ್ಳುತ್ತಿದ್ದ. ಅರ್ಜುನ ನಾಲ್ಕಾರು ಹುಡುಗಿಯರನ್ನ ಬದಲಾಯಿಸಿಕೊಂಡು ಕುಣಿತ ಮುಂದುವರಿಸುತ್ತಿದ್ದ. ಬೇಟದ ಬೇಟೆಯಲ್ಲಿ ತೊಡಗಿದ್ದ ಅರ್ಜುನ-ಕಾರ್ಲೋಸರು ಆಗಾಗ ಬಂದು ಪಾಂಡವ ಸೋದರರೊಡನೆ ಕುಳಿತು ಸುಧಾರಿಸಿಕೊಳ್ಳುತ್ತಿದ್ದರು. ಓಮ್ಮೆ ಸುಂದರ ಹುಡುಗಿಯೊಬ್ಬಳನ್ನು ಅರ್ಜುನ ಬಿಟ್ಟು ಬಂದಾಗ ವಿಜಯನು, "ಅರ್ಜುನ್, ಯಾಕಮ್ಮ ಆ ಹುಡುಗೀನ ಬಿಟ್ಟುಬಿಟ್ಟೆ?" ಎಂದು ವಿಚಾರಿಸಿದ. ಅರ್ಜುನನು, "ಬಹಳ ದುಬಾರಿ ಗುರು. ನೂರು ಡಾಲರ್ ಅಂತೆ ಒಂದು ಗಂಟೆಗೆ" ಎಂದ. ಕಾರ್ಲೋಸನು ಸಮಾಧಾನ ಪಡಿಸುತ್ತಾ "ಇನ್ನೊಂದು ಗಂಟೆ ಕಾಯಪ್ಪ. ಬೆಲೆ ಕಡಮೆ ಆಗುತ್ತೆ. ಇಪ್ಪತ್ತು ಡಾಲರ್‌ಗೆ ಇಡೀ ರಾತ್ರಿನೇ ಇರ್ತಾರೆ" ಎಂದು ಹೇಳಿ, "ಅರ್ಜುನ್, ಆರೋಗ್ಯ ಪತ್ರ ತೋರಿಸದಿದ್ದರೆ ಮುಟ್ಟಬೇಡ" ಎಂದು ಎಚ್ಚರಿಸಿದ. ಕೋಸ್ಟಾರೀಕಾದಲ್ಲಿ ವೇಶ್ಯಾಚಾರ ಕಾನೂನು ಬಾಹಿರವಲ್ಲ. ಆದರೆ ವೇಶ್ಯಾಮಣಿಯರು ಸರಕಾರದಿಂದ ಅನುಮತಿಯನ್ನು ಪಡೆದು, ಪ್ರತಿ ತಿಂಗಳು ವೈದ್ಯರಿಂದ ಆರೋಗ್ಯ ಪರೀಕ್ಷೆ ಮಾಡಿಸಿಕೊಂಡು, ವೈದ್ಯರ ಅಪ್ಪಣೆ ಪತ್ರವನ್ನು ಪಡೆದಿರಬೇಕು. ಇದೆಲ್ಲವನ್ನೂ ತಿಳಿದಿದ್ದ ಕಾರ್ಲೋಸನು ಅರ್ಜುನನಿಗೆ ಎಲ್ಲಾ ರೀತಿಯಲ್ಲೂ ಜಾಕರೂಕತೆಯನ್ನು ಬೋಧಿಸುತ್ತಿದ್ದ. ಇತರೆ ಪಾಂಡವರಿಗೆ ಅರ್ಜುನ-ಕಾರ್ಲೋಸರ "ಬೇಟದ ಬೇಟೆ" ಯನ್ನು ನೋಡುವುದು ಒಂದು ಮನರಂಜನೆಯಾಗಿತ್ತು. ರಾತ್ರಿ ಸುಮಾರು ಹತ್ತು ಗಂಟೆಯ ಹೊತ್ತಿಗೆ ಪ್ರದೀಪನು "ನಾನು ಮನೆಗೆ ಹೋಗುತ್ತೇನೆ" ಎಂದು ಹುನಾರು ತೆಗೆದು, ನಂತರ ಕಾರ್ಲೋಸನಿಗೆ ವಿಷಯವನ್ನು ತಿಳಿಸಿದ. ಕೂಡಲೇ ಕಾರ್ಲೋಸನು ಎಲ್ಲರನ್ನೂ

ಉದ್ದೇಶಿಸಿ "ಮಿತ್ರರೇ, ನಾನು ನಿಮ್ಮನ್ನು ಮನೆಗೆ ಕರೆದುಕೊಂಡು ಹೋಗಿ ಬಿಡುತ್ತೇನೆ" ಎಂದು ಹೇಳಿ, ಸ್ವಲ್ಪ ಸಮಯದ ನಂತರ ಅರ್ಜುನನ ಹೊರತು ಪಾಂಡವರೆಲ್ಲರನ್ನೂ ಮನೆಗೆ ತಲುಪಿಸಿದ. ಸ್ಯಾನ್ ಹೋಸೆ ನಗರ ಹೊಸ ಪ್ರವಾಸಿಗಳಿಗೆ ಸುರಕ್ಷಿತವಾಗಿರಲ್ಲಿಲ್ಲ. ರಾತ್ರಿ ಸಮಯದಲ್ಲಿ ಅಮಾಯಕರಿಂದ ದೋಚುವುದು ಸಾಮಾನ್ಯವಾಗಿತ್ತು. ಹೊರಡುವಾಗ "ನಾನು, ಅರ್ಜುನ, ನಾಳೆ ಮಧ್ಯಾಹ್ನದ ನಂತರವೇ ಮನೆಗೆ ಬರೋದು. ನೀವೆಲ್ಲಾ ನಿರಾಳವಾಗಿ ನಿದ್ದೆ ಮಾಡಿ" ಎಂದು ಆದೇಶಿಸಿ, ಶುಭರಾತ್ರಿಯನ್ನು ಕೋರುತ್ತಾ ಬೀಳ್ಕೊಂಡ. ಪಾಂಡವರ ಬಗ್ಗೆ ಕಾರ್ಲೋಸನು ತೋರಿದ ಕಾಳಜಿ ಅವರ ಮನವನ್ನು ಮುಟ್ಟಿತ್ತು, ಅವನ ಬಗ್ಗೆ ಗೌರವವನ್ನು ಮೂಡಿಸಿತ್ತು.

ಮಾರನೆಯ ದಿನ ಪ್ರದೀಪ, ವಿಜಯನ್, ಸೆಲ್ವಮ್ ಮತ್ತು ರಾಜಬೀರರು ಬೆಳಿಗ್ಗೆಯೇ ತಿರುಗಾಡಲು ಮನೆಬಿಟ್ಟರು. ಪೋಯಾಸ್ ಮತ್ತು ಇರಾಝು ಅಗ್ನಿಪರ್ವತಗಳು ಸ್ಯಾನ್ ಹೋಸೆ ನಗರದ ಪ್ರಾಕೃತಿಕ ಗಗನಚುಂಬಿ ನಿಲಯಗಳಾಗಿ ಜನಾಕರ್ಷಕವಾಗಿದ್ದವು. ಈ ಬೆಟ್ಟಗಳ ತುದಿಗೆ ಹಲವಾರು ಸಾರ್ವಜನಿಕ ವಾಹನಗಳನ್ನು ಸರಕಾರ ಏರ್ಪಡಿಸಿತ್ತು. ಸರಿ. ಎಲ್ಲರೂ ಪೋಯಾಸ್ ಅಗ್ನಿಪರ್ವತದ ಮೇಲಕ್ಕೆ ಹೊರಟರು. ವಾಹನ ಜ್ವಾಲಾಮುಖಿಯನ್ನು ಸಮೀಪಿಸುತ್ತಿದ್ದಂತೆಯೇ ಬಿಸಿನೀರಿನ ಬುಗ್ಗೆಗಳ ಬಳಬಳ ದನಿ, ಭೂಮಿಯಿಂದ ಹಿಸ್ಸೆನ್ನುತ್ತಾ ಚಿಮ್ಮುವ ಹಬೆಯಿಂದುಂಟಾದ ಬಿಳಿಯ ಹೊಗೆ, ಕೊಳೆತ ಕೋಳಿಮೊಟ್ಟೆಯ ವಾಸನೆಯುಳ್ಳ ಗಂಧಕಾಮ್ಲದ ಅನಿಲ ಸ್ವಾಗತವನ್ನು ಕೋರುತ್ತಿದ್ದವು. ಸುಮಾರು ಮಂದಿ ವೀಕ್ಷಕರು ಬಂದಿದ್ದರು. ಜ್ವಾಲಾಮುಖಿಯ ನಡುವಿನ ಕುದಿಯುವ ನೀರಿನ ಕೊಳದಲ್ಲಿ ಭೂಗರ್ಭಶಾಸ್ತ್ರಜ್ಞರು ನೀರಿನ ನಮೂನೆಗಳನ್ನು ಸಂಗ್ರಹಿಸುತ್ತಿದ್ದರು. ಪಾಂಡವರಿಗೆಲ್ಲ ಇದು ಅದ್ಭುತವೆನಿಸಿತು. ಪಕ್ಕದಲ್ಲಿ ಒಬ್ಬರು ಮಿತ್ರರೊಡನೆ ಮಾತನಾಡುತ್ತಾ, "ಅರೆನಾಲ್ ಅಗ್ನಿಪರ್ವತ ಇದಕ್ಕಿಂತಲೂ ಅದ್ಭುತವಾಗಿದೆ. ರಾತ್ರಿಯ ಹೊತ್ತು ಲಾವಾರಸ ಜ್ವಾಲಾಮುಖಿಯಿಂದ ಹೊರಹೊಮ್ಮಿ ಹರಿಯುವ ದೃಶ್ಯ ಅಮೋಘವಾಗಿರುತ್ತದೆ" ಎಂದು ಹೇಳಿದುದನ್ನು ಕೇಳಿಸಿಕೊಂಡ ಪ್ರದೀಪನು "ಈಗಲೂ ಲಾವಾರಸ ಉಕ್ಕಿಹರಿಯುತ್ತಿದೆಯೇ?" ಎಂದು ಕೇಳಿದಾಗ, ಅವರು "ಹೌದು, ಹೌದು, ಒಂದು ವಾರದಿಂದ ಸತತವಾಗಿ ಹರಿಯುತ್ತಿದೆ" ಎಂದು ತಿಳಿಸಿದ. ಪ್ರದೀಪನಿಗೆ ಎಲ್ಲಿಲ್ಲದ ತವಕ ಶುರುವಾಯಿತು. ತರುವಾಯ ಅವರಿಂದ ಅರೆನಾಲ್ ಅಗ್ನಿಪರ್ವತ ಅಮೇರಿಕಾಗೆ ಹೋಗುವ ದಾರಿಯಲ್ಲಿಯೇ ಇರುವ ಸಂಗತಿ ತಿಳಿದು ಸ್ವಲ್ಪ ನಿರಾಳವಾಯಿತು. ಹಸಿರು

ಬೆಟ್ಟಗಳ ಮಧ್ಯೆ ಬೆಂಕಿಯನ್ನುಗುಳುವ ಬೆಟ್ಟ, ಧೂಮದೋಕುಳಿಯನ್ನು ಚೆಲ್ಲಿ ನೆಲವನ್ನು ಫಲವತ್ತಾಗಿಸಿ, ನಿತ್ಯಹರಿದ್ವರ್ಣ ಕಾಡನ್ನು ಸಮೃದ್ಧವಾಗಿ ಬೆಳಸಿತ್ತು. ಹೊರಡುವಾಗ "ಭೂಮಿತಾಯಿಯ ಹೊಟ್ಟೆಯಲ್ಲಿ ಅದೆಷ್ಟು ಬೆಂಕಿ ಇದೆ" ಎಂದು ಸೆಲ್ವನು, "ಭೂಕಂಪಗಳೇ ಭೂದೇವಿಯ ಚಲನವಲನಗಳು" ಎಂದು ವಿಜಯನೂ ವ್ಯಾಖ್ಯಾನ ಮಾಡಿದರು. ಪ್ರಪಂಚದ ಎಲ್ಲಾ ಭೂಖಂಡಗಳು, ಭೂಮಿಯ ಅಂತರಾಳದ ಲಾವಾ ಸಮುದ್ರದ ಮೇಲೆ ತೇಲಾಡುತ್ತಿರುವ ಕಲ್ಲು-ಮಣ್ಣಿನ ಮುಚ್ಚುಫಲಕಗಳು. ಮುಚ್ಚುಫಲಕಗಳ ಸಂದುಗಳಿಂದ ತೂರಿಕೊಂಡು ಹೊರಬರುವ ಲಾವಾರಸವೇ ಅಗ್ನಿಪರ್ವತದ ಮೂಲ. ಮುಚ್ಚುಫಲಕಗಳ ಚಲನ-ವಲನಗಳೇ ಭೂಕಂಪಗಳು. ಆದುದರಿಂದ ಅಗ್ನಿಪರ್ವತಗಳಿಗೂ ಭೂಕಂಪಗಳಿಗೂ ನಿಕಟವಾದ ಕಾರ್ಯಕಾರಣ ಸಂಬಂಧವಿದೆ. ಕೊನೆಯಲ್ಲಿ ವಿಜಯನು, "ಭೂಮಿ ಹುಟ್ಟುವುದು ರುದಭಯಂಕರ ಘಟನೆ, ಅಲ್ಲವೇ" ಎಂದಾಗ, "ಮನುಷ್ಯರು ಹುಟ್ಟುವುದೂ ಅಷ್ಟೆ ರುದ್ರ ಭಯಂಕರ. ತಾಯಿ ಅದನ್ನೆಲ್ಲಾ ಸಹಿಸ್ತಾಳೆ, ಮರಿತಾಳೆ" ಎಂದು ಪ್ರದೀಪನು ಪ್ರಸವವೇದನೆಯ ನೋವನ್ನು ತಿಳಿಸುತ್ತಾ "ತಾಯಿ ಪಟ್ಟ ಹೆರಿಗೆಯ ನೋವಿನ ಋಣವನ್ನು, ಯಾವ ಮಗನೂ ತೀರಿಸಲಾರ" ಎಂದು ಸಾರಿದ.

ಪಾಂಡವರು ರಾತ್ರಿ ಮನೆಗೆ ಹಿಂತಿರಿಗಿದಾಗ ಕಾರ್ಲೋಸ್ ಮತ್ತು ಅರ್ಜುನರು ಮನೆಯಲ್ಲಿ ವಿರಮಿಸಿಕೊಳ್ಳುತ್ತಾ ಮಿತ್ರರಿಗಾಗಿ ಕಾಯುತ್ತಿದ್ದರು. ಮನೆಯನ್ನು ಪ್ರವೇಶಿಸುತ್ತಿದ್ದ ಹಾಗೇ ಪ್ರದೀಪನು ಅಗ್ನಿಪರ್ವತವನ್ನು ಹೊಗಳುತ್ತಾ, ಅರೆನಾಲ್ ಪರ್ವತಕ್ಕೆ ನಾಳೇಯೇ ಹೋಗೋಣವೆಂದು ಪ್ರಸ್ತಾಪಿಸಿದ. "ಯಾಕಪ್ಪಾ ಅಷ್ಟು ಅವಸರ?" ಎಂದು ಕಾರ್ಲೋಸನು ಕೇಳಿದಾಗ, ಪ್ರದೀಪನು "ಅರೆನಾಲ್ ಅಗ್ನಿಪರ್ವತದಲ್ಲಿ ಲಾವಾ ಪ್ರವಾಹವನ್ನು ನೋಡಬೇಕು" ಎಂದು ಚಡಪಡಿಸುತ್ತಾ ಹೇಳಿದ. ಸ್ಯಾನ್ ಹೊಸೆಯ ಪತ್ರಿಕೆಗಳಲ್ಲಿ ಮತ್ತು ದೂರದರ್ಶನ ವರದಿಗಳಲ್ಲಿ, ಅರೆನಾಲ್ ಲಾವಾಪ್ರವಾಹದ ಚಿತ್ರಗಳು, ಪ್ರವಾಸಿಗರಿಗೆಲ್ಲಾ ಪ್ರಚೋದನೀಯವಾಗಿದ್ದವು. ಕಾರ್ಲೋಸನಿಗೆ ಇನ್ನೆರಡು ದಿನಗಳಾದರೂ ಸ್ಯಾನ್ ಹೋಸೆಯಲ್ಲಿರುವ ಆಸೆಯಿತ್ತಾದರೂ, ನೋಡಲೇಬೇಕಾದ ಅರೆನಾಲ್ ಪರ್ವತದ ಅಪರೂಪ ದೃಶ್ಯವನ್ನು ಪಾಂಡವರಿಗೆ ತೋರಿಸುವುದಕ್ಕೆ ಪ್ರಯಾಣವನ್ನು ಮರುದಿನ ಬೆಳಿಗ್ಗೆಯೇ ಆರಂಭಿಸಲು ನಿಶ್ಚಯಿಸಿದ. ಅರೆನಾಲ್ ಪರ್ವತಕ್ಕೆ ಹೋಗುವ ದಾರಿಯಲ್ಲಿಯೇ ಇರುವ ಪ್ರೇಕ್ಷಣೀಯ ಸ್ಥಳಗಳಲ್ಲಿ ಇಳಿದು ನಯನ ವಿಹಾರ ಮಾಡಲೂ ಆಯೋಜಿಸಿದ.

ಮರುದಿನ ಹೊತ್ತಾರೆಯೇ ಎಲ್ಲರೂ ಸ್ಯಾನ್ ಹೋಸೆಯಿಂದ ತೆರಳಿದರು. ಒಂದು ಗಂಟೆಯ ತರುವಾಯ ಝರ್ಕೇರೋ ಎಂಬ ಸಣ್ಣ ಊರಿನಲ್ಲಿ ಕಾರ್ಲೋಸನು ಎಲ್ಲರನ್ನೂ ಇಳಿಸಿಕೊಂಡ. "ಇಲ್ಲೇನಪ್ಪಾ ಇದೆ" ಎಂದು ಸ್ವಲ್ಪ ಅಸಹನೆಯಿಂದಲೇ ಪ್ರದೀಪ ವಿಚಾರಿಸಿದಾಗ, ಕಾರ್ಲೋಸನು "ಡಾನ್ ಬ್ಲಾಂಕೋ ಎಂಬ ರೈತ ಮಹಾಶಯನ ಅಲಂಕೃತ ಸಸ್ಯಧಾಮ ಇದೆ" ಎಂದು ಹೇಳಿ ಎಲ್ಲರನ್ನೂ ಆ ತೋಟಕ್ಕೆ ಕರೆದೊಯ್ದ. ಹುಲುಸಾಗಿ ಬೆಳೆದ ಪೊದೆ-ಹೊದರುಗಳನ್ನು ಆನೆ, ಮೊಲ, ಎತ್ತು, ಪಕ್ಷಿಗಳ ಆಕಾರದಲ್ಲಿ ಹೊಂದಿಸಿ-ಬಂಧಿಸಿ-ಬೆಳೆಸಿರುವ ಈ ಸಸ್ಯಕಾಶಿ, ಝರ್ಕೇರೋ ನಗರವನ್ನು ಪ್ರೇಕ್ಷಣೀಯ ಸ್ಥಳವನ್ನಾಗಿಸಿದೆ. ಪಾಂಡವರೆಲ್ಲರೂ ಸಸ್ಯಾಲಂಕಾರವನ್ನು ಬಹಳ ಮೆಚ್ಚಿಕೊಂಡರು. ಕಾರ್ಲೋಸನು ಡಾನ್ ಬ್ಲಾಂಕೋನನ್ನು ಪ್ರಶಂಸಿಸುತ್ತಾ "ಒಬ್ಬ ಬಡ ರೈತನ ಶ್ರಮದಾನ, ಒಂದು ಭವ್ಯ ಉದ್ಯಾನವನವಾಯಿತು" ಎಂದು ಹೊಗಳಿದ. ಪ್ರದೀಪನಿಗೆ ಕೂಡಲೇ ಕರ್ನಾಟಕದ ಸಾಲುಮರದ ತಿಮ್ಮಕ್ಕನ ನೆನಪು ಬಂತು. ಮಕ್ಕಳಿಲ್ಲದ ಚಿಕ್ಕಯ್ಯ-ತಿಮ್ಮಕ್ಕ ದಂಪತಿಗಳು ಮರಗಳನ್ನೇ ಮಕ್ಕಳೆಂದು ಭಾವಿಸಿ, ಮಾಗಡಿ ತಾಲೂಕಿನ ಹುಲಿಕಲ್‌ನಿಂದ ಕುದೂರ್‌ವರೆವಿಗೂ ಮೂರು ಕಿಲೋಮೀಟರ್ ರಸ್ತೆಯುದ್ದಕ್ಕೂ ಬೆಳೆಸಿ-ಸಲಹಿದ ಸಾಲುಮರಗಳು, ಪ್ರಕೃತಿಪ್ರೇಮದ ಕುರುಹುಗಳಾಗಿವೆ. ಡಾನ್ ಬ್ಲಾಂಕೋ ವನವನ್ನು ಕುರಿತು ಅರ್ಜುನನು, "ಪ್ರಿಯತಮೆಯೊಡನೆ ತಿರುಗಾಡುವುದಕ್ಕೆ ಒಳ್ಳೆಯ ಜಾಗ" ಎಂದಾಗ, ಕಾರ್ಲೋಸನು "ಹೌದಪ್ಪಾ, ಸಂಜೆಯ ಹೊತ್ತು ಇಲ್ಲಿ ಬರೀ ಜೋಡಿಗಳೇ. ಒಬ್ಬೊಂಟಿಗರಿಗೆ ಜಾಗನೇ ಇರಲ್ಲಾ" ಎಂದು ಡಾನ್ ಬ್ಲಾಂಕೋ ಉದ್ಯಾನವನದ ಜನಪ್ರಿಯತೆಯನ್ನು ದೃಢಪಡಿಸಿದ.

ಪ್ರಯಾಣವನ್ನು ಮುಂದುವರಿಸಿ ಕಾರ್ಲೋಸನು, "ಸಾರ್ಚಿಯಲ್ಲಿ ಊಟಾ ಮಾಡಿಕೊಂಡು ಹೋಗೋಣಾ" ಎಂದು ತಿಳಿಸಿದ. ಪ್ರದೀಪನು, "ಅಲ್ಲಿ ವಿಷ್ಣು ಭವನ್ ಇದೆಯೇನಪ್ಪಾ?" ಎಂದು ಕೇಳಿದಾಗ, "ಇಲ್ಲ. ಸ್ಪಾನಿಷ್ ಊಟಾನೇ. ಆದರೆ ಅಲ್ಲಿ ನಿಮ್ಮ ದೇಶದ ಹಸುಗಳಿವೆ. ಎತ್ತಿನಗಾಡಿಗಳಿವೆ" ಎಂದಾಗ, ಪಾಂಡವರಾರಿಗೂ ಅವನ ಮಾತು ಸರಿಯಾಗಿ ಅರ್ಥವಾಗಲಿಲ್ಲ. "ಹಂಗಂದ್ರೆ ಏನಪ್ಪಾ" ಎಂದು ವಿಜಯನು ಪ್ರಶ್ನಿಸಿದಾಗ, "ಬನ್ನಿ ನೋಡುವಿರಂತೆ" ಎಂದು ಕಾರ್ಲೋಸನು ಪಾಂಡವರ ಕುತೂಹಲವನ್ನು ಕೆರಳಿಸಿದ.

ಸಾರ್ಚೆ ಕೋಸ್ಪಾರೀಕಾದ ಚಿಕ್ಕಮಗಳೂರು. ಕಾಫಿ ಬೇಸಾಯಕ್ಕೆ ಹೆಸರುವಾಸಿಯಾದ ಈ ಬೆಟ್ಟಗಾಡಿನ ಊರು, ಮರಗೆಲಸದ ಕೈಕುಶಲತೆಗೆ ಖ್ಯಾತಿಯಾಗಿದೆ. ಇನ್ನೂರು ವರ್ಷಗಳ ಹಿಂದೆ, ಸ್ಪಾನಿಷ್ ಆಕ್ರಮಣದ ಕಾಲದಲ್ಲಿ, ಭಾರತದಿಂದ ಹಸುಗಳನ್ನು ಈ ದೇಶಕ್ಕೆ ಆಮದುಮಾಡಿಕೊಂಡಿದ್ದರು. ಹಾಗಾಗಿ ನಮ್ಮ ದೇಶದ ದೊಡ್ಡ ಗೋಪುರದ ಹಸು–ಕರುಗಳು ಸಾರ್ಚೆ ನಗರದಲ್ಲಿವೆ. ಅದಕ್ಕಿಂತಲೂ ಸೋಜಿಗವೆಂದರೆ ಭಾರತದಲ್ಲಿಯೇ ಇರುವಂತಹ ಹಳೆಯಕಾಲದ ಶೈಲಿಯ ಎತ್ತಿನ ಗಾಡಿಗಳು ಸಾರ್ಚೆಯಲ್ಲಿ ವರ್ಣರಂಜಿತವಾಗಿ ನಿರ್ಮಿತವಾಗುತ್ತವೆ. ಹಿಂದೆ ಎತ್ತಿನಬಂಡಿಗಳಲ್ಲಿ ಕಾಫಿಬೀಜಗಳನ್ನು ಸಾಗಿಸುತ್ತಿದ್ದರು. ಈಗ ಎತ್ತಿನಬಂಡಿಗಳು ಸಾರ್ಚೆಯನ್ನು ಪ್ರೇಕ್ಷಣೀಯ ತಾಣವಾಗಿ ಪರಿವರ್ತಿಸಿವೆ. ಎತ್ತಿನಬಂಡಿಗಳ ಚಕ್ರಗಳು ಎಲ್ಲಾ ರೀತಿಯ ವೃತ್ತವಿನ್ಯಾಸಗಳಿಂದ, ಕಣ್ಣು ಕೋರೈಸುವ ಬಣ್ಣಬಣ್ಣಗಳಿಂದ, ರಾರಾಜಿಸುತ್ತವೆ. ಪ್ರವಾಸಿಗರಿಗೆ ಈ ಎತ್ತಿನಬಂಡಿಗಳಲ್ಲಿ ಸವಾರಿ ಹೋಗುವುದು ಒಂದು ವಿನೋದ.

ಸಾರ್ಚೆ ಸಮೀಪಿಸುತ್ತಿದ್ದಂತೆ ಗೋಪುರದ ಹಸುಗಳನ್ನು ನೋಡಿ ಎಲ್ಲರಿಗಿಂತಲೂ ಮೊದಲು ವಿಜಯನು "ಬಂತಪ್ಪಾ ಬಂತು ನಮ್ಮ ದೇಶ" ಎಂದ. ಎಲ್ಲರೂ ಕಣ್ಣರಳಿಸಿ ನೋಡಲಾರಂಬಿಸಿದರು. ಎತ್ತಿನಬಂಡಿಗಳು ಕಂಡಾಗ ಅರ್ಜುನನು ಹರ್ಷೋದ್ಗಾರದಿಂದ "ವಾವ್, ವರೆವಾವ್. ಏನು ಬಣ್ಣ" ಎಂದ. ಎಲ್ಲರೂ ವಾಹನದಿಂದ ಇಳಿದು, ಎತ್ತಿನಬಂಡಿಗಳನ್ನು ತಪಾಸಣೆ ಮಾಡುತ್ತಾ, ಅವುಗಳ ಮುಂದೆ ನಿಂತು ಚಿತ್ರ ತೆಗೆಸಿಕೊಳ್ಳಲು ಸಿದ್ದವಾದಾಗ, ಆ ಎತ್ತಿನಬಂಡಿಯ ಒಡೆಯ ಬಂದು "ಇಲ್ಲಾ ಇಲ್ಲಾ. ಚಿತ್ರ ತೆಗೆದುಕೊಳ್ಳಬೇಕಾದರೆ ಈ ಗಾಡಿಯಲ್ಲಿ ಸವಾರಿ ಮಾಡಬೇಕು" ಎಂದು ಅಡ್ಡಹಾಕಿದ. ನಂತರ ಕಾರ್ಲೋಸನು ಬಂದು ಎಲ್ಲರನ್ನೂ ಎತ್ತಿನಗಾಡಿಯಲ್ಲಿ ತುಸುದೂರಲ್ಲಿದ್ದ ಹೊಟೇಲ್‌ಗೆ ಕರೆದೊಯ್ದ. ಇಳಿಯುವಾಗ ಎಲ್ಲರೂ ಗಾಡಿಯ ಮುಂದೆ ನಿಂತು ಚಿತ್ರ ತೆಗೆಸಿಕೊಂಡರು. ಊಟವಾದ ನಂತರ ಕಾರ್ಲೋಸನು ಎಲ್ಲರನ್ನೂ ಪಕ್ಕದಲ್ಲಿಯೇ ಇದ್ದ ಎತ್ತಿನ ಬಂಡಿಯ ಕಾರ್ಖಾನೆಗೆ ಕರೆದುಕೊಂಡು ಹೋದ. ನೂರಾರು ಎತ್ತಿನಬಂಡಿಗಳು, ಎಲ್ಲಾ ಬಣ್ಣಗಳಲ್ಲೂ, ಎಲ್ಲಾ ಗಾತ್ರಗಳಲ್ಲೂ, ಇದ್ದವು. ಪ್ರದೀಪನು ಸಣ್ಣ ಗಾಡಿಯೊಂದನ್ನು ಕೊಂಡುಕೊಂಡ. ಮಧ್ಯ ಅಮೇರಿಕಾದಲ್ಲಿ ಭಾರತದ ಗ್ರಾಮೀಣ ಮರ ಕುಶಲತೆಯನ್ನು ಪ್ರತಿಬಿಂಬಿಸುತ್ತಿರುವ ಸಾರ್ಚೆ, ಪಾಂಡವರ ಮನಸ್ಸಿನಲ್ಲಿ ಚಿರಸ್ಥಾಯಿಯಾಯಿತು.

ಸಾರ್ಚಿಯಿಂದಲೇ ದೂರದಲ್ಲಿ ಕಾಣಬರುತ್ತಿದ್ದ ಅರೆನಾಲ್ ಅಗ್ನಿಪರ್ವತದೆಡೆಗೆ ಪ್ರಯಾಣ ಮುಂದುವರಿಯಿತು. ಶಂಕು ಆಕಾರದಲ್ಲಿ ಒಂದೂವರೆ ಕಿಲೋಮೀಟರ್ ಎತ್ತರವಿರುವ ಅರೆನಾಲ್ ಅಗ್ನಿಪರ್ವತದ ತುದಿಯಲ್ಲಿ ಅರ್ಧ ಕಿಲೋಮೀಟರ್ ಬಾಯಗಲದ ಜ್ವಾಲಾಮುಖಿಯ ಕುಳಿಯಿದೆ. ಐವತ್ತು ವರ್ಷಗಳ ಹಿಂದೆ ಅತ್ಯಂತ ಪ್ರಬಲವಾಗಿ ಸ್ಫೋಟಗೊಂಡ ಪರಿಣಾಮವಾಗಿ, ಇದರ ತಪ್ಪಲಲ್ಲಿದ್ದ ಎರಡು ಊರುಗಳು ಸಂಪೂರ್ಣವಾಗಿ ನೆಲಸಮವಾದವು. ಅಂದಿನಿಂದ ನಿರಂತರವಾಗಿ ಕಾರ್ಯಶೀಲವಾಗಿರುವ ಅರೆನಾಲ್ ಅಗ್ನಿಪರ್ವತ, ಕೋಸ್ಟಾರೀಕಾದ ಭೌಗೋಳಿಕ ಖ್ಯಾತಿಯನ್ನು ಹೆಚ್ಚಿಸಿದೆ. ಪಕ್ಕದಲ್ಲಿಯೇ ಕೋಸ್ಟಾರೀಕಾದ ಅತ್ಯಂತ ವಿಶಾಲವಾದ ಅರೆನಾಲ್ ಸರೋವರ, ಅದನ್ನು ಸುತ್ತುವರಿದಿರುವ ಮಾಂಟೇವರ್ಡೆ ಅರಣ್ಯಧಾಮ, ಮತ್ತು ಟಾಬಕಾನ್ ಬಿಸಿನೀರಿನ ಹೊಳೆ, ಪ್ರವಾಸಿಗಳ ನೆಚ್ಚಿನ ತಾಣಗಳಾಗಿವೆ.

ಸಾರ್ಚಿಯಿಂದ ಹೊರಟ ಪಾಂಡವರು ಅರೆನಾಲ್ ಹಳ್ಳಿಯನ್ನು ಸೇರುವ ಹೊತ್ತಿಗೆ ಮೂರುಗಂಟೆಯಾಗಿತ್ತು. ಎಂದಿನಂತೆ ಕಾರ್ಲೋಸನು ಮನೆಯೊಂದರಲ್ಲಿ ತಂಗಲು ವ್ಯವಸ್ಥೆ ಮಾಡಿದ್ದ. ಒಂದೇ ಕೋಣೆಯಲ್ಲಿ ಹತ್ತು ಜನ ಮಲಗಲು ಅಂತಸ್ತು ಮಂಚಗಳಿದ್ದವು. ಮನೆಯಲ್ಲಿ ಇಳಿದ ಕೂಡಲೇ ಪ್ರದೀಪನು ಎಲ್ಲರನ್ನು ಅವಸರಿಸುತ್ತಾ "ಬೇಗಾ ಬೇಗಾ ಹೊರಡಿ ಮಿತ್ರರೇ. ಈವತ್ತು ಭೂಮಿ ಹುಟ್ಟುವುದನ್ನ ನೋಡಲೇಬೇಕು" ಎಂದ. ಕಾರ್ಲೋಸನು "ಪ್ರದೀಪ್, ಅಗ್ನಿಪರ್ವತ ಎಲ್ಲಿಗೂ ಓಡಿಹೋಗಲ್ಲಾ. ಸ್ವಲ್ಪ ಸಾವಧಾನ. ಸಾವಕಾಶ" ಎಂದು ಸಮಾಧಾನ ಹೇಳಿದ.

ಕಾರ್ಲೋಸನ ಮಾರ್ಗದರ್ಶನಲ್ಲಿ ಪಾಂಡವರು ಅರೆನಾಲ್ ಸರೋವರದ ತೀರದಲ್ಲಿ ನಡೆಯುತ್ತಾ ಹೋದರು. ಪರ್ವತ ಕಾಣುತ್ತಿದ್ದರೂ, ಜ್ವಾಲಾಮುಖಿಯಿಂದ ಹೊಗೆಯಾಡುತ್ತಾ ಮೋಡವಾಗುತ್ತಿದ್ದರೂ ಲಾವಾರಸ ಪ್ರವಾಹ ಕಾಣಬರುತ್ತಿರಲಿಲ್ಲ. ಪ್ರದೀಪನು ಚಡಪಡಿಸುತ್ತಾ "ಲಾವಾರಸ, ಪ್ರವಾಹ ಎಲ್ಲಿ?" ಎಂದು ಕಾರ್ಲೋಸನನ್ನು ಒತ್ತಾಯಿಸಿ ಕೇಳಿದಾಗ, ಅವನು, "ಪಂಡಿತ್ ಪ್ರದೀಪ್, ಬೆಳಕಿರುವಾಗ ಸರಿಯಾಗಿ ಕಾಣಲ್ಲಾ ಗುರು. ರಾತ್ರಿ ಆಗಬೇಕು" ಎಂದ.

ಸುಮಾರು ಎರಡು ಕಿಲೋಮೀಟರ್ ಸಾಗಿದ ನಂತರ ಅರೆನಾಲ್ ಅಗ್ನಿಪರ್ವತದ ವೀಕ್ಷಣಾ ಕೇಂದ್ರ ತಲುಪಿದರು. ಕೋಸ್ಟಾರೀಕಾ ಸರಕಾರ ನಿರ್ಮಿಸಿರುವ ಈ ವೀಕ್ಷಣಾ ಕೇಂದ್ರ, ಅಗ್ನಿಪರ್ವತದ ಇತಿಹಾಸವನ್ನು,

ವೈಜ್ಞಾನಿಕ ವಿವರಣೆಯನ್ನೂ ಮತ್ತು ಪ್ರಸ್ತುತ ಮಾಹಿತಿಯನ್ನು ಪ್ರಕಟಿಸಿ, ಪ್ರೇಕ್ಷಕರ ವೀಕ್ಷಣೆಗೆ ಮಾರ್ಗದರ್ಶನ ನೀಡುತ್ತದೆ. ಕುತೂಹಲಭರಿತನಾಗಿದ್ದ ಪ್ರದೀಪನು ಮಿತ್ರರಿಗೆಲ್ಲಾ ಉತ್ಸಾಹದಿಂದ ಅಗ್ನಿಪರ್ವತ-ಭೂಕಂಪಗಳನ್ನು ವರ್ಣಿಸುತ್ತಿದ್ದಾಗ ಕಾರ್ಲೋಸನು "ಪ್ರದೀಪ್ ನೀನು ವೈದ್ಯ ಪಂಡಿತನಾಗುವ ಬದಲು ವಿಜ್ಞಾನ ಪಂಡಿತ ಆಗಬೇಕಿತ್ತು." ಎಂದು ಪ್ರಶಂಸಿಸುತ್ತಾ ಹೇಳಿದ. ತನ್ನನ್ನು ಸಮರ್ಥಿಸಿಕೊಳ್ಳುತ್ತಾ ಪ್ರದೀಪನು, "ನಮ್ಮ ಹಾಗೆ ಭೂಮಿಗೂ ಜೀವ ಇದೆ. ಲಾವಾರಸವೇ ಭೂಮಿಯ ರಕ್ತ" ಎಂದು ನಗುತ್ತಾ ಹೇಳಿದಾಗ, ಕಾರ್ಲೋಸನು "ಕೋಸ್ಟಾರೀಕಾ ಇಂಡಿಯನ್ಸ್ ಕೂಡಾ ಹೀಗೇ ಹೇಳ್ತಾರೆ. ಎಲ್ಲಾ ಇಂಡಿಯನ್ಸ್ ನಂಬಿಕೆಗಳೂ ಒಂದೇ" ಎಂದ.

ಆ ದಿನ ಸಂಜೆ ಕತ್ತಲಾದ ನಂತರವೂ ಲಾವಾರಸ ಉಕ್ಕಿಬರಲಿಲ್ಲ. ನಿರಾಶನಾದ ಪ್ರದೀಪನು ವೀಕ್ಷಣ ಕೇಂದ್ರದಲ್ಲಿ ವಿಚಾರಿಸಿದಾಗ ಅವರು, "ಯಾವಾಗ ಅಂತ ಹೇಳೋಕಾಗಲ್ಲ. ನೆನ್ನೆಯೆಲ್ಲಾ ಚೆನ್ನಾಗಿ ಹರಿಯುತ್ತಿತ್ತು. ಈವತ್ತೇಕೋ ಪ್ರವಾಹ ನಿಂತಿದೆ. ನಿಮಗೆ ನೋಡುವ ಅದೃಷ್ಟವೂ ಇರಬೇಕು" ಎಂದಾಗ ಪ್ರದೀಪನಿಗೆ ಬಹಳ ನಿರಾಶೆಯಾಯಿತು. ಇತರರಿಗೆ ಅಷ್ಟೇನೂ ಅನಿಸಲಿಲ್ಲ. ಕಾರ್ಲೋಸನು ಪ್ರದೀಪನಿಗೆ ಸಮಾಧಾನ ಮಾಡುತ್ತಾ "ಪಂಡಿತ್, ನಾಳೆ ಬೆಳಿಗ್ಗೆ ದೇವರಿಗೆ ಚೆನ್ನಾಗಿ ಕೈಮುಗಿದುಕೊಂಡು ಬಾ. ಭೂತಾಯಿ ನಿನಗೆ ರಕ್ತ ಸಂತರ್ಪಣ ಮಾಡಿಸ್ತಾಳೆ" ಎಂದು ಕವಿವಾಣಿಯಲ್ಲಿ ಹೇಳಿದ. ನಾಳಿನ ನಿರೀಕ್ಷೆಯಲ್ಲಿ ಪ್ರದೀಪನ ಮನಸ್ಸು ತಣ್ಣಗಾಯಿತು.

ಕೋಸ್ಟಾರಿಕಾದ ಉತ್ತರಗಡಿಯಿಂದ ನೆರೆಯ "ನಿಕರಾಗುವ" ದೇಶವನ್ನು ಪ್ರವೇಶಿಸಲು ಪಾಂಡವರಿಗೆಲ್ಲಾ ಹೊಸ ದೇಶಾನುಮತಿಗಳನ್ನು ಮಾಡಿಸಬೇಕಿತ್ತು. ಎಲ್ಲಾ ದೇಶಗಳ ಗಡಿನಗರಗಳಲ್ಲಿ ವಲಸೆಗಾರರಿಗೆ ನೆರವಾಗಲು ಉಭಯ ಸರಕಾರಗಳು ಕಾರ್ಯಾಲಯಗಳನ್ನು ನಡೆಸುತ್ತವೆ. ಮಾರನೆಯ ದಿನ ಕಾರ್ಲೋಸನು ಪಾಂಡವರಿಗೆ ನೋಡಬೇಕಾದ ಸ್ಥಳಗಳ ಬಗ್ಗೆ ತಿಳಿಸಿ, ತಾನು "ಪ್ರವೇಶಾನುಮತಿ" ಪಡೆಯುವ ಕೆಲಸಕ್ಕೆ ನಿರತನಾದ. ಪಾಂಡವರೆಲ್ಲಾ ಪ್ರದೀಪನ ಮಾರ್ಗದರ್ಶನದಲ್ಲಿ ನಯನವಿಹಾರಕ್ಕೆ ಹೊರಟರು. ದಾರಿಯಲ್ಲಿ ವಿಜಯನು ಸ್ವಲ್ಪ ಬೇಸರದಿಂದಲೇ "ಪ್ರದೀಪ್, ಅಗ್ನಿಪರ್ವತ ನೋಡಿ-ನೋಡಿ ಸಾಕಾಗಿದೆ. ಬೇರೇ ಏನಾದರೂ ನೋಡೋಣ" ಎಂದ. ಅರೆನಾಲ್-ಹಳ್ಳಿಯಲ್ಲಿ ವಿಚಾರಿಸಿ, ಮೊದಲು ಮಾಂಟೆವರ್ಡೆ ಅರಣ್ಯದ "ಗಗನಹಾದಿ"ಯಲ್ಲಿ ನಡೆಯೋಣವೆಂದು ನಿರ್ಣಯವಾಯಿತು. ದಟ್ಟವಾದ ಅರಣ್ಯದ ಉತ್ತುಂಗ ಮರಗಳ ಮಧ್ಯೆ ಹಗ್ಗ-

ನಾರುಗಳಿಂದಲೇ ನಿರ್ಮಿತವಾಗಿರುವ "ಗಗನದಾರಿ" ಎಂಬ ತೇಲುಸೇತುವೆ ಮಾಂಟೆವರ್ಡೆ ಅರಣ್ಯದ ಒಂದು ಪ್ರಮುಖ ಪ್ರವಾಸಿ ಆಕರ್ಷಣೆ. ಪ್ರಾಣಿಪಕ್ಷಿಗಳನ್ನು ಹೆದರಿಸದೆ-ಬೆದರಿಸದೆ ಸ್ವಯಂತಾಣಗಳಲ್ಲಿ ಸ್ವೇಚ್ಛೆಯಾಗಿರುವುದನ್ನು ನೋಡಿ ನಲಿಯುವುದಕ್ಕೆ ಕಲ್ಪಿಸಿರುವ ಗಗನದಾರಿ ಎರಡು ಕಿಲೋಮೀಟರ್ ಉದ್ದವಿದೆ. ಇತರೆ ಅರಣ್ಯಧಾಮಗಳಿಗೆ ಮಾದರಿಯಾಗಿದೆ.

ತಾತ್ಸಾರದಿಂದಲೇ ಇಲ್ಲಿಗೆ ಬಂದ ಪಾಂಡವರು ಗಗನದಾರಿಯಲ್ಲಿ ನಡೆಯುತ್ತಿದ್ದಂತೆಯೇ ಮರುಳಾದರು. ಕಾಡಿನ ಅಂತರಾಳ ನಾಡಿನ ಹರತಾಳವನ್ನು ಮರೆಸಿತ್ತು. ಚಿಲಿಪಿಲಿಗುಟ್ಟುವ ಹಕ್ಕಿಗಳ ಕಂಠದ ನಾದ, ಮರಗಳಡಿಯಲ್ಲಿ ಹರಿಯುವ ನೀರಿನ ಝರಿಗಳ ಜುಳುಜುಳು ದನಿ, ಹೊದೆ-ಪದರುಗಳ ಮರೆಯಿಂದ ಬರುವ ಜೀವಜಂತುಗಳ ಅರಚಾಟ-ಕಿರಿಚಾಟಗಳು, ಮರಗಿಡಗಳ ನೀರವ ಮೌನತೆಯನ್ನು ಕದಡಿ, ಜೀವರಾಶಿಯ ಜಾಗಟೆಗಳಾಗಿದ್ದವು. ಅಮೆಜಾನ್ ಅರಣ್ಯದಲ್ಲಿರುವಂತೆಯೇ ಇಲ್ಲಿಯೂ ಎಲ್ಲಾರೀತಿಯ ಪ್ರಾಣಿಗಳು ಕಂಡುಬರುತ್ತಿದ್ದವು. ಪ್ರದೀಪ ಬಹಳ ನಿಧಾನವಾಗಿ ವೀಕ್ಷಿಸುತ್ತಾ ಹಿಂದಾಗಿ ಬರುತ್ತಿದ್ದ.

ಗಗನದಾರಿಯಿಂದ ಹೊರಬರುತ್ತಿದ್ದಂತೆಯೇ ಅರೆನಾಲ್ ಅಗ್ನಿಪರ್ವತ ನೀಲಾಕಾಶದ ಹಿನ್ನೆಲೆಯಲ್ಲಿ ಎದುರಾಗಿ ಕಾಣಬರುತ್ತಿತ್ತು. ಜ್ವಾಲಾಮುಖಿಯಿಂದ ಧೂಮವನ್ನು ಉಗುಳುತ್ತಿತ್ತು. ಅರ್ಜುನನೇ ಮೊದಲು "ಈಗೇನಪ್ಪಾ" ಎಂದ.

"ಇಲ್ಲೇ ಪಕ್ಕದಲ್ಲಿ ಬಿಸಿನೀರಿನ ಹೊಳೆ ಇದೆಯಂತೆ. ಅಲ್ಲಿ ಹೋಗಿ ಸ್ನಾನ ಮಾಡೋಣ" ಎಂದು ಪ್ರದೀಪ ಸೂಚಿಸಿದಾಗ, "ಮನೆಯಲ್ಲಿ ಮಾಡಿದ್ದ ಸ್ನಾನ ಸಾಲದಾ?" ಎಂದು ಸೆಲ್ವಮ್, "ನಿನಗೆ ಬೇರೆ ಕೆಲಸ ಇಲ್ಲಪ್ಪಾ" ಎಂದು ವಿಜಯರು ನಿರುತ್ಸಾಹವನ್ನು ತೋರಿದರು. ಅರ್ಜುನನು "ಅಲ್ಲಿಗೆ ಹುಡುಗೀರು ಬರ್ತಾರಾ?" ಎಂದು ಹಾಸ್ಯಕ್ಕಾಗಿ ಪ್ರಶ್ನಿಸಿದಾಗ, ಪ್ರದೀಪನು "ಹೌದಪ್ಪಾ. ಟಾಬಕಾನ್ ಹೊಳೆ-ಜಲಪಾತ ಕೋಸ್ಟಾರೀಕಾದ ಪ್ರಾಕೃತಿಕ ಸ್ನಾನದ ಮನೆ" ಎಂದು ಮಿತ್ರರನ್ನೆಲ್ಲಾ ಪ್ರಚೋದಿಸಿದ.

ಅರೆನಾಲ್ ಅಗ್ನಿಪರ್ವತದ ಅಂತರಾಳದಿಂದ ಉಕ್ಕಿಬರುವ ಬಿಸಿನೀರಿನ ಬುಗ್ಗೆಗಳಿಂದ ಹುಟ್ಟುವ ಟಾಬಕಾನ್ ಹೊಳೆ ತಟದಲ್ಲಿ ನಿರ್ಮಿಸಿರುವ ಟಾಬಕಾನ್ ಜಲ ವಿಹಾರಧಾಮ ಮಧುಚಂದ್ರದಲ್ಲಿರುವ ದಂಪತಿಗಳಿಗೆ ಬಹಳ

ಪ್ರಿಯವಾಗಿದೆ. ದಟ್ಟವಾದ ಗಿಡಮರಗಳ ಮಧ್ಯೆ ಇಪ್ಪತ್ತು ಮೀಟರ್ ಎತ್ತರದಿಂದ ಹಂತಹಂತಗಾಗಿ ಹರಿಯುವ ಟಾಬಕಾನ್ ಹೊಳೆಯನ್ನು ಮೀಯಲು ಕೊಳವಾಗಿ ಅನುಗೊಳಿಸಿ, ಉದ್ಯಾನವನದ ಮಾದರಿಯಲ್ಲಿ ಹಿನ್ನೆಲೆಯನ್ನು ವಿನ್ಯಾಸಗೊಳಿಸಿ ಅಲಂಕರಿಸಿ, ಈಜುವ ಕೊಳದಲ್ಲಿರುವಂತೆ ಎಲ್ಲಾ ಸೌಕರ್ಯಗಳನ್ನು ಕಲ್ಪಿಸಲಾಗಿದೆ. ಹೀಗಾಗಿ ಟಾಬಕಾನ್ ಜಲವಿಹಾರಧಾಮ ಜನಪ್ರಿಯವಾಗಿದೆ. ಇದರ ಅಂಗಣದಲ್ಲಿಯೇ ಭವ್ಯವಾದ ವಸತಿಗೃಹ ಮತ್ತು ಹೊಟೇಲ್ ಇದೆ.

ವಿಹಾರಧಾಮ ಪ್ರವೇಶಿಸುತ್ತಿದ್ದಂತೆಯೇ ಹಲವಾರು ಪ್ರಾಯದ ದಂಪತಿಗಳು ಈಜಿನ ಉಡುಪಿನಲ್ಲಿ ಮೀಯುತ್ತಾ ನಲಿಯುತ್ತಿರುವುದನ್ನು ನೋಡಿ, ಎಲ್ಲರಿಗಿಂತಲೂ ಮೊದಲು ಅರ್ಜುನನೇ "ವರೆವಾ" ಎಂದು ಬಾಯಿಬಿಟ್ಟ. ಬಹುಮಟ್ಟಿಗೆ ದಂಪತಿಗಳೇ ಬರುವ ಜಾಗಕ್ಕೆ ಐದು ಜನ ಪಡ್ಡೆ ಹುಡುಗರು ವಿಹರಿಸಲು ಬಂದುದು ನೋಡುವವರಿಗೆ ಸ್ವಲ್ಪ ವಿಚಿತ್ರವಾಗಿಯೇ ಇತ್ತು. ನೀರಿಗಿಳಿದು ಧುಮುಕುವ ಝರಿಯ ಕೆಳಗೆ ನಿಂತು ಹದವಾದ ಬಿಸಿನೀರಿನಿಂದ ಮೈಯನ್ನು ನೀವಿಸಿಕೊಳ್ಳುತ್ತಾ ಪಾಂಡವರೆಲ್ಲಾ ಮೈಮರೆತರು. ಸುಂದರ ದೇಹದ ವನಿತೆಯರ ನೋಟ ಪಾಂಡವರಲ್ಲಿ ಪುರುಷಪ್ರಜ್ಞೆಯನ್ನು ಜಾಗ್ರತಗೊಳಿಸಿತ್ತು. ಅರ್ಜುನನಂತೂ ಅಲ್ಲಿಂದ ಹಿಂದಿರುಗುವಾಗ ಪ್ರದೀಪನಿಗೆ ಕೃತಜ್ಞತೆ ಸೂಚಿಸುತ್ತಾ, "ಗುರು, ನೀನೂ ರಸಿಕನೇ" ಎಂದು ಚುಡಾಯಿಸಿದ. ಪ್ರದೀಪನು ನಗುತ್ತಾ "ನಾನೂ ಗಂಡಸೇ" ಎಂದು ಲಘುವಾಗಿ ಸಮರ್ಥಿಸಿಕೊಂಡ.

ಮಧ್ಯಾಹ್ನದ ಊಟೋಪಚಾರಗಳ ನಂತರ ಪ್ರದೀಪನೊಬ್ಬನೇ ಅರೆನಾಲ್ ವೀಕ್ಷಣ ಕೇಂದ್ರದೆಡೆಗೆ ನಡೆದ. ಇತರಾರೂ ಆಸಕ್ತಿ ತೋರಿಸದೆ ಮನೆಯಲ್ಲಿದ್ದರು. ಜ್ವಾಲಾಮುಖಿಯ ಸುತ್ತಲೂ ಮೋಡಗಳು ಕವಿಯುತ್ತ ಬೆಟ್ಟವನ್ನು ಮುಚ್ಚುತ್ತಾ, ವಿಹಂಗಮ ನೋಟವನ್ನು ಅಳಿಸಿದ್ದವು. ಆದರೂ ಪ್ರದೀಪನು ವೀಕ್ಷಣಾ ಕೇಂದ್ರದ ಸಮೀಪದಲ್ಲಿಯೆ ಓಡಾಡುತ್ತಾ ಕಾಲವನ್ನು ಕಳೆಯುತ್ತಿರುವಾಗ, ಯೂರೋಪಿನ ಒಬ್ಬ ಪ್ರವಾಸಿಯೊಡನೆ ಮಾತುಕತೆಯನ್ನು ಬೆಳಸಿದ. ಅವನಿಂದ "ಅರೆನಾಲ್ ಜ್ವಾಲಾಮುಖಿಯ ಲಾವಾರಸ ಪ್ರವಾಹ" ಅತ್ಯಂತ ಅಮೋಘ ದೃಶ್ಯವೆಂದು ತಿಳಿದು, ಪ್ರತ್ಯಕ್ಷವಾಗಿ ನೋಡಲೇಬೇಕೆಂದು ರಾತ್ರಿ 9 ಗಂಟೆಯವರೆಗೂ ಕಾದರೂ ಫಲಿಸಲಿಲ್ಲ.

ಮನೆಗೆ ಹಿಂತಿರುಗಿದಾಗ, ಕಾರ್ಲೋಸನು "ನಾಳೆ ಬೆಳಿಗ್ಗೆ ನಿಕರಾಗುವಗೆ ಪ್ರಯಾಣ. ಎಲ್ಲಾ ಸಿದ್ಧವಾಗಿರಿ" ಎಂದು ಆದೇಶಿಸಿದ. ಪ್ರದೀಪನು ಅರೆ

ಮನಸ್ಸಿನಿಂದ, ಉಳಿದೆಲ್ಲಾ ಪಾಂಡವರು ಒಂದೇ ಮನಸ್ಸಿನಿಂದ "ಆಯಿತು, ಕಾರ್ಲೋಸ್" ಎಂದು ಹೇಳಿದರು.

ಮರುದಿನ ಮುಂಜಾನೆ ಲಘುಭೂಕಂಪವಾಗಿತ್ತು. ಅರೆನಾಲ್ ಜ್ವಾಲಾಮುಖಿಯಿಂದ ಧೂಮೋತ್ಪಾದನೆ ದಟ್ಟವಾಗಿತ್ತು. ಎಲ್ಲೆಲ್ಲಿಯೂ ಸುದ್ದಿ ಹರಡಿತ್ತು. ಅಗ್ನಿಪರ್ವತಗಳ ಪ್ರಚಂಡ ಸ್ಫೋಟನೆಗೆ ಮುಂಚೆ ಭೂಕಂಪಗಳಾಗುವುದು ಸಹಜವಾದುದರಿಂದ, ಕೋಸ್ಟಾರೀಕಾದ ಸರಕಾರ ಅರೆನಾಲ್ ಸುತ್ತಮುತ್ತಲೂ ಇರುವ ನಾಗರಿಕರಿಗೆ ಜಾಗ ಖಾಲಿಮಾಡಲು ಆದೇಶ ಹೊರಡಿಸಿತು. ಆದರೆ ಯಾರೂ ಕಿವಿಗೆ ಹಾಕಿಕೊಳ್ಳಲಿಲ್ಲ. ದಿನಾ ಸಾಯುವವರಿಗೆ ಅಳುವವರು ಯಾರು? ವ್ಯತಿರಿಕ್ತವಾಗಿ ಪ್ರವಾಸಿಗರು ಪ್ರಚಂಡ ಸ್ಫೋಟ –ಲಾವಾ ಪ್ರವಾಹವನ್ನು ನಿರೀಕ್ಷಿಸಿ ಅರೆನಾಲ್ ವಲಯದಲ್ಲಿ ಬೇರೂರುತ್ತಿದ್ದರು. ಪ್ರದೀಪನು ಇರೋಣವೆಂದು ಒತ್ತಾಯಿಸಿದ. ಮಿಕ್ಕವರು "ಈದಿನ ನೋಡೋಣ. ನಾಳೆ ಹೊರಡೋಣಾ" ಎಂದು ಸಮ್ಮತಿಸಿದರು. ವೀಕ್ಷಣಾ ಕೇಂದ್ರ ಪ್ರವಾಸಿಗರಿಂದ ತುಂಬಿಹೋಗಿತ್ತು. ಪ್ರತಿನಿಮಿಷ ವರದಿಯನ್ನು ಪ್ರಕಟಿಸುತ್ತಿದ್ದರು. ಸಂಜೆಯವರೆವಿಗೂ ಏನೂ ಆಗಲೇ ಇಲ್ಲಾ. ಎಲ್ಲಾ ಮಾಮೂಲಾಗಿತ್ತು. ಬೇಸರಿಕೆಯಿಂದ ಜನ ಹೊರಡಲೆಣಿಸಿದಾಗ ಜ್ವಾಲಾಮುಖಿಯ ಧೂಮೋತ್ಪಾದನೆ ಭಯಂಕರ ಸ್ಫೋಟನದೊಂದಿಗೆ ನೂರ್ಮಡಿಯಾಯಿತು. ಎಲ್ಲರೂ ಭಯಗೊಂಡರು. ತರುವಾಯ ಲಾವಾರಸ ಜ್ವಾಲಾಮುಖಿಯಿಂದ ಉಕ್ಕಿ ಹರಿಯಲಾರಂಬಿಸಿತು. ಪ್ರೇಕ್ಷಕರೆಲ್ಲರೂ ಕರತನಾಡನದಿಂದ ಪ್ರಕೃತಿಯ ಶಕ್ತಿ ಪ್ರದರ್ಶನವನ್ನು ಸ್ವಾಗತಿಸಿದರು. ಎಲ್ಲರ ಬಾಯಿಯಲ್ಲೂ "ವಾವ್, ಅಬ್ಬಬ್ಬಾ, ಅದ್ಭುತ, ಅಮೋಘ" ಎಂಬ ಪರಮಪ್ರಶಂಸೆಗಳೇ ಅನುರಣಿತವಾಗುತ್ತಿದ್ದವು. ಅದ್ಭುತಾನಂದ ಭಯ–ಆತಂಕಗಳನ್ನು ಮರೆಸಿತ್ತು. ಕಾರ್ಲೋಸನೂ ಸಹ ಸ್ತಂಭೀಭೂತನಾಗಿ ಪಾಂಡವರೊಡನೆ ಭೂಮಿಯ ಸೃಷ್ಟಿಯನ್ನು ನೋಡುತ್ತಿದ್ದ. ಪ್ರದೀಪನಿಗೆ ಭೂಮಿಯ ಜನನ ಮಾನವ ಜನನದಂತೆ ರಕ್ತಸಿಕ್ತವಾದ ಘಟನೆಯಾಗಿತ್ತು. ಸೂರ್ಯ ಮುಳುಗುತ್ತಿದ್ದಂತೆ, ಲಾವಾರಸದ ಪ್ರಕಾಶತೆ ಹೆಚ್ಚುತ್ತಿತ್ತು. ಸುಮನಾಳಿಗೆ ಇದೆಲ್ಲವನ್ನು ತನ್ನ ಮನಸ್ಸಿನೊಳಗೆ ವರ್ಣಿಸುತ್ತಾ, ಅವಳ ಸಾನ್ನಿಧ್ಯವನ್ನು ಬಯಸುತ್ತಾ ಪ್ರದೀಪನು ಪ್ರಪಂಚವನ್ನೇ ಮರೆತಿದ್ದ. ಅಂತೂ ಪ್ರದೀಪನ ಬಯಕೆ ಈಡೇರಿತ್ತು. ಪಾಂಡವರಿಗೆಲ್ಲಾ ಖುಷಿಯಾಗಿತ್ತು. ಪ್ರಯಾಣ ಮುಂದುವರಿಸಲು ನಿರಾಳವಾಗಿತ್ತು. ---------

ಮಧ್ಯ-ಅಮೆರಿಕಾದ ಮಾಯಾಲೋಕ

ನೆಲದೊಡಲ ನದಿಯ ಅದ್ಭುತ ಪಯಣ

ಕೋಸ್ಟಾರೀಕಾದಿಂದ ಹೊರಟ ಪಾಂಡವರ ಪಟಾಲಮ್ ಉತ್ತರಾಭಿಮುಖವಾಗಿ ಪ್ರಯಾಣ ಮಾಡಿ 'ನಿಕರಾಗುವ' ದೇಶದ ಗಡಿಯನ್ನು ತಲುಪಿದಾಗ, ಗಡಿರಕ್ಷಕರು ಪ್ರವೇಶಾನುಮತಿ ಪತ್ರಗಳ ಮೇಲೆ ಸುಮ್ಮನೆ ಕಣ್ಣಾಡಿಸಿ, ದೇಶದೊಳಕ್ಕೆ ಬಿಟ್ಟುಕೊಂಡರು.

ನಿಕರಾಗುವ ಮಧ್ಯ ಅಮೇರಿಕಾದ ಅತ್ಯಂತ ವಿಶಾಲವಾದ ದೇಶವಾದರೂ, ಅತ್ಯಂತ ನಿರ್ಜನ ದೇಶ. ಬಂಡವಾಳಶಾಹಿಗಳ ವಜ್ರಮುಷ್ಟಿಯಲ್ಲಿ ಸಿಕ್ಕಿ ಬಳಲಿ–ಬೆಂಡಾಗಿ, ಆರ್ಥಿಕವಾಗಿ ಬಹಳ ಬಡವಾಗಿದ್ದ ಈ ದೇಶ, ಸಮತಾವಾದ ಸರಕಾರದ ಆಡಳಿತದಲ್ಲಿ ಸುಧಾರಿಸುತ್ತಿದೆ. ರಾಜಕೀಯ ಆಂದೋಲನದ ಕಾರಣದಿಂದ ನಿಕರಾಗುವಾ ಸಹಜವಾಗಿಯೇ ಪ್ರವಾಸಿಗಳಿಗೆ ಅಪ್ರಿಯವಾಗಿದೆ. ಹೀಗಾಗಿ ವಿದೇಶಿ ಪ್ರವಾಸಿಗಳನ್ನು ಆಕರ್ಷಿಸಲು ನಿಕರಾಗುವ ಪ್ರವೇಶಾನುಮತಿಯ ವಿಚಾರದಲ್ಲಿ ಸಡಿಲ ನೀತಿ ಅನುಸರಿಸುತ್ತದೆ.

ನಿಕರಾಗುವ, ಕೋಸ್ಟಾರೀಕಾದಂತೆ ಅಗ್ನಿಪರ್ವತ–ಭೂಕಂಪಗಳ ದೇಶ. ಆದರೆ ಈ ದೇಶದ ಅನನ್ಯ ಭೌಗೋಳಿಕ ಲಕ್ಷಣ, ನಿಕರಾಗುವ ಸರೋವರ. ನಿಕರಾಗುವ ಸರೋವರ ಮಧ್ಯ ಅಮೇರಿಕಾದ ಅತ್ಯಂತ ದೊಡ್ಡ ಸರೋವರ. ಸಾಗರೋಪಾದಿಯಲ್ಲಿರುವ ಈ ಸರೋವರದ ಮಧ್ಯದಲ್ಲಿ ಎರಡು ಬೃಹತ್ ಅಗ್ನಿಪರ್ವತಗಳಿವೆ. ಈ ದೇಶದಲ್ಲಿ ಒಟ್ಟು ಹತ್ತು ಅಗ್ನಿಪರ್ವತಗಳಿವೆ. ದೇಶದ ರಾಜಧಾನಿ, ಮನಾಗುವ ನಗರ, ಅದೇ ಹೆಸರಿನ ಬೃಹತ್ ಸರೋವರದ ದಡದಲ್ಲಿದೆ.

ದಕ್ಷಿಣದಿಂದ ಉತ್ತರದ ಗಡಿ ಭಾಗಕ್ಕೆ ಕೇವಲ ಎಂಟು ಗಂಟೆಗಳ ಪ್ರಯಾಣ. ಪಾಂಡವರು ನಿಕರಾಗುವಾದ ಬಗ್ಗೆ "ಈ ದೇಶದ ವಿಶೇಷವೇನಪ್ಪಾ?" ಎಂದು ಕೇಳಿದಾಗ ಕಾರ್ಲೋಸನು "ಸಮತಾವಾದ" ಎನ್ನುತ್ತಾ ವಿವರಿಸಿದ: "ಅಮೇರಿಕಾದವರಿಗೆ ಸಮತಾವಾದ ಅಂದರೆ ಭಯ. ಹಾಗಾಗಿ ಕ್ಯೂಬಾ, ವೆನೆಝುವೆಲಾ ಮತ್ತು ನಿಕರಾಗುವ ಅವರಿಗೆ ಸಿಂಹಸ್ವಪ್ನ ದೇಶಗಳು".

"ನಿನಗೆ ಬಹಳ ಇಷ್ಟ ಅಲ್ಲವೇ?" ಎಂದು ಪ್ರದೀಪನು ಕೇಳಿದಾಗ "ಅಲ್ವೇ ಮತ್ತೆ" ಎಂದು ಕಾರ್ಲೋಸನು ಮಾತು ಮುಂದುವರಿಸುತ್ತಾ "ಮಿತ್ರರೇ, ನಿಕರಾಗುವ ಅಥವಾ ಯಾವುದೇ ಸಮತಾವಾದದ ದೇಶದ ಪ್ರಜೆಗಳಿಗೆ ಅಮೇರಿಕಾ ರಾಜಕೀಯ ಆಶ್ರಯ ನೀಡುತ್ತದೆ. ನಿಕರಾಗುವ ದೇಶಾನುಮತಿ ಇದ್ದರೆ ನಿಮಗೆ ಅಮೇರಿಕಾಗೆ ವೀಸಾ ದೊರೆಯುತ್ತದೆ. ಗೊತ್ತಾ?"

ಅರ್ಜುನನು ಕುತೂಹಲದಿಂದ "ಹೌದಾ, ಓ ಭಗವಾನ್" ಎನ್ನುತ್ತಾ "ಕಾರ್ಲೋಸ್, ನಮಗೆ ನಿಕರಾಗುವ ದೇಶದವರ ಗುರುತುಪತ್ರಗಳನ್ನ ಮಾಡಿಸಪ್ಪ" ಎಂದ.

"ಅದಕ್ಕೆ ಇನ್ನೂರು ಡಾಲರ್ ಖರ್ಚಾಗುತ್ತೆ" ಎಂದು ಕಾರ್ಲೋಸನು ಪಾಂಡವರ ಉತ್ಸಾಹಕ್ಕೆ ತಡೆಯೊಡ್ಡಿದ.

ಬಂಡವಾಳಶಾಹಿ ಅಮೇರಿಕಾ ದೇಶವೆಂದರೆ ಸಮತಾವಾದಿ ದೇಶಗಳು ಉರಿದುಬೀಳುತ್ತವೆ. ಸಮತಾವಾದಿ ದೇಶದ ಪ್ರಜೆಗಳು ರಾಜಕೀಯ ಆಶ್ರಯವನ್ನು ಕೋರಿದರೆ ಅವರಿಗೆ ಪ್ರವೇಶಾನುಮತಿ ನೀಡುವುದು ಅಮೇರಿಕಾ ಸರಕಾರದ ರಾಜಕೀಯ ನೀತಿಯಾಗಿದೆ. ಸಮತಾವಾದ ಸರಕಾರ ಆಡಳಿತಕ್ಕೆ ಬಂದ ನಂತರ, ನಿಕರಾಗುವಾದಿಂದ ಲಕ್ಷಾಂತರ ಜನರು ರಾಜಕೀಯ ಆಶ್ರಯಬೇಕೆಂಬ ನೆಪದಲ್ಲಿ ಅಮೇರಿಕವನ್ನು ಅಕ್ರಮವಾಗಿ ಪ್ರವೇಶಿಸಿ, ಸಕ್ರಮನಿವಾಸಿಗಳಾಗಿದ್ದಾರೆ.

ನಂತರ ಕಾರ್ಲೋಸನು ವಿಷಯವನ್ನು ಕೂಲಂಕುಷವಾಗಿ ವಿವರಿಸುತ್ತಾ, "ಮಿತ್ರರೇ, ನಕಲಿ ಪಾಸ್‌ಪೋರ್ಟ್ ಪಡೆದು ಸುಲಭವಾಗಿ ಅಮೇರಿಕಾ ಪ್ರವೇಶಿಸಬಹುದು, ಆದರೆ ನೀವು ನಿಕರಾಗುವ ದೇಶದವರು ಎಂದು ದೃಢವಾಗುವವರೆಗೂ ಅಮೇರಿಕಾದಲ್ಲಿ ತಡೆಶಾಲೆಯಲ್ಲಿರಬೇಕು" ಎಂದ.

ವಿಜಯನು "ಹಾಗಂದ್ರೆ" ಎಂದು ಕೇಳಿದಾಗ, ಕಾರ್ಲೋಸನು "ಕಾರಾಗೃಹ! ನಿಮ್ಮ ಗುರುತುಪತ್ರಗಳು ನಕಲಿ ಅಂತ ಗೊತ್ತಾದರೆ ಒದ್ದು ನಿಮ್ಮ ದೇಶಕ್ಕೆ ಓಡಿಸ್ತಾರೆ".

ಪ್ರದೀಪನು ನಗುತ್ತಾ, "ಒಂದು ಸುಳ್ಳು ಮುಚ್ಚಬೇಕಾದರೇ ಸಾವಿರ ಸುಳ್ಳುಹೇಳಬೇಕು" ಎಂದ. ಇತರ ಪಾಂಡವರ ಪ್ರಶ್ನೆಗಳೆಲ್ಲಾ ಅವರ ಕೊರಳಿನಿಂದ ಈಚೆ ಬರಲಿಲ್ಲ.

ನಿಕರಾಗುವ ಸರೋವರ ಪಕ್ಕದ ಹೆದ್ದಾರಿಯಲ್ಲಿ ಪ್ರಯಾಣ ಸಾಗುತ್ತಿತ್ತು. ರೀವಾಸ್ ಎಂಬ ಪಟ್ಟಣ ಬಂದಾಗ, ಎಲ್ಲರೂ ತಿಂಡಿತೀರ್ಥಕ್ಕೆಂದು ವಾಹನದಿಂದಿಳಿದು ಸುತ್ತಮುತ್ತಲೂ ನೋಡುತ್ತಿರುವಾಗ, ನಿಕರಾಗುವ ಸರೋವರದ ಮಧ್ಯದಲ್ಲಿದ್ದ ಒಮೆಟೇಪಿ ದ್ವೀಪದಲ್ಲಿ ನಾಯಿಕೊಡೆಗಳಂತೆ ಎದ್ದಿದ್ದ ಮಡೇರಾಸ್ ಮತ್ತು ಕಂಸೆಪ್ಸಿಯಾನ್ ಅಗ್ನಿಪರ್ವತಗಳು, ಎಲ್ಲರ ಗಮನ ಸೆಳೆದವು. ಜ್ವಾಲಾಮುಖಿಯಿಂದ ಹೊಗೆ ಚೆಲ್ಲುತ್ತಿದ್ದ ಕಂಸೆಪ್ಸಿಯಾನ್ ಅಗ್ನಿಪರ್ವತವನ್ನು ನೋಡುತ್ತಾ ಪ್ರದೀಪನು "ಕಾರ್ಲೋಸ್, ಇದು ಸಕತ್ತಾಗಿದೆ" ಎಂದ.

"ಇದರ ತಾತನಂತಹ ಅಗ್ನಿಪರ್ವತಗಳು ಮುಂದೆ ದಾರಿಯುದ್ದಕ್ಕೂ ಸಿಕ್ತಾವೆ. ಮಸಾಯಾ ಅಗ್ನಿಪರ್ವತ ಎಷ್ಟು ಆಳ ಇದೆ ಎಂದರೆ ಭೂಮಿಯ ತಳವನ್ನೇ ನೋಡಬಹುದು. ಲಾವಾರಸದ ಬಾವಿ" ಎಂದು ಬಣ್ಣಿಸುತ್ತಾ ಕಾರ್ಲೋಸನು ಪ್ರದೀಪನಿಗೆ ಇನ್ನಷ್ಟು ಕುತೂಹಲ ಮೂಡಿಸಿದ. "ಹಾಗಾದರೆ ನೋಡಲೇಬೇಕು" ಎಂದು ಪ್ರದೀಪ ಆಸೆ ವ್ಯಕ್ತಪಡಿಸಿದಾಗ, ರಾಜಬೀರನು "ಇದುವರೆಗೂ ನೋಡಿದ್ದು ಸಾಲದಾ?" ಎಂದು ನಿರುತ್ಸಾಹದ ಉದ್ಗಾರವನ್ನೆಳೆದ.

ಮಸಾಯಾ ಅಗ್ನಿಪರ್ವತ ನಿಕರಾಗುವ ದೇಶದ ರಾಜಧಾನಿ, ಮನಾಗುವ ನಗರದ ಪಕ್ಕದಲ್ಲಿದೆ. ರೀವಾಸ್‌ನಿಂದ ನಾಲ್ಕು ಗಂಟೆಗಳ ಪ್ರಯಾಣದ ನಂತರ ಮನಾಗುವ ನಗರ ಬರುತ್ತದೆ. ಇಲ್ಲಿ ರಾತ್ರಿ ಕಳೆಯಲು ಕಾರ್ಲೋಸನು ಆಲೋಚಿಸಿದ್ದ. ಪ್ರದೀಪನ ಪ್ರೇರಣೆಯಿಂದ ಪಾಂಡವರೆಲ್ಲರೂ ಕಾರ್ಲೋಸನೊಡನೆ ಮಸಾಯಾ ಅಗ್ನಿಪರ್ವತವನ್ನು ಹತ್ತಿದರು. ಮಸಾಯಾ, ಹದಿಮೂರು ಅಗ್ನಿಕಿಂಡಿಗಳನ್ನೊಳಗೊಂಡ ಮಹಾನ್ ಜ್ವಾಲಾಮುಖಿ. ಗಂಧಕಾಮ್ಲವನ್ನು ಉಗುಳುತ್ತಾ, ಸದಾ ಹೊಗೆಯಾಡುತ್ತಿರುವ ಬೃಹದಾಕಾರದ ಕಡಿದಾದ ಬಾವಿಯ ಹಾಗಿರುವ, ಮಸಾಯಾದ ತಳದಲ್ಲಿ ಲಾವಾರಸ ಹರಿಯುವುದನ್ನು ನೋಡಲು, ಜ್ವಾಲಾಮುಖಿಯ ಬಾವಿಯೊಳಗೆ ಇಳಿಯಬೇಕಾಗಿತ್ತು. ಪ್ರದೀಪ–ಅರ್ಜುನರಿಬ್ಬರೇ ಕೆಳಗಿಳಿವ ಸಾಹಸಕ್ಕೆ ಸಿದ್ಧರಾಗಿದ್ದರು. ಕೊನೆಗೆ ಕಾರ್ಲೋಸನೆ ಎಲ್ಲರನ್ನು ಪುಸಲಾಯಿಸಿ, ಕೆಳಗೆ ಕರೆದುಕೊಂಡು ಹೋದ. ಲಾವಾರಸ ಹರಿಯುವ ಸುರಂಗಗಳ ಮೂಲಕ ಇಳಿದು ಭೂಮಿಯ ಅಂತರಾಳಕ್ಕೆ ಹೋಗುವುದು ನಿಜವಾಗಿಯೂ ಒಂದು ರೋಚಕ ಅನುಭವವಾಗಿತ್ತು. ಕೊನೆಗೆ ಜ್ವಾಲಾಮುಖಿಯ ತಳದಲ್ಲಿ ಹರಿಯುತ್ತಿರುವ ಲಾವಾ ಪ್ರವಾಹವನ್ನು ನೋಡಿ, ಎಲ್ಲರೂ ಬೆರಗಾಗಿ

ಹೋದರು. ಕೋಸ್ಟಾರೀಕಾದ ಅರೆನಾಲ್ ಜ್ವಾಲಾಮುಖಿಯಿಂದ ಹರಿದ ಲಾವಾ ಪ್ರವಾಹವನ್ನು ದೂರದಿಂದ ನೋಡಿದ್ದ ಪಾಂಡವರಿಗೆ, ಈಗ ಅದನ್ನು ಕಣ್ಣಾರೆ ಭೂಮಿಯ ಒಡಲಲ್ಲೇ ನೋಡುವ ಸುಯೋಗ ಬಂದಿತ್ತು. ಪ್ರದೀಪನು ಕಾರ್ಲೋಸನ ಕೈಕುಲುಕುತ್ತಾ "ಅನಂತ ಅನಂತ ಧನ್ಯವಾದಗಳು, ಕಾರ್ಲೋಸ್" ಎಂದು ಆಪ್ಯಾಯಮಾನವಾಗಿ ಹೇಳಿದ. ಹಿಂತಿರುಗುತ್ತಿರುವಾಗ ಮಾಸಾಯ ಅಗ್ನಿಪರ್ವತದ ಸುರಂಗದಲ್ಲಿ ನೂರಾರು ಬಾವಲಿಗಳಿರುವುದನ್ನು ಕಂಡು, ರಾಜಬೀರನು "ಈ ಮುಂಡೇವುಗಳಿಗೆ ತಲೇನೇ ಇಲ್ಲಾ. ಸಾಯೋಕೆ ಇಲ್ಲಿಗೇ ಬರಬೇಕಾ?" ಎಂದಾಗ, ಕಾರ್ಲೋಸನು "ಬದುಕೋದಕ್ಕಪ್ಪಾ ಅವು ಇಲ್ಲಿಗೆ ಬರೋದು. ಸಾಯೋದಕ್ಕಲ್ಲಾ. ಬಾವಲಿಗಳು ಶತ್ರುಪ್ರಾಣಿಗಳಿಂದ ರಕ್ಷಣೆ ಪಡೆಯಲು ಈ ಅಗ್ನಿಪರ್ವತದ ಮೊರೆಹೊಕ್ಕಿವೆ" ಎಂದು ವಿವರಿಸಿದನು.

ಮನಾಗುವಾದಲ್ಲಿ ಕಾರ್ಲೋಸನು ತನ್ನ ಸಮತಾವಾದಿ ಮಿತ್ರ ಆರ್ಟೇಗಾ ಎಂಬುವರ ಮನೆಯಲ್ಲಿ ಪಾಂಡವರೆಲ್ಲರಿಗೂ ವಸತಿ–ಊಟೋಪಚಾರಗಳನ್ನು ಏರ್ಪಡಿಸಿದ್ದ. ಆರ್ಟೇಗನ ಹೆಂಡತಿ ನೋರಾ, ಪೆರು ದೇಶದ ಮಾಮಾಕುರಳ ಹಾಗೆ ನಿಕರಾಗುವ ದೇಶದ ಮೂಲನಿವಾಸಿಯಾಗಿದ್ದು, ರಾಮಾ ಇಂಡಿಯನ್ಸ್ ಪಂಗಡಕ್ಕೆ ಸೇರಿದವಳಾಗಿದ್ದಳು. ರಾತ್ರಿ ಊಟಾ ಮಾಡುತ್ತಿರುವಾಗ ಪ್ರದೀಪನೇ ಮೊದಲು

"ನಿಕರಾಗುವಾದಲ್ಲಿ ಇಂಡಿಯನ್ಸ್ ಇದಾರಾ?" ಎಂದು ವಿಚಾರಿಸಿದಾಗ, ತನ್ನ ಹೆಂಡತಿಯನ್ನು ತೋರಿಸುತ್ತಾ ಆಟೇಗನು "ಇವಳು ರಾಮಾ ಇಂಡಿಯನ್" ಎಂದ. 'ರಾಮಾ' ಎಂಬ ಪದ ಸಹಜವಾಗಿ ಪಾಂಡವರ ಗಮನ ಸೆಳೆದಿತ್ತು. ನೋರಾಳು ನಗುತ್ತಾ, "ಹೌದು ಹೌದು, ನಾನು ರಾಮಾ ಯುವತಿ. ನಿಕರಾಗುವ ನಮ್ಮ ದೇಶ" ಎಂದು ಗಂಡನನ್ನು ಮತ್ತು ಕಾರ್ಲೋಸನನ್ನು ತೋರಿಸುತ್ತಾ "ಇವರು ಪರದೇಶಿಗಳು" ಎಂದು ಮುದ್ದಾಗಿ ಜರೆದಳು.

ತರುವಾಯ ಪ್ರದೀಪನು ಭಾರತದ ರಾಮನ ಬಗ್ಗೆ ತಿಳಿಸಿ, ನೋರಾಳನ್ನು ಆಶ್ಚರ್ಯ ಪಡಿಸಿದ.

ನಿಕರಾಗುವ ದೇಶದ ದಕ್ಷಿಣ ಭಾಗದಲ್ಲಿ ವಾಸಿಸುವ "ರಾಮಾ ಇಂಡಿಯನ್ಸ್" ಜನಾಂಗ ವಿನಾಶದ ಅಂಚಿನಲ್ಲಿದೆ. ರಾಮಾ ಸಂಸ್ಕೃತಿಯನ್ನು–ಭಾಷೆಯನ್ನು ಉಳಿಸಲು, ವಿಶ್ವಸಂಸ್ಥೆ ಈ ಜನಾಂಗದವರಿಗೆ ವಿಶೇಷ ಪುರಸ್ಕಾರ ನೀಡುತ್ತಿದೆ.

ಮಾರನೆಯ ದಿನದ ಪ್ರಯಾಣದ ಬಗ್ಗೆ ಮಾತನಾಡುತ್ತಾ ಕಾರ್ಲೋಸನು ಪಾಂಡವರಿಗೆಲ್ಲಾ, "ನಾಳೇ ಹೊಂಡೂರಾಸ್ ದೇಶವನ್ನು ಪ್ರವೇಶಿಸಬೇಕು. ಮಿತ್ರರೇ. ಹನ್ನೊಂದು ಗಂಟೆ ಹೊತ್ತಿಗೆ ನಾನು ಹೋಗಿ ನಿಮಗೆಲ್ಲಾ ಪ್ರವೇಶಾನುಮತಿಗಳನ್ನ ಮಾಡಿಸಿಕೊಂಡು ಬರ್ತೀನಿ. ಊಟ ಮಾಡಿಕೊಂಡು ಹೋಗೋಣಾ", ಎಂದಾಗ ಆರ್ಟೇಗನು "ಸಾಲ್ವಡೋ ಮಾರ್ಗವಾಗಿ ತಾನೇ ಗ್ವಾಟೆಮಾಲಾಗೆ ಹೋಗೋದು?" ಎಂದ. ಕಾರ್ಲೋಸನು "ಸಾಲ್ವಡೋ ತಲೆನೋವಿನ ದೇಶ. ಹೊಂಡೂರಾಸ್ ಮಾರ್ಗವಾಗಿಯೇ ಗ್ವಾಟೆಮಾಲಾಗೆ ಹೋಗ್ತೀವಿ" ಅಂದ.

"ಅದು ಬಳಸಿನ ದಾರಿಯಲ್ಲವೇ?"

"ಬಳಸಾದರೇನು? ಸುರಕ್ಷಿತ ಮಾರ್ಗ" ಎನ್ನುತ್ತಾ ಪಾಂಡವರಿಗೆಲ್ಲಾ, "ಮಿತ್ರರೇ, ನಾಳೆಯಿಂದ ನೀವೆಲ್ಲಾ ಮಾಯಾಲೋಕವನ್ನು ನೋಡ್ತೀರಾ?" ಎಂದು ಕುತೂಹಲ ಕೆರಳಿಸಿದ.

ಯೂರೋಪಿಯನ್ನರು ಅಮೇರಿಕಾ ಖಂಡಕ್ಕೆ ಬರುವುದಕ್ಕೆ ಮುಂಚೆ ಈಗಿನ ಹೊಂಡೂರಾಸ್, ಎಲ್ ಸಾಲ್ವಡೋರ್, ಗ್ವಾಟೆಮಾಲಾ, ಬೆಲೀಜ್ ದೇಶಗಳು ಮತ್ತು ಮೆಹಿಕೋ ದೇಶದ ಯುಕಟಾನ್ ಜಂಬೂದ್ವೀಪ ಮಧ್ಯ ಅಮೇರಿಕಾದಲ್ಲಿ ಪ್ರಬಲವಾಗಿದ್ದ ಮಾಯಾ ಸಾಮ್ರಾಜ್ಯದ ಸಾಮಂತ ದೇಶಗಳಾಗಿದ್ದವು. ಪೆರು ದೇಶದ ಇಂಕಾ ಜನರ ಹಾಗೆಯೇ ಮಾಯಾ ಜನರೂ ಮೂಲತಃ ಪ್ರಕೃತಿಯ ಆರಾಧಕರು. ಸೂರ್ಯನೇ ಇವರ ಆದಿದೇವರಾದರೆ, ಭೂಮಿ, ಅಗ್ನಿ, ಮಳೆರಾಯ, ಜವರಾಯ, ಮುಂತಾದ ಇತರ 'ದೇವರುಗಳನ್ನೂ ಇವರು ಪೂಜಿಸುತ್ತಾರೆ. ಸೃಷ್ಟಿ-ಲಯಗಳ ಪುನರಾವರ್ತನೆಯಲ್ಲಿ ಅಪಾರ ಶ್ರದ್ಧೆಯನ್ನಿಟ್ಟಿರುವ ಮಾಯಾ ಜನರು, ಸ್ವರ್ಗ-ನರಕಗಳ ಇರುವಿಕೆಯನ್ನೂ ನಂಬಿದ್ದಾರೆ. ದೈವಾರಾಧನೆಗೆ ನಿರ್ಮಿಸಿರುವ ಪಿರಮಿಡ್ಡುಗಳಂತಹ "ಸೋಪುರ" ದೇವಾಲಯಗಳು ಮಾಯಾ ಸಂಸ್ಕೃತಿಯ ವೈಶಿಷ್ಟ್ಯ. ಹಿಂದೆ ರಕ್ತಾರ್ಪಣೆ ಮತ್ತು ನರಬಲಿಗಳೂ ರೂಢಿಯಲ್ಲಿದ್ದವು. ವ್ಯವಸಾಯವೇ ಮುಖ್ಯ ಕಸಬಾಗಿದ್ದು ಹಳ್ಳಿಗಳ ಪ್ರಧಾನವಾದ ಮಾಯಾ ದೇಶದಲ್ಲಿ ದೇವಾಲಯ, ರಾಜಾಲಯ ಮತ್ತು ಆಡಳಿತ ವರ್ಗದವರು ಮಾತ್ರವೇ ಪಟ್ಟಣಗಳಲ್ಲಿ ವಾಸಿಸುತ್ತಿದ್ದರು. ಹಲವಾರು ಉಪಭಾಷೆಗಳನ್ನುಳ್ಳ ಮಾಯಾ ಭಾಷೆಗೆ ಬರವಣಿಗೆ ಹಾಗೂ ಚಿತ್ರಲಿಪಿಯಿದೆ. ನೊಬೆಲ್ ಪಾರಿತೋಷಕ ವಿಜೇತ ಲೇಖಕಿ ರಿಗೋಬೆರ್ಟಾ ಮೆಂಚು ಬರೆದ ಮಾಯಾ ಭಾಷೆಯ ಕೃತಿಗೆ ವಿಶ್ವ ಮಾನ್ಯತೆ ಸಿಕ್ಕಿದೆ.

ಕರ್ನಾಟಕದ ಬೇಲೂರು, ಹಳೇಬೀಡುಗಳಂತೆ ಇಲ್ಲಿನ ದೇವಾಲಯಗಳ ಶಿಲ್ಪಕಲೆ ಮತ್ತೊಂದು ವಿಶೇಷ. ನೀಳಾಕಾರದ ಕಲ್ಲುಕಂಬಗಳ ಮೇಲೆ ಮತ್ತು ದುಂಡು ಕಲ್ಲುಬಂಡೆಗಳ ಮೇಲೆ ಬಿಡಿಸಿರುವ ಚಿತ್ರಕಲೆ ವಿಶಿಷ್ಟವಾಗಿದೆ. ಖಗೋಳಶಾಸ್ತ್ರದಲ್ಲಿ ನೈಪುಣ್ಯತೆಯನ್ನು ಗಳಿಸಿದ್ದ ಮಾಯಾ ಜನರು, ಸೂರ್ಯ ಮತ್ತು ಚಂದ್ರಗ್ರಹಣಗಳ ಕಾಲಗತಿಯನ್ನು ನಿಖರವಾಗಿ ಅಳೆದು ತಿಳಿದಿದ್ದರು. ಮಾಯಾ ಜನರ ಪಂಚಾಂಗದ ಪ್ರಕಾರ ಒಂದು ವರ್ಷದಲ್ಲಿ ಹದಿನೆಂಟು ತಿಂಗಳು; ಪ್ರತಿ ತಿಂಗಳಲ್ಲಿ ಇಪ್ಪತ್ತು ದಿನಗಳು. ಇನ್ನೂರ ಅರವತ್ತು ದಿನಗಳ ಪವಿತ್ರ ವರ್ಷ ಮತ್ತು ಮುನ್ನೂರ ಅರವತ್ತೈದು ದಿನಗಳ ಸಾಧಾರಣ ವರ್ಷಗಳು ಪುನರಾವರ್ತನೆಯಾಗುತ್ತಾ, ಐವತ್ತೆರಡು ವರ್ಷಗಳಿಗೊಮ್ಮೆ, ಸಂಪೂರ್ಣವಾಗಿ ಹೊಂದಾಣಿಕೆಯಾಗುತ್ತಿದ್ದವು. ಪ್ರಾಚೀನ ಶಾಸ್ತ್ರಜ್ಞರನ್ನು ಸೋಜಿಗಗೊಳಿಸಿದ ಹಲವಾರು ಮಾಯಾ ಸತ್ಯಗಳನ್ನುಳ್ಳ ಸಮಸ್ತ ಗ್ರಂಥ ಭಂಡಾರವನ್ನು ಸ್ಪಾನಿಶ್ ದುರಾಕ್ರಮಣದ ಆಳ್ವಿಕೆಯಲ್ಲಿ ಕ್ರೈಸ್ತ ಮತಾಂಧರು ಸುಟ್ಟುಬೂದಿ ಮಾಡಿದರು. ಅಳಿದುಳಿದಿರುವ ಅವಶೇಷಗಳೇ ಮಾಯಾ ಸಂಸ್ಕೃತಿಯ ಮೂಕಸಾಕ್ಷಿಗಳಾಗಿ ನಿಂತಿವೆ.

ಮಾರನೆಯ ದಿನ ಮನಾಗುವ ನಗರದಿಂದ ತೆರಳಿದ ಪಾಂಡವ ತಂಡ ಉತ್ತರಾಭಿಮುಖವಾಗಿ ಪ್ರಯಾಣ ಮಾಡುತ್ತಿರುವಾಗ ದಾರಿಯುದ್ದಕ್ಕೂ ಮತ್ತೆ ಐದು ಅಗ್ನಿಪರ್ವತಗಳು ಕಂಡುಬಂದವು. ಆದರೆ ಇವರು ಎಲ್ಲೂ ನಿಲ್ಲದೆ ಹೊಂಡೂರಸ್ ದೇಶದ ಗಡಿಯನ್ನು ತಲುಪಿದರು. ಗಡಿರಕ್ಷಕರು ಪ್ರವೇಶಾನುಮತಿಗಳನ್ನು ಯಾಂತ್ರಿಕವಾಗಿ ಅವಲೋಕಿಸುತ್ತಾ ಎಲ್ಲರನ್ನೂ ದೇಶದೊಳಕ್ಕೆ ಬಿಟ್ಟುಕೊಂಡರು. ಹೊಂಡೂರಾಸ್ ಪಶ್ಚಿಮಾರ್ಧ ಗೋಳದ ಅತ್ಯಂತ ಬಡರಾಷ್ಟ್ರ. ಕಾರ್ಲೋಸನ ಯೋಜನೆಯ ಪ್ರಕಾರ ಖಾಸಗಿ ಕಿರು ವಾಹನವೊಂದರಲ್ಲಿ ದಕ್ಷಿಣದ ಗಡಿಯಿಂದ ಉತ್ತರದ ಗಡಿಯಲ್ಲಿರುವ ಕೋಪ್ಯಾನ್ ನಗರಕ್ಕೆ ಆರು ಗಂಟೆಗಳ ಪ್ರಯಾಣ ಆರಂಭವಾಯಿತು. ಸಾಧಾರಣ ಮಟ್ಟದ ಡಾಂಬರು ರಸ್ತೆಯಲ್ಲಿ, ಕುಲುಕುತ್ತಾ-ಬಳಕುತ್ತಾ ಕಿರು ವಾಹನದ ಪ್ರಯಾಣ ಯಾವಾಗ ಮುಗಿಯುತ್ತದೋ ಅನಿಸಿತ್ತು. ಅರ್ಜುನನು ಕಾರ್ಲೋಸನನ್ನು "ಬೇರೆ ಒಳ್ಳೇ ದಾರಿ ಇಲ್ಲವೇನಪ್ಪಾ?" ಎಂದು ಕೇಳಿದ. ಅದಕ್ಕೆ ಕಾರ್ಲೋಸ್, "ಇದೆಯಪ್ಪಾ. ಎಲ್ ಸಾಲ್ವಡೋ ಮೂಲಕ ಹೋದರೆ ಹತ್ತಿರ. ದಾರಿನೂ ಚೆನ್ನಾಗಿದೆ. ಆದರೆ ಅಲ್ಲಿ ಗಡಿಪ್ರವೇಶ ಕಷ್ಟ" ಎಂದ.

ನಂತರ ಪ್ರದೀಪನು "ದಾರಿಯಲ್ಲಿ ನೋಡೋದೇನೂ ಇಲ್ಲವಾ?" ಎಂದು ಪ್ರಶ್ನಿಸಿದಾಗ, ಕಾರ್ಲೋಸನು ತುಂಟನಗೆಯೊಂದಿಗೆ "ನೀವು ನೋಡೋದೇನೂ ಇಲ್ಲಾ" ಎನ್ನುತ್ತಾ ಅರ್ಜುನನ ಕಡೆ ತಿರುಗಿ "ನೀನು ನೋಡೋದು ಇದೆ" ಎಂದ. ಎಲ್ಲರಿಗೂ ಅರ್ಥವಾಗಿ ನಕ್ಕರು. ಪ್ರದೀಪನೇ ಮತ್ತೆ "ಸರಿ. ಕೋಪ್ಯಾನ್‌ವರೆಗೂ ಗಾಡಿ ನಿಲ್ಲಿಸಬೇಡಪ್ಪ" ಎಂದು ನಿರಂತರ ಪ್ರಯಾಣಕ್ಕೆ ಹಸಿರು ಸಂಕೇತವನ್ನು ತೋರಿಸಿದ.

ರಾತ್ರಿ ಎಂಟು ಗಂಟೆಯ ವೇಳೆಗೆ ಕೋಪ್ಯಾನ್ ನಗರ ಬಂದಿತು. ಇಷ್ಟು ಧೀರ್ಘ ಪ್ರಯಾಣವನ್ನು ಮಾಡಿದ್ದು ಇದೇ ಮೊದಲ ಸಾರಿಯಾಗಿತ್ತು. ಎಲ್ಲರಿಗೂ ವಾಹನದಲ್ಲಿ ಕುಳಿತೂ ಕುಳಿತೂ ಮೈಕಟ್ಟಿಹೋಗಿತ್ತು. ವಾಹನದಿಂದ ಇಳಿಯುವುದೇ ಒಂದು ಉಪಶಮನವಾಗಿತ್ತು.

ಹೊಂಡೂರಾಸ್ ದೇಶದ ಪಶ್ಚಿಮದಲ್ಲಿರುವ ಕೋಪ್ಯಾನ್ ನಗರ, ಮಾಯಾಲೋಕದ ಹೆಬ್ಬಾಗಿಲು. ಮಾಯಾ ಗತವೈಭವದ ಅವಶೇಷಗಳೇ ಈ ನಗರದ ವಿಶೇಷಗಳು. ಹೆಬ್ಬಂಡೆಗಳಲ್ಲಿ ಕೆತ್ತಿರುವ ಕಲಾಕೃತಿಗಳು, ಚಿತ್ರಲಿಪಿಯಲ್ಲಿ ಬರೆದಿರುವ ಶಿಲಾಶಾಸನಗಳು, ಅತ್ಯಂತ ಭವ್ಯವಾಗಿವೆ. ಹಲವಾರು ಸೋಪುರಗಳು ಮತ್ತು ಪ್ರಾಕಾರಗಳು ಮಾಸಿಹೋದರೂ, ನಾಶವಾಗದೆ ಉಳಿದಿವೆ. ಕೋಪ್ಯಾನ್ ನಗರದ ಮಾಯಾಲೋಕ, ಹೊಂಡೂರಾಸ್ ದೇಶದ ಪ್ರೇಕ್ಷಣೀಯ ಕೇಂದ್ರವಾಗಿ, ಪ್ರವಾಸೋದ್ಯಮವನ್ನು ಉತ್ತೇಜಿಸಿದೆ.

ಕೋಪ್ಯಾನ್ ನಗರದಲ್ಲಿ ಒಂದು ಯಾತ್ರಾತಾಣದಲ್ಲಿ ಕಾರ್ಲೋಸನು ವಸತಿ ವ್ಯವಸ್ಥೆ ಮಾಡಿದ್ದ. ಒಂದೇ ಕೋಣೆಯಲ್ಲಿ ಎಲ್ಲರಿಗೂ ಮಲಗಲು ಹಾಸಿಗೆಗಳಿದ್ದವು. ಊಟವಾದ ಕೂಡಲೇ ಪಾಂಡವರೆಲ್ಲರೂ ಪವಡಿಸಿದರು.

ನಿವಾಸಿಗಳಿಗಿಂತಲೂ ಪ್ರವಾಸಿಗಳೇ ಹೆಚ್ಚಾಗಿರುವ ಕೋಪ್ಯಾನ್ ನಗರದಲ್ಲಿ ಎಲ್ಲಾ ಸಾರ್ವಜನಿಕ ಸೌಲಭ್ಯಗಳೂ, ಮನರಂಜನೆಗಳೂ ಇವೆ. ಬಹುಮಟ್ಟಿಗೆ ಪ್ರವಾಸಿಗಳು ಅಮೇರಿಕಾ ಮತ್ತು ಯೂರೂಪಿನವರು. ಕೋಪ್ಯಾನ್‌ನಿಂದ ಕೇವಲ ಹದಿನೈದು ಕಿಲೋಮೀಟರ್ ದೂರದಲ್ಲಿಯೇ ಗ್ವಾಟೆಮಾಲಾ ದೇಶದ ಗಡಿಯಿದೆ. ಪಾಂಡವರಿಗೆಲ್ಲಾ ಗ್ವಾಟೇಮಾಲಾ ಪ್ರವೇಶಿಸಲು ಹೊಸ ಪ್ರವೇಶಾನುಮತಿಗಳನ್ನು ಮಾಡಿಸುವುದು ಕಾರ್ಲೋಸನ ಮೊದಲ ಕರ್ತವ್ಯವಾಗಿತ್ತು.

ಮಾರನೆಯ ದಿನ ಕಾರ್ಲೋಸನು ಪಾಂಡವರೆಲ್ಲರಿಗೂ ಕೋಪ್ಯಾನ್ ಮಾಯಾನಗರವನ್ನು ನೋಡಲು ಆದೇಶಿಸಿ, ತಾನು ಸಂಜೆಯ ಹೊತ್ತಿಗೆ ಗ್ವಾಟೆಮಾಲಾ ದೇಶಕ್ಕೆ ಪ್ರವೇಶಾನುಮತಿಗಳನ್ನು ಪಡೆದು ಬರುವುದಾಗಿ ತಿಳಿಸಿ, ಕೆಲಸಕ್ಕೆ ಹೊರಟ. ಪಾಂಡವರೆಲ್ಲರೂ ನಯನವಿಹಾರಕ್ಕೆ ಹೊರಟರು. ಮೂವರು ಬಿಳಿಯ ಸುಂದರಿಯರು ಸಹಪ್ರವಾಸಿಗಳಾಗಿರುವುದು ಎಲ್ಲರಿಗಿಂತಲೂ ಮಿಗಿಲಾಗಿ ಅರ್ಜುನನಿಗೆ ವಿಶೇಷ ಆಕರ್ಷಣೆಯಾಗಿತ್ತು. ಮಾಯಾ ದೇವರುಗಳನ್ನು ಬಿಡಿಸಿದ್ದ ಕಲ್ಲುಕೆತ್ತನೆ ವಿಜಯನಗರದ ಶಿಲ್ಪಕಲೆಯನ್ನು ಹೋಲುತ್ತಿತ್ತು. ಸೋಪುರಗಳ ಸಂಕೀರ್ಣ ಅಮೋಘವಾಗಿತ್ತು. ಪುನರ್-ನಿರ್ಮಿತ ದೇವಾಲಯದ ಮಾದರಿಗಳು ಮಾಯಾಲೋಕದ ಭವ್ಯತೆಯನ್ನು ಬೆಳಗುತ್ತಿದ್ದವು. ಹಾಗೆಯೇ ವಿಹರಿಸುತ್ತಿರುವಾಗ ಬಿಳಿಯ ಸುಂದರಿಯರಲ್ಲೊಬ್ಬಾಕೆ ತಾನಾಗೆ ಪಾಂಡವರ ಬಳಿ ಬಂದು ಮಾತನಾಡಿಸಿ "ನೀವು ಭಾರತೀಯರೇ?" ಎಂದು ವಿಚಾರಿಸಿದಳು. ಇತರರು ಸ್ವಲ್ಪ ಸಂಕೋಚಪಟ್ಟರು. ಪ್ರದೀಪನು ಹೌದೆಂದು ಹೇಳಿ ತನ್ನನ್ನೂ ಮತ್ತು ಮಿತ್ರರನ್ನೂ ಪರಿಚಯಿಸಿಕೊಂಡನು.

ಆ ಶ್ವೇತಸುಂದರಿ, "ನನ್ನ ಹೆಸರು. ಕೆರೋಲಿನ್" ಎನ್ನುತ್ತಾ ತನ್ನ ಗೆಳತಿಯರ ಹೆಸರು ಜೇಮಿ ಮತ್ತು ಶೀಲಾ ಎಂದೂ, ತಾವೆಲ್ಲಾ ಕೆನಡಾ ದೇಶದವರೆಂದೂ ಪರಿಚಯಿಸಿಕೊಂಡು ಕೈಯನ್ನು ಕುಲುಕಿದಾಗ, ಪಾಂಡವರ ಸಂತೋಷಕ್ಕೆ ಪಾರವೇ ಇಲ್ಲದಾಯಿತು. ತರುವಾಯ ಕೆರೋಲಿನ್ ಈ ಮುನ್ನ ಭಾರತಕ್ಕೆ ಭೇಟಿ ನೀಡಿದ್ದೆನೆಂದೂ ಕರ್ನಾಟಕದ ವಿಜಯನಗರ-ಹಂಪೆಯನ್ನು ನೋಡಿದ್ದೇನೆಂದು ಹೇಳಿದಾಗ ಪ್ರದೀಪನಿಗೆ ಇನ್ನೂ ಖುಷಿಯಾಯಿತು. ಉತ್ಸಾಹದಿಂದ ಅರ್ಜುನನೇ, ಪ್ರದೀಪನು ಕರ್ನಾಟಕದವನೆಂದೂ, ವೈದ್ಯನೆಂದೂ ತಿಳಿಸಿ ಪ್ರದೀಪನ ಮಹತ್ವವನ್ನು ಹೆಚ್ಚಿಸಿದನು. ಕೆನಡಾ ಹುಡುಗಿಯರೆಲ್ಲರೂ ಕನ್ನಡ ಹುಡುಗನ ಮೇಲೆ ಕಣ್ಣಿಟ್ಟು ಮೆಚ್ಚುಗೆಯನ್ನು ವ್ಯಕ್ತಪಡಿಸುತ್ತಾ "ಹೌದಾ" ಎನ್ನುತ್ತಾ ಸಂತಸವನ್ನು ಸೂಚಿಸಿದರು.

ಕೆರೋಲಿನ್ ಸಿದ್ಧಯೋಗದ ಅನುಯಾಯಿ. ಮಹಾರಾಷ್ಟ್ರದ ಗಣೇಶಪುರಿಯಲ್ಲಿ ಸಂಸ್ಥಾಪಿತವಾದ ಸಿದ್ಧಯೋಗಾಶ್ರಮ ಈಗ ಪ್ರಪಂಚಾದ್ಯಂತ ಬೃಹತ್ ಯೋಗ ಸಂಸ್ಥೆಯಾಗಿ ಹಬ್ಬಿದೆ. ಕರ್ನಾಟಕ ಮೂಲದ ಸ್ವಾಮಿ ಮುಕ್ತಾನಂದ ಮತ್ತು ಸ್ವಾಮಿ ಚಿದ್ವಿಲಾಸಾನಂದರ ನೇತೃತ್ವದಲ್ಲಿ ಅಪೂರ್ವ ಪ್ರಗತಿ ಸಾಧಿಸಿದೆ.

ಸಿದ್ಧಯೋಗ ಸಂಸ್ಥೆಯ ಆಶ್ರಮಗಳು ಅಮೇರಿಕಾದ್ಯಂತ ಸ್ತ್ರೀಯರಿಗೆ ಬಹಳ ಪ್ರಿಯವಾಗಿವೆ. ಅದಕ್ಕೆ ಮುಖ್ಯ ಕಾರಣ, ಸ್ವಾಮಿ ಚಿದ್ವಿಲಾಸಾನಂದರು.

ಕೆರೋಲಿನಳು ಮಾತು ಮುಂದುವರಿಸುತ್ತಾ ಸಿದ್ಧಯೋಗದ ಬಗ್ಗೆ ತಿಳಿಸಿ ಭಾರತ ಆಧ್ಯಾತ್ಮ ವಿಜ್ಞಾನದ ಮಹಾನ್ ಲೋಕವೆಂದೂ, ಭಾರತೀಯರು ಭಾಗ್ಯವಂತರೆಂದೂ ಹೊಗಳಿದರು. ತಲೆಯನ್ನಾಲಿಡುತ್ತಾ ಪ್ರದೀಪನು ಸಮ್ಮತಿಯನ್ನು ಸೂಚಿಸುತ್ತಾ ಆಲಿಸುತ್ತಿದ್ದ. "ಭಾರತೀಯರನ್ನು ಭಾಗ್ಯವಂತರು" ಎಂಬ ಹೊಗಳಿಕೆ ಪಾಂಡವರ ಮನಸ್ಸಿನಲ್ಲಿ ಇನ್ನೇನೋ ಕೋಲಾಹಲವನ್ನೆಬ್ಬಿಸಿತ್ತು. ಇಂತಹ ಭಾಗ್ಯವಂತರನ್ನು ಮದುವೆಯಾಗುವುದಕ್ಕಿಂತ ಬೇರೆ ಭಾಗ್ಯ ಯಾವುದಿದೆ? "ಈ ಕೆನಡಾ ಕನ್ಯೆಯರು ನಮ್ಮನ್ನು ವರಿಸಲು ಒಪ್ಪಬಹುದಷ್ಟೇ" ಎಂದು ಭಾವಿಸಿ, ಅರ್ಜುನ, ವಿಜಯನ್ ಮತ್ತು ಸೆಲ್ವಮ್ ಮೋಹ ಪರವಶಗೊಂಡರು.

ಅರ್ಜುನನು ಮೆಲ್ಲಗೆ ಪ್ರದೀಪನ ಕಿವಿಯಲ್ಲಿ "ಇವರಲ್ಲಿ ಯಾರನ್ನು ಬೇಕಾದರೂ ಈಗಲೇ ಮದುವೆ ಆಗುವುದಕ್ಕೆ ನಾನು ಸಿದ್ಧ" ಎಂದು ಉಸುರಿದಾಗ ಪ್ರದೀಪನು ಸ್ವಲ್ಪ ಜೋರಾಗಿಯೇ ನಕ್ಕ. ನಂತರ ವಿಜಯನು "ನಾನೂ ಕೂಡಾ" ಎಂದು ಕೇಳಿಸುವ ಹಾಗೆಯೇ ಉಲಿದ. ಪಾಂಡವರೆಲ್ಲರೂ ನಕ್ಕರು. ಕೆನಡಾ ಸುಂದರಿಯರು ತಮ್ಮ ಬಗ್ಗೆಯೇ ಮಾತನಾಡುತ್ತಿದ್ದರೆಂದು ಸರಿಯಾಗಿಯೇ ಊಹಿಸಿಕೊಂಡರು. ಎಷ್ಟಾದರೂ ಯುವಕ–ಯುವತಿಯರ ಮನಸ್ಸು ಒಂದೇ ರಾಗವನ್ನು ಮಿಡಿಯುತ್ತದಲ್ಲವೇ?

ವಿದ್ಯಾವತಿಯರಾಗಿಯೂ ಅವಿವಾಹಿತರಾಗಿಯೂ ಇದ್ದ ಈ ಶ್ವೇತಸುಂದರಿತ್ರಯರು ಹುಡುಗಾಟಿಕೆಯಲ್ಲಿ ಪಡ್ಡೆಯ ಹುಡುಗರಾದ ಪಾಂಡವರಿಗೇನೂ ಕಡಮೆಯಾಗಿರಲಿಲ್ಲ. ಕೆರೊಲಿನ್‌ಳು ಪಾಂಡವರ ಪ್ರಯಾಣದ ಬಗ್ಗೆ ವಿಚಾರಿಸಿದಾಗ ಎಲ್ಲರಿಗೂ "ತಾವು ವಲಸಿಗರು" ಎಂಬ ವಿಷಯವನ್ನು ತಿಳಿಸುವುದು ಮುಜಗರವಾಯಿತು. ಎಲ್ಲರೂ ತಲೆಕೆರೆದು ಕೊಳ್ಳುತ್ತಿರುವಾಗ ಪ್ರದೀಪನು ಜಾಣತನದಿಂದ ನಾವೆಲ್ಲಾ ವಿಶ್ವ ಪರ್ಯಟನ ಮಾಡುತ್ತಿದ್ದೇವೆಂದೂ, ಅಮೇರಿಕಾಗೂ ಹೋಗುತ್ತೇವೆಂದೂ, ಎಂಜಲು ನುಂಗುತ್ತಾ ಹೇಳಿದ. ಈ ಮಾತನ್ನು ಕೇಳಿ ಆ ವನಿತೆಯರಿಗೆ ಪಾಂಡವರೆಲ್ಲರೂ ಶ್ರೀಮಂತರೆಂಬ ಭಾವನೆ ಸಹಜವಾಗಿ ಮೂಡಿತ್ತು.

"ವಾವ್, ನೀವು ಶ್ರೀಮಂತರ ಮಕ್ಕಳು" ಎಂದು ಶೀಲಾ ಮತ್ತು ಜೇಮಿ ಪ್ರಶಂಸಿದಾಗ ಪ್ರದೀಪನು, "ಏನೋ ದೇವರು ಸ್ವಲ್ಪ ಕೊಟ್ಟಿದ್ದಾನೆ. ನೀವೂ ಶ್ರೀಮಂತ ದೇಶದವರು" ಎಂದು ಮರು ಪ್ರಶಂಸಿದಾಗ, ಅರ್ಜುನ ಸಮ್ಮೋಹನಾಸ್ತ್ರ ಪ್ರಯೋಗಿಸಿದ.

"ನೀವು ಸೌಂದರ್ಯದಲ್ಲೂ ಶ್ರೀಮಂತರು" ಎಂದು ಕಣ್ಣು ಮಿಟಿಕಿಸುತ್ತಾ ಹೊಗಳಿದ. ಪಾಂಡವರೆಲ್ಲರೂ ನಗುತ್ತಾ ಸಮ್ಮತಿಯನ್ನು ಸೂಚಿಸಿದರು. "ಸುಂದರಿ" ಎಂಬ ಶ್ಲಾಘನೆಗೆ ಯಾವ ಹುಡುಗಿ ತಾನೆ ಸ್ಪಂದಿಸುವುದಿಲ್ಲ? "ಧನ್ಯವಾದ, ಧನ್ಯವಾದ" ಎಂದು ಮೂವರು ಸುಂದರಿಯರು ಪಾಂಡವರ ಮನವನ್ನು ಮೋಹಕ್ಕೊಳಪಡಿಸಿದರು. ಅನಿರೀಕ್ಷಿತವಾಗಿ ದೊರೆತ ತರುಣಿಯರ ಸ್ನೇಹದಿಂದ ಪಾಂಡವರ ಪ್ರವಾಸ ದಿಢೀರನೆ ಪ್ರೇಮ ಪ್ರವಾಸವಾಗಿತ್ತು. ಅರ್ಜುನನಿಗಂತೂ ಮಾಯಾಲೋಕ ನಿಜವಾಗಿಯೂ ಮಾಯವಾಗಿತ್ತು. ಹಾಗೆಯೇ ಮಾತನಾಡುತ್ತಾ, ಕೆರೋಲಿನ್ ಪಾಂಡವರಿಗೆಲ್ಲಾ "ನೀವೆಲ್ಲಾ ಟೀಕಾಲ್ ಮತ್ತು ಚಿಚಿನೆಟ್ಜಾ ನಗರಗಳನ್ನು ನೋಡಬೇಕು. ಅವು ಕೋಪ್ಯಾನ್‌ಗಿಂತಲೂ ಚೆನ್ನಾಗಿವೆ" ಎಂದು ಸೂಚಿಸಿದಳು. "ತಪ್ಪದೆ ನೋಡುತ್ತೇವೆ" ಎಂದು ಅರ್ಜುನನು ಎಲ್ಲರಿಗಿಂತಲೂ ಮೊದಲೇ ಅಶ್ವಾಸನೆಯಿತ್ತ.

ಮಧ್ಯಾಹ್ನದ ವೇಳೆಯಾದಾಗ ಈ ಹುಡುಗಿಯರೊಡನೆ ಊಟ ಮಾಡುವುದಕ್ಕೆ ಅರ್ಜುನ ಒಂದೇ ಕಾಲಿನಲ್ಲಿ ನಿಂತಿದ್ದ. ಊಟದ ಸಮಯದಲ್ಲಿ ಸ್ನೇಹವನ್ನು ಪ್ರೇಮವಾಗಿ ಪರಿವರ್ತಿಸಿಕೊಳ್ಳುವ ಕನಸು ಆತನದು. ಭಾರತದ ಚಲನಚಿತ್ರಗಳಲ್ಲಿ ಆಗುವ ರೀತಿಯಲ್ಲಿಯೇ ಪ್ರೇಮಾಂಕುರ ಏಕಾಗಬಾರದು? ಅರ್ಜುನನಿಗೆ ಆಸೆಯಿತ್ತಾದರೂ ಅರ್ಹತೆಯಿರಲಿಲ್ಲ. ವಿಜಯನ್ ಮತ್ತು ಸೆಲ್ವಮ್ ಕೂಡ ಉತ್ಸುಕರಾಗಿದ್ದರೂ, ತಮ್ಮ ಇತಿಮಿತಿಗಳನ್ನು ಅರಿತಿದ್ದರು. ಪ್ರದೀಪ ಮತ್ತು ರಾಜಬೀರರು ಅಷ್ಟಕ್ಕಷ್ಟೆ. ನಿರಾಸಕ್ತರಾಗಿದ್ದರು.

ಮಾಯಾಲೋಕವನ್ನು ವೀಕ್ಷಿದ ನಂತರ ಎಲ್ಲರೂ ಹಿಂದಿರುಗುವಾಗ ಅರ್ಜುನನೇ ಮೊದಲು, "ಎಲ್ಲಾ ಒಳ್ಳೇ ಜಾಗದಲ್ಲಿ ಊಟಕ್ಕೆ ಹೋಗೋಣಾ. ನನ್ನ ಉಪಚಾರ" ಎಂದು ಸ್ನೇಹಪೂರ್ವಕವಾಗಿ ಕೆನಡಾ ಹುಡುಗಿಯರಿಗೆಲ್ಲಾ ವಿಶೇಷವಾಗಿ ಆಹ್ವಾನಿಸುತ್ತಾ ಹೇಳಿದ. ಆ ಹುಡುಗಿಯರೆಲ್ಲರೂ ಬಹಳ ಸಂತೋಷದಿಂದ "ನೀವು ತುಂಬಾ ಒಳ್ಳೆಯವರು. ಧನ್ಯವಾದ. ಆದರೆ ನಾವೆಲ್ಲ ತುಂಬಾ ಊಟ ಮಾಡಿದ್ದೇವೆ. ಈಗ ಬೇಡ. ನೀವು ಊಟಕ್ಕೆ ಹೋಗಿ"

ಎಂದರು. ಅರ್ಜುನನಿಗೆ ಬಹಳ ನಿರಾಶೆಯಾಯಿತು. ಏನು ಮಾತನಾಡಲೂ ತೋಚದಾಯಿತು. ಸನ್ನಿವೇಶವನ್ನರಿತ ಪ್ರದೀಪನೇ "ಸಾಯಂಕಾಲ ನಾವೆಲ್ಲಾ ಒಟ್ಟಾಗಿ ಊಟಕ್ಕೆ ಸೇರೋಣವೇ?" ಎಂದು ತರುಣಿಯರನ್ನು ದಿಟ್ಟತನದಿಂದ ಆಹ್ವಾನಿಸಿದ. ಅರ್ಜುನನಿಗೆ ಹೋದ ಪ್ರಾಣ ಬಂದಂತಾಯಿತು. ಕೆರೋಲಿನ್ಳು ಮತ್ತೊಮ್ಮೆ ಪಾಂಡವರ ಸೌಜನ್ಯತೆಯನ್ನು ಕೊಂಡಾಡುತ್ತಾ "ನೀವು ತುಂಬ ಒಳ್ಳೆಯವರು. ನಾವೆಲ್ಲಾ ಈವತ್ತು ಸಂಜೆ ಆರು ಗಂಟೆಗೆ ಇಲ್ಲಿಂದ ಮೆಹಿಕೋ ನಗರಕ್ಕೆ ಹೊರಡ್ತೀವಿ" ಎಂದು ಕೋಪ್ಯಾನ್ ನಗರವನ್ನು ಬಿಡುವ ಸುದ್ದಿಯನ್ನು ತಿಳಿಸಿ, ಅರ್ಜುನನ ಕನಸನ್ನು ಕೆಡೆಸಿದಳು. ಕೊನೆಯಲ್ಲಿ "ನಿಮ್ಮ ಪರಿಚಯ, ಸ್ನೇಹ ತುಂಬಾ ಸಂತೋಷ. ದೇವರು ನಿಮಗೆ ಒಳ್ಳೆಯದು ಮಾಡಲಿ" ಎಂದು ಕೈಕುಲುಕುತ್ತಾ ಬೀಳ್ಕೊಂಡರು. ಅರ್ಜುನ "ಅಯ್ಯೋ ದೇವರೇ, ಈ ಹುಡುಗೀರಿಗೆ ಮಾಮಾಕುರ ಅಕ್ಕ ಆಗಬಾರದಾಗಿತ್ತೇ" ಅಂದುಕೊಂಡ.

ಕೆನಡಾ ಯುವತಿಯರು ಮಾಯಾಲೋಕದಿಂದ ಮಾಯವಾದ ಮೇಲೆ ಪ್ರದೀಪನು ನಗುತ್ತಾ, "ಅರ್ಜುನ್, ನಾವೆಲ್ಲಾ ಊಟ ಮಾಡಲು ಸಿದ್ಧ. ಒಳ್ಳೇ ಜಾಗದಲ್ಲಿ ಊಟಹಾಕಿಸು" ಎಂದು ಚುಡಾಯಿಸಿದ. ಅರ್ಜುನ ಪೆಚ್ಚಾದ. ವಿಜಯನ್ ಮತ್ತು ಸೆಲ್ವಮ್ ನಗುತ್ತಿದ್ದರು. ಹತಾಶನಾಗಿದ್ದ ಅರ್ಜುನ ನಗುತ್ತಲೇ "ನೀವೆಲ್ಲಾ ಆ ಕೆನಡಾ ಯುವತಿಯರು ಆಗಿದ್ದರೆ ಖಂಡಿತ ಊಟಾನೂ ಹಾಕಿಸ್ತಿದ್ದೆ, ಮದುವೇನೂ ಮಾಡಿಕೊಳ್ತಿದ್ದೆ" ಎಂದ. ಪಾಂಡವರೆಲ್ಲರೂ ನಗುತ್ತಾ ಸುಮ್ಮನಾದರು. ಪ್ರೇಮಲಹರಿ ಬೇಸಿಗೆಯಲ್ಲಿ ತಂಗಾಳಿಯಂತೆ ಬೀಸಿಹೋಗಿತ್ತು.

ನಿರಾಶೆಯಾದರೂ ಮಧುರಭಾವದ ಗುಂಗಿನಲ್ಲಿಯೇ ಪಾಂಡವರು ಸಂಜೆ ಮನೆಗೆ ಹಿಂತಿರುಗಿದಾಗ ಕಾರ್ಲೋಸನು ಕಹಿ ಸುದ್ದಿಯನ್ನು ಅರುಹಿದ. ದುರದೃಷ್ಟವಶಾತ್ ಪಾಂಡವರಿಗೆ ಗ್ವಾಟೆಮಾಲಾ ದೇಶಕ್ಕೆ ಪ್ರವೇಶಾನುಮತಿ ದೊರೆಯಲಿಲ್ಲ. ಕಾರ್ಲೋಸನು ಕಾರಣವನ್ನು ತಿಳಿಸದೆ, ಪಾಂಡವರಿಗೆಲ್ಲಾ, "ಭಯಪಡಬೇಡಿ ಮಿತ್ರರೇ. ಪರ್ಯಾಯಾ ಯೋಜನೆ ಇದೆ" ಎಂದು ಆಶ್ವಾಸನೆ ನೀಡಿದ. "ಉತ್ತರದ ಗಡಿಯ ಕಡೆ ಹೋಗಿ, ಅಲ್ಲಿಂದ ನದಿಮಾರ್ಗವಾಗಿ ತೆಪ್ಪದಲ್ಲಿ ಕರಕೊಂಡು ಹೋಗ್ತೀನಿ. ಇದು ಸ್ವಲ್ಪ ಸಾಹಸದ ದಾರಿ. ಖಂಡಿತ ನಿಮಗೇನೂ ತೊಂದರೆ ಆಗಲ್ಲ. ಸುರಕ್ಷಿತವಾಗಿ ನಿಮ್ಮನ್ನ ದಡ ಮುಟ್ಟಿಸ್ತೀನಿ" ಎಂದು ವಿವರಿಸಿದ. ಪಾಂಡವರೆಲ್ಲರಿಗೂ ಅವನ ಮಾತಿನಲ್ಲಿ ಪೂರ್ಣ ವಿಶ್ವಾಸವಿತ್ತು. ಕಾರ್ಲೋಸನ ಬಳಸುಮಾತಿಗಳಿಂದ ಏನೋ ಅಧಿಕೃತ ಅಡಚಣೆ ಉಂಟಾಗಿದೆಯೆಂದು ಪ್ರದೀಪನು ಕೂಡಲೇ ಗ್ರಹಿಸಿದ. ಇತರರು ಮನಸ್ಸಿಗೇನೂ

ಹಚ್ಚಿಕೊಳ್ಳಲಿಲ್ಲ. ರಾತ್ರಿ ಊಟವಾದ ನಂತರ ಕಾರ್ಲೋಸನೊಡನೆ ಏಕಾಂತವಾಗಿ ಮಾತನಾಡುತ್ತಾ ಪ್ರದೀಪನು ಪ್ರವೇಶಾನುಮತಿ ದೊರೆಯದಿದ್ದಕ್ಕೆ ಕಾರಣ ವಿಚಾರಿಸಿದ. ಕಾರ್ಲೋಸನು ಉತ್ತರಿಸಲು ಹಿಂಜರಿಯುತ್ತಿರುವುದನ್ನು ಗಮನಿಸಿದ ಪ್ರದೀಪನು, "ಕಾರ್ಲೋಸ್, ನಿಮಗಿಚ್ಛೆ ಇಲ್ಲದಿದ್ದರೆ ನೀವೇನೂ ಉತ್ತರಿಸಬೇಕಾಗಿಲ್ಲ" ಎಂದು ತನ್ನ ಪ್ರಶ್ನೆಯನ್ನು ಹಿಂತೆಗೆದುಕೊಂಡ. ಸ್ವಲ್ಪ ಆಲೋಚಿಸಿ ಕಾರ್ಲೋಸನು, "ಪಂಡಿತ್ ಪ್ರದೀಪ್, ನನ್ನ ಮೇಲೆ ಹಗೆ ಸಾಧಿಸುವ ಅಧಿಕಾರಿಯನ್ನ ಗ್ವಾಟೆಮಾಲಾ ಗಡಿ ರಕ್ಷಣಾ ಠಾಣೆಯಲ್ಲಿ ನೋಡಿದೆ. ಮಿಕ್ಕಿದ್ದನ್ನ ನೀವೇ ಊಹಿಸಿಕೊಳ್ಳಿ" ಎಂದ. ನಂತರ ಚೇತರಿಸಿಕೊಂಡು ಕಾರ್ಲೋಸ, "ಪ್ರವೇಶಾನುಮತಿ ಇಲ್ಲದೇ ಗ್ವಾಟೆಮಾಲಾ ದೇಶಕ್ಕೆ ಪದಾರ್ಪಣೆ ಮಾಡಬೇಕು. ಉತ್ತರದ ಗಡಿಯಲ್ಲಿ ನದಿಯ ಮೂಲಕ ಹೋಗೋಣ. ಕೇವಲ ಎರಡು ಗಂಟೆ ಪ್ರಯಾಣ. ಅಷ್ಟೇ" ಎಂದ. ಯೋಜನೆಯನ್ನು ಅನುಮೋದಿಸುತ್ತಾ ಪ್ರದೀಪನು "ಎಕ್ವಡೋರ್‌ನಿಂದ ಪನಾಮಾಗೆ ಬಂದ ಹಾಗೆ ತಾನೆ?" ಎಂದಾಗ, ಕಾರ್ಲೋಸನು ನಗುತ್ತಾ "ಆದರೆ ನಿಮಗೇನೂ ಇತರೆ ಖರ್ಚಿಲ್ಲಾ. ಪ್ರಯಾಣದ ವೆಚ್ಚವೆಲ್ಲಾ ನನ್ನ ಜವಾಬ್ದಾರಿ" ಎಂದು ದೃಢವಾಗಿ ಹೇಳಿದ.

ಮಾರನೆಯ ದಿನ ಪ್ರಯಾಣಕ್ಕೆ ಅಣಿಯಾಗುತ್ತಿರುವಾಗ ಕಾರ್ಲೋಸನು ಇತರೆ ಪಾಂಡವರಿಗೂ ನಡೆದ ಸಂಗತಿಯನ್ನು ತಿಳಿಸಿ, ಕಳ್ಳದಾರಿಯಲ್ಲಿ ಹೋಗುವ ವಿಷಯವನ್ನು ವಿವರಿಸಿದ. ಎಲ್ಲರೂ ಸೈ ಎಂದರು.

ಎಲ್ಲರೂ ಹೋಂಡೂರಾಸ್ ದೇಶದ ಉತ್ತರ ಭಾಗದಲ್ಲಿರುವ ಸ್ಯಾನ್ ಪೇಡ್ರೋ ನಗರಕ್ಕೆ ಸಾರ್ವಜನಿಕ ವಾಹನದಲ್ಲಿ ಪ್ರಯಾಣ ಮಾಡಿದರು. ಅಲ್ಲಿಂದ ಮುಂದಕ್ಕೆ ಕಾಯಾಮೆಲ್ ಎಂಬ ಸಣ್ಣ ಊರಿನಲ್ಲಿ ರಾತ್ರಿ ತಂಗಿದ್ದರು. ಪಾಂಡವರೆಲ್ಲರಿಗೂ ಸುಖವಾಗಿ ನಿದ್ರಿಸಲು ಆದೇಶಿಸಿ, ಕಾರ್ಲೋಸನು ಇರುಳಿನಲ್ಲಿ ನಾಪತ್ತೆಯಾದ. ಪಾಂಡವರಿಗೆಲ್ಲಾ ಕಾರ್ಲೋಸನ ವರ್ತನೆ ಸ್ವಲ್ಪ ವಿಚಿತ್ರವಾಗಿತ್ತು. ಮರುದಿನ ಬೆಳಿಗ್ಗೆ ಒಂಬತ್ತು ಗಂಟೆಗೆ ಮತ್ತೆ ಪ್ರತ್ಯಕ್ಷನಾದ ಕಾರ್ಲೋಸ್ ಮುಂದಿನ ಪ್ರಯಾಣದ ಗತಿಯನ್ನು ಕೂಲಂಕಷವಾಗಿ ವಿವರಿಸಿದ.

ಹೋಂಡೂರಾಸ್ ದೇಶದ ಪೂರ್ವದಲ್ಲಿರುವ ಗ್ವಾಟೆಮಾಲಾ ದೇಶದ ಗಡಿ ಬಹಳ ಬೆಟ್ಟಗುಡ್ಡಗಳಿಂದಲೂ, ಗುಹಾಂತರ ನದಿಗಳಿಂದಲೂ ಹಾಗೂ

ಕೆರಿಬಿಯನ್ ಸಮುದ್ರ ಸುತ್ತಲೂ ಆವರಿಸಿರುವುದರಿಂದಲೂ, ಜಲಮಾರ್ಗವೊಂದೇ ಈ ವಲಯದಲ್ಲಿ ಸಾರ್ವಜನಿಕ ಸಾರಿಗೆಯಾಗಿದೆ. ವಲಸಿಗರು ಈ ಮಾರ್ಗದಲ್ಲಿ ಬರುವುದು ಅಪರೂಪವಾಗಿರುವುದರಿಂದ, ಗ್ವಾಟೆಮಾಲಾ ಗಡಿಕಾವಲು ಪಡೆ ಇಲ್ಲಿ ವಿರಳ. ಕಾರ್ಲೋಸನು ಹಿಂದೆ ಹಲವಾರು ಬಾರಿ ಈ ದಾರಿಯಲ್ಲಿ ಕೊಕೈನ್ ಸಾಗಾಣಿಕೆಯನ್ನು ಮಾಡಿದ್ದ. ಇಲ್ಲಿನ ಗುಪ್ತ ಮಾರ್ಗಗಳನ್ನೂ ಮತ್ತು ಜಲವಾಹಕರನ್ನೂ ಬಲ್ಲವನಾಗಿದ್ದ. ಕೆರಿಬಿಯನ್ ಸಮುದ್ರದಲ್ಲಿ ಮೀನು ಹಿಡಿಯುವವರು ಮಾತ್ರವೇ ವಾಸಿಸುವ ಕಾಯಮೆಲ್ ಕುಗ್ರಾಮದಲ್ಲಿ ಬೆಸ್ತರೊಡನೆ ಸ್ನೇಹ-ಸಂಬಂಧವನ್ನು ಬೆಳೆಸಿಕೊಂಡಿದ್ದ ಕಾರ್ಲೋಸನು ಪಾಂಡವರ ಗಡಿದಾಟುವಿಕೆಗೆ ಎಲ್ಲಾ ಅನುಕೂಲಗಳನ್ನು ಮಾಡಿದ್ದ.

ಕಾಯಮೆಲ್‌ನಿಂದ ಸಣ್ಣ ದೋಣಿಯಲ್ಲಿ ವಲಸೆ ಪ್ರಾರಂಭವಾಯಿತು. ಸಮುದ್ರದ ದಡದಲ್ಲಿ ಐದಾರು ಕಿಲೋಮೀಟರ್ ಪ್ರಯಾಣದ ನಂತರ, ದೋಣಿ ಗವಿಯ ಬಳಿ ಬಂದಾಗ ಕಾರ್ಲೋಸನು ಪಾಂಡವರಿಗೆಲ್ಲಾ, "ಮಿತ್ರರೇ ಇದು ಗುಹಾಂತರ ನದಿ. ಭಯ ಬೀಳಬೇಡಿ. ಈ ಗುಹೆಯ ಆಚೆಯ ಕೊನೆಯೇ ಗ್ವಾಟೆಮಾಲಾ. ಇದರೊಳಗೆ ಎರಡು ಕಿಲೋಮೀಟರ್ ಹೋಗಬೇಕು" ಎಂದ.

ಪಾಂಡವರಿಗೆ ಪ್ರವೇಶದ್ವಾರದಿಂದ ಗುಹೆಯ ಒಳಾವರಣ ಕಗ್ಗತ್ತಲಾಗಿ ಕಂಡರೂ, ಅನುಭವಸ್ತ ದೋಣಿನಾಯಕರಿಗೆ ಕಣ್ಣುಕತ್ತಲಿನಲ್ಲಿ ಮುಂದುವರಿಯುವುದು ಕಷ್ಟವಾಗಿರಲಿಲ್ಲ. ಜಾಗರೂಕನಾದ ಕಾರ್ಲೋಸನು ಜೊತೆಯಲ್ಲಿ ವಿದ್ಯುತ್ ದೀವಟಿಗೆಯನ್ನು ತಂದಿದ್ದರಿಂದ ದೋಣಿ ಸಾಗಣೆ ಸುಸೂತ್ರವಾಗಿ ಸಾಗಿತು. ಬೆಟ್ಟದ ಅಡಿಯಲ್ಲಿ, ನೆಲದ ಅಂತರಾಳದಲ್ಲಿ, ಸಹಜ ಸುರಂಗಮಾರ್ಗದಲ್ಲಿ ಸುಲಲಿತವಾಗಿ ಹರಿಯುವ ನದಿಯನ್ನು ನೋಡಿ, ಪಾಂಡವರೆಲ್ಲರೂ ಬೆರಗಾದರು. ಕೊನೆಯಲ್ಲಿ ಗುಹೆಯ ಕೊನೆಯ ಬೆಳಕಿನ ಕಿಂಡಿಯನ್ನು ಕಂಡಾಗ ಕಾರ್ಲೋಸನು "ಮಿತ್ರರೇ ಅದೇ ಗ್ವಾಟೆಮಾಲಾ" ಎಂದು ಹೇಳಿದಾಗ ಎಲ್ಲರೂ "ಓಹ್ ಭಗವಾನ್" ಎಂದು ನಿಟ್ಟಿಸಿರುಬಿಟ್ಟರು. ಅಂತೂ ಗುಹೆಯ ಮೂಲಕ ಗ್ವಾಟೆಮಾಲಾವನ್ನು ತಲುಪಿದರು.

ಮಧ್ಯ ಅಮೇರಿಕದಿಂದ ಉತ್ತರ ಅಮೇರಿಕಕ್ಕೆ

ಗ್ವಾಟೆಮಾಲಾ ಮಧ್ಯ ಅಮೇರಿಕಾದ ಮಾಯಾಲೋಕ. ಈ ದೇಶದಲ್ಲಿ ಪರದೇಶಿಗಳಿಗಿಂತ ಹೆಚ್ಚಾಗಿ ಸ್ವದೇಶಿಗಳಾದ ಮಾಯಜನರು ಇದ್ದಾರೆ. ರಾಜ್ಯಾಡಳಿತವನ್ನು ನಡೆಸುತ್ತಿರುವ ಯೂರೋಪಿಯನ್ನರಿಗೂ ಮತ್ತು ಮಾಯಾ ಮೂಲನಿವಾಸಿಗಳಿಗೂ ಸಾಮರಸ್ಯವಿಲ್ಲದೆ ಸಂಘರ್ಷಣೆ ಸಾಮಾನ್ಯವಾಗಿದೆ. ತಮ್ಮ ನಾಗರಿಕತೆ–ಸಂಸ್ಕೃತಿಗಳೊಂದಿಗೆ ಸುಖ–ಸಂತೋಷದಿಂದಿರುವ ಮಾಯಾ ಜನರನ್ನು ದೇಶದ ಆರ್ಥಿಕ ಅಭಿವೃದ್ಧಿಯ ಸೋಗಿನಲ್ಲಿ ಎತ್ತಂಗಡಿ ಮಾಡಿಸುವ ಯೂರೋಪಿಯನ್ನರ ಘೋರ ಕೃತ್ಯದಿಂದಾಗಿ ಲಕ್ಷಾಂತರ ಮೂಲನಿವಾಸಿಗಳು ಪ್ರಾಣ ತೆತ್ತಿದ್ದಾರೆ. ಮಾಯಾ ಬಂಡುಕೋರರು ಸಮತಾವಾದಿಗಳೊಡನೆ ಬೆರೆತಿದ್ದಾರೆಂಬ ಆರೋಪದಿಂದ ರೋಷಗೊಂಡ ಅಮೇರಿಕನ್ನರು ಮಾಯಾಜನರನ್ನು ಕಡೆಗಣಿಸಿದ್ದಾರೆ.

ದೋಣಿಯಿಂದ ಇಳಿದ ನಂತರ ಕಾರ್ಲೋಸನು ವಲಸಿಗರಿಗೆಲ್ಲಾ "ಮಿತ್ರರೇ ಒಂದು ಕೆಟ್ಟ ಸುದ್ದಿ" ಎಂದು ನಗುತ್ತಾ ಹೇಳಿದ. ಎಲ್ಲರಿಗೂ ಸ್ವಲ್ಪ ಆತಂಕವಾಯಿತು. ಆತ ಮಾತು ಮುಂದುವರಿಸಿ "ಇಲ್ಲಿಂದ ಐದು ಕಿಲೋಮೀಟರ್ ನಡೆಯಬೇಕು. ದಯವಿಟ್ಟು ಮನ್ನಿಸಿ. ನಿಮಗೆ ಈ ವಿಷಯವನ್ನ ನಿಮಗೆ ಮೊದಲೇ ತಿಳಿಸಲಿಲ್ಲ. ನೀವು ಈ ದಾರಿಯಲ್ಲಿ ಬರೋದಕ್ಕೆ ಅಡ್ಡಿ ಮಾಡ್ತೀರಾ ಅಂತ ನಾನು ಹೇಳಲಿಲ್ಲ" ಎಂದು ಹೇಳಿದ. ಪಾಂಡವರಾರೂ ಆಕ್ಷೇಪಣೆ ಎತ್ತಲಿಲ್ಲ. "ಇದೆಲ್ಲಾ ನಮ್ಮ ಕರ್ಮ" ಎಂದುಕೊಂಡು ಕಾಲು ನಡಿಗೆಯಲ್ಲಿ ಪ್ರಯಾಣ ಮುಂದುವರಿಸಿದರು.

ಕಾರ್ಲೋಸನು ಹೇಳಿದ ಹಾಗೆ ಐದು ಕಿಲೋಮೀಟರ್ ನಂತರ ಗ್ವಾಟೆಮಾಲ ಹೆದ್ದಾರಿಯಲ್ಲಿ ವಾಹನಗಳ ಸದ್ದು ಮತ್ತು ಅದರ ಪಕ್ಕದಲ್ಲಿಯೇ ಹೋಗುತ್ತಿದ್ದ ರೈಲಿನ ಸದ್ದು ಕೇಳಿಬಂದಾಗ, ಬೆಟ್ಟಗುಡ್ಡಗಳಲ್ಲಿ ನಡೆದು ದಣಿದಿದ್ದ ಪಾಂಡವ ಕುಮಾರರಿಗೆ "ಸದ್ಯ ಸಿಕ್ಕಿತಲ್ಲಾ" ಎಂದು ನಿರಾಳವಾಯಿತು. ಕಾರ್ಲೋಸನು, "ಮಿತ್ರರೇ, ಇಲ್ಲಿಂದ ದಾರಿ ಸುಗಮ. ಪೂರ್ವಕ್ಕೆ ಪೋರ್ಟೋ ಬಾರಿಯೋಸ್; ಪಶ್ಚಿಮಕ್ಕೆ ಇಝಬಾಲ್ ಸರೋವರ. ಉತ್ತರಕ್ಕೆ ಟೀಕಾಲ್" ಎಂದು ಭೌಗೋಳಿಕ ಮೇರೆಗಳನ್ನು ಪ್ರಕಟಿಸಿದಾಗ, ಪ್ರದೀಪನು "ಅಮೇರಿಕಾ ಯಾವ

ಕಡೆಗಿದೆಯಪ್ಪಾ?" ಎಂದು ಪ್ರಶ್ನಿಸಿದ. "ಪಶ್ಚಿಮಾ, ಉತ್ತರಾ" ಎಂದು ಸ್ವಲ್ಪ ರಾಗವಾಗಿ ಹೇಳಿ ಪಾಂಡವರ ಮನಸ್ಸನ್ನು ಹಗುರವಾಗಿಸಲು ಪ್ರಯತ್ನಿಸಿದ.

ಗ್ವಾಟೆಮಾಲಾದ ಪ್ರಮುಖ ರೇವು ಪಟ್ಟಣವಾಗಿರುವ ಪೋರ್ಟೋ ಬಾರಿಯೋಸ್ ಕೆರಿಬಿಯನ್ ಸಮುದ್ರದ ಅಂಚಿನಲ್ಲಿದೆ. ಗ್ವಾಟೆಮಾಲಾದಿಂದ ಬಾಳೆಯ ಹಣ್ಣುಗಳನ್ನು ಅಮೇರಿಕಾ ಮತ್ತು ಯೂರೋಪು ದೇಶಗಳಿಗೆ ರಫ್ತು ಮಾಡಲಾಗುತ್ತದೆಯಾದ್ದರಿಂದ ಈ ರಸ್ತೆಯಲ್ಲಿ ಸರಕುವಾಹನ ಸಂಚಾರ ಹೆಚ್ಚಾಗಿರುತ್ತದೆ. ಪ್ರಯಾಣಿಕರು ಸರಕುವಾಹನಗಳಲ್ಲಿ ಹತ್ತಿಕೊಂಡು ಹೋಗುವುದು ಇಲ್ಲಿ ಬಹಳ ಸಾಮಾನ್ಯ. ಹೆದ್ದಾರಿಯಲ್ಲಿರುವ ಲಾಸ್ ಪ್ಲೇನ್ಸ್ ಎಂಬ ಸಣ್ಣ ಹಳ್ಳಿಯ ಬಳಿ, ಕಾರ್ಲೋಸನು ಪಾಂಡವರಿಗೆ ಒಬ್ಬರ ಮನೆಯಲ್ಲಿ ತಿಂಡಿ–ತೀರ್ಥಗಳನ್ನು ಕೊಡಿಸಿದ.

ಸಾರ್ವಜನಿಕ ವಾಹನಕ್ಕಾಗಿ ಕಾದು, ಕೊನೆಗೆ ಸರಕುವಾಹನದಲ್ಲಿ ಹತ್ತಿಕೊಂಡು ವಲಸಿಗರು ಇಝಬಾಲ್ ಸರೋವರದ ಪಕ್ಕದಲ್ಲಿರುವ ಮೊರಾಲಿಸ್ ನಗರ ತಲುಪಿದರು. ಗ್ವಾಟೆಮಾಲಾದ ಅತ್ಯಂತ ದೊಡ್ಡ ಸರೋವರವಾದ ಇಝಬಲ್ ಜಲವಿಹಾರಕ್ಕೆ ಪ್ರಸಿದ್ಧ ಇಝಬಲ್ ಸರೋವರ ಸಸ್ಯಸಮೃದ್ಧ ಕೃಷಿಕ್ಷೇತ್ರಗಳಿರುವ ವಲಯದಲ್ಲಿದೆ. ಇದಕ್ಕೆ ದಟ್ಟ ಅರಣ್ಯದ ಬೆಟ್ಟಗುಡ್ಡಗಳ ಹಿನ್ನೆಲೆಯಲ್ಲಿದೆ. ಎಲ್ಲಕ್ಕಿಂತಲೂ ಮಿಗಿಲಾಗಿ ವಲಸಿಗರು ಹೋಗುವ ಹಾದಿಯಲ್ಲಿಯೇ ಇದೆ. ಮೊರಾಲಿಸ್ ನಗರದಲ್ಲಿ ಸರಕುವಾಹನದಿಂದಿಳಿದ ಪಾಂಡವರಿಗೆ ಕಾರ್ಲೋಸನು ಅಲ್ಲಿಯೇ ರಾತ್ರಿ ಕಳೆಯಲು ಅವಕಾಶವಿದೆಯೆಂದು ತಿಳಿಸಿ ನಂತರ, "ಇಲ್ಲಿಂದ ಮೂರು ಗಂಟೆಗಳ ಪ್ರಯಾಣ ಮಾಡಿದರೆ ಟೀಕಾಲ್ ನಗರ ಸಿಗುತ್ತದೆ. ನಿಲ್ಲದೆ ಪ್ರಯಾಣ ಮುಂದುವರಿಸೋಣ ಅಂದ್ರೆ ಹೋಗೋಣ. ಏನು ಹೇಳ್ತೀರಾ?" ಎಂದು ಪ್ರಶ್ನಿಸಿದ. ಕೆನಡಾ ಯುವತಿಯರಿಂದ ಟೀಕಾಲ್ ತುಂಬಾ ಚೆನ್ನಾಗಿದೆಯೆಂದು ಕೇಳಿದ್ದ ಪಾಂಡವರಿಗೆ ಹೊರಡಲು ಪ್ರೇರಣೆ ಮೂಡಿತು. ಅರ್ಜುನನು ತಮಾಷೆಯಿಂದ "ಅಲ್ಲಿಗೆ ಕೆನಡಾ ಹುಡುಗಿಯರು ಬರ್ತಾರಾ?" ಎಂದು ಕೇಳಿದಾಗ, ಕಾರ್ಲೋಸನಿಗೆ ಅವನ ಪ್ರಶ್ನೆಯ ಮರ್ಮ ಅರ್ಥವಾಗಲಿಲ್ಲ. ವಿಜಯನು "ಅರ್ಜುನಾ, ಅಮೇರಿಕ ದೇಶದ ಬಿಳಿಯ ಸುಂದರಿಯರು ನಮಗೆ ದಕ್ಕಲ್ಲಪ್ಪಾ" ಎಂದು ವಾಸ್ತವಿಕತೆಯನ್ನು ಮನವರಿಕೆ ಮಾಡಿದ. ತರುವಾಯ ಪ್ರದೀಪನು ಕಾರ್ಲೋಸನಿಗೆ ಕೋಪ್ಯಾನ್ ನಗರದಲ್ಲಿ ಪಾಂಡವರ–ಕೆನಡಾ ಯುವತಿಯರ ಭೇಟಿಯ ಸುದ್ದಿ ತಿಳಿಸಿದ. ನಂತರ ಕಾರ್ಲೋಸನೇ ಅರ್ಜುನನ್ನು ಉತ್ತೇಜಿಸುತ್ತಾ, "ಅರ್ಜುನಾ, ಟೀಕಾಲ್

ಗ್ವಾಟೆಮಾಲಾದ ಮಾಯಾವತಿ. ಅಲ್ಲಿ ಎಲ್ಲಾ ದೇಶಗಳ ಸುಂದರಿಯರನ್ನು ನೋಡಬಹುದು. ಒಂದು ವಿಷಯ ಮಿತ್ರ. ದಕ್ಕದ ಹೆಣ್ಣನ್ನು ಅಪೇಕ್ಷಿಸಬೇಡ. ಸಿಕ್ಕಿದ ಹೆಣ್ಣನ್ನು ಉಪೇಕ್ಷಿಸಬೇಡ" ಎಂದು ಕಣ್ಣು ಮಿಟಿಕಿಸಿ ಹೇಳಿದ.

ಕಾರ್ಲೋಸನಿಗೆ ಟೀಕಾಲ್‌ನಲ್ಲಿ ಸಮತಾವಾದಿ ಮಿತ್ರವೃಂದವಿದ್ದು, ಅಲ್ಲಿಂದ ವಲಸಿಗರನ್ನು ಕರೆದೊಯ್ಯುವ ಕೆಲಸವೂ ಇತ್ತು. ಮಧ್ಯ ಅಮೇರಿಕಾದ ಇತರೆ ದೇಶಗಳಂತೆ ಗ್ವಾಟೆಮಾಲಾ ದೇಶವೂ ಬಡದೇಶವೇ ಆಗಿದೆ. ಹಳ್ಳಿಗಾಡುಗಳಿಂದ ಸಾವಿರಾರು ಯುವಜನರು ಅಮೇರಿಕಾಗೆ ಗುಳೇ ಹೋಗುವುದು ಸಾಮಾನ್ಯ. ಗ್ವಾಟೆಮಾಲಾ ದೇಶದಿಂದ ಮೆಹಿಕೊ ದೇಶದ ಮೂಲಕ ರೈಲುಮಾರ್ಗವಿದೆ. ಸಾಹಸೀ ಯುವಕರು ಅಕ್ರಮವಾಗಿ ಸರಕುಗಾಡಿಗಳಲ್ಲಿ ಗುಳೇ ಹೋಗುವುದು ಗ್ವಾಟೆಮಾಲಾ ಜನರ ವಿಶೇಷ.

ಮೊರಾಲಿಸ್ ನಗರದಿಂದ ತೆರಳಿದ ಪಾಂಡವರು ರಾತ್ರಿ ಟೀಕಾಲ್ ನಗರವನ್ನು ತಲುಪಿದರು. ಎಂದಿನಂತೆ ಕಾರ್ಲೋಸನ ಮಿತ್ರರೊಬ್ಬರ ಮನೆಯಲ್ಲಿಯೇ ಊಟ-ವಸತಿ ಏರ್ಪಡಿಸಲಾಗಿತ್ತು. ಮನೆಯ ಒಡೆಯ ಚಾಕ್ ಮತ್ತು ಅವನ ಹೆಂಡತಿ ಇಕ್ಷೆಲ್, ಮಾಯಾ ಜನಾಂಗದವರೂ ಹಾಗೂ ಸಮತಾವಾದಿಗಳೂ ಆಗಿದ್ದರು. ಅವರಿಗೆ ಐದು ವರ್ಷದ ಲೆನಿನ್ ಎಂಬ ಮಗನಿದ್ದ. ಪೆರು ದೇಶದ ಕೂಸ್ಕೋ ನಗರದಲ್ಲಿ ಅತಿಥೇಯರಾಗಿದ್ದ ಆಂಟೋನಿಯೋ ಮತ್ತು ಮಾಮಾಕುರಳಂತೆ, ಚಾಕ್-ಇಕ್ಷೆಲ್ಲರು ಅತಿಥಿಗಳಿಗೆ ಸ್ನೇಹಪರರಾಗಿದ್ದರು. ಇದೇ ಮೊದಲನೆಯ ಭಾರತೀಯ ಅತಿಥಿಗಳನ್ನು ಭೇಟಿಯಾಗಿದ್ದ ಚಾಕ್-ಇಕ್ಷೆಲ್ಲರಿಗೆ ಪಾಂಡವರ ಸ್ನೇಹ-ಪರಿಚಯ ಸಂತೋಷ ತಂದಿತ್ತು. "ಮಾಯಾ" ಪದ ಭಾರತದ ಸಂಸ್ಕೃತಿಯಲ್ಲಿಯೂ ಇದೆಯೆಂದು ಅರಿತಿದ್ದ ಅವರಿಗೆ ಅದರ ಅರ್ಥ ಸರಿಯಾಗಿ ಗೊತ್ತಿರಲಿಲ್ಲ. ಚಾಕನು ಪಾಂಡವರನ್ನು ಉದ್ದೇಶಿಸಿ "ನಿಮ್ಮ ಭಾಷೆಯಲ್ಲಿ ಮಾಯಾ ಅಂದರೇನು?" ಎಂದು ಕೇಳಿದಾಗ, ಸೆಲ್ವಮ್ "ಮಾಯಾ ಅಂದರೆ ಮೋಸಾ" ಎಂದು ಒರಟು ಅರ್ಥ ಹೇಳಿದ. ಚಾಕ್-ಇಕ್ಷೆಲ್ಲರಿಗೆ ಅರ್ಥ ರುಚಿಸಲಿಲ್ಲ. ನಂತರ ಪ್ರದೀಪನು ಮಾಯಾ ಅಂದರೆ ಭ್ರಾಂತಿಯೆಂದೂ, ಹಿಂದೂ ವೇದಾಂತದ ಪ್ರಕಾರ ಜಗತ್ತೇ ಮಾಯವೆಂದೂ, ದೇವರೊಬ್ಬನೇ ನಿಜವೆಂದು ತಾತ್ವಿಕವಾಗಿ ವಿವರಿಸಿದ. ನಂತರ ಅರ್ಜುನನು "ಮಾಯಾ ಅಂದರೆ ಮ್ಯಾಜಿಕ್" ಎನ್ನುತ್ತಾ "ಅಸಾಧ್ಯವಾದುದನ್ನು ಸಾಧ್ಯವಾಗುವಂತೆ ಮಾಡಿ ತೋರಿಸುವುದು" ಎಂದು ತನ್ನ ಪಾಂಡಿತ್ಯವನ್ನು

ಪ್ರದರ್ಶಿಸಿದ. ಪಾಂಡವರೆಲ್ಲರೂ ಮುಗುಳು ನಗೆಯಿಂದ ಸಂಭಾಷಣೆಯನ್ನು ಮುಗಿಸಿದರು.

ಮಾರನೆಯ ದಿನ ಪಾಂಡವರಿಗೆ ಟೀಕಾಲ್ ನಗರ ದರ್ಶನವನ್ನು ಮಾಡಿಸುವ ಕಾರ್ಯಕ್ಕೆ ಕಾರ್ಲೋಸನು ಚಾಕ್‌ನನ್ನೇ ನೇಮಿಸಿ, "ನನಗೆ ಬಹಳ ಮುಖ್ಯವಾದ ಕೆಲಸ ಇದೆ. ಈ ದಿನ ಇಲ್ಲೇ ಹಾಯಾಗಿರಿ" ಎಂದು ಪಾಂಡವರಿಗೆಲ್ಲಾ ವಿಶ್ರಾಂತಿ ಹಾರೈಸಿ ಬೀಳ್ಕೊಂಡ. ಟೀಕಾಲ್ ನಗರದಿಂದ ಹಲವಾರು ವಲಸಿಗರನ್ನು ಒಂದುಗೂಡಿಸುವ ಕೆಲಸಕ್ಕೆ ಕಾರ್ಲೋಸನು ಪಕ್ಕದ ಮಾಯಾ ಹಳ್ಳಿಗಳಿಗೆ ಹೋದ.

ಮೊದಲನೆಯ ದಿನ ಪಾಂಡವರೆಲ್ಲರೂ ಚಾಕ್-ಇಶ್ಚೆಲ್‌ರ ಮನೆಯಿಂದ ಕೇವಲ ಒಂದು ಕಿಲೋಮೀಟರ್ ದೂರದಲ್ಲಿರುವ ಟೀಕಾಲ್ ಅವಶೇಷ ನಗರವನ್ನು ನೋಡಲು ಹೊರಟರು. ಅವರ ಜೊತೆಯಲ್ಲಿ ಚಾಕ್ ಪರಿವಾರವೆಲ್ಲಾ ಬಂದಿತ್ತು.

ಟೀಕಾಲ್ ಗ್ವಾಟೆಮಾಲಾ ದೇಶದ ಸಾಂಸ್ಕೃತಿಕ ಸಂಪತ್ತು. ಸಾವಿರದ ಐನೂರು ವರ್ಷಗಳ ಹಿಂದೆ, ಮಾಯಾ ಸಾಮ್ರಾಜ್ಯದ ರಾಜಧಾನಿಯಾಗಿದ್ದ ಟೀಕಾಲ್, ಹದಿನಾರು ಚದರ ಕಿಲೋಮೀಟರ್ ವಿಸ್ತೀರ್ಣದಲ್ಲಿ, ನಾಲ್ಕು ಸಾವಿರ ಕಟ್ಟಡಗಳನ್ನು ಹೊಂದಿದ್ದ ಭವ್ಯ ನಗರವಾಗಿತ್ತು. ಸಾವಿರ ವರ್ಷಗಳ ಹಿಂದೆ ಇದ್ದಕಿದ್ದ ಹಾಗೆ, ಮಾಯಾ ಜನರು ಈ ನಗರವನ್ನು ತೊರೆದು ಹೋದರು. ಕಾರಣ ನಿರ್ದಿಷ್ಟವಾಗಿ ತಿಳಿದಿಲ್ಲವಾದರೂ, ಕ್ಷಾಮ, ಬರಗಾಲ ಅಥವ ಸಿಡುಬುನಂತಹ ಸಾಂಕ್ರಾಮಿಕ ರೋಗಗಳು ಪ್ರಮುಖ ಕಾರಣವಾಗಿರಬಹುದೆಂದು ಪ್ರಾಚೀನಶಾಸ್ತ್ರ ತಜ್ಞರು ಅಭಿಪ್ರಾಯಪಟ್ಟಿದ್ದಾರೆ. ಆ ತರುವಾಯ ಇಡೀ ನಗರ ಧ್ವಂಸವಾಗಿ ಕಾಡುಮರಗಳಿಂದ ಆವರಿಸಿಕೊಂಡು, ನೂರಾರು ವರ್ಷಗಳ ಕಾಲ ಅರಣ್ಯದಲ್ಲಿ ಮರೆಯಾಗಿತ್ತು. ಅದೃಷ್ಟವಶಾತ್ ಟೀಕಾಲ್ ಸ್ಪಾನಿಶ್ ದಾಳಿಕೋರರ ಕಣ್ಣಿಗೆ ಬೀಳಲಿಲ್ಲ. ಕೇವಲ ನೂರು ವರ್ಷಗಳ ಹಿಂದೆ ಈ ನಗರದ ಕುರುಹುಗಳನ್ನು, ಕಂಡ ಪ್ರಾಚೀನಶಾಸ್ತ್ರಜ್ಞರು, ಟೀಕಾಲ್ ಅನ್ವೇಷಣೆಗೆ ಸೂಚಿಸಿದರು. ಐವತ್ತು ವರ್ಷಗಳ ಹಿಂದೆ ಅಮೇರಿಕಾದ ಪೆನ್ಸಿಲ್ವೇನಿಯಾ ವಿಶ್ವವಿದ್ಯಾನಿಲಯದ ಆಶ್ರಯದಲ್ಲಿ, ಗ್ವಾಟೇಮಾಲಾ ಸರಕಾರದ ಆದೇಶದಲ್ಲಿ ಟೀಕಾಲ್ ನಗರದ ಭೂಶೋಧನೆ ಆರಂಭವಾಯಿತು. ಹದಿಮೂರು ವರ್ಷಗಳ ನಿರಂತರ ಪರಿಶ್ರಮದ ಫಲವಾಗಿ, ಸಾವಿರ ವರ್ಷಗಳಿಂದ ಹುದುಗಿಹೋಗಿದ್ದ ಮಹಾನಗರ ಬೆಳಕಿಗೆ ಬಂತು.

ಇಂತಹ ಅಮೋಘ ಪ್ರಾಚೀನ ನಗರವನ್ನು ನೋಡುವ ಸುಯೋಗ ಪಾಂಡವರಿಗೆ ತಾನಾಗಿಯೇ ಹುಡುಕಿಕೊಂಡು ಬಂದಿತ್ತು.

ಚಾಕ್ ಮತ್ತು ಇಶ್ಚೆಲ್ಲರು ಪ್ರೌಢಶಾಲೆಯಲ್ಲಿ ಇತರೆ ಪಾಠಗಳೊಂದಿಗೆ, ಪ್ರೇಮಪಾಠವನ್ನೂ ಒಟ್ಟಾಗಿ ಕಲಿತು, ಪ್ರೇಮವಿವಾಹ ಮಾಡಿಕೊಂಡಿದ್ದರು. ಆಡಳಿತ ಸರಕಾರದೊಡನೆ ಮಾಯಾ ಜನರು ನಡೆಸುತ್ತಿದ್ದ ಬಂಡಾಯದಲ್ಲಿ ಇಬ್ಬರೂ ಭಾಗವಹಿಸಿ, ತಮಗೆ ತಾತ್ವಿಕ ಬೆಂಬಲ ನೀಡುತ್ತಿದ್ದ ಸಮತಾವಾದಿಗಳೊಡನೆ ಸ್ನೇಹ–ಸೌಹಾರ್ದತೆ ಬೆಳೆಸಿಕೊಂಡಿದ್ದರು. ಪ್ರವಾಸಿಧಾಮವಾದ ಟೀಕಾಲ್ ನಗರದಲ್ಲಿ ಸಣ್ಣ ಪ್ರಮಾಣದ "ವಸತಿ ತಾಣ"ವನ್ನು ನಡೆಸುತ್ತಾ, ಪ್ರವಾಸಿಗಳಿಗೆ ಮಾರ್ಗದರ್ಶಕರಾಗಿ ದುಡಿದು ಜೀವನ ಸಾಗಿಸುತ್ತಿದ್ದರು. ಕಾರ್ಲೋಸನು ದಾರಿಯುದ್ದಕ್ಕೂ ಇಂತಹ ವಸತಿ ಗೃಹಸ್ಥರೊಡನೆ ಸ್ನೇಹ–ಸಂಪರ್ಕವಿಟ್ಟುಕೊಂಡು ವಲಸಿಗರಿಗೆ ಸುಲಭ ದರದಲ್ಲಿ ಊಟ–ವಸತಿಗಳನ್ನು ಕಲ್ಪಿಸಿ, ತನ್ನ ಆದಾಯ ಹೆಚ್ಚಿಸಿಕೊಳ್ಳುತ್ತಿದ್ದ.

ಟೀಕಾಲ್ ನಗರದ ಪ್ರಾಚೀನ ವಲಯವನ್ನು ಪ್ರವೇಶಿಸುತ್ತಿದ್ದಂತೆ ಪ್ರದೀಪನಿಗೆ ಹಂಪೆಯ ನೆನಪು ಮರಕಳಿಸಿತು. ದಟ್ಟಕಾಡಿನ ಮಧ್ಯೆ ಮರಗಳಿಗಿಂತಲೂ ಎತ್ತರವಾಗಿರುವ ಸೋಪುರಗಳು ಭಾರತದಲ್ಲಿರುವ ದೇವಾಲಯಗಳ ಗೋಪುರಗಳಂತೆಯೇ ಕಾಣಬರುತ್ತವೆ. ಹಂತಹಂತವಾಗಿ ಕಲ್ಲುಗಳಿಂದ ನಿರ್ಮಿತವಾದ ದಿಬ್ಬೆಯಾಕಾರದ ಸೋಪುರದ ಮೇಲೆ ದೇವರಗುಡಿಯಿರುತ್ತದೆ. ಇಂತಹ ಹಲವಾರು ಸೋಪುರಗಳ ಸಮೂಹಗಳು ಟೀಕಾಲ್‌ನಲ್ಲಿ ತುಂಬಿವೆ. ಸುಮಾರು ಮೂರು ಕಿಲೋಮೀಟರ್ ಅಂತರದಲ್ಲಿ ನಾಲ್ಕು ಸೋಪುರ ಸಮೂಹಗಳಿವೆ. ಪ್ರತಿ ಸೋಪುರ ಸಮೂಹದ ಸುತ್ತಲೂ ಭಾರತದ ದೇವಸ್ಥಾನಗಳ ಸುತ್ತಲೂ ಇರುವ ಹಾಗೆ ಪ್ರಾಕಾರವೂ ಇದೆ. ಹಾಗೆಯೇ ಇವುಗಳ ಪಕ್ಕದಲ್ಲಿಯೇ ಮಾನವ ನಿರ್ಮಿತ ಸರೋವರಗಳಂತೆ ವಿಶಾಲವಾಗಿರುವ ಕೊಳಗಳೂ ಇವೆ. ಚಕ್ರವರ್ತಿಗಳ ಸಮಾಧಿಗಳ ಮೇಲೂ ಸೋಪುರಗಳನ್ನು ನಿರ್ಮಿಸಿ, ಅದರ ಮೇಲೆ ಅವರ ಆತ್ಮಕ್ಕೆ ಪೂಜಾವಿಧಿ ಸಲ್ಲಿಸುವುದೂ ಮಾಯಾ ಸಂಸ್ಕೃತಿಯಲ್ಲಿ ರೂಢಿಯಲ್ಲಿತ್ತು.

ಸೂರ್ಯನು ಸಮಭಾಜಕ ವೃತ್ತ ದಾಟುವ ಮೇಷ ಸಂಕ್ರಾಂತಿಯ ದಿನ, ಹಾಗೂ ತುಲಾ ಸಂಕ್ರಾಂತಿ ದಿನಗಳು ಮಾಯಾ ಜನರಿಗೆ ಬಹಳ ಶುಭಕಾರಕ ದಿನಗಳು. ಪ್ರತಿವರ್ಷ ಮಾರ್ಚಿ ಇಪ್ಪತ್ತೊಂದನೆಯ ದಿನಾಂಕ ಮೇಷ ಸಂಕ್ರಾಂತಿಯ ದಿನ "ವಸಂತೋತ್ಸವ" ಸಮಾರಂಭವನ್ನು ಬಹಳ

ವಿಜೃಂಭಣೆಯಿಂದ ಆಚರಿಸುತ್ತಾರೆ. ಭಾರತದ ಯುಗಾದಿ ಹಬ್ಬದಂತೆ ಮಾಯಾಜನರಿಗೆ ಇದು ಹೊಸವರ್ಷದ ಹಬ್ಬವಾಗಿದೆ. ಈ ಹಬ್ಬದ ವಿಷಯವಾಗಿ ಹೇಳುತ್ತಾ ಚಾಕನು ಪಾಂಡವರಿಗೆಲ್ಲಾ... "ನಮ್ಮ ಮಾಯಾ ಸಂಸ್ಕೃತಿಯ ವೈಭವವನ್ನು ನೋಡಬೇಕೆಂದರೆ ನೀವು ವಸಂತೋತ್ಸವದ ದಿನ ಚಿಚಿನೆಟ್ಜಾಗೆ ಬರಬೇಕು" ಎಂದು ಸೂಚಿಸಿದಾಗ ಪ್ರದೀಪನು ತನಗೆ ತಿಳಿದಿದ್ದ ನರಬಲಿಯ ಬಗ್ಗೆ ಕೇಳಿದ: "ಚಾಕ್, ಮಾಯಾ ಜನರು ದೇವರಿಗೆ ನರಬಲಿ ಕೊಡುತ್ತಿದ್ದರಂತೆ ನಿಜಾನಾ?"

"ಹಿಂದೆ ಇತ್ತು. ಈಗಿಲ್ಲಾ" ಎಂದು ಇಷ್ಚೆಲ್ ಗಂಡನ ಪರವಾಗಿ ಉತ್ತರಿಸಿದಳು. ಚಾಕನಿಗೆ ಪ್ರದೀಪನ ಮಾತಿನಲ್ಲಿ ಆಪಾದನೆಯ ಛಾಯೆ ಮನಗಂಡು, ನರಬಲಿಯ ಚಾರಿತ್ರಿಕತೆಯನ್ನು ವಿವರಿಸುತ್ತಾ, ಹಿಂದಿನ ಕಾಲದಲ್ಲಿ ಎಲ್ಲಾ ನಾಗರಿಕತೆಗಳಲ್ಲೂ ನರಬಲಿ ಸಾಮಾನ್ಯವಾಗಿತ್ತು. ಏಸು ಕ್ರಿಸ್ತನೇ ನರಬಲಿ" ಎಂದು ತಿಳಿಸಿ ನಂತರ ಕ್ರೈಸ್ತಮತದ ಮೂಲ ನಂಬಿಕೆಯನ್ನು ಮಂಡಿಸುತ್ತಾ "ಬೈಬಲ್ ಪ್ರಕಾರ ದೇವರು ತನ್ನ ಸ್ವಂತ ಮಗನನ್ನೇ ಬಲಿ ತೆಗೆದುಕೊಂಡಾ. ಅವನೆಂತಹಾ ತಂದೆ, ಅವನೆಂತಹಾ ದೇವರು" ಎಂದು ಖಂಡಿಸಿದ.

ಮಾಯಾ ಜನರನ್ನು ಅನಾಗರಿಕರೆಂದು-ಕುಸಂಸ್ಕೃತರೆಂದು ಅವಹೇಳನ ಮಾಡಿ, ಮಾಯಾ ಜನರನ್ನು ಮತಾಂತರಗೊಳಿಸಿದ ಕ್ರೈಸ್ತಪಾದ್ರಿಗಳ ಮೇಲೆ, ಚಾಕ್-ಇಶ್ಚೆಲ್ಲರಿಗೆ ಬಹಳ ಕೋಪವಿತ್ತು. ಮತಾಂತರವನ್ನು ಧಿಕ್ಕರಿಸಿದ ಮಾಯಾ ಜನರ ಮೇಲೆ ಗ್ವಾಟೆಮಾಲ ಸರಕಾರ ನಡೆಸುತ್ತಿರುವ ಹಿಂಸಾಚಾರಗಳಿಗೆ ತುತ್ತಾಗಿ ಕಷ್ಟಗಳನ್ನು ಅನುಭವಿಸುತ್ತಿರುವ ಚಾಕ್-ಇಶ್ಚೆಲ್ಲರನ್ನು ಪ್ರದೀಪನ ಪ್ರಶ್ನೆ ಕೆರಳಿಸಿತ್ತು. ಪಾಂಡವರೆಲ್ಲರಿಗೂ ಚಾಕನ ಮಾತು, ಚಾವಟಿಯ ಮಾತಾಗಿತ್ತು.

ಹಾಗೆಯೇ ವೀಕ್ಷಿಸುತ್ತಾ ಎಲ್ಲರೂ ದೇವಾಲಯದ ಅಂಗಣಕ್ಕೆ ಬಂದಾಗ ಇಶ್ಚೆಲ್ಲಳು "ಇದು ಸೂರ್ಯ ಸೋಪುರ, ಇದು ಚಂದ್ರ ಸೋಪುರ, ಇದು ಶುಕ್ರ ಸೋಪುರ" ಎಂದು ಬೆರಳಿನಿಂದ ಸೂಚಿಸುತ್ತಾ ಹೇಳಿದಳು. ಎಲ್ಲರೂ ಸೂರ್ಯ ಸೋಪುರದ ಮೇಲೆ ಹತ್ತಿದರು. ಅಲ್ಲಿಂದ ಕಾಣ ಬರುತ್ತಿದ್ದ ಟೀಕಾಲ್ ನಗರದ ಪಕ್ಷಿನೋಟ ವಿಹಂಗಮವಾಗಿತ್ತು. ಕಟ್ಟಡಗಳಿಗಿಂತಲೂ ಕಾಡೇ ಹೆಚ್ಚಾಗಿರುವ ಟೀಕಾಲ್ ನಗರದಲ್ಲಿ ಈಗಲೂ ಅವಶೇಷಗಳನ್ನು ಅಗೆಯುತ್ತಿರುವ ದೃಶ್ಯವನ್ನು ನೋಡಿ, ಅರ್ಜುನನು "ಚಾಕ್, ಇಲ್ಲೂ ಮನೆಗಳಿವೆಯಾ?" ಎಂದು ವಿಚಾರಿಸಿದಾಗ, "ಸಾವಿರ ವರ್ಷಗಳ ಹಿಂದೆ, ಈ ಕಾಡೆಲ್ಲಾ ಪಟ್ಟಣವಾಗಿತ್ತು. ಸುತ್ತಮುತ್ತಲೂ ನೂರಾರು ಹಳ್ಳಿಗಳಿದ್ದವು" ಎಂದು ಗತಕಾಲದ ಮಾಯಾ

ವಿಸ್ತಾರವನ್ನು ತಿಳಿಸಿದ. ತರುವಾಯ ಇಶ್ಚೆಲ್ಲಳು ಟೀಕಾಲ್ ನಗರದ ಭವ್ಯ ನಿಲಯಗಳನ್ನು ಮತ್ತು ಸರೋವರಗಳನ್ನು ತೋರಿಸುತ್ತಾ, "ಅವೆಲ್ಲಾ ರಾಜರ, ಶ್ರೀಮಂತರ, ಪುರೋಹಿತರ ಮನೆಗಳು" ಎಂದು ಪರಿಚಯಿಸಿದಳು.

ಅರಣ್ಯಮಯವಾಗಿರುವ ಟೀಕಾಲ್ ನಗರದ ಮತ್ತೊಂದು ವಿಶೇಷ, ಸ್ವೇಚ್ಛೆಯಾಗಿ ನಲಿದಾಡುವ ಪ್ರಾಣಿಗಳು. ಪಾಳುಬಿದ್ದ ಮನೆಗಳಲ್ಲಿ ಆಶ್ರಯವನ್ನು ಪಡೆದು ಹಲವಾರು ರೀತಿಯ ಸರೀಸೃಪಗಳು, ಸಸ್ತನಿಗಳು, ಪಕ್ಷಿಗಳು, ಟೀಕಾಲ್ ನಗರವನ್ನು ಪ್ರಾಕೃತಿಕ ಪ್ರಾಣಿ ಸಂಗ್ರಹಾಲಯವನ್ನಾಗಿಸಿವೆ. ಕೋಟಿಮುಂಡಿ ಎಂಬ ಬಿಳಿಮೂಗಿನ ಕೋತಿಗಳು ಟೀಕಾಲ್‌ನಲ್ಲಿ ಬಹಳ ಆಕರ್ಷಣೀಯ ಪ್ರಾಣಿಸಂಕುಲವಾಗಿದೆ. ಮುದ್ದಿಗಾಗಿ ತಿಂಡಿ ತಿನಿಸುವ ಪ್ರವಾಸಿಗಳ ಪ್ರೀತಿಗೆ ಪಾತ್ರರಾಗಿರುವ ಕೋಟಿಮುಂಡಿಗಳು ಜನರಂಜನೀಯವಾಗಿವೆ. ಪ್ರವಾಸಿಗಳಿಂದಲೇ ತುಂಬಿರುವ ಟೀಕಾಲ್ ನಗರದಲ್ಲಿ ಉದರ ಪೋಷಣೆ ಸಮೃದ್ಧವಾಗಿರುವುದರಿಂದ, ಕೋಟಿಮುಂಡಿಗಳ ವಂಶಾಭಿವೃದ್ಧಿಯೂ ವಿಪುಲವಾಗಿದೆ.

ಹಲವಾರು ಭಾರತೀಯ ಮುಖಗಳನ್ನು ಒಟ್ಟಾಗಿ ಕಂಡ ಪಾಂಡವರಿಗೆ ಅವರನ್ನು ಮಾತನಾಡಿಸಿ ಪರಿಚಯ ಮಾಡಿಕೊಳ್ಳುವ ಆಸೆ ಸಹಜವಾಗಿ ಮೂಡಿತು. ಅವರೆಲ್ಲರೂ ಹಿಂದಿಯಲ್ಲಿ ಮಾತನಾಡುತ್ತಿದ್ದುದನ್ನು ಕೇಳಿ, ಎಲ್ಲರಿಗಿಂತಲೂ ಮಿಗಿಲಾಗಿ ಅರ್ಜುನ–ರಾಜಬೀರರು ಮುಂದಾಗಿ ಹೋಗಿ "ನೀವು ಭಾರತೀಯರಾ?" ಎಂದು ವಿಚಾರಿಸಿದಾಗ "ತಾವೆಲ್ಲಾ ಗಯಾನಾ ದೇಶದ ಭಾರತೀಯರು" ಎಂದು ತಿಳಿಸಿದರು. ತರುವಾಯ ಪಾಂಡವರು ಗಯಾನಾದವರು ಒಟ್ಟಾಗಿ ಬೆರೆತರು. ಉಭಯ ಕುಶಲೋಪರಿಯ ನಂತರ ಪ್ರದೀಪನೇ ಚಾಕ್–ಇಶ್ಚೆಲ್ಲರನ್ನು ಗಯಾನಾದವರಿಗೆ ಪರಿಚಯ ಮಾಡಿಸಿದ. "ನೀವು ಮಾತಾಡ್ತಾ ಇರಿ. ನಾವು ಈಗಲೇ ಬರ್ತೀವಿ" ಎಂದು ಚಾಕ್–ಇಶ್ಚೆಲ್ಲರು ತಾತ್ಕಾಲಿಕವಾಗಿ ಬೀಳ್ಕೊಂಡರು.

ಭಾರತೀಯರೆಲ್ಲರೂ ಹರಟುತ್ತಿರುವಾಗ ಒಬ್ಬ ಅಪರಿಚಿತ ಮಾಯಾ ಹೆಂಗಸೊಬ್ಬಳು ಬಂದು "ನಮಸ್ತೆ" ಎಂದಳು. ಆಶ್ಚರ್ಯದಿಂದಲೇ ಎಲ್ಲರೂ "ನಮಸ್ತೆ" ಎಂದರು. ಆಕೆ ತಾನು ಗ್ವಾಟೆಮಾಲಾದ ಮಾಯ ಯುವತಿಯೆಂದೂ, "ನಮಸ್ತೆ" ಎಂಬ ಸೇವಾ ಸಂಸ್ಥೆಯ ಕಾರ್ಯಕಾರಿಣಿ ಎಂದೂ ಮತ್ತು ತನ್ನ ಹೆಸರು "ಸಾರಾ" ಎಂದೂ ಪರಿಚಯ ಮಾಡಿಕೊಂಡು, ಅವರ ಸಂಸ್ಥೆಯ ಬಗ್ಗೆ ಹಲವಾರು ಮಾಹಿತಿ ಪತ್ರಗಳನ್ನು ಕೊಟ್ಟಳು. ಮಧ್ಯ

ಅಮೇರಿಕಾದಲ್ಲಿ "ನಮಸ್ತೆ" ಎಂಬ ಅಚ್ಚ ಭಾರತೀಯ ಹೆಸರನ್ನುಳ್ಳ ಸೇವಾ ಸಂಸ್ಥೆಯ ಬಗ್ಗೆ ಪಾಂಡವರೆಲ್ಲರಿಗೂ ಸಹಜವಾಗಿ ಕುತೂಹಲ ಮೂಡಿತ್ತು.

ಗ್ವಾಟೆಮಾಲಾದ ಮತ್ತು ಮೆಹಿಕೋ ದೇಶಗಳ ಬಡ ಮಹಿಳೆಯರಿಗೆ ಸಣ್ಣ ಪ್ರಮಾಣದ ಸಾಲವನ್ನು ಗೃಹ ಕೈಗಾರಿಕೆಗಳನ್ನು ಅಬಿವೃದ್ಧಿಗೊಳಿಸಿ, ಗ್ರಾಮೀಣ ಜನತೆಯಲ್ಲಿ ಸ್ವಾವಲಂಬತೆಯ ಸಾಮರ್ಥ್ಯವನ್ನು ಬೆಳೆಸುವ ಸದುದ್ದೇಶದಿಂದ ಅಮೇರಿಕಾದ ಸ್ಯಾನ್ ಫ್ರಾನ್ಸಿಸ್ಕೋ ನಗರದಲ್ಲಿ ಸ್ಥಾಪಿತಗೊಂಡಿರುವ "ನಮಸ್ತೆ ಡೈರೆಕ್ಟ್" ರೂವಾರಿ ಬಾಬ್ ಗ್ರಹಾಂ. ಮಹಾತ್ಮ ಗಾಂಧೀಜಿಯವರ "ಗ್ರಾಮ ರಾಜ್ಯ, ರಾಮ ರಾಜ್ಯ"ದ ತತ್ವದ ನೆರಳಿನಲ್ಲಿ, ಕಾರ್ಯಾಚರಣೆಗಳನ್ನು ನಿರೂಪಿಸಿರುವ "ನಮಸ್ತೆ" ಸಂಸ್ಥೆಯವರು, ಗ್ರಾಮೀಣ ಕೈಕುಶಲತೆಯ ಗೃಹ ಕೈಗಾರಿಕೆಗಳಾದ ಬಟ್ಟೆ ನೇಯುವಿಕೆ, ಗೊಂಬೆ ತಯಾರಿಕೆ, ಒಡವೆ ತಯಾರಿಕೆ... ಇತ್ಯಾದಿ ಮಹಿಳಾ ಪ್ರಧಾನ ಕೆಲಸಗಳಿಗೆ ಸುಲಭ ದರದ ಸಾಲ ನೀಡಿ, ಪದಾರ್ಥೋತ್ಪಾದನೆಯನ್ನು ಮಾಡಿಸಿ, ಬಡವರ ಆರ್ಥಿಕಾಭಿದ್ಧಿಗೆ ಆಶಾಕಿರಣವಾಗಿದೆ.

ತರುವಾಯ ಸಾರಾ, ನಮಸ್ತೆ ಸಂಸ್ಥೆಗೆ ನೆರವು ನೀಡಬೇಕೆಂದು ಆಗ್ರಹ ಮಾಡಿಕೊಂಡು, ಟೀಕಾಲ್‌ನಲ್ಲಿರುವ ನಮಸ್ತೆ ಅಂಗಡಿಯಲ್ಲಿ ಗ್ವಾಟೆಮಾಲ ಗುರುತು ವಸ್ತುಗಳನ್ನು ಕೊಳ್ಳಿರೆಂದು ಕೇಳಿಕೊಂಡಳು. ಸಾರಾ ನೋಡಲು ಸುಂದರಿಯಾಗಿಯೇ ಇದ್ದಳು. "ಆಗಲಿ ಆಗಲಿ" ಎಂದು ಭಾರತೀಯರೆಲ್ಲರೂ ಹೇಳುತ್ತಿದ್ದಾಗ ಅರ್ಜುನನು ವಿಜಯನ ಕಿವಿಯಲ್ಲಿ ಮೆಲ್ಲಗೆ "ಇವಳನ್ನೇ ಕೊಂಡುಕೊಳ್ಳಬಹುದು" ಎಂದು ಉಸುರಿದ. ಇಬ್ಬರೂ ನಕ್ಕರು. ಕೊನೆಯಲ್ಲಿ ಪ್ರದೀಪನು "ತಪ್ಪದೆ, ನಿಮ್ಮ ನಮಸ್ತೆ ಅಂಗಡಿಗೆ ಬರ್ತೀವಿ" ಎಂದು ಭರವಸೆಯನ್ನು ನೀಡಿದ.

ಸಂಜೆ ಪಾಂಡವರೆಲ್ಲರೂ ಮನೆಗೆ ಹಿಂತಿರುಗಿದಾಗ, ಕಾರ್ಲೋಸನು "ಟೀಕಾಲ್ ಹೇಗಿತ್ತಪ್ಪಾ?" ಎಂದು ವಿಚಾರಿಸಿದ. "ಚೆನ್ನಾಗಿತ್ತು, ಪರವಾಯಿಲ್ಲಾ, ಸುಮಾರಾಗಿತ್ತು" ಎಂಬ ವಿವಿಧ ಉತ್ತರಗಳನ್ನು ಕೇಳಿ, "ಯಾಕ್ರಪ್ಪ ಏನಾಯಿತು?" ಎಂದು ಕಾರ್ಲೋಸನು ಸ್ವಲ್ಪ ಆತಂಕವನ್ನು ವ್ಯಕ್ತಪಡಿಸಿದಾಗ, ಅರ್ಜುನನು ವ್ಯಂಗ್ಯವಾಗಿ "ಏನೂ ಆಗಲಿಲ್ಲಾ?" ಎಂದು ಇಂಗಿತವಾಗಿ ಹೇಳಿದ. ಕಾರ್ಲೋಸನು ಅರ್ಜುನನಿಗೆ ವೈಯುಕ್ತಿಕವಾಣಿಯಲ್ಲಿ "ಸ್ವಲ್ಪ ತಡಕೋ ಗುರು. ಮೆಹಿಕೋ ನಗರದಲ್ಲಿ ಪ್ರಣಯ ವಿಹಾರ ಮಾಡೋಣಾ" ಎಂದು ಭರವಸೆಯನ್ನು ತುಂಬಿದ.

ಟೀಕಾಲ್‌ನಿಂದ ವಲಸಿಗರನ್ನು ನಿರೀಕ್ಷಿಸಿದ್ದ ಕಾರ್ಲೋಸನಿಗೆ ನಿರಾಶೆಯಾಗಿತ್ತು. ಇನ್ನೂ ಕೆಲವು ದಿನ ಟೀಕಾಲ್ ನಲ್ಲಿಯೇ ಇರುವ ಆಸೆಯಿತ್ತಾದರೂ, ಇಲ್ಲಿಂದ ಹೊಸ ವಲಸಿಗರು ಸಿಕ್ಕುವುದಿಲ್ಲವೆಂದು ತಿಳಿದುಕೊಂಡ ಕಾರ್ಲೋಸನು, ಮಾರನೆಯ ದಿನವೇ ಮೆಹಿಕೋ ದೇಶಕ್ಕೆ ಪ್ರಯಾಣ ಆರಂಭಿಸಲು ಯೋಜಿಸಿದ.

ಟೀಕಾಲ್ ನಗರದಿಂದ ಕೇವಲ ನೂರು ಕಿಲೋಮೀಟರ್ ದೂರದಲ್ಲಿರುವ ಮೆಹಿಕೋ ದೇಶದ ಗಡಿಯನ್ನು ದಾಟುವುದಕ್ಕೆ ಯಾವ ದೇಶಾನುಮತಿಯಾಗಲಿ-ಪ್ರವೇಶಾನುಮತಿಯಾಗಲಿ ಅಗತ್ಯವಿರಲಿಲ್ಲ. ಮೆಹಿಕೋ ದೇಶದವರೇ ಅಮೇರಿಕಾಗೆ ಗುಳೇ ಹೋಗುವುದು ಸರ್ವೇ ಸಾಮಾನ್ಯವಾಗಿರುವುದರಿಂದ, ಕೂಲಿಕೆಲಸಗಳಿಗೆ ಬರುವ ಗ್ವಾಟೆಮಾಲ ಬಡ ಜನರಿಗೆ ಮೆಹಿಕೋ ದೇಶ ಸಹಾನುಭೂತಿ ತೋರಿಸುವುದು ಸಹಜವಾಗಿತ್ತು. ಎರಡೂ ದೇಶಗಳ ನಡುವೆ ಇರುವ ಸುಚಿಯಾಟೆ ಎಂದ ನದಿಯನ್ನು ದಾಟಿ, ವಲಸಿಗರು ಮೆಹಿಕೋ ದೇಶವನ್ನು ಪ್ರತಿನಿತ್ಯ ಪ್ರವೇಶಿಸುತ್ತಾರೆ.

ಟೀಕಾಲ್‌ನಿಂದ ತೆರಳಿದ ಪಾಂಡವರು ಸೂಚಿಯಾಟೆ ನದಿ ದಡವನ್ನು ತಲುಪಿದಾಗ ಮಟಮಟ ಮಧ್ಯಾಹ್ನವಾಗಿತ್ತು. ಬಿಸಿಲಿನ ಝಳ ಪ್ರಖರವಾಗಿತ್ತು. ಹಾಡಹಗಲಲ್ಲೇ ನೂರಾರು ಮಂದಿ ಗಂಡಸರು, ಹೆಂಗಸರು, ಮುದುಕರು, ಮಕ್ಕಳೂ, ಮೊಣಕಾಲುದ್ದ ಆಳವಿರುವ ನದಿಯಲ್ಲಿ ಗಂಟು-ಮೂಟೆಗಳನ್ನು ಹೊತ್ತುಕೊಂಡು ಹೋಗುವ ದೃಶ್ಯ ಪಾಂಡವರಿಗೆಲ್ಲಾ ಒಂದು ದೊಡ್ಡ ಮೋಜಾಗಿತ್ತು.

ಗುಂಪಿನಲ್ಲಿ ಗೋವಿಂದಾ ಎಂದು ಪಾಂಡವರೆಲ್ಲರೂ ಕಾರ್ಲೋಸನ ಜೊತೆ ನದಿಯಲ್ಲಿ ಕಾಲಿಟ್ಟರು. ಉರಿಬಿಸಿಲಿನ ಬೇಗೆಯಲ್ಲಿ ನದಿನೀರಿನಲ್ಲಿ ನಡೆಯುವುದು ಎಲ್ಲರಿಗೂ ಆಹ್ಲಾದಕರವಾಗಿತ್ತು. ಹರಟೆ ಹೊಡೆಯುತ್ತಾ ಅರ್ಜುನನು "ಮೆಹಿಕೋ ಅಮೇರಿಕಾದ ಧರ್ಮಛತ್ರ" ಎಂದು ಹಾಸ್ಯ ಮಾಡಿದಾಗ, ಪ್ರತಿಯಾಗಿ ಕಾರ್ಲೋಸನು "ಅಮೇರಿಕಾ ಅನ್ನಛತ್ರ" ಎನ್ನುತ್ತಾ, "ಅಮೇರಿಕಾದಲ್ಲಿ ಮೋಕ್ಷ ದಳ ಅನ್ನೋ ಧರ್ಮ ಸಂಸ್ಥೆಯವರು ನಿರ್ಗತಿಕರಿಗೆ ಬಿಟ್ಟಿ ಊಟ ಕೊಡ್ತಾರೆ. ಅದಕ್ಕೋಸ್ಕರವೇ ಅಮೇರಿಕಾದ ದೊಡ್ಡ ದೊಡ್ಡ ನಗರಗಳಲ್ಲಿ ನಿರ್ಗತಿಕರು ಜಾಸ್ತಿ" ಎಂದ.

ಕೂಡಲೇ ವಿಜಯನು "ಹೌದಾ. ಊಟಾ ಚೆನ್ನಾಗಿರುತ್ತಾ?" ಎಂದು ನಗುತ್ತಾ ಕೇಳಿದಾಗ, ಕಾರ್ಲೋಸನು "ಆಲೂಗಡ್ಡೆ ಕಿಚಿಡಿ, ಹುರುಳಿಕಾಯಿ ಪಲ್ಯ, ಕೋಳಿ ಸಾರು" ಎಂದು ತಿಂಡಿಪಟ್ಟಿಯನ್ನು ಕೊಟ್ಟ. ಸೆಲ್ವಮ್ ಸುಮ್ಮನಿರಲಾರದೆ "ಮಿತ ಊಟಾನಾ ಅಥವಾ ಪೂರ್ತಾ ಊಟಾನಾ?" ಎಂದು ಕೇಳಿದ. ಅದಕ್ಕೆ ಪ್ರದೀಪನು "ಭಿಕ್ಷುಕನಾಗೇ ನೀನು ಇಷ್ಟು ಜೋರು ಮಾಡ್ತೀಯಾ ಸೆಲ್ವಮ್. ಅಮೇರಿಕಾ ಪ್ರಜೆಯಾದರೆ ನೀನು ಅಮೇರಿಕಾವನ್ನೇ ತಿಂದುಬಿಡ್ತೀಯ" ಎಂದ ಸಲಿಗೆಯಿಂದ ಹೇಳಿದ.

ನದಿಯನ್ನು ದಾಟಿ ಮೆಹಿಕೋ ದಡವನ್ನು ತಲುಪಿದಾಗ ಕಾರ್ಲೋಸನು "ಮಧ್ಯ ಅಮೇರಿಕಾ ಹೋಯಿತು. ಉತ್ತರ ಅಮೇರಿಕಾ ಬಂದಿತು" ಎಂದು ತಿಳಿಸಿ "ಮಧ್ಯ ಅಮೇರಿಕಾ ಹೇಗಿತ್ತಪ್ಪಾ ?" ಎಂದು ಪಾಂಡವರನ್ನು ಕೇಳಿದಾಗ, ಪ್ರದೀಪನು "ಮಧ್ಯ ಅಮೇರಿಕಾ ಮಾಯಾಲೋಕ" ಎಂದು ಉದ್ಗಾರ ಎಳೆದು "ಕೋಸ್ಟಾರೀಕಾದ ಅರೆನಾಲ್, ನಿಕರಾಗುವಾ ಸರೋವರ, ಹೊಂಡೂರಾಸ್‌ನ ಕೋಪ್ಯಾನ್, ಟೀಕಾಲ್‌ನ ಮಾಯಾನಗರ..." ಎಂದು ಸ್ಥಳಗಳ ಸರಮಾಲೆಯನ್ನು ಪೋಣಿಸುತ್ತಿರುವಾಗ ಅರ್ಜುನನು ಮಧ್ಯೆ ಪ್ರವೇಶಿಸಿ "ಕೆನಡಾದ ಕೆರೋಲಿನ್, ಟೀಕಾಲ್‌ನ ಸಾರಾ, ಸ್ಯಾನ್ ಹೊಸೇಯ ಮರಿಯಾ" ಎಂದು ತನ್ನ ಪ್ರಣಯಾಭಿಲಾಷೆಯನ್ನು ಪ್ರಕಟಿಸಿ, ಪಾಂಡವರೆಲ್ಲರನ್ನೂ ಹಾಸ್ಯದ ಹೊಳೆಯಲ್ಲಿ ಮೀಯಿಸಿದ. ಕೊನೆಯಲ್ಲಿ ಎಲ್ಲರೂ ನದಿಯ ದಡದಲ್ಲಿ ನಿಂತು ಗ್ವಾಟೆಮಾಲಾದ ಹಿನ್ನೆಲೆಯಲ್ಲಿ ಚಿತ್ರ ತೆಗೆಯಿಸಿಕೊಂಡು ಮಾಯಾಲೋಕದಿಂದ ಮರೆಯಾದರು.

ಮಹಾನಗರ ಮೆಹಿಕೊ

ಮೆಹಿಕೋ ದೇಶ ಉತ್ತರ ಅಮೇರಿಕಾ ಖಂಡದ ಅತಿ ದೊಡ್ಡ ಸ್ಪಾನಿಷ್ ರಾಷ್ಟ್ರ. ಸಮಾಜವಾದ ಮತ್ತು ಬಂಡವಾಳಶಾಹಿ ಸಮ್ಮಿಶ್ರಿತ ಆಡಳಿತವಿರುವ ಮೆಹಿಕೋ ದೇಶದ ಆರ್ಥಿಕ ಪರಿಸ್ಥಿತಿ ಏರುಪೇರಿನ ಗತಿಯಲ್ಲಿದೆ. ಆದರೇನು? ಪ್ರಪಂಚದ ಅತ್ಯಂತ ಶ್ರೀಮಂತನಾದ ಕಾರ್ಲೋಸ್ ಸ್ಲಿಮ್ ಮೆಹಿಕೋ ಪ್ರಜೆ. ದೇಶದ ದಕ್ಷಿಣದಿಂದ ಉತ್ತರಕ್ಕೆ ಸುಮಾರು ಎರಡು ಸಾವಿರ ಕಿಲೋಮೀಟರ್ ಅಂತರವಿದೆ. ಅಮೇರಿಕಾ ಖಂಡಾಂತರ ಹೆದ್ದಾರಿ ಮೆಹಿಕೋ ದೇಶದಲ್ಲಿ ವಿಶಾಲವಾಗಿಯೂ ಸುವ್ಯವಸ್ಥಿತವಾಗಿಯೂ ಇರುವುದರಿಂದ ಭೂಮಾರ್ಗದಲ್ಲಿ ಪ್ರಯಾಣ ಸರಾಗವಾಗಿ ಜರಗುತ್ತದೆ.

ನದಿಯನ್ನು ದಾಟಿ ಗ್ವಾಟೆಮಾಲಾದಿಂದ ಹೊರಬಂದ ಪಾಂಡವರು ಆಚೆಬದಿಯಲ್ಲಿದ್ದ ಮೆಹಿಕೊ ದೇಶದ ಟಾಪಚೂಲಾ ಎಂಬ ಪುಟ್ಟ ಪಟ್ಟಣದಲ್ಲಿ ಕಾಲಿಟ್ಟರು. ವಲಸಿಗರಿಗೆ ಟಾಪಚೂಲಾ ಬಹಳ ಪ್ರಿಯ. ಕಾರಣ ಅಲ್ಲಿಂದ ದಿನನಿತ್ಯ ಹೊರಡುವ ರೈಲುಗಳು. ಮೆಹಿಕೋ ದೇಶದಲ್ಲಿ ರೈಲುಮಾರ್ಗ ದೇಶದಾದ್ಯಂತ ಅಡ್ಡದಿಡ್ಡಿಯಾಗಿ ಹರಡಿದೆ. ಪ್ರಯಾಣಿಕರ ರೈಲುಗಳು ಬಳಕೆಯಲ್ಲಿ ಇಲ್ಲದಿದ್ದರೂ, ಸರಕು ಸಾಗಿಸಲು ರೈಲುಗಳು ಈಗಲೂ ಚಾಲ್ತಿಯಲ್ಲಿವೆ. ದಕ್ಷಿಣದ ತುದಿಯಲ್ಲಿರುವ ಗ್ವಾಟೆಮಾಲಾದಿಂದ ಉತ್ತರ ತುದಿಯಲ್ಲಿರುವ ಅಮೇರಿಕಾ ದೇಶದ ಗಡಿಯವರೆವಿಗೂ ಅಕ್ರಮ ವಲಸಿಗರು ಸರಕು ವಾಹನಗಳಲ್ಲಿ ಅವಿತುಕೊಂಡು ಖರ್ಚಿಲ್ಲದೇ ಪ್ರಯಾಣ ಮಾಡುವುದು ಸಾಮಾನ್ಯ.

ಟಾಪಚೂಲಾದಲ್ಲಿ ಸರಕು ರೈಲು ಯ ಬೋಗಿಗಳಲ್ಲಿ ಕುಳಿತುಕೊಂಡಿದ್ದ ಹಲವಾರು ವಲಸಿಗರನ್ನು ತೋರಿಸುತ್ತಾ ಕಾರ್ಲೋಸನು ಪಾಂಡವರಿಗೆಲ್ಲಾ "ಮಿತ್ರರೇ ಇವರೆಲ್ಲಾ ನಿಮ್ಮ ಹಾಗೇ ಅಮೇರಿಕಾಗೆ ಹೋಗ್ತಾಯಿದಾರೆ" ಎಂದು ತಿಳಿಸಿದ. ಅರ್ಜುನನು "ಇದೇ ರೀತಿ ನಾನು ನಮ್ಮ ದೇಶದಲ್ಲಿ ಒಂದು ಪೈಸಾ ಖರ್ಚಿಲ್ಲದೆ ಕಾಶ್ಮೀರದಿಂದ ಕನ್ಯಾಕುಮಾರಿಯವರೆಗೂ ಹೋಗಿ ಬಂದಿದ್ದೀನಿ" ಎಂದು ತನ್ನ ರೈಲು ಪ್ರಯಾಣದ ಅನುಭವವನ್ನು ತಿಳಿಸಿದ. ಭಾರತದಲ್ಲಿರುವ

ಹಾಗೆ ರೈಲು ಅನುಕೂಲ ಯಾವ ದೇಶದಲ್ಲೂ ಇಲ್ಲ. "ಇವರ ಜೊತೆ ನಾವೂ ಹೋಗೋಣವೇ?" ಎಂದು ವಿಜಯನು ಪ್ರಶ್ನಿಸಿದಾಗ ಕಾರ್ಲೋಸನು "ನಿಮಗೆ ಯಾಕಪ್ಪಾ ಈ ಗ್ರಹಚಾರ. ಆರಾಮವಾಗಿ ಸಾರ್ವಜನಿಕ ವಾಹನದಲ್ಲಿ ರಾತ್ರಿ ಪ್ರಯಾಣ ಮಾಡೋಣ. ಇಲ್ಲಿಂದ ಒಹಾಕಾ ನಗರಕ್ಕೆ ಒಂದು ದಿನದ ಪ್ರಯಾಣ. ನಾಳೆ ಇಷ್ಟು ಹೊತ್ತಿಗೆ ಜಾಗ ಸೇರಿರ್ತೀವಿ."

ಟಾಪಚೂಲಾದಲ್ಲಿ ಸಾಧಾರಣ ಸಾರ್ವಜನಿಕ ವಾಹನವನ್ನು ಹತ್ತಿದ ಪಾಂಡವರು ಟೊನಾಲಾ ಎಂಬ ಇನ್ನೊಂದು ಪಟ್ಟಣದವರೆಗೂ ಪ್ರಯಾಣಿಸಿ, ಅಲ್ಲಿಂದ ವಿಲಾಸಿ ವಾಹನದಲ್ಲಿ ರಾತ್ರಿ ಪ್ರಯಾಣ ಮುಂದುವರಿಸಿದರು. ಮಾರನೆಯ ದಿನ ಬೆಳಿಗ್ಗೆ ಒಹಾಕಾ ನಗರ ತಲುಪಿದ್ದರು.

ಒಹಾಕಾ ನಗರ ಮೆಹಿಕೋ ದೇಶದ ಮೂಲನಿವಾಸಿಗಳಾದ ಜ಼ಪೋಟೆಕ್ ಮತ್ತು ಮಿಕ್ಸಟೆಕ್ ಇಂಡಿಯನ್ನರೇ ಬಹುಸಂಖ್ಯೆಯಲ್ಲಿರುವ ಬೃಹತ್ ನಗರ. ಮೆಹಿಕೋ ದೇಶದ ರಾಷ್ಟ್ರಪತಿಯ ಸ್ಥಾನಕ್ಕೇರಿದ ಮೊಟ್ಟ ಮೊದಲನೆಯ ಮೂಲ ನಿವಾಸಿ, ಬೆನಿಟೋ ವಾರೆಜ್, ಒಹಾಕಾ ನಾಡಿನವನು. ಸಿಯೆರಾ ಪರ್ವತ ಶೇಣಿಯ ತಪ್ಪಲಲ್ಲಿರುವ ಒಹಾಕಾ ನಗರದ ಪಕ್ಕದಲ್ಲಿಯೇ ಮಾಂಟೆ ಅಲ್ಬಾನ್ ಎಂಬ ಪ್ರಾಚೀನ ನಗರಾವಶೇಷ ಪ್ರೇಕ್ಷಣೀಯ ತಾಣವಾಗಿದೆ.

ಇಡೀ ರಾತ್ರಿಯೆಲ್ಲಾ ವಾಹನದಲ್ಲಿ ಕುಳಿತು ನಿದ್ದೆಗೆಟ್ಟಿದ್ದ ಪಾಂಡವರು ಒಹಾಕಾದಲ್ಲಿ ಇಳಿದರು. ಕಾರ್ಲೋಸನು ಎಲ್ಲರಿಗೂ ಒಂದು ವಸತಿಗೃಹದಲ್ಲಿ ಸುಧಾರಿಸಿಕೊಳ್ಳಲು ವ್ಯವಸ್ಥೆ ಮಾಡಿದ್ದ. ಪಾಂಡವರೆಲ್ಲರೂ ಸ್ನಾನಮಾಡಿ ಚೇತರಿಸಿಕೊಂಡ ನಂತರ ಕಾರ್ಲೋಸನು ಅವರನ್ನೆಲ್ಲಾ ಒಹಾಕಾದ ಜ಼ಾಪೋಟೆಕ್ ಜನರ ಮಾರುಕಟ್ಟೆಗೆ ಕರೆದುಕೊಂಡು ಹೋದ. ಭಾರತದ ಹಳ್ಳಿಗಳಲ್ಲಿ ನಡೆಯುವ ಸಂತೆಯಂತಿರುವ ಒಹಾಕಾ ಮಾರುಕಟ್ಟೆಯಲ್ಲಿ, ಹಲವಾರು ಜ಼ಾಪೋಟೆಕ್ ಸಾಂಸ್ಕೃತಿಕ ಪ್ರದರ್ಶನಗಳು ಪ್ರವಾಸಿಗಳಿಗೆ ವಿನೂತನವಾಗಿರುತ್ತವೆ. ಹಿಂದಿನ ಕಾಲದಲ್ಲಿ ದೇವರಿಗೆ ಕನ್ಯಾಬಲಿ ಅರ್ಪಿಸುತ್ತಿದ್ದ "ಗೆಲಗೆಟ್ಜಾ" ಎಂಬ ಹಬ್ಬ ಒಹಾಕಾದ ವಿಶೇಷ ಪ್ರದರ್ಶನ. ಕಾರ್ಲೋಸನು ಪಾಂಡವರಿಗೆ ಇಂತಹ ಪ್ರದರ್ಶನವನ್ನು ತೋರಿಸಿದ. ಬಗೆಬಗೆಯ ಬಣ್ಣಗಳ ಉಡುಪಿನಲ್ಲಿ ಜ಼ಾಪೋಟೆಕ್ ಕನ್ಯಾಮಣಿಗಳು ಸಂಗೀತ-ನೃತ್ಯದ ಮೂಲಕ ಪ್ರದರ್ಶಿಸಿದ ಗೆಲಗೆಟ್ಜಾವನ್ನು ನೋಡಿ ಅರ್ಜುನನು ಮೆಲುದನಿಯಲ್ಲಿ ಕಾರ್ಲೋಸ್‌ನ ಕಿವಿಯಲ್ಲಿ ಉಸುರುತ್ತಾ ಕೇಳಿದ "ಕಾರ್ಲೋಸ್, ಈ ಹುಡುಗೀರು ಹೇಗೆ?".

"ಸ್ವಲ್ಪ ತಡಕೋ. ಮೆಹಿಕೋ ನಗರದಲ್ಲಿ ಇವರಿಗಿಂತಲೂ ಅಂದವಾಗಿರುವ ಸುಂದರಾಂಗಿಯರು ಸುಲಭವಾಗಿ ಸಿಗ್ತಾರೆ" ಎಂದು ಕಾರ್ಲೋಸನು ಅರ್ಜುನನಿಗೆ ಸಮಾಧಾನ ಹೇಳಿದ. ಅರ್ಜುನ ಮೆಹಿಕೋ ನಗರವನ್ನು ಸೇರಲು ಕಾತರನಾದ.

ಯೂರೋಪಿಯನ್ನರಿಗೂ ಮತ್ತು ಮೂಲನಿವಾಸಿಗಳಿಗೂ ಆಗಾಗ್ಗೆ ಒಹಾಕಾದಲ್ಲಿ ಸಂಘರ್ಷಣೆಗಳು ಸಾಮಾನ್ಯವಾಗಿರುವುದರಿಂದ ಪ್ರವಾಸಿಗಳಿಗೆ ಒಹಾಕಾ ನಗರ ಸುರಕ್ಷಿತವಲ್ಲ. ಕಾರ್ಲೋಸನು ಒಹಾಕಾದಿಂದ ಮತ್ತೆ ರಾತ್ರಿ ಪ್ರಯಾಣಕ್ಕೆ ವ್ಯವಸ್ಥೆ ಮಾಡಿದ್ದ. ಪಾಂಡವರ ಪ್ರಯಾಣ ಮೆಹಿಕೊ ನಗರದೆಡೆಗೆ ಸಾಗಿತು.

ಮೆಹಿಕೊ ದೇಶದ ರಾಜಧಾನಿಯಾಗಿರುವ ಮೆಹಿಕೋ ನಗರ, ವಿಸ್ತೀರ್ಣದಲ್ಲಿ ಮತ್ತು ಜನಸಂಖ್ಯೆಯಲ್ಲಿ ಪಶ್ಚಿಮ ಗೋಳಾರ್ಧದ ಅತ್ಯಂತ ದೊಡ್ಡ ನಗರವಾಗಿದೆ. ಇಡೀ ಕರ್ನಾಟಕದಲ್ಲಿ ವಾಸಿಸುವ ಅರ್ಧದಷ್ಟು ಜನ ಈ ಒಂದೇ ನಗರದಲ್ಲಿ ವಾಸಿಸುತ್ತಾರೆ. ಮೂರು ಸಾವಿರ ವರ್ಷಗಳಿಂದ ಸತತವಾಗಿ ಅಸ್ತಿತ್ವದಲ್ಲಿರುವ ಮೆಹಿಕೊ ನಗರ ಪ್ರಾಚೀನತೆಯೊಂದಿಗೆ ನವೀನತೆಯನ್ನು, ಪರಂಪರೆಯೊಂದಿಗೆ ಪ್ರಗತಿಯನ್ನು, ಬಡತನದೊಂದಿಗೆ ಸಿರಿತನವನ್ನು, ಇತಿಹಾಸದೊಂದಿಗೆ ಆಧುನಿಕತೆಯನ್ನು, ಭವ್ಯತೆಯೊಂದಿಗೆ ಅಧ್ವಾನವನ್ನು, ಬಂಡವಾಳಶಾಹಿಯೊಂದಿಗೆ ಸಮತಾವಾದವನ್ನು ಬೆಳಗುತ್ತಿದೆ.

ಕ್ರಿಸ್ಟೋಫರ್ ಕೊಲಂಬಸನು ಬರುವುದಕ್ಕೆ ಮುಂಚೆ ಮೆಹಿಕೊ ನಗರ, ಆಜ್ಟೆಕ್ ಸಾಮ್ರಾಜ್ಯದ ರಾಜಧಾನಿಯಾಗಿತ್ತು. ದಕ್ಷಿಣ ಅಮೇರಿಕಾದ ಇಂಕಾ ಸಾಮ್ರಾಜ್ಯ ಮತ್ತು ಮಧ್ಯ ಅಮೇರಿಕಾದ ಮಾಯಾ ಸಾಮ್ರಾಜ್ಯಗಳಂತೆ ಆಜ್ಟೆಕ್ ಸಾಮ್ರಾಜ್ಯ ಉತ್ತರ ಅಮೇರಿಕಾದಲ್ಲಿ ಚಕ್ರಾಧಿಪತ್ಯವನ್ನು ಸ್ಥಾಪಿಸಿತ್ತು. ಮೆಹಿಕೊ ನಗರವನ್ನು ಆಗ ಟೆನೋಚಿಟ್ಲನ್ ಎಂದು ಕರೆಯುತ್ತಿದ್ದರು. ಟೆಕೋಕೋ ಎಂಬ ಮಾನವ ನಿರ್ಮಿತ ಸರೋವರದ ಮಧ್ಯೆ ಎಸಗಿದ್ದ ದ್ವೀಪದ ಮೇಲೆ ಕಟ್ಟಲಾಗಿದ್ದ ಟೆನೋಚಿಟ್ಲನ್ ನಗರದಲ್ಲಿ ಮೂರು ಲಕ್ಷ ಜನ ವಾಸಿಸುತ್ತಿದ್ದು, ಅದು ಆ ಕಾಲದಲ್ಲಿ ಪ್ರಪಂಚದ ಅತ್ಯಂತ ದೊಡ್ಡ ನಗರವಾಗಿತ್ತು. ಎರಡು ಬೃಹತ್ ಒಡ್ಡು ರಸ್ತೆಗಳ ಮೂಲಕ ಸಾರಿಗೆ ಸಂಪರ್ಕವನ್ನು ಏರ್ಪಡಿಸಲಾಗಿತ್ತು. ಐನೂರು ವರ್ಷಗಳ ಹಿಂದೆ ಸ್ಪಾನಿಷ್ ದುರಾಕ್ರಮಣರು ದಾಳಿ ಮಾಡಿ ಟೆನೋಚಿಟ್ಲನ್ ನಗರವನ್ನು ಧೂಳಿಪಟವೆಬ್ಬಿಸಿ, ಈಗಿನ ಮೆಹಿಕೊ ನಗರವನ್ನು ಕಟ್ಟಿದರು.

ಮೂರು ದಿಕ್ಕುಗಳಲ್ಲಿಯೂ ಉತ್ತುಂಗ ಸಿಯೆರಾ ಪರ್ವತಶ್ರೇಣಿ ಹಾಗೂ ಅಹೂಸ್ಕೋ ಮತ್ತು ಪೋಪೋಚಾಟೆಪೆಲ್ ಎಂಬ ಅಗ್ನಿಪರ್ವತಗಳಿಂದ ಆವೃತವಾಗಿರುವ ಮೆಹಿಕೊ ನಗರದ ಹೊರವಲಯದಲ್ಲಿಯೇ ಉತ್ತರ ಅಮೇರಿಕಾದ ಸುಪ್ರಸಿದ್ಧ ಪ್ರಾಚೀನ ಅವಶೇಷ ನಗರ ಟಿಯೋಟಿವಕನ್ ಇದೆ. ಇಂಕಾ ಮತ್ತು ಮಾಯಾ ಜನಾಂಗದವರ ಹಾಗೇ ಅಜ್ಟೆಕ್ ಜನಾಂಗದವರೂ ಸೂರ್ಯ–ಚಂದ್ರರನ್ನು ಪ್ರಮುಖ ದೇವರುಗಳೆಂದು ಆರಾಧಿಸುತ್ತಿದ್ದರು. ಇಲ್ಲಿರುವ ಸೋಪುರ ದೇವಾಲಯಗಳು ಈಜಿಪ್ಟಿನ ಸೋಪುರಗಳಂತೆ ಗಜಗಾತ್ರದವು. ಟೆಯೋಟಿವಕನ್ ಮೆಹಿಕೊ ನಗರದ ಅತ್ಯಂತ ಪ್ರೇಕ್ಷಣೀಯ ತಾಣವಾಗಿದೆ.

ಕಾರ್ಲೋಸನಿಗೆ ಮೆಹಿಕೊ ನಗರದೊಡನೆ ವಿಶೇಷವಾದ ನೆಂಟಸ್ತಿಕೆ ಇತ್ತು. ಕೆಲವು ವರ್ಷಗಳ ಹಿಂದೆ ಕೊಲಂಬಿಯಾ ದೇಶದಿಂದ ಕೊಕೈನ್ ಮದ್ದು ಸಾಗಾಣಿಕೆ ಮಾಡುತ್ತಿದ್ದ ದಿನಗಳಲ್ಲಿ ಮೆಹಿಕೊ ನಗರ ಪ್ರಮುಖ ವಿನಿಮಯ ಕೇಂದ್ರವಾಗಿತ್ತು. ಮೆಹಿಕೊ ನಗರದ ಭೂಗತ ದೊರೆಗಳೆಲ್ಲಾ ಅವನಿಗೆ ಪರಿಚಯವಿದ್ದರು. ಸಮತಾವಾದವನ್ನು ಕೊಂಡಾಡುತ್ತಾ ಬಂಡವಾಳಶಾಹಿಯ ಪದ್ಧತಿಯಲ್ಲಿ ಕೊಕೈನ್ ವ್ಯವಹಾರದಿಂದ ಕಾರ್ಲೋಸನು ಸೊಂಪಾದ ಜೀವನ ನಡೆಸುತ್ತಿದ್ದ. ಕೊಕೈನ್ ಮದ್ದು ವ್ಯಸನಿಯಾಗಿ ತನ್ನ ಜೀವನವನ್ನೇ ಹಾಳು ಮಾಡಿಕೊಂಡು ಕೊನೆಗೆ ಆತ್ಮಹತ್ಯೆ ಮಾಡಿಕೊಂಡ. ಅವನ ನೆಚ್ಚಿನ ತಂಗಿ ಮರಿಯಾಳ ದುರಂತ, ಕಾರ್ಲೋಸನ ಮನಸ್ಸನ್ನು ಬದಲಾಯಿಸಿತು. ಜಿಗುಪ್ಸೆಗೊಂಡ ಕಾರ್ಲೋಸನು ಕೊಕೈನ್ ವ್ಯಾಪಾರ ತ್ಯಜಿಸಿ, ಬಡವರಿಗೆ–ನಿರ್ಗತಿಕರಿಗೆ ಬದುಕುವ ದಾರಿ ತೋರಿಸುವ ವಲಸೆಯ ದಲ್ಲಾಳಿಯಾಗಿ ಅನುಭವ ಪಡೆದು ಹೊಸ "ಗಳಿಸುವ ದಾರಿ" ಕಂಡುಕೊಂಡಿದ್ದ. ಕಾರ್ಲೊಸನು ವಲಸಿಗ ರನ್ನು ಸಾಗಿಸುವ ಕೆಲಸ ಆರಂಭಿಸಲು ಒತ್ತಾಸೆ ನೀಡಿ ಪ್ರೋತ್ಸಾಹ ನೀಡಿದವರು ಮೆಹಿಕೊ ನಗರದಲ್ಲಿರುವ ಮಿತ್ರರೆ. ಹಾಗಾಗಿ ಮೆಹಿಕೊ ನಗರ ಕಾರ್ಲೋಸನಿಗೆ ಎರಡನೆಯ ತವರುಮನೆಯಾಗಿತ್ತು.

ಒಹಾಕಾದಿಂದ ರಾತ್ರಿ ಪ್ರಯಾಣ ಮಾಡಿ ಮಾರನೆಯ ದಿನ ಹೊತ್ತಾರೆ ಐದು ಗಂಟೆಗೆ ಮೆಹಿಕೊ ನಗರವನ್ನು ಸೇರಿದ ಪಾಂಡವರಿಗೆ ಕಾರ್ಲೋಸ್‌ನು ತನ್ನ ಆಪ್ತಮಿತ್ರ ಹೂಲಿಯೊ ಎಂಬುವರ ವಸತಿಗೃಹದಲ್ಲಿ ಒಂದುವಾರ ತಂಗಲು ಎಲ್ಲಾ ವ್ಯವಸ್ಥೆ ಮಾಡಿದ್ದ. ಹೂಲಿಯೊ ಮತ್ತು ಅವನ ಹೆಂಡತಿ ಅನಿತಾರು ಆಜ್ಟೆಕ್ ಇಂಡಿಯನ್ನರಾಗಿದ್ದರು. ಸೋಕಲೊ ಎಂಬ ವಲಯದಲ್ಲಿ ಪಟ್ಟಣದ

ಮಧ್ಯದಲ್ಲಿದ್ದ ಹೂಲಿಯೊ ವಸತಿಗೃಹ ನಗರದ ಪ್ರಮುಖ ಪ್ರೇಕ್ಷಣೀಯ ತಾಣಗಳಿಗೆ ಕೇಂದ್ರಬಿಂದುವಿನಂತಿದ್ದು ಪ್ರವಾಸಿಗಳಿಗೆ ಬಹಳ ಅನುಕೂಲವಾಗಿತ್ತು.

ರಾತ್ರಿಯೆಲ್ಲಾ ನಿದ್ದೆಗೆಟ್ಟಿದ್ದ ಪಾಂಡವರೆಲ್ಲರೂ ಹೂಲಿಯೊ ಮನೆ ತಲುಪಿದ ಕೂಡಲೇ ಹಾಸಿಗೆ ಹಿಡಿದು ನಿದ್ರಾದೇವಿಯ ವಶವಾಗಿದ್ದರು. ಮಧ್ಯಾಹ್ನ ಊಟದ ಸಮಯದ ಹೊತ್ತಿಗೆ ಪಾಂಡವರಿಗೆ ಬೆಳಗಾಯಿತು. ಹೂಲಿಯೋನ ಹೆಂಡತಿ ಅನಿತಾಳ ಅಡುಗೆಯ ವಾಸನೆಯೇ ಊಟದ ಗಂಟೆ ಬಾರಿಸಿತ್ತು. ಸ್ನಾನಗೀನಮಾಡಿ ಶುಚಿಯಾದ ಪಾಂಡವರಿಗೆಲ್ಲಾ ಕಾರ್ಲೋಸನು ಅನಿತಾಳನ್ನು ಪರಿಚಯಿಸುತ್ತಾ...

"ಅನಿತಾ, ಇವರೆಲ್ಲಾ ಅಪ್ಪಟ ಇಂಡಿಯನ್ಸ್, ಭಾರತೀಯರು. ಕೊಲಂಬಸ್ ಐನೂರು ವರ್ಷಗಳ ಹಿಂದೆ ಇವರ ದೇಶವನ್ನು ಹುಡುಕುವುದಕ್ಕೆ ಹೋಗಿ, ಅಮೇರಿಕಾ ದೇಶವನ್ನು ಕಂಡುಹಿಡಿದ" ಎಂದು ಹೇಳಿದಾಗ, ತಾನೂ ಮೆಹಿಕೊ ಆಜ್ಟೆಕ್ ಇಂಡಿಯನ್ ಆಗಿದ್ದ ಅನಿತಾಳು, ಪ್ರತ್ಯುತ್ತರವಾಗಿ, "ಐನೂರು ವರ್ಷಗಳ ಹಿಂದೆ ಯೂರೋಪಿಯನ್ನರು ಇಂಡಿಯಾಗೆ ವಲಸೆ ಹೋಗುತ್ತಿದ್ದರು. ಈಗ ಇಂಡಿಯಾದವರು ಅಮೇರಿಕಾಗೆ ಬರ್ತಿದಾರೆ. ಚರಿತ್ರೆ ತಿರುಗು-ಮುರುಗು ಆಗಿದೆ" ಎಂದಳು.

ಪ್ರದೀಪನು, "ಎಲ್ಲಾ ಕಾಲಚಕ್ರದ ಮಹಿಮೆ. ಇನ್ನು ಐನೂರು ವರ್ಷಗಳಲ್ಲಿ ಯಾವ ದೇಶ ಯಾವ ಪ್ರಪಂಚವಾಗುತ್ತೋ!" ಎಂದಾಗ, ಕಾರ್ಲೋಸನು ನಗುತ್ತಾ, "ಈ ಶತಮಾನದಲ್ಲಿ ಪರಮಾಣು ಯುದ್ಧ ಆಗೋದು ಗ್ಯಾರಂಟಿ. ಅಳಿದು ಉಳಿಯುವವರಿಗಿಂತ ಅತ್ತು-ಸತ್ತು ಹೋಗುವವರೇ ಭಾಗ್ಯವಂತರು" ಎಂದು ಅಣ್ವಸ್ತ್ರಗಳ ಘೋರ ಪರಿಣಾಮದ ಬಗ್ಗೆ ವ್ಯಾಖ್ಯಾನ ಮಾಡಿದ.

ಅಮೇರಿಕಾ-ರಷ್ಯಾ ದೇಶಗಳ ನಡುವೆ ಭೀಕರ ಮೂರನೆಯ ಮಹಾಯುದ್ಧವಾಗಿ ಅಣ್ವಾಸ್ತ್ರಗಳ ಬಳಕೆಯಿಂದ ಇಡೀ ಪ್ರಪಂಚ ವಿನಾಶವಾಗುವುದೆಂದು ಹಲವಾರು ಇತಿಹಾಸಕಾರರು ಹೇಳುತ್ತಿದ್ದಾರೆ. ಮತಪ್ರಚಾರಕರು ಮೂರನೆಯ ಮಹಾಯುದ್ಧ ವದಂತಿಯನ್ನು "ಮಹಾ ಪ್ರಳಯ" ಎಂದು ಪ್ರಚಲಿತಗೊಳಿಸುತ್ತಾ, ಮತಾಂತರಕ್ಕೆ ಮಹಾಸ್ತ್ರವನ್ನಾಗಿ ಉಪಯೋಗಿಸುತ್ತಿದ್ದಾರೆ. ಧರ್ಮ-ಮತಗಳನ್ನು ಧಿಕ್ಕರಿಸುವ ಕಾರ್ಲ್ ಮಾರ್ಕ್ಸ್ ಸಿದ್ಧಾಂತವನ್ನು ಹಾಗೂ, ರಷ್ಯಾ ಮತ್ತಿತರ ಸಮತಾವಾದಿ ರಾಷ್ಟ್ರಗಳನ್ನು

"ಸೈತಾನನ ಸಂಗಾತಿ"ಗಳೆಂದೂ, ಅಮೇರಿಕಾ-ಇಂಗ್ಲೆಂಡ್ ಮೊದಲಾದ ಬಂಡವಾಳಶಾಹಿ ಪಾಶ್ಚಿಮಾತ್ಯ ದೇಶಗಳ ಪ್ರಜೆಗಳು ಅವಹೇಳನ ಮಾಡುವುದು ಒಂದು ದೊಡ್ಡ ಚಟವಾಗಿದೆ.

ಕ್ರಿಸ್ಟೋಫರ್ ಕೊಲಂಬಸನು ಅಮೇರಿಕಾ ಖಂಡವನ್ನು ಪತ್ತೆ ಮಾಡಿದ ನಂತರ ಯೂರೋಪಿಯನ್ನರ ದುರಾಕ್ರಮಣ-ದೌರ್ಜನ್ಯಗಳು, ಅಮೇರಿಕಾದ ಇಂಡಿಯನ್ನರಿಗೆ ಪ್ರಳಯ ಭಯಂಕರವಾಗಿದ್ದವು. ಆಕಾಶದಲ್ಲಿ ಧೂಮಕೇತು ದರ್ಶನ ಅಶುಭ ಲಕ್ಷಣವೆಂದು ಹಲವಾರು ಜನಾಂಗಗಳಲ್ಲಿ ನಂಬಿಕೆಯಿದೆ. ಮೆಹಿಕೋದ ಅಜ್ಟೆಕ್ ಜನಾಂಗದವರಿಗೆ ಕೊಲಂಬಸನ ಆಗಮನಕ್ಕೆ ಮುಂಚೆ "ಹ್ಯಾಲಿ" ಧೂಮಕೇತುವಿನ ದರ್ಶನವಾಗಿತ್ತು. ಅದನ್ನು ನೋಡಿ ಭಯಗೊಂಡ ಆಜ್ಟೆಕ್ ಜನರು, ಅನತಿಕಾಲದಲ್ಲಿಯೇ ಜಗತ್ತು ವಿನಾಶವಾಗುವುದೆಂದು ನಂಬಿದ್ದರು. ಅವರ ಊಹೆಯಂತೆ ಮುಂದಿನ ಎರಡೇ ವರ್ಷಗಳಲ್ಲಿ, ನೂರಾರು ವಷಗಳಿಂದ ಭವ್ಯತೆಯ ಬೀಡಾಗಿದ್ದ ಆಜ್ಟೆಕ್ ಸಾಮ್ರಾಜ್ಯ ಸ್ಪಾನಿಷ್ ದಾಳಿಗೆ ತುತ್ತಾಗಿ, ಅನಾಮತ್ತಾಗಿ ನಿರ್ನಾಮವಾಯಿತು.

ಪಾಂಡವರೆಲ್ಲರೂ ಆಲಿಸುತ್ತಿರುವಾಗ ಹೂಲಿಯೊ "ಅಟ್ಲಾಂಟಿಸ್ ನಾಗರಿಕತೆ ಹಾಗೆ ಸರ್ವನಾಶವಾಗುತ್ತೆ" ಎಂದು ಪರಮಾಣು ಯುದ್ಧದ ಪರಿಣಾಮದ ಬಗ್ಗೆ ಆಜ್ಟೆಕ್ ಜನಾಂಗದವರ ನಂಬಿಕೆಯನ್ನು ಅರುಹಿದ.

ಸಾವಿರಾರು ವರ್ಷಗಳ ಹಿಂದೆ, ದಕ್ಷಿಣ ಅಮೇರಿಕಾದಲ್ಲಿ "ಅಟ್ಲಾಂಟಿಸ್" ಎಂಬ ಅಮೋಘ ನಾಗರಿಕತೆಯ ಸಾಮ್ರಾಜ್ಯವಿತ್ತೆಂದೂ, ಅದು ವೈಜ್ಞಾನಿಕವಾಗಿ ಮತ್ತು ಆರ್ಥಿಕವಾಗಿ ಈಗಿನಷ್ಟೇ ಮುಂದುವರಿದಿತ್ತೆಂದೂ, ಕೊನೆಯಲ್ಲಿ ಮಹಾಯುದ್ಧದಿಂದ ನಿರ್ನಾಮವಾಯಿತೆಂದೂ, ಪ್ರತೀತಿಯಿದೆ. ದಕ್ಷಿಣ ಅಮೇರಿಕಾದ ಇಂಡಿಯನ್ನರಿಗೆ "ಅಟ್ಲಾಂಟಿಸ್" ಪುರಾತನ ಗತವೈಭವದ ಹೆಮ್ಮೆಯ ಪ್ರತೀಕವಾಗಿದೆ.

ಅರ್ಜುನನು "ಪ್ರಪಂಚ ಪ್ರಳಯವಾಗುವ ಮುಂಚೆ ಪ್ರೀತಿ ಮಾಡೋದು ವಾಸಿ" ಎನ್ನುತ್ತಾ ಎಲ್ಲರನ್ನೂ ನಗೆಗಡಲಿನಲ್ಲಿ ಮುಳುಗಿಸಿದ.

ಕಾರ್ಲೋಸನೊಡನೆ ಪಾಂಡವರೆಲ್ಲರೂ ಮೆಹಿಕೊ ನಗರದರ್ಶನಕ್ಕೆ ಹೊರಟರು. ಸೋಕಲೊ ವಲಯದಲ್ಲಿರುವ ನಗರದ ಕೇಂದ್ರೀಯ ಚೌಕ ಅಮೇರಿಕಾ ಖಂಡದ ಅತ್ಯಂತ ದೊಡ್ಡ ಸಾರ್ವಜನಿಕ ಚೌಕವೆಂದು ಪ್ರಸಿದ್ಧಿಯಾಗಿದೆ. ಚೌಕದ

ಸುತ್ತಲೂ ಭವ್ಯವಾದ ಸರಕಾರಿ ಹಾಗೂ ಸಾಂಸ್ಕೃತಿಕ ಕಟ್ಟಡಗಳು ತಲೆಯೆತ್ತಿ ನಿಂತಿವೆ. ಚೌಕದ ದಕ್ಷಿಣ ಬದಿಯಲ್ಲಿ ಪುರಾತನ ಆಜ್ಟೆಕ್ ನಗರದ ಅವಶೇಷಗಳೂ ಪ್ರಾಚೀನತೆಯ ಕುರುಹುಗಳಾಗಿ ಮೆರೆಯುತ್ತಿವೆ. ಸೋಕಲೊ ಚೌಕದ ಆವರಣ ಬೀದಿ ಕಲಾವಿದರಿಗೆ ಬಯಲು ರಂಗಮಂದಿರವಾಗಿದೆ. ಆಜ್ಟೆಕ್ ಜನಾಂಗೀಯರ ಸಾಂಸ್ಕೃತಿಕ ಕುಣಿತಗಳು ಸೋಕಲೊದಲ್ಲಿ ಪ್ರವಾಸಿಗಳಿಗೆ ಬಹಳ ಪ್ರಿಯವಾಗಿವೆ.

ಸೋಕಲೋ ಆವರಣವನ್ನು ನೋಡಿ ಅರ್ಜುನ "ಇದು ಮೆಹಿಕೊದ ಚಾಂದನಿ ಚೌಕ್" ಎಂದು ದೆಹಲಿಯ ಸುಪ್ರಸಿದ್ಧ ಚೌಕಕ್ಕೆ ಹೋಲಿಸಿದ. ಚೌಕದ ಪಕ್ಕದ ಬೀದಿಗಳಲ್ಲಿ ಪ್ರಪಂಚದ ಎಲ್ಲಾ ಬಗೆಯ ಊಟೋಪಚಾರಗಳು, ಮೆಹಿಕೊದ ಎಲ್ಲಾ ತರಹ ವಸ್ತುಗಳನ್ನು ಮಾರಾಟ ಮಾಡುವ ಅಂಗಡಿಗಳೂ, ಪ್ರವಾಸಿಗಳನ್ನು ಆಕರ್ಷಿಸುತ್ತವೆ. 'ಜನ ಮರುಳೋ ಜಾತ್ರೆ ಮರುಳೋ' ಎಂಬಂತೆ ಸೋಕಲೊ ಚೌಕದಲ್ಲಿ ಕೊಳ್ಳುವವರಿಗಿಂತ ನೋಡಿ ನಲಿಯುವವರೇ ಜಾಸ್ತಿ.

ಪಾಂಡವರು ಸೋಕಲೊದಲ್ಲಿ ಲೋಕಾಭಿರಾಮವಾಗಿ ಅಡ್ಡಾಡುತ್ತಾ ಆಜ್ಟೆಕ್ ಕುಣಿತವನ್ನು ವೀಕ್ಷಿಸಲು ಬಂದರು. ಸಂಪೂರ್ಣವಾಗಿ ಆಜ್ಟೆಕ್ ವೇಷಭೂಷಣಗಳಲ್ಲಿ ಶೋಭಿಸುತ್ತಿದ್ದ ಹನ್ನೆರಡು ಜನರ ತಂಡದಲ್ಲಿ ಹೆಂಗಳೆಯರೂ ಇದ್ದರು. ಢಮರುಗ ನಾದವನ್ನು ಬಡಿಯುತ್ತಿದ್ದ ಆಜ್ಟೆಕ್ ಹಿರಿಯರಿಬ್ಬರು ಕುಣಿತದ ನಿರ್ದೇಶಕರಾಗಿದ್ದರು. ಪಕ್ಕದಲ್ಲಿಯೇ "ಆಜ್ಟೆಕ್ ಇಂಡಿಯನ್ ಸಂಸ್ಕೃತಿಯನ್ನು ಉಳಿಸಿ" ಎಂಬ ಒಕ್ಕಣೆಯಿರುವ ಪತಾಕೆಯ ಅಡಿಯಲ್ಲಿ ಹಲವಾರು ಆಜ್ಟೆಕ್ ಕರಕುಶಲವಸ್ತುಗಳನ್ನು ಮಾರುತ್ತಿದ್ದರು. ಪಾಂಡವರೆಲ್ಲರೂ ಆಜ್ಟೆಕ್ ಜಾನಪದ ಕುಣಿತವನ್ನು ನೋಡುತ್ತಿದ್ದಾಗ ಕಾರ್ಲೋಸನು "ಇದು ಸ್ವಯಂವರ ನೃತ್ಯ. ಕನ್ಯಾಮಣಿಗಳು ತಮಗೆ ಮೆಚ್ಚುಗೆಯಾಗುವ ವರನನ್ನು ಆರಿಸುವ ಸಂಪ್ರದಾಯವನ್ನು ತೋರಿಸುತ್ತಿದ್ದಾರೆ" ಎಂದು ಕುಣಿತದ ಸ್ವಾರಸ್ಯ ವಿವರಿಸಿದ. ನವಿಲುಗರಿ ಮುಂತಾದ ಪಕ್ಷಿಗಳ ಗರಿಗಳಿಂದ ಹೆಣೆದಿದ್ದ ಕಿರೀಟಗಳಂತೂ ಬಹಳ ವೈವಿಧ್ಯಮಯವಾಗಿ, ಕರ್ನಾಟಕ ಯಕ್ಷಗಾನದ ವೇಷಭೂಷಣಗಳನ್ನು ಹೋಲುತ್ತಿದ್ದವು. ಕನ್ಯಾಮಣಿಗಳು ಮಾದಕ ಉಡುಪಿನಲ್ಲಿ ಪ್ರಚೋದನೀಯವಾಗಿ ಶೋಭಿಸುತ್ತಿದ್ದರು. ಕಟ್ಟುಮಸ್ತಾಗಿದ್ದ ಆಜ್ಟೆಕ್ ಯುವಕರು ಕೇವಲ ಕೌಪೀನ ಧರಿಸಿ ಅಲಂಕಾರ ಮಾಡಿಕೊಂಡು ವೀರೋಚಿತರಾಗಿ ಕಾಣುತ್ತಿದ್ದರು. ಕುಣಿತದ

ನಂತರ ಆಜ್ಟೆಕ್ ಹಿರಿಯನು ಎದ್ದು ನಿಂತು ನೋಡುತ್ತಿದ್ದ ಪ್ರೇಕ್ಷಕರನ್ನೆಲ್ಲಾ ಉದ್ದೇಶಿಸಿ "ಮಿತ್ರರೇ, ನಮ್ಮ ನೃತ್ಯ ನಿಮಗೆ ಖುಷಿ ನೀಡಿದ್ದರೆ, ನಮಗೆ ಕಾಸು ಕೊಡಿ. ನಿಮ್ಮ ಕಾಣಿಕೆಯೇ ನಮಗೆ ಕಾಂಚಾಣ" ಎಂದು ಹಣವನ್ನು ಯಾಚಿಸಿ ನಂತರ ಪಕ್ಕದಲ್ಲಿದ್ದ ಮಾರಾಟ ತಾಣವನ್ನು ತೋರಿಸುತ್ತಾ "ಅಲ್ಲಿ ನಮ್ಮ ಕರಕುಶಲ ವಸ್ತುಗಳನ್ನು ಮಾರುತ್ತಿದ್ದೇವೆ. ದಯವಿಟ್ಟು ಕೊಂಡುಕೊಳ್ಳಿ. ನಮ್ಮ ಆಜ್ಟೆಕ್ ಸಂಸ್ಕೃತಿಯನ್ನು ಪೋಷಿಸಿ" ಎಂದು ನಮ್ರತೆಯಿಂದ ಬೇಡಿಕೊಂಡ.

ಮಾರಾಟ ತಾಣಕ್ಕೆ ಹಲವಾರು ಆಜ್ಟೆಕ್ ನರ್ತಕಿಯರು ಬಂದುದರಿಂದ ಗಿರಾಕಿಗಳಿಗೆ ಆಕರ್ಷಣೆಯೂ ಹೆಚ್ಚಾಯಿತು. ಪಾಂಡವರೆಲ್ಲರೂ ಅಂಗಡಿಯಲ್ಲಿ ಏನಾದರೂ ಗುರುತುಗಳನ್ನು ಕೊಳ್ಳಲು ತಪಾಸಣೆ ಮಾಡುತ್ತಿದ್ದರು. ಅರ್ಜುನನು ಆಜ್ಟೆಕ್ ವನಿತೆಯರನ್ನೆ ನೋಡುತ್ತಾ ಮರುಳಾಗಿ ಹೋಗಿದ್ದ. ಆಜ್ಟೆಕ್ ಅಂಗಡಿಯಲ್ಲಿ ಬೆಂಗಳೂರಿನಲ್ಲಿ ತಯಾರಾದ ಅಗರಬತ್ತಿಗಳನ್ನು ಕಂಡು ಪ್ರದೀಪನು ಅಚ್ಚರಿಗೊಂಡು ಮಿತ್ರರಿಗೆಲ್ಲಾ "ಇಲ್ಲಿ ನೋಡ್ರಪ್ಪಾ. ನಮ್ಮ ಕರ್ನಾಟಕದ ಅಗರಬತ್ತಿ" ಎಂದು ಹೆಮ್ಮೆಯಿಂದ ಎಲ್ಲರಿಗೂ ಹೇಳಿದ. ಕಾರ್ಲೋಸನಿಗೂ ಅದೊಂದು ಸೋಜಿಗವಾಗಿತ್ತು. ಪ್ರದೀಪನು ಉದ್ವೇಗದಿಂದಲೇ ಮಾರಾಟ ಮಾಡುತ್ತಿದ್ದ ಆಜ್ಟೆಕ್ ಯುವತಿಯನ್ನು "ನೀವ್ಯಾಕೆ ಅಗರಬತ್ತಿ ಯಾಕೆ ಮಾರ್ತೀರಾ?" ಎಂದು ಪ್ರಶ್ನಿಸಿದ. ಆ ಯುವತಿಗೆ ಪ್ರದೀಪನ ಪ್ರಶ್ನೆಯ ಉದ್ದೇಶ ಅರ್ಥವಾಗದೆ ಅತ್ತ ಇತ್ತ ನೋಡುತ್ತಿರುವಾಗ ಮಾತು ಮುಂದುವರಿಸುತ್ತಾ" ಇದು ನಮ್ಮೂರಿನಿಂದ ಬಂದಿದೆ" ಎಂದು ವಿವರಿಸಿದ. ಆಜ್ಟೆಕ್ ಯುವತಿಗೂ ಆಶ್ಚರ್ಯವಾಯಿತು. ಆಕೆ ಹಾಸ್ಯಮಯವಾಗಿ "ಇಂಡಿಯನ್ನರೆಲ್ಲಾ ಒಂದೇ, ಅದಕ್ಕೋಸ್ಕರ" ಎಂದು ಭಾರತೀಯ ಅಗರಬತ್ತಿಗಳನ್ನು ಮಾರುವುದನ್ನು ಸಮರ್ಥಿಸಿಕೊಂಡಳು. ಆಕೆಯ ಮಾತುಕೇಳಿ ಪಾಂಡವರಿಗೆಲ್ಲಾ ದೇಶಾಭಿಮಾನದ ಭಾವನೆ ಕಾರಂಜಿಯಂತೆ ಪುಟಿದಿತ್ತು.

ತರುವಾಯ ಆಕೆ "ನನ್ನ ಹೆಸರು ಅನಕೋನ" ಎಂದು ಪರಿಚಯ ಮಾಡಿಕೊಂಡು, ಪಾಂಡವರ ಪ್ರವಾಸದ ಬಗ್ಗೆ ವಿಚಾರಿಸಿ "ತಪ್ಪದೆ ನೀವು ಟಿಯೋತಿವಕನ್ ನೋಡಬೇಕು. ಅದು ನಮ್ಮ ಪರಂಪರೆಯ ಪ್ರತೀಕ" ಎಂದು ಹೆಮ್ಮೆಯಿಂದ ಹೇಳಿದಾಗ, ಪ್ರದೀಪನು "ಖಂಡಿತವಾಗಿ ನೋಡ್ತೀವಿ" ಎಂದು ಆಶ್ವಾಸನೆ ಇತ್ತ.

ಅರ್ಜುನನು ಪ್ರಣಯದಾಸೆಯನ್ನು ಬೀರುತ್ತಾ "ತೋರಿಸೋಕೆ ನೀವು ಬಂದರೆ ಇನ್ನೂ ಚೆನ್ನಾಗಿರುತ್ತೆ." ಎಂದ. ಪಾಂಡವರೆಲ್ಲಾ ಆವನ ಮಾತು ಕೇಳಿ

ಒಳಗೊಳಗೆ ಮುಸಿಮುಸಿ ನಕ್ಕರು. ಅನಕೋನಳಿಗೆ ಅರ್ಜುನನ ಮರ್ಮ ಅರ್ಥವಾಗದೆ ಸರಳಬುದ್ಧಿಯಿಂದಲೇ "ನನಗೆ ಇಲ್ಲಿ ಕೆಲಸ ಇದೆ. ಮನೆಯಲ್ಲಿ ಮಗೂ ಬೇರೆ ಇದೆ" ಎಂದು ಕಾರಣವನ್ನು ತಿಳಿಸಿದಾಗ ಅರ್ಜುನನ ಪ್ರಣಯಭಾವ ನೆಲಕಚ್ಚಿತ್ತು. ಪಾಂಡವರೆಲ್ಲರೂ ಅರ್ಜುನನನ್ನು ಗೇಲಿ ಮಾಡುತ್ತಾ "ಠೇವಣಿ ನಷ್ಟ ಗುರು" ಎಂದಾಗ, ಕಾರ್ಲೋಸನು "ಅರ್ಜುನ್, ನಾನು ಟಿಯೊಟಿವಕನ್ನೂ ತೋರಿಸ್ತೀನಿ, ಸೋನಾ ರೋಸಾನೂ ತೋರಿಸ್ತೀನಿ" ಎಂದು ಕಣ್ಣು ಮಿಟುಕಿಸಿ ಹೇಳಿದ. ಸೋನಾ ರೋಸಾ ಮೆಹಿಕೋ ನಗರದ ಶೃಂಗಾರ ಸೀಮೆ.

ಆ ತರುವಾಯ ಕಾರ್ಲೋಸನು ಪಾಂಡವರನ್ನು ಸುರಂಗಮಾರ್ಗದಲ್ಲಿ ಮೆಹಿಕೊ ನಗರದ ವಾಣಿಜ್ಯ ಕೇಂದ್ರವೆನಿಸಿರುವ ಅವೆನೀಡಾಗೆ ಕರೆದುಕೊಂಡು ಹೋದ. ಗಗನಚುಂಬಿ ನಿಲಯಗಳಿಂದ ತುಂಬಿರುವ ಅವೆನೀಡಾದಲ್ಲಿರುವ ಟೊರೆಸ್ ಮೇಯರ್ ಮೆಹಿಕೊ ದೇಶದ ಅತ್ಯುನ್ನತ ಕಟ್ಟಡ. ಅದರ ಪಕ್ಕದಲ್ಲಿಯೇ ಇರುವ ವಿಶ್ವ ವಾಣಿಜ್ಯ ಕೇಂದ್ರ ಐವತ್ತೆರಡು ಅಂತಸ್ತಿನ ಮತ್ತೊಂದು ಗಗನಚುಂಬಿ. ಪಾಂಡವರೆಲ್ಲರೂ ಬೆರಗಾಗಿ ಮೂಗಿನ ಮೇಲೆ ಬೆರಳಿಟ್ಟುಕೊಂಡು ನೋಡಿದರು. ಕಾರ್ಲೋಸನು ಎಲ್ಲರನ್ನು ವಿಶ್ವ ವಾಣಿಜ್ಯ ಕೇಂದ್ರದ ತುತ್ತತುದಿಯ ಅಂತಸ್ತಿನಲ್ಲಿರುವ ಪ್ರವಾಸಿ ವೀಕ್ಷಣಾಲಯಕ್ಕೆ ಕರೆದುಕೊಂಡು ಹೋದ. ಅಲ್ಲಿಂದ ಪಕ್ಷಿನೋಟದಲ್ಲಿ ಇಡೀ ಮೆಹಿಕೊ ನಗರ ಕಾಣುತ್ತಿತ್ತು. ಕಾರ್ಲೋಸನು ಉತ್ತರಕ್ಕೆ ಬಹುದೂರದಲ್ಲಿ ಮಸುಕುಮಸುಕಾಗಿ ಅಸ್ಪಷ್ಟವಾಗಿ ಕಾಣುತ್ತಿದ್ದ ಅವಶೇಷಗಳನ್ನು ತೋರಿಸುತ್ತಾ "ಅದೇ ಆ ಆಜ್ಟೆಕ್ ಯುವತಿ ಹೇಳುತ್ತಿದ್ದ ಟಿಯೋಟಿವಕನ್ ನಗರ. ಮೆಹಿಕೊ ನಗರದ ಪ್ರಮುಖ ಪ್ರೇಕ್ಷಣೀಯ ಸ್ಥಳ. ಪ್ರಪಂಚದ ಅತ್ಯಂತ ದೊಡ್ಡ ಸೋಪುರ ದೇವಾಲಯಗಳು ಇಲ್ಲೇ ಇರೋದು. ಇಲ್ಲಿಂದ ಅರವತ್ತು ಕಿಲೋಮೀಟರ್" ಎಂದು ವಿವರಿಸಿದ.

"ಮಾಯಾಲೋಕದಲ್ಲಿ ಸೋಪುರ ದೇವಾಲಯಗಳನ್ನ ನೋಡಿ ಸಾಕಾಗಿದೆ. ಬೇರೆ ಇನ್ನೇನಾದರೂ ಇದ್ದರೆ ಹೇಳಪ್ಪಾ" ಎಂದು ವಿಜಯನು ತಿಳಿಸಿದಾಗ, ಕಾರ್ಲೋಸನು "ಆಜ್ಟೆಕ್ ಸೋಪುರಗಳ ಮುಂದೆ, ಮಾಯಾ ಸೋಪುರಗಳು ಮಕ್ಕಳ ಗೋಪುರಗಳು" ಎಂದು ಪ್ರಶಂಸಿಸಿದ.

ಪೆರು ದೇಶದಿಂದ ದಾರಿಯುದ್ದಕ್ಕೂ ಅವಶೇಷಗಳನ್ನು ನೋಡಿ ಬೇಸತ್ತಿದ್ದ ಪಾಂಡವರಿಗೆ ಸೋಪುರಗಳೆಂದರೆ ಬೇಸರಿಕೆ ಬಂದಿತ್ತು.

ದೂರದಲ್ಲಿ ಕಾಣಬರುತ್ತಿದ್ದ ವರ್ತುಲಾಕಾರದ ಕ್ರೀಡಾಂಗಣಗಳನ್ನು ತೋರಿಸುತ್ತಾ ಪ್ರದೀಪನು "ಕಾರ್ಲೋಸ್, ಅವೇನಪ್ಪಾ?" ಎಂದು ಪ್ರಶ್ನಿಸಿದಾಗ ಕಾರ್ಲೋಸನು "ಈ ಕಡೆ ಇರೋದು ಗೂಳಿ ಕ್ರೀಡಾಂಗಣ, ಆ ಕಡೆ ಇರೋದು ಕಾಲ್ಚೆಂಡು ಕ್ರೀಡಾಂಗಣ" ಎಂದು ತೋರಿಸುತ್ತಾ ಮೆಹಿಕೊ ನಗರದಲ್ಲಿ ಪ್ರತಿ ಭಾನುವಾರವೂ ಬೀಭತ್ಸ ಗೂಳಿಕಾಳಗ ನಡೆಯುವುದೆಂದೂ, ಇದು ಸ್ಪಾನಿಶ್ ನಾಗರಿಕತೆಯ ಶಾಪವೆಂದು ಬಣ್ಣಿಸಿದ. ಒಂಟಿ ಗೂಳಿಯನ್ನು ಐದಾರು ಜನ ಎದುರಾಳಿಗಳು ಬೆನ್ನಟ್ಟಿ, ಭರ್ಜಿಗಳಿಂದ ಇರಿದು, ರಕ್ತಪಾತ ಹರಿಸಿ, ಕೊಲೆ ಮಾಡುವ ಗೂಳಿ ಕಾಳಗ ಸ್ಪಾನಿಶ್ ಜನಾಂಗದ ದೇಶಗಳಲ್ಲಿ ಮಾತ್ರ ನಡೆಯುತ್ತದೆ.

"ನಮ್ಮ ಕಡೆ ಹಳ್ಳಿಗಳಲ್ಲಿ ನಡೆಯುವ ಕೋಳಿ ಪಂದ್ಯ ಕೂಡಾ ಬಹಳ ಹಿಂಸಾತ್ಮಕ ಕ್ರೀಡೆ. ಸದ್ಯ ನಮ್ಮ ಸರಕಾರದವರು ಅದನ್ನ ನಿಷೇಧಿಸಿದ್ದಾರೆ" ಎಂದು ಸೆಲ್ವಮ್ ಹೇಳಿದ.

ಪಶ್ಚಿಮ ದಿಕ್ಕಿನಲ್ಲಿ ಕಾಣಬರುತ್ತಿದ್ದ ವಿಶಾಲವಾದ ಹಸಿರುವನವೊಂದನ್ನು ತೋರಿಸುತ್ತಾ ಅರ್ಜುನನು "ಅದೇನಪ್ಪಾ?" ಎಂದು ಕೇಳಿದಾಗ ಕಾರ್ಲೋಸನು "ಅದು ಚಪುಲ್ಟೆಪೆಕ್ ವನ. ಮೆಹಿಕೊ ನಗರದ ವಿಹಾರಧಾಮ" ಎಂದಾಗ, ನಗುತ್ತಾ ಅರ್ಜುನನು "ಮಿತ್ರರೇ, ನಾಳೆ ಮೆಹಿಕೊ ಸಂಗಾತಿಯರ ಜೊತೆ ನಾವೆಲ್ಲಾ ಪ್ರೇಮ ವಿಹಾರ ಮಾಡೋಣ." ಎನ್ನುತ್ತಾ ಕಾರ್ಲೋಸನ ಕಡೆ ತಿರುಗಿ "ಕಾರ್ಲೋಸ್, ಪಂಚ ಪಾಂಡವರಿಗೆ ಪಂಚ ಕನ್ಯೆಯರ ಪರಿಚಯ ಮಾಡಿಸಪ್ಪ" ಎಂದು ಆಜ್ಞಾಪಿಸಿದ. ಪ್ರತಿಯಾಗಿ ಕಾರ್ಲೋಸನು "ಸರಿ. ಸಂಜೆ ಎಲ್ಲರೂ ಸೋನಾ ರೋಸಾಗೆ ಹೋಗೋಣ" ಎಂದು ಕರೆಯಿತ್ತ. ಅರ್ಜುನ ಮತ್ತು ವಿಜಯರ ಹೊರತು ಯಾರೂ ಸೊಪ್ಪುಹಾಕಲಿಲ್ಲ.

ಮೆಹಿಕೊ ನಗರ ದರ್ಶನದಿಂದ ಚೇತೋಹರಣಗೊಂಡ ಪಾಂಡವರು ನಗರ ಬೀದಿಗಳಲ್ಲಿ ನಡೆದಾಡಿ ಸಂಜೆ ಮನೆಗೆ ಮರಳಿದಾಗ ಸುಸ್ತಾಗಿದ್ದರು. ಕಾರ್ಲೋಸನು ಅರ್ಜುನ ಮತ್ತು ವಿಜಯರನ್ನು ಜೊತೆಗೆ ಹಾಕಿಕೊಂಡು ಸೋನಾ ರೋಸಾಗೆ ಪ್ರಣಯ ಬೇಟೆಗೆ ಸಿದ್ಧನಾಗಿ, "ಪ್ರದೀಪ, ರಾಜಬೀರ, ಸೆಲ್ವಮ್ ನಾವು ಈವತ್ತು ರಾತ್ರಿ ಮನೆಗೆ ಬರಲ್ಲ. ಬಹುಶಃ ನಾಳೇನೂ ಬರಲ್ಲ. ಮೂರು ದಿನ ಮೆಹಿಕೊ ನಗರವನ್ನ ಜಾಲಾಡಿಸಿಬಿಡಿ" ಎಂದು ನಗರ ವಿಹಾರಕ್ಕೆ ಆದೇಶಿಸಿದ. ಮನೆಯಿಂದ ಹೊರಡುವಾಗ ಕಾರ್ಲೋಸನು ಹೂಲಿಯೋನನ್ನು

ಕರೆದು "ಇವರನ್ನ ಚೆನ್ನಾಗಿ ನೋಡಿಕೊ. ಬಿಡುವಾಗಿದ್ದರೆ ಇವರಿಗೆ ಟಿಯೋಟಿವಕನ್, ಸೋಚಿಮಿಲ್ಕೋ, ಚಪುಲ್ಟೆಪೆಕ್, ತೋರಿಸಪ್ಪ" ಎಂದ. ಹೂಲಿಯೋನು "ಆಗಲಪ್ಪ. ನಿನ್ನ ಅತಿಥಿಗಳನ್ನ ನನ್ನ ನೆಂಟರ ಹಾಗೆ ನೋಡಿಕೊಳ್ತೀನಿ" ಎಂದು ಭರವಸೆ ಇತ್ತ.

ಕಾರ್ಲೋಸನು ಅರ್ಜುನ ಮತ್ತು ವಿಜಯರೊಡನೆ ನಿರ್ಗಮಿಸಿದ ನಂತರ ಉಳಿದ ಪಾಂಡವರೊಡನೆ ಲೋಕಾಭಿರಾಮವಾಗಿ ಮಾತನಾಡುತ್ತಾ ಹೂಲಿಯೋ-ಅನಿತಾ ಕುತೂಹಲದಿಂದ ಭಾರತದ ಬಗ್ಗೆ ವಿಚಾರಿಸಿದರು.

"ಭಾರತದಲ್ಲಿ ಮುವ್ವತ್ತಮೂರು ಕೋಟಿ ದೇವರುಗಳಿದ್ದಾರಂತೆ ನಿಜವೇ?" ಎಂದು ಅನಿತಾ ಕೇಳಿದಾಗ, ಪಾಂಡವರೆಲ್ಲರೂ ನಕ್ಕುಬಿಟ್ಟರು.

"ಹಾಗಂತ ನಿಮಗೆ ಯಾರು ಹೇಳಿದರು?" ಎಂದು ಸೆಲ್ವಮ್ ಪ್ರಶ್ನಿಸಿದಾಗ, ಹೂಲಿಯೋ" ಕ್ರಿಶ್ಚಿಯನ್ ಪಾದ್ರಿಗಳು" ಎನ್ನುತ್ತಾ, "ನಿಮ್ಮ ದೇಶದಲ್ಲಿ ಮನೆಗೊಬ್ಬ ದೇವರಂತೆ. ಭಾರತದಲ್ಲಿ ಜನರಿಗಿಂತ ದೇವರುಗಳೇ ಅಂತ ಪಾದ್ರಿಗಳು ತಮಾಷೆ ಮಾಡ್ತಾರೆ"

"ನಮ್ಮ ದೇಶದಲ್ಲಿ ದೇವರುಗಳೇ ಅಲ್ಲಾ, ದೇವತೆಗಳೂ ಇದ್ದಾರೆ" ಎಂದು ರಾಜಬೀರನು ನಗುತ್ತಾ ದನಿಗೂಡಿಸಿದ.

"ಮೂವತ್ತು ಮೂರು ಕೋಟಿ ಅನ್ನೋದು ಒಂದು ಬಹುಸಂಖ್ಯೆಯಯನ್ನು ಸೂಚಿಸುವ ಒಂದು ನಾಡ್ನೋಕ್ತಿ. ನೀವೆಲ್ಲಾ ಮಿಲ್ಲಿಯನ್ ಡಾಲರ್ಸ್ ಅನ್ನುವ ಹಾಗೆ" ಎಂದು ಪ್ರದೀಪನು ಮುವತ್ತುಮೂರು ಕೋಟಿಯ ರಹಸ್ಯವನ್ನು ಅರುಹುತ್ತಾ "ನಮ್ಮ ಹಿಂದೂ ಧರ್ಮದ ಪ್ರಕಾರ ದೇವರು ಒಬ್ಬನೇ, ದೇವರ ಹೆಸರುಗಳು ನೂರಾರು" ಎಂದು ಸರಳವಾಗಿ ಹೇಳಿದ. ಅದಕ್ಕೆ ಪ್ರತಿಯಾಗಿ ಹೂಲಿಯೋ, "ನಮ್ಮ ಆಜ್ಟೆಕ್ ಧರ್ಮದ ಪ್ರಕಾರ ಸೂರ್ಯ, ಚಂದ್ರ, ಭೂಮಿ, ನೀರು, ಗಾಳಿ ಕೂಡ ದೇವರೆ. ಅದಕ್ಕೇನು ಹೇಳ್ತೀರಾ?" ಎಂದು ಪ್ರಶ್ನಿಸಿದ.

ಪ್ರದೀಪನು "ನಾವು ಅವುಗಳನ್ನು ಪಂಚಭೂತಗಳೆಂದು ಆರಾಧಿಸುತ್ತೇವೆ. ಹೂಲಿಯೋ ನಮ್ಮ ಪ್ರಕಾರ ದೇವರು ಸರ್ವಾಂತರ್ಯಾಮಿ, ಅಂದರೆ ದೇವರಿಲ್ಲದ ಸ್ಥಳವಿಲ್ಲ-ವಸ್ತುವಿಲ್ಲ. ಪ್ರಕೃತಿಯೇ ಪರಮಾತ್ಮನ ಪ್ರತಿರೂಪ" ಎಂದು ತತ್ವಬೋಧನೆಯನ್ನು ಮಾಡಿದ.

ಆಜ್ಟೆಕ್ ಧರ್ಮದ ನಂಬಿಕೆಗಳನ್ನು ಪ್ರತಿಪಾದಿಸಿದ ಪ್ರದೀಪನ ಮಾತುಗಳನ್ನು ಕೇಳಿ ಹೂಲಿಯೋ-ಅನಿತಾರಿಬ್ಬರೂ ಆಹ್ಲಾದಗೊಂಡು...

"ನಮ್ಮ ಧರ್ಮದ ಪ್ರಕಾರ ಸೂರ್ಯನೇ ಮೂಲದೇವರು. ಚಂದ್ರ, ಭೂಮಿ, ಗ್ರಹಗಳೂ ದೇವರೆ" ಎಂದು ತಿಳಿಸಿದ ಅನಿತಾ "ಪ್ರಪಂಚ ಪ್ರಳಯವಾಗುವುದರಲ್ಲಿ ನಂಬಿಕೆ ಇದೆಯಾ?" ಎಂದಳು.

ಸೆಲ್ವಮ್ ನಗುತ್ತಾ "ಸಾಯುವುದೇ ಪ್ರಳಯ, ಹುಟ್ಟುವುದೇ ಸೃಷ್ಟಿ" ಎಂದು ಹಾಸ್ಯಮಯವಾಗಿ ಹೇಳಿ ಎಲ್ಲರನ್ನು ನಗಿಸಿದ. ವಿಚಾರವನ್ನು ಮುಂದುವರಿಸುತ್ತಾ ಹೂಲಿಯೋ, "ಪಾಪ ಪುಣ್ಯಗಳ ಬಗ್ಗೆ, ಸ್ವರ್ಗ ನರಕಗಳ ಬಗ್ಗೆ, ಹಿಂದೂ ಧರ್ಮ ಏನು ಹೇಳುತ್ತೆ?" ಎಂದು ಪ್ರಶ್ನಿಸಿದ. ರಾಜಬೀರನು "ಏನು ಹೇಳಬೇಕು?" ಎನ್ನುತ್ತಾ ಅವರ ಮುಖವನ್ನು ನೋಡಿದಾಗ ಅನಿತಾಳು "ಪಾಪಿಗಳಿಗೆ ಶಿಕ್ಷೆ ಕೊಡಲೇಬೇಕು. ಪಾಪಿಗಳನ್ನು ಸ್ವರ್ಗಕ್ಕೆ ಸೇರಿಸಿಕೊಳ್ಳುವವ ದೇವರಲ್ಲಾ, ದೆವ್ವಾ" ಎಂದು ಬಹಳ ದೃಢ ವಾಣಿಯಿಂದ ಒತ್ತಿ ಹೇಳಿದಳು. ಅನಿತಾಳ ಮಾತಿನ ವೈಖರಿಯಲ್ಲಿ ಯಾವುದೋ ಕಹಿ ಅನುಭವದ ಛಾಯೆ ಕವಿದಿತ್ತು.

ಚಿಕ್ಕಂದಿನಲ್ಲಿ ಅಮಾಯಕಳಾಗಿದ್ದಾಗ ಅನಿತಾಳು ಪಾದ್ರಿಯೊಬ್ಬನ ವ್ಯಭಿಚಾರಕ್ಕೆ ಆಹುತಿಯಾಗಿದ್ದಳು. ತರುವಾಯ ಪಾದ್ರಿಯ ಮೇಲೆ ಆರೋಪಣೆ ಮಾಡಲು ಹೊರಟಾಗ ಪಾಪಿಗಳನ್ನು ಮನ್ನಿಸುವುದು ದೈವಗುಣವೆಂದು ಚರ್ಚಿನ ಹಿರಿಯಾಧಿಕಾರಿಗಳು ಪುಸಲಾಯಿಸಿ ಪಾದ್ರಿಯ ಮಾನ-ಮರ್ಯಾದೆಗಳನ್ನು ಉಳಿಸಿದ್ದರು. ಇಂತಹ ಕಪಟ ಸನ್ಯಾಸಿಗಳು ಪಾಪವನ್ನು ಮನ್ನಿಸಬೇಕೆನ್ನುವ ಮಾತು ಅವಳಲ್ಲಿ ಕ್ರೋಧಾಗ್ನಿಯನ್ನು ಹಚ್ಚುತ್ತಿತ್ತು.

ಪ್ರದೀಪನು ಮೆಲುದನಿಯಲ್ಲಿ "ಪಾಪ-ಪುಣ್ಯ, ಸ್ವರ್ಗ-ನರಕಗಳ ಪ್ರಜ್ಞೆ ನಮ್ಮ ಧರ್ಮದಲ್ಲೂ ಇದೆ ಅನಿತಾ. ಕೆಟ್ಟ ಕೆಲಸ ಮಾಡುವವರಿಗೆ ಶಿಕ್ಷೆಯನ್ನು ನೀಡದ ದೇಶವಿಲ್ಲ; ಪ್ರಾಯಶ್ಚಿತ್ತವನ್ನು ಕೊಡದ ದೇವರಿಲ್ಲ" ಎನ್ನುತ್ತಾ "ಎಲ್ಲಿ ಕೆಟ್ಟವರಿರುತ್ತಾರೋ ಅದೇ ನರಕ. ಎಲ್ಲಿ ಒಳ್ಳೆಯವರಿರುತ್ತಾರೋ ಅದೇ ಸ್ವರ್ಗ." ಎಂದು ಸರ್ವಸಮ್ಮತ ಮಾನವೀಯ ವಾದ ಮಂಡಿಸಿದ. ಎಲ್ಲರೂ ಪ್ರದೀಪನ ಮಾತಿಗೆ ತಲೆದೂಗಿದರು. ಹೂಲಿಯೋ, ಅನಿತಾರಂತೂ ಬಹಳ

ಸಂತೋಷಗೊಂಡರು. ಪೆರು ದೇಶದ ಕೂಸ್ಕೋ ನಗರದ ಆಂಟೊನಿಯೋ-ಮಾಮಾಕುರರಂತೆ ಹೂಲಿಯೋ-ಅನಿತಾರೂ ಪಾಂಡವರಿಗೆ ಆಪ್ತಸ್ನೇಹಿತರಾದರು.

ಮಾರನೆಯ ದಿನ ಬಹಳ ಉತ್ಸುಕತೆಯಿಂದ ಹೂಲಿಯೋ-ಅನಿತಾರು ಪ್ರದೀಪ, ಸೆಲ್ವಮ್ ಮತ್ತು ರಾಜಬೀರರಿಗೆ ಮೆಹಿಕೊ ನಗರವನ್ನು ತೋರಿಸಲು ಮಾರ್ಗದರ್ಶಿಗಳಾಗಿ ಸಂಗಡ ಬಂದರು. ಮೊದಲು ಎಲ್ಲರೂ ಮೆಹಿಕೊ ನಗರದ ವಿಖ್ಯಾತ ಉದ್ಯಾನವನಕ್ಕೆ ಹೋಗಿ ಸ್ವಲ್ಪ ಸುತ್ತಾಡಿದ ನಂತರ, ಪಕ್ಕದಲ್ಲಿದ್ದ ಸುಪ್ರಸಿದ್ಧ ಮಾನವಶಾಸ್ತ್ರ ವಸ್ತು ಸಂಗ್ರಹಾಲಯಕ್ಕೆ ಹೋದರು. ಮಧ್ಯ ಅಮೇರಿಕಾದ ಪುರಾತನ ಸಾಮ್ರಾಜ್ಯಗಳ ಅವಶೇಷಗಳ ಪ್ರದರ್ಶನ ಮನಮುಟ್ಟುವಂತಿತ್ತು. ಮಾಯಾ, ಮತ್ತು ಆಜ್ಟೆಕ್ ಪುರಾತನ ನಗರಗಳ ಮೂರು ಆಯಾಮದ ಪಕ್ಷಿನೋಟ ಮಾದರಿಗಳು ಈ ವಸ್ತು ಸಂಗ್ರಹಾಲಯದ ಅದ್ಭುತ ಪ್ರದರ್ಶನಗಳು. ಹಾಳಾಗಿರುವ ಪ್ರಾಚೀನ ನಗರಗಳ ವೈಭವವನ್ನು ಮತ್ತು ವ್ಯಾಪಕತೆಯನ್ನು ಸಣ್ಣ ಪ್ರಮಾಣದಲ್ಲಿ ಕಣ್ಣಿಗೊಪ್ಪುವಂತೆ ನಿರೂಪಿಸಿರುವ ಈ ನಗರದ ಮಾದರಿಗಳನ್ನು ನೋಡುತ್ತಾ ಪಾಂಡವರೆಲ್ಲರೂ ಬೆರಗಾದರು. ಟಿಯೋಟೀವಕನ್ ನಗರ ಮಾದರಿಯನ್ನು ನೋಡಿದ ನಂತರ ನಿಜವಾದ ನಗರವನ್ನು ನೋಡುವ ಕುತೂಹಲ ಎಲ್ಲರಿಗೂ ಮೂಡಿತು. ಮೆಹಿಕೋ ನಗರದಿಂದ ಐವತ್ತು ಕಿಲೋಮೀಟರ್ ಉತ್ತರಕ್ಕಿರುವ ಟಿಯೋಟಿವಕನ್ ಅವಶೇಷ ನಗರಕ್ಕೆ ಹೋದರು.

ಟಿಯೋಟಿವಕನ್ ಅರ್ಥಾತ್ ದೇವನಗರ. ಇಪ್ಪತ್ತು ಚದರ ಮೈಲಿ ವಿಸ್ತಾರವಿರುವ ಟಿಯೋಟಿವಕನ್ ಅವಶೇಷ ನಗರದ ಅನ್ವೇಷಣೆ ಈಗಲೂ ಮುಂದುವರಿಯುತ್ತಿದೆ. ಎರಡು ಸಾವಿರ ವರ್ಷಗಳ ಹಿಂದೆ ನಿರ್ಮಿತವಾದ ಈ ನಗರದ ವಿನ್ಯಾಸ ಇಂದಿಗೂ ಆದರ್ಶಪ್ರಾಯವಾಗಿದೆ. ನಾಲ್ಕು ಕಿಲೋಮೀಟರ್ ಉದ್ದವಿರುವ "ಹಿರಿಯರ ಹಾದಿ" ಎಂಬ ಹೆಸರಿನ ರಸ್ತೆಯ ಅಕ್ಕಪಕ್ಕಗಳಲ್ಲಿ ಸೂರ್ಯ, ಚಂದ್ರ, ಮತ್ತಿತರ ನೂರಾರು ದೇವಾಲಯಗಳು ಸೋಪುರಗಳಾಗಿ ಮೈತಳೆದಿವೆ. ಬೆಟ್ಟದಂತಿರುವ ಸೂರ್ಯ ಸೋಪುರ ಪ್ರಪಂಚದ ಮೂರನೆಯ ಅತ್ಯಂತ ದೊಡ್ಡ ಸೋಪುರವೆಂದು ಖ್ಯಾತಿಯಾಗಿದೆ. ದೇವಾಲಯದ ಗೋಡೆಗಳ ಮೇಲೆ ಬಿಡಿಸಿರುವ ಭಿತ್ತಿಚಿತ್ರಗಳು ಪುರಾತನ ಕಥೆಗಳನ್ನು ಹೇಳುತ್ತಿವೆ. ಆಜ್ಟೆಕ್, ಟೋಲ್ಟೆಕ್, ಮಿಕ್ಸ್ಟೆಕ್ ಮತ್ತು ಮಾಯಾ ಜನಾಂಗದವರಿಗೆ

ಪುಣ್ಯಕ್ಷೇತ್ರವಾಗಿದ್ದ ಟಿಯೋಟಿವಕನ್ ನಗರ, ಪ್ರಬುದ್ಧಾವಸ್ಥೆಯಲ್ಲಿ ರೋಮ್ ನಗರದಷ್ಟೇ ಪ್ರಭಾವಪೂರ್ಣವಾಗಿತ್ತು.

ಹೂಲಿಯೋ-ಅನಿತಾರು ಎಲ್ಲವನ್ನು ತೋರಿಸುತ್ತಾ ವೀಕ್ಷಕ ವಿವರಣೆ ನೀಡುತ್ತಾ ನಯನವಿಹಾರವನ್ನು ವಿಜ್ಞಾನವಿಹಾರವನ್ನಾಗಿಸಿದ್ದರು. ಗೋಡೆಯ ಭಿತ್ತಿಚಿತ್ರಗಳಲ್ಲಿ ವ್ಯಕ್ತಪಡಿಸಿದ್ದ ನರಬಲಿಯ ದೃಶ್ಯವನ್ನು ಕಂಡು ಪ್ರದೀಪನು "ಆಜ್ಟೆಕ್ ರಾಜರು ದೇವರಿಗೆ ನರಬಲಿ ಕೊಡುತ್ತಿದ್ದುದು ನಿಜವೇ?" ಎಂದು ವಿಚಾರಿಸಿದಾಗ, ಹೂಲಿಯೋನು ಹೌದೆಂದು ತಲೆಯಾಡಿಸಿದ. ಸೆಲ್ವಮ್ ವಿಷಯವನ್ನು ಮುಂದುವರಿಸಿ "ಮಾಂಟೆಝೂಮಾ ಎಂಬ ದೊರೆ ಇಪ್ಪತ್ತು ಸಾವಿರ ಜನರನ್ನು ರಣದೇವತೆಗೆ ಬಲಿಕೊಟ್ಟನಂತೆ" ಎಂದು ತಿಳಿಸಿದಾಗ ಹೂಲಿಯೋ-ಅನಿತಾರಿಗೆ ನಿಜವಾಗಿಯೂ ಮುಜುಗರವಾಯಿತು. ಆಜ್ಟೆಕ್ ಮತ್ತು ಮಾಯಾ ಜನಾಂಗದವರು ಶತ್ರು ಸೈನಿಕರನ್ನು ದೇವರಿಗೆ ಬಲಿಕೊಡುತ್ತಿದ್ದುದು ಸತ್ಯಸಂಗತಿ. ನಿಜಾಂಶವನ್ನು ಅಲ್ಲಗಳೆಯದೇ ಅನಿತಾಳು, "ನರಬಲಿಯೊಂದೇ ಅಲ್ಲಾ, ಎಲ್ಲಾ ಪ್ರಾಣಿಬಲಿಗಳೂ ಅಮಾನುಷವೇ, ಅಸಹ್ಯವೇ. ಮಾಂಸಾಹಾರಕ್ಕಾಗಿ ಅಮಾಯಕ ಪ್ರಾಣಿಗಳನ್ನು ಕೊಲ್ಲುವುದು ಅಮಾನುಷವಲ್ಲವೇ?" ಎಂದು ಮರುಪ್ರಶ್ನಿಸಿದಳು.

ಅನಿತಾಳು ಚಿಕ್ಕಂದಿನಿಂದಲೂ ಸಸ್ಯಾಹಾರಿ. ಕಿರಿಯವಳಾಗಿದ್ದಾಗ ಒಮ್ಮೆ ಕಸಾಯಿಖಾನೆಯಲ್ಲಿ ಕಟುಕರು ಪ್ರಾಣಿಗಳನ್ನು ಕೊಲ್ಲುತ್ತಿದ್ದುದನ್ನು ನೋಡಿ ಜಿಗುಪ್ಸೆಗೊಂಡು ಅಂದಿನಿಂದ ಮಾಂಸಾಹಾರ ತ್ಯಜಿಸಿ ಅಪ್ಪಟ ಸಸ್ಯಾಹಾರಿಯಾಗಿದ್ದಳು. ಅನಿತಾಳ ಪ್ರಶ್ನೆ ಸರಿಯಾಗಿತ್ತು.

ಪ್ರಪಂಚದ ಎಲ್ಲಾ ಪ್ರಾಚೀನ ಸಂಸ್ಕೃತಿಗಳಲ್ಲಿ ನರಬಲಿ ಪ್ರಚಲಿತ. ಅದಲ್ಲದೆ ಸ್ವಯಂಪ್ರೇರಿತ ಆತ್ಮಾಹುತಿಯೂ ರೂಢಿಯಲ್ಲಿತ್ತು. ದೇವರಿಗೆ ತನ್ನ ಪ್ರಾಣ ಅರ್ಪಿಸಿದರೆ ಪರಲೋಕದಲ್ಲಿ ಉನ್ನತ ಸ್ಥಾನಮಾನಗಳು ಪ್ರಾಪ್ತಿಯಾಗುವುದೆಂದು ಹಲವಾರು ಜನಾಂಗಗಳು ಯುವಕರನ್ನು ಆತ್ಮಾಹುತಿಗೆ ಪ್ರೇರೇಪಿಸುತ್ತಿದ್ದವು. ಈಗಿನ ಯುಗದಲ್ಲಿ ಅಲ್-ಖಯಿದಾ ಸಂಸ್ಥೆಗಳು ಯುವಕರನ್ನು ಆತ್ಮಾಹುತಿಗೆ ಉತ್ತೇಜಿಸಿ ಶತ್ರುಗಳ ಮೇಲೆ ದಾಳಿ ನಡೆಸುವ ಯೋಜನೆಗಳು, ಹಿಂದಿನ ಕಾಲದ ಆತ್ಮಾಹುತಿ ಕಾರ್ಯಾಚರಣೆಗಳಿಗೆ ಸಾದೃಶ್ಯವಾಗಿವೆ.

"ಸ್ವಂತ ಮಗನನ್ನು ಬಲಿ ಕೊಡುವ ತಂದೆಯ ಬಗ್ಗೆ ನಿಮ್ಮ ಅನಿಸಿಕೆ ಏನು?" ಹೂಲಿಯೋ ಪಾಂಡವರಿಗೊಂದು ಕಠೋರ ಪ್ರಶ್ನೆ ಹಾಕಿದ.

"ಅವನು ತಂದೆಯಲ್ಲಾ, ರಾಕ್ಷಸ" ಎಂದು ಸೆಲ್ವಮ್, "ಪರಮಪಾಪಿ" ಎಂದು ರಾಜಬೀರನು, ಮತ್ತು "ಯಾವ ಹೆತ್ತ ತಂದೆಯೂ ಸ್ವಂತ ಮಗನನ್ನು ಬಲಿ ಕೊಡುವುದಿಲ್ಲಾ" ಎಂದು ಪ್ರದೀಪನೂ ತಮ್ಮ ನಿರ್ಣಯ ಮಂಡಿಸಿದರು.

ಅನಿತಾಳು ನಗುತ್ತಾ "ದಯಾಮಯನಾದ ದೇವರೇ ಮಗನನ್ನು ಬಲಿಕೊಟ್ಟಿದ್ದಾನೆ. ನಂಬ್ತೀರಾ?" ಎಂದು ಸವಾಲು ಹಾಕಿದಾಗ ಪ್ರದೀಪನು ಹಿಂದುಮುಂದು ನೋಡದೆ" ಅವನು ದೇವರಲ್ಲಾ, ದೆವ್ವಾ" ಎಂದು ಭರ್ತ್ಸನೆ ಮಾಡಿ "ಯಾವ ದೇಶದ ದೇವರಪ್ಪ ಅವನು? ಎಂದು ಪ್ರಶ್ನಿಸಿದಾಗ, ಹೆಂಡತಿಯ ಮಾತನ್ನು ಅನುಮೋದಿಸುತ್ತಾ ಹೂಲಿಯೋನು, "ಕ್ರಿಶ್ಚಿಯನ್ ದೇವರು" ಎಂದು ಅಣಕಿಸಿದ. ಪಾಂಡವರೆಲ್ಲರೂ ಆಶ್ಚರ್ಯದಿಂದ ಆಲಿಸುತ್ತಿರುವಾಗ ಅನಿತಾಳು ಸತ್ಯವೇದದ ಸಾರಾಂಶ ವಿಮರ್ಶಿಸುತ್ತಾ, "ಕ್ರೈಸ್ತ ಧರ್ಮದ ಪ್ರಕಾರ ಪಾಪಿಗಳನ್ನು ಉದ್ಧಾರ ಮಾಡುವುದಕ್ಕೋಸ್ಕರ ದೇವರು ತನ್ನ ಏಕೈಕ ಸ್ವಂತ ಮಗನಾದ ಏಸು ಕ್ರಿಸ್ತನನ್ನೇ ಬಲಿ ತೆಗೆದುಕೊಂಡ. ಬೈಬಲ್ ಓದಿ. ಇಲ್ಲಾ ಪಾದ್ರಿಗಳನ್ನು ಕೇಳಿ ಹೇಳ್ತಾರೆ" ಎಂದು ಬೈಬಲ್ಲಿನ ನರಬಲಿಯನ್ನು ವಿವರಿಸಿದಳು. ಏಸು ಕ್ರಿಸ್ತನನ್ನು ಕೊಂದವರು ಯಹೂದಿಗಳೆಂದೂ, ಕ್ರಿಸ್ತನನ್ನು ಶಿಲುಬೆಗೆ ಏರಿಸಿದ್ದು ಮಹಾಪರಾಧವೆಂದೂ, ತಿಳಿದಿದ್ದ ಪಾಂಡವರು ಬೈಬಲ್ಲಿನ ಪರ್ಯಾಯ ವಿವರಣೆ ಕೇಳಿ ಕಕ್ಕಾಬಿಕ್ಕಿಯಾದರು.

"ಬೇಲಿಯೇ ಎದ್ದು ಹೊಲವನ್ನು ಮೇಯ್ದಂತೆ, ತಂದೆಯೇ ಮಗನನ್ನು ಕೊಂದರೆ, ಪಾಪಿಗಳನ್ನು ಉದ್ಧಾರ ಮಾಡಲು ದೇವರೇ ಪುಣ್ಯವಂತರನ್ನು ಬಲಿ ತೆಗೆದುಕೊಂಡರೆ, ಈ ಜಗತ್ತನ್ನು ಕಾಯುವವರು ಯಾರು? ದೇವರಿಗೆ ಬಲಿ ಯಾಕೆ ಬೇಕು?" ಇಂತಹ ಚಿಂತನಗಳೇ ಕ್ರಿಶ್ಚಿಯನ್ ದೇಶಗಳಲ್ಲಿ ಚಾರ್ವಾಕ ಸಿದ್ಧಾಂತಕ್ಕೆ ಪ್ರೇರೇಪಣೆಯನ್ನು ನೀಡಿದೆ.

ಧಾರ್ಮಿಕ ಸಂಭಾಷಣೆಯಲ್ಲಿ ತೊಡಗಿ ಸೂರ್ಯ ಸೋಪುರವನ್ನು ಹತ್ತುತ್ತಾ ಮೇಲೇರಿದ ಪಾಂಡವರಿಗೆ ಅಲ್ಲಿ ಬಿಳಿಸೀರೆಯನ್ನುಟ್ಟುಕೊಂಡಿದ್ದ ಹಲವಾರು ಭಾರತೀಯ ಹಾಗೂ ವಿದೇಶಿ ಮಹಿಳೆಯರನ್ನು ಕಂಡು ವಿಸ್ಮಯವಾಯಿತು.

ಸಮೀಪಿಸುತ್ತಿದ್ದಂತೆ ಅವರ 'ಓಂ ಶಾಂತಿ' ಲಾಂಛನ ಕಂಡು ಪ್ರದೀಪನಿಗೆ ಅವರು ಬ್ರಹ್ಮಕುಮಾರಿ ಈಶ್ವರ ವಿಶ್ವವಿದ್ಯಾನಿಲಯದ ಅನುಯಾಯಿಗಳೆಂದು ಅರಿವಾಯಿತು. ಮೊದಲು ಪ್ರದೀಪನೇ "ಓಂ ಶಾಂತಿ" ಎನ್ನುತ್ತಾ ನಮಸ್ಕರಿಸಿದಾಗ, ಭಾರತೀಯರನ್ನು ಕಂಡು ಅವರಿಗೂ ಅಷ್ಟೇ ಸಂತೋಷವಾಯಿತು. ಪರಸ್ಪರ ಎಲ್ಲರ ಪರಿಚಯವಾದ ನಂತರ, ಪ್ರದೀಪನು ವೈದ್ಯ ಪಂಡಿತನೆಂದು ತಿಳಿದ ನಂತರ ಆ ಬ್ರಹ್ಮ ಕುಮಾರಿಯರು, ಮೆಹಿಕೊ ನಗರದಲ್ಲಿರುವ ರಾಜಯೋಗ ಕೇಂದ್ರಕ್ಕೆ ಭೇಟಿ ಕೊಡಬೇಕೆಂದು, ಎಲ್ಲರಿಗೂ ಆಹ್ವಾನ ನೀಡಿದರು. ಹೂಲಿಯೋ–ಅನಿತಾರಿಗೆ ಮೆಹಿಕೊ ನಗರದ ಹರೆ ಕೃಷ್ಣ ಪಂಥದವರು, ಸಾಯಿಬಾಬಾ ಭಕ್ತರು, ಸಿದ್ಧ ಯೋಗ ಸಂಸ್ಥೆಯವರು ಹಾಗೂ ಇನ್ನಿತರೆ ಭಾರತೀಯ ಸಂಘ ಸಂಸ್ಥೆಗಳ ಬಗ್ಗೆ ಗೊತ್ತಿದ್ದರೂ, ಬ್ರಹ್ಮಕುಮಾರಿಯರನ್ನು ಭೇಟಿಯಾಗಿದ್ದು ಇದೇ ಮೊದಲ ಸಾರಿಯಾಗಿತ್ತು. ಅನಿತಾಳಿಗೆ ಭಾರತ ಧಾರ್ಮಿಕ ಸಂಸ್ಥೆಗಳಲ್ಲಿ ಕಂಡು ಬಂದ ವಿಶೇಷವೆಂದರೆ ಸಸ್ಯಾಹಾರ ಬೋಧನೆ.

"ಯಾಕೆ ನೀವು ಸಸ್ಯಾಹಾರ ಶ್ರೇಷ್ಠ ಎನ್ನುತ್ತೀರಿ?" ಎಂದು ಅನಿತಾಳು ಬ್ರಹ್ಮಕುಮಾರಿಯರನ್ನು ಪ್ರಶ್ನಿಸಿದಳು.

"ಸಸ್ಯಾಹಾರ ಸಾತ್ವಿಕ ಆಹಾರ. ಮನೋದ್ರೇಕ ಗೊಳಿಸುವುದಿಲ್ಲ. ಯೋಗಸಾಧನೆಯ ಸಮಯದಲ್ಲಿ ಮನೋನಿಯಂತ್ರಣಕ್ಕೆ ಸಹಾಯವಾಗುತ್ತದೆ. ಮೇಲಾಗಿ ದೇಹಾರೋಗ್ಯವೂ ಸುಧಾರಿಸುತ್ತದೆ" ಎಂದು ಬ್ರಹ್ಮಕುಮಾರಿ ಗೀತಾಬೆಹೆನ್ ಉತ್ತರಿಸಿದಳು.

ಜೊತೆಯಲ್ಲಿದ್ದ ಸುಮನಾಬೆಹನ್ ವಿವರಣೆಯನ್ನು ಮುಂದುವರಿಸುತ್ತಾ "ನಿಮಗೆ ಗೊತ್ತೆ. ಸರಾಸರಿ ಪ್ರತಿಯೊಬ್ಬ ಮಾಂಸಾಹಾರಿ ತನ್ನ ಜೀವಮಾನದಲ್ಲಿ ಹನ್ನೆರಡು ಹಸುಗಳನ್ನು, ಇನ್ನೂರು ಕುರಿಗಳನ್ನು, ಮೂರು ಸಾವಿರ ಕೋಳಿಗಳನ್ನು, ತಿನ್ನುತ್ತಾನೆ. ನೀವೇ ಊಹಿಸಿ ಸಸ್ಯಾಹಾರಿಯಾದರೆ ಅದೆಷ್ಟು ಪ್ರಾಣಿಗಳ ಹಿಂಸೆಯನ್ನ ನಿಲ್ಲಿಸಬಹುದು" ಎಂದು ಸಂಖ್ಯೆಗಳ ಮೂಲಕ ಅಹಿಂಸಾ ತತ್ವವನ್ನು ಅಳೆದಳು.

ಮತ್ತೊಬ್ಬ ಬ್ರಹ್ಮಕುಮಾರಿ ಜಾನಕಿ ಬೆಹೆನ್ "ಸಸ್ಯಾಹಾರದಿಂದ ಪರಿಸರ ಸಂರಕ್ಷಣೆಯಾಗುತ್ತದೆ. ಭೂಮಿಯ ಬಿಸಿ ತಗ್ಗುತ್ತದೆ" ಎಂದು ಸಸ್ಯಾಹಾರದ ಜಾಗತಿಕ ಸತ್ಪರಿಣಾಮವನ್ನು ಬೆಳಕಿಗೆ ತಂದಳು.

ಬ್ರಹ್ಮಕುಮಾರಿಯರ ಸಸ್ಯಾಹಾರಿಕ ಉವಾಚಗಳಿಂದ ಸ್ಫೂರ್ತಿಗೊಂಡ ಅನಿತಾಳು "ಮಾಂಸಾಹಾರ ಅನಾಗರಿಕ. ಸಸ್ಯಾಹಾರ ನಾಗರಿಕ" ಎಂದು ತನ್ನ ನಿರ್ಣಯವನ್ನು ಮಂಡಿಸಿದಳು.

ಅನಿತಾಳ ಮಾತುಕೇಳಿ ಬ್ರಹ್ಮಕುಮಾರಿಯರೆಲ್ಲಾ ಸಂತಸಗೊಂಡು "ನಿಮ್ಮಂತಹ ಪ್ರಜ್ಞಾವಂತರೇ ನಿಜವಾದ ವಿದ್ಯಾವಂತರು" ಎಂದು ಆಕೆಯನ್ನು ಕೊಂಡಾಡಿದರು. ಸುಮ್ಮನಿರಲಾರದ ಪ್ರದೀಪನು "ನಾನೂ ಸಸ್ಯಾಹಾರಿಯೇ. ನಾನೂ ವಿದ್ಯಾವಂತನೇ" ಎಂದು ಹಾಸ್ಯಕ್ಕಾಗಿ ಜಂಬ ಕೊಚ್ಚಿದಾಗ, ರಾಜಬೀರನು "ವೈದ್ಯ ಪಂಡಿತ" ಎಂದು ಎಲ್ಲರಿಗೂ ಒತ್ತಿಹೇಳಿದ. ಎಲ್ಲರೂ ನಕ್ಕು ಸುಮ್ಮನಾದರು.

ಸೂರ್ಯನ ಸೋಪುರದ ಮೇಲಿಂದ ಇಡೀ ಟಿಯೋಟಿವಕನ್ ನಗರ ಮತ್ತು ಸುತ್ತಲೂ ಇರುವ ಸಿಯೆರಾ ಪರ್ವತಗಳ ವಿಹಂಗಮ ನೋಟದ ಹಿನ್ನೆಲೆಯಲ್ಲಿ ಬ್ರಹ್ಮಕುಮಾರಿಯರೊಡನೆ ಪಾಂಡವರು ಮತ್ತು ಹೂಲಿಯೋ-ಅನಿತಾರು ಹಲವಾರು ಚಿತ್ರಗಳನ್ನು ತೆಗೆದುಕೊಂಡರು. ಕೊನೆಯಲ್ಲಿ ಬೀಳ್ಕೊಡುವಾಗ ಬ್ರಹ್ಮಕುಮಾರಿಯರು ಎಲ್ಲರನ್ನೂ ತಮ್ಮ ರಾಜಯೋಗ ಕೇಂದ್ರಕ್ಕೆ ಆಹ್ವಾನಿಸಿ, ಅನಿತಾಳಿಗೆ ಕಿವಿಮಾತಿನಲ್ಲಿ ವಿಶೇಷ ಆಹ್ವಾನವಿತ್ತು, ಮರೆಯಾದರು. ರಾಜಯೋಗ ಕೇಂದ್ರಕ್ಕೆ ಭೇಟಿ ನೀಡಬೇಕೆಂದು ಪ್ರದೀಪನು ಮನಸ್ಸು ಮಾಡಿಕೊಂಡ.

ಸಂಜೆ ಮನೆಗೆ ಹಿಂತಿರುಗಿದಾಗ ಅರ್ಜುನ ಮತ್ತು ವಿಜಯನ್ನರು ಮನೆಗೆ ಬಂದಿದ್ದರು. ಇಬ್ಬರ ಮುಖದಲ್ಲಿ ಬಳಲಿಕೆ ಇದ್ದರೂ ಸುಖಾನುಭವದ ಸಂತೃಪ್ತಿಯಿತ್ತು. ಕಾರ್ಲೋಸ ಇಲ್ಲದಿದ್ದುದನ್ನು ಕಂಡು ಪ್ರದೀಪನು ವಿಚಾರಿಸಿದಾಗ ಅರ್ಜುನ "ಆ ಮಾರಾಯಾ ಇನ್ನೂ ಮೂರುದಿನ ಸೀನಿಯೋರೀಟಾ ಮನೆಯಲ್ಲಿಯೇ ಇರ್ತಾನಂತೆ" ಎಂದು ತಿಳಿಸಿದ. ತರುವಾಯ ಅರ್ಜುನ-ವಿಜಯನ್ನರು ಮೆಹಿಕೊ ನಗರದಲ್ಲಿ ಪ್ರೇಮ ವಿಹಾರಕ್ಕೆ ಹೆಸರಾಗಿರುವ ಸೋಚಿಮಿಲ್ಕೋ ವನದಲ್ಲಿ ಮೆಹಿಕೊ ವನಿತೆಯರೊಡನೆ ಪ್ರಣಯಾರಾಧನೆಯನ್ನು ಮಾಡಿದ ಕಥೆಯನ್ನು ಮಿತ್ರರಿಗೆ ತಿಳಿಸಿದರು. ವಿಜಯನು "ಪ್ರದೀಪ್, ನಿಜವಾಗಲೂ ಮೆಹಿಕೋ ನಗರ ಅಪ್ಸರೆಯರ ಅಮರಾವತಿ" ಎಂದು ಹೊಗಳಿದ. ಮುಖಚಹರೆಯಲ್ಲಿ ಭಾರತೀಯರನ್ನು ಹೋಲುವ ಮೆಹಿಕೊ ರಮಣೀಯರು ಪ್ರೇಮದಾಸಿಯರಾಗಿ ಪ್ರಸಿದ್ಧರಾಗಿದ್ದಾರೆ. ರಷ್ಯಾ ದೇಶದ ಸಮತಾವಾದ ಕ್ರಾಂತಿಯ ರೂವಾರಿಯಾಗಿದ್ದ ಟ್ರಾಟ್ಸ್ಕಿ,

ಅಕ್ಟೋಬರ್ ಕ್ರಾಂತಿಯ ನಂತರ ತನ್ನ ಸಮಕಾಲೀನ ಸ್ಟಾಲಿನ್ನನ ಕಾಟ ತಡೆಯಲಾರದೆ ತಲೆ ಮರೆಸಿಕೊಳ್ಳಲು ಮೆಹಿಕೋ ನಗರಕ್ಕೆ ಬಂದು ನೆಲಸಿದ್ದ. ಟ್ರಾಸ್ಕಿ ಮೆಹಿಕೋ ರಮಣೀಯರನ್ನು ಪ್ರಣಯದೇವತೆಗಳೆಂದು ಪ್ರಶಂಸಿಸಿದ್ದಾನೆ.

ಮಾರನೆಯ ದಿನ ಅರ್ಜುನನ ನೇತೃತ್ವದಲ್ಲಿ ಮೆಹಿಕೊ ನಗರ ದರ್ಶನಕ್ಕೆ ಪಾಂಡವರೆಲ್ಲರೂ ಸಿದ್ಧರಾದರು. ಅದೇ ಸಮಯಕ್ಕೆ ಅನಿತಾಳು ಬಂದು ರಾಜಯೋಗ ಕೇಂದ್ರಕ್ಕೆ ಹೋಗುವ ಆಸೆಯನ್ನು ತಿಳಿಸಿ "ನನಗೆ ಜೊತೆ ಬೇಕು. ಯಾರು ಬರ್ತೀರಾ?" ಎಂದು ಕೇಳಿದಾಗ ಮದುವೆಯಾಗಿ ಗಂಡನೊಡನಿರುವ ಮನೆಯೊಡತಿಯೊಡನೆ ಸಂಗಾತಿಯಾಗಿ ಹೋಗುವುದು ಹಣದ ನಷ್ಟಕ್ಕೊಂದು ದಾರಿ ಎಂದು ಭಾವಿಸಿ ಯಾರೂ ಉತ್ತರಿಸದಿದ್ದಾಗ, ಅನಿತಾಳ ಭಾರತಪ್ರೀತಿಗೆ ಮಣಿದು ಪ್ರದೀಪ ಕುಮಾರ, "ನಾನು ಬರುತ್ತೇನೆ" ಎಂದ. ಅರ್ಜುನನು ಸ್ವಲ್ಪ ಹಾಸ್ಯಮಯವಾಗಿಯೇ. "ಅನಿತಾ, ಪ್ರದೀಪ ಕುಮಾರ್ ಧರ್ಮರಾಯನಂತಹ ಮನುಷ್ಯ" ಎಂದು ಗುಣಗಾನ ಮಾಡಿದ. ಅಂತೂ ಪ್ರದೀಪನೊಂದು ಕಡೆ, ಉಳಿದ ಪಾಂಡವರೊಂದು ಕಡೆ ನಗರ ವಿಹಾರಕ್ಕೆ ಹೊರಟರು.

ಮೆಹಿಕೊ ನಗರದ ರಾಜಯೋಗ ಕೇಂದ್ರಕ್ಕೆ ಅನಿತಾ ಮತ್ತು ಪ್ರದೀಪರು ಬಂದದ್ದನ್ನು ಕಂಡು ಕೇಂದ್ರದ ಸಂಚಾಲಕಿ ಗೀತಾಬೆಹೆನ್ ಬಹಳ ಸಂತೋಷದಿಂದ ಬರ ಮಾಡಿಕೊಂಡಳು. ಸರಳತೆ, ಸುವ್ಯವಸ್ಥೆ ಮತ್ತು ಶಿಸ್ತು ರಾಜಯೋಗದ ಪೀಠಿಕೆಗಳು. ಧ್ಯಾನ ಮಂದಿರವನ್ನು ಕಂಡು ಪ್ರದೀಪನು ನಿಜವಾಗಿಯೂ ಬೆರಗಾದ. ಅಷ್ಟು ಚೊಕ್ಕವಾಗಿ, ಶುಭ್ರವಾಗಿ, ಶಾಂತಿಯುತವಾಗಿತ್ತು. ಕೇಂದ್ರವನ್ನೆಲ್ಲಾ ತೋರಿಸಿದ ನಂತರ ಗೀತಾಬೆಹೆನ್, ಅನಿತಾ–ಪ್ರದೀಪರಿಗೆ ಮೆಹಿಕೊ ನಗರದ ಪ್ರಸಿದ್ಧ ಮನೋವೈದ್ಯರಾದ ಎನ್ರೀಕೆ ವಿಲ್ಲಾಕ್ರೆಸ್ ಎಂಬುವರನ್ನು ಪರಿಚಯ ಮಾಡಿಸಿದಳು.

ವಿಲ್ಲಾಕ್ರೆಸ್‌ರವರು ಅಮೇರಿಕಾದ ವಿಸ್ಕಾಂಸಿನ್ ವೈದ್ಯಕೀಯ ಮಹಾವಿದ್ಯಾಲಯದಲ್ಲಿ ವೈದ್ಯ ಪಂಡಿತರಾಗಿ, ಕ್ಯಾಲಿಫ಼ೋರ್ನಿಯದಲ್ಲಿ ಹಾಗೂ ಮೆಹಿಕೋ ನಗರಗಳಲ್ಲಿ ಮನೋವೈದ್ಯ ಸಲಹಾಧಿಕಾರಿಯಾಗಿ ಕೆಲಸ ಮಾಡುತ್ತಿದ್ದರು. ವಿಲ್ಲಕ್ರೆಸ್‌ರವರು ಲಾಸ್ ಏಂಜಲೀಸ್‌ನ ದಕ್ಷಿಣಾ ಕ್ಯಾಲಿಫ಼ೋರ್ನಿಯಾ ವಿಶ್ವವಿದ್ಯಾನಿಲಯದ ವೈದ್ಯಕೀಯ ಶಾಲೆಯಲ್ಲಿ ಯೋಗಾಭ್ಯಾಸದ ಬಗ್ಗೆ ಆಳ ಅಧ್ಯಯನ ಮಾಡಿ, ದೇಹಾರೋಗ್ಯದ ಮೇಲೆ ವಿವಿಧ ಯೋಗಾಸನಗಳ ಪರಿಣಾಮವನ್ನು ಕ್ರಿಯಾತ್ಮಕವಾಗಿ ವಿಶ್ಲೇಷಿಸಿ,

ಯೋಗಸಾಧನೆಯನ್ನು ಮಾಡಿದ್ದರು. ಕರ್ನಾಟಕದ ವಿಶ್ವವಿಖ್ಯಾತ ಯೋಗಾಚಾರ್ಯರಾದ ಶ್ರೀ ಬಿ.ಕೆ.ಎಸ್. ಐಯ್ಯಂಗಾರರ ಶಿಷ್ಯರಾಗಿ ಯೋಗಾಧ್ಯಯನ ಮಾಡಿದ್ದರು. ಬೆಂಗಳೂರಿನ ರಾಷ್ಟ್ರೀಯ ನರ ವಿಜ್ಞಾನ ಮತ್ತು ಮಾನಸಿಕ ಆರೋಗ್ಯ ಕೇಂದ್ರಕ್ಕೂ ಭೇಟಿ ನೀಡಿದ್ದರು. ಪ್ರದೀಪನು ಬೆಂಗಳೂರಿನ ವೈದ್ಯ ಪಂಡಿತನೆಂದು ತಿಳಿದು, ವಿಲ್ಲಕ್ರೆಸ್ಸ್ ಅವನನ್ನು ಬಹಳ ಪ್ರೀತಿ ವಿಶ್ವಾಸದಿಂದ ಹಳೆಯ ಸ್ನೇಹಿತನೆಂಬಂತೆ ಆದರಿಸಿದನು. ರಾಜಯೋಗ ಕೇಂದ್ರದ ಪಕ್ಕದಲ್ಲಿಯೇ ವಿಲ್ಲಾಕ್ರೆಸ್‌ರ ಮನೋರೋಗ ಚಿಕಿತ್ಸಾಲಯವಿತ್ತು. ಹಾಗೆಯೇ ಲೋಕಾಭಿರಾಮವಾಗಿ ಮಾತನಾಡುತ್ತ, ವಿಲ್ಲಕ್ರೆಸ್ಸ್ ಪ್ರದೀಪನನ್ನು ತಮ್ಮ ಚಿಕಿತ್ಸಾಲಯಕ್ಕೆ ಕರೆದುಕೊಂಡು ಹೋದರು. ವಿಲ್ಲಾಕ್ರೆಸ್ಸರ ಕಚೇರಿಯಲ್ಲಿ ಭಗವಾನ್ ಶ್ರೀಕೃಷ್ಣನು ಅರ್ಜುನನಿಗೆ ಭಗವದ್ಗೀತೆಯನ್ನು ಬೋಧಿಸುತ್ತಿರುವ ದೊಡ್ಡ ಪಟವನ್ನು ಕಂಡು ವಿಸ್ಮಯಗೊಂಡ ಪ್ರದೀಪನು ವಿಲ್ಲಾಕ್ರೆಸ್ಸರನ್ನು, "ವೈದ್ಯ ಪಂಡಿತರೆ, ಚಿಕಿತ್ಸಾಲಯದಲ್ಲಿ ಭಗವದ್ಗೀತೆಯ ಔಚಿತ್ಯವೇನು?" ಎಂದು ಕೇಳಿದ.

"ಭಗವಾನ್ ಶ್ರೀ ಕೃಷ್ಣನೇ ಮಹಾನ್ ವೈದ್ಯ. ಬಂಧು ವ್ಯಾಮೋಹದಿಂದ ಅರ್ಜುನನು ಕರ್ತವ್ಯ ಭ್ರಷ್ಟನಾಗಿ ಮನೋರೋಗಿಯಾಗಿ ಕೊರಗುತ್ತಿದ್ದಾಗ, ಜೀವಾತ್ಮ ಅಮರವೆಂದೂ, ದೇಹಬುದ್ಧಿ ಮಾಯೆಯೆಂದೂ, ಸರ್ವಾಂತರ್ಯಾಮಿಯಾದ ಪರಮಾತ್ಮನೇ ಸಕಲ ಜೀವಕೋಟಿಯ ಕಾರ್ಯಾಚರಣೆಗಳಿಗೆ ಮೂಲ ಕಾರಣನೆಂದೂ ತಿಳಿಸಿ, ಕೊನೆಯಲ್ಲಿ ವಿಶ್ವದರ್ಶನದ ಮೂಲಕ, ಪಾರ್ಥನ ರೋಗೋಪಶಮನ ಮಾಡಿದ, ಶ್ರೀಕೃಷ್ಣ ಪರಮಾತ್ಮನೇ ಆದಿ ಮನೋವೈದ್ಯ" ಎಂದು ವಿಲ್ಲಕೆಸ್ಸ್ ವಿವರಿಸಿದಾಗ, ಅವರ ಬಾಯಿಯಲ್ಲಿ ಭಗವದ್ವಾಣಿಯನ್ನು ಕೇಳಿ, ಪ್ರದೀಪನು ಪಾರ್ಥನಂತೆ ಪರವಶನಾಗಿ ಹೋದ.

ಇತ್ತ ಅನಿತಾಳು ಬ್ರಹ್ಮಕುಮಾರಿಯರೊಡನೆ ಬೆರೆತು ತಾನೂ ಬ್ರಹ್ಮಕುಮಾರಿಯಾಗಿ ಹೋದಳು. ಮಹಿಳೆಯರೇ ಪ್ರಧಾನವಾಗಿ ಕಾರ್ಯನಿರ್ವಾಹಕರಾಗಿರುವ ರಾಜಯೋಗ ಕೇಂದ್ರದ ವ್ಯವಸ್ಥೆ-ಚಟುವಟಿಕೆಗಳು ಅನಿತಾಳಿಗೆ ಬಹಳ ಮೆಚ್ಚುಗೆಯಾದವು. ಅಹಿಂಸೆ-ಸತ್ಯಾನ್ವೇಷಣೆ-ಸ್ತ್ರೀವಿಮೋಚನಾ ತತ್ವಗಳು ಮತ್ತು ಯೋಜನೆಗಳು ಅನಿತಾಳ ಮನಸ್ಸನ್ನು ಸೆರೆಹಿಡಿದವು. ರಾಜಯೋಗ ಕೇಂದ್ರಕ್ಕೆ ಸದಸ್ಯೆಯಾಗಲು ನಿರ್ಧರಿಸಿದಳು.

ಆ ದಿನ ಮಧ್ಯಾಹ್ನ ರಾಜಯೋಗ ಕೇಂದ್ರದಿಂದ ಮೆಹಿಕೊ ನಗರದ ಅನತಿ ದೂರದಲ್ಲಿರುವ ಮೊರೇಲಿಯ ಎಂಬ ಊರಿನ ಬಳಿ ಇರುವ ರೋಸಾರಿಯೋ

ಮೋನಾರ್ಕ್ ಚಿಟ್ಟೆಯ ಪಟ್ಟಣಕ್ಕೆ ಪ್ರವಾಸ ಯೋಜಿಸಿದ್ದರು. ಬ್ರಹ್ಮಕುಮಾರಿಯರು ಅನಿತಾ ಮತ್ತು ಪ್ರದೀಪರನ್ನೂ ತಮ್ಮ ಜೊತೆ ಬರಲು ಆಹ್ವಾನಿಸಿದರು. ಇಬ್ಬರೂ ಅವರೊಡನೆ ಅನಿರೀಕ್ಷಿತ ಪ್ರವಾಸಕ್ಕೆ ಹೊರಟರು.

ಮೋನಾರ್ಕ್ ಬಣ್ಣದ ಚಿಟ್ಟೆ ಉತ್ತರ ಅಮೇರಿಕಾ ಖಂಡದ ಅದ್ಭುತ ಕೀಟ. ವಸಂತ–ಬೇಸಿಗೆ–ಮಾಗಿಯ ಋತುಗಳಲ್ಲಿ ಕೆನಡಾ ಮತ್ತು ಅಮೇರಿಕಾ ದೇಶಗಳಲ್ಲಿ ಮೊಟ್ಟೆಯಿಂದ ಚಿಟ್ಟೆಯಾಗುವವರೆಗೂ ಜೀವನವನ್ನು ಸಾಗಿಸುತ್ತದೆ. ಅನಂತರ ಚಳಿಗಾಲದ ಕಾಟದಿಂದ ತಪ್ಪಿಸಿಕೊಳ್ಳಲು ಬೆಚ್ಚನೆಯ ವಾತಾವರಣವಿರುವ ಮೆಹಿಕೋ ದೇಶದ ಮಿಚೋಕನ್ ಸಂಸ್ಥಾನದಲ್ಲಿರುವ ಅಂಗಾಂಗೋ ಕಣಿವೆಯ ಗೊಂಡಾರಣ್ಯಕ್ಕೆ ವಲಸೆ ಹೋಗುತ್ತವೆ. ಕೇವಲ ಎರಡು ಗ್ರಾಮ್ ಗಾತ್ರದ ಸೂಕ್ಷ್ಮ ಕೀಟವೊಂದು, ಐದು ಸಾವಿರ ಕಿಲೋಮೀಟರ್ ದೂರದಲ್ಲಿರುವ, ಹಿಂದೆ ಎಂದೂ ನೋಡದ ಜಾಗಕ್ಕೆ ನಿಖರವಾಗಿ ಪ್ರಯಾಣ ಮಾಡಿ, ನಿರ್ದಿಷ್ಟ ಸಮಯಕ್ಕೆ ಬಂದು ಸೇರುವುದು ಜೀವಶಾಸ್ತ್ರದ ಒಂದು ಅದ್ಭುತವಾಗಿದೆ. ಪ್ರತಿ ವರ್ಷ ಮೂವತ್ತು ಕೋಟಿ ಮೋನಾರ್ಕ್ ಚಿಟ್ಟೆಗಳು, ನವೆಂಬರ್ ತಿಂಗಳಿಂದ ಮಾರ್ಚ್ ತಿಂಗಳವರೆಗೂ ಅಂಗಾಂಗೋ ಅರಣ್ಯದ ಹನ್ನೆರಡು ವಿವಿಧ ತಾಣಗಳಲ್ಲಿ ಶಂಕುಪಲಿ ಮರಗಳ ಕೊಂಬೆಗಳಲ್ಲಿ ಬೀಡುಬಿಟ್ಟು ಚಳಿಗಾಳಿಗಳಿಂದ ರಕ್ಷಣೆ ಪಡೆಯುತ್ತವೆ. ಚಿಟ್ಟೆಗಳೇ ಮರದ ಎಲೆಗಳಾಗಿ ಕಾಣುತ್ತವೆ. ಇಡೀ ವೃಕ್ಷ ಹಸಿರು ಬಣ್ಣದಿಂದ ಹಳದಿ ಬಣ್ಣಕ್ಕೆ ತಿರುಗುತ್ತದೆ. ಮೋನಾರ್ಕ್–ಶಂಕುಪಲಿಗಳ ಸಂಬಂಧ ಕೋಗಿಲೆ–ಮಾಮರಗಳ ಸಂಬಂಧದ ಹಾಗೆ ಹೃದಯಂಗಮವಾಗಿದೆ.

ಮೂವತ್ತು ವರ್ಷಗಳ ಹಿಂದೆ ಈ ಕೀಟಧಾಮವನ್ನು ಅನ್ವೇಷಣೆ ಮಾಡಿದವರು ಅಮೇರಿಕಾದ ಕೆನ್ ಮತ್ತು ಕ್ಯಾಥಿ ಬ್ರೂಗರ್ ದಂಪತಿಗಳು; ಅವರಿಗೆ ಮಾರ್ಗದರ್ಶನ ನೀಡಿದವರು ಕೆನಡಾದ ಫ್ರೆಡ್ ಮತ್ತು ನೋರಾ ಅರ್ಕ್ವಾರ್ಟ್ ದಂಪತಿಗಳು. ಅಂದಿನಿಂದ ಮಾನಾರ್ಕ್ ಚಿಟ್ಟೆಗಳಿಗೆ ಕುಂಭಮೇಳದಂತಿರುವ ಅಂಗಾಂಗೋ ಕಣಿವೆ ಕೀಟಶಾಸ್ತ್ರಿಗಳಿಗೆ ವಾರಣಾಸಿಯಾಗಿದೆ. ಸಾವಿರಾರು ವರ್ಷಗಳಿಂದ ಇಲ್ಲಿನ ಅರಣ್ಯಗಳಲ್ಲಿ ವಾಸಿಸುತ್ತಿರುವ ಮೂಲನಿವಾಸಿಗಳಾದ ಟರಾಸ್ಕಾ ಇಂಡಿಯನ್ ಜನಾಂಗದವರಿಗೆ ಮೋನಾರ್ಕ್ ಚಿಟ್ಟೆಗಳ ಆಗಮನ ಮತ್ತು ನಿರ್ಗಮನದ ಬಗ್ಗೆ ತಿಳಿದಿತ್ತು. ಅವರ ದಂತ ಕಥೆಗಳ ಪ್ರಕಾರ ಮೋನಾರ್ಕ್ ಚಿಟ್ಟೆಗಳು ತೀರಿಹೋದ ಹಿರಿಯರ ಆತ್ಮಾವಶೇಷಗಳು. ಚಿಟ್ಟೆಗಳು ಆಗಮಿಸುವ ನವೆಂಬರ್ ತಿಂಗಳಲ್ಲಿ ಹಿರಿಯರನ್ನು ಆಹ್ವಾನಿಸಲು ಮಾರಿಪೊಸಾ

ಹಬ್ಬವನ್ನು ಆಚರಿಸುತ್ತಾರೆ. ಹಾಗೆಯೇ ಚಿಟ್ಟೆಗಳು ಮಾರ್ಚಿ ತಿಂಗಳಲ್ಲಿ ತೆರಳುವಾಗ ಶುಭೋದಯವನ್ನು ಕೋರುವ ಹಬ್ಬ ಆಚರಿಸುತ್ತಾರೆ. ಮೋನಾರ್ಕ್ ಚಿಟ್ಟೆ, ಮಿಚೋಕನ್ ಸಂಸ್ಥಾನವನ್ನು ವಿಖ್ಯಾತಗೊಳಿಸಿ, ಪ್ರವಾಸೋದ್ಯಮದ ಮೂಲಕ ಟರಾಸ್ಕ ಇಂಡಿಯನ್ನರ ಆರ್ಥಿಕ ಮಟ್ಟವನ್ನು ಸುಧಾರಿಸಿದೆ.

ಮೆಹಿಕೊ ನಗರದಿಂದ ಹೊರಟ ಬ್ರಹ್ಮಕುಮಾರಿಯವರ ವಾಹನದಲ್ಲಿ ಚಾಲಕ-ಮಾರ್ಗದರ್ಶಕ ಜೇವಿಯರ್ ಮತ್ತು ಪ್ರದೀಪನ ಹೊರತು ಎಲ್ಲರೂ ಹೆಂಗಸರೇ ಆಗಿದ್ದರು. ಮೊದಲು ಪ್ರದೀಪನಿಗೆ ಕೊಂಚ ಸಂಕೋಚವಾದರೂ, ದಾರಿಯುದ್ದಕ್ಕೂ ಮಾತುಕತೆಗಳಲ್ಲಿ ಕಲೆತ ನಂತರ ಸಹಜವಾಗಿ ಅವರೊಡನೆ ಸಲಿಗೆಯುಂಟಾಗಿತ್ತು. ಜೇವಿಯರನೂ ಮಾತುಕತೆಗಳಲ್ಲಿ ಭಾಗಿಯಾಗಿ, ಚಿಟ್ಟೆಯ ತಾಣದ ಬಗ್ಗೆ ಅದ್ಭುತ-ಆಶ್ಚರ್ಯಕರ ಮಾಹಿತಿ ನೀಡಿ, ಪ್ರಯಾಣಿಕರ ಕುತೂಹಲ ಕೆರಳಿಸುತ್ತಿದ್ದ. ಮೂರು ಗಂಟೆಗಳ ಪ್ರಯಾಣದ ನಂತರ ಮೊರೇಲಿಯಾ ಪಟ್ಟಣವನ್ನು ತಲುಪಿ, ಅಲ್ಲಿ ಎಲ್ಲರೂ ತಿಂಡಿ-ತೀರ್ಥಿ ಮುಗಿಸಿ, ರೊಸಾರಿಯೋ ವೀಕ್ಷಣಾತಾಣಕ್ಕೆ ಹೊರಟರು. ಅಂಗಾಂಗೋ ಕಣಿವೆಯಲ್ಲಿರುವ ಹನ್ನೆರಡು ಚಿಟ್ಟೆತಾಣಗಳಲ್ಲಿ ರೋಸಾರಿಯೋ ಎಂಬ ತಾಣ ವೀಕ್ಷಣೆಗೆ ಬಹಳ ಅನುಕೂಲವಾಗಿದೆ.

ಸುಮಾರು ಇಪ್ಪತ್ತು ಹೆಕ್ಟೇರುಗಳ ಬಯಲಿನಲ್ಲಿರುವ ಮರಗಳೆಲ್ಲವೂ ಹಸಿರಾಗಿರುವ ಬದಲಾಗಿ ಹಳದಿಯಾಗಿ ಕಾಣುವ ನೋಟವನ್ನು ಕಂಡು ಬ್ರಹ್ಮ ಕುಮಾರಿಯರೆಲ್ಲರೂ "ಓ ಶಿವಾ" ಎನ್ನುತ್ತಾ ಬೆರಗಾಗಿ ನೋಡತೊಡಗಿದರು. ಜೇವಿಯರನು ವೀಕ್ಷಕ ವಿವರಣೆಯನ್ನು ನೀಡುತ್ತಾ, "ಮೆಹಿಕೊದಿಂದ ಜನರು ಅಮೇರಿಕಾಗೆ ವಲಸೆ ಹೋಗುವ ಹಾಗೆ, ಈ ಚಿಟ್ಟೆಗಳೆಲ್ಲಾ ಅಮೇರಿಕಾದಿಂದ ಮೆಹಿಕೊಗೆ ವಲಸೆ ಬರುತ್ತವೆ" ಎಂದು ಹೇಳಿ ಎಲ್ಲರನ್ನೂ ನಗಿಸಿದ. ಬ್ರಹ್ಮಕುಮಾರಿಯೊಬ್ಬಳು "ಯಾಕೆ?" ಎಂದು ಪ್ರಶ್ನಿಸಿದಾಗ, ಜೇವಿಯರನು "ಬ್ರಹ್ಮ ಚರ್ಯವನ್ನು ಸಹಿಸಲಾರದೆ. ಮಧುಚಂದ್ರಕ್ಕೆ ಇಲ್ಲಿ ಬರ್ತಾವೆ" ಎಂದು ಮತ್ತೊಮ್ಮೆ ಹೆಂಗೆಳೆಯರನ್ನೆಲ್ಲಾ ನಾಚುವಂತೆ ಮಾಡಿದ. ವಿವರಣೆಯನ್ನು ಮುಂದುವರಿಸುತ್ತಾ "ನಿಜವಾಗಲೂ. ಮೆಹಿಕೋ ಮೋನಾರ್ಕ್ ಚಿಟ್ಟೆಗಳ ಶಯನಗೃಹ. ಹೆಣ್ಣು ಚಿಟ್ಟೆಗಳೊಡನೆ ಪ್ರಣಯ ಮಾಡಿದ ನಂತರ ಗಂಡು ಚಿಟ್ಟೆಗಳು ಇಲ್ಲಿಯೇ ಸತ್ತು ಹೋಗುತ್ತವೆ. ಗರ್ಭಿಣಿಯಾದ ಹೆಣ್ಣು ಚಿಟ್ಟೆಗಳು

ವಸಂತ ಮಾಸದಲ್ಲಿ ಇಲ್ಲಿಂದ ಮತ್ತೆ ತವರೂರಿಗೆ ಹಿಂತಿರುಗುತ್ತವೆ" ಎಂದು ಮಾಹಿತಿ ನೀಡಿದ.

ಪ್ರದೀಪನು "ಸಾವಿರಾರು ಕಿಲೋಮೀಟರ್ ಹೇಗೆ ಹಾರ್ತಾವಪ್ಪಾ?" ಎಂದು ಪ್ರಶ್ನಿಸಿದಾಗ, ಜೇವಿಯರನು "ಮೂರು ಕಿಲೋಮೀಟರ್ ಎತ್ತರದಲ್ಲಿ ಹರಿಯುವ ದಕ್ಷಿಣ ಮಾರುತ ಪ್ರವಾಹದಲ್ಲಿ ತೇಲಿಕೊಂಡು ಬರ್ತಾವೆ ಅಂತ ವಿಜ್ಞಾನಿಗಳು ಹೇಳ್ತಾರೆ."

"ಇದೇ ಜಾಗಕ್ಕೆ ಬರಬೇಕು ಅಂತ ಇವಕ್ಕೆ ಹೇಗೆ ಗೊತ್ತಾಗುತ್ತೆ?" ಎಂದು ಸುಮನಾ ಬೆಹನ್ ಕೇಳಿದಳು.

"ಪೂರ್ವ ಜನ್ಮದ ಸ್ಮರಣೆ" ಎನ್ನುತ್ತ ಜೇವಿಯರನು "ಈ ಹೆಣ್ಣು ಚಿಟ್ಟೆಗಳು ಅಮೇರಿಕಾಗೆ ಹೋಗಿ ಮೊಟ್ಟೆಯಿಟ್ಟು ಸತ್ತು ಹೋಗ್ತವೆ. ಇವುಗಳ ಮರಿಗಳಿಗೆ ಇಲ್ಲಿಗೇ ಬರಬೇಕು ಅನ್ನೋ ಹುಟ್ಟುಗುಣವನ್ನ ಆ ದೇವರೇ ಕೊಟ್ಟಿರಬೇಕು. ಅಲ್ಲವೇ?" ತನ್ನ ನಂಬಿಕೆಯನ್ನು ಪ್ರಕಟಿಸಿದಾಗ,

ಪ್ರದೀಪನು "ನಿನ್ನ ಮಾತು ನೂರಕ್ಕೆ ನೂರು ಸತ್ಯ ಜೇವಿಯರ್" ಎಂದು ಅನುಮೋದಿಸಿದ. ಜೀವಶಾಸ್ತ್ರದ ಅರಿವಿದ್ದ ಪ್ರದೀಪನಿಗೆ ಪುಟ್ಟಚಿಟ್ಟೆಗಳ ದೇಶಾಂತರ ಪ್ರಯಾಣದ ಮುಂದೆ, ತಾನು ಭಾರತದಿಂದ ಅಮೇರಿಕಾಗೆ ಅಕ್ರಮವಾಗಿ ವಲಸೆ ಬರುತ್ತಿರುವ ಪ್ರಯಾಣ, ಏನೇನೂ ಅಲ್ಲ ಎಂದೆನಿಸಿತು.

ಬ್ರಹ್ಮಕುಮಾರಿಯಲ್ಲರೂ ಏಕಕಂಠದಿಂದ "ಇದೊಂದು ಪವಾಡ" ಎಂದು ಉದ್ಗರಿಸಿದರು. ಜೊತೆಯಲ್ಲಿದ್ದ ಅನಿತಾಳು "ನಮ್ಮ ಆಜ್ಟೆಕ್ ನಂಬಿಕೆಗಳ ಪ್ರಕಾರ, ಪ್ರತಿಯೊಂದು ಜೀವಿಯೂ ಪವಾಡವೇ, ಪ್ರತಿಯೊಬ್ಬರ ಜೀವನವೂ ಪವಿತ್ರವೇ" ಎಂದು ಧಾರ್ಮಿಕ ಸತ್ಯವನ್ನು ನುಡಿದಳು. ಬ್ರಹ್ಮಕುಮಾರಿಯಲ್ಲರೂ ಆಜ್ಟೆಕ್ ಧೀಮಂತಿಕೆಯನ್ನು "ಅದ್ಭುತ" ಎಂದು ಕೊಂಡಾಡಿ, ಅನಿತಾಳಿಗೆ ಹೆಮ್ಮೆಯ ಕೋಡು ಮೂಡಿಸಿದರು.

ಆಕಸ್ಮಿಕವಾಗಿ ಚಿಟ್ಟೆತಾಣಕ್ಕೆ ಬಂದ ವಿಷಯವನ್ನು ನೆನಪಿಸಿಕೊಂಡು, ತನಗೆ ಇಲ್ಲಿಗೆ ಬರಲು ಮುಕ್ತ ಆಹ್ವಾನ ನೀಡಿದ ಬ್ರಹ್ಮಕುಮಾರಿಯರಿಗೆಲ್ಲಾ ಕೃತಜ್ಞತೆಯನ್ನು ಸಲ್ಲಿಸುತ್ತಾ ಪ್ರದೀಪನು "ಗೀತಾಬೆಹೆನ್‌ಜಿ, ಈ ಪವಾಡ ದರ್ಶನ ಮಾಡಿಸಿದ್ದಕ್ಕೆ ಅನಂತ ಅನಂತ ಧನ್ಯವಾದಗಳು" ಎಂದು ಕೈಮುಗಿದು ಹೇಳಿದಾಗ, ಗೀತಾಬೆಹೆನ್ "ಪಂಡಿತ್ ಪ್ರದೀಪ್ ಕುಮಾರ್‌ಜಿ, ಪವಾಡಗಳೇ

ಭಕ್ತಿಗೆ ಸ್ಫೂರ್ತಿ. ಅನಿತಾ ಹೇಳಿದ ಹಾಗೆ ಪ್ರಪಂಚದ ತುಂಬಾ ಪವಾಡಗಳು ತುಂಬಿವೆ. ಅವುಗಳನ್ನ ಗುರುತಿಸುವುದೇ ಜ್ಞಾನ. ರಾಜಯೋಗದ ಗುರಿಯೇ ಅದು" ಎಂದು ಸಣ್ಣ ಉಪನ್ಯಾಸವನ್ನು ನೀಡಿದಳು. ಪ್ರದೀಪನು ಕೃತಾರ್ಥನಾಗಿದ್ದ.

ಚಿಟ್ಟೆತಾಣದಿಂದ ಮೆಹಿಕೊ ನಗರ ಸೇರುವ ಹೊತ್ತಿಗೆ ರಾತ್ರಿ ಹನ್ನೆರಡು ಗಂಟೆಯಾಗಿತ್ತು. ಬ್ರಹ್ಮಕುಮಾರಿಯರು ಅನಿತಾ–ಪ್ರದೀಪರನ್ನು ಅವರ ಮನೆಯಲ್ಲಿ ಬಿಟ್ಟು ನಂತರ ತಮ್ಮ ರಾಜಯೋಗ ಕೇಂದ್ರಕ್ಕೆ ತೆರಳಿದರು. ತಡವಾಗಿ ಅನಿತಾ–ಪ್ರದೀಪರು ಮನೆಗೆ ಬಂದಾಗ ಹೂಲಿಯೋ ಕಾರಣವೇನೆಂದು ತಿಳಿದುಕೊಂಡು ನಂತರ ಹಾಸ್ಯಮಯವಾಗಿ "ನೀನು ಪ್ರದೀಪನ ಜೊತೆ ಓಡಿಹೋದೆ ಅಂದುಕೊಂಡಿದ್ದೆ" ಎಂದು ಹೆಂಡತಿಯನ್ನು ಪ್ರದೀಪನ ಮುಂದೆಯೇ ಚುಡಾಯಿಸಿದ. ಪ್ರತಿಯಾಗಿ ಅನಿತಾಳು "ಅರೆ ನನಗೆ ಈ ವಿಷಯ ಹೊಳೆಯಲೇ ಇಲ್ಲಾ. ನಾನೊಬ್ಬಳು ದಡ್ಡಿ" ಎಂದು ಚುರುಕು ಮುಟ್ಟಿಸಿದಳು. ಪ್ರದೀಪನು "ಹೂಲಿಯೋ ಭಯಪಡಬೇಡ. ನನಗೆ ಮದುವೆ ಆಗಿದೆ. ನನ್ನ ಪಾಲಿಗೆ ಹೆಂಡತಿಯೇ ದೇವತೆ" ಎಂದು ಇಬ್ಬರಿಗೂ ಸಮರ್ಪಕವಾದ ಉತ್ತರಕೊಟ್ಟು ಹಾಸ್ಯಲಹರಿಯಲ್ಲಿ ತೇಲಿಸಿದ.

ಅರ್ಜುನನೊಡನೆ ತಿರುಗಾಟಕ್ಕೆ ಹೋಗಿದ್ದ ವಿಜಯನ್, ಸೆಲ್ವಮ್ ಮತ್ತು ರಾಜಬೀರರು ಮಲಗಿ ಗೊರಕೆ ಹೊಡೆಯುತ್ತಿದ್ದರು. ಪ್ರಯಾಣ ಮಾಡಿ ಸುಸ್ತಾಗಿದ್ದರೂ, ಬಳಲಿಕೆಯಿಂದ ನಿದ್ದೆ ಎಳೆಯುತ್ತಿದ್ದರೂ, ಬ್ರಹ್ಮಕುಮಾರಿಯರ ಪ್ರೀತಿಯಾದರಗಳು, ಎನಿಕೇ ವಿಲ್ಲಕ್ರೆಸ್ಸರ ಗೀತಾ ಉವಾಚ, ಮೋನಾರ್ಕ್ ಚಿಟ್ಟೆಗಳ ಅಪೂರ್ವ ಸಾಹಸ ಜೀವನಗಳು, ಪ್ರದೀಪನ ಮನಸ್ಸಿನಲ್ಲಿ ಮೆಲುಕು ಹಾಕುತ್ತಿದ್ದವು. ಇದೆಲ್ಲವನ್ನು ಕುರಿತು ತನ್ನ ಪ್ರಿಯತಮೆಗೆ ಪತ್ರ ಬರೆಯಬೇಕೆಂದು ಯೋಚಿಸುತ್ತಾ, ಸುಮನಾಳ ಸವಿನೆನಪಿನಲ್ಲಿ ನಿದ್ರೆಗೆ ಜಾರಿದ.

ಮಾರನೆಯ ದಿನ ಪಾಂಡವ ಕುಮಾರರೆಲ್ಲರೂ ಲೋಕಾಭಿರಾಮವಾಗಿ ಮಾತನಾಡುತ್ತಾ ಪ್ರದೀಪನು ಹೆಂಗಳೆಯರೊಡನೆ ದಿನವನ್ನೆಲ್ಲಾ ಕಳೆದ ಬಗ್ಗೆ ಚುಡಾಯಿಸುತ್ತಾ ನಗೆಕೂಟವನ್ನಾಗಿಸಿದರು. ಪ್ರದೀಪನು ಚಿಟ್ಟೆತಾಣವನ್ನು ಉದ್ದೇಶಿಸಿ "ಪ್ರಕೃತಿಯ ಪವಾಡವನ್ನು ನೋಡಲು ಹೋಗಿದ್ದೆ" ಎಂದು ತಿಳಿಸಿದಾಗ, ವಿಜಯನು "ಪ್ರದೀಪ್, ನೀನು ಮೋನಾರ್ಕ್ ಚಿಟ್ಟೆಗಳನ್ನು

ನೋಡೋಕೆ ಹೋಗಿದ್ದೆ, ನಾವು ಮಾನವ ಚಿಟ್ಟೆಗಳನ್ನು ನೋಡೋಕೆ ಹೋಗಿದ್ದೆವು" ಎಂದ.

ಅರ್ಜುನನು "ಪಂಡಿತ್‌ಜಿ, ಅಂದವಾದ ಅಂಗನೆಯರೆಲ್ಲಾ ಪ್ರಕೃತಿಯ ಪವಾಡಗಳೇ" ಎಂದು ಹೇಳಿ, "ಸೋಚಿಮಿಲ್ಕೋ ಸರೋವರದ ತೇಲುವ ತೋಟದಲ್ಲಿ ಅಂಗನೆಯರೊಡನೆ ದೋಣಿ ವಿಹಾರ ಮಾಡಿದೆವು. ಎಷ್ಟು ಚೆನ್ನಾಗಿತ್ತು ಗೊತ್ತಾ?" ಎಂದು ತಮ್ಮ ಪ್ರೇಮವಿಹಾರವನ್ನು ಬಣ್ಣಿಸಿದ.

"ಅಂಗನೆಯರು, ಅಂದರೆ ಪಣ್ಯಾಂಗನೆಯರು ತಾನೇ?" ಎಂದು ಪ್ರದೀಪನು ಮರು ಪ್ರಶ್ನಿಸಿದಾಗ, ಅರ್ಜುನನು "ಅಂಗನೆ ಯಾವಾಂಗನೆಯಾದರೇನು?" ಎಂದು ಸವಾಲು ಹಾಕಿದಾಗ, ಪ್ರದೀಪನು ನಗುತ್ತಾ "ಆರೋಗ್ಯ ಕೆಡುತ್ತೆ ಗುರು. ಜೀವಕ್ಕಪಾಯ" ಎಂದು ಎಚ್ಚರಿಕೆಯ ಮಾತನ್ನಾಡಿದ.

ವಿಜಯನು "ಅರ್ಜುನ, ಈ ಮನುಷ್ಯನಿಗೆ ಧೈರ್ಯ ಇಲ್ಲಾ" ಎಂದಾಗ ಅರ್ಜುನನು ನಗುತ್ತಲೇ "ಧೈರ್ಯ ಇಲ್ಲದಿದ್ದರೆ ಪರವಾಯಿಲ್ಲ. ಈವತ್ತಲ್ಲ ನಾಳೆ ಬರುತ್ತೆ. ತಾಕತ್ ಇಲ್ಲದಿದ್ರೆ ಕಷ್ಟ" ಎಂದು ಚುಡಾಯಿಸಿದ.

ಎಲ್ಲರೂ ಕಾಡುಹರಟೆಗಳಲ್ಲಿ ಮಗ್ನರಾಗಿರುವಾಗ ಅನಿರೀಕ್ಷಿತವಾಗಿ ಕಾರ್ಲೋಸನು ಪ್ರವೇಶಿಸಿದ. ಎಲ್ಲರೂ "ಕಾರ್ಲೋಸ್, ಕಾರ್ಲೋಸ್" ಎಂದು ಅರಚುತ್ತಾ ಬರಮಾಡಿಕೊಂಡರು. "ಹೇಗಿದೆಯಪ್ಪಾ ಮೆಹಿಕೋ ನಗರ" ಎಂದು ಕೇಳುತ್ತಲೇ ಆಗಮಿಸಿದ ಕಾರ್ಲೋಸನು ಪಾಂಡವರನ್ನು ಕೈಕುಲುಕುತ್ತಾ ವಿಚಾರಿಕೊಂಡ. ಅರ್ಜುನನು "ಮೆಹಿಕೊ ನಗರ ಮಹಾ ನಗರ" ಎಂದು ಘೋಷಿಸಿ "ನನಗೊಂದು ಒಳ್ಳೆ ಕೆಲಸ ಸಿಕ್ಕಿದರೆ ಇಲ್ಲೇ ಇದ್ದು ಬಿಡ್ತೀನಿ. ಕಾರ್ಲೋಸ್" ಎಂದು ಮೆಚ್ಚುಗೆಯನ್ನು ಪ್ರಕಟಿಸಿದ.

ಕಾರ್ಲೋಸನು "ಧಾರಾಳವಾಗಿ ಆಗಬಹುದು ಅರ್ಜುನ್" ಎಂದು ಓಗೊಟ್ಟು ನಂತರ ಇತರೆ ಪಾಂಡವರಿಗೆಲ್ಲಾ "ಮಿತ್ರರೇ, ನಾಳೆ ಬೆಳಿಗ್ಗೆ ಇಲ್ಲಿಂದ ಹೊರಡಬೇಕು. ಸಿದ್ಧವಾಗಿರಿ" ಎಂದು ಪ್ರಯಾಣದ ಸುದ್ದಿಯನ್ನು ಪ್ರಕಟಿಸಿದ. ಇನ್ನೂ ಮೂರು–ನಾಲಕ್ಕು ದಿನಗಳು ಇಲ್ಲಿಯೇ ಇರಬೇಕೆಂದು ತಿಳಿಸಿದ್ದ ಕಾರ್ಲೋಸನು ದಿಢೀರಾಗಿ ನಾಳೆಯೇ ಹೊರಡಬೇಕೆಂದು ಹೇಳಿದುದನ್ನು ಕೇಳಿ ಪಾಂಡವರು ಸ್ವಲ್ಪ ಆಶ್ಚರ್ಯಪಟ್ಟರು.

ಕಾರ್ಲೋಸನು, "ಇಲ್ಲಿಂದ ಬರಬೇಕಾಗಿದ್ದ ವಲಸಿಗರು ಕೈಕೊಟ್ಟರು. ಇಲ್ಲಿ ಕುಳಿತೇನು ಮಾಡುವುದು?" ಎಂದು ಕಾರಣ ತಿಳಿಸುತ್ತಾ "ನಾಳೆ ಚಿವಾವಾಗೆ ಪ್ರಯಾಣ. ನಾಳಿದ್ದು ಚಿವಾವಾದಿಂದ ರೈಲಿನಲ್ಲಿ ತಾಮ್ರದ ಕೊಳ್ಳದ ಮೂಲಕ ಲಾಸ್ ಮೋಚಿಸ್‌ಗೆ. ತಾಮ್ರದ ಕೊಳ್ಳ ಅಮೇರಿಕಾದ ಪ್ರಚಂಡ ಕೊಳ್ಳಕ್ಕಿಂತ ಅದ್ಭುತವಾಗಿದೆ" ಎಂದು ಪ್ರಯಾಣದ ಬಗ್ಗೆ ಕುತೂಹಲವನ್ನುಂಟು ಮಾಡಲು ಪ್ರಯತ್ನಿಸಿದ.

ವಿಜಯನು "ಹಳ್ಳಗಳಲ್ಲಿ–ಕೊಳ್ಳಗಳಲ್ಲಿ ನೋಡೋದೇನಿರುತ್ತಪ್ಪಾ ಕಾರ್ಲೋಸ್. ಈ ನಗರದಲ್ಲೇ ಇನ್ನೆರಡು ದಿನ ಕಳೆದರೆ ಆಗೊಲ್ಲವೇ?" ಎಂದು ತನ್ನಾಸೆಯನ್ನು ಮಂಡಿಸಿದ.

ಕಾರ್ಲೋಸನು "ಖಂಡಿತ ಮಿತ್ರರೆ. ಮೆಹಿಕೊ ನಗರ ನನಗೂ ಬಹಳ ಇಷ್ಟ. ನೊಗಾಲಿಸ್‌ಗೆ ಬಹಳ ಬೇಗ ಹೋಗಬೇಕಾದ ಪರಿಸ್ಥಿತಿ ಬಂದಿದೆ. ಅದಕ್ಕೋಸ್ಕರ ಅವಸರ ಅಷ್ಟೇ" ಎಂದು ತನ್ನ ತಾಪತ್ರಯವನ್ನು ಹೇಳಿದಾಗ, ಒಲ್ಲದ ಮನಸ್ಸಿನಿಂದಲೇ ಪಾಂಡವರೆಲ್ಲರೂ "ಸರಿ" ಎಂದು ಒಪ್ಪಿಗೆಯಿತ್ತರು. "ಈವತ್ತೆ ಮೆಹಿಕೊ ನಗರದಲ್ಲಿ ಕೊನೆಯ ದಿನ. ಮಾಡಬೇಕೆನ್ನುವುದೆಲ್ಲವನ್ನೂ ಮಾಡಿ ಮುಗಿಸಿಬಿಡಿ" ಎಂದು ಕೊನೆಯಲ್ಲಿ ಕಾರ್ಲೋಸನು ಪಾಂಡವರಿಗೆ ಆದೇಶಿಸಿ ಬೀಳ್ಕೊಂಡ.

ಪಾಂಡವರೆಲ್ಲಾ ಒಟ್ಟಾಗಿ ಮನೆಯಿಂದ ತೆರಳಿ, "ಈ ದಿನ ವಿಶೇಷವೇನಾದರೂ ಇದೆಯೇ?" ಎಂದು ತಪಾಸಣೆ ಮಾಡಿದಾಗ, ಆ ದಿನ "ಗೂಳಿ ಕಾಳಗ" ಇದೆಯೆಂದು ಗೊತ್ತಾಯಿತು. ಸರಿ ಎಲ್ಲಾ ಗೂಳಿ ಕಾಳಗದ ಕ್ರೀಡಾಂಗಣಕ್ಕೆ ಬಂದರು. ವರ್ತುಲಾಕಾರದ ಈ ಪ್ರಪಂಚದ ಅತ್ಯಂತ ದೊಡ್ಡ ಗೂಳಿ ಕಾಳಗ ಕ್ರೀಡಾಂಗಣದಲ್ಲಿ ನಲವತ್ತು ಸಾವಿರ ಪ್ರೇಕ್ಷಕರಿಗೆ ಸ್ಥಳಾವಕಾಶವಿದೆ.

ಪಾಂಡವರಿಗೆ ಇದು ಮೊದಲನೆಯ ಗೂಳಿಕಾಳಗ ದರ್ಶನವಾಗಿತ್ತು. ಕ್ರೀಡಾಂಗಣದ ಪ್ರವೇಶದ್ವಾರದ ಮುಂದೆ "ಗೂಳೀಕಾಳಗವನ್ನು ನಿಲ್ಲಿಸಿ. ಪ್ರಾಣಿಗಳ ಮೇಲಿನ ಕ್ರೌರ್ಯ ನಿಲ್ಲಿಸಿ" ಎಂಬ ಪತಾಕೆಯನ್ನು ಹಾರಿಸುತ್ತಾ, ಪ್ರಾಣಿ ದಯಾ ಸಂಸ್ಥೆಯವರು, ಧ್ವನಿವರ್ಧಕದಲ್ಲಿ "ಗೂಳಿಕಾಳಗಕ್ಕೆ ಧಿಕ್ಕಾರ. ಮೆಹಿಕನ್ನರೇ ಮನುಷ್ಯರಾಗಿ ಆನಂದಿಸಿ ರಾಕ್ಷಸರಾಗಿ ಅಲ್ಲ" ಎಂಬಿತರೇ ದಯೋವಾಚಗಳನ್ನು ಬಿತ್ತರಿಸುತ್ತಿದ್ದರು. ಕಾಳಗಕ್ಕೆ ಮುಂಚೆ ನಡೆಯುವ ಕುದುರೆ ಸವಾರಿ, ದೊಂಬರಾಟಗಳು, ಹಂದಿ ಬೆನ್ನಟ್ಟುವಿಕೆ, ಅಲ್ಪ ಉಡುಪಿನಲ್ಲಿ

ಮೈಪ್ರದರ್ಶಿಸುತ್ತಾ ನೃತ್ಯಮಾಡುವ ಚೀರಾಟಗಾರ್ತಿಯರು, ಥಳಥಳಿಸುವ ಝಗಮಗಿಸುವ ಬಣ್ಣದ ಪೋಷಾಕುಗಳನ್ನು ಧರಿಸಿರುವ ಗಂಡುವೀರರು...

ಗೂಳಿಕಾಳಗ ಆರಂಭವಾಯಿತು. ಸೈನಿಕ ಸಮವಸ್ತ್ರದಂತೆ ವಿಜೃಂಭಿಸುವ ಉಡುಪಿನಲ್ಲಿ ಕೆಂಪು ಪರದೆಯನ್ನು ಗೂಳಿಯ ಮುಂದೆ ಹಿಡಿದುತೋರಿಸಿ, ಅದನ್ನು ಉದ್ರೇಕಿಸಿ, ಹಾಯಲು ಮುಂದೆ ಬಂದಾಗ ಸರಕ್ಕನೆ ಪಕ್ಕಕ್ಕೆ ಸರಿದು ತಪ್ಪಿಸಿಕೊಳ್ಳುವುದು ಗೂಳಿವೀರರ ಚತುರತೆ. ಭಾವೋದ್ರೇಕದಿಂದ ಹಾಯಲು ಬಂದ ಗೂಳಿ ಪ್ರತಿಸಾರಿ ಹತಾಶಗೊಂಡಾಗ ಅದರ ರೋಷವೇರುತ್ತಿತ್ತು. ಇಬ್ಬರೂ ಗೂಳಿಕಾರರು ಒಂದು ಗೂಳಿಯೊಡನೆ ಹೋರಾಡುತ್ತಿದ್ದರು. ಅವರ ಚತುರತೆಯನ್ನು ಮೆಚ್ಚಿ ಪಾಂಡವರೂ ಚೀರುತ್ತಿದ್ದರು.

ನೆರೆದಿದ್ದ ಜನರೆಲ್ಲರೂ "ಭರ್ಜಿ, ಭರ್ಜಿ" ಎಂದು ಕೂಗಿದಾಗ, ಗೂಳಿಕಾರರು ಆರೇಳಡಿ ಉದ್ದವಾದ ಭರ್ಜಿಗಳನ್ನು ಕೈಗೆತ್ತುಕೊಂಡರು. ಜನರೆಲ್ಲಾ "ಹೊಡೆಯಿರಿ ಹೊಡೆಯಿರಿ" ಎಂದು ಕಿರುಚಾಡಿದರು. ಎಂದಿನಂತೆ ಹರಿದಾಡುತ್ತಿದ್ದ ಹಾಯಲು ಬಂದ ಮೂಕ ಪ್ರಾಣಿಯ ಗೋಪುರ ಭಾಗವನ್ನು ಗೂಳಿಕಾರನು ಭರ್ಜಿಯಿಂದ ತಿವಿದಾಗ, ಜನರೆಲ್ಲಾ "ಹೋ ಹೋ" ಎಂದು ಅರಚಾಡಿ ಉತ್ತೇಜನ ನೀಡುತ್ತಿದ್ದರು. ಪಾಂಡವರಿಗೆಲ್ಲಾ ಮುಜುಗರವಾಯಿತು. ಗೂಳಿಯ ಹಾಯ್ದಾಟ–ಗೂಳಿಕಾರರ ತಿವಿದಾಟಗಳು ಮುಂದುವರಿದಂತೆಲ್ಲಾ ಪ್ರೇಕ್ಷಕರ ಕರತಾಡನಗಳು ಮುಗಿಲಿಗೇರುತ್ತಿದ್ದವು. ಕೊನೆಯಲ್ಲಿ ಗೂಳಿ ನೋವು ತಡೆಯಲಾರದೆ ಹಾಯಲು ಹರಿದಾಡಲಾರದೆ ನೆಲದ ಮೇಲೆ ಕುಸಿದಾಗ, ಗೂಳಿಕಾರನು ಮೊನಚಾದ–ನೀಳಾಕಾರದ ಕತ್ತಿಯನ್ನು ಜಳಪಿಸುತ್ತಾ ಗೂಳಿಯ ಕೊರಳನ್ನು ತಿವಿದು ಶ್ವಾಸನಾಳವನ್ನು ಮತ್ತು ರಕ್ತನಾಳಗಳನ್ನು ಛೇದಿಸಿ, ಗೂಳಿಯ ಪ್ರಾಣವನ್ನು ತೆಗೆದಾಗ, ಪ್ರೇಕ್ಷಕರು ರಾಕ್ಷಸರಂತೆ "ಉಘೇ ಉಘೇ" ಎಂದು ಅಬ್ಬರಿಸುತ್ತಾ ಗೂಳಿಕಾರರನ್ನು ಅಭಿನಂದಿಸಿದರು. ಆ ಬೀಭತ್ಸ ದೃಶ್ಯವನ್ನು ನೋಡಿ ಜಿಗುಪ್ಸೆಗೊಂಡು ಕ್ರೀಡಾಂಗಣದಿಂದ ನಿರ್ಗಮಿಸುತ್ತಾ ಪ್ರದೀಪನು "ಇವರು ಮನುಷ್ಯರಲ್ಲ ರಾಕ್ಷಸರು" ಎಂದ.

ಹೊರಗೆ ಬಂದಾಗ ಪ್ರಾಣಿ ದಯಾ ಸಂಸ್ಥೆಯವರು ಇನ್ನೂ ತಮ್ಮ ಪತಾಕೆಯನ್ನು ಹಿಡಿದುಕೊಂಡು ನಿಂತಿದ್ದರು. ಪಾಂಡವರೆಲ್ಲರೂ ನೇರವಾಗಿ ಅವರ ಬಳಿ ಹೋಗಿ ಮಾತನಾಡಿಸಿದರು. ಭಾರತೀಯರೆಂದು ತಿಳಿದ ನಂತರ ಪ್ರಾಣಿದಯಾ ಸಂಸ್ಥೆಯ ಸಂಚಾಲಕ ರಮೋನ್ ಬಹಳ ಸಂತೋಷದಿಂದ "ನೀವು ಮಹಾತ್ಮ ಗಾಂಧಿ ದೇಶದವರು. ತುಂಬಾ ಸಂತೋಷವಾಯಿತು"

ಎನ್ನುತ್ತಾ "ಗಾಂಧೀಜಿಯವರೇ ನಮ್ಮ ಅಹಿಂಸಾ ಚಳುವಳಿಗೆ ಸ್ಫೂರ್ತಿ. ಗೂಳಿಕಾಳಗ ಅಮಾನುಷ ಅಲ್ಲವೇ?" ಎಂದ. ಪಾಂಡವರೆಲ್ಲರೂ ಹೌದೆಂದರು. ರಮೋನನು ಮಾತು ಮುಂದುವರಿಸಿ "ಗೂಳಿಕಾಳಗವನ್ನು ನಿಷೇಧಿಸಲು ಪ್ರಚಾರವನ್ನು ಮಾಡುತ್ತಿದ್ದೇವೆ. ದಯವಿಟ್ಟು ಈ ಪತ್ರಗಳನ್ನು ತುಂಬಿ ಸಹಿ ಮಾಡಿ ಕಳುಹಿಸಿ" ಎಂದು, ಮೆಹಿಕೋ ಸರಕಾರಕ್ಕೆ ಜನಾಭಿಪ್ರಾಯವನ್ನು ತಿಳಿಸುವ "ಮೆಹಿಕೋ ಅಧ್ಯಕ್ಷರೇ, ಗೂಳಿಕಾಳಗ ನಿಲ್ಲಿಸಿ" ಎಂಬ ದೊಡ್ಡ ಒಕ್ಕಣೆಯಿರುವ ಪತ್ರವನ್ನು ಕೊಟ್ಟು, ಪಾಂಡವರಿಂದ ಸಹಿ ಮಾಡಿಸಿಕೊಂಡು, ಕೊನೆಯಲ್ಲಿ "ನಮ್ಮ ಅಹಿಂಸಾ ಯೋಜನೆಗೆ ಸಹಾಯಮಾಡಿ" ಎಂದು ಹಣವನ್ನು ಯಾಚಿಸಿದ. ಪಾಂಡವರೆಲ್ಲರೂ ಗಣನೀಯ ಕಾಣಿಕೆಯನ್ನು ನೀಡಿದಾಗ, ಬಹಳ ಆನಂದದಿಂದ ರಮೋನನು "ಧನ್ಯವಾದ. ದೇವರು ಒಳ್ಳೆಯದು ಮಾಡಲಿ" ಎಂದು ಹರಸಿ ಕಳುಹಿಸಿದ.

ಗೂಳಿಕಾಳಗದ ಪ್ರಾಣಿ ಹಿಂಸೆ-ರಕ್ತದೋಕುಳಿಯನ್ನು ಮರೆಯಲು ಅರ್ಜುನ ಮತ್ತು ವಿಜಯನ್ನರು ಸೋನಾ ರೋಸಾಗೆ ಹೊರಟರು. ಹಿಂದಿನ ಎರಡು ದಿನಗಳಲ್ಲಿ ಸೋನಾರೋಸಾದಲ್ಲಿದ್ದು ಅಲ್ಲಿರುವ ರಮಣೀಯರ ತಾಣಗಳನ್ನು ಮತ್ತು ನೃತ್ಯಾಂಗಣಗಳನ್ನು ತಿಳಿದಿದ್ದ ಅರ್ಜುನ ಮತ್ತು ವಿಜಯನ್ನರಿಗೆ ಹಲವಾರು ಲಲನೆಯರೂ ಪರಿಚಯವಾಗಿದ್ದರು. ಮಾಯಾನಗರಿ ಎಂಬ ಹೆಸರಿನ ನೃತ್ಯಾಂಗಣಕ್ಕೆ ಒಳಹೊಕ್ಕಾಗ ಅರಬೆತ್ತಲೆಯಾಗಿರುವ ಸುಮಾರು ರಮಣೀಯರನ್ನು ಕಂಡು ಎಲ್ಲರಿಗಿಂತಲೂ ಹೆಚ್ಚಾಗಿ ಪ್ರದೀಪನಿಗೆ ಸ್ವಲ್ಪ ಮುಜುಗರವಾಯಿತು. ಸಾಧಾರಣ ದರ್ಜೆಯ ಮಾಯಾನಗರಿ ಮೆಹಿಕೋ ನಗರದ ಒಂದು ಅಗ್ಗವಾದ ಮನರಂಜನಾ ತಾಣ. ಪಾಂಡವರೆಲ್ಲರೂ ಒಂದು ದುಂಡು ಮೇಜಿನ ಸುತ್ತ ಕುಳಿತ ನಂತರ, ಅರ್ಜುನನೇ ಮುಂದಾಗಿ ಎಲ್ಲರಿಗೂ ಸುರಪಾನವನ್ನು ತರಿಸಿದ. ಮಾಯಾ ಸಂಸ್ಕೃತಿಯ ವಿಗ್ರಹಗಳನ್ನು ಹೋಲುವ ಚಿತ್ರಗಳಿಂದ ಮತ್ತು ಕಂಬಗಳಿಂದ ಅಲಂಕಾರಗೊಂಡಿದ್ದ ಆ ತಾಣ ಹೆಸರಿಗೆ ತಕ್ಕಂತೆ ಮಾಯಾನಗರಿಯೇ ಆಗಿತ್ತು. ಸುಂದರವಾದ ಬಣ್ಣಬಣ್ಣದ ಬಿಂದುದೀಪಗಳ ಪ್ರಕ್ಷೇಪಣದಲ್ಲಿ ನಾಟ್ಯರಂಗದ ಮೇಲೆ ಕುಣಿಯುತ್ತಿರುವ ಪ್ರೇಮಜೋಡಿಗಳು ನೋಡುವವರನ್ನು ಮೋಡಿ ಮಾಡುತ್ತಿದ್ದವು. ಸುರಪಾನ ಮತ್ತರಾದ ಅರ್ಜುನ ಮತ್ತು ವಿಜಯನ್ನರು ಎದ್ದುಹೋಗಿ ಒಂಟಿಯಾಗಿದ್ದ ಹೆಂಗೆಳೆಯರನ್ನು ಮಾತನಾಡಿಸಿ, ಮರುಕ್ಷಣದಲ್ಲಿಯೇ ಅವರೊಡನೆ ಕುಣಿಯಲು ರಂಗಮಂಟಪವನ್ನೇರಿದರು. ಬಾಂಗ್ರಾ ಕುಣಿತದಲ್ಲಿ ಪಾರಂಗತನಾಗಿದ್ದ ಅರ್ಜುನನಿಗೆ ಸ್ಪಾನಿಶ್ ಕುಣಿತ ಸುಲಭವಾಗಿತ್ತು. ವಿಜಯನ್ ಇನ್ನೂ ಅಷ್ಟು

ಪಳಗಿರಲಿಲ್ಲಾ. ಹೇಗೋ ಪಾಂಡವರಲ್ಲಿ ಇಬ್ಬರು ಕುಣಿದರು, ಮೂವರು ನೋಡಿದರು. ಮಾಯಾನಗರಿಯಲ್ಲಿ ಅದ್ಭುತ ಪ್ರಣಯ ನೃತ್ಯವನ್ನು ಪ್ರದರ್ಶಿಸುತ್ತಿದ್ದ ಮೆಹಿಕೋ ಜೋಡಿಗಳ ಕೌಶಲ್ಯತೆ ಎಂತಹ ಅಮಾಯಕರನ್ನೂ ಸೆಳೆಯುವಂತಿತ್ತು. ಕುಣಿಯಲು ಪ್ರದೀಪನಿಗೂ ಸ್ಫೂರ್ತಿ ಬಂದಿತ್ತಾದರೂ, ಸುಮನಾಳ ಸವಿನೆನಪು ತಣ್ಣೀರೆರಚಿತು. ಆಗಾಗ ರಾಜಬೀರ ಮತ್ತು ಸೆಲ್ವಮ್‌ರೂ ರಂಗಮಂಟಪದ ಮೇಲೆ ಕುಣಿಯಲು ಹೋಗುತ್ತಿದ್ದರು. ಅಂತೂ ಪಾಂಡವರೆಲ್ಲರೂ ದೇಹವನ್ನು ಸಡಿಲಗೊಳಿಸಿ, ಮನಸ್ಸನ್ನು ಹಗುರ ಮಾಡಿಕೊಂಡಿದ್ದರು.

ಸುಮಾರು ಹತ್ತು ಗಂಟೆಯ ಸಮಯದಲ್ಲಿ ಅರ್ಜುನನು ಪ್ರದೀಪನ ಹತ್ತಿರ ಬಂದು "ಒಂದು ಗಂಟೆ ಕೆಲಸ ಇದೆ. ಎಲ್ಲೂ ಹೋಗಬೇಡಿ. ಇಲ್ಲೇ ಇರಿ" ಎಂದು ತಿಳಿಸಿ, ಜೊತೆಯಲ್ಲಿ ಕುಣಿಯುತ್ತಿದ್ದ ಯುವತಿಯೊಡನೆ ಹೊರಗೆ ಹೋದ. ಅವನ ಹಿಂದೆಯೇ ವಿಜಯನ್ನನೂ ಸುಂದರಾಂಗಿಯೊಬ್ಬಳೊಡನೆ ಹೋದ. ರಾಜಬೀರ ಮತ್ತು ಸೆಲ್ವಮ್ ಮಾತ್ರ ಅಲ್ಲಿಯೇ ಅಡ್ಡಾಡುತ್ತಿದ್ದರು.

ಮಧ್ಯರಾತ್ರಿಯ ಹೊತ್ತಿಗೆ ಅರ್ಜುನ-ವಿಜಯನ್ನರು ಪ್ರತ್ಯಕ್ಷವಾಗಿ "ಮನೆಗೆ ಹೋಗೋಣವೇ?" ಎಂದಾಗ, ಪ್ರದೀಪನು ನಗುತ್ತಾ "ಈ ಹೊತ್ತಿನಲ್ಲಿ ಇನ್ನೆಲ್ಲಿಗೆ ಹೋಗೋಕಾಗುತ್ತೆ?" ಎಂದು ಚುಡಾಯಿಸಿದ. ಅಲ್ಲಿಂದ ಬಾಡಿಗೆ ವಾಹನದಲ್ಲಿ ಪಾಂಡವರೆಲ್ಲರೂ ಹೂಲಿಯೋ-ಅನಿತಾರ ಅತಿಥಿಗೃಹ ಸೇರಿದರು. ಪ್ರಯಾಸಗೊಂಡಿದ್ದ ಪಾಂಡವರೆಲ್ಲರೂ ಪವಡಿಸಿದರು. ಮೆಹಿಕೊ ನಗರದ ಮೋಜು ಮುಗಿದಿತ್ತು.

ಮಾರನೆಯ ದಿನ ಹೊತ್ತಾರೆ ಆರು ಗಂಟೆಗೆ ಕಾರ್ಲೋಸನು ಬಂದು ಪಾಂಡವರನ್ನೆಲ್ಲಾ ಬಡಬಡಿಸುತ್ತಾ ಎಬ್ಬಿಸಿ, ಬೇಗ ತಯಾರಾಗಲು ಆದೇಶಿಸಿದ. ಎಂಟು ಗಂಟೆಗೆ ಸಾರ್ವಜನಿಕ ವಾಹನವನ್ನು ಹಿಡಿಯಬೇಕಗಿತ್ತು. ಪಾಂಡವರು "ಯಾಕಪ್ಪಾ ಇಷ್ಟು ಅವಸರ. ಇನ್ನೂ ಸ್ವಲ್ಪ ಹೊತ್ತು ನಿದ್ದೆ ಮಾಡ್ತೀವಿ" ಎಂದಾಗ, ಮತ್ತೆ ಕಾರ್ಲೋಸನು "ಬೇಗ ಬೇಗ. ವಾಹನ ಹತ್ತಿದ ಮೇಲೇ ದಿನವೆಲ್ಲಾ ನಿದ್ದೆ ಮಾಡಬಹುದು" ಎಂದು ಪುಸಲಾಯಿಸಿದ. ತರುವಾಯ ಹೂಲಿಯೋ-ಅನಿತಾರಿಗೆ "ಬೇಗ ಇವರಿಗೆಲ್ಲ ತಿಂಡಿ-ತೀರ್ಥ ಕೊಟ್ಟುಬಿಡಿ" ಎಂದು ಆಗ್ರಹ ಮಾಡಿಕೊಂಡ. ಅಂತೂ ತರಾತುರಿಯಲ್ಲಿ ಪಾಂಡವರು ಹೂಲಿಯೊ-ಅನಿತಾರಿಂದ ಬೀಳ್ಕೊಂಡರು. ಮತ್ತೆ ಮೆಹಿಕೋ ನಗರಕ್ಕೆ ಬಂದಾಗ ನಮ್ಮಲ್ಲಿಗೆ

ಬರಬೇಕೆಂದು ಹೇಳಿ, ಎಲ್ಲರನ್ನೂ ಪ್ರೀತಿಯಿಂದ ಅಪ್ಪಿಕೊಂಡು ಅನಿತಾ-ಹೂಲಿಯೋ ಪ್ರಯಾಣಕ್ಕೆ ಶುಭ ಕೋರಿದರು.

ಗಡಿ ಮುಟ್ಟಿಸಿದ ಗೆಳೆಯ

ಮೆಹಿಕೊ ನಗರದ ಉತ್ತರ ಸಾರ್ವಜನಿಕ ವಾಹನ ನಿಲ್ದಾಣದಿಂದ ಚಿವಾವಾಗೆ ಹೋಗುವ ಐಶಾರಾಮಿ ವಾಹನದಲ್ಲಿ ಕಾರ್ಲೋಸ್ ಪ್ರಯಾಣ ವ್ಯವಸ್ಥೆ ಮಾಡಿದ್ದ. ಇಪ್ಪತ್ತು ಗಂಟೆಗಳ ಸುದೀರ್ಘ ಪ್ರಯಾಣ. ಪಾಂಡವರ ಜೊತೆಗೆ ಹಲವಾರು ಸುಂದರ ವನಿತೆಯರೂ ವಾಹನ ಹತ್ತುತ್ತಿದ್ದರು. ಕೂಡಲೇ ಅರ್ಜುನನ ಆಲಸಿಕೆಯಲ್ಲಾ ಮಾಯವಾಗಿ, ಹೊಂಚುಹಾಕಿ ಸುಂದರಿಯೊಬ್ಬಳ ಪಕ್ಕದಲ್ಲಿಯೇ ಜಾಗ ಗಿಟ್ಟಿಸಿಕೊಂಡ. ಬೇರೆಯವರೆಲ್ಲಾ ಒಟ್ಟಾಗಿ ಒಂದೆಡೆ ಕುಳಿತರು. ಆರಾಮವಾದ ಸುಖಾಸನಗಳಲ್ಲಿ ಕುಳಿತೊಡನೆಯೇ ನಿದ್ದೆಗೆಟ್ಟಿದ್ದ ಪಾಂಡವರಿಗೆಲ್ಲಾ ವಾಹನವೇ ಶಯನಗೃಹವಾಗಿತ್ತು. ಎಲ್ಲರೂ ಆರಾಮವಾಗಿ ನಿದ್ದೆ ಮಾಡಿದರು. ಅರ್ಜುನನು ಪಕ್ಕದಲ್ಲಿದ್ದ ಸುಂದರಿಯೊಡನೆ ಮಾತನಾಡುತ್ತಾ ಸ್ವಲ್ಪ ಸಮಯದ ನಂತರ ತಾನೂ ನಿದ್ರಾದೇವಿಗೆ ಪರವಶನಾದ.

ಮಧ್ಯಾಹ್ನದ ಹೊತ್ತಿಗೆ ಸ್ಯಾನ್ ಲೂಯಿಸ್ ಪೊಟೋಸ್ ಎಂಬ ಪಟ್ಟಣ ತಲುಪಿದಾಗ ಊಟೋಪಚಾರಕ್ಕೆಂದು ಒಂದು ಗಂಟೆ ವಿರಾಮವಿತ್ತು. ಅರ್ಜುನನ ಪಕ್ಕದ್ದಲ್ಲಿದ್ದ ಸುಂದರಿ ಇಲ್ಲಿಯೇ ಇಳಿದು ಹೋಗಿದ್ದಳು. ಒಂದು ತಾಲ್ಲೂಕು ಕೇಂದ್ರದಂತಿದ್ದ ಸ್ಯಾನ್ ಲೂಯಿಸ್ ಪೊಟೊಸಿಯಲ್ಲಿ ಸ್ವಲ್ಪ ತಿರುಗಾಡಿ ಮೈಸಡಿಲ ಮಾಡಿಕೊಂಡ ನಂತರ ಪಾಂಡವರು ಮತ್ತೆ ವಾಹನ ಹತ್ತಿದರು. ಪ್ರಯಾಣ ಮುಂದುವರಿಯಿತು. ಮತ್ತೆ ಆರು ಗಂಟೆಗಳ ಸತತ ಪ್ರಯಾಣದ ನಂತರ ಟೋರಿಯೋನ್ ಎಂಬ ನಗರವನ್ನು ಸಂಜೆಗತ್ತಲಿನ ಸಮಯಕ್ಕೆ ಸೇರಿದರು. ಟೋರಿಯೋನ್ ಒಂದು ಪ್ರಮುಖ ನಗರ ಹಾಗು ಕೈಗಾರಿಕಾ ಕೇಂದ್ರ. ಪ್ಯಾರಿಸ್ ನಗರದಲ್ಲಿರುವ ವಿಶ್ವವಿಖ್ಯಾತ ಐಫೆಲ್ ಗೋಪುರದ ಹಾಗೆಯೇ ಇರುವ ಚಿಕ್ಕಗೋಪುರವನ್ನು ಇಲ್ಲಿ ನಿರ್ಮಿಸಿದ್ದಾರೆ. ಇದು ಈ ನಗರದ ಪ್ರೇಕ್ಷಣೀಯ ತಾಣ. ವಾಹನ ಇಲ್ಲಿಂದ ಎರಡು ಗಂಟೆಗಳ ತರುವಾಯ ಹೊರಡುವುದಿತ್ತು. ಕಾರ್ಲೋಸನು ಪಾಂಡವರನ್ನೆಲ್ಲಾ ಕರೆದುಕೊಂಡು ಗೋಪುರದ ಬಳಿ ಇರುವ ಹೊಟೇಲ್‌ಗೆ ಹೋದ. ಅಲ್ಲಿಂದ

ದೀಪಾಲಂಕೃತ ಗೋಪುರ ಮತ್ತು ಅದರ ಪಕ್ಕದಲ್ಲೇ ಇರುವ ಚೋವಾಲಿಯ ನದಿಯ ಮೇಲಿನ ಸೇತುವೆಗಳು ಸುಂದರವಾಗಿ ಕಾಣುತ್ತವೆ.

ಊಟ ಮಾಡುವಾಗ ಕಾರ್ಲೋಸನು ಪಾಂಡವರನ್ನೆಲ್ಲಾ ಮತ್ತೆ ಎಚ್ಚರಿಸುತ್ತಾ "ಮಿತ್ರರೇ, ಬೆಳಗಿನ ಜಾವ ಐದು ಗಂಟೆಗೆ ಚಿವಾವಾ ನಗರ ತಲುಪುತ್ತೇವೆ. ಆರು ಗಂಟೆಗೆ ರೈಲು ಹತ್ತಬೇಕು. ಬೆಳಗಿನ ಜಾವ ನಿದ್ದೆ ಮರೆತುಬಿಡಿ" ಎಂದು ಮೊದಲೇ ತಿಳಿಸಿದ. ಚೆನ್ನಾಗಿ ತಿಂದು-ತೇಗಿದ ಮೇಲೆ 9 ಗಂಟೆಗೆ ಮತ್ತೆ ವಾಹನ ಹತ್ತಿದ ಪಾಂಡವರಿಗೆ ಸುಖಾಸನವೇ ಸುಪ್ಪತ್ತಿಗೆಯಾಗಿತ್ತು. ಮಕ್ಕಳಂತೆ ಮಲಗಿ ನಿದ್ದೆ ಮಾಡಿದರು.

ಮುಂಜಾನೆ ಐದು ಗಂಟೆಗೆ ಸರಿಯಾಗಿ ವಾಹನ ಚಿವಾವಾ ನಗರವನ್ನು ತಲುಪಿತ್ತು. ಚಿವಾವಾ ಮೆಹಿಕೊ ದೇಶದ ದೊಡ್ಡ ನಗರಗಳಲ್ಲೊಂದು. ವಾಹನಗಳ ತಯಾರಿಕೆಗೆ ಕೇಂದ್ರವಾಗಿರುವ ಚಿವಾವಾ, ಮೆಹಿಕೋದ ಡೆಟ್ರಾಯಿಟ್ ನಗರವೆಂದು ಹೆಸರು ಪಡೆದಿದೆ. ಸಿಯೆರಾ ಪರ್ವತ ಶ್ರೇಣಿಯ ಪೂರ್ವ ತಪ್ಪಲಲ್ಲಿರುವ ಚಿವಾವಾ ನಗರದ ಪ್ರಮುಖ ಪ್ರೇಕ್ಷಣೀಯ ಆಕರ್ಷಣೆ, ಪಕ್ಕದಲ್ಲಿಯೇ ಇರುವ ತಾಮ್ರದ ಕೊಳ್ಳ. ಕೋಟ್ಯಾಂತರ ವರ್ಷಗಳ ಹಿಂದೆ ಭಯಂಕರ ಭೂಕಂಪಗಳಿಂದಾಗಿ ರೂಪುಗೊಂಡ ತಾಮ್ರದ ಕೊಳ್ಳ, ಅಮೇರಿಕಾದ ಸುಪ್ರಸಿದ್ಧ ಪ್ರಚಂಡ ಕೊಳ್ಳಕ್ಕಿಂತಲೂ ದೊಡ್ಡದಾಗಿ, ಆಳವಾಗಿದೆ. ಸುಮಾರು ಸಾವಿರ ಮೈಲಿ ಉದ್ದವಿರುವ ತಾಮ್ರದ ಕೊಳ್ಳ ಕೆಲವು ಕಡೆ ಮೂರು ಕಿಲೋಮೀಟರ್ ಆಳವಿದೆ. ಸಿಯೆರಾ ಮಾಡ್ರೆ ಮತ್ತು ಸಿಯೆರಾ ತಾರವಮಾರ ಪರ್ವತಗಳ ಮಧ್ಯದಲ್ಲಿರುವ ತಾಮ್ರದ ಕೊಳ್ಳದಲ್ಲಿ ವಾಸಿಸುವ ಮೂಲನಿವಾಸಿಗಳಾದ "ತಾರಾವಮಾರ ಇಂಡಿಯನ್" ಜನರು ಅಮೇರಿಕಾ ಖಂಡಗಳ ಅತ್ಯಂತ ಸಾಂಪ್ರದಾಯಿಕ ಜನರೆಂದು ಹೆಸರು ಪಡೆದಿದ್ದಾರೆ. ಈಗಲೂ ಹಿಂದಿನಂತೆಯೇ ಬುಟ್ಟಿಗಳನ್ನು ಹೆಣೆಯುವ ಕೈಕಸಬನ್ನು ಮಾಡುತ್ತಾ, ಬೇಟೆಯಾಡುತ್ತಾ, ಹಿಂದಿನ ಪದ್ಧತಿಯಲ್ಲಿಯೇ ಕೃಷಿಯ ಮಾಡುತ್ತಾ, ಸರಳ ಜೀವನವನ್ನು ಸಾಗಿಸುತ್ತಾ ಸಂತೋಷವಾಗಿರುವ ತಾರಾವಮಾರ ಇಂಡಿಯನ್ನರು ತಾಮ್ರದ ಕೊಳ್ಳದ ಸಾಂಸ್ಕೃತಿಕ ಆಕರ್ಷಣೆಯಾಗಿದ್ದಾರೆ.

ತಾಮ್ರದ ಕೊಳ್ಳದ ಮತ್ತೊಂದು ವಿಶೇಷವೇನೆಂದರೆ: ರೈಲು. ಪೂರ್ವದಲ್ಲಿರುವ ಚಿವಾವಾದಿಂದ ಪಶ್ಚಿಮ ತೀರದಲ್ಲಿರುವ ಲಾಸ್ ಮೋಚಿಸ್ ನಗರದವರೆಗೂ ನಿರ್ಮಿಸಲಾಗುರುವ ರೈಲುಮಾರ್ಗ ಆಧುನಿಕ ಪ್ರಪಂಚದ ತಾಂತ್ರಿಕ ಸಾಧನೆಗೆ ಒಂದು ನಿದರ್ಶನವಾಗಿದೆ. ಸುಮಾರು ಏಳು ನೂರು ಕಿಲೋಮೀಟರ್

ದೂರದ ಈ ಹಳಿಹಾದಿ ತಾಮ್ರ ಕೊಳ್ಳದ ಮಧ್ಯದಲ್ಲಿ ಹಾಯ್ದು ಹೋಗುತ್ತದೆ. ದಾರಿಯುದ್ದಕ್ಕೂ 86 ಸುರಂಗಗಳು ಮತ್ತು 40 ಸೇತುವೆಗಳಿವೆ. ಈ ಹಳಿಹಾದಿಯನ್ನು ಸಂಪೂರ್ಣಗೊಳಿಸಲು ತೊಂಬತ್ತು ವರ್ಷಗಳು ಹಿಡಿಯಿತು. ಇಂತಹ ಅಪೂರ್ವ ಸಾರ್ವಜನಿಕ ಸಾರಿಗೆಯನ್ನು ನಿರ್ಮಿಸಿದ ಮೆಹಿಕೋ ದೇಶಕ್ಕೆ ತಾಮ್ರ ಕೊಳ್ಳ ಪ್ರವಾಸಿಗರ ದೆಸೆಯಿಂದ ಚಿನ್ನದ ಗಣಿ ಎನಿಸಿದೆ.

ಕಾರ್ಲೋಸನು ಹೇಳಿದಂತೆ ಸರಿಯಾಗಿ ಐದು ಗಂಟೆಗೆ ಚಿವಾವಾ ನಗರ ಬಂದಿತು. ಹಿಂದಿನ ದಿನ ಸಂಜೆ ಏಳು ಗಂಟೆಯಿಂದ ನಿದ್ದೆ ಮಾಡುತ್ತಿದ್ದ ಪಾಂಡವರಿಗೆ ವಾಹನದಿಂದಿಳಿಯುವುದೇ ಒಂದು ಆನಂದವಾಗಿತ್ತು. ಕಾರ್ಲೋಸನು ಎಲ್ಲರನ್ನು ಪಕ್ಕದಲ್ಲಿಯೇ ಇದ್ದ ಚಿವಾವಾ ರೈಲು ನಿಲ್ದಾಣಕ್ಕೆ ಕರೆದುಕೊಂಡು ಹೋಗಿ, ತಿಂಡಿ-ತೀರ್ಥಗಳನ್ನು ಕೊಡಿಸಿ, ಆರು ಗಂಟೆಗೆ ಸರಿಯಾಗಿ ಚಿವಾವಾ (ಎಲ್ ಚೇಪೆ) ವೇಗವಾಹಿನಿ ರೈಲಿನಲ್ಲಿ ಹತ್ತಿಸುತ್ತಾ, "ಮಿತ್ರರೇ, ಈ ರೈಲಿನಲ್ಲಿ ಪ್ರಯಾಣ ಮಾಡಬೇಕಾದರೆ ನೀವು ಪುಣ್ಯ ಮಾಡಿರಬೇಕು. ಇದು ಸ್ವರ್ಗದ ದಾರಿ" ಎಂದು ಹೇಳಿದಾಗ, ಅರ್ಜುನನು "ಹೌದಾ. ಹಾಗಾದರೆ ದಾರಿಯಲ್ಲಿ ಸುರನಾರಿಯರು ಸಿಗ್ತಾರಾ?" ಎಂದು ನಗುತ್ತಾ ವಿಚಾರಿಸಿದ.

"ದಾರಿಯಲ್ಲಿ ತಾರಾವಮಾರಾ ನಾರಿಯರು ಬರ್ತಾರೆ. ಸುಮ್ಮನೆ ನೋಡಿ ಸಂತೋಷ ಪಡಬೇಕಷ್ಟೆ. ಚೆಲ್ಲಾಟಕ್ಕೆ ಸಮಯಾವಕಾಶ ಇಲ್ಲ" ಎನ್ನುತ್ತಾ ತಾರಾವಮಾರ ಇಂಡಿಯನ್ಸ್ ಬಗ್ಗೆ ತಿಳಿಸಿದ.

ಎಲ್ ಚೇಪೆ ವೇಗವಾಹಿನಿ ಆರು ಗಂಟೆಗೆ ಸರಿಯಾಗಿ ಹೊರಟಿತು. ದಾರಿಯುದ್ದಕ್ಕೂ ಕಾರ್ಲೋಸನು ತಾಮ್ರ ಕೊಳ್ಳದ ಬಗ್ಗೆ ವಿವರಣೆಯನ್ನು ನೀಡುತ್ತಾ ಪಾಂಡವರಲ್ಲಿ ಕುತೂಹಲವನ್ನು ತುಂಬುತ್ತಾ ರೈಲಿನಷ್ಟೇ ವೇಗವಾಗಿ ಕಾಲವನ್ನು ಓಡಿಸುತ್ತಿದ್ದ. ಮೂರು ಗಂಟೆಗಳ ತರುವಾಯ ರೈಲು ಯು ಕ್ರೀಲ್ ಎಂಬ ಸಣ್ಣಪಟ್ಟಣ ತಲುಪಿತು.

ಸಿಯೆರಾ ಪರ್ವತಶೇಣಿಯ ಪೂರ್ವ ಬದಿಯಲ್ಲಿ ಸಮುದ್ರ ಮಟ್ಟದಿಂದ ಸುಮಾರು ಮೂರು ಕಿಲೋಮೀಟರ್ ಎತ್ತರದಲ್ಲಿರುವ ಉತ್ತುಂಗ ಪ್ರವಾಸೋದ್ಯಮದ ಕೇಂದ್ರ ಕ್ರೀಲ್. ರೈಲು ಪ್ರಯಾಣಿಕರೇ ಈ ಊರಿನ ಮುಖ್ಯ ಗ್ರಾಹಕರು. ಸಿಯೆರಾ ಪರ್ವತದ ಹಲವಾರು ಪ್ರೇಕ್ಷಣೀಯ ತಾಣಗಳಿಗೆ ಹೋಗಲು ಇಲ್ಲಿಂದ ಮಾತ್ರವೇ ರಸ್ತೆಗಳಿರುವುದರಿಂದ ಕ್ರೀಲ್-ನಲ್ಲಿ ನಿವಾಸಿಗಳ

ವಾಸಕ್ಕಿಂತ ಪ್ರವಾಸಿಗರ ಸಂದಣಿಯೇ ಹೆಚ್ಚಾಗಿದೆ. ಉತ್ತರ ಅಮೇರಿಕಾ ಖಂಡದ ಅತ್ಯಂತ ಕಡಿದಾದ ಹೆದ್ದಾರಿಯೆಂದು ಹೆಸರುವಾಸಿಯಾಗಿರುವ ಕ್ರೀಲ್–ಬಾಟೋಪಿಲಾಸ್ ರಸ್ತೆ ಇಲ್ಲಿಂದಲೇ ಆರಂಭವಾಗುತ್ತದೆ. ಲಾಬುಫ್ಲಾ ಎಂಬ ಕಡೆ ಈ ಹೆದ್ದಾರಿ ಒಂದು ಕಿಲೋಮೀಟರ್ ಆಳದ ಪ್ರಪಾತಕ್ಕಿಳಿಯುತ್ತದೆ. ಇದೊಂದು ಮಹೋನ್ನತ ದೃಶ್ಯ. ಸಿಯೆರಾ ತಾರಾವುಮಾರಾ ಪರ್ವತದ ತಪ್ಪಲಲ್ಲಿರುವ ಬಾಟೋಪಿಲಾಸ್ ನಗರವನ್ನು ನೋಡಲು ಹೋಗುವ ಪ್ರವಾಸಿಗಳಿಗೆ ಕ್ರೀಲ್ ವಿಶ್ರಾಂತಿ ಧಾಮವಾಗಿದೆ.

ಕ್ರೀಲ್ ನಿಲ್ದಾಣದಲ್ಲಿ ಕಾರ್ಲೋಸನು ಪಾಂಡವರಿಗೆ ಸಿಯೆರಾ ಪರ್ವತಗಳನ್ನು ತೋರಿಸುತ್ತಾ, "ಮಿತ್ರರೇ, ಇದು ಅಮೇರಿಕಾ ಖಂಡದ ಅತ್ಯಂತ ಉನ್ನತ ರೈಲು ತಾಣ. ರೈಲು ಇಲ್ಲಿಂದ ಮೂರು ಕಿಲೋಮೀಟರ್ ಕೆಳಕ್ಕಿಳಿಯುತ್ತದೆ" ಎಂದು ಹೇಳಿದಾಗ ಅರ್ಜುನನು "ನಮ್ಮ ಚಂಬಲ್ ಕಣಿವೆ ಹೀಗೇ ಇರೋದು" ಎಂದು ತನ್ನ ಅನುಭವ ತಿಳಿಸಿದ.

ಮತ್ತೆ ಪ್ರಯಾಣ ಮುಂದುವರಿಯಿತು. ದಾರಿಯುದ್ದಕ್ಕೂ ಹಲವಾರು ಕಡೆ ಹಳಿಹಾದಿಯ ವರ್ತುಲ ತಿರುವುಗಳು ಸೋಜಿಗವಾಗಿದ್ದವು. ತಿರುವುಗಳಲ್ಲಿ ರೈಲಿನ ಕೊನೆಯ ಬೋಗಿ ಮೊದಲ ಬೋಗಿಯನ್ನು ಮುಟ್ಟುವಂತಿತ್ತು. ಪಾಂಡವರೆಲ್ಲರೂ ಬೆರಗಾಗಿ "ವಾವ್" ಎಂದು ಬಿಟ್ಟರು. ದಾರಿಯಲ್ಲಿನ ಸುರಂಗಳಿಗಂತೂ ಲೆಕ್ಕವೇ ಇಲ್ಲ. ಪ್ರತಿ ಐದು ನಿಮಿಷಕ್ಕೊಮ್ಮೆ ರೈಲು ಸುರಂಗದೊಳಗೆ ಹೋಗಿ ಆಚೆ ಬೆಟ್ಟದಡಿಯಿಂದ ಈಚೆ ಬರುತ್ತಿತ್ತು. ಪ್ರಯಾಣಿಕರೆಲ್ಲರೂ ಮೈಯೆಲ್ಲಾ ಕಣ್ಣಾಗಿ ತಾಮ್ರಕೊಳ್ಳವನ್ನು ವೀಕ್ಷಿಸುತ್ತಿದ್ದರು. ಪಾಂಡವರಿಗಂತೂ ಹೊತ್ತು ಹೋದುದೇ ಗೊತ್ತಾಗಲಿಲ್ಲ.

ಎರಡು ಗಂಟೆಗಳ ತರುವಾಯ ರೈಲು ಡಿವಿಸಡಾರೋ ಎಂಬ ಸಣ್ಣ ಪಟ್ಟಣವನ್ನು ತಲುಪಿತು. ಡಿವಿಸಡಾರೋ ತಾಮ್ರಕೊಳ್ಳದ ಪ್ರಮುಖ ಪ್ರೇಕ್ಷಣೀಯ ಪಟ್ಟಣ. ರೈಲು ಇಲ್ಲಿ ಇಪ್ಪತ್ತು ನಿಮಿಷಗಳ ಕಾಲ ನಿಲ್ಲುತ್ತದೆ. ಹಾದುಹೋಗುವ ಪ್ರಯಾಣಿಕರೆಲ್ಲರೂ ಇಲ್ಲಿಳಿದು ತಾಮ್ರಕೊಳ್ಳವನ್ನು ವೀಕ್ಷಿಸಲು ಕಾಲಾವಕಾಶ ಇರುತ್ತದೆ.

ಕಾರ್ಲೋಸನು ಪಾಂಡವರೊಡನೆ ಕೆಳಗಿಳಿದು ನಿಲ್ದಾಣದ ಪಕ್ಕದಲ್ಲಿದ್ದ ವೀಕ್ಷಕ ತಾಣಕ್ಕೆ ಕರೆದುಕೊಂಡು ಹೋದ. ಸುಮಾರು ಒಂದು ಕಿಲೋಮೀಟರ್ ಆಳವಿರುವ ಪ್ರಪಾತ ಮತ್ತು ಅದರ ಸುತ್ತಲೂ ಇರುವ ಕೊಳ್ಳ ಅದ್ಭುತವಾಗಿತ್ತು.

ಅಲ್ಲಿಂದ ಕಾಣುತ್ತಿದ್ದ ಹಳಿಹಾದಿಯ ಸುರುಳಿ, ಸೇತುವೆಗಳು, ಬೆಟ್ಟದಡಿಯಲ್ಲಿನ ನದಿ, ಅಲ್ಲಲ್ಲಿ ಕಾಣಬರುತ್ತಿದ್ದ ಮನೆಗಳು ಗೊಂಬೆಗಳಂತೆ ಕಾಣುತ್ತಿದ್ದವು. ಎಲ್ಲರೂ ಬಹಳ ಖುಷಿ ಪಟ್ಟರು.

ಸಿಯೆರಾ ತಾರಾವುಮಾರಾ ಪರ್ವತ ಶ್ರೇಣಿಯಲ್ಲಿರುವ ಡಿವಿಸಡಾರೋ ಪಟ್ಟಣ, ತಾರಾವುಮಾರಾ ಇಂಡಿಯನ್ನರ ಪ್ರಮುಖ ವಾಣಿಜ್ಯ ಕೇಂದ್ರ. ಕರಕುಶಲ ವಸ್ತುಗಳ ಮಾರಾಟದಿಂದಲೇ ಹಣದ ಮುಖ ಕಾಣುತ್ತಿರುವ ಈ ಬಡಪಾಯಿಗಳಿಗೆ, ಪ್ರವಾಸಿಗಳೇ ಅನ್ನದಾತರಾಗಿದ್ದಾರೆ. ಕಾರ್ಲೋಸನು ಪಾಂಡವರನ್ನು ಡಿವಿಸಡಾಓ ಅಂಗಡಿ ಬೀದಿಗೆ ಕರೆದುಕೊಂಡು ಹೋಗಿ, "ಈ ತಾರಾವುಮಾರಾ ಇಂಡಿಯನ್ಸ್ ಹತ್ತಿರ ಏನಾದರೂ ಕೊಂಡುಕೊಳ್ಳಿ. ಇಂಡಿಯನ್ಸ್‌ಗೆ ಇಂಡಿಯನ್ಸ್ ಸಹಾಯ ಮಾಡಲೇಬೇಕು" ಎಂದು ಆಗ್ರಹಮಾಡಿಕೊಂಡ. ತಾರಾವುಮಾರಾ ಇಂಡಿಯನ್ ಮಹಿಳೆಯರು ಬಹಳ ನಾಚುವ ಸ್ವಭಾವದವರು. ಗಿರಾಕಿಗಳೊಡನೆ ಕೂಡ ಮಿತಭಾಷಿಗಳು. ಕಾರ್ಲೋಸನ ಆದೇಶದಲ್ಲಿ ಪಾಂಡವರೆಲ್ಲರೂ ಒಂದೊಂದು ಗುರುತನ್ನು ಕೊಂಡರು. ತರುವಾಯ ಊಟೋಪಚಾರಗಳನ್ನೂ ಮುಗಿಸಿದರು.

ಡಿವಿಸಡಾರೋದಿಂದ ಪ್ರಯಾಣ ಮುಂದುವರಿಯಿತು. ಮಧ್ಯಾಹ್ನದ ಊಟದ ನಂತರ ತೂಕಡಿಸುತ್ತಾ ಆಗಾಗ ಕಾರ್ಲೋಸನು ತೋರಿಸುತ್ತಿದ್ದ ಹಳಿಹಾದಿಯ ಅದ್ಭುತ ರಚನೆಗಳನ್ನು ನೋಡುತ್ತಾ ಪಾಂಡವರು ಆರಾಮವಾಗಿದ್ದರು. ನಡುವೆ ತಾಮ್ರಕೊಳ್ಳದ ಅತ್ಯಂತ ಉದ್ದದ ಸುರಂಗ ಬಂದಾಗ ಕಾರ್ಲೋಸನು "ನೋಡ್ರಪ್ಪಾ. ಈವಾಗ ರಾತ್ರಿ ಆಗುತ್ತೆ. ಭದ್ರವಾಗಿ ಹತ್ತು ನಿಮಿಷ ನಿದ್ದೆ ಮಾಡಿ" ಎಂದ. ಪ್ರದೀಪನು "ಎಷ್ಟು ಉದ್ದ ಇದೆ ಗುರು" ಎಂದು ಪ್ರಶ್ನಿಸಿದ. "ಎರಡು ಕಿಲೋಮೀಟರ್" ಎಂದ ಕಾರ್ಲೋಸ್. ಪಾಂಡವರೆಲ್ಲರೂ ಸೋಜಿಗದಿಂದ ಸುರಂಗದ ಕತ್ತಲಲ್ಲಿ ನಿಧಾನವಾಗಿ ಹೋಗುತ್ತಿದ್ದ ಗಾಡಿಯನ್ನು ಉದ್ದೇಶಿಸಿ "ಯಾಕಿಷ್ಟು ಕೀಚಲು ಶಬ್ದ ಇಲ್ಲಿ" ಎಂದು ಕಾರ್ಲೋಸನನ್ನು ಪ್ರಶ್ನಿಸಿದಾಗ, ಕಾರ್ಲೋಸನು "ಮಿತ್ರರೇ, ಈ ಸುರಂಗದೊಳಗೆ ಹಳಿಹಾದಿ ತಿರುಗು-ಮುರುಗು ಆಗುತ್ತಿದೆ. ಅದಕ್ಕೇ ಅಷ್ಟು ಕೀಚಲು ಧ್ವನಿ" ಎಂದು ಕಾರಣ ವಿವರಿಸಿದ. ಕೊನೆಯಲ್ಲಿ ಗಾಡಿ ಈಚೆ ಬರುವ ಹೊತ್ತಿಗೆ ಪಾಂಡವರಿಗೆ, ಮೊದಲು ಪಶ್ಚಿಮದ ಕಡೆ ಕಾಣಬರುತ್ತಿದ್ದ ಸೂರ್ಯ ಈಗ ಇದ್ದಕ್ಕಿದ್ದ ಹಾಗೆ ಪೂರ್ವದ ಕಡೆ ಕಾಣಬರುತ್ತಿದ್ದ. ಗಾಡಿ ಈಚೆ ಬಂದಾಗ ಪ್ರಯಾಣಿಕರೆಲ್ಲರೂ "ಹಾ" ಎಂದು ನಿಟ್ಟುಸಿರುಬಿಟ್ಟರು.

ಸಂಜೆಯಾಗುತ್ತಿದ್ದಂತೆ ದಾರಿ ಸವೆಯುತ್ತಿತ್ತು. ಫ್ಲೆರ್ಟೆ ಎಂಬ ನದಿ ಕಾಣ ಬರುತ್ತಿತ್ತು. ಕಾರ್ಲೋಸನು ಪಾಂಡವರ ಗಮನ ಸೆಳೆದು ತುಸು ದೂರದಲ್ಲಿ ಕಾಣಬರುತ್ತಿದ್ದ ಸೇತುವೆಯನ್ನು ಉದ್ದೇಶಿಸಿ "ಇದು ಅತ್ಯಂತ ಉದ್ದವಾದ ಸೇತುವೆ. ಮುಕ್ಕಾಲು ಕಿಲೋಮೀಟರ್ ಇದೆ" ಎಂದ. ತುಂಬಿ ಹರಿಯುತ್ತಿದ್ದ ಫ್ಲೆರ್ಟೆ ನದಿಯಲ್ಲಿ ವಿಹರಿಸುತ್ತಿರುವ ದೋಣಿ ವಿಹಾರಿಗಳು ಮತ್ತು ಮೀನು ಹಿಡಿಯುವವರೆಲ್ಲರೂ ರೈಲು ಪ್ರಯಾಣಿಕರಿಗೆ ಕೈಬೀಸುತ್ತಾ ಶುಭಾಶಯಗಳನ್ನು ಕೋರುತ್ತಿದ್ದರು. ಪ್ರಯಾಣಿಕರೂ ಪ್ರತಿವಂದಿಸುತ್ತಿದ್ದರು.

ಸೂರ್ಯಾಸ್ತದ ಸಮಯದ ಹೊತ್ತಿಗೆ ಗಾಡಿ ಟೆಮೋರಿಸ್ ಎಂಬ ಊರನ್ನು ತಲುಪಿತ್ತು. ಕೇವಲ ಐದು ನಿಮಿಷಗಳು ಮಾತ್ರ ನಿಂತಿದ್ದ ಗಾಡಿಯಿಂದ ಪಾಂಡವರಾರೂ ಕೆಳಗಿಳಿಯುವ ಗೋಜಿಗೆ ಹೋಗಲಿಲ್ಲ. ಕಾರ್ಲೋಸ್‌ನೊಬ್ಬನೇ ಕೆಳಗಿಳಿದು ನಿಲ್ದಾಣದ ಬಳಿಯಿರುವ ಸಾರ್ವಜನಿಕ ದೂರವಾಣಿಯಿಂದ ಲಾಸ್ ಮೋಚಿಸ್‌ನಲ್ಲಿರುವ ತನ್ನ ಮಿತ್ರನಿಗೆ ಕರೆದು, ಪಾಂಡವರೊಡನೆ ರಾತ್ರಿ 9 ಗಂಟೆಗೆ ಮನೆ ತಲುಪುವುದಾಗಿ ತಿಳಿಸಿ, ಮತ್ತೆ ಗಾಡಿಯನ್ನು ಹತ್ತಿದ.

ರೈಲು ಪ್ರಯಾಣದ ಕೊನೆಯ ಹಂತ ಶುರುವಾಯಿತು. ಸಂಜೆಯ ತಿಂಡಿ-ತೀರ್ಥ ಸೇವಿಸುತ್ತಾ ಕಾರ್ಲೋಸನು "ಹೇಗಿತ್ತಪ್ಪಾ ತಾಮ್ರಕೊಳ್ಳ?" ಎಂದು ಪಾಂಡವರನ್ನು ಕೇಳಿದಾಗ, ಸೆಲ್ವಮ್ "ನಮ್ಮ ನೀಲಗಿರಿ ತರಹ ಇದೆ" ಎಂದ. ವಿಜಯನು "ಎಲ್ಲಾ ಸರಿ. ತಾಮ್ರದ ಕೊಳ್ಳದಲ್ಲಿ ತಾಮ್ರನೇ ಕಾಣ್ತಾಯಿಲ್ಲವಲ್ಲ. ಕಾರ್ಲೋಸ್" ಎಂದು ಪ್ರಶ್ನಿಸಿದಾಗ, ಕಾರ್ಲೋಸನು "ಅಮೇರಿಕಾದವರು ನೂರು ವರ್ಷಗಳ ಹಿಂದೆನೇ ತಾಮ್ರಾನ ಇಲ್ಲಿಂದ ಕೊಳ್ಳೆ ಹೊಡೆದುಬಿಟ್ಟರು. ಈಗ ಉಳಿದಿರೋದು ಹೆಸರು ಮಾತ್ರ" ಎಂದಾಗ, ಅರ್ಜುನನು "ಮೆಹಿಕೋದವರೇನು ಕತ್ತೆ ಕಾಯ್ತಾಯಿದ್ದರಾ?" ಎಂದು ಮರು ಪ್ರಶ್ನಿಸಿದ. ಕಾರ್ಲೋಸನು ನಗುತ್ತಾ "ಹೌದು ಅರ್ಜುನ್" ಎಂದೇಳಿ ಶತಮಾನದ ಹಿಂದಿನ ರಾಜಕೀಯ ವಿದ್ಯಮಾನ, ಬಂಡವಾಳಶಾಹಿಗಳ ಶೋಷಣೆಯನ್ನು ವಿವರಿಸಿದ. ತಾಮ್ರ ಕೊಳ್ಳದ ರೈಲು ಪ್ರಯಾಣ ಪಾಂಡವರಿಗೆಲ್ಲಾ ಮರೆಯಲಾಗದ ಅನುಭವವಾಗಿತ್ತು.

ರಾತ್ರಿ 9 ಗಂಟೆಗೆ ಪ್ರಯಾಣ ಮುಗಿದಿತ್ತು. ಗಾಡಿ ಲಾಸ್ ಮೋಚಿಸ್ ನಗರವನ್ನು ತಲುಪಿತ್ತು. ಮೆಹಿಕೋದ ಪಶ್ಚಿಮದಲ್ಲಿ ಬಾಹಾ ಕ್ಯಾಲಿಫೋರ್ನಿಯಾ ಕೊಲ್ಲಿಯ ತೀರದಲ್ಲಿರುವ ಲಾಸ್ ಮೋಚಿಸ್ ನಗರ, ಮಾವಿನ ಹಣ್ಣುಗಳ ಉತ್ಪಾದನೆಗೆ

ಪ್ರಸಿದ್ಧವಾಗಿರುವ ಕೃಷಿಕ್ಷೇತ್ರದ ಮುಖ್ಯ ರೇವುಪಟ್ಟಣ. ಕಾರ್ಲೋಸನು ತನ್ನ ಮಿತ್ರನಾದ ಮ್ಯಾನಿ ಎಂಬುವನ ಅತಿಥಿಗೃಹದಲ್ಲಿ ಪಾಂಡವರಿಗೆಲ್ಲಾ ಊಟೋಪಚಾರ ಮತ್ತು ತಂಗುವ ವ್ಯವಸ್ಥೆ ಮಾಡಿದ್ದ. ಪ್ರಯಾಣದಿಂದ ತಡವಾಗಿ ಬಂದ ಅತಿಥಿಗಳಿಗೆಲ್ಲಾ ಮ್ಯಾನಿ ಮತ್ತು ಅವನ ಹೆಂಡತಿ ಲಿಡಿಯಾ ಬಿಸಿ-ಬಿಸಿ ಊಟೋಪಚಾರಗಳಿಂದ ಸತ್ಕರಿಸಿದರು. ಬೇರೆ ಎಲ್ಲಾ ಅತಿಥಿಗೃಹಗಳಂತೆ ಒಂದು ದೊಡ್ಡ ಕೋಣೆಯಲ್ಲಿ ಅಟ್ಟಣಿಗೆ-ಮಂಚಗಳ ಮೇಲೆ ಹತ್ತು ಜನ ಮಲಗಲು ಅವಕಾಶವಿತ್ತು.

ಕಾರ್ಲೋಸನು "ನಾಳೆ ಬೆಳಿಗ್ಗೆ ನೊಗಾಲಿಸ್-ಗೆ ಹೊರಡಬೇಕು. ಎಂಟು ಗಂಟೆಗೆ ಮನೆಬಿಡಬೇಕು" ಎಂದು ಮಲಗುವ ಮುಂಚೆ ಪಾಂಡವರಿಗೆಲ್ಲಾ ಆದೇಶಿಸಿದಾಗ, ಅರ್ಜುನನು "ಅದೇಕೆ ಅಷ್ಟು ಅವಸರ. ನಾಳೆ ಇಲ್ಲಿದ್ದು ಹೋದರೆ ಆಗೊಲ್ಲವೇ?" ಎಂದು ಲಾಸ್ ಮೋಚಿಸ್‌ನಲ್ಲಿರಲು ಹುನಾರು ತೆಗೆದಾಗ "ಇಲ್ಲಿ ನೋಡೋದೇನೂ ಇಲ್ಲಪ್ಪಾ. ಇಲ್ಲಿ ಮಾಡೋದನ್ನು ನೊಗಾಲಿಸ್‌ನಲ್ಲಿ ಇನ್ನೂ ಚೆನ್ನಾಗಿ ಮಾಡಬಹುದು" ಎಂದು ಅರ್ಜುನನಿಗೆ ಸ್ವಲ್ಪ ಆಸೆಯನ್ನು ಹುಟ್ಟಿಸಿದ. ವಾಸ್ತವ ಸಂಗತಿಯೆಂದರೆ ಲಾಸ್ ಮೋಚಿಸ್, ಲಲನೆಯರಿಗೆ ಪ್ರಸಿದ್ಧಿ. ಈ ವಿಷಯ ತಿಳಿದರೆ ಅರ್ಜುನನು ನಿಜವಾಗಿಯೂ ಜಂಡಾ ಹೂಡುವನೆಂದು ಗ್ರಹಿಸಿ ಕಾರ್ಲೋಸನು ಹಾಗೆ ಹೇಳಿದ. ಕಾರ್ಲೋಸನಿಗೂ ಲಾಸ್ ಮೋಚಿಸ್‌ನಲ್ಲಿ ಒಂದು ದಿನ ಕಳೆಯಲು ಇಷ್ಟವಿದ್ದರೂ, ನೊಗಾಲಿಸ್-ನಲ್ಲಿ ಯಾವುದೋ ತುರ್ತು ಕೆಲಸವಿದ್ದುದರಿಂದ ಅರ್ಜುನನ್ನು ಉತ್ತೇಜಿಸಲಿಲ್ಲ. ಇತರರಿಗೆ ನಾಳೆ ಹೋಗುವುದೇ ಲೇಸು ಎನಿಸಿತು.

ನೊಗಾಲಿಸ್ ನಗರ, ಲಾಸ್ ಮೋಚಿಸ್‌ನಿಂದ ಸುಮಾರು ಏಳು ನೂರು ಕಿಲೋಮೀಟರ್ ಉತ್ತರಕ್ಕಿದೆ. ಇಲ್ಲಿಂದ ಖಾಸಗಿ ವಾಹನದಲ್ಲಿ ಪ್ರಯಾಣ ಮಾಡಲು ಕಾರ್ಲೋಸನು ಆಯೋಜಿಸಿದ್ದ. ಮರುದಿನ ಸಮಯಕ್ಕೆ ಸರಿಯಾಗಿ ಪಾಂಡವರನ್ನು ಪ್ರಯಾಣಕ್ಕೆ ಸನ್ನಾಹಗೊಳಿಸಿ ತನ್ನ ಯೋಜನೆಯಂತೆ ಕಾರ್ಲೋಸನು ತನ್ನ ವಲಸೆಯ ಕೊನೆಯ ಹಂತವನ್ನು ಪ್ರಾರಂಭಿಸಿದ. ಖಾಸಗಿ ವಾಹನವಾದುದರಿಂದ ಪ್ರಯಾಣ ಅಡ್ಡಿ-ಆತಂಕವಿಲ್ಲದೆ ಬಹಳ ಸರಾಗವಾಗಿ ಸಾಗಿತ್ತು. ಮಧ್ಯಾಹ್ನ ಒಂದು ಗಂಟೆಗೆ ಗಯಮಾಸ್ ಬಂದಿತ್ತು. ಊಟ ಮಾಡಿ ಮತ್ತೆ ವಾಹನ ಹತ್ತಿದ ನಂತರ ಕಾರ್ಲೋಸನು, "ನೊಗಾಲಿಸ್ ವರೆವಿಗೂ ನಿಲ್ಲಿಸಬೇಡ" ಎಂದು ಚಾಲಕನಿಗೆ ಆದೇಶಿಸಿ, ಪಾಂಡವರಿಗೆಲ್ಲಾ "ಮಿತ್ರರೇ

ಚೆನ್ನಾಗಿ ನಿದ್ದೆ ಮಾಡಿ. ಈವತ್ತು ರಾತ್ರಿ ನೊಗಾಲಿಸ್‌ನಲ್ಲಿ ಮಜಾ ಮಾಡೋಣಾ" ಎಂದು ದೂರದಾಸೆ ಬಿತ್ತಿದ. ವಾಹನದ ಚಾಲಕನು ವೇಗದ ಮಿತಿಯನ್ನು ಮೀರಿದರೂ ಜಾಗರೂಕನಾಗಿ ಸಂಜೆ ಯೋಜಿಸಿದ ಹೊತ್ತಿಗೆ ಒಂದು ಗಂಟೆ ಮುಂಚೆಯೇ ನೊಗಾಲಿಸ್ ನಗರವನ್ನು ತಲುಪಿದ್ದ. ಅರ್ಥಾಥ್ ಕಾರ್ಲೋಸನ ವಲಸೆ ಯಾತ್ರೆ ಮುಗಿದಿತ್ತು.

ರಾತ್ರಿ ಒಂಬತ್ತು ಗಂಟೆಗೆ ನೊಗಾಲಿಸ್ ನಗರ ಬಂದಾಗ ಕಾರ್ಲೋಸನು "ಮಿತ್ರರೇ, ಬಂತು ಬಂತು ನೊಗಾಲಿಸ್ ಬಂತು" ಎಂದು ಪಾಂಡವರಿಗೆ ಸಂತೋಷದಿಂದ ಘೋಷಿಸುತ್ತಾ, ನಂತರ ಸ್ವಲ್ಪ ಮೆಲುದನಿಯಲ್ಲಿ "ದೇವರದಯೆಯಿಂದ ನಿಮ್ಮನ್ನೆಲ್ಲಾ ಸುರಕ್ಷಿತವಾಗಿ ಅಮೇರಿಕಾ ಗಡಿಗೆ ಕರೆದುಕೊಂಡು ಬಂದುಬಿಟ್ಟೆ. ಈವತ್ತಿಗೆ ನನ್ನ ಕರ್ತವ್ಯ ಮುಗಿಯಿತು" ಎಂದ. ಪಾಂಡವರಿಗೆ ಗುರಿ ಮುಟ್ಟಿದೆವಲ್ಲಾ ಎಂದು ನಿರಾಳವಾದರೂ, ಒಂದು ತಿಂಗಳಿಂದ ತಮಗೆಲ್ಲಾ ಆಪ್ತನಂತಿದ್ದ ಕಾರ್ಲೋಸನ ಅಗಲಿಕೆ, ನಿಜವಾಗಿಯೂ ಒಂದು ತೆರಹದ ವೇದನೆಯನ್ನುಂಟುಮಾಡಿತು. ಆದರೆ ಯಾರೂ ಏನೂ ಹೇಳದೆ ಸುಮ್ಮನಿದ್ದರು.

ನೊಗಾಲಿಸ್ ನಗರದ ಬಗ್ಗೆ ಮಾಹಿತಿಯನ್ನು ನೀಡುತ್ತಾ ಕಾರ್ಲೋಸನು, "ನೊಗಾಲಿಸ್, ವಲಸೆದಾರರ ರಾಜಧಾನಿ. ಅಮೇರಿಕಾದ ಗಡಿಯಲ್ಲಿದೆ. ಪಶ್ಚಿಮಕ್ಕೆ ಹೋದರೆ ಕ್ಯಾಲಿಫ್ಹೋರ್ನಿಯಾ, ಪೂರ್ವಕ್ಕೆ ಹೋದರೆ ಟೆಕ್ಸಾಸ್. ನೊಗಾಲಿಸ್ ತುಂಬಾ ದಾರಿ ದಳ್ಳಾಳಿಗಳು. ನಿಮಗೆ ಯಾವ ಕಡೆ ಬೇಕಾದರೂ ಗಡಿ ದಾಟಿಸ್ತಾರೆ" ಎಂದು ಕಾರ್ಯಾಚರಣೆಯ ಮಾರ್ಗಗಳನ್ನು ಸೂಚಿಸಿದ.

ನೊಗಾಲಿಸ್ ಎರಡು ದೇಶಗಳಲ್ಲಿ ಎರಡು ರಾಜ್ಯಗಳಲ್ಲಿ ಹರಡಿರುವ ಒಂದು ನಗರ. ಉತ್ತರಕ್ಕೆ ಅಮೇರಿಕಾದ ದೇಶದ ಅರಿಝೋನಾ ರಾಜ್ಯದಲ್ಲಿ ಮತ್ತು ದಕ್ಷಿಣಕ್ಕೆ ಮೆಹಿಕೋ ದೇಶದ ಸೊನೋರಾ ರಾಜ್ಯದಲ್ಲಿರುವ ನೊಗಾಲಿಸ್, ನಿಜವಾಗಿಯೂ ಅಂತರ ರಾಷ್ಟ್ರೀಯ ನಗರ. ಅಮೇರಿಕಾ ದೇಶವನ್ನು ಪ್ರವೇಶಿಸುವ ಮೆಹಿಕೊ ದೇಶದ ಪ್ರಜೆಗಳೆಲ್ಲಾ ಇಲ್ಲಿಯೇ ಗಡಿ ದಾಟಬೇಕಾಗಿರುವುದರಿಂದ ದೊಡ್ಡ ಗಡಿ ಪ್ರವೇಶ ನಿಯಂತ್ರಣಾ ಠಾಣೆಯೊಂದಿಗೆ, ದೊಡ್ಡ ಗಡಿ ಕಾವಲು ಪಡೆಯೂ ಇದೆ.

ಅಮೇರಿಕಾದ ನೊಗಾಲಿಸ್ ಸಣ್ಣ ಊರು. ಆದರೆ ಮೆಹಿಕೋದ ನೊಗಾಲಿಸ್ ದೇಶದ ಬಹು ದೊಡ್ಡ ವಾಣಿಜ್ಯ ಮತ್ತು ಕೈಗಾರಿಕಾ ಕೇಂದ್ರವಾಗಿದೆ. ನೂರು

ವರ್ಷಗಳ ಹಿಂದೆ, ರೈಲುಗಳೇ ಬಹು ಮುಖ್ಯವಾದ ಸಾರಿಗೆ ಸಾಧನಗಳಾಗಿದ್ದಾಗ, ನೊಗಾಲಿಸ್ ಮೂಲಕವಾಗಿಯೇ ಅಮೇರಿಕಾದ ರೈಲುಗಳು ಮೆಹಿಕೋಗೆ ಬರಬೇಕಾಗಿದ್ದುದರಿಂದ, ಆಗಿನ ಕಾಲದಲ್ಲಿ ನೊಗಾಲಿಸ್ ನಗರ, ಷಿಕಾಗೋ ನಗರದಷ್ಟೇ ಖ್ಯಾತವಾಗಿತ್ತು. ಈಗಲೂ ಅಮೇರಿಕಾದ ಸರಕು ರೈಲುಗಳು ನೊಗಾಲಿಸ್ ಮೂಲಕವಾಗಿಯೇ ಮೆಹಿಕೋಗೆ ಬಂದು ಹೋಗುತ್ತವೆ.

ನಾಲ್ಕು ಲಕ್ಷ ನಿವಾಸಿಗಳ ನೊಗಾಲಿಸ್ ನಗರದಲ್ಲಿ ಎರಡು ಲಕ್ಷಕ್ಕೂ ಹೆಚ್ಚು ಪ್ರವಾಸಿಗಳು ಇರುತ್ತಾರೆ. ಇಲ್ಲಿಗೆ ಬರುವ ಪ್ರವಾಸಿಗಳೆಲ್ಲಾ ಅಕ್ರಮವಾಗಿ ವಲಸೆ ಹೋಗಲು ಬರುವ ಆಸಾಮಿಗಳೇ. ಅಮೇರಿಕಾ ಗಡಿಯನ್ನು ದಾಟಿಸುವುದೇ ನೊಗಾಲಿಸ್ ನಗರದ ಮುಖ್ಯ ಕಸಬಾಗಿದೆ. ಅಮೇರಿಕಾ ಗಡಿ ರಕ್ಷಣಾ ಸಮಿತಿಯವರು ಭದ್ರವಾದ ಮುಳ್ಳುತಂತಿಯ ಬೇಲಿಯನ್ನು ಹಾಕಿ, ಬೇಲಿಯ ಬದಿಯಲ್ಲಿಯೇ, ಬೇಲಿಯುದ್ದಕ್ಕೂ ಸಮಾಂತರವಾಗಿ ರಸ್ತೆಯನ್ನೂ ನಿರ್ಮಿಸಿ, ಕಾವಲು ಪಡೆಯ ವಾಹನಗಳು ಸದಾ ಗಸ್ತು ತಿರುಗಲು ಅವಕಾಶಗಳನ್ನು ಕಲ್ಪಿಸಿದ್ದಾರೆ. ಚೀನಾ ದೇಶದ ಏಳು ಸಾವಿರ ಕಿಲೋಮೀಟರ್ ಉದ್ದದ ಮಹಾ ಗೋಡೆಯಂತೆ, ಅಮೇರಿಕಾ–ಮೆಹಿಕೋ ಗಡಿಯ ಬೇಲಿ ಕ್ಯಾಲಿಫ಼ೋರ್ನಿಯಾದಿಂದ ಟೆಕ್ಸಾಸ್‌ವರೆವಿಗೂ ಮೂರು ಸಾವಿರ ಕಿಲೋಮೀಟರ್ ಚಾಚಿದೆ.

"ನೀನು ಚಾಪೆಯ ಒಳಗೆ ತೂರಿದರೆ ನಾನು ರಂಗೋಲಿಯ ಕೆಳಗೆ ತೂರುತ್ತೇನೆ" ಎನ್ನುವಂತೆ ಸುರಂಗಗಳ ಮೂಲಕ ವಲಸೆಗಾರರನ್ನು ರವಾನಿಸುವ ಕಳ್ಳಾಚರಣೆಗಳೂ ಬೆಳಕಿಗೆ ಬಂದಿವೆ. ಕ್ಯಾಲಿಫ಼ೋರ್ನಿಯಾ ಗಡಿಯಲ್ಲಿ ನಲವತ್ತು ಕಳ್ಳ ಸುರಂಗಮಾರ್ಗಗಳನ್ನು ಪತ್ತೆ ಮಾಡಿದ್ದಾರೆ. ಸ್ಯಾನ್ ಡಿಯಾಗೋ ನಗರದ ಸಮೀಪವಿರುವ ಟಿಹುವಾನಾ ನಗರದ ಗಡಿಯಲ್ಲಿ ಎಂಬತ್ತು ಅಡಿ ಭೂಮಿಯೊಳಗೆ ಒಂದು ಕಿಲೋಮೀಟರ್ ಉದ್ದದ ಸುರಂಗ ಮಾರ್ಗದ ಮೂಲಕ ಅಕ್ರಮವಾಗಿ ವಲಸೆಗಾರರನ್ನು ಸಾಗಿಸುವ ಕಳ್ಳ ವಹಿವಾಟನ್ನು ಗಡಿ ರಕ್ಷಕರು ಕಂಡುಹಿಡಿದು ಕ್ರಮ ತೆಗೆದುಕೊಂಡಿದ್ದಾರೆ.

ನೊಗಾಲಿಸ್ ಸುತ್ತಮುತ್ತಲೂ ಬೆಟ್ಟಗುಡ್ಡಗಳಿವೆ. ಅಮೇರಿಕಾ ಗಡಿ ರಕ್ಷಣಾ ದಳದವರು ನಗರದ ಅಂಚಿನಲ್ಲಿರುವ ಬೆಟ್ಟ–ಗುಡ್ಡಗಳ ಮೇಲೆ ವಿದ್ಯುನ್ಮಾನ ಪತ್ತೆದಾರಕಗಳನ್ನು ಅಳವಡಿಸಿ, ಅಕ್ರಮ ವಲಸೆಗಾರರ ಚಲನವಲನಗಳನ್ನು ಹಗಲು ರಾತ್ರಿ ಗಮನಿಸುತ್ತಾರೆ.

ಎಷ್ಟೇ ಭದ್ರತೆಗಳಿದ್ದರೂ ಪ್ರತಿವರ್ಷ ಏಳರಿಂದ ಹತ್ತು ಲಕ್ಷ ಜನರು ಅಕ್ರಮವಾಗಿ ಗಡಿಯನ್ನು ದಾಟಿ ಅಮೇರಿಕಾ ದೇಶವನ್ನು ಪ್ರವೇಶಿಸಿ ಯಶಸ್ವಿಯಾಗಿ ನೆಲೆಸುತ್ತಾರೆ. ಅಕ್ರಮ ವಲಸೆ ಬರುವವರು ಬಹಳ ಮಟ್ಟಿಗೆ ಮೆಹಿಕೋ ದೇಶದವರು ಮತ್ತು ದಕ್ಷಿಣ ಅಮೇರಿಕಾ ಖಂಡದವರೇ ಆದರೂ, ಇತ್ತೀಚೆಗೆ ಗಣನೀಯ ಸಂಖ್ಯೆಯಲ್ಲಿ ಭಾರತೀಯರು, ಸಿಂಹಳದವರು, ಬಾಂಗ್ಲಾದೇಶಿಗಳು ಹಾಗೂ ಪಾಕಿಸ್ತಾನಿಗಳೂ ಬರುತ್ತಿದ್ದಾರೆ.

ಕಾರ್ಲೋಸನು ಪಾಂಡವರನ್ನು ನೇರವಾಗಿ ಡೂಆನ್ ಎಂಬ ಮಿತ್ರನ ಮನೆಗೆ ಕರೆದುಕೊಂಡು ಹೋಗಿ, ಎಲ್ಲರನ್ನೂ ಪರಿಚಯಿಸುತ್ತಾ "ಡೂಆನ್, ಇವರು ನನಗೆ ನೆಂಟರ ಹಾಗೆ" ಎಂದಾಗ, ನಗುತ್ತಾ ಸಂತೋಷದಿಂದ ಡುರಾನನು "ಆಗಲಿ ಕಾರ್ಲೋಸ್ ಆಗಲಿ" ಎಂದು ಆಶ್ವಾಸನೆಯಿತ್ತು ಪಾಂಡವರಿಗೆಲ್ಲಾ "ಸ್ನೇಹಿತರೇ, ನಮ್ಮ ಮನೆಗೆ ಸುಸ್ವಾಗತ" ಎಂದು ಕೈಕುಲುಕುತ್ತಾ ಸ್ವಾಗತಿಸಿದ.

ಡೂಆನ್ ಮಧ್ಯ ವಯಸ್ಸಿನ, ಹೆಂಡತಿಯಿಲ್ಲದ ಒಂಟಿ ವ್ಯಕ್ತಿ. ತನಗಿದ್ದ ಹಳೆಯ ಮನೆಯಲ್ಲಿ ನಾಲ್ಕು ಕೋಣೆಗಳನ್ನು ವಿಂಗಡಿಸಿ ವಲಸಿಗರಿಗೆ ದಿನ ಬಾಡಿಗೆಗೆ ಕೊಟ್ಟು ನೇರವಾಗಿ ಹಣ ಗಳಿಸುತ್ತಿದ್ದ. ಹಾಗೆಯೇ ಗಡಿ ದಾಟಿಸುವ ವಲಸೆದಾರರಿಗೆ ಮನೆಯಲ್ಲಿರುವ ವಲಸಿಗರನ್ನು ಪರಿಚಯ ಮಾಡಿಸಿ ಅವರಿಂದ ಬಹುಮಾನ ರೂಪದಲ್ಲಿ ಆದಾಯ ಪಡೆಯುತ್ತಿದ್ದ. ಡುರಾನ್ ಮೂಲತಃ ಪನಾಮಾ ದೇಶದವನು. ಇಪ್ಪತ್ತು ವರ್ಷಗಳ ಹಿಂದೆ ಮೆಹಿಕೋ ನಗರಕ್ಕೆ ಬಂದು ನೆಲಸಿ, ಅಲ್ಲೇ ಮದುವೆಯಾಗಿ, ಕಾರ್ಖಾನೆಯೊಂದರಲ್ಲಿ ಕಾರ್ಮಿಕನಾಗಿದ್ದ. ಹದಿನೈದು ವರ್ಷಗಳ ದಾಂಪತ್ಯ ಜೀವನದ ನಂತರ ಹೆಂಡತಿ ಅವನನ್ನು ಬಿಟ್ಟು ಹೋದ ತರುವಾಯ, ಮೆಹಿಕೊ ನಗರದಲ್ಲಿ ಸಣ್ಣ ಮನೆಯನ್ನು ಮಾರಿ, ಆ ಹಣದಿಂದ ನೊಗಾಲಿಸ್‌ನಲ್ಲಿ ನಾಲ್ಕು ಕೋಣೆಗಳ ಮನೆಯನ್ನು ಕೊಂಡು ಅತಿಥಿಗೃಹ ನಡೆಸುತ್ತಿದ್ದ. ಕಾರ್ಲೋಸ್–ಡೂಆನ್ ಸ್ನೇಹ ಐದಾರು ವರ್ಷಗಳಷ್ಟು ಹಳೆಯದಾಗಿತ್ತು; ಅವರ ಪ್ರೀತಿ–ವಿಶ್ವಾಸ ಯಾವಾಗಲೂ ಹೊಸದಂತಿತ್ತು.

ಉಭಯಕುಶಲೋಪರಿಯ ನಂತರ ಕಾರ್ಲೋಸನು ಪಾಂಡವರ ಎದುರಿನಲ್ಲಿಯೇ ಡೂಆನನಿಗೆ "ಇವರನ್ನೆಲ್ಲಾ ಅಮೇರಿಕಾ ಗಡಿ ಸುರಕ್ಷಿತವಾಗಿ ದಾಟಿಸೋ ಹೊಣೆ ನಿನ್ನದು, ಡೂಆನ್" ಎಂದು ಬಿನ್ನೈಸಿಕೊಂಡು, ಪಾಂಡವರ ಕಡೆ ತಿರುಗಿ "ಮಿತ್ರ ಮಹೋದಯರೇ, ಈ ಮನುಷ್ಯ ಸ್ವಲ್ಪ ನಿಧಾನ" ಎಂದ.

"ನಾನು ಮುದುಕನಪ್ಪಾ" ಎಂದು ಡೂಆನನು ನಕ್ಕ.

ಕಾರ್ಲೋಸನೂ ನಕ್ಕು ಮಾತು ಮುಂದುವರಿಸಿ "ಅನುಭವಸ್ಥ. ನೂರಾರು ಜನ ವಲಸಿಗ ರನ್ನ ಅಮೇರಿಕಾಗೆ ಗಡೀಪಾರು ಮಾಡಿಸಿದ್ದಾನೆ. ಹತ್ತಾರು ಜನ ವಲಸೆದಾರರ ಜೊತೆ ವ್ಯವಹಾರ ಮಾಡಿದ್ದಾನೆ. ಡೂಆನ್‌ಗಿಂತ ಒಳ್ಳೆಯ ಮಾರ್ಗದರ್ಶಿ ನಿಮಗೆ ಸಿಗಲ್ಲ" ಎಂದು ಪಾಂಡವರಿಗೆ ಡೂಆನನ ಬಗ್ಗೆ ಸಂಕ್ಷಿಪ್ತವಾಗಿ ತಿಳಿಸಿದ. ಅತಿಥಿಗಳೆಲ್ಲರೂ ತಮ್ಮ ಗಂಟು-ಮೂಟೆಗಳನ್ನು ಬಿಚ್ಚಿ, ಮನೆಯಲ್ಲಿ ಬೀಡು ಬಿಡುವ ಹೊತ್ತಿಗೆ ರಾತ್ರಿ ಹನ್ನೊಂದು ಗಂಟೆಯಾಗಿತ್ತು.

ಕಾರ್ಲೋಸನು ಭಾರತದಲ್ಲಿದ್ದ ಯಶವಂತ ಸಿಂಹನಿಗೆ ದೂರವಾಣಿಯಲ್ಲಿ ಕರೆದು ಮಾತನಾಡಿ ಪಾಂಡವರನ್ನೆಲ್ಲಾ ಗಡಿ ಮುಟ್ಟಿಸಿದ ವಿಷಯವನ್ನು ತಿಳಿಸಿದ. ಅನಂತರ ಯಶವಂತ ಸಿಂಹನು ಪಾಂಡವರೊಡನೆ ಮಾತನಾಡಿ ಎಲ್ಲಾ ಸರಿಯಾಗಿದೆಯೆಂದು ಖಚಿತ ಮಾಡಿಕೊಂಡ. ಕೂಡಲೇ ಅಮೆಜಾನಿಯಾದ ಮಾನೋಸ್‌ನಗರದಿಂದ ವಿಕ್ರಮಸಿಂಹನಿಂದಲೂ ದೂರವಾಣಿ ಬಂದಿತು. ಪಾಂಡವರೊಡನೆ ಮತ್ತು ಕಾರ್ಲೋಸನೊಡನೆ ಮಾತನಾಡಿ ವಿಕ್ರಮ ಸಿಂಹನು "ಕಾರ್ಲೋಸ್, ಬೇಗ ಬಾ. ಇನ್ನೊಂದು ತಂಡ ಸಿದ್ಧವಾಗಿದೆ" ಎಂದು ಕರೆಯಿತ್ತ.

ಒಪ್ಪಂದದ ಪ್ರಕಾರ ತಲಾ ಐದು ಸಾವಿರ ಡಾಲರುಗಳಿಗೆ ಪಾಂಡವರನ್ನು ಭಾರತದಿಂದ ಅಮೇರಿಕಾ ಗಡಿಗೆ ಸಾಗಿಸುವ ಯೋಜನೆಯನ್ನು ಸಮಸ್ಯೆಯಿಲ್ಲದೆ ಸರಾಗವಾಗಿ ಪೂರೈಸಿದ ಯಶವಂತ, ವಿಕ್ರಮ ಮತ್ತು ಕಾರ್ಲೋಸರನ್ನು ಪಾಂಡವರೆಲ್ಲಾ ಮುಕ್ತಕಂಠದಿಂದ ಹೊಗಳಿದರು.

ಪಾಂಡವರಿಗೆಲ್ಲಾ ಶುಭಕೋರಿ ಧನ್ಯವಾದವನ್ನರ್ಪಿಸಿ ಬೀಳ್ಕೊಡುವ ಸಮಾರಂಭದ ಸಂತೋಷಕೂಟವನ್ನು ನಿಯೋಜಿಸಿದ್ದ ಕಾರ್ಲೋಸನು ಪಾಂಡವರೊಡನೆ ಡೂಆನನ್ನೂ ಕರೆದುಕೊಂಡು ಭವ್ಯವಾದ "ಸೊನೋರಾ ಸೀನಿಯೊರೀಟಾ" ಪಾನಗೃಹಕ್ಕೆ ಹೋದ. ಪ್ರದೀಪನು ಇತರೆ ಪಾಂಡವರೊಡನೆ ಮಾತನಾಡಿ ಕಾರ್ಲೋಸನಿಗೆ ಏನಾದರೂ ಕಾಣಿಕೆಯನ್ನು ಕೊಡೋಣವೆಂದು ಹೇಳೀದಾಗ ಎಲ್ಲರೂ ಒಪ್ಪಿಕೊಂಡರು. ಪ್ರದೀಪನು ಮುನ್ನೂರು ಡಾಲರ್ ಮತ್ತು ಉಳಿದವರೆಲ್ಲರೂ ಇನ್ನೂರು ಡಾಲರ್; ಒಟ್ಟಾಗಿ ಐನೂರು ಡಾಲರ್‌ಗಳನ್ನು ಧನ್ಯವಾದ ಪತ್ರದೊಡನೆ ಇಟ್ಟು ಕೊಡಲು ಸಿದ್ಧಮಾಡಿಕೊಂಡರು.

ಸೊನೋರಾ ಸೀನಿಯೊರಿಟಾ ನೊಗಾಲಿಸ್ ನಗರದ ಉತ್ತಮ ದರ್ಜೆಯ ಪಾನಗೃಹ ಮತ್ತು ಹೊಟೇಲ್ ಆದರೂ, ಕುಣಿತ-ಸಂಗೀತಗಳಿರುವ ಆಮೋದ ತಾಣವಲ್ಲ. ಕಾರ್ಲೋಸನು "ಮಿತ್ರರೆ ನಿಮಗೇನು ಬೇಕಾದರೂ ತೆಗೆದುಕೊಳ್ಳಿ. ಸಂಕೋಚಪಡಬೇಡಿ. ಇದು ನನ್ನ ಉಪಚಾರ" ಎಂದು ಎಲ್ಲರಿಗೂ ಹೇಳಿದ. "ಇಲ್ಲಿ ಏನು ಚೆನ್ನಾಗಿರುತ್ತೋ ನಮಗೆ ಗೊತ್ತಿಲ್ಲಾ. ನೀನೇ ಹೇಳಪ್ಪ" ಎಂದು ಪಾಂಡವರು ಅವನಿಗೆ ಒಪ್ಪಿಸಿದರು. ಸ್ವಲ್ಪ ಲೆಕ್ಕಾಚಾರ ಮಾಡಿ ಸ್ಪಾನಿಶ್ ಭಾಷೆಯಲ್ಲಿ ಪರಿಚಾರಕನಿಗೆ ತಿಂಡಿ-ತೀರ್ಥಗಳನ್ನು ತರಲು ಆದೇಶಿಸಿದ.

ಸುರಪಾನಗಳು ಬಂದಾಗ ಗ್ಲಾಸ್ ಎತ್ತಿಹಿಡಿದು ನಿಂತುಕೊಂಡು ಕಾರ್ಲೋಸನು ಪಾಂಡವರನ್ನೆಲ್ಲಾ ಉದ್ದೇಶಿಸಿ, "ಪಾಂಡವ ಮಿತ್ರರೇ, ನಿಮ್ಮ ಸ್ನೇಹದಿಂದ ನಾನು ಸಿರಿವಂತನಾಗಿದ್ದೇನೆ. ನೀವೆಲ್ಲಾ ಸಲೀಸಾಗಿ ಅಮೇರಿಕಾ ದೇಶವನ್ನು ಪ್ರವೇಶಿಸಿ, ಅಮೇರಿಕಾ ನಿವಾಸಿಗಳಾಗಿ ವಿಜೃಂಭಿಸಿ. ದೇವರು ನಿಮಗೆ ಒಳ್ಳೇದು ಮಾಡಲಿ" ಎಂದು ಶುಭವನ್ನು ಹಾರೈಸುತ್ತಾ ಚಿಯರ್ಸ್ ಮಾಡಿದ. ತರುವಾಯ ಎಲ್ಲರಿಗೂ ತನ್ನ ವಿಳಾಸ-ದೂರವಾಣಿಗಳಿರುವ ಪರಿಚಯ ಪತ್ರವನ್ನು ಕೊಡುತ್ತಾ "ನನ್ನಿಂದ ನಿಮಗೇನಾದರೂ ಸಹಾಯ ಬೇಕಿದ್ದರೆ ಕರೆಯಿರಿ. ನಾನು ಪ್ರಯತ್ನಿಸುತ್ತೇನೆ" ಎಂದು ಆಶ್ವಾಸನೆ ನೀಡಿದ.

ನಂತರ ಪ್ರದೀಪನು ಎದ್ದು ನಿಂತು "ಕಾರ್ಲೋಸ್, ನೀನು ಜೊತೆಯಲ್ಲಿದ್ದರೆ ನಾವು ನರಕವನ್ನು ಕೂಡಾ ದಾಟ್ತೀವಿ. ಹತ್ತಾರು ದೇಶಗಳನ್ನ ದಾಟಿಸಿದ್ದೀಯಾ. ದಯವಿಟ್ಟು ನಮ್ಮನ್ನೆಲ್ಲಾ ಅಮೇರಿಕಾಗೆ ಕರೆದುಕೊಂಡು ಹೋಗಿ ಬಿಟ್ಟುಬಿಡಪ್ಪ" ಎಂದು ಆಗ್ರಹಮಾಡಿಕೊಂಡ. "ಹೌದು ಹೌದು" ಎಂದು ಪಾಂಡವರೆಲ್ಲರೂ ಕೂಗಿಕೊಂಡರು. ಕಾರ್ಲೋಸನು "ಆಗಿದ್ದರೆ ಖಂಡಿತಾ ಮಾಡುತ್ತಿದ್ದೆ. ನಾನು ಅಮೇರಿಕಾದ ಪತ್ತೇದಾರಿ ಇಲಾಖೆಯ "ವಾಂಟೆಡ್" ಪಟ್ಟಿಯಲ್ಲಿದ್ದೇನೆ. ನಾನಲ್ಲಿಗೆ ಬಂದರೆ ಇಪ್ಪತ್ತು ವರ್ಷ ಸೆರೆಮನೆ ವಾಸ ತಪ್ಪಿದ್ದಲ್ಲ. ಈಗ ಅರ್ಥವಾಯಿತೆ ನನ್ನ ಪರಿಸ್ಥಿತಿ" ಎಂದು ವಿವರಿಸಿದಾಗ ಎಲ್ಲರೂ "ಹೌದಾ" ಎಂದು ನಿಟ್ಟುಸಿರುಬಿಡುತ್ತಾ ಸುಮ್ಮನಾದರು.

ಕಾರ್ಲೋಸನು ಅಕ್ರಮ ನಿವಾಸಿಯಾಗಿ ಅಮೇರಿಕಾದಲ್ಲಿ ಎರಡು ಮೂರು ವರ್ಷಗಳ ಕಾಲ, "ಕೊಕೈನ್" ಸರಬರಾಜು ವ್ಯಾಪಾರಿಯಾಗಿದ್ದ. ದುರದೃಷ್ಟವಶಾತ್ ಪೊಲೀಸರ ಕೈಗೆ ಸಿಕ್ಕಿಬಿದ್ದು, ತಪ್ಪಿಸಿಕೊಂಡು, ಮೆಹಿಕೋಗೆ ಓಡಿಬಂದ. ಅಂದಿನಿಂದ ಕಾರ್ಲೋಸನ ಹೆಸರು ಅಮೇರಿಕಾ ಪತ್ತೇದಾರಿ ಇಲಾಖೆಯವರ ಅಪರಾಧಿ ಪಟ್ಟಿಯಲ್ಲಿ ಶೋಭಿಸುತ್ತಿದೆ.

ಪ್ರದೀಪನು ಮಾತು ಮುಂದುವರಿಸುತ್ತಾ "ಕಾರ್ಲೋಸ್, ನಿನ್ನ ಪ್ರೀತಿ-ವಿಶ್ವಾಸಕ್ಕೆ ಮಣಿದು ನಿನಗೆ ಈ ಪುಟ್ಟ ಕಾಣಿಕೆಯನ್ನು ಕೊಡುತ್ತಿದ್ದೇವೆ" ಎಂದು ಹಣವಿರಿಸಿದ್ದ ಲಕ್ಕೋಟೆಯನ್ನು ಕೊಟ್ಟ. ಪಾಂಡವರೆಲ್ಲರೂ ಚಪ್ಪಾಳೆ ತಟ್ಟಿದರು. ಕಾರ್ಲೋಸನು ಅದನ್ನು ತೆರೆದಾಗ ಐನೂರು ಡಾಲರ್ ಹಣ ನೋಡಿ ಬೆರಗಾಗಿ, ನಂತರ ಕೃತಜ್ಞತೆಯಿಂದ "ನಿಮ್ಮ ಪ್ರೀತಿ-ವಿಶ್ವಾಸಕ್ಕೆ ಕೋಟಿ ವಂದನೆಗಳು" ಎನ್ನುತ್ತಾ, " ನಾನೂ ಬಡವನಾಗಿ ಕಷ್ಟ ಅನುಭವಿಸಿದ್ದೀನಿ. ನೀವೆಲ್ಲಾ ನಿಮ್ಮ ದೇಶ ಬಿಟ್ಟು ಇನ್ನೊಂದು ದೇಶಾ ಹುಡುಕಿಕೊಂಡು ಬಂದಿದ್ದೀರಾ. ನೀವೆಲ್ಲಾ ಅಮೇರಿಕಾ ಸೇರಿ, ಅಲ್ಲಿ ತಳವೂರಿ ಚೆನ್ನಾಗಿ ಸಂಪಾದಿಸಿದ ಮೇಲೆ, ನನಗೆ ಕಾಣಿಕೆ ಕೊಡಿ. ನಾನು ಸಂತೋಷವಾಗಿ ಸ್ವೀಕರಿಸ್ತೀನಿ. ಆದರೆ ಈಗಲ್ಲಾ" ಎಂದು ಕಾಣಿಕೆಯನ್ನು ನಿರಾಕರಿಸಿದ. ಕಾರ್ಲೋಸನ ಮಾತು ಕೇಳಿ ಪಾಂಡವರೆಲ್ಲರಿಗೂ ಅವನ ಮೇಲೆ ಪ್ರೀತಿ=ವಿಶ್ವಾಸಗಳು ನೂರು ಪಟ್ಟು ಹೆಚ್ಚಾದವು.

ಊಟ ಮಾಡುತ್ತಾ ಇರುವಾಗ ಕಾರ್ಲೋಸನು ಪಾಂಡವರಿಗೆಲ್ಲಾ ಅಮೇರಿಕಾ ಗಡಿದಾಟುವ ಬಗ್ಗೆ ಮಾಹಿತಿ-ಕಥೆಗಳನ್ನು ಹೇಳುತ್ತಿದ್ದ. ಡೂಆನನು ಮಧ್ಯೆ ಬಾಯಿಹಾಕಿ "ಪ್ರತಿ ದಿನ ಮೂರು ಸಾವಿರ ಜನ ಗಡಿ ದಾಟುತ್ತಾರೆ. ಗಡಿ ದಾಟೋದು ಕಷ್ಟ ಅಲ್ಲಾ. ಆಮೇಲೆ ಗಡಿರಕ್ಷಕರಿಗೆ ಸಿಕ್ಕದೆ ಇರೋದು ಸವಾಲಿನ ಕೆಲಸ" ಎಂದಾಗ, ಸ್ವಲ್ಪ ಉದ್ವೇಗದಿಂದಲೇ ಪ್ರದೀಪನು "ಸಿಕ್ಕಿಹಾಕಿಕೊಂಡರೆ ಗಡಿರಕ್ಷಕರು ಏನು ಮಾಡ್ತಾರೆ?" ಎಂದು ಪ್ರಶ್ನಿಸಿದ.

ಕಾರ್ಲೋಸನು "ನಿಮ್ಮ ದೇಶಕ್ಕೆ ಗಡೀಪಾರು ಮಾಡ್ತಾರೆ" ಎಂದು ಪಾಂಡವರೆಲ್ಲರನ್ನು ದಿಟ್ಟಿಸಿ ನೋಡುತ್ತಾ ಹೇಳಿದ. "ನಮ್ಮದು ಭಾರತ ಅಲ್ಲಾ ಮೆಹಿಕೋ ದೇಶ ಅಂತ ಹೇಳ್ತೀವಿ?" ಎಂದು ಅರ್ಜುನನು ಸುಲಭವಾದ ಪರಿಹಾರವನ್ನು ಸೂಚಿಸಿದಾಗ, ಡೂಆನನು ನಗುತ್ತಾ "ರೀ ಸ್ವಾಮಿ. ಗಡಿರಕ್ಷಣೆಯವರು ಅಷ್ಟು ದಡ್ಡರಲ್ಲ. ಭಾರತೀಯರು ಅಂತ ನಿಮ್ಮನ್ನ ಗುರುತಿಸಿದರೆ ಸಂತೋಷ ಪಡಿ. ಮುಂಬೈಗೆ ರವಾನೆ ಹಾಕ್ತಾರೆ" ಎಂದ.

ಕಾರ್ಲೋಸನು "ಅಮೇರಿಕಾದವರಿಗೆ ಭಾರತೀಯರು, ಬಾಂಗ್ಲಾದೇಶದವರು, ಸಿಂಹಳದವರು, ಪಾಕಿಸ್ತಾನದವರು ಒಂದೇ ತರಹ ಕಾಣ್ತಾರೆ. ಪಾಕಿಸ್ತಾನಿಗಳು ಅಂದರೆ ಅಮೇರಿಕಾದವರು ನಡುಗ್ತಾರೆ" ಎಂದು ತಿಳಿಸಿದ. ಮತ್ತೆ ಡೂಆನನು ಬಾಯಿಹಾಕಿ ಕುಹಕವಾಗಿ ನಗುತ್ತಾ "ನೀವು ಪಾಕಿಸ್ತಾನಿಗಳು ಅನ್ನೋ ಸಂದೇಹ ಬಂದ್ರೆ ನೇರವಾಗಿ ಗ್ವಾಂಟಾನಮೋ ಸೆರೆಮನೆಗೆ ಕಳುಹಿಸ್ತಾರೆ" ಎಂದ.

ಕಾರ್ಲೋಸನು "ಅಮೇರಿಕಾವನ್ನು ಪ್ರವೇಶಿಸುವ ಮುಸ್ಲಿಮ್-ದೇಶಗಳ ಪ್ರಜೆಗಳನ್ನ ಅಪರಾಧಿಗಳ ಹಾಗೆ ಪರಿಗಣಿಸಿ, ಅವರ ಚಲನವಲನಗಳ ಮೇಲೆ ಕಣ್ಣಲ್ಲಿ ಕಣ್ಣಿಟ್ಟು ನೋಡುತ್ತಾರೆ. ಒಂದು ಚೂರು ಸಂಶಯ ಬಂದರೂ ಪತ್ತೆದಾರರು ಬೆನ್ನಟ್ಟುತ್ತಾರೆ" ಎಂದು ವಿಷಯವನ್ನು ಬಿಡಿಸಿಹೇಳಿದ.

ನ್ಯೂಯಾರ್ಕ್ ನಗರದ ವಿಶ್ವ ವಾಣಿಜ್ಯ ಕೇಂದ್ರದ ಮೇಲೆ ಒಸಾಮಾ-ಬಿನ್-ಲಾಡಿನ್ನನು ವೈಮಾನಿಕ ದಾಳಿ ಮಾಡಿದ ದಿನದಿಂದ ಅಮೇರಿಕನ್ನರು ಎಲ್ಲಾ ಮುಸ್ಲಿಮ್-ದೇಶದ ಪ್ರಜೆಗಳನ್ನೂ ಭಯೋತ್ಪಾದಕರೆಂದು ಶಂಕಿಸಿ, ತಕ್ಕ ಭದ್ರತಾ ಕ್ರಮಗಳನ್ನು ತೆಗೆದುಕೊಳ್ಳುವುದು ರೂಢಿಗೆ ಬಂದಿದೆ. ಶಂಕಿತ ಭಯೋತ್ಪಾದಕರನ್ನು ಚಿತ್ರಹಿಂಸೆಗೆ ಕುಪ್ರಸಿದ್ಧವಾಗಿರುವ ಗ್ವಾಂಟಾನಮೋ ಸೆರೆಮನೆಗೆ ರವಾನಿಸಿ, ವಿಚಾರಣೆಯಿಲ್ಲದೆ ಅನಿರ್ದಿಷ್ಟ ಸಮಯದವರೆವಿಗೂ ಬಂಧನದಲ್ಲಿಡುವ ಅಧಿಕಾರ ಅಮೇರಿಕಾದ ಗೃಹಭದ್ರತಾ ಇಲಾಖೆಯವರಿಗಿದೆ.

ಡೂಆನ ಮಾತುಕೇಳಿ ಭಯಗೊಂಡ ಪಾಂಡವರನ್ನು ಕಾರ್ಲೋಸನು ಸಮಾಧಾನಪಡಿಸುತ್ತಾ "ಆದರೆ ಮಿತ್ರರೆ ಗಡಿ ದಾಟುವುದು ಅಸಾಧ್ಯವಲ್ಲ. ಕಷ್ಟಸಾಧ್ಯ ಅಷ್ಟೇ. ಅಮೇರಿಕಾಗೆ ಕರೆದುಕೊಂಡು ಹೋಗಿ ಬಿಡ್ತೀವಿ ಅಂತ ಬಹಳ ಜನ ಮೋಸ ಮಾಡ್ತಾರೆ. ಜಾಗ್ರತೆಯಿಂದಿರಿ" ಎಂದು ಎಚ್ಚರಿಸಿ, "ನೊಗಾಲಿಸ್ ನಗರದ ಮುಖ್ಯ ಕಸುಬು, ಗಡಿ ದಾಟಿಸುವುದು" ಎಂದ.

ಪ್ರದೀಪನು "ಕಾರ್ಲೋಸ್ ನೀನು ಇದ್ದಿದ್ದರೆ ಚೆನ್ನಾಗಿರೋದು" ಎಂದು ಮತ್ತೊಮ್ಮೆ ಆಗ್ರಹಪಡಿಸಿದಾಗ, "ನಾನಿಲ್ಲಿರೋದು ನನಗೇ ಅಪಾಯ. ನೀವೇನು ಭಯ ಪಡಬೇಡಿ. ಈ ಡೂಆನ್ ನನಗಿಂತಲೂ ಕಿಲಾಡಿ" ಎಂದು ಭರವಸೆಯನ್ನು ತುಂಬಿದ.

ಡೂಆನನು ದನಿಗೂಡಿಸುತ್ತಾ "ಅವಸರ ಪಡಬೇಡಿ. ನೀವೈದು ಜನಾನೂ ಒಂದೇ ಸಲ, ಒಟ್ಟಾಗಿ ಗಡಿ ದಾಟೋಕೆ ಹೋಗಬೇಡಿ. ಮೆಹಿಕೋದವರು ಗಡಿ ದಾಟಬೇಕಾದರೆ ಕನಿಷ್ಠ ಹತ್ತು ಸಾರಿ ಪ್ರಯತ್ನಮಾಡ್ತಾರೆ. ಗೊತ್ತೇ? ಅಮೇರಿಕಾಗೆ ಹೋಗಬೇಕಾದರೆ ಛಲ ಇರಬೇಕು. ಇಲ್ಲಾ ಹಣ ಇರಬೇಕು. ಐದು ಸಾವಿರ ಡಾಲರ್ ಕೊಟ್ರೆ, ಆರ್ಮಾಂಡೋ ಗಾರ್ಸಿಯಾ ನಿಮ್ಮನ್ನ

ಗಡಿರಕ್ಷಕರ ಮುಂದೇನೇ ಅಮೇರಿಕಾಗೆ ಕರೆದುಕೊಂಡು ಹೋಗ್ತಾನೆ" ಎಂದು ಆಶೆ ಹುಟ್ಟಿಸಿದ.

"ಆರ್ಮಾಂಡೋ ಗಾರ್ಸಿಯಾ ಯಾರು?" ಎಂದು ವಿಜಯನು ಕೇಳಿದಾಗ. ಕಾರ್ಲೋಸನು "ಅವನೊಬ್ಬ ಪಕ್ಕಾ ವಲಸೆದಾರ. ಅಮೇರಿಕಾದ ಗಡಿರಕ್ಷಕರನ್ನೆ ಅವನ ಕೈಯಲ್ಲಿ ಇಟ್ಟುಕೊಂಡಿದ್ದಾನೆ. ಆದರೆ ಅವನು ಬಹಳ ದುಬಾರಿ. ಡುರಾನ್ ಬೇರೆ ಇನ್ಯಾರಾದರೂ ನೋಡಪ್ಪ" ಎಂದು ಆದೇಶಿಸಿದ.

ಗಡಿ ವಿಷಯದಲ್ಲಿ ತಲ್ಲೀನರಾಗಿ ಮಾತನಾಡುತ್ತಿದ್ದ ಪಾಂಡವರಿಗೆ ಸಮಯದ ಪರಿವೆಯೇ ಇರಲಿಲ್ಲ. ಆಗಲೇ ರಾತ್ರಿ ಒಂದು ಗಂಟೆಯ ಮೇಲಾಗಿತ್ತು. ಕಾರ್ಲೋಸನೇ ಮಾತುಕತೆಯನ್ನು ಮುಕ್ತಾಯಗೊಳಿಸುತ್ತಾ "ನಾನು ನಾಳೆ ಬೆಳಿಗ್ಗೆ ಐದು ಗಂಟೆಗೆ ಎದ್ದು ಹೋಗಬೇಕಾಗುತ್ತದೆ" ಎಂದು ಹೇಳಿ ಎಲ್ಲರನ್ನು ಡೂಆನನ ಮನೆಗೆ ಕರೆತಂದು ಶುಭರಾತ್ರಿಯನ್ನು ಕೋರಿ ಮಲಗಿಕೊಂಡ.

ಮಾರನೆಯ ಮುಂಜಾನೆ ಐದು ಗಂಟೆಗೆ ಹೊರಡಲು ಸಿದ್ಧನಾದ ಕಾರ್ಲೋಸನನ್ನು ಬೀಳ್ಕೊಡಲು ಪಾಂಡವರೆಲ್ಲರೂ ಎದ್ದಿದ್ದರು.

ಕಾರ್ಲೋಸನು ಎಷ್ಟೇ ಏನೇ ಹೇಳಿದರೂ ಪಾಂಡವರನ್ನು ಅದೇನೋ ಅಳುಕು ಕಾಡಿಸುತ್ತಿತ್ತು. ನಿಶ್ಚಿಂತೆಯಾಗಿ ಕಾರ್ಲೋಸನೊಡನೆ ಗಡಿಗಳನ್ನು ದಾಟುತ್ತಾ, ಹೋದಲ್ಲೆಲ್ಲಾ ಚಾಚೂ ತಪ್ಪದೆ ಸಮಯಕ್ಕೆ ಸರಿಯಾಗಿ ಊಟೋಪಚಾರಗಳನ್ನು ಮತ್ತು ವಸತಿ ಸೌಕರ್ಯಗಳನ್ನು ಏರ್ಪಡಿಸುತ್ತಾ, ದಾರಿಯುದ್ದಕ್ಕೂ ಸಿಗುತ್ತಿದ್ದ ಪ್ರೇಕ್ಷಣೀಯ ಸ್ಥಳಗಳನ್ನು ತೋರಿಸುತ್ತಾ, ಸುದೀರ್ಘ ಪ್ರಯಾಣವನ್ನು ಸುಂದರ ಪ್ರವಾಸವನ್ನಾಗಿಸಿದ್ದ ಕಾರ್ಲೋಸನನ್ನು ಅಗಲುವುದು ಯಾರಿಗೆ ತಾನೆ ಖೇದವಾಗುವುದಿಲ್ಲ.

ಪಾಂಡವರ ವಲಸೆ ಕಾರ್ಲೋಸನಿಗೂ ಭಾರತೀಯರ ಮೇಲೆ ಅಪಾರ ಗೌರವವನ್ನು ಮೂಡಿಸಿತ್ತು.

ಹೊರಡುವಾಗ ಕಾರ್ಲೋಸನು ಎಲ್ಲರನ್ನೂ ಅಪ್ಪಿಕೊಂಡು "ದೇವರು ಒಳ್ಳೇದು ಮಾಡಲಿ" ಎಂದು ಶುಭವನ್ನು ಕೋರುತ್ತಾ ಕೊನೆಯಲ್ಲಿ ಅರ್ಜುನ ಮತ್ತು ವಿಜಯನ್‌ರಿಗೆ "ಜೋಪಾನ ಯೌವನ. ಇಲ್ಲಿ ಸುಂದರಿಯರು ಬಲು ಚಂಡಿಯರು" ಎಂದು ಹೇಳಿ ಎಲ್ಲರಲ್ಲಿ ಸ್ವಲ್ಪ ನಗೆ ಮೂಡಿಸಿದ. ನಂತರ "ಹೋಗಿ ಬರುತ್ತೇನೆ" ಎಂದು ಹೊರಟಾಗ "ಒಳ್ಳೇದು, ಒಳ್ಳೇದು" ಎಂದು

ಪಾಂಡವರೆಲ್ಲರೂ ಹಾರೈಸಿದರು. ಡೂಆನನ ಜೊತೆ ವಾಹನದಲ್ಲಿ ಹೊರಟ ಕಾರ್ಲೋಸನನ್ನು ನೋಡುತ್ತಲೇ ಕೈಬೀಸುತ್ತಾ ಪಾಂಡವರು ಶೂನ್ಯಮನಸ್ಕರಾಗಿ ನಿಂತಿದ್ದರು. ಪಾಂಡವರ ವನವಾಸದಲ್ಲಿ ಮೆಹಿಕೋ ಅಂಕದೊಡನೆ ಕಾರ್ಲೋಸನ ಅಂಕ ಮುಗಿದಿತ್ತು.

ಅಮೇರಿಕಾ ಗಡಿಯಲ್ಲಿ ಗಡಿಬಿಡಿ

ಮೂಲತಃ ವಿದೇಶಗಳಿಂದ ವಲಸೆ ಬಂದವರೇ ಅಮೇರಿಕಾದಲ್ಲಿ ನೆಲೆಸಿರುವುದು. ಸುಮಾರು ಇಪ್ಪತ್ತು ಸಾವಿರ ವರ್ಷಗಳ ಹಿಂದೆ ಉತ್ತರ ಗೋಳಾರ್ಧ ಹಿಮಾವೃತವಾಗಿದ್ದಾಗ, ರಷ್ಯಾ ದೇಶದ ಪೂರ್ವದ ಅಂಚು ಉತ್ತರ ಅಮೇರಿಕಾ ಖಂಡದ ಪಶ್ಚಿಮ ಕೊನೆಗೆ ಈಗಿನ ಅಲಾಸ್ಕಾ ಸಂಸ್ಥಾನದ ಬೇರಿಂಗ್ ಶೀತಸಮುದ್ರದ ಮೂಲಕ ಅಂಟಿಕೊಂಡಿತ್ತು. ಈ ಶೀತಸಮುದ್ರದ ನೀರ್ಗಲ್ಲಿನ ಸೇತುವೆಯ ಮೇಲೆ ಏಷ್ಯಾ ಖಂಡದಿಂದ ಎಸ್ಕಿಮೋ ಜನಾಂಗದವರು ಅಮೇರಿಕಾ ಖಂಡಕ್ಕೆ ಮೊದಲು ಗುಳೇ ಹೋದರು. ಆ ತರುವಾಯ ಉತ್ತರ ಅಮೇರಿಕಾದ ಕೆನಡಾ ಮತ್ತು ಅಮೇರಿಕಾ ದೇಶಗಳ ಮೂಲಕ ದಕ್ಷಿಣಾಭಿಮುಖವಾಗಿ ಹರಡಿ, ಇಡೀ ಪಶ್ಚಿಮಾರ್ಧ ಗೋಳವನ್ನು ಮನೆ ಮಾಡಿಕೊಂಡರು. ಹಾಗಾಗಿ ವಲಸೆಯಿಂದಲೇ ಅಮೇರಿಕಾದಲ್ಲಿ ನಾಗರಿಕತೆಗಳು ಹುಟ್ಟಿಕೊಂಡವು.

ಕ್ರಿಸ್ಟೋಫರ್ ಕೊಲಂಬಸನು ಭಾರತ ದೇಶಕ್ಕೆ ಸಮುದ್ರ ಮಾರ್ಗವನ್ನು ಕಂಡು ಹಿಡಿಯುವ ಪ್ರಯತ್ನದಲ್ಲಿ ದಿಕ್ಕುತಪ್ಪಿ ಅಮೇರಿಕಾ ಖಂಡವನ್ನು ಐನೂರು ವರ್ಷಗಳ ಹಿಂದೆ ಕಂಡುಹಿಡಿದ. ಆ ಸಮಯದಲ್ಲಿ ಉತ್ತರ ಮತ್ತು ದಕ್ಷಿಣ ಅಮೇರಿಕಾ ಖಂಡಗಳಲ್ಲಿ ನೂರಾರು "ಇಂಡಿಯನ್" ದೇಶಗಳು, ಹಲವಾರು ಸಾಮ್ರಾಜ್ಯಗಳು ಮೆರೆಯುತ್ತಿದ್ದವು. ಅಮೇರಿಕಾದ ಇಂಡಿಯನ್ನರನ್ನು ಲೆಕ್ಕಿಸದೆ, ಅವರ ರಾಷ್ಟ್ರೀಯತೆಯನ್ನು ಗೌರವಿಸದೆ, ಕೊಲಂಬಸನ ನಂತರ ಯೂರೋಪಿಯನ್ನರು ಲಕ್ಷೋಪಲಕ್ಷವಾಗಿ ಅಮೇರಿಕಾಗೆ ಅಕ್ರಮವಾಗಿ

ಬಂದು ನೆಲೆಸಿದರು. ಹಾಗಾಗಿ ಅಮೇರಿಕಾದಲ್ಲಿ ನೆಲೆಸಿರುವವರೆಲ್ಲಾ ಒಂದು ರೀತಿ ಅಕ್ರಮ ನಿವಾಸಿಗಳೇ.

ಸಾಂಪ್ರದಾಯಕವಾಗಿ ಡೆಮಾಕ್ರೆಟ್ ಪಕ್ಷದವರು ವಿದೇಶೀಯರ ಬಗ್ಗೆ ಹೆಚ್ಚು ಅನುಕಂಪ ತೋರಿಸುತ್ತಾರೆ. ಅಮೇರಿಕಾದ ಜನಾನುರಾಗಿ ಅಧ್ಯಕ್ಷ ಜಾನ್ ಕೆನೆಡಿ "ಅಮೇರಿಕಾದಲ್ಲಿ ಮೂಲತಃ ಎಲ್ಲರೂ ಪರದೇಶಿಗಳೇ. ಕೆಲವರು ಮುಂಚೆ ಬಂದಿದ್ದಾರೆ. ಮಿಕ್ಕವರು ತಡವಾಗಿ ಬಂದಿದ್ದಾರೆ. ಅಷ್ಟೇ" ಎಂದು ಹಾಸ್ಯಮಯವಾಗಿ ವರ್ಣಿಸಿದ್ದಾರೆ. ಐವತ್ತರ ದಶಕದಲ್ಲಿ ವಲಸೀಕರಣದ ಸುಧಾರಣೆಗಳನ್ನು ಮಾಡುವಾಗ, ಕೆನೆಡಿಯವರು ಉದಾರನೀತಿ ಅನುಸರಿಸಿ, ಹೊಸ ಕಾಯಿದೆಗಳನ್ನು ಮಾಡಿ, ಏಷ್ಯಾ ದೇಶಗಳ ಪ್ರಜೆಗಳು ಅಮೇರಿಕಾಗೆ ವಲಸೆ ಬರಲು ಹೆಚ್ಚು ಅವಕಾಶಗಳನ್ನು ಕಲ್ಪಿಸಿದರು.

ನೂರೈವತ್ತು ವರ್ಷಗಳ ಹಿಂದೆ ಅಮೇರಿಕಾದ ಆಗ್ನೇಯ ಭಾಗ ಅಂದರೆ ಕ್ಯಾಲಿಫೋರ್ನಿಯಾ, ಅರಿಝೋನ, ನೆವಾಡಾ, ಯೂಟಾ, ಕೊಲರಾಡೊ ಪ್ರದೇಶಗಳು, ಮೆಹಿಕೋ ದೇಶದ ಅಧೀನದಲ್ಲಿದ್ದು ಸಂಪೂರ್ಣವಾಗಿ ಸ್ಪಾನಿಶ್-ರಾಷ್ಟವಾಗಿತ್ತು. ಯುದ್ಧದ ನಂತರ ಇವು ಅಮೇರಿಕಾ ವಶವಾದರೂ, ಸ್ಪಾನಿಶ್ ಜನರ ಪ್ರಭಾವ ಅಳಿಯಲಿಲ್ಲ. "ಆಗ್ನೇಯಾ ಅಮೇರಿಕಾ ನಮ್ಮ ತಾತನ ನಾಡು" ಎಂಬ ಮೊಂಡು ಭಾವನೆಯಿಂದ ಮೆಹಿಕೊ ದೇಶದ ಜನರು ಅಮೇರಿಕಾಗೆ ಅಕ್ರಮವಾಗಿ ವಲಸೆ ಬರುವುದು ಒಂದು ಸಾಹಸದ ಗೀಳಾಗಿದೆ. ಮೆಹಿಕೊ ದೇಶದಿಂದ ವಲಸೆ ಬರುವ ವಲಸಿಗರಿಗೆ ಉತ್ತೇಜನ ನೀಡುವ ಸಾರ್ವಜನಿಕ ಸಂಸ್ಥೆಗಳನ್ನು ಅಮೇರಿಕಾದಲ್ಲಿ ಸ್ಪಾನಿಶ್ ಜನರು ಸಂಘಟಿಸಿದ್ದಾರೆ.

ಅಮೇರಿಕಾ-ಮೆಹಿಕೊ ದೇಶಗಳ ನಡುವಿನ ಮೂರು ಸಾವಿರ ಕಿಲೋಮೀಟರ್ ಉದ್ದದ ಗಡಿಯಲ್ಲಿ ಸೈನ್ಯದ ಪಡೆಯಿಲ್ಲ. ಬೆಟ್ಟಗುಡ್ಡಗಳು, ನಿರ್ಜನವಾದ ಮರಳುಗಾಡು-ಬೆಂಗಾಡುಗಳು ಮತ್ತು ರಿಯೋ ಗ್ರಾಂಡೆ ಎಂಬ ಮಹಾನದಿ, ಪ್ರಾಕೃತಿಕವಾಗಿ ವಲಸಿಗ ರನ್ನು ಅಡ್ಡಗಟ್ಟಿವೆ. ಗಡಿಯ ಬದಿಯಲ್ಲಿರುವ ಪ್ರಮುಖ ಪಟ್ಟಣಗಳ ವಲಯದಲ್ಲಿ ಭದ್ರವಾದ ಮುಳ್ಳುತಂತಿಯ ಗಡಿಯನ್ನು ನಿರ್ಮಿಸಿದ್ದರೂ, ಜನ ಬೇಲಿ ಕತ್ತರಿಸಿ ತೂರಿಕೊಂಡು ಬರುವುದು ಸಹಜವಾಗಿತ್ತು. ಕೂಲಿ ಕೆಲಸ ಮಾಡಲು ಬರುವ ಮೆಹಿಕೊ ವಲಸಿಗರಿಗೆ ಅಮೇರಿಕಾ ಜನತೆ ಮತ್ತು ಸರಕಾರ ಅಡ್ಡಿ ಮಾಡದೆ ತಟಸ್ಥನೀತಿ ಅನುಸರಿಸಿತ್ತು. ಅಮೇರಿಕಾದವರು ಮಾಡದ ಕಷ್ಟದ ಕೆಲಸಗಳನ್ನೆಲ್ಲಾ ಮೆಹಿಕೊ

ವಲಸಿಗರು ಮಾಡುತ್ತಾರೆ. ಕೃಷಿ ಕ್ಷೇತ್ರಗಳಲ್ಲಿ ದುಡಿಯುತ್ತಿರುವ ಕೂಲಿಗಳೆಲ್ಲರೂ ಅಕ್ರಮ ನಿವಾಸಿಗಳೇ.

ಹಲವಾರು ದಶಕಗಳಿಂದಲೂ ನಿರಂತರವಾಗಿ ವಲಸೆ ಬಂದು ಅಕ್ರಮ ನಿವಾಸಿಗಳಾಗಿದ್ದ ಪರದೇಶಿಯರಿಗೆ ಚುನಾವಣಾ ಸಮಯದಲ್ಲಿ ಕ್ಷಮಾದಾನ ನೀಡಿ, ಅಮೇರಿಕಾ ಪ್ರಜೆಗಳನ್ನಾಗಿ ಅಂಗೀಕರಿಸುವ ಯೋಜನೆಗಳು, ವಲಸಿಗರಿಗೆ ವರದಾನವಾಗಿದೆ. ಪ್ರಸ್ತುತ ಎರಡು ಕೋಟಿ ಅಕ್ರಮ ನಿವಾಸಿಗಳು ಅಮೇರಿಕಾದಲ್ಲಿದ್ದಾರೆಂದು ಅಂದಾಜು ಮಾಡಲಾಗಿದ್ದು, ಎಲ್ಲರೂ ಕ್ಷಮಾದಾನ-ವೀಸಾದಾನಕ್ಕಾಗಿ ರಾಜಕೀಯ ಆಂದೋಲನ ನಡೆಸುತ್ತಿದ್ದಾರೆ.

ಅಕ್ರಮ ನಿವಾಸಿಗಳ ವಲಸೆಗೆ ಕೆಟ್ಟ ಹೆಸರು ಬಂದಿದ್ದು ಮತ್ತು ಸಮಸ್ಯೆ ಶುರುವಾಗಿದ್ದು ಮಾದಕ ವ್ಯಾಪಾರದಿಂದ. ಕೊಕೈನ್, ಮೆಥಾಂಪೆಟಿನ್, ಮೊದಲಾದ ವಿನೋದ ಮಾದಕವಸ್ತುಗಳನ್ನು ಅಮೇರಿಕಾಗೆ ಸರಬರಾಜು ಮಾಡುವ ಹಲವಾರು ಭೂಗತ ದೊರೆಗಳು ಮತ್ತು ಗುಂಪುಗಳು ಮೆಹಿಕೊ ಗಡಿಯ ಮೂಲಕ ರಾಜಾರೋಷವಾಗಿ ವಹಿವಾಟು ನಡೆಸುತ್ತಿದ್ದಾರೆ. ಕೆಟ್ಟವರೊಡನೆ ಇರುವ ಒಳ್ಳೆಯವರಿಗೂ ಕೆಟ್ಟ ಹೆಸರು ಬರುವ ಹಾಗೆ, ಕೂಲಿ ಕೆಲಸ ಮಾಡಲು ಗುಳೇ ಹೋಗುವ ಅಮಾಯಕರು, ಸಂದೇಹಕ್ಕೆ ಈಡಾಗುತ್ತಿದ್ದಾರೆ. ಮೇಲಾಗಿ ಈ ಕೆಟ್ಟ ವ್ಯವಹಾರವನ್ನು ನಡೆಸುತ್ತಿರುವ ಬಹಳ ಮಂದಿ ಅಮೇರಿಕಾದ ಪ್ರಜೆಗಳೇ. ಇನ್ನೂ ಸೋಜಿಗವೆಂದರೆ ಅಮೇರಿಕಾದ ಮಾಜಿ ಸೈನಿಕರೂ ಭೂಗತ ವ್ಯಾಪಾರದಲ್ಲಿ ಪಾಲುದಾರರಾಗಿದ್ದಾರೆ!

ಅಲ್-ಖೈದಾ ಭಯೋತ್ಪಾದಕರು ಧರ್ಮಯುದ್ಧ ಘೋಷಿಸಿ, ಅಮೇರಿಕಾ, ಇಂಗ್ಲೆಂಡ್, ಸ್ಪೆಯಿನ್ ದೇಶಗಳಲ್ಲಿ ಬಾಂಬ್ ದಾಳಿ ಮಾಡಿದ ನಂತರ, ಮೆಹಿಕೊ ಗಡಿಯ ಮೇಲೆ ಅಮೇರಿಕಾ ಕಣ್ಣಿಡಬೇಕಾಯಿತು. ಅಕ್ರಮವಾಗಿ ದೇಶ ಪ್ರವೇಶಿಸುವವರನ್ನು ಅಮೇರಿಕಾದ ಗಡಿರಕ್ಷಣಾ ಪಡೆಯವರು ಹಿಡಿದು ಅವರನ್ನು ಅವರ ಸ್ವಂತ ದೇಶಕ್ಕೆ ಹಿಂತಿರಿಗಿಸುವುದು ಕಾನೂನು. ಗಡಿರಕ್ಷಣಾ ಪಡೆಯವರು ಅಮೇರಿಕಾದ ಗಡಿಯಲ್ಲಿರುವ ವಲಸಿಗರ ಜಾಡುಗಳಲ್ಲಿ ಸರ್ಪಕಾವಲು ಕಾಯುತ್ತಾ, ಕೈಗೆ ಸಿಕ್ಕಿದವರನ್ನು ಮೆಹಿಕೊ ನಗರದ ಗಡಿಯಲ್ಲಿ ತಂದು ಬಿಟ್ಟುಹೋಗುತ್ತಾರೆ. ಅಮೇರಿಕಾದ ಇಂತಹ ಸ್ವೈರಣೆಯ ನಿಯಮದಿಂದ ವಲಸಿಗರು ಪದೇ ಪದೇ ಪ್ರಯತ್ನ ಮುಂದುವರಿಸಿ ಹೇಗೋ ಮಾಡಿ ಗಡಿ ಕಾವಲು ಪಡೆಯ ಕಣ್ಣು ತಪ್ಪಿಸಿ ಅಮೇರಿಕಾವನ್ನು ಸೇರುತ್ತಾರೆ. ಆದರೆ

ಮಾದಕವಸ್ತು ಸಾಗಾಣಿಕೆದಾರರೇನಾದರೂ ಸಿಕ್ಕಿಬಿದ್ದರೆ ಕಠಿಣ ಶಿಕ್ಷೆಗೆ ಗುರಿಪಡಿಸುತ್ತಾರೆ.

ಆದರೆ ಅಮೇರಿಕಾದ ರೈತ ಬಾಂಧವರೆಲ್ಲಾ ಅಕ್ರಮನಿವಾಸಿಗಳನ್ನು ಸ್ವಾಗತಿಸುತ್ತಾರೆ. ಏಕೆಂದರೆ ಅಕ್ರಮನಿವಾಸಿಗಳ ಹೊರತು ಬೇರೆ ಯಾರೂ ಹೊಲ–ತೋಟಗಳಲ್ಲಿ ಕೂಲಿ ಕೆಲಸ ಮಾಡಲು ಬರುವುದಿಲ್ಲ. ಅಕ್ರಮನಿವಾಸಿಗಳಿಗೆ ಅಮೇರಿಕಾದಲ್ಲಿ ಹಕ್ಕು ಚಲಾಯಿಸುವ ಅಧಿಕಾರ ಇಲ್ಲದೇ ಇರುವುದರಿಂದ, ರೈತ ಮುಖಂಡರು ಹೇಳಿದ ಮಾತನ್ನು ಚಾಚೂ ತಪ್ಪದೆ ಕೇಳುತ್ತಾ, ಕೊಟ್ಟಷ್ಟು ಕೂಲಿಗೆ ಕಷ್ಟಪಟ್ಟು ದುಡಿಯುತ್ತಾರೆ. ಅಕ್ರಮನಿವಾಸಿಗಳು ಸಕ್ರಮನಿವಾಸಿಗಳಾದರೆ ರೈತರು ಕಾರ್ಮಿಕ ಕಾನೂನು ರೀತಿ ಕೂಲಿಯವರಿಗೆ ಕನಿಷ್ಠ ವೇತನ, ಆರೋಗ್ಯ ವಿಮೆ, ಜೀವ ವಿಮೆ ಮುಂತಾದ ಸಹಾಯಾರ್ಥಗಳನ್ನು ಕೊಡಬೇಕಾಗುತ್ತದೆ. ಇದರಿಂದ ರೈತರಿಗೆ ನಷ್ಟವಾಗುತ್ತದೆ. ಈ ಕಾರಣದಿಂದ ರೈತರು ಅಕ್ರಮನಿವಾಸಿಗಳನ್ನು ಆಹ್ವಾನಿಸುತ್ತಾರೆ. ಆದರೆ ಅವರನ್ನು ಸಕ್ರಮ ಗೊಳಿಸುವ ಕಾಯಿದೆಗಳಿಗೆ ಆತಂಕ ಉಂಟುಮಾಡುತ್ತಾರೆ. ಇಂತಹ ಡೋಲಾಯಮಾನ ಸ್ಥಿತಿಯಲ್ಲಿ ಅಕ್ರಮನಿವಾಸಿಗಳು ಅಮೇರಿಕಾದಲ್ಲಿ ಶೋಷಿತರಾಗುತ್ತಿದ್ದಾರೆ. ಆದರೂ ಮೆಹಿಕೋ ದೇಶದಲ್ಲಿ ದಿನಕ್ಕೆ ಐದು ಡಾಲರ್ ಗಳಿಸುವವರು, ಅಮೇರಿಕಾದಲ್ಲಿ ಮೂವತ್ತು ಡಾಲರ್ ಗಳಿಸಬಹುದು. ಅದಕ್ಕೋಸ್ಕರವೇ ಮೆಹಿಕೊ ಕೂಲಿಯಾಳುಗಳಿಗೆ ಅಮೇರಿಕಾ ಪ್ರಿಯವಾಗಿರುವುದು. ಕೋಟ್ಯಂತರ ಮೆಹಿಕನ್ನರು ಅಮೇರಿಕಾದಲ್ಲಿ ಆಳಾಗಿ ದುಡಿದು, ಮೆಹಿಕೋ ದೇಶದಲ್ಲಿ ಅರಸರಾಗಿ ಬಾಳುತ್ತಾರೆ.

ಭಾರತದಿಂದ ಅಮೇರಿಕಾಗೆ ವಲಸೆ ಹೋಗುವವರೆಲ್ಲರೂ ವಿದ್ಯಾವಂತರು ಅಥವ ಶ್ರೀಮಂತರು. ಮೆಹಿಕನ್ನರ ಹಾಗೆ ನಿರ್ಗತಿಕರಲ್ಲ. ಪಾಂಡವರ ಪರಿಸ್ಥಿತಿ ಮೆಹಿಕನ್ನರಿಗಿಂತ ಬಹಳ ಭಿನ್ನವಾಗಿತ್ತು. ಭಾರತದಲ್ಲಿ ಯಶವಂತ ಸಿಂಹನು ಹತ್ತು ಸಾವಿರ ಡಾಲರುಗಳಿಗೆ ಅಮೇರಿಕಾ ದೇಶಕ್ಕೆ, ಐದು ಸಾವಿರ ಡಾಲರ್‌ಗೆ ಅಮೇರಿಕಾ ಗಡಿ ತಲುಪಿಸುತ್ತೇನೆಂದಾಗ, ಪಾಂಡವರೆಲ್ಲರೂ ಐದು ಸಾವಿರಕ್ಕೆ, ಅಮೇರಿಕಾ ಗಡಿವರೆಗೂ ಹೋಗಲು ಒಪ್ಪಂದ ಮಾಡಿಕೊಂಡಿದ್ದರು. ಯಶವಂತ ಸಿಂಹನು ಅಮೇರಿಕಾ ಗಡಿ ದಾಟಲು ಐದು ಸಾವಿರ ಡಾಲರ್ ಕೇಳಿದ್ದು ಅಷ್ಟೇನೂ ದುಬಾರಿಯಲ್ಲದಿದ್ದರೂ, ಪ್ರದೀಪನ ಹೊರತು ಇತರೆ ಪಾಂಡವರಿಗೆ ಅದು ಹೊರೆಯಾಗಿತ್ತು. ಪ್ರದೀಪನೊಬ್ಬನಿಗೆ ಮಾತ್ರ ಅಮೇರಿಕಾಗೆ ಹೋಗಲೇಬೇಕೆನ್ನುವ ಹಠವಿತ್ತು. ಇತರೆ ಪಾಂಡವರಿಗೆ ನಮ್ಮ ದೇಶ ಬಿಟ್ಟರೆ

ಸಾಕಪ್ಪ ಎಂದಾಗಿತ್ತು. ಖಾಲಿಸ್ತಾನದ ಬಂಡಾಯ ಚಟುವಟಿಕೆಗಳಲ್ಲಿ ಅಕ್ರಮ ವ್ಯವಹಾರಗಳನ್ನು ನಡೆಸಿದ್ದ ಅರ್ಜುನ ಮತ್ತು ರಾಜಬೀರರಿಗೆ; ಹಾಗೂ ಶ್ರೀಲಂಕದ ತಮಿಳ್ ಈಳಮ್ ಸಂಘಟನೆಗಳಲ್ಲಿ ಕಾರ್ಯಕರ್ತರಾಗಿ ಕಳ್ಳ ವ್ಯವಹಾರಗಳನ್ನು ಮಾಡಿದ್ದ ವಿಜಯನ್ ಮತ್ತು ಸೆಲ್ವಮ್‌ರವರಿಗೆ ಭಾರತದಿಂದ ಹೊರಗೆ ಬರುವುದು, ಬೀಸುವ ದೊಣ್ಣೆ ಪೆಟ್ಟು ತಪ್ಪಿದರೆ ನೂರು ವರ್ಷ ಆಯಸ್ಸು ಎಂಬಂತಿತ್ತು. ಹೇಗೋ ಭಾರತ ಬಿಟ್ಟು ಅಮೆಜಾನಿಯಾ ಸೇರಿದ ಮೇಲೆ, ಪರದೇಶಗಳಲ್ಲಿನ ಬಡತನವನ್ನು ಕಂಡು, ನಾವು ಇವರಿಗಿಂತ ಎಷ್ಟೋ ಮೇಲು ಎಂಬ ಅರಿವು ಎಲ್ಲರಿಗೂ ಮೂಡಿತ್ತು.

ಕಾರ್ಲೋಸನ ಸಾರಥ್ಯದಲ್ಲಿ ಏಳು ದೇಶಗಳ ಮೂಲಕ, ನಾಲ್ಕು ಸಾವಿರ ಕಿಲೋಮೀಟರ್ ವಲಸೆ ಮಾಡಿದ ನಂತರ, ಗಡಿ ದಾಟುವ ಕಷ್ಟ-ಸುಖಗಳನ್ನು ಅನುಭವಿಸಿದ್ದ ಪಾಂಡವರಿಗೆಲ್ಲ ಹೊಸ ಧೈರ್ಯ ಹುಮ್ಮಸ್ಸು ಸಾಹಸಕ್ಕೆ ಪ್ರೇರಣೆ ನೀಡಿದ್ದವು. ಕಾರ್ಲೋಸನು ಪರಿಚಯಿಸಿದ ಡೂಆನನ ಆಶ್ರಯದಲ್ಲಿ ಪಾಂಡವರ ಗಡಿ ದಾಟುವ ಯೋಜನೆಗಳು ರೂಪುಗೊಳ್ಳುತ್ತಿದ್ದವು.

ಹಲವಾರು ವರ್ಷಗಳಿಂದ ನೊಗಾಲಿಸ್ ನಗರದಲ್ಲಿ ನೆಲಸಿದ್ದ ಡೂಆನನಿಗೆ ಅಲ್ಲಿರುವ ಸುಮಾರು ವಲಸೆದಾರರ ಪರಿಚಯವಿತ್ತು. ತನ್ನ ಮನೆಯಲ್ಲಿರುತ್ತಿದ್ದ ವಲಸಿಗರಿಗೆ ಗಡಿ ದಾಟುವ ಬಗ್ಗೆ ಮಾರ್ಗದರ್ಶನ ನೀಡುತ್ತಿದ್ದ. ಆದರೆ ಅವರನ್ನು ಗಡಿ ದಾಟಿಸುವ ಕಾರ್ಯಕ್ಕೆ ಕೈಹಾಕುತ್ತಿರಲಿಲ್ಲ. ಅದೊಂದು ಬಹುದೊಡ್ಡ ಭೂಗತ ವ್ಯವಹಾರ.

ಕಾರ್ಲೋಸನು ನೊಗಾಲಿಸ್‌ನಿಂದ ತೆರಳಿದ ತರುವಾಯ, ಡೂಆನನು ಪಾಂಡವರನ್ನೆಲ್ಲಾ ತನ್ನ ಹಳೆಯ ವಾಹನದಲ್ಲಿ ಕೂರಿಸಿಕೊಂಡು ನಗರ ದರ್ಶನಕ್ಕೆ ಕರೆದೊಯ್ದು, ವಲಸೆದಾರರು ವಲಸಿಗರಿಗೆ ಹೊಂಚುಹಾಕುವ ತಾಣಗಳನ್ನು ಪರಿಚಯಿಸುತ್ತಾ, "ಇಲ್ಲಿರುವ ಪಾನಗೃಹಗಳು, ಕುಣಿತಾಂಗಣಗಳು, ಆಹಾರಧಾಮಗಳು, ವಲಸೆದಾರರ ಕಾರ್ಯಾಲಯಗಳು. ಇಲ್ಲಿಗೆ ಬರುವ ಗಿರಾಕಿಗಳೆಲ್ಲರೂ ವಲಸಿಗರು" ಎಂದು ತಿಳಿಸಿದಾಗ, ವಿಜಯನು "ವಲಸೆದಾರರ ದರ ಎಷ್ಟು?" ಎಂದ. ಡೂಆನನು ಸ್ವಲ್ಪ ನಗುತ್ತಾ "ವಲಸೆ ಶುಲ್ಕಾ ಐವತ್ತು ಪೇಸೋದಿಂದ ಐವತ್ತು ಸಾವಿರ ಪೇಸೋ" ಎಂದಾಗ ಪಾಂಡವರೆಲ್ಲರೂ ದಂಗಾದರು. ಕೊನೆಯಲ್ಲಿ ನೊಗಾಲಿಸ್ ನಗರದ ಬಳಿ ಗುಡ್ಡದ ಮೇಲಿರುವ ಅವೆನೀಡಾ ವನಕ್ಕೆ ಕರೆದುಕೊಂಡು ಹೋದ. ಅಲ್ಲಿಂದ ಉತ್ತರಕ್ಕಿರುವ ಅಮೇರಿಕಾ ನಗರ ಮತ್ತು ಹೆದ್ದಾರಿಗಳು ವಿಹಂಗಮವಾಗಿ ಕಾಣುತ್ತಿದ್ದವು.

ಮೆಹಿಕೋದ ಹಲವಾರು ಬಡ ಜನರು ವನದಲ್ಲಿ ಅಲೆದಾಡುತ್ತಿದ್ದರು. ಡೂಆನನು ಅಮೇರಿಕಾದ ಗಡಿಯ ಬೇಲಿಯನ್ನು ತೋರಿಸುತ್ತಾ, "ಈ ಬೇಲಿಯನ್ನು ಹತ್ತಿ ಬಹಳ ಜನ ಗಡಿ ದಾಟ್ತಾಯಿದ್ದರು. ಈಗ ಈ ಬೇಲಿಗೆಲ್ಲಾ ಹರಿತ ಕಂಬಿಯನ್ನು ಹಾಕಿದ್ದಾರೆ. ಕಂಬಿಗೆ ಕೈಹಾಕಿದರೆ ಕತ್ತಿಯ ಅಲಗನ್ನು ಹಿಡಿದುಕೊಂಡಂತೆ. ಕೈ ಕತ್ತರಿಸಿ ಹೋಗುತ್ತೆ" ಎಂದು ಬೇಲಿಯನ್ನು ದಾಟುವ ಪ್ರಯತ್ನ ಎಷ್ಟು ಘೋರವೆಂದು ತಿಳಿಸಿದ.

ತರುವಾಯ ಅವೆನೀಡಾ ವನದಲ್ಲಿದ್ದ ಹಲವಾರು ಬಡಪಾಯಿಗಳನ್ನು ಉದ್ದೇಶಿಸಿ "ಇವರೆಲ್ಲಾ ನಿಮ್ಮ ಹಾಗೆ ದೇಶಾಂತರ ಬಂದಿರೋರು. ಈ ಅವೆನೀಡಾ ವನ ಇವರಿಗೆಲ್ಲಾ ತಂಗುದಾಣ ಮತ್ತು ವಲಸೆದಾರರನ್ನು ಭೇಟಿ ಮಾಡುವ ತಾಣ" ಎಂದು ವನದ ಮಹತ್ವವನ್ನು ತಿಳಿಸಿದ.

ಭೂಗತವಾಗಿ ನಡೆಯುತ್ತಿರುವ ಅಕ್ರಮ ವಲಸೀಕರಣ ವ್ಯಾಪಾರೋದ್ಯಮದಲ್ಲಿ ಲಕ್ಷಾಂತರ ವಲಸಿಗರನ್ನು ರವಾನಿಸುವ ಮೂರು ಸಾವಿರ ಕಿಲೋಮೀಟರ್ ಉದ್ದದ ಮೆಹಿಕೊ-ಅಮೇರಿಕಾ ಗಡಿಯಲ್ಲಿ ನೂರಾರು ಕಳ್ಳಮಾರ್ಗಗಳಿವೆ. ಒಂದೊಂದು ಮಾರ್ಗ ಒಬ್ಬೊಬ್ಬ ವಲಸೆದಾರರನ ಸ್ವತ್ತಾಗಿದೆ, ಒಬ್ಬೊಬ್ಬ ದಾರಿ ದಲ್ಲಾಳಿಯ ಸುಂಕದಕಟ್ಟೆಯಾಗಿದೆ. ವಲಸೆದಾರರು ದಾರಿದರ್ಶಕರಾಗಿ ಜನರನ್ನು ಕರೆದೊಯ್ಯುವ ನಿರ್ವಾಹಕರಾಗಿದ್ದರೆ, ದಾರಿ ದಲ್ಲಾಳಿಗಳು ದಾರಿಯಲ್ಲಿ ವಲಸಿಗರಿಗೆ ಆಹಾರೋಪಚಾರಗಳನ್ನು ಮಾಡಿ, ಸುಂಕದ ರೂಪದಲ್ಲಿ ಹಣ ಗಳಿಸುತ್ತಾರೆ. ಒಬ್ಬನ ದಾರಿಯಲ್ಲಿ ಇನ್ನೊಬ್ಬ ವ್ಯವಹಾರ ನಡೆಸುವ ಹಾಗಿಲ್ಲ. ಒಬ್ಬನ ದಾರಿಯಲ್ಲಿ ಇನ್ನೊಬ್ಬ ಸುಂಕ ಪಡೆಯುವ ಹಾಗಿಲ್ಲ. ವಲಸೆದಾರರ ಮಧ್ಯೆ ಹಾಗೂ ದಾರಿ ದಲ್ಲಾಳಿಗಳ ಮಧ್ಯೆ ಕಚ್ಚಾಟಗಳು ಸಾಮಾನ್ಯ. ಇವರ ಹೊಡೆದಾಟ-ಬಡಿದಾಟಗಳಲ್ಲಿ ಸಿಲುಕಿ ಸಾಕಷ್ಟು ಜನ ವಲಸಿಗರು ಅಸು ನೀಗಿದ್ದಾರೆ. ಹೇಳುವವರು ಕೇಳುವವರು ಯಾರೂ ಇಲ್ಲಾ.

ನಿರ್ಜನವಾದ ಬೆಟ್ಟಗಾಡಿನ ಪ್ರದೇಶಗಳಲ್ಲಿ ಕಳ್ಳಮಾರ್ಗಗಳ ಮೂಲಕ ವಲಸೆ ನಡೆಯುವ ಹಾಗೆ, ಪಟ್ಟಣಗಳಲ್ಲಿ ಕಳ್ಳ ವಾಹನಗಳ ಮೂಲಕ, ಸುರಂಗಗಳ ಮೂಲಕ, ಚರಂಡಿಗಳ ಮೂಲಕ, ಸಾರ್ವಜನಿಕ ಸರಕು ಗಾಡಿಗಳ ಮೂಲಕ, ವಲಸೆ ಸಾಗುತ್ತದೆ. ಒಂದೊಂದು ಮಾರ್ಗಕ್ಕೆ, ಒಂದೊಂದು ವಾಹನಕ್ಕೆ ಒಂದೊಂದು ದರ.

ವಲಸೆಯ ಇನ್ನೊಂದು ಬಹುಮುಖ್ಯವಾದ ಮಾನದಂಡವೆಂದರ ರಾಷ್ಟ್ರೀಯತೆ. ಬಂಡವಾಳಶಾಹಿ ಅಮೇರಿಕಾ ದೇಶಕ್ಕೆ ಸಮತಾವಾದ ಒಂದು ಕಣ್ಣು ಬೇನೆ. ಸಮತಾವಾದಿ ಆಡಳಿತವಿರುವ ದೇಶಗಳಲ್ಲಿರುವ ಪ್ರಜೆಗಳು ಸಮತಾವಾದವನ್ನು ಧಿಕ್ಕರಿಸುತ್ತಾ ತಮಗೆ ಸರಕಾರದಿಂದ ಕಿರುಕುಳ ಆಗುತ್ತಿದೆಯೆಂದು ಆಪಾದಿಸುತ್ತ ತಮ್ಮ ದೇಶದಿಂದ ಹೊರಬಂದರೆ ಅಂಥವರಿಗೆ ಆಶ್ರಯ ನೀಡುವುದು ಅಮೇರಿಕಾದ ಒಂದು ರಾಜಕೀಯ ನೀತಿ. ಕ್ಯೂಬಾ, ನಿಕರಾಗುವ ಹಾಗೂ ವೆನಿಝುವೇಲಾ ದೇಶದ ಲಕ್ಷಾಂತರ ಪ್ರಜೆಗಳು 'ರಾಜಕೀಯ ಕಿರುಕುಳವಾಗುತ್ತಿದೆ' ಎಂಬ ನೆಪದಲ್ಲಿ ಅಮೇರಿಕಾದಲ್ಲಿ ಆಶ್ರಯ ಪಡೆಯುವುದು ಸಾಮಾನ್ಯ ಹಾಗೂ ಒಂದು ವಿಪರ್ಯಾಸ.

ಎಂಬತ್ತರ ದಶಕದಲ್ಲಿ ಸಾವಿರಾರು ಮಂದಿ ಖಾಲಿಸ್ತಾನಿಗಳೂ ಮತ್ತು ಶ್ರೀಲಂಕಾದ ತಮಿಳರೂ "ತಮಗೆ ಕಿರುಕುಳವಾಗುತ್ತಿದೆ" ಎಂದು ಘೋಷಿಸಿ ಅಮೇರಿಕಾ ಮತ್ತು ಕೆನಡಾ ದೇಶಗಳಲ್ಲಿ ಆಶ್ರಯ ಪಡೆದರು. ಇಂದಿರಾ ಗಾಂಧಿ ಮತ್ತು ರಾಜೀವ್ ಗಾಂಧಿಯವರ ಹತ್ಯೆಯ ನಂತರ, ಅಮೇರಿಕಾದವರು ಖಾಲಿಸ್ತಾನಿಗಳನ್ನು ಮತ್ತು ಶ್ರೀಲಂಕದ ತಮಿಳು ಬಂಡಾಯಕಾರರನ್ನು "ಭಯೋತ್ಪಾದಕರು" ಎಂದು ಘೋಷಿಸಿ, ಅವರಿಗೆಲ್ಲಾ ಆಶ್ರಯವನ್ನು ನಿರಾಕರಿಸಿ, ಅವರ ಪ್ರವೇಶವನ್ನೂ ನಿಷೇಧಿಸಿದೆ.

ದೇಶ, ಮಾರ್ಗ, ಜಾಗ ಮತ್ತು ಜನರನ್ನು ಅವಲಂಬಿಸಿ ವಲಸೆ ಶುಲ್ಕ ಐವತ್ತು ಪೇಸೋಗಳಿಂದ ಐವತ್ತು ಸಾವಿರ ಪೇಸೋ ಎಂದು ಹೇಳಿದ ಡೂಆನನ ಮಾತು ಉತ್ಪ್ರೇಕ್ಷೆಯಾಗಿರಲಿಲ್ಲ.

ಅವೇನೀಡಾ ವನದಿಂದ ಅಮೇರಿಕಾ ದೇಶವನ್ನು ನೋಡಿದಾಗ ಪಾಂಡವರೆಲ್ಲರಿಗೂ ಹೃದಯದಲ್ಲಿ ಅದೇನೋ ಭಾವ ಸಂಚಾರವಾಯಿತು. ಸ್ವಂತ ದೇಶವನ್ನು ಬಂಧು-ಬಾಂಧವರನ್ನು, ಬಿಟ್ಟು ಬರುವುದಕ್ಕೆ ಮೂಲಕಾರಣವಾದ ಅಮೇರಿಕಾ ಕೈಗೆ ಎಟುಕುವಷ್ಟೇ ಸಮೀಪದಲ್ಲಿದ್ದು, ಹಸಿದವನಿಗೆ ಗಾಜಿನೊಳಗೆ ಇಟ್ಟಿರುವ ರಸದೂಟದಂತೆ, ಪಾಂಡವರ ಮನಸ್ಸನ್ನು ಕದಡಿತ್ತು.

ಅಮೇರಿಕಾವನ್ನು ಉದ್ದೇಶಿಸುತ್ತಾ ಡೂಆನನು "ಅಲ್ಲಿಗೆ ಹೋಗೋದಕ್ಕೆ ಯತ್ನಿಸಿ ಪ್ರತಿವರ್ಷ ಸಾವಿರ ಜನ, ನಿಮ್ಮಂತಹವರು, ಪ್ರಾಣ ಕಳೆದುಕೊಳ್ತಾರೆ" ಎಂದು ವಲಸೆಯ ಬಗ್ಗೆ ವಿಷಾದ ಸುದ್ದಿ ಬಿತ್ತರಿಸಿದ. ಮಾತು ಮುಂದುವರಿಸಿ

"ಆದರೇನು? ಪ್ರತಿವರ್ಷ ಹತ್ತು ಲಕ್ಷ ಜನ ಗಡಿ ದಾಟಿಕೊಂಡು ಹೋಗ್ತಾರೆ. ನೀವು ಲಕ್ಷದಲ್ಲಿ ಒಬ್ಬರಾಗಿ. ಸಾವಿರದಲ್ಲಿ ಒಬ್ಬರಾಗಬೇಡಿ" ಎಂದು ಪಾಂಡವರಿಗೆ ಯಶ ಹಾರೈಸುತ್ತಾ ಉತ್ತೇಜಿಸಿದ.

ಪ್ರದೀಪನು "ಡೂಆನ್ ನೀವೇ ನಮಗೆ ಗುರುಗಳು. ಗಡಿ ದಾಟುವ ಉಪಾಯವನ್ನ ನೀವೇ ಬೋಧಿಸಬೇಕು" ಎಂದು ನಮ್ರತೆಯಿಂದ ವಿನಂತಿಸಿಕೊಂಡ. "ನೀವೇ ನಮ್ಮ ದ್ರೋಣಾಚಾರ್ಯರು" ಎಂದೂ ಅರ್ಜುನನು, "ನೀವೇ ನಮ್ಮ ಭೀಷ್ಮಾಚಾರ್ಯರು" ಎಂದು ವಿಜಯನ್ನರು ಹೊಗಳಿದಾಗ, ಪಾಂಡವರೆಲ್ಲರೂ ನಗೆಯಲ್ಲಿ ತೇಲಾಡುತ್ತಾ, ಡೂಆನನ್ನು ಆಕಾಶಕ್ಕೇರಿಸಿದರು. "ಆಗಲಿ. ಬನ್ನಿ ಮಾತಾಡೋಣಾ" ಎಂದು ಡೂಆನನು ಪಾಂಡವರನ್ನೆಲ್ಲಾ ಮನೆಗೆ ಕರೆದುಕೊಂಡು ಹೋದ.

ಏಕಾಂಗಿಯಾದ ಡೂಆನನಿಗೆ ಕಾಲಹರಣ ಮಾಡಲು ಪಾಂಡವರಂತಹ ಶಿಷ್ಯಾಗ್ರಣಿಗಳು ಸಿಕ್ಕುವುದು ಬಹಳ ಅಪರೂಪ. ಇತರರು ಲೆಕ್ಕಿಸದೇ ಇರುವಾಗ ಪಾಂಡವರು ತೋರಿಸಿದ ಗುರುಭಕ್ತಿಗೆ ಡೂಆನನು ನಿಜವಾಗಿಯೂ ಮಣಿದ. ಮನೆಗೆ ಬಂದಾಗ ಮಧ್ಯಾಹ್ನದ ಊಟದ ಸಮಯವಾದುದರಿಂದ ಪಾಂಡವರೇ ಗುರುಭಕ್ತಿಯನ್ನು ಪ್ರದರ್ಶಿಸುತ್ತಾ, ಪಕ್ಕದಲ್ಲಿದ್ದ ಭೋಜನಾಲಯದಿಂದ ಮನೆಗೆ ಊಟ ತರಿಸಿ, ಡೂಆನನ ಉಪದೇಶಾಮೃತವನ್ನು ಶ್ರದ್ಧಾಭಕ್ತಿಗಳಿಂದ ಆಲಿಸಿದರು. ಡೂಆನನು ಹಲವಾರು ಕಥೆಗಳ ಮೂಲಕ ಗಡಿ ದಾಟುವ ಸಮಸ್ಯೆಗಳನ್ನು ಅರುಹಿ, ಕೊನೆಯಲ್ಲಿ "ಈವತ್ತು ಸಂಜೆ ಎನ್ರೀಕೆ ಮೊರಾನೆಸ್ ಎಂಬಾತನನ್ನ ಪರಿಚಯ ಮಾಡಿಸ್ತೀನಿ. ಅವನ ಮಾತು ಕೇಳಿ. ಆಮೇಲೆ ಕೆಲಸಕ್ಕೆ ಕೈಹಾಕಿ" ಎಂದಾಗ ಪ್ರದೀಪನು "ಆವಯ್ಯ ಯಾರು?" ಪ್ರಶ್ನಿಸಿದ.

ಕ್ಯಾಲಿಫೋರ್ನಿಯಾದ ಸ್ಯಾನ್ ಡಿಯಾಗೋ ನಗರದ ನಿವಾಸಿ ಎನ್ರೀಕೆ ಮೊಂಒನೆಸ್, ಅಮೇರಿಕಾ ಗಡಿಯನ್ನು ದಾಟುವ ಅಕ್ರಮ ವಲಸಿಗರ ಕಷ್ಟನಷ್ಟಗಳು ಮತ್ತು ಸಾವುನೋವುಗಳಿಗೆ ಮರುಗಿ, 'ಗಡಿ ದೇವತೆಗಳು' ಎಂಬ ಸೇವಾ ಸಂಸ್ಥೆಯನ್ನು ಸ್ಥಾಪಿಸಿ, ಅಕ್ರಮವಾಗಿ ಗಡಿ ದಾಟುವ ವಲಸಿಗರಿಗೆ ಸಲಹೆ, ಮಾರ್ಗದರ್ಶನಗಳನ್ನು ನೀಡುತ್ತಿದ್ದ.

ಡೂಆನನಿಂದ ಗಡಿದೇವತೆಗಳು ಸಂಸ್ಥೆಯ ಮತ್ತು ಎನ್ರೀಕೆಯ ಕತೆಯನ್ನು ಕೇಳಿ ಪಾಂಡವರೆಲ್ಲಾ ಪ್ರಸನ್ನರಾದರು. ಅದೃಷ್ಟವಶಾತ್ ಆ ದಿನ ನೊಗಾಲಿಸ್ ನಗರದಲ್ಲಿ ಗಡಿದೇವತೆ ಸಂಸ್ಥೆಯ ಆಶ್ರಯದಲ್ಲಿ ಎನ್ರೀಕೆಯ "ವಲಸಿಗರಿಗೆ

ಸಲಹೆಗಳು" ಉಪನ್ಯಾಸವಿತ್ತು. ಪಾಂಡವರೆಲ್ಲರನ್ನು ಉಪನ್ಯಾಸಕ್ಕೆ ತೆರಳಿದರು. ಸುಮಾರು ಮೂವತ್ತು ಮಂದಿಯಿದ್ದ ಸಭೆಯಲ್ಲಿ ಪಾಂಡವರ ಹೊರತು ಇನ್ನೆಲ್ಲರೂ ಮೆಹಿಕೊ ಅಥವ ದಕ್ಷಿಣ ಅಮೇರಿಕಾದವರೇ ಆಗಿದ್ದರು. ಗಡಿದೇವತೆಗಳು ಸಂಸ್ಥೆಯ ಹಲವು ಪದಾಧಿಕಾರಿಗಳು ಮತ್ತು ಡೂಆನನ ಹೊರತು ಸಭೆಗೆ ಬಂದಿದ್ದವರೆಲ್ಲರೂ ಅಕ್ರಮ ವಲಸಿಗರೆಂಬುದರಲ್ಲಿ ಸಂಶಯವೇ ಇರಲಿಲ್ಲ. ಎನ್ರೀಕೆ ಸಭಿಕರನ್ನುದ್ದೇಶಿಸಿ ಸಮಯೋಚಿತವಾಗಿ ಮಾತನಾಡುತ್ತಾ..

"ಮಿತ್ರರೇ, ಗಡಿ ದಾಟುವುದಕ್ಕೆ ಹೋಗಿ ಪ್ರಾಣ ಕಳೆದುಕೊಳ್ಳಬೇಡಿ. ವಲಸೆ ಗಂಡಾಂತರವಾಗಿರುವುದಕ್ಕೆ ಮೂಲ ಕಾರಣ ವಲಸಿಗರ ಅಮಾಯಕತನ. ಗಡಿಬೇಲಿಯಿಲ್ಲದ ನ್ಯೂಮೆಕ್ಸಿಕೊ-ಟೆಕ್ಸಾಸ್ ಗುಡ್ಡಗಾಡುಗಳಲ್ಲಿ ನುಗ್ಗಿ ಉರಿಬಿಸಿಲಲ್ಲಿ ಸುತ್ತಿಬಳಸಿ ಉಷ್ಣಾಘಾತಕ್ಕೆ ಪ್ರತಿವರ್ಷ ಐನೂರು ಜನ ಬಲಿಯಾಗ್ತಾರೆ. ಆ ಕಡೆ ಸುಳಿಯಬೇಡಿ. ಅರಿಝೋನಾ-ಕ್ಯಾಲಿಫ಼ೋರ್ನಿಯಾ ಕಾಲುದಾರಿಗಳಲ್ಲಿ ನಾವು ಅಲ್ಲಲ್ಲಿ ಪ್ರಯಾಣ ಸೌಕರ್ಯಗಳನ್ನ ನಿರ್ಮಿಸಿದ್ದೀವಿ. ಈಗ ಗಡಿ ಕಾವಲು ಪಡೆ ಬಹಳ ಸುಸಜ್ಜಿತವಾಗಿದೆ. ಗಡಿ ದಾಟುವುದು ಮೊದಲಿಗಿಂತ ಬಹಳ ಕಷ್ಟವಾಗಿದೆ. ಆದರೆ ಅಸಾಧ್ಯವೇನಲ್ಲ. ನಿಮ್ಮ ಹೆಂಡತಿ ಅಥವ ಹೆಣ್ಣು ಮಕ್ಕಳ ಜೊತೆಗೆ ವಲಸೆದಾರರ ಸಂಗಡ ಗಡಿ ದಾಟೋದು ಬಹಳ ಅಪಾಯ. ವಲಸೆದಾರರು ಗೂಳಿಗಳಾಗ್ತಾರೆ ಜಾಗ್ರತೆಯಾಗಿರಿ. ಈ ಮಧ್ಯೆ ಮಿನಟ್-ಮ್ಯಾನ್ ಎಂಬ ಸ್ವಯಂಸೇವಕ ಸಂಸ್ಥೆಯವರು ಕ್ಯಾಲಿಫ಼ೋರ್ನಿಯಾ-ಅರಿಝೋನಾ ಗಡಿಗಳಲ್ಲಿ ಹಲವಾರು ವೀಕ್ಷಣಾತಾಣ ಸ್ಥಾಪಿಸಿದ್ದಾರೆ. ಅಕ್ರಮ ವಲಸಿಗರ ಆಗಮನವನ್ನು ಗಡಿ ಕಾವಲು ಪಡೆಯವರಿಗೆ ಕೂಡಲೇ ತಿಳಿಸ್ತಾರೆ. ಹಾಗೆಯೇ ಗಡಿನಾಡಿನಲ್ಲಿರುವ ಹುಲ್ಲುಗಾವಲು ಒಡೆಯರು ವಲಸಿಗರ ಸುಳಿವನ್ನು ಗಡಿರಕ್ಷಕರಿಗೆ ವರದಿ ಮಾಡುತ್ತಾರೆ. ಹೊಟ್ಟೆಪಾಡಿಗಾಗಿ ಅಮೇರಿಕಾಗೆ ವಲಸೆ ಬರುವವರ ಬಗ್ಗೆ ನಮ್ಮ ಸಹಾನುಭೂತಿ-ಅನುಕಂಪಾ ಇದೆ. ಆದರೆ ಕಳ್ಳ ಮದ್ದು ಸಾಗಾಣಿಕೆ ಮಾಡುವ ವಲಸಿಗ ರಿಗೆ ನಾವುನೂ ಶತ್ರುಗಳೇ. ಮರೆಯಬೇಡಿ" ಎಂದು ವಲಸೀಕರಣದ ಪರಿಸ್ಥಿತಿಯನ್ನು ವಿವರಿಸಿದ.

ಸಭೆಯಲ್ಲಿದ್ದ ವ್ಯಕ್ತಿಯೊಬ್ಬ "ನಾವು ಗಡಿ ರಕ್ಷಕರ ಕೈಗೆ ಸಿಕ್ಕಿ ಹಾಕಿಕೊಂಡರೆ ನೀವು ನಮಗೆ ಸಹಾಯಾ ಮಾಡ್ತೀರಾ?" ಎಂದ.

"ಇಲ್ಲಾ ಇಲ್ಲಾ" ಎಂದು ಎನ್ರೀಕೆ ತಲೆಯಲ್ಲಾಡಿಸುತ್ತಾ ಹೇಳಿದಾಗ, ಸಭಿಕರಲ್ಲಿ ಸ್ವಲ್ಪ ಗುಜುಗುಜು ಪ್ರಾರಂಭವಾಯಿತು.

ಆಗ ಎನ್ರೀಕೆ "ಮಿತ್ರರೇ, ಅಮೇರಿಕಾ ಸರಕಾರದ ನೀತಿ-ನಿಯಮಗಳನ್ನ ನಾವು ಬದಲಾಯಿಸುವುದಕ್ಕೆ ಆಗಲ್ಲ. ಗಡಿ ರಕ್ಷಕರು ನಿಮ್ಮನ್ನ ಶೋಷಣೆ ಮಾಡಿದರೆ, ಅಂದರೆ ನಿಮ್ಮನ್ನ ವಿನಾಕಾರಣವಾಗಿ ಹೊಡೆದರೆ-ಬಡಿದರೆ, ನಿಮ್ಮ ಹತ್ರ ಲಂಚಾಗಿಂಚಾ ಕೇಳಿದರೆ, ನಮಗೆ ತಿಳಿಸಿ. ನಿಮ್ಮ ಪರವಾಗಿ ನಾವು ನ್ಯಾಯಾದಲ್ಲಿ ಹೋರಾಡುತ್ತೇವೆ" ಎಂದು ಅಶ್ವಾಸನೆಯನ್ನು ನೀಡಿದ.

ಸಭೆ ಮುಗಿದ ನಂತರ ಡೂಆನನು ಎನ್ರೀಕೆಗೆ ಪಾಂಡವರನ್ನು ಪರಿಚಯಿಸಿದಾಗ, "ಓಹೋ ಮಹಾತ್ಮಾ ಗಾಂಧಿ ದೇಶದವರು" ಎಂದು ಪ್ರಶಂಸೆಯ ಮಾತುಗಳನ್ನಾಡಿ, ಪಾಂಡವರೆಲ್ಲರೂ ವಲಸಿಗರೆಂದು ಸರಿಯಾಗಿ ಊಹಿಸಿ, "ನಿಮಗೂ ಪಾಕಿಸ್ತಾನಿಗಳಿಗೂ ದೈಹಿಕ ಲಕ್ಷಣದಲ್ಲಿ ವ್ಯತ್ಯಾಸ ಇಲ್ಲ. ಅದೇ ದೊಡ್ಡ ಸಮಸ್ಯೆ. ಗಡಿ ರಕ್ಷಕರು ನಿಮ್ಮನ್ನ ಪಾಕಿಸ್ತಾನಿಗಳು ಅಂತ ಅಪಾರ್ಥಮಾಡಿಕೊಳ್ತಾರೆ. ಅಲ್ಲಿಗೆ ಮುಗಿಯಿತು ನಿಮ್ಮ ಕಥೆ" ಎಂದು ವಿಷಾದವಾಗಿ ಹೇಳಿದ.

"ಹಾಗಂದ್ರೆ ?" ಎಂದು ಪ್ರದೀಪನು ವಿವರಣೆಗಾಗಿ ಆಗ್ರಹಿಸಿದಾಗ, ಎನ್ರೀಕೆ ಮಾತು ಮುಂದುವರಿಸಿ "ಅಲ್-ಖೈದಾ ಭಯೋತ್ಪಾದಕರು ಅನ್ನುವ ಸಂಶಯ ಬಂದರೆ ನಿಮ್ಮನ್ನ ಬಂದೀಖಾನೆಗೆ ಕಳುಹಿಸ್ತಾರೆ" ಎಂದ. ಕೂಡಲೇ ಡೂಆನನು ಮಧ್ಯೆ ಬಾಯಿ ಹಾಕಿ "ಗ್ವಾಂಟಾನಮೋ ಕಾರಾಗೃಹವಾಸ" ಎಂದು ಸ್ವಲ್ಪ ಹಾಸ್ಯಮಯವಾಗಿಯೇ ಹಗುರವಾಗಿ ಹೇಳಿದ. ಎನ್ರೀಕೆ ಏನೂ ಮಾತಾಡದೆ ಹೌದೆಂದು ತಲೆತೂಗುತ್ತಾ ಸೂಚಿಸಿದ. ಕಾರ್ಲೋಸನು ಹೇಳಿದ್ದ ಮಾತುಗಳೆಲ್ಲಾ ಪಾಂಡವರ ಮನಸ್ಸಿನಲ್ಲಿ ಅನುರುಣಿತವಾದವು.

ಗಡಿ ದಾಟುವ ಯೋಜನೆಯ ಬಗ್ಗೆ ಮಾಹಿತಿಯನ್ನು ಅರಿತಂತೆಲ್ಲಾ ಸಮಸ್ಯೆ ಜಟಿಲವೆನಿಸುತ್ತಿತ್ತು. ಸಾಧನೋಪಾಯಗಳು ಅಪಾಯವೆನಿಸುತ್ತಿದ್ದವು.

ಪಾಂಡವರೆಲ್ಲರೂ ಮೌನದಿಂದ ಆಲೋಚನಾಮಗ್ನರಾಗಿರುವ ವಿಜಯನು "ಆರ್ಮಾಂಡೋ ಗಾರ್ಸಿಯಾ ಬಗ್ಗೆ ನಿಮಗೇನನಿಸುತ್ತದೆ?" ಎಂದು ನೇರವಾಗಿ ವೈಯುಕ್ತಿಕ ಪ್ರಶ್ನೆ ಕೇಳಿದಾಗ, ಎನ್ರೀಕೆ ಉತ್ತರಿಸಲು ನಿರಾಕರಿಸಿ ಜಾರಿಕೊಳ್ಳುತ್ತಾ "ಗೊತ್ತಿಲ್ಲಾ" ಎಂದು ಹೇಳಿ "ನನಗೆ ಹೊತ್ತಾಯಿತು ಬರ್ತೀನಿ" ಎನ್ನುತ್ತಾ ಬೀಳ್ಕೊಂಡ.

ಅಮೇರಿಕಾದ ಕಾನೂನಿನ ಪ್ರಕಾರ 'ಗಡಿ ದೇವತೆಗಳು' ಸಂಸ್ಥೆ ವಲಸಿಗರಿಗೆ ದಯೆ ತೋರಬಹುದೇ ಹೊರತು, ದಾರಿತೋರಿಸುವ ಹಕ್ಕಿಲ್ಲ. ಆದುದರಿಂದ ಆರ್ಮಾಂಡೋ ಗಾರ್ಸಿಯಾ ಯಾರೆಂದು ಗೊತ್ತಿದ್ದರೂ ಎನ್ರೀಕೆ ಪಾಂಡವರಿಗೆ ಅವನ ಬಗ್ಗೆ ಮಾಹಿತಿ ನೀಡಲು ನಿರಾಕರಿಸಿದ.

ಮನೆಗೆ ಹಿಂತಿರುಗಿದ ಪಾಂಡವರನ್ನು ಚಿಂತೆ ಚಿತೆಯಾಗಿ ಸುಡುತ್ತಿತ್ತು.

ಡೂಆನನು ಸುರಪಾನ ಮಾಡುತ್ತಾ "ಪಾಂಡವ ಕುಮಾರರೇ, ಚಿಂತೆಮಾಡಿ ಕಂತೆ ಮರಿಯಬೇಡಿ. ನಾಳೆ ಬೆಳಿಗ್ಗೆಯಿಂದಲೇ ಬೀದಿಗಿಳಿದು ದಾರಿ ದಲ್ಲಾಳಿಗಳನ್ನ ಹಿಡಿಯಿರಿ. ಒಬ್ಬೊಬ್ಬರಿಗೆ ಒಂದೊಂದು ದಾರಿ ಒಪ್ಪಬಹುದು. ಒಬ್ಬನಲ್ಲದಿದ್ದರೆ ಇನ್ನೊಬ್ಬ ದಲ್ಲಾಳಿ ಸಿಕ್ತಾನೆ" ಎಂದು ಪಾಂಡವರನ್ನು ಉತ್ತೇಜಿಸಿದ.

ಮಾರನೆಯ ದಿನ ಬೆಳಗಾಗುತ್ತಲೇ ಪಾಂಡವರು ಅನ್ವೇಷಣೆ ಆರಂಭಿಸಿದರು. ಅರ್ಜುನ–ರಾಜಬೀರರು ಒಂದು ಕಡೆ, ವಿಜಯನ್–ಸೆಲ್ವಮ್ ಇನ್ನೊಂದು ಕಡೆ ಹೊರಟರು. ಪ್ರದೀಪನೊಬ್ಬನೇ ನೊಗಾಲಿಸ್ ನಗರದ ಸಾರ್ವಜನಿಕ ಗ್ರಂಥ ಭಂಡಾರಕ್ಕೆ ಹೋಗಿ ವಲಸೀಕರಣಕ್ಕೆ ಸಂಬಂಧಿಸಿದ ಪುಸ್ತಕಗಳನ್ನು ಅವಲೋಕಿಸುತ್ತಾ, ಗಡಿ ದಾಟುವ ಸಮಸ್ಯೆಗಳ ಬಗ್ಗೆ ಹಾಗೂ ಪರಿಹಾರೋಪಾಯಗಳ ಬಗ್ಗೆ ಅಧ್ಯಯನ ಮಾಡತೊಡಗಿದ. ಇಡೀ ದಿನ ಪುಸ್ತಕಗಳನ್ನು ಕುಡುಮುತ್ತಿದ್ದ ಪ್ರದೀಪನನ್ನು ಕಂಡು, ಗ್ರಂಥಾಲಯದಲ್ಲಿ ಕೆಲಸ ಮಾಡುತ್ತಿದ್ದ ನಿರ್ವಾಹಕನಿಗೆ ಇವನೊಬ್ಬ ವಲಸೆ ಪಂಡಿತನೆನಿಸಿತು.

"ನೀವು ವಲಸೆದ ಬಗ್ಗೆ ಸಂಶೋಧನೆ ಮಾಡ್ತಾಯಿದ್ದೀರಾ?" ಎಂದು ನಗುತ್ತಲೇ ಆ ನಿರ್ವಾಹಕ ಕೇಳಿದಾಗ, ಪ್ರದೀಪನು ತಲೆದೂಗುತ್ತಾ "ಹೌದು ಹೌದು" ಎಂದು ಕಿರುನಗೆಯಿಂದಲೇ ಉತ್ತರಿಸಿದ.

"ಇಲ್ಲಿನ ಜನರಿಗೆ ವಲಸೆ ಸಮಸ್ಯೆಯಲ್ಲ ಸಾಹಸ. ಐದು ಸಾವಿರ ಜನ ಗಡಿ ರಕ್ಷಕರಿದ್ದಾರೆ. ಆದರೂ ದಿನಕ್ಕೆ ಸರಾಸರಿ ಮೂರು ಸಾವಿರ ಜನ ಗಡಿ ದಾಟ್ತಾರೆ" ಎಂದು ನಗುತ್ತಾ ಆ ನಿರ್ವಾಹಕ ತಿಳಿಸಿದ.

ಪ್ರದೀಪನು "ಅಮೇರಿಕಾ ಗಡಿರಕ್ಷಕರ ಪಡೆ ಅಷ್ಟು ದುರ್ಬಲವೇ? ಎಂದು ಪ್ರಶ್ನಿಸಿದ.

"ವಲಸಿಗರು ಕೊಡುವ ಲಂಚಾ ಅಷ್ಟು ಪ್ರಬಲ. ಗಡಿರಕ್ಷಕರನ್ನೆ ಕೊಂಡುಕೊಳ್ತಾರೆ" ಎನ್ನುತ್ತಾ ಅಮೇರಿಕಾದಲ್ಲಿಯೂ ಲಂಚಾವತಾರವಿದೆಯೆಂದು ವಿವರಿಸಿದ. ಪ್ರದೀಪನಿಗೆ ಅವನ ಮಾತು ಕೇಳಿ ಆಶ್ಚರ್ಯ ಆಯಿತು.

ಅರ್ಜುನ–ರಾಜಬೀರರು ನೊಗಾಲಿಸ್ ನಗರದಲ್ಲಿ ವಲಸೆದಾರರು ಗಿರಾಕಿಗಳಿಗಾಗಿ ಅಲೆದಾಡುವ ತಾಣಗಳಿಗೆ ಹೆಸರಾದ ಒಬ್ರೆಗಾನ್ ಬೀದಿಗೆ ಹೋದರು. ಉಪಹಾರ ಮಂದಿರವೊಂದರಲ್ಲಿ ಕಾಫಿಯನ್ನು ಹೀರುತ್ತಾ, ಗಾಳ ಬೀಸಿ ಮೀನು ಕಚ್ಚುವುದನ್ನೇ ಕಾಯುತ್ತಿರುವ ಬೆಸ್ತರಂತೆ ನಿರೀಕ್ಷಿಸುತ್ತಿರುವಾಗ, ಆಗಂತುಕನೊಬ್ಬನು ಬಂದು ಮಾತನಾಡಿಸಿದ. ಪರಸ್ಪರ ಪರಿಚಯವಾದನಂತರ ಅವನ ಹೆಸರು ಹೋರ್ಕ ಎಂದೂ ಮತ್ತು ಅವನು ವಲಸೆದಾರನೆಂದೂ ಅರಿವಾದ ಮೇಲೆ, ಅರ್ಜುನನು ಮೊದಲಿನ ಸುತ್ತಿನಲ್ಲಿಯೇ "ನಿಮ್ಮ ಶುಲ್ಕ ಎಷ್ಟು?" ಎಂದು ನಿರ್ದಾಕ್ಷಿಣ್ಯವಾಗಿ ಕೇಳಿಬಿಟ್ಟ. ಹೋರ್ಕನಿಗೆ 'ಇವರು ಪಕ್ಕಾ ಪಾಕಡಾ ಗಿರಾಕಿಗಳು' ಎಂದು ತಕ್ಷಣ ತಿಳಿದುಹೋಯಿತು.

ಹೋರ್ಕನು, "ಸಲೀಸಾಗಿ, ಶೀಘ್ರವಾಗಿ, ಹೋಗಬೇಕೆಂದರೆ ಇಪ್ಪತ್ತು ಸಾವಿರ ಪೇಸೋ, ಎರಡು ಸಾವಿರ ಅಮೇರಿಕನ್ ಡಾಲರ್" ಎಂದ. ಗಿರಾಕಿಗಳ ಪ್ರತಿಕ್ರಿಯೆಯನ್ನು ಗಮನಿಸಿ, ಮಾತು ಮುಂದುವರಿಸುತ್ತಾ "ಕಷ್ಟಪಟ್ಟು ನಡೆದುಕೊಂಡು ಹೋಗೋದಕ್ಕೆ ಸಿದ್ಧ ಅಂದರೆ, ಐದು ಸಾವಿರ ಪೇಸೋ ಅಷ್ಟೇ" ಎಂದು ನಗುಮೊಗದಿಂದಲೇ ಹೇಳಿದ.

ಮತ್ತೆ ಅರ್ಜುನನು "ಬರೀ ಐವತ್ತು ಪೇಸೋಗೆ ಗಡಿ ದಾಟಿಸ್ತಾರಂತೆ" ಎಂದು ಕೊಸರಾಡುವುದಕ್ಕೆ ಪೀಠಿಕೆ ಹಾಕಿದ.

"ಆಯಿತು. ಅವರ ಜೊತೇನೇ ಹೋಗಿ" ಎನ್ನುತ್ತಾ ಸಿಡುಕಿನಿಂದ ಹೋರ್ಕನು ಹೊರಡಲು ಎದ್ದಾಗ,

ಅರ್ಜುನನು ತಡೆದು "ಹೋರ್ಕ, ನಾವು ಹೊಸಬರು. ಭಾರತದಿಂದ ಬಂದಿದ್ದೀವಿ. ಗಡಿ ವ್ಯವಹಾರದ ಖರ್ಚು–ವೆಚ್ಚ ನಮಗೇನೂ ಗೊತ್ತಿಲ್ಲಾ. ಐವತ್ತು ಪೇಸೋ ಇದ್ದರೆ ಅಮೇರಿಕಾಗೆ ಹೋಗಬಹುದು ಅಂತಾ ಯಾರೋ ಹೇಳಿದ್ದನ್ನ ಕೇಳಿದೆ" ಎಂದು ತನ್ನ ಅಮಾಯಕತನವನ್ನು ಪ್ರದರ್ಶಿಸಿ ಹೋರ್ಕನ ಮನಸ್ಸನ್ನು ಮೃದುವಾಗಿಸಲು ಪ್ರಯತ್ನಿಸಿದ.

ಸ್ವಲ್ಪ ಭಾವಾವೇಶದಿಂದಲೇ ಹೋರ್ಕನು "ಅರ್ಜುನ್, ಒಂದೇ ಒಂದು ಪೇಸೋ ಖರ್ಚಿಲ್ಲದೆ ಅಮೇರಿಕಾಗೆ ಹೋಗಬಹುದು. ಗೊತ್ತೇ?" ಎನ್ನುತ್ತಾ ತನ್ನ ಜೇಬಿನೊಳಗಿಂದ ಮೆಹಿಕೋ ದೇಶದ ಪ್ರವೇಶಾನುಮತಿಯನ್ನು ತೆಗೆದು ತೋರಿಸುತ್ತಾ "ಇದು ಇದ್ದರೆ" ಎಂದು ಅಣಕಿಸುತ್ತಾ ಹೇಳಿದ.

ಅರ್ಜುನನಿಗೆ ತನ್ನ ದುಡುಕತನ ಅರ್ಥವಾಯಿತು. "ನಿಮ್ಮ ಮನಸ್ಸನ್ನು ನೋಯಿಸಿದ್ದೇನೆ. ದಯವಿಟ್ಟು ಮನ್ನಿಸಿ" ಎಂದು ಕ್ಷಮೆ ಯಾಚಿಸಿದ.

ತರುವಾಯ ಮಾತು ಮುಂದುವರಿಸುತ್ತಾ ಹೋರ್ಕನು "ಐನೂರು ಡಾಲರ್ ಕೊಟ್ರೆ, ಅರಿಝೋನಾದ ಗಡಿಯೊಳಗೆ ಡಗ್ಲಸ್ ಅನ್ನೋ ಊರಿನ ಹತ್ತಿರ ಬಿಡ್ತೀನಿ. ಅಲ್ಲಿಂದ ನೀವು ಹತ್ತು ಕಿಲೋಮೀಟರ್ ನಡೆಯಬೇಕು. ಆಗುತ್ತಾ?" ಎಂದ.

"ಹತ್ತು ಕಿಲೋಮೀಟರ್ ನಡೆಯಬೇಕಾ?" ಎಂದು ರಾಜಬೀರನು ಅಸಮಾಧಾನದಿಂದ ಪ್ರಶ್ನಿಸಿದ. ಗಡಿ ದಾಟಿಸುವ ಯೋಜನೆಗಳ ಬತ್ತಳಿಕೆಯಿಂದ ಹೋರ್ಕನು ಮತ್ತೊಂದು ಸಮ್ಮೋಹನಾಸ್ತ್ರವನ್ನು ಪ್ರಯೋಗಿಸುತ್ತಾ... "ಒಂದು ಸಾವಿರ ಡಾಲರ್ ಕೊಟ್ರೆ ಯೂಮಾ ನಗರಕ್ಕೆ. ಎರಡು ಸಾವಿರ ಡಾಲರ್ ಕೊಟ್ರೆ ನೇರವಾಗಿ ಕ್ಯಾಲಿಫೋರ್ನಿಯಾ ಒಳಕ್ಕೆ" ಎಂದು ಪಟ್ಟಿಯನ್ನು ಕೊಟ್ಟ. ಅರ್ಜುನ-ರಾಜಬೀರರಿಬ್ಬರೂ ನಿಜವಾಗಿಯೂ ಅವನ ಮಾತಿಗೆ ಮರುಳಾಗಿ ಆಲೋಚಿಸುತ್ತಿರುವಾಗ ಹೋರ್ಕನು "ಅವಸರ ಪಡಬೇಡಿ. ಆಲೋಚಿಸಿ ಹೇಳಿ. ನಾನು ಎಲ್ಲೂ ಹೋಗಲ್ಲ. ಇಲ್ಲೇ ಬರ್ತೀರ್ತೀನಿ" ಎಂದು ಹೊರಡಲು ಅನುವಾದ.

ಅರ್ಜುನನು "ಹೋರ್ಕ, ದುಡ್ಡು ಯಾವಾಗ ಎಷ್ಟೆಷ್ಟು ಕೊಡಬೇಕು?" ಎಂದು ಸಂಕೋಚವಿಲ್ಲದೆ ಕೇಳಿದಾಗ, ಹೋರ್ಕನು "ಅರ್ಧ ಮುಂಗಡ, ಉಳಿದರ್ಧ ಆನಂತರ" ಎಂದ.

ರಾಜಬೀರನು "ಗಡಿ ದಾಟಿಸೋದು ಖಚಿತಾನಾ?" ಎಂದು ಪ್ರಶ್ನಿಸಿದಾಗ ಹೋರ್ಕನಿಗೆ ಬೇಜಾರಾಗಿದ್ದುದನ್ನು ಗಮನಿಸಿದ ಅರ್ಜುನನು "ಅಂದ್ರೆ, ಅಕಸ್ಮಾತ್ ಗಡಿ ಕಾವಲು ಪಡೆಯವರ ಕೈಗೆ ಸಿಕ್ಕಿಹಾಕಿಕೊಂಡರೆ ನಮ್ಮ ಗತಿ ಏನು?" ಎಂದು ಬಿಡಿಸಿ ಕೇಳಿದಾಗ, ಹೋರ್ಕನು ನಗುತ್ತಲೇ "ದೇವರೇ ಗತಿ" ಎಂದು ಹಗುರವಾಣಿಯಲ್ಲಿ ತೇಲಿಸುತ್ತಾ ಮಾತನಾಡಿದ.

ರಾಜಬೀರ-ಅರ್ಜುನರು ಏನು ಹೇಳಲೂ ತೋಚದೆ ಹಾಗೆಯೇ ನೋಡುತ್ತಿರುವಾಗ ಹೋರ್ಕನು "ನಿಮ್ಮನ್ನ ಯಶಸ್ವಿಯಾಗಿ ಗಡಿ ದಾಟಿಸುವವರೆಗೂ ನೀವು ಬಾಕಿ ಹಣ ಕೊಡಬೇಕಾಗಿಲ್ಲ. ಎಷ್ಟು ಸಾರಿ ಪ್ರಯತ್ನ ಮಾಡಿದರೂ, ನೀವು ಮುಂಗಡ ಕೊಡೋದು ಒಂದೇ ಸಲ" ಎಂದು ಶುಲ್ಕದ ಸಮಸ್ಯೆಯನ್ನು ಬಿಡಿಸಿದ.

ಅರ್ಜುನ-ರಾಜಬೀರರಿಗೆ ಸಮಾಧಾನವಾದರೂ, "ಎಷ್ಟು ಸಾರಿ ಪ್ರಯತ್ನಮಾಡಬೇಕೋ?" ಎಂಬ ಪ್ರಶ್ನೆ ಕಾಡತೊಡಗಿತು. ಇವರ ಗೊಂದಲ ನೋಡಿದ ಹೋರ್ಕ "ಆಮೇಲೇ ನೋಡ್ತೀನಿ" ಎಂದು ಹೇಳುತ್ತಾ ಬೀಳ್ಕೊಂಡ.

ದಾಸಯ್ಯನಿಗೆ ಒಂದು ಊರಲ್ಲಾ, ಊರಿಗೊಬ್ಬನೇ ದಾಸಯ್ಯನಲ್ಲಾ ಎಂಬಂತೆ ಒಬ್ಬ ವಲಸಿಗನಿಗೆ ಒಬ್ಬನೇ ವಲಸೆದಾರನಲ್ಲ. ಅರ್ಜುನ-ರಾಜಬೀರರು ಒಬ್ರೆಗಾನ್ ಬೀದಿಯಲ್ಲಿ ಅಲೆದಾಡುತ್ತಾ ಇರುವಾಗ ಪಕ್ಕದ ಸಿಗಾರ್-ತಂಬಾಕು ಅಂಗಡಿಯಿಂದ ದಡಿಯ ಆಸಾಮಿಯೊಬ್ಬ ಜೋರಾಗಿ "ನಮೋ.. ನಮೋ.." ಎಂದು ಕೂಗಿ ಕರೆದು "ನೀವು ಭಾರತೀಯರಾ?" ಎಂದು ಕೇಳಿದ. ಪರಿಚಯ ಮಾಡಿಕೊಂಡನಂತರ ಅವನೂ ಒಬ್ಬ ವಲಸೆದಾರನೆಂಬುದು ಖಚಿತವಾಯಿತು.

"ಐದು ಸಾವಿರ ಡಾಲರ್ ಕೊಡಿ. ನೇರವಾಗಿ ಟ್ಯೂಸಾನ್ ನಗರದಲ್ಲಿ ಬಿಡ್ತೀನಿ. ಅರ್ಧ ಕಿಲೋಮೀಟರ್ ನಡೆಯಬೇಕು. ಅಷ್ಟೇ" ಎಂದು ಅವನ ಬಾಯಿಯಿಂದಲೇ ಬಂದುದನ್ನು ಕೇಳಿ ಅರ್ಜುನ-ರಾಜಬೀರರಿಗೆ ಬೆರಗಾಯಿತು.

"ಐದು ಸಾವಿರ ಅಮೇರಿಕನ್ ಡಾಲರ್?" ಎಂದು ಅರ್ಜುನನು ಆಶ್ಚರ್ಯವನ್ನು ವ್ಯಕ್ತಪಡಿಸಿದ.

"ಹೌದು ಸ್ವಾಮಿ" ಎಂದು ವಿನಯವಾಗಿ ಉತ್ತರಿಸಿ, "ಪಾಕಿಸ್ತಾನಿಗಳು ಭಾರತೀಯರ ಹಾಗೆಯೇ ಕಾಣ್ತಾರೆ. ಅಮೇರಿಕಾ ಗಡಿರಕ್ಷಕರ ಪುಸ್ತಕದಲ್ಲಿ ಪಾಕಿಸ್ತಾನಿಗಳೆಂದರೆ ಭಯೋತ್ಪಾದಕರು. ಅದಕ್ಕೋಸ್ಕರ ನಿಮ್ಮನ್ನ ಗಡಿ ದಾಟಿಸುವುದು ನಮಗೇ ಗಂಡಾಂತರ. ನಮ್ಮನ್ನೂ ಭಯೋತ್ಪಾದಕರ ಪಟ್ಟಿಗೆ ಸೇರಿಸಿ ಬಿಡ್ತಾರೆ" ಎಂದು ಸಮಸ್ಯೆಯನ್ನು ಮುಂದಿಟ್ಟಾಗ,

ರಾಜಬೀರರು ದಿಢೀರನೆ "ನಮ್ಮ ದೇಶಾನುಮತಿ ತೋರಿಸಿ ಭಾರತೀಯರು ಅಂತ ಹೇಳಿದರೆ" ಎನ್ನುತ್ತಾ ಪರಿಹಾರ ಸೂಚಿಸಿದಾಗ ಆ ವಲಸೆದಾರನು ನಕ್ಕು

"ನಿಮ್ಮನ್ನ ನೇರವಾಗಿ ನವದೆಹಲಿಗೆ ರವಾನೆ ಹಾಕ್ತಾರೆ" ಎಂದು ಆಗಬಹುದಾದ ಪ್ರಮಾದವನ್ನು ತಿಳಿಸಿ, ಪಂಜಾಬಿಗಳ ಬುದ್ಧಿಮತ್ತೆಯನ್ನು ಭಂಗಗೊಳಿಸಿದ. ಕೊನೆಯಲ್ಲಿ ಆ ವಲಸೆದಾರನು "ನೀವು ಮೆಹಿಕೋ ದೇಶದವರಾಗಿದ್ದರೆ ಎರಡು ಸಾವಿರ ಡಾಲರಿಗೆ ನಿಮ್ಮನ್ನ ವಾಷಿಂಗ್ಟನ್ ನಗರಕ್ಕೆ ಕರಕೊಂಡು ಹೋಗ್ತಿದ್ದೆ" ಎಂದು ಕಾಲ್ಪನಿಕ ಪರಿಹಾರವನ್ನು ಪ್ರಕಟಿಸಿದ.

ಈ ವಲಸೆದಾರನಿಗೆ ನಾವು ಸೂಕ್ತವಲ್ಲ ಎಂಬುದು ಪಂಜಾಬಿಗಳಿಗೆ ದಿಟವಾಯಿತು. ಅಲ್ಲಿಂದ ಹೊರಬಂದರು.

ವಿಷಯ ತಿಳಿದಷ್ಟೂ ಗಡಿ ದಾಟುವುದು ವಿಷಮವೆನಿಸಿತ್ತು. ಹೇಗೆ ಮುಂದುವರಿಯಬೇಕೆಂಬ ಯೋಚನೆ ಪಂಜಾಬಿಗಳ ತಲೆಯನ್ನು ತಿನ್ನುತ್ತಿತ್ತು. ಇಬ್ಬರೂ ನೊಗಾಲಿಸ್ ನಗರದ ಗುಡ್ಡದ ಮೇಲಿರುವ ಅವೇನೀಡಾ ವನಕ್ಕೆ ದಾವಿಸಿ, ಅಲ್ಲಿಂದ ಕಾಣುತ್ತಿದ್ದ ಅಮೇರಿಕಾದಲ್ಲಿರುವ ನೊಗಾಲಿಸ್ ನಗರವನ್ನು ನೋಡುತ್ತಾ ಮಾತನಾಡುತ್ತಿರುವಾಗ ಅಲ್ಲಿಯೂ ಒಬ್ಬ ವಲಸೆದಾರನು ಪ್ರತ್ಯಕ್ಷನಾಗಿ "ತನ್ನ ಹೆಸರು ಹೆಕ್ಟರ್" ಎಂದು ಪರಿಚಯ ಮಾಡಿಕೊಂಡ.

ವಲಸಿಗರನ್ನು ಬೆನ್ನಟ್ಟಿ ಬೆಣ್ಣೆಮಾತುಗಳನ್ನಾಡಿ ಒಲಿಸಿಕೊಂಡು ತಲೆಯನ್ನು ನುಣ್ಣಗೆ ಬೋಳಿಸುವ ವಲಸೆದಾರ ವೇಷಧಾರಿಗಳೂ ನೊಗಾಲಿಸ್ ನಗರದಲ್ಲಿ ತುಂಬಾ ಇದ್ದಾರೆ. ಅಳುದುಳಿದ ತುಂಡುತುಣುಕುಗಳಿಗೆ ಹದ್ದುಗಳ ಜೊತೆಯಲ್ಲಿ ಕಾಗೆಗಳು ಬೇಟೆಯಾಡುವ ಹಾಗೆ, ವಲಸೆಗಳಿಗಾಗಿ ಹೊಂಚು ಹಾಕುತ್ತಿರುತ್ತಾರೆ. ಹೆಕ್ಟರ್ ಇಂತಹ ಗುಂಪಿಗೆ ಸೇರಿದ ವ್ಯಕ್ತಿಯಾಗಿದ್ದ.

ಅರ್ಜುನ-ರಾಜಬೀರರು ಹೆಚ್ಚಿಗೆ ಮಾತನಾಡದೆ ಗಡಿ ದಾಟುವ ವ್ಯವಹಾರವನ್ನು ಪೂರ್ಣ ವಿವರಿಸಲು ಹೆಕ್ಟರ್‌ಗೇ ಅವಕಾಶ ಕೊಟ್ಟಿದ್ದರು. ಹೆಕ್ಟರನು ವಲಸೆದಾರರು ಬಹಳ ಮೋಸಗಾರರೆಂದು, ಇಲ್ಲದ-ಸಲ್ಲದ ಕಥೆಗಳನ್ನು ಹೇಳಿ, ನಿಮ್ಮಂತಹ ಅಮಾಯಕ ವಿದೇಶಿಯರನ್ನು ಭಯಪಡಿಸಿ, ಒಂದು ಪೇಸೋ ಕೆಲಸಕ್ಕೆ ಸಾವಿರ ಪೇಸೋ ಗಿಟ್ಟಿಸಿಕೊಂಡು ಮೋಸ ಮಾಡುತ್ತಾರೆಂದು ತಿಳಿಸಿದ. ಅಮೇರಿಕಾದ ಗಡಿಯೊಳಗೆ ಸುಮಾರು ದೂರದಲ್ಲಿ ಮಸುಕುಮಸುಕಾಗಿ ಕಾಣುತ್ತಿದ್ದ ಗುಡ್ಡವೊಂದನ್ನು ತೋರಿಸುತ್ತಾ ಹೆಕ್ಟರನು...

" ಅದು ಆಜೋ ಪರ್ವತ ಶಿಖರ. ಅದರ ಪಕ್ಕದಲ್ಲಿಯೇ ಆಜೋ ನಗರ ಇದೆ. ಅಲ್ಲಿಂದ ಬೆಳಿಗ್ಗೆ ಒಂಬತ್ತು ಗಂಟೆಗೆ ಸಾರ್ವಜನಿಕ ವಾಹನದಲ್ಲಿ ನೀವು

ಟ್ಯೂಸಾನ್ ನಗರಕ್ಕೆ ಹೋಗಬಹುದು. ಬೆಟ್ಟಗುಡ್ಡಗಳಲ್ಲಿ ಕಾಲುದಾರಿಯಲ್ಲಿ ಬೈಕ್‌ನಲ್ಲಿ ಕರಕೊಂಡು ಹೋಗಿ ಬಿಡ್ತೀನಿ. ಬೆಳಗಾಗುವುದಕ್ಕೆ ಮುಂಚೆ ನಾಲ್ಕು ಗಂಟೆಗೆ ಇಲ್ಲಿಂದ ಹೊರಡೋಣ. ಸೂರ್ಯ ಮೂಡುವ ಹೊತ್ತಿಗೆ ಆಜೋ ನಗರದಲ್ಲಿ ಇರ್ತೀರಾ. ಏನಂತೀರಾ?" ಎಂದು ಪಂಜಾಬಿಗಳ ಅಭಿಪ್ರಾಯವನ್ನು ಕೇಳಿದ.

ರಾಜಬೀರನು "ಎಷ್ಟು ಕೊಡಬೇಕು. ಹೆಕ್ಟರ್" ಎಂದು ಸ್ವಲ್ಪ ತಡವರಿಸುತ್ತಾ ಕೇಳಿದ.

"ತಲಾ ನೂರು ಅಮೇರಿಕನ್ ಡಾಲರ್. ಇನ್ನೊಂದು ವಿಷಯ. ನನ್ನ ದ್ವಿಚಕ್ರಿಯಲ್ಲಿ ಒಬ್ಬರಿಗೇ ಜಾಗ ಇರೋದು. ಒಂದೇ ಸಲ ನಿಮ್ಮಿಬ್ಬರನ್ನೂ ಕರಕೊಂಡು ಹೋಗಲಾರೆ. ನಿಮ್ಮನ್ನೊಂದು ದಿನ, ಅವರನ್ನೊಂದು ದಿನ" ಎಂದು ಪ್ರಯಾಣದ ಗತಿಯ ಬಗ್ಗೆ ವಿವರಿಸಿದ. ಹೆಕ್ಟರನು ಬೀಸಿದ ಗಾಳದ ಕೊಂಡಿ ಪಂಜಾಬಿಗಳ ಮನಸ್ಸಿನಲ್ಲಿ ನಾಟಿತ್ತು.

"ನಿಮ್ಮ ಮನೆ ಎಲ್ಲಿದೆ ಅಂತ ಹೇಳಿದರೆ, ನಾನೇ ಬಂದು ನಿಮ್ಮನ್ನ ಕರಕೊಂಡು ಹೋಗ್ತೀನಿ. ಆಜೋ ಸೇರಿದ ಮೇಲೆ ದುಡ್ಡು ಕೊಡಿ" ಎಂದು ಹೆಕ್ಟರನು ಒಪ್ಪಂದಕ್ಕೆ ಒಗ್ಗರಣೆಯನ್ನು ಹಾಕಿದ. ಹೆಕ್ಟರನ ಯೋಜನೆ ಅರ್ಜುನನಿಗೆ ನಂಬಲಸಾಧ್ಯವೆನಿಸಿತು.

ಅರ್ಜುನನು ಸಹಜವಾಗಿ "ಗಡಿರಕ್ಷಕರು ಅಡ್ಡ ಬರಲ್ಲವೇ ಹೆಕ್ಟರ್?" ಎಂದು ವಿಚಾರಿಸಿದ.

"ಅದಕ್ಕೇ ನಸುಕಿನ ಕತ್ತಲಲ್ಲಿ, ದ್ವಿಚಕ್ರಿಯಲ್ಲಿ, ಕಾಲುದಾರಿಯಲ್ಲಿ ಅಲ್ಲಿರುವ ಆಜೋ ನಗರಕ್ಕೆ ಆ ಕಡೆಯಿಂದ ಸುತ್ತಿಕೊಂಡು ಹೋಗೋದು. ಅಕಸ್ಮಾತ್ ಗಡಿರಕ್ಷಕರ ಕಣ್ಣಿಗೆ ಬಿದ್ದರೂ ನಾನು ಹೋಗುವ ಕಾಲುದಾರಿಯಲ್ಲಿ ಯಾವ ನಾಲ್ಕು ಚಕ್ರ ಗಡಿವಾಹನವೂ ಬರಲಾಗದು" ಎಂದು ಹೆಕ್ಟರನು ತನ್ನ ಯೋಜನೆಯನ್ನು ಸಮರ್ಥಿಸಿಕೊಂಡ. ನಂತರ "ನನಗೇನೂ ಅವರಸರವಿಲ್ಲ. ನೀವು ಯಾವಾಗ ಅಂದ್ರೆ ಆವಾಗ ಹೋಗೋಣ" ಎನ್ನುತ್ತಾ ಹೊರಡಲು ಅನುವಾದಾಗ ಅರ್ಜುನನು "ನಾಳೆ ಹೇಳ್ತೀನೀ. ಎಲ್ಲಿ ಸಿಗ್ತೀರಾ?" ಎಂದಾಗ, "ಇಲ್ಲೇ ಇದೇ ಸಮಯಕ್ಕೆ" ಎನ್ನುತ್ತಾ ಹೆಕ್ಟರನು ಬೀಳ್ಕೊಂಡ.

ಕೇವಲ ನೂರು ಡಾಲರಿಗೆ ಅಮೇರಿಕಾ ಗಡಿಯನ್ನು ದಾಟುವ ಯೋಜನೆ ಕಂಡುಹಿಡಿದೆವೆಂಬ ವಿಜಯೋತ್ಸಾಹದಿಂದ ಅರ್ಜುನ-ರಾಜಬೀರರು ಮನೆಯತ್ತ ಹೊರಟರು.

ಗಡಿಯ ಸುತ್ತಾ ವಂಚಕ ಜಾಲ

ಬೆಳಿಗ್ಗೆ ಮನೆಯಿಂದ ಹೊರಟ ವಿಜಯನ್-ಸೆಲ್ವಮ್ ಜೋಡಿ ನೊಗಾಲಿಸ್ ನಗರದ ಹೊರವಲಯದಲ್ಲಿರುವ ಸರಕುವಾಹನ ತಾಣಕ್ಕೆ ಹೋಗಿ ಗಡಿ ದಾಟಿಸುವ ಚಾಲಕರಿಗಾಗಿ ತಪಾಸಣೆ ಮುಂದುವರಿಸಿದರು. ಸ್ವತಃ ಸರಕುವಾಹನ ಚಾಲಕನಾಗಿದ್ದ ವಿಜಯನ್‌ಗೆ ವಾಹನದಲ್ಲಿ ಅವಿತು ಪ್ರಯಾಣ ಮಾಡುವುದು ಸುಲಭವೆಂದು ತಿಳಿದಿತ್ತು. ಒಂದು ಸಾಧಾರಣ ಮನೆಯಷ್ಟೇ ದೊಡ್ಡದಾಗಿರುವ ಅಮೇರಿಕಾದ ಸರಕು ವಾಹನಗಳಲ್ಲಿ ವಲಸಿಗರು ಅಡಗಿಕೊಂಡು ಗಡಿ ದಾಟುವುದು ಸಾಮಾನ್ಯ.

ನೊಗಾಲಿಸ್ ನಗರದ ದಕ್ಷಿಣ ಭಾಗದಲ್ಲಿ "ಸೊನೋರಾ" ಸರಕು ವಾಹನ ತಾಣ, ಅಮೇರಿಕಾ ಹಾಗೂ ಮೆಹಿಕೋ ದೇಶದ ವಾಹನ ಚಾಲಕರಿಗೆ ಬಹಳ ಪ್ರಿಯವಾದ ಜಾಗ. ಬರಿ ವಿಶ್ರಾಂತಿಯೇ ಅಲ್ಲದೆ, ಪ್ರಣಯ ವಿಹಾರಕ್ಕೂ, ಜೂಜಾಟಕ್ಕೂ, ಖ್ಯಾತವಾಗಿರುವ ಸೊನೋರಾದಲ್ಲಿ ಪಾನಗೃಹಗಳು, ಕುಣಿತಾಂಗಣಗಳು, ಭೋಜನಾಲಯಗಳು, ಜೂಜಾಂಗಣಗಳೂ ಇದ್ದವು.

ವಿಜಯನ್-ಸೆಲ್ವರು ಸೊನೋರಾದಲ್ಲಿ ಹುಡುಕಾಡುತ್ತಾ ಅಲೆದಾಡುತ್ತಿರುವಾಗ ಗಡ್ಡ ಪೇಟಧಾರಿಯಾದ ಭಾರತೀಯ ಕಣ್ಣಿಗೆ ಬಿದ್ದ. ಅವನು ಪಂಜಾಬಿ ಸಿಖ್‌ನೆಂದು ಗ್ರಹಿಸಿ, ವಿಜಯನು ಹೋಗಿ ಮಾತನಾಡಿಸಿದ. ಪರಿಚಯವಾಯಿತು. ಅವನು ಕೆನಡಾ ದೇಶದ ಬ್ರಿಟಿಷ್ ಕೊಲಂಬಿಯಾ ಸಂಸ್ಥಾನದಲ್ಲಿ ವಾಸಿಸುವ ಸಗಟು ವಾಹನ ಉದ್ಯಮಿಯೆಂದೂ, ಹೆಸರು "ಇಕ್ಬಾಲ್ ಸಿಂಹ"ನೆಂದೂ ತಿಳಿದಾಗ, ವಿಜಯನು ಅರ್ಜುನ-ರಾಜಬೀರರ ಬಗ್ಗೆ ಪ್ರಸ್ತಾಪಿಸಿದ. ತರುವಾಯ ಪ್ರದೀಪನ ಬಗ್ಗೆಯೂ ತಿಳಿಸಿ, ಕೊನೆಯಲ್ಲಿ "ನಾವೆಲ್ಲಾ

ಅಮೇರಿಕಾಗೆ ಹೋಗಲು ಪ್ರಯತ್ನಿಸುತ್ತಿದ್ದೇವೆ" ಎಂದು ಪರೋಕ್ಷವಾಗಿ ನೆರವು ಕೋರಿದ. ಇಕ್ಬಾಲ್ ಸಿಂಹನಿಗೆ ಇವರೆಲ್ಲಾ ಅಕ್ರಮ ನಿವಾಸಿಗಳು ಎಂಬುದು ಮನದಟ್ಟಾದ ಮೇಲೆ, "ಇವರ ಸಹವಾಸ ಅಪಾಯಕರ" ಎಂದುಕೊಂಡು, ನಿರ್ಲಕ್ಷಿಸುವ ದನಿಯಲ್ಲಿ "ನನಗೆ ಹೊತ್ತಾಯಿತು" ಎಂದು ತಮಿಳರ ಸಂಗ ತೊರೆದು ಬೇರೆಡೆಗೆ ಹೋದ. ಸಹಾಯ ಕೋರಿ, ಸ್ನೇಹ ಬೆಳೆಸಲು ಪ್ರಯತ್ನಿಸಿದ ವಿಜಯನ್-ಸೆಲ್ವರಿಗೆ ಸ್ವದೇಶಿಯನಿಂದಲೇ ಛೀಮಾರಿಯಾಗಿತ್ತು.

ಹತಾಶರಾಗಿ ಅಲೆದಾಡುತ್ತಾ ತಮಿಳರಿಬ್ಬರೂ ಜೂಜಾಂಗಣವನ್ನು ಪ್ರವೇಶಿಸಿದರು. ಜೂಜು ಯಂತ್ರಗಳಿಂದ ತುಂಬಿಹೋಗಿ ಜಗಮಗಿಸುತ್ತಿದ್ದ ಜೂಜಾಂಗಣದಲ್ಲಿ ಅನ್ಯ ಮನಸ್ಕರಾಗಿ ಸುತ್ತಾಡುತ್ತಾ ತಮಿಳರು "ಮುಂದೇನು?" ಎಂಬ ಪ್ರಶ್ನೆಗೆ ಉತ್ತರ ಹುಡುಕುತ್ತಿದ್ದರು. ಜೂಜಾಂಗಣದ ಪಾನಗೃಹದಲ್ಲಿ ಪರಿಚಾರಕಿಯಾಗಿದ್ದ ಮೆಹಿಕೋ ಯುವತಿ ಮೋಹಕ ನಗೆಯನ್ನು ಬೀರುತ್ತಾ....

"ನಮೋ, ಹೇಗಿದ್ದೀರಾ? ನಿಮಗೇನಾದರು ಬೇಕಾ?" ಎಂದು ಕೇಳಿದಾಗ, ಸಹಜವಾಗಿಯೇ ಅವಳ ಮಾದಕತೆಗೆ ಮಣಿದು ವಿಜಯನು "ಎರಡು ಕಾಫಿ" ಎಂದ.

ಆ ಪರಿಚಾರಿಕೆಯ ಹೆಸರು ಮರೀನಾ. ಆಕೆ ಕಾಫಿ ತಂದುಕೊಟ್ಟು ಅತಿಥಿ ಸತ್ಕಾರ ಮಾಡುತ್ತಾ ಕಷ್ಟಸುಖ ವಿಚಾರಿಸತೊಡಗಿದಳು. ಇದೀಗ ತಾನೆ ಸ್ವದೇಶಿಯನಿಂದ ನಿರಾಕರಣೆಯನ್ನು ಅನುಭವಿಸಿದ್ದ ತಮಿಳರಿಗೆ ಈ ವಿದೇಶಿ ಯುವತಿಯ ವಿಚಾರಣೆ ಚೇತೋಹಾರಿಯಾಗಿತ್ತು. ಮುಚ್ಚುಮರೆಯಿಲ್ಲದೆ ಮರೀನಾಳೆ...

"ನೀವು ಅಮೇರಿಕಾಗೆ ಹೋಗಬೇಕಾ? ಅಂದ್ರೆ ವೀಸಾ ಇಲ್ಲದೆ. ಅಕ್ರಮವಾಗಿ?" ಎಂದು ಪ್ರಶ್ನಿಸಿದಳು. ಸಾರ್ವಜನಿಕರಿರುವ ಜಾಗದಲ್ಲಿಯೇ ಮರೀನಾಳು ಅಕ್ರಮ ವಿಷಯವನ್ನು ನಿರ್ಭಯವಾಗಿ ಚರ್ಚಿಸುತ್ತಿರುವುದು ವಿಚಿತ್ರವಾಗಿತ್ತು. ಅವಳ ಮಾತಿನ ವೈಖರಿಯನ್ನು ಕೇಳಿ ತಮಿಳರಿಗೆ ಸ್ವಲ್ಪ ಭಯವಾಯಿತು. ಆದರೂ ಮೆಲು ದನಿಯಲ್ಲಿ ಪಿಸುಮಾತಿನಲ್ಲಿ ತಮಿಳರು ಇರುವ ವಿಷಯವನ್ನು ತಿಳಿಸಿದರು.

ಮರೀನಾಳು "ಇಲ್ಲಿ ಬಹಳ ದುಬಾರಿ. ಸಾಸಬಿ ಅನ್ನೋ ಊರಿದೆ. ಅಲ್ಲಿಗೆ ಹೋಗಿ. ಐನೂರು ಡಾಲರ್‌ಗೆ ಗಡಿ ದಾಟಿಸ್ತಾರೆ" ಎಂದು ಹೇಳಿದಾಗ,

ವಿಜಯನು "ಸಾಸಬಿ. ಅದೆಲ್ಲಿದೆ?" ಎಂದು ಕೇಳಿದಾಗ, ಮರೀನಾಳು "ಇಲ್ಲಿಂದ ಇಪ್ಪತ್ತು ಕಿಲೋಮೀಟರ್. ನಗರ ವಾಹನ ಇದೆ. ಅಲ್ಲಿ ಅಮಿಗೋ ಅನ್ನೋ ಕೇಶಾಲಂಕಾರ ಅಂಗಡಿಗೆ ಹೋಗಿ ಸೆಲೀನಾ ಅನ್ನೋ ಹುಡುಗೀನ ಹಿಡುಕೊಳ್ಳಿ. ನಿಮಗೆಲ್ಲಾ ವ್ಯವಸ್ಥೆ ಮಾಡ್ತಾಳೆ" ಎಂದು ವಿವರಿಸಿದಳು. ತಮಿಳರಿಬ್ಬರೂ ಮರೀನಾಳ ಮಾಹಿತಿಯಿಂದ ಸಂತುಷ್ಟಗೊಂಡು ಎರಡು ಪೇಸೋ ಕಾಫಿಗೆ ಐದು ಪೇಸೋ ಹಣಕೊಟ್ಟು ಅಲ್ಲಿಂದ ಹೊರ ಬಂದರು.

ಜೂಜಾಂಗಣದಿಂದ ಹೊರಬರುತ್ತಿದ್ದಂತೆಯೇ ವಲಸೆದಾರನೊಬ್ಬ ತಮಿಳರನ್ನು ಮಾತನಾಡಿಸಿ "ನೀವು ಅಮೇರಿಕಾಗೆ ಹೋಗಬೇಕಾ?" ಎಂದು ಕೇಳಿದ. ಹೌದೆಂದು ವಿಜಯನು ಹೇಳಿದಾಗ, ಆ ವಲಸೆದಾರನು "ಎರಡು ಸಾವಿರ ಡಾಲರ್ ಕೊಡಿ. ಈವತ್ತು ಸಾಯಂಕಾಲನೇ ಫೀನಿಕ್ಸ್ ನಗರದಲ್ಲಿ ಬಿಡ್ತೀನಿ" ಎಂದು ಹೇಳಿದ.

"ಸಾಸಬಿಯಲ್ಲಿ ಐನೂರು ಡಾಲರಿಗೆ ಗಡಿ ದಾಟಿಸ್ತಾರಂತೆ. ನಿಮಗೆ ಯಾಕೆ ಎರಡು ಸಾವಿರ ಕೊಡಬೇಕು?" ಎಂದು ಸೆಲ್ವಮ್ ಸವಾಲು ಹಾಕಿದಾಗ, ಆ ವಲಸಿಗನು ಸ್ವಲ್ಪ ಕೋಪದಿಂದಲೇ "ನಿಮ್ಮ ಕರ್ಮಕ್ಕೆ ನಾನೇನು ಮಾಡಲಿ? ಹೋಗಿ ಆ ಸಾಸಬಿ ಸೂಳೆಯ ಜೊತೆ ಸಾಯಿರಿ" ಎಂದು ಬೈಯುತ್ತಾ ಹೋದ. ಎಲ್ಲಾ ವಲಸೆದಾರರು ಇತರೆ ವಲಸೆದಾರರನ್ನು ಜರೆಯುವುದು ಸಾಮಾನ್ಯವೆಂದು ಅರಿತಿದ್ದರೂ, ವಿಜಯನಿಗೆ ಇದರಲ್ಲೇನೋ ಮರ್ಮವಿದೆ ಎಂದೆನಿಸಿತು.

ನೊಗಾಲಿಸ್ ನಗರದ ಪಶ್ಚಿಮದಲ್ಲಿರುವ ಸಾಸಬಿ ನಗರಕ್ಕೆ ಸೊನೋರಾದಿಂದ ಹಲವಾರು ನಗರ ವಾಹನಗಳು ಹೋಗುತ್ತಿದ್ದವು. ತಮಿಳರಿಬ್ಬರೂ ನೇರವಾಗಿ ಸಾಸಬಿಗೆ ಹೋದರು. ಸಣ್ಣ ಊರಾದ ಸಾಸಬಿಯಲ್ಲಿ ಅಮೀಗೋ ಕೇಶಾಲಂಕಾರವನ್ನು ಹುಡುಕುವುದೇನೂ ಕಷ್ಟವಾಗಿರಲಿಲ್ಲ. ನಿರೀಕ್ಷಿದ್ದಂತೆ ಸೆಲೀನಾಳ ಭೇಟಿಯೂ ಆಯಿತು. ತಮಿಳರಿಬ್ಬರೂ ವ್ಯವಹಾರ ಆರಂಭಿಸಿ, ಗಡಿ ಶುಲ್ಕವನ್ನು ಕಡಮೆ ಮಾಡಲು ಕೊಸರಾಟ ನಡೆಸಿದರು. ಕೊನೆಯಲ್ಲಿ ಖಡಾಖಂಡಿತವಾಗಿ 'ಮುನ್ನೂರು ಡಾಲರ್' ಎಂದು ತಮಿಳರಿಬ್ಬರೂ ಪಟ್ಟು ಹಿಡಿದರು. ಅದಕ್ಕೆ ಆಕೆ ನೀವಿಬ್ಬರೂ ಬರಬೇಕೆಂದೂ, ಒಟ್ಟು ಆರು ನೂರು ಡಾಲರುಗಳನ್ನು ಪ್ರಯಾಣಕ್ಕೆ ಮೊದಲೇ ಕೊಡಬೇಕೆಂದೂ ಕರಾರು ಹಾಕಿದಳು.

ವಿಜಯನು ಎದ್ದೇಳುತ್ತಾ "ಗುರಿ ಸೇರುವವರೆಗೂ ಒಂದು ಡಾಲರ್ ಕೂಡಾ ಕೊಡಲ್ಲ" ಎಂದು ಹೇಳಿ ಹೊರಬರುತ್ತಿರುವಾಗ, ಸೆಲೀನಾಳೇ ಕೂಗಿ ಕರೆದು "ಪ್ರಯಾಣಕ್ಕೆ ಮುಂಚೆ ನನಗೆ ದುಡ್ಡು ತೋರಿಸಬೇಕು. ಇಲ್ಲಾ ಅಂದ್ರೆ ಗಾಡಿ ಹತ್ತಿಸಲ್ಲ. ನಾಳಿದ್ದು ಬೆಳಿಗ್ಗೆ ಪ್ರಯಾಣ. ಕಿರುವಾಹನದಲ್ಲಿ ಹತ್ತು ಜನ ಇರ್ತಾರೆ. ಎರಡು ಗಂಟೆ ಕಷ್ಟಪಟ್ಟು ಒತ್ತರಿಸಿಕೊಂದು ಕುಂತುಕೊಳ್ಳಬೇಕು. ಆಗುತ್ತಾ?" ಎಂದಾಗ,

ತಮಿಳರಿಬ್ಬರೂ ಏಕ ಕಂಠದಿಂದ "ಆಗುತ್ತೆ, ಆಗುತ್ತೆ" ಎಂದು ಖುಷಿಯಿಂದ ಹೇಳಿದರು. ನಂತರ ಸೆಲೀನಾಳು ತಮಿಳರಿಬ್ಬರ ಕೈಗಳನ್ನು ಕುಲುಕುತ್ತಾ ಧನ್ಯವಾದವನ್ನರ್ಪಿಸಿ ನಾಳಿದ್ದು ನೋಡೋಣ ಎಂದು ಹೇಳಿ ತನ್ನ ಕೇಶಾಲಯಕ್ಕೆ ತೆರಳಿದಲು. ವಿಜಯನ್-ಸೆಲ್ವರಿಬ್ಬರೂ ತಮ್ಮ ವ್ಯವಹಾರ ಚತುರತೆಗೆ ತಾವೇ ಬೆರಗಾಗುತ್ತಾ, ತಮ್ಮ ಪಾಂಡವ ಸೋದರರೊಡನೆ ಬೆರೆಯುವ ಕಾತರದಲ್ಲಿ ಮನೆಯತ್ತ ಪ್ರಯಾಣ ಮಾಡಿದರು.

ಸಂಜೆ ಪಾಂಡವರು ಕಲೆತು ತಮ್ಮ ಶೋಧನೆಗಳನ್ನು-ಸಾಧನೆಗಳನ್ನು ಕುರಿತು ಸಮಾಲೋಚನೆ ನಡೆಸಲಾರಂಭಿಸಿದರು. ನೂರು ಡಾಲರಿಗೆ ಗಡಿ ದಾಟಿಸುವ ಹೆಕ್ಟರನ ಯೋಜನೆ ಹಾಗೂ ಮುನ್ನೂರು ಡಾಲರಿಗೆ ಗುರಿ ಮುಟ್ಟಿಸುವ ಸೆಲೀನಾಳ ಯೋಜನೆಗಳು ಪ್ರದೀಪನಿಗೆ ಅಸಂಭವವೆಂದೂ ಅಸಾಧ್ಯವೆಂದೂ ತೋರಿದವು. ಈ ಯೋಜನೆಗಳ ಬಗ್ಗೆ ಎರಡನೆಯ ಅಭಿಪ್ರಾಯ ಪಡೆಯೋಣವೆಂದರೆ, ದುರದೃಷ್ಟವಷಾತ್ ಡೂಆನನು ಊರಲ್ಲಿರಲಿಲ್ಲ. ಮೂರು ದಿನಗಳ ನಂತರ ಬರುತ್ತೇನೆಂದು ಹೇಳಿ ಬೇರೆಯ ಊರಿಗೆ ಹೋಗಿದ್ದ.

ಅರ್ಜುನನು "ಪುಸ್ತಕ ಓದಿ ತಲೆಕೆಡಿಸಿಕೊಂಡು ಭಯಪಡುವುದಕ್ಕಿಂತಲೂ, ಆಚೆ ಹೋಗಿ ಪ್ರಯತ್ನ ಪಡೋದು ಲೇಸು" ಎನ್ನುತ್ತಾ, "ಹೋದರೆ ನೂರು ಡಾಲರ್ ಹೋಗಲಿ. ನಾನು ನಾಳಿದ್ದು ಇಲ್ಲಿಂದ ಜಾಗ ಖಾಲಿ ಮಾಡ್ತೀನಿ" ತನ್ನ ನಿರ್ಣಯ ತಿಳಿಸಿದ. ವಿಜಯನ್-ಸೆಲ್ವರಿಗೆ ಹೆಕ್ಟರನ ಯೋಜನೆಯ ಬಗ್ಗೆ ಸಂದೇಹವಿದ್ದರೂ ಅರ್ಜುನನ ನಿರ್ಣಯಕ್ಕೆ ಒತ್ತಾಸೆ ನೀಡಿದರು.

ಅರ್ಜುನನು ಹೋಗುವ ದಿನವೇ, ವಿಜಯನ್-ಸೆಲ್ವರೂ ಸೆಲಿನಾಳ ಮಾರ್ಗದರ್ಶನದಲ್ಲಿ ಗಡಿದಾಟಲು ಸಿದ್ಧರಾದರು. ಮೊದಲು ಒಬ್ಬರು ಹೋಗಿ ತಳವೂರಿದ ಮೇಲೆ, ಹಿಂಬಾಲಿಸೋಣ ಎಂಬ ಪ್ರದೀಪನ ಮಾತಿಗೆ ರಾಜಬೀರನೊಬ್ಬನೇ ದನಿಗೂಡಿಸುತ್ತಾ...

"ಮೊದಲು ಅರ್ಜುನ ಹೋಗಲಿ. ನಂತರ ನಾವೆಲ್ಲಾ ಹೋಗೋಣ" ಎಂದಾಗ,

ವಿಜಯನು "ನನಗೆ ಸೆಲೀನಾ ಮಾರ್ಗ ಖಚಿತ ಅನಿಸ್ತಿದೆ. ನಾಳಿದ್ದು ನಾನೂ ಗಾಡಿ ಬಿಡ್ತೀನಿ. ಎಲ್ಲರೂ ಒಟ್ಟಾಗಿ ಹೋಗಬಹುದು" ಎಂದು ತನ್ನಾಸೆಯನ್ನು ಪ್ರಕಟಿಸಿದ. ಆದರೆ ಆತನ ಜೊತೆ ಹೋಗಲು ಒಪ್ಪಿದ್ದು ಸೆಲ್ವಂ ಮಾತ್ರ. ಅಂತೂ ಕೊನೆಗೆ ಪ್ರದೀಪ ಮತ್ತು ರಾಜಬೀರರನ್ನು ನೊಗಾಲಿಸ್‌ನಲ್ಲಿಯೇ ಬಿಟ್ಟು ಅರ್ಜುನ, ವಿಜಯನ್, ಮತ್ತು ಸೆಲ್ವಂ ಗಡಿ ದಾಟುವ ಮೊದಲನೆಯ ಪ್ರಯತ್ನಕ್ಕೆ ಅಣಿಯಾದರು.

ನಿಯೋಜಿತ ದಿನ ಮುಂಜಾನೆ ನಾಲ್ಕು ಗಂಟೆಯ ಹೊತ್ತಿಗೆ ಹೆಕ್ಟರನು ತನ್ನ ದ್ವಿಚಕ್ರ ವಾಹನದಲ್ಲಿ ಬಂದು ಪಾಂಡವರ ಮನೆಯ ಬಾಗಿಲನ್ನು ತಟ್ಟಿದ. ಪಾಂಡವರೆಲ್ಲರೂ ಅರ್ಜುನನ್ನು ಅಪ್ಪಿಕೊಂಡು ಶುಭಕೋರುತ್ತಾ ಬೀಳ್ಕೊಂಡರು. ನಸುಗತ್ತಲಲ್ಲಿ ಹೆಕ್ಟರನೊಡನೆ ಅರ್ಜುನನು ಮಾಯವಾದ.

ತುಸು ಸಮಯದ ನಂತರ ಬೆಳಿಗ್ಗೆ ಆರು ಗಂಟೆಯ ಹೊತ್ತಿಗೆ ವಿಜಯ-ಸೆಲ್ವರೂ ಮನೆಯಿಂದ ಸಾಸಬಿಗೆ ಪ್ರಯಾಣ ಆರಂಭಿಸಿದರು. ರಾಜಬೀರ-ಪ್ರದೀಪರು ದೇವರು ನಿಮಗೆ ಒಳ್ಳೆಯದು ಮಾಡಲಿ ಎಂದು ಹಾರೈಸುತ್ತಾ, ನಿಮ್ಮ ಹಿಂದೇನೇ ನಾವೂ ಬಂದು ಬಿಡ್ತೀವಿ ಎಂದು ಹೇಳುತ್ತಾ ಬೀಳ್ಕೊಟ್ಟರು.

ದ್ವಿಚಕ್ರಿಯಲ್ಲಿ ಅರ್ಜುನನನ್ನು ಹಿಂದೆ ಕುಳ್ಳಿರಿಸಿಕೊಂಡು ಹೆಕ್ಟರನು ನೊಗಾಲಿಸ್ ನಗರದ ಬೀದಿಗಳಲ್ಲಿ ತಿರುಗಾಡಿಕೊಂಡು ಕೊನೆಗೆ ಸಿಯೆರಾ ಮಾದ್ರೆ ರಸ್ತೆಯಲ್ಲಿ ಸುಮಾರು ಇಪ್ಪತ್ತು ಕಿಲೋಮೀಟರ್ ಸಂಚರಿಸುತ್ತಿದ್ದ. ಅರ್ಜುನನಿಗೆ ಕತ್ತಲಲ್ಲಿ ಯಾವ ದಿಕ್ಕಿಗೆ ಹೋಗುತ್ತಿದ್ದೇವೆಂಬುದು ತಿಳಿಯದಾಯಿತು. ಸ್ವಲ್ಪ ಸಮಯದ ನಂತರ ಕಾಲುದಾರಿಯನ್ನು ಪ್ರವೇಶಿಸಿ ದೂರದಲ್ಲಿ ಮಬ್ಬಿನಲ್ಲಿ ಗೋಚರಿಸುತ್ತಿದ್ದ ಬೆಟ್ಟದತ್ತ ಮುಂದುವರಿಯುತ್ತಾ,

"ಅರ್ಜುನ್, ಅದೇ ಆಜೋ ಬೆಟ್ಟ. ಹತ್ತು ಕಿಲೋಮೀಟರ್ ಹೋಗಬೇಕು" ಎಂದಾಗ, ಅರ್ಜುನನು ಕುತೂಹಲದಿಂದ "ಹೆಕ್ಟರ್, ಅಮೇರಿಕಾ ಗಡಿ ಬೇಲಿ

ಎಲ್ಲಿ ಕಾಣ್ತಾನೇ ಇಲ್ಲಾ" ಎಂದು ವಿಚಾರಿಸಿದಾಗ, "ಗಡಿ ಬೇಲಿ ಇರೋದು ನೊಗಾಲಿಸ್ ನಗರದ ವಲಯದಲ್ಲಿ ಮಾತ್ರ. ನಾನು ಹೋಗ್ತಾಯಿರೋದು ಕಳ್ಳ ಹಾದಿಯಲ್ಲಿ" ಎನ್ನುತ್ತಾ ಸಮಾಧಾನಪಡಿಸಿದ. ಸಹಜವಾಗಿ ಅರ್ಜುನನಿಗೆ ಅನುಮಾನ ಬಂದಿತು. ಹಳ್ಳಕೊಳ್ಳಗಳಲ್ಲಿ ಇಳಿಯುತ್ತಾ ಹತ್ತುತ್ತಾ ಮಂದಗತಿಯಲ್ಲಿ ಪ್ರಯಾಣ ಮುಂದುವರಿದಿತ್ತು.

ಹೆಕ್ಟರನು "ಇದು ಕೋಕೈನ್ ಸಾಗಾಣಿಕೆ ಮಾಡುವವರ ಕಳ್ಳದಾರಿ. ನಾನೂ ಕೋಕೈನ್ ಸಾಗಾಣಿಕೆ ಮಾಡ್ತಿದ್ದೆ" ಎನ್ನುತ್ತಾ ದಾರಿಯ ರಹಸ್ಯವನ್ನು ಹೇಳಿ, "ಇಲ್ಲಿ ಗಡಿರಕ್ಷಕರ ಕಾಟಕ್ಕಿಂತ ಕೋಕೈನ್ ಕಳ್ಳರ ಕಾಟ ಜಾಸ್ತಿ" ಎಂದು ದಾರಿಯಲ್ಲಿರ ಬರಬಹುದಾದ ಅಪಾಯವನ್ನು ತಿಳಿಸಿ ಎಚ್ಚರಿಸಿದ. ಅರ್ಜುನನಿಗೆ ಅನುಮಾನ ಕಡಮೆಯಾಯಿತು, ಮುಂದೇನೋ ಕಳ್ಳರ ಕಾಟವಿದೆಯೋ ಎಂಬ ಭಯ ಉಂಟಾಯಿತು.

"ಇಷ್ಟು ಹೊತ್ತಿನಲ್ಲಿ ಯಾರೂ ಬರಲ್ಲ. ಅಮೇರಿಕಾ ಗಡಿರಕ್ಷಕರು ಆರು ಗಂಟೆ ಮೇಲೇನೇ ಈ ಕಡೆ ತಲೆ ಇಡೋದು. ಅಷ್ಟರೊಳಗೆ ನೀನು ಆಜೋ ನಗರದಲ್ಲಿ ಇರ್ತೀಯಾ" ಎಂದು ಹೆಕ್ಟರನು ಅರ್ಜುನನ ಭಯವನ್ನು ನಿವಾರಿಸಿದ.

ಅಂತೂ–ಇಂತೂ ದ್ವಿಚಕ್ರಿಯಲ್ಲಿ ಹೆಣಗಿ ಹೆಕ್ಟರನೊಂದಿಗೆ ಅರ್ಜುನನು ಬೆಟ್ಟದ ತಪ್ಪಲನ್ನು ಮುಟ್ಟಿದ. "ಉಸ್ಸಪ್ಪ" ಎನ್ನುತ್ತಾ ಹೆಕ್ಟರನು ಗಾಡಿ ನಿಲ್ಲಿಸಿ ಕೆಳಗಿಳಿದು, ಅರ್ಜುನನ್ನು ಗುಡ್ಡದ ಆಚೆ ಬದಿಗೆ ಕರೆದುಕೊಂಡು ಹೋಗಿ ದೂರದಲ್ಲಿ ಮಿನುಗುತ್ತಿದ್ದ ಊರಿನ ದೀಪಗಳನ್ನು ತೋರಿಸುತ್ತಾ...

"ಅದೇ ಆಜೋ ನಗರ. ಇಲ್ಲಿಂದ ಕಾಲುದಾರಿ ಸರಿಯಾಗಿಲ್ಲ. ಬೈಕ್ ಸವಾರಿ ಸಾಧ್ಯವಿಲ್ಲ. ನೇರವಾಗಿ ಅರ್ಧ ಗಂಟೆ ನಡೆಯಬೇಕು. ಅಷ್ಟೆ" ಎಂದ.

ಅರ್ಜುನನು "ಅಲ್ಲಿಗೇ ಕರೆದುಕೊಂಡು ಹೋಗಿ ಬಿಡಪ್ಪಾ. ಇನ್ನೂ ಹತ್ತು ಡಾಲರ್ ಜಾಸ್ತಿ ಕೊಡ್ತೀನಿ" ಎಂದು ಅಂಗಾಲಾಚಿದ.

"ಅರ್ಜುನ್, ದಾರಿ ಸರಿಯಿಲ್ಲಪ್ಪ" ಎಂದು ಕಾರಣ ಹೇಳಿ "ನನಗೆ ಹೊತ್ತಾಯಿತು. ಹೊರಡಬೇಕು. ಬೇಗ ದುಡ್ಡೆಣಿಸು" ಎಂದ.

ಅರ್ಜುನನು ಮರುಮಾತಾಡದೆ ನೂರು ಡಾಲರ್ ಹಣವನ್ನು ಪಾವತಿಮಾಡಿದ ನಂತರ "ಧನ್ಯವಾದ. ದೇವರು ಒಳ್ಳೇದು ಮಾಡಲಿ" ಎಂದು ಹಾರೈಸಿ,

ದ್ವಿಚಕ್ರಿಯನ್ನು ಹತ್ತಿ ಕತ್ತಲಲ್ಲಿ ಮಾಯವಾದ. ದೀಪಗಳನ್ನು ನೋಡಿದ ನಂತರ ಇನ್ನು ಒಂದೇ ಗಂಟೆಯಲ್ಲಿ ಅಮೇರಿಕಾವನ್ನು ಪ್ರವೇಶಿಸುತ್ತೇನೆ ಎಂಬ ಉತ್ಸಾಹದಿಂದ ಅರ್ಜುನನು ಎದ್ದು-ಬಿದ್ದು ಕಾಲುನಡಿಗೆಯಲ್ಲಿ ಇನ್ನು ನಸುಕಿನ ಮಬ್ಬಿನಲ್ಲಿಯೇ ಊರನ್ನು ಪ್ರವೇಶಿಸಿದ.

ಆದರೆ ಊರಿನ ಎಲ್ಲಾ ಮನೆಗಳೂ ಬಡವಾಗಿರುವುದನ್ನೂ, ಎಲ್ಲೆಲ್ಲಿಯೂ ಸ್ಪ್ಯಾನಿಶ್ ನಾಮಫಲಕಗಳೇ ಇರುವುದನ್ನು ಕಂಡು ಅರ್ಜುನನಿಗೆ ಸಂದೇಹವುಂಟಾಯಿತು. ದಾರಿಯಲ್ಲಿ ಎಲ್ಲೂ ಗಡಿ ಬೇಲಿಯನ್ನು ಕಾಣದೆ ಇದ್ದಾಗಲೇ ಉದ್ಭವಿಸಿದ್ದ ಅನುಮಾನಕ್ಕೆ ಈ ಊರಿನ ದರ್ಶನ ಆಧಾರ ನೀಡಿತ್ತು. ಅರ್ಜುನನಿಗೆ ಆಘಾತವಾಯಿತು.

ಅದೇ ವೇಳೆ ಎದುರಿಗೆ ಒಂದು ಚಿಕ್ಕ ಕಾಫಿ ಅಂಗಡಿ ಕಂಡಿತು. ಸ್ವಲ್ಪ ಸುಧಾರಿಸಿಕೊಳ್ಳೋಣವೆಂದು ಅಲ್ಲಿ ತನ್ನ ಲಗೇಜ್ ಇಳಿಸಿದ. ಅಂಗಡಿಯಲ್ಲಿದ್ದ ಅಜ್ಜಿಯ ಬಳಿ ಕಾಫಿ ಕೊಳ್ಳುತ್ತಾ, "ಅಜ್ಜಿ, ಇದು ಯಾವ ಊರು?" ಎಂದು ವಿಚಾರಿಸಿದ. ಮುದುಕಿಯು, "ಇದು ಕೆನಾನಿಯಾ" ಎಂದಳು. ಅರ್ಜುನನು "ಆಜೋ ನಗರ ಇಲ್ಲಿಂದ ಎಷ್ಟು ದೂರಾ?" ಎಂದು ವಿಚಾರಿಸಿದ.

ಆ ಮುದುಕಿ ನಗುತ್ತಾ "ಆಜೋ ನಗರ ಇರೋದು ಅಮೇರಿಕಾದಲ್ಲಿ. ಇದು ಮೆಹಿಕೋ. ಆಜೋ ನಗರಕ್ಕೆ ಹೋಗಬೇಕಾದರೆ ನೊಗಾಲಿಸ್ ನಗರದಲ್ಲಿ ಗಡಿ ದಾಟಬೇಕು" ಎಂದು ವಿವರಣೆ ನೀಡಿದಳು. ಅರ್ಜುನನಿಗೆ ತಾನು ಎಂತಹ ಬೆಪ್ಪನೆಂಬುದು ಅರಿವಾಗಿ, ನೂರು ಡಾಲರ್ ತಿಪ್ಪೆಗೆ ಹೋಯಿತಲ್ಲಾ ಎಂದು ಪರಿತಪಿಸಿದ.

ಹೆಕ್ಟರ್ ಸಕತ್ತಾಗಿ ಅರ್ಜುನನಿಗೆ ಟೋಪಿ ಹಾಕಿದ್ದ. ಗಡಿ ದಾಟಿಸಿ ಅಮೇರಿಕಾದ ಆಜೋ ನಗರವನ್ನು ತಲುಪಿಸುತ್ತೇನೆಂದು ಹೇಳಿ, ನೊಗಾಲಿಸ್ ನಗರದ ಹೊರ ವಲಯದಲ್ಲಿರುವ ಒಂದು ಬೆಟ್ಟಗಾಡಿನ ಕುಗ್ರಾಮದಲ್ಲಿ ಅರ್ಜುನನ್ನು ಬಿಟ್ಟುಹೋಗಿದ್ದ.

ಹೆಕ್ಟರನನ್ನು ಬೈದುಕೊಳ್ಳುತ್ತಾ ಅರ್ಜುನ್, ಕೆನಾನಿಯಾದಿಂದ ಸಾರ್ವಜನಿಕ ವಾಹನದಲ್ಲಿ ನೊಗಾಲಿಸ್ ನಗರಕ್ಕೆ ಬಂದ.

ಅರ್ಜುನನ ಕಥೆ ಹೀಗಾದರೆ ಸೆಲ್ವಮ್-ವಿಜಯನ್ನರ ಕಥೆ ಇನ್ನೊಂದು ಪರಿಯಾಗಿತ್ತು.

ಬೆಳಿಗ್ಗೆ ಎಂಟು ಗಂಟೆಯ ಸಮಯಕ್ಕೆ ಸರಿಯಾಗಿ ಸಾಸಬಿಗೆ ತೆರಳಿದ ವಿಜಯನ್-ಸೆಲ್ವರು ಸೆಲಿನಾಳ ಕೇಶಾಲಂಕಾರ ಅಂಗಡಿಗೆ ಬಂದಾಗ "ಶುಭೋದಯ, ಶುಭೋದಯ" ಎಂದು ಅಭಿವಂದಿಸುತ್ತಾ "ನೀವು ಅದೃಷ್ಟವಂತರು. ವಾಹನದಲ್ಲಿ ನಾಲ್ಕೇ ಜನರು. ಆರಾಮವಾಗಿ ಪ್ರಯಾಣ ಮಾಡಬಹುದು" ಎಂದು ಹೇಳಿ ಅಂಗಡಿಯಲ್ಲಿದ್ದ ಇಬ್ಬರು ಮೆಹಿಕೋ ದೇಶದ ದಂಪತಿಗಳನ್ನು ಪರಿಚಯಮಾಡಿಸುತ್ತಾ "ಮೆಂಡೆಝ್, ಲೂಯಿಸಾ. ಒಹಾಕಾದಿಂದ ಬಂದಿದ್ದಾರೆ. ಫೀನಿಕ್ಸ್ ನಗರದಲ್ಲಿ ಇವರ ಅಣ್ಣನ ಪರಿವಾರವನ್ನ ಸೇರುವುದಕ್ಕೆ ಹೋಗ್ತಿದ್ದಾರೆ" ಎಂದು ವಿವರಿಸಿದಳು.

ತಮಿಳರಿಗೆ ಒಹಾಕಾ ನಗರದ ಮೂಲಕ ಹಾಯ್ದು ಬಂದ ನೆನಪು ಮರಕಳಿಸಿತು. ಸೆಲೀನಾಳು ಇಬ್ಬರನ್ನೂ ಏಕಾಂತವಾಗಿ ಕರೆದು "ದುಡ್ಡು ತಂದಿದ್ದೀರಾ?" ಎಂದು ಕೇಳಿದಳು. ವಿಜಯನು ಹೌದು ಎಂದಾಗ, "ದಯವಿಟ್ಟು ತೋರಿಸಿ" ಎಂದು ನಗುತ್ತಾ ಕೇಳಿದಳು. ತಮಿಳರಿಬ್ಬರಿಗೂ ಇದು ವಿಚಿತ್ರವೆನಿಸಿದರೂ ಹಣವನ್ನು ಎಣಿಸಿಯೇ ತೋರಿಸಿದರು.

ಸೆಲೀನಾಳು, "ಧನ್ಯವಾದ. ತುಂಬಾ ಜನ ಗಡಿ ದಾಟಿದ ಮೇಲೆ ದುಡ್ಡು ಕೊಡ್ತೀವಿ ಅಂತ ಹೇಳಿ, ಆಮೇಲೆ ನಮಗೆ ಕೈ ಕೊಟ್ಟಿದ್ದಾರೆ. ಅದಕ್ಕೋಸ್ಕರ ಹೀಗೆ ಮಾಡಬೇಕಾಯಿತು. ದಯವಿಟ್ಟು ಅಪಾರ್ಥ ಮಾಡಿಕೊಳ್ಳಬೇಡಿ. ಫೀನಿಕ್ಸ್ ನಗರ ತಲುಪುವವರೆವಿಗೂ ನಾವು ನಿಮ್ಮನ್ನ ದುಡ್ಡು ಕೇಳಲ್ಲ" ಎಂದಳು.

ಒಂಬತ್ತು ಗಂಟೆಗೆ ಸರಿಯಾಗಿ ಪ್ರಯಾಣ ಆರಂಭವಾಯಿತು. ಸೆಲೀನಾ ನಾಯಕಿಯಾಗಿದ್ದಳು. ಹೆರ್ನಾಂಡೆಝ್ ಎಂಬುವನು ಚಾಲಕನಾಗಿದ್ದನು. ಸಾಸಬಿ ನಗರ ವಲಯದಲ್ಲಿರುವ ಗಡಿಬೇಲಿಯ ಪಕ್ಕದಲ್ಲಿಯೇ ಇರುವ ದಾರಿಯಲ್ಲಿ ಸುಮಾರು ದೂರ ಹೋದನಂತರ ಗಡಿಬೇಲಿ ಶಿಥಿಲವಾಗುತ್ತಿತ್ತು. ಕೊನೆಗೆ ಬೇಲಿಯನ್ನು ಹರಿದು ಹಾಕಿ ಅಮೇರಿಕಾ ಗಡಿಯೊಳಕ್ಕೆ ನುಗ್ಗಲು ದಾರಿ ಮಾಡಲಾಗಿತ್ತು. ಮೂಲೆಕಾಡಿನಲ್ಲಿರುವ ಈ ಕೆಟ್ಟರಸ್ತೆಯಲ್ಲಿ ಸಣ್ಣ ವಾಹನಗಳು ಮಾತ್ರ ಹೋಗಬಹುದಿತ್ತು. ಗಡಿ ಬೇಲಿಯನ್ನು ದಾಟಿದ ಕೂಡಲೇ ಸೆಲೀನಾಳು "ಸ್ನೇಹಿತರೇ, ನೀವೀಗಾ ಅಮೇರಿಕಾದಲ್ಲಿದ್ದೀರಾ. ಉಫೇ ಉಫೇ" ಎಂದು ಜಯಘೋಷವನ್ನು ಮಾಡಿದಳು. ವಲಸಿಗರೆಲ್ಲರೂ ದನಿಗೂಡಿಸಿದರು.

ಕಡಿದಾದ ಬೆಟ್ಟಗುಡ್ಡಗಳ ಮಧ್ಯದಲ್ಲಿ ಕಿರಿದಾದ ಮಣ್ಣು ರಸ್ತೆಯಲ್ಲಿ ವಾಹನ ಬಹಳ ಘಾಸಿಯಿಂದ ಧಾವಿಸುತ್ತಿತ್ತು. ಸುಮಾರು ಅರ್ಧ ಗಂಟೆಯ ತರುವಾಯ

ಕತ್ತಾಳೆ ಗಿಡಗಳಿಂದ ತುಂಬಿದ ದಟ್ಟವಾದ ಕುರುಚಲು ಗಿಡಗಳು ಕಂಡುಬಂದವು. ಸೆಲೀನಾಳು ಚಾಲಕ ಹೆರ್ನಾಂಡೆಜ಼ನಿಗೆ "ಜಾಗ್ರತೆಯಾಗು ಹೋಗು" ಎಂದು ಹೇಳುತ್ತಾ, ಕೊನೆಗೆ ತಾನೇ ಗಾಡಿಯಿಂದಿಳಿದು ದಾರಿಯನ್ನು ತೋರಿಸುತ್ತಾ ಹೇಗೆ ಹೋಗಬೇಕೆಂದು ಆದೇಶಿಸುತ್ತಿದ್ದಳು.

ಒಂದು ಗಂಟೆಯ ಪ್ರಯಾಣದ ನಂತರ ಒಂದು ಕಾಲುವೆಯಂತಿರುವ ಕಣಿವೆಯಲ್ಲಿ ನಿಧಾನವಾಗಿ ಹೋಗುತ್ತಿರುವಾಗ, ಗಾಡಿಯ ಮುಂದಿನಿಂದ "ಡಮಾ ಢಮಾರ್" ಸದ್ದು ಕೇಳಿಸಿತು. ಗಡಿರಕ್ಷಕರಿರಬೇಕೆಂದು ವಲಸಿಗರೆಲ್ಲರೂ ಬೆದರಿ ಬೆಂಡಾದರು. ಸೆಲೀನಾಳು "ಭಯ ಬೀಳಬೇಡಿ" ಎಂದು ವಲಸಿಗರಿಗೆ ಹೇಳಿ, ಚಾಲಕನಿಗೆ "ಹೆರ್ನಾಂಡೆಜ಼್, ನಿಲ್ಲಿಸಬೇಡ. ಲಗಾಯಿಸು" ಎಂದು ಪ್ರಯಾಣ ಮುಂದುವರಿಸಲು ಆದೇಶಿಸಿದಳು. ಗಾಡಿಯ ವೇಗ ಹೆಚ್ಚಿದಂತೆ, ಕುಲುಕಾಟ ನಡುಗಾಟವಾಯಿತು. ಮತ್ತೆ ಎರಡು ಗುಂಡುಗಳ ಸದ್ದು ಕೇಳಿಸಿತು. ವಲಸಿಗರೆಲ್ಲರೂ ತಲ್ಲಣಿಸಿಹೋದರು. ಹಾಗೆಯೇ ನೋಡುತ್ತಿದ್ದಂತೆ ಗಾಡಿಯ ಮುಂದೆ ಸ್ವಲ್ಪ ದೂರದಲ್ಲಿ ಒಂದು ಹಳೆಯ ವಾಹನದ ಮುಂದೆ ಕೈಯಲ್ಲಿ ಕೋವಿಯನ್ನು ಝಳಿಪಿಸುತ್ತಿರುವ ನಾಲ್ವರು ದಾಂಡಿಗರು ಕಾದಿದ್ದರು. ಹೆರ್ನಾಂಡೆಜ಼ನು ದಿಡಕ್ಕನೆ ವಾಹನವನ್ನು ನಿಲ್ಲಿಸಿದ.

ಸೆಲೀನಾಳು "ಓಹ್ ಭಗವಾನ್, ದಾರಿಗಳ್ಳರು. ನಾನು ಮಾತಾಡ್ತೀನಿ. ಸುಮ್ಮನಿರಿ" ಎಂದು ಪ್ರಯಾಣಿಕರಿಗೆ ಹೇಳಿ, ಗಾಡಿಯನ್ನು ಅಡ್ಡಹಾಕಿದವರಿಗೆ "ಸ್ವಾಮಿಗಳೇ, ಏನು ಸಮಾಚಾರ?" ಎಂದು ನಗುತ್ತಲೇ ಕೇಳಿದಾಗ, ಮುಖಂಡನಾದವನು ಗಾಡಿಯ ಹತ್ತಿರ ಬಂದು ಇಣಕಿನೋಡಿ, "ನಾವು ದಾರಿ ದಲ್ಲಾಳಿಗಳು. ನಾಲ್ಕು ಜನ ವಲಸೆಗಳು. ನಾಲ್ಕು ಸಾವಿರ ಡಾಲರ್, ದಾರಿಸುಂಕ ಕೊಡಬೇಕು" ಎಂದು ಸೆಲೀನಾಳಿಗೆ ಹೇಳಿದ.

ಸೆಲೀನಾಳು "ತಲೆಗೆ ನೂರು ಡಾಲರ್, ಒಟ್ಟು ನಾನೂರು ಡಾಲರ್. ಅಷ್ಟೇ ನನ್ನ ಹತ್ತಿರ ಇರೋದು" ಎಂದು ದಿಟ್ಟವಾಗಿಯೇ ನುಡಿದಳು.

"ನಾಲ್ಕು ಸಾವಿರ ಡಾಲರ್ ಕಕ್ಕು, ಇಲ್ಲಾ ಅಂದ್ರೆ ಹಿಂದಕ್ಕೆ ಕರಕೊಂಡು ಹೋಗು" ಎಂದು ಮುಖಂಡನು ಅಪ್ಪಣೆ ಮಾಡಿದ.

ಸೆಟೆದೆದ್ದ ಸೆಲೀನಾಳು "ಈ ದಾರಿ ನಿಮ್ಮಪ್ಪನದಲ್ಲ. ದಾರಿ ಬಿಡ್ತೀರೋ ಇಲ್ಲಾ?" ಎಂದು ಮುಖಂಡನ ಎದೆಗೆ ಹ್ಯಾಂಡ್‌ಪಿಸ್ತೂಲ್ ಇಟ್ಟಳು. ಎಲ್ಲರೂ ದಂಗಾದರು. ವಲಸಿಗರೆಲ್ಲರೂ ಗಾಬರಿಯಾದರು.

ಮುಖಂಡನು ಕಬಕ್ಕನೆ ಸೆಲೀನಾಳ ಕೈಕೋವಿಯನ್ನು ಕಸಿದುಕೊಂಡು ಅವಾಚ್ಯವಾಗಿ ಬೈಯುತ್ತಾ, "ಹೌದೇ, ನಾವು ದರೋಡೇಗಾರರು. ನಿನ್ನನ್ನೇ ಕದ್ದುಕೊಂಡು ಹೋಗ್ತೀವಿ" ಎಂದು ಆರ್ಭಟಿಸುತ್ತಾ ವಲಸಿಗರಿಗೆ "ನಿಮ್ಮ ಹತ್ತಿರ ಇರೋ ಹಣವನ್ನೆಲ್ಲಾ ಬಿಚ್ಚಿ, ಬಚ್ಚಿಟ್ಟುಕೊಂಡರೆ ನಿಮ್ಮನ್ನೆಲ್ಲಾ ಬೆಂಡೆತ್ತುತ್ತೀನಿ" ಎಂದು ಘರ್ಜನೆ ಮಾಡಿದ.

ದರೋಡೇಗಾರರೆಲ್ಲರೂ ಗಾಡಿಗೆ ಅಮರಿಕೊಂಡರು. ವಲಸೆಗಳೆಲ್ಲರೂ ಬೆಬ್ಬಳಿಸುತ್ತಿರುವಾಗ "ಏನ್ ನೋಡ್ತೀರಾ. ದುಡ್ಡು ಬಿಸಾಕಿ" ಎಂದು ದಬಾಯಿಸತೊಡಗಿದರು. ಸೆಲೀನಾಳು "ದುಡ್ಡು ಕೊಡಬೇಡಿ. ಇವರು ದರೋಡೆಗಾರರು" ಎಂದು ಅರಚುತ್ತಿದ್ದಳು. ಮುಖಂಡನ ಕಪಿಮುಷ್ಟಿಯಲ್ಲಿ ಸಿಕ್ಕಿ ನರಳುತ್ತಾ ಸೆಲೀನಾಳು ದರೋಡೆಗಾರರನ್ನು ಬಾಯಿಗೆ ಬಂದಂತೆ ಬೈಯುತ್ತಾ "ಬಿಡೋ ಬಿಡೋ" ಎಂದು ಬಿಡಿಸಿಕೊಳ್ಳಲು ಪ್ರಯತ್ನಿಸುತ್ತಿದ್ದಳು.

ದರೋಡೆಗಾರರು ವಲಸೆಗಳಿಗೆ ಕೋವಿಯನ್ನು ತೋರಿಸಿದಾಗ ಎಲ್ಲರೂ ನಡುಗಿಹೋದರು. ಭಯದಿಂದ ಅಳುತ್ತಾ ವಿಧಿಯಿಲ್ಲದೆ ಒಹಾಕಾದವರು "ನಮ್ಮ ಹತ್ತಿರ ಇಷ್ಟೇ ಇರೋದು" ಎಂದು ನೋಟಿನ ಕಂತೆಯನ್ನು ಹೇಗಿತ್ತೋ ಹಾಗೆಯೇ ಕೊಟ್ಟುಬಿಟ್ಟರು. ವಿಜಯನ್-ಸೆಲ್ವಂರು ಕೊಡಲು ಹಿಂದುಮುಂದು ನೋಡುತ್ತಿರುವಾಗ ದರೋಡೆಗಾರರು "ಬೇಗಾ ಬೇಗಾ" ಎಂದು ಅವಸರಪಡಿಸಿದರು. ವಿಜಯನು ಪರ್ಸ್ ತೆಗೆದು ಹಣ ಎಣಿಸುತ್ತಿರುವಾಗ ದರೋಡೆಗಾರನು ಕಬಕ್ಕನೆ ಕಸಿದುಕೊಂಡ. ವಿಜಯನು ಸಿಡಿದೆದ್ದು ಪ್ರತಿಭಟಿಸಿದಾಗ, ದರೋಡೆಗಾರನು ಕೋವಿಯನ್ನು ಎದೆಗೆ ನಾಟಿಸಿ "ಕುಕ್ಕರಿಸು. ಎದ್ದರೆ ಒಂದೇ ಏಟಿಗೆ ನರಕಕ್ಕೆ ಕಳುಹಿಸ್ತೀನಿ" ಎಂದು ಹೇಳಿದ. ಸೆಲ್ವಂಗೆ ಎದೆಯೊಡೆದು ನೀರಾಯಿತು. "ವಿಜಯನ್..." ಎಂದು ಕೈಹಿಡಿದುಕೊಂಡು ಕುಳ್ಳಿರಿಸಿ, ನಂತರ ತನ್ನ ಪರ್ಸ್ ದರೋಡೆಗಾರನಿಗೆ ಅರ್ಪಿಸಿ "ಹಣ ತಗೊಳ್ಳಿ, ಆದರೆ ನಮ್ಮ ಪ್ರಾಣ ತೆಗಿಯಬೇಡಿ" ಎಂದು ಅಂಗಾಲಾಚಿ ಕೇಳಿಕೊಂಡ.

ದರೋಡೆಕಾರನು ವಿಜಯನ ಪರ್ಸ್‌ನಲ್ಲಿ ನೂರು ಡಾಲರ್ ಬಿಟ್ಟು ಉಳಿದ ಹಣವನ್ನೆಲ್ಲಾ ತನ್ನ ಜೇಬಿಗಿಳಿಸಿಕೊಂಡು "ನಿನ್ನ ಗೆಳೆಯನಿಗೆ ಸ್ವಲ್ಪ ಬುದ್ಧಿ ಹೇಳು" ಎಂದು ನಗುತ್ತಾ ಹೇಳಿದ.

ವಲಸಿಗರೆಲ್ಲರನ್ನು ದರೋಡೆಕಾರರು ಅನಾಮತ್ತಾಗಿ ದೋಚಿದ್ದರು. ಚಾಲಕ ಹೆರ್ನಾಂಡೆಝನು ಮಾತ್ರ ಏನೂ ಮಾತನಾಡದೆ ಮುದುಡಿಕೊಂಡು ಬಿದ್ದಿದ್ದ. ಸೆಲೀನಾಳನ್ನು ಎಳೆದುಕೊಂಡು ಹೋಗುತ್ತಾ ದರೋಡೆಕಾರರು, "ಇವಳನ್ನ ನಾಳೆ ನಾವೇ ಸಾಸಬಿಗೆ ಕರೆದುಕೊಂಡು ಬಂದು ಬಿಡ್ತೀವಿ. ನೀವೆಲ್ಲಾ ಹಿಂದಕ್ಕೆ ಹೋಗಬಹುದು" ಎಂದು ಆದೇಶಿಸಿದ.

ಸೆಲೀನಾಳು ಪ್ರತಿಭಟಿಸುತ್ತಾ "ಬಿಡೋ ಬಿಡೋ, ರಾಕ್ಷಸ ಮುಂಡೇಮಗನೇ" ಎಂದು ಬೈಯುತ್ತಾ ಮುಖಂಡನ ಕೆನ್ನೆಗೆ ಬಾರಿಸಿದಳು. ರೊಚ್ಚಿಗೆದ್ದ ಮುಖಂಡ "ಲೌಡಿ" ಎಂದು ಸೆಲೀನಾಳನ್ನು ಎಳೆದುಕೊಂಡು ತನ್ನ ವಾಹನದತ್ತ ಹೋಗುತ್ತಾ, ಹೆರ್ನಾಂಡೆಝನ ವಾಹನದ ಮುಂಭಾಗಕ್ಕೆ ಗುಂಡು ಹಾರಿಸಿ, "ಹೋಗಿ, ಹೋಗಿ, ಸಾಸಬಿಗೆ ಹೋಗಿ" ಎಂದು ಮತ್ತೊಮ್ಮೆ ಆರ್ಭಟಿಸಿ, "ತಲೆಗೆ ಸಾವಿರ ಡಾಲರ್ ಇಲ್ಲದೆ ಈ ದಾರಿಯಲ್ಲಿ ಬರಬೇಡಿ" ಎಂದು ಹೇಳುತ್ತಾ, ತನ್ನ ಅನುಚರರೊಡನೆ, ಬೈದಾಡುತ್ತಿದ್ದ ಸೆಲೀನಾಳನ್ನು ಹಾಕಿಕೊಂಡು ತನ್ನ ವಾಹನದಲ್ಲಿ ಮರೆಯಾದ.

ಹೆರ್ನಾಂಡೆಝನು ಶೋಕಮುಖದಿಂದ ವಲಸಿಗರನ್ನು ಹಾಕಿಕೊಂಡು ಸಾಸಬಿಯತ್ತ ಸಾಗಿದ. ಎಲ್ಲವನ್ನೂ ಕಳೆದುಕೊಂಡ ವಲಸಿಗರು ದರೋಡೆಗಾರರನ್ನು ಶಪಿಸುತ್ತಾ, ಸೆಲೀನಾಳ ಬಗ್ಗೆ ಸಂತಾಪವನ್ನು ಸೂಚಿಸುತ್ತಾ, ಗೂಬೆಗಳ ಹಾಗೆ ನಿಸ್ತೇಜರಾಗಿದ್ದರು.

ಆದರೆ ಈ ದರೋಡೆಯೆಲ್ಲವೂ ಸೆಲೀನಾ ಮತ್ತವಳ ಗುಂಪು ಆಡಿದ ನಾಟಕವಾಗಿತ್ತು. ಸೆಲೀನಾಳು ನಿಜವಾಗಿಯೂ ಕಳ್ಳರ ಕಳ್ಳಿಯಾಗಿದ್ದರು. ಅಮಾಯಕ ವಲಸಿಗರನ್ನು ಅತಿ ಸುಲಭ ದರಕ್ಕೆ ಗಡಿ ದಾಟಿಸುವ ಆಮಿಷಕ್ಕೆ ಆಕರ್ಷಿಸಿ, ಅವರನ್ನೆಲ್ಲ ಅಮೇರಿಕಾದ ಗಡಿಯೊಳಗಿರುವ ನಿರ್ಜನ ಕಾಡಿನಲ್ಲಿ, ಮೊದಲೇ ನಿಯೋಜಿತವಾಗಿದ್ದ ತಾಣಕ್ಕೆ ಕರೆತಂದು, ದರೋಡೆಗಾರರಿಗೆ ಒಪ್ಪಿಸುತ್ತಿದ್ದಳು. ದರೋಡೆಯ ಸಮಯದಲ್ಲಿ ನಾಟಕವಾಡಿ, ವಲಸಿಗರನ್ನು ಹಿಂದಕ್ಕೆ ಅಟ್ಟಿಸಿ, ತಾನು ದರೋಡೆಗಾರರೊಡನೆ ನಲಿದು, ತರುವಾಯ ತನ್ನ ಮನೆಗೆ ಹಿಂದಿರುಗುತ್ತಿದ್ದಳು. ದರೋಡೆಯ ಮುಖಂಡ ಸೆಲೀನಾಳ

ಪ್ರಿಯತಮರಲ್ಲಿ ಒಬ್ಬನೆಂಬುದು ಅಮಾಯಕ ವಲಸಿಗರಿಗೆ ಹೇಗೆ ಗೊತ್ತಾಗಬೇಕು. ಹಾಗೆಯೇ ಚಾಲಕ ಹೆರ್ನಾಂಡೆಝನೂ ಈ ಮೋಸಜಾಲದ ಒಬ್ಬ ಸದಸ್ಯನೆಂಬುದೂ ವಲಸಿಗರಿಗೆ ತಿಳಿಯದಾಗಿತ್ತು.

ಅಂತೂ ಹೆರ್ನಾಂಡೆಝನು ಸುರಕ್ಷಿತವಾಗಿ ವಲಸಿಗರನ್ನೆಲ್ಲಾ ಸಾಸಬಿಗೆ ತಂದು ಬಿಟ್ಟು "ಇನ್ನೊಂದು ಸಲ ಈ ಸುಡುಗಾಡು ದಾರಿಯಲ್ಲಿ ಕಾಲಿಡಬೇಡಿ" ಎಂದು ಹೇಳಿ ಬೀಳ್ಕೊಂಡ. "ನಮ್ಮ ಕರ್ಮ" ಎಂದುಕೊಂಡು ತಮಿಳರು ನೊಗಾಲಿಸ್‌ನತ್ತ ಹೊರಟರು, "ನಾಳೆ ಇನ್ನೊಂದು ದಾರಿ" ಎಂದುಕೊಂಡು ಒಹಾಕಾದವರು ತಮ್ಮ ಗೂಡಿಗೆ ಮರಳಿದರು.

ಪಾಂಚಾಲಿಯ ಸಂಗದಲ್ಲಿ...

ಮೊದಲು ಅರ್ಜುನನು ತರುವಾಯ ವಿಜಯನ್-ಸೆಲ್ವಂರು ಸಂಜೆ ಮನೆಗೆ ಬಂದಾಗ ಅವರ ಬಾಡಿದ ಮುಖಗಳನ್ನು ನೋಡುತ್ತಲೇ ಏನೋ ಅವಾಂತರವಾಗಿದೆಯೆಂದು ಪ್ರದೀಪ- ರಾಜಬೀರರು ಗ್ರಹಿಸಿದರು. ನಡೆದ ಸಂಗತಿಯನ್ನು ಕೇಳಿದ ಮೇಲೆ ಪ್ರದೀಪನು "ಆಗುವುದೆಲ್ಲಾ ಒಳ್ಳೆಯದಕ್ಕೇ ಅಂದುಕೊಳ್ಳಿ" ಎಂದು ಸಮಾಧಾನ ಪಡಿಸುತ್ತಾ, "ಹಣ ಹೋಗುತ್ತೆ ಬರುತ್ತೆ. ಆದರೆ ಪ್ರಾಣ ಹೋದರೆ ಬರಲ್ಲ. ಸುರಕ್ಷಿತವಾಗಿ ಮನೆಗೆ ಬಂದಿರಿ. ಅದೇ ಸಂತೋಷಾ. ಇಪ್ಪತ್ತು ಸಾವಿರ ಕಿಲೋಮೀಟರ್ ಬಂದಿದ್ದೀವಿ. ಇನ್ನು ನೂರು ಕಿಲೋಮೀಟರ್ ಹೋಗೋಕೇ ಆಗಲ್ಲವಾ? ಸಾಧಿಸೋಣಾ ಸುಮ್ಮನಿರಿ" ಎಂದು ಎಲ್ಲರಿಗೂ ಸ್ಥೈರ್ಯವನ್ನು ತುಂಬಿದ.

ಮರುದಿನ ಡೂಆನನು ಮನೆಗೆ ಆಗಮಿಸಿದಾಗ ಪಾಂಡವರ ವಿಫಲ ಪ್ರಯತ್ನಗಳನ್ನು ತಿಳಿದು, "ಇದೆಲ್ಲಾ ಬಹಳ ಸಾಮಾನ್ಯ" ಎಂದು ಹೇಳಿ, "ಸಾಲ್ವಡೋರಿನ ಒಬ್ಬಾಕೆ ಹದಿನೆಂಟು ಸಾರಿ ಪ್ರಯತ್ನಿಸಿ ಕೊನೆಗೆ ಅಮೇರಿಕಾ ಸೇರಿ, ಈಗ ಅಮೇರಿಕನ್ ಪ್ರಜೆಯಾಗಿದ್ದಾಳೆ" ಎಂದು ತಾಳ್ಮೆಯ ಮಹತ್ವ ತಿಳಿಸಿದ. "ಹದಿನೆಂಟು ಸಾರೀನಾ?" ಎಂದು ಅರ್ಜುನನು ಬಾಯಿಬಿಟ್ಟು ಕೇಳಿದ. ಅದಕ್ಕೆ ಪ್ರತಿಯಾಗಿ ಡೂಆನನು" ಹೌದು. ಹೌದು" ಎನ್ನುತ್ತಾ, "ಒಂದೇ ಸಾರಿ ಪ್ರಯತ್ನಮಾಡಿ ಸ್ವರ್ಗಕ್ಕೆ ಹೋಗೋದಕ್ಕಿಂತ ಹತ್ತು ಸಾರಿ ಪ್ರಯತ್ನಮಾಡಿ

ಅಮೇರಿಕಾ ಸೇರೋದು ಲೇಸಲ್ಲವೇ?" ಎಂದು ಹೇಳಿ, ಅವಸರ ಪಟ್ಟು ದುಡುಕಿ ದಾರಿಗಳ್ಳರೊಡನೆ ತಗಾದೆ ಮಾಡಿ ಕೊಲೆಯಾದವರ ಉದಾಹರಣೆ ನೀಡಿದ. ಇದೆಲ್ಲವನ್ನೂ ಕೇಳಿದ ಮೇಲೆ ಅರ್ಜುನ, ವಿಜಯನ್, ಸೆಲ್ವಂರಿಗೆ ತಾವು ಉಳಿದಿದ್ದೇ ಹೆಚ್ಚು ಎನಿಸಿ ಮನದಲ್ಲಿಯೇ ದೇವರಿಗೆ ವಂದಿಸಿದರು.

ಕೊನೆಯಲ್ಲಿ ಡೂಆನನು "ವಲಸೆದಾರರ ಬದಲಾಗಿ ವಲಸಿಗರನ್ನು ಹಿಡಿದುಕೊಳ್ಳಿ" ಎಂದು ಸೂಚಿಸಿ "ಇಲ್ಲೆ ಪಕ್ಕದ ಮನೆಯಲ್ಲಿ ಗ್ವಾಟೆಮಾಲಾದವರು ಬಂದಿಳಿದಿದ್ದಾರೆ. ನಿಮ್ಮ ಹಾಗೆ, ವಲಸಿಗರು. ಅವರನ್ನ ಪರಿಚಯ ಮಾಡಿಕೊಂಡು ಕಷ್ಟಸುಖ ವಿಚಾರಿಸಿಕೊಳ್ಳಿ" ಎಂದು ಅತ್ಯುತ್ತಮ ಸಲಹೆ ನೀಡಿದ. ತರುವಾಯ ಡೂಆನನೇ ಪಾಂಡವರನ್ನು ಅವರ ಮನೆಗೆ ಕರೆದುಕೊಂಡುಹೋಗಿ ಪರಿಚಯಮಾಡಿಸಿದ.

ತಂದೆ–ತಾಯಿ ಮತ್ತು ನಾಲ್ಕು ಮಂದಿ ಮಕ್ಕಳಿದ್ದ ಒಂದೇ ಕುಟುಂಬದವರಾಗಿದ್ದ ಗ್ವಾಟೆಮಾಲಾದವರು ಮಾಯಾ ಇಂಡಿಯನ್ನರಾಗಿದ್ದರು. ತಂದೆಯ ಹೆಸರು ಪಲಾಪೋ ಮತ್ತು ತಾಯಿಯ ಹೆಸರು ಪನಾಜಾ ಎಂದೂ, ವಯಸ್ಸಿಗೆ ಬಂದಿದ್ದ ಇಬ್ಬರು ಯುವತಿಯರ ಹೆಸರು ಸೊಲೊಲಾ, ಮತ್ತು ಆರ್ಚಿ ಎಂದೂ, ಕಿರಿಯವರಾಗಿದ್ದ ಗಂಡು ಮಕ್ಕಳ ಹೆಸರು ಚಿಚಿ ಮತ್ತು ಮಾರ್ಕೋಸ್ ಎಂದೂ ತಿಳಿಯಿತು. ಪಾಂಡವರೆಲ್ಲಾ ತಮ್ಮ ದೇಶದ ಮೂಲಕ ಹಾಯ್ದು ಬಂದ ವಿಷಯವನ್ನು ಕೇಳಿ ಸೋಜಿಗಗೊಂಡು ಕ್ಷಣಮಾತ್ರದಲ್ಲಿ ಆಪ್ತರಾದರು. ಹೆಣ್ಣು ಹುಡುಗಿಯರಿಬ್ಬರೂ ಅಂದವಾಗಿದ್ದರು. ಅರ್ಜುನ ಮತ್ತು ವಿಜಯನ್ನರು ಆಗಲೇ ಸುಂದರ ಕನಸುಗಳನ್ನು ಕಟ್ಟುತ್ತಿದ್ದರು.

ಪರಸ್ಪರ ಪರಿಚಯವಾದ ನಂತರ ಡೂಆನನು ಅಲ್ಲಿಂದ ನಿರ್ಗಮಿಸಿದ ಮೇಲೆ, ಪಾಂಡವರು ಮಾಯನ್ನರೊಡನೆ ಬಿಚ್ಚುಮನಸ್ಸಿನಿಂದಲೇ ಮಾತನಾಡುತ್ತಾ ಗಡಿ ದಾಟುವ ಯೋಜನೆಗಳ ಬಗ್ಗೆ ವಿಚಾರ ವಿನಿಮಯ ಮಾಡಿಕೊಂಡರು. ಪಲಾಪೋನ ಅಣ್ಣನು ಪರಿವಾರ ಸಮೇತ ಕ್ಯಾಲಿಫ಼ೋರ್ನಿಯಾದ ಕಾರ್ಲ್ಸ್ ಬ್ಯಾಡ್–ನಗರದಲ್ಲಿದ್ದಾನೆಂದೂ, ಅಲ್ಲಿರುವ ದ್ರಾಕ್ಷಿ ತೋಟದಲ್ಲಿ ಐದು ವರ್ಷಗಳಿಂದ ಕೆಲಸ ಮಾಡುತ್ತಾ, ಒಳ್ಳೆಯ ಸ್ಥಾನದಲ್ಲಿದ್ದಾನೆಂದು ತಿಳಿಯಿತು. ಅಣ್ಣನ ಪ್ರೇರಣೆಯಿಂದಲೇ ಅಮೇರಿಕಾಗೆ ಹೋಗುತ್ತಿರುವುದಾಗಿ ಹಾಗೂ ಅಣ್ಣನೇ ಗಡಿದಾಟುವ ವ್ಯವಸ್ಥೆಯನ್ನು ಮಾಡಿರುವುದಾಗಿ ಹೇಳಿದರು.

ಅರ್ಜುನನು "ನಿಮ್ಮ ಸಂಗಡ ನಾವೂ ಬರಬಹುದೇ?" ಎಂದು ಸಂಕೋಚವಿಲ್ಲದೆಯೇ ಕೇಳಿಬಿಟ್ಟ.

"ನನಗೆ ಗೊತ್ತಿಲ್ಲಾ. ನಾಳೆ ನಮ್ಮಣ್ಣ ಬರ್ತಾನೆ ಕೇಳಿ" ಎಂದು ಪಲಾಪೋ ಹೇಳಿದ.

ಅರ್ಜುನನ್ ಮತ್ತು ವಿಜಯನ್ನರಿಗೆ ಪ್ರದೀಪ ಹೇಳಿದ "ಆಗುವುದೆಲ್ಲಾ ಒಳ್ಳೆಯದಕ್ಕೆ" ಎಂಬ ಉವಾಚ ನೆನಪಾಯಿತು. ಈ ಕನ್ಯೆಯರು ನಮಗೆ ದಕ್ಕಬಹುದೇನೋ ಎಂಬ ಪ್ರಣಯಾಭಿಲಾಷೆ ಈ ಇಬ್ಬರು ಉಂಡಾಡಿಗಳನ್ನು ಭಂಡರನ್ನಾಗಿಸಿತ್ತು.

ಪ್ರದೀಪನು ವೈದ್ಯ ಪಂಡಿತನೆಂದು ತಿಳಿದ ಮೇಲೆ ಮಾಯಾ ಇಂಡಿಯನ್ನರು ಅವನನ್ನು ಅಪಾರ ಗೌರವದಿಂದ ಕಾಣತೊಡಗಿದರು.

ಮಾರನೆಯ ದಿನ ಅಣ್ಣ ಟೋಲಿಮನ್ ಬಂದಾಗ, ಪಲೋಪನು ಪಾಂಡವರ ಬಗ್ಗೆ ಪ್ರಸ್ತಾಪಿಸಿ, ಜೊತೆಯಲ್ಲಿ ಕರೆದುಕೊಂಡು ಹೋಗುವ ಬಗ್ಗೆ ವಿಚಾರಿಸಿದಾಗ, ಟೋಲಿಮನ್ ಅದೇಕೋ ಆಸಕ್ತಿಯನ್ನು ತೋರಿಸಲಿಲ್ಲ.

ತನಗೆ ನಿಕಟವರ್ತಿಯಾಗಿದ್ದ ಚಾಲಕನ ತರಕಾರಿ–ಸಾಗಾಣಿಕೆಯ ವಾಹನದಲ್ಲಿ ತಮ್ಮನ ಕುಟುಂಬದವರನ್ನೆಲ್ಲಾ ಮಧ್ಯೆ ಕುಳ್ಳಿರಿಸಿ, ಸುತ್ತಲೂ ತರಕಾರಿಗಳ ಮೂಟೆಗಳನ್ನು ಮತ್ತು ಪೆಟ್ಟಿಗೆಗಳನ್ನು ಇಟ್ಟು, ಪ್ರಯಾಣಿಕರನ್ನು ಮರೆಮಾಚಿಸಿ, ಗಡಿ ದಾಟಿಸಲು ಟಿಲೋಮನ್ ಆಯೋಜಿಸಿದ್ದ. ತನಗೆ ಅಪರಿಚಿತರಾದ ಪಾಂಡವರು ಎಂತಹವರೋ ಏನೋ ಎಂಬ ಸಂಶಯದಿಂದ ಅವರನ್ನು ಜೊತೆಯಲ್ಲಿ ಒಯ್ಯಲು ಹಿಂದೇಟು ಹಾಕಿದ.

ಈ ವಿಷಯವನ್ನು ತಿಳಿದ ಪಾಂಡವರಿಗೆಲ್ಲಾ, ಅದರಲ್ಲೂ ಅರ್ಜುನ–ವಿಜಯನ್ನರಿಗೆ, ಬಹಳ ಬೇಸರವಾಗಿತ್ತು. ಆದರೂ ಪ್ರದೀಪನು ನಯ–ವಿನಯಗಳಿಂದ ಮಾಯಾ ಕುಟುಂಬದವರಿಗೆಲ್ಲಾ ಶುಭಕೋರಿದಾಗ ಟೋಲಿಮನ್ನನ ಮನಸ್ಸು ಸ್ವಲ್ಪ ಮೆತ್ತಗಾಯಿತು. ಪ್ರದೀಪನು ಬರಲಿ ಎಂಬ ಉದ್ದೇಶದಿಂದ ಕೊನೆಯಲ್ಲಿ "ಹೇಗೋ ಮಾಡಿ ಒಬ್ಬರಿಗೆ ಅವಕಾಶ ಮಾಡಿಕೊಡಬಲ್ಲೆ. ಎರಡು ಸಾವಿರ ಪೇಸೋ. ಇನ್ನೂರು ಅಮೇರಿಕನ್ ಡಾಲರ್" ಎಂದು ಟೋಲಿಮನ್ನನು ತಿಳಿಸಿದಾಗ, ಪಾಂಡವರಿಗೆಲ್ಲಾ ದುಮ್ಮಾನವಾಯಿತು. ಹೋಗಲು ಅರ್ಜುನ ಮತ್ತು ವಿಜಯನ್ನರೇ ಎಲ್ಲರಿಗಿಂತ

ಮುಂದಾಗಿದ್ದರು. ಒಬ್ಬರಿಗೇ ಜಾಗವಿರುವುದರಿಂದ ಪಾಂಡವರೆಲ್ಲರೂ ಒಮ್ಮತದಿಂದ ಅರ್ಜುನನನ್ನೇ ತಮ್ಮ ಪ್ರತಿನಿಧಿಯಾಗಿ ಕಳುಹಿಸಲು ನಿರ್ಧರಿಸಿದರು.

ಮಾಯಾ ಸುಂದರಿಯರ ಮೋಹದಲ್ಲಿ ಪರವಶನಾಗಿದ್ದ ಅರ್ಜುನನಿಗೆ ಇನ್ನೂರು ಡಾಲರ್ ಹೋದರೂ ಚಿಂತೆಯಿಲ್ಲಾ ಇವರೊಡನೆ ಪ್ರಯಾಣ ಮಾಡುವುದೇ ಪ್ರಣಯ ಎಂದು ಬಾವಿಸಿದ.

ಅದೇ ದಿನ ಮಧ್ಯಾಹ್ನವೇ ಮಾಯನ್ನರ ಜೊತೆ ಅರ್ಜುನನು ಅಮೇರಿಕಾಗೆ ಪ್ರಯಾಣ ಮಾಡಿದ. ನೊಗಾಲಿಸ್‌ನಿಂದ ಎಲ್ಲರೂ ಸಾರ್ವಜನಿಕ ವಾಹನದಲ್ಲಿ ಮೆಹಿಕಾಲಿ ಎಂಬ ನಗರಕ್ಕೆ ಬಂದರು. ಕೃಷಿ ಪ್ರಧಾನವಾದ ಈ ನಗರದ ವಲಯದಲ್ಲಿ ನೂರಾರು ತರಕಾರಿ ತೋಟಗಳಿವೆ. ಈ ತೋಟಗಳಿಂದ ಹಸಿ ತರಕಾರಿಗಳು ಅಮೇರಿಕಾಗೆ ಪ್ರತಿನಿತ್ಯವೂ ಸರಬರಾಜಾಗುತ್ತವೆ. ತರಕಾರಿ ವಾಹನಗಳಲ್ಲಿ ವಲಸಿಗರನ್ನು ರವಾನೆ ಹಾಕುವುದು ವಿರಳ. ಕಾರಣ ಅಮೇರಿಕಾದ ಬಹುರಾಷ್ಟ್ರೀಯ ಸಂಸ್ಥೆಗಳು ತರಕಾರಿ ಸಾರಿಗೆಯ ವಹಿವಾಟು ನಡೆಸುತ್ತಿವೆ. ಅಕ್ರಮವಾಗಿ ವಲಸಿಗರನ್ನು ಸಾಗಿಸುವುದು ಈ ಅಮೇರಿಕನ್ ಸಾರಿಗೆ ಸಂಸ್ಥೆಗಳಿಗೆ ಬೇಕಾಗಿಯೂ ಇಲ್ಲಾ, ಅವಶ್ಯಕವೂ ಇಲ್ಲ. ಹಾಗಾಗಿ ಗಡಿರಕ್ಷಕರು ತರಕಾರಿ ವಾಹನಗಳ ಚಾಲಕರನ್ನು ನಂಬುತ್ತಾರೆ. ಇದನ್ನು ಉಪಯೋಗಿಸಿಕೊಂಡು ಹಲವು ಚಾಲಕರು ತಮಗೆ ಬೇಕಾದವರನ್ನು ಮಾತ್ರವೇ ವಾಹನದಲ್ಲಿ ಮರೆಮಾಚಿಕೊಂಡು ಗಡಿ ದಾಟಿಸುತ್ತಾರೆ.

ಟೋಲಿಮನ್ನನಿಗೆ ಬಹುಕಾಲದಿಂದ ಮಿತ್ರನಾಗಿದ್ದ ಚಾಲಕ ವೆರಾಕ್ರೂಝ್ ಎಂಬುವನ ವಾಹನದಲ್ಲಿ ತನ್ನ ತಮ್ಮನ ಕುಟುಂಬದವರನ್ನು ಗಡಿ ದಾಟಿಸಲು ಮುಂಚಿತವಾಗಿಯೇ ಎಲ್ಲ ವ್ಯವಸ್ಥೆಗಳನ್ನು ಮಾಡಿದ್ದ.

ಮೆಹಿಕಾಲಿಯಲ್ಲಿರುವ ಸ್ಯಾನ್ ಫಿಲಿಪೆ ಎಂಬ ಕೃಷಿಕ್ಷೇತ್ರದಲ್ಲಿ ಮಾಯನ್ನರು ಮತ್ತು ಅರ್ಜುನರು ತರಕಾರಿ ಗಾಡಿಯ ಮಧ್ಯದಲ್ಲಿ ಕುಳಿತುಕೊಂಡ ನಂತರ ಸುತ್ತಲೂ ತರಕಾರಿಗಳ ಪೆಟ್ಟಿಗೆಗಳನ್ನು ತುಂಬಿದರು. ಪ್ರಯಾಣ ಆರಂಭವಾಯಿತು. ಮೆಹಿಕಾಲಿ ಅಮೇರಿಕಾದ ಗಡಿಯಿಂದ ಕೇವಲ ಇಪ್ಪತ್ತು ಕಿಲೋಮೀಟರ್ ದೂರದಲ್ಲಿತ್ತು. ಅರ್ಧ ಗಂಟೆಯ ನಂತರ ಸರಾಗವಾಗಿ ತರಕಾರಿ ವಾಹನ ಗಡಿಯಲ್ಲಿ ಯಾವ ಅಡೆತಡೆಯಿಲ್ಲದೆ ಅಮೇರಿಕಾ ದೇಶವನ್ನು ತಲುಪಿತ್ತು. ಚಾಲಕನು ಗಡಿ ದಾಟಿದೆವು ಎಂದು ಹೇಳುತ್ತಲೇ ಎಲ್ಲರೂ

ಹರ್ಷಗೊಂಡು "ಧನ್ಯ, ಧನ್ಯ, ವೆರಾಕ್ರೃಜ್, ಧನ್ಯ...' ಎಂದು ಒಳಗಿನಿಂದಲೇ ಕೂಗಿ ಹೇಳಿದರು.

ವೆರಾಕ್ರೂಜ್‌ನು "ಇನ್ನು ಎರಡು ಗಂಟೆ ಹಾಗೆ ಕುಳಿತಿರಿ, ಕಾರ್ಲ್ಸ್ ಬ್ಯಾಡ್‌ನಲ್ಲಿ ಆಚರಿಸೋಣ" ಎಂದು ಹೇಳಿದ. ವಾಹನ ಹೋಗುತ್ತಿರುವಾಗ ತರಕಾರಿ ಪೆಟ್ಟಿಗೆಗಳು ಜರಗುತ್ತಿರುವಾಗ ಅರ್ಜುನನು ಪೆಟ್ಟಿಗೆಗಳನ್ನು ಹಿಡಿದು ತಳ್ಳುತ್ತಾ, ಮೇಲೆ ಬೀಳದಂತೆ ಹಿಡಿಯುತ್ತಾ, ಮಾಯಾ ಕುಟುಂಬದವರ ಮೆಚ್ಚುಗೆಗೆ ಪಾತ್ರನಾಗಿದ್ದ. ಅವಕಾಶ ಸಿಕ್ಕಿದಾಗಲೆಲ್ಲಾ ಮಾಯಾ ತರುಣಿಯರ ಮೈಸ್ಪರ್ಶವನ್ನು ಅನುಭವಿಸುತ್ತಾ ಪ್ರಣಯಾನಂದದಲ್ಲಿ ತೇಲಿ ಮುಳುಗುತ್ತಿದ್ದ. ಎರಡು ಗಂಟೆಯ ಪ್ರಯಾಣ, ಎರಡು ನಿಮಿಷಗಳ ಹಾಗಿತ್ತು. ಕೊನೆಗೆ ಎಲ್ಲರೂ ಸುರಕ್ಷಿತವಾಗಿ ಕ್ಯಾಲಿಫೋರ್ನಿಯಾದ ಹೂತೋಟಗಳ ಕೇಂದ್ರವಾದ ಕಾರ್ಲ್ಸ್ ಬ್ಯಾಡ್ ನಗರ ತಲುಪಿದ್ದರು.

ಟೋಲಿಮನ್ನನಿಗೆ ಅರ್ಜುನನ ಮೇಲೆ ನಿಜವಾಗಿಯೂ ಪ್ರೀತಿ ವಿಶ್ವಾಸಗಳು ಮೂಡಿದವು. ಅರ್ಜುನನ್ನು ಆ ದಿನ ಮನೆಯಲ್ಲಿಯೇ ಅತಿಥಿಯಾಗಿ ಇರಿಸಿಕೊಂಡ. ಅರ್ಜುನನಿಗೆ ಸ್ವರ್ಗಲೋಕಕ್ಕೆ ಬಂದಂತೆ ಅನಿಸಿತ್ತು.

ಟೋಲಿಮನ್ನನಿಗೆ ಪ್ರಯಾಣದ ಖರ್ಚು ಇನ್ನೂರು ಡಾಲರ್ ಕೊಡಲು ಹೋದಾಗ,

"ಅರ್ಜುನ್, ನನಗೆ ನಮ್ಮ ತೋಟದಲ್ಲಿ ಕೆಲಸ ಮಾಡೋರು ಬೇಕು. ದಿನಕ್ಕೆ ಮೂವತ್ತು ಡಾಲರ್ ಕೊಡ್ತೀನಿ. ಇರ್ತೀಯಾ?" ಎಂದು ಕೇಳಿದ. ಅರ್ಜುನ ಕೃತಜ್ಞತೆಯಿಂದ ಕರಗಿಹೋದ. ಟೋಲಿಮನ್ನನ ಕೈಹಿಡಿದುಕೊಂಡು "ಸ್ವಾಮಿ. ನೀವು ನನಗೆ ದೇವರ ಹಾಗೆ ಬಂದಿರಿ" ಎಂದು ಪ್ರಣಾಮವನ್ನು ಅರ್ಪಿಸಿದ.

ಸಂತುಷ್ಟನಾದ ಟೋಲಿಮನ್ "ಸರಿ. ಹಾಗಾದ್ರೆ. ನೀನು ಪ್ರಯಾಣದ ಖರ್ಚು ಕೊಡಬೇಕಾಗಿಲ್ಲ" ಎಂದು ಆಶೀರ್ವದಿಸಿದ. ಅರ್ಜುನನ ಆನಂದ ಬಾಷ್ಪಗಳೇ ಟೋಲಿಮನ್ನನಿಗೆ ಕೃತಜ್ಞತೆಯನ್ನು ಸೂಚಿಸಿದವು. ಟೋಲಿಮನ್ನನು ಅರ್ಜುನನನ್ನು ಅಪ್ಪಿಕೊಂಡು ಒಪ್ಪಿಕೊಂಡ.

ಅರ್ಜುನ ಕುಮಾರನಿಗೆ ಟೋಲಿಮನ್ ಕೆಲಸ ಮಾಡುತ್ತಿದ್ದ ಅಮಡೋರ್ ದ್ರಾಕ್ಷಿತೋಟದಲ್ಲಿ ಕೆಲಸ, ಪಕ್ಕದಲ್ಲಿಯೇ ಇದ್ದ ಸಣ್ಣ ಕುಟೀರದಂತಹ

ಮನೆಯಲ್ಲಿ ವಾಸ, ತೋಟದಲ್ಲಿ ಕೆಲಸ ಮಾಡುವ ಸುಮಾರು ಮೆಹಿಕೊ ಯುವತಿಯರ ಸ್ನೇಹ ಸಾನ್ನಿಧ್ಯ.

ಅರ್ಜುನನು ದೂರವಾಣಿಯಲ್ಲಿ ಪಾಂಡವ ಸೋದರರಿಗೆ ಎಲ್ಲವನ್ನೂ ತಿಳಿಸಿ, ಎಲ್ಲರನ್ನೂ ಹೊಟ್ಟೆ ಉರಿಸಿದ. ಕೊನೆಯಲ್ಲಿ "ಸ್ವಲ್ಪ ಸಮಯ ಕೊಡಿ, ತರಕಾರಿಯವನ ಜೊತೆ ಮಾತನಾಡಿ, ನಿಮ್ಮನ್ನೆಲ್ಲಾ ಇಲ್ಲಿಗೇ ನೇರವಾಗಿ ಕರೆದುಕೊಂಡು ಬಿಡೋ ಹಾಗೆ ಮಾಡ್ತೀನಿ" ಎಂದು ಆಶ್ವಾಸನೆ ನೀಡಿದ. ಪ್ರದೀಪನು "ಅರ್ಜುನಾ, ನಿಧಾನ. ಸಾವಕಾಶ. ನಮಗೋಸ್ಕರ ನಿನ್ನ ಕೆಲಸಾನ ಕೆಡಿಸಿಕೊಳ್ಳಬೇಡ" ಎಂದು ಎಚ್ಚರಿಕೆ ನೀಡಿದ.

ಅರ್ಜುನ ಸಫಲವಾಗಿ ಗಡಿ ದಾಟಿದ್ದರಿಂದ ಸ್ನೇಹಿತರಿಗೆಲ್ಲಾ ರೋಮಾಂಚನವಾಗಿತ್ತು. ಪಾಂಡವರು ವಾಸ್ತವವಾಗಿ ಮೆಹಿಕೋ ದೇಶದಲ್ಲಿದ್ದರೂ ಕಲ್ಪನಾಲೋಕದಲ್ಲಿ ಅಮೇರಿಕಾದಲ್ಲಿದ್ದರು.

ಅಮಡೋರ್ ತೋಟದಲ್ಲಿ ಕೆಲಸ ಕಷ್ಟವಾಗಿದ್ದರೂ, ಅಸಾಧ್ಯವಾಗಿರಲಿಲ್ಲ. ಎರಡು ದಿನಗಳ ತರುವಾಯ ಇದ್ದಕ್ಕಿದ್ದ ಹಾಗೆ ಚಾಲಕ ವೆರಕ್ರೂಝನ ದರ್ಶನವಾಯಿತು. ಅರ್ಜುನನು ಪ್ರೀತಿ, ವಿಶ್ವಾಸದಿಂದ ಮಾತನಾಡಿಸಿ, ಗೆಳೆತನವನ್ನು ಬೆಳೆಸಿಕೊಳ್ಳಲು ಪ್ರಯತ್ನಿಸುವ ಸಲುವಾಗಿ ಅವನಿಗೆ ನೂರು ಡಾಲರ್ ಕಾಣಿಕೆಯನ್ನು ಕೊಟ್ಟ. ವೆರಾಕ್ರೂಝನಿಗೆ ಬಹಳ ಬಹಳ ಆನಂದವಾಯಿತು. ಅರ್ಜುನನು ಅವನೊಡನೆ ತನ್ನ ಕಷ್ಟ-ಸುಖಗಳನ್ನು ಹೇಳಿಕೊಳ್ಳುತ್ತಾ ಪಾಂಡವ ಸೋದರರ ಬಗ್ಗೆ ತಿಳಿಸಿ, ಗಡಿ ದಾಟಿಸಲು ಸಹಾಯ ಕೋರಿದ.

ವೆರಾಕ್ರೂಝನು "ಮಿತ್ರ, ಎರಡು ವಾರ ನಾನು ಊರಿನಲ್ಲಿ ಇರಲ್ಲಾ. ಮೆಹಿಕೋ ನಗರಕ್ಕೆ ಹೋಗಬೇಕು. ಬಂದ ಮೇಲೆ ಯೋಜನೆ ಹಾಕೋಣ" ಎಂದು ಭರವಸೆಯನ್ನಿತ್ತ. ಅರ್ಜುನನು ಇನ್ನು ಕೆಲಸ ಆದ ಹಾಗೇ ಎಂದುಕೊಂಡು ಮಿತ್ರರಿಗೆ ದೂರವಾಣಿಯಲ್ಲಿ ಕರೆದು "ಮೆಹಿಕೊದಲ್ಲಿ ನಿಮ್ಮ ಕೊನೆಯ ದಿನಗಳನ್ನು ಆನಂದಿಸಿ. ಇನ್ನು ಎರಡು ವಾರದಲ್ಲಿ ನಮ್ಮ ವೇರಾಕ್ರೂಝ್ ನಿಮ್ಮನ್ನೆಲ್ಲಾ ಕ್ಯಾಲಿಫೋರ್ನಿಯಾಗೆ ಕರೆದುಕೊಂಡು ಬರ್ತಾನೆ" ಎಂದು ಘಂಟಾಘೋಷವಾಗಿ ತಿಳಿಸಿದ.

ಪಾಂಡವರ ಪಾಲಿಗೆ ಅರ್ಜುನ ಸಿಂಹ ನಿಜವಾಗಿಯೂ ಅರ್ಜುನನೂ ಆಗಿದ್ದ ಸಿಂಹವೂ ಆಗಿದ್ದ. ಟೋಲಿಮನ್ನನ ಕಿಂಕರನಾಗಿ ಕೆಲಸವನ್ನಾರಂಭಿಸಿದ ಮೇಲೆ, ಅರ್ಜುನ ಬಹಳ ಜವಾಬ್ದಾರಿಯಿಂದ ಕಾರ್ಯ ನಿರ್ವಹಿಸುತ್ತಾ, ಅವನ ಕುಟುಂಬದ ಕನ್ಯೆಯರಾದ ಸೊಲೋಲಾ ಮತ್ತು ಅರ್ಚಿಯರನ್ನು ಗೌರವದಿಂದ ಕಾಣುತ್ತಾ, ತನ್ನ ಮಿತಿಯೊಳಗೆ ಇರುತ್ತಿದ್ದ. ಅದಕ್ಕೆ ಇನ್ನೊಂದು ಕಾರಣವೂ ಇತ್ತು. ಇನ್ನೊಂದು ಮೆಹಿಕೊ ಸುಂದರಿ, ಸರಿತಾ. ಭಾರತೀಯ ಹೆಸರಿನಿಂದಲೇ ಆಕರ್ಷಿತನಾದ ಅರ್ಜುನನು, ಸರಿತಾಳನ್ನು ತನ್ನ ವಠಾರದಲ್ಲಿಯೇ ಕಂಡು ಹಿಡಿದಿದ್ದ. ಗಂಡನನ್ನು ಬಿಟ್ಟಿದ್ದ ಸರಿತಾಳು ಹೊಸ ಪ್ರಿಯತಮನಿಗಾಗಿ ಕಾಯುತ್ತಿದ್ದಳು. ಕಟ್ಟುಮಸ್ತಾಗಿದ್ದ ಅರ್ಜುನನ್ನು ಕಂಡು ಸಹಜವಾಗಿ ಮೋಹಗೊಂಡು ತಾನಾಗಿಯೇ ಬಂದು ಸ್ನೇಹವನ್ನು ಬೆಳೆಸಿಕೊಂಡಳು. ಸರಿತಾ ರೂಪದಲ್ಲಿ ಸಾಧಾರಣವಾಗಿದ್ದರೂ ಶಾರೀರಿಕವಾಗಿ ಸುಂದರಿಯಾಗಿದ್ದಳು. ಅರ್ಜುನ–ಸರಿತಾರ ಜೋಡಿ ಹೇಳಿ ಮಾಡಿಸಿದಂತಿತ್ತು. ಅಂತೂ ಇಬ್ಬರೂ ಬೆರೆತರು. ಸರಿತಾ ಅರ್ಜುನನಿಗೆ ಊಟ ಮಾಡಿಕ್ಕುವ ಮಡದಿಯಾದಳು. ಬಂದ ಒಂದು ವಾರದಲ್ಲಿಯೇ ಅರ್ಜುನ ಅಮೇರಿಕಾದಲ್ಲಿ ಗೃಹಸ್ಥನಾದ.

ಸರಿತಾಳ ವಿಷಯವನ್ನು ತನ್ನ ಪಾಂಡವ ಸೋದರಿಗೆಲ್ಲಾ ತಿಳಿಸಿದಾಗ ಎಲ್ಲರೂ ಹೃದಯಪೂರ್ವಕವಾಗಿ ಅಭಿನಂದಿಸಿದರು. ವಿಜಯನು "ಅರ್ಜುನಾ, ಅಂತೂ ಮತ್ಸ್ಯ ಯಂತ್ರವನ್ನು ಭೇದಿಸಿದೆ. ದ್ರೌಪದಿಯನ್ನು ಜಯಿಸಿದೆ. ತಾಯಿ ಕುಂತೀದೇವಿಗೆ ಯಾವಾಗ ಕರಕೊಂಡು ಬಂದು ತೋರಿಸ್ತೀಯಾ?" ಎಂದು ಗೇಲಿ ಮಾಡಿದಾಗ, ಅರ್ಜುನನಿಗೆ ಗೂಢಾರ್ಥ ಹೊಳೆಯಲಿಲ್ಲ. ವಿಜಯನ ಮನೋಗತವನ್ನು ಅರಿತ ಸೆಲ್ವಮ್–ಪ್ರದೀಪರು ಹಿನ್ನೆಲೆಯಲ್ಲಿ ಕಿಸಿಕಿಸಿ ನಕ್ಕರು. ವಿಜಯನು ಕೊನೆಯಲ್ಲಿ "ಮತ್ತೊಮ್ಮೆ ಅಭಿನಂದನೆ, ಶುಭಾಶಯ" ಎಂದು ಹೇಳುತ್ತಾ ಮಾತುಮುಗಿಸಿದ.

ನವೋದಯ ನಿರೀಕ್ಷಣೆಯಲ್ಲಿ ಪಾಂಡವರು ನೊಗಾಲಿಸ್ ನಗರದಲ್ಲಿ ತಮ್ಮ ಕೊನೆಯ ದಿನಗಳನ್ನು ಖುಷಿಯಿಂದ ಕಳೆಯುತ್ತಿದ್ದರು. ಅರ್ಜುನನು ಗಡಿದಾಟಿದ ವಿಷಯವನ್ನು ತಿಳಿದು ಡೂಆನನು ಬಹಳ ಸಂತೋಷಪಟ್ಟು ಪ್ರದೀಪನಿಗೆ "ಪಂಡಿತ್ ಪ್ರದೀಪ್ ನೀನು ವಿಪರೀತ ಪುಸ್ತಕ ಓದ್ತೀಯಾ. ಬುದ್ಧಿ ಜಾಸ್ತಿ ಇರೋರಿಗೆ ಭಯಾ ಜಾಸ್ತಿ" ಎಂದು ಹಾಸ್ಯ ಮಾಡುತ್ತಾ "ಆಸಕ್ತಿಯೇ ಶಕ್ತಿ. ಅಮೇರಿಕಾಗೆ ಹೋಗಲೇಬೇಕು ಅನ್ನೋ ಆಸಕ್ತಿಯಿದ್ದರೆ ಸಾಕು. ಅದೇ ಕರೆದುಕೊಂಡು ಹೋಗುತ್ತೆ" ಎಂದು ಪ್ರೋತ್ಸಾಹಿಸಿದ.

ಪ್ರದೀಪನು ವಲಸೆ ಕುರಿತ ಪುಸ್ತಕಾವಲೋಕನದಿಂದ ಅಮೇರಿಕಾಗೆ ಅಕ್ರಮವಾಗಿ ಬರುವ ಭಾರತೀಯರು ಬಹುಮಟ್ಟಿಗೆ ದಕ್ಷಿಣ ಅಮೇರಿಕಾದ ಗಯಾನಾ ದೇಶದವರು ಎಂದೂ, ಗಡಿ ದಾಟುವಾಗ ಸಿಕ್ಕಿದ ಗಯಾನ ಭಾರತೀಯರನ್ನು ಮೆಹಿಕೋ ದೇಶದ ಗಡಿಗೆ ಮಾತ್ರ ಹಿಂತಿರಿಗಿಸುವರೆಂದೂ ತಿಳಿದುಕೊಂಡಿದ್ದ.

ಗಡಿ ದಾಟುವಾಗ ಅಕಸ್ಮಾತಾಗಿ ಅಮೇರಿಕಾ ಗಡಿರಕ್ಷಕರ ಕೈಗೆ ಸಿಕ್ಕಿದರೆ, ತಮ್ಮ ರಾಷ್ಟ್ರೀಯತೆ ಬಯಲಾದರೆ ತಮ್ಮನ್ನೆಲ್ಲಾ ಭಾರತಕ್ಕೆ ಗಡೀಪಾರು ಮಾಡಬಹುದೆಂಬ ಭಯದಿಂದ, ಮುಂಜಾಗ್ರತೆಯಾಗಿ ಪಾಂಡವರೆಲ್ಲರೂ ತಮ್ಮ ಭಾರತೀಯ ದೇಶಾನುಮತಿ ಪತ್ರಗಳನ್ನು ಅರ್ಜುನನಿಗೆ ಅಂಚೆಯ ಮೂಲಕ ಕಳುಹಿಸಿದರು.

ಇಂತಹ ಪರಿಸ್ಥಿತಿ ಬಂದರೆ "ನಾವೆಲ್ಲಾ ಗಯಾನಾ ದೇಶದವರು" ಎಂದು ಹೇಳುವಂತೆ ಪ್ರದೀಪನು ಎಲ್ಲರಿಗೂ ಹಿತವಚನ ನೀಡಿದ್ದ. ಎಲ್ಲರೂ ಸ್ವಲ್ಪ ಸ್ಪಾನಿಷ್ ಭಾಷೆಯನ್ನೂ ಕಲಿತರು.

ಇತ್ತ ಅರ್ಜುನನು ಶ್ರದ್ಧೆಯಿಂದ ಕೆಲಸ ಮಾಡುತ್ತಾ, ಸಹೋದ್ಯೋಗಿಗಳೊಡನೆ ಸ್ನೇಹಪರನಾಗಿ ವರ್ತಿಸುತ್ತಾ, ಅಕ್ರಮ ವಲಸೆಯ ಬಗ್ಗೆ ತಿಳಿದುಕೊಳ್ಳುತ್ತಿದ್ದ. ಅರ್ಜುನನು ಕೆಲಸ ಮಾಡುತ್ತಿದ್ದ ಕೃಷಿಕ್ಷೇತ್ರದಲ್ಲಿ ಕೂಲಿಯಾಳುಗಳೆಲ್ಲರೂ ಅಕ್ರಮ ನಿವಾಸಿಗಳು. ಅವರಾರಿಗೂ ಆಂಗ್ಲ ಭಾಷೆಯ ಗಂಧವೇ ಇರಲಿಲ್ಲ. ಅವರೊಡನೆ ಸಂಪರ್ಕದಿಂದ ಅರ್ಜುನನೂ ಸ್ವಲ್ಪ ಸ್ಪಾನಿಶ್ ಭಾಷೆಯನ್ನು ಕಲಿತುಕೊಂಡ. ಅರ್ಜುನನು ವಾಸಿಸುತ್ತಿದ್ದ ವಲಸೆಗೇರಿಗೆ ದಿನನಿತ್ಯವೂ ಹೊಸ ವಲಸಿಗರು ಬರುವುದು ಹೋಗುವುದು ಸಾಮಾನ್ಯವಾಗಿತ್ತು. ಬಡ ಮೆಹಿಕನ್ನರು ಒಂದು ಡಾಲರ್ ಕೂಡಾ ಖರ್ಚು ಮಾಡದೆ ಟೆಕ್ಸಾಸ್ ರಾಜ್ಯದ ಗಡಿಯಲ್ಲಿ ರಿಯೋ ಗ್ರಾಂಡೆ ಮಹಾನದಿಯನ್ನು ದಾಟಿ ಅಮೇರಿಕಾಗೆ ಬರುತ್ತಾರೆಂಬ ವಿಷಯವನ್ನು ಸರಿತಾಳೇ ವಿವರಿಸಿದಳು. ಹಾಗೆಯೇ ಟೆಕ್ಸಾಸಿನ ವಾರೆಜ್ಞ್ ನಗರದಿಂದ ವಾಹನಗಳಲ್ಲಿ ಅವಿತುಕೊಂಡು ನೂರಾರು ಬಡ ಮೆಹಿಕನ್ನರು ಅಮೇರಿಕಾಗೆ ಅಕ್ರಮವಾಗಿ ಬರುತ್ತಾರೆಂದು ತಿಳಿಸಿ, ತಾನೂ ಹಾಗೆಯೇ ಬಂದಿದ್ದೆಂದು ಹೇಳಿದಳು. ಇಂತಹ ಹತ್ತಾರು ಕಥೆಗಳನ್ನು ಕೇಳಿ, ಹಲವಾರು ಪಥಗಳಿವೆಯೆಂದು ಅರಿತು, ಅರ್ಜುನ ವಲಸೆ ಪರಿಣಿತಿ ಪಡೆಯುತ್ತಿದ್ದ.

ವೆರಾಕ್ರೂಜ್ಞನ ತರಕಾರಿ ಗಾಡಿಯಲ್ಲಿ ಅವಿತು ಗಡಿ ದಾಟುವ ಕನಸಿನಲ್ಲಿಯೇ ಪಾಂಡವರು ದಿನಗಳೆಣಿಸುತ್ತಾ ಅರ್ಜುನನ ಕರೆಗಾಗಿ ಕಾಯುತ್ತಿದ್ದರು. ರಜಾದ

ಮೇಲೆ ಊರಿಗೆ ಹೋಗಿದ್ದ ವೆರಾಕ್ರೂಜ಼ನು ಬರುವುದನ್ನೇ ಅರ್ಜುನನು ಕಾಯುತ್ತಿದ್ದನು.

ತಾನೊಂದು ಬಗೆದರೆ ದೈವ ಇನ್ನೊಂದು ಬಗೆಯುತ್ತದೆ.

ಮೆಹಿಕಾಲಿ ನಗರದಿಂದ ತರಕಾರಿಗಳನ್ನು ತುಂಬಿಕೊಂಡು ಅಮೇರಿಕಾಗೆ ಬರುತ್ತಿದ್ದ ತರಕಾರಿ ಸರಕು ವಾಹನವೊಂದು ಘೋರವಾದ ಅಫಘಾತಕ್ಕೀಡಾಯಿತು. ಆ ವಾಹನದ ಚಾಲಕನು ತರಕಾರಿಗಳ ಮಧ್ಯೆ ಹನ್ನೆರಡು ಜನ ವಲಸಿಗರನ್ನೂ ಅಕ್ರಮವಾಗಿ ಬಚ್ಚಿಟ್ಟು ರವಾನಿಸುತ್ತಿದ್ದ. ವಾಹನ ಕಡಿದಾದ ಹಳ್ಳದಲ್ಲಿ ಉರುಳಿ, ಒಳಗೆ ಅವಿತುಕೊಂಡಿದ್ದ ವಲಸಿಗ ರೆಲ್ಲರೂ ತರಕಾರಿಗಳೊಂದಿಗೆ ಜಜ್ಜಿಬಿಜ್ಜಿಯಾಗಿ ಸತ್ತುಹೋಗಿದ್ದರು. ಈ ಅಪಘಾತದ ಸುದ್ದಿ ಮೆಹಿಕೋ ಮತ್ತು ಅಮೇರಿಕಾದ ಗಡಿ ನಗರಗಳಲ್ಲಿ ಕಾಡ್ಗಿಚ್ಚಿನಂತೆ ಹಬ್ಬಿತು. ಅಪಘಾತಕ್ಕೀಡಾದ ವಾಹನ ಅಮೇರಿಕಾದ ಬಹು ರಾಷ್ಟ್ರೀಯ ಸಂಸ್ಥೆಯದಾದ್ದರಿಂದ, ವಾಹನ ಚಾಲಕರಿಗೆಲ್ಲಾ ವಿಶೇಷ ಎಚ್ಚರಿಕೆಯನ್ನು ಪ್ರಕಟಿಸಿ, ಅಕ್ರಮವಾಗಿ ವಲಸೆಗಳನ್ನು ಸಾಗಿಸುವರಿಗೆ ಕಠಿಣ ಶಿಕ್ಷೆ ಮತ್ತು ದಂಡ ವಿಧಿಸಲಾಗುತ್ತದೆಯೆಂದು, ಅಮೇರಿಕಾ ಸರಕಾರ ಸುಗ್ರೀವಾಜ್ಞೆ ಹೊರಡಿಸಿತು. ಅಂದಿಂದ ತರಕಾರಿ ವಾಹನಗಳಲ್ಲಿ ಅವಿತು ಕೊಂಡಿರುವವರನ್ನು ಪತ್ತೆ ಮಾಡಲು ವಿಶೇಷ ಶ್ವಾನದಳವನ್ನು ಮತ್ತು ಅಂತರ ದರ್ಶಕಗಳನ್ನು ಬಳಸಲು ಗಡಿ ರಕ್ಷಣಾ ಪಡೆಯವರು ಆರಂಭಿಸಿದರು. ತರಕಾರಿ ವಾಹನದಲ್ಲಿ ಅಡಗಿಕೊಂಡು ಬರುವ ಯೋಜನೆ ದಿಢೀರನೆ ಅಸಾಧ್ಯವಾಗಿಹೋಯಿತು.

ಈ ಸುದ್ದಿ ಕೇಳಿ ಪಾಂಡವರೆಲ್ಲರೂ ಸ್ತಂಭೀಭೂತರಾದರು. ಮುಂದೇನು ಎಂಬ ಯೋಚನೆಯುಂದ ಮಂಕಾಗಿಹೋದರು.

ಅರ್ಜುನನು ಆ ದಿನ ಸಂಜೆ ದೂರವಾಣಿಯಲ್ಲಿ ಪಾಂಡವ ಸೋದರರೊಡನೆ ಮಾತಾನಾಡಿ, ಸಮಾಧಾನ ಹೇಳುತ್ತಾ "ಬೇರೆ ಮಾರ್ಗಗಳು ತುಂಬಾ ಇವೆ. ಸ್ವಲ್ಪ ಸಮಯ ಕೊಡಿ. ನಾನು ಯೋಜನೆ ಹಾಕ್ತೀನಿ" ಎಂದು ಧೈರ್ಯ ತುಂಬಿದ. ದಿನಾಲೂ ಖುಷಿಯಾಗಿ ಕುಪ್ಪಳಿಸುತ್ತಾ ಲವಲವಿಕೆಯಿಂದ ಇರುತ್ತಿದ್ದ ಪಾಂಡವರು ಇದ್ದಕ್ಕಿದ್ದಂತೆ ಮಂಕಾದುದನ್ನು ಗಮನಿಸಿದ ಡೂಆನನು ಕಾರಣ ವಿಚಾರಿಸಿದ. ಪಾಂಡವರು ವಿಷಯವನ್ನು ತಿಳಿಸಿದಾಗ...

ಡೂಆನನು "ಇಷ್ಟೇನೇ? ಅದಕ್ಕೆ ಯಾಕೆ ಹೆಂಡತಿ ಮಕ್ಕಳನ್ನ ಕಳೆದುಕೊಂಡವರಂತೆ ಅಳ್ತೀರಾ?" ಎಂದು ಹೇಳಿ, ದೆವ್ವದ ದಾರಿ ಎಂಬ ಪುಸ್ತಕವನ್ನು ಕೊಟ್ಟು "ಈ ಪುಸ್ತಕವನ್ನು ಓದಿ. ಲೂಯಿಸ್ ಮೆಂಡೆಝ್ ಎಂಬ ಹದಿಮೂರು ವರ್ಷದ ಹಸುಕಂದ ದಕ್ಷಿಣ ಅಮೇರಿಕಾದ ಬೊಲೀವಿಯಾ ದೇಶದಿಂದ ತಾಯಿಯನ್ನು ಹುಡುಕಿಕೊಂಡು ಕೆನಡಾ ದೇಶದ ವ್ಯಾಂಕೂವರ್ ನಗರಕ್ಕೆ ಯಾವ ದೇಶಾನುಮತಿ-ಪ್ರವೇಶಾನುಮತಿ ಇಲ್ಲದೆ, ಒಬ್ಬೊಂಟಿಗನಾಗಿ ಹತ್ತು ಸಾವಿರ ಕಿಲೋಮೀಟರ್ ಪ್ರಯಾಣ ಮಾಡಿ, ಗುರಿ ತಲುಪಿದ್ದಾನೆ. ಅವನು ಪಟ್ಟಿರುವ ಕಷ್ಟದ ಶೇಕಡಾ ಒಂದರಷ್ಟೂ ನೀವು ಪಟ್ಟಿಲ್ಲ. ಗಂಡಸರಾಗಿ ಹುಟ್ಟಿದ್ದೀರಾ, ಹೆಂಗಸರ ಹಾಗೆ ಹೆದರಿ ಸಾಯಬೇಡಿ" ಎಂದು ದೊಡ್ಡ ಉಪನ್ಯಾಸವನ್ನೇ ಕೊಟ್ಟ.

ಉತ್ಪ್ರೇಕ್ಷೆಯಾಗಿದ್ದರೂ ಡೂಆನನ ಮಾತುಗಳು, ಲೂಯಿಸ್ ಮೆಂಡೆಝ್ ಕಥೆ ಸ್ಫೂರ್ತಿದಾಯಕವಾಗಿದ್ದವು.

ಡೂಆನನ ಆದೇಶದ ಮೇರೆ ಅವನು ಕೊಟ್ಟ "ದೆವ್ವದ ದಾರಿ" ಪುಸ್ತಕವನ್ನು ಅಮೂಲಾಗ್ರವಾಗಿ ಓದಿದ ಮೇಲೆ, ಪ್ರದೀಪನು ಮಿತ್ರರಿಗೆಲ್ಲಾ ಲೂಯಿಸ್ ಮೆಂಡೆಝ್ ಪಟ್ಟ ಕಷ್ಟಗಳನ್ನು ವಿವರಿಸಿದಾಗ, ವಿಜಯನ್-ಸೆಲ್ವರು "ನಾವು ಇದಕ್ಕಿಂತ ಘೋರವಾದ ಕಷ್ಟಗಳನ್ನು ಅನುಭವಿಸಿದ್ದೀವೆ" ಎಂದೂ, ರಾಜಬೀರನು "ನಾವು ಅವನಿಗಿಂತ ಕಡಮೆಯೇನಿಲ್ಲ" ಎಂದೂ ಸಮರ್ಥಿಸಿಕೊಂಡರು.

ಅರಿಝೋನಾ ರಾಜ್ಯದ ಪಶ್ಚಿಮ ಗಡಿಯಲ್ಲಿರುವ "ದೆವ್ವದ ದಾರಿ" ಯಾರೂ ಸುಳಿಯದ ಕಾಡು ಮೂಲೆಯಲ್ಲಿರುವ ಜಾಡಿಲ್ಲದ ದಾರಿ. ಸವಾರೋ ಕತ್ತಾಳಿಗಳು, ಕರಿಕಲ್ಲು ಬಂಡೆಗಳು, ಕಡಿದಾದ ಹಳ್ಳ-ಕೊಳ್ಳಗಳು, ದೆವ್ವದ ದಾರಿಯ ಪ್ರಾಕೃತಿಕ ಬೇಲಿಗಳಾಗಿವೆ. ವಿಷಪೂರಿತ ಬುಡುಬುಡಿಕೆ ಹಾವುಗಳು, ಕುಟುಕಿ ನರಕವೇದನೆಯನ್ನುಂಟುಮಾಡುವ ಚೇಳುಗಳು, ಭಯಹುಟ್ಟಿಸುವ ಕರಡಿಗಳು, ದೆವ್ವದ ದಾರಿಯ ನೈಸರ್ಗಿಕ ಗಡಿ ರಕ್ಷಕರಾಗಿದ್ದಾರೆ. ಅಮೇರಿಕಾ ಸರಕಾರದ ಗಡಿ ರಕ್ಷಕರೇ ಅಲ್ಲಾ, ವಲಸೆದಾರರೂ, ಮೆಹಿಕೊ ದೇಶದ ದರೋಡೆಗಾರರೂ ಈ ದಾರಿಯಲ್ಲಿ ಕಾಲಿಡುವುದಿಲ್ಲ.

ದೆವ್ವದ ದಾರಿ ಪುಸ್ತಕದ ನಾಯಕ ಲೂಯಿಸ್ ಮೆಂಡೋಝ್ ಈ ದಾರಿಯನ್ನು ಹುಡುಕಿಕೊಂಡು ಬರಲಿಲ್ಲ. ಅವನು ದಾರಿತಪ್ಪಿ ಬೆಟ್ಟಗುಡ್ಡಗಳಲ್ಲಿ ಅಲೆದಾಡಿ,

ಅದೃಷ್ಟವಶಾತ್ ಕೊನೆಗೆ ಅಮೇರಿಕಾ ದೇಶವನ್ನು ತಲುಪಿದ ತಪ್ಪುಹಾದಿಯೇ "ದೆವ್ವದ ದಾರಿ" ಎಂದು ಹೆಸರಾಗಿದೆ.

ತರುವಾಯ ಪ್ರದೀಪನು ಡೂಆನನಿಗೆ "ದೆವ್ವದ ದಾರಿ"ಯ ಬಗ್ಗೆ ಮಾತನಾಡುತ್ತಾ "ಡೂಆನ್, ನಾವು ಲೂಯಿಸ್ ಮೆಂಡೋಝ್‌ನಂತಹ ಹಸುಳೆಯರಲ್ಲ, ವಯಸ್ಕರು. ಪಡಬಾರದ ಕಷ್ಟಾ ಪಡೋಕೆ ನಮಗೆ ಇಷ್ಟಾನೂ ಇಲ್ಲಾ, ಅವಶ್ಯಕತೇನೂ ಇಲ್ಲಾ. ದುಡ್ಡು ಬಿಸಾಕ್ತೀವಿ, ವಲಸೆದಾರರನ್ನ ಬಾಡಿಗೆಗೆ ಇಟ್ಟುಕೊಂಡು ಹೋಗ್ತೀವಿ" ಎಂದು ರಾಜಾರೋಷದಿಂದ ಹೇಳಿದಾಗ..

ಡೂಆನನು ನಗುತ್ತಲೇ "ಸಂತೋಷಾ ಸಂತೋಷಾ ಪ್ರದೀಪ್. ಆ ಪುಸ್ತಕ ಓದಿದಮೇಲೆ ಹೀಗೆ ಮಾತಾಡ್ತಾಯಿದ್ದೀಯಾ" ಎಂದಾಗ, ಪ್ರದೀಪನು "ನಿಜಾ ನಿಜಾ. ಇದು ಲೂಯಿಸ್ ಮೆಂಡೆಝ್ ಪ್ರಭಾವ" ಎಂದು ಒಪ್ಪಿಕೊಂಡ.

ಗಡಿ ದಾಟಲು ಹೊಸ ಮಾರ್ಗೋಪಾಯವನ್ನು ಹುಡುಕುವುದು ಅನಿವಾರ್ಯವಾಯಿತು. ಅನ್ವೇಷಣೆ ಪುನರಾಂಭವಾಯಿತು. ವಲಸೆದಾರರು ವಲಸಿಗರಿಗೆ ಹೊಂಚುಹಾಕುವ ನೊಗಾಲಿಸ್ ನಗರದ ಒಬ್ರೆಗಾನ್ ಬೀದಿಯಲ್ಲಿ ಪಾಂಡವರು ಅಲೆದಾಡುತ್ತಾ ವಲಸೆದಾರರ ಕರೆಯನ್ನು ನಿರೀಕ್ಷಿಸುತ್ತಿರುವಾಗ, ಹಲವೇ ನಿಮಿಷಗಳಲ್ಲಿ "ಕಾಸ್ಟಿಲೋ" ವಲಸೆದಾರನೊಬ್ಬ ಹತ್ತಿರಬಂದು ಮಾತನಾಡಿಸಿದ. ಪರಸ್ಪರ ಪರಿಚಯವಾದ ನಂತರ ಗಡಿ ದಾಟಿಸುವ ವ್ಯವಹಾರ ಆರಂಭವಾಯಿತು.

ಕಾಸ್ಟಿಲೋ ಅಮೇರಿಕಾದ ಇಟಾಲಿಯನ್ ಜನಾಂಗದವನು. ಜಗತ್ತಿನ ಕುಪ್ರಸಿದ್ಧ ಮಾಫಿಯಾ ಗುಂಪಿಗೆ ಸೇರಿದವನು. ಇಂಹವರೊಡನೆ ವ್ಯವಹಾರ ಮಾಡುವುದು ಸರ್ಪದೊಡನೆ ಸರಸವಾಡುವಂತೆ.

ಕಾಸ್ಟಿಲೊ ಒಂದೇ ಮಾತಿನಲ್ಲಿ "ಎರಡು ಸಾವಿರ ಡಾಲರ್. ನೇರವಾಗಿ ಸ್ಯಾನ್ ಡಿಯಾಗೋ ನಗರದಲ್ಲಿ ಬಿಡ್ತೀವಿ. ಅರ್ಧ ಕಿಲೋಮೀಟರ್ ನಡೆಯಬೇಕು. ಅಷ್ಟೇ" ಎಂದು ಹೇಳಿದಾಗ, ಪ್ರದೀಪನ ಹೊರತು ಇತರೆ ಪಾಂಡವರೆಲ್ಲರೂ "ಬಹಳ ದುಬಾರಿ" ಎಂದು ಬಿಟ್ಟರು.

"ಆಯಿತು. ಕಳಚಿ" ಎಂದು ಕೋಪದಿಂದ ಕಾಸ್ಟಿಲೋ ಬೀಳ್ಕೊಂಡು ಪಕ್ಕದ ಪಾನಗೃಹ ಪ್ರವೇಶಿಸಿದ.

ಹೇಗೆ ಎಂಬುದನ್ನು ಕೇಳುವ ಮೊದಲೇ ಅವನನ್ನು ಓಡಿಸಿದರಲ್ಲಾ ಎಂದು ಪ್ರದೀಪನಿಗೆ ಪಾಂಡವ ಸೋದರ ಮೇಲೆ ಸ್ವಲ್ಪ ಸಿಟ್ಟು ಬಂದಿತು. ಕೋಪವನ್ನು ತೋರ್ಪಡಿಸಿಕೊಳ್ಳದೆ "ಸ್ವಲ್ಪ ಸುಮ್ಮನೆ ಇರ್ರಪ್ಪಾ. ಹೇಗೆ, ಏನು, ಎತ್ತಾ, ಅಂತ ತಿಳಿದುಕೊಂಡು ಆಮೇಲೆ ಬೇಕು ಬೇಡಾ ಅನ್ನೋಣಾ" ಎಂದು ಮಿತ್ರರಿಗೆ ತಾಳ್ಮೆ ಬೋಧಿಸಿದ.

ತರುವಾಯ ಸ್ವಲ್ಪ ಸಮಯದ ನಂತರ ಪ್ರದೀಪನೊಬ್ಬನೇ ಮೆಲ್ಲಗೆ ಪಾನಗೃಹವನ್ನು ಪ್ರವೇಶಿಸಿ, ಏಕಾಂಗಿಯಾಗಿ ವಿಸ್ಕಿ ಹೀರುತ್ತಿದ್ದ ಕಾಸ್ಟಿಲೋನ ಹತ್ತಿರ ಬಂದು ಮಾತನಾಡಿಸಿದ. ಪ್ರದೀಪನ ವಿನಯತನದಿಂದ ಪ್ರಸನ್ನನಾದ ಕಾಸ್ಟಿಲೋ ಆಹ್ವಾನಿಸುತ್ತಾ ಸುರಪಾನ ತರುವಂತೆ ಪರಿಚಾರಿಕೆಗೆ ಅಪ್ಪಣೆ ಮಾಡಿದ.

ಮುಚ್ಚುಮರೆಯಿಲ್ಲದೆ ಪ್ರದೀಪನು "ನನ್ನ ಗೆಳೆಯರಿಗೆ ಇಷ್ಟವಿಲ್ಲ. ಆದರೆ ನಾನು ಎರಡು ಸಾವಿರ ಅಮೇರಿಕನ್ ಡಾಲರ್ ಕೊಡಬಲ್ಲೆ" ಎಂದು ಪೀಠಿಕೆ ಹಾಕಿದ.

ಕಾಸ್ಟಿಲೋನು "ಸರಿ ಒಳ್ಳೇದು. ನನ್ನ ಯೋಜನೆ ಹೀಗಿದೆ. ನಿಮ್ಮನ್ನ ಟಿಹುವಾನಾಗೆ ಕರೆದುಕೊಂಡು ಹೋಗ್ತೀನಿ. ಅಲ್ಲಿಂದ ಸುರಂಗ ಮಾರ್ಗದಲ್ಲಿ ಗಡಿ ದಾಟಿಸ್ತೀನಿ" ಎಂದು ತಿಳಿಸಿದ.

ಪ್ರದೀಪನಿಗೆ ಸುರಂಗ ಎಂಬ ಶಬ್ದಕೇಳಿ ಹೇಗಿರುತ್ತೋ ಏನೋ ಎಂಬ ಶಂಕೆ ಆವರಿಸಿತು. "ಸುರಂಗಾ ಎಂದರೆ?" ಎಂದು ಅಮಾಯಕತನವನ್ನು ಪ್ರದರ್ಶಿಸಿದ.

ಕಾಸ್ಟಿಲೋನು "ಎಂಬತ್ತು ಅಡಿ ಭೂಮಿಯೊಳಗೆ ಅಮೇರಿಕಾ ಗಡಿ ಬೇಲಿಯ ತಳದಲ್ಲಿ ಒಂದು ಕಿಲೋಮೀಟರ್ ಉದ್ದ, ಎಂಟು ಅಡಿ ಎತ್ತರ, ನಾಲ್ಕು ಅಡಿ ಅಗಲವಾದ ಸುರಂಗ. ಗಾಳಿ ಬೆಳಕು ಎಲ್ಲಾ ಇದೆ" ಎಂದು ವರ್ಣಿಸಿ, ಪ್ರದೀಪನನ್ನು ಮತ್ತಷ್ಟು ಉತ್ತೇಜಿಸಲು "ಟಿಹುವಾನಾದಲ್ಲಿ ಇರುವ ಸುರಂಗ ಮಾರ್ಗಗಳಲ್ಲಿ ನಮ್ಮದೇ ಬಹಳ ಅನುಕೂಲವಾಗಿರೋದು. ಸುರಂಗದಿಂದ ಹೊರಗೆ ಬಂದ ತಕ್ಷಣ ಸ್ಯಾನ್ ಡಿಯಾಗೋ ನಗರಕ್ಕೆ ಐದೇ ನಿಮಿಷದಲ್ಲಿ ನಿಮ್ಮನ್ನ ಕಳುಹಿಸ್ತೀವಿ. ಪಾಕಿಸ್ತಾನದವರಿಗೆ ನಮ್ಮ ಸುರಂಗ ಮಾರ್ಗ ಬಹಳ ಪ್ರಿಯವಾಗಿದೆ. ನೂರಾರು ಜನರನ್ನ ಅಮೇರಿಕಾಗೆ ಸಾಗಿಸಿದ್ದೀವಿ" ಎಂದು ಅಂಕಿ-ಸಂಖ್ಯೆ ಸಮೇತ ವಿವರಿಸಿದ.

"ದುಡ್ಡು ಯಾವಾಗ ಕೊಡಬೇಕು?"

"ಅರ್ಧ ಮುಂಗಡ, ಉಳಿದರ್ಧ ದಾಟಿದ ಮೇಲೆ" ಎಂದು ಕಾಸ್ಟಿಲೋ ಹೇಳಿದ.

"ಯಾವತ್ತು ಗಡಿ ದಾಟಿಸ್ತೀರ?"

"ದುಡ್ಡು ಸಿದ್ಧವಾಗಿದ್ದರೆ, ನಾಳೇನೇ ಟಿಹುವಾನಾಗೆ ಹೊರಡೋಣಾ. ನಾಳಿದ್ದೇ ಗಡಿ ದಾಟಿಸ್ತೀನಿ" ಎಂದು ದೃಢವಾಗಿ ಹೇಳಿದ.

ಪ್ರದೀಪನು ಕಾಸ್ಟಿಲೋನ ಯೋಜನೆಯನ್ನು ನಿಜವೆಂದು ನಂಬಿದ. ಅಲ್ಲದೆ ಇದೇ ಸುಲಭ ಮತ್ತು ಸುರಕ್ಷಿತವಾದ ದಾರಿಯೆಂದೂ ಅವನಿಗೆ ಖಚಿತವಾಯಿತು. ಕೊನೆಯಲ್ಲಿ ಪ್ರದೀಪನು "ನಾನು ಭಾರತದಿಂದ ಹಣವನ್ನು ತರಿಸಿಕೊಳ್ಳಬೇಕು. ಹಣ ಬಂದ ನಂತರ ಹೋಗೋಣಾ" ಎಂದು "ಮತ್ತೆ ನಿಮ್ಮನ್ನು ಎಲ್ಲಿ ಕಾಣಬಹುದು?" ಎಂದು ಕೇಳಿದಾಗ,

ಕಾಸ್ಟಿಲೋನು ತನ್ನ ಪರಿಚಯ ಪತ್ರ ಕೊಟ್ಟು "ಈ ಅಂಕಿಗೆ ಕರೆದು, ನನಗೆ ಸಂದೇಶ ಬಿಡಿ. ನಾನು ನೀವು ಹೇಳಿದ ಜಾಗಕ್ಕೆ ಬಂದು ಭೇಟಿಯಾಗ್ತೀನಿ" ಎಂದು ತಿಳಿಸಿದ. ವ್ಯವಹಾರ ಮುಗಿದಿತ್ತು.

ಹೊರಡುವಾಗ ಪ್ರದೀಪನು "ಪಾನೋಪಚಾರ ನನ್ನದು" ಎಂದು ಪಾನದ ಖರ್ಚನ್ನು ತಾನೇ ಕೊಟ್ಟಾಗ, ಕಾಸ್ಟಿಲೋನು ತುಂಬಾ ಸಂತೋಷಪತ್ತು "ಮಿತ್ರ ಮಹೋದಯ, ನಿನ್ನ ಹತ್ತಿರ ವ್ಯವಹಾರ ಮಾಡೋದು ಬಹಳ ಸಂತೋಷಾ" ಎಂದು ಹೊಗಳುತ್ತಾ "ತರುವಾಯ ನೋಡೋಣಾ" ಎಂದು ಬೀಳ್ಕೊಂಡ.

ಚತುರತೆಯಿಂದ ಪ್ರದೀಪನು ಸುರಂಗ ರಹಸ್ಯವನ್ನು ಅಮೂಲಾಗ್ರವಾಗಿ ಭೇದಿಸಿದ್ದ. ಹಣ ಜಾಸ್ತಿಯಾದರೂ ಸುರಂಗ ಮೂಲಕ ಅಮೇರಿಕಾವನ್ನು ಪ್ರವೇಶಿಸುವುದು ಪ್ರದೀಪನಿಗೆ ಸುಗಮವಾದ ಮಾರ್ಗವೆನಿಸಿತು. ಆದರೆ ಇತರೆ ಪಾಂಡವ ಮಿತ್ರರಿಗೆ ಎರಡು ಸಾವಿರ ಡಾಲರ್ ತೆರುವ ಇಷ್ಟವೂ ಇರಲಿಲ್ಲಾ, ಅಷ್ಟು ಹಣವೂ ಇರಲಿಲ್ಲಾ. ಅರ್ಜುನನ ತರಕಾರಿ ಗಾಡಿ ಪ್ರಕರಣದ ನಂತರ ಕಾಸಿಲ್ಲದೆ ಅಮೇರಿಕಾಗೆ ಹೋಗುವ ಕನಸನ್ನು ಕಾಣುತ್ತಾ, ದುಡ್ಡು ಕೇಳುವ ವಲಸೆದಾರರಿಗೆ ಗೊಡ್ಡಾಗಿದ್ದರು. ಗೆಳೆಯರನ್ನೆಲ್ಲಾ ತೊರೆದು ತಾನೊಬ್ಬನೆ ಸುರಕ್ಷಿತವಾಗಿ ಸುರಂಗದಲ್ಲಿ ಗಡಿ ದಾಟುವುದು ಪ್ರದೀಪನ ಮನಸ್ಸಿಗೂ ಹಿತವೆನಿಸಲಿಲ್ಲ.

ಪ್ರದೀಪನು ಅರ್ಜುನನಿಗೆ ಸುರಂಗ ಮಾರ್ಗದ ವಿಷಯವನ್ನು ತಿಳಿಸಿದಾಗ, ಅವನು "ದುಡ್ಡು ದಂಡ" ಎಂದು ಹೇಳುತ್ತಾ "ಸ್ವಲ್ಪ ಸಮಯಾವಕಾಶ ಕೊಡಿ. ನೀವು ನಾಲ್ಕು ಜನರು ಒಂದೇ ಸಾರಿ ಇಲ್ಲಿಗೆ ಬರೋಕೆ ವ್ಯವಸ್ಥೆ ಮಾಡ್ತೀನಿ" ಎಂದು ಭರವಸೆಯಿತ್ತ.

ಅಲ್ಪ ವಿದ್ಯಾವಂತನಾಗಿದ್ದರೂ, ಸ್ವಲ್ಪ ದುಡುಕು ಬುದ್ಧಿಯವನಾದರೂ, ಸಾಹಸಪರತೆ, ಮತ್ತು ಚಾಣಕ್ಯತನದಲ್ಲಿ ಅರ್ಜುನನನ್ನು ಯಾರೂ ಮೀರಿಸುವಂತಿಲ್ಲ. ತನ್ನ ಪ್ರಿಯತಮೆ ಸರಿತಾಳ ನೆರವಿನಿಂದ ತನ್ನ ಪಾಂಡವ ಸೋದರನ್ನೆಲ್ಲಾ ಒಟ್ಟಾಗಿ ವಾಹನದಲ್ಲಿ ಬಚ್ಚಿಟ್ಟುಕೊಂಡು ಗಡಿ ದಾಟಿಸುವ ಯೋಜನೆಗೆ ಕಾರ್ಯಾಚರಣೆ ಆರಂಭಿಸಿದ. ಸರಿತಾಳು ಮೆಹಿಕೊ ದೇಶದ ಪ್ರಜೆ ಹಾಗೂ ಅಮೇರಿಕಾದ ನಿವಾಸಿಯಾಗಿದ್ದರಿಂದ ಗಡಿಯಿಂದ ಆಚೆ-ಈಚೆ ಹೋಗಿಬರುವುದು ಸಲೀಸಾಗಿತ್ತು. ತನ್ನ ನಾಲ್ಕು ಜನ ಮಿತ್ರರನ್ನು ನೊಗಾಲಿಸ್ ನಗರದಿಂದ ಕ್ಯಾಲಿಫ಼ೋರ್ನಿಯಾಗೆ ಕರೆತಂದರೆ ಒಂದು ಸಾವಿರ ಡಾಲರ್ ಕೊಡುವುದಾಗಿ ಹೇಳಿ ಸರಿತಾಳಿಗೆ ಗಡಿ ದಾಟಿಸುವ ಕಾರ್ಯಾಚರಣೆಯನ್ನು ಮಂಡಿಸಿದ.

ಸರಿತಾಳಿಗೆ ಹಲವಾರು ಜನ ವಲಸೆದಾರರು ಮಿತ್ರರೂ ಆಗಿದ್ದರು, ಪ್ರಿಯತಮರೂ ಆಗಿದ್ದರು. ಗಡಿನಾಡಿನಲ್ಲಿ ನಡೆಯುವ ಅಕ್ರಮ ವಹಿವಾಟುಗಳನ್ನು ಅರಿತವಳಾಗಿದ್ದಳು. ಸರಸಗಾತಿಯಾಗಿ ಸುಲಭವಾಗಿ ಜೀವನವನ್ನು ನಡೆಸುತ್ತಿದ್ದ ಸರಿತಾಳಿಗೆ ಪ್ರದೀಪನು ವೈದ್ಯ ಪಂಡಿತನೆಂದು ಅರ್ಜುನನು ತಿಳಿಸಿದಾಗ, ಅವಳ ಮನಸ್ಸು ಆಗಲೇ ಮತ್ತೊಂದು ಲೆಕ್ಕಾಚಾರ ಹಾಕಿದ್ದಳು. ಲಲ್ಲೆಮಾತುಗಳಿಂದ ಯುವಕರ ಮನಸ್ಸನ್ನು ಕೊಳ್ಳೆಹೊಡೆಯುವ ಈ ಕಾಂತಾಮಣಿಯ ಕಣ್ಣು ಪ್ರದೀಪನತ್ತ ಹೊರಳಿತ್ತು. ಅರ್ಜುನನಿಗೆ ಇದಾವುದೂ ಅರಿವಾಗಲಿಲ್ಲ ಅಥವ ಊಹಿಸಲೂ ಇಲ್ಲ.

ತಾನೇ ಖುದ್ದಾಗಿ ನೊಗಾಲಿಸ್ ನಗರಕ್ಕೆ ಹೋಗಿ, ಪಾಂಡವರನ್ನು ಅಲ್ಲಿಂದ ವಾರೆಜ಼್ ನಗರಕ್ಕೆ ಕರೆದುಕೊಂಡು ಹೋಗಿ, ತರುವಾಯ ವಲಸೆದಾರರ ವಾಹನದಲ್ಲಿ ವಲಸಿಗ ರನ್ನು ಹತ್ತಿಸಿ, ಗಡಿ ದಾಟಿದ ನಂತರ, ಎಲ್ ಪಾಸೋ ನಗರದಿಂದ ಪಾಂಡವರನ್ನೆಲ್ಲಾ ತನ್ನ ಸ್ವಂತ ಕಾರಿನಲ್ಲಿಯೇ ಕಾರ್ಲ್ಸ್ ಬಾಡ್ ನಗರಕ್ಕೆ ಕರೆತರುವೆನೆಂದು ಸರಿತಾ ಒಪ್ಪಿಕೊಂಡಳು.

ಸರಿತಾಳ ಬೆಂಗಾವಲಿನಲ್ಲಿ ಸುಂದರಾಂಗಿಯ ಸಾನ್ನಿಧ್ಯದಲ್ಲಿ ಅಮೇರಿಕಾ ಗಡಿ ದಾಟುವ ಯೋಜನೆಯನ್ನು ಅರ್ಜುನನಿಂದ ದೂರವಾಣಿಯಲ್ಲಿ ಕೇಳಿ ನೊಗಾಲಿಸ್‌ನಲ್ಲಿದ್ದ ಪಾಂಡವರು ಕುಣಿದಾಡಿದರು. ಕೇವಲ ಒಂದು ಸಾವಿರ ಡಾಲರುಗಳಿಗೆ ನಾಲ್ಕು ಜನರನ್ನು ರವಾನೆ ಹಾಕುವುದನ್ನು ಉಲ್ಲೇಖಿಸುತ್ತಾ ವಿಜಯನು ಪ್ರದೀಪನಿಗೆ...

"ವೈದ್ಯ ಪಂಡಿತರೇ, ನಿಮ್ಮಂತಹವರು ಒಬ್ಬರು ಸುರಂಗದಲ್ಲಿ ಗಡಿ ದಾಟೋ ದುಡ್ಡಿನಲ್ಲಿ ನಮ್ಮಂಥವರು ಎಂಟು ಮಂದೀನಾ ಗಾಡಿಯಲ್ಲಿ ಗಡಿ ದಾಟಬಹುದು. ಆ ಸುಡುಗಾಡು ಇಟಾಲಿಯನ್ ಮಾಫಿಯಾದವರಿಗೆ ಯಾಕೆ ದುಡ್ಡು ಕೊಡ್ತೀರಾ, ನಮ್ಮಂತಹ ಇಂಡಿಯನ್ ಬಡಪಾಯಿಗಳಿಗೆ ಖರ್ಚುಮಾಡಿ ಪುಣ್ಯ ಕಟ್ಟಿಕೊಳ್ಳಿ" ಎಂದ. "ಹೌದಣ್ಣಾ ಹೌದಣ್ಣಾ, ಪ್ರದೀಪಣ್ಣಾ" ಎಂದು ಸೆಲ್ವಮ್-ರಾಜಬೀರರು ಉಬ್ಬಿಸಿದರು. ಪ್ರದೀಪನು ನಗುತ್ತಾ ಸುಮ್ಮನಾದ.

ಡೂಆನನಿಗೆ ಸರಿತಾಳು ಬರುವ ವಿಷಯ ತಿಳಿದಾಗ "ಸಂತೋಷಾ ಸಂತೋಷಾ. ಬೆಳ್ಳಗಿರುವುದೆಲ್ಲಾ ಹಾಲಲ್ಲಾ. ಸುಂದರಾಂಗಿಯೊಡನೆ ಜಾಗ್ರತೆಯಾಗಿರಿ" ಎಂದು ಸರಿತಾಳ ಬಗ್ಗೆ ಪರೋಕ್ಷವಾಗಿ ಎಚ್ಚರಿಕೆ ನೀಡಿದ. ಪ್ರದೀಪನೊಬ್ಬನಿಗೆ ಮಾತ್ರ ಡೂಆನನ ಮಾತುಗಳ ಮರ್ಮ ಅರ್ಥವಾಯಿತು.

ಆಯೋಜಿಸಿದ ಸಮಯಕ್ಕೆ ಸರಿಯಾಗಿ ಸರಿತಾಳು ನೊಗಾಲಿಸ್ ನಗರಕ್ಕೆ ಬಂದು ಡೂಆನನ ಮನೆಯಲ್ಲಿ ಪಾಂಡವರನ್ನು ಭೇಟಿ ಮಾಡಿ, ಉಭಯಕುಶಲೋಪರಿಯ ನಂತರ, ವಾರೆಜ಼್ ನಗರಕ್ಕೆ ಹೋಗಲು ಆದೇಶಿದಳು. ಹೊರಡಲು ಒಂದೇ ಕಾಲಿನಲ್ಲಿದ್ದ ಪಾಂಡವರು ಮರೆಯದೆ ಡೂಆನನಿಗೆ ಕೃತಜ್ಞತೆಗಳನ್ನು ಅರ್ಪಿಸುತ್ತಾ ನೊಗಾಲಿಸ್ ನಗರದಿಂದ ಬೀಳ್ಕೊಂಡರು. ಸರಿತಾಳ ವಾಹನದಲ್ಲಿ ಪೂರ್ವಾಭಿಮುಖವಾಗಿ ಐದು ಗಂಟೆಗಳ ಪ್ರಯಾಣವನ್ನಾರಂಭಿಸಿದರು.

ಸರಿತಾಳನ್ನು ನೋಡಿ ಪಾಂಡವರಿಗೆಲ್ಲಾ 'ಇವಳು ಪಾಂಚಾಲಿ' ಎಂದೆನಿಸಿತು. ಸರಿತಾಳಿಗೂ ಅಷ್ಟೇ ಇವರೆಲ್ಲಾ ನನಗೆ ಪಾಂಡವರಾಗಬಹುದು ಎಂದುಕೊಂಡಳು. ಪ್ರದೀಪನು ಗಂಭೀರವಾಗಿದ್ದರೂ ಹಿತಮಿತವಾಗಿ ಸ್ನೇಹಪರನಾಗಿಯೇ ವರ್ತಿಸುತ್ತಾ ಸರಿತಾಳ ಮನಸ್ಸನ್ನು ಕೆರಳಿಸುತ್ತಿದ್ದನು. ನೊಗಾಲಿಸ್‌ನಿಂದ ವಾರೆಜ಼್ ಹೋಗುವ ಹೆದ್ದಾರಿಯಲ್ಲಿ ಎರಡು ಕಡೆ

ಮೆಹಿಕೋ ಸೈನ್ಯದವರು ವಾಹನ ತಪಾಸಣೆ ಮಾಡುತ್ತಾ, ಪಾಂಡವರನ್ನುದ್ದೇಶಿಸಿ ಚಾಲಕಿ ಸರಿತಾಳನ್ನು "ಇವರು ಯಾರು?" ಎಂದು ಕೇಳಿದಾಗ...

ಸರಿತಾಳು "ಪ್ರವಾಸಿಗಳು. ನಾನು ಇವರ ಮಾರ್ಗದರ್ಶಿ" ಎಂದು ಉತ್ತರಿಸಿ, ಯಾವ ತಗಾದೆಯಿಲ್ಲದೆ ಸಕಾಲದಲ್ಲಿ ವಾರೆಝ್ ನಗರ ತಲುಪಿಸಿದ್ದಳು.

ನರಕದ ಕಣಿವೆಯ ಬೀಭತ್ಸ ದೃಶ್ಯ

ವಾರೆಝ್ ನಗರ ಮೆಹಿಕೊ ದೇಶದ ಅತ್ಯಂತ ದೊಡ್ಡ ಗಡಿ ನಗರ. ಕಳ್ಳ ಕೊಕೈನ್ ಸರಬರಾಜಿಗೂ, ಹೆಂಗಳೆಯರ ಕೊಲೆಗಳಿಗೂ ಹಾಗೂ ಕಳ್ಳ ಸಾಗಾಣಿಕೆಗೂ ಕುಪ್ರಸಿದ್ಧವಾಗಿದೆ. ಕಳ್ಳ ವ್ಯವಹಾರಗಳಿಂದ ಕೈತುಂಬ ಲಂಚ ಸ್ವೀಕರಿಸುವ ವಾರೆಝ್ ನಗರದ ಆರಕ್ಷಕರು ಮೆಹಿಕೋ ದೇಶದ ಅತ್ಯಂತ ಭ್ರಷ್ಟಾಧಿಕಾರಿಗಳೆಂಬ ಬಿರುದಿಗೆ ಪಾತ್ರರಾಗಿದ್ದಾರೆ. ವಾರೆಝ್‌ನಲ್ಲಿ ಸ್ವಲ್ಪ ಕಾಲ ಜೀವನ ನಡೆಸಿದ್ದ ಸರಿತಾಳಿಗೆ ನಗರ ಪರಿಚಯ ಚೆನ್ನಾಗಿತ್ತು.

ಇಲ್ಲಿಗೆ ಬರುವುದಕ್ಕೆ ಮುಂಚೆಯೇ ಚೆಸ್ಪಿರೋ ಎಂಬ ವಲಸೆದಾರನೊಡನೆ ಮಾತನಾಡಿ ನಾಲ್ಕು ಜನ ಪಾಂಡವರನ್ನು ಕೇವಲ ಐನೂರು ಡಾಲರಿಗೆ ಗಡಿ ದಾಟಿಸುವ ಕಾರ್ಯಕ್ಕೆ ಗೊತ್ತುಪಡಿಸಿದ್ದಳು. ವಾರೆಝ್ ನಗರದ ಪಶ್ಚಿಮದಲ್ಲಿರುವ ಸಣ್ಣ ಗಡಿ ಬಾಗಿಲಿನಿಂದ ಪಾಂಡವರನ್ನು ಸಾಗಿಸಲು ಚೆಸ್ಪಿರೊ ಒಪ್ಪಿದ್ದ. ಚೆಸ್ಪಿರೋ ಒಂದು ಹಳೆಯದಾದ ವಾಹನದಲ್ಲಿ ಪ್ರತಿನಿತ್ಯ ಅಮೇರಿಕಾಗೆ ಸಣ್ಣ ಪುಟ್ಟ ಸರಕನ್ನು ಹಾಗೂ ಆಗಾಗ ಸಕ್ರಮವಾಗಿ ಜನರನ್ನು ಗಡಿಯಿಂದ ಆಚೆ-ಈಚೆಗೂ ಸಾಗಿಸುತ್ತಾ ಗಡಿ ದ್ವಾರಪಾಲಕರಿಗೆ ಸುಪರಿಚಿತನಾಗಿದ್ದ. ಚೆಸ್ಪಿರೋನನ್ನು ನೋಡುತ್ತಲೇ ಸಾಮಾನ್ಯವಾಗಿ ಗಡಿದ್ವಾರ ಪಾಲಕರು, ಕೈಸನ್ನೆಯಿಂದಲೇ ಹೋಗೆನ್ನುತ್ತಿದ್ದರು. ಆಗಾಗ ಅಕ್ರಮವಾಗಿ ವಲಸಿಗರನ್ನೂ ಸಾಗಿಸುತ್ತಿದ್ದ. ತನ್ನ ವಾಹನದ ಸಂದೂಕದಲ್ಲಿ ಮತ್ತು ಹಿಂದಿನ ಜಾಗದಲ್ಲಿ ಅಕ್ರಮ ವಲಸಿಗರನ್ನು ಅಡಗಿಸಿ ಬಡ ಮೆಹಿಕನ್ನರನ್ನು ಕೇವಲ ಐವತ್ತು ಡಾಲರಿಗೆ ಗಡಿಪಾರು ಮಾಡಿ ಪುಣ್ಯ ಕಟ್ಟಿಕೊಳ್ಳುವ ಕೆಲಸ ಮಾಡುತ್ತಿದ್ದ. ಅಕ್ರಮ

ವಲಸೆ ಚೇಸ್ಪಿರೋನ ವೃತ್ತಿಯಾಗಿರಲಿಲ್ಲಾ, ಕೇವಲ ಪ್ರವೃತ್ತಿಯಾಗಿತ್ತು. ದೇವರದಯೆಯಿಂದ ಗಡಿದ್ವಾರ ಪಾಲಕರ ಕಣ್ಣಿಗೆ ಚೆಸ್ಪಿರೋನು ಒಳ್ಳೆಯವನಾಗಿದ್ದ.

ಒಂದೇ ಬೀದಿಯಿರುವ ಪಶ್ಚಿಮ ಗಡಿದ್ವಾರ ಸ್ಥಳೀಯರಿಗೆ ಮಾತ್ರ ಗೊತ್ತಿತ್ತು. ಸಾಮಾನ್ಯವಾಗಿ ಈ ಗಡಿದ್ವಾರದಲ್ಲಿರುವ ಅಮೇರಿಕಾದ ಗಡಿರಕ್ಷಕರಿಗೆ ದಿನ ನಿತ್ಯಲೂ ಇಲ್ಲಿ ಹಾದುಹೋಗುವ ಜನರ ಮುಖ ಪರಿಚಯವಿರುವುದರಿಂದ ವಾಹನ ತಪಾಸಣೆ ವಿರಳವಾಗಿತ್ತು. ಬಲವಾದ ಸಂಶಯ ಬರದು ಹೊರತು, ವಾಹವನ್ನು ಹುಡುಕದೆ, ಚಾಲಕನ ಮುಖ ಚಹರೆಯಿಂದಲೇ ಎಂತಹವನು ಎಂದು ಊಹಿಸಿ, ಅಮೇರಿಕಾ ದೇಶದೊಳಕ್ಕೆ ಬಿಟ್ಟುಕೊಡುತ್ತಿದ್ದರು.

ಚೇಸ್ಪಿರೊಗೆ ಒಂದು ಸಾವಿರ ಡಾಲರುಗಳ ಮೊತ್ತಕ್ಕೆ ನಾಲ್ಕು ಜನರನ್ನು ಸಾಗಿಸುವ ಒಪ್ಪಂದ ಸಿಕ್ಕಿದ್ದು ಇದೇ ಮೊದಲಾಗಿತ್ತು. ಸರಿತಾಳ ಪರಿಚಯವೂ ಇದ್ದುದರಿಂದ ಸಲೀಸಾಗಿ ಒಪ್ಪಿಕೊಂಡ. ಮೂರು ಜನರನ್ನು ಹಿಂದಿನ ಸಂದೂಕದಲ್ಲಿ, ಒಬ್ಬನನ್ನು ಹಿಂದಿನ ಜಾಗದಡಿಯಲ್ಲಿ, ಮಲಗಿಸಿಕೊಂಡು ಒಂದೇ ಸಾರಿಗೆ ಪಾಂಡವರನ್ನು ಗಡಿ ದಾಟಿಸಲು ಸಿದ್ಧನಾಗಿದ್ದ.

ವಾರೆಜ್ ನಗರಕ್ಕೆ ಬಂದಾಗ ಸಂಜೆ ನಾಲ್ಕು ಗಂಟೆಯಾಗಿತ್ತು. ಸರಿತಾಳು ಚೆಸ್ಪಿರೋಗೆ ಪಾಂಡವರನ್ನು ಪರಿಚಯಿಸಿ ಪ್ರದೀಪನಿಂದಲೇ ಮುಂಗಡವಾಗಿಯೇ ಐನೂರು ಡಾಲರ್ ಕೊಡಿಸಿದಾಗ, ಬಹಳ ಸಂತೋಷದಿಂದ ಚೆಸ್ಪಿರೋನು "ಇನ್ನೊಂದು ಗಂಟೆಯಲ್ಲಿ ನೀವು ಅಮೇರಿಕಾದಲ್ಲಿ ಇರ್ತೀರ" ಎಂದು ಪಾಂಡವರಲ್ಲಿ ಭರವಸೆಯನ್ನು ತುಂಬಿದ. ಹಳೆಯ ವಾಹನದಲ್ಲಿ, ಬಿಸಿಲ ಬೇಗೆಯಲ್ಲಿ, ಸಂದೂಕದಲ್ಲಿ ದೇಹವನ್ನು ಮುಗುಚಿಕೊಂಡು, ಕೈಕಾಲು ಮಡಚಿಕೊಂಡು ಅಡಗಿಕೊಂಡಿರುವುದು ಯಾರಿಗಾದರೂ ಕಷ್ಟವೇ. ಪ್ರದೀಪನಿಗಂತೂ ಅಸಾಧ್ಯವೆನಿಸಿತು. ಮುಂಗಡ ಕೊಟ್ಟಿದ್ದರಿಂದ ಪ್ರದೀಪನಿಗೆ ಅತ್ಯಂತ ಸುಖಕರವಾದ ಹಿಂದಿನ ಜಾಗದಡಿಯಲ್ಲಿ ಅಂಗಾತಾಗಿ ಕಾಲು ಚಾಚಿ ಅಡಗಿಕೊಳ್ಳಲು ಅವಕಾಶ ಮಾಡಿಕೊಡಲಾಯಿತು. ಹೇಗೋ ಅನುಸರಿಸಿಕೊಂಡು ಪಾಂಡವರು ಚೆಸ್ಪಿರೋನ ವಾಹನದಲ್ಲಿ ಅವಿತುಕೊಂಡರು. ಪ್ರಯಾಣ ಪ್ರಾರಂಭವಾಯಿತು. ಸರಿತಾಳು ಚೆಸ್ಪಿರೋನ ವಾಹನದ ಹಿಂದೆಯೇ ಚಲಿಸುತ್ತಾ ನಿಕಟವಾಗಿ ಹಿಂಬಾಲಿಸುತ್ತಿದ್ದಳು.

ಮಾದಕ ಹೆಣ್ಣಿನ ಮೇಲೆ ಗಡಿದ್ವಾರ ಪಾಲಕರ ಕಣ್ಣು ಬಿದ್ದರೆ, ಮುಂದಿರುವ ಮುದುಕ ಚೆಸ್ಪೀರೋನ ವಾಹನದ ಮೇಲೆ, ಗಮನ ಕಡೆಯಾಗುವುದು ಸಹಜ.

ಗಡಿದ್ವಾರದ ಬಳಿ ಬಂದಾಗ, ಚೆಸ್ಪೀರೋ ಮತ್ತು ಸರಿತಾಳ ವಾಹನಗಳ ಹೊರತು ಬೇರೆ ಯಾವ ವಾಹನಗಳೂ ಇರಲಿಲ್ಲ. ಗಡಿಪಾಲಕನು ಚೆಸ್ಪೀರೋನನ್ನು ನೋಡುತ್ತಾ ವಾಹನವನ್ನು ಅವಲೋಕಿಸುತ್ತಿರುವಾಗ ಹಟಾತ್ತನೆ ವಾಹನದ ಹಿಂದಿನ ಜಾಗದ ಅಡಿಯಿಂದ ಕೆಮ್ಮಿದ ಶಬ್ದ ಕೇಳಿಸಿತು. ಚೆಸ್ಪೀರೋನ ಮುಖ ಕಪ್ಪಿಟ್ಟಿತು. ನೋಡುತ್ತಿದ್ದಂತೆಯೇ ಮತ್ತೊಮ್ಮೆ ಜೋರಾದ ಕೆಮ್ಮಿನ ಶಬ್ದ ಕೇಳಿಸಿತು. ದ್ವಾರಪಾಲಕನು ದಿಢೀರನೆ ಠಾಣತಾಣದಿಂದ ಇಳಿದು ಚಾಲಕನ ಕಡೆಗೆ ಬರಲು ವಾಹನದ ಮುಂದೆ ಹೋದಾಗ, ಚೆಸ್ಪಿರೋನು ಕಹಳೆಯನ್ನು ಕೂಗಿಸುತ್ತಾ ದಿಢೀರನೆ ವಾಹನವನ್ನು ಹಿಂದೋಡಿಸುತ್ತಾ ಸರಿತಾಳ ವಾಹನಕ್ಕೂ ಬಡಿದು, ನಂತರ ಗಬಕ್ಕನೆ ತಿರುಗಿಸಿಕೊಂಡು ಬಂದ ದಾರಿಯಲ್ಲಿಯೇ ಹಿಂದಕ್ಕೆ ಮೆಹಿಕೋ ದೇಶದೊಳಕ್ಕೆ ಗಾಡಿಯನ್ನು ದೌಡಾಯಿಸಿಕೊಂಡು ಹೊರಟು ಹೋದ.

ಸರಿತಾಳ ವಾಹನದ ಮುಂಭಾಗಕ್ಕೆ ಸ್ವಲ್ಪ ಪೆಟ್ಟಾಗಿತ್ತು. ಸರಿತಾಳಿಗೆ ಕೆಲಸ ಕೆಟ್ಟು ಹೋಯಿತೆಂದು ಗೊತ್ತಾಯಿತು. ತಾನೂ ಏನೂ ಅರಿಯದವಳಂತೆ ವರ್ತಿಸುತ್ತಾ ಅಮಾಯಕಳಾಗಿ ನಟಿಸುತ್ತಾ ಗಡಿದ್ವಾರ ಪಾಲಕನನ್ನೇ "ಏನಾಯಿತು. ಸ್ವಾಮಿ" ಎಂದು ಬಹಳ ನಮ್ರವಾಗಿ ಕೇಳಿದಳು.

"ಈ ಮುದುಕ ವಲಸೆಗಳನ್ನ ಸಾಗಿಸುತ್ತಿದ್ದ. ಇವನು ನಿಮಗೆ ಗೊತ್ತಾ" ಎಂದು ಗಡಿದ್ವಾರ ಪಾಲಕನು ಕೇಳಿದಾಗ ಸರಿತಾಳು "ಇಲ್ಲಾ ಇಲ್ಲಾ" ಎಂದು ಹೇಳಿ, ಸಾಂತ್ವನಗೊಳಿಸುವ ನೆಪದಿಂದ "ನಿಮಗೇನೂ ಆಗಿಲ್ಲಾ ತಾನೆ?" ಎಂದು ಬೆಣ್ಣೆ ಮಾತನಾಡಿದಳು. ಏನಿಲ್ಲವೆಂದು ಹೇಳುತ್ತಾ ಗಡಿದ್ವಾರಪಾಲಕನು ತನ್ನ ಠಾಣೆತಾಣಕ್ಕೆ ಮರಳಿ ಸರಿತಾಳ ವಾಹನವನ್ನು ಕರೆದು, ಅವಳ ಗುರುತುಪತ್ರಗಳನ್ನು ಅವಲೋಕಿಸಿ, ಕಣ್ಣಲ್ಲಿ ಕಣ್ಣಿಟ್ಟು ಸರಿತಾಳನ್ನು ಗಮನಿಸಿ "ಈ ಘಟನೆಗೆ ನ್ಯಾಯಾಲದಲ್ಲಿ ನೀವು ಸಾಕ್ಷಿ ನೀಡ್ತೀರಾ?" ಎಂದು ಗಹನವಾದ ಪ್ರಶ್ನೆಯನ್ನು ಕೇಳಿದ. ವಿಧಿಯಿಲ್ಲದೆ ಸರಿತಾಳು ಆಗಲಿ ಎಂದು ತಲೆಯನ್ನು ಅಲ್ಲಾಡಿಸುತ್ತಾ "ಆಗಲಿ. ಸ್ವಾಮಿ" ಎಂದು ಹೇಳಿದಳು. ಸರಿತಾಳ ಗುರುತುಪತ್ರಗಳಿಂದ ಎಲ್ಲಾ ಮಾಹಿತಿಯನ್ನು ಪಡೆದು ಕೊನೆಯಲ್ಲಿ "ನಿಮ್ಮ ಸಹಕಾರಕ್ಕೆ ಧನ್ಯವಾದ" ಎಂದು ಹೇಳಿ ಅವಳನ್ನು ಬೀಳ್ಕೊಟ್ಟ.

ಸರಿತಾಳು ಅಮೇರಿಕಾ ಗಡಿಯನ್ನು ಪ್ರವೇಶಿಸಿದ ಕೂಡಲೇ ನೇರವಾಗಿ ಎಲ್ ಪಾಸೋ ನಗರದತ್ತ ಹೊರಟಳು. ನ್ಯಾಯಾಲಯದಲ್ಲಿ ತಪ್ಪು ಸಾಕ್ಷಿಕೊಟ್ಟರೆ ತಾನೂ ಆಪಾದಿತಳಾಗುವ ಸಾಧ್ಯತೆಯನ್ನು ಅರಿತು ಸರಿತಾಳಿಗೆ ಸಹಜವಾಗಿ ಹೆದರಿಕೆಯಾಯಿತು.

ವಲಸೆದಾರರು ಗಡಿದ್ವಾರಗಳಲ್ಲಿ ಸಿಕ್ಕಿಬಿದ್ದಾಗ ತಪ್ಪಿಸಿಕೊಂಡು ಹೋಗುವುದು ವಿರಳವಾದರೂ ಸಹಜವಾಗಿತ್ತು. ಚೆಸ್ಪಿರೋ ಮೆಹಿಕೊ ದೇಶಕ್ಕೆ ಮರಳಿ ಹೋಗಿದ್ದುದರಿಂದ ಅವನನ್ನು ಬೆನ್ನಟ್ಟುವ ಅವಶ್ಯಕತೆ ಇರಲಿಲ್ಲ. ಆದರೆ ಚೆಸ್ಪಿರೋನ ಮುಖ, ಗಡಿದ್ವಾರ ಪಾಲಕನ ಮನಸ್ಸಿನಲ್ಲಿ ಅಚ್ಚಳಿದಂತಿತ್ತು. ಮತ್ತೊಮ್ಮೆ ಚೆಸ್ಪಿರೋನು ಈ ದಾರಿಯಲ್ಲಿ ಬಂದರೆ, ಈ ಗಡಿದ್ವಾರ ಪಾಲಕ ಕೈಗೆ ಸಿಕ್ಕುವುದು ಖಚಿತವಾಗಿತ್ತು.

ಇಷ್ಟಕ್ಕೆಲ್ಲಾ ಮೂಲ ಕಾರಣ ವಾಹನದ ಹಿಂದಿನ ಜಾಗದಲ್ಲಿ ಅಡಗಿದ್ದ ಪ್ರದೀಪನು ಗಟ್ಟಿಯಾಗಿ ಎರಡು ಸಲ ಕೆಮ್ಮಿದ್ದೇ ಆಗಿತ್ತು.

ಸುಮಾರು ದೂರ ವಾಹನವನ್ನು ಹಿಂದಕ್ಕೋಡಿಸಿಕೊಂಡು ಬಂದ ಚೆಸ್ಪೀರೋನು ವಾರೆಜ್ ನಗರದ ಹೊರವಲಯದಲ್ಲಿ ನಿರ್ಜನವಾದ ಬೀದಿಯಲ್ಲಿ ಗಾಡಿಯನ್ನು ನಿಲ್ಲಿಸಿ, ಪಾಂಡವರನ್ನೆಲ್ಲಾ ಹೊರಗೆದ್ದು ಬರಲು ಹೇಳಿ, ಪ್ರದೀಪನನ್ನು ತರಾಟೆಗೆ ತೆಗೆದುಕೊಂಡು, "ಒಂದು ಅರ್ಧ ಗಂಟೆ ಕೆಮ್ಮು ತಡಕೊಳ್ಳುವುದಕ್ಕೆ ನಿನಗೇನು ಬಂತು ದಾಡಿ. ನಿನ್ನಿಂದ ನನ್ನ ಜೀವನ ಕೆಡ್ತು" ಎಂದು ಕೋಪದಿಂದ "ನನಗೆಲ್ಲಿ ಸಿಕ್ಕಿಬಿದ್ರೋ ನೀವು. ಶನಿ ಮುಂಡೇಮಕ್ಕಳು. ಭಾರತದಿಂದ ಬಂದು ನನ್ನ ಬಾಯಿಗೆ ಮಣ್ಣು ಹಾಕಿದಿರಿ. ಥೂ ನಿಮ್ಮ ಮನೆ ಹಾಳಾಗಾ" ಎನ್ನುತ್ತಾ ಪಾಂಡವರನ್ನು ಕಂಡಾಬಟ್ಟೆ ಬೈದು ಹಾಕಿದ.

ಹಿಂದೆ ಸಂದೂಕದಲ್ಲಿ ಅವಿತಿದ್ದ ವಿಜಯನ್, ಸೆಲ್ವಮ್ ಮತ್ತು ರಾಜಬೀರರಿಗೆ ನಿಜವಾದ ವಿಷಯ ಆಗಲೇ ಗೊತ್ತಾಗಿದ್ದು. ಆಲಿಸುತ್ತಾ ಎಲ್ಲರೂ ಕಲ್ಲಾಗಿ ಕುಳಿತರು. ಇನ್ನೊಂದು ಗಂಟೆಯಲ್ಲಿ ಅಮೇರಿಕಾ ಸೇರುತ್ತೇವೆಂದು ಆಶಾಗೋಪುರವನ್ನೇರಿದ್ದ ಪಾಂಡವರು ಅರ್ಧಗಂಟೆಯಲ್ಲಿ ಅಪಜಯದ ಅಂಧಕಾರದಲ್ಲಿ ಮುಳುಗಿದ್ದರು. ತನ್ನಿಂದಲೇ ಅಮೇರಿಕಾ ಅಗಮ್ಯವಾಯಿತಲ್ಲಾ ಎಂಬ ಅಪರಾಧ ಪ್ರಜ್ಞೆ ಪ್ರದೀಪನನ್ನು ಕೊರೆಯುತ್ತಿತ್ತು. ಆದರೇನು ಮಾಡುವುದು? ಕೆಮ್ಮು ಶ್ವಾಸಾಂಗದ ತನ್ನ ಗಡಿಯನ್ನು ರಕ್ಷಿಸಿಕೊಳ್ಳುವ ಶಾರೀರಿಕ ಕ್ರಿಯೆ. ಅದನ್ನು ತಡೆಯಲಾದೀತೇ?

ಚೆಸ್ಪಿರೋನ ಕೋಪವೆಲ್ಲಾ ಬತ್ತಿದ ಮೇಲೆ "ಹೇಳಿ ನಿಮ್ಮನ್ನ ಎಲ್ಲಿ ಬಿಡಬೇಕು?" ಎಂದು ಕೇಳಿದಾಗ, ಪ್ರದೀಪನೇ ಮುಂದಾಗಿ "ಯಾವುದಾದರೂ ಸುಮಾರಾಗಿರೋ ವಸತಿಗೃಹ ತೋರಿಸಿ" ಎಂದು ವಿನಂತಿಸಿಕೊಂಡ. "ಆಯಿತು" ಎಂದು ಹೇಳುತ್ತಾ ವಾರೆಜ್ ನಗರದ ದಕ್ಷಿಣ ವಲಯದಲ್ಲಿ ಅಗ್ಗವಾದ "ಸಿವುಡಾಡ್ ಮೋಟೆಲ್" ವಸತಿ ಗೃಹವೊಂದಕ್ಕೆ ಕರೆದೊಯ್ದ.

ಈಗಾಗಲೇ ಐನೂರು ಡಾಲರ್ ಮುಂಗಡವನ್ನು ಪಡೆದಿದ್ದ ಚೆಸ್ಪಿರೊ ಮತ್ತೇನನ್ನೂ ಕೇಳಲಿಲ್ಲ. ಪಾಂಡವರ ಕೆಲಸ ಕೆಟ್ಟರೂ ಅವನಿಗೆ ಅದು ಲಾಭವಾಗಿತ್ತು. ಇಷ್ಟೆಲ್ಲಾ ಅನರ್ಥಕ್ಕೂ ತಾನೇ ಮೂಲ ಕಾರಣವಾಗಿದ್ದುದರಿಂದ, ಮುಂಗಡವನ್ನು ಕೊಟ್ಟಿದ್ದ ಪ್ರದೀಪನು ಅದನ್ನು ಹಿಂದಕ್ಕೆ ಕೇಳುವ ಹಕ್ಕನ್ನೂ ಕಳೆದುಕೊಂಡಿದ್ದ.

ಚೆಸ್ಪಿರೋನು "ನಿಮ್ಮಿಷ್ಟ ಹೇಗಾದರೂ ಗಡಿ ದಾಟಿ. ನಿಮ್ಮ ಸಹವಾಸ ನನಗೆ ಬೇಡಾ" ಎಂದು ಹೇಳುತ್ತಾ ಬೀಳ್ಕೊಡುವಾಗ ಪ್ರದೀಪನು "ಚೆಸ್ಪಿರೊ, ಕಂಗೆಟ್ಟು ಕತ್ತಲಲ್ಲಿದ್ದೀವಿ. ದಯವಿಟ್ಟು, ದಯವಿಟ್ಟು, ನಮಗೇನಾದರೂ ದಾರಿ ತೋರಿಸಿ" ಎಂದು ನಮ್ರತೆಯಿಂದ ಕೇಳಿಕೊಂಡಾಗ, ಚೆಸ್ಪಿರೊನು ವಸತಿಗೃಹದ ಪೂರ್ವದಲ್ಲಿ ಕಾಣುತ್ತಿದ್ದ ಕಣಿವೆ ಮತ್ತು ಬೆಟ್ಟಗುಡ್ಡಗಳನ್ನು ತೋರಿಸುತ್ತಾ, "ಅದೇ ಅಮೇರಿಕಾ ದೇಶ. ಈ ಕಣಿವೆಯಲ್ಲಿಳಿದು ಹೋದರೆ ರಿಯೋ ಗ್ರಾಂಡೆ ನದಿ ಬರುತ್ತೆ. ನದಿನಲ್ಲಿ ಈಜಿಕೊಂಡು ಹೋದರೆ ಆಚೆ ದಡಾನೇ ಟೆಕ್ಸಾಸ್, ಅಮೇರಿಕಾ" ಎಂದು ಹೇಳಿದಾಗ ಕುತೂಹಲದಿಂದ ಆಲಿಸಿದ ಪಾಂಡವರಿಗೆ, ಚೆಸ್ಪೀರೋ ತಮಾಷೆ ಮಾಡಿತ್ತಿದ್ದಾನೆಂದೆನಿಸಿತು.

ವಿಜಯನು "ಹಾಗಾದರೆ ಈ ದಾರಿಯಲ್ಲಿ ಯಾಕೆ ಜನ ಗಡಿ ದಾಟಲ್ಲಾ" ಎಂದು ವಿಚಾರಿಸಿದಾಗ, ಚೆಸ್ಪಿರೋ ಕುಹಕವಾಗಿ ನಗುತ್ತಾ "ನೀವು ದಾಟಿ. ಗೊತ್ತಾಗುತ್ತೇ" ಎಂದಷ್ಟೇ ಹೇಳಿ "ನನಗೆ ಹೊತ್ತಾಯಿತು. ನಾನು ಹೋಗ್ತೀನಿ" ಎಂದು ನಿರ್ಗಮಿಸಿದ.

ವಾರೆಜ್ ನಗರದ ದಕ್ಷಿಣ ಅಂಚಿನಲ್ಲಿ ರಿಯೋ ಗ್ರಾಂಡೆ ನದಿಯ ದಡದಿಂದ ಮೂರು ಕಿಲೋಮೀಟರ್ ಪಶ್ಚಿಮಕ್ಕಿದ್ದ ಚಿವುಡಾಡ್ ಮೋಟೆಲ್ ಬಡವರ ಬಡಾವಣೆಯಲ್ಲಿತ್ತು. ವಸತಿಗೃಹದಲ್ಲಿ ಪಾಂಡವರೆಲ್ಲರೂ ಇಳಿದುಕೊಂಡ ನಂತರ ಮುಂದೇನು ಮಾಡುವುದು ಎಂದು ಆಲೋಚನೆಯಲ್ಲಿ ಮುಳುಗಿ ತೇಲುತ್ತಾ ಇರುವಾಗ ವಿಜಯನು "ಬನ್ನಿ ಆಚೆ ಹೋಗಿಬರೋಣಾ. ಯಾರಾದರೂ

ಸಿಗ್ತಾರೆ" ಎಂದು ಸೂಚಿಸಿದ. ಸರಿ, ಎಲ್ಲರೂ ಹೊರ ಸಂಚಾರಕ್ಕೆ ಹೊರಟರು. ಪಾಂಡವರೆಲ್ಲರೂ ತಿರುಗಾಡುತ್ತಿರುವಾಗ ಭಾರತೀಯರನ್ನು ಕಂಡು ಮೆಹಿಕನ್ನರು ಅವರನ್ನು ನೋಡಿ ಗುಸುಗುಸು ಮಾತನಾಡಿಕೊಂಡು ಹೋಗುತ್ತಿದ್ದರು. ದಾರಿಯಲ್ಲಿ ಹಲವಾರು "ತಪ್ಪಿಸಿಕೊಂಡಿದ್ದಾಳೆ" ಎಂಬ ಭಿತ್ತಿಚಿತ್ರಗಳಲ್ಲಿ ಹೆಂಗಳೆಯರ ಚಿತ್ರಗಳನ್ನು ಮತ್ತು ವಿವರಗಳನ್ನು ಪ್ರಕಟಿಸಿದ್ದರು.

ಸಂಜೆ ತಿಂಡಿ–ತೀರ್ಥಗಳಿಗೆಂದು ಒಂದು ಪಾನಗೃಹಕ್ಕೆ ಹೋಗಿ, ಎಲ್ಲರೂ ಸುರಪಾನನ್ನು ತರಿಸಿಕೊಂಡು ಹೀರುತ್ತಿರುವಾಗ, ಪರಿಚಾರಕನೇ ಬಂದು ಪಾಂಡವರ ಬಗ್ಗೆ ವಿಚಾರಿಸಿದ. ನಾವೆಲ್ಲ ವಲಸಿಗರೆಂದು ಹೇಳಿದ ಮೇಲೆ ಪ್ರದೀಪನು "ನಿಮಗೆ ವಲಸೆದಾರರು ಗೊತ್ತೇ?" ಎಂದು ಕೇಳಿದ.

ಪರಿಚಾರಕನು "ನಾಳೆ ಬೆಳಿಗ್ಗೆ ಬನ್ನಿ ಪರಿಚಯ ಮಾಡಿಸ್ತೀನಿ" ಎಂದ. ಪಾಂಡವರೆಲ್ಲರಿಗೂ ಸ್ವಲ್ಪ ಉಸಿರು ಬಂದಂತಾಯಿತು.

ಸೆಲ್ವನು "ಎಷ್ಟು ಕೇಳ್ತಾರೆ ಗಡಿ ದಾಟಿಸೋಕೇ?" ಎಂದಾಗ,

ಪರಿಚಾರಕನು "ಒಬ್ಬಬ್ಬರದು ಒಂದೊಂದು ದರ, ಒಂದೊಂದು ದಾರಿ. ತಲೆಗೆ ಐನೂರರಿಂದ ಸಾವಿರ ಡಾಲರ್" ಎಂದು ತಿಳಿಸಿದಾಗ ಪಾಂಡವರೆಲ್ಲರಿಗೂ ಮುಜುಗರವಾಯಿತು.

ವಿಜಯನ್ನನು ಊರಿನಾಚೆಯಲ್ಲಿ ಕಾಣುತ್ತಿದ್ದ ರಿಯೋ ಗ್ರಾಂಡೆ ನದಿಯ ಕಡೆ ಸೂಚಿಸುತ್ತಾ "ನೇರವಾಗಿ ಈ ಕಣಿವೆಯ ದಾರಿಯಲ್ಲಿ ಹೋಗಿ, ನದಿಯನ್ನು ದಾಟಿದರೆ ಅಮೇರಿಕಾ ಗಡಿ ಸಿಗೊಲ್ಲವೇ?" ಎಂದು ಪ್ರಶ್ನಿಸಿದಾಗ, ಆ ಪರಿಚಾರಕ ಆಶ್ಚರ್ಯವನ್ನು ಪ್ರಕಟಿಸಿ, ನಂತರ ಕುಹಕವಾಗಿ ನಗುತ್ತಾ

"ಆ ದಾರಿಯಲ್ಲಿ ಹೋಗೋರು ನೇರವಾಗಿ ಸ್ವರ್ಗಕ್ಕೆ ಹೋಗ್ತಾರೆ, ಅಮೇರಿಕಾಗೆ ಹೋಗಲ್ಲ" ಎಂದು ಘೋರ ಭವಿಷ್ಯವನ್ನು ನುಡಿದು, "ಅದು ವಾರೆಜ್ ನಗರದ ಯಮಲೋಕ. ನಾನೂರು ಜನ ಹುಡುಗಿಯರು ಅ ರಿಯೋ ಕಣಿವೆಯಲ್ಲಿ ಕೊಲೆಗೀಡಾಗಿದ್ದಾರೆ" ಎಂದು ಕಾರಣವನ್ನು ತಿಳಿಸಿದ. ಆಗ ಪಾಂಡವರಿಗೆ ಹೊರಗೆ "ಕಾಣೆಯಾಗಿದ್ದಾಳೆ " ಭಿತ್ತಿಚಿತ್ರಗಳ ಮರ್ಮ ಅರಿವಾಯಿತು.

ವಾರೆಜ್ ನಗರದ ವಿದ್ಯುನ್ಮಾನ ಕೈಗಾರಿಕೆಗಳಲ್ಲಿ ಕಾರ್ಮಿಕರಾಗಿ ಕೇವಲ ಮೂರು ಡಾಲರುಗಳ ದಿನಗೂಲಿಗೆ ಬರುವ ಹೆಂಗಳೆಯರನ್ನು ಅಪಹರಿಸಿ, ಅವರ

ಮೇಲೆ ಅತ್ಯಾಚಾರವೆಸಗಿ, ಕೊಲೆಮಾಡಿ ರಿಯೋ ಕಣಿವೆಯಲ್ಲಿ ಬಿಸುಡುವುದು ವಿಶ್ವ ಸುದ್ದಿಯಾಗಿದೆ. ಈ ಪಾಪಕೃತ್ಯಗಳನ್ನೆಸಗುತ್ತಿದ್ದ ಹಲವಾರು ಕೊಲೆಗಾರರನ್ನು ಬಂಧಿಸಿ, ಶಿಕ್ಷೆಗೊಳಪಡಿಸಿದರೂ ಅತ್ಯಾಚಾರ, ಹತ್ಯೆಗಳು ಮಾತ್ರ ನಿಂತಿಲ್ಲ. ವಾರೆಜ್ ನಗರದಲ್ಲಿ ವಿದೇಶಿಯರ ಕೈಗಾರಿಕೆಗಳು ಪ್ರಾರಂಭವಾದ ಮೇಲೆ ಇಂಥ ಕೊಲೆಗಳು ಪ್ರಾರಂಭವಾದುದರಿಂದ, ವಿದೇಶಿ ಶ್ರೀಮಂತರೇ ಈ ಕೊಲೆಗಳಿಗೆ ಪ್ರೇರಕರೂ ಕಾರಕರೂ ಆಗಿದ್ದಾರೆಂದು ಬಲ್ಲ ಮೂಲಗಳು ಪ್ರಕಟಿಸಿವೆ. ಆರ್ಥಿಕಾಭಿವೃದ್ಧಿಯ ರೂವಾರಿಗಳು ಎಂಬ ವಿದೇಶಿ ಶ್ರೀಮಂತರನ್ನು ಮೆಹಿಕೋ ದೇಶದ ಸರಕಾರ ತನ್ನ ಕಂಕುಳಲ್ಲಿ ಬಚ್ಚಿಟ್ಟುಕೊಂಡಿದೆ. ಕಂಠಪೂರ್ತಿಯಾಗಿ ಲಂಚ ತಿಂದು ತೇಗುತ್ತಿರುವ ವಾರೆಜ್ ನಗರದ ಆರಕ್ಷಕರು, ತಮ್ಮ ಸ್ವಂತ ದೇಶದ ಪ್ರಜೆಗಳ ರಕ್ಷಣೆಗೆ ತಿಲಾಂಜಲಿಯನ್ನಿತ್ತಿದ್ದಾರೆ.

ನಾಳೆ ಬರುತ್ತೇವೆ ಎಂದು ಪರಿಚಾರಕ ಮಾನ್ವೆಲ್ಲನಿಗೆ ಕೈತುಂಬ ಕಾಣಿಕೆ ಕೊಟ್ಟು ಪಾಂಡವರೆಲ್ಲರೂ ವಸತಿಗೃಹಕ್ಕೆ ಮರಳಿ, ಅರ್ಜುನನಿಗೆ ದೂರವಾಣಿಯಲ್ಲಿ ಕರೆದು ನಡೆದುದೆಲ್ಲವನ್ನು ಕೂಲಂಕಷವಾಗಿ ತಿಳಿಸಿದರು. ಅಷ್ಟು ಹೊತ್ತಿಗಾಗಲೇ ಸರಿತಾಳೂ ದೂರಾವಾಣಿಯಲ್ಲಿ ಕರೆದು ಅರ್ಜುನನಿಗೆ "ನಿನ್ನ ಮಿತ್ರರ ಸಹವಾಸ ಬೇಡಾ" ಎಂದು ಸಹಾಯ ಮಾಡಲು ನಿರಾಕರಿಸಿದ್ದಳು. ಮಿತ್ರರಿಗಾದ ಆಪತ್ತನ್ನು ತಿಳಿದು ಅರ್ಜುನ ಬಹಳ ಮರುಗಿದ. ಕೊನೆಯಲ್ಲಿ "ಅಲ್ಲೇ ಒಂದೆರಡು ದಿನ ಇರಿ. ನಾನು ಅಷ್ಟರಲ್ಲಿ ಇನ್ನೇನಾದಾರೂ ಉಪಾಯ ಹುಡುಕ್ತೀನಿ" ಎಂದು ಧೈರ್ಯ ಹೇಳಿ ಮಿತ್ರರನ್ನು ಸಾಂತ್ವನಗೊಳಿಸಿದ.

ಮಾರನೆಯ ದಿನ ಪಾಂಡವರು ಸುಮ್ಮನೆ ನೋಡೋಣವೆಂದು ರಿಯೋ ಕಣಿವೆಯ ಕಡೆ ಹೊರಟರು. ಸಿವ್ರುಡಾಡ್ ಮೊಟೆಲ್‌ನಿಂದ ಒಂದು ಕಿಲೋಮೀಟರ್ ನಡೆದ ನಂತರ ವಾರೆಜ್ ನಗರದ ಮಿತಿ ಮುಗಿದಿತ್ತು. ಅಲ್ಲಿಂದಾಚೆಗೆ ಬೆಂಗಾಡಿನಂತಿದ್ದ ಬಯಲಿನ ಮೇಲೆ ಎಲ್ಲಾ ತರದ ಕಸದ ಗುಡ್ಡೆಗಳು, ಹಿಪ್ಪೆ-ತುಪ್ಪೆಗಳು, ಬಿಸಾಡಿದ ವಾಹನ ಬಿಡಿಭಾಗಗಳು, ಇಡೀ ಕಣಿವೆಯನ್ನು ಗೊಬ್ಬರದ ಗುಂಡಿಯಾಗಿಸಿದ್ದವು. ಅಲ್ಲಿಂದ ಮೂರು ಕಿಲೋಮೀಟರ್ ಉದ್ದದ ರಿಯೋ ಕಣಿವೆ ಮತ್ತು ಅದರ ಪೂರ್ವದ ಕೊನೆಯಲ್ಲಿ ಹರಿಯುತ್ತಿದ್ದ ರಿಯೋ ಗ್ರಾಂಡೆ ನದಿ ಕಾಣುತ್ತಿತ್ತು. ದೂರದ ಬೆಟ್ಟ ಕಣ್ಣಿಗೆ ನುಣ್ಣಗೆ ಎಂಬಂತೆ ನದಿಯ ಪೂರ್ವಬದಿಯಲ್ಲಿದ್ದ ಅಮೇರಿಕಾದ ಬೆಟ್ಟಗಳು ಕೈಗೆ ಎಟಕುವಷ್ಟೇ ಸಮೀಪವಿದ್ದಂತೆ ಕಾಣಿಸುತ್ತಿದ್ದವು. ರಿಯೋ

ಕಣಿವೆಯಲ್ಲಿ ಯಾರೂ ಇಲ್ಲದಿರುವುದನ್ನು ಗಮನಿಸಿ, ಪಾಂಡವರಿಗೆ ಗಂಡುಧೈರ್ಯ ಬಂದಿತ್ತು. ನೋಡೋಣಾ ಎಂದು ಎಲ್ಲರೂ ಕಣಿವೆಯಲ್ಲಿ ನದಿಯತ್ತ ಮುಂದುವರಿದರು. ಎಲ್ಲೂ ಒಂದು ನರಪಿಳ್ಳೆಯೂ ಕಣ್ಣಿಗೆ ಬೀಳಲಿಲ್ಲ.

ಸೆಲ್ವನು "ಈವತ್ತು ಅಮೇರಿಕಾ ಗಡಿ ಮುಟ್ಟಿ ಬರೋಣಾ. ದಾರಿ ಸರಿಯಾಗಿದ್ದರೆ ನಾಳೆ ಇಲ್ಲಿಂದ ಗಂಟುಮೂಟೆ ಕಟ್ಟೋಣಾ" ಎಂದು ಗೆಳೆಯರನ್ನೆಲ್ಲಾ ಅಮೇರಿಕಾ ಮುಟ್ಟುವುದಕ್ಕೆ ಪ್ರಚೋದಿಸಿದ.

"ಎಲ್ಲರಿಗೂ ಈಜು ಬರುತ್ತೆ ತಾನೆ" ಎಂದು ಪ್ರದೀಪನು ವಿಚಾರಿಸಿದಾಗ, "ಹೌದು ಹೌದು" ಎಂದು ಖುಷಿಯಾಗಿ ಘೋಷಿಸಿದರು. "ಸರಿ ಹಾಗಾದರೆ ನದಿ ದಾಟೋಣಾ" ಎಂದು ಪ್ರದೀಪನೂ ಬೆಂಬಲಿಸಿದ.

ಪಾಂಡವರು ರಿಯೋ ಕಣಿವೆಯಲ್ಲಿ ಒಂದು ಕಿಲೋಮೀಟರ್ ಮುಂದುವರಿದಂತೆಲ್ಲಾ ಕೊಳಚೆ ವಾಸನೆ, ಕೆಟ್ಟ ವಾಸನೆ ಹೆಚ್ಚುತ್ತಿತ್ತು. ಕುರುಚಲು ಗಿಡಗಳು ದಟ್ಟವಾಗುತ್ತಿದ್ದವು. ಹೋಗುತ್ತಿರುವಾಗ ಆಕಾಶದಲ್ಲಿ ಒಂದು ಹೆಲಿಕಾಪ್ಟರ್ ಹಾರಾಡುತ್ತಾ ಹಾಯುತ್ತಿರುವುದನ್ನು ವಿಜಯನು ಗಮನಿಸಿ, ಮಿತ್ರರಿಗೆಲ್ಲಾ ಕೂಡಲೇ ಗಿಡಗಳಲ್ಲಿ ಅಡಗಿಕೊಳ್ಳಲು ತಿಳಿಸಿದ. ಅದು ಬಹುಶಃ ಗಡಿ ಕಾವಲು ಪಡೆಯ ವಾಹನವಾಗಿದ್ದರೆ ನಮ್ಮ ಕಥೆ ಮುಗಿಯಿತೆಂದು ಎಲ್ಲರೂ ಬೆದರಿ ಬೆಂಡಾಗಿದ್ದರು. ಹೆಲಿಕಾಪ್ಟರ್ ಮಾಯವಾದ ನಂತರ ಮುಂದೇನು ಮಾಡುವುದು ಎಂಬು ಕಷ್ಟದ ಪ್ರಶ್ನೆಯಾಯಿತು. ಅಮೇರಿಕಾ ಗಡಿಯನ್ನು ಮುಟ್ಟುವ ತವಕ ಒಂದು ಕಡೆ. ಅಕಸ್ಮಾತ್ ಹೆಲಿಕಾಪ್ಟರ್ ಗಡಿ ಕಾವಲುಪಡೆಯವರದಾಗಿದ್ದರೆ ಅದು ಮತ್ತೆ ಈ ಕಡೆ ಪಹರೆ ಬರಬಹುದೆಂಬ ಭಯ ಇನ್ನೊಂದು ಕಡೆ. ಸಂಪೂರ್ಣವಾಗಿ ನಿರ್ಜನ ಪ್ರದೇಶವಾಗಿರುವ ರಿಯೋ ಕಣಿವೆ ಮಾತ್ರ ಯಾವ ಅಡ್ಡಿ ಆತಂಕಗಳನ್ನು ಒಡ್ಡಿರಲಿಲ್ಲ.

ವಿಜಯನೇ "ನಾನು ಆಕಾಶದ ಮೇಲೆ ಕಣ್ಣಿಡ್ತೀನಿ. ಹೋಗೋಣಾ ನಡೀರಿ" ಎಂದು ಎಲ್ಲರನ್ನು ಪುಸಲಾಯಿಸಿದ. ನಡಿಗೆ ಮುಂದುವರಿಯಿತು.

ಎಲ್ಲರೂ ಮಾತನಾಡಿಕೊಂಡು ಹೋಗುತ್ತಿರುವಾಗ ಯಾವುದೋ ಪ್ರಾಣಿ ಸತ್ತು ಕೊಳೆತು ಹೋದ ವಾಸನೆ ಎಲ್ಲರ ಮೂಗಿಗೆ ಬಡಿದಿತ್ತು. ಎಲ್ಲರೂ ಮೂಗು ಮುಚ್ಚಿಕೊಂಡರು. ಬರುಬರುತ್ತಾ ತೀಕ್ಷ್ಣವಾಗುತ್ತಿತ್ತು. ಹಾಗೆಯೇ ಸುತ್ತಲೂ

ಕಣ್ಣಾಡಿಸಿದಾಗ ಮೊದಲು ರಾಜಬೀರನು "ಅಲ್ಲೇನೂ ಬಿದ್ದಂಗಿದೆ" ಎಂದು ಹೇಳಿದ. ಸುಮಾರು ಹತ್ತು ಮೀಟರುಗಳ ದೂರದಲ್ಲಿ ಬಟ್ಟೆಗಳೂ, ನೊಣಗಳು ಜೇಗುಟ್ಟಿದ್ದ ಶಬ್ದವೂ ಕಂಡು ಬಂದವು.

ಎಲ್ಲರಿಗಿಂತಲೂ ಮೊದಲು ಪ್ರದೀಪನಿಗೆ 'ಅದು ಯುವತಿಯ ಶವ ಇರಬಹುದೇ' ಎಂಬ ಶಂಕೆಯಿಂದ ಎದೆಯಲ್ಲಿ ಡವಡವ ಶುರುವಾಯಿತು.

ಎಲ್ಲರೂ ಮೆಲ್ಲಗೆ ಆ ಜಾಗವನ್ನು ಸಮೀಪಿಸಿದಾಗ ಮೊದಲು ಕಾಲು ಕಾಣಿಸಿತು. ಪಾಂಡವರೆಲ್ಲರೂ ತಲ್ಲಣಿಸಿಹೋದರು. "ಅಯ್ಯೋ ದೇವರೆ" ಎಂದು ಎಲ್ಲರೂ ಉದ್ಗಾರ ತೆಗೆದರು. ಮುಂದುವರಿಯಲು ಯಾರಿಗೂ ಕಾಲು ಬರಲಿಲ್ಲ. ಸ್ವಲ್ಪ ಸುಧಾರಿಸಿಕೊಂಡು, ವಿಜಯ ಮತ್ತು ಪ್ರದೀಪರು ಸಮೀಪಕ್ಕೆ ಹೋಗಿ ವೀಕ್ಷಿಸಿದಾಗ ಅದು ಒಂದು ಸುಂದರ ಕೋಮಲ ಹೆಂಗಸಿನ ದೇಹವಾಗಿತ್ತು. ಮೈಮೇಲಿನ ಬಟ್ಟೆಗಳೆಲ್ಲಾ ಅಸ್ತವ್ಯಸ್ತವಾಗಿದ್ದವು. ಸತ್ತು ನಾಲ್ಕಾರು ದಿನಗಳಾಗಿತ್ತು. ಮುಖವೆಲ್ಲ ಅರ್ಧ ಕೊಳೆತು ವಿಕಾರವಾಗಿತ್ತು. ವೈದ್ಯ ಪಂಡಿತನಾಗಿದ್ದ ಪ್ರದೀಪನಿಗೆ ಈಕೆ ಅತ್ಯಾಚಾರಕ್ಕೆ ಬಲಿಯಾಗಿ, ನಂತರ ಕೊಲೆಗೀಡಾಗಿದ್ದಾಳೆಂದು ಅರಿವಾಯಿತು. ಸೆಲ್ವಮ್-ರಾಜಬೀರರು ಬಂದು ಶವವನ್ನು ನೋಡಿ "ದೇವರೆ ಈಯಮ್ಮನ ಆತ್ಮಕ್ಕೆ ಶಾಂತಿ ಕೊಡು" ಎಂದು ಹೇಳಿದರು. ಪರಿಚಾರಕ ಮಾನ್ವೆಲ್ ಹೇಳಿದ ಮಾತುಗಳು ಪಾಂಡವರ ಮನದಲ್ಲಿ ಅನುರುಣಿತವಾದವು. ಅಕಸ್ಮಾತ್ ಈ ಸಮಯದಲ್ಲಿ ಆರಕ್ಷಕರ ಕೈಗೆ ಪಾಂಡವರು ಸಿಕ್ಕಿದ್ದರೆ, ಕೊಲೆಯ ಆರೋಪಣೆಗೆ ಗುರಿಯಾಗುತ್ತಿದ್ದರು.

ಈ ಘಟನೆಯಿಂದ ಪಾಂಡವರ ಜಂಘಾಬಲ ಉಡುಗಿಹೋಯಿತು. ಅಲ್ಲಿ ಇನ್ನೊಂದು ಕ್ಷಣವೂ ನಿಲ್ಲದೆ ಕಂಬಿಕಿತ್ತರು. ಬಿರಬಿರನೇ ಏದುತ್ತಾ ಬೀಳುತ್ತಾ ಸಿವುಡಾಡ್ ಮೊಟೆಲ್‌ಗೆ ಮರಳಿ, ತಮ್ಮ ಗಂಟುಮೂಟೆಗಳನ್ನು ಕಟ್ಟುತ್ತಾ ವಾರೆಝ್ ನಗರದಿಂದ ನೊಗಾಲಿಸ್ ನಗರಕ್ಕೆ ಮರಳಲು ಸಜ್ಜಾದರು. ಸಾರ್ವಜನಿಕ ವಾಹನಕ್ಕೆ ಕಾಯದೆ ಬಾಡಿಗೆ ವಾಹನದಲ್ಲಿ ತೆರಳುವಾಗ ದಾರಿಯಲ್ಲಿ ಕಾಣಿಸುತ್ತಿದ್ದ "ತಪ್ಪಿಸಿಕೊಂಡಿದ್ದಾಳೆ" ಭಿತ್ತಿಚಿತ್ರಗಳು ಪಾಂಡವರನ್ನು ಮೂಕರನ್ನಾಗಿಸಿದ್ದವು. ಸದ್ಯ ಯಮಲೋಕದಿಂದ ಪಾರಾದೆವಲ್ಲಾ ಎಂದು ಹರ್ಷಿಸುತ್ತಾ ನೊಗಾಲಿಸ್ ನಗರದ ವಾಹನದಲ್ಲಿ ಹತ್ತಿ ಡೂಆನನ ಸವಿನೆನಪಿನಲ್ಲಿ ನೆಮ್ಮದಿಯಾಗಿ ಪ್ರಯಾಣ ಮಾಡಿದರು.

ದೆವ್ವದ ದಾರಿಯಲ್ಲಿ ಪಯಣ

ವಾರೆಝ್ ನಗರದಿಂದ ನೊಗಾಲಿಸ್ ನಗರಕ್ಕೆ ಮರಳಿದ ಪಾಂಡವರು ನೇರವಾಗಿ ಹೋಗಿ ಡೂಆನನ ಮನೆಯಲ್ಲಿ ಬೀಡುಬಿಟ್ಟರು. ಪಾಂಡವರ ವಿಫಲ ಪ್ರಯತ್ನಗಳು ಕೇಳುವುದು ಡೂಆನನಿಗೆ ಮನರಂಜನೀಯವಾಗಿದ್ದವು. ವಾರೆಝ್ ನಗರದಲ್ಲಿ ನಡೆದ ಕಥೆಯನ್ನು ಕೇಳಿ ಹಾಸ್ಯವಾಣಿಯಲ್ಲಿ ಡೂಆನನು "ಭಾರತ ಕುಮಾರರೇ, ನಿಮ್ಮ ಜ್ಞಾನ ವೃದ್ಧಿಸುತ್ತಾ ಇದೆ. ಬೇಗನೆ ನಿಮಗೆ ನಿರ್ವಾಣ ದೊರೆಯುತ್ತದೆ" ಎಂದು ಧೈರ್ಯವನ್ನು ಹೇಳಿದ.

ಮಾರನೆಯ ದಿನ ಪಾಂಡವರೆಲ್ಲರೂ ಒಟ್ಟಾಗಿ ಒಬ್ರೆಗಾನ್ ಬೀದಿಯಲ್ಲಿ ವಲಸೆದಾರರನ್ನು ಹುಡುಕುತ್ತಾ ಇರುವಾಗ, ಮಧ್ಯ ವಯಸ್ಸಿನ ಬಿಳಿಯನೊಬ್ಬ ಬಂದು ತನ್ನ ಹೆಸರು "ಜಾನ್" ಎಂದು ಪರಿಚಯ ಮಾಡಿಕೊಂಡ. ಜಾನ್ ಅಮೇರಿಕಾ ದೇಶದ ಪ್ರಜೆಯೆಂದೂ, ವಿಯಟ್ನಾಂ ಯುದ್ಧದಲ್ಲಿ ಹೋರಾಡಿದ ಮಾಜಿ ಯೋಧನೆಂದೂ, ಏಷ್ಯಾ ಖಂಡದಿಂದ ವಲಸಿಗರನ್ನು ಸಾಗಿಸುವುದು ತನ್ನ ವಿಶೇಷತೆಯೆಂದು ತಿಳಿಸಿದ. ಕೇವಲ ನೂರು ಡಾಲರಿಗೆ ನಿಮ್ಮನ್ನು ಗಡಿ ದಾಟಿಸುತ್ತೇನೆಂದು ಹೇಳಿದಾಗ ಆಸೆ ಬಂತಾದರೂ ಇದರಲ್ಲೇನೋ ರಹಸ್ಯವಿದೆಯೆಂದು ಪಾಂಡವರೆಲ್ಲರೂ ಊಹಿಸಿದರು.

ವಿಜಯನು "ನಮ್ಮ ಹತ್ತಿರ ಹಣವಿಲ್ಲ. ನಮ್ಮಣ್ಣ ಕಾರ್ಲ್ಸ್ ಬಾಡ್‌ನಲ್ಲಿದ್ದಾನೆ. ನೀವು ನಮ್ಮನ್ನು ಅವನ ಹತ್ತಿರ ಕರೆದುಕೊಂಡು ಹೋದರೆ ನಿಮಗೆ ನೂರು ಡಾಲರ್ ಅಲ್ಲಾ ಐನೂರು ಡಾಲರ್ ಕೊಡಿಸುತ್ತೇವೆ" ಎಂದು ತನ್ನ ಜಾಣತನ ಪ್ರದರ್ಶಿಸಿದ.

ಸೆಲ್ವನು ಒಂದೇ ಮಾತಿನಲ್ಲಿ "ನಿಮ್ಮ ಮಾರ್ಗ ಯಾವುದು? ಎಷ್ಟು ದೂರ ನಡೆದು ಸಾಯಬೇಕು? ದಾರಿ ಸುಂಕ ಎಷ್ಟು? ದಾರಿಯಲ್ಲಿ ದರೋಡೆಗಾರರು ಬಂದರೆ ಏನ್ಮಾಡ್ತೀರಾ?" ಎಂದು ಕಳ್ಳದಾರಿಯ ಬಗ್ಗೆ ಕಠಿಣವಾದ ಪ್ರಶ್ನೆಗಳನ್ನು ಕೇಳಿದ. ಜಾನನಿಗೆ ಪಾಂಡವರು ಸಕತ್ ಪಾಕಡಾಗಳು ಎಂಬುದು ಅರಿವಾಯಿತು.

ಜಾನನು "ನಮ್ಮದು ವಿಶೇಷ ಮಾರ್ಗ. ಕಾಲು ನಡಿಗೆ ಕೇವಲ ಒಂದು ಕಿಲೋಮೀಟರ್. ಆಮೇಲೆ ವಾಹನದಲ್ಲಿ ಪ್ರಯಾಣ. ಟ್ಯೂಸಾನ್ ನಗರದಲ್ಲಿ

ಬಿಡ್ತೀವಿ" ಎನ್ನುತ್ತಾ "ಆದರೆ ಒಂದು ವಿಷಯ. ಜೊತೆಯಲ್ಲಿ ನೀವು ಒಂದು ಬೆನ್ನು ಚೀಲವನ್ನೂ ಎತ್ತಿಕೊಂಡು ಹೋಗಬೇಕು. ಆಗುತ್ತಾ?" ಎಂದು ಕೇಳಿದ.

ಪ್ರದೀಪನು "ಬೆನ್ನು ಚೀಲದಲ್ಲಿ ಏನಿರುತ್ತೆ? ತೂಕಾ ಎಷ್ಟಿರುತ್ತೆ?" ಎಂದು ಪ್ರಶ್ನಿಸಿದಾಗ, ಸಿಡುಕಿನಿಂದ ಜಾನನು "ಅದೆಲ್ಲಾ ನಿಮಗ್ಯಾಕೆ?" ಎಂದು ಖಾರವಾಗಿ ಕೇಳಿದ.

ರಾಜಬೀರನು "ಚೀಲದಲ್ಲಿ ಕೋಕೈನ್ ತುಂಬಿ, ಕತ್ತೆಗಳ ಹಾಗೆ ನಮ್ಮನ್ನ ಉಪಯೋಗಿಸಿಕೊಳ್ಳಲು ಹೊಂಚು ಹಾಕಿದ್ದೀರಾ?" ಎಂದು ಜಾನನ ಮುಖದ ಮೇಲೆ ಹೊಡೆದ ಹಾಗೆ ಕೇಳಿದ.

ವಾಸ್ತವವಾಗಿ ಜಾನನು ಹೀಗೆಯೇ ಮಾಡಬೇಕೆಂದು ಯೋಚಿಸಿ, ಪಾಂಡವರನ್ನು ಕೂಲಿಗಳಾಗಿ ಉಪಯೋಗಿಸಲು ಯೋಜಿಸಿದ್ದ. ರಾಜಬೀರನ ಮಾತುಕೇಳಿ ಇವರೊಡನೆ ಹೆಚ್ಚು ಮಾತನಾಡಿದರೆ ತನ್ನ ಗುಟ್ಟು ರಟ್ಟಾಗಬಹುದೆಂದು ಹೆದರಿ, ಪಾಂಡವರನ್ನೆಲ್ಲಾ ಜಿಗುಪ್ಸೆಯಿಂದ ನೋಡುತ್ತಾ "ಎಲ್ಲಾದರೂ ಹಾಳಾಗಿ ಹೋಗಿ" ಎಂದು ಶಪಿಸುತ್ತಾ ಹೊರಟುಹೋದ.

ರಾಜಬೀರ್ ಪ್ರಶ್ನೆ ವಾಸ್ತವವಾಗಿತ್ತು. ಅಮೇರಿಕಾ-ಮೆಹಿಕೋ ದೇಶಗಳ ನಡುವೆ ನೂರಾರು ವರ್ಷಗಳಿಂದ ವಲಸೆ ಬರುತ್ತಿರುವ ವಲಸಿಗರನ್ನು ತಡೆಯುವ ಕ್ರಮಗಳು ಕಳೆದ ಎರಡು-ಮೂರು ದಶಕಗಳಲ್ಲಿ ಮಾತ್ರ ಅಮೇರಿಕಾ ಸರಕಾರದ ಮತ್ತು ಸಾರ್ವಜನಿಕರ ಗಮನ ಸೆಳೆದಿವೆ. ಸಾರ್ವಜನಿಕವಾಗಿ ಬಹುಮುಖ್ಯ ಕಾರಣ ಕೋಕೈನ್ ಮುಂತಾದ ಅಕ್ರಮ ಕಳ್ಳ ಸಾಗಾಣಿಕೆಯಾದರೂ, ಇತ್ತೀಚೆಗೆ ಅಲ್-ಖೈದಾ ಭಯೋತ್ಪಾದಕರ ದುರಾಕ್ರಮಣ ಸರಕಾರವನ್ನು ಚುರುಕುಗೊಳಿಸಿದೆ. ಮಾದಕ ವಸ್ತು ಸಾಗಾಣಿಕೆ ಅತ್ಯಂತ ಲಾಭದಾಯಕ ವ್ಯಾಪಾರವಾಗಿರುವುದರಿಂದ, ಗಡಿ ರಕ್ಷಕರ ಕಣ್ಣಿಗೆ ಮಣ್ಣೆರಚಿ ಅದನ್ನೊಯ್ಯುವ ಸಾಧನೋಪಾಯಗಳು ಪ್ರತಿದಿನ ಅವಿಷ್ಕಾರವಾಗುತ್ತಿರುತ್ತವೆ.

ಬಡಪಾಯಿ ವಲಸಿಗರನ್ನು ಮಾದಕ ವಸ್ತು ಸಾಗಿಸುವ ಕೂಲಿಗಳಾಗಿ ಬಳಸುವ ಹಲವಾರು ವಿಧಾನಗಳು ಚಾಲ್ತಿಯಲ್ಲಿವೆ. ಉಚಿತವಾಗಿ ಗಡಿ ದಾಟಿಸಿ, ಅಮೇರಿಕಾ ನಗರದಲ್ಲಿ ಬಿಡುತ್ತೇವೆಂದು ಆಮಿಷ ಒಡ್ಡಿ, ಜೊತೆಯಲ್ಲಿ ಒಂದು ಚೀಲವನ್ನು ಕೊಂಡೊಯ್ಯಬೇಕೆಂದು ತಿಳಿಸಿ, ಅದರಲ್ಲಿ ಮಾದಕ ವಸ್ತು ಇಟ್ಟು, ಅಗಸರು ಕತ್ತೆಗಳನ್ನು ಬಟ್ಟೆ ಹೊರಲು ಬಳಸುವಂತೆ, ವಲಸಿಗರನ್ನು ಕೋಕೈನ್

ಒಯ್ಯಲು ಬಳಸುತ್ತಾರೆ. ಎಲ್ಲಾ ಸರಿಯಾಗಿ ನಡೆದರೆ, ಉಚಿತವಾಗಿ ವಲಸಿಗರು ಅಮೇರಿಕಾವನ್ನು ತಲುಪುತ್ತಾರೆ. ಅಚಾನಕ್ಕಾಗಿ ಮಧ್ಯೆ ದಾರಿಯಲ್ಲಿ ಗಡಿರಕ್ಷಕರ ಕೈಗೆ ಸಿಕ್ಕಿಬಿದ್ದರೆ ಬಡಪಾಯಿ ವಲಸಿಗರು "ಮಾದಕ ವಸ್ತು ಸಾಗಾಣಿಕೆಗಾರರು" ಎಂಬ ಆಪಾದನೆಯ ಮೇಲೆ, ಕಾರಾಗೃಹದಲ್ಲಿ ಕೊಳೆಯುತ್ತಾರೆ. ಇತ್ತೀಚೆಗಷ್ಟೇ ಬೆಳಕಿಗೆ ಬಂದ ಮತ್ತೊಂದು ಮಹಾ ವಿಪರ್ಯಾಸವೆಂದರೆ, ಸ್ಯಾನ್ ಡಿಯಾಗೋದಲ್ಲಿರುವ ಐವತ್ತು ಮಂದಿ ಅಮೇರಿಕನ್ ಸೈನಿಕರು ಕೊಕೈನ್ ಸಾಗಿಸುತ್ತಾ, "ಬೇಲಿಯೇ ಎದ್ದು ಹೊಲವನ್ನು ಮೇಯುತ್ತದೆ" ಎಂಬ ನಾಣ್ನುಡಿಗೆ ಜೀವಂತ ನಿದರ್ಶನವಾಗಿದ್ದಾರೆ.

ಕ್ಯಾಲಿಫೋರ್ನಿಯಾ ರಾಜ್ಯದ ಗಡಿಯಲ್ಲಿರುವ ಟೆಕಾಟೆ ಮತ್ತು ಟಿಹುವಾನಾ ನಗರಗಳು ಮಾದಕ ವಸ್ತು ಸಾಗಣೆಯ ಮುಖ್ಯ ಜಾಲಗಳು.

ಸ್ಥಳದ ಮಹಿಮೆ, ಜನರ ಸಂಪರ್ಕ, ದೇಶಾಂತರ ಸಂಚಾರ ಮತ್ತು ಸ್ವಂತ ಅನುಭವಗಳಿಂದ ಪಾಂಡವರು ಸಹಜವಾಗಿ ಜ್ಞಾನವನ್ನು ಸಂಪಾದಿಸಿದ್ದರು. ವಿಫಲ ಪ್ರಯತ್ನಗಳಿಂದ ವಿಚಲಿತರಾಗದೆ ಶತಾಯ-ಗತಾಯ ಗುರಿ ಸಾಧಿಸಲು ಹರಸಾಹಸ ಪಡುತ್ತಿದ್ದರು.

ಜಾನನು ಹೋದ ಮೇಲೆ, ಸುಮಾರು ಹನ್ನೆರಡು ವರ್ಷ ವಯಸ್ಸಿನ ಬಾಲಕನೊಬ್ಬ ಪಾಂಡವರ ಹತ್ತಿರ ಬಂದು "ಸ್ವಾಮಿಗಳೇ, ನೀವು ಅಮೇರಿಕಾಗೆ ಹೋಗಬೇಕಾ?" ಎಂದು ಕೇಳುತ್ತಾ "ನಾನು ನಿಮಗೆ ಸುಲಭವಾದ ದಾರಿ ತೋರಿಸ್ತೀನಿ. ಕೇವಲ ಐವತ್ತು ಡಾಲರ್ ಅಷ್ಟೇ" ಎಂದು ತನ್ನ ಶುಲ್ಕವನ್ನೂ ನಮೂದಿಸಿದ.

ಪ್ರದೀಪನು "ಏ ಮರಿ. ನಿನ್ನ ಹೆಸರೇನು?" ಎಂದು ಕೇಳಿದಾಗ, "ಜೀಸಸ್ ಗೊಂಝಾಲೆಜ್" ಎಂದಾಗ ಪಾಂಡವರೆಲ್ಲರೂ ಸ್ವಲ್ಪ ಸೋಜಿಗದಿಂದಲೇ "ಜೀಸಸ್" ಎಂದು ಆಶ್ಚರ್ಯ ವ್ಯಕ್ತಪಡಿಸಿದರು. ವಿಜಯನು "ಅಯ್ಯಾ ಏಸು ಕ್ರಿಸ್ತ ನಮಗೆಲ್ಲಾ ಸ್ವರ್ಗಕ್ಕೆ ದಾರಿತೋರಿಸ್ತೀಯಾ?" ಎಂದು ಹಾಸ್ಯಮಯವಾಗಿಯೇ ಕೇಳಿ ಎಲ್ಲರನ್ನೂ ನಗಿಸಿದ.

ಜೀಸಸನು "ಐವತ್ತು ಡಾಲರ್ ಕೊಡಿ. ಈಗಲೇ ಕರೆದುಕೊಂಡು ಹೋಗ್ತೀನಿ" ಎಂದು ಹಣವನ್ನು ಕೇಳಿದಾಗ, ಪಾಂಡವರಿಗೆಲ್ಲಾ ಇವನೊಬ್ಬ ಕಿಲಾಡಿ

ಎಂದೆನಿಸಿತು. ಮಾತಿನ ಚಕಮಕಿಯಿಂದ ನಮ್ಮನ್ನು ಮರುಳಿ ಮಾಡುತ್ತಿದ್ದಾನೆಂದು ಪಾಂಡವರು ಗ್ರಹಿಸಿದರು.

ಪ್ರದೀಪನು "ಏಯ್ ಜೀಸಸ್, ಹೇಗೆ? ಸ್ವಲ್ಪ ವಿವರಿಸು" ಎಂದು ಕೇಳಿದಾಗ,

"ಮೊದಲು ಐವತ್ತು ಡಾಲರ್ ಕೊಡಿ. ಆಮೇಲೆ ಎಲ್ಲಾ ವಿವರಿಸ್ತೀನಿ" ಎಂದು ಜೀಸಸ್ ಶುಲ್ಕ ಕೊಡಬೇಕೆಂದು ಒತ್ತಾಯಿಸಿದ.

ಸೆಲ್ವಮ್, "ಹೇಗೆ ಅಂತಾ ಹೇಳೋವರೆಗೂ ಒಂದು ಪೇಸೋನೂ ಕೊಡಲ್ಲಾ" ಎಂದು ಕಡ್ಡಿ ಮುರಿದಂತೆ ಹೇಳಿದ.

ಅದೇ ಸಮಯದಲ್ಲಿ ಡೂಆನನೂ ಅದೇ ಒಬ್ರೆಗಾನ್ ಬೀದಿಯಲ್ಲಿ ತಿರುಗಾಡುತ್ತಾ ಇದ್ದ. ಪಾಂಡವರು ಜೀಸಸನೊಡನೆ ವ್ಯವಹಾರ ಮಾಡುತ್ತಿರುವುದನ್ನು ದೂರದಿಂದಲೇ ನೋಡುತ್ತಿದ್ದ ಡೂಆನನು ಮೆಲ್ಲಗೆ ಬಳಿ ಬಂದಾಗ ವಿಜಯನು, "ಡೂಆನ್ ಗುರು, ಬನ್ನಿ ಬನ್ನಿ" ಎಂದು ಕರೆದು ಜೀಸಸನ ಬಗ್ಗೆ "ಈ ಹುಡುಗಾ ನಮ್ಮನ್ನೆಲ್ಲಾ ಬರೀ ಐವತ್ತು ಡಾಲರಿಗೆ ಅಮೇರಿಕಾಗೆ ಕರೆದುಕೊಂಡು ಹೋಗ್ತೀನಿ ಅಂತಾನೆ" ಎಂದ

ಡೂಆನನು ನಗುತ್ತಾ ಸ್ಪಾನಿಶ್‌ನಲ್ಲಿ ಜೀಸಸನೊಡನೆ ಮಾತನಾಡಿ ನಂತರ ಪಾಂಡವರಿಗೆ "ಹೌದು. ಅವನ ಮಾತು ನಿಜ. ದಾರಿಯನ್ನ ತೋರಿಸ್ತಾನೆ. ಆದರೆ ನೀವೇ ಹೋಗಬೇಕು" ಎಂದು ತಿಳಿಸಿದ. ಡೂಆನನ ನಗುವಿನಿಂದಲೇ ಜೀಸಸನು ಏನೋ ಕುಚೋದ್ಯ ಮಾಡುತ್ತಿದ್ದಾನೆಂದು ಪಾಂಡವರಿಗೆ ಅರಿವಾಯಿತು.

ಈ ಭಾರತೀಯರ ಹತ್ತಿರ ನನ್ನ ಬೇಳೆ ಬೇಯುವುದಿಲ್ಲ ಎಂದು ಜೀಸಸನಿಗೆ ತಿಳಿದುಹೋಯಿತು. ನಿರಾಶೆಯಿಂದ ಹೊರಡುತ್ತಿದ್ದ ಜೀಸಸನನ್ನು ಡೂಆನನು ಕರೆದು ಸ್ಪಾನಿಶ್‌ನಲ್ಲಿ ಏನೋ ಹೇಳಿ ತರುವಾಯ ಪಾಂಡವರಿಗೆ "ಹತ್ತು ಡಾಲರ್ ಕೊಡಿ. ನಿಮಗೆ ಗುಪ್ತ ಮಾರ್ಗವನ್ನು ತೋರಿಸ್ತಾನೆ. ಹೋಗೋದು ಬಿಡೋದು ಆಮೇಲೆ" ಎಂದು ಬಾಲಕನ ಪರವಾಗಿ ಮಾತನಾಡಿ "ಈ ದಾರಿಯಲ್ಲಿ ನೂರಾರು ಜನ ವಲಸೆಗಳು ಹೋಗ್ತಿದ್ದರು. ಈವಾಗ ಬಹಳ ಅಪರೂಪ" ಎಂದ.

ಡೂಆನನ ಮಾತಿಗೆ ಒಲ್ಲೆಯೆನ್ನದೆ ಪ್ರದೀಪನು ಹತ್ತು ಡಾಲರ್ ನೋಟನ್ನು ಕೊಟ್ಟಾಗ ಸಂತೋಷದಿಂದ ಜೀಸಸನು "ಧನ್ಯ ಧನ್ಯ ಸ್ವಾಮಿ" ಎನ್ನುತ್ತಾ "ಬನ್ನಿ ತೋರಿಸ್ತೀನಿ" ಎಂದು ಪಾಂಡವರನ್ನು ಕರೆದುಕೊಂಡು ಹೋದ. ಅಂತರರಾಷ್ಟ್ರೀಯ ಗಡಿ ಬೇಲಿಯ ಬದಿಯಲ್ಲಿ ಇರುವ ರಸ್ತೆಯ ಅಂಚಿನಲ್ಲಿರುವ ಚರಂಡಿಯ ಬಳಿಗೆ ಪಾಂಡವರನ್ನು ಕರೆತಂದು "ಇದೇ ನೋಡಿ ಅಮೇರಿಕಾಗೆ ದ್ವಾರ" ಎಂದು ಚರಂಡಿಯೊಳಗೆ ತೂರಿ ತೋರಿಸುತ್ತಾ ಹೇಳಿದ. ನಂತರ ಪಾಂಡವರೆಲ್ಲರೂ ನೋಡಿ ಆಶ್ಚರ್ಯ ಪಟ್ಟರು. ಇಷ್ಟು ಸಮೀಪ ಇಷ್ಟು ಸುಲಭವಾದ ದಾರಿಯಲ್ಲಿ ಕೇವಲ ಐದು ನಿಮಿಷದಲ್ಲಿ ಗಡಿ ದಾಟಬಹುದಲ್ಲ. ಯಾಕೇ ಜನ ಈ ದಾರಿಯಲ್ಲ ಹೋಗುವುದಿಲ್ಲಾ ಎಂಬ ಪ್ರಶ್ನೆಗೆ ಉತ್ತರವನ್ನು ಹುಡುಕುತ್ತಿದ್ದರು.

ಚರಂಡಿಯ ಹೊರದ್ವಾರದ ಬಳಿ ನೆಟ್ಟಿದ್ದ ಎಲಕ್ಟ್ರಿಕ್ ಗೋಪುರಗಳನ್ನು ತೋರಿಸುತ್ತಾ ಜೀಸಸನು "ಸ್ವಾಮಿ. ಆ ಕಂಬಗಳಲ್ಲಿ ಕ್ಯಾಮರಾ ಇಟ್ಟಿದ್ದಾರೆ. ಅಲ್ಲಿಂದ ಆಚೆ ಬಂದ ತಕ್ಷಣ ಗಡಿರಕ್ಷಕರು ಬಂದು ಹಿಡಿದುಕೊಳ್ತಾರೆ" ಎಂದು ಕಾರಣವನ್ನು ವಿವರಿಸಿದ.

ನೊಗಾಲಿಸ್ ನಗರದ ಉತ್ತರದಲ್ಲಿರುವ ಒಳಚರಂಡಿಯೊಂದು ಅಮೇರಿಕಾದ ಗಡಿಯಲ್ಲಿ ಹರಿಯುವ ಸಾಂಟಾಕ್ರೂಝ್ ಎಂಬ ಸಣ್ಣ ಹೊಳೆಗೆ ಸೇರುತ್ತದೆ. ಕಿರಿದಾದ ಈ ಚರಂಡಿಯ ಮೂಲಕ ನುಸುಳಿಕೊಂಡು ಮಕ್ಕಳು ಮತ್ತು ಸಣ್ಣ ದೇಹದ ವ್ಯಕ್ತಿಗಳು ಗಡಿಯನ್ನು ದಾಟುತ್ತಿದ್ದರು. ಒಮ್ಮೆ ನಾಲ್ಕು ಜನ ವಲಸೆಗಳು ಒಂದೇ ಸಲ ಈ ಚರಂಡಿಯಲ್ಲಿ ಗಡಿ ದಾಟುತ್ತಿರುವಾಗ, ಹಠಾತ್ತಾಗಿ ಮಳೆ ಬಂದು, ನೀರು ನುಗ್ಗಿ, ಆ ನಾಲ್ವರೂ ಜಲಸಮಾಧಿಯಾಗಿದ್ದರು. ಈ ದುರ್ಘಟನೆಯ ತರುವಾಯ ವಲಸೆಗಳು ಈ ಚರಂಡಿಯಲ್ಲಿ ಗಡಿ ದಾಟುವುದನ್ನು ನಿಲ್ಲಿಸಿದ್ದರು. ಅಮೇರಿಕಾದ ಗಡಿಯಲ್ಲಿರುವ ಚರಂಡಿಯ ಹೊರದ್ವಾರದ ಸುತ್ತ ಮುಳ್ಳುಬೇಲಿಯನ್ನು ಕಟ್ಟಿ ಹಾದುಹೋಗಲು ಅಡಚಣೆಗಳನ್ನು ಒಡ್ಡಿದ್ದರು. ಇಷ್ಟಾದರೂ ಅಪರೂಪಕ್ಕೊಮ್ಮೆ ಗೂಳೆಕಾರರು ಈ ಚರಂಡಿದಾರಿಯಲ್ಲಿ ಬಂದು ಹತಾಶರಾಗಿ ಹಿಂತಿರುಗುತ್ತಿದ್ದರು. ಹೊಸದಾಗಿ ಬಂದ ವಲಸಿಗರಿಗೆ ಈ ಚರಂಡಿಯ ದ್ವಾರವನ್ನು ತೋರಿಸಿ ಜೀಸಸನಂತಹ ಬಾಲಕರು ಐದೋ ಹತ್ತು ಡಾಲರ್ ಕಾಸು ಕೀಳುತ್ತಿದ್ದರು.

ವಿಜಯನು "ಇದು ಅಮೇರಿಕಾಗೆ ದಾರಿಯಲ್ಲ ನರಕಕ್ಕೆ ದಾರಿ" ಎಂದು ಉದ್ಗಾರ ತೆಗೆದ. ಜೀಸಸನನ್ನು ಸೆಲ್ವನು ದಬಾಯಿಸುತ್ತಾ "ಏಯ್ ಗುಗ್ಗು.

ನಿನಗೇನು ಮಾಡೊಕ್ಕೆ ಕೆಲಸ ಇಲ್ಲವಾ? ನಮಗೆ ಯಾಕೆ ಈ ಸುಡುಗಾಡು ದಾರಿಯನ್ನ ತೋರಿಸಿದೆ" ಎಂದು ಕೇಳಿದಾಗ, ಜೀಸಸನು ಹಲ್ಲುಗಳನ್ನು ಪ್ರದರ್ಶಿಸುತ್ತಾ "ಡಾಲರ್‌ಗೋಸ್ಕರ ಸ್ವಾಮಿ" ಎಂದ.

ಪಾಂಡವರಾರಿಗೂ ಆ ಬಾಲಕನ ಮೇಲೆ ಸಿಟ್ಟು ಬರಲ್ಲಿಲ್ಲ. ಸಣ್ಣ ಹುಡುಗ; ಹತ್ತು ಡಾಲರ್ ಹೋದರೆ ಹೋಗಲಿ ಎಂದು ಸುಮ್ಮನಾದರು. ಪ್ರದೀಪನು ಮಾತ್ರ ಆ ಬಾಲಕನನ್ನು ಕಡೆಗಣಿಸದೆ ತಪಾಸಣೆ ಮುಂದುವರಿಸಿದ.

ಹಣದಾಶೆಯಿಂದ ಆ ಹುಡುಗನನ್ನು ಪುಸಲಾಯಿಸುತ್ತಾ "ಜೀಸಸ್, ನಮಗೆ ಅಮೇರಿಕಾಗೆ ದಾರಿ ತೋರಿಸು. ನಿನಗೆ ಕೈತುಂಬಾ ಹಣ ಕೊಡ್ತೀವಿ" ಜೀಸಸನು ಹೇಗೆಂದು ಆಲೋಚಿಸುತ್ತಿರುವಾಗ, "ನಮ್ಮನ್ನ ಅಮೇರಿಕಾಗೆ ಕರೆದುಕೊಂಡು ಹೋಗಿ ಬಿಡು. ನಿನಗೆ ನಾವೆಲ್ಲಾ ಸೇರಿ ಇನ್ನೂರು ಡಾಲರ್ ಕೊಡ್ತೀವಿ" ಎಂದಾಗ ಜೀಸಸನಿಗೆ ಹೊಸ ಹುರುಪು ಮೂಡಿತು.

ಜೀಸಸನು ಎರಡು-ಮೂರು ವರ್ಷಗಳ ಹಿಂದೆ ತನ್ನ ಗೆಳೆಯರೊಂದಿಗೆ ಅಮೇರಿಕಾ ಗಡಿಯನ್ನು ಕಳ್ಳದಾರಿಯಲ್ಲಿ ದಾಟಿ ನೊಗಾಲಿಸ್ ನಗರದಿಂದ ಸುಮಾರು ಐವತ್ತು ಕಿಲೋಮೀಟರ್ ದೂರದಲ್ಲಿ ಅರಿಝೋನಾ ರಾಜ್ಯದ ಸೆಲ್ಸ್ ಎಂಬ ಕುಗ್ರಾಮಕ್ಕೆ ಪಾದಯಾತ್ರೆ ಮಾಡಿದ್ದನು. ಆ ಸಮಯದಲ್ಲಿ ಗಡಿಕಾವಲು ಈಗಿನಷ್ಟು ಬಿಗಿಯಾಗಿರಲಿಲ್ಲ. ಹೊರಸಂಚಾರ ಮತ್ತು ಬಿಡಾರ ವಿಹಾರಗಳು ಅಮೇರಿಕಾದ ವಿರಾಮ ಜೀವನ ಶೈಲಿಗಳಲ್ಲೊಂದು. ಗಡಿನಗರಗಳಲ್ಲಿ ವಾಸಿಸುವ ಶಾಲಾಬಾಲಕರು ವಾರಾಂತ್ಯದಲ್ಲಿ ಕಾಲಹರಣಮಾಡಲು ಇಂತಹ ಸಾಹಸಗಳನ್ನು ಮಾಡುವುದು ಒಂದು ಹವ್ಯಾಸ ಮತ್ತು ಆಟವಾಗಿತ್ತು.

ಜೀಸಸನು ಸ್ವಲ್ಪ ಆಲೋಚಿಸಿ "ನನ್ನ ಗೆಳೆಯ ಫಿಲಿಪೇನಾ ಕೇಳಿ ಹೇಳ್ತೀನಿ. ನಾಳೆ ಎಲ್ಲಿ ಸಿಕ್ತೀರಾ?" ಎಂದು ತಿಳಿಸಿದಾಗ, ಪಾಂಡವರು ಡೂಆನನ ಮನೆಯ ಬಳಿ ಬರಲು ಹೇಳಿದರು.

ಮತ್ತೆ ಪಾಂಡವರೆಲ್ಲರೂ ಒಬ್ರೆಗಾನ್ ಬೀದಿಯಲ್ಲಿರುವ ಹೊಟೇಲ್‌ನಲ್ಲಿ ಊಟ ಮಾಡುತ್ತಿರುವಾಗ ಆಗಂತುಕನೊಬ್ಬನು ಪಕ್ಕದ ಕುರ್ಚಿಯಲ್ಲಿ ಕುಳಿತು, "ನೀವು ಭಾರತೀಯರಾ?" ಎಂದು ಪ್ರಶ್ನಿಸಿದ. ಪರಿಚಯದ ನಂತರ ಅವನು "ಎರಡು ಸಾವಿರ ಡಾಲರುಗಳಿಗೆ ನಿಮ್ಮನ್ನೆಲ್ಲಾ ಒಟ್ಟಾಗಿ ಟ್ಯೂಸಾನ್ ನಗರಕ್ಕೆ ರವಾನೆ ಮಾಡುತ್ತೇನೆ. ಇವತ್ತು ರಾತ್ರಿ ಹತ್ತು ಗಂಟೆಗೆ ಪ್ರಯಾಣ. ನಾಳೆ ಬೆಳಿಗ್ಗೆ ಆರು

ಗಂಟೆಗೆ ಅಮೇರಿಕಾದಲ್ಲಿ ಇರ್ತೀರಾ. ಸಾವಿರ ಡಾಲರ್ ಮುಂಗಡ. ಮಿಕ್ಕಿದ್ದು ಗಡಿ ದಾಟಿದ ಮೇಲೆ" ಎಂದು ಹೇಳಿ ಪಾಂಡವರ ಗಮನವನ್ನು ಸೆಳೆದ.

"ಹೇಗೆ? ಯಾವ ದಾರಿಯಲ್ಲಿ?" ಎಂದು ಪ್ರದೀಪನು ನೇರವಾಗಿ ಕೇಳಿದ.

"ಕಳ್ಳ ದಾರಿ. ಸರಕು ವಾಹನದಲ್ಲಿ. ನಾಲ್ಕು ಗಂಟೆ ಪ್ರಯಾಣ" ಎಂದ ಆ ಗುಳೇದಾರ.

"ಅಕಸ್ಮಾತಾಗಿ ಗಡಿರಕ್ಷಕರಿಗೆ ಸಿಕ್ಕಿಬಿದ್ದರೆ" ಎಂದು ವಿಜಯನು, "ದರೋಡೆಗಾರರು ಅಡ್ಡ ಬಂದ್ರೆ ಏನ್ಮಾಡ್ತೀರಾ?" ಎಂದು ಸೆಲ್ವನು, "ಗ್ಯಾರಂಟಿ ಏನು?" ಎಂದು ರಾಜಬೀರನು ಪ್ರಶ್ನೆಗಳನ್ನು ಬಿಟ್ಟರು. ಇವರ ಪ್ರಶ್ನೆಗಳಿಂದ ಇವರಿಗೆ ಈಗಾಗಲೇ ಸಾಕಷ್ಟು ಪೆಟ್ಟುಗಳು ಬಿದ್ದಿವೆಯೆಂಬುದು ಅ ವಲಸೆದಾರನಿಗೆ ತಿಳಿದುಹೋಯಿತು.

"ಮತ್ತೆ ಪ್ರಯತ್ನ. ಅಷ್ಟೆ. ಪ್ರಯತ್ನಗಳು ಎಷ್ಟು ಸಾರಿಯಾದರೂ ಶುಲ್ಕ ಒಂದೆ. ಸ್ನೇಹಿತರೆ ಎರಡು ಸಾವಿರ ಡಾಲರ್ ನಾಲ್ಕು ಜನರಿಗೆ".

ಪ್ರದೀಪನು ಶುಲ್ಕದರವನ್ನು ಬಿಡಿಸುತ್ತಾ "ಅಂದರೆ ಒಬ್ಬೊಬ್ಬರಿಗೆ ಐನೂರು ಡಾಲರ್. ಅಲ್ಲವೇ?" ಎಂದು ಕೇಳಿದಾಗ, ಆ ವಲಸೆದಾರನಿಗೆ ಸ್ವಲ್ಪ ಅಸಮಾಧಾನವಾಯಿತು.

"ಇಲ್ಲಾ ಸ್ವಾಮಿ. ಎರಡು ಸಾವಿರ ಡಾಲರ್ ಮೊತ್ತಾ. ನಾಲ್ಕು ಜನರಿಗೂ ಒಂದೆ ಒಬ್ಬರಿಗೂ ಒಂದೆ. ಅರ್ಥ ಆಯಿತಾ. ವಾಹನದಲ್ಲಿ ನಾಲ್ಕು ಜನಕ್ಕೆ ಜಾಗ ಇದೆ" ಎಂದು ನಾಲ್ಕು ಕೈಬೆರಳುಗಳನ್ನು ತೋರಿಸುತ್ತಾ ಹೇಳಿದ.

ಮೂರು ದಿನಗಳ ಹಿಂದೆ ವಾರೆಜ಼್ ನಗರದಲ್ಲಿ ಚೆಸ್ಪಿರೋನು ತನ್ನ ವಾಹನದಲ್ಲಿ ಪಾಂಡವರನ್ನು ಸಂದೂಕದಲ್ಲಿ ಮತ್ತು ಹಿಂದಿನ ಜಾಗದಡಿಯಲ್ಲಿ ಬಚ್ಚಿಟ್ಟುಕೊಂಡು ಗಡಿ ದಾಟಲು ಪ್ರಯತ್ನಿಸಿದ ಹಾಗೆ ಈ ವಲಸೆದಾರನೂ ನಿಯೋಜಿಸಿದ್ದ.

"ಎಲ್ಲರೂ ಸಂದೂಕದಲ್ಲಿ ಅವಿತುಕೊಂಡು ಹೋಗಬೇಕಾ?" ಎಂದು ಪ್ರದೀಪನೇ ಕೇಳಿದ ಪ್ರಶ್ನೆಗೆ ಸಿಡಿಮಿಡಿಗೊಂಡ ಆ ವಲಸೆದಾರನು ಮೇಲಕ್ಕೆದ್ದು ಸಿಟ್ಟಿನಿಂದ, "ಇಲ್ಲಾ ನಿಮ್ಮನ್ನೆಲ್ಲಾ ನನ್ನ ತಲೆಮೇಲೆ ಕುಂದಿರಿಸಿಕೊಂದು ಮೆರವಣಿಗೆ ಮಾಡಿಕೊಂಡು ಅಮೇರಿಕಾಗೆ ಹೋಗ್ತೀನಿ" ಎಂದು ಬೈದುಕೊಳ್ಳುತ್ತಾ

ನಿರ್ಗಮಿಸಿದ. ಪಾಂಡವರೆಲ್ಲರೂ ಆ ವಲಸೆದಾರನ ರೋಷವನ್ನು ಕಂಡು ಬೆರಗಾದರು. ಹಲವಾರು ಜನರ ಮುಂದೆ ವಲಸೆದಾರನು ಪಾಂಡವರನ್ನು ಬೈದು ಹೀನಾಯಿಸಿದ್ದ. ಪಾಂಡವರೆಲ್ಲಾ ಮರು ಮಾತಾಡದೆ ತಲೆ ತಗ್ಗಿಸಿಕೊಂಡು ಹೊರಬಂದರು.

ಸಂಜೆ ಮನೆಯಲ್ಲಿ ಡೂಆನನ ಸಮ್ಮುಖದಲ್ಲಿ ಪಾಂಡವರು ಮುಂದೇನು ಎಂಬುವ ಪ್ರಶ್ನೆಗೆ ಉತ್ತರವನ್ನು ಹುಡುಕುತ್ತಿದ್ದರು. ವಲಸೆದಾರರೊಡನೆ ವ್ಯವಹಾರ ಮಾಡಿ ಸೋತಿದ್ದ ಪಾಂಡವರಿಗೆ ಬಾಲಕ ಜೀಸಸನ ಕಳ್ಳಹಾದಿ ಆಶಾದಾಯಕ ಮತ್ತು ಲಾಭದಾಯಕವಾಗಿ ಕಂಡರೂ, ಈ ಕಳ್ಳದಾರಿಯಲ್ಲಿ ಇನ್ನೇನು ಗ್ರಹಚಾರ ಕಾದಿದೆಯೋ ಎಂಬ ಚಿಂತೆಯ ಕತ್ತಲು ಆವರಿಸಿತ್ತು.

ಡೂಆನನ ಅಭಿಪ್ರಾಯವನ್ನು ಯಾಚಿಸುತ್ತಾ ಪ್ರದೀಪನು "ಗುರು ನಮಗೆ ದಿಕ್ಕು ತಪ್ಪಿದಂತಾಗಿದೆ. ಅತ್ತ ದರಿ ಇತ್ತ ಪುಲಿ. ದಯವಿಟ್ಟು ನಮಗೆ ಮಾರ್ಗದರ್ಶನ ನೀಡೂ" ಎಂದು ಪಾಂಡವರ ಪರವಾಗಿ ಕೇಳಿದ.

ಡೂಆನನು ನಗುತ್ತಾ "ಪುಲಿಯನ್ನು ಏರು, ದರಿಯನ್ನು ದಾಟು" ಎಂದು ಘೋಷಿಸಿ "ದುಡ್ಡು ಉಳಿಸಬೇಕು ಅಂದ್ರೆ, ಕಾಲುದಾರಿ, ಸ್ವಲ್ಪ ದುಡ್ಡು ಇದ್ದರೆ ಕಳ್ಳದಾರಿ, ಬೇಜಾನ್ ದುಡ್ಡು ಇದ್ದರೆ ರಾಜಾದಾರಿ" ಎಂದು ಹೇಳಿದಾಗ, ಸೆಲ್ವನು "ರಾಜದಾರಿ ಅಂದ್ರೆ?" ಎಂದು ಪ್ರಶ್ನಿಸಿದ.

ಅಮೇರಿಕಾದ ಹಲವಾರು ಗಡಿ ರಕ್ಷಣಾಧಿಕಾರಿಗಳು ವಲಸೆದಾರರೊಡನೆ ರಹಸ್ಯವಾಗಿ ಒಪ್ಪಂದಮಾಡಿಕೊಂಡು ಒಬ್ಬ ವಲಸಿಗನಿಗೆ ಮೂರು ಸಾವಿರ ಡಾಲರ್ ಲಂಚ ತೆಗೆದುಕೊಂಡು ಅಕ್ರಮ ಸಾಗಾಣಿಕೆಯ ವಿಕ್ರಮರಾಗಿದ್ದಾರೆ. ಇಂತಹ ಲಂಚ ಅಧಿಕಾರಿಗಳ ಸಮ್ಮುಖದಲ್ಲಿ ಹಾಡಹಗಲಲ್ಲಿಯೇ ವಲಸೆದಾರರು ರಾಜಾರೋಷವಾಗಿ ವಲಸಿಗರನ್ನು ಸಾಗಿಸುತ್ತಾರೆ. ಈ ವಿಷಯವನ್ನು ಡೂಆನನು ವಿವರಿಸಿದಾಗ ಪಾಂಡವರೆಲ್ಲರೂ ಆಶ್ಚರ್ಯದಿಂದ ಆಲಿಸಿದರು.

ಕೊನೆಯಲ್ಲಿ ಡೂಆನನು "ಮಿತ್ರರೇ, ಅಮೇರಿಕಾ ಬಂಡವಾಳಶಾಹಿ ದೇಶ. ಅಲ್ಲಿ ಡಾಲರ್‍ರೇ ದೇವರು. ದೆವ್ವದ ದಾರಿಯಲ್ಲಿ ನಡೆದುಕೊಂಡು ಹೋದರೆ ಡಾಲರ್ ಖರ್ಚಿಲ್ಲದೆ ಅಮೇರಿಕಾ ಸೇರಬಹುದು. ಭಯಬಿಳಬೇಡಿ. ದೆವ್ವದ ದಾರಿಯಲ್ಲಿ ದೆವ್ವಗಳಿಲ್ಲ" ಎಂದು ಕಾಲುದಾರಿಯಲ್ಲಿ ಹೋಗಲು ಪ್ರೇರೇಪಿಸಿದ.

ರಾಜಬೀರನು "ಗ್ಯಾರಂಟಿ ಕೂಲಿ ಗಿಟ್ಟುತ್ತದೆ" ಎಂದು ತನ್ನ ಸಮ್ಮತಿಯನ್ನು ಪ್ರಕಟಿಸಿದ.

ದೆವ್ವದ ದಾರಿಯೆಂದು ಅಡ್ಡಹೆಸರು ಪಡೆದಿರುವ ಅರಿಝೋನಾದ ಬೆಟ್ಟಗುಡ್ಡಗಳ ಕಾಲುದಾರಿ ನಿಜವಾಗಿಯೂ ಪ್ರೇತಭೂತಗಳ ಹಾದಿಯಾಗಿರಲಿಲ್ಲ. ನಿರ್ಜನ ಪ್ರದೇಶಗಳ ಮೂಲಕ ಹಾಯ್ದುಹೋಗುವ ಜಾಡಿಲ್ಲದ ಮಾರ್ಗವಾಗಿತ್ತು. ವಾರೆಝ್ ನಗರದ ರಿಯೋ ಗ್ರಾಂಡೆ ಕಣಿವೆಯಲ್ಲಿ ಯುವತಿಯೊಬ್ಬಳ ಹೆಣವನ್ನು ನೋಡಿ ಭಯದಿಂದ ಹಿಂದಕ್ಕೋಡಿ ಬಂದಿದ್ದ ಪಾಂಡವರಿಗೆ ನಿರ್ಜನವಾದ ದೆವ್ವದ ದಾರಿಯ ಬಗ್ಗೆ ಗಮನ ಹರಿದಿತ್ತು. ಪ್ರದೀಪನು ದೆವ್ವದ ದಾರಿಯ ನಕಾಶೆಯನ್ನು ಮತ್ತೊಮ್ಮೆ ಕೂಲಂಕಷವಾಗಿ ಪರಿಶೀಲಿಸಿ 'ಈ ದಾರಿಯಲ್ಲಿ ಹೋಗೋಣವೇ ಬೇಡವೇ?' ಎಂಬ ಗೊಂದಲದಲ್ಲೇ ನಿದ್ದೆ ಮಾಡಿದ.

ಮಾರನೆಯ ದಿನ ಬೆಳಿಗ್ಗೆ ಜೀಸಸನು ತನ್ನ ಗೆಳೆಯ ಫಿಲಿಪೆಯನ್ನು ಕರೆದುಕೊಂಡು ಬಂದು ಪಾಂಡವರನ್ನು ಡೂಆನನ ಎದುರಿನಲ್ಲಿಯೇ ಕಳ್ಳದಾರಿಯ ಮೂಲಕ ಸೆಲ್ಸ್ ಎಂಬ ಊರಿಗೆ ಹೋಗುವ ಬಗ್ಗೆ ಹೇಳಿದ. ಕೇವಲ ಇನ್ನೂರು ಡಾಲರಿಗೆ ಪಾಂಡವರಿಗೆ ದಾರಿ ತೋರಿಸುವ ಯೋಜನೆಯನ್ನು ಕೇಳಿ ಡೂಆನನೂ ಈ ಹುಡುಗ ಹೇಳುತ್ತಿರುವುದು ನಿಜ ಇರಬಹುದೆಂದು ನಂಬಿದ. ತರುವಾಯ ಪ್ರದೀಪನು ಅರಿಝೋನಾದ ನಕ್ಷೆಯನ್ನು ತೋರಿಸುತ್ತಾ ದಾರಿ ತೋರಿಸಿರೆಂದು ಕೇಳಿದಾಗ ಆ ಬಾಲಕರಿಬ್ಬರೂ ನಿರುತ್ತರರಾದರು.

ನಕ್ಷೆಯಲ್ಲಿ ಸೆಲ್ಸ್‌ಗೆ ಹೋಗುವ ದಾರಿ ಸಾಸಬಿಯ ಪಶ್ಚಿಮಕ್ಕೆ ಸುಮಾರು ಹತ್ತು ಕಿಲೋಮೀಟರ್ ದೂರದಲ್ಲಿತ್ತು. ಸಾಸಬಿಯಿಂದ ಕಳ್ಳ ಮಾರ್ಗದಲ್ಲಿ ಸೆಲಿನಾಳೊಡನೆ ಗಡಿ ದಾಟಲು ಹೋಗಿ, ದರೋಡೆಗಾರರ ಕೈಗೆ ಸಿಕ್ಕಿ, ಹಣವನ್ನು ಕಳೆದುಕೊಂಡು ಹತಾಶರಾಗಿ ಹಿಂತಿರುಗಿದ್ದ ಸೆಲ್ವಮ್ ಮತ್ತು ವಿಜಯನ್ನರಿಗೆ ಸಾಸಬಿ ಸಿಂಹ ಸ್ವಪ್ನವಾಗಿತ್ತು.

ಪ್ರದೀಪನು ಆ ಬಾಲಕರನ್ನು "ಸಾಸಬಿಯಿಂದ ಸೆಲ್ಸ್‌ಗೆ ಹೋಗಬೇಕಾ?" ಎಂದು ಕೇಳಿದಾಗ,

ಫಿಲಿಪೆಯು "ಹೋಗಬಹುದು ಆದರೆ ಅದು ಬಹಳ ಅಪಾಯ ಸ್ವಾಮಿ. ಆ ದಾರಿಯಲ್ಲಿ ದರೋಡೆಗಾರರು ಜಾಸ್ತಿ" ಎಂದು ಸತ್ಯಸಂಗತಿಯನ್ನು ತಿಳಿಸಿದ.

ಪಾಂಡವರಿಗೆ ಫಿಲಿಪೆಯ ಮೇಲೆ ನಂಬಿಕೆ ಹುಟ್ಟಿತು. ಆ ಬಾಲಕರಿಗೆ ಇತರರೊಡನೆ ನಡೆದು ಹೋಗಿಬಂದ ಅಭ್ಯಾಸ ಇತ್ತಾದರೂ, ನಕ್ಷೆಯನ್ನು ಓದಿ ದಾರಿ ಗುರುತಿಸುವಷ್ಟು, ಭೌಗೋಳಿಕ ಪ್ರಜ್ಞೆ ಇರಲಿಲ್ಲ.

ಸೆಲ್ಸ್-ಗೆ ಹೋಗುವ ದಾರಿ, ದೆವ್ವದ ದಾರಿಗಿಂತ ಭಿನ್ನವಾಗಿತ್ತು.

ಸಮಗ್ರವಾಗಿ ಪರಿಶೀಲಿಸಿದ ನಂತರ ದೆವ್ವದ ದಾರಿಯಲ್ಲಿ ಡೇಟ್ಲ್ಯಾಂಡ್ ಎಂಬ ಊರಿಗೆ ಹೋಗುವುದು ಲೇಸೆಂದು ತೋರಿತು. ಮೊದಲಿನಿಂದಲೂ ದೆವ್ವದ ದಾರಿಯನ್ನು ಸೂಚಿಸುತ್ತಿದ್ದ ಡೂಆನನು ನಗುತ್ತಾ "ಅಂತೂ ಇಂತೂ ನಾನು ಹೇಳಿದ ದಾರಿಗೆ ಬಂದಿರಿ." ಎಂದು ನಗುತ್ತಾ ಹೇಳಿದ. ಪ್ರದೀಪನು ಜೀಸಸ್ ಮತ್ತು ಫಿಲೀಪರಿಗೆ ತಲಾ ಹತ್ತು ಡಾಲರ್ ಕೊಟ್ಟು ಕಳುಹಿಸಿದ.

ದೆವ್ವದ ದಾರಿಯಲ್ಲಿ ಪ್ರಯಾಣ ಮಾಡಲು ಪಾಂಡವರೆಲ್ಲರೂ ಸಜ್ಜು ಮಾಡಿಕೊಂಡರು. ಮೂರು ದಿನಗಳ ಕಾಲುನಡಿಗೆ, ಎರಡು ರಾತ್ರಿ ಕಾಡಿನ ಬಯಲಿನಲ್ಲಿ ಮಲಗಲು ಸಿದ್ಧತೆ, ಸಾಕಷ್ಟು ಆಹಾರ ಶೇಖರಣೆ ಇತ್ಯಾದಿಗಳನ್ನು ಹವಣಿಸಿಕೊಂಡರು. ಬಿಸಿಲಿನ ಬೇಗೆಯಿಂದ ತಪ್ಪಿಸಿಕೊಳ್ಳಲು ಮುಂಜಾನೆಯ ಸಮಯದಲ್ಲಿ ಹಾಗೂ ಸಂಜೆಯ ಸಮಯದಲ್ಲಿಯೇ ನಡೆಯುವುದು ಒಳಿತೆಂದು ಅರಿತು, "ನಾಳೆ ಬೆಳಿಗ್ಗೆ ಪ್ರಯಾಣ ಆರಂಭಿಸೋಣ" ಎಂದು ನಿರ್ಧರಿಸಿ, ಆ ದಿನ ನೊಗಾಲಿಸ್ ನಗರದಲ್ಲಿ ತಮ್ಮ ಕೊನೆಯ ದಿನವನ್ನು ಖುಷಿಯಾಗಿ ಕಳೆಯಲು ಯೋಜಿಸಿದರು. ಡೂಆನನೊಡನೆ ಸಂತೋಷಕೂಟವನ್ನಾಚರಿಸುತ್ತಾ ಪಾಂಡವರೆಲ್ಲರೂ "ಏನೇ ಬರಲಿ, ಒಗ್ಗಟ್ಟಿರಲಿ" ಎನ್ನುತ್ತಾ, ಗಡಿ ದಾಟುವ ಕನಸು ಕಾಣುತ್ತಾ ದಿನ ಕಳೆದರು.

ನೊಗಾಲಿಸ್ ನಗರದಿಂದ ಪಶ್ಚಿಮದಲ್ಲಿರುವ ಅರೊಯೋ ಎಂಬ ಕುಗ್ರಾಮದ ಬಳಿ ದೆವ್ವದ ದಾರಿಯನ್ನು ಪ್ರವೇಶಿಸಬೇಕಿತ್ತು. ಸುರ್ಯೋದಯಕ್ಕೆ ಮುಂಚೆಯೇ, ಡೂಆನನು ತನ್ನ ವಾಹನದಲ್ಲಿ ಪಾಂಡವರನ್ನು ಅರೊಯ್ಯೋ ಪಕ್ಕದಲ್ಲಿ ಅಮೇರಿಕಾ ಗಡಿಬೇಲಿಯಿಲ್ಲದ ಜಾಗಕ್ಕೆ ತಂದು ಬಿಟ್ಟು, ದಾರಿಯ ದಿಕ್ಕನ್ನು ಸೂಚಿಸಿ, "ನೇರವಾಗಿ ಉತ್ತರಕ್ಕೆ ಅಥವ ಪಶ್ಚಿಮ ದಿಕ್ಕಿಗೆ ನಡೆಯಿರಿ. ದೇವರು ಒಳ್ಳೆಯದು ಮಾಡಲಿ" ಎಂದು ಹಾರೈಸಿ ಪಾಂಡವರನ್ನು ಅಮೇರಿಕಾಗೆ ಕಳುಹಿಸಿಕೊಟ್ಟ.

ಪಾಂಡವರ ವನವಾಸ ಮತ್ತೊಮ್ಮೆ ಪ್ರಾರಂಭವಾಯಿತು.

ನೂರಾರು ವರ್ಷಗಳ ಹಿಂದೆ ಸ್ಪಾನಿಶ್ ಆಕ್ರಮಣಕಾರರು ಬಳಸುತ್ತಿದ್ದ "ದೆವ್ವದ ದಾರಿ" ಎಂಬ ಅನ್ವರ್ಥನಾಮದ ಕಾಲುದಾರಿ ಅರಿಝೋನಾ ರಾಜ್ಯದ ಸೊನೋರಾ ಮರಳುಗಾಡಿನಲ್ಲಿ ಉತ್ತರ-ದಕ್ಷಿಣಾಭಿಮುಖವಾಗಿ ಕಣಿವೆಗಳ ತಳದಲ್ಲಿ ಬೆಟ್ಟಗಳನ್ನು ಬಳಸಿಕೊಂಡು ಹಲವಾರು ತಿರುವುಗಳಿಂದ ಕೂಡಿದೆ. ಈ ದಾರಿಯಲ್ಲಿ ಪ್ರಯಾಣ ಮಾಡುವುದು ಕೊಂಕಣ ಸುತ್ತುಕೊಂಡು ಮೈಲಾರಕ್ಕೆ ಹೋದಹಾಗೆ. ಕಾಲುದಾರಿಯ ಕುರುಹುಗಳೇ ಇಲ್ಲದ ಈ ಹಾದಿಗೆ ಬೆಟ್ಟಗುಡ್ಡಗಳೇ ದಾರಿದೀಪ.

ಪ್ರದೀಪನು "ದೆವ್ವದ ದಾರಿ" ಗ್ರಂಥವನ್ನು ಅಧ್ಯಯನ ಮಾಡಿ, ಲೂಯಿಸ್ ಮೆಂಡೆಝ್ ಬಾಲಕನ ಛಲದಿಂದ ಸ್ಫೂರ್ತಿಗೊಂಡು, ತನ್ನ ಪಾಂಡವ ಮಿತ್ರರಿಗೆ ಮಾರ್ಗದರ್ಶಿಯಾಗಿದ್ದ. ನಕ್ಷೆಯನ್ನು ಅನುಸರಿಸಿ, ದಿಕ್ಸೂಚಿ ಮತ್ತು ದೂರದರ್ಶಕದ ನೆರವಿನಿಂದ ಅಮೇರಿಕಾದೆಡೆಗೆ ಮಿತ್ರರನ್ನು ಕರೆದೊಯ್ಯುತ್ತಿದ್ದ.

ಅರಿಝೋನಾದ ಗಡಿಯನ್ನು ಪ್ರವೇಶಿಸುತ್ತಲೇ ಸಾಲುಗಂಬಗಳಂತೆ ನಿಂತಿದ್ದ ಸವಾರೋ ಕತ್ತಾಳಿ ಮರಗಳು, ನೆಲದಂಗಳದ ಬಳ್ಳಿಗಳಂತೆ ಹೊಮ್ಮಿದ್ದ ಆರ್ಗನ್ ಪೈಪ್ ಕತ್ತಾಳಿ ಹೊದರುಗಳು, ಮುಳ್ಳುತುಂಬಿದ ದುಂಡು ಕತ್ತಾಳಿಗಳು, ಕೆಂಪು ಹೂವುಗಳಿಂದ ತುಂಬಿದ ಚೋಯಾ ಗಿಡಗಳು, ಹಸಿರುಕಾಯಿ-ಹಣ್ಣುಗಳು ಜೋಲುತ್ತಿರುವ ನಾಗದಾಳಿಗಳು, ಪಾಂಡವರಿಗೆ ಸುಸ್ವಾಗತವನ್ನು ಸೂಸುತ್ತಿದ್ದವು. ಅರಿಝೋನಾ ಮರಳುಗಾಡಿನಲ್ಲಿ ಮರಳು ಗುಡ್ಡೆಗಳು ಇರಲಿಲ್ಲಾ, ಬದಲಾಗಿ ಕಪ್ಪು ಮಣ್ಣಿನ ನೆಲದಲ್ಲಿ ಹಾಸುಹೊಕ್ಕಾಗಿ ಬೆಳೆದಿದ್ದ ಗಿಡರಾಶಿಗಳಿದ್ದವು.

ಪಾಂಡವರು ದೂರದಲ್ಲಿ ಕಾಣುತ್ತಿದ್ದ ಆಜೋ ಪರ್ವತಶಿಖರವನ್ನು ಗುರಿಮಾಡಿಕೊಂಡು ಉತ್ತರದಿಕ್ಕಿಗೆ ನಿಧಾನವಾಗಿ ನಡೆಯುತ್ತಾ ಮುಂದುವರಿದರು. ಒಂಬತ್ತು ಗಂಟೆಯ ಹೊತ್ತಿಗೆ ಸೂರ್ಯನ ತಾಪ ತೀಕ್ಷ್ಣವಾಯಿತು. ಪ್ರದೀಪನು ನಕ್ಷೆಯನ್ನು ಪರಿಶೋಧಿಸಿ "ಇಲ್ಲೇ ಎಲ್ಲೋ ಒಂದು ಸಣ್ಣ ಹೊಂಡಾ ಬರಬೇಕಲ್ಲಾ" ಎನ್ನುತ್ತಾ ಸುತ್ತಮುತ್ತಲೂ ಕಣ್ಣಾಯಿಸಿ, ಎಲ್ಲೂ ಕಾಣದೆ ಹತ್ತಿರದಲ್ಲಿದ್ದ ಒಂದು ಗುಟ್ಟದ ಮೇಲೇರಿದ. ಜೊತೆಯಲ್ಲಿ ರಾಜಬೀರನು ಹತ್ತಿದ್ದ. ಇಬ್ಬರಿಗೂ ಹೊಂಡ ಕಾಣಲಿಲ್ಲ. ಕೆಳಗಿಳಿದು ಮತ್ತೆ ಪ್ರಯಾಣವನ್ನು ಮುಂದುವರಿಸಿದರು.

ಬಿಸಿಲಿನ ಬೇಗೆ ಹೆಚ್ಚಿದಂತೆ ಪಾಂಡವರಿಗೆ ನಡೆಯುವುದು ಆಯಾಸಕರವಾಗುತ್ತಿತ್ತು. ಪಟ್ಟುಬಿಡದೆ ಹೊಂಡ ಸಿಕ್ಕುವವರೆಗೂ ನಿಲ್ಲುವುದು

ಬೇಡ ಎಂದು ಎಡೆಬಿಡದೆ ನಡೆದರು. ಒಂದು ಗಂಟೆಯ ತರುವಾಯ ಕಪ್ಪು ಕಲ್ಲುಬಂಡೆಗಳ ಮಧ್ಯದಲ್ಲಿ ನೀರು ತುಂಬಿದ್ದ ಸಣ್ಣ ಹೊಂಡ ಕಂಡುಬಂದಿತು. ನಮ್ಮ ದಾರಿ ಸರಿಯಾಗಿದೆಯೆಂದು ತಿಳಿದು ಪಾಂಡವರಿಗೆಲ್ಲಾ ನಿರಾಳವಾಯಿತು. ಅಷ್ಟು ಹೊತ್ತಿಗಾಗಲೇ ಬಿಸಿಲಿನ ಝಳ ಪ್ರಬಲವಾಗಿತ್ತು. ಅಲ್ಲಿಯೇ ವಿಶ್ರಾಂತಿ ಪಡೆದು ಸಂಜೆಗೆ ಮತ್ತೆ ಪ್ರಯಾಣ ಮುಂದುವರಿಸುವುದೆಂದಾಯಿತು.

ಮರಳುಗಾಡಿನಲ್ಲಿ ಓಯಸಿಸ್‌ನಂತಿರುವ ಹೊಂಡ ಅಲ್ಲಿನ ವನ್ಯಜೀವಿಗಳಿಗೆ ಚಿರಪರಿಚಿತವಾಗಿರುವ ಜಲಧಾಮ. ಹೊಂಡದ ಬಳಿ ತಂಗಳೂಟ ಮಾಡಿ ಸುಧಾರಿಸಿಕೊಳ್ಳುತ್ತಿದ್ದ ಪಾಂಡವರಿಗೆ ಹಲವಾರು ಪ್ರಾಣಿಗಳ ದರ್ಶನವಾಯಿತು. ದೊಡ್ಡ ಕಿವಿಯ ಮೊಲಗಳು, ಕಯೋಟಿ ನರಿಗಳು, ಜಾವೆಲೀನಾ ಹಂದಿಗಳು, ಎಲ್ಲಕ್ಕಿಂತಲೂ ಸೋಜಿಗವೆನಿಸಿದ ಹೆಕ್ಕೊಂಬಿನ ಕಾಡುಕುರಿಗಳು, ಹೊಂಡದ ಬಳಿ ಸುಳಿದಾಡುತ್ತಾ ಬಂದು ನೀರು ಕುಡಿದು ಹೋಗುತ್ತಿದ್ದವು.

ಮಧ್ಯಾಹ್ನದ ದೀರ್ಘ ನಿದ್ದೆಯ ನಂತರ ನಾಲ್ಕು ಗಂಟೆಯ ಸುಮಾರಿಗೆ ಪಾಂಡವರ ಪ್ರಯಾಣ ಪುನಃ ಶುರುವಾಯಿತು. ಆಜೋ ಪರ್ವತದ ತಪ್ಪಲನ್ನು ತಲುಪುವ ಗುರಿಯಿಂದ ಮುಂದುವರಿದರು. ಬರುಬರುತ್ತಾ ಕಣಿವೆಯ ಏರಿಳಿತಗಳು ಯದ್ವಾತದ್ವ ಆಗಿದ್ದವು. ಕಣಿವೆಯ ಕೊರಕಲು ಗೋಡೆಗಳಲ್ಲಿ ಹತ್ತಿಳಿಯುವುದು ಪ್ರಯಾಸಕರವಾಗಿತ್ತು. ನಿಧಾನವಾದರೂ ನಿರಂತರವಾಗಿ ದಾರಿ ಸಾಗುತ್ತಿತ್ತು. ಸಂಜೆ ಸೂರ್ಯಾಸ್ತದ ಹೊತ್ತಿಗೆ ಆಜೋ ಪರ್ವತದ ತಪ್ಪಲಿಗೆ ತಲುಪಿದ್ದರು. ಪ್ರದೀಪನು ನಕಾಶೆಯಲ್ಲಿ ನೋಡಿ ದೆವ್ವದ ದಾರಿಯಲ್ಲಿಯೇ ಇದ್ದೀವೆಂದು ಖಚಿತ ಮಾಡಿಕೊಂಡ. ಮೊಟ್ಟಮೊದಲ ಬಾರಿಗೆ ಪಾಂಡವರೆಲ್ಲರೂ ಬಟ್ಟಬಯಲಿನಲ್ಲಿ ಉಟ್ಟ ಬಟ್ಟೆಗಳಲ್ಲಿ ಮಲಗಿ ನಿದ್ದೆ ಮಾಡಬೇಕಾದ ಪ್ರಸಂಗ ಬಂದಿತ್ತು. ಮೊದಲು ಹೇಗೋ ಏನೋ ಎಂಬ ಹೆದರಿಕೆಯಿದ್ದರೂ, ರಾತ್ರಿಯಾದಂತೆ ಶುಭ್ರ ಆಕಾಶದಲ್ಲಿ ಪೂರ್ಣ ಚಂದ್ರನ ಬೆಳಕಿನಲ್ಲಿ ಕಾಡು ಪ್ರಾಣಿಗಳ ನಾಡಿನಲ್ಲಿ ಪಾಂಡವರು ಅಪೂರ್ವ ಪ್ರಶಾಂತತೆಯನ್ನು ಅನುಭವಿಸಿದರು.

ಬೆಳಕಾಗುವುದನ್ನೇ ಕಾದಿದ್ದ ಪಾಂಡವರನ್ನು ಮಾರನೆಯ ದಿನ ಸೂರ್ಯದೇವನೇ ಹೊತ್ತಾರೆ ತನ್ನ ಮುಂಜಾನೆಯ ಮುಂಬೆಳಕಿನಿಂದ ತಣಿಸಿ ಎಬ್ಬಿಸಿದ್ದ. ಎರಡನೆಯ ದಿನದ ಪ್ರಯಾಣ ಆಜೋ ಬೆಟ್ಟದ ಅಡಿಯಿಂದ ನೈಋತ್ಯ ದಿಕ್ಕಿನಲ್ಲಿರುವ ಪೋರ್ಟೋ ಬೆಟ್ಟದ ಕಡೆಗೆ ಹೋಗುವುದಿತ್ತು. ದೂರ

ಕೇವಲ ಇಪ್ಪತ್ತು ಕಿಲೋಮೀಟರ್‌ಗಳಿದ್ದರೂ ದಾರಿ ದುರ್ಗಮವಾಗಿತ್ತು. ನಕಾಶೆಯ ಪ್ರಕಾರ ಪೋರ್ಟ್ ಪರ್ವತದ ತಪ್ಪಲಲ್ಲಿ ಒಂದು ಜಲಾಶಯವಿತ್ತು.

ಪ್ರದೀಪನು "ಈವತ್ತು ಸಂಜೆ ಹೊತ್ತಿಗೆ ಪೋರ್ಟೋ ಪರ್ವತದ ಬಳಿಗೆ ಹೋದರೆ ಸಾಕು. ಅಲ್ಲಿ ಒಂದು ದೊಡ್ಡ ಜಲಾಶಯವಿದೆ. ಅಲ್ಲಿ ಮಿಂದು ತಿಂದು ಮಲಗೋಣಾ. ನಾಳೆ ಬೆಳಿಗ್ಗೆ ಕೊಳದಲ್ಲಿ ಸ್ನಾನ ಮಾಡಿಕೊಂಡು ಮರು ದಿನ ಪ್ರಯಾಣ ಆರಂಭಿಸೋಣಾ" ಎಂದು ಮಿತ್ರರನ್ನು ಹುರಿದುಂಬಿಸಿದ.

ಫಲಾಹಾರ ಮುಗಿಸಿ ಸ್ವಲ್ಪ ದೂರ ಹೋದ ಮೇಲೆ ವಿಜಯನಿಗೆ ದಕ್ಷಿಣಕ್ಕೆ ಹೋಗುತ್ತಿರುವ ಹಾಗೆ ಭಾಸವಾಗಿ "ಪ್ರದೀಪ್, ದಾರಿ ಸರಿಯಾಗಿದೆಯಾ?" ಎಂದ. ಪ್ರದೀಪನು "ದಾರಿನೇ ಇಲ್ಲಾ. ಇನ್ನು ಸರಿಯಾಗಿರೋದೇನು ಬಂತು" ಎಂದು ವ್ಯಂಗವಾಗಿ ಹೇಳಿದ. ನಂತರ ನಕ್ಷೆಯಲ್ಲಿ ಆಜೋ ಬೆಟ್ಟವನ್ನು ಮತ್ತು ಅದಕ್ಕೆ ನೇರ ಎದುರಾಗಿರುವ ಪೋರ್ಟೋ ಬೆಟ್ಟವನ್ನು ತೋರಿಸಿ ಸರಿಯಾದ ದಿಕ್ಕಿನಲ್ಲಿ ಸಾಗುತ್ತಿದ್ದೇವೆಂದು ಹೇಳಿದ. ಮರುಮಾತಾಡದೆ ಎಲ್ಲರೂ ಪ್ರದೀಪನನ್ನು ಹಿಂಬಾಲಿಸಿದರು. ಬಹಳ ಮಂದಗತಿಯಿಂದ ಮುಂದುವರಿಯುತ್ತಿದ್ದರು. ಪ್ರದೀಪನು ಆಗಾಗ ದಾರಿಯಲ್ಲಿನ ಎತ್ತರಕ್ಕಿರುವ ಗಿಡಗಳಲ್ಲಿ ಗುರುತುಪಟ್ಟಿಗಳನ್ನು ಕಟ್ಟುತ್ತಿದ್ದ.

ವಿಜಯನು "ಅದೆಲ್ಲಾ ಯಾಕಪ್ಪಾ?" ಎಂದು ವಿಚಾರಿಸಿದಾಗ, ಪ್ರದೀಪನು "ನಮ್ಮ ಹಾಗೆ ಬೇರೆ ಯಾರಾದರೂ ಬಂದರೆ ದಾರಿ ಗುರುತಿಗೆ" ಎಂದ.

ಪ್ರಯಾಸವಾದರೂ ಆಯಾಸ ಪಡದೆ ಪಾಂಡವರು ಹನ್ನೊಂದು ಗಂಟೆಯ ಹೊತ್ತಿಗೆ ಮುಕ್ಕಾಲು ದೂರ ಬಂದಿದ್ದರು. ಮಧ್ಯಾಹ್ನ ಊಟದ ನಂತರ ನಿದ್ದೆ ಮಾಡಿ ಸುಧಾರಿಸಿಕೊಂಡು, ಮೂರು ಗಂಟೆಗೆ ಇನ್ನೂ ರಣ ಬಿಸಿಲಿದ್ದಾಗಲೇ ಕಾಲುನಡಿಗೆ ಆರಂಭಿಸಿದರು. ಕೊಳದಲ್ಲಿ ಮಿಂದು ದಣಿವನ್ನಾರಿಸಿಕೊಳ್ಳುವ ಆಸೆ ಬಿಸಿಲಿನ ಬೇಗೆಯನ್ನು ತಡೆಯುವ ಶಕ್ತಿಯನ್ನು ಕೊಟ್ಟಿತ್ತು. ಪೋರ್ಟೋ ಬೆಟ್ಟ ಕಾಣಬರುತ್ತಲೇ ಪಾಂಡವರ ಉತ್ಸಾಹ ನೂರ್ಮಡಿಯಾಯಿತು. ನಡಿಗೆ ಬಿರುಸಾಯಿತು. ಸೂರ್ಯಾಸ್ತಕ್ಕೆ ಬಹಳ ಮುಂಚೆಯೇ ಪೋರ್ಟೋ ಪರ್ವತದ ಅಡಿಯಲ್ಲಿ ಉಪಸ್ಥಿತರಿದ್ದರು. "ಕೊಳ ಎಲ್ಲಿ?" ಎಂದು ಸುತ್ತಲೂ ಹುಡುಕಾಡುತ್ತಿರುವಾಗಲೇ ಗವಿಯೊಂದರ ಮುಂಭಾಗದಲ್ಲಿ ಹಲವಾರು ಪಕ್ಷಿಗಳ ಕಲರವವನ್ನು ಕೇಳಿಬಂತು. ಬಳಿಯಲ್ಲೇ ಸ್ವಚ್ಛ ನೀರು ತುಂಬಿದ ಕೊಳ ಕಾಣಿಸಿತು.

ಆರೇಳು ಮೀಟರ್ ಆಳವಿದ್ದ ಆ ಕೊಳ, ಇಪ್ಪತ್ತು ಮೀಟರ್‌ಗಿಂತಲೂ ಉದ್ದವಾಗಿಯೂ, ಹತ್ತು ಮೀಟರ್ ಅಗಲವಾಗಿಯೂ ಇತ್ತು. ಕೊಳವನ್ನು ನೋಡಿದ ಕೂಡಲೇ ಪಾಂಡವರೆಲ್ಲಾ ಕೊಳದಲ್ಲಿ ಈಜುತ್ತಾ ನಲಿದಾಡಿದರು. ದಿನದ ಆಯಾಸವೆಲ್ಲಾ ಕ್ಷಣಮಾತ್ರದಲ್ಲಿ ಮಾಯವಾಗಿ, ಅವರ ಸಾಹಸಕ್ಕೆ ಹುರುಪು ತಂದಿತ್ತು. ಕೊಳದ ಬಳಿಯಿದ್ದ ಗುಹೆ ಮನೆಯ ಹಾಗೆಯೇ ಇತ್ತು. ಪಾಂಡವರೆಲ್ಲರೂ ಪ್ರದೀಪನ ಮಾರ್ಗದರ್ಶನವನ್ನು ಕೊಂಡಾಡುತ್ತಾ "ನೀನೇ ನಮ್ಮ ಧರ್ಮರಾಯ. ನಮ್ಮನ್ನೆಲ್ಲಾ ನಿನ್ನ ಜೊತೇನೇ ಸ್ವರ್ಗಕ್ಕೆ ಕರೆದೊಕೊಂಡು ಹೋಗಬೇಕು. ಪ್ರದೀಪ್" ಎಂದರು.

ಗುಹೆಯಲ್ಲಿ ಬೀಡುಬಿಟ್ಟು ಸಂಜೆ ಊಟ ಮಾಡುತ್ತಿರುವಾಗ ಪ್ರದೀಪನು ಪ್ರಯಾಣದ ಮುಂದಿನ ಗತಿಯನ್ನು ವಿವರಿಸಿದ. ಪೋರ್ಟೋ ಬೆಟ್ಟದಿಂದ ವಾಯುವ್ಯ ದಿಕ್ಕಿನಲ್ಲಿ ಸುಮಾರು ಮೂವತ್ತು ಕಿಲೋಮೀಟರ್ ನಡೆಯಬೇಕಾಗಿತ್ತು. ಮಾರಿಕೋಪಾ ಬೆಟ್ಟಗಳ ಬದಿಯಲ್ಲಿ ಉತ್ತರಕ್ಕೆ ಇಪ್ಪತ್ತು ಕಿಲೋಮೀಟರ್ ಹೋದ ಮೇಲೆ, ಪಶ್ಚಿಮಕ್ಕೆ ತಿರುಗಿ ವೆಲ್ಟನ್ ಎಂಬ ಕುಗ್ರಾಮದ ಕಡೆಗೆ ಹೋಗಬೇಕಿತ್ತು. ಮೊದಲ ಇಪ್ಪತ್ತು ಕಿಲೋಮೀಟರ್ ನಡೆಯಲು ಕಷ್ಟವಾದರೆ, ಅನಂತರದ ಹತ್ತು ಕಿಲೋಮೀಟರ್ ಬಹಳ ಅಪಾಯಕರವಾಗಿತ್ತು. ಮಾರಿಕೋಪಾ ಬೆಟ್ಟಗಳ ತರುವಾಯ ವಲಸಿಗರನ್ನು ಕೊಂಡೊಯ್ಯುವ ಹಲವಾರು ಕಳ್ಳದಾರಿಗಳಿದ್ದವು. ಆದ ಕಾರಣ ಗಡಿ ಕಾವಲು ಪಡೆಯ ಕಾಪ್ಟರ್‌ಗಳು ಈ ಪ್ರದೇಶದಲ್ಲಿ ಹಾಗೂ ವೆಲ್ಟನ್ ಗ್ರಾಮದ ಸುತ್ತಮುತ್ತ ಹಾರಾಡುತ್ತಾ ಪಹರೆ ತಿರುಗುತ್ತಿರುತ್ತವೆ. ಪ್ರದೀಪನು ಮಾರಿಕೋಪಾ ಬೆಟ್ಟಗಳ ಉತ್ತರ ತುದಿ ತಲುಪಿದ ನಂತರ ಅಲ್ಲಿಂದ ಮುಸ್ಸಂಜೆಯ ಕತ್ತಲಲ್ಲಿ ಅಥವಾ ಮುಂಜಾನೆಯ ನಸುಬೆಳಕಿನಲ್ಲಿ ಪ್ರಯಾಣ ಮಾಡುವುದು ಸುರಕ್ಷಿತವೆಂದು ಸೂಚಿಸಿದ. ಎಲ್ಲರೂ ಒಪ್ಪಿಕೊಂಡರು.

ಪ್ರಯಾಣದ ಮೂರನೆಯ ದಿನ ಗುಹೆಯಲ್ಲಿ ಸುಖವಾಗಿ ನಿದ್ದೆ ಮಾಡುತ್ತಿದ್ದ ಪಾಂಡವರಿಗೆ ಎಚ್ಚರವಾಗಿದ್ದು ಬೆಳಿಗ್ಗೆ ಆರು ಗಂಟೆಯ ಸಮಯದಲ್ಲಿ. ಪ್ರಾತಃವಿಧಿಗಳನ್ನು ಮುಗಿಸಿ, ಕೊಳದಲ್ಲಿ ಸ್ನಾನಮಾಡಿ, ಲವಲವಿಕೆಯಿಂದ ಪ್ರಯಾಣ ಆರಂಭಿಸಿದರು. ಇದೇ ಕೊನೆಯ ದಿನ ಎಂಬ ಆತುರ ಗುರಿಯನ್ನು ಸೇರುವ ಕಾತರವನ್ನು ಹೆಚ್ಚಿಸಿತ್ತು. ಮೂರನೆಯ ದಿನದ ಪ್ರಯಾಣ ಹಿಂದಿನ ಎರಡು ದಿನಗಳಿಗಿಂತ ಘೋರವಾಗಿದ್ದರೂ ಯಾರಿಗೂ ಲೆಕ್ಕಕ್ಕೆ ಬರಲಿಲ್ಲ. ಈಗಾಗಲೇ ಕಷ್ಟ ಪ್ರಯಾಣದ ಅನುಭವ ಪಡೆದಿದ್ದ ಪಾಂಡವರಿಗೆ ಏಳು–

ಬೀಳುಗಳು, ಎಡರು ತೊಡರುಗಳು ಸಾಮಾನ್ಯವಾಗಿದ್ದವು. ಸಂಜೆಯ ಹೊತ್ತಿಗೆ ಮಾರಿಕೋಪಾ ಬೆಟ್ಟದ ಉತ್ತರ ತುದಿಯನ್ನು ತಲುಪಿದ್ದರು. ಪಾಂಡವರು ತನ್ನ ಸಾಮರ್ಥ್ಯವನ್ನು ಕಂಡು ತಾವೇ ಬೆರಗಾದರು. ಎಲ್ಲರೂ ಪ್ರದೀಪನ ಮಾರ್ಗದರ್ಶನವನ್ನು ಮನಸಾರೆ ಮೆಚ್ಚಿ ಕೊಂಡಾಡಿದರು.

ಮಾರಿಕೋಪಾ ಬೆಟ್ಟದಡಿಯಿಂದ ಪಶ್ಚಿಮಕ್ಕೆ ಹತ್ತು ಕಿಲೋಮೀಟರ್ ದೂರದಲ್ಲಿ ವೆಲ್ಟನ್ ಕುಗ್ರಾಮದವರೆಗೆ ಬಯಲು ಪ್ರದೇಶದಲ್ಲಿ ಸಂಜೆಗತ್ತಲಲ್ಲಿ ಪ್ರಯಾಣ ಮಾಡಲು ಪಾಂಡವರು ಸಿದ್ಧರಾಗಿರಲಿಲ್ಲ. ದಿನವೆಲ್ಲಾ ಬಳಲಿ ಬೆಂಡಾಗಿದ್ದ ಅವರು ರಾತ್ರಿಯ ಕತ್ತಲಲ್ಲಿ ದಾರಿಯನ್ನು ಹುಡುಕುತ್ತಾ ಹೋಗಲು ಸುಸ್ತಾಗಿಹೋಗಿದ್ದರು. ಮಾರಿಕೋಪಾ ಬೆಟ್ಟದಡಿಯಲ್ಲಿ ಬೀಡು ಬಿಟ್ಟು ರಾತ್ರಿ ಕಳೆದು ಮರುದಿನ ಬೆಳಿಗ್ಗೆ ನಸುಗತ್ತಲಿನಲ್ಲಿಯೇ ಎದ್ದು ಹೋಗಲು ನಿರ್ಧರಿಸಿಕೊಂಡರು. ರಾತ್ರಿ ಎಲ್ಲರೂ ಮಲಗಿರುವಾಗ ಸುಮಾರು ಒಂಬತ್ತು ಗಂಟೆಯ ಸಮಯದಲ್ಲಿ ಪಶ್ಚಿಮ ದಿಕ್ಕಿನಲ್ಲಿ ಕಾಪ್ಟರ್ ಒಂದು ಹಾರಾಡಿಕೊಂಡು ಹೋಗುತ್ತಿದ್ದ ಸದ್ದು ಕೇಳಿ ಪಾಂಡವರೆಲ್ಲರೂ ಬೆಚ್ಚಿಬಿದ್ದರು.

ಮುಂದಿನ ಪ್ರಯಾಣದ ಗತಿ ಬಹಳ ಗುರುತರವಾಗಿತ್ತು. ಪಾಂಡವರಿಗೆ ನಿದ್ದೆ ಕೆಟ್ಟಿತ್ತು. ನಾಳೆ ಹೇಗೆ ಹೋಗಬೇಕು ಎಂಬುದರ ಬಗ್ಗೆ ಎಲ್ಲರೂ ಆಲೋಚಿಸುತ್ತಿದ್ದರು.

ಪ್ರದೀಪನು "ಸಾಧ್ಯವಾದರೆ ನಾಳೆ ಬೆಳಿಗ್ಗೆ ಮೂರು ಗಂಟೆಗೆ ಎದ್ದು ಹೊರಡೋಣಾ. ಇಲ್ಲಾ ಅಂದ್ರೆ, ಇಲ್ಲೇ ಸುಧಾರಿಸಿಕೊಂಡು ನಾಳೆ ಸಾಯಂಕಾಲ ಎಂಟು ಗಂಟೆಯ ನಂತರ ಹೊರಡೋಣಾ" ಎಂದು ಸೂಚಿಸಿದ.

ವಿಜಯನು "ಅವಸರ ಪಟ್ಟು ಅಪಾಯಕ್ಕೆ ಸಿಕ್ಕಿಕೊಳ್ಳೋದು ಬೇಡ. ಒಂದು ದಿನ ತಡವಾದರೂ ಪರವಾಯಿಲ್ಲ. ನಾಳೆ ಸಂಜೆ ಹೊರಡೋಣಾ. ಇಲ್ಲಾ ಅಂದ್ರೆ ನಾಳಿದ್ದು ಮುಂಜಾನೆ ಮೂರು ಗಂಟೆಗೆ ಹೊರಡೋಣಾ" ಎಂದು ಪ್ರದೀಪನ ಮಾತನ್ನು ಅನುಮೋದಿಸಿದ.

ಸೆಲ್ವನು "ಮೂರು ದಿನದಿಂದ ನಡೆದು ಕಾಲು ಬೆಂಡಾಗಿದೆ. ಸುಧಾರಿಸಿಕೊಂಡು ನಾಳಿದ್ದು ಬೆಳಿಗ್ಗೆ ಹೊರಡೋದು ಲೇಸು" ಎಂದ. ಹಾಗೆಯೇ ಆಗಲಿ ಎಂದು ಎಲ್ಲರೂ ಸಮ್ಮತಿಸಿದರು.

ಸುಸ್ತಾಗಿದ್ದ ಪಾಂಡವರು ಕಣ್ಣು ಮುಚ್ಚಿದ ನಂತರವೂ ರಾತ್ರಿ ಹಲವಾರಿ ಸಾರಿ ಕಾಪ್ಟರ್ ಹಾರಾಟದ ಸದ್ದು, ವಾಹನಗಳ ಅಸ್ಪಷ್ಟವಾದ ಸದ್ದು ನಿದ್ದೆಯನ್ನು ಕೆಡಿಸಿದ್ದವು. ದೇಹಾಯಾಸಕ್ಕೆ ಮಣಿದು ನೆಮ್ಮದಿಯಿಲ್ಲದ ನಿದ್ದೆಯಲ್ಲಿ ಮುಳುಗಿದರು.

ಮಾರನೆಯ ದಿನ ಸೂರ್ಯನು ಏಳುವುದಕ್ಕೆ ಮುಂಚೆಯೇ ಪ್ರದೀಪನು ಎದ್ದು ಗುಡ್ಡದ ಮೇಲೇರಿ ವೈಮಾನಿಕ ಮತ್ತು ವಾಹನ ಶಬ್ದಗಳಿಗಾಗಿ ಕಿವಿಗೊಟ್ಟು ಆಲಿಸುತ್ತಾ ಪಶ್ಚಿಮ ದಿಗಂತದತ್ತ ಕಣ್ಣು ಹಾಯಿಸಿ, ದೂರದರ್ಶಕದಲ್ಲಿ ಪ್ರದೇಶವನ್ನೆಲ್ಲಾ ಪರಿಶೀಲಿಸಿದ. ನಕ್ಷೆಯಲ್ಲಿ ನಮೂದಿಸಿದ ಹಾಗೆ ದೂರದಲ್ಲಿ ಪೂರ್ವ–ಪಶ್ಚಿಮಾಭಿಮುಖವಾಗಿರುವ ಡಾಂಬರು ರಸ್ತೆಯಲ್ಲಿ ವಾಹನಗಳು ಹೋಗಿ ಬರುತ್ತಿರುವುದು ಸ್ಪಷ್ಟವಾಗಿ ಕಾಣಬರುತ್ತಿತ್ತು. ಡಾಂಬರು ರಸ್ತೆಯ ಪಕ್ಕದಲ್ಲಿರುವ ವೆಲ್ಟನ್ ಗ್ರಾಮದ ದೀಪಗಳು ದಾರಿದೀಪಗಳಾಗಿ ಪ್ರಜ್ವಲಿಸುತ್ತಿದ್ದವು. ವೆಲ್ಟನ್‌ನಿಂದ ದಕ್ಷಿಣಕ್ಕೆ ಮತ್ತೊಂದು ಡಾಂಬರು ರಸ್ತೆ ಪ್ರಾರಂಭವಾಗಿ ಮಾರಿಕೋಪಾ ಬೆಟ್ಟದ ಕಡೆ ಬರುತ್ತಿದ್ದು, ಅನತಿದೂರದಲ್ಲಿ ಕಣ್ಮರೆಯಾಗಿತ್ತು. ನಾಲ್ಕಾರು ಮಣ್ಣುರಸ್ತೆಯ ಜಾಡುಗಳು ಎಲ್ಲಾ ದಿಕ್ಕುಗಳಲ್ಲೂ ಚೆಲ್ಲಾಪಿಲ್ಲಿಯಾಗಿ ಹರಡಿದ್ದವು. ಮಾರಿಕೋಪಾ ಬೆಟ್ಟದಡಿಯಿಂದ ವೆಲ್ಟನ್ ಗ್ರಾಮದವರೆಗಿನ ಮೈದಾನದಲ್ಲಿ ಕುರುಚಲ ಗಿಡಗಳು, ಸಣ್ಣ ಗುಡ್ಡಗಳು ಹಾಗೂ ಅಲ್ಲಲ್ಲಿ ದೊಡ್ಡ ಬಂಡೆಗಳು ಗೋಚರಿಸುತ್ತಿದ್ದವು. ವಾಸ್ತವವಾಗಿ ವೆಲ್ಟನ್ ಗ್ರಾಮ ವಲಸಿಗರು ಹಾಯ್ದುಹೋಗುವ ಒಂದು ಪ್ರಮುಖ ಪಥದಲ್ಲಿತ್ತು. ಗಡಿ ಕಾವಲು ಪಡೆಯವರ ಚಟುವಟಿಕೆಗಳು ಚುರುಕಾಗಿದ್ದವು.

ಬೆಳಿಗ್ಗೆ ಪಾಂಡವರೆಲ್ಲಾ ಎದ್ದ ನಂತರ ಪ್ರದೀಪನು ಈ ಪ್ರದೇಶದ ಸಮಾಚಾರವನ್ನು ವಿವರಿಸಿ ಪರಿಹಾರಕ್ಕಾಗಿ ಮಿತ್ರರೊಡನೆ ಸಮಾಲೋಚನೆ ನಡೆಸಿದ. ವಿಜಯನ್, ಸೆಲ್ವಮ್, ಮತ್ತು ರಾಜಬೀರರಿಗೆ ಭಾರತದಲ್ಲಿ ಆರಕ್ಷಕರಿಂದ ತಪ್ಪಿಸಿಕೊಂಡು ಬಂದಿದ್ದ ಅನುಭವಗಳಿದ್ದವು. ಎರಡು ದಿನಗಳಿಂದ ಉರಿಬೇಗೆಯಲ್ಲಿ, ಅರೆಹೊಟ್ಟೆಯಲ್ಲಿ 60 ಕಿಲೋಮೀಟರ್ ನಡೆದುಕೊಂಡು ಬಂದಿದ್ದ ಪಾಂಡವರಿಗೆ ಇನ್ನು ಕೇವಲ ಹತ್ತು ಕಿಲೋಮೀಟರ್ ನಡೆಯುವುದು ನೀರು ಕುಡಿದಷ್ಟೆ ಸುಲಭವಾಗಿ ಕಂಡರೂ, ಅಮೇರಿಕಾ ಗಡಿರಕ್ಷಕರ ಕಣ್ಣುಗಾವಲಿಗೆ ಮಣ್ಣೆರಚುವುದು, ಅವರೆಣಿಸಿದಷ್ಟು ಸುಲಭವಾಗಿರಲಿಲ್ಲ.

ಬೆಳಗಿನ ಜಾವದಿಂದಲೇ ವೆಲ್ಬನ್ ವಲಯದಲ್ಲಿ ಕಾಪ್ಟರ್ ಹಾರಾಟ, ಮಾರುಕೋಪಾ ಬೆಟ್ಟಕ್ಕೆ ಬರುತ್ತಿದ್ದ ರಸ್ತೆಯಲ್ಲಿ ವಾಹನಗಳ ಓಡಾಟ ಪ್ರಾರಂಭವಾಗಿತ್ತು.

ಪ್ರದೀಪನು ಮಿತ್ರರನ್ನು ಗುಡ್ಡದ ಮೇಲೆ ಕರೆದುಕೊಂಡು ಹೋಗಿ, ವೆಲ್ಬನ್ ಗ್ರಾಮ ತೋರಿಸುತ್ತಾ ಅದರ ಸುತ್ತಮುತ್ತಲ ಲಕ್ಷಣಗಳನ್ನು ಸೂಚಿಸುತ್ತಾ "ಏನು ಮಾಡೋಣಾ" ಎಂದು ಕೇಳಿದ. ಮಿತ್ರರೆಲ್ಲರೂ ದೂರದರ್ಶದಲ್ಲಿ ವೀಕ್ಷಿಸಿದರು. ಅಮೇರಿಕಾಕ್ಕೆ ಮೂರೇ ಗೇಣು.

ವಿಜಯನು ದೂರದರ್ಶಕದಲ್ಲಿ ಸುಮಾರು ಹೊತ್ತು ಗಮನಿಸಿ "ಅಲ್ಲಿ ಒಂದು ಕೊಳ್ಳವಿದೆ. ಇಲ್ಲಿಂದ ಸುಮಾರು ಐದಾರು ಕಿಲೋಮೀಟರ್ ದೂರ ಇರಬಹುದು. ನೇರವಾಗಿ ಪಶ್ಚಿಮಕ್ಕೆ ಹೋಗೋಣಾ. ಕೊಳ್ಳದಲ್ಲಿ ಇಳಿದು ನಡೆದುಕೊಂಡು ಹೋಗೋಣಾ. ಮೇಲೆ ವಿಮಾನ ಬಂದರೆ ಗಿಡಗಳ ಕೆಳಗೆ ಅಡಗಿಕೊಳ್ಳೋಣ. ರಸ್ತೆಯಲ್ಲಿ ವಾಹನಗಳು ಬಂದರೆ ಬಂಡೆಗಳ ಮರೆಯಲ್ಲಿ ಅಡಗಿಕೊಳ್ಳೋಣ. "ಎಂದು ಹೇಳಿ ತನಗೆ ತಿಳಿದಿದ್ದ ಕಳ್ಳವಿದ್ಯೆಗಳನ್ನು ವಿವರಿಸಿದ. ಆದರೆ ಇತರರಿಗೆ ವಿಜಯನು ಹೇಳುತ್ತಿದ್ದ ಕೊಳ್ಳವಾಗಲಿ-ಹಳ್ಳವಾಗಲಿ ಗೋಚರಿಸಲಿಲ್ಲ. ಆದರೂ ಅವನ ಮಾತಿನಲ್ಲಿ ವಿಶ್ವಾಸವಿಟ್ಟು ಕೇಳಿದರು.

ಸೆಲ್ವನು "ಬೆಳಕು ಇರೋವಾಗಲೇ ಮೆಲ್ಲಗೆ ಅಡಗಿಕೊಂಡು ಕೊಳ್ಳದೊಳಗೆ ಇಳಿಯೋಣ. ಸೂರ್ಯ ಮುಳುಗಿದ ಕೂಡಲೇ ಕೊಳ್ಳದೊಳಗೆ ತಂಗೋಣಾ" ಎಂದು ವಿಜಯನ ಯೋಜನೆಯನ್ನು ಬೆಂಬಲಿಸಿದ. ಮಾರಿಕೋಪಾ ಬೆಟ್ಟದಡಿಯಲ್ಲಿ ಬಂಡೆಗಳ ಮರೆಯಲ್ಲಿ ಯಾರಿಗೂ ಕಾಣದೆ ಸುರಕ್ಷಿತವಾಗಿದ್ದ ಪಾಂಡವರಿಗೆಲ್ಲಾ ವಿಜಯನ ಮಾತು ಅನುಕೂಲವೆನಿಸಿದರೂ, 'ಅಕಸ್ಮಾತ್ ಗಡಿ ಕಾವಲು ಪಡೆಯವರ ಕಣ್ಣಿಗೆ ಬಿದ್ದರೆ?' ಎಂಬ ಸಂದೇಹ ಕಾಡುತ್ತಿತ್ತು.

ಹೀಗೆ ಎಲ್ಲರೂ ವಿಚಾರಮಾಡುತ್ತಿರುವಾಗಲೇ ದೂರದಲ್ಲಿ ಪಶ್ಚಿಮ ದಿಗಂತದಲ್ಲಿ ವಿಜಯನು ತೋರಿಸುತ್ತಿದ್ದ ಕೊಳ್ಳದ ಮೇಲಿಂದಲೇ ಕಾಪ್ಟರ್ ದರ್ಶನವಾಯಿತು. ಪಾಂಡವರೆಲ್ಲರೂ ಬೆಚ್ಚಿ ನೋಡುತ್ತಿದ್ದ ಹಾಗೆ ಮಾರಿಕೋಪಾ ಬೆಟ್ಟದ ಉತ್ತರ ಅಂಚಿನಲ್ಲಿ ಪೂರ್ವಾಭಿಮುಖವಾಗಿ ಹಾದು ಹೋಯಿತು.

ಪ್ರದೀಪನು "ವಿಜಯನ್, ನೀನು ಹೇಳುತ್ತಿರುವ ಕೊಳ್ಳ ಬಹಳ ಗಂಡಾಂತರಕಾರಿ. ಸೂರ್ಯ ಮುಳುಗೋವರೆಗೂ ಹೊರಸಂಚಾರ ಬೇಡಾ"

ಎಂದು ತನ್ನ ಅಭಿಪ್ರಾಯವನ್ನು ತಿಳಿಸಿದ. ಎಲ್ಲರೂ ಅವನ ಮಾತನ್ನು ಒಪ್ಪಿಕೊಂಡರು.

ತಾಳ್ಮೆಯಿಂದ ದಿನವೆಲ್ಲಾ ಕೂತು ನೆರಳಿನಲ್ಲಿ ಕಾಲ ಕಳೆತ ಪಾಂಡವರು, ಸಂಜೆ ಸೂರ್ಯನು ಮುಳುಗಿದ ಕೂಡಲೇ, ಪಶ್ಚಿಮ ದಿಗಂತದೆಡೆಗೆ ತಮ್ಮ ಪ್ರಯಾಣ ಬೆಳೆಸಿದರು. ಬೆಟ್ಟಗುಡ್ಡಗಳಿಂದ ಬಯಲು ಪ್ರದೇಶವನ್ನು ತಲುಪುವ ಹೊತ್ತಿಗಾಗಲೇ ಕತ್ತಲಾಗಿತ್ತು. ತಲೆಯ ಮೇಲೆ ಆಗಾಗ ಕಾಪ್ಟರ್‌ಗಳು ಹಾರಾಡುವಾಗ ಪಾಂಡವರೆಲ್ಲರೂ ಮರದಡಿಯಲ್ಲಿ ಅಡಗಿಕೊಳ್ಳುತ್ತಿದ್ದರು. ಸುಮಾರು ಮೂರು ಕಿಲೋಮೀಟರ್ ನಡೆಯುವ ಹೊತ್ತಿಗೆ ಕಣ್ಣುಗತ್ತಲು ಮಾಯವಾಗಿ ದಟ್ಟ ಅಂಧಕಾರ ಮೈದಳೆಯಿತು. ಪ್ರದೀಪನ ಆದೇಶದ ಮೇರೆಗೆ ಅಲ್ಲಿಯೇ ಠಿಕಾಣಿ ಹಾಕಲು ನಿರ್ಧರಿಸಿ, ಗುಡ್ಡದ ಮರೆಯಲ್ಲಿ ಕಂಬಳಿ ಹಾಸಿದರು. ಮಲಗಲು ಸಿದ್ಧವಾಗುತ್ತಿದ್ದಂತೆ ವಿಮಾನ-ವಾಹನಗಳ ಓಡಾಟದ ಸದ್ದು, ಜನರು ಮಾತನಾಡುವ ಸದ್ದು ಗಾಳಿಯಲ್ಲಿ ತೇಲಿಬರುತ್ತಿದ್ದವು. ಪಾಂಡವರಿಗೆ ಇದು ಕಳ್ಳ ಸಾಗಾಣಿಕೆಯ ಸಾಮ್ರಾಜ್ಯ ಎಂದು ಮನದಟ್ಟಾಯಿತು. ಗಡಿ ಕಾವಲು ಪಡೆಯವರ ಕಣ್ಣಿಗೆ ಬೀಳದಿರಲು ಮೈಯಲ್ಲಾ ಕಣ್ಣಾಗಿ ರಾತ್ರಿಯೆಲ್ಲಾ ಎಚ್ಚೆತ್ತುಕೊಂಡು ಆಗಾಗ ತೂಕಡಿಸುತ್ತಾ ಬೆಂಕಿಯ ಹಾಸಿಗೆಯ ಮೇಲೆ ಪವಡಿಸಿದ್ದರು.

ಮಧ್ಯ ರಾತ್ರಿಯ ತರುವಾಯ ಆಕಾಶದಲ್ಲಿ ಕಾಪ್ಟರ್‌ಗಳ ಹಾರಾಟ ಕಡಮೆಯಾದರೂ, ನೆಲದ ಮೇಲಿನ ವಾಹನಗಳ ಓಡಾಟ ಇನ್ನೂ ಕೇಳಿಬರುತ್ತಿತ್ತು. ಮುಂಜಾನೆ ಮೂರು ಗಂಟೆಯ ಹೊತ್ತಿಗೆ ಬಹಳ ಮಟ್ಟಿಗೆ ನಿಶ್ಯಬ್ದವಾಗಿತ್ತು. ಪ್ರದೀಪನು ಮಿತ್ರರನ್ನು ಎಚ್ಚರಿಸಿ, ಸ್ವಲ್ಪ ಬೆಳಕು ಮೂಡುತ್ತಲೇ ಪ್ರಯಾಣ ಆರಂಭಿಸೋಣವೆಂದು ಸೂಚಿಸಿದಾಗ ಎಲ್ಲರೂ ಮರು ಮಾತನಾಡದೆ ಸರಿ ಎಂದರು. ಹಾಗೆಯೇ ವಿಜಯನು ಸೂಚಿಸಿದ್ದ ಕೊಳ್ಳದ ಮಾರ್ಗದಲ್ಲಿಯೇ ವಿಮಾನ ಹಾರಾಟಗಳು ಕಂಡು ಬರುತ್ತಿದ್ದರಿಂದ, ವಾಯುವ್ಯ ದಿಕ್ಕಿನಲ್ಲಿ ಬಯಲು ಸೀಮೆಯಲ್ಲಿಯೇ ನಡೆದುಕೊಂಡು ಹೋಗುವುದು ವಾಸಿಯೆಂದು ಪ್ರದೀಪನು ಹೇಳಿದ ಮಾತಿಗೆ ಯಾರೂ ಎದುರು ಹೇಳಲಿಲ್ಲ. ನಾಲ್ಕು ಗಂಟೆಯ ಸುಮಾರಿಗೆ ಗಂಟುಮೂಟೆ ಕಟ್ಟಿಕೊಂಡು ವಲಸೆ ಶುರುವಾಯಿತು. ಜಾಗರೂಕರಾಗಿ ಹೆಜ್ಜೆಯಿಡುತ್ತಾ ಒಬ್ಬರನ್ನೊಬ್ಬರು ಅನುಸರಿಸಿ ವೆಲ್ಬನ್ ಗ್ರಾಮದ ದೀಪಗಳನ್ನು ನೋಡುತ್ತಾ ಮುಂದುವರಿಯುತ್ತಿದ್ದರು. ಒಂದು ಗಂಟೆಯ ತರುವಾಯ ಒಂದೆರಡು ಕಿಲೋಮೀಟರ್ ದೂರದಲ್ಲಿ ಡಾಂಬರು

ರಸ್ತೆ ಗೋಚರಿಸಿದಾಗ ಪಾಂಡವರ ಆನಂದಕ್ಕೆ ಪಾರವೇ ಇಲ್ಲದಾಯಿತು. ಆದರೆ ರಸ್ತೆಯಲ್ಲಿ ಹೋಗುತ್ತಿದ್ದ ವಾಹನಗಳನ್ನು ಕಂಡು "ಅವೇನಾದರೂ ಗಡಿಕಾವಲು ಪಡೆಯವರದಾಗಿದ್ದರೆ?" ಎಂಬ ಶಂಕೆಯಿಂದ ಎಲ್ಲರಿಗೂ ಸ್ವಲ್ಪ ಹೆದರಿಕೆಯಾಯಿತು.

ಪ್ರದೀಪನು ತನ್ನ ನಕ್ಷಾ ಜ್ಞಾನದಿಂದ ಈ ಡಾಂಬರು ರಸ್ತೆ ನೇರವಾಗಿ ವೆಲ್ಬನ್ ಗ್ರಾಮಕ್ಕೆ ಹೋಗುತ್ತದೆಂದು ತಿಳಿಸಿ, ಈ ರಸ್ತೆಯನ್ನು ಅನುಸರಿಸುತ್ತಾ, ಇದರಿಂದ ಒಂದು ಕಿಲೋಮೀಟರ್ ಅಂತರದಲ್ಲಿಯೇ ಸಮಾಂತರವಾಗಿ ಮುಂದುವರಿದರೆ ದಾರಿತಪ್ಪದೆ ಗಡಿ ರಕ್ಷರ ಕೈಗೆ ಸಿಕ್ಕದೆ ನೇರವಾಗಿ ವೆಲ್ಬನ್ ಸೇರುತ್ತೇವೆಂದು ಬಣ್ಣಿಸಿ, ವಿಜಯೋತ್ಸವದ ಆಸೆ ಉದಯಿಸಿದ.

ಬಂದ ದಾರಿಗೆ ಸುಂಕವಿಲ್ಲ...

ಸೂರ್ಯನು ಉದಯಿಸುವ ಮೊದಲೇ ವೆಲ್ಬನ್ ಸೇರುವ ತವಕದಲ್ಲಿ ಪಾಂಡವರ ನಡೆದಾಟ ಬಿರುಸಾಯಿತು. ಸೂರ್ಯನ ಬೆಳಕು ಕತ್ತಲೆಯನ್ನು ಓಡಿಸುತಿದ್ದಂತೆ ಮುಂಜಾನೆಯ ಬೆಳಕಿನಲ್ಲಿ ಅಡ್ಡ ಬರುತ್ತಿದ್ದ ಗುಡ್ಡಗಳನ್ನು ಲೆಕ್ಕಿಸದೆ ವೀರೋತ್ಸಾಹದಿಂದ ಹತ್ತಿ–ಇಳಿದು ಹೋಗುತ್ತಿದ್ದರು. ವೆಲ್ಬನ್ ಗ್ರಾಮದ ಮತ್ತು ಅದರ ಪಕ್ಕದಲ್ಲಿರುವ ರಾಷ್ಟ್ರೀಯ ಹೆದ್ದಾರಿಗಳು ಚೆನ್ನಾಗಿ ಕಾಣುತ್ತಿದ್ದವು. ಆಹಾ! ಅದೆಂತಹ ಅನುಭವ. ಅದೆಷ್ಟು ಆನಂದ...

ಆನಂದದ ಅಮಲಿನಲ್ಲಿ ಒಂದು ಅಚಾತುರ್ಯ ನಡೆದು ಹೋಯಿತು.

ದಾರಿಯಲ್ಲಿ ಸಣ್ಣ ಕಾಲುವೆಯ ಹಳ್ಳವೊಂದರಲ್ಲಿ ಇಳಿದು ಬರಬೇಕಾಯಿತು. ಸುಮಾರು ಮೂರು ಅಡಿ ಅಗಲದ ಕಾಲುವೆಯಲ್ಲಿ ಎಲ್ಲರೂ ಸಲೀಸಾಗಿ ಇಳಿದು ಬಂದರು. ರಾಜಬೀರನಿಗೆ ಈ ಕಾಲುವೆಯನ್ನು ಜಿಗಿದು ದಾಟುವ ಸಾಹಸಬುದ್ಧಿ ಹಠಾತ್ತಾಗಿ ಮೂಡಿಬಂದಿತು. ಅವನ ಗ್ರಹಚಾರ ಕೆಟ್ಟಿತ್ತು. ಜಿಗಿಯಲು ಹಾರಿ, ದೊಪ್ಪನೆ ಕಾಲುವೆಯಲ್ಲಿ ಬಿದ್ದುಬಿಟ್ಟು ಕಿಟಾರನೆ ಕಿರುಚಿಕೊಂಡ. ಉಳಿದವರೆಲ್ಲರೂ ದಿಗ್ಭ್ರಾಂತರಾದರು. ಎಲ್ಲರೂ 'ಅಯ್ಯೋ

ಏನಾಯಿತೋ...' ಎಂದು ಕಾಲುವೆಯಲ್ಲಿಳಿದು ಪರೀಕ್ಷಿಸಿದಾಗ, ರಾಜಬೀರನು ಕಾಲುವೆಯಲ್ಲಿದ್ದ ಒಡೆದ ಗಾಜಿನ ಬಾಟಲಿಯ ಮೇಲೆ ಬಿದ್ದಿದ್ದ. ಒಡೆದ ಗಾಜು ರಾಜಬೀರನ ತೊಡೆಯನ್ನು ಸೀಳಿತ್ತು. ಮಿತ್ರರೆಲ್ಲಾ ಸೇರಿ ರಾಜನನ್ನು ಮೇಲಕ್ಕೆತ್ತಿಕೊಂಡು ಬಂದರು. ರಕ್ತ ಸೋರುತ್ತಿತ್ತು. ವಿಜಯನು ಗಾಜಿನ ತುಕಡಿಯನ್ನು ಕಿತ್ತಾಗ, ತೊಡೆಯ ರಕ್ತನಾಳದಿಂದ ನೆತ್ತರಕೋಡಿ ಹರಿಯಿತು. ಎಲ್ಲರೂ ಗಾಬರಿಯಾದರು. ರಾಜಬೀರನ ಬಟ್ಟೆ ರಕ್ತಮಯವಾದವು. ರಕ್ತ ಸೋರುವಿಕೆಯಿಂದ ದೇಹದ್ರವ ರಾಶಿ ಕಡಮೆಯಾಗಿ ಹೃದಯಾಘಾತವಾಗಬಹುದೇನು ಎಂದು ಪ್ರದೀಪ ಹೆದರಿ ರಾಜನು ನೋವಿನಿಂದ ನರಳುತ್ತಿದ್ದರೂ ಲೆಕ್ಕಿಸದೆ ಬಟ್ಟೆಗಳಿಂದ ರಾಜನ ತೊಡೆಯ ಗಾಯವನ್ನು ಗಟ್ಟಿಯಾಗಿ ಬಿಗಿದ. ನಂತರ ರಾಜನಿಗೆ ಹೊಟ್ಟೆತುಂಬ ನೀರನ್ನು ಕುಡಿಸಿದ.

ಪರಿಸ್ಥಿತಿ ವಿಷಮವಾಗಿತ್ತು. ರಾಜಬೀರನು ನಡೆಯುವ ಸ್ಥಿತಿಯಲ್ಲಿರಲಿಲ್ಲ. ಪ್ರದೀಪನು ಏಕಾಂತದಲ್ಲಿ ಕರೆದು "ವಿಜಯನ್-ಸೆಲ್ವಮ್, ಈವತ್ತಿನ ಕೆಲಸ ಕೆಡ್ತು. ಇವನನ್ನು ಕೂಡಲೇ ಆಸ್ಪತ್ರೆಗೆ ಸೇರಿಸದಿದ್ದರೆ ಸಾಯಬಹುದು" ಎಂದು ಆಗಬಹುದಾದ ಅನಾಹುತವನ್ನು ತಿಳಿಸಿದ. ವಿಜಯನ್-ಸೆಲ್ವಮ್‌ರಿಗೆ ಏನೂ ಹೇಳಲು ತೋಚದೆ ತಲೆಯ ಮೇಲೆ ಕೈಹೊತ್ತುಕೊಂಡು ಏನು ಮಾಡಬೇಕೆಂದು ಪ್ರದೀಪನತ್ತ ನೋಡಿದಾಗ... ಪ್ರದೀಪನು "ಇವನನ್ನ ಹೊತ್ತುಕೊಂಡು ಆ ರಸ್ತೆಯ ಬದಿಗೆ ಹೋಗೋಣ. ನಾನು ಇವನನ್ನು ನೋಡಿಕೊಳ್ತೀನಿ. ನೀವಿಬ್ಬರೂ ವೆಲ್ಪನ್‌ಗೆ ಹೋಗಿ ಅಲ್ಲಿಂದ ಬಾಡಿಗೆ ವಾಹನ ತನ್ನಿ. ಅದರಲ್ಲಿ ಇವನನ್ನ ಕರಕೊಂಡು ಆಸ್ಪತ್ರೆಗೆ ಹೋಗೋಣಾ..." ಎಂದ.

ಸೆಲ್ವನು "ವೆಲ್ಪನ್‌ಗೆ ಇನ್ನೂ ನಾಲ್ಕೈದು ಕಿಲೋಮೀಟರ್ ನಡೆಯಬೇಕು. ದಾರಿಯಲ್ಲಿ ನಮಗೇನಾದರೂ ಆದರೆ?" ಎಂದು ಸಹಜವಾಗಿ ಕೇಳಿದ.

ಅವನ ಹೇಳಿಕೆಯನ್ನು ಸಮರ್ಥಿಸುತ್ತಾ ವಿಜಯನು "ಪ್ರದೀಪ್, ನಾವೆಲ್ಲಾ ಒಟ್ಟಾಗಿಯೇ ಇರೋದು ಲೇಸು. ಇಲ್ಲೇ ರಸ್ತೆಯಲ್ಲಿ ಯಾವುದಾದರೂ ವಾಹನಕ್ಕೆ ಕಾದು, ಬಂದವರ ಕಾಲು ಹಿಡಿದು ಇವನನ್ನ ಆಸ್ಪತ್ರೆಗೆ ಸಾಗಿಸೋಣಾ" ಎಂದು ತನ್ನ ಅನಿಸಿಕೆಯನ್ನು ತಿಳಿಸಿದ.

ಪ್ರದೀಪನು "ಗೆಳೆಯರೇ, ಇದು ಗಡಿ ಕಾವಲು ಪಡೆಯವರ ಸುಳಿದಾಟ-ತಿರುಗಾಟಾ ಜಾಸ್ತಿ. ಅವರ ಕೈಗೆ ಸಿಕ್ಕಿದರೆ ನಮ್ಮನ್ನೆಲ್ಲಾ ಒಡೆದು ಆಸ್ಪತ್ರೆಗೆ

ಹಾಕ್ತಾರೆ. ರಸ್ತೆ ಪಕ್ಕದಲ್ಲಿ ನಾನು ಅವಿತುಕೊಂಡು ಇವನನ್ನ ನೋಡಿಕೊಳ್ತೀನಿ. ನೀವು ಬರೋವರೆಗೂ ಕಾಯ್ತೀವಿ. ಊರು ಬಹಳ ಹತ್ತಿರ ಬಂದಿದೆ. ಬೆಳಕು ಚೆನ್ನಾಗಿದೆ. ದೊಡ್ಡ ಹೆಜ್ಜೆ ಹಾಕಿದರೆ ಇನ್ನೊಂದು ಗಂಟೆಯೊಳಗೆ ವೆಲ್ಟನ್ ಸೇರ್ತೀರಾ" ಎಂದು ತಮಿಳರನ್ನು ಪ್ರಯಾಣ ಮುಂದುವರಿಸಲು ಹುರುದುಂದಿಸಿ ಕೊನೆಯಲ್ಲಿ "ನಾನು ಒಂಬತ್ತು-ಹತ್ತು ಗಂಟೆಯವರೆವಿಗೂ ಕಾಯ್ತೀನಿ. ಆಮೇಲೆ ಯಾರಿಗಾದರೂ ಕೈ ಒಡ್ಡಿ ಇವನನ್ನ ಸಾಗಿಸಿಕೊಂಡು ಊರು ಸೇರ್ತೀನಿ" ಎಂದು ಪರ್ಯಾಯ ಯೋಜನೆಯನ್ನೂ ಹೇಳಿದ.

ಪ್ರದೀಪನು ಹೇಳಿದ ಪ್ರಕಾರ ಕಾಲುನಡಿಗೆಯಲ್ಲಿ ವೆಲ್ಟನ್ ತಲುಪಲು ಕೇವಲ ಒಂದು ಗಂಟೆ ಸಾಕಾಗಿತ್ತು.

ಆಗಲಿ ಎಂದು ಒಪ್ಪಿಕೊಂಡು ರಾಜಬೀರನನ್ನು ರಸ್ತೆಯ ಬದಿಯಲ್ಲಿರುವ ಗುಡ್ಡದ ಮರೆಗೆ ಸಾಗಿಸಿ, ತಮಿಳುದ್ವಯರು ವೆಲ್ಟನ್‌ನತ್ತ ಕಂಬಿಕಿತ್ತರು. ಪ್ರದೀಪನು ರಾಜನನ್ನು ಸಂತೈಸುತ್ತಾ ಆರೈಕೆ ಮಾಡುತ್ತಿದ್ದ.

ದಾರಿಯಲ್ಲಿ ವಿಜಯನು ರಾಜನನ್ನು ಬೈಯುತ್ತಾ "ಈ ಶನಿಯ ದೆಶೆಯಿಂದ ಕೊನೆಗಳಿಗೆಯಲ್ಲಿ ಕಷ್ಟಕ್ಕೆ ಸಿಕ್ಕಿಕೊಂಡಿವಿ" ಎಂದ. ಸೆಲ್ವನು "ನಮ್ಮ ಕರ್ಮ" ಎಂದು ಶಪಿಸಿದ. ಸೂರ್ಯೋದಯಕ್ಕೆ ಮುಂಚೆಯೇ ವಿಜಯನ್-ಸೆಲ್ವಮ್ ವೆಲ್ಟನ್ ತಲುಪಿದ್ದರು.

ಅಮೇರಿಕಾದಲ್ಲಿ ಮೊದಲನೆಯ ದಿನ. ಬೆಳಿಗ್ಗೆ.

ಕುಗ್ರಾಮವಾಗಿದ್ದರೂ ಸ್ವಚ್ಛವಾಗಿದ್ದ ವೆಲ್ಟನ್ ಬೀದಿಗಳನ್ನು ನೋಡಿ ತಮಿಳರಿಬ್ಬರೂ ವಾವ್ ಎಂದುಬಿಟ್ಟರು. ನೇರವಾಗಿ ಮೆಕ್ಡಾನಲ್ಡ್‌ನಲ್ಲಿ ಉಪಹಾರ ಮುಗಿಸಿ, ಬಾಡಿಗೆ ವಾಹನಕ್ಕೆ ತಪಾಸಣೆ ಮಾಡಿದರು. ಪಕ್ಕದಲ್ಲಿದ್ದ ಅಂಗಡಿಯಲ್ಲಿ ವಿಚಾರಿಸಿ ಬಾಡಿಗೆ ವಾಹನದ ತಾಣವನ್ನು ಪತ್ತೆಮಾಡಿ ಅಲ್ಲಿಗೆ ಹೋದಾಗ, ಯಾವ ವಾಹನವೂ ಇರಲಿಲ್ಲ. ಸುಮಾರು ಹೊತ್ತು ಕಾದ ನಂತರ ವಾಹನವೊಂದು ಬಂದಿತು.

ವಿಜಯನು "ಮಾರಿಕೋಪ ಬೆಟ್ಟದ ಕಡೆ ಹೋಗಬೇಕು" ಎಂದು ಹೇಳಿದಾಗ

ಚಾಲಕನು "ಯಾಕೆ? ವಲಸಿಗರನ್ನ ಕರಕೊಂಡು ಬರೋಕಾ?" ಎಂದು ನೇರವಾಗಿ ಕೇಳಿಬಿಟ್ಟ. ತಮಿಳರಿಬ್ಬರೂ ಕಕ್ಕಾಬಿಕ್ಕಿಯಾದರು. ಚಾಲಕನಿಗೆ ಇವರ

ಮೇಲೆ ಸಂಶಯ ಮೂಡಿ "ನೀವೇನಾದರೂ ವಲಸಿಗರಾಗಿದ್ದರೆ ನಿಮ್ಮನ್ನು ಕರೆದುಕೊಂಡ ತಪ್ಪಿಗೆ ನಾನು ಶಿಕ್ಷೆ ಅನುಭವಿಸಬೇಕಾಗುತ್ತೆ" ಎಂದು ನಿರಾಕರಿಸಿದ.

ತಮಿಳರಿಬ್ಬರೂ ಜಾಗ್ರತೆಗೊಂಡು ದೂರ ಸರಿದರು. ಆಗಲೇ ಗಂಟೆ ಎಂಟಾಗಿತ್ತು. ಮತ್ತೆ ಒಂಡು ಗಂಟೆಯ ತರುವಾಯ ಪುನಃ ಬಾಡಿಗೆಯ ವಾಹನ ತಾಣಕ್ಕೆ ಬಂದು ಬೇರೊಬ್ಬ ಚಾಲಕನನ್ನು ಮಾತನಾಡಿಸಿದರು. ಆತ ಸಿಡುಕಿನಿಂದ, "ನೀವು ಪಾಕಿಸ್ತಾನಿಗಳಾ? ಮೆಕ್ಸಿಕೋದಿಂದ ಗಡಿ ದಾಟಿ ಬಂದ್ರಿ ಅಲ್ಲವೇ?" ಎಂದು ಏಕಾಏಕಿ ಕೇಳಿ ತಮಿಳರನ್ನು ದಂಗು ಬಡಿಸಿದ. ಮಾತು ಮುಂದುವರಿಸುತ್ತಾ "ನೀವು ಭಯೋತ್ಪಾದಕರಾಗಿರಬಹುದು. ನನ್ನ ಗಾಡಿಯಲ್ಲಿ ನಿಮ್ಮಂತಹವರನ್ನ ಹತ್ತಿಸಿಕೊಳ್ಳಲ್ಲ. ಗಡಿರಕ್ಷಕರು ನಿಮ್ಮನ್ನ ಎತ್ತಿಕೊಂಡು ಹೋಗ್ತಾರೆ" ಎಂದು ಬೆದರಿಸಿ, ಚಾಲಕನು ದೂರವಾಣಿ ತೆಗೆದುಕೊಂಡಾಗ, ತಮಗೆ ಇಲ್ಲಿ ಉಳಿಗಾಲವಿಲ್ಲವೆಂದುಕೊಳ್ಳುತ್ತಾ ತಮಿಳರು ಅಲ್ಲಿಂದ ಮಾಯವಾದರು.

ವಿಜಯನ್-ಸೆಲ್ವಮ್ ನಿಜವಾಗಿಯೂ ಪ್ರದೀಪ-ರಾಜಬೀರರಿಗೆ ಸಹಾಯ ಮಾಡಲು ಪ್ರಯತ್ನಪಟ್ಟರು. ಆದರೆ ಅವರ ಪ್ರಯತ್ನಗಳು ಅವರಿಗೇ ಮಾರಕವಾಗುತ್ತಿದ್ದವು. ಹೊಟ್ಟೆ ಹೊರೆದುಕೊಳ್ಳುವ ಬಾಡಿಗೆ ವಾಹನ ಚಾಲಕರೇ ಇಷ್ಟು ದೇಶಾಭಿಮಾನ ತೋರಿಸುತ್ತಾ ತಮ್ಮನ್ನು ಪಾಕಿಸ್ತಾನಿಗಳೆಂದೂ, ಭಯೋತ್ಪಾದಕರೆಂದೂ ಅವಹೇಳನ ಮಾಡಿದ ನಂತರ ವೆಲ್ಟನ್‌ನಲ್ಲಿ ಇರುವುದು ತಮಗೆ ಸುರಕ್ಷಿತವಲ್ಲ ಎಂದು ತಮಿಳರಿಗೆ ಮನದಟ್ಟಾಯಿತು. ಆಗಲೇ ಸಮಯ ಹತ್ತು ಗಂಟೆಯ ಮೇಲಾಗಿತ್ತು. ಪ್ರದೀಪನು 9 ಗಂಟೆಯ ನಂತರ ನಾನು ಬೇರೆ ಏನಾದರೂ ಪ್ರಯತ್ನ ಮಾಡುತ್ತೇನೆ ಎಂದು ಭರವಸೆ ನೀಡಿದ್ದರಿಂದ ತಮಿಳರಿಬ್ಬರೂ ಒಲ್ಲದ ಮನಸ್ಸಿನಿಂದ ವೆಲ್ಟನ್ ಗ್ರಾಮ ಬಿಟ್ಟು ಕ್ಯಾಲಿಫ಼ೋರ್ನಿಯಾಗೆ ಹೋಗುವ ಸಾರ್ವಜನಿಕ ವಾಹನ ತಾಣಕ್ಕೆ ಬಂದರು. ಅಲ್ಲಿ ವಿಚಾರಿಸಿದಾಗ ಮಧ್ಯಾಹ್ನ ಒಂದು ಗಂಟೆಗೆ ಗ್ರೇಹೌಂಡ್ ವಾಹನ ಬರುವುದಾಗಿ ತಿಳಿಯಿತು. ಆರಕ್ಷಕರ ಕಣ್ಣಿಗೆ ಬೀಳದಂತೆ ಉಪಹಾರ ಮಂದಿರಗಳಲ್ಲಿ ಕುಳಿತು ಕಾಲ ಕಳೆಯುತ್ತಿದ್ದರು. ಅದೃಷ್ಟವಶಾತ್ ಪ್ರದೀಪನನ್ನು-ರಾಜಬೀರನನ್ನು ಯಾರಾದರೂ ಕರೆದುಕೊಂಡು ಬಂದು ವೆಲ್ಟನ್‌ನಲ್ಲಿ ಬಿಡಬಹುದೇನೋ ಎಂದು ಆಶಿಸುತ್ತಾ, ಹಾಗೆಯೇ ಆಗಲಿ ಎಂದು ದೇವರನ್ನು ಪ್ರಾರ್ಥಿಸುತ್ತಾ, ವೆಲ್ಟನ್‌ನಿಂದ ತೆರಳಲು ವಾಹನಕ್ಕೆ ಕಾಯುತ್ತಿದ್ದರು.

ಇತ್ತ ರಾಜಬೀರನ ಪರಿಸ್ಥಿತಿ ಗಂಭೀರವಾಗುತ್ತಿತ್ತು. ರಸ್ತೆಯ ಪಕ್ಕದಲ್ಲಿಯೇ ಇರುವ ಬಂಡೆಗಳ ಮಧ್ಯೆ ಅವಿತು, ಹತ್ತು ಗಂಟೆಯಾದರೂ ವಿಜಯನ್-ಸೆಲ್ವರು ಬರೆದಿದ್ದುದರಿಂದ ದಾರಿಯಲ್ಲಿ ಏನೋ ಎಡವಟ್ಟಾಗಿದೆಯೆಂದು ಪ್ರದೀಪನು ಊಹಿಸಿದ. ನೋವು ಬಾಧಿಸುತ್ತಿದ್ದರೂ, ರಾಜಬೀರನ ದೇಹಸ್ಥಿತಿ ಸ್ಥಿರವಾಗಿತ್ತು. ಪ್ರದೀಪನು ಬಂಡೆಯ ಮರೆಯಿಂದಲೇ ದೂರದರ್ಶಕದ ಮೂಲಕ ರಸ್ತೆಯಲ್ಲಿ ಹಾಯ್ದು ಹೋಗುತ್ತಿದ್ದ ವಾಹನಗಳನ್ನೆಲ್ಲಾ ಪರಿವೀಕ್ಷಿಸುತ್ತಾ ಗಡಿಕಾವಲು ವಾಹನಗಳು ಹಾಯ್ದಾಗ ಮರೆಯಾಗುತ್ತಾ, ಸಾಮಾನ್ಯ ವಾಹನಗಳು ಬಂದಾಗ ರಸ್ತೆಯ ಬಳಿ ಬಂದು ಕೈಒಡ್ಡಿ ನಿಲ್ಲಿಸಲು ಆಗ್ರಹ ಮಾಡಿಕೊಳ್ಳುತ್ತಿದ್ದ. ಹತ್ತಾರು ವಾಹನಗಳು ಸಾಗಿದವು. ಆದರೆ ಯಾರೂ ನಿಲ್ಲಿಸಲಿಲ್ಲ. ಬಿಸಿಲಿನ ಝಳದಲ್ಲಿ ಬೇಯುತ್ತಿದ್ದ ಪ್ರದೀಪ ರಾಜಬೀರನ ಸ್ಥಿತಿ ನೆನೆದು 'ದೇವರೇ ಬೇಗಾ ನಮಗೊಂದು ದಾರಿ ತೋರಿಸಪ್ಪಾ' ಎಂದು ಮೊರೆಯಿಡುತ್ತಿದ್ದ.

ಅಂತೂ ಎರಡು ಮೂರು ಗಂಟೆಗಳ ತರುವಾಯ ಒಂದು ವಾಹನ ಪ್ರದೀಪನ ಆಗ್ರಹವನ್ನು ಮನ್ನಿಸಿ ನಿಂತಿತು. ಚಾಲಕನು ಪ್ರದೀಪನನ್ನು ವಿಚಾರಿಸುತ್ತಾ "ನೀವು ಅಕ್ರಮ ವಲಸಿಗರಾ?" ಎಂದು ಕೇಳಿದಾಗ,

ಪ್ರದೀಪನು "ನಾವು ಪ್ರವಾಸಿಗಳು. ನನ್ನ ಸ್ನೇಹಿತನಿಗೆ ಬಿದ್ದು ಪೆಟ್ಟಾಗಿದೆ. ಅವನನ್ನ ಆಸ್ಪತ್ರೆಗೆ ಕರೆದೊಂಡು ಹೋಗಬೇಕು. ದಯವಿಟ್ಟು ನಮ್ಮನ್ನು ವೆಲ್ಟನ್‌ನಲ್ಲಿ ಇಳಿಸಿಬಿಡಿ" ಎಂದು ಅಂಗಾಲಾಚಿ ಬೇಡಿಕೊಂಡ.

ಆ ವಾಹನದ ಚಾಲಕನು ಸಂಶಯದಿಂದ "ನೀವು ಅಕ್ರಮ ವಲಸಿಗರಾ? ಪಾಕಿಸ್ತಾನಿಗಳಾ?" ಎಂದು ಮತ್ತೊಮ್ಮೆ ಕೇಳಿದ.

ಪ್ರದೀಪ ಇವನೊಬ್ಬ ಸಾಮಾನ್ಯ ಪ್ರಜೆ ಗಡಿರಕ್ಷಕನಲ್ಲ ನನಗೇನು ಮಾಡಬಲ್ಲ ಎಂಬ ಭಾವನೆಯಿಂದ ನಮ್ರವಾಗಿ "ನಾನು ಭಾರತೀಯ" ಎಂದಷ್ಟೇ ಹೇಳಿದ.

"ನಿಮ್ಮ ಗುರುತೇನಾದರೂ ತೋರಿಸಿ" ಎಂದು ಆ ಚಾಲಕನು ಕೇಳಿದಾಗ ಪ್ರದೀಪನಿಗೆ ಏನು ತೋರಿಸಬೇಕೋ ದಿಕ್ಕುತೋಚದೆ "ಈಗ ಅದೆಲ್ಲಾ ಯಾಕೆ? ಸ್ವಾಮಿ. ದಯವಿಟ್ಟು ನಮ್ಮನ್ನು ವೆಲ್ಟನ್-ಗೆ ಬಿಡಿ. ಉಚಿತವಾಗಿ ಬೇಡ. ದುಡ್ಡು ಕೊಡ್ತೀನಿ" ಎಂದು ಹಣವನ್ನು ಕೊಡಲು ಪರ್ಸ್ ತೆಗೆದ.

ನಂತರ ಆ ಚಾಲಕನು ತನ್ನ ಹೆಸರು ಮಾರ್ಕ್ ಗಾಡಿಂಗ್ ಎಂದು ಪರಿಚಯ ಮಾಡಿಕೊಂಡು ತಾನು 'ಮಿನಟ್ ಮನ್' ಸಂಸ್ಥೆಯ ಸದಸ್ಯನೆಂದು ಹೇಳಿದ. ಪ್ರದೀಪನು "ಸಂತೋಷ ಸಂತೊಷ ನಿಮ್ಮ ಭೇಟಿ ತುಂಬಾ ಸಂತೋಷ" ಎಂದು ಹರ್ಷ ವ್ಯಕ್ತಪಡಿಸಿದಾಗ, ಮಾರ್ಕನು ಕುಹಕವಾಗಿ ನಗುತ್ತಾ "ಪರದೇಶಿಗಳು ಪರದೇಶಿಗಳು" ಎಂದು ಮೆಲುದನಿಯಲ್ಲಿ ತನಗೆ ತಾನೇ ಹೇಳಿಕೊಂಡ. ಪ್ರದೀಪನಿಗೆ ಅದೇಕೇ ಹೀಗಂದನೋ ಅರ್ಥವಾಗಲಿಲ್ಲ.

ರಕ್ತಮಯವಾಗಿ ಘೋರ ಗಾಯದಿಂದ ನರಳುತ್ತಿದ್ದ ರಾಜಬೀರನನ್ನು ನೋಡಿ, ಅವನನ್ನು ತನ್ನ ವಾಹನದಲ್ಲಿ ಹತ್ತಿಸಿಕೊಂಡು ಹೋಗಲು ಮಾರ್ಕನು ಹಿಂಜರಿದ.

"ಏನಾಯಿತು? ನಿಜವಾದ ಸಂಗತಿಯನ್ನು ಹೇಳಬೇಕು. ಇಲ್ಲದಿದ್ರೆ ನಾನು ಹತ್ತಿಸಿಕೊಳ್ಳಲ್ಲಾ" ಎಂದು ಮಾರ್ಕನು ಪ್ರದೀಪನನ್ನು ಸತ್ಯಕ್ಕಾಗಿ ಒತ್ತಾಯಿಸಿದ.

ಅಮಾಯಕನಾದ ಪ್ರದೀಪನು ನಡೆದ ವಿಷಯವನ್ನೆಲ್ಲಾ ತಿಳಿಸಿದ. ಮಾರ್ಕನು ದೀರ್ಘವಾಗಿ ಉಸಿರು ಬಿಡುತ್ತಾ ಪ್ರದೀಪನ ಕಣ್ಣಲ್ಲಿ ಕಣ್ಣಿಟ್ಟು "ಬನ್ನಿ ನಿಮ್ಮನ್ನ ಸರಿಯಾದ ಜಾಗಕ್ಕೆ ಕರೆದುಕೊಂಡು ಹೋಗ್ತೀನಿ" ಎಂದು ಹೇಳಿ, ವಾಹನದಲ್ಲಿ ಹತ್ತಿಸಿಕೊಂಡು ಪೂರ್ವಾಭಿಮುಖವಾಗಿ ಬಂದ ದಾರಿಯಲ್ಲಿಯೇ ಹಿಂದಕ್ಕೆ ಹೊರಟ. ಮಾರ್ಕನು ತಮ್ಮಿಬ್ಬರನ್ನೂ ಆಸ್ಪತ್ರೆಗೆ ಕರೆದುಕೊಂಡು ಹೋಗಬಹುದೆಂದು ಊಹಿಸಿಕೊಂಡು ಖುಷಿಯಿಂದ ಹಿಂದಿನ ಸೀಟಿನಲ್ಲಿ ದೇವರಿಗೆ ಧನ್ಯವಾದ ಅರ್ಪಿಸುತ್ತಾ ಕಣ್ಣು ಮುಚ್ಚಿದ್ದ ಪ್ರದೀಪ. ಸುಮಾರು ಒಂದು ಗಂಟೆಯ ತರುವಾಯ ವಾಹನ ಅರಿಜೋನಾದ ನೊಗಾಲಿಸ್ ನಗರವನ್ನು ಮುಟ್ಟಿ, ನೇರವಾಗಿ ಮೆಹಿಕೋ ದೇಶದ ಗಡಿ ದ್ವಾರದತ್ತ ಸಾಗಿತು.

ಪ್ರದೀಪ ಸ್ವಲ್ಪ ಸೋಜಿಗದಿಂದ "ಮಾರ್ಕ್, ಎಲ್ಲಿಗೆ ಹೋಗ್ತಾಯಿದ್ದೀರಾ?" ಎಂದು ಕೇಳಿದ.

ಮಾರ್ಕನು ನಗುತ್ತಾ "ಗಾಬರಿಯಾಗಬೇಡಪ್ಪ. ನಿನ್ನ ಸ್ನೇಹಿತನನ್ನ ಆಸ್ಪತ್ರೆಗೆ ಕರೆದುಕೊಂಡು ಹೋಗ್ತಾಯಿದ್ದೀನಿ" ಎಂದು ಸಮಾಧಾನ ಮಾಡಿದ.

"ಆದರೆ ನೀವು ನಮ್ಮನ್ನ ಮೆಹಿಕೋ ದೇಶಕ್ಕೆ ಕರೆದುಕೊಂಡು ಹೋಗ್ತಾಯಿದ್ದೀರಾ?" ಎಂದು ಆಪಾದಿಸುವ ದನಿಯಲ್ಲಿ ಕೇಳಿದ.

ಮತ್ತೊಮ್ಮೆ ಮುಗುಳುನಗೆಯಿಂದಲೇ ಮಾರ್ಕನು ವ್ಯಂಗ್ಯವಾಗಿ, "ಅಮೇರಿಕಾದಲ್ಲಿ ಆಸ್ಪತ್ರೆಗಳು ವಿಪರೀತಾ ದುಬಾರಿ. ಮೆಹಿಕೋ ದೇಶದಲ್ಲಿ ಬಹಳ ಅಗ್ಗಾ" ಎನ್ನುತ್ತಾ ಅಮೇರಿಕಾ ಗಡಿಯನ್ನು ದಾಟಿ ಮೆಹಿಕೋ ದೇಶದೊಳಕ್ಕೆ ಪ್ರವೇಶಿಸಿಯೇ ಬಿಟ್ಟ.

ಪ್ರದೀಪನಿಗೆ ಮಾರ್ಕ್‌ ಉದ್ದೇಶ ಅರ್ಥವಾಗಲಿಲ್ಲಾ. ಅವನು ಮೋಸ ಮಾಡುತ್ತಿದ್ದಾನೆ ಎಂಬ ವಿಷಯವೇ ತಟ್ಟಲಿಲ್ಲ.

ನೊಗಾಲಿಸ್ ನಗರದ ಬೀದಿಯಲ್ಲಿರುವ ಒಂದು ಸಣ್ಣ ಚಿಕಿತ್ಸಾಲಯದ ಮುಂದೆ ವಾಹನ ನಿಲ್ಲಿಸಿ, ರಾಜಬೀರನನ್ನು ಕೆಳಗಿಳಿಸಿ, ಮಾರ್ಕನು ನಗುತ್ತಾ "ಇದೇ ಆಸ್ಪತ್ರೆ. ಮೊದಲು ಒಳಗೆ ಹೋಗಿ. ಗಾಯಕ್ಕೆ ಬಟ್ಟೆ ಕಟ್ಟಿಸಿಕೊಂಡು, ಔಷಧಿ ತಗೊಂಡ ಮೇಲೆ ಕರೆಯಿರಿ" ಎಂದು ತನ್ನ ಪರಿಚಯ ಪತ್ರವನ್ನು ಪ್ರದೀಪನ ಕೈಗೆ ಕೊಟ್ಟ.

ಆ ಕ್ಷಣದಲ್ಲಿ ಪ್ರದೀಪನಿಗೆ ಮಾರ್ಕನು ಗಡಿ ದೇವತೆ ಎಂದೆನಿಸಿತು.

ಪ್ರದೀಪನು ಆಸ್ಪತ್ರೆಯಲ್ಲಿ ತನ್ನ ಪರಿಚಯವನ್ನು ಮಾಡಿಕೊಂಡು ರಾಜಬೀರನಿಗೆ ತಕ್ಕ ಚಿಕಿತ್ಸೆ ಮಾಡಲು ಯಾಚಿಸಿದಾಗ ಶುಶ್ರೂಷಕಿ "ಖರ್ಚು ನೀವು ಕೊಡ್ತೀರಾ?" ಎಂದು ಕೇಳಿದಾಗ, ಪ್ರದೀಪನು ಹೌದೆಂದು ತಲೆಯಾಡಿಸಿದ.

"ಸಾವಿರ ಪೇಸೋ. ಈಗಲೇ ಕೊಡಬೇಕು" ಎಂದಾಕೆ ಚಿಕಿತ್ಸೆಗೆ ಮೊದಲೇ ಕಾಸಿಗೆ ಕೈ ಒಡ್ಡಿದಳು. ಮರುಮಾತಾಡದೆ ಪ್ರದೀಪನು ಹಣ ಪಾವತಿ ಮಾಡಿದ ನಂತರ ರಾಜಬೀರನನ್ನು ಶುಷ್ರೂಷಕಿ ಒಳಗೆ ಕರೆದೊಯ್ದಳು.

ಹೊರಗೆ ಕುಳಿತಿದ್ದ ಪ್ರದೀಪ ಮಾರ್ಕನು ಕೊಟ್ಟ ಪರಿಚಯ ಪತ್ರವನ್ನು ಅವಲೋಕಿಸುತ್ತಾ, 'ಮಿನಟ್ ಮನ್' ಸಂಸ್ಥೆಯ ಧ್ಯೇಯೋದ್ದೇಶ ಓದತೊಡಗಿದ. ತಮ್ಮ ದೇಶಕ್ಕೆ ಅಕ್ರಮವಾಗಿ ಬರುವ ವಲಸಿಗರನ್ನು ತಡೆಯಲು ಅಮೇರಿಕಾದಲ್ಲಿ ಹಲವಾರು ಸಾರ್ವಜನಿಕ ಸ್ವಯಂಸೇವಾ ಸಂಸ್ಥೆಗಳು ಅಮೇರಿಕಾ ಸರಕಾರದ ಗಡಿ ರಕ್ಷಣಾ ದಳದವರಿಗೆ ನೆರವಾಗಿ ನಿಂತಿವೆ. ಜಿಮ್ ಗಿಲ್ಕ್ರಿಸ್ಟ್ ಎಂಬ ಸ್ಯಾನ್ ಡಿಯಾಗೋ ನಗರದ ಮಾಜಿ ಯೋಧನೊಬ್ಬ ಪ್ರಾರಂಭಿಸಿರುವ 'ಮಿನಟ್ ಮನ್' ಎಂಬ ಸಂಸ್ಥೆ ಕೂಡಾ ಇಂಥದೊಂದು ಸ್ವಯಂಸೇವಾ ಸಂಸ್ಥೆ. ಅಕ್ರಮವಾಗಿ ಗಡಿ ದಾಟುವವರನ್ನು ಗುರುತಿಸಿ ಅವರನ್ನು ಗಡಿರಕ್ಷಕರಿಗೆ ಒಪ್ಪಿಸಿ, ಅವರನ್ನು ಗಡೀಪಾರು ಮಾಡಿಸುವುದು ಆ ಸಂಸ್ಥೆಯ

ಕೆಲಸ. ಮಿನಟ್ ಮನ್ ಸಂಸ್ಥೆಗೆ ನೂರಾರು ಜನ ದೇಶಭಕ್ತ ಅಮೇರಿಕನ್ನರು ಸೇರಿ, ಅಕ್ರಮ ವಲಗೆಗಾರರನ್ನು ತಡೆಗಟ್ಟುವ ಕೈಂಕರ್ಯದಲ್ಲಿ ಕಾರ್ಯನಿರತರಾಗಿದ್ದಾರೆ. ಮಾರ್ಕ್ ಗಾಡಿಂಗ್ ಇಂತಹ ಒಬ್ಬ ಮಿನಟ್ ಮನ್.

ಕೂಡಲೇ ಪ್ರದೀಪ ತಬ್ಬಿಬ್ಬಾದ. ಮಾರ್ಕನು ಆಡಿದ ನಾಟಕ ಅರ್ಥಮಾಡಿಕೊಳ್ಳುತ್ತಾ, 'ಅಯ್ಯೋ ದೇವರೇ, ಎಂತಹಾ ಬಾವಿಗೆ ನಮ್ಮನ್ನು ತಳ್ಳಿಬಿಟ್ಟೆ' ಎಂದು ತಲೆ ಚಚ್ಚಿಕೊಳ್ಳುತ್ತಾ ದಿಗ್ಭ್ರಾಂತನಾದ.

ಸ್ವಲ್ಪ ಸಮಯದ ನಂತರ ಚೇತರಿಸಿಕೊಂಡು ಡೂಆನನನ್ನು ದೂರವಾಣಿಯಲ್ಲಿ ಕರೆದು ನಡೆದುದನ್ನೆಲ್ಲಾ ಸೂಕ್ಷ್ಮವಾಗಿ ತಿಳಿಸಿದ. ಕೂಡಲೇ ಡೂಆನನು ಬಂದು ಪ್ರದೀಪ್-ರಾಜಬೀರರನ್ನು ತನ್ನ ವಾಹನದಲ್ಲಿ ಮನೆಗೆ ಕರೆದುಕೊಂಡು ಹೋಗಿ ಎಂದಿನಂತೆ ಆಪ್ಯಾಯಮಾನವಾಗಿ ನೋಡಿಕೊಂಡ.

ಆ ದುರ್ದಿನ ನಡೆದ ಕಥೆಯನ್ನೆಲ್ಲಾ ಸವಿವಿಸ್ತಾರವಾಗಿ ಕೇಳಿದ ಬಳಿಕ ಡೂಆನನು "ಸದ್ಯ ಆ ಮಿನಟ್ ಮನ್ ಮಾರ್ಕ್ ನಿಮ್ಮನ್ನ ಗಡಿರಕ್ಷಕರಿಗೆ ಒಪ್ಪಿಸಲಿಲ್ಲ. ಅದಕ್ಕೆ ಅವನಿಗೆ ನೀವು ಕೃತಜ್ಞರಾಗಿರಬೇಕು" ಎಂದು ಸಮಾಧಾನ ಹೇಳಿದ.

ಪ್ರದೀಪನು ಅರ್ಜುನನೊಡನೆ ದೂರವಾಣಿಯಲ್ಲಿ ಮಾತನಾಡಿ ನಡೆದ ವೃತ್ತಾಂತವನ್ನು ತಿಳಿಸಿದಾಗ, ತಲ್ಲಣಿಸಿಹೋದ ಅರ್ಜುನನು ರಾಜಬೀರನಿಗಾದ ಪ್ರಮಾದವನ್ನು ವೇದನೆಯನ್ನು ನೆನೆದು ಬಹಳವಾಗಿ ಮರುಗಿದ. ಪ್ರದೀಪನ ಮಿತ್ರಪ್ರೇಮ-ತ್ಯಾಗಬುದ್ಧಿಗೆ ಮೆಚ್ಚಿ ಅವನು ನಿಜವಾಗಿಯೂ ಧರ್ಮರಾಯನೇ ಎಂದುಕೊಂಡ. ಶತಾಯ-ಗತಾಯ ನೊಗಾಲಿಸ್‌ನಿಂದ ರಾಜಬೀರ-ಪ್ರದೀಪರನ್ನು ಗಡಿ ದಾಟಿಸುವ ಬಗ್ಗೆ ಅರ್ಜುನನು ತೀವ್ರವಾಗಿ ಆಲೋಚಿಸುತ್ತಾ, ತನಗೆ ತಿಳಿದಿರುವ ಮೆಹಿಕೋ ಸಹೋದ್ಯೋಗಿಗಳೊಡನೆ ಅವ್ಯಾಹತವಾಗಿ ವಿಚಾರ ಮಾಡಲಾರಂಭಿಸಿದ.

ಧರ್ಮರಾಯನ ದಾರುಣ ಯಾತ್ರೆ

ಇತ್ತ ವಿಜಯನ್-ಸೆಲ್ವರು ವೆಲ್ಲನ್‌ನಿಂದ ಸಾರ್ವಜನಿಕ ವಾಹನದಲ್ಲಿ ಹೊರಟು ಸಂಜೆ ಎಂಟು ಗಂಟೆಗೆ ಸ್ಯಾನ್‌ಡಿಯಾಗೋ ನಗರ ತಲುಪಿದ್ದರು. ಹಲವಾರು ತಿಂಗಳ ಹಿಂದೆ ಭಾರತದಿಂದ ಆರಂಭಿಸಿದ್ದ ತಮ್ಮ ಪ್ರಯಾಣದ ಗುರಿಯನ್ನು ಇಂದು ಮುಟ್ಟಿದ್ದರು. ಅಮೇರಿಕಾದ ಭವ್ಯ ನಗರದಲ್ಲಿ ಬಂದಿಳಿದಿದ್ದರು. ಅವರಿಗೆ ಅದೊಂದು ರೋಮಾಂಚಕ ಅನುಭವವಾಗಿತ್ತು. ಬಂದ ಕೂಡಲೇ ಅರ್ಜುನನಿಗೆ ದೂರವಾಣಿಯಲ್ಲಿ ಕರೆದಾಗ ಅವನು, "ಈಗ ತಾನೆ ಪ್ರದೀಪ-ರಾಜಬೀರನೊಡನೆ ಮಾತನಾಡಿದೆ" ಎನ್ನುತ್ತಾ ಎಲ್ಲವನ್ನು ತಿಳಿಸಿದ. ಆ ಇಬ್ಬರ ಬಗ್ಗೆ ಮರುಗಿದರೂ, ಸದ್ಯ ಸುರಕ್ಷಿತವಾಗಿದ್ದಾರಲ್ಲ ಎಂದು ವಿಜಯನ್-ಸೆಲ್ವರು ತೃಪ್ತರಾದರು. ಅದೇ ರಾತ್ರಿ ಸ್ಯಾನ್‌ಡಿಯಾಗೋದಿಂದ ಮತ್ತೆ ಸಾರ್ವಜನಿಕ ವಾಹನದಲ್ಲಿ ತಮಿಳರಿಬ್ಬರೂ ಕಾರ್ಲ್ಸ್ ಬಾಡ್‌ಗೆ ಪ್ರಯಾಣ ಮಾಡಿದರು. ಅರ್ಜುನನು ವಾಹನ ತಾಣಕ್ಕೆ ಬಂದು ಪಾಂಡವ ಮಿತ್ರರನ್ನು ಕರೆದುಕೊಂಡು ತನ್ನ ಕುಟೀರಕ್ಕೆ ಹೋದ. ರಾತ್ರಿಯೆಲ್ಲಾ ಪ್ರದೀಪ-ರಾಜಬೀರರ ಬಗ್ಗೆ ಮಾತನಾಡಿದರು. ಅರ್ಜುನನು ದೂರವಾಣಿಯಲ್ಲಿ ಕರೆದು ತಮಿಳರ ಆಗಮನದ ಸುದ್ದಿ ತಿಳಿಸಿದ. ಪಾಂಡವರೆಲ್ಲಾ ದೂರವಾಣಿಯಲ್ಲಿ ಪರಸ್ಪರ ಮಾತನಾಡಿ ಸ್ನೇಹದ ಕಡಲಲ್ಲಿ ಮುಳುಗಿದರು.

ಪಾಂಡವರೆಲ್ಲರೂ ಏಕಕಂಠದಿಂದ ಪ್ರದೀಪನನ್ನು ಅಗ್ರಜನ ಸ್ಥಾನಕ್ಕೇರಿಸಿ, ಎಲ್ಲರೂ ಅಮೇರಿಕಾದಲ್ಲಿ ಸಮಾಗಮವಾಗುವ ದಿನ ಹಾರೈಸುತ್ತಾ, ಪ್ರದೀಪ-ರಾಜಬೀರರನ್ನು ಕಾರ್ಲ್ಸ್ ಬಾಡ್‌ಗೆ ಕರೆತರುವ ಯೋಜನೆ ಹುಡುಕುತ್ತಿದ್ದರು.

ನೊಗಾಲಿಸ್ ನಗರದಲ್ಲಿ ರಾಜಬೀರನು ಪ್ರದೀಪನ ಆರೈಕೆಯಲ್ಲಿ ಗುಣಮುಖನಾಗುತ್ತಿದ್ದನು. ಪ್ರದೀಪನು ತನ್ನ ವೃತ್ತಿಧರ್ಮವನ್ನು ಪರಿಪಾಲಿಸುತ್ತಿದ್ದ. ಆತನ ಮಾನವೀಯ ಗುಣಗಳಿಂದ ಮಾರುಹೋದ ರಾಜಬೀರನು ಪ್ರದೀಪನನ್ನು ದೇವರು ಕೊಟ್ಟ ಅಣ್ಣನೆಂದೇ ಆದರಿಸತೊಡಗಿದ. ಡೂಆನನಿಗೂ ಸಹ ಪ್ರದೀಪನ ಬಗ್ಗೆ ಅಪಾರವಾದ ಪ್ರೀತಿಯಾದರಗಳು ಮೂಡಿದವು.

ಒಂದು ವಾರದಲ್ಲಿಯೇ ರಾಜಬೀರನು ನಡೆಯುವಂತಾದ. ಮತ್ತೆ ಗಡಿ ದಾಟುವ ಬಗ್ಗೆ ವಿಚಾರ ವಿನಿಮಯ ಪ್ರಾರಂಭವಾದವು. ಪಾಂಡವ ಸೋದರರೊಡನೆ ದುಡ್ಡು ಉಳಿಸುವ ಅಗ್ಗವಾದ ಗಡಿ ದಾಟುವ ಪ್ರಯತ್ನಗಳಿಂದ ಬೇಸತ್ತಿದ್ದ ಪ್ರದೀಪನು ಸುರಂಗ ಮಾರ್ಗದಲ್ಲಿ ಸಲೀಸಾಗಿ ಹೋಗುವುದೇ ಸರಿಯೆಂದು

ನಿರ್ಧರಿಸಿಕೊಂಡು ಮತ್ತೆ ಮಾಫಿಯಾ ಖದೀಮಾ ಕಾಸ್ಟಿಲೋನನ್ನು ದೂರವಾಣಿಯಲ್ಲಿ ಸಂಪರ್ಕಿಸಿದ.

ಟಿಹುವಾನಾದಲ್ಲಿದ್ದ ಕಾಸ್ಟಿಲೋ "ಒಂದು ವಾರದ ನಂತರ ಕರೆಯಿರಿ. ಯಾವ ದಿನ ಬರಬೇಕು ಎಂದು ತಿಳಿಸುತ್ತೇನೆ" ಎಂದು ಹೇಳುತ್ತಾ "ಒಂದು ಮುಖ್ಯ ಬದಲಾವಣೆ. ನಮ್ಮ ಟಿಹುವಾನಾ ಸುರಂಗ ದುರಸ್ತಿಯಲ್ಲಿದೆ. ನಿಮ್ಮನ್ನ ಟೆಕಾಟೆಯಲ್ಲಿರುವ ಸುರಂಗದ ಮೂಲಕ ರವಾನಿಸುತ್ತೇನೆ. ಪರವಾಯಿಲ್ಲ ತಾನೇ?" ಎಂದು ಕೇಳಿದಾಗ ಪ್ರದೀಪನು ಸ್ವಲ್ಪ ಆಲೋಚಿಸತೊಡಗಿದ. ಮಾತು ಮುಂದುವರಿಸುತ್ತಾ ಕಾಸ್ಟಿಲೋನು "ಭಯ ಬೇಡಾ ಮಿತ್ರ. ಟೇಕಾಟೆ ಸುರಂಗ ಟಿಹುವಾನಾ ಸುರಂಗಕ್ಕಿಂತ ಸುರಕ್ಷಿತವಾದುದು. ಆದ್ರೆ ಸ್ಯಾನ್ ಡಿಯಾಗೋ ನಗರಕ್ಕೆ ಸ್ವಲ್ಪ ದೂರ ಅಷ್ಟೇ. ಚಿಂತೆ ಬೇಡಾ. ಸುರಂಗದಿಂದ ಗಡಿ ದಾಟಿದ ಮೇಲೆ ನಿನ್ನನ್ನ ಸ್ಯಾನ್ ಡಿಯಾಗೋ ನಗರಕ್ಕೆ ವಾಹನದಲ್ಲಿ ಕಳುಹಿಸ್ತೀವಿ. ಅರ್ಧಗಂಟೆ ಪ್ರಯಾಣ. ಅಷ್ಟೇ" ಎಂದು ಪ್ರದೀಪನ ಅನುಮಾನವನ್ನು ನಿವಾರಿಸಲು ಪ್ರಯತ್ನಿಸಿದ. ಪ್ರದೀಪನಿಗೆ ಏನೂ ಹೇಳಲು ತೋಚದೆ "ಆಯಿತು. ನಾನೂ ಆಲೋಚನೆ ಮಾಡ್ತೀನಿ" ಎಂದು ಸಂಭಾಷಣೆ ಮುಗಿಸಿದ.

ಎರಡು ಸಾವಿರ ಡಾಲರ್ ಕೊಟ್ಟು ಕಳ್ಳಸುರಂಗ ಮಾರ್ಗದಲ್ಲಿ ಸಲೀಸಾಗಿ ಗಡಿ ದಾಟುವುದು ಲೇಸೆಂದು ಪ್ರದೀಪನ ಅಭಿಮತವಾಗಿತ್ತು. ಆದರೆ ದುಡ್ಡು ಖರ್ಚು ಮಾಡದೆ ಈಗಾಗಲೇ ಯಶಸ್ವಿಯಾಗಿ ಗಡಿ ದಾಟಿ, ಕಾರ್ಲ್ಸ್ ಬಾಡ್‌ನಲ್ಲಿ ವಿಜಯೋತ್ಸಾಹದಿಂದ ಮೆರೆಯುತ್ತಿದ್ದ ಅರ್ಜುನ, ವಿಜಯನ್ ಮತ್ತು ಸೆಲ್ವಮ್‌ರಿಗೆ, ಗಡಿ ದಾಟಲು ಎರಡು ಸಾವಿರ ಡಾಲರ್ ತೆರುವುದು, ಶುದ್ಧ ಬೆಪ್ಪುತನವಾಗಿತ್ತು.

ಆದರೆ ಈಗ ಪರಿಸ್ಥಿತಿ ಮೊದಲಿನಂತಿರಲಿಲ್ಲ. ರಾಜಬೀರನು ಸಾಹಸ ಮಾಡಲು ಶಕ್ತನಾಗಿರಲಿಲ್ಲ. ಗಡಿ ದಾಟುವುದಕ್ಕಾಗಿ ಎರಡು ಸಾವಿರ ಡಾಲರ್ ಖರ್ಚು ಮಾಡಲು ರಾಜಬೀರನಿಗೂ ಇಷ್ಟವಿಲ್ಲದಿದ್ದರೂ, ಅವನನ್ನು ಒಂಟಿಯಾಗಿ ಬಿಡಲು ಮನಸೊಪ್ಪದೆ, ಪ್ರದೀಪ "ನಿನ್ನ ಕೈಯಲ್ಲಿ ಎಷ್ಟು ಆಗುತ್ತದೋ ಅಷ್ಟು ಕೊಡು. ಉಳಿದಿದ್ದನ್ನು ನಾನು ಕೊಟ್ಟು ಕರೆದುಕೊಂಡು ಹೋಗುತ್ತೇನೆ" ಎಂದ. ರಾಜಬೀರನು ಪ್ರದೀಪನ ದೊಡ್ಡತನಕ್ಕೆ ಕರಗಿಹೋಗಿ "ಆಗಲಣ್ಣಾ" ಎಂದು ಒಪ್ಪಿಕೊಂಡು "ಅಮೇರಿಕಾದಲ್ಲಿ ನೆಲೆಸಿದ ಕೂಡಲೇ ನಿನ್ನ ಋಣ ತೀರಿಸುತ್ತೇನೆ" ಎಂದು ಪ್ರದೀಪನ ಸಹಾಯ ಹಣವನ್ನು ಸಾಲವಾಗಿ ಪರಿವರ್ತಿಸಿದ.

ಪ್ರದೀಪನು ಈ ಯೋಜನೆಯ ಬಗ್ಗೆ ಡೂಆನನ ಅಭಿಪ್ರಾಯ ಕೇಳಿದಾಗ ಅವನು, "ಟಿಹುವಾನಾ ಕಳ್ಳ ಸುರಂಗಗಳು ಕೊಕೈನ್ ಸಾಗಾಣಿಕೆಯ ಮಾರ್ಗಗಳು. ಇವುಗಳ ಮೂಲಕ ಗಡಿ ದಾಟುವಾಗ ದುರದೃಷ್ಟವಶಾತ್ ಗಡಿರಕ್ಷಕರ ಕೈಗೆ ಸಿಕ್ಕಿದರೆ, ನಿನ್ನನ್ನು ಕಳ್ಳ ಸಾಗಣೆದಾರನೆಂದು ಆಪಾದಿಸಿ, ಕನಿಷ್ಠ ಹತ್ತು ವರ್ಷ ಕಾರಾಗೃಹ ಶಿಕ್ಷೆ ವಿಧಿಸುತ್ತಾರೆ" ಎಂದು ಎಚ್ಚರಿಸಿದ. "ಇದರ ಬದಲು. ಅದೇ ಎರಡು ಸಾವಿರಕ್ಕೆ ಅರಿಜೋನಾ ಮರಳುಗಾಡಿನ ಮೂಲಕ ಆರ್ಮಾಂಡೋ ಗಾರ್ಸಿಯ ನಿನ್ನನ್ನ ಖಚಿತವಾಗಿ ಗಡಿ ದಾಟಿಸ್ತಾನೆ" ಎಂದು ಪರ್ಯಾಯ ಯೋಜನೆ ಸೂಚಿಸಿದ.

ತರುವಾಯ ಡೂಆನನು ನೊಗಾಲಿಸ್ ನಗರದಲ್ಲಿರುವ ಆರ್ಮಾಂಡೊನ ಪ್ರತಿನಿಧಿಯನ್ನು ಭೇಟಿ ಮಾಡಿ ಗಡಿಪಾರು ಮಾಡುವ ಬಗ್ಗೆ ವಿಷದವಾಗಿ ತಿಳಿದುಕೊಂಡು ಖಚಿತವಾದ ಒಪ್ಪಂದ ಮಾಡಿಕೊಂಡು ಮುಂದುವರಿಯುವಂತೆ ಸಲಹೆ ನೀಡಿದ.

ಆರ್ಮಾಂಡೋ ಗಾರ್ಸಿಯಾ ಅಮೇರಿಕಾ ಪ್ರಜೆ, ಅರಿಝೋನಾ ರಾಜ್ಯದ ನಿವಾಸಿ. ಆತನ ತಾಯಿ ಅಮೇರಿಕಾದ ಮೂಲ ನಿವಾಸಿಗಳಾದ "ಅಪಾಚಿ ಇಂಡಿಯನ್ಸ್" ಜನಾಂಗದವಳು. ತಂದೆ ಸ್ಪಾನಿಷ್. ಆರ್ಮಾಂಡೋನಿಗೆ ಅಮೇರಿಕಾ ದೇಶದ ಬಿಳಿಯ ಸರಕಾರದ ಬಗ್ಗೆ ಮೊದಲಿನಿಂದಲೂ ತಿರಸ್ಕಾರ-ತಾತ್ಸಾರ ಭಾವನೆಗಳಿದ್ದವು. ತೀವ್ರವಾದಿಯಾಗಿದ್ದ ಆರ್ಮಾಂಡೋನ ಪ್ರಕಾರ "ಅಮೇರಿಕಾ ಬಿಳಿಯರ ದೇಶವಲ್ಲ, ತನ್ನ ತಾತ-ಮುತ್ತಾತಂದಿರ ದೇಶ. ಐನೂರು ವರ್ಷಗಳ ಹಿಂದೆ ಯೂರೋಪಿನಿಂದ ಬಿಳಿಯರು ವಲಸೆ ಬಂದ ಹಾಗೆ, ಈಗ ಮೆಹಿಕೋ-ಇತರೆ ದೇಶಗಳವರು ವಲಸೆ ಬರುತ್ತಿದ್ದಾರೆ. ಇದು ಅಸಹಜವೂ ಅಲ್ಲಾ, ಅಪರಾಧವೂ ಅಲ್ಲಾ" ಎಂಬ ಮನೋಧರ್ಮದವನು. ವಲಸಿಗರನ್ನು ಅಕ್ರಮವಾಗಿ ಸಾಗಣೆ ಮಾಡುವ ಕೈಂಕರ್ಯವನ್ನು ಮಾಡುತ್ತಾ ಪ್ರಚಂಡ ವಲಸೆದಾರನಾಗಿದ್ದ. ಗಡಿ ಕಾವಲು ಪಡೆಯ ಹಲವಾರು ಅಧಿಕಾರಿಗಳನ್ನು ಮತ್ತು ಗಡಿರಕ್ಷಕರನ್ನು ಲಂಚ ಕೊಟ್ಟು ಒಲಿಸಿಕೊಂಡಿದ್ದ. ಗಡಿಕಾವಲು ಪಡೆಯವರ ಮುನ್ಸೂಚನೆ ಮತ್ತು ಸಹಕಾರಗಳಿಂದ ವಲಸಿಗರನ್ನು ನಿರಾಯಾಸವಾಗಿ ನಿರಾತಂಕವಾಗಿ ಗಡಿಪಾರು ಮಾಡುತ್ತಿದ್ದ. ಹಲವಾರು ಅನುಚರರನ್ನೂ ಇಟ್ಟುಕೊಂಡು ಬಹಳ ವ್ಯವಸ್ಥಿತವಾಗಿ ವಹಿವಾಟು ನಿರ್ವಹಿಸುತ್ತಿದ್ದ.

ಆರ್ಮಾಂಡೋನ ದೌರ್ಬಲ್ಯವೆಂದರೆ ಸ್ತ್ರೀಲೋಲುಪತೆ. ಮೆಹಿಕೋ ದೇಶದಿಂದ ವಲಸೆ ಬರುವ ಸುಂದರ ಯುವತಿಯರನ್ನು ಉಚಿತವಾಗಿ ಗಡಿ ದಾಟಿಸುತ್ತೇನೆಂದು ಪುಸಲಾಯಿಸಿ, ಕರೆದೊಯ್ಯುವಾಗ ದಾರಿ ಮಧ್ಯದಲ್ಲಿ ಅವರನ್ನು ಅನುಭವಿಸಿ, ತರುವಾಯ ಅಮೇರಿಕಾಗೆ ತಲುಪಿಸುತ್ತಿದ್ದ. ನಿರ್ಗತಿಕರಾದ ಹೆಂಗಳೆಯರು ವಿಧಿಯಿಲ್ಲದೆ ಆರ್ಮಾಂಡೋನ ಅತ್ಯಾಚಾರ ಸಹಿಸಿಕೊಂಡು ಬಲಿಪಶುಗಳಾಗುತ್ತಿದ್ದರು.

ನೊಗಾಲಿಸ್‌ನಲ್ಲಿ ಆರ್ಮಾಂಡೋನ ಪ್ರತಿನಿಧಿ ಹಾಗೂ ಅನುಚರನಾದ ಬಾಟಿಸ್ಟಾ ಎಂಬುವನೊಡನೆ ಪ್ರದೀಪನು ಭೇಟಿಯಾಗಿ ಮಾತುಕತೆಯಾಡಿದ. ಬಾಟಿಸ್ಟಾನು ಆರ್ಮಾಂಡೋನ ಮಾರ್ಗದ ಬಗ್ಗೆ ಹೇಳುತ್ತಾ "ಸಂಜೆಗತ್ತಲಲ್ಲಿ ನಮ್ಮ ಪ್ರಯಾಣ. ವಾಹನದಲ್ಲಿ ಎರಡು ಗಂಟೆಯ ನಂತರ ದಾರಿಯಲ್ಲಿ ಒಂದಿ ಕಡೆ ತಂಗಬೇಕು. ತಂಗುವುದಕ್ಕೆ ನಾವೆಲ್ಲಾ ವ್ಯವಸ್ಥೆ ಮಾಡಿದ್ದೇವೆ. ಮುಂಜಾನೆ ಎರಡು ಕಿಲೋಮೀಟರ್ ನಡೆಯಬೇಕು. ಮತ್ತೆ ವಾಹನದಲ್ಲಿ ಮೂರುಗಂಟೆ ಪ್ರಯಾಣ. ಬೆಳಿಗ್ಗೆ ಏಳು ಗಂಟೆಗೆ ಟ್ಯೂಸಾನ್ ನಗರದಲ್ಲಿ ಇರ್ತೀರಾ" ಎಂದು ಸ್ಥೂಲವಾಗಿ ವಿವರಿಸಿದ. "ನಮ್ಮ ವಾಹನದಲ್ಲಿ ಹತ್ತು ಜನ ಹಿಡಿಸ್ತಾರೆ. ಇದುವರೆವಿಗೂ ನಾಲ್ಕು ಜನ ಸಿಕ್ಕಿದ್ದಾರೆ. ಗಾಡಿ ತುಂಬಿದ ಕೂಡಲೇ ಹೊರಡ್ತೀವಿ" ಎಂದ.

ತರುವಾಯ ಶುಲ್ಕದ ಬಗ್ಗೆ ಮಾತನಾಡುತ್ತಾ ಬಾಟಿಸ್ಟನು "ಒಟ್ಟು ಎರಡು ಸಾವಿರ ಡಾಲರ್ ನಗದು. ಮುಂಗಡ ಸಾವಿರ. ಉಳಿದದ್ದು ಟ್ಯೂಸಾನ್ ಸೇರಿದ ಮೇಲೆ. ಅಕಸ್ಮಾತ್ ಗಡಿ ರಕ್ಷಕರು ಅಡ್ಡ ಬಂದರೆ ನೀವೇನೂ ಹೆದರಬೇಕಾಗಿಲ್ಲ. ನಮಗೆ ಮುಂಚೇನೇ ವರದಿ ಬರುತ್ತೆ. ನಿಮ್ಮನ್ನ ಬೇರೆ ದಾರಿಯಲ್ಲಿ ಕರಕೊಂಡು ಹೋಗ್ತೀವಿ" ಎಂದು ಆಶ್ವಾಸನೆಯನ್ನು ನೀಡಿದ.

ಪ್ರದೀಪನು ಗಂಭೀರವಾಗಿ ಬಾಟಿಸ್ಟಾನ ಮಾತುಗಳನ್ನು ಆಲಿಸುತ್ತಿದ್ದಾಗ "ನಿಮಗೇನಾದರೂ ಅನುಮಾನವಿದ್ದರೆ, ಪ್ರಶ್ನೆಯಿದ್ದರೆ ಕೇಳಿ" ಎಂದು ಬಾಟಿಸ್ಟಾನೇ ಕೇಳಿದ. ಪ್ರದೀಪನು "ನನ್ನ ಮಿತ್ರನಿಗೆ ನಡೆಯುವುದು ಕಷ್ಟ. ಕಾಲಿಗೆ ಪೆಟ್ಟಾಗಿದೆ. ಎಷ್ಟು ದೂರ ನಡೆಯಬೇಕು. ದಾರಿ ಸುಲಭಾನಾ?" ಎಂದು ರಾಜಬೀರನ ಬಗ್ಗೆ ಚಿಂತಿಸುತ್ತಾ ಕೇಳಿದ.

ಬಾಟಿಸ್ಟನು "ದೂರ ಕಡಮೆನೇ, ದಾರಿನೂ ಚೆನ್ನಾಗಿದೆ. ಆದರೆ ಬೆಟ್ಟ ಹತ್ತಬೇಕು. ಕಾಲಿಗೆ ಪೆಟ್ಟಾಗಿದ್ದರೆ ನಾವು ಹೊತ್ತುಕೊಂಡು ಹೋಗಲ್ಲ. ಗಾಯ ವಾಸಿಯಾದ

ಮೇಲೆ ಕರೆದುಕೊಂಡು ಬನ್ನಿ. ಹೋಗೋಣಾ" ಎಂದ. "ಆಯಿತು" ಎನ್ನುತ್ತಾ ಪ್ರದೀಪನು ಬಾಟಿಸ್ಟಾನಿಂದ ಬೀಳ್ಕೊಂಡು ಮನೆಗೆ ಬಂದ.

ಕಾರ್ಲ್ಸ್ ಬಾಡ್‌ನಲ್ಲಿ ಅರ್ಜುನನು ಪ್ರದೀಪ-ರಾಜಬೀರರನ್ನು ಸಾಗಿಸುವ ಬಗ್ಗೆ ಬಹಳ ತಲೆಕೆಡಿಸಿಕೊಂಡು ಹಲವಾರು ಮೆಹಿಕೋ ವಾಹನ ಚಾಲಕರೊಡನೆ ಮಾತುಕತೆ ಮಾಡಿ ಮತ್ತೊಮ್ಮೆ ಸರಕು ವಾಹನದಲ್ಲಿ ಬಚ್ಚಿಟ್ಟುಕೊಂಡು ಗಡಿ ದಾಟುವ ಯೋಜನೆಯನ್ನು ನಿರೂಪಿಸುತ್ತಿದ್ದ. ಆದರೆ ವಿಫಲ ಪ್ರಯತ್ನಗಳಿಂದ, ಹಳೆಯ ಕಹಿನೆನಪುಗಳಿಂದ ಪ್ರದೀಪನು ತನಗೆ ಅದೃಷ್ಟವಿಲ್ಲವೆಂದು ಭಾವಿಸಿ, ದುಡ್ಡು ಬಿಸಾಕಿ ಗಡಿ ದಾಟುವುದೇ ಲೇಸೆಂದು ಪರಿಗಣಿಸಿದ್ದ. ತಾಳ್ಮೆಯಿಂದ ರಾಜಬೀರನ ಸಂಪೂರ್ಣ ಚೇತರಿಕೆಗೆ ಕಾಯುತ್ತಿದ್ದ.

ಇದಾದ ಒಂದೆರಡು ದಿನಗಳಲ್ಲಿಯೇ ಅರ್ಜುನನು ಪ್ರದೀಪ-ರಾಜಬೀರರೊಡನೆ ದೂರವಾಣಿಯಲ್ಲಿ ಮಾತನಾಡಿ ಗಡಿ ದಾಟಲು ಹೊಸ ಏರ್ಪಾಟು ಮಾಡಿರುವುದಾಗಿ ತಿಳಿಸಿದ. ನೊಗಾಲಿಸ್ ನಗರದಿಂದ ಸುಮಾರು ನೂರು ಕಿಲೋಮೀಟರ್ ಪಶ್ಚಿಮಕ್ಕಿರುವ ಸೊನಾಯ್ಟಾ ಎಂಬ ಸಣ್ಣ ಗಡಿ ಗ್ರಾಮದಲ್ಲಿ ಸರಕುವಾಹನದ ಮುಂದಿನ ಜಾಗದಲ್ಲಿಯೇ ಮುಗುಚಿ ಅಡಗಿಕೊಂಡು ಕೇವಲ ಅರ್ಧ ಗಂಟೆಯಲ್ಲಿಯೇ ಅರಿಜೋನಾದ ಲೂಕ್ವಿಲ್ ಎಂಬ ಊರನ್ನು ತಲುಪುವುದು; ತರುವಾಯ ಅಲ್ಲಿಂದ ಅದೇ ವಾಹನದಲ್ಲಿ ಆರಾಮವಾಗಿ ಕುಳಿತುಕೊಂಡು ನೇರವಾಗಿ ಕಾರ್ಲ್ಸ್ ಬಾಡ್ ನಗರಕ್ಕೆ ಮುಂದುವರಿಯುವುದೆಂದು ಅರ್ಜುನನು ವಿವರಿಸಿದ. ಕೇವಲ ಐನೂರು ಡಾಲರಿಗೆ ಅಮೇರಿಕಾ ಎಂದೂ, ಯಶಸ್ವಿಯಾಗಿ ಕಾರ್ಲ್ಸ್ ಬಾಡ್ ತಲುಪಿದ ನಂತರವೇ ಹಣ ಪಾವತಿ ಮಾಡಬೇಕಾಗಿರುವುದೆಂದೂ ತಿಳಿಸಿದಾಗ, ರಾಜಬೀರನು ಮರುಮಾತಾಡದೆ ಒಪ್ಪಿಕೊಂಡ.

ಆದರೆ ಪ್ರದೀಪನಿಗೆ ಈ ಯೋಜನೆ ಕೂಡಾ ಇಷ್ಟವಾಗಲಿಲ್ಲ. ವಾರೆಝ್ ನಗರದ ಮೂಲಕ ವಾಹನದಲ್ಲಿ ಅಡಗಿಕೊಂಡು, ಗಡಿ ದಾಟುವಾಗ, ದ್ವಾರಪಾಲಕರು ತಪಾಸಣೆ ಮಾಡುವ ಸಮಯಕ್ಕೆ ಸರಿಯಾಗಿ ಗಟ್ಟಿಯಾಗಿ ಕೆಮ್ಮಿ ಗಡಿ ದಾಟುವ ಪ್ರಯತ್ನ ವಿಫಲಗೊಳಿಸಿದ್ದ ಕಹಿನೆನಪು ಪ್ರದೀಪನ ಬೆನ್ನು ಹತ್ತಿತ್ತು. ವಿಚಾರಮಾಡಿ ರಾಜಬೀರನನ್ನು ವಾಹನದಲ್ಲಿ ಸಾಗಾಣಿಕೆ ಮಾಡಿ ಅವನು ಕಾರ್ಲ್ಸ್ ಬಾಡ್ ತಲುಪಿದ ನಂತರವೇ ತಾನು ಆರ್ಮಾಂಡೋ ಗಾರ್ಸಿಯಾನ ಮೂಲಕ ಗಡಿ ದಾಟುವುದು ಸುರಕ್ಷಿತವೆಂದು ಭಾವಿಸಿ, ತನ್ನ ಅನಿಸಿಕೆಯನ್ನು ಅರ್ಜುನ-ರಾಜಬೀರರಿಗೆ ತಿಳಿಸಿದ.

ಅರ್ಜುನನು ರಾಮೋಸ್ ಎಂಬ ವಾಹನ ಚಾಲಕನೊಡನೆ ರಾಜಬೀರನನ್ನು ನೊಗಾಲಿಸ್ ನಗರದಿಂದ ಸೊನಾಯ್ಹಾ ನಗರಕ್ಕೆ ಕರೆದೊಯ್ದು, ಅಲ್ಲಿಂದ ಗಡಿ ದಾಟಿಸುವ ವ್ಯವಸ್ಥೆ ಮಾಡಿದ. ಹೊರಡುವ ದಿನ ಪ್ರದೀಪನು ರಾಜಬೀರನನ್ನು ಪ್ರೀತಿಯಿಂದ ಅಪ್ಪಿಕೊಂಡು ಬೀಳ್ಕೊಡುತ್ತಾ, "ನೀನು ಸುರಕ್ಷಿತವಾಗಿ ಕಾರ್ಲ್ಸ್ ಬಾಡ್ ಸೇರಿದ ಕೂಡಲೇ, ನಾನು ಇಲ್ಲಿಂದ ಬಿಡ್ತೀನಿ. ಇನ್ನೆರಡು ಮೂರು ದಿನಗಳಲ್ಲಿ ಕಾರ್ಲ್ಸ್ ಬಾಡ್‌ನಲ್ಲಿ ಕಲೆಯೋಣಾ" ಎಂದು ಆಶ್ವಾಸನೆ ನೀಡಿ ಸುಖ ಪ್ರಯಾಣವನ್ನು ಹಾರೈಸಿದ.

ಮೆಹಿಕೋ ದೇಶದ ಪ್ರಜೆಯಾದ ರಾಮೋಸನು ಗುತ್ತಿಗೆಯ ಮೇರೆಗೆ ಅಮೇರಿಕಾ–ಮೆಹಿಕೋ ದೇಶಗಳ ನಡುವೆ ಸಾರಿಗೆ ವ್ಯವಹಾರವನ್ನು ನಡೆಸುತ್ತಿದ್ದ. ಆಗಾಗ ತನ್ನ ಆಪ್ತರಿಗೆ ಮಾತ್ರ ಕಳ್ಳ ಸಾಗಾಣಿಕೆಯನ್ನು ಮಾಡುತ್ತಿದ್ದ. ಅರ್ಜುನ ಹೇಗೋ ಮಾಡಿ ರಾಮೋಸನನ್ನು ಒಲಿಸಿಕೊಂಡು ರಾಜಬೀರನನ್ನು ಕರೆತರಲು ಒಪ್ಪಿಸಿದ್ದ.

ನೊಗಾಲಿಸ್ ನಗರದಿಂದ ಆರಾಮವಾಗಿ ಮುಂದಿನ ಜಾಗದಲ್ಲಿ ಕುಳಿತುಕೊಂಡು ಪ್ರಯಾಣ ಮಾಡಿದ ರಾಜಬೀರನನ್ನು ಸೊನಾಯ್ಹಾ ನಗರದ ಬಳಿ, ಮುಂಭಾಗದಲ್ಲಿ ಅಂಗಾತಾಗಿ ಮಲಗಿಸಿ, ಕೊಂಚವೂ ಸುಳಿವು ಸಿಕ್ಕದಂತೆ ಮರೆಮಾಡಿದ. ಲೂಕ್ವಿಲ್ ಗಡಿ ದ್ವಾರದ ಬಳಿ ಬಂದಾಗ, ಮುಖ ಪರಿಚಿತನಾಗಿದ್ದ ರಾಮೋಸನನ್ನು ದ್ವಾರಪಾಲಕರು ನಿಯಮಾನುಸಾರ ಪ್ರಶ್ನಿಸಿದರು. ಅವನು ಅಮೇರಿಕಾ ಅಪ್ಪಣೆ ಪತ್ರಗಳನ್ನು ತೋರಿಸಿದ. ದ್ವಾರಪಾಲಕರು ಸುತ್ತಲೂ ಕಣ್ಣಾಡಿಸಿ ಹೆಚ್ಚಿಗೇನೂ ಕೇಳದೆ, "ಹೋಗಬಹುದು" ಎಂದು ಆದೇಶಿಸಿದರು. ದೇವರ ದಯೆಯಿಂದ ಲೂಕ್ವಿಲ್‌ನಲ್ಲಿ ರಾಮೋಸನು ರಾಜಬೀರನನ್ನು ಯಶಸ್ವಿಯಾಗಿ ಗಡಿ ದಾಟಿಸಿ ಅಮೇರಿಕಾ ದೇಶದೊಳಗೆ ಕರೆತಂದಿದ್ದ. ದೇಶ ಪ್ರವೇಶಿಸಿ ನಾಲ್ಕೈದು ಕಿಲೋಮೀಟರ್ ಹೋದ ತರುವಾಯ ರಾಮೋಸನು ವಾಹನವನ್ನು ದಾರಿಯ ಬದಿ ಮರೆಯಲ್ಲಿ ನಿಲ್ಲಿಸಿ, ಅಡಗಿಕೊಂಡಿದ್ದ ರಾಜಬೀರನನ್ನು ಜಾಗದಡಿಯಿಂದ ಹೊರಕ್ಕೆ ಕರೆದು, "ಮಿತ್ರನೇ, ಅಭಿನಂದನೆಗಳು. ಗಡಿ ದಾಟುವ ಗಂಡಾಂತರ ಮುಗಿಯಿತು. ಅಮೇರಿಕಾಗೆ ಸುಸ್ವಾಗತ" ಎಂದು ಹಸ್ತಲಾಘವವಿತ್ತು ಅಭಿನಂದಿಸುತ್ತಾ, "ನೀನಿನ್ನು ಕಾರ್ಲ್ಸ್ ಬಾಡ್‌ಗೆ ಹೋಗೋವರೆಗೂ ಆರಾಮವಾಗಿ ಅಮೇರಿಕಾ ದೇಶವನ್ನು ನೋಡುತ್ತಾ ಪ್ರಯಾಣ ಮಾಡಬಹುದು" ಎಂದ.

ರಾಜಬೀರ್ ದೇವರಿಗೆ ವಂದಿಸುತ್ತಾ ರಾಮೋಸ್ ನೀನೇ ನನ್ನ ರಾಮಾ" ಎಂದು ಅಭಿವಂದಿಸಿದ.

ಅದೇ ದಿನ ಸಂಜೆ ಎಂಟು ಗಂಟೆಯ ಹೊತ್ತಿಗೆ ರಾಜಬೀರನು ಕಾರ್ಲ್ಸ್ ಬಾಡ್ ನಗರವನ್ನು ತಲುಪಿ, ಅರ್ಜುನ, ಸೆಲ್ವಮ್ ಮತ್ತು ವಿಜಯನ್ನರನ್ನು ಬೆರೆತು ಸಂತೋಷದಲ್ಲಿ ಮುಳುಗಿ ತೇಲಿದ. ರಾಜಬೀರನ ಆಗಮನದ ಸುದ್ದಿಯನ್ನು ಅರ್ಜುನನು ಪ್ರದೀಪನಿಗೆ ದೂರವಾಣಿಯಲ್ಲಿ ಕರೆದು ತಿಳಿಸಿದಾಗ ಪ್ರದೀಪನಿಗೂ ಆನಂದವಾಯಿತು. ಪಾಂಡವ ಮಿತ್ರರೆಲ್ಲರೂ ಪ್ರದೀಪನು ರಾಜಬೀರನ ಬಗ್ಗೆ ತೋರಿಸಿದ ಕಳಕಳಿಯನ್ನೂ, ಕಷ್ಟಕಾಲದಲ್ಲಿ ಅವನ ಆರೈಕೆಯನ್ನು ಕೊಂಡಾಡಿ "ಪ್ರದೀಪಣ್ಣ ನೀನು ಇಲ್ಲಿಗೆ ಬಂದ ದಿನ ನಮಗೆ ಹಬ್ಬದ ದಿನ. ಬೇಗ ಬೇಗಾ ಬಾ" ಎಂದರು. ರಾಜಬೀರನ ಯಶಸ್ವಿ ಯಾತ್ರೆಯನ್ನು ಕೇಳಿ ಡೂಆನನೂ ಬಹಳ ಸಂತೋಷ ಪಟ್ಟ.

ಪ್ರದೀಪನು ಗಡಿ ದಾಟಲು ಹಸಿರು ನಿಶಾನೆ ಬಂದಿತ್ತು. ಪಾಂಡವ ಸೋದರರೆಲ್ಲರೂ ಸತ್ತ ಮೇಲೆ ಧರ್ಮರಾಯನೊಬ್ಬನೇ ಸ್ವರ್ಗಲೋಕಕ್ಕೆ ಹೋದ ಹಾಗೆ, ಮೂರು ತಿಂಗಳಿಂದ ದಕ್ಷಿಣ ಅಮೇರಿಕಾದಿಂದ ಉತ್ತರ ಅಮೇರಿಕಾದವರೆಗೂ ತನ್ನ ಸಹವಾಸಿಗಳಾಗಿ ಆಪ್ತರಾಗಿದ್ದ ತನ್ನ ಮಿತ್ರರು ಗುರಿ ಮುಟ್ಟಿದ ಮೇಲೆ, ಪ್ರದೀಪನು ಕೊನೆಯಲ್ಲಿ ಪಾಂಡನೊಬ್ಬನೇ ಆಗಿ ಹೋಗಬೇಕಾಯಿತು.

ಆರ್ಮಾಂಡೋನೊಡನೆ ವಲಸೆ ಹೋಗುವುದಕ್ಕೆ ಸಜ್ಜಾಗಲು ಪ್ರದೀಪನು ಮಾರನೆಯ ದಿನ ಅವನ ಅನುಚರ ಬಾಟಿಸ್ಟಾನನ್ನು ಮತ್ತೆ ಭೇಟಿಯಾಗಲು ಹೋದಾಗ, ಹೊಸ ವಲಸಿಗನೊಬ್ಬನನ್ನು ಪರಿಚಯಿಸುತ್ತಾ ಬಾಟಿಸ್ಟನು "ಈತ ಆಲ್ಬೆರ್ಟ್. ಈಜಿಪ್ಟ್ ದೇಶದವನು. ನಾಳೆ ಸಾಯಂಕಾಲ ವಲಸೆ. ನೀನು ಸಿದ್ಧವೇ?" ಎಂದು ಕೇಳಿದ.

ಆಲ್ಬೆರ್ಟನ ನಿಜವಾದ ಹೆಸರು ಅಹಮದ್ ಎಲ್-ಡೆಫ್ರಾವಿ. ಈಜಿಪ್ಟಿನ ಕೈರೋ ನಗರದಿಂದ ಪಶ್ಚಿಮ ಇಂಡಿಯಾ ದ್ವೀಪದೇಶವಾದ ಜಮೈಕಾಗೆ ಹಾರಿ, ಅಲ್ಲಿಂದ ಮೆಹಿಕೋ ದೇಶಕ್ಕೆ ಸಮುದ್ರ ಮಾರ್ಗವಾಗಿ ಬಂದಿಳಿದು, ಈಗ ನೊಗಾಲಿಸ್ ನಗರದಿಂದ ಅಮೇರಿಕಾ ಗಡಿ ದಾಟಲು ಅಹಮದ್ ಹವಣಿಸಿಕೊಳ್ಳುತ್ತಿದ್ದ. ಅಹಮದನಿಗೆ ಅಮೇರಿಕಾದಲ್ಲಿ ಹಲವಾರು ಮಿತ್ರರಿದ್ದರು.

ಪರಸ್ಪರ ಪರಿಚಯವಾದ ನಂತರ ಪ್ರದೀಪ-ಅಹಮದರು ಬೇಗ ಸ್ನೇಹಿತರಾದರು. ಅಹಮದನು "ನಿಮ್ಮ ದೇಶದ ಚಲನಚಿತ್ರಗಳು ನಮ್ಮ ದೇಶದಲ್ಲಿ ಬಹಳ ಜನಪ್ರಿಯ. ನಿಮ್ಮ ಅಮಿತಾಬ್ ಬಚ್ಚನ್ ನನ್ನ ನೆಚ್ಚಿನ ನಟ" ಎಂದ.

ಪ್ರದೀಪನು "ನಿಮ್ಮ ದೇಶದ ಸೋಪುರ(ಪಿರಮಿಡ್)ಗಳನ್ನು ನೋಡಬೇಕು" ಎಂದು ತನ್ನ ಇಚ್ಛೆ ವ್ಯಕ್ತಪಡಿಸಿದ.

ಅಹಮದನು "ಈಗ ನಮ್ಮ ದೇಶದಲ್ಲಿ ರಾಜಕೀಯ ತುಂಬಾ ಹದಗೆಟ್ಟಿದೆ. ಪ್ರವಾಸಕ್ಕೆ ಸೂಕ್ತ ಕಾಲವಲ್ಲ. ಎರಡು-ಮೂರು ವರ್ಷಗಳಾದ ಮೇಲೆ ಆ ಬಡ್ಡಿಮಗ ಮುಬಾರಕ್ ಹೋದ ಮೇಲೆ ದೇಶ ಸುಧಾರಿಸುತ್ತೆ. ಆವಾಗ ಹೋಗಬಹುದು" ಎಂದು ಹೇಳುತ್ತಾ ಈಜಿಪ್ಟಿನ ಅಧ್ಯಕ್ಷ ಹಸ್ನಿ ಮುಬಾರಕನ ದಬ್ಬಾಳಿಕೆ-ಲಂಚಕೋರತನದ ಆಡಳಿತವನ್ನು ಕಂಡಾಬಟ್ಟೆ ಜರೆದ.

ಅಹಮದನು ತನ್ನ ವೃತ್ತಾಂತವನ್ನು ಪ್ರದೀಪನಿಗೆ ನಿವೇದಿಸುತ್ತಾ "ಟಿಹುವಾನಾದ ಸುರಂಗ ಮಾರ್ಗದಲ್ಲಿ ಅಮೇರಿಕಾ ದೇಶವನ್ನು ತಲುಪಿದ್ದೆ. ಆದರೆ ನನ್ನ ದುರದೃಷ್ಟ. ಗಡಿ ಕಾವಲು ಪಡೆಯವರು ಹೊರಗಂಡಿಯ ಮೇಲೆ ದಾಳಿ ಮಾಡಿದರು. ಎದ್ದುಬಿದ್ದು ಮತ್ತೆ ಮೆಹಿಕೋ ದೇಶಕ್ಕೆ ಸುರಂಗದಲ್ಲಿ ನುಸುಳಿಕೊಂಡು ಬರೋ ಹೊತ್ತಿಗೆ ನಮ್ಮ ಪ್ರಾಣ ಕೈಗೆ ಬಂದಿತ್ತು" ಎಂದು ತನ್ನ ಕಹಿ ಅನುಭವವನ್ನು ತಿಳಿಸಿದ. ಕೆಲವೇ ದಿನಗಳ ಹಿಂದೆ ಸುರಂಗ ಮಾರ್ಗದಲ್ಲಿ ಹೋಗಬೇಕೆಂದು ಆಲೋಚಿಸಿ, ಡೂಆನನ ಆದೇಶದ ಮೇರೆಗೆ ಆರ್ಮಾಂಡೊನ ಜೊತೆ ಹೋಗಲು ನಿರ್ಧರಿಸಿದ್ದ ಪ್ರದೀಪ ಅಹಮದನ ಮಾತು ಕೇಳಿ ನಿಟ್ಟುಸಿರುಬಿಟ್ಟ.

ಬಾಟಿಸ್ಟನು ಪ್ರದೀಪ-ಅಹಮದರಿಗೆ ವಲಸೆ ವಿವರಿಸಿದ. ನೊಗಾಲಿಸ್ ನಗರದಿಂದ ಪೂರ್ವಕ್ಕಿರುವ ನಾಚೊ ಎಂಬ ಊರಿನ ಕಡೆಗೆ ಹೋಗಿ, ಸಂಜೆಗತ್ತಲಲ್ಲಿ ಅಲ್ಲಿಂದ ಕಾಡುದಾರಿಯ ಮೂಲಕ ಅಮೇರಿಕಾ ಗಡಿಯನ್ನು ದಾಟಿ, ಕೋಚೀಸ್ ಬೆಟ್ಟದ ತಪ್ಪಲಿಗೆ ಬಂದು, ಅಲ್ಲಿರುವ ಗುಹೆಯೊಂದರಲ್ಲಿ ರಾತ್ರಿಯನ್ನು ಕಳೆದು, ಮರುದಿನ ಮುಂಜಾನೆ ಎರಡು ಕಿಲೋಮೀಟರ್ ನಡಿಗೆಯ ನಂತರ, ಮತ್ತೆ ವಾಹನದಲ್ಲಿ ಎರಡು ಗಂಟೆಯ ಪ್ರಯಾಣ ಮಾಡಿ ಟ್ಯೂಸಾನ್ ನಗರವನ್ನು ತಲುಪುವುದು.

ಮೆಹಿಕೋ ದೇಶ ಬಿಡಬೇಕಾದ ಗಡುವು ಬಂತು. ಪ್ರದೀಪನು ಡೂಆನನಿಂದ ಬೀಳ್ಕೊಡುತ್ತಾ "ಗುರು, ನಿನ್ನ ಋಣವನ್ನ ತೀರಿಸುವುದಕ್ಕೆ ಈ ಜನ್ಮದಲ್ಲಿ ಆಗಲ್ಲ" ಎಂದು ಹೇಳುತ್ತಾ ಹೃತ್ಪೂರ್ವಕವಾಗಿ ತನ್ನ ಕೃತಜ್ಞತೆ ಅರ್ಪಿಸಿದಾಗ, ಅಷ್ಟೇ ಪ್ರೀತಿಯಿಂದ ಡೂಆನನು "ಪ್ರದೀಪ್, ಮತ್ತೆ ಹಿಂದಕ್ಕೆ ಬರಬೇಡಾ. ನಾನೇ ಅಮೇರಿಕಾಗೆ ಬಂದು ನಿನ್ನನು ನೋಡುತ್ತೇನೆ" ಎಂದು ತುಂಬು ಹೃದಯದಿಂದ ಹರಸಿ ಕಳುಹಿಸಿದ.

ನೊಗಾಲಿಸ್ ನಗರದಲ್ಲಿರುವ ಬಾಟಿಸ್ಟನ ಮನೆಯಲ್ಲಿ ವಲಸಿಗರಿಗೆಲ್ಲಾ ಮೊದಲ ಬಾರಿಗೆ ಆರ್ಮಾಂಡೋನ ದರ್ಶನವಾಯಿತು. ಹನ್ನೆರಡು ಜನ ವಲಸಿಗರು ಸೇರಿದ್ದರು. ಪ್ರದೀಪ ಮತ್ತು ಅಹಮದ್ ಹೊರತುಪಡಿಸಿ ಇತರರೆಲ್ಲರೂ ಮೆಹಿಕೊ ಅಥವ ದಕ್ಷಿಣ ಅಮೇರಿಕಾ ಖಂಡದವರು. ಗುಂಪಿನಲ್ಲಿ ಚಿಕ್ಕ ವಯಸ್ಸಿನ ವಾನ್ ಮತ್ತು ಲೂಷಾ ಎಂಬ ದಂಪತಿಗಳೂ ಇದ್ದರು.

ಆರ್ಮಾಂಡೋನು ತನ್ನ ಪರಿಚಯ ಮಾಡಿಕೊಂಡು ಎಲ್ಲರನ್ನು ಸುಸ್ವಾಗತಿಸುತ್ತಾ "ಗಡಿ ರಕ್ಷಕರ ಬಗ್ಗೆ ಚಿಂತಿಸಬೇಡಿ. ಅವರಿಗೆಲ್ಲಾ ಲಂಚ ಕೊಟ್ಟಿದ್ದೀನಿ. ಅವರು ಅಡ್ಡ ಬಂದು ತಡೆ ಹಾಕಿದರೂ ನಾನು ನಿಮ್ಮನ್ನು ವಿಮೋಚನೆ ಮಾಡ್ತೀನಿ" ಎಂದು ವಲಸಿಗರನ್ನೆಲ್ಲಾ ನೋಡುತ್ತಾ ಯುವತಿಯರತ್ತ ಕಳ್ಳ ದೃಷ್ಟಿಯನ್ನು ಬೀರಿದ. ತರುವಾಯ ತನ್ನ ಇಬ್ಬರು ಕಿಂಕರರನ್ನು ಪರಿಚಯಿಸುತ್ತಾ "ಪೀಡ್ರೊ ಮತ್ತು ಲೊರೆಂಜೋ, ಪ್ರಯಾಣದ ಸೇವಕರು. ದಾರಿಯಲ್ಲಿ ನಿಮಗೇನಾದರೂ ಬೇಕಿದ್ದರೆ ಕೇಳಿ. ಇವರು ಸರಬರಾಜು ಮಾಡ್ತಾರೆ" ಎಂದು ತಿಳಿಸಿದ.

ಪ್ರದೀಪನು ವೈದ್ಯ ಪಂಡಿತನೆಂಬ ವಿಷಯವನ್ನು ಅರಿತ ಆರ್ಮಾಂಡೋನು ಬಹಳ ಸಂತೋಷದಿಂದ ವಲಸಿಗರಿಗೆಲ್ಲಾ "ಮಿತ್ರರೇ ಈ ತಂಡದಲ್ಲಿ ವೈದ್ಯ ಪಂಡಿತನಿದ್ದಾನೆ. ದಾರಿಯಲ್ಲಿ ನಿಮ್ಮ ಆರೋಗ್ಯಕ್ಕೆ ಹಾನಿಯಾದರೆ ಅದನ್ನೂ ಸರಿಪಡಿಸ್ತೀವಿ" ಎಂದು ಹಾಸ್ಯಮಯವಾಗಿಯೇ ಹೇಳಿ "ಪ್ರದೀಪ್ ಕುಮಾರ್, ವೈದ್ಯ ಪಂಡಿತ ಭಾರತದಿಂದ" ಎಂದು ಹೆಮ್ಮೆಯಿಂದ ಪ್ರದೀಪನನ್ನು ವಲಸೆಕಾರಿಗೆಲ್ಲಾ ಪರಿಚಯಿಸಿದ.

ಯೋಜಿಸಿದ ಹಾಗೆ ಸಂಜೆ ಐದು ಗಂಟೆಗೆ ನೊಗಾಲಿಸ್ ನಗರದಿಂದ ಆಕ್ವಾಪ್ರೀಟಾಗೆ ಪ್ರಯಾಣ ಆರಂಭವಾಯಿತು. ಕಾಡುರಸ್ತೆಗೆ ಸೂಕ್ತವಾಗಿ ಸೈನಿಕ ವಾಹನದಂತೆ ಭೀಮಾಕಾರವಾಗಿದ್ದ ಗಾಡಿಯಲ್ಲಿ ವಲಸಿಗರನ್ನು

ಲೋಕಾಭಿರಾಮವಾಗಿ ಮಾತನಾಡಿಸುತ್ತಾ ಆರ್ಮಾಂಡೋನು ಖುಷಿಯಾಗಿ ಕರೆದೊಯ್ಯುತ್ತಿದ್ದ.

ಅಹಮದ್ ಮತ್ತು ಪ್ರದೀಪರು ಒಂದೆಡೆ ಕುಳಿತಿದ್ದನ್ನು ಕಂಡು "ನೀವು ಅಣ್ಣ-ತಮ್ಮಂದಿರೇ?" ಎಂದು ಹಾಸ್ಯಮಯವಾಗಿ ಕೇಳಿದ. ಪ್ರದೀಪನು ಪ್ರತಿಯಾಗಿ "ಹೌದು" ಎಂದು ಉತ್ತರಿಸಿ, "ಆದರೆ ಈವತ್ತೆ ಈ ಅಣ್ಣನನ್ನು ಭೇಟಿಯಾಗಿದ್ದು" ಎಂದು ನಗುತ್ತಾ ಹೇಳಿದ. ಅಹಮದನು ಪ್ರದೀಪನ ಪ್ರೀತಿಯಾದರವನ್ನು ಮನ್ನಿಸಿ "ಧನ್ಯ ಪ್ರದೀಪ್ ಧನ್ಯ" ಎಂದು ತಾನೂ ನಗೆಗೂಡಿಸಿದ.

ಎಲ್ಲರೊಡನೆಯೂ ಸ್ನೇಹಪರನಾಗಿದ್ದ ಆರ್ಮಾಂಡೋ ಸುಂದರವಾದ ಹೆಂಗಳೆಯರೊಡನೆ ಬಹಳ ಸ್ನೇಹವಾಗಿ, ಅದಕ್ಕಿಂತಲೂ ಮಿಗಿಲಾಗಿ ಪ್ರೇಮಪೂರ್ಣವಾಗಿ ವರ್ತಿಸುತ್ತಿದ್ದ. ವಾನ್ ಮತ್ತು ಲೂಷಾ ದಂಪತಿಗಳ ಪಕ್ಕದಲ್ಲಿಯೇ ಕುಳಿತು ಅವರೊಡನೆ ಲೋಕಾಭಿರಾಮವಾಗಿ ಹರಟುತ್ತಾ ಆರ್ಮಾಂಡೋನು ಯಾವುದೋ ನೆಪದಿಂದ ಲೂಷಾಳನ್ನು ಮುಟ್ಟುತ್ತಾ ಪ್ರಯಾಣದಲ್ಲಿ ಪ್ರಣಯಾನಂದ ಅನುಭವಿಸುತ್ತಿದ್ದ. ದಷ್ಟಪುಷ್ಟವಾಗಿ ಮೈತುಂಬಿಕೊಂಡು ಪ್ರಾಯದಲ್ಲಿ ಮೆರೆಯುತ್ತಿದ್ದ ಲೂಷಾ ಆರ್ಮಾಂಡೋನ ಕಾಮಕಣ್ಣಿಗೆ ರತಿರಾಣಿಯ ಹಾಗೆ ಕಾಣುತ್ತಿದ್ದಳು. ವಾಸ್ತವವಾಗಿ ಲೂಷಾಳು ಮೂರು ತಿಂಗಳ ಗರ್ಭಿಣಿಯಾಗಿದ್ದಳು. ಅಮೇರಿಕಾದಲ್ಲಿ ಹುಟ್ಟಿದವರೆಲ್ಲರಿಗೂ ಅಲ್ಲಿನ ಪೌರತ್ವ ಜನ್ಮಸಿದ್ಧ ಹಕ್ಕು. ತಮಗೆ ಹುಟ್ಟುವ ಮಗು ಅಮೇರಿಕಾ ಪ್ರಜೆಯಾಗಬೇಕೆಂಬ ಹಂಬಲದಿಂದ ವಾನ್ ಮತ್ತು ಲೂಷಾರು ಅಮೇರಿಕಾಗೆ ವಲಸೆ ಹೊರಟಿದ್ದರು. ಲೂಷಾಳ ಅಕ್ಕ ಮರಿಯಾಳು ಕೊಲರಾಡೋ ರಾಜ್ಯದ ಡೆನ್ವರ್ ನಗರದಲ್ಲಿ ನೆಲಸಿದ್ದಳು. ತನ್ನ ತಂಗಿ ಮತ್ತು ಮೈದುನರನ್ನು ಡೆನ್ವರಿಗೆ ಕರೆಯಿಸಿಕೊಳ್ಳಲು ಮರಿಯಾಳೇ ರೂವಾರಿಯಾಗಿದ್ದಳು. ಲೂಷಾಳು ಗರ್ಭಿಣಿಯೆಂಬುದನ್ನು ವಾನ್ ಹೆಮ್ಮೆಯಿಂದ ಹೇಳಿದಾಗ ಆರ್ಮಾಂಡೋನು ದಂಪತಿಗಳಿಬ್ಬರನ್ನೂ ಅಭಿನಂದಿಸುತ್ತಾ, ಲೂಷಾಳ ಮಡಿಲ ಮೇಲೆ ಕೈ ಆಡಿಸುತ್ತಾ "ಲೂಷಾ ನಿನ್ನ ಮಗ ಪ್ರಚಂಡ" ಎಂದು ಗಂಡು ಮಗುವಾಗುತ್ತದೆಂದು ಭವಿಷ್ಯ ನುಡಿದು ಭಾವಿ ತಂದೆ-ತಾಯಿಯರನ್ನು ಉಬ್ಬಿಸಿದ.

ಅತಿ ವಿನಯಮ್ ಧೂರ್ತ ಲಕ್ಷಣಮ್. ಆರ್ಮಾಂಡೋನ ಮನಸ್ಸು ಮತ್ತೊಂದು ವಿಷವ್ಯೂಹವನ್ನು ಹೆಣೆಯುತ್ತಿತ್ತು. ಹೇಗಾದರೂ ಮಾಡಿ

ಲೂಷಾಳನ್ನು ಈ ರಾತ್ರಿ ಅನುಭವಿಸಬೇಕೆಂದು ಆರ್ಮಾಂಡೋನು ಕನಸು ಕಾಣುತ್ತಾ ಯೋಜನೆ ರೂಪಿಸುತ್ತಿದ್ದ.

ಸಂಜೆ ಏಳು ಗಂಟೆಯ ಹೊತ್ತಿಗೆ ವಾಹನ ಮೆಹಿಕೋ ದೇಶದ ಗಡಿಯಲ್ಲಿರುವ ನಾಚೋ ಗ್ರಾಮವನ್ನು ತಲುಪಿತ್ತು. ವಲಸಿಗರೆಲ್ಲರಿಗೂ ಆರ್ಮಾಂಡೋನು ನಾಚೊ ಗ್ರಾಮದಲ್ಲಿ ಭರ್ಜರಿಯಾಗಿ ಊಟೋಪಚಾರಗಳನ್ನು ಏರ್ಪಡಿಸಿದ್ದ. ಆರ್ಮಾಂಡೋನು "ಮಿತ್ರರೇ, ಮೆಹಿಕೋ ದೇಶದಲ್ಲಿ ಇದು ನಿಮ್ಮ ಕೊನೆಯ ಔತಣ. ಮುಂದಿನ ಭೋಜನ ನಾಳೆ ಬೆಳಿಗ್ಗೆ ಅಮೇರಿಕಾ ದೇಶದಲ್ಲಿ" ಎಂದು ಗಿರಾಕಿಗಳನ್ನು ಉತ್ತೇಜಿಸಿದ.

ಊಟ ಮುಗಿಯುವ ಹೊತ್ತಿಗೆ ಸಂಜೆಗತ್ತಲು ಕವಿದಿತ್ತು. ವಲಸಿಗರನ್ನು ಹೊತ್ತ ವಾಹನ ಪ್ರಯಾಣ ಮುಂದುವರಿಸಿತು. ನಾಚೊ ಗ್ರಾಮದಿಂದ ಸ್ವಲ್ಪದೂರದಲ್ಲಿ ಅಮೇರಿಕಾ ಗಡಿಬೇಲಿಯನ್ನು ಹರಿದು ಕಡಿದಾದ ಹಳ್ಳವೊಂದರಲ್ಲಿ ವಾಹನ ಹೋಗಲು ದಾರಿ ಮಾಡಿದ್ದರು. ಅನುಭವವಿದ್ದವರಿಗೆ ಮಾತ್ರ ಕಾಡುರಸ್ತೆಯ ಜಾಡು ತಿಳಿಯುತ್ತಿತ್ತು. ಗಡಿ ಬೇಲಿಯ ಬಳಿ ಆರ್ಮಾಂಡೋನ ಕಿಂಕರ ಪೀಡ್ರೋನು ವಾಹನದಿಂದ ಕೆಳಗಿಳಿದು, ಚಾಲಕ ಲೊರೆಂಜೋನಿಗೆ ದಾರಿ ತೋರಿಸುತ್ತಾ ಮುನ್ನಡೆದ. ಗಡಿ ದಾಟಿದ ನಂತರ ಗಾಡಿಯನ್ನು ಹತ್ತಿ ವಲಸಿಗರಿಗೆಲ್ಲಾ ಪೀಡೋನು "ಮಿತ್ರರೇ ಅಮೇರಿಕಾಗೆ ಸುಸ್ವಾಗತ" ಎಂದು ಘೋಷಿಸಿದ. ಮೆಹಿಕೋ ದೇಶದ ವಲಸೆಗಳೆಲ್ಲರೂ "ಹುರ್ರೆ ಹುರ್ರೆ" ಎಂದು ದನಿಗೂಡಿಸಿದರೂ, ವಿಫಲ ಪ್ರಯತ್ನಗಳಿಂದ ಮೆದುವಾಗಿದ್ದ ಪ್ರದೀಪ ಮತ್ತು ಅಹಮದರು ಶುಷ್ಕ ನಗೆಯಿಂದ ತಲೆದೂಗಿದರು.

ಕತ್ತಲಲ್ಲಿ ಜಾಗರೂಕವಾಗಿ ಒಂದು ಗಂಟೆಯ ಪ್ರಯಾಣ ಮುಂದುವರಿದ ನಂತರ ಕೋಚೀಸ್ ಬೆಟ್ಟದ ದಕ್ಷಿಣ ಬದಿಗೆ ವಾಹನ ತಲುಪಿತ್ತು. ಆರ್ಮಾಂಡೋನು ವಲಸಿಗರನ್ನೆಲ್ಲಾ ಕೆಳಗಿಳಿಸಿದ. ಅಲ್ಲಿಂದ ಕಾಲು ನಡಿಗೆಯಲ್ಲಿ ಎರಡು ಕಿಲೋಮೀಟರ್ ನಡೆದುಕೊಂಡು, ಮೇಲೇರಿ ಕೋಚಿಸ್ ಬೆಟ್ಟದ ಉತ್ತರ ಬದಿಯನ್ನು ತಲುಪಬೇಕಾಗಿತ್ತು. ಜಾಡಿಲ್ಲದ ಈ ದಾರಿ ಕತ್ತಲಲ್ಲಿ ಅನುಭವಸ್ತರಿಗೆ ಮಾತ್ರ ಸಾಧ್ಯವಿತ್ತು. ಆರ್ಮಾಂಡೋನು ಮುನ್ನಡೆಯುತ್ತಾ ವಲಸಿಗರನ್ನು ಸುರಕ್ಷಿತವಾಗಿ ಕರೆದೊಯ್ಯುತ್ತಾ ಆಗಾಗ ಎಲ್ಲರನ್ನೂ ಉದ್ದೇಶಿಸಿ "ಮಿತ್ರರೇ, ಯಾರಿಗಾದರೂ ಸುಸ್ತಾಗಿದ್ದರೆ ಹೇಳಿ. ಸುಧಾರಿಸಿಕೊಂಡು ಹೋಗೋಣಾ" ಎನ್ನುತ್ತಾ ಕಳಕಳಿಯಿಂದ ಗಿರಾಕಿಗಳನ್ನು ಕೊಂಡೊಯ್ಯುತ್ತಿದ್ದ. ಆರ್ಮಾಂಡೋನ ಕಿಂಕರ ಪೀಡ್ರೋನು ವಲಸಿಗರನ್ನು ಹಿಂಬಾಲಿಸುತ್ತಾ

ಯಾರೂ ದಾರಿತಪ್ಪಿ ಹೋಗದಂತೆ ಎಚ್ಚರಿಕೆಯಿಂದ ನೋಡಿಕೊಳ್ಳುತ್ತಿದ್ದ. ಯಾವ ವಿಳಂಬವೂ ಇಲ್ಲದೆ ವಲಸಿಗರೆಲ್ಲರೂ ಸುರಕ್ಷಿತವಾಗಿ ಕತ್ತಲಲ್ಲಿ ಕೋಚಿಸ್ ಬೆಟ್ಟವನ್ನು ಹತ್ತಿಳಿದು ಉತ್ತರ ಬದಿಯ ಬೆಟ್ಟದ ತಪ್ಪಲಲ್ಲಿದ್ದ ಗುಹೆಯ ಬಳಿ ಬಂದಿದ್ದರು.

ಕೋಚಿಸ್ ಬೆಟ್ಟದ ಮಾರ್ಗದಲ್ಲಿ ವಲಸೆಗಳನ್ನು ಕರೆತರುವ ವ್ಯವಹಾರ ಆರ್ಮಾಂಡೋನ ಏಕಸ್ವಾಮ್ಯವಾಗಿತ್ತು. ನೂರಾರು ವರ್ಷಗಳ ಹಿಂದೆ ಅಪಾಚಿ ಇಂಡಿಯನ್ ಜನಾಂಗದವರು ಮೆರೆಯುತ್ತಿದ್ದ ಕೋಚಿಸ್ ಪರ್ವತ ವಲಯದ ಪ್ರತಿ ಅಂಗಲವೂ ಆರ್ಮಾಂಡೋನಿಗೆ ಸುಪರಿಚಿತವಾಗಿತ್ತು. ಈ ಬೆಟ್ಟಗುಡ್ಡಗಳ ಪ್ರದೇಶವನ್ನು ಅಮೇರಿಕಾ ಸರಕಾರದವರು "ಕೋಚೀಸ್ ಇಂಡಿಯನ್ ರೆಸರ್ವೇಶನ್" ಎಂದು ಘೋಷಿಸಿ, ಅಪಾಚಿ ಮೂಲನಿವಾಸಿಗಳ ಸ್ವಯಂ ಆಡಳಿತಕ್ಕೆ ಒಪ್ಪಿಸಿದ್ದರು. ಆದುದರಿಂದ ಈ ದಾರಿಯಲ್ಲಿ ಗಡಿ ರಕ್ಷಕರ ತಿರುಗಾಟ ಕಡಿಮೆಯಾಗಿತ್ತು. ಈ ಸದವಕಾಶಗಳನ್ನು ಉಪಯೋಗಿಸಿಕೊಂಡು ಆರ್ಮಾಂಡೋ ಅಕ್ರಮ ವಲಸೀಕರಣದ ವಹಿವಾಟು ನಡೆಸುತ್ತಿದ್ದ.

ಕೋಚಿಸ್ ಬೆಟ್ಟದ ಗುಹೆಯಲ್ಲಿ ವಲಸಿಗರಿಗೆ ರಾತ್ರಿ ಮಲಗಲು ಅನುಕೂಲ ಕಲ್ಪಿಸಿ, ಮರುದಿನ ನಸುಗತ್ತಲಲ್ಲಿ ಪ್ರಯಾಣ ಮುಂದುವರಿಸುತ್ತಿದ್ದ. ಕೋಚಿಸ್ ಗುಹೆಯಲ್ಲಿ ಆರ್ಮಾಂಡೋ ಕಲ್ಪಿಸಿದ್ದ ಅನುಕೂಲಗಳನ್ನು ಕಂಡು ಪ್ರದೀಪನು ತಲೆದೂಗಿದ. ಆರಾಮವಾಗಿ ಮಲಗಲು ಗಾಳಿ ತುಂಬಿದ ಹಾಸಿಗೆಗಳು, ಐದಾರು ಬಿಡಾರಗಳು, ಹಾಗೂ ಶೇಖರವಾಗಿದ್ದ ತಿಂಡಿ-ತೀರ್ಥಗಳು, ದಣಿದು ಬಂದ ವಲಸಿಗರಿಗೆ ಚೇತೋಹಾರಿಯಾಗಿದ್ದವು.

ಗುಹೆಯನ್ನು ಸೇರಿದ ನಂತರ ಆರ್ಮಾಂಡೋನು "ಮಿತ್ರರೇ, ಕೋಚಿಸ್ ಬೆಟ್ಟವನ್ನು ಹತ್ತಿಳಿಯುವುದೇ ನಮ್ಮ ದಾರಿಯ ಅತ್ಯಂತ ಕಷ್ಟದ ಕೆಲಸ. ನಾಳೆ ಬೆಳಿಗ್ಗೆ ಇಲ್ಲಿಂದ ಅರ್ಧ ಕಿಲೋಮೀಟರ್ ಹೋದರೆ ಸಾಕು. ಅಲ್ಲಿಂದ ನಮ್ಮ ವಾಹನದಲ್ಲಿ ನೀವೆಲ್ಲಾ ನಾಳೆ ಸೂರ್ಯ ಹುಟ್ಟುವ ಹೊತ್ತಿಗೆ ಟ್ಯೂಸಾನ್ ನಗರದಲ್ಲಿ ಇರ್ತೀರಾ" ಎಂದು ತಿಳಿಸಿ "ಈ ಶುಭರಾತ್ರಿಯನ್ನು ಆಚರಿಸೋಣಾ ಬನ್ನಿ" ಎಂದು ಎಲ್ಲರಿಗೂ ಸುರಪಾನವನ್ನು ಅರ್ಪಿಸಿದ. ಬೆಟ್ಟವನ್ನು ಹತ್ತು ಬಸವಳಿದಿದ್ದ ವಲಸೆಗಳೆಲ್ಲರೂ ಸಂತೋಷವಾಗಿ ಸುರಪಾನ ಸ್ವೀಕರಿಸಿ, ಕಂಠಪೂರ್ತಿಯಾಗಿ ಕುಡಿದರು.

ಪ್ರದೀಪ ಮತ್ತು ಅಹಮದರ ಗುರುತು-ಪರಿಚಯ ಅಲ್ಪ ಕಾಲವಾದರೂ ಆಪ್ತರಾಗಿದ್ದರು. ಇಬ್ಬರೂ ಸುರಪಾನ ಮಾಡುತ್ತಾ ಭವಿಷ್ಯದ ಬಗ್ಗೆ ಚರ್ಚಿಸುತ್ತಿದ್ದರು. ಅಹಮದನು "ನಾನು ಕ್ಯಾನ್ಸಾಸ್ ನಗರಕ್ಕೆ ಹೋಗುತ್ತೇನೆ. ಅಲ್ಲಿ ನನಗೆ ಹಲವಾರು ಮಿತ್ರರಿದ್ದಾರೆ. ವೀಸಾ-ಗೀಸಾ ಏನೂ ಇಲ್ಲದೆ ಸಕತ್ ಕೆಲಸ ಕೊಡಿಸ್ತಾರೆ. ಮೆಕಾನಿಕ್ ಕೆಲಸ. ದಿನಕ್ಕೆ ಕನಿಷ್ಠ ಐವತ್ತು ಡಾಲರ್' ಎಂದು ತಿಳಿಸಿದ.

ಪ್ರದೀಪನು ತನ್ನ ಬಗ್ಗೆ ಹೇಳುತ್ತಾ 'ನಾನು ಚಿಕಾಗೋ ನಗರಕ್ಕೆ ಹೋಗುತ್ತೇನೆ. ಅಲ್ಲಿ ನಮ್ಮ ಮಾವ ಇದ್ದಾನೆ. ವೈದ್ಯ ಪರೀಕ್ಷೆ ಮುಗಿಸಬೇಕು. ಆಮೇಲೆ ಹೇಗಾದರೂ ಮಾಡಿ ವೀಸಾ ಪಡೆಯಬೇಕು ಆಮೇಲೇನೆ ನನ್ನ ಕೆಲಸ. ಅದಕ್ಕೆಷ್ಟು ದಿನವಾಗುತ್ತೋ..." ಎಂದ.

ಅಹಮದನು ಕೂಡಲೇ, "ಪ್ರದೀಪ್, ನನಗೆ ಚಿಕಾಗೋದಲ್ಲಿ ಒಬ್ಬ ವೀಸಾ ವ್ಯಾಪಾರಿ ಗೊತ್ತು. ಜೋಸೆಫ್ ಅಬ್ರಹ್ಯಾಮ್ ಅಂತ. ಲೆಬನಾನ್ ದೇಶದವನು. ಕಾಸು ಕೊಟ್ರೆ ವೀಸಾ. ನಾಳೆ ಬೆಳಿಗ್ಗೆ ಅವನ ದೂರವಾಣಿ ಕೊಡ್ತೀನಿ. ನನ್ನ ಹೆಸರು ಹೇಳು. ರಿಯಾಯಿತಿ ಕೊಡ್ತಾನೆ" ಎಂದ. ನಾಳಿನ ದಿನ ಅಮೇರಿಕಾದಲ್ಲಿ ವಿಮೋಚನರಾಗುವ ಹೊಂಗನಿಸಿನಲ್ಲಿ ಪ್ರದೀಪ-ಅಹಮದರು ಮುಳುಗಿದರು.

ಆರ್ಮಾಂಡೋನು ವಾನ್ ಮತ್ತು ಲೂಷಾ ದಂಪತಿಗಳೊಂದಿಗೆ ವಿಶೇಷವಾಗಿ ಬೆರೆತು ಹರಟೆ ಹೊಡೆಯುತ್ತಿದ್ದ. ಲೂಷಾಳು ತನಗೇನೂ ಬೇಡವೆಂದು ಹೇಳಿ ಮಲಗಿಕೊಳ್ಳಲು ಹೋದ ಮೇಲೆ, ವಾನನಿಗೆ ಆರ್ಮಾಂಡೋನು ಅತಿಯಾಗಿ ಕುಡಿಸುತ್ತಿದ್ದ. ನಿಜವಾಗಿಯೂ ಆರ್ಮಾಂಡೋ ಸುರಪಾನದಲ್ಲಿ ಮತ್ತು ಕೊಡುವ ಮದ್ದುಗಳನ್ನೂ ಸೇರಿಸಿ, ವಾನನನ್ನು ಸುಪ್ತ ಗೊಳಿಸಿ, ಅವನ ಹೆಂಡತಿ ಲೂಷಾಳನ್ನು ರಮಿಸಲು ಯೋಜಿಸುತ್ತಿದ್ದ. ಗುಹೆಯ ಒಳಬಾಗದಲ್ಲಿ ವಾನ್-ಲೂಷಾರಿಗೆ ಮಲಗಲು ಹಾಸಿಗೆಯನ್ನು ವ್ಯವಸ್ಥೆ ಮಾಡಿದ್ದ. ಪಾನಮತ್ತರಾಗಿದ್ದ ವಲಸೆಗಳೆಲ್ಲರೂ ಮಲಗಿದ ಮೇಲೆ ಲೂಷಾಳನ್ನು ಬಲಾತ್ಕಾರವಾಗಿ ರಮಿಸಲು ಸಿದ್ಧತೆಗಳನ್ನು ಮಾಡಿಕೊಳ್ಳುತ್ತಿದ್ದ. ವಾನ್-ಲೂಷಾರಿಗೆ ಆರ್ಮಾಂಡೋನ ಬಗ್ಗೆ ಸಂಶಯ ಬರಲಿಲ್ಲಾ. ಆದರೆ ಪ್ರದೀಪ ಮತ್ತು ಅಹಮದರಿಗೆ ಲೂಷಾಳೊಡನೆ ಆರ್ಮಾಂಡೋನ ಹಾವಭಾವಗಳನ್ನು ನೋಡಿದಾಗಿನಿಂದ ಅವನ ಮೇಲೆ ಸಂಶಯ ಮೂಡಿತ್ತು.

ಮಲಗುವ ಮುಂಚೆ ಅಹಮದನು "ಪ್ರದೀಪ್, ಈ ಹುಡುಗೀನಾ ಇವನು ಗ್ಯಾರಂಟಿ ಹೊಡಿತಾನೆ" ಎಂದು ನಗುತ್ತಾ ಹೇಳಿ "ಶುಭರಾತ್ರಿ" ಎಂದು ಪವಡಿಸಿದ. ಪ್ರದೀಪನ ಮನಸಿಗೆ ಕಸಿವಿಸಿಯಾದರೂ 'ಅವಳ ಗಂಡನಿಗಿಲ್ಲದ ಕಳಕಳಿ ನನಗೇಕೆ?' ಎಂದುಕೊಂಡು ಸುಮ್ಮನೆ ಮಲಗಿಕೊಂಡ.

ಎಲ್ಲರೂ ಮಲಗಿ ಗಾಢ ನಿದ್ದೆಯಲ್ಲಿ ಮುಳುಗಿದರು. ಆರ್ಮಾಂಡೋನೊಬ್ಬನೇ ನಿದ್ದೆ ಮಾಡುವವನಂತೆ ನಟಿಸುತ್ತಾ ಸಮಯಕ್ಕಾಗಿ ಕಾಯುತ್ತಾ ಮಧ್ಯರಾತ್ರಿಯ ಸುಮಾರಿನಲ್ಲಿ ಲೂಷಾಳು ಮಲಗಿದ್ದಲ್ಲಿಗೆ ಮೆಲ್ಲಗೆ ಹೋಗಿ ಪರೀಕ್ಷಿಸಿದ. ಲೂಷಾಳ ಪಕ್ಕದಲ್ಲಿಯೇ ಮಲಗಿದ್ದ ವಾನ್ ಈ ಲೋಕದಲ್ಲಿರಲಿಲ್ಲವೆಂದು ಖಚಿತವಾಯಿತು. ಆರ್ಮಾಂಡೋ ಮೆಲ್ಲಗೆ ಲೂಷಾಳ ಪಕ್ಕದಲ್ಲಿ ಮಲಗಿ ಅವಳ ಬಾಯಿಯನ್ನು ಅಂಗೈಯಿಂದ ಗಟ್ಟಿಯಾಗಿ ಮುಚ್ಚಿ ಮಾತನಾಡಲಾಗದಂತೆ ಮಾಡಿ ಪಿಸು ದನಿಯಲ್ಲಿ "ಲೂಷಾ, ಗಲಾಟೆ ಮಾಡಬೇಡ" ಎಂದು ಹೇಳಿ "ಸಾವಿರ ಡಾಲರ್ ಕೊಡ್ತೀನಿ. ಈವಾಗ ನಿನ್ನ ಗಂಡಾ ಮಾಡೋದನ್ನ ನಾನು ಮಾಡ್ತೀನಿ. ಏನಾದರೂ ಅರಚಿದೆಯೋ ಕಿರುಚಿದೆಯೋ ನಿನ್ನ ಕತ್ತು ಹಿಸುಕಿ ಬಿಡ್ತೀನಿ. ಹುಷಾರ್" ಎಂದು ಭಯ ತುಂಬಿದ. ಲೂಷಾಳಿಗೆ ಬಾಯಿ ಕಟ್ಟಿದಂತಾಯಿತು. ಪಕ್ಕದಲ್ಲಿದ್ದ ಗಂಡ ಕಲ್ಲಿನಂತೆ ಮಲಗಿದ್ದ. ಆರ್ಮಾಂಡೋನು ಗಂಡನಿಗೆ ಅತಿಯಾಗಿ ಸುರಪಾನ ಮಾಡಿಸುತ್ತಿದ್ದ ಗುಟ್ಟು ಅರಿವಾಯಿತು. ಲೂಷಾಳು ಹುಲಿಯ ಬಾಯಿಗೆ ಸಿಕ್ಕಿದ್ದ ಇಲಿಯಾಗಿದ್ದಳು. ಆರ್ಮಾಂಡೋನ ಕಾಮಲಾಲಸೆಗೆ ಬಲಿಪಶುವಾದಳು. ಅಮೇರಿಕಾದಲ್ಲಿ ಕಳೆದ ಮೊದಲ ರಾತ್ರಿ, ಲೂಷಾಳಿಗೆ ಕರಾಳ ರಾತ್ರಿಯಾಗಿತ್ತು.

ಮಾರನೆಯ ದಿನ ಮುಂಜಾನೆ ನಾಲ್ಕು ಗಂಟೆಗೆ ಆರ್ಮಾಂಡೋನು ವಲಸೆಗಳನ್ನೆಲ್ಲಾ ಎಬ್ಬಿಸಿ, ಎಲ್ಲರಿಗೂ ಬಿಸಿಬಿಸಿಯಾದ ಕಾಫಿಯನ್ನು ಕೊಟ್ಟು, ಬೇಗ ಬೇಗ ಸಿದ್ಧವಾಗಲು ಸೂಚಿಸುತ್ತಿದ್ದ. ಇನ್ನೂ ಮತ್ತಿನಲ್ಲಿಯೇ ಮಲಗಿದ್ದ ವಾನನನ್ನು ಎಬ್ಬಿಸುತ್ತಾ "ವಾನ್, ವಾನ್, ಅಮೇರಿಕಾ ಬಂತು, ನಿಮ್ಮ ಅತ್ತಿಗೆ ಮರಿಯಾ ಬಂದಿದ್ದಾಳೆ ಎದ್ದೇಳಪ್ಪ" ಎಂದು ನಗುತ್ತಾ ಪುಸಲಾಯಿಸುತ್ತಿದ್ದ. ಆರ್ಮಾಂಡೋನ ನಾಟಕವನ್ನು ನಿಕೃಷ್ಟವಾಗಿ ನೋಡುತ್ತಾ ಲೂಷಾಳು ಮೌನವಾಗಿದ್ದಳು. ವಲಸೆಗಳೆಲ್ಲರೂ ಎದ್ದು ಸಿದ್ಧವಾಗುತ್ತಿದ್ದ ಸದ್ದುಗದ್ದಲಗಳಿಂದ ವಾನನೂ ಎದ್ದು ಇತರರೊಡನೆ ಪ್ರಯಾಣಕ್ಕೆ ಸಿದ್ಧನಾದ.

ಮುಂಜಾನೆ ಐದು ಗಂಟೆಯ ಹೊತ್ತಿಗೆ ಎಲ್ಲರೂ ಕೋಚಿಸ್ ಗುಹೆಯಿಂದ ಹೊರಬಿದ್ದರು. ನಸುಗತ್ತಲಿನಲ್ಲಿ ಗಿಡಮರಗಳ ಮಧ್ಯದಲ್ಲಿ ಹೊದರುಪೊದರುಗಳ

ಸಿದುಗಿನಲ್ಲಿ ದಾರಿ ಮಾಡಿಕೊಂಡು ಹೋಗಬೇಕಾಗಿತ್ತು. ಆರ್ಮಾಂಡೋ ಮುಂದೆ, ವಲಸೆಗಳೆಲ್ಲರೂ ಹಿಂದೆ. ಕೊನೆಯಲ್ಲಿ ಕಿಂಕರ ಪೀಡ್ರೋ. ಹಿಂದಿನ ದಿನ ವಾನ್-ಲೂಷಾರ ಪಕ್ಕದಲ್ಲಿಯೇ ಮೆರೆಯುತ್ತಿದ್ದ ಆರ್ಮಾಂಡೋ ಈ ದಿನ ಅವರಿಂದ ಆದಷ್ಟು ದೂರದಲ್ಲಿದ್ದ. ಲೂಷಾಳು ತೇಜೋಹೀನಳಾಗಿ ಯಾಂತ್ರಿಕವಾಗಿ ಗಂಡನನ್ನು ಹಿಂಬಾಲಿಸುತ್ತಿದ್ದಳು.

ಅರ್ಧ ದಾರಿಗೆ ಬಂದಾಗ ಲೂಷಾಳು ನನಗೆ ಹೊಟ್ಟೆಯಲ್ಲಿ ಚಳುಕು ಎನ್ನುತ್ತಾ ಕುಸಿದುಬಿದ್ದು ಗಂಡನ ಮಡಿಲಲ್ಲಿ ನೋವಿನಿಂದ ನರಳಾರಂಬಿಸಿದಳು. ಆರ್ಮಾಂಡೋನು ಕೂಡಲೇ ಪ್ರದೀಪನನ್ನು ಕರೆದು "ವೈದ್ಯನಾಥರೇ, ಈಕೇಗೇನೋ ನೋಡಿ" ಎಂದು ಆದೇಶಿಸಿದ. ವಾನನೂ "ದಯವಿಟ್ಟು ನಮ್ಮ ಕಂದನನ್ನು ಉಳಿಸಿ" ಎಂದು ದೈನ್ಯದಿಂದ ಬೇಡಿಕೊಂಡ. ಪ್ರದೀಪನು ಪರೀಕ್ಷೆ ಮಾಡಿದ ನಂತರ ಗರ್ಭಸ್ರಾವವಾಗಿರಬಹುದೆಂದು ಊಹಿಸಿ, ಆರ್ಮಾಂಡೋನಿಗೆ ಈಕೆಯನ್ನು ಆದಷ್ಟು ಬೇಗಾ ಆಸ್ಪತ್ರೆಗೆ ಕರೆದುಕೊಂಡು ಹೋಗಬೇಕು ಎಂದು ತಿಳಿಸಿದ. ಆರ್ಮಾಂಡೋನು ಕಾರಣವೇನೆಂದು ಕೇಳಿದಾಗ ಪ್ರದೀಪನು ಅವನ ಕಿವಿಯಲ್ಲಿ "ಗರ್ಭಪಾತವಾಗಿರಬಹುದು" ಎಂದು ಪಿಸುಮಾತಿನಲ್ಲಿ ಹೇಳಿದ. ಯಾಕೆ ಹೀಗಾಗಿರಬಹುದೆಂದೂ ಎಲ್ಲರಿಗೂ ಸೋಜಿಗವಾಗಿದ್ದರೂ, ಅಹಮದ್-ಪ್ರದೀಪರಿಗೆ ಪ್ರಬಲವಾದ ಸಂಶಯ ಮೂಡಿತ್ತು, ಆರ್ಮಾಂಡೋ ಮತ್ತು ಲೂಷಾರಿಗೆ ಮಾತ್ರ ಕಾರಣ ಮತ್ತು ಪರಿಣಾಮಗಳು ನಿಚ್ಚಳವಾಗಿದ್ದವು. ಆರ್ಮಾಂಡೋನ ಅತ್ಯಾಚಾರ ಲೂಷಾಳ ಕಂದನನ್ನು ಕೊಂದಿತ್ತು. ಶಿಶುಹತ್ಯೆಯ ಪಾಪಪ್ರಜ್ಞೆ ಆರ್ಮಾಂಡೋನನ್ನು ಕೊರೆಯುತ್ತಿತ್ತು. ವಾನನನ್ನು ಸಮಾಧಾನಪಡಿಸುತ್ತಾ "ವಾನ್, ನನಗೂ ತುಂಬಾ ವಿಷಾದವಾಗಿದೆ. ನೀನು ನನಗೆ ದಾರಿಶುಲ್ಕ ಕೊಡಬೇಕಾಗಿಲ್ಲ" ಎನ್ನುತ್ತಾ, ಆರ್ಮಾಂಡೋನು ಹಣ ನಷ್ಟಮಾಡಿಕೊಂಡು ದಂಡವನ್ನು ತೆತ್ತು, ತನ್ನ ಪಾಪದ ಹೊರೆಯನ್ನು ಕಡಮೆ ಮಾಡಿಕೊಂಡ. ಹಣ ಉಳಿಯಿತಲ್ಲಾ ಎಂದು ವಾನನು ನೋವಿನಲ್ಲೂ ನಲಿವನ್ನು ಕಂಡ.

ಸ್ವಲ್ಪ ಸುಧಾರಿಸಿಕೊಂಡ ನಂತರ ಆರ್ಮಾಂಡೋ ಮತ್ತೆ ಪ್ರಯಾಣಕ್ಕೆ ಆದೇಶಿಸಿದ. ಹೊದ್ದಿಕೆಯೊಂದರಲ್ಲಿ ಲೂಷಾಳನ್ನು ಮಲಗಿಸಿಕೊಂಡು ಆರ್ಮಾಂಡೋ ಮತ್ತು ಪೀಡೋರು ಎತ್ತಿಕೊಂಡು ಹೋದರು. ವಲಸಿಗರೆಲ್ಲರೂ ಆರ್ಮಾಂಡೋನ ಸೇವೆಯನ್ನು ಕಂಡು ಬೆರಗಾದರು. ಹೇಗೋ ನಸುಗತ್ತಲಲ್ಲಿ ಸೂರ್ಯೋದಯಕ್ಕೆ ಮುಂಚೆಯೇ ನಿಗದಿತ ತಾಣಕ್ಕೆ

ಬಂದಿದ್ದರು. ಇಲ್ಲಿಂದ ವಲಸೆಗಳನ್ನು ಮತ್ತೆ ವಾಹನದಲ್ಲಿ ಸಾಗಿಸಲು ಆರ್ಮಾಂಡೋ ವ್ಯವಸ್ಥೆ ಮಾಡಿದ್ದ. ವಾಹನ ಬೆಳಿಗ್ಗೆ ಆರು ಗಂಟೆಗೆ ಬರುವುದೆಂದು ಆರ್ಮಾಂಡೋ ಹೇಳಿದ್ದ. ಕಾಲು ಗಂಟೆ ಮುಂಚಿತವಾಗಿಯೇ ವಲಸೆಗಳೆಲ್ಲರೂ ತಾಣ ತಲುಪಿ ವಾಹನದ ಆಗಮನಕ್ಕೆ ತವಕದಿಂದ ಕಾಯುತ್ತಿದ್ದರು.

ಅಸ್ವಸ್ಥಳಾಗಿದ್ದ ಲೂಷಾಳ ಯೋಗಕ್ಷೇಮವನ್ನು ವಿಚಾರಿಸಿಕೊಳ್ಳುತ್ತಾ ಪ್ರದೀಪನು ಪಕ್ಕದಲ್ಲಿಯೇ ಕುಳಿತಿದ್ದ. ಆರ್ಮಾಂಡೋನು ಲೂಷಾಳ ಹತ್ತಿರ ಬಂದು "ಈಗೆಲ್ಲಾ ಸರಿಹೋಯ್ತೇನಮ್ಮಾ" ಎಂದು ನಗುತ್ತಾ ಕೇಳಿದಾಗ, ಲೂಷಾಳು ದುರುಗುಟ್ಟಿಕೊಂಡು ನೋಡುತ್ತಾ "ನಿನ್ನ ವಂಶ ನಿರ್ವಂಶವಾಗ." ಎಂದು ಕಠೋರವಾಗಿ ಶಪಿಸಿದಳು. ಆರ್ಮಾಂಡೋ ತುಟಿಪುಟಿಕ್ಕನ್ನದೆ ತಲೆತಗ್ಗಿಸಿಕೊಂಡು ಹಿಂದಕ್ಕೆ ಹೋದ. ನಂತರ ತನಗೆ ತಾನೆ ಲೂಷಾಳು "ಈ ಪಾಪಿ ನನ್ನ ಕಂದಮ್ಮನನ್ನು ಕೊಂದ" ಎಂದು ಹೇಳಿ ಕಣ್ಣೀರಿಟ್ಟಳು. ಪ್ರದೀಪನು ಪ್ರೀತಿಯಿಂದ ತಲೆಯನ್ನು ನೇವರಿಸುತ್ತಾ ಲೂಷಾಳನ್ನು ಸಂತೈಸಿದ. ಪ್ರದೀಪನಿಗೆ ಆರ್ಮಾಂಡೋನ ಅತ್ಯಾಚಾರವೇ ಲೂಷಾಳ ಗರ್ಭಪಾತಕ್ಕೆ ಕಾರಣವೆಂದು ದೃಢವಾಯಿತು. ಸದ್ಯ ಆಕೆಯ ಗಂಡ ಪಕ್ಕದಲ್ಲಿರಲಿಲ್ಲ"

ಆರ್ಮಾಂಡೋನು ಹೇಳಿದ್ದ ಹಾಗೆ ಆರು ಗಂಟೆಗೆ ಸರಿಯಾಗಿ ವಾಹನ ಬಂದು ನಿಂತಿತು. ಆದರೆ ಅದು ಆರ್ಮಾಂಡೋನು ನಿರೀಕ್ಷಿಸಿದ್ದ ವಲಸೆಗಳೆಲ್ಲರೂ ಅಪೇಕ್ಷಿಸಿದ್ದ ವಾಹನವಾಗಿರಲಿಲ್ಲ. ಅವರೆಲ್ಲರಿಗೂ ಸಿಂಹಸ್ವಪ್ನವಾಗಿದ್ದ ಅಮೇರಿಕಾ ಗಡಿ ಕಾವಲು ಪಡೆಯ ವಾಹನವಾಗಿತ್ತು. ವಲಸೆಗಾರರೆಲ್ಲರೂ ಕಲ್ಲಾಗಿ ಹೋದರು. ಆರ್ಮಾಂಡೋ ಗರ ಬಡಿದವನಂತೆ ನೋಡುತ್ತಾ ನಿಂತಿದ್ದ.

ಗಡಿ ದಾಟಿದ ಕೂಡಲೇ ಗುಂಡಿನ ಆರ್ಭಟ

ವಾಹನದಿಂದ ಕೆಳಗಿಳಿದ ಗಡಿರಕ್ಷಕ "ಬಿಲ್ ರೇಖರ್" ಕುಹಕವಾಗಿ ನಗುತ್ತಾ ವಲಸಿಗ ರನ್ನೆಲ್ಲಾ ಅವಲೋಕಿಸುತ್ತಾ "ಶುಭೋದಯ ಶುಭೋದಯ ಅಕ್ರಮ ವಲಸಿಗರೇ" ಎನ್ನುತ್ತಾ, ತರುವಾಯ ನೇರವಾಗಿ ಆರ್ಮಾಂಡೋನ ಹತ್ತಿರ ಬಂದು "ನಿನಗೂ ಶುಭೋದಯ ಆರ್ಮಾಂಡೋ ಗಾರ್ಸಿಯಾ. ಹೇಗಿದೀಯಾ ಆರ್ಮಾಂಡೋ? ಕಳ್ಳ ವಲಸೆ ಕಾರ್ಯಭಾರ ಹೇಗಿದೆ?" ಎಂದು ರಾಗವಾಗಿ ವ್ಯಂಗ್ಯ ತುಂಬಿದ ದನಿಯಲ್ಲಿ ಅಣಕಿಸುತ್ತಾ ವಿಚಾರಿಸಿದ.

ಆರ್ಮಾಂಡೋನ ವಲಸೆ ವ್ಯಾಪಾರ ಲಾಭದಾಯಕವಾಗಿತ್ತು. ತಲೆಗೆ ಎರಡು ಸಾವಿರ ಡಾಲರ್ ಶುಲ್ಕವನ್ನು ಪಡೆಯುತ್ತಾ, ಗಡಿ ಕಾವಲು ಪಡೆಯ ಕೆಲವು ಭ್ರಷ್ಟಾಧಿಕಾರಿಗಳ ನೆರಳಿನಲ್ಲಿ, ತಿಂಗಳಿಗೆ ಐವತ್ತರಿಂದ ನೂರು ಜನ ವಲಸಿಗರನ್ನು ಕಳ್ಳ ಸಾಗಾಣಿಕೆ ಮಾಡುತ್ತಾ, ಭೂಗತ ದೊರೆಯಾಗಿ ವಿಲಾಸಿ ಜೀವನವನ್ನು ನಡೆಸುತ್ತಿದ್ದ. ಸಾಮಾನ್ಯ ಮನುಷ್ಯನಾಗಿ ಅಸಾಮಾನ್ಯ ವ್ಯವಹಾರ ಮಾಡುತ್ತಿದ್ದ. ಯೌವನದ ಮದ ಮತ್ತು ಹಣದ ಮದದಿಂದ ಅವನು ಸಹಜವಾಗಿ ಕೆಲವು ತಪ್ಪು ಮಾಡಿದ್ದ. ಅಂತಹ ತಪ್ಪುಗಳಲ್ಲಿ "ಬಿಲ್ ರೇಖರ್" ಒಂದಾಗಿತ್ತು.

ಬಿಲ್ ರೇಖರ್ ಅಮೇರಿಕಾದ ಗಡಿ ಕಾವಲು ಪಡೆಯ ಸಾಮಾನ್ಯ ಪೇದೆ. ತನ್ನ ಹಲವಾರು ಸಹೋದ್ಯೋಗಿಗಳು ಆರ್ಮಾಂಡೋನಿಂದ ಲಂಚ ತೆಗೆದುಕೊಂಡು ಕಳ್ಳ ಜನ ಸಾಗಾಣಿಕೆಯನ್ನು ಅಂಗೀಕರಿಸುತ್ತಿದ್ದಾರೆಂದು ಚೆನ್ನಾಗಿ ಅರಿತಿದ್ದ. ಕಟ್ಟಾ ಅಮೇರಿಕಾ ದೇಶಭಕ್ತನಾಗಿದ್ದ ಬಿಲ್ ರೇಖರನಿಗೆ ಹೇಗಾದರೂ ಮಾಡಿ ಆರ್ಮಾಂಡೋನನ್ನು ಕಳ್ಳ ಸಾಗಾಣಿಕೆ ನಡೆಸುತ್ತಿರುವಾಗಲೇ ಬಂಧಿಸಿ, ಅವನಿಂದ ಲಂಚ ಪಡೆಯುತ್ತಿರುವ ಅಧಿಕಾರಿಗಳನ್ನೆಲ್ಲಾ ಬಹಿರಂಗಪಡಿಸಿ, ಅಮೇರಿಕಾ ಘನ ಸರಕಾರದಿಂದ "ಆದರ್ಶ ಗಡಿ ರಕ್ಷಕ" ಪ್ರಶಸ್ತಿಯನ್ನು ಪಡೆಯಬೇಕೆಂದು ಕನಸುಕಾಣುತ್ತಿದ್ದ.

ಈ ದಿನ ಬೆಳಿಗ್ಗೆ ಬಿಲ್ ರೇಖರನ ಕನಸು ನನಸಾಗಿತ್ತು. ಆರ್ಮಾಂಡೋನ ಅದೃಷ್ಟ ನೆಲ ಕಚ್ಚಿತ್ತು. ದಿನಚರಿಯಾಗಿ ಗಡಿ ಪ್ರದೇಶದಲ್ಲಿ ಪಹರೆ ತಿರುಗುತಿದ್ದ ಬಿಲ್ ರೇಖರನಿಗೆ ಆರ್ಮಾಂಡೋ ಗಾರ್ಸಿಯಾ, ಕಳ್ಳ ಸರಕಿನೊಂದಿಗೆ

ಸಿಕ್ಕಿಬಿದ್ದಿದ್ದ. ಆರ್ಮಾಂಡೋ ಏನು ಮಾತನಾಡಲು ತೋಚದೆ ಮೂಕನಾಗಿ ಬಿಲ್ ರೇಖರನ ಅವಹೇಳನವನ್ನು ಆಲಿಸುತ್ತಿದ್ದ.

ಮಾತನ್ನು ಮುಂದುವರಿಸುತ್ತ ಬಿಲ್ ರೇಖರನು "ಆರ್ಮಾಂಡೋ, ಈವತ್ತಿಗೆ ನಿನ್ನ ಕಳ್ಳ ಜೀವನ ಮುಗಿಯಿತು. ಈ ಕಳ್ಳ ವ್ಯವಹಾರದಲ್ಲಿ ನಿನ್ನಿಂದ ಲಂಚ ಪಡೆಯುತ್ತಿರುವ ಅಧಿಕಾರಿಗಳನ್ನೆಲ್ಲಾ ನಿನ್ನ ಜೊತೆ ಸೆರೆಮನೆಗೆ ಕಳುಹಿಸ್ತೀನಿ" ಎಂದು ಘೋಷಿಸಿದ.

ಆರ್ಮಾಂಡೋನನ್ನು ಗಡಿ ದಾಟುಸುವ ದೇವರೆಂದು ನಂಬಿ ಬಂದಿದ್ದ ವಲಸಿಗರೆಲ್ಲರೂ ಬಿಲ್ ರೇಖರನ ಘೋಷಣೆಯಿಂದ ಭೂಮಿಗಿಳಿದುಹೋದರು. ಸ್ವಲ್ಪ ಚೇತರಿಸಿಕೊಂಡು ದೀರ್ಘವಾಗಿ ಉಸಿರೆಳೆದುಕೊಂಡು ಬಿಡುತ್ತಾ ಆರ್ಮಾಂಡೋ "ಬಿಲ್, ಈ ಸಮಸ್ಯೆಗೆ ಪರಿಹಾರವೇ ಇಲ್ಲವೇ? ನಿನಗೆಷ್ಟು ಬೇಕು ಕೇಳು. ನಾನು ಕೊಡ್ತೀನಿ. ನನ್ನ ಹೊಟ್ಟೆ ಮೇಲೆ ಹೊಡೆಯಬೇಡ" ಎಂದು ವಿನಮ್ರತೆಯಿಂದ ಕೇಳಿಕೊಂಡ.

ಬಿಲ್ ರೇಖರ್ ನಗುತ್ತಾ "ನಾನು ಮಾರಾಟಕ್ಕಿಲ್ಲಾ ಆರ್ಮಾಂಡೋ. ಸುಮ್ಮನೆ ನಿನ್ನ ಲಂಚಾಸ್ತ್ರವನ್ನ ನನ್ನ ಮೇಲೆ ಪ್ರಯೋಗಿಸಬೇಡ" ಎಂದು ಹೇಳಿ, ನಂತರ ವಲಸಿಗರನ್ನು ಉದ್ದೇಶಿಸುತ್ತಾ " ಕ್ರಮ ವಲಸಿಗರೇ ಗಾಡಿ ಹತ್ತಿ" ಎಂದ.

ಬಿಲ್ ರೇಖರ್ ನನ್ನ ಉಪಾಯಗಳಿಗೆ ಬಗ್ಗುವುದಿಲ್ಲಾ, ಇವನು ನನ್ನ ಉದ್ಯಮಕ್ಕೆ ಅಪಾಯಕಾರಿ ಎಂಬುದು ಆರ್ಮಾಂಡೋನಿಗೆ ಖಚಿತವಾಗಿಹೋಯಿತು. ಬಿಲ್ ರೇಖರನ ತಾಳ್ಮೆಯೂ ಕರಗಿತ್ತು. ಸುಮ್ಮನೆ ಬೆದರಿಸುವ ಉದ್ದೇಶದಿಂದ ಕೈಕೋವಿಯನ್ನು ತೆಗೆದು ಆರ್ಮಾಂಡೋನಿಗೆ ಗುರಿ ಇಡುತ್ತಾ ಬಿಲ್ ರೇಖರನು "ಗಾಡಿ ಒಳಗೆ ಹತ್ತು. ಬೇಗ ಬೇಗಾ" ಎಂದು ಮತ್ತೊಮ್ಮೆ ಆರ್ಭಟಿಸಿದ.

ಪಿಸ್ತೂಲು ಕಂಡು ಆರ್ಮಾಂಡೊನ ತಲೆಯೂ ಕೆಟ್ಟಿತ್ತು. ಬಿಲ್ ರೇಖರನು ತನ್ನ ಜೀವನೋಪಾಯವನ್ನು ಮಣ್ಣುಪಾಲು ಮಾಡುತ್ತಿದ್ದಾನೆಂದು ಖಾತರಿಯಾಗಿತು. ಬಿಲ್ ರೇಖರನನ್ನು ಮುಗಿಸುವುದೇ ತನಗಿರುವ ಮಾರ್ಗವೆಂದು ಆರ್ಮಾಂಡೋನ ದುಡುಕುಬುದ್ಧಿ ಹೇಳಿತು. ಆರ್ಮಾಂಡೋನು ಮಿಂಚಿನಂತೆ ಬಿಲ್ ರೇಖರನ ಮೇಲೆ ಎರಗಿ, ಅವನ ಕೈಯಿಂದ ಕೈಕೋವಿಯನ್ನು ಕಸಿದುಕೊಂಡು, ಹಣೆಗೆ ಗುರಿಯಿಟ್ಟು "ಡಮಾರ್ ಡಮಾರ್ ಡಮಾರ್" ಎಂದು ಮೂರು ಗುಂಡುಗಳನ್ನು ಹಾರಿಸಿದ. ಕೆಲವೇ ಕ್ಷಣಗಳ ಹಿಂದೆ

ಸಾರ್ವಭೌಮನಾಗಿ ನೆರೆಯುತ್ತಿದ್ದ ಬಿಲ್ ರೇಖರ್, ಕ್ಷಣ ಮಾತ್ರದಲ್ಲಿ ಸ್ವರ್ಗಸ್ಥನಾಗಿದ್ದ. ಆ ದೃಶ್ಯವನ್ನು ನೋಡಿ ವಲಸಿಗರೆಲ್ಲರೂ ನಡುಗಿಹೋದರು. ಪ್ರದೀಪನಿಗೆ "ಇದು ನಿಜವೇ? ಅಥವಾ ನಾನು ಕನಸು ಕಾಣುತ್ತಿದ್ದೇನೇಯೇ?" ಎನಿಸಿತು.

ಆರ್ಮಾಂಡೋ ಕೊಲೆ ಮಾಡಿದ್ದು ಇದೇ ಮೊದಲ ಸಾರಿಯಾಗಿರಲಿಲ್ಲ. ಹಿಂದೊಮ್ಮೆ ಕೋಕೈನ್ ಮದ್ದು ಸಾಗಾಣಿಕೆಯ ವ್ಯವಹಾರದ ಕಾಳಗದಲ್ಲಿ, ಮೆಹಿಕೋದ ಗಡಿಯಲ್ಲಿ ನಾಲ್ಕು ಜನರನ್ನು ಕಗ್ಗೊಲೆ ಮಾಡಿದ್ದ. ಕೊಲೆಯಾದವರೆಲ್ಲರೂ ಭೂಗತ ವ್ಯಾಪಾರಿಗಳೇ ಆದುದರಿಂದ ಹತ್ಯಾಕಾಂಡ ಅಷ್ಟಕ್ಕೇ ಅಂತ್ಯವಾಗಿತ್ತು. ವೀರಾವೇಶದಲ್ಲಿ ನಡೆದದ್ದನ್ನು ಹೇಳುತ್ತಾ ತನ್ನ ಶೌರ್ಯವನ್ನು ಮೆರೆಯುತ್ತಿದ್ದ.

ಈಗ ರುದ್ರಾವತಾರ ತಾಳಿ ಆರ್ಮಾಂಡೋನು ಬಿಲ್ ರೇಖರನನ್ನು ನಿಂದಿಸುತ್ತಾ "ಈ ಬಡ್ಡೀಮಗ ನನ್ನೇ ಸಾಯಿಸೋಕೆ ಬರ್ತಾನೆ. ನಾನ್ಯಾರು ಅಂತ ಇವನಿಗೆ ಗೊತ್ತಿಲ್ಲಾ. ಇಂತಹ ನಾಯಿಗಳನ್ನ ಸಾಯಿಸೋದು ನನಗೊಂದು ಮೋಜು. ಇಂತಾ ಹತ್ತು ಕೊಲೆಗಳನ್ನು ಮಾಡಿದ್ದೀನಿ. ಯಾರೂ ನನ್ನ ಹಿಡಿಯೋಕಾಗಲಿಲ್ಲ" ಎಂದು ಅಣಕಿಸಿ ಅವನ ದೇಹಕ್ಕೆ ಇನ್ನೊಂದು ಗುಂಡನ್ನು ಹಾರಿಸಿ, ತರುವಾಯ ವಲಸಿಗರನ್ನು ಉದ್ದೇಶಿಸಿ "ಈ ಕೊಲೆ ಸುದ್ದಿಯನ್ನ ಯಾರಾದರೂ ಬಾಯಿಬಿಟ್ಟರೆ ನಿಮ್ಮನ್ನ ಸುಟ್ಟು ಬೂದಿ ಮಾಡ್ಬಿಡ್ತೀನಿ" ಎಂದು ಗಾಳಿಯಲ್ಲಿ ಗುಂಡು ಹಾರಿಸಿದ. ಬಿಲ್ ರೇಖರನ ದೇಹ ರಕ್ತಸಿಕ್ತವಾಗಿತ್ತು.

ಇದಾದ ಕೆಲವೇ ಕ್ಷಣಗಳಲ್ಲಿ ಆರ್ಮಾಂಡೋನ ವಾಹನ ಆಗಮಿಸಿತು. ವಾಹನದ ಚಾಲಕ ಡಿಯಾಜ್ ಬಿರಬಿರನೆ ಇಳಿದು ಬಂದು ದೃಶ್ಯವನ್ನು ನೋಡಿ ಕಂಗೆಟ್ಟುಹೋದ. ಆರ್ಮಾಂಡೋನು ಡಿಯಾಜ್ ಮತ್ತು ಪೀಡೊರ ಸಹಾಯದಿಂದ ಬಿಲ್ ರೇಖರನ ದೇಹವನ್ನು ಗಡಿ ಕಾವಲು ಪಡೆಯ ವಾಹನದಲ್ಲಿ ಹಾಕಿಸಿಕೊಂಡು "ಇವನನ್ನ ಇಲ್ಲೇ ಯಾವುದಾದರೂ ಕೊಳ್ಳದಲ್ಲಿ ಬಿಸಾಕಿ ಬರ್ತೀನಿ. ಈ ವಲಸೆಗಳನ್ನೆಲ್ಲಾ ಹತ್ತಿಸಿಕೊಂಡು ನೀನು ಟ್ಯೂಸಾನ್‌ಗೆ ಹೊರಡು ಎಂದು" ಡಿಯಾಜನಿಗೆ ಆದೇಶಿಸಿದ. ವಲಸಿಗರಿಗೆ "ನೀವೆಲ್ಲಾ ಇವನ ಜೊತೆ ಹೋಗಿ. ನಾನು ಸ್ವಲ್ಪ ತಡವಾಗಿ ಬಂದು ನಿಮ್ಮನ್ನ ನೋಡ್ತೀನಿ" ಎಂದು ಹೇಳಿ, ಬಿಲ್ ರೇಖರನ ವಾಹನದಲ್ಲಿಯೇ ಅವನ ಹೆಣವನ್ನು ಸಾಗಿಸಿಕೊಂಡು ಹೋದ.

ಭಯಗ್ರಸ್ತರಾಗಿದ್ದ ವಲಸಿಗರೆಲ್ಲರೂ ತುಟಿಪಿಟಕ್ಕನ್ನದೆ ಡಿಯಾಜನ ಜೊತೆ ವಾಹನದಲ್ಲಿ ಟ್ಯೂಸಾನ್ ನಗರದೆಡೆಗೆ ಪ್ರಯಾಣ ಮಾಡಿದರು. ಬೆಳಿಗ್ಗೆ ಎಂಟು ಗಂಟೆಯ ಹೊತ್ತಿಗೆಲ್ಲಾ ವಲಸಿಗರು ಗುರಿ ಮುಟ್ಟಿದ್ದರು. ಆರ್ಮಾಂಡೋ ಅನುಚರರಿಗೆ ಕೊಡಬೇಕಾದ ಬಾಕಿ ಹಣ ಪಾವತಿಮಾಡಿದ ತಕ್ಷಣವೇ ವಲಸಿಗರು ತಮ್ಮ ತಮ್ಮ ದಾರಿಯಲ್ಲಿ ಹೊರಟುಹೋದರು.

ಇತ್ತ ಆರ್ಮಾಂಡೋ ಮತ್ತು ಕಿಂಕರ ಪೀಡ್ರೋರವರು ಬಿಲ್ ರೇಖರನ ದೇಹವನ್ನು ಕೋಚೀಸ್ ಬೆಟ್ಟದ ಕೊಳ್ಳವೊಂದರಲ್ಲಿ ಬಿಸಾಡಿ, ತರುವಾಯ ಅವನ ವಾಹನವನ್ನು ಬೆಟ್ಟದಿಂದ ಸುಮಾರು ಐವತ್ತು ಕಿಲೋಮೀಟರ್ ದೂರದಲ್ಲಿದ್ದ ಕಾಡಿನಲ್ಲಿ ಬಿಟ್ಟು, ಅಲ್ಲಿಂದ ಕಾಲುಹಾದಿಯಲ್ಲಿ ನಡೆದು, ನಿಗದಿಯಾದ ಜಾಗದಲ್ಲಿ ಡಿಯಾಜನಿಗಾಗಿ ಕಾದರು. ಸಕಾಲಕ್ಕೆ ಡೀಯಾಜನು ಬಂದು ಆರ್ಮಾಂಡೋ ಮತ್ತು ಪೀಡ್ರೋರನ್ನು ಟ್ಯೂಸಾನಿಗೆ ಕರೆದುಕೊಂಡು ಹೋದ.

ಅಹಮದ–ಪ್ರದೀಪರ ಅಗಲಿಕೆಯ ಗಳಿಗೆಯೂ ಕೂಡಿ ಬಂದಿತು. ಪ್ರದೀಪನು ತನ್ನ ಪಾಂಡವ ಮಿತ್ರರನ್ನು ಕಾಣಲು ಕಾರ್ಲ್ಸ್ ಬಾಡ್‌ನತ್ತ ಪ್ರಯಾಣ ಬೆಳೆಸಿದ್ದ. ತರುವಾಯ ಅಲ್ಲಿಂದ ಚಿಕಾಗೋ ನಗರಕ್ಕೆ ತೆರಳಲು ಯೋಚಿಸಿದ್ದ. ಪ್ರದೀಪನು ಟ್ಯೂಸಾನ್ ನಗರದಿಂದ ಪಶ್ಚಿಮಕ್ಕೆ ಸ್ಯಾನ್ ಡಿಯಾಗೋ ನಗರದತ್ತ, ಅಹಮದನು ಉತ್ತರಕ್ಕೆ ಕ್ಯಾನ್ಸಾಸ್ ನಗರದತ್ತ ಪ್ರಯಾಣ ಮುಂದುವರಿಸಲು ಯೋಜಿಸಿದ್ದರು.

ಬಿಲ್ ರೇಖರನ ಕೊಲೆಯ ಘಟನೆಯಿಂದ ಇನ್ನೂ ಭಯಗ್ರಸ್ತನಾಗಿದ್ದ ಪ್ರದೀಪನನ್ನು ಸಂತೈಸುತ್ತಾ ಅಹಮದನು, "ಭೂಗತ ವ್ಯವಹಾರಗಳಲ್ಲಿ ಇದೆಲ್ಲಾ ಸರ್ವೇಸಾಮಾನ್ಯ. ಇದೊಂದು ಕೆಟ್ಟ ಕನಸು ಅಂದುಕೊ" ಎಂದು ಸ್ಥೈರ್ಯ ಮೂಡಿಸಲು ಯತ್ನಿಸಿದ. ಚಿಕಾಗೋ ನಗರದಲ್ಲಿದ್ದ ವೀಸಾ ವ್ಯಾಪಾರಿ ಜೋಸೆಫ್ಫ್ ಅಬ್ರಹ್ಯಾಮ್‌ನ ದೂರವಾಣಿ ಸಂಖ್ಯೆಯನ್ನು ಕೊಡುತ್ತಾ "ಇವನಿಗೆ ಹೇಳು ಅಹಮದ್ ಎಲ್–ಡೆಫ್ರಾವಿ ನನ್ನ ಅಣ್ಣಾ ಅಂತ. ಜಟ್–ಪಟ್ ಅಂತಾ ಕೆಲಸ ಮಾಡಿ ಕೊಡ್ತಾನೆ" ಎಂದ. ಕೊನೆಯಲ್ಲಿ ಆಪ್ಯಾಯಮಾನವಾಗಿ ಅಪ್ಪಿಕೊಂಡು ಶುಭವನ್ನು ಹಾರೈಸುತ್ತಾ ಅಹಮದನು ಪ್ರದೀಪನಿಂದ ಬೀಳ್ಕೊಂಡು ಕಾನ್ಸಾಸ್ ನಗರದತ್ತ ಗ್ರೇಹೌಂಡ್ ಸಾರ್ವಜನಿಕ ವಾಹನದಲ್ಲಿ ಮಾಯವಾದ. ಅಹಮದನು ಹೋದ ನಂತರ ಪ್ರದೀಪನೂ ಗ್ರೇಹೌಂಡ್ ಸಾರ್ವಜನಿಕ ವಾಹನದಲ್ಲಿ ಕಾರ್ಲ್ಸ್ ಬಾಡ್‌ಗೆ ಪ್ರಯಾಣ ಮಾಡಿದ.

ಯಶಸ್ವಿಯಾಗಿ ಅಮೇರಿಕಾ ದೇಶವನ್ನು ತಲುಪಿದ ಸಂತೋಷ ಅನುಭವಿಸಬೇಕಾದ ಪ್ರದೀಪನ ಮನಸ್ಸನ್ನು ಬಿಲ್ ರೇಖರ್ ಮತ್ತು ಆರ್ಮಾಂಡೋ ಗಾರ್ಸಿಯಾರು ರಾಹು-ಕೇತುಗಳಾಗಿ ಆವರಿಸಿದ್ದರು. ಭೀಕರ ಹತ್ಯೆಗೆ ಸಾಕ್ಷಿಯಾಗಿದ್ದ ಪ್ರದೀಪನಿಗೆ ಕಣ್ಣಾರೆ ಕಂಡ ಕೊಲೆ ಆರೋಪಿಯನ್ನು ನ್ಯಾಯಧಿಕಾರಿಗಳಿಗೆ ತಿಳಿಸದಿರುವುದೂ ಅಪರಾಧವೇ ಎಂದ ಪಾಪಪ್ರಜ್ಞೆ ಕೊರೆಯುತ್ತಿತ್ತು. ಸಹಿಸುವುದಲ್ಲದೆ ಗತ್ಯಂತರವಿಲ್ಲವೆಂದುಕೊಂಡು ಸುಮ್ಮನಾದ.

ಟ್ಯೂಸಾನಿನಿಂದ ಹೊರಟ ಪ್ರದೀಪನು ಅದೇ ದಿನ ರಾತ್ರಿ ಹತ್ತು ಗಂಟೆಗೆ ಕಾರ್ಲ್-ಬಾಡ್ ನಗರವನ್ನು ತಲುಪಿದ್ದ. ಪಾಂಡವ ಮಿತ್ರರೆಲ್ಲರೂ ವಾಹನ ತಾಣಕ್ಕೆ ಬಂದಿದ್ದರು. ಪ್ರದೀಪನು ಇಳಿಯುವುದೇ ತಡ ಎಲ್ಲರೂ ಅವನನ್ನು ಬಾಚಿ ತಬ್ಬಿಕೊಂಡು ಭ್ರಾತೃಪ್ರೇಮದ ಸುರಿಮಳೆಯಲ್ಲಿಯೇ ಮನೆಗೆ ಕರೆದುಕೊಂಡು ಹೋದರು. ಪ್ರದೀಪನಿಗೆ ಹೋದಜೀವ ಮರಳಿ ಬಂದಂತಾಗಿತ್ತು.

ಮೂರು ತಿಂಗಳಿಂದ ಹೊರದೇಶಗಳಲ್ಲಿ ಸಹವಾಸಿಗಳಾಗಿ, ಸಾವಿರಾರು ಕಿಲೋಮೀಟರುಗಳ ಖಂಡಾಂತರ ಪ್ರಯಾಣದಲ್ಲಿ ಒಡನಾಡಿಗಳಾಗಿ, ಗಡಿ ದಾಟಿ ದೇಶಾಂತರ ಹೋಗುತ್ತ ಸಾಹಸಿಗಳಾಗಿ, ಸದಾ ಸೋದರರಂತೆ ಅನ್ಯೋನ್ಯತೆಯಿಂದ ಕೂಡಿದ್ದ ಈ ಐವರು ಪುರಾಣದ ಪಂಚ ಪಾಂಡವರಂತೆ ಹೋರಾಟದ ಬದುಕನ್ನು ಬಾಳಿದ್ದರು.

ಕಾರ್ಲ್ಸ್ ಬಾಡ್‌ನಲ್ಲಿ ಪಾಂಡವರ ಪುನರ್ಮಿಲನ ವಿಜಯೋತ್ಸವದ ಸಂಭ್ರಮವಾಗಿತ್ತು. ರಸದೌತಣ-ಸುರಪಾನಗಳ ಮಧ್ಯೆ ಎಲ್ಲರೂ ಮೈಮರೆತು ತಮ್ಮ ಗತಜೀವನವನ್ನು ಮೆಲುಕು ಹಾಕುತ್ತಾ ನೆನಪಿನ ದೋಣಿಯಲ್ಲಿ ವಿಹರಿಸುತ್ತಿದ್ದರು. ಪ್ರದೀಪನ ಜಾಣತನ, ಅರ್ಜುನನ ಸಾಹಸ, ವಿಜಯನ ಜಾಗರೂಕತೆ, ಸೆಲ್ವನ ಸಾವಧಾನ, ರಾಜಬೀರನ ಅಮಾಯಕತೆ ಪಾಂಡವರ ಧ್ಯೇಯ ಸಾಧನೆಗೆ ಪೂರಕವಾಗಿದ್ದವು. ಪ್ರದೀಪನು ಚಿಕಾಗೋ ನಗರಕ್ಕೆ ಹೋಗಲು ನಿರ್ಧರಿಸಿದ್ದಂತೆ, ಅರ್ಜುನ-ರಾಜಬೀರರು ಉತ್ತರ ಕ್ಯಾಲಿಫೋರ್ನಿಯಾದ ಯೂಬಾ ನಗರದಲ್ಲಿ ನೆಲಸಲು ಮನಸು ಮಾಡಿದ್ದರು, ವಿಜಯನ್-ಸೆಲ್ವಮ್‌ರು ಅಮೇರಿಕಾದ ವಾಯುವ್ಯದಲ್ಲಿರುವ ಸಿಯಾಟಲ್ ನಗರದಲ್ಲಿ ನೆಲೆಯೂರಲು ಆಯೋಜಿಸಿದ್ದರು. ನಾವೆಲ್ಲಿದ್ದರೂ ಪಾಂಡವರೇ

ಎಂದು ಪರಸ್ಪರ ಘೋಷಿಸಿಕೊಂಡು ಹೊಸ ದೇಶದಲ್ಲಿ ಹೊಸ ಜೀವನದ ಹಾದಿ ತುಳಿಯುವ ಕನಸು ಕಾಣುತ್ತಾ ಪವಡಿಸಿದರು.

ಅಂತೂ ಅತ್ತೆಮನೆ ಬಂತು

ಜಗತ್ತಿನ ರಾಜಕೀಯ ವಿದ್ಯಾಮಾನಗಳಲ್ಲಿ ಅದ್ವಿತೀಯ ಮುತ್ಸದ್ದಿಗಳಾಗಿ, ವೈಜ್ಞಾನಿಕ ಸಂಶೋಧನೆ ಮತ್ತು ಸಾಧನೆಗಳಲ್ಲಿ ಮಾರ್ಗದರ್ಶಕರಾಗಿ, ಆರ್ಥಿಕ ಲೋಕದಲ್ಲಿ ಅಗ್ರೇಸರರಾಗಿ, ಪ್ರಪಂಚದ ಪ್ರಮುಖ ರಾಷ್ಟ್ರವಾಗಿ ವಿಜೃಂಭಿಸುತ್ತಿರುವ ಅಮೇರಿಕಾದವರ ಖ್ಯಾತಿ ವಿದೇಶಗಳಲ್ಲಿರುವ ಪ್ರತಿಭಾವಂತರನ್ನು ಆಯಸ್ಕಾಂತದಂತೆ ಆಕರ್ಷಿಸುತ್ತಿದೆ. ಬಡ ದೇಶಗಳಿಂದ ಉನ್ನತ ವ್ಯಾಸಂಗಕ್ಕೆಂದು ಬಂದು ಅಮೇರಿಕಾದಲ್ಲಿಯೇ ಉದ್ಯೋಗಾವಕಾಶ ಪಡೆದು ನೆಲಸುವ ವಿದೇಶಿಯರು ಅಮೇರಿಕಾದ ವೈಜ್ಞಾನಿಕ ಅವಿಷ್ಕಾರಗಳ ಅವತರಣಕ್ಕೆ ರೂವಾರಿಗಳಾಗಿದ್ದಾರೆ. ಹಿರಿಯ ವಯಸ್ಕರು ಹೆಚ್ಚುತ್ತಾ ಕಿರಿಯ ವಯಸ್ಕರ ಪ್ರಮಾಣ ಕಡಮೆಯಾಗುತ್ತಿರುವ ಅಮೇರಿಕಾದಲ್ಲಿ, ವಯೋವೃದ್ಧರ ಜನಸಂಖ್ಯೆಯೊಂದಿಗೆ, ವೃದ್ಧಾಪ್ಯರೋಗಿಗಳ ಸಂಖ್ಯೆಯೂ ಮುಗಿಲು ಮುಟ್ಟುತ್ತಿದೆ. ವಿಕೇಂದ್ರೀಯ ಕೌಟುಂಬಿಕ ಜೀವನ ಶೈಲಿಯಿಂದ ಮಾತಪಿತೃಗಳು ಮಕ್ಕಳ ಆಶ್ರಯ ಅಪೇಕ್ಷಿಸದೇ ವೃದ್ಧಾಶ್ರಮಗಳಲ್ಲಿ ಅಥವಾ ರುಗ್ಣಾಲಯಗಳಲ್ಲಿ ತಮ್ಮ ಕೊನೆಯುಸಿರೆಳೆಯುತ್ತಾರೆ. ಆರೋಗ್ಯ ಕಾರ್ಯಕರ್ತರಿಗೆ ಹಾಗೂ ವೈದ್ಯರಿಗೆ ಅಮೆರಿಕಾದಲ್ಲಿ ಬೇಡಿಕೆ ಹೆಚ್ಚುತ್ತಿದೆ.

ಪ್ರದೀಪನು ಅಮೇರಿಕಾಗೆ ಒಳ್ಳೆಯ ಕಾಲದಲ್ಲಿಯೇ ಕಾಲಿರಿಸಿದ್ದ.

ಅಮೇರಿಕಾದಲ್ಲಿ ಪದಾರ್ಪಣೆ ಮಾಡಿದ ಮರುದಿನ ಪ್ರದೀಪನು ದೂರವಾಣಿಯಲ್ಲಿ ಬೆಂಗಳೂರಿಗೆ ಕರೆ ಮಾಡಿ ತಾಯಿಯೊಡನೆ ಮಾತನಾಡಿದ. ತಾಯಿ ಶಾಂತಮ್ಮನು ಮಗನ ಸಾಧನೆ ಕೇಳಿ ಹೆಮ್ಮೆಪಟ್ಟರು. ತರುವಾಯ ಭಾವಿಸತಿ ಸುಮನಾಳೊಡನೆ ಮಾತನಾಡಿ ಅಮೇರಿಕಾಗೆ ಅಕ್ರಮವಾಗಿ ಬಂದ ಸಾಹಸಗಳನ್ನೆಲ್ಲಾ ವಿವರಿಸಿ, 'ಇನ್ನೂ ಸಾಧಿಸಬೇಕಾಗಿರುವುದು ಬಹಳ ಇದೆ' ಎಂದು ಮುಂದಿನ ಕಾರ್ಯಗತಿಯ ಬಗ್ಗೆ ಸೂಕ್ಷ್ಮವಾಗಿ ತಿಳಿಸಿದ.

ಅಮೇರಿಕಾ ದೇಶವನ್ನು ಯಶಸ್ವಿಯಾಗಿ ಪ್ರವೇಶಿಸಿದ ವಿಜಯೋತ್ಸವದ ಸಂಭ್ರಮದಲ್ಲಿ ಪ್ರದೀಪನು ತನ್ನ ಪಾಂಡವ ಮಿತ್ರರೊಡನೆ ಕಾರ್ಲ್ಸ್ ಬಾಡ್‌ನಲ್ಲಿ ಮೂರು ದಿನಗಳನ್ನು ಮೂರು ಕ್ಷಣಗಳ ಹಾಗೆ ಕಳೆದ. ಪಾಂಡವರು "ಅಮೇರಿಕಾದಲ್ಲಿ ಹೇಗೆ ಬದುಕಬೇಕು? ಅಮೇರಿಕಾದಲ್ಲಿ ನೆಲಸಲು ಅನುಮತಿ ಮತ್ತು ವಲಸೆ ವೀಸಾವನ್ನು ಹೇಗೆ ಪಡೆಯಬೇಕು?" ಎಂಬ ಚಿಂತನೆಯಲ್ಲಿ ವಿಚಾರ ಮಾಡಲಾರಂಭಿಸಿದರು.

ಅರ್ಜುನನು "ನಾವು ಮಾಡೋ ಕೂಲಿ ಕೆಲಸಕ್ಕೆ ಯಾವ ಅನುಮತಿಯೂ ಬೇಡಾ ಯಾವ ವೀಸಾನೂ ಬೇಡಾ" ಎಂದು ಘೋಷಿಸಿ ಪ್ರದೀಪನತ್ತ ತಿರುಗಿ "ವೈದ್ಯ ಪಂಡಿತರೇ ನಿಮಗೆ ವೀಸಾ ಬೇಕೇ ಬೇಕು. ಅಲ್ಲವೇ?" ಎಂದ.

ಪ್ರದೀಪನು ನಗುತ್ತಾ "ನಾವು ಮಾಡೋದು ಕೂಡಾ ಕೂಲಿ ಕೆಲಸಾನೇ. ಆದರೆ ನೀನು ಹೇಳಿದ ಹಾಗೆ ಇದಕ್ಕೆ ವೀಸಾನುಮತಿ ಬೇಕು" ಎಂದು ಒಪ್ಪಿಕೊಂಡ.

ವಿಜಯನು ಮಧ್ಯೆ ಬಾಯಿಹಾಕಿ "ಕಾಸು ಕೊಟ್ರೆ ವೀಸಾ ಕೊಡ್ತಾರೆ. ಅದೇನು ಮಹಾ ನಿಮಗೇ" ಎಂದು ಪ್ರದೀಪನ ಶ್ರೀಮಂತಿಕೆಯನ್ನು ಮನಗಾಣಿಸಿ, "ಚಿಕಾಗೊ-ನ್ಯೂಯಾರ್ಕ್ ನಗರಗಳಲ್ಲಿ ಕಳ್ಳ ವೀಸಾ ವ್ಯಾಪಾರಿಗಳು ಗಲ್ಲೀಗೊಬ್ಬರಂತೆ, ಬೀದಿಗಿಬ್ಬರಂತೆ" ಎಂದು ಉತ್ತೇಜಕ ಮಾಹಿತಿಯನ್ನು ನೀಡಿದ.

ಸಹಜವಾಗಿ ರಾಜಬೀರನು "ವೀಸಾ ವ್ಯಾಪಾರಿಗಳು ಇಲ್ಲಿ ಇಲ್ಲವಾ?" ಎಂದು ಕೇಳಿದಾಗ, ವಿಜಯನು "ಇದಾರೆ. ಆದರೆ ಇಲ್ಲಿ ಬೆಲೆ ಬಹಳ ಜಾಸ್ತಿ" ಎಂದು ಕಾರಣ ತಿಳಿಸಿದ.

ಅಮೇರಿಕಾವನ್ನು ಪ್ರವೇಶಿಸಿದ ಅಕ್ರಮ ನಿವಾಸಿಗಳಿಗೆ ಕಳ್ಳ ವೀಸಾ ಒದಗಿಸುವ ಹಲವಾರು ಕಳ್ಳಜಾಲಗಳು ಗಡಿ ನಾಡಿನ ನಗರಗಳಲ್ಲಿ ಹಾಗೂ ಚಿಕಾಗೋ-ನ್ಯೂಯಾರ್ಕ್-ಡೆನ್ವರ್-ಅಟ್ಲಾಂಟಾ-ಫಿಲಡೆಲ್ಫಿಯಾದಂತಹ ದೊಡ್ಡ ದೊಡ್ಡ ವಾಣಿಜ್ಯ ಕೇಂದ್ರಗಳಲ್ಲಿ ಭೂಗತ ವ್ಯಾಪಾರೋದ್ಯಮಗಳಾಗಿ ಹುಲುಸಾಗಿವೆ. ಅಮೇರಿಕಾದ ವಲಸೀಕರಣ ಮತ್ತು ದೇಶೀಕರಣ ಇಲಾಖೆಯ ಹಲವಾರು ಅಧಿಕಾರಿಗಳೂ ಈ ಕಳ್ಳ ವ್ಯಾಪಾರದಲ್ಲಿ ಪಾಲುದಾರರಾಗಿ ಲಂಚ ತೆಗೆದುಕೊಂಡು ನಕಲಿ ವೀಸಾಗಳನ್ನು ಸೃಷ್ಟಿಸುತ್ತಾರೆ. ಪ್ರದೀಪನಿಗೆ ಈಜಿಪ್ಟಿನ

ವಲಸೆ ಗೆಳೆಯ ಅಹಮದ್ ಎಲ್–ಡೆಪ್ರಾವಿ ತಿಳಿಸಿದ್ದ ಚಿಕಾಗೋ ನಗರದ ಜೋಸೆಪ್ ಅಬ್ರಹ್ಯಾಮ್ ಇಂತಹ ಕಳ್ಳ ವೀಸಾ ವ್ಯಾಪಾರಿಗಳಲ್ಲೊಬ್ಬ.

ಪ್ರದೀಪನಿಗೆ ಕಳ್ಳ ವೀಸಾ ವ್ಯವಹಾರಗಳ ಬಗ್ಗೆ ಗೊತ್ತಿದ್ದರೂ, ಮೌನವಾಗಿ ಮಿತ್ರರ ವೀಸಾ ವ್ಯಾಖ್ಯಾನಗಳನ್ನು ಆಲಿಸುತ್ತಾ ತಲೆದೂಗುತ್ತಿದ್ದ.

ವಾರಾಂತ್ಯದಲ್ಲಿ ಪಾಂಡವರೆಲ್ಲಾ ಒಟ್ಟಾಗಿ ವಿಹಾರಕ್ಕೆ ಹೊರಟರು. ಕಾರ್ಲ್ಸ್ ಬಾಡ್‌ನ ಸುತ್ತಮುತ್ತ ಇರುವ ಸುಂದರ ಹೂತೋಟಗಳು, ನೆರೆಯ ಎಸ್ಕಾಂಡಿಡೋ ನಗರದ ಬಳಿ ಇರುವ ವನ್ಯಜೀವಿ ವನ, ಹಾಗೂ ಅನತಿ ದೂರದಲ್ಲಿರುವ ಸ್ಯಾನ್ ಡಿಯಾಗೋ ನಗರ ದರ್ಶನದಿಂದ ಪ್ರದೀಪನ ಮನಸ್ಸು ಹಗುರವಾಗಿತ್ತು. ಎಷ್ಟಾದರೂ ಬಿಲ್ ರೇಖರನ ಕಗ್ಗೊಲೆ ಮರೆಯಲಾಗದ ಘಟನೆಯಾಗಿ ಮನಸ್ಸನ್ನು ಕೊರೆಯುತ್ತಿತ್ತು.

ನಾಲ್ಕನೆಯ ದಿನ ಸ್ಯಾನ್‌ಡಿಯಾಗೋ ದಿನ ಪತ್ರಿಕೆಯಲ್ಲಿ "ಗಡಿ ಕಾವಲುಪಡೆಯ ಪೇದೆ ನಾಪತ್ತೆಯಾಗಿದ್ದಾನೆ" ಎಂಬ ಒಕ್ಕಣೆಯಲ್ಲಿ ಬಿಲ್ ರೇಖರನ ಬಗ್ಗೆ ಸುದ್ದಿ ಓದಿ ಪ್ರದೀಪನ ಮನಸ್ಸು ತಲ್ಲಣಗೊಂಡಿತು. ಕುಂಬಳಕಾಯಿ ಕಳ್ಳಾ ಅಂದರೆ ಹೆಗಲು ಮುಟ್ಟಿ ನೋಡಿಕೊಂಡವನ ಹಾಗೆ ಪ್ರದೀಪನ ಮನಸ್ಸು ಕಾರ್ಲ್ಸ್ ಬಾಡ್‌ನಿಂದ ಕಾಲು ಕೀಳಲು ಚಡಪಡಿಸಿತು. ಅದೇ ದಿನ ಪ್ರದೀಪನು ಚಿಕಾಗೋ ನಗರಕ್ಕೆ ಹೋಗಲು ದಿಢೀರನೆ ಸಜ್ಜಾದಾಗ ಮಿತ್ರರಿಗೆಲ್ಲಾ ಸ್ವಲ್ಪ ಆಶ್ಚರ್ಯವಾಯಿತು.

ಅವರಿಗೆಲ್ಲಾ ವಿದಾಯ ಹೇಳುತ್ತಾ ಪ್ರದೀಪನು "ಮಿತ್ರ ಮಹೋದಯರೇ ನಮ್ಮ ಪ್ರೀತಿ–ವಿಶ್ವಾಸಗಳು ಹೀಗೇಯೇ ಇರಲಿ" ಎಂದು ಹೇಳಿದಾಗ, ರಾಜಬೀರನು ನಗುತ್ತಾ "ಇಲ್ಲಾ. ಇನ್ನೂ ಚೆನ್ನಾಗಿರಲಿ" ಎಂದು ಎಲ್ಲರನ್ನು ನಗಿಸಿದ.

ಕೊನೆಯಲ್ಲಿ ಅರ್ಜುನನು "ಪ್ರದೀಪ್–ಜಿ, ನಿಮಗೆ ವೀಸಾ ಬೇಕಾಗಿದ್ದರೆ ತಿಳಿಸಿ. ನಾನು ನಿಮಗೆ ಸುಲಭವಾದ ಮಾರ್ಗವನ್ನು ತೋರಿಸ್ತೀನಿ" ಎಂದು ಪ್ರಸ್ತಾಪಿಸಿದಾಗ ಸೆಲ್ವನು ಹಾಸ್ಯಮಯವಾಗಿ "ಏನು ಹುಡುಗೀನಾ ತೋರಿಸ್ತೀಯಾ?" ಎಂದು ಪ್ರಶ್ನಿಸಿ, ತರುವಾಯ "ಪ್ರದೀಪ ಕುಮಾರ್‌ಗೆ ಮದುವೆ ಆಗಿದೆ" ಎಂದು ಎಚ್ಚರಿಸಿದ.

ಅರ್ಜುನನು ಹಗುರವಾಣಿಯಲ್ಲಿಯೇ "ಆಗಿದ್ರೇನಂತೆ? ಇನ್ನೊಂದು ಮದುವೆ ಮಾಡಿಕೊಂಡರೆ ಆಯಿತಪ್ಪಾ" ಎಂದ.

ಪ್ರದೀಪನು ನಗುತ್ತಾ ಇಲ್ಲವೆಂದು ತಲೆಯಾಡಿಸುತ್ತಾ "ಅರ್ಜುನ ಸಿಂಹ, ನಿನ್ನ ಪ್ರೀತಿವಿಶ್ವಾಸಕ್ಕೆ ನಾನು ಧನ್ಯ. ನನ್ನ ವೀಸಾದ ಬಗ್ಗೆ ತಲೆ ಕೆಡಿಸಿಕೊಳ್ಳಬೇಡಾ. ನಾನೇ ಹೇಗೋ ನಿಭಾಯಿಸಿಕೊಳ್ತೀನಿ" ಎಂದು ನಿರ್ಣಯಾತ್ಮಕವಾಗಿ ಹೇಳಿದ.

ಸುಮಾರು ಮೂರು ತಿಂಗಳಿಂದ ಬರೀ ಸಾಂಕೇತಿಕವಾಗಿಯೇ ಅಲ್ಲ, ಆತ್ಮೀಯವಾಗಿಯೂ ದ್ವಾಪರ ಯುಗದ ಪಾಂಡವರಂತೆ, ಪ್ರದೀಪ, ಅರ್ಜುನ, ವಿಜಯನ್, ಸೆಲ್ವಮ್ ಮತ್ತು ರಾಜಬೀರರು ಕಷ್ಟ–ಸುಖಗಳನ್ನು ಹಂಚಿಕೊಂಡು ಅನ್ಯೋನ್ಯವಾಗಿದ್ದರು. ಅಗಲಿಕೆಯ ಸಂವೇದನೆ ಎಲ್ಲರ ಕಣ್ಣಲ್ಲೂ ನೀರನ್ನು ತರಿಸಿತ್ತು.

ಅಗಲಿಕೆಯ ವೇದನೆಯನ್ನು ಹಗುರವಾಗಿಸಲು ಅರ್ಜುನನು "ಪ್ರದೀಪ್, ನೀವೇ ನಮ್ಮ ಮನೆ ವೈದ್ಯರು. ನಮಗೇನಾದರೂ ನಿಮ್ಮನ್ನ ಕರೀತೀವಿ. ಬೇಸರ ಪಟ್ಟುಕೊಳ್ಳಬೇಡಿ" ಎಂದು ಬಿನ್ನವಿಸಿಕೊಂಡಾಗ ಇತರರೆಲ್ಲರೂ 'ಹೌದು ಹೌದು ವೈದ್ಯ ಪಂಡಿತರೇ' ಎಂದು ನಗುತ್ತಾ ಹೇಳಿದರು.

ಪ್ರದೀಪನು ಅಷ್ಟೇ ಪ್ರೀತಿಯಾದರದಿಂದ "ಆಯಿತ್ರಪ್ಪಾ. ನಿಮ್ಮ ಯೋಗಕ್ಷೇಮವನ್ನು ನೋಡಿಕೊಳ್ಳುವುದು ನನಗೊಂದು ಸುಯೋಗಾ. ನೀವೆಲ್ಲಿದ್ದರೂ ಬಂದು ನಿಮ್ಮನ್ನ ನೋಡ್ತೀನಿ" ಎಂದು ಹೊಗಳಿ, ನಂತರ "ಅದೆಲ್ಲಾ ಸರಿ. ನೀವು ಯಾವಾಗ ಬಂದು ನನ್ನನ್ನ ನೋಡ್ತೀರಾ?" ಎಂದು ಲಘುವಾಣಿಯಲ್ಲಿ ಪ್ರಶ್ನಿಸಿದಾಗ ರಾಜಬೀರನು "ನೀನು ಮದುವೆಯಾದಾಗ?" ಎಂದ. ಎಲ್ಲರೂ ಹರ್ಷೋದ್ಗಾರ ಮಾಡಿದರು.

"ನನ್ನ ಮದುವೆ ಆಗೋದು ಅಮೇರಿಕಾದಲ್ಲಾ, ಭಾರತದಲ್ಲಿ. ನನ್ನ ಮದುವೆ ನೋಡೋಕೆ ಬೆಂಗಳೂರಿಗೆ ಬಂದ್ರೆ, ನೀವೆಲ್ಲಾ ಮತ್ತೆ ಅಕ್ರಮ ವಲಸೆ ಮಾಡಬೇಕು. ನನಗೆ ಪರೀಕ್ಷೆ ಪಾಸು ಮಾಡೋದೆ ಒಂದು ಮದುವೆಯ ಹಾಗೆ. ವೀಸಾ ಪಡೆಯೋದು ಎರಡನೆಯ ಮದುವೆ, ಕೆಲಸ ಸಿಕ್ಕೋದೇ ಮೂರನೆಯ ಮದುವೆ. ಈ ಮೂರು ಮದುವೆಗಳೂ ಆದ ಮೇಲೆ ನನಗೆ ನನ್ನ ಭಾವಿಸತಿ ಸುಮನಾಳೊಡನೆ ಮದುವೆ" ಎಂದು ಹೇಳಿ ಗೆಳೆಯರನ್ನೆಲ್ಲಾ ಹಾಸ್ಯ ಲಹರಿಯಲ್ಲಿ ತೇಲಿಸಿದ.

ಕೊನೆಯಲ್ಲಿ ಹೊರಡುತ್ತಾ "ನನ್ನ ಹೆಂಡತಿ ಅಮೇರಿಕಾಗೆ ಬಂದ ಮೇಲೆ ಕರೀತೀನಿ. ನೀವೆಲ್ಲಾ ಬರಲೇಬೇಕು" ಎಂದು ಒತ್ತಾಯಿಸುತ್ತಾ "ಹೋಗಿ ಬರುತ್ತೇನೆ" ಎನ್ನುತ್ತಾ ಬೀಳ್ಕೊಂಡ. 'ಒಳ್ಳೇದು ಒಳ್ಳೇದು' ಎನ್ನುತ್ತಾ ಮಿತ್ರರು ಬೀಳ್ಕೊಟ್ಟರು.

ಮಹಾಭಾರತದ ಪರಿಸಮಾಪ್ತಿಯಲ್ಲಿ ಧರ್ಮರಾಯನೊಬ್ಬನೇ ದೇವಲೋಕಕ್ಕೆ ಹೋದ ರೀತಿ, ಮಿತ್ರರನ್ನು ಬಿಟ್ಟು ಪ್ರದೀಪನೊಬ್ಬನೇ ಚಿಕಾಗೋ ನಗರಕ್ಕೆ ಪ್ರಯಾಣ ಹೊರಟ.

ಪ್ರದೀಪನು ಅಮೇರಿಕಾಗೆ ಬರಲು ಮೂಲ ಪ್ರೇರಣೆ, ಉನ್ನತ ವ್ಯಾಸಂಗಾಭಿಲಾಷೆಗಿಂತಲೂ ಮಿಗಿಲಾಗಿ ತನ್ನ ಸೋದರ ಮಾವ ವೀರಣ್ಣನು ಚಿಕಾಗೋದಲ್ಲಿ ನೆಲೆಯೂರಿ ನಿವಾಸಿಯಾಗಿದ್ದುದೇ ಆಗಿತ್ತು. ತನ್ನ ಸ್ವಂತ ಅಕ್ಕನ ಮಗನೆಂಬ ಬಾಂಧವ್ಯಾನುಬಂಧದಿಂದ ವೀರಣ್ಣನೂ ಪ್ರದೀಪನನ್ನು ಅಮೇರಿಕಾಗೆ ಬರಲು ಹೇಳುತ್ತಿದ್ದ. ವೈದ್ಯಕೀಯ ಪದವಿಯ ವ್ಯಾಸಂಗದಲ್ಲಿ ಎರಡು ಸಾರಿ ಪಲ್ಟಿ ಹೊಡೆದಿದ್ದ ಪ್ರದೀಪನಿಗೆ ಅಮೇರಿಕಾದಲ್ಲಿ ಉನ್ನತ ವ್ಯಾಸಂಗ ಮುಂದುವರಿಸಲು ಮನಸ್ಸು ಅಳುಕಿತ್ತು. ತನಗಿಂತಲೂ ಕಡಮೆ ಅಂಕಗಳನ್ನು ಗಳಿಸಿದ್ದ ತನ್ನ ಹಲವಾರು ಸಹಪಾಠಿಗಳು ಅಮೇರಿಕಾದ ವೈದ್ಯ ಪರೀಕ್ಷೆಗಳಲ್ಲಿ ತೇರ್ಗಡೆಯಾಗಿ, ಸ್ಥಾನಿಕ ವೈದ್ಯಾಧಿಕಾರಿಗಳಾಗಿ ಉನ್ನತ ವ್ಯಾಸಂಗವನ್ನು ಮಾಡಿ, ಯಶಸ್ವಿಯಾಗಿ ಕುಬೇರರ ಲೋಕದಲ್ಲಿ ವೃತ್ತಿಶೀಲರಾಗಿರುವುದನ್ನು ಅರಿತ ಮೇಲೆ ಪ್ರದೀಪನಿಗೆ ಸ್ವಲ್ಪ ಆತ್ಮಸ್ಥೈರ್ಯ ಮೂಡಿತ್ತು. ತನ್ನ ಸಹಪಾಠಿಗಳಾದ ಚಂದ್ರು ಮತ್ತು ಗಣೇಶರಂತೂ 'ನಿನಗಿರುವ ಹಾಗೆ ನನಗೆ ಅಮೇರಿಕಾದಲ್ಲಿ ಮಾವ ಇದ್ದಿದ್ದರೆ ನಾಳೇನೇ ಸಮುದ್ರ ಲಂಘನ ಮಾಡ್ತಿದ್ದೆ. ಸದಾವಕಾಶವನ್ನ ಸದುಪಯೋಗ ಪಡಿಸಿಕೋ' ಎನ್ನುತ್ತಾ ವೀರಣ್ಣನ ಮಹತ್ವವನ್ನು ಒತ್ತಿ ಹೇಳುತ್ತಿದ್ದರು. ಅಂತಿಮ ವರ್ಷದಲ್ಲಿ ಒಂದೇ ಸಾರಿಗೆ ತೇರ್ಗಡೆಯಾದ ನಂತರ ಪ್ರದೀಪನಿಗೆ ಸಂಪೂರ್ಣ ಆತ್ಮವಿಶ್ವಾಸ ಬಂದಿತ್ತು. ಅಮೇರಿಕಾಗೆ ಹೋಗುವ ಆಸೆ ಉತ್ಕಟವಾಗಿತ್ತು.

ಪಾಂಡವ ಮಿತ್ರರಿಂದ ಬೀಳ್ಕೊಂಡ ಮೇಲೆ ಪ್ರದೀಪನು ಸ್ಯಾನ್ ಡಿಯಾಗೋ ನಗರದಿಂದ ಚಿಕಾಗೋ ನಗರಕ್ಕೆ ಅಮೇರಿಕಾ ಪಥ (ಆಮ್ ಟ್ರಾಕ್) ರೈಲಿನಲ್ಲಿ ಪ್ರಯಾಣ ಬೆಳೆಸಿದ್ದ.

ಅಮೇರಿಕಾದಲ್ಲಿ ಪ್ರಯಾಣಿಕರನ್ನು ಕೊಂಡೊಯ್ಯುವ ರೈಲುಮಾರ್ಗದ ಜಾಲ ಮತ್ತು ರೈಲು ವ್ಯವಸ್ಥೆಯನ್ನು, "ಆಮ್ ಟ್ರಾಕ್" ಎಂಬ ಖಾಸಗಿ ಸಾರಿಗೆ ಸಂಸ್ಥೆ, ನಡೆಸುತ್ತಿದೆ. ದೇಶದಾದ್ಯಂತ ಪೂರ್ವ-ಪಶ್ಚಿಮವಾಗಿ ಮೂರು ಪ್ರಮುಖ ರೈಲುಮಾರ್ಗಗಳಿವೆ, ಹಾಗೂ ಉತ್ತರ-ದಕ್ಷಿಣವಾಗಿ ನಾಲ್ಕು ಪಥಗಳಿವೆ. ಅಮೇರಿಕಾದಲ್ಲಿ ರೈಲು ಸಾರಿಗೆ ಪ್ರಯಾಣಕ್ಕಿಂತಲೂ ಮಿಗಿಲಾಗಿ ವಿಹಾರಾರ್ಥಕ್ಕಾಗಿರುವುದರಿಂದ ರೈಲುಮಾರ್ಗಗಳು ವಿಹಂಗಮವಾಗಿವೆ.

ಪ್ರದೀಪನು ಸ್ಯಾನ್ ಡಿಯಾಗೋ ನಗರದಿಂದ ಚಿಕಾಗೋ ನಗರಕ್ಕೆ "ನೈಋತ್ಯ ನಾಯಕ" ಎಂಬ ಹೆಸರಿನ ರೈಲಿನಲ್ಲಿ ಎರಡು ದಿನಗಳ ಸುದೀರ್ಘ ಪ್ರಯಾಣ ಆರಂಭಿಸಿದ. ಮೊದಲ ಬಾರಿಗೆ ಅಮೇರಿಕಾದ ವೈಶಾಲ್ಯತೆಯನ್ನು, ಭೌಗೋಳಿಕ ವೈವಿಧ್ಯಮಯತೆಯನ್ನು, ಮೇಲ್ಮೈಲಕ್ಷಣಗಳನ್ನು ಕಣ್ಣಾರೆ ನೋಡುವ ಸದಾವಕಾಶ ಸಿಕ್ಕಿತ್ತು. ಹಾಗೆಯೇ ಅಮೇರಿಕಾದ ನಾಗರಿಕರೊಡನೆ ಲೋಕಾಭಿರಾಮವಾಗಿ ಮಾತನಾಡುತ್ತಾ ಅವರ ಅಚಾರ-ವಿಚಾರಗಳನ್ನು ಮತ್ತು ರೀತಿ-ನೀತಿಗಳನ್ನು ಅರಿಯುವ ಅವಕಾಶವೂ ಒದಗಿತ್ತು.

ರಾತ್ರಿ ಪ್ರಯಾಣದ ನಂತರ ಸೂರ್ಯೋದಯ ಸಮಯಕ್ಕೆ ಸರಿಯಾಗಿ 'ನೈಋತ್ಯನಾಯಕ' ಅರಿಜೋನಾದ ಉತ್ತರ ಭಾಗದಲ್ಲಿ ಪ್ರಚಂಡ್ ಕೊಳ್ಳದ ಪಕ್ಕದಲ್ಲಿರುವ ವರ್ಣರಂಜಿತ ಮರಳುಗಾಡಿನ ಮೂಲಕ ಹಾಯ್ದು ಹೋಗಲಾರಂಬಿಸಿತು. ಗಾಡಿಯ ಚಾಲಕನು ಪ್ರಯಾಣಿಕರಿಗೆ ವೀಕ್ಷಕ ವಿವರಣೆಯನ್ನು ನೀಡುತ್ತಾ ಪ್ರಯಾಣಿಕರ ಗಮನವನ್ನು ಸೆಳೆಯುತ್ತಾ ಪ್ರದೇಶದ ಮಹಿಮೆಯನ್ನು ಮತ್ತು ಸೊಬಗನ್ನು ಬಣ್ಣಿಸುತ್ತಿದ್ದ. ಕೆಂಪು, ಕಂದು, ಕಪ್ಪು ಮತ್ತು ಬಿಳಿಯ ಬಣ್ಣದ ಪದರಗಳಿಂದ ಕಲಾವಿದನು ಕುಂಚದಿಂದ ಚಿತ್ರಿಸಿರುವ ಹಾಗೆಯೇ ಇರುವ ಗುಡ್ಡಗಳು ಮತ್ತು ಹಳ್ಳಗಳು ಮುಂಜಾನೆಯ ಕೆಂಬೆಳಕಿನಲ್ಲಿ ಸೂರ್ಯನ ಹೊಂಗಿರಣಗಳನ್ನು ಪ್ರತಿಬಿಂಬಿಸುತ್ತಾ ಸ್ವಯಂಪ್ರಭೆಯಿಂದ ಕಂಗೊಳಿಸುತ್ತಾ ಪ್ರಯಾಣಿಕರನ್ನು ರಂಜಿಸುತ್ತಿದ್ದವು. ಈ ಅಪೂರ್ವ ಶಿಲಾಸೌಂದರ್ಯವನ್ನು ಕಂಡ ಪ್ರದೀಪನ ಮನಸ್ಸು ತನ್ನ ಮನದನ್ನೆಯಿಲ್ಲವಲ್ಲಾ ಎಂದು ಮರುಗುತ್ತಿತ್ತು.

ಆ ತರುವಾಯ 'ನೈಋತ್ಯನಾಯಕ' ಅರಿಜೋನಾದ ಮತ್ತೊಂದು ಭೌಗೋಳಿಕ ವೈಶಿಷ್ಟ್ಯವಾದ ಮರಕಲ್ಲು ವನದ ಮೂಲಕ ಮುಂದುವರಿಯುತ್ತಿತ್ತು. ಮರಕಲ್ಲುಗಳು ಮೂಲತಃ ಪಳಿಯುಳಿಕೆಗಳು. ಭೂಮಿಯ ಗಸಿಯಲ್ಲಿ ಬಿದ್ದ ವೃಕ್ಷಗಳನ್ನು ಖನಿಜ ರಸಗಳು ಸ್ರವಿಸಿ ಕ್ರಮೇಣ ಕಲ್ಲಾಗಿಸಿ ಮರದಾಕಾರದಲ್ಲಿಯೇ

ಶಿಲಾವೃತವಾಗಿರುವ ಮರಗಲ್ಲುಗಳು ಸೃಷ್ಟಿಯ ವೈಚಿತ್ರ್ಯಗಳಲ್ಲೊಂದು. ವೈದ್ಯ ಪಂಡಿತನಾದ ಪ್ರದೀಪನಿಗೆ ಭೂಗರ್ಭದಲ್ಲಿ ಜನಿತವಾದ ಶಿಲಾಕೃತಿಗಳು ವಿಸ್ಮಯಕರವಾಗಿದ್ದವು. ಅರಿಜೋನಾದ ವಿನ್-ಸ್ಲೋ ಎಂಬ ಊರಿನಲ್ಲಿ ಗಾಡಿ ನಿಂತಾಗ, ಮರಗಲ್ಲುಗಳಿಂದ ಮಾಡಿದ ನಾನಾ ರೀತಿಯ ವಿಗ್ರಹ-ಗೊಂಬೆಗಳನ್ನು ಮಾರುತ್ತಿದ್ದರು. ಪ್ರಿಯತಮನ ಯೋಗಕ್ಷೇಮಕ್ಕಾಗಿ ದೇವರನ್ನು ಬೇಡುತ್ತಿರುವ 'ನಾವಹೋ ಇಂಡಿಯನ್' ಯುವತಿಯ ವಿಗ್ರಹ ಇಲ್ಲಿ ಮಾರಾಟವಾಗುವ ಅತ್ಯಂತ ಜನಪ್ರಿಯ ಸ್ಮಾರಕ ವಸ್ತು. ಸುಮನಾಳ ಅಂತರಾಳವನ್ನು ಅರ್ಥಪೂರ್ಣವಾಗಿ ಪ್ರತಿಬಿಂಬಿಸುವ ಆ ವಿಗ್ರಹವನ್ನು ಕಂಡು ಪ್ರದೀಪನಿಗೆ ಸುಮನಾಳ ಸವಿನೆನಪು ಮಲಯ ಮಾರುತವಾಗಿ ಬೀಸಿತು. ಆ ವಿಗ್ರಹವನ್ನು ಕೊಂಡು ಗಾಡಿಯನ್ನು ಹತ್ತಿದ.

ವಿನ್-ಸ್ಲೋದಿಂದ ಹೊರಟ ಗಾಡಿ ಕೆಲವೇ ನಿಮಿಷಗಳಲ್ಲಿ ನ್ಯೂಮೆಕ್ಸಿಕೋ ರಾಜ್ಯವನ್ನು ಪ್ರವೇಶಿಸಿ, ಒಂದು ಗಂಟೆಯ ಬಳಿಕ ಗ್ಯಾಲಪ್ ಎಂಬ ಸಣ್ಣ ಪಟ್ಟಣವನ್ನು ತಲುಪಿತು. ಕೊಲಂಬಸನು ಬರುವುದಕ್ಕೆ ಮುಂಚೆ ಅಮೇರಿಕಾದ ಮೂಲನಿವಾಸಿಗಳಾದ ನಾವಹೋ ಇಂಡಿಯನ್ಸ್ ಜನಾಂಗದವರ ಪ್ರಮುಖ ನಗರವಾಗಿದ್ದ ಗ್ಯಾಲಪ್ ನಗರ ಈಗ ಸಾಧಾರಣ ರೈಲು ನಿಲ್ದಾಣವಾಗಿದೆ. ಈ ಊರಿನ ಮೂಲಕ ಗಾಡಿ ಹೋಗುತ್ತಿರುವಾಗ ಅಮೇರಿಕ ಮೂಲನಿವಾಸಿಯ ವಿಗ್ರಹದ ಅಡಿಯಲ್ಲಿ "ಗ್ಯಾಲಪ್-ನಾವಹೋ ಇಂಡಿಯನ್ ನಾಡಿನ ಹೃದಯಾಂತರಾಳ" ಎಂಬ ಒಕ್ಕಣಿಯನ್ನು ಕಂಡು ಪ್ರದೀಪ ನಿಟ್ಟಿಸಿರುಟ್ಟ. ದಕ್ಷಿಣ ಅಮೇರಿಕಾ ಮತ್ತು ಮಧ್ಯ ಅಮೇರಿಕಾ ದೇಶಗಳಲ್ಲಿ ಕಂಡ ಯೂರೋಪಿಯನ್ನರ ದೌರ್ಜನ್ಯ ದರ್ಶನ, ಉತ್ತರ ಅಮೇರಿಕಾದಲ್ಲಿಯೂ ಪುನರಾವರ್ತನೆಯಾಗುತ್ತಿತ್ತು.

ಸೂರ್ಯನು ಮುಳುಗುವ ಹೊತ್ತಿಗೆ 'ನೈಋತ್ಯನಾಯಕ' ಕೊಲರಾಡೋ ರಾಜ್ಯದ ಗಡಿ ದಾಟಿದ. ಆಗಾಗ ಅಲ್ಲಲ್ಲಿ ನಿಲ್ಲುತ್ತಾ, ಪ್ರಯಾಣ ರಾತ್ರಿಯೆಲ್ಲಾ ನಿರಂತರವಾಗಿ ಸಾಗಿ ಮಾರನೆಯ ದಿನ ಬೆಳಕು ಹರಿಯುವ ಹೊತ್ತಿಗೆ ಕ್ಯಾನ್ಸಾಸ್ ನಗರವನ್ನು ಮುಟ್ಟಿತ್ತು. ಮಿಸ್ಸೂರಿ ಮತ್ತು ಕ್ಯಾನ್ಸಾಸ್ ರಾಜ್ಯಗಳ ಗಡಿಯಲ್ಲಿ, ಎರಡೂ ರಾಜ್ಯಗಳಲ್ಲಿ ಹರಡಿರುವ ಕ್ಯಾನ್ಸಾಸ್ ನಗರ ಪ್ರಮುಖ ವಾಣಿಜ್ಯ ಕೇಂದ್ರ. ಗೋಮಾಂಸ ತಯಾರಿಕೆಗೆ ಸುಪ್ರಸಿದ್ಧವಾದ ಕ್ಯಾನ್ಸಾಸ್ ನಗರ ಪ್ರದೀಪನಿಗೆ ಪ್ರಿಯವಾಗಲಿಲ್ಲಾ.

ಅಲ್ಲಿಂದ ಪ್ರಯಾಣ ಮತ್ತೆ ಮುಂದುವರಿಯಿತು. ಮೂರು ಗಂಟೆಗಳ ತರುವಾಯ ಅಯೋವಾ ರಾಜ್ಯ ಗಡಿಯಲ್ಲಿರುವ ಫ್ಲೋರ್ಟ್ ಮ್ಯಾಡಿಸನ್ ಎಂಬಲ್ಲಿ ರೈಲು ಮಿಸ್ಸಿಸ್ಸಿಪ್ಪಿ ನದಿಯನ್ನು ದಾಟಿತು. ಅಮೇರಿಕಾದ ಮಹಾನದಿಯ ಮೇಲೆ ಕಟ್ಟಿರುವ ಬೃಹತ್ ಸೇತುವೆ ಅದ್ಭುತ ತಾಂತ್ರಿಕ ಸಾಧನೆಗೆ ನಿದರ್ಶನವಾಗಿದೆ. ಪ್ರದೀಪನು ಇಷ್ಟು ದೊಡ್ಡ ನದಿಯನ್ನು, ಇಂತಹ ದೊಡ್ಡ ಸೇತುವೆಯನ್ನು ಎಂದೂ ನೋಡಿರಲಿಲ್ಲ. ನೋಡಿ ಬಹಳ ಖುಷಿ ಪಟ್ಟ.

ನೈರುತ್ಯನಾಯಕ ಗಾಡಿ ಮಿಸ್ಸಿಸ್ಸಿಪ್ಪಿ ನದಿಯನ್ನು ದಾಟಿ ಇಲಿನಾಯ್ ರಾಜ್ಯವನ್ನು ಪ್ರವೇಶಿಸಿತು. ಇಲ್ಲಿಂದ ನಾಲ್ಕು ಗಂಟೆಗಳ ಪ್ರಯಾಣದ ನಂತರ ಚಿಕಾಗೋ ನಗರ ಬರುತ್ತದೆ. ಮಾವನ ಊರು ಹತ್ತಿರವಾದಂತೆ ಪ್ರದೀಪನಿಗೆ ಏನೋ ಒಂದು ತರಹದ ಉದ್ವೇಗ, ಆನಂದ. ನಾನು ದಿಢೀರಾಗಿ ಮನೆಗೆ ಹೋದರೆ ಮಾವ ಅತ್ತೆಯವರು ಹೇಗೆ ವರ್ತಿಸುತ್ತಾರೋ, ಹೇಗೆ ಉಪಚರಿಸುತ್ತಾರೋ ಎಂದು ಊಹಿಸಿಕೊಳ್ಳುತ್ತಾ, ಅವರಿಗೆ ಹೇಗೆ ಉತ್ತರ ನೀಡಬೇಕೆಂದು ಆಲೋಚಿಸುತ್ತಾ ಪ್ರದೀಪನು ದೀರ್ಘ ಪ್ರಯಾಣದ ಅಂತಿಮ ಘಟ್ಟದಲ್ಲಿದ್ದ.

ಸಮಯಕ್ಕೆ ಸರಿಯಾಗಿ ನೈರುತ್ಯನಾಯಕ ಗುರಿಯನ್ನು ಮುಟ್ಟಿದ್ದ. ಮಧ್ಯಾಹ್ನ ಮೂರು ಗಂಟೆಗೆ ನಿಲ್ದಾಣವನ್ನು ತಲುಪಿತ್ತು. ಚಿಕಾಗೋ ನಗರದ ಭವ್ಯತೆಯನ್ನು ಕಂಡು ಬೆರಗಾದ. ಪರ್ವತ ಶಿಖರಗಳಂತೆ ಇರುವ ಗಗನ ಚುಂಬಿ ಕಟ್ಟಡಗಳು, ಸುವ್ಯವಸ್ಥಿತವಾದ ರಸ್ತೆಬೀದಿಗಳು, ನಗರದ ಮಧ್ಯದಲ್ಲಿಯೇ ಹರಿಯುವ ನದಿಗಳಲ್ಲಿ ವಿಹರಿಸುತ್ತಿರುವ ದೋಣಿಗಳು, ಪ್ರದೀಪನ ಮನಸ್ಸನ್ನು ಸೆರೆಹಿಡಿದವು. ನಿಬಿಡ ವಾಹನಸಂದಣಿಯಿಂದ ಸಂಪೂರ್ಣವಾಗಿ ಯಾಂತ್ರಿಕಮಯವಾಗಿದ್ದ ನಗರದ ಕಾಲುದಾರಿಗಳಲ್ಲಿ ಜನ ವಿರಳವಾಗಿರುವುದು ಸೋಜಿಗವೇ ಆಗಿತ್ತು.

ವೀರಣ್ಣನು ಚಿಕಾಗೋ ಮಹಾನಗರದ ಷಾಮ್-ಬರ್ಗ್ ಎಂಬ ಉಪನಗರದಲ್ಲಿದ್ದ. ಬಾಡಿಗೆಯ ವಾಹನದಲ್ಲಿ ಪ್ರದೀಪನು ಮಾವನ ಮನೆಗೆ ಹೊರಟ. ಚಿಕಾಗೋದ ವಿಖ್ಯಾತ ಸರೋವರದ ತೀರದ ರಸ್ತೆಯಲ್ಲಿ ಹೋಗುವಾಗ ಒಂದು ಕಡೆ ಸಮುದ್ರದಂತಿರುವ ಮಿಚಿಗನ್ ಸರೋವರ, ಇನ್ನೊಂದು ಭೂಮಿಯಿಂದ ಆಕಾಶಕ್ಕೆ ಸೇತುವೆಗಳಂತೆ ನಿಂತಿರುವ ಬಹು-ಅಂತಸ್ತಿನ ನಿಲಯಗಳು, ಅಮೇರಿಕಾದ ಶ್ರೀಮಂತಿಕೆಯನ್ನು ಸಾರುತ್ತಿದ್ದವು. ಸ್ನೇಹಪರನಾಗಿದ್ದ ವಾಹನ ಚಾಲಕ ಚಿಕಾಗೋದ ಬಗ್ಗೆ ಮಾಹಿತಿಯನ್ನು ನೀಡುತ್ತಾ ಪ್ರದೀಪನ ಮೆಚ್ಚುಗೆಯನ್ನು ಗಳಿಸುತ್ತಿದ್ದ. ವೀರಣ್ಣನ ಮನೆ ಬಂದಾಗ ಪ್ರದೀಪನು ಕೆಳಗಿಳಿದು ಚಾಲಕನಿಗೆ "ಒಂದು ನಿಮಿಷ. ವಿಳಾಸ ಸರಿ ಎಂದು

ಖಚಿತ ಮಾಡಿಕೊಳ್ಳುತ್ತೇನೆ" ಎಂದು ಹೇಳಿ, ಮಾವನ ಮನೆಯ ಬಾಗಿಲನ್ನು ತಟ್ಟಿದ. ಆ ಕ್ಷಣದಲ್ಲಿ ತಾನು ಮಾಡಿದ ಶಪಥ ನೆನಪಾಗಿ ಈಗ ನನಸಾಯಿತಲ್ಲಾ ಎಂದು ತೃಪ್ತಿಯಿಂದ ಕಾಯುತ್ತಿದ್ದಾಗ ಸ್ವತಃ ಮಾವ ವೀರಣ್ಣನೇ ಬಾಗಿಲನ್ನು ತೆರೆದ. ಸೋದರಳಿಯ ಪ್ರದೀಪನನ್ನು ಕಂಡು ಬೆರಗಾಗಿ ಮಾತು ಹೊರಡಲಾರದೆ ಮೂಕನಾಗಿ ನಿಂತು ನೋಡುತ್ತಿದ್ದಾಗ ಪ್ರದೀಪನೆ ಅತ್ಯಂತ ಪ್ರೀತಿಯಿಂದ ಅಷ್ಟೇ ಗೌರವದಿಂದ ಮಾವನ ಕಾಲು ಮುಟ್ಟಲು ಹೋದಾಗ...

ವೀರಣ್ಣನು ಅಪ್ಪಿಕೊಂಡು "ಓಹ್ ಪ್ರದೀಪಾ. ಎಂತಹ ಅನಿರೀಕ್ಷಿತ ಆಹ್ಲಾದ. ತುಂಬಾ ತುಂಬಾ ಸಂತೋಷಾ" ಎಂದು ಸುಖಾಗಮನವನ್ನು ಕೋರುತ್ತಾ ಮನೆಗೆ ಆಹ್ವಾನಿಸಿದ. ಪ್ರದೀಪನು ವಾಹನ ಚಾಲಕನನ್ನು ಬಿಳ್ಕೊಟ್ಟು ತನ್ನ ಚಿಕ್ಕ ಗಂಟುಮೂಟೆಯನ್ನು ತೆಗೆದುಕೊಂಡು ಮಾವನ ಮನೆ ಪ್ರವೇಶಿಸಿದ.

"ನಿಮ್ಮ ಅತ್ತೆ ಅಂಗಡಿಗೆ ಹೋಗಿದ್ದಾಳೆ. ಇನ್ನೇನು ಬರ್ತಾಳೆ" ಎಂದು ಲಲಿತಳು ಮನೆಯಲ್ಲಿ ಇಲ್ಲದಿರುವುದನ್ನು ತಿಳಿಸಿ, ಸೋದರಳಿಯ ಪ್ರದೀಪನಿಗೆ "ಸಂಕೋಚ ಪಡಬೇಡ. ನಿಮ್ಮ ಮನೆ ಅಂದುಕೋ" ಎಂದು ಹೇಳಿ, ಪ್ರದೀಪನಿಗೆ ಮನೆಯ ಕೋಣೆಯೊಂದನ್ನು ತೋರಿಸಿ ಲಗೇಜ್ ಇಡಲು ಆದೇಶಿಸಿದ. ತರುವಾಯ ಇಬ್ಬರೂ ಪಡಸಾಲೆಗೆ ಬಂದು ಕುಳಿತು ಮಾತಿಗಾರಂಭಿಸಿದರು.

ಉಭಯಕುಶಲೋಪರಿಯ ನಂತರ ವೀರಣ್ಣನು "ನೀನು ಭಾರತದಿಂದ ವೆಸ್ಟ್ ಇಂಡೀಸ್‌ಗೆ ಹೊರಟ ದಿನಾನೇ ನನಗೆ ಸುದ್ದಿ ಬಂತು. ಗ್ಯಾರಂಟಿಯಾಗಿ ಅಮೇರಿಕಾಗೆ ಬಂದೇ ಬರ್ತೀಯಾ ಅಂತ ನನಗೆ ಗೊತ್ತಿತ್ತು. ಅಂತೂ ಮಾವ-ಅತ್ತೆಯವರ ಮೇಲೆ ಸವಾಲು ಹಾಕಿ ಅಮೇರಿಕಾಗೆ ಬಂದೆ" ಎಂದು ಇದ್ದದ್ದನ್ನು ಇದ್ದಂಗೆ ಹೇಳಿದ.

ಪ್ರದೀಪನಿಗೆ ಮಾವನ ಮಾತಿನ ಸತ್ಯ ಒಪ್ಪಿಕೊಳ್ಳಲೇಬೇಕಾದ ಇಕ್ಕಟ್ಟಿನಲ್ಲಿ ಸಿಲುಕಿಕೊಂಡು ಏನೂ ಹೇಳಲು ತೋಚದೆ ಸುಮ್ಮನಿದ್ದಾಗ ಮತ್ತೆ ವೀರಣ್ಣನೇ "ಪ್ರದೀಪಾ, ನನ್ನ ಹತ್ರ ಮುಚ್ಚುಮರೆ ಯಾಕೆ. ನಮ್ಮ ಮೇಲೆ ಸವಾಲು ಹಾಕಿದ್ದೆ ಅಲ್ಲವೇ?" ಎಂದ.

ಪ್ರದೀಪನು ಸ್ವಲ್ಪ ಸಂಕೋಚದಿಂದಲೇ "ನಿಜಾ ಮಾವ. ಅದಕ್ಕೆ ನಿಮಗೆ ನನ್ನ ಮೇಲೇ ಕೋಪಾನಾ?" ಎಂದು ಸತ್ಯವನ್ನು ಒಪ್ಪಿಕೊಂಡ.

ವೀರಣ್ಣನು ಪ್ರಸನ್ನನಾಗಿ "ಪ್ರದೀಪ, ನನಗೆ ಮಗಳಿದ್ದಿದ್ದರೆ ನಿನ್ನನ್ನೇ ಅಳಿಯನನ್ನಾಗಿ ಮಾಡಿಕೊಳ್ಳುತ್ತಿದ್ದೆ" ಎಂದು ಪ್ರಶಂಸೆಯನ್ನು ಸೂಚಿಸುತ್ತಾ "ಹೇಗೋ ಮಾಡಿ ಅಮೇರಿಕಾಗೆ ಬಂದೆ. ಇದೊಂದು ಸಾಧನೆಯೇ ಸರಿ. ಆದರೆ ಸಾಧಿಸುವುದು ಇನ್ನೂ ಬಹಳ ಇದೆ. ನನ್ನ ಪ್ರೋತ್ಸಾಹ-ಬೆಂಬಲ ನಿನಗೆ ಕಟ್ಟಿಟ್ಟದ್ದು" ಎಂದು ಭರವಸೆಯನ್ನು ತುಂಬಿ ಕೊನೆಯಲ್ಲಿ "ಲಲಿತಳಿಗೆ ನಿಮ್ಮಮ್ಮನ ಮೇಲೆ ಸ್ವಲ್ಪ ಕೋಪಾ ಇದೆ. ಅಕ್ಕನ ಮೇಲಿನ ಕೋಪಾನ ನಿನ್ನ ಮೇಲೆ ಬಿಡಬಹುದು. ಅದೆಲ್ಲಾ ಹೆಂಗಸರ ಬುದ್ಧಿ. ಅದನ್ನೆಲ್ಲಾ ತಲೆಗೆ ಹಚ್ಚಿಕೊಳ್ಳದೆ ಈ ಕಿವಿಯಲ್ಲಿ ಕೇಳಿ ಆ ಕಿವಿಯಲ್ಲಿ ಬಿಡು" ಎಂದು ಮುನ್ನೆಚ್ಚರಿಕೆ ನೀಡಿದ.

ವೀರಣ್ಣನ ಮಮಕಾರವನ್ನು ಮತ್ತು ಆತ್ಮೀಯತೆಯನ್ನು ಅರಿತು ಪ್ರದೀಪನ ಮನಸ್ಸು ಗೌರವಾದರಗಳಿಂದ ಪುಳಕಿತವಾಯಿತು. ಅರ್ಧಾಂಗಿಯೆಂಬ ವ್ಯಾಮೋಹವನ್ನು ಬದಿಗಿಟ್ಟು, ಹೆಂಡತಿಯ ಸಣ್ಣ ಬುದ್ಧಿಯನ್ನು ನಿಚ್ಚಳವಾಗಿ ತಿಳಿಸಿ, ಸಾಂಸಾರಿಕ ಮನಸ್ತಾಪಗಳನ್ನು ಹೇಗೆ ನಿಭಾಯಿಸಿಕೊಳ್ಳಬೇಕೆಂಬುದನ್ನು ವೀರಣ್ಣನು ಪ್ರದೀಪನಿಗೆ ಬೋಧಿಸಿದ.

ಪ್ರದೀಪನು ಚಿಕ್ಕಂದಿನಿಂದಲೂ ವೀರಣ್ಣನಿಗೆ ಬಹಳ ನೆಚ್ಚಿನ ಸೋದರಳಿಯನಾಗಿದ್ದ. ಸ್ವಂತ ಅಕ್ಕನ ಮಗನೆಂಬ ಬಂಧು ವ್ಯಾಮೋಹದೊಂದಿಗೆ, ಪ್ರದೀಪನ ವಿನಯ-ಸರಳತೆ ಹಾಗೂ ಅವನಿಗೆ ಮಾವನ ಮೇಲಿದ್ದ ಪ್ರೀತಿ-ಅಭಿಮಾನಗಳು ಅನನ್ಯವಾಗಿದ್ದವು. ವೀರಣ್ಣನು ಉನ್ನತ ವ್ಯಾಸಂಗಕ್ಕಾಗಿ ಅಮೇರಿಕಾಗೆ ಬರುವ ಸಂದರ್ಭದಲ್ಲಿ ಅಕ್ಕ ಶಾಂತಮ್ಮ ಮತ್ತು ಭಾವ ಸುಬ್ಬಯ್ಯನವರೇ ಆರ್ಥಿಕ ನೆರವು ನೀಡಿ ತುಂಬು ಹೃದಯದಿಂದ ಹರಸಿ ಕಳುಹಿಸಿದ್ದರು. ವೀರಣ್ಣನು ಅಕ್ಕ-ಭಾವನವರ ಪ್ರೀತಿಯಾದರಗಳನ್ನು ಉಪಕಾರವನ್ನು ಮರೆತಿರಲಿಲ್ಲ. ಬದಲಾಗಿ ಪ್ರದೀಪನನ್ನು ಅಮೇರಿಕಾಗೆ ಬರಲು ಪ್ರೋತ್ಸಾಹಿಸುತ್ತಿದ್ದ. ವೈದ್ಯಕೀಯ ವಿದ್ಯಾಲಯದಲ್ಲಿ ಓದುತ್ತಿರುವಾಗ ಎರಡು ಸಾರಿ ಪರೀಕ್ಷೆಗಳಲ್ಲಿ ವಿಫಲನಾಗಿ, ಮರಳಿ ಯತ್ನವ ಮಾಡಿ ಸಫಲನಾಗಿದ್ದ ಪ್ರದೀಪನಿಗೆ ಅಮೇರಿಕಾದಲ್ಲಿ ವೈದ್ಯ ಪರೀಕ್ಷೆಗಳನ್ನು ಎದುರಿಸುವಷ್ಟು ಧೈರ್ಯವಿರಲಿಲ್ಲ. ಅಮೇರಿಕಾದಲ್ಲಿ ವೈದ್ಯ ಪರೀಕ್ಷೆಗಳಲ್ಲಿ ಉತ್ತೀರ್ಣರಾಗದೆ ಹೊಟ್ಟೆಪಾಡಿಗಾಗಿ ಇತರೆ ಚಿಲ್ಲರೆ ಕೆಲಸಗಳನ್ನು ಮಾಡುತ್ತಿದ್ದ ಹಲವಾರು ಭಾರತೀಯರನ್ನು ಕಣ್ಣಾರೆ ನೋಡಿದ್ದ ವೀರಣ್ಣನಿಗೆ ಪ್ರದೀಪನ

ಬೌದ್ಧಿಕ ಸಾಮರ್ಥ್ಯದ ಬಗ್ಗೆ ಸಹಜವಾಗಿ ಸಂದೇಹ ಬಂದಿತ್ತು. ಪ್ರದೀಪನೇ ಅದನ್ನು ಹೇಳಿದ್ದ.

ಆದರೆ ಪ್ರದೀಪನಿಗೆ ವಿಶ್ವಾಸ ಮೂಡಿದ್ದು ಅಂತಿಮ ವೈದ್ಯಕೀಯ ಪರೀಕ್ಷೆಯಲ್ಲಿ ಮೊದಲನೇ ಸಾರಿಯಲ್ಲಿಯೇ ಉತ್ತೀರ್ಣನಾದಾಗ. ಪ್ರದೀಪನ ಅಮೇರಿಕಾ ಆಕಾಂಕ್ಷೆಗೆ ಪ್ರಚಂಡ ಪ್ರಚೋದನೆಯನ್ನು ನೀಡಿದವನು, ಪ್ರದೀಪನ ಹಿರಿಯ ವೈದ್ಯಕೀಯ ಸಹಪಾಠಿ, ಶ್ರೀನಿವಾಸ ರಾವ್. ಕೆಂಪೇಗೌಡ ವೈದ್ಯಕೀಯ ಮಹಾವಿದ್ಯಾಲಯದಲ್ಲಿ "ಸ್ತ್ರೀಲೋಲ" ಎಂದು ಅಡ್ಡ ಹೆಸರು ಪಡೆದಿದ್ದ ಶ್ರೀನಿವಾಸ ಮೂರು ಸಲ ಪರೀಕ್ಷೆಗಳಲ್ಲಿ ಡುಮುಕಿ ಹೊಡೆದು ಕೊನೆಗೆ ಹೇಗೋ ಮಾಡಿ ಮೂರನೆಯ ಶ್ರೇಣಿಯ ಅಂಕಗಳನ್ನು ಗಳಿಸಿ ವೈದ್ಯ ಪಂಡಿತನಾಗಿದ್ದ. ಇಂತಹ ದಡ್ಡ ವೈದ್ಯ 'ಬೃಹಸ್ಪತಿ' ಅಮೇರಿಕಾಗೆ ಬಂದು ತಿಣಿಕಿ-ತೊಣಕಿ ನಿಗದಿತ ವೈದ್ಯಕೀಯ ಪರೀಕ್ಷೆಗಳನ್ನೆಲ್ಲಾ ಮುಗಿಸಿ ಧನ್ವಂತರಿಯಾಗಿ ಧನವಂತನಾಗಿದ್ದ. ಭಾರತಕ್ಕೆ ಬಂದಿದ್ದಾಗ ಶ್ರೀನಿವಾಸನೇ ಪ್ರದೀಪನಿಗೆ 'ಮನಸ್ಸಿದ್ದರೆ ಮಾರ್ಗ; ಮಾವನಿದ್ದರೆ ಬಾಪ್ಪಾ' ಎಂದು ಪ್ರದೀಪನನ್ನು ಉತ್ತೇಜಿಸಿದ್ದ.

ಮಿತ್ರ ಮಹೋದಯರ ಶುಭಾಶಯಗಳಲ್ಲಿ, ವೈದ್ಯ ಪದವೀಧರನಾದ ಸಂಭ್ರಮದಲ್ಲಿರುವಾಗಲೇ ವೀರಣ್ಣ-ಲಲಿತಾರು ಅಮೇರಿಕಾದಿಂದ ಭಾರತಕ್ಕೆ ಆಗಮಿಸಿದ್ದರು. ಎಲ್ಲರಿಗಿಂತಲೂ ಲಲಿತಳೇ ಮೊದಲು ಪ್ರದೀಪನನ್ನು ಅಮೇರಿಕಾಗೆ ಬರಲು ಪ್ರೋತ್ಸಾಹಿಸಿ, ಕ್ಯಾಲಿಫೋರ್ನಿಯಾದ ಸ್ಯಾನ್ ಹೋಸೆಯಲ್ಲಿರುವ ತನ್ನ ಅಕ್ಕ ಶಾರದಳ ಮಗಳು ಅಂಜಲಿಯನ್ನು ಮದುವೆಯಾಗಲು ಸೂಚಿಸಿದ್ದಳು. ಪ್ರದೀಪನ ತಾಯಿ ಅಂಜಲಿಯನ್ನು 'ಕರಿ ಹುಡುಗಿ' ಎಂದು ಜರೆದು, ಸುಮನಾಳನ್ನು ತಂದುಕೊಳ್ಳುವ ಸಂಗತಿಯನ್ನು ತಿಳಿಸಿ, ಲಲಿತಳ ಮನಸ್ಸನ್ನು ಮುರಿದಿದ್ದಳು. ತಾಯಿಯ ಮೇಲಿರುವ ಕೋಪವನ್ನು ಮಗನ ಮೇಲೆ ತೀರಿಸಿಕೊಳ್ಳಲು ಲಲಿತ ಪ್ರದೀಪನ ಅಮೇರಿಕಾ ಆಸೆಗೆ ಆಪತ್ತಾಗಿದ್ದಳು.

ಪ್ರದೀಪನಿಗೆ ಪ್ರವಾಸಿ ವೀಸಾಗೆ ಪ್ರಾಯೋಜನ ಮಾಡಬೇಡಿರೆಂದು ಲಲಿತಾಳು ಗಂಡನಿಗೆ ತಾಕೀತು ಮಾಡಿದರೂ ವೀರಣ್ಣನು ಕರ್ತವ್ಯಪ್ರಜ್ಞೆಯಿಂದ ಸೋದರಳಿಯನಿಗೆ ಪ್ರಾಯೋಜನ ಪತ್ರಗಳನ್ನು ಕಳುಹಿಸಿದ್ದ. ಪ್ರದೀಪನಿಗೆ ಅಮೇರಿಕಾ ವೀಸಾ ನಿರಾಕರಣೆಯಾದಾಗ ವಾಸ್ತವವಾಗಿ ಲಲಿತಳು ಬಹಳ

ಖುಷಿಪಟ್ಟಿದ್ದಳು. ಹಟ ಬಿಡದೆ ಪ್ರದೀಪನು ಅಮೇರಿಕಾಗೆ ಬಂದು ಮನೆಯಲ್ಲಿ ತಳ ಊರಿರುವುದನ್ನು ತಿಳಿದರೆ ಲಲಿತಳಿಗೆ ದಿಗ್ಭ್ರಾಂತಿಯಾಗದಿರುವುದೇ?

ಲಲಿತಾ ಆಚೆಯಿಂದ ಮನೆಗೆ ಬಂದಾಗ ಪಡಸಾಲೆಯಲ್ಲಿ ಪ್ರದೀಪನನ್ನು ನೋಡಿ ಬೆರಗಾಗಿ ಮಾತು ಹೊರಡದೆ ನೋಡುತ್ತಿರುವಾಗ ಪ್ರದೀಪನೆ ಬಳಿ ಬಂದು, "ಅತ್ತೆ ಹೇಗಿದ್ದೀರಾ?" ಎಂದಾಗ, "ಯಾವಾಗ ಬಂದೆ? ಹೇಗೆ ಬಂದೆ?" ಎನ್ನುತ್ತಾ ಲಲಿತಳು ಆಶ್ಚರ್ಯದ ಆವೇಶದಲ್ಲಿ ಹಿಂದಿನ ಅಸೂಯೆಯನ್ನು ಕ್ಷಣಕಾಲ ಮರೆತು ಸಹಜ ಪ್ರೀತಿ ಪ್ರದರ್ಶಿಸುತ್ತಾ ಮಾತಿಗಾರಂಭಿಸಿದಳು.

ಉಭಯಕುಶಲೋಪರಿಯ ನಂತರ "ಪ್ರದೀಪ ನೀನು ಪ್ರಚಂಡ" ಎಂದು ಶ್ಲಾಘಿಸುತ್ತಾ ಲಲಿತಳು "ವೈದ್ಯ ಪದವೀಧರರಿಗೆ ಪ್ರವೇಶಾನುಮತಿ–ವೀಸಾ ಸಿಗೋದು ಬಹಳ ಕಷ್ಟ. ಹೇಗೆ ಪ್ರವಾಸಿ ವೀಸಾ ಪಡೆದೆ?" ಎಂದು ಉದ್ವೇಗದಿಂದಲೇ ಪ್ರಶ್ನಿಸಿದಳು.

ವೀಸಾ ಇಲ್ಲದೆ ಅಮೇರಿಕಾವನ್ನು ಪ್ರವೇಶಿಸಿದ್ದ ಪ್ರದೀಪ ಲಲಿತಾಳ ಪ್ರಶ್ನೆಗೆ ಉತ್ತರ ಹೊಳೆಯದೆ, 'ಹೇಗೋ ಸಿಕ್ಕಿತು ಅತ್ತೆ' ಎಂದಷ್ಟೇ ಹೇಳಿ ಲಲಿತಳ ಗಮನವನ್ನು ಬೇರೆ ಕಡೆ ಹರಿಸಲು "ನೀವು ಹೇಗಿದ್ದೀರಾ ಅತ್ತೆ?" ಎಂದು ಮತ್ತೊಮ್ಮೆ ಸ್ವಲ್ಪ ನಾಟಕೀಯವಾಗಿಯೇ ಕೇಳಿದ.

ವೀರಣ್ಣನು "ಹೇಗೋ ಯಾವುದೋ ವೀಸಾದಲ್ಲಿ ಬಂದ. ಆ ಪಾರುಪತ್ಯ ನಿನಗ್ಯಾಕೆ ಲಲಿತಾ" ಎಂದು ಹೆಂಡತಿಯ ಕುತೂಹಲಕ್ಕೆ ಕಡಿವಾಣ ಹಾಕಿದ.

ಲಲಿತಳು ಕೊಡವಿಕೊಂಡು "ಈ ಮೆಹಿಕೋ ದೇಶದವರ ಹಾಗೆ ಗಡಿಯಲ್ಲಿ ನುಸುಳಿಕೊಂಡು ಬರಲಿಲ್ಲಾ ತಾನೇ?" ಎಂದು ಹಾಸ್ಯಮಯವಾಗಿಯೇ ಪ್ರಶ್ನಿಸಿದಾಗ, ಪ್ರದೀಪನಿಗೆ ಅತ್ತೆಯ ಅಸೂಯೆತನ ಅರಿವಾಯಿತು.

ಅಷ್ಟೇ ಜಾಣತನದಿಂದ ಪ್ರದೀಪನು ನಗುವಿನ ಲಘುವಾಣಿಯಲ್ಲಿಯೇ "ಇಲ್ಲಾ ಅತ್ತೆ. ಭಾರತದಿಂದ ವೆಸ್ಟ್ ಇಂಡೀಸ್‌ಗೆ ವಿಮಾನದಲ್ಲಿ ಬಂದು ಅಲ್ಲಿಂದ ಕೆರೆಬಿಯನ್ ಸಮುದ್ರದಲ್ಲಿ ಈಜಿಕೊಂಡು ಬಂದೆ" ಎಂದು ಅತ್ತೆಯ ತನಿಖೆಗೆ ತಟ್ಟನೆ ತಕ್ಕ ಉತ್ತರವನ್ನು ಕೊಟ್ಟ.

ಮುಖಭಂಗವಾದರೂ ತೋರಿಸಿಕೊಳ್ಳದೆ ನಗುತ್ತಲೇ ಲಲಿತಳು "ತಮಾಷೆಗೆ ಹಾಗಂದೆ ಪ್ರದೀಪ. ಮುನಿಸಿಕೊಳ್ಳಬೇಡಾ" ಎಂದಾಗ, ಪ್ರದೀಪನೂ "ನಾನೂ

ತಮಾಷೆಗೆ ಹಾಗೆ ಹೇಳಿದೆ ಅತ್ತೆ" ಸಮಜಾಯಿಷಿಸುತ್ತಾ "ನಾನು ಬೆಂಗಳೂರಿನಿಂದ ಟ್ರಿನಿಡ್ಯಾಡ್‌ಗೆ ಬಂದು, ಅಲ್ಲಿ ಪ್ರವಾಸಿ ವೀಸಾ ಪಡೆದು, ಇಲ್ಲಿಗೆ ಬಂದೆ" ಎಂದು ದೊಡ್ಡ ಸುಳ್ಳನ್ನು ಹೇಳಿ ಸದ್ಯಕ್ಕೆ ಅತ್ತೆ-ಮಾವನವರ ಕಣ್ಣಿಗೆ ಮಣ್ಣೆರಚಿದ.

ಆ ದಿನವೇ ಸಂಜೆಯ ಊಟವಾದ ನಂತರ ಪ್ರದೀಪನು ದೂರವಾಣಿಯಲ್ಲಿ ಭಾರತಕ್ಕೆ ಕರೆದು ತಾಯಿ ಮತ್ತು ಸುಮನಾರೊಡನೆ ಮಾತನಾಡಿ ಚಿಕಾಗೋಗೆ ಬಂದ ವಿಷಯವನ್ನು ತಿಳಿಸಿದಾಗ ಶಾಂತಮ್ಮನ ಆನಂದಕ್ಕೆ ಪಾರವಿಲ್ಲದಂತಾಗಿ "ಅಂತೂ ನಿಮ್ಮ ಮಾವ-ಅತ್ತೆಯವರ ಮೇಲೇ ಪೈಪೋಟಿ ಹೂಡಿ ಛಲವನ್ನು ಸಾಧಿಸಿದೆ. ನಿಮ್ಮ ಅತ್ತೆ ಹೊಟ್ಟೆ ಉರುಕೊಂಡು ಸಾಯ್ತಿರಬೇಕಲ್ಲವೇ?" ಎಂದು ವ್ಯಾಖ್ಯಾನಮಾಡಿದಳು. ಪ್ರದೀಪನು "ಅದೆಲ್ಲಾ ಈಗ್ಯಾಕಮ್ಮ. ಆಗಿದ್ದು ಆಗಿಹೋಯಿತು. ಅತ್ತೆ-ಮಾವ ಇಬ್ಬರೂ ನನ್ನನ್ನ ಬಹಳ ಪ್ರೀತಿಯಿಂದ ನೋಡಿಕೊಳ್ತಿದ್ದಾರೆ" ಎಂದು ಹೇಳಿ ಅತ್ತೆ-ತಾಯಿಯವರ ಮನಸ್ತಾಪವನ್ನು ಅಳಿಸಲು ಪ್ರಯತ್ನಿಸಿದ. ತರುವಾಯ ಸುಮನಾಳೊಡನೆ ಮಾತನಾಡಿ ಸೋದರಮಾವನ ಅಂತರಂಗದಲ್ಲಿ ಸೋದರಳಿನ ಬಗ್ಗೆ ಇರುವ ಪ್ರೀತಿಯಾದರಗಳನ್ನು ಕೊಂಡಾಡಿ, ಎಲ್ಲ ಅನುಕೂಲಗಳು ಚೆನ್ನಾಗಿವೆ ಎಂದು ತಿಳಿಸಿ "ಈಗ ನನ್ನ ಭವಿಷ್ಯ ನನ್ನ ಕೈಯಲ್ಲಿದೆ. ನಾನೇ ಎಲ್ಲವನ್ನೂ ನಿಭಾಯಿಸಿಕೊಳ್ಳಬೇಕು" ಎನ್ನುತ್ತಾ ಅಮೇರಿಕಾ ವೈದ್ಯ ಪರೀಕ್ಷೆ ಮತ್ತು ವೀಸಾ ಬದಲಾಯಿಸುವ ವಿಷಯಗಳನ್ನು ಸೂಕ್ಷವಾಗಿ ಹೆಸರಿಸಿದ.

ವೀರಣ್ಣ-ಲಲಿತಾರು ಮೂರು-ನಾಲ್ಕು ವರುಷಗಳಿಂದ ಚಿಕಾಗೋದಲ್ಲಿ ನೆಲಸಿ ಇಬ್ಬರೂ ಉದ್ಯೋಗಸ್ಥರಾಗಿ ಮಧ್ಯಮ ವರ್ಗದ ಜೀವನ ನಡೆಸುತ್ತಿದ್ದರು. ಇತ್ತೀಚೆಗೆ ಕಂತಿನ ಮೇಲೆ ಸ್ವಂತ ಮನೆ ಕೊಂಡು ಹೆಮ್ಮೆಯ ಒಡೆಯರಾಗಿದ್ದರು. ಪ್ರದೀಪನನ್ನು ಮನೆಯಲ್ಲಿಸಿರಿಕೊಂಡು ಪೋಷಿಸಿ-ಪಾಲಿಸುವುದು ವೀರಣ್ಣನಿಗೆ ಕರ್ತವ್ಯವೇ ಆಗಿತ್ತು. ಲಲಿತಳಿಗೆ ವೈಯುಕ್ತಿಕವಾಗಿ ಪ್ರದೀಪನ ಮೇಲೆ ಕೋಪ-ಕ್ರೋಧಗಳಿಲ್ಲದಿದ್ದರೂ ಶಾಂತಮ್ಮನ ದೆಸೆಯಿಂದ ಸ್ವಲ್ಪ ಮನಸ್ಸು ಕೆಟ್ಟಿದ್ದರೂ, ನಿಧಾನವಾಗಿ ಸಹಜ ಸ್ಥಿತಿಗೆ ಮರಳುತ್ತಿತ್ತು. ಪ್ರದೀಪನು ಅತ್ತೆ-ಮಾವನವರೊಡನೆ ಬಹಳ ಸಂಭಾವಿತನಾಗಿ ವರ್ತಿಸುತ್ತಾ ಇಬ್ಬರ ಮೆಚ್ಚುಗೆಯನ್ನೂ ಗಳಿಸುತ್ತಿದ್ದ.

ಪ್ರದೀಪನ ಅಮೇರಿಕ ಪರೀಕ್ಷೆ

ಬಂದ ಎರಡನೆಯ ದಿನ ವೀರಣ್ಣನು ಪ್ರದೀಪನನ್ನು ಕರೆದುಕೊಂಡು ಚಿಕಾಗೋ ನಗರವನ್ನು ತೋರಿಸುತ್ತಾ ಮಿಚಿಗನ್ ಸರೋವರದ ತೀರದಲ್ಲಿರುವ ಸುಪ್ರಸಿದ್ಧ ಬಕಿಂಗ್ ಹ್ಯಾಮ್ ಕಾರಂಜಿಯ ಬಳಿ ಬಂದು ಕುಳಿತು ನಗರದ ಭವ್ಯ ನಿಲಯಗಳ ಬಗ್ಗೆ ವಿವರಿಸಿದ. ಅದೇ ವೇಳೆ ಪ್ರದೀಪನಿಗೆ ಒಂದು ಲಕ್ಕೋಟೆಯನ್ನು ಕೊಡುತ್ತಾ "ಪ್ರದೀಪ. ನಿನಗೆ ನನ್ನ ಪ್ರೀತಿಯ ಕಾಣಿಕೆ" ಎಂದ. ಪ್ರದೀಪನಿಗೆ ಸ್ವಲ್ಪ ಆಶ್ಚರ್ಯವಾಯಿತು.

"ಕಾಣಿಕೆ ಯಾತಕ್ಕೆ ಮಾವ. ಈವತ್ತು ಏನಾದರೂ ವಿಶೇಷಾ ದಿನವಾ?" ಎಂದು ಪ್ರದೀಪನು ಪ್ರಶ್ನಿಸಿದ.

"ನೀನು ಅಮೇರಿಕಾಗೆ ಬಂದಿದ್ದೇ ಬಹಳ ದೊಡ್ಡ ವಿಶೇಷ ಕಣಪ್ಪಾ" ಎಂದ ಮಾತು ಕೇಳಿ ಪ್ರದೀಪನ ಮನಸ್ಸು ಹೃತ್ಪೂರ್ವಕವಾಗಿ ಮಾವನನ್ನು ವಂದಿಸಿತು.

"ಬಿಚ್ಚಿನೋಡು. ನಿನಗೆ ಇಷ್ಟಾ ಆಗದಿದ್ದರೆ ಬೇರೊಂದು ಕಾಣಿಕೇನಾ ಕೊಡ್ತೀನಿ" ಎಂದ.

ಲಕ್ಕೋಟೆಯಲ್ಲಿ ಏನಿರಬಹುದೆಂಬ ಕುತೂಹಲದಿಂದಲೇ ಪ್ರದೀಪನು ಬಿಚ್ಚಿ ನೋಡಿದಾಗ ಅದರಲ್ಲಿ ಕ್ಯಾಪ್ಲಾನ್ ಸನ್ನಾಹ ಶಾಲೆಗೆ ಪ್ರವೇಶ ಪತ್ರವನ್ನು ಕಂಡು ಪ್ರದೀಪನು ಭಾವೋತ್ಕರ್ಷದಿಂದ ವೀರಣ್ಣನನ್ನು ಅಪ್ಪಿಕೊಂಡು "ಮಾವ ಮಾವ, ನಿಮ್ಮ ಪ್ರೀತಿಯ ಋಣವನ್ನು ಈ ಜನ್ಮದಲ್ಲಿ ತೀರಿಸಲಾರೆ" ಎಂದು ಹೇಳಿ ಆನಂದ ಬಾಷ್ಪಗಳನ್ನು ಸುರಿಸಿದ.

"ಗುಟ್ಟಾಗಿರು. ಈ ವಿಷಯವನ್ನು ನಿಮ್ಮ ಅತ್ತೆಗೆ ಹೇಳಬೇಡಾ" ಎಂದು ವೀರಣ್ಣನು ಎಚ್ಚರಿಸಿದ.

ಅಮೇರಿಕಾದ ಸುಪ್ರಸಿದ್ಧ ಕ್ಯಾಪ್ಲಾನ್ ಸನ್ನಾಹ ಶಾಲೆಯಲ್ಲಿ ಅಮೇರಿಕಾದ ವೈದ್ಯಕೀಯ ಪರೀಕ್ಷೆಗಳಿಗೆ ತರಪೇತಿ ನೀಡುವ ತರಗತಿ ತೆಗೆದುಕೊಳ್ಳಬೇಕೆಂದು ಪ್ರದೀಪನು ಯೋಜಿಸಿದ್ದು ಇನ್ನೇನು ಕ್ಯಾಪ್ಲಾನ್ ಶಾಲೆಯ ಬಗ್ಗೆ ವಿಚಾರಿಸೋಣಾ ಎನ್ನುತ್ತಿರುವಾಗಲೇ ವೀರಣ್ಣನು ಕ್ಯಾಪ್ಲಾನ್ ಪ್ರವೇಶ ಪತ್ರವನ್ನು

ಕಾಣಿಕೆಯಾಗಿ ಕೊಟ್ಟಿದ್ದು ದೇವರು ವರ ಕೊಟ್ಟಂತಿತ್ತು. ಪ್ರದೀಪನಿಗೆ ಮಾವ ತನ್ನ ಮನಸ್ಸನ್ನು ಓದುತ್ತಿರುವಂತೆನಿಸಿತು.

ತರುವಾಯ ವೀರಣ್ಣನು ವೈದ್ಯ ಪರೀಕ್ಷೆಯಲ್ಲಿ ಒಳ್ಳೆಯ ಫಲಿತಾಂಶ ಗಳಿಸದ ಹೊರತು, ಸ್ಥಾನಿಕ ವೈದ್ಯಾಧಿಕಾರಿಯ ಹುದ್ದೆ ದೊರೆಯುವುದಿಲ್ಲವೆಂದು ಹೇಳಿ, ಬಹಳ ಕಷ್ಟಪಟ್ಟು ವ್ಯಾಸಂಗ ಮಾಡಬೇಕೆಂದು ಒತ್ತಿ ಹೇಳಿದ. ಮಾವನ ಆತ್ಮೀಯತೆಯಿಂದ ಹೊಸ ಸ್ಫೂರ್ತಿಯನ್ನು ಪಡೆದ ಪ್ರದೀಪನಿಗೆ ಚಿಕಾಗೋದಲ್ಲಿ ಆ ದಿನ ಹೊಸ ಬಾಳಿನ ಮೊದಲದಿನವಾಗಿತ್ತು.

ಶಾಂಬರ್ಗ್‌ನಲ್ಲಿಯೇ ಇರುವ ಕ್ಯಾಪ್ಲಾನ್ ಸನ್ನಾಹ ಶಾಲೆಯಲ್ಲಿ ಪ್ರದೀಪನು ಅಮೇರಿಕಾ ವೈದ್ಯಕೀಯ ಪರೀಕ್ಷೆಗೆ ಅಧ್ಯಯನವನ್ನು ಆರಂಭಿಸಿದ. ವಿದೇಶಿ ವೈದ್ಯ ಪದವೀಧರರೇ ಬಹುಸಂಖ್ಯೆಯಲ್ಲಿದ್ದ ಕ್ಯಾಪ್ಲಾನ್ ಶಾಲೆಯಲ್ಲಿ ಬಹಳ ಜನ ಭಾರತೀಯರಿದ್ದರು. ಅದನ್ನು ಕಿರು ಭಾರತವೇ ಎನ್ನಬಹುದಿತ್ತು. ಪ್ರದೀಪನು ದೇಶಿಯರೊಡನೆ ಬೆರೆತು ಹಲವಾರು ಮಿತ್ರರನ್ನು ಗಳಿಸಿದ.

ಅಮೇರಿಕಾದ ವೈದ್ಯಕೀಯ ಪರೀಕ್ಷೆ ಬಹಳ ಕಷ್ಟವಾಗಿರುತ್ತದೆ. ಈ ಪರೀಕ್ಷೆಗಳಲ್ಲಿ ಸಫಲವಾಗದೆ ಹಲವಾರು ವೈದ್ಯ ಪದವೀಧರರು ಅಮೇರಿಕಾದಲ್ಲಿ ವೈದ್ಯ ವೃತ್ತಿ ಮಾಡದೆ ಇತರೆ ಕೆಲಸಗಳನ್ನು ಮಾಡುತ್ತಾ ಜೀವನ ಸಾಗಿಸುತ್ತಾರೆ. ಪರೀಕ್ಷೆಗಳಲ್ಲಿ ವಿಫಲರಾಗಿ ಪದೇ ಪದೇ ಪ್ರಯತ್ನಗಳನ್ನು ಮುಂದುವರಿಸುತ್ತಿದ್ದ ಹಲವಾರು ದೇಶಿಯ ವೈದ್ಯಮಿತ್ರರನ್ನು ನೋಡಿದ ಮೇಲೆ ಪ್ರದೀಪನಿಗೆ ಆತ್ಮವಿಶ್ವಾಸ ಕುಂದಿ ನಿಜವಾಗಿಯೂ ಭಯವಾಯಿತು. 'ನಾನು ಪರೀಕ್ಷೆಯಲ್ಲಿ ವಿಫಲನಾದರೆ ಎಷ್ಟು ಅವಮಾನ. ನಂತರ ಅಮೇರಿಕಾದಲ್ಲಿ ಹೇಗೆ ಜೀವನ ಮಾಡಬೇಕು?" ಎಂಬ ಆತಂಕಗಳು ಅಂಕುರವಾದವು.

'ಶತಾಯ-ಗತಾಯ ಅಮೇರಿಕಾಗೆ ಹೋಗಿ ತೀರಲೇಬೇಕು. ವೈದ್ಯ ಪಂಡಿತನಾಗಿ ವಿಜೃಂಭಿಸಲೇಬೇಕು' ಎಂದು ತಾಯಿ ಹೇಳಿದ ಮಾತುಗಳನ್ನು ನೆನಪು ಮಾಡಿಕೊಂಡು 'ಸಾಧಿಸಲೇಬೇಕು' ಎಂಬ ಛಲದಿಂದ, ಬಹಳ ನಿಷ್ಠೆಯಿಂದ ವ್ಯಾಸಂಗವನ್ನು ಮುಂದುವರಿಸಿದ. ಕ್ಯಾಪ್ಲಾನ್ ಶಾಲೆಯಲ್ಲಿ ದಿನಬೆಳಗಿನಿಂದ ರಾತ್ರಿ ಮುಚ್ಚುವವರೆಗೂ ಎಡಬಿಡದೆ ಅಧ್ಯಯನ ಮಾಡುತ್ತಿದ್ದ ಪ್ರದೀಪನನ್ನು ನೋಡಿ ದೇಶಿ ವೈದ್ಯರೆಲ್ಲಾ "ಪುಸ್ತಕದ ಹುಳ" ಎಂದು ಹಾಸ್ಯ ಮಾಡುತ್ತಿದ್ದರು. ಇದೇ ಶಾಲೆಯಲ್ಲಿ ಅಧ್ಯಯನ ಮಾಡುತ್ತಿದ್ದ ಭಾರತಿ ಎಂಬ ಗುಜರಾತಿ ಹುಡುಗಿಯ ಪರಿಚಯ-ಸ್ನೇಹ ಪ್ರದೀಪನಿಗಾಯಿತು. ಭಾರತಿ ಬೆಂಗಳೂರಿನ

ಅಂಬೇಡ್ಕರ್ ವೈದ್ಯಕೀಯ ಮಹಾವಿದ್ಯಾಲಯದ ಪದವೀಧರೆ. ಪ್ರದೀಪನ ಸಮಕಾಲೀನಳು. ವ್ಯಾಸಂಗದಲ್ಲಿ ಪ್ರದೀಪನ ತನ್ಮಯತೆ, ಶಿಸ್ತನ್ನು ಕಂಡು ಮೆಚ್ಚಿಕೊಂಡ ಭಾರತಿಗೆ ಅವನ ಬಗ್ಗೆ ಸಹಜವಾಗಿ ಗೌರವಾದರಗಳು ಮೂಡಿದವು. ಬಹಳ ಸಂಭಾವಿತನಾಗಿ ಮತ್ತು ವಿನಯಪೂರ್ವಕವಾಗಿ ವರ್ತಿಸುತ್ತಿದ್ದ ಪ್ರದೀಪನೊಡನೆ ಭಾರತಿ ಸಹಜವಾಗಿ ಬೆರೆತು ಪಾಠದ ವಿಷಯಗಳ ಬಗ್ಗೆ ಚರ್ಚಿಸುತ್ತಾ ಅವನೊಡನೆ ಜಂಟಿಯಾಗಿ ಅಧ್ಯಯನ ಮಾಡತೊಡಗಿದಳು.

ಅಮೇರಿಕಾದಲ್ಲಿಯೇ ಹುಟ್ಟಿ ಬೆಳೆದ ಭಾರತಿ ರೂಪು-ಲಾವಣ್ಯಗಳಲ್ಲಿ ಸುಮನಾಳಷ್ಟೇ ಆಕರ್ಷಕವಾಗಿದ್ದಳು. ಕ್ಯಾಪ್ಲಾನ್ ಶಾಲೆಗೆ ಬರುತ್ತಿದ್ದ ಹಲವಾರು ವಿದೇಶಿ ವೈದ್ಯರು ಭಾರತಿಯ ಮೇಲೆ ಕಣ್ಣಿಟ್ಟು ಆಗಾಗ ಕಾಡಿಸುತ್ತಿದ್ದರು. ಆದರೆ ಭಾರತಿ ಯಾರಿಗೂ ಸೊಪ್ಪು ಹಾಕುತ್ತಿರಲಿಲ್ಲ. ಹಿಂದೊಮ್ಮೆ ಬಿಳಿಯ ಅಮೇರಿಕನ್ ಯುವಕನೊಡನೆ ಪ್ರೇಮ ಸಂಬಂಧವನ್ನಿಟ್ಟುಕೊಂಡಿದ್ದ ಭಾರತಿ, ಸರಸದ ಸಿಹಿಯನ್ನು ವಿರಹದ ಕಹಿಯನ್ನು ಅನುಭವಿಸಿದ್ದಳು. ಅದಾದ ನಂತರವೇ ಬೆಂಗಳೂರಿಗೆ ಹೋಗಿ ವೈದ್ಯಕೀಯ ವಿದ್ಯಾಭ್ಯಾಸವನ್ನು ಮುಗಿಸಿ, ಇತ್ತೀಚೆಗಷ್ಟೆ ಶಾಂಬರ್ಗ್‌ಗೆ ಮರಳಿದ್ದಳು.

ತಾನೂ ಪರೀಕ್ಷೆಗೆ ಸಿದ್ಧವಾಗುತ್ತಿದ್ದ ಭಾರತಿಗೆ, ಪ್ರದೀಪನ ತೀವ್ರ ಅಧ್ಯಯನ ಮತ್ತು ಏಕಾಗ್ರತೆಗಳು, ಆದರ್ಶವಾಗಿದ್ದವು. ಮೇಲಾಗಿ ಇತರೆ ಪಡ್ಡೆ-ಹುಡುಗರಂತೆ ಪ್ರದೀಪನು ಯಾವ ಹುಡುಗಿಯರನ್ನೂ ಲಕ್ಷಿಸದೆ ನಿರ್ಲಿಪ್ತನಾಗಿ ಇರುವುದನ್ನು ಕಂಡು ಭಾರತಿಗೆ ಅವನ ಮೇಲೆ ನಂಬಿಕೆ-ವಿಶ್ವಾಸಗಳು ಸ್ವಾಭಾವಿಕವಾಗಿ ಬಂದಿದ್ದವು. ಇಬ್ಬರ ಸ್ನೇಹ ಗಾಢವಾಯಿತು.

ಭಾರತಿಯ ತಂದೆ ಪ್ರಮೋದ್ ಷಾ ಶಾಂಬರ್ಗ್‌ನಲ್ಲಿ ಜೀವ ವಿಮಾಸಂಸ್ಥೆಯೊಂದರಲ್ಲಿ ಉದ್ಯೋಗಸ್ಥರಾಗಿದ್ದರು. ಒಂದೇ ನಗರದಲ್ಲಿದ್ದರೂ ಪ್ರಮೋದ್ ಷಾ ಪರಿವಾರದವರಿಗೆ ವೀರಣ್ಣ-ಲಲಿತರ ಪರಿಚಯವಿರಲಿಲ್ಲ.

ಭಾರತಿ ಮತ್ತು ಪ್ರದೀಪರ ಜೋಡಿ ಕ್ಯಾಪ್ಲಾನ್ ಶಾಲೆಯಲ್ಲಿ ಗುಸುಗುಸು ಸುದ್ದಿಯಾಯಿತು. ಭಾರತಿಗೆ ಸ್ನೇಹ ಕ್ರಮೇಣ ಪ್ರೇಮಕ್ಕೆ ಪೀಠಿಕೆಯನ್ನು ಹಾಕುತ್ತಿತ್ತು. ಆದರೆ ಪ್ರದೀಪನಿಗೆ ಭಾರತಿಯ ಸ್ನೇಹ ಕೇವಲ ಸ್ನೇಹವಾಗಿಯೇ ಇತ್ತು. ಕ್ಯಾಪ್ಲಾನ್ ಶಾಲೆ ವೀರಣ್ಣನ ಮನೆಯ ಸಮೀಪದಲ್ಲಿಯೇ ಇದ್ದುದರಿಂದ ಪ್ರದೀಪನು ದಿನಾಲು ನಡೆದುಕೊಂಡೇ ಹೋಗಿಬರುತ್ತಿದ್ದ. ವಾಹನದಲ್ಲಿ

ಓಡಾಡುತ್ತಿದ್ದ ಭಾರತಿ ಪ್ರದೀಪನಿಗೆ ಸವಾರಿ ಕೊಡಲಾರಂಬಿಸಿದಳು. ಪ್ರದೀಪನಿಗೆ ಅರಿವಾಗದಂತೆಯೇ ಅವನನ್ನು ವರಪರೀಕ್ಷೆ ಮಾಡುತ್ತಿದ್ದಳು. ಆಧುನಿಕ ಯುವಕ ಸಹಜವಾದ ವಸ್ತ್ರಾಡಂಬರ ವರಸೆಗಳು, ಅಂಧ ಆಂಗ್ಲಾನುಕರಣೆಗಳು, ಪ್ರೇಮ ಪ್ರದರ್ಶನಗಳು, ಅಥವಾ ಪ್ರಣಯ ಚೇಷ್ಟೆಗಳು ಪ್ರದೀಪನಲ್ಲಿ ಸುತರಾಮ್ ಇಲ್ಲದಿದ್ದುದನ್ನು ಕಂಡು ಭಾರತಿ ಅವನೊಡನೆ ಸಲಿಗೆಯಿಂದ ಬೆರೆತು ಆಪ್ತ ಗೆಳತಿಯಾಗುತ್ತಿದ್ದಳು. ಪ್ರದೀಪನಿಗೆ ಭಾವಿ ಸತಿಯಿರುವ ವಿಷಯ ಭಾರತಿಗೆ ತಿಳಿದಿರಲಿಲ್ಲ. ಪರೀಕ್ಷೆಯಲ್ಲಿ ಉತ್ತೀರ್ಣನಾಗಬೇಕೆಂದ ಏಕೋದ್ದೇಶದಿಂದ ಅನವರತ ಅಭ್ಯಾಸ ಮಾಡಿತ್ತಿದ್ದ ಪ್ರದೀಪನಿಗೆ ಭಾರತಿಯ ಅನುರಾಗದ ಬಗ್ಗೆ ಕಿಂಚತ್ತೂ ಆಸಕ್ತಿಯಿರಲಿಲ್ಲ.

ಒಂದು ದಿನ ಮನೆಗೆ ಡ್ರಾಪ್ ನೀಡಿದಾಗ ಪ್ರದೀಪನು ಭಾರತಿಯನ್ನು ವೀರಣ್ಣ-ಲಲಿತರಿಗೆ ಸ್ವಲ್ಪ ಸಂಕೋಚದಿಂದಲೇ ಪರಿಚಯನಾಡಿಸಿದ. ಭಾರತಿಯ ತಂದೆ ಪ್ರಮೋದ್ ಶಾ ಯಾರೆಂದು ವೀರಣ್ಣನಿಗೆ ಗೊತ್ತಿದ್ದರೂ ಪರಿಚಯವಾಗಿರಲಿಲ್ಲ. ಮೊದಲ ಪರಿಚಯದಲ್ಲಿಯೇ ಭಾರತಿ ವೀರಣ್ಣ ಮತ್ತು ಲಲಿತಾಳ ಗಮನವನ್ನು ಸೆಳೆದಳು. ಅಂದಿನಿಂದ ಭಾರತಿ ಪ್ರದೀಪನ ಪರಿವಾರಕ್ಕೆ ಇನ್ನೂ ಹತ್ತಿರವಾಗುತ್ತಿದ್ದಳು. ಪ್ರದೀಪನು ಸದಾ ಸುಮನಾಳ ಸವಿನೆನಪಿನಲ್ಲಿದ್ದ. ವೀರಣ್ಣ ನಿರಾಸಕ್ತನಾಗಿದ್ದ. ಆದರೆ ಲಲಿತಾಳಿಗೆ ಭಾರತಿ ಪ್ರದೀಪನ ಮೇಲೆ ಪ್ರಯೋಗಿಸಲು ಪ್ರೇಮಾಸ್ತ್ರವಾಗುತ್ತಿದ್ದಳು.

ತನ್ನ ನಾದಿನಿ ಶಾಂತಮ್ಮನೊಡನೆ ಸೇಡು ತೀರಿಸಿಕೊಳ್ಳಲು ಸದವಕಾಶವನ್ನು ಕಲ್ಪಿಸುತ್ತಿದ್ದಳು. ಬಂದು-ಹೋಗುವಿಕೆಯಿಂದ ಒಡಂಬಡಿಕೆ ಹೆಚ್ಚಿದಂತೆಲ್ಲಾ ಸಮಯ ಸಿಕ್ಕಿದಾಗಲೆಲ್ಲಾ ಲಲಿತಳು ಭಾರತಿಗೆ ಪ್ರದೀಪನನ್ನು ಇಂದ್ರ-ಚಂದ್ರನೆಂದು ಹೊಗಳಿ ಬಹಳ ಒಳ್ಳೆಯ ಗಂಡನಾಗುತ್ತಾನೆಂದು ಹೇಳಿ ಮದುವೆಯಾಗಲು ಚಿತಾವಣೆ ಮಾಡುತ್ತಿದ್ದಳು. ಲಲಿತಾಳ ಪ್ರಶಂಸೆ-ಪುರಸ್ಕಾರಗಳು ಭಾರತಿಗೆ ತೂಕಡಿಸುವವಳಿಗೆ ಹಾಸಿಗೆ ಹಾಸಿದಂತಾಗಿತ್ತು. ಆದರೆ ತನಗೆ ಪ್ರಿಯತಮನಿದ್ದ ಸಂಗತಿ ತಿಳಿದರೆ ಪ್ರದೀಪನ ಮನಸ್ಸು ಕೆಡಬಹುದೆಂಬ ಸಂಶಯ ಪಿಶಾಚಿ ಭಾರತಿಯನ್ನು ಕಾಡುತ್ತಿತ್ತು.

ಪ್ರದೀಪನು ಅಮೇರಿಕಾಗೆ ಪ್ರವಾಸಿ ವೀಸಾದಲ್ಲಿ ಬಂದಿರುವ ವಿಷಯವನ್ನು ತಿಳಿಸಿದಾಗ ಅಮೇರಿಕಾ ಪ್ರಜೆಯಾದ ಭಾರತಿಗೆ ಪ್ರದೀಪನು ಸುಲಭವಾಗಿ

ನನ್ನನ್ನು ಮದುವೆಯಾಗಲು ಒಪ್ಪುತ್ತಾನೆಂದು ಊಹಿಸಿಕೊಂಡಳು. ಹೇಗಾದರೂ ಮಾಡಿ ಪ್ರದೀಪ-ಸುಮನಾರ ಪ್ರೇಮ ಸಂಬಂಧವನ್ನು ಕೆಡಿಸಿ ಶಾಂತಮ್ಮನ ಸೊಕ್ಕನ್ನು ಅಡಗಿಸಬೇಕೆಂದು ಲಲಿತಾ ಪಣತೊಟ್ಟಿದ್ದಳು.

ಅಹರ್ನಿಶಿ ಪರೀಕ್ಷೆಯ ಪರದಾಟದಲ್ಲಿಯೇ ಮುಳುಗಿ ತೇಲುತ್ತಿದ್ದ ಪ್ರದೀಪನಿಗೆ ಭಾರತಿಯ ಮೋಹ-ಲಲಿತಾಳ ವ್ಯೂಹದ ಬಗ್ಗೆ ಏನೂ ತಿಳಿದಿರಲಿಲ್ಲ. ಭಾರತಿಯ ಅಪ್ರತಿಮ ಪ್ರೀತಿಯಾದರಗಳನ್ನು ಸ್ನೇಹದ ಭಾವಗಳೆಂದೇ ಪರಿಗಣಿಸಿ ಪ್ರದೀಪನು ಅಷ್ಟೇ ವಿನಯಪೂರ್ವಕವಾಗಿ ಪ್ರತಿಕ್ರಿಯಿಸುತ್ತಿದ್ದ. ಎರಡು-ಮೂರು ಸಾರಿ ಪ್ರದೀಪನನ್ನು ಭಾರತಿ ಅವರ ಮನೆಗೆ ಔತಣಕ್ಕೆಂದು ಆಹ್ವಾನಿಸಿದಾಗ 'ಈಗ್ಯಾಕೆ ಅಡಾವುಡಿಯಲ್ಲಿ. ಪರೀಕ್ಷೆಯಾದ ಮೇಲೆ ಬರ್ತೀನಿ. ನಿರಾಳವಾಗಿ ಕುಳಿತು ಊಟ ಮಾಡಬಹುದು...' ಎಂದು ಸಕಾರಣ ನೀಡಿ ಮುಂದೂಡುತ್ತಿದ್ದ.

ಒಂದೆರಡು ಬಾರಿ ಭಾರತಿ ವೀಸಾ ಮಾತೆತ್ತಿದಾಗ ಪ್ರದೀಪನು ಬೇಕಂತಲೇ ವಿಷಯವನ್ನು ಬದಲಾಯಿಸಿ ನುಣುಚಿಕೊಳ್ಳುತ್ತಿದ್ದ. ಭಾರತಿಗೆ ಇದು ಸ್ವಲ್ಪ ವಿಚಿತ್ರವೆನಿಸಿದರೂ ಪರೀಕ್ಷೆಯಲ್ಲಿ ತೇರ್ಗಡೆಯಾದಮೇಲೆ ಸ್ಥಾನಿಕ ವೈದ್ಯಾಧಿಕಾರಿ ಹುದ್ದೆ ಸಿಗಬೇಕಾದರೆ 'ನಿವಾಸಿ ವೀಸಾ' ಅಗತ್ಯವೆಂದು ಹೇಳುತ್ತಿದ್ದಳು. ಪ್ರತಿಯಾಗಿ ಪ್ರದೀಪನು 'ಕೂಸು ಹುಟ್ಟೋಕೆ ಮುಂಚೆ ಕುಲಾವಿ ಹೊಲಿಸೋದು ಯಾಕಮ್ಮಾ? ಪರೀಕ್ಷೆಯಲ್ಲಿ ತೇರ್ಗಡೆಯಾದ ಮೇಲೆ ವೀಸಾ ಬಗ್ಗೆ ಆಲೋಚಿಸ್ತೀನಿ. ಪರೀಕ್ಷೆಯಲ್ಲಿ ಲಾಗಾ ಹೊಡೆದರೆ ಭಾರತಕ್ಕೆ ಗಂಟುಮೂಟೇ ಕಟ್ತೀನಿ...' ಎಂದು ಪರೀಕ್ಷೆಯ ಫಲಿತಾಂಶದ ಮೇಲೆ ತನ್ನ ಭವಿಷ್ಯವಿದೆಯೆಂದು ಮುಚ್ಚುಮರೆಯಿಲ್ಲದೆ ಹೇಳುತ್ತಿದ್ದ.

"ಪ್ರದೀಪ್ ಭಾರತದಿಂದ ಅಮೇರಿಕಾ ದೇಶಕ್ಕೆ ಬಂದು ಪರೀಕ್ಷೆಯಲ್ಲಿ ವಿಫಲರಾದರೆ ದೇಶವನ್ನೇ ಬಿಟ್ಟು ಹೋಗೋರನ್ನ ನಾನು ಈವತ್ತಿಗೂ ನೋಡಿಲ್ಲ. ಸ್ವಾಮಿ ವಿವೇಕಾನಂದರು ಹೇಳಿದ ಹಾಗೆ ಗುರಿ ಮುಟ್ಟುವವರೆಗೂ ಪ್ರಯತ್ನವನ್ನು ಬಿಡಬೇಡ. ಪ್ರಯತ್ನ ಬಿಡುವುದೇ ಸೋಲು" ಎಂದು ಹೇಳಿ "ನಾನು ಎರಡನೆಯ ಸಾರಿ ಪರೀಕ್ಷೆಗೆ ಕೂಡ್ತಾಯಿರೋದು" ಎನ್ನುತ್ತಾ ತನ್ನ ಉದಾಹರಣೆಯನ್ನೇ ನೀಡಿ ಪ್ರದೀಪನನ್ನು ಪ್ರೋತ್ಸಾಹಿಸುತ್ತಿದ್ದಳು.

ಪರೀಕ್ಷೆಗೆ ತಯಾರಾಗುವ ಭರದಲ್ಲಿ ಪ್ರದೀಪನಿಗೆ ವೇಳೆ ಹೋಗುತ್ತಿದ್ದುದೇ ಗೊತ್ತಾಗುತ್ತಿರಲಿಲ್ಲ. ಅಂತೂ ಪರೀಕ್ಷೆಯ ದಿನಗಳು ಬಂದವು. ಪರೀಕ್ಷೆಗಳೂ ಆದವು. ಫಲಿತಾಂಶಕ್ಕಾಗಿ ಕಾಯುವ ದಿನಗಳೂ ಬಂದವು.

ಭಾರತಿ ಪ್ರದೀಪನನ್ನು ಮನೆಗೆ ಕರೆದುಕೊಂಡು ಹೋಗಿ, ತನ್ನ ತಂದೆ-ತಾಯಿಯವರಿಗೆ ಪರಿಚಯ ಮಾಡಿಸಿ, ಘನವಾಗಿ ಔತಣೋಪಚಾರಗಳನ್ನು ಮಾಡಿ, ಪ್ರದೀಪನನ್ನು ಬೀಗರಂತೆ ನೋಡಿಕೊಂಡರು. ಭಾರತಿಯ ಎದುರಿನಲ್ಲಿಯೇ ಆಕೆಯ ತಂದೆ-ತಾಯಿಯವರಿಗೆ "ನಿಮ್ಮ ಮಗಳು ಹೆಸರಿಗೆ ತಕ್ಕ ಹಾಗೆ ನಿಜವಾಗಿಯೂ ಭಾರತಿಯೇ. ನಿಮ್ಮ ಅಳಿಯ ಬಹಳ ಅದೃಷ್ಟವಂತ" ಎಂದು ಕೊಂಡಾಡಿದನು. ಪ್ರದೀಪನ 'ನಿಮ್ಮ ಅಳಿಯ ಅದೃಷ್ಟವಂತ' ಎಂಬ ಮಾತು ಭಾರತಿಯ ಮನಸ್ಸಿನಲ್ಲಿ ಮಹಾ ಮೋಹದ ಆಂದೋಳನವನ್ನೇ ಎಬ್ಬಿಸಿತ್ತು. 'ಆ ಮಹಾ ಅದೃಷ್ಟವಂತ ನೀನೇ ಯಾಕಾಗಬಾರದು?' ಎಂದು ಕೇಳಬೇಕೆಂದು ಭಾರತಿಯ ನಾಲಿಗೆಯ ತುದಿಗೆ ಬಂದು ನಿಂತಿತ್ತು. ಭಾರತಿ ನಾಚಿ ನೀರಾಗಿ ಕರಗಿದಳು. ಕೊನೆಯಲ್ಲಿ ಹೊರಡುವಾಗ 'ಪರೀಕ್ಷೆಯಲ್ಲಿ ಸಫಲನಾದರೆ ನಾನು ಸೀಯರ್ಸ್ ಗೋಪುರದಲ್ಲಿ ಔತಣ ಏರ್ಪಡಿಸ್ತೀನಿ. ನೀವೆಲ್ಲಾ ತಪ್ಪದೆ ಬರಬೇಕು" ಎಂದು ಪ್ರೀತಿಯಿಂದ ಆಹ್ವಾನಿಸಿ ಬೀಳ್ಕೊಂಡ.

ಪರೀಕ್ಷಾ ಫಲಿತಾಂಶದ ನಂತರ ನೇರವಾಗಿ ಪ್ರದೀಪನೊಡನೆ ಪ್ರೇಮ-ಮದುವೆಯ ವಿಚಾರವಾಗಿ ಮಾತಾಡೋಣವೆಂದು ಆಲೋಚನೆ ಮಾಡುತ್ತಾ ಭಾರತಿ ಕನಸಿನ ಲೋಕದಲ್ಲಿ ವಿಹರಿಸುತ್ತಿದ್ದಳು. ಫಲಿತಾಂಶದ ದಿನ ಬಂದಿತು. ಭಾರತಿ-ಪ್ರದೀಪರಿಬ್ಬರೂ ತೇರ್ಗಡೆಯಾಗಿದ್ದರು. ಪ್ರದೀಪನ ಆನಂದಕ್ಕೆ ಪಾರವೇ ಇಲ್ಲದಂತಾಗಿತ್ತು. ಮೊದಲು ದೂರವಾಣಿಯ ಮೂಲಕ ತಾಯಿಗೆ ತಿಳಿಸಿ, ಅನಂತರ ವೀರಣ್ಣ-ಲಲಿತಾ ಹಾಗೂ ಭಾರತಿಯರೊಂದಿಗೆ ಸಂತೋಷದ ಸುದ್ದಿಯನ್ನು ಹಂಚಿಕೊಂಡ. ಸುಮಾನಾಳು ದೂರವಾಣಿಯಲ್ಲಿ ಮಾತನಾಡಲು ಸಿಗದೆ 'ನನ್ನ ನಲ್ಲೆಯೊಡನೆ ಮಾತನಾಡಲಾಗಲಿಲ್ಲವಲ್ಲಾ" ಎಂದು ಪ್ರದೀಪನ ಮನಸ್ಸು ಕಸಿವಿಸಿಯಾಗಿತ್ತು.

ಭಾರತಿಯೂ ಅಷ್ಟೇ ಆನಂದದಲ್ಲಿದ್ದಳು. ಎಲ್ಲರಿಗಿಂತಲೂ ಅವಳೇ ಮೊದಲು ಪ್ರದೀಪನನ್ನು ಸೀಯರ್ಸ್ ಗೋಪುರದಲ್ಲಿ ಔತಣ ನೀಡಲು ಒತ್ತಾಯಿಸಿದಳು. ಪ್ರದೀಪನು ವೀರಣ್ಣ-ಲಲಿತಾರನ್ನು ಹಾಗೂ ಭಾರತಿಯ ತಂದೆ-ತಾಯಿಯವರನ್ನು ಕರೆದುಕೊಂಡು ಸೀಯರ್ಸ್ ಗೋಪುರಕ್ಕೆ ಆ ದಿನ ಸಂಜೆ ಔತಣಕ್ಕೆ ಹೋದ. ಎಲ್ಲರೂ ಊಟ ಮಾಡುತ್ತಾ ನಲಿಯುತ್ತಿರುವಾಗ

ಭಾರತದಿಂದ ಸುಮನಾಳ ದೂರವಾಣಿ ಬಂದಿತು. ಅದನ್ನು ಕೇಳಿ ಲಲಿತಾಳಿಗೆ ಎದೆ ಡವಡವ ಅನ್ನತೊಡಗಿತು. ಸುಮನಾ–ಪ್ರದೀಪರ ಸಂಭಾಷಣೆ ಪ್ರೇಮಾಲಾಪನೆಯಾಗಿತ್ತು. ಭಾರತಿಗೆ ಸುಮನಾ ಪ್ರದೀಪನ ಪ್ರಿಯತಮೆ ಇರಬಹುದೆಂಬ ಸಂದೇಹ ಮೂಡಿತು. ಸಂಭಾಷಣೆ ಮುಗಿದ ನಂತರ ಭಾರತಿಯೇ ಪ್ರದೀಪನನ್ನು "ಯಾರಪ್ಪಾ ಅದು. ಬಹಳ ಬಹಳಾ ವಿಶೇಷವಾಗಿ ಮಾತನಾಡುತ್ತಿದ್ದಿರಿ?" ಎಂದು ಕೇಳಿದಾಗ ಪ್ರದೀಪನು ಸಹಜವಾಗಿ ನಗುತ್ತಾ "ಇನ್ಯಾರು? ನನ್ನ ಭಾವಿ ಸತಿ. ಸುಮನಾ" ಎಂದು ಹೆಮ್ಮೆಯಿಂದ ಹೇಳಿದ. ಭಾರತಿಗೆ ಬರಸಿಡಿಲು ಬಡಿಯಿತು. ಲಲಿತಾಳಿಗೆ ನಿಟ್ಟಿಸಿರು ಸಿಡಿಯಿತು. ಆದರೆ ಔತಣದ ಅಮಲಿನಲ್ಲಿ ಇಬ್ಬರೂ ತೋರ್ಪಡಿಸಿಕೊಳ್ಳಲಿಲ್ಲ. ಪ್ರದೀಪನು ಅದನ್ನು ಲಕ್ಷಿಸಲೂ ಇಲ್ಲ.

ಭಾರತಿಯ ಕನಸು ನುಚ್ಚು ನೂರಾಗಿತ್ತು. ಲಲಿತಳ ಸೇಡಿನ ಕಿಡಿ ಅವಳನ್ನೇ ಸುಡುತ್ತಿತ್ತು. ಪ್ರದೀಪನು ಪರೀಕ್ಷೆ ಆಯಿತು ಮುಂದೆ ಹೇಗೆ ವೀಸಾ ಪಡೆಯಬೇಕೆಂದು ಆಲೋಚಿಸುತ್ತಿದ್ದ.

ನಕಲಿ ವೀಸಾ ಚಕ್ರವ್ಯೂಹ

ಆಧುನಿಕ ಜಗತ್ತಿನಲ್ಲಿ ಮುದ್ರಣ ಅತ್ಯಂತ ಪ್ರಭಾವ ಬೀರಿದ ತಾಂತ್ರಿಕ ಸಾಧನ. ಖೋಟಾನೋಟುಗಳನ್ನು ತಯಾರಿಸುವ ಹಾಗೆಯೇ ವಿದೇಶಿ-ಯಾತ್ರಿಕರಿಗೆ ಅಗತ್ಯವಾಗಿರುವ ಸ್ವದೇಶಾನುಮತಿ-ವಿದೇಶಾನುಮತಿ ಮುಂತಾದ ಗುರುತುಪತ್ರಗಳನ್ನು ಅಕ್ರಮವಾಗಿ ತಯಾರಿಸಿ-ವಿತರಣೆ ಮಾಡುವುದು ಒಂದು ದೊಡ್ಡ ಭೂಗತ ಉದ್ಯಮವಾಗಿ ಬೆಳೆದಿದೆ.

ಜೋಸೆಫ್ ಅಬ್ರಹ್ಯಾಮ್ ಅಡ್ಡ ಹೆಸರಿನ ಯೂಸುಫ್ ಇಬ್ರಾಹಿಮ್ ಇಂತಹ ಒಬ್ಬ ಖಧೀಮಾ. ಯೂಸುಫ಼ನು ಸುಮಾರು ವರ್ಷಗಳ ಹಿಂದೆ ಲೆಬನಾನ್ ದೇಶದಿಂದ ಪ್ರವಾಸಿಯಾಗಿ ಬಂದು, ಬಿಳಿಯ ಹುಡುಗಿಯೊಬ್ಬಳನ್ನು ವರಿಸಿ ಅಮೇರಿಕಾ ನಿವಾಸಿಯಾಗಿ, ಸಣ್ಣ ವಾಹನ ಕಾರ್ಯಾಗಾರವನ್ನು ಮುಖ್ಯ ಕಸಬಾಗಿಸಿಕೊಂಡು, ಕಳ್ಳ ವೀಸಾ ಒದಗಿಸುವ ಉಪಕಸಬನ್ನೂ ಮಾಡುತ್ತಿದ್ದ. ಪ್ರದೀಪನ ಹಾಗೆ ಅಕ್ರಮವಾಗಿ ದೇಶವನ್ನು ಪ್ರವೇಶಿಸಿ ಅಮೇರಿಕಾದಲ್ಲಿ ಸಕ್ರಮ ನಿವಾಸಿಗಳಾಗಲು ಪರದಾಡುವ ಪರದೇಶಿಗಳಿಗೆ ನಕಲಿ ಪ್ರವೇಶಾನುಮತಿ-ನಿವಾಸಾನುಮತಿ-ಪತ್ರಗಳನ್ನು ಒದಗಿಸಿ, ಅಮೇರಿಕಾದಲ್ಲಿ ನೆಲಸಲು ಅವಕಾಶಗಳನ್ನು ಕಲ್ಪಿಸುವ ಕೈಂಕರ್ಯವನ್ನು ಮಾಡುತ್ತಿದ್ದ.

ಅಮೇರಿಕಾ ಮೂಲತಃ ವಲಸೆಗಾರರ ದೇಶವಾದುದರಿಂದ ವಲಸೀಕರಣ ದೇಶದ ಸಹಜ ರೂಢಿಯಾಗಿದ್ದರೂ ಸರಕಾರದ ನಿಯಂತ್ರಣದಲ್ಲಿ ನಿಯಮಿತವಾಗಿ ದೇಶಾಭಿವೃದ್ಧಿಗೆ ಅನುಗುಣವಾಗಿ ತಾಂತ್ರಿಕೋದ್ಯಮಿಗಳನ್ನು ಹಾಗೂ ಪರಿವಾರದವರನ್ನೂ ಅನುಮೋದಿಸಿ ಆಹ್ವಾನಿಸುತ್ತದೆ. ಸಮುದ್ರದಾಚೆಯ ದೇಶಗಳಿಂದ ವಿಮಾನದ ಮೂಲಕ ಬರುವ ವಿದೇಶಿಯರೆಲ್ಲರೂ ಸಕ್ರಮವಾಗಿಯೇ ಅಮೇರಿಕಾವನ್ನು ಪ್ರವೇಶಿಸುತ್ತಾರೆ. ಪ್ರವಾಸಿಗಳಾಗಿ ಅಥವ ನೌಕರರಾಗಿ ಬಂದ ವಿದೇಶಿಯರು ತಮ್ಮ ಕಾಲಾವಧಿ ತೀರಿದ ಮೇಲೆ ದೇಶದಿಂದ ನಿರ್ಗಮಿಸದೆ ಅಮೇರಿಕಾದಲ್ಲಿಯೇ ಉಳಿದುಕೊಂಡು "ಅಕ್ರಮ" ನಿವಾಸಿಗಳಾಗುತ್ತಾರೆ. ಅಮೇರಿಕಾದಲ್ಲಿ ಅಕ್ರಮ ನಿವಾಸಿಗಳಾಗಿರುವ ಭಾರತೀಯರು ಬಹುಪಾಲು ಈ ವರ್ಗಕ್ಕೆ ಸೇರಿದ್ದಾರೆ. ಅಕ್ರಮ ನಿವಾಸಿಗಳನ್ನು ಹೊರದೂಡುವ ಕಾಯಿದೆ-ನಿಯಮಗಳನ್ನು ಅಮೇರಿಕಾ ನ್ಯಾಯಾಂಗ ಮಾಡಿದೆಯಾದರೂ, ಅದನ್ನು ಅನುಷ್ಠಾನಗೊಳಿಸುವ

ಗೋಜಿಗೆ ಹೆಚ್ಚು ಗಮನವನ್ನು ನೀಡುತ್ತಿಲ್ಲ. ಈ ಸಡಿಲ ನೀತಿಯನ್ನು ಉಪಯೋಗಿಸಿಕೊಂಡು ವಿದೇಶಿಯರು ಅಕ್ರಮರಾಗಿದ್ದರೂ ವಿಕ್ರಮರಂತೆ ಜೀವನ ನಡೆಸುತ್ತಿದ್ದಾರೆ.

ಅಮೇರಿಕಾ ಬಂಡವಾಳಶಾಹಿ ದೇಶವಾದುದರಿಂದ ಖಾಸಗಿ ಸಂಸ್ಥೆಗಳೇ ದೇಶದ ವಾಣಿಜ್ಯ ವ್ಯವಹಾರಗಳನ್ನು ನಡೆಸುತ್ತಿರುವುದರಿಂದ, ಉದ್ಯೋಗಾವಕಾಶಗಳು ಸಾರ್ವಜನಿಕರ ಸ್ವಾಧೀನದಲ್ಲಿವೆ. ಸಕ್ರಮ ವಿದೇಶಿಯರಿಗೆ ಮಾತ್ರ ಉದ್ಯೋಗಾವಕಾಶವನ್ನು ನೀಡಬೇಕೆಂದು ಅಮೇರಿಕಾ ಸರಕಾರ ಕಾಯಿದೆಯನ್ನು ಮಾಡಿದ್ದರೂ, ಬೆವರು ಸುರಿಸಬೇಕಾದ ಶರೀರ ಶ್ರಮದ ಕೆಲಸಗಳಿಗೆ, ಅಕ್ರಮ ವಿದೇಶಿಯರ ಹೊರತು, ಸಕ್ರಮ ವಿದೇಶಿಯರಾಗಲಿ ಅಥವ ಅಮೇರಿಕನ್ನರಾಗಲಿ ಬರುವುದಿಲ್ಲ. ಇಂತಹ ಡೋಲಾಯಮಾನ ಸನ್ನಿವೇಶದಲ್ಲಿ ಖಾಸಗಿ ಸಂಸ್ಥೆಗಳು ಅಕ್ರಮ ವಿದೇಶಿಯರಿಗೆ ಉದ್ಯೋಗ ನೀಡದೇ ವಿಧಿ ಇಲ್ಲ. ಈ ಕಾರಣಗಳಿಂದಾಗಿ ದೈಹಿಕ ದುಡಿಮೆಯ ದಿನಗೂಲಿ ಕೆಲಸಗಳು ಅಕ್ರಮ ವಿದೇಶಿಯರಿಗೆ ಮೀಸಲಾಗಿಯೇ ಉಳಿದಿವೆ. ಹಾಗಾಗಿ ಕಷ್ಟದ ಕೆಲಸ ಮಾಡುವವರಿಗೆ ಅಮೇರಿಕಾದಲ್ಲಿ ಕಷ್ಟವಿಲ್ಲ. ಯಾವ ಅನುಮತಿಯೂ ಅಗತ್ಯವಿಲ್ಲ.

ಆದರೆ ಅಮೇರಿಕಾದಲ್ಲಿ ಅಧಿಕೃತ ಉದ್ಯೋಗಾವಕಾಶವನ್ನು ಪಡೆಯಬೇಕಾದರೆ ಪ್ರವೇಶಾನುಮತಿ ಅಥವ ನಿವೇಶಾನುಮತಿ ಅಥವಾ ಉದ್ಯೋಗಾನುಮತಿ ಪತ್ರಗಳು ಅವಶ್ಯಕ. ಪ್ರದೀಪನು ತನ್ನ ವೈದ್ಯಕೀಯ ವ್ಯಾಸಂಗವನ್ನು ಅಧಿಕೃತವಾಗಿ ಮುಂದುವರಿಸಬೇಕಾಗಿದ್ದುದರಿಂದ ಉದ್ಯೋಗಾವಕಾಶವನ್ನು ಪಡೆಯುವುದು ಅನಿವಾರ್ಯವಾಗಿತ್ತು.

ಮಾಹಿತಿ ವಿಜ್ಞಾನದ ದೆಶೆಯಿಂದ ಗಣಕೋದ್ಯಮ ಕ್ಷೇತ್ರದಲ್ಲಿ ಭಾರತದ ಹಾರ್ಡ್‌ವೇರ್ ಮತ್ತು ಸಾಫ್ಟ್‌ವೇರ್ ತಜ್ಞರಿಗೆ ಅಮೇರಿಕಾದಲ್ಲಿ ಅವಕಾಶಗಳ ಮಹಾಪೂರ ಇದೆ. ಕಂಪ್ಯೂಟರ್ ಉದ್ಯಮಿಗಳಿಗೆ ಉದ್ಯೋಗಾನುಮತಿಯನ್ನು ನೀಡಲು ಉದಾರನೀತಿಯಿಂದ ಅಮೇರಿಕಾ ಕಾಯಿದೆಗಳನ್ನು ಸಡಿಲಗೊಳಿಸಿದೆ. ಈ ಸದಾವಕಾಶವನ್ನು ಬಳಸಿಕೊಂಡು 'ನಕಲಿ ಉದ್ಯೋಗಾನುಮತಿ'ಗಳನ್ನು ಸೃಷ್ಟಿಸಿ–ಸರಬರಾಜು ಮಾಡುವ ಜೋಸೆಫ್ ಅಬ್ರಹಾಮ್‌ನಂತಹ ವ್ಯವಹಾರಿಗಳ ವಹಿವಾಟವೂ ಹೆಚ್ಚಿದೆ.

ಈಜಿಪ್ಟಿನ ಗೆಳೆಯ ಅಹಮದ್ ಎಲ್-ಡೆಫ್ರಾವಿಯಿಂದ ಜೋಸೆಫ್ ಅಬ್ರಹ್ಯಾಮನ ದೂರವಾಣಿ ಸಂಖ್ಯೆ ಪಡೆದಿದ್ದ ಪ್ರದೀಪನು ನಕಲಿ ಉದ್ಯೋಗಾನುಮತಿ ಪಡೆಯಲು ನಿರ್ಧರಿಸಿದ. ಕ್ಯಾಪ್ಲಾನ್ ಶಾಲೆಯಲ್ಲಿ ಸಹಪಾಠಿಗಳಾಗಿದ್ದ ವೈದ್ಯ ಮಿತ್ರರಿಂದ ಹಲವಾರು ಮಂದಿ ವಿದೇಶಿ ವೈದ್ಯರು ನಕಲಿ ಉದ್ಯೋಗಾನುಮತಿಗಳಿಂದಲೇ ಉನ್ನತ ವ್ಯಾಸಂಗವನ್ನು ಮುಂದುವರಿಸುತ್ತಿದ್ದಾರೆ ಎಂಬ ಸುದ್ದಿಗಳನ್ನು ಕೇಳಿ ಪ್ರದೀಪನಿಗೆ ಈ ದಿಶೆಯಲ್ಲಿ ಕಾಲಿಡಲು ಧೈರ್ಯ ಬಂದಿತ್ತು. ಪರೀಕ್ಷೆಗಳಲ್ಲಿ ತೇರ್ಗಡೆಯಾಗಿದ್ದ ವಿಜಯೋತ್ಸವದಿಂದ ಪೊರೆ ಬಿಟ್ಟ ಹಾವಿನಂತೆ ಪ್ರದೀಪನ ಮನಸ್ಸು ಹೊಸ ಸಾಹಸಕ್ಕೆ ಸಿದ್ಧವಾಗಿತ್ತು.

ನಕಲಿ ಉದ್ಯೋಗಾನುಮತಿ ಪಡೆಯುವ ಅಕ್ರಮ ಕಾರ್ಯವನ್ನು ಪ್ರದೀಪನು ತನ್ನ ಮಾವ-ಅತ್ತೆಯವರಿಗೆ ಗೊತ್ತಾಗದಂತೆ ಗೋಪ್ಯವಾಗಿ ನಡೆಸಲು ತೀರ್ಮಾನಿಸಿ ಒಳಗೊಳಗೆಯೇ ವ್ಯವಹಾರ ನಡೆಸಲು ಮುಂದಾದ.

ಅಹಮದನು ಕೊಟ್ಟಿದ್ದ ದೂರವಾಣಿ ಸಂಖ್ಯೆಗೆ ಡಯಲ್ ಮಾಡಿ "ಜೋಸೆಫ್ ಅಬ್ರಹಾಮ್ ಇದ್ದಾರೆಯೇ?" ಎಂದು ಕೇಳಿದಾಗ ದೂರವಾಣಿಯ ಆ ಕೊನೆಯಿಂದ ಗಡಸು ದನಿಯಲ್ಲಿ ಒರಟಾಗಿ "ನೀನು ಯಾರು?" ಎಂದು ಕತ್ತರಿಸುವಂತಹ ಪ್ರತಿಪ್ರಶ್ನೆ ಬಂದಿತು.

ಪ್ರದೀಪನು ವಿನಯವಾಗಿ 'ನನ್ನ ಹೆಸರು ಪ್ರದೀಪ್ ಕುಮಾರ್ ಅಂತ' ಎಂದು ಪರಿಚಯಿಸಿಕೊಂಡಾಗ, ಮತ್ತೊಮ್ಮೆ ಅದೇ ಧಾಟಿಯಲ್ಲಿ 'ಆಗಿದ್ದರೇನಂತೆ?' ಎಂಬ ತಾತ್ಸಾರದ ಉತ್ತರ ಬಂದಿತು. ಪ್ರದೀಪನು ವಿಚಲನಾಗದೆ 'ಅಹಮದ್ ಎಲ್-ಡೆಫ್ರಾವಿ ನಿಮ್ಮ ದೂರವಾಣಿ ಅಂಕಿ ಕೊಟ್ಟರು' ಎಂದು ಪರಿಚಯದ ಮೂಲವನ್ನು ಹೇಳಿದಾಗ, 'ಯಾವ ಅಹಮದ್?' ಎಂದಾಗ, ಪ್ರದೀಪನು 'ಅಹಮದ್ ಎಲ್-ಡೆಫ್ರಾವಿ. ಈಜಿಪ್ಟ್ ದೇಶದವರು' ಎಂದು ಉತ್ತರಿಸಿದ. ಸ್ವಲ್ಪ ಹೊತ್ತು ಯಾವ ಉತ್ತರವೂ ಇಲ್ಲದೆ ದೂರವಾಣಿ ಸತ್ತಂತೆ ನಿರ್ಜೀವವಾಗಿತ್ತು. ಪ್ರದೀಪನು ತಾಳ್ಮೆಗೆಡದೆ ಆಲಿಸುತ್ತಾ ಇದ್ದ.

ಒಂದೆರಡು ನಿಮಿಷಗಳ ತರುವಾಯ ಅದೇ ವ್ಯಕ್ತಿ 'ನಾಳೆ ಹತ್ತು ಸಂಜೆ ಏಳು ಗಂಟೆಗೆ ಬಕಿಂಗ್‌ಹ್ಯಾಮ್ ಚಿಲುಮೆಯ ಹತ್ತಿರ ಬನ್ನಿ. ಮಾತಾಡೋಣಾ' ಎಂದು ಆದೇಶಿಸಿ ದೂರವಾಣಿಯ ಸಂಭಾಷಣೆಯನ್ನು ಮುಗಿಸಿದ.

ಇದೆಲ್ಲಾ ಅಕ್ರಮ ವ್ಯವಹಾರಗಳನ್ನು ನಡೆಸುವವರು ಗ್ರಾಹಕರೊಡನೆ ಜಾಗರೂಕರಾಗಿ ವರ್ತಿಸುವ ಕ್ರಮ ಇದೆಂದು ಅರಿತಿದ್ದ ಪ್ರದೀಪನು ದೂರವಾಣಿಯಲ್ಲಿ ಮಾತನಾಡಿದ ವ್ಯಕ್ತಿ ಸೂಚಿಸಿದ್ದಂತೆ ಚಿಕಾಗೋ ನಗರದ ಪ್ರೇಕ್ಷಣೀಯ ತಾಣವಾದ ಬಕಿಂಗ್‌ಹ್ಯಾಮ್ ಚಿಲುಮೆಯ ಬಳಿ ಮರುದಿನ ಸಂಜೆ ನಿಗದಿತ ಸಮಯಕ್ಕೆ ಮುಂಚಿತವಾಗಿಯೇ ಹೋಗಿ ಜೋಸೆಫ್ ಅಬ್ರಹ್ಯಾಮನಿಗಾಗಿ ಕಾಯುತ್ತಿದ್ದ.

ಚಿಕಾಗೋ ನಗರದ ವಿಖ್ಯಾತ ಗ್ರ್ಯಾಂಟ್ ವನದಲ್ಲಿರುವ ಬಕಿಂಗ್‌ಹ್ಯಾಮ್ ಚಿಲುಮೆ ನಗರದ ಪ್ರಪಂಚದ ಅತ್ಯಂತ ದೊಡ್ಡ ಚಿಲುಮೆಗಳಲ್ಲೊಂದಾಗಿದೆ. ಮಿಚಿಗನ್ ಸರೋವರದ ಪಶ್ಚಿಮ ತೀರದಲ್ಲಿರುವ ಗ್ರ್ಯಾಂಟ್ ವನ ಚಿಕಾಗೋ ನಗರದ ಪ್ರೇಕ್ಷಣೀಯ ವಿಹಾರ ತಾಣವಾಗಿದೆ. ಮೂರು ದಿಕ್ಕುಗಳಲ್ಲಿ ಮುಗಿಲು ಮಿಟ್ಟುವ ಗಗನ ಚುಂಬಿಗಳ ಮಧ್ಯದಲ್ಲಿದ್ದು, ಪೂರ್ವಕ್ಕೆ ಸಾಗರೋಪಾದಿಯ ಮಿಚಿಗನ್ ಸರೋವರ ದೃಶ್ಯಾವಳಿಯನ್ನು ಹೊಂದಿರುವ ಗ್ರ್ಯಾಂಟ್ ವನ ವಿಹಂಗಮ ಕೇಂದ್ರವಾಗಿದೆ.

ಸಂಜೆ ಸುಮಾರು ಏಳೂವರೆ ಗಂಟೆಗೆ ನಸುಗತ್ತಲಿನ ವೇಳೆಯಲ್ಲಿ ಗಡ್ಡಧಾರಿಯಾದ ಮಧ್ಯಪ್ರಾಚ್ಯದ ಮುಖಚಹರೆಯ ವ್ಯಕ್ತಿಯೊಬ್ಬ ತನ್ನತ್ತ ಕಣ್ಣುಹಾಯಿಸಿ ಅಡ್ಡಾಡುತ್ತಿದ್ದುದನ್ನು ಗಮನಿಸಿದ ಪ್ರದೀಪ ಅವನೊಡನೆ ಕಣ್ಣೋಟದಿಂದ ಸಂಪರ್ಕಿಸಿದ. ಪ್ರದೀಪನ ಊಹೆಯಂತೆ ಅವನೇ ಜೋಸೆಫ್ ಅಬ್ರಹ್ಯಾಮ್ ಆಗಿದ್ದ. ಪ್ರದೀಪನು ಅವನನ್ನು ಸಮೀಪಿಸಿ ವಿನಯಪೂರ್ವಕವಾಗಿ "ನಾನು ಪ್ರದೀಪ್ ಕುಮಾರ್. ಭಾರತೀಯ" ಎಂದು ಪರಿಚಯಿಸಿಕೊಂಡಾಗ, ಜೋಸೆಫನು ಅವನನ್ನು ದಿಟ್ಟಿಸಿನೋಡಿ ಹೌದೆನ್ನುವಂತೆ ತಲೆಯಾಡಿಸಿದ. ಪ್ರದೀಪನು ಮಾತು ಮುಂದುವರಿಸುತ್ತಾ "ಅಹಮದ್ ಎಲ್-ಡೆಫ್ರಾವಿ ನನ್ನ ಆಪ್ತ ಮಿತ್ರ" ಎಂದು ಪ್ರಸ್ತಾಪಿಸಿದಾಗ, ಜೋಸೆಫನು ಸ್ವಲ್ಪ ನಗುತ್ತಾ "ಪಂಡಿತ್ ಪ್ರದೀಪ್. ಬನ್ನಿ ಅಲ್ಲೆಲ್ಲಾದರೂ ಹೋಗಿ ಕುಳಿತುಕೊಂಡು ಮಾತಾಡೋಣ" ಎಂದು ಪ್ರದೀಪನನ್ನು ಬಕಿಂಗ್-ಹ್ಯಾಮ್ ಚಿಲುಮೆಯ ಪಕ್ಕದಲ್ಲಿಯೆ ಏಕಾಂತವಾಗಿದ್ದ ಜಾಗಕ್ಕೆ ಕರೆದೊಯ್ದು ವೀಸಾ ವ್ಯವಹಾರವನ್ನು ವಿವರಿಸಲಾರಂಬಿಸಿದ.

"ಪ್ರದೀಪ್, ನಿಮಗೆ ಯಾವ ತರಹದ ವೀಸಾ ಬೇಕು?"

"ಅಂದರೆ?"

"ಏ ವೀಸಾನ, ಬಿ ವೀಸಾನಾ ಅಥವ ಸಿ ವೀಸಾನಾ?"

ಪ್ರದೀಪನು ನಗುತ್ತಲೇ "ನೀವು ಕೊಡೋ ವೀಸಾಗಳೆಲ್ಲಾ ನಕಲೀನೇ ಅಲ್ಲವೇ?" ಎಂದು ಕೇಳಿದಾಗ, ಜೋಸೆಫನು "ಶ್ ಶ್" ಎಂದು ಮೆಲುದನಿಯಲ್ಲಿ ಮಾತನಾಡಲು ಆದೇಶಿಸಿ ಮೂರತರಹದ ವೀಸಾಗಳಿಗಿರುವ ತಾರತಮ್ಯವನ್ನು ವಿವರಿಸುತ್ತಾ... "ಎ ವೀಸಾ ಅಂದರೆ ಅಸಲಿ ವೀಸಾ, ಇದು ನಕಲಿ ಅಂತ ಗೊತ್ತಾಗುವುದು ರಾಷ್ಟ್ರೀಯ ರಹಸ್ಯಾ ಇಲಾಖೆಯವರಿಗೆ ಮಾತ್ರ. ಬಿ ವೀಸಾ ಅಂದರೆ ಬದಲಿ ವೀಸಾ. ಇದು ನಕಲಿ ಅಂತ ಗೊತ್ತಾಗುವುದು ಅಮೇರಿಕಾ ವಲಸೆ ಇಲಾಖೆಯವರಿಗೆ ಮಾತ್ರ. ಸಿ ವೀಸಾ ಸರಾಗ ವೀಸಾ; ಇದು ನಕಲಿ ಅಂತ ಗೊತ್ತಾಗುವುದು ಆರಕ್ಷಕರಿಗೆ ಮಾತ್ರ" ಎಂದು ಹೇಳಿದಾಗ ಪ್ರದೀಪನು "ನಾನು ವೈದ್ಯಾಧಿಕಾರಿಯಾಗಿ ಖಾಸಗಿ ಆಸ್ಪತ್ರೆಯಲ್ಲಿ ಕೆಲಸ ಮಾಡಬೇಕಾದರೆ ಯಾವ ವೀಸಾ ಬೇಕು?" ಎಂದು ಕೇಳಿದ.

"ಬಿ ವೀಸಾ ಸಾಕು. ಹತ್ತು ಸಾವಿರ ಡಾಲರ್ ಕೊಡಿ. ಇನ್ನೊಂದು ತಿಂಗಳಲ್ಲಿ ನಿಮಗೆ ಬದಲಿ ವೀಸಾ ಕೊಡಿಸ್ತೀನಿ. ಮುಂಗಡ ಐದು ಸಾವಿರ ಡಾಲರ್" ಎಂದು ಜೋಸೆಫನು ವೀಸಾದರವನ್ನು ನಮೂದಿಸಿದ. ಪ್ರದೀಪನು ಕುತೂಹಲದಿಂದ ಕೆದಕುತ್ತಾ..

"ಜೋಸೆಪ್, ಬದಲಿ ವೀಸಾಗಿಂತ ಅಸಲಿ ವೀಸಾ ಲೇಸಾ?"

"ಲೇಸೇ. ಆದರೆ ಐವತ್ತು ಸಾವಿರ ಡಾಲರ್ ಆಗುತ್ತೆ. ಅಸಲಿ ವೀಸಾ ಮಾಡಿಸಬೇಕಾದರೆ ಅಧಿಕೃತವಾದ ವೀಸಾ ಅಂಕಿತ ಬೇಕು" ಎಂದು ಜೋಸೆಫನು ತಿಳಿಸಿದಾಗ ಪ್ರದೀಪನು "ಅಧಿಕೃತ ವೀಸಾ ಅಂಕಿತ ಅಂದರೆ?" ಎಂದು ಪ್ರಶ್ನಿಸಿದ.

"ಅದೆಲ್ಲಾ ನಿನಗೆ ಯಾಕಪ್ಪಾ?"

"ಸುಮ್ಮನೆ"

"ವಲಸೆ ಇಲಾಖೆಯವರು ಅನುಗ್ರಹಿಸುವ ಕ್ರಮಾಂಕ. ಅದನ್ನ ಮಾಡಿಸಬೇಕಾದರೆ ಕನಿಷ್ಠ ಆರು ತಿಂಗಳಾಗುತ್ತೆ. ನೀವು ಬದಲಿ ವೀಸಾದಲ್ಲಿ

ವೈದ್ಯರಾಗಿ, ಆಮೇಲೆ ನಿಮ್ಮ ಆಸ್ಪತ್ರೆಯವರೇ ನಿಮಗೆ ಅಸಲಿ ವೀಸಾವನ್ನು ಕೊಡಿಸ್ತಾರೆ" ಎಂದು ಜೋಸೆಫನು ಸಮಾಧಾನವನ್ನು ಹೇಳಿದ.

ತರುವಾಯ ಪ್ರದೀಪನು ಸ್ವಲ್ಪ ಸಲಿಗೆಯಿಂದಲೇ "ನಾನು ಮುಂಗಡ ಕೊಡುವುದಕ್ಕೆ ಸಿದ್ಧವಾಗಿದ್ದೀನಿ. ನೀವು ನನಗೆ ವೀಸಾ ಕೊಡಿಸ್ತೀರಿ ಅನ್ನೋದಕ್ಕೆ ಗ್ಯಾರಂಟಿ ಏನು?" ಎಂದು ಕೇಳಿದ. ಪ್ರದೀಪನ ಪ್ರಶ್ನೆಯನ್ನು ಕೇಳಿ ಸಿಟ್ಟುಗೊಂಡರೂ ಜೋಸೆಫನು ಸೌಮ್ಯದಿಂದಲೇ "ನೋಡಿ ಪ್ರದೀಪ್. ನಾನು ಮಾಡ್ತಾ ಇರೋದು ಕಳ್ಳ ವ್ಯಾಪಾರ. ನಿಮಗೆ ನನ್ನ ಮೇಲೆ ನಂಬಿಕೆಯಿದ್ದರೆ ಬನ್ನಿ. ಇಲ್ಲಾ ಅಂದ್ರೆ ಹೊರಟು ಹೋಗಿ. ಅಷ್ಟೇ" ಎಂದು ಖಾರವಾಗಿ ಕಡ್ಡಿ ಮುರಿದಂತೆ ಹೇಳಿ ಹೊರಡಲು ಮೇಲೆದ್ದ.

ಪ್ರದೀಪನೂ ಮೇಲೆದ್ದು "ಜೋಸೆಫ್, ನಾನು ಇದೇ ಮೊದಲು ಇಂತಹ ವ್ಯವಹಾರ ಮಾಡ್ತಾಯಿರೋದು. ಐದು ಸಾವಿರ ಡಾಲರ್ ಬಹಳ ದೊಡ್ಡ ಮೊತ್ತ. ಅದಕ್ಕೆ ಕೇಳಿದೆ" ಎನ್ನುತ್ತಾ ಕಾರಣವನ್ನು ಅರುಹಿದ.

"ನಾನು ನೂರಾರು ವೀಸಾಗಳನ್ನು ಕೊಡಿಸಿದ್ದೀನಿ. ನಂಬಿದರೆ ನಂಬಿ. ಇಲ್ಲದಿದ್ದರೆ ಈಗಲೇ ಕಳಚಿ" ಎಂದು ಮತ್ತೊಮ್ಮೆ ಖಡಾಖಂಡಿತವಾಗಿ ಪ್ರದೀಪನ ಕಣ್ಣಲ್ಲಿ ಕಣ್ಣಿಟ್ಟು ಹೇಳಿದ. ಪ್ರದೀಪನು ಮೌನದಿಂದ ಸಮ್ಮತಿಯನ್ನು ಸೂಚಿಸಿದ.

ಎಲ್ಲಾ ಕಳ್ಳ ವ್ಯವಹಾರಗಳಂತೆ, ಕಳ್ಳ ವೀಸಾ ವ್ಯವಹಾರವೂ ಪರಸ್ಪರ–ವೈಯಕ್ತಿಕ ನಂಬಿಕೆಯ ಮೇಲೆಯೇ ನಡೆಯುತ್ತದೆ. ಈ ವ್ಯವಹಾರದಲ್ಲಿ ಸಿಕ್ಕಿಬಿದ್ದರೆ ಇಬ್ಬರಿಗೂ ನಷ್ಟವೇ–ಕಷ್ಟವೇ; ಪ್ರದೀಪನು ಗಡಿಪಾರಾಗಿ ಭಾರತಕ್ಕೆ ಸೇರುತ್ತಾನೆ, ಜೋಸೆಫನು ಸೆರೆಮನೆಯನ್ನು ಸೇರುತ್ತಾನೆ. ಈ ಸೂಕ್ಷ್ಮ ಅರಿತಿದ್ದ ಪ್ರದೀಪನು ಮರುಮಾತಾಡದೆ ಜೋಸೆಪನ ಮಾತಿಗೆ ಓಗೊಟ್ಟು ವೀಸಾ ಮಾಡಿಸುವುದಕ್ಷ್ಕೆಸ್ತು ನೀಡಿದ. ನಾಲ್ಕೈದು ದಿನಗಳಲ್ಲಿ ಮುಂಗಡ ಹಣ ಕೊಡಲು ಒಪ್ಪಿಕೊಂಡ.

ಇದೀಗ ತಾನೆ ಪರಿಚಯವಾದ ಆಗಂತುಕನಿಬ್ಬನಿಗೆ ಯಾವ ಸಾಕ್ಷಾಧಾರವೂ ಇಲ್ಲದೆ ಏಕಾಏಕಿಯಾಗಿ ಐದು ಸಾವಿರ ಡಾಲರುಗಳನ್ನು ದಿಢೀರಾಗಿ ಕೊಡುವುದು ದುಡುಕೆಂದು ಪ್ರದೀಪನಿಗೆ ಸಹಜವಾಗಿ ಅನಿಸಿತ್ತು. ಪ್ರದೀಪನ ಮುಜುಗರ ಜೋಸೆಫ಼ನಿಗೂ ಅರ್ಥವಾಗಿತ್ತು. ಗಿರಾಕಿಯನ್ನು ಒತ್ತಾಯ

ಮಾಡಿದರೆ ಗಿಟ್ಟುವುದಿಲ್ಲವೆಂಬುದನ್ನು ಅರಿತಿದ್ದ ಜೋಸೆಪನು ಸಹಜವಾಗಿಯಲ್ಲಿ "ಮುಂಗಡ ಸಿದ್ಧವಾದಾಗ ಕರೆಯಿರಿ" ಎಂದು ಹೇಳಿ ದಿನದ ವ್ಯವಹಾರವನ್ನು ಮುಗಿಸಿದ್ದ.

ವೀರಣ್ಣ-ಲಲಿತರಿಗೆ ಒಂದಿನಿತೂ ತಿಳಿಯದಂತೆ ಎಚ್ಚರಿಕೆ ವಹಿಸುತ್ತಾ ಪ್ರದೀಪನು ಬಹು ಗೋಪ್ಯವಾಗಿ ಕಳ್ಳ ವೀಸಾ ವ್ಯವಹಾರವನ್ನು ನಡೆಸುತ್ತಿದ್ದ. ಕುತೂಹಲದಿಂದ ಒಮ್ಮೊಮ್ಮೆ ಲಲಿತ ಪ್ರದೀಪನನ್ನು ಕೆದಕಿದರೂ ನೆಪಹೇಳಿ ಜಾರಿಕೊಳ್ಳುತ್ತಿದ್ದ. ಇಂಗಿತವನ್ನರಿತ ವೀರಣ್ಣನು 'ಅದು ಅವನ ಜವಾಬ್ದಾರಿ' ಎಂದು ಪ್ರದೀಪನ ಗೊಡವೆಗೆ ಹೋಗುತ್ತಿರಲಿಲ್ಲ.

ಆದರೆ ವಿಧಿಯ ಆಟ ಬೇರೆಯಾಗಿತ್ತು.

ತನಗರಿಯದಂತೆಯೇ ಪ್ರದೀಪನು ಅಭಿಮನ್ಯು ಚಕ್ರವ್ಯೂಹ ಪ್ರವೇಶಿಸಿದಂತೆ ವೀಸಾವ್ಯೂಹವನ್ನು ಪ್ರವೇಶಿಸುತ್ತಿದ್ದ.

ಮೊದಲನೆಯ ಪ್ರಯತ್ನದಲ್ಲಿಯೇ ವಿದೇಶಿ ವೈದ್ಯಕೀಯ ಪ್ರವೇಶ ಪರೀಕ್ಷೆಗಳಲ್ಲಿ ಯಶಸ್ವಿಯಾಗಿದ್ದ ಪ್ರದೀಪನು 'ಅಮೇರಿಕಾದಲ್ಲಿ ಎಲ್ಲವನ್ನು ತನ್ನ ಸ್ವಂತ ಪ್ರಯತ್ನದಿಂದಲೇ ಸಾಧಿಸಬಲ್ಲೆ' ಎಂಬ ವಿಶ್ವಾಸದ ಅಲೆಯಲ್ಲಿ ತೇಲಾಡುತ್ತಾ, ಜೋಸೆಫ಼ನನ್ನು ನಂಬಿದ. ಹೇಳಿದ ಸಮಯಕ್ಕೆ ಸರಿಯಾಗಿ ಐದು ಸಾವಿರ ಡಾಲರುಗಳನ್ನು ಕೊಡಲು ಕರೆದಾಗ, ಜೋಸೆಫ಼ನಿಗೂ ಪ್ರದೀಪನ ಮೇಲೆ ನಂಬಿಕೆ ದೃಢವಾಯಿತು. ಜೋಸೆಪನು ಪ್ರದೀಪನನ್ನು ತನ್ನ ವರ್ಕ್‌ಶಾಪ್‌ಗೆ ಆಹ್ವಾನಿಸಿದ.

ಚಿಕಾಗೋ ಮಹಾನಗರದ ರೋಸ್ ಮಾಂಟ್ ಎಂಬ ಉಪನಗರದಲ್ಲಿದ್ದ ಜೋಸೆಫ಼ನ ವಾಹನ ಕಾರ್ಯಾಗಾರ ಚಿಕ್ಕ ಕಾಮಗಾರಿಯಾಗಿತ್ತು. ಬಹಿರಂಗದಲ್ಲಿ ವಾಹನಗಳಿಗೆ ಸಣ್ಣ-ಪುಟ್ಟ ರಿಪೇರಿ ಮಾಡುತ್ತ, ತೆರೆಯ ಮರೆಯಲ್ಲಿ ಕಳ್ಳ ವೀಸಾ ವ್ಯಾಪಾರ ಮಾಡುತ್ತಿದ್ದ ಜೋಸೆಫ಼ನು ಮುಂಗಡ ಹಣ ಕೊಡುವ ವರೆವಿಗೂ ತನ್ನ ಕಾರ್ಯತಾಣದ ಗುಟ್ಟನ್ನು ಬಿಡುತ್ತಿರಲಿಲ್ಲ. ಪ್ರದೀಪನು ಮುಂಗಡ ಹಣ ಕೊಡಲು ಬಂದಾಗ ಮಾತ್ರವೇ ಇಲ್ಲಿಗೆ ಪ್ರವೇಶ ದೊರೆತಿತ್ತು.

ಆದರದಿಂದಲೇ ಜೋಸೆಫ಼ನು ಪ್ರದೀಪನನ್ನು ಬರಮಾಡಿಕೊಂಡು ತಿಂಡಿ-ತೀರ್ಥಗಳಿಂದ ಸತ್ಕರಿಸಿದ. ಉಭಯಕುಶಲೋಪರಿಯ ನಂತರ ಪ್ರದೀಪನು

ಐದು ಸಾವಿರ ಡಾಲರುಗಳನ್ನು ಬಿಚ್ಚಿ ಎಣಿಸುತ್ತಿದ್ದಾಗ ಜೋಸೆಫ಼ನು ಸಂತೋಷದಿಂದ ಪ್ರಶಂಸಿಸುತ್ತಾ ಮುಂಗಡ ಹಣವನ್ನು ಉದ್ದೇಶಿಸಿ... "ಪ್ರದೀಪ್, ನೀನು ವೈದ್ಯನಾದ ಮೇಲೆ ಅದು ಒಂದು ವಾರದ ಸಂಬಳ. ಅಷ್ಟೇ" ಎಂದು ಹಾರ್ಯೆಕೆಯ ಆರತಿಯನ್ನೆತ್ತಿದ. ಜೋಸೆಫ಼್‌ನ ಉತ್ತೇಜನ ಉತ್ಪ್ರೇಕ್ಷೆಯಾಗಿರಲಿಲ್ಲ.

ಪ್ರದೀಪನು ಹಣವನ್ನು ನೀಡುತ್ತಾ "ಸರಿಯಾಗಿ ಐದು ಸಾವಿರ ಇದೆ. ಎಣಿಸಿಕೊಳ್ಳಿ" ಎಂದಾಗ, ಜೋಸೆಫ಼ನು ನಗುತ್ತಾ "ವೈದ್ಯ ಪಂಡಿತರೇ ಅಗತ್ಯವಿಲ್ಲ" ಎಂದು ವಿಶ್ವಾಸವನ್ನು ಸೂಸುತ್ತಾ "ಒಂದು ತಿಂಗಳಲ್ಲಿ ನಿಮ್ಮ ಹಸಿರುಪತ್ರ ಮಾಡಿಸ್ತೀನಿ. ಬಂದಾಗ ಕರಿತೀನಿ. ಇಲ್ಲಿಗೇ ಬಂದುಬಿಡಿ" ಎಂದು ಕೈಕುಲುಕುತ್ತಾ ಆಶ್ವಾಸನೆ ನೀಡಿದ. ಕೊನೆಯಲ್ಲಿ ಪ್ರದೀಪನು ಬೀಳ್ಕೊಡುವಾಗ ಜೋಸೆಪನು "ಪಂಡಿತ್ ಪ್ರದೀಪ್, ನಿಮ್ಮ ಮಿತ್ರರಿಗೆ ಯಾರಿಗಾದರೂ ವೀಸಾ ಬೇಕಿದ್ದರೆ, ನನ್ನ ಹತ್ತಿರ ಕಳುಹಿಸಿ" ಎಂದು ಗಿರಾಕಿಗಳಿಗಾಗಿ ಯಾಚಿಸಿದ. "ನನ್ನದಾದ ಮೇಲೆ ಹೇಳ್ತೀನಿ" ಎನ್ನುತ್ತಾ ಪ್ರದೀಪನು ಬೀಳ್ಕೊಂಡ.

ಜೋಸೆಫ಼ನ ನೆರವಿನಿಂದ ಖಚಿತವಾಗಿ ಕೆಲಸ ವೀಸಾ ಲಭಿಸುವುದೆಂಬ ನಂಬಿಕೆಯಿಂದ ಉತ್ತೇಜಿತನಾದ ಪ್ರದೀಪನು ಮುಂದಿನ ಕ್ರಮಕ್ಕೆ ಕೈಹಾಕಿದ. ಚಿಕಾಗೋ ನಗರದ ಹಲವಾರು ಆಸ್ಪತ್ರೆಗಳಲ್ಲಿ ತೆರವಿದ್ದ ಸ್ಥಾನಿಕ ವೈದ್ಯಾಧಿಕಾರಿಯ ಹುದ್ದೆಗಳಿಗೆ ಮನವಿಪತ್ರಗಳನ್ನು ಕಳುಹಿಸಿದ.

ಅಳಿಯ ಪುಂಖಾನುಪುಂಖವಾಗಿ ಬಿನ್ನವತ್ತಳೆಗಳನ್ನು ರವಾನಿಸುತ್ತಿರುವುದನ್ನು ಗಮನಿಸಿದ ವೀರಣ್ಣನು... "ಪ್ರದೀಪ, ಕೆಲಸವೀಸಾ ಇಲ್ಲದೆ ನಿನ್ನ ಅರ್ಜಿಯನ್ನು ಯಾರೂ ಮುಟ್ಟಲ್ಲಪ್ಪಾ. ಅದಕ್ಕೇನಾದರೂ ವ್ಯವಸ್ಥೆ ಮಾಡಿದ್ದೀಯಾ?" ಎಂದು ಪ್ರಶ್ನಿಸಿದಾಗ ಪ್ರದೀಪನು "ಹೌದು ಮಾವ. ಈಗಾಗಲೇ ವಲಸೆ ಇಲಾಖೆಯವರಿಗೆ ಮನವಿಯನ್ನು ಸಲ್ಲಿಸಿದ್ದೀನಿ. ಒಂದು ತಿಂಗಳಲ್ಲಿ ಕೆಲಸ ವೀಸಾ ಕೊಡ್ತೀವಿ ಅಂತ ಹೇಳಿದ್ದಾರೆ" ಎಂದು ತಿಳಿಸಿದ.

ವೀರಣ್ಣನಿಗೆ ಪ್ರದೀಪನು ವೀಸಾ ಬಗ್ಗೆ ಗುಟ್ಟಾಗಿ ವ್ಯವಹಾರಮಾಡುತ್ತಿರುವುದು ಸ್ವಲ್ಪ ಸೋಜಿಗವಾಗಿ ಕಂಡುಬಂದರೂ ಅದನ್ನು ಹೆಚ್ಚಾಗಿ ತಲೆಗೆ ಹಚ್ಚಿಕೊಳ್ಳದೆ 'ಹೇಗೋ ನನ್ನನ್ನು ಅವಲಂಬಿಸಲಿಲ್ಲವಲ್ಲಾ' ಎಂದು ನಿರಾಳವಾಗಿ

ನಿಟ್ಟುಸಿರುಬಿಡುತ್ತಾ "ನೀನು ಕಿಲಾಡಿ ರಂಗ ಕಣಯ್ಯಾ. ಒಳಗೊಳಗೆ ಏನೇನೋ ವ್ಯವಹಾರ ನಡೆಸ್ತೀಯಾ" ಎಂದ. ಪ್ರದೀಪನು "ನಿಮಗೆಲ್ಲಾ ಯಾಕೆ ತೊಂದರೆ ಕೊಡಬೇಕು ಅಂತ, ನಾನೇ ಈ ಕಸರತ್ತಿಗಿಳಿದೆ ಮಾವ. ದಯವಿಟ್ಟು ಅನ್ಯಥಾ ಭಾವಿಸಬೇಡಿ" ಎಂದು ಉತ್ತರಿಸಿದ.

ಅಳಿಯನ ಸ್ವತಂತ್ರ ಬುದ್ಧಿಯನ್ನು ಮೆಚ್ಚಿಕೊಂಡು ಮಾವನೇ ನೆರವನ್ನು ಸೂಚಿಸುತ್ತಾ...

"ಪ್ರದೀಪಾ, ಪ್ರಶಂಸಾ ಪತ್ರ ಬೇಕಿದ್ದರೆ ತಿಳಿಸು. ನನ್ನ ಆಪ್ತ ಮಿತ್ರ ಅಜ಼ಮತ್-ಉಲ್ಲಾ ಖಾನ್ ಮೈಕೇಲ್ ರೀಸ್ ವೈದ್ಯಕೀಯ ಕೇಂದ್ರದಲ್ಲಿ ವೈದ್ಯ ಪರಿಣಿತನಾಗಿದ್ದಾನೆ. ನಮ್ಮ ಹುಡುಗನಿಗೆ ಸಹಾಯ ಮಾಡಪ್ಪಾ ಅಂತ ಹೇಳ್ತೀನಿ" ಎಂದ.

ಪ್ರದೀಪನು ಬಹಳ ಸಂತೋಷದಿಂದ ಮಾವನ ಮಾತನ್ನು ಅನುಮೋದಿಸಿ ಅಜ಼ಮತುಲ್ಲಾ ಖಾನರಿಂದ ಶಿಪಾರಸು ಪತ್ರವನ್ನು ಯಾಚಿಸಿದ.

ಪ್ರದೀಪನು ಸ್ವಾವಲಂಬಿಯಾಗಿ ಅಮೇರಿಕಾದಲ್ಲಿ ಅಭ್ಯುದಯ ಸಾಧಿಸುವುದನ್ನು ಕಂಡು ಲಲಿತಾಳು ಒಳಗೊಳಗೆ ಕರುಬುತ್ತಿದ್ದರೂ ಮೇಲೆ ಪ್ರಸಂಶೆಯ ಬೆಣ್ಣೆ ಮಾತುಗಳನ್ನಾಡುತ್ತಾ ಕೊಂಡಾಡುತ್ತಿದ್ದಳು.

ಯಾವ ಹುತ್ತದಲ್ಲಿ ಯಾವ ಹಾವಿದೆಯೋ!

ಕೊರಳಿಗೆ ಸುತ್ತಿದ ವೀಸಾ ಉರುಳು

ವಿದೇಶಿ ವೈದ್ಯ ಪದವೀಧರರು ಅಮೇರಿಕಾದಲ್ಲಿ ವೈದ್ಯ ವೃತ್ತಿಯನ್ನು ಮಾಡಬೇಕಾದರೆ, ಮೊದಲು ಅಮೇರಿಕಾ ವೈದ್ಯಕೀಯ ಮಂಡಳಿಯ ಪ್ರವೇಶ ಪರೀಕ್ಷೆಯಲ್ಲಿ ಉತ್ತೀರ್ಣರಾಗಬೇಕು. ಆ ತರುವಾಯ ಅಮೇರಿಕಾ ವೈದ್ಯಕೀಯ ಮಂಡಳಿ ಸಮ್ಮತಿಸಿರುವ ಆಸ್ಪತ್ರೆಗಳಲ್ಲಿ ಸ್ಥಾನಿಕ ವೈದ್ಯಾಧಿಕಾರಿಯಾಗಿ ಕನಿಷ್ಠ ಮೂರು ವರ್ಷಗಳ ಕಾಲ ತರಬೇತಿಯನ್ನು ಪಡೆಯಬೇಕು. ಅದಾದನಂತರ ಪರಿಣಿತಾ ಪರೀಕ್ಷೆಯಲ್ಲಿ ತೇರ್ಗಡೆಯಾಗಬೇಕು. ಇವೆಲ್ಲಾ ಶಾಸ್ತ್ರಗಳನ್ನು ಮುಗಿಸಿದ ನಂತರ ವೈದ್ಯವೃತ್ತಿಯನ್ನು ನಡೆಸಲು ಅಮೇರಿಕಾ ಸರಕಾರ ಅಪ್ಪಣೆಯನ್ನು ನೀಡುತ್ತದೆ.

ಪ್ರವೇಶ ಪರೀಕ್ಷೆಯನ್ನು ಮುಗಿಸಿದ್ದ ಪ್ರದೀಪನು ಈಗ ಸ್ಥಾನಿಕ ವೈದ್ಯಾಧಿಕಾರಿಯಾಗಿ ತರಬೇತಿಯನ್ನು ಪಡೆಯಬೇಕಾದ ಹಂತವನ್ನು ಮುಟ್ಟಿದ್ದ.

ಚಿಕಾಗೋ ಮಹಾನಗರದಲ್ಲಿ ಆರು ವೈದ್ಯಕೀಯ ಮಹಾವಿದ್ಯಾಲಯಗಳಿವೆ. ಸುಮಾರು ವೈದ್ಯಕೀಯ ಕೇಂದ್ರಗಳಿವೆ. ಸ್ಥಾನಿಕ ವೈದ್ಯಾಧಿಕಾರಿಯಾಗಿ ತರಬೇತಿ ಪಡೆಯಲು ಅವಕಾಶಗಳು ವಿಪುಲವಾಗಿವೆ.

ಜೋಸೆಪನ ನೆರವಿನಿಂದ ಕೆಲಸವೀಸಾ ಖಚಿತವಾಗಿ ಲಭಿಸುವುದೆಂದು ನಂಬಿ ಪ್ರದೀಪನು ಸ್ಥಾನಿಕ ವೈದ್ಯಾಧಿಕಾರಿಯ ಹುದ್ದೆ ಆಗ್ರಹಿಸಿ ಹಲವಾರು ವೈದ್ಯಕೀಯ ಕೇಂದ್ರಗಳಿಗೆ ಬಿನ್ನಹ ಪತ್ರಗಳನ್ನು ಕಳುಹಿಸಲಾರಂಭಿಸಿದ. ಪ್ರದೀಪನ ಮನವಿಗೆ ಸ್ಪಂದಿಸಿದದವರೆಲ್ಲಾ, "ಕೆಲಸ ವೀಸಾ ಇರುವ ವಿದೇಶಿ ಅಭ್ಯರ್ಥಿಗಳನ್ನು ಮಾತ್ರವೇ ಪರಿಗಣಿಸುತ್ತೇವೆ" ಎಂದು ಉಲ್ಲೇಖಿಸಿ, "ಕೆಲಸವೀಸಾ ಪತ್ರವನ್ನು-ಮಾಹಿತಿಯನ್ನು ಆದಷ್ಟು ಬೇಗನೇ ಕಳುಹಿಸಿ" ಎಂದು ಒತ್ತಾಯ ಮಾಡಿದ್ದರು.

ಪ್ರದೀಪನು ಒಂದೇ ಕಾಲಿನಲ್ಲಿ ನಿಂತು ಕೆಲಸವೀಸಾಗೆ ಕಾಯುತ್ತಿದ್ದ. ಸಮಯ ಸಿಕ್ಕಾಗಲೆಲ್ಲಾ ಜೋಸೆಪನನ್ನು ದೂರವಾಣಿಯಲ್ಲಿ ಕರೆದು "ವೀಸಾ ಯಾವಾಗ ಬರುತ್ತೆ?" ಎಂದು ಪೀಡಿಸುತ್ತಿದ್ದ. ಜೋಸೆಪನು "ಸಾವಕಾಶ, ಸಾವಕಾಶ, ಪ್ರದೀಪ. ನಿಧಾನವೇ ದಾನ ವೈದ್ಯ ಪಂಡಿತರೇ. ಮಗು ಹುಟ್ಟಬೇಕಾದರೆ ಒಂಬತ್ತು ತಿಂಗಳು ಕಾಯಬೇಕು. ಅಷ್ಟು ದಿನ ಕಾಯಲಾರೆ, ಕೂಡಲೇ ಬೇಕು

ಅಂದರೆ ಸಿಗೋದು ಪಿಂಡಾನೇ" ಎಂದು ಸಮಾಧಾನ ಹೇಳುತ್ತಿದ್ದ. ಪ್ರದೀಪನಿಗೆ ಒಂದು ತಿಂಗಳು ಒಂದು ಯುಗವಾಗಿತ್ತು.

ಜೋಸೆಫ್ ಅಬ್ರಹ್ಯಾಮನು ರೇಮಂಡ್ ಮಿಲ್ಲರ್ ಎಂಬ ಬಿಳಿಯ ಅಮೇರಿಕನ್ ಸಹಯೋಗದಿಂದ ಕಳ್ಳವೀಸಾಗಳ ಸರಬರಾಜಿನ ಕಸಬಿನಲ್ಲಿ ತೊಡಗಿದ್ದ.

ಬೇಲಿಯೇ ಎದ್ದು ಹೊಲವನ್ನು ಮೇಯುತ್ತದೆ ಎಂಬ ಗಾದೆಗೆ ರೇಮಂಡ್ ಮಿಲ್ಲರ್ ಜೀವಂತ ನಿದರ್ಶನವಾಗಿದ್ದ.

ಅಚ್ಚ ಅಮೇರಿಕದವನಾದ ರೇಮಂಡ್ ಮಿಲ್ಲೆರ್ ವಿಯಟ್ನಾಂ ಯುದ್ಧದಲ್ಲಿ ಯೋಧನಾಗಿ ಸೇವೆ ಸಲ್ಲಿಸಿ, ತರುವಾಯ ಅಮೇರಿಕಾದ ರಾಷ್ಟ್ರೀಯ ರಹಸ್ಯ ಇಲಾಖೆಯಲ್ಲಿ ಗೂಢಚರನಾಗಿ ಪಳಗಿ, ಪ್ರಸ್ತುತ ಅಮೇರಿಕಾದ ವಲಸೆ ಇಲಾಖೆಯಲ್ಲಿ ಕಾರ್ಯನಿರ್ವಾಹಕನಾಗಿ ಕೆಲಸ ಮಾಡುತ್ತಿದ್ದ. ಹಲವಾರು ದುರಭ್ಯಾಸಗಳಿಗೆ ತುತ್ತಾಗಿ, ಹೆಂಡತಿ–ಮಕ್ಕಳನ್ನು ಕಳೆದುಕೊಂಡು ಏಕಾಂಗಿಯಾಗಿದ್ದ ರೇಮಂಡನಿಗೆ, ಸರಕಾರದ ಸಂಬಳ ಸಾಕಾಗುತ್ತಿರಲಿಲ್ಲ. ಸಂಬಳಕ್ಕಿಂತಲೂ ಹೆಚ್ಚಾಗಿ ಗಿಂಬಳವನ್ನು ಗಳಿಸಬಹುದಾದ ಉಪಕಸಬಿಗಾಗಿ ಹುಡುಕುತ್ತಿದ್ದ ರೇಮಂಡನಿಗೆ ವೀಸಾ ಇಲಾಖೆ ಚಿನ್ನದ ಗಣಿಯಾಗಿತ್ತು.

ರಾಷ್ಟ್ರೀಯ ರಹಸ್ಯ ಇಲಾಖೆಯಲ್ಲಿ ಪಳಗಿದ್ದ ರೇಮಂಡನಿಗೆ ನಾಗರಿಕ ಮಾಹಿತಿ ನಿಯಂತ್ರಣದ ಆಗುಹೋಗುಗಳ ಮತ್ತು ಒಳಗುಟ್ಟುಗಳ ಮರ್ಮ ಚೆನ್ನಾಗಿ ತಿಳಿದಿತ್ತು. ವಲಸೆ ಇಲಾಖೆಯ ಮಾಹಿತಿ ಮಂಡಲಕ್ಕೆ ಹೊಸ ಹೆಸರನ್ನು ಸೇರಿಸಿ, ಕೃತಕವಾಗಿ ಹಸಿರುಪತ್ರವನ್ನು ತಯಾರಿಸಿ, ಸತ್ಯದ ತಲೆಯ ಮೇಲೆ ಹೊಡೆಯುವಂತೆ ಸುಳ್ಳುವೀಸಾ ಸೃಷ್ಟಿಸುವುದು ಕರತಲಾಮಕವಾಗಿತ್ತು. ರೇಮಂಡನು ತನ್ನ ಇನ್ನಿಬ್ಬರು ಸಹೋದ್ಯೋಗಿಗಳ ನೆರವನ್ನೂ ಪಡೆದು ಈ ಕಳ್ಳ ವ್ಯವಹಾರವನ್ನು ನಡೆಸುತ್ತಿದ್ದ. ಬಂದ ಗಿಂಬಳವನ್ನು ಎಲ್ಲರೂ ಹಂಚಿಕೊಳ್ಳುತ್ತಿದ್ದರು.

ರೇಮಂಡನ ಕಳ್ಳತಂಡ ನಡೆಸುತ್ತಿದ್ದ ವೀಸಾ ವ್ಯಾಪಾರ ಈ ರೀತಿಯಿತ್ತು.

ಪ್ರತಿವರ್ಷ ಅಮೇರಿಕಾ ವಲಸೆ ಇಲಾಖೆಯವರು "ಅದೃಷ್ಟ ಪರೀಕ್ಷೆ" ಏರ್ಪಡಿಸಿ ಐವತ್ತು ಸಾವಿರ ವಿದೇಶಿಯರಿಗೆ "ಅಸಲಿ ವೀಸಾ"ಗಳನ್ನು ದಯಪಾಲಿಸುತ್ತಾರೆ. ಈ ಅದೃಷ್ಟ ಪರೀಕ್ಷೆಯಲ್ಲಿ ಎಲ್ಲಾ ದೇಶದ ಅಭ್ಯರ್ಥಿಗಳಿಗೂ ಅವಕಾಶವಿದೆ. ಪ್ರತಿ ವರ್ಷ ಲಕ್ಷಾಂತರ ವಿದೇಶಿಯರು ಬಿನ್ನಹಗಳನ್ನು ಸಲ್ಲಿಸುತ್ತಾರೆ. ಕಂಪ್ಯೂಟರ್

ಮೂಲಕ ಅಭ್ಯರ್ಥಿಗಳನ್ನು ಆಯ್ಕೆಮಾಡಿ ಅದೃಷ್ಟವಂತರಿಗೆ ಅಮೇರಿಕಾದಲ್ಲಿ ನೆಲಸಲು ಅಗತ್ಯವಾಗಿರುವ 'ವಲಸೆ ವೀಸಾ'ವನ್ನು ನೀಡುತ್ತಾರೆ. ಇದಕ್ಕೆ ಮತ್ತೊಂದು ಜನಪ್ರಿಯ ಹೆಸರು "ಹಸಿರುಪತ್ರ" ಎಲ್ಲಾ ರೀತಿಯಲ್ಲೂ ಸಕ್ರಮವಾಗಿರುವ ಹಸಿರುಪತ್ರ ನಿಜವಾಗಿಯೂ ಅಸಲಿವೀಸಾ. ಈ ವಿಧಾನ ಸಂಪೂರ್ಣವಾಗಿ ವಲಸೆ ಇಲಾಖೆಯ ಒಳಾಂಗಣದಲ್ಲಿಯೇ ನಡೆಯುತ್ತಿದ್ದುದರಿಂದ ರೇಮಂಡನ ತಂಡದವರಂತಹ ಅಧಿಕಾರ ವರ್ಗದವರಿಗೆ ಮಾತ್ರ ಈ ಕಳ್ಳ ಕೆಲಸ ಸಾಧ್ಯವಾಗುತ್ತಿತ್ತು.

ಇಂತಹ ಅಸಲಿವೀಸಾಗೆ ರೇಮಂಡನ ಪಟಾಲಮ್ ಐವತ್ತು ಸಾವಿರ ಡಾಲರ್ ಲಂಚ ನಿಗದಿಪಡಿಸಿತ್ತು.

ರೇಮಂಡನು ಸೃಷ್ಟಿಸುತ್ತಿದ್ದ ಮತ್ತೊಂದು ನಮೂನೆಯ ಕಳ್ಳ ವೀಸಾ, "ಬದಲಿ ವೀಸಾ". ಅದರ ಕಥೆ ಹೀಗಿದೆ: ಪ್ರತಿ ವರ್ಷ ಲಕ್ಷಾಂತರ ಜನ ವಿದೇಶಿಯರಿಗೆ ಅಮೇರಿಕಾ ಯೋಗ್ಯತೆ, ಅರ್ಹತೆ ಪರಿಗಣಿಸಿ "ವಲಸೆ ವೀಸಾ" ವನ್ನು ಕೊಡುತ್ತದೆ. ಆದರೆ ಈ ವೀಸಾಗೆ ಹತ್ತು ವರ್ಷಗಳ ಕಾಲ ವಾಯಿದೆ ಇರುತ್ತದೆ. ಹತ್ತು ವರ್ಷಗಳ ನಂತರ ಈ ವೀಸಾವನ್ನು ನವೀಕರಿಸಬೇಕಾಗುತ್ತದೆ. ಈ ವೀಸಾವನ್ನು ಪಡೆದ ಹಲವಾರು ಮಂದಿ ವಿದೇಶಿಯರು ಹತ್ತು ವರ್ಷಗಳ ವಾಯಿದೆ ಮುಗಿಯುವ ಮೊದಲೇ ಕಾರಣಾಂತರದಿಂದ ಅಮೇರಿಕಾ ದೇಶವನ್ನು ಬಿಟ್ಟು ಸ್ವದೇಶಗಳಿಗೆ ಹಿಂದಿರುಗುತ್ತಾರೆ ಅಥವ ಈ ಭೂಲೋಕವನ್ನೇ ಬಿಟ್ಟು ಹೋಗುತ್ತಾರೆ. ಹೀಗೆ ಅಕಾಲದಲ್ಲಿ ತೆರವಾದ ವೀಸಾಗಳನ್ನು ಅಕ್ರಮವಾಗಿ ಬೇರೊಬ್ಬರ ಹೆಸರಿಗೆ ಬದಲಾಯಿಸಿ ಹೊಸ ವಲಸೆ ವೀಸಾವನ್ನು ಸೃಷ್ಟಿಸುವುದು ರೇಮಂಡನ ಮತ್ತೊಂದು ಕಾರ್ಯ ವೈಖರಿಯಾಗಿತ್ತು. ಇದೇ "ಬದಲಿ ವೀಸಾ". ಇಂತಹ ವೀಸಾಗಳಿಗೆ ದರ ಇಪ್ಪತ್ತು ಸಾವಿರ ಡಾಲರ್.

ಗಣಕ ಯುಗಾರಂಭದ ನಂತರ ಅಮೇರಿಕಾದಲ್ಲಿ ದಿಢೀರನೆ ವಿದೇಶಿಯರಿಗೆ ಅದರಲ್ಲೂ ಭಾರತೀಯ ಕಂಪ್ಯೂಟರ್ ತಜ್ಞರಿಗೆ 'ಕೆಲಸ ವೀಸಾ'ಗಳ ಪ್ರವಾಹವೇ ಹರಿಯಲಾರಂಬಿಸಿತು. ಭಾರತ ಮತ್ತು ಅಮೇರಿಕಾ ಸರಕಾರಗಳ ಮುಕ್ತ ವಾಣಿಜ್ಯ ಒಪ್ಪಂದದ ನಂತರ ಭಾರತೀಯರಿಗೆ 'ಕೆಲಸ ವೀಸಾ' ದೊರೆಯುವುದು ಇನ್ನೂ ಧಾರಾಳವಾಯಿತು. ಈ ಸದವಕಾಶವನ್ನು ದುರುಪಯೋಗಿಸಿಕೊಂಡು ನಕಲಿ 'ಕೆಲಸವೀಸಾ'ಗಳನ್ನು ಮಾಡುವ ಕೆಲಸ ರೇಮಂಡನ ತಂಡದವರಿಗೆ ನೀರು ಕುಡಿದಂತೆ ಸುಲಭ ಸಾಧ್ಯವಾಗಿತ್ತು.

ಕೆಲಸವೀಸಾ ಪಡೆಯಲು ಅಭ್ಯರ್ಥಿಗಳನ್ನು ಅಮೇರಿಕಾದ ಸಂಸ್ಥೆಯವರು ಪ್ರಾಯೋಜನ ಮಾಡಬೇಕು. ಬಂಡವಾಳಶಾಹಿ ಅಮೇರಿಕಾದಲ್ಲಿ ಪ್ರತಿವರ್ಷಾ ಸಾವಿರಾರು ಸಂಸ್ಥೆಗಳು ಹುಟ್ಟುತ್ತವೆ–ಸಾಯುತ್ತವೆ. ಯಾವುದೋ ಸತ್ತ ಸಂಸ್ಥೆಯ ಹೆಸರನ್ನು ಬಳಸಿ, ಪ್ರಾಯೋಜನ ಪತ್ರವನ್ನು ತಯಾರಿಸಿ ರೇಮಂಡನ ತಂಡದವರು 'ಕೆಲಸವೀಸಾ'ಗಳನ್ನು ಕೇವಲ ಹತ್ತು ಸಾವಿರ ಡಾಲರುಗಳಿಗೆ ಒದಗಿಸುತ್ತಿದ್ದರು.

ಪ್ರದೀಪನಿಗೆ ಇಂತಹ 'ಕೆಲಸ ವೀಸಾ' ಸೃಷ್ಟಿಸಲು ರೇಮಂಡನು ಒಪ್ಪಿ ಕಾರ್ಯೋನ್ಮುಖನಾಗಿದ್ದ.

ಇನ್ನೂ ಹಲವಾರು ರೀತಿಯ ಕಳ್ಳ ವೀಸಾ ವ್ಯವಹಾರಗಳು ಅಮೇರಿಕಾದಲ್ಲಿ ನಡೆಯುತ್ತವೆ. ವೀಸಾಯಣ ರಾಮಾಯಣಕ್ಕಿಂತಲೂ ರೋಚಕವಾಗಿದೆ. ಅಂತೂ–ಇಂತೂ ಸುಮಾರು ತಿಂಗಳ ಅವಧಿಯಲ್ಲಿ ಪ್ರದೀಪನಿಗೆ ನಕಲಿ ಕೆಲಸವೀಸಾ ಸಿದ್ಧವಾಯಿತು.

ರೇಮಂಡನು 'ಪೆಚಿಫ್ಲಿಕ್ ವೆಸ್ಟ್ ಆಸ್ಪತ್ರೆ' ಎಂಬ ಬೇನಾಮಿ ಹೆಸರಿನಲ್ಲಿ 'ಪ್ರಾಯೋಜನ ಪತ್ರವನ್ನು ಸೃಷ್ಟಿಸಿ, ಅದರ ಆಧಾರದ ಮೇಲೆ ಕೆಲಸವೀಸಾವನ್ನು ಮಾಡಿಸಿದ್ದ. ಈ ಆಸ್ಪತ್ರೆಯ ವಿಳಾಸ ಬೆಲ್–ವ್ಯೂ, ವಾಷಿಂಗ್ಟನ್ ಎಂದು ನಮೂದಿಸಿದ್ದ. ಈ ವಿಷಯವನ್ನು ರೇಮಂಡನು ದೂರವಾಣಿಯಲ್ಲಿ ತಿಳಿಸಿದಾಗ ಜೋಸೆಫನು ವಾಹನ ಕಾರ್ಯಾಗಾರದಲ್ಲಿ ಕಾರ್ಯನಿರತನಾಗಿದ್ದ. ಗಲಾಟೆಯ ಹಿನ್ನೆಲೆಯಲ್ಲಿ ದೂರವಾಣಿ ಸರಿಯಾಗಿ ಕೇಳಿಸದೆ, ರೇಮಂಡನು ಹೇಳಿದ ಬೆಲ್–ವ್ಯೂ ಜೋಸೆಫ್‌ನಿಗೆ ಬೆಲ್ ಅವೆನ್ಯೂ ಆಗಿ ಕೇಳಿಸಿತ್ತು. ವಾಷಿಂಗ್ಟನ್ ರಾಜ್ಯವನ್ನು ಜೋಸೆಫ್‌ನು ವಾಷಿಂಗ್ಟನ್ ರಾಜಧಾನಿ ಎಂದು ಗ್ರಹಿಸಿದ. ಈ ತಪ್ಪು ವಿಷಯ ಪ್ರದೀಪನ ವೀಸಾಗೆ ವಿಷವನ್ನು ಬೆರೆಸಿತ್ತು.

ಬರಗಾಲದಲ್ಲಿ ಅಧಿಕಮಾಸ ಎಂಬಂತೆ ಪ್ರದೀಪನ ವೀಸಾಗೆ ಇನ್ನೊಂದು ಗಂಡಾಂತರ ಅಮರಿತ್ತು. ವಿದೇಶಿಯರಿಗೆ ವೀಸಾ ಸೃಷ್ಟಿಸುವಾಗ ಅವರಿಗೆ ಗುರುತುಸಂಖ್ಯೆಯನ್ನು ನೀಡುತ್ತಾರೆ. ಈ ಗುರುತುಸಂಖ್ಯೆಯ ಮೂಲಕ ವಿದೇಶಿ ವೀಸಾದಾರರ ಪೂರ್ವೋತ್ತರಗಳನ್ನು ಅಮೇರಿಕಾ ರಹಸ್ಯ ಇಲಾಖೆಯವರು ಪತ್ತೆ ಮಾಡಬಹುದು.

ಪ್ರದೀಪನಿಗೆ ಕೆಲಸವೀಸಾವನ್ನು ತಯಾರಿಸುವ ತರಾತುರಿಯಲ್ಲಿ ರೇಮಂಡನ ಅನುಚರರು ಅಚಾನಕವಾಗಿ ಬಹಳ ದೊಡ್ಡ ತಪ್ಪನ್ನು ಮಾಡಿದ್ದರು. ಅರೀಫ್ ಅಹಮದ್ ಎಂಬ ಪಾಕಿಸ್ತಾನದ ಪ್ರಜೆಯ ಗುರುತುಸಂಖ್ಯೆಯನ್ನು ಪ್ರದೀಪನ ಕೆಲಸವೀಸಾದ ಗುರುತುಸಂಖ್ಯೆಯಾಗಿ ನಮೂದಿಸಿದ್ದರು.

ಅರೀಫ್ ಅಹಮದನು ಅಮೇರಿಕಾಗೆ ಕೆಲಸವೀಸಾದಲ್ಲಿ ಬಂದು, ಭಯೋತ್ಪಾದಕನಾಗಿ 'ಅಲ್ ಖೈದಾ' ಜಾಲದ ಸಂಚಾಲಕನಾಗಿ ದುಡಿಯುತ್ತಿದ್ದು ಅಮೇರಿಕಾದ ವಿಶ್ವ ವಾಣಿಜ್ಯ ಕೇಂದ್ರದ ವೈಮಾನಿಕ ದಾಳಿಯ ಕಾರ್ಯಾಚರಣೆಯಲ್ಲಿ ಪರೋಕ್ಷವಾಗಿ ಭಾಗವಹಿಸಿದ್ದ. ಅದಾದ ನಂತರ ಅರೀಫನು ಅಮೇರಿಕಾದಿಂದ ಮಾಯವಾಗಿದ್ದ. ವಾಸ್ತವವಾಗಿ ಅರೀಫನು ಪಾಕಿಸ್ತಾನಕ್ಕೆ ಹಿಂದಿರಿಗಿದ ಮೇಲೆ ಅಲ್ ಖೈದಾ ಆಂತರಿಕ ಜಗಳದಲ್ಲಿ ಕೊಲೆಯಾಗಿದ್ದ. ಆದರೆ ಅಮೇರಿಕಾ ರಹಸ್ಯ ಇಲಾಖೆಯವರಿಗೆ ಅರೀಫ್ ಅಹಮದ್ ಅಮೇರಿಕಾದಲ್ಲಿಯೇ ತಲೆಮರಿಸಿಕೊಂಡಿರಬಹುದೆಂದ ಸಂದೇಹ ಬಲವಾಗಿತ್ತು.

ಪ್ರದೀಪನನ್ನು ಅರೀಫನ ಪ್ರಾರಬ್ಧ ಹಿಡಿದಿತ್ತು.

ಈ ಪ್ರಮಾದ ಪ್ರದೀಪನನ್ನಲ್ಲದೆ ಜೋಸೆಫ್-ರೇಮಂಡರ ವೀಸಾಜಾಲಕ್ಕೆ ಮಾರಕಾಸ್ತ್ರವಾಗಿ ರೂಪ ತಾಳುತ್ತಿತ್ತು. ಆದರೆ ಇದರ ಪರಿವೆ ಯಾರಿಗೂ ಇರಲಿಲ್ಲ. ಶನಿ ಹಿಡಿದಾಗ ಶಿವ ತಾನೆ ಏನು ಮಾಡಬಲ್ಲ!

ಕೆಲಸ ವೀಸಾಗೆ ಜಾತಕ ಪಕ್ಷಿಯಂತೆ ಕಾಯುತ್ತಿದ್ದ ಪ್ರದೀಪನಿಗೆ, ಜೋಸೆಫ್‌ನಿಂದ ವೀಸಾ ಬರುವ ವಿಷಯ ಕೇಳಿ ಸಂತೋಷಕ್ಕೆ ಪಾರವೇ ಇಲ್ಲದಾಯಿತು. ಕೂಡಲೇ ಉಳಿದ ಬಾಕಿ ಐದು ಸಾವಿರದೊಡನೆ ಒಂದು ಸಾವಿರ ಡಾಲರ್ ಸೇರಿಸಿ, ಒಟ್ಟು ಆರು ಸಾವಿರ ಡಾಲರನ್ನು ಜೋಸೆಪನಿಗೆ ನೀಡಿದಾಗ... "ನಿನ್ನಂತ ಗಿರಾಕೀನ ಈವತ್ತೇ ನೋಡಿದ್ದು ಪ್ರದೀಪ. ಎಲ್ಲರೂ ಕೊಸರಾಡಿ ಕಮ್ಮಿ ಕೊಡ್ತಾರೆ. ನೀನೊಬ್ಬನೇ ಸಂತೋಷವಾಗಿ ಸಾವಿರ ಡಾಲರ್ ಇನಾಮು ಕೊಟ್ಟಿದ್ದು. ದೇವರು ನಿನಗೆ ಒಳ್ಳೆದು ಮಾಡಲಿ" ಎಂದು ತುಂಬು ಹೃದಯದಿಂದ ಹರಸಿದ. ಅನಂತರ ನಿನಗೆ ಈ ವೀಸಾ ಪ್ರಾಯೋಜನ ಮಾಡಿದವರು ಪೆಚಿಫಿಕ್ ವೆಸ್ಟ್ ಆಸ್ಪತ್ರೆ. ಬೆಲ್ ಅವೆನ್ಯೂ. ವಾಷಿಂಗ್ಟನ್. ಡಿ.ಸಿ." ಎಂದು ತಪ್ಪು ವಿಳಾಸ ನೀಡಿದ.

ವಾಷಿಂಗ್ಟನ್ ರಾಜ್ಯ ಅಮೇರಿಕಾದ ವಾಯುವ್ಯ ದಿಕ್ಕಿನಲ್ಲಿರುವ ಸಂಸ್ಥಾನ. ವಾಷಿಂಗ್ಟನ್ ಡಿ.ಸಿ. ಅಮೇರಿಕಾದ ಈಶಾನ್ಯದಲ್ಲಿರುವ ದೇಶದ ರಾಜಧಾನಿ. ನಿಜವಾದ ಸಂಗತಿಯೇನೆಂದರೆ ಪೆಸಿಫ್ಲಿಕ್ ವೆಸ್ಟ್ ಆಸ್ಪತ್ರೆ, ವಾಷಿಂಗ್ಟನ್ ರಾಜ್ಯದ ಬೆಲ್-ವ್ಯೂ ಎಂಬ ನಗರದಲ್ಲಿತ್ತು. ಆದರೆ ಜೋಸೆಫ್‌ನ ಕಿವಿಗೆ ಎಲ್ಲವೂ ತಿರುಗು ಮುರುಗುವಾಗಿ ಕೇಳಿಸಿತ್ತು.

ಕೂಡಲೇ ಪ್ರದೀಪನು 'ಸ್ಥಾನಿಕ ವೈದ್ಯಾಧಿಕಾರಿ' ಬಿನ್ನಹವನ್ನು ಕಳುಹಿಸಿದ್ದ ಎಲ್ಲಾ ವೈದ್ಯಕೀಯ ಕೇಂದ್ರಗಳಿಗೆ 'ಕೆಲಸವೀಸಾ' ಬಂದಿರುವ ವಿಷಯವನ್ನು ತಿಳಿಸಿದ. ಆನಂದದಿಂದ ಕುಣಿದು ಕುಪ್ಪಳಿಸುತ್ತಾ ಪ್ರದೀಪನು ಮನೆಗೆ ಬಂದು ವೀರಣ್ಣ-ಲಲಿತರಿಗೆ ವೀಸಾ ಪಡೆದ ವಿಷಯವನ್ನು ತಿಳಿಸಿ, ಎಲ್ಲರಿಗೂ ಸಿಹಿಯನ್ನು ಹಂಚಿದ. ವೀರಣ್ಣನು ಸ್ವಲ್ಪ ಕುತೂಹಲವಾಗಿಯೇ "ಯಾರಪ್ಪಾ ನಿನಗೆ ಪ್ರಾಯೋಜನ ಮಾಡಿದವರು?" ಎಂದು ಕೇಳಿದಾಗ...

"ಪೆಸಿಫ್ಲಿಕ್ ವೆಸ್ಟ್ ಆಸ್ಪತ್ರೆ. ಬೆಲ್ ಅವೆನ್ಯೂ. ವಾಷಿಂಗ್ಟನ್" ಎಂದು ಜೋಸೆಫ್‌ನು ತಿಳಿಸಿದ್ದ ಗಿಳಿಪಾಠವನ್ನು ಒಪ್ಪಿಸಿದ. ವೀರಣ್ಣನಿಗೆ ಸ್ವಲ್ಪ ಆಶ್ಚರ್ಯವಾಯಿತು. ಪೆಸಿಫ್ಲಿಕ್ ವೆಸ್ಟ್ ಅಂದರೆ ಪ್ರಶಾಂತ ಪಶ್ಚಿಮ. ಈ ಆಸ್ಪತ್ರೆ ವಾಷಿಂಗ್ಟನ್ ರಾಜ್ಯ ಇರಬೇಕಲ್ಲಾ ಎಂಬ ವಾಸ್ತವ ಸಂದೇಹ ವೀರಣ್ಣನಿಗೆ ಹೊಳೆಯಿತು. ವೀರಣ್ಣನಿಗೆ ಬೆಲ್-ವ್ಯೂ ವಾಷಿಂಗ್ಟನ್‌ನಲ್ಲಿ ಸ್ನೇಹಿತನೊಬ್ಬ ನೆಲಸಿದ್ದ.

"ಪ್ರದೀಪ, ಬೆಲ್-ವ್ಯೂ ವಾಷಿಂಗ್ಟನ್ ಅಲ್ಲಾ ತಾನೆ?" ಎಂದು ವೀರಣ್ಣ ಕೇಳಿದ.

"ಇಲ್ಲಾ ಮಾವ. ವಾಷಿಂಗ್ಟನ್ ಡಿ.ಸಿ." ಎಂದು ದೃಢೀಕರಿಸಿದ. ವೀರಣ್ಣ ಮರು ಮಾತಾಡದೆ ಇರಬಹುದೆಂದು ನಂಬಿ ಸುಮ್ಮನಾದ.

ಆ ದಿನ ರಾತ್ರಿ ದೂರವಾಣಿಯಲ್ಲಿ ಭಾರತಕ್ಕೆ ಕರೆದು ತಾಯಿ ಮತ್ತು ಸುಮನಾಳೊಡನೆ ಸುಮಾರು ಒಂದು ಗಂಟೆ ಕಾಲ ಮಾತನಾಡಿ ಸಂತೋಷ-ಸಂಭ್ರಮವನ್ನು ಹಂಚಿಕೊಂಡ. ಹಂಚಿಕೊಂಡಷ್ಟೂ ಹೆಚ್ಚುವುದು ಸಂತೋಷ. ಇಡೀ ರಾತ್ರಿ ಪ್ರದೀಪನಿಗೆ ನಿದ್ದೆ ಬರಲಿಲ್ಲ. ತನ್ನ ಪಾಂಡವ ಮಿತ್ರರೊಡನೆಯೂ ಸಂಪರ್ಕಿಸಿ, ಅರ್ಜುನ ಸಿಂಹನೊಡನೆ ಮಾತನಾಡಿ ವೀಸಾ ಪಡೆದ ವಿಷಯ ತಿಳಿಸಿದ.

ಸ್ಥಾನಿಕ ವೈದ್ಯಾಧಿಕಾರಿ ಹುದ್ದೆಗೆ ಮನವಿಪತ್ರವನ್ನು ಕಳುಹಿಸಿದ್ದ ಎಲ್ಲಾ ವೈದ್ಯಕೀಯ ಕೇಂದ್ರಗಳಿಗೆ ಕರೆದು ಕೆಲಸವೀಸಾ ಸಂಗತಿಯನ್ನು ವಿವರಗಳನ್ನು

ನೀಡಿದ. ಮೂರ್ನಾಲ್ಕು ದಿನಗಳಲ್ಲಿ ಐದಾರು ಕಡೆಯಿಂದ ಸಂದರ್ಶಕ್ಕೆ ಕರೆಗಳು ಬಂದವು.

ಮೈಕೇಲ್ ರೀಸ್ ಆಸ್ಪತ್ರೆಯೇ ಪ್ರದೀಪನಿಗೆ ಸಂದರ್ಶ ನೀಡಿದ ಮೊದಲ ಕೇಂದ್ರವಾಗಿತ್ತು.

ತನಗೆ ಪ್ರಶಂಶಾ ಪತ್ರವನ್ನು ನೀಡಿದ ಅಜಮತುಲ್ಲಾ ಖಾನರು ಕೆಲಸಮಾಡುತ್ತಿರುವ ಮೈಕೇಲ್ ರೀಸ್ ವೈದ್ಯಕೀಯ ಕೇಂದ್ರದಿಂದ ಸಂದರ್ಶನ ಬಂದಾಗ, ಪ್ರದೀಪನು ಖಾನರಿಗೆ ವಿಷಯವನ್ನು ತಿಳಿಸಿದ. ಅವರು ಪ್ರದೀಪನನ್ನು ಉತ್ತೇಜಿಸುತ್ತಾ, "ಮೈಕೇಲ್ ರೀಸ್‌ನಲ್ಲಿ ಅವಕಾಶ ಸಿಕ್ಕಿದರೆ ಬೇರೆ ಯಾವ ಆಸ್ಪತ್ರೆಯ ಕಡೆಯೂ ನೋಡಬೇಡಾ" ಎಂದರು.

ಸಂದರ್ಶನದ ದಿನ ಬಂದಿತು.

ಆ ದಿನ ಪ್ರದೀಪನಿಗೆ ಸಂಭ್ರಮವೂ ಆಗಿತ್ತು, ಹಾಗೆಯೇ ಏನೋ ಒಂದು ತರಹದ ಭಯವೂ ಆಗಿತ್ತು. ಏನು ಕೇಳುತ್ತಾರೋ? ಹೇಗೆ ಉತ್ತರಿಸಬೇಕೋ? ಹೇಗೆ ವರ್ತಿಸಬೇಕೋ? ಎಂಬ ಪ್ರಶ್ನೆಗಳು ಕಾಡುತ್ತಿದ್ದವು. ವೀರಣ್ಣನು ಪ್ರದೀಪನ್ನು ಹುರಿದುಂಬಿಸುತ್ತಾ, "ಪ್ರದೀಪ ನೀನು ಈವತ್ತು ಪಂಡಿತ್ ಪ್ರದೀಪ್ ಕುಮಾರ್ ಆಗಿ ವರ್ತಿಸಬೇಕು. ಸಂಕೋಚ–ನಾಚಿಕೆಯನ್ನು ಮನೆಯಲ್ಲಿಯೇ ಬಿಟ್ಟುಹೋಗು. ಕೇಳಿದ ಪ್ರಶ್ನೆಗಳಿಗೆಲ್ಲಾ ದಿಟ್ಟತನದಿಂದ ಉತ್ತರಿಸು. ನಮ್ರತೆಯಿಂದ ವರ್ತಿಸು ಆದರೆ ದೀನನಂತೆ ಬೇಳಾಡಬೇಡ" ಎಂದು ಬುದ್ಧಿವಾದವನ್ನು ಹೇಳಿದ್ದರು.

ಪ್ರದೀಪನ ಬೌದ್ಧಿಕ ಪ್ರತಿಭೆ ಅಸಾಧಾರಣವಾಗಿತ್ತು; ಅದಕ್ಕಿಂತಲೂ ಮಿಗಿಲಾಗಿ ಸುಮನಾಳ ಮೇಲೆ ಅವನಿಗಿದ್ದ ಪ್ರೇಮ ನಿಷ್ಠೆ ಅಪೂರ್ವವಾಗಿತ್ತು. ಲಲಿತಳ ಅಸೂಯೆ ಕರಗಿ ನೀರಾಗಿತ್ತು. ಗಂಡನೊಡನೆ ಲಲಿತಳೂ ಮನಃಪೂರ್ವಕವಾಗಿ ದನಿಗೂಡಿಸುತ್ತಾ "ಪ್ರದೀಪ ನಿನಗೆ ದೇವರು ಒಳ್ಳೆಯದು ಮಾಡಲಿ" ಎಂದು ಹರಸಿ ಕಳುಹಿಸಿದಳು.

ಮೈಕೇಲ್ ರೀಸ್ ಆಸ್ಪತ್ರೆಯ ಆಂತರಿಕ ವೈದ್ಯಶಾಸ್ತ್ರ ವಿಭಾಗದಲ್ಲಿ ಪ್ರದೀಪನು ಸಂದರ್ಶನಕ್ಕೆ ಸಮಯಕ್ಕೆ ಮುಂಚೆಯೇ ಹಾಜರಾದ. ವಿಭಾಗದ ಮುಖ್ಯಸ್ಥರಾದ ಡಗ್ಲಸ್ ಬಿಂಗೆಮ್–ರವರು ಪ್ರದೀಪನನ್ನು ಭೇಟಿಯಾಗಿ, ಕುಶಲ ಪ್ರಶ್ನೆಗಳ ನಂತರ, ವಿಭಾಗದ ವಿದ್ಯಮಾನಗಳ ಬಗ್ಗೆ ಸ್ಥೂಲವಾಗಿ ತಿಳಿಸಿದರು. ಅನಂತರ

ವಿಭಾಗದ ಇತರ ವೈದ್ಯ ಪಂಡಿತರ ಹಾಗೂ ಅವರ ಪರಿಣಿತಿಗಳ ಪರಿಚಯವಾಯಿತು. ಎಲ್ಲರೂ ಬಹಳ ಸ್ನೇಹಪೂರ್ವಕವಾಗಿ ವರ್ತಿಸುವುದನ್ನು ಕಂಡು ಪ್ರದೀಪನಿಗೆ ಸ್ವಲ್ಪ ಸೋಜಿಗವೇ ಎನಿಸಿತು. ಅದೇ ದಿನ ಪ್ರದೀಪನೊಡನೆ ಮತ್ತಿಬ್ಬರು ವೈದ್ಯ ಪದವೀಧರರಿಗೂ ಸಂದರ್ಶನವನ್ನು ಏರ್ಪಡಿಸಿದ್ದರು. ಸಂದರ್ಶನಕ್ಕೆ ಬಂದ ಅಭ್ಯರ್ಥಿಗಳಿಗೆಲ್ಲಾ ಮಧ್ಯಾಹ್ನದ ಊಟವನ್ನೇರ್ಪಡಿಸಿದ್ದರು. ಆಂತರಿಕ ವೈದ್ಯಶಾಸ್ತ್ರ ವಿಭಾಗದ ವೈದ್ಯ ಪರಿಣಿತರೆಲ್ಲರೂ ನೆರೆದಿದ್ದರು. ಎಲ್ಲರೂ ಅಭ್ಯರ್ಥಿಗಳನ್ನು ಅವಲೋಕಿಸುತ್ತಿದ್ದರು. ಮೊದಮೊದಲು ಸಂಕೋಚದಿಂದ ವರ್ತಿಸುತ್ತಿದ್ದ ಪ್ರದೀಪನು ಕೊನೆಯಲ್ಲಿ ಎಲ್ಲರೊಡನೆ ಸಲಿಗೆಯಿಂದಲೇ ಸಹಜವಾಗಿ ವರ್ತಿಸಿದ. ವಿಭಾಗದ ಮುಖ್ಯಸ್ಥ ಬಿಂಗೆಮ್‌ರವರು ಬೀಳ್ಕೊಡುವಾಗ ಪ್ರದೀಪನನ್ನು ಕರೆದು, "ಪಂಡಿತ್ ಪ್ರದೀಪ್. ನಮ್ಮ ಕಾರ್ಯಕ್ರಮದ ಬಗ್ಗೆ ನಿಮಗೇನಾದರೂ ಪ್ರಶ್ನೆಗಳಿವೆಯೇ?" ಎಂದು ಕೇಳಿದಾಗ ಪ್ರದೀಪನು "ಮೂಲಕೋಶಗಳಿಂದ ಜನಕೋಪಶಮನವನ್ನು ಮಾಡುವ ಪ್ರಯೋಗಗಳನ್ನು ಮಾಡಲು ಅವಕಾಶಗಳಿವೆಯೇ?" ಎಂದು ಕೇಳಿದಾಗ ಬಿಂಗೆಮರು " ಸದ್ಯಕ್ಕೆ ಇಲ್ಲ. ಮುಂದಿನ ವರ್ಷ ಆರಂಭಿಸುವ ಯೋಜನೆಯಿದೆ. ನೋಡಬೇಕು ಹೇಗಾಗುತ್ತೋ?" ಎಂದು ಸಂದೇಹವನ್ನು ವ್ಯಕ್ತಪಡುತ್ತಾ "ಯಾವ ರೋಗಕ್ಕೆ ಜನಕೋಪಶಮನ ಪ್ರಯೋಗಿಸಬೇಕೆಂದಿದ್ದೀರಿ?" ಎಂದು ಮರುಪ್ರಶ್ನಿಸಿದಾಗ ಪ್ರದೀಪನು "ರಕ್ತಹೀನತೆಗೆ" ಎಂದು ಪ್ರದೀಪನು ಹೇಳಿದ.

ಭಾರತದಲ್ಲಿ ರಕ್ತಹೀನತೆಗೆ ತುತ್ತಾಗಿ ಅಕಾಲದಲ್ಲಿಯೇ ಆಸುನೀಗುವ ಸುಮಾರು ಬಡ ಮಕ್ಕಳನ್ನು ಹಳ್ಳಿಗಳಲ್ಲಿ ಕಂಡು ಕರಗಿದ್ದ ಪ್ರದೀಪನಿಗೆ ರಕ್ತರೋಗಗಳ ನಿವಾರಣೋಪಾಯಗಳ ಬಗ್ಗೆ ವಿಶೇಷ ಆಸಕ್ತಿಯಿತ್ತು.

ಪ್ರದೀಪನ ನೈಪುಣ್ಯತೆಯನ್ನು ಅಳೆಯಲು ಬಿಂಗೆಮರು "ನಿಮಗೆ ಸಂಶೋಧನ ಪ್ರಸ್ತಾಪವೇನಾದರೂ ಇದೆಯೇ?" ಎಂದು ಪ್ರಶ್ನಿಸಿದಾಗ ಪ್ರದೀಪನು "ಹೊಕ್ಕಳು ಬಳ್ಳಿ ರಕ್ತದ ಮೂಲಕೋಶಗಳನ್ನು ಉಪಯೋಗಿಸಿ ರಕ್ತ ಕಣಗಳನ್ನು ಉತ್ಪಾದಿಸುವುದು" ಎಂದು ತಿಳಿಸಿದಾಗ ಬಿಂಗೆಮರು ಬಹಳ ಸಂತುಷ್ಟರಾಗಿ ಪ್ರದೀಪನನ್ನು ಪ್ರಶಂಸಿಸುತ್ತಾ "ಇಂತಹ ಯೋಜನೆಯನ್ನೇ ನಾವು ಇಲ್ಲಿ ನಿರೂಪಿಸಬೇಕೆಂದಿರುವುದು. ಸರಕಾರದಿಂದ ದತ್ತಿ ಬಂದರೆ ಮುಂದಿನ ವರ್ಷ ಪ್ರಯೋಗಗಳನ್ನು ಪ್ರಾರಂಭಿಸುತ್ತೇವೆ" ಎಂದು ತಿಳಿಸಿ, "ನೀವು ಇಲ್ಲಿ ಸೇರಿದರೆ ನಿಮಗೆ ಒಳ್ಳೆಯ ಅವಕಾಶ ಸಿಗುತ್ತದೆ" ಎಂದು ಆಶ್ವಾಸನೆಯನ್ನಿತ್ತರು.

ನಿಜವಾಗಿಯೂ ಬಿಂಗೆಮರು ಪ್ರದೀಪನನ್ನು ಮೆಚ್ಚಿಕೊಂಡು, ಸ್ಥಾನಿಕ ವೈದ್ಯಾಧಿಕಾರಿ ಹುದ್ದೆಯನ್ನು ನೀಡಲು ಮನಸ್ಸು ಮಾಡಿದ್ದರು.

ಸಂದರ್ಶನ ಕಲಾಪಗಳೆಲ್ಲ ಮುಗಿದ ನಂತರ ದಿನದ ಕೊನೆಯಲ್ಲಿ ಹೊರಡುವಾಗ ಬಿಂಗೆಮರು "ಇನ್ನೂ ಬೇರೆಲ್ಲಿ ಬಿನ್ನವಿಸಿಕೊಂಡಿದ್ದೀರಿ?" ಎಂದು ಕೇಳಿದರು. ಪ್ರದೀಪನು ಸ್ವಲ್ಪ ತಡವರಿಸಿ "ನ್ಯೂಯಾರ್ಕ್, ನ್ಯೂಜೆರ್ಸಿ" ಎಂದು ಸಂಕೋಚದಿಂದ ಉತ್ತರಿಸಿದಾಗ, ಬಿಂಗೆಮರು ತಲೆಯಾಡಿಸುತ್ತಾ "ಎರಡು-ಮೂರು ವಾರಗಳಲ್ಲಿ ನಮ್ಮ ನಿರ್ಣಯವನ್ನು ತಿಳಿಸುತ್ತೇನೆ. ನಿಮ್ಮ ವೀಸಾ-ಸರಿಯಾಗಿದ್ದರೆ ನೀವೇನೂ ಚಿಂತೆಮಾಡಬೇಡಿ. ಮತ್ತೆ ನೋಡೋಣಾ" ಎಂದು ಆಶ್ವಾಸನೆಯನ್ನಿತ್ತು ಬೀಳ್ಕೊಂಡರು.

ಸಂಜೆ ಪ್ರದೀಪನು ಮನೆಗೆ ಬಂದಾಗ ಮಾವ ವೀರಣ್ಣನು ಸಂದರ್ಶನದ ವೈಖರಿಯನ್ನು ತಿಳಿದು ಅಳಿಯನನ್ನು ಹುರಿದುಂಬಿಸುತ್ತಾ "ಸ್ಥಾನಿಕ ವೈದ್ಯಾಧಿಕಾರಿ ಹುದ್ದೆ ಸಿಕ್ಕಿದರೆ ಮೊದಲು ಏನ್ಮಾಡ್ತೀಯಪ್ಪ?" ಎಂದು ಕೇಳಿದರು.

"ಸ್ಥಾನಿಕ ವೈದ್ಯಾಧಿಕಾರಿ ಹುದ್ದೆಯ ಅರ್ಪಣಾ ಪತ್ರ ಕೈಗೆ ಬಂದ ಕೂಡಲೇ ಭಾರತಕ್ಕೆ ಹೋಗಿ ಅಮ್ಮನ್ನ ನೋಡಿ ಕೊಂಡು ಬರ್ತೀನಿ, ಮಾವಯ್ಯ" ಎಂದು ಪ್ರದೀಪನು ಉತ್ತರಿಸಿದಾಗ, ವೀರಣ್ಣನು "ನಮ್ಮನ್ನೆಲ್ಲಾ ಬಿಟ್ಟು ದೂರ ಹೋಗಿಬಿಡ್ತೀಯಾ ಅಂತಾ ಆಯಿತು. ಅಲ್ಲವೇ?" ಎಂದು ಚುಡಾಯಿಸಿದ.

"ಒಂದು ತಿಂಗಳು ಅಷ್ಟೇ ಮಾವಯ್ಯ. ಆಮೇಲೇ ಬಂದು ನಿಮ್ಮ ಮನೆಯಲ್ಲೇ ಠಿಕಾಣೇ" ಎಂದು ಪ್ರದೀಪ ತಮಾಷೆಯಲ್ಲಿ ಹೇಳಿದ. ಸಂತೋಷದ ಸಂಭ್ರಮದಲ್ಲಿ ಮಾವ-ಅಳಿಯರಿಬ್ಬರೂ ಆಪ್ತಸ್ನೇಹಿತರಾಗಿ ಮಾತಿನ ಮೋಡಿಯಲ್ಲಿ ತೇಲಾಡುತ್ತಾ ಓಲಾಡುತ್ತಿದ್ದರು.

ಕರೆಗಂಟೆಯ ದನಿ!

ಅಮೇರಿಕಾದ ವೈದ್ಯಕೀಯ ಕೇಂದ್ರಗಳಲ್ಲಿ ಒಂದು ಸ್ಥಾನಿಕ ವೈದ್ಯಾಧಿಕಾರಿಯ ಹುದ್ದೆಗೆ ಕನಿಷ್ಠ ಹತ್ತು ಮಂದಿ ಅಭ್ಯರ್ಥಿಗಳು ಬಿನ್ನಹಗಳನ್ನು ಸಲ್ಲಿಸುವುದು ಸಾಮಾನ್ಯ. ಇದರಲ್ಲಿ ಶೇಕಡಾ ಮೂವತ್ತು ಮಂದಿ ವಿದೇಶಿ ವೈದ್ಯ ಪದವೀಧರರಿರುತ್ತಾರೆ. ಅಮೇರಿಕಾ ಅಭ್ಯರ್ಥಿಗಳಿಗಿಂತ ಹೆಚ್ಚು ಅಂಕಗಳನ್ನು ಗಳಿಸಿರುವ ಮತ್ತು ಸೂಕ್ತ ಕೆಲಸ ವೀಸಾ ಪತ್ರಗಳನ್ನು ಲಗತ್ತಿಸಿರುವ ವಿದೇಶಿ ವೈದ್ಯ ಪದವೀಧರರನ್ನು ಮಾತ್ರವೇ ಸಂದರ್ಶನಕ್ಕೆ ಆಹ್ವಾನಿಸುತ್ತಾರೆ. ಈ ಹಂತದಲ್ಲಿ ಪ್ರಮಾಣ ಪತ್ರಗಳು ಮತ್ತು ವೀಸಾ ಪತ್ರಗಳು ಮೇಲು ನೋಟಕ್ಕೆ ಸರಿಯಾಗಿದ್ದರೆ ಸಾಕು. ಪ್ರದೀಪನ ವೀಸಾ ಪತ್ರಗಳು ಮೇಲು ನೋಟಕ್ಕೆ ಸರಿಯಾಗಿಯೇ ಇದ್ದವು. ಸಂದರ್ಶನದಲ್ಲಿ ಅಭ್ಯರ್ಥಿಗಳ ವರ್ತನೆ-ನಡವಳಿಕೆಗಳನ್ನು ಗಮನಿಸಿ, ವ್ಯಕ್ತಿಯ ನಿಷ್ಠೆ-ನೀತಿಗಳನ್ನು ಅಂದಾಜು ಮಾಡುತ್ತಾರೆ. ಸಂದರ್ಶನದಲ್ಲಿ ಮೆಚ್ಚುಗೆಯಾದ ಅಭ್ಯರ್ಥಿಗಳಿಗೆ ಸ್ಥಾನಿಕ ವೈದ್ಯಾಧಿಕಾರಿ ಹುದ್ದೆಗೆ ಅಧಿಕೃತವಾಗಿ ಆಹ್ವಾನ ಪತ್ರಿಕೆಯನ್ನು ಕಳುಹಿಸುತ್ತಾರೆ. ಆಹ್ವಾನವನ್ನು ಮನ್ನಿಸಿ ಸ್ಥಾನಿಕ ವೈದ್ಯಾಧಿಕಾರಿ ಹುದ್ದೆಯನ್ನು ಸೇರಲು ಒಪ್ಪುವ ಅಭ್ಯರ್ಥಿಗಳ ಪ್ರಮಾಣಪತ್ರಗಳನ್ನು-ವೀಸಾಪತ್ರಗಳನ್ನು ಅಧಿಕೃತವಾಗಿ ಪರಿಶೀಲನೆಗೆ ಒಳಪಡಿಸುವುದು ಸಾಂಪ್ರದಾಯಿಕ ಪದ್ಧತಿ.

ಪ್ರದೀಪನ ಸವಿನಯ ವರ್ತನೆಯಿಂದ ಮತ್ತು ಜಾಣತನದಿಂದ ಸಂತುಷ್ಟರಾಗಿದ್ದ ಪಂಡಿತ್ ಬಿಂಗೆಮರು, ಸಂದರ್ಶನದ ನಂತರ ಒಂದು ವಾರದೊಳಗಾಗಿ ಪ್ರದೀಪನನ್ನು ದೂರವಾಣಿಯಲ್ಲಿ ಕರೆದು "ಸ್ಥಾನಿಕ ವೈದ್ಯಾಧಿಕಾರಿ ಹುದ್ದೆಗೆ ಸುಸ್ವಾಗತ" ಎಂದು ತಿಳಿಸಿದರು. ಆ ದಿನ ಮಧ್ಯಾಹ್ನ ಎರಡು ಗಂಟೆ ಸಮಯದಲ್ಲಿ ಬಿಂಗೆಮರಿಂದ ದೂರವಾಣಿ ಕರೆ ಬಂದಾಗ ಪ್ರದೀಪನು ಚಿಕಾಗೋ ನಗರದ ರಷ್ ವೈದ್ಯಕೀಯ ಮಹಾಲಯದ ವೈದ್ಯರೊಬ್ಬರೊಡನೆ ಸ್ಥಾನಿಕ ವೈದ್ಯಾಧಿಕಾರಿ ಹುದ್ದೆಯ ಬಗ್ಗೆಯೇ ಮಾತನಾಡುತ್ತಿದ್ದ. ಲಲಿತಳು "ಬಿಂಗೆಮರು, ಮೈಖೇಲ್ ರೀಸ್ ಆಸ್ಪತ್ರೆಯಿಂದ" ಎಂದು ತಿಳಿಸಿದಾಗ, ಪ್ರದೀಪನು ಅವಸರದಿಂದಲೇ ರಷ್ ವೈದ್ಯರೊಡನೆ ಮಾತು ಮುಗಿಸಿ, ತವಕದಿಂದ ಓಡಿ ಬಂದು ಬಿಂಗೆಮರಿಗೆ ದೂರವಾಣಿಯಲ್ಲಿ ಹಾಜರಾದ. ಬಿಂಗೆಮರು "ಹೇಗಿದ್ದೀಯಾ ಪ್ರದೀಪ್ ಕುಮಾರ್?" ಎಂದು ಆರಂಭಿಸಿ "ನಿನಗೊಂದು ಸಂತಸದ ಸುದ್ದಿ. ಮೈಖೇಲ್ ರೀಸ್ ಆಸ್ಪತ್ರೆ ನಿಮಗೆ ಸ್ಥಾನಿಕ

ವೈದ್ಯಾಧಿಕಾರಿ ಹುದ್ದೆಯನ್ನು ನೀಡಿದೆ. ಸ್ವೀಕರಿಸುತ್ತೀರಾ?" ಎಂದು ಸಾಂಪ್ರದಾಯಿಕವಾಗಿ ಕೇಳಿದಾಗ, ಪ್ರದೀಪನು ಆನಂದಿಂದ "ಧನ್ಯೋಸ್ಮಿ, ಗುರುಗಳೇ" ಎಂದು ಆನಂದಬಾಷ್ಪ ಸುರಿಸಿದ. ನಂತರ ಗುರುಶಿಷ್ಯರಿಬ್ಬರೂ ಸಹಜವಾಗಿ ಮಾತನಾಡಿ, ಕೊನೆಯಲ್ಲಿ ಬಿಂಗೆಮರು "ಆದಷ್ಟು ಬೇಗ ಬಂದು ಒಪ್ಪಂದಕ್ಕೆ ಸಹಿಹಾಕಿ" ಎಂದಾಗ, ಪ್ರದೀಪನು "ನಾಳೆಯೇ ಬಂದು ಆ ಕಾರ್ಯ ಮುಗಿಸುತ್ತೇನೆ, ಗುರುಗಳೇ" ಎಂದು ಸಂಭ್ರಮೋತ್ಸಾಹದಿಂದ ತಿಳಿಸಿದ.

ಮೈಖೇಲ್ ರೀಸ್ ಆಸ್ಪತ್ರೆಯಲ್ಲಿ ಇಂತಹ ಸದಾವಕಾಶ ಸಿಗುವುದು ನಿಜಕ್ಕೂ ಪ್ರದೀಪನ ಘನಾದೃಷ್ಟವೇ ಆಗಿತ್ತು. ಸಂತೋಷದ ಸಾಗರದಲ್ಲಿ ತೇಲಾಡುತ್ತಿದ್ದ ಪ್ರದೀಪನಿಗೆ ಮುಂದೆ ಏನು ಮಾಡಬೇಕೆಂಬುದೇ ಹೊಳೆಯದೆ ದಂಗು ಬಡಿದವನಂತೆ ಇದ್ದ. ಅತ್ತೆ ಲಲಿತಳು "ಪ್ರದೀಪಾ, ಅಭಿನಂದನೆಗಳು ಶುಭಾಶಯಗಳು" ಎಂದು ಹಾರೈಸಿದಾಗ ಪ್ರದೀಪನು ಅತ್ತೆಗೆ ಸಾಷ್ಟಾಂಗ ನಮಸ್ಕಾರ ಮಾಡಿದ. ನಿಂತ ನಿಲುವಿನಲ್ಲಿಯೇ ವೀರಣ್ಣನಿಗೆ ದೂರವಾಣಿಯಲ್ಲಿ ಕರೆದು ಸಂತೋಷದ ಸುದ್ದಿಯನ್ನು ತಿಳಿಸಿದಾಗ ಮಾವ ಹೃತ್ಪೂರ್ವಕವಾಗಿ ಸೋದರಳಿಯನನ್ನು ಹಾರೈಸುತ್ತಾ "ಅಭಿನಂದನೆ ಅಭಿನಂದನೆ ಪ್ರದೀಪಾ. ಅಂತೂ ಸಾದಿಸಿದೆ. ಮಾದರಿಯಾದೆ" ಎಂದು ಹೊಗಳಿ, "ಮುಂದೆ?" ಎಂದು ಪ್ರಶ್ನಿಸಿದರು. ಪ್ರದೀಪನು "ಕೆಲಸಕ್ಕೆ ಸೇರುವ ಮುನ್ನ ಭಾರತಕ್ಕೆ ಹೋಗಿ ಅಮ್ಮನನ್ನ ನೋಡಿಕೊಂಡು ಬಂದು ಬಿಡ್ತೀನಿ ಮಾವ" ಎಂದು ತಿಳಿಸಿದಾಗ ವೀರಣ್ಣನು "ವೀಸಾ ಸಮಸ್ಯೆ ಏನೂ ಬರದ ಹಾಗೆ ನೋಡಿಕೋ" ಎಚ್ಚರಿಕೆಯನ್ನು ನೀಡಿದ.

ಈ ಸಮಯದಲ್ಲಿ ಭಾರತದಲ್ಲಿ ನಡುರಾತ್ರಿಯಾಗಿರುತ್ತದೆಂಬುದನ್ನೂ ಲೆಕ್ಕಿಸದೆ ಮನೆಯವರೊಡನೆ ತನ್ನ ಸಂತೋಷವನ್ನು ಹಂಚಿಕೊಳ್ಳಲು ತಾಯಿಗೆ ದೂರವಾಣಿಯಲ್ಲಿ ಕರೆದು ಒಂದೇ ಉಸುರಿನಲ್ಲಿ "ಅಮ್ಮಾ, ಅಮ್ಮಾ, ಕೆಲಸ ಬಂತು, ಕೆಲಸ ಬಂತು. ಮುಂದಿನ ತಿಂಗಳು ಒಂದನೆಯ ದಿನಾಂಕದಿಂದ ಮೈಖೇಲ್ ರೀಸ್ ಆಸ್ಪತ್ರೆಯಲ್ಲಿ ಸ್ಥಾನಿಕ ವೈದ್ಯಾಧಿಕಾರಿ" ಹೇಳಿದಾಗ, ಇನ್ನೂ ನಿದ್ದೆ ಮಂಪರಿನಲ್ಲಿಯೇ ಇದ್ದ ಶಾಂತಮ್ಮನಿಗೆ ಕನಸಿನಲ್ಲಿ ಯಾರೋ ಕರೆದ ಹಾಗಿತ್ತದರೂ ಮಗನ ಹರ್ಷವಾಣಿಯನ್ನು ಕೇಳಿ ಶುಭ ಸಂದೇಶವನ್ನು ಗ್ರಹಿಸಿ ಅಪರಮಿತವಾಗಿ ಆನಂದಿಸಿದಳು. ಮಾತು ಮುಂದುವರಿಸುತ್ತಾ ಪ್ರದೀಪನು "ಅಮ್ಮಾ, ಮುಂದಿನ ವಾರಾನೇ ಊರಿಗೆ ಬರ್ತೀನಿ. ಮೂರು ವಾರ ಇರ್ತೀನಿ" ಎಂದು ಪ್ರಯಾಣದ ಸುದ್ದಿಯನ್ನು ತಿಳಿಸಿದಾಗ ಶಾಂತಮ್ಮನಿಗೆ ಹಬ್ಬದ

ಸಂಭ್ರಮವೇ ಉಕ್ಕಿಬಂದು "ಬಾ ಮಗನೇ ಬೇಗಾ ಬಾಮ್ಮಾ" ಎಂದು ಹೇಳಿದಳು.

ಭಾವಿಸತಿ ಸುಮನಾಳಿಗೆ ಅದೇ ಕ್ಷಣದಲ್ಲಿ ಪ್ರದೀಪನು ಕರೆ ಮಾಡಿದ. ಭಾವಿಪತಿಯ ಅಭ್ಯುದಯವನ್ನೇ ಕೋರುತ್ತಾ, ಶುಭ ವಾರ್ತೆಯ ನಿರೀಕ್ಷಣೆಯಲ್ಲಿಯೇ ನಿದ್ರಿಸುತ್ತಿದ್ದ ಸುಮನಾಳಿಗೆ ನಡುರಾತ್ರಿಯಲ್ಲಿ ಬಂದ ದೂರವಾಣಿ ಪ್ರದೀಪನದೇ ಎಂದೂ, ಪ್ರದೀಪನಿಗೆ ಕೆಲಸ ಸಿಕ್ಕಿರಬಹುದೆಂದೂ ಸರಿಯಾಗಿ ಊಹಿಸಿದ್ದಳು. ದೂರವಾಣಿಯನ್ನು ಎತ್ತಿಕೊಂಡು "ಅಭಿನಂದನೆ ಅಭಿನಂದನೆ ಭಾವ. ಮೈಖೇಲ್ ರೀಸ್ ಆಸ್ಪತ್ರೆಯಲ್ಲಿ ನಿಮಗೆ ಸ್ಥಾನಿಕ ವೈದ್ಯಾಧಿಕಾರಿ ಹುದ್ದೆ ಬಂದಿದ್ದಕ್ಕೆ" ಎಂದು ಹೇಳಿದಾಗ ಪ್ರದೀಪನು ಪ್ರಿಯತಮೆಯನ್ನು ಕೊಂಡಾಡುತ್ತಾ "ಸತಿರಾಣಿ ಅಂದರೆ ನೀನೇ. ನನ್ನ ಮನಸ್ಸಿನಲ್ಲಿ ಇರುವುದನ್ನ ಸಾವಿರಾರು ಮೈಲಿ ದೂರದಿಂದಲೇ ಗ್ರಹಿಸಿಬಿಟ್ಟೆ" ಎಂದು ಹೇಳಿದ. ಪ್ರತಿಯಾಗಿ ಸುಮನಾ "ಅದಕ್ಕೇ ತಾನೆ ನಾನು ನಿಮ್ಮ ಅರ್ಧಾಂಗಿ ಆಗೋದು" ಎಂದು ಸಮರ್ಥಿಸಿಕೊಂಡಳು. ಪ್ರದೀಪನು ಕೆಲಸ ಆರಂಭಿಸುವ ಮೊದಲು ಭಾರತಕ್ಕೆ ಬರುವ ವಿಷಯ ತಿಳಿದು ಸುಮನಾಳಿಗೆ ತಡೆಯಲಾರದಷ್ಟು ಸಂತೋಷವಾಯಿತು. ತರುವಾಯ ಇಬ್ಬರೂ ಬಹಳ ಹೊತ್ತು ಮಾತನಾಡಿದರು. ಸುಮನಾಳ ಮನಸ್ಸು ಗರಿಕೆದರಿ ಆಕಾಶದಲ್ಲಿ ಹಾರುವ ಹಕ್ಕಿಯಾಗಿತ್ತು. ಇನಿಯನ ದಕ್ಷಿಣ ಅಮೇರಿಕಾ ಸಾಹಸಗಳನ್ನು ಪತ್ರ ಮತ್ತು ಚಿತ್ರಗಳ ಮೂಲಕ ಅರಿತು ಸೋಜಿಗಗೊಂಡಿದ್ದ ಸುಮನಾಳು, ಪ್ರದೀಪನಿಂದ ಪ್ರತ್ಯಕ್ಷವಾಗಿ ಕೇಳಿ ನಲಿಯುವುದಕ್ಕಾಗಿ ಕಾತರಳಾಗಿದ್ದಳು. ಸುಮನಾಳ ತಂದೆ-ತಾಯಿಯವರಿಗೆ ಪ್ರದೀಪನು ಬರುವ ಸುದ್ದಿ ನವಚೇತನ ಮೂಡಿಸಿತ್ತು. ಸುಮನಾ-ಪ್ರದೀಪರ ವಿವಾಹ ಮಹೋತ್ಸವವನ್ನು ನೆರವೇರಿಸುವ ಕನಸನ್ನು ಕಟ್ಟುತ್ತಿದ್ದರು. ಶಾಂತಮ್ಮನೂ ಸಹ ಬಂದ ಕೂಡಲೇ ಮಗನನ್ನು ಮದುವೆಗೆ ಒಪ್ಪಿಸಿ ಶುಭಕಾರ್ಯ ನೆರವೇರಿಸೋಣವೆಂದು ಕನವರಿಸುತ್ತಿದ್ದಳು.

ಆದರೆ ವಿಧಿಯ ವ್ಯೂಹ ಬಹಳ ವಿಭಿನ್ನವಾಗಿತ್ತು!

ಪ್ರದೀಪನು ಮೈಕೇಲ್ ರೀಸ್ ಆಸ್ಪತ್ರೆಯಲ್ಲಿ ಸ್ಥಾನಿಕ ವೈಧ್ಯಾಧಿಕಾರಿಯ ಹುದ್ದೆಯನ್ನು ಸ್ವೀಕರಿಸಲು ಒಪ್ಪಿಗೆಯ ಪತ್ರವನ್ನು ನೀಡಲು ಮಾರನೆಯ ದಿನ ಮುಂಜಾನೆಯೇ ದೌಡಾಯಿಸಿದ. ಪಂಡಿತ್ ಬಿಂಗೆಮರನ್ನು ಭೇಟಿಯಾದ. ಪ್ರದೀಪನನ್ನು ಸಹೋದ್ಯೋಗಿಯೇ ಎಂಬ ಆದರದಿಂದ ಕಾಣುತ್ತಾ, ವಿಭಾಗದ ಕಾರ್ಯದರ್ಶಿಣಿ ಕ್ಯಾಥೆರೈನಳಿಗೆ "ಪಂಡಿತ್ ಪ್ರದೀಪ್ ಕುಮಾರ್. ಹೊಸ

ಸ್ಥಾನಿಕ ವೈದ್ಯಾಧಿಕಾರಿ" ಎಂದು ಹೆಮ್ಮೆಯಿಂದ ಪರಿಚಯಿಸುತ್ತಾ ಪ್ರದೀಪನಿಂದ ಒಪ್ಪಿಗೆಯ ಪತ್ರವನ್ನು ಅಧಿಕೃತವಾಗಿ ಸ್ವೀಕರಿಸಿ ತರುವಾಯ ಅವನ ಪದವಿ ಪ್ರಮಾಣ ಪತ್ರಗಳನ್ನು ಮತ್ತು ದೇಶಾನುಮತಿ–ಪ್ರವೇಶಾನುಮತಿ ದಾಖಲಾತಿಗಳನ್ನು ಪಡೆಯಲು ಆದೇಶಿಸಿದ.

ದೇಶಾನುಮತಿ–ಪ್ರವೇಶಾನುಮತಿ ಹೆಸರುಗಳನ್ನು ಕೇಳಿ ಪ್ರದೀಪನ ಮನಸ್ಸಿನಲ್ಲಿ ಅನಿರ್ವಚನೀಯವಾಗಿ ಭಯ ಸಂಚಾರವಾಯಿತು. ಕುಂಬಳಕಾಯಿ ಕಳ್ಳಾ ಅಂದರೆ ಹೆಗಲು ಮುಟ್ಟಿ ನೋಡಿಕೊಳ್ಳುವಂತೆ. ವೀಸಾ ವ್ಯಾಪಾರಿ ಜೋಸೆಫ್‌ನು ಹೇಳಿದ್ದ "ಕೆಟ್ಟಕಾರ್ಯಗಳನ್ನು ಮಾಡಿ ಆರಕ್ಷಕರ ಕೈಗೆ ಸಿಕ್ಕಿಹಾಕಿಕೊಳ್ಳಬೇಡಾ. ನಿನ್ನ ವೀಸಾ ಗುಟ್ಟೆಲ್ಲಾ ಬಯಲಾಗುತ್ತೆ" ಎಚ್ಚರಿಕೆಯ ಮಾತುಗಳು ನೆನಪಾಗಿ, ಮೈಕೇಲ್ ರೀಸ್ ಆಸ್ಪತ್ರೆಯವರು ಆರಕ್ಷಕರಲ್ಲವಲ್ಲ ಎಂದುಕೊಂಡು ಮನಸ್ಸನ್ನು ಸ್ವಲ್ಪ ಹಗುರ ಮಾಡಿಕೊಂಡ.

ಅಂತೂ ಕೊನೆಗೆ ಎಲ್ಲಾ ಪತ್ರ ವ್ಯವಹಾರ ಮುಗಿಯಿತು. ಪ್ರದೀಪ ಮನೆಗೆ ಹಿಂತಿರುಗಿದ.

ಸುಮಾರು ಒಂದು ವಾರದ ನಂತರ ಕಾರ್ಯದರ್ಶಿಣಿ ಕ್ಯಾಥೆರೈನಳು ಪ್ರದೀಪನ ದೇಶಾನುಮತಿ–ಪ್ರವೇಶಾನುಮತಿಗಳನ್ನು ಅಧಿಕೃತವಾಗಿ ಪರಿಶೀಲಿಸಲು ಪ್ರಾರಂಭಿಸಿದಳು.

ಅದರೊಂದಿಗೆ ಪ್ರದೀಪನ ಪ್ರಾರಬ್ಧವೂ ಪ್ರಾರಂಭವಾಯಿತು. ಪಾಕಿಸ್ತಾನಿಯ ಪ್ರೇತ ಹಿಂದೂಸ್ತಾನಿಯನ್ನು ಬೇತಾಳನಂತೆ ಬೆನ್ನತ್ತಿತ್ತು. ಪಾಕ್ ಉಗ್ರ ಅರೀಫ್ ಅಹಮದನ ಗುರುತಂಕೆ ಪ್ರದೀಪ ಕುಮಾರಿಗೆ ಗಂಡಾಂತರದ ಅಂಕೆಯಾಗಿ ಪರಿಣಮಿಸಿತು. ವೀಸಾ ಇಲಾಖೆಯವರು ನಮೂದಿಸಿರುವ ಗುರುತಂಕೆಯ ಮೂಲಕ ವಲಸೆಗಾರರ ಪೂರ್ವೋತ್ತರಗಳನ್ನು ತಪಾಸಣೆ ಮಾಡುವುದು ಸುಲಭ.

ಕಾರ್ಯದರ್ಶಿಣಿ ಕ್ಯಾಥೆರೈನಳು ಪ್ರದೀಪನು ಬಿನ್ನಹಪತ್ರದಲ್ಲಿ ನಮೂದಿಸಿದ್ದ ಮಾಹಿತಿಯನ್ನು ಅಧಿಕೃತವಾಗಿ ತಪಾಸಣೆ ಮಾಡುತ್ತಾ ಮೊದಲು "ಪೆಸಿಫ಼ಿಕ್ ವೆಸ್ಟ್ ಆಸ್ಪತ್ರೆ" ಯವರನ್ನು ದೂರವಾಣಿಯಲ್ಲಿ ಸಂಪರ್ಕಿಸಲು ಪ್ರಯತ್ನಮಾಡಿದಳು.

ಅಮೇರಿಕಾ ವೈದ್ಯಕೀಯ ಕೇಂದ್ರಗಳ ದರ್ಶಿನಿಯಲ್ಲಿ ಇದ್ದ ಪೆಸಿಫಿಕ್ ವೆಸ್ಟ್ ಆಸ್ಪತ್ರೆಯ ವಿಳಾಸಕ್ಕೂ ಮತ್ತು ಪ್ರದೀಪನು ನಮೂದಿಸಿದ್ದ ವಿಳಾಸಕ್ಕೂ ತಾರತಮ್ಯ ಇರುವುದನ್ನು ಗಮನಿಸಿದ ಕ್ಯಾಥರೈನಳಿಗೆ "ಇದರಲ್ಲೇನೋ ಗುಟ್ಟಡಗಿದೆ" ಎಂದು ಸರಿಯಾಗಿಯೇ ಊಹಿಸಿದಳು. ಪೆಸಿಫಿಕ್ ಆಸ್ಪತ್ರೆಯವರನ್ನು ದೂರವಾಣಿಯಲ್ಲಿ ಸಂಪರ್ಕಿಸಲು ಪ್ರಯತ್ನಿಸಿದಾಗ ಕ್ಯಾಥರೈನಳ ಊಹೆ ನಿಜವಾಯಿತು.

ಪೆಸಿಫಿಕ್ ವೆಸ್ಟ್ ಆಸ್ಪತ್ರೆ ಅಮೇರಿಕಾದ ರಾಜಧಾನಿ ವಾಷಿಂಗ್ಟನ್ ನಗರದಲ್ಲಿ ಇಲ್ಲವೆಂದೂ, ವಾಷಿಂಗ್ಟನ್ ರಾಜ್ಯದ ಬೆಲ್-ವ್ಯೂ ನಗರದಲ್ಲಿ ಇತ್ತೆಂದೂ, ಈಗ ಈ ಆಸ್ಪತ್ರೆಯನ್ನು ಮುಚ್ಚಲಾಗಿದೆಯೆಂದೂ ತಿಳಿಯಿತು. ಕ್ಯಾಥರೈನಳಿಗೆ ಅನುಮಾನ ಹೆಚ್ಚಾಗಿ ಅವಳ ಕುತೂಹಲಕ್ಕೆ ಕಚಗುಳಿ ಇಟ್ಟಂತಾಯಿತು. ತನಿಖೆಯನ್ನು ಮುಂದುವರಿಸಿದಳು. ನೇರವಾಗಿ ಅಮೇರಿಕಾ ವೀಸಾ ಇಲಾಖೆಗೆ ಕರೆ ಮಾಡಿ ಪ್ರದೀಪನು ನಮೂದಿಸಿದ್ದ ವೀಸಾ- ಗುರುತಂಕೆಯನ್ನು ತಿಳಿಸಿ, ಪ್ರದೀಪನ ಪ್ರವೇಶಾನುಮತಿ-ಕೆಲಸಾನುಮತಿಗಳನ್ನು ವಿಷದವಾಗಿ ದೃಢೀಕರಿಸಬೇಕೆಂದು ಮನವಿ ಸಲ್ಲಿಸಿದಳು. ವೀಸಾ ಇಲಾಖೆಯವರು 'ತಪಾಸಣೆ ಮಾಡಿದ ನಂತರ ನಾವೇ ಕರೆ ಮಾಡುತ್ತೇವೆ' ಎಂದು ತಿಳಿಸಿ ಕ್ಯಾಥರೈನಳ ಕುತೂಹಲವನ್ನು ಮುಂದೂಡಿದರು.

ಅರೀಫ್ ಅಹಮದನು ಅಮೇರಿಕಾದಿಂದ ತಲೆ ಮರೆಸಿಕೊಂಡು ಪಾಕಿಸ್ತಾನಕ್ಕೆ ಹಿಂತಿರುಗಿ, ಅಲ್‌ಖೈದಾ-ತಾಲಿಬಾನ್ ಚಳುವಳಿಯಲ್ಲಿ ಸಕ್ರಿಯನಾಗಿ ಭಾಗವಹಿಸಿ, ಅಮೇರಿಕಾ ಹಾಗೂ ಪಾಶ್ಚಿಮಾತ್ಯ ಪಡೆಗಳ ವಿರುದ್ಧ ಹಲವಾರು ಬಾರಿ ಧಾಳಿ ನಡೆಸಿ, ಅಮೇರಿಕಾ ರಹಸ್ಯ ಇಲಾಖೆಯವರ ಕುಖ್ಯಾತರ ಪಟ್ಟಿಯಲ್ಲಿ ಅಗ್ರ ಸ್ಥಾನವನ್ನು ಪಡೆದು ವಿಜೃಂಭಿಸುತ್ತಿದ್ದ. ವಾಸ್ತವವಾಗಿ ಅರೀಫ್ ಅಹಮದನು ಕೆಲವೇ ತಿಂಗಳ ಹಿಂದೆ ಪಾಕಿಸ್ತಾನದ ಸೇನಾ ಪಡೆಗೆ ಬಲಿಯಾಗಿದ್ದ. ಆದರೆ ಅವನ ದೇಹ ಸಿಕ್ಕಲಿಲ್ಲ. ಪಾಕಿಸ್ತಾನದ ಸೇನಾವರದಿಯನ್ನು ಅಮೇರಿಕನ್ನರು ನಂಬಲಿಲ್ಲ. ಸುಳ್ಳು ವದಂತಿಯನ್ನು ಹಬ್ಬಿಸಿ ಅರೀಫನು ಬೇರೆ ಹೆಸರಿನಲ್ಲಿ ಎಲ್ಲೋ ತಲೆಮರೆಸಿಕೊಂಡಿದ್ದಾನೆಂದು ರಹಸ್ಯ ಇಲಾಖೆಯವರು ನಂಬಿದ್ದರು.

ಸತ್ತವರ ವೀಸಾ ಗುರುತಂಕಿಗಳನ್ನು ವರ್ಗಾಯಿಸಿ ಹೊಸ ವೀಸಾಗಳನ್ನು ಸೃಷ್ಟಿಸುವುದು ಒಂದು ದೊಡ್ಡ ದಂದೆಯಾಗಿದೆ. ಅರೀಫ್ ಅಹಮದನು ತಾಲಿಬಾನ್ ಕಾಳಗದಲ್ಲಿ ಸತ್ತ ನಂತರ ಅವನ ಸ್ವಂತ ಅಣ್ಣನಾದ ಮುನೀರ್

ಅಹಮದನು ತಮ್ಮನ ವೀಸಾ–ವಗೈರೆ ಪತ್ರಗಳನ್ನು ಕರಾಚಿಯಲ್ಲಿ ಕಳ್ಳವೀಸಾ ವ್ಯಾಪಾರಿಗಿದ್ದ ಅಖ್ತರ್ ಆಲಿ ಖಾನ್ ಎಂಬುವನಿಗೆ ಮಾರಿದ್ದ. ಸತ್ತುಹೋದ ಅರೀಫ಼ನ ವೀಸಾ ಮಾಹಿತಿ ಕರಾಚಿಯಿಂದ ಅಟ್ಲಾಂಟಾಗೆ ಸಮುದ್ರ ಲಂಘನ ಮಾಡಿ ವೀಸಾ ಖದೀಮಾ ರೇಮಂಡನ ಕಳ್ಳ ಭಂಡಾರವನ್ನು ಸೇರಿತ್ತು. ಯಾರ ತಲೆಯ ಮೇಲೋ ಬೀಳಬೇಕಿದ್ದ ಅರೀಫ಼ನ ವೀಸಾ ಪ್ರಾರಬ್ಧ ಪ್ರದೀಪನ ತಲೆಯ ಮೇಲೆ ಬಿದ್ದಿತ್ತು.

ಅಮೇರಿಕಾ ರಹಸ್ಯ ಇಲಾಖೆಯಲ್ಲಿ ಅರೀಫ಼್ ಅಹಮದನ ವೀಸಾ ಗುರುತಂಕೆ ಬೇಹುಗಾರರನ್ನು ಬಡಿದೆಬ್ಬಿಸಿತ್ತು. ಅರೀಫ಼್ ಅಹಮದನ ಮೊಕದ್ದಮೆಗೆ ಸಂಬಂಧಪಟ್ಟವರೆಲ್ಲ ದಿಢೀರನೆ ಒಂದುಗೂಡಿ ಮುಂದಿನ ಕ್ರಮದ ಬಗ್ಗೆ ಶೀಘ್ರ ಸಮಾಲೋಚನೆ ನಡೆಸಿ, ಯಾರಿಗೂ ಮುನ್ಸೂಚನೆ ನೀಡದೆ ನೇರವಾಗಿ ಮನೆಗೆ ಕ್ಲಿಪ್ತ ದಾಳಿಮಾಡಿ ಅರೀಫ಼್ ಅಹಮದ್ ಅರ್ಥಾಥ್ ಪ್ರದೀಪ ಕುಮಾರನನ್ನು ಬಂದಿಸಬೇಕೆಂದು ನಿರ್ಣಯಿಸಿಕೊಂಡರು. ರಹಸ್ಯ ಇಲಾಖೆಯವರ ಮನಸ್ಸಿನಲ್ಲಿ ಪ್ರದೀಪ ಕುಮಾರನು ತಲೆ ಮರೆಸಿಕೊಂಡಿರುವ ಅರೀಫ಼ನೇ ಎಂದು ಖಚಿತವಾಗಿತ್ತು. ಎಂತಹ ವಿಚಿತ್ರ!

ಸಾವಕಾಶವಾಗಿ ಉತ್ತರಕ್ಕೆ ಕಾಯುತ್ತಿದ್ದ ಕಾರ್ಯದರ್ಶಿಣಿ ಕ್ಯಾಥರೈನಳಿಗೆ ಅಮೇರಿಕಾ ರಹಸ್ಯ ಇಲಾಖೆಯ ಮುಖ್ಯಾಧಿಕಾರಿಯವರೇ ಸ್ವತಃ ದೂರವಾಣಿಯಲ್ಲಿ ಕರೆದು ವಿಷಯವನ್ನು ಸ್ಥೂಲವಾಗಿ ತಿಳಿಸಿ, ತರುವಾಯ ಪಂಡಿತ್ ಬಿಂಗೆಮ್‌ರವರೊಡನೆ ಮಾತನಾಡಿ ಸಮಸ್ಯೆಯನ್ನು ಕೂಲಂಕುಷವಾಗಿ ವಿವರಿಸಿದರು. ಅರೀಫ಼್ ಅಹಮದನ ಪ್ರದೀಪಕುಮಾರ್ ಅವತಾರದ ವಿಷಯ ಎಲ್ಲರನ್ನು ದಂಗು ಬಡಿಸಿತ್ತು. ಕಾರ್ಯಾಚರಣೆ ಮುಗಿಯುವವರೆಗೂ ಈ ವಿಷಯವನ್ನು ಬಯಲು ಮಾಡ ಬಾರದು ಎಂದು ರಹಸ್ಯ ಇಲಾಖೆಯವರು ಬಿಂಗೆಮ್–ಕ್ಯಾಥರೈನರಿಗೆ ಆದೇಶಿಸಿದರು.

ಮೂವತ್ತು ವರ್ಷಗಳ ಸೇವಾವಧಿಯಲ್ಲಿ ಬಿಂಗೆಮರಿಗೆ ಇಂತಹ ಅನುಭವ ಇದೇ ಮೊದಲು. ಪ್ರದೀಪನಿಗೆ ಶಿಫಾರಸು ಪತ್ರ ನೀಡಿದ್ದ ಮೈಕೇಲ್ ರೀಸ್ ಆಸ್ಪತ್ರೆಯ ಭಾರತೀಯ ಮುಸಲ್ಮಾನ ವೈದ್ಯ ಅಜ್ಮತ್ ಖಾನರ ಮೇಲೆ ಬಿಂಗೆಮರಿಗೆ ಅನೈಚ್ಛಿಕವಾಗಿ ಸಂದೇಹ ಮೂಡಿ ಬಂದಿತು. ಪ್ರದೀಪ ಇಂತಹ ನೀಚನೇ ಎಂದು ಅವರ ಕಲ್ಪನೆಗೆ ಅತೀತವಾಗಿತ್ತು. ಅಂತೂ ಪ್ರದೀಪನ ಸಾಹಸಿ ಜೀವನಕ್ಕೆ ತೆರೆ ಬೀಳುತ್ತಿತ್ತು.

ಆ ದಿನ. ಪ್ರದೀಪನು ಮಧ್ಯಾಹ್ನ ಸುಮಾರು ಎರಡು ಗಂಟೆಯ ಸಮಯದಲ್ಲಿ ಹೊಟ್ಟೆತುಂಬಾ ಊಟ ಮಾಡಿ ಮನೆಯಲ್ಲಿ ಆರಾಮವಾಗಿ ವಿಶ್ರಮಿಸಿಕೊಳ್ಳಾ, ಮೈಕೇಲ್ ರೀಸ್ ಆಸ್ಪತ್ರೆಯಿಂದ ಹೊಸ ಕೆಲಸ ವೀಸಾ ಪಡೆಯಲು ಪತ್ರಗಳು ಬಂದ ಕೂಡಲೇ ಭಾರತಕ್ಕೆ ಜಿಗಿದು, ತಾಯಿ ಮತ್ತು ಪ್ರಿಯತಮೆಯವರ ಪರಿವಾರವನ್ನೆಲ್ಲಾ ಭೇಟಿಯಾಗಿ ತನ್ನ ಅಮೇರಿಕಾಭ್ಯುದಯವನ್ನು ಎಲ್ಲರಿಗೂ ಹೇಳಿಕೊಂಡು ಆನಂದೋತ್ಸಾಹಗಳನ್ನು ಎಲ್ಲರೊಡನೆ ಹಂಚಿಕೊಂಡು ಕರ್ನಾಟಕದಲ್ಲಿ ಕುಣಿದು ಕುಪ್ಪಳಿಸಬೇಕೆಂದು ಕನಸು ಕಾಣುತ್ತಿದ್ದ.

ಎಲ್ಲಾ ಸರಿಯಾಗಿ ಜರುಗಿದ್ದರೆ ಮೈಖೇಲ್ ರೀಸ್ ಆಸ್ಪತ್ರೆಯವರು ಪ್ರದೀಪನಿಗೆ ಹೊಸ ಕೆಲಸ ವೀಸಾ ಪಡೆಯಲು ಪ್ರಾಯೋಜನ ಮಾಡುತ್ತಿದ್ದರು. ಮೈಖೇಲ್ ರೀಸ್ ಆಸ್ಪತ್ರೆಯ ಈ ಹೊಸ ವೀಸಾ ಪ್ರದೀಪನು ಜೋಸೆಫನಿಂದ ಲಂಚ ಕೊಟ್ಟು ಪಡೆದಿದ್ದ ಪೆಸಿಫ್ಟಿಕ್ ವೆಸ್ಟ್ ಆಸ್ಪತ್ರೆಯ ಕಳ್ಳ ಕೆಲಸ ವೀಸಾದ ಕುರುಹನ್ನು ಮುಚ್ಚುತ್ತಿತ್ತು. ಪ್ರದೀಪ ಕುಮಾರನು ನಿಜವಾಗಿಯೂ ಪ್ರಚಂಡ ಕುಮಾರನೆಂಬ ಬಿರುದಿಗೆ ಪಾತ್ರನಾಗಿರುತ್ತಿದ್ದ.

ಆದರೆ ವಿಧಿಯ ಆಟ ವಿಭಿನ್ನವಾಗಿತ್ತು.

ಮನೆಯ ಕೆಲಸದಲ್ಲಿ ತೊಡಗಿದ್ದ ಲಲಿತಾಳನ್ನು ಕರೆಗಂಟೆಯ ನಾದ ಮನೆಯ ಬಾಗಿಲಿಗೆ ಯಾರೋ ಬಂದಿದ್ದಾರೆಂದು ಸೂಚಿಸಿತು. ನೆರೆಯವರಾರೋ ಇರಬಹುದೆಂದು ಲಲಿತಳು ನಿರ್ಲಿಪ್ತಳಾಗಿ ಬಾಗಿಲು ತೆರೆದಾಗ ಇಬ್ಬರು ಆರಕ್ಷಕರು ಕಣ್ಣಿಗೆ ಬಿದ್ದಾಗ ಚಕಿತಳಾದಳು. ಆರಕ್ಷಕರು ವಿನಯವಾಗಿ ತಾವು ಅಮೇರಿಕಾ ರಹಸ್ಯ ಇಲಾಖೆಯವರೆಂದು ಪರಿಚಯಿಸಿಕೊಂಡು.

"ಪಂಡಿತ್ ಪ್ರದೀಪ್ ಕುಮಾರ್ ಮನೆಯಲ್ಲಿದ್ದಾರೆಯೇ?" ಎಂದು ಪ್ರಶ್ನಿಸಿದರು.

"ಯಾಕೆ? ಏನಾಯಿತು? ಅವನೇನ್ಮಾಡಿದ?" ಎಂದು ಲಲಿತಳು ತವಕದಿಂದ ಕೇಳಿದಾಗ, ಅಧಿಕಾರಿಗಳು ಸ್ವಲ್ಪ ಗಡಸು ದನಿಯಿಂದಲೇ, "ದಯವಿಟ್ಟು ಕರೆಯಿರಿ" ಎಂದು ಅಧಿಕೃತವಾಣಿಯಲ್ಲಿ ಆದೇಶಿಸಿದರು.

ಗಾಬರಿಗೊಂಡ ಲಲಿತಳು ಅಳುಕುವಾಣಿಯಿಂದಲೇ "ಪ್ರದೀಪಾ ಪ್ರದೀಪಾ ಬೇಗ ಬಾ" ಎಂದು ಕರೆದಾಗ, ಅತ್ತೆಯ ಕರೆ ಪ್ರದೀಪನಿಗೆ ಆರ್ತವಾಣಿಯಾಗಿ

ಕೇಳಿಸಿತು. ಅತ್ತೆಗೆ ಏನೋ ಅನಾಹುತವಾಗಿರಬಹುದೆಂಬ ಊಹಿಸಿ ಗಾಬರಿಯಾಗಿ ಪ್ರದೀಪನು ಹೊರಗೋಡಿ ಬಂದಾಗ ಸಮವಸ್ತ್ರಧಾರಿಗಳನ್ನು ಕಂಡು ಬೆಚ್ಚಿ ಬೆರಗಾದ.

ಗಡ್ಡಧಾರಿಯಾಗಿ ಮುಸ್ಲಿಮ್ ರುಮಾಲು ತೊಟ್ಟಿದ್ದ ಅರೀಫ಼್ ಅಹಮದನನ್ನು ಕೇವಲ ಭಾವಚಿತ್ರಗಳಲ್ಲಿ ನೋಡಿದ್ದ ರಹಸ್ಯಾಧಿಕಾರಿಗಳು ಮೀಸೆ-ಗಡ್ಡಗಳಿಲ್ಲದೆ ಇದ್ದ ಪ್ರದೀಪನನ್ನು 'ಪಕ್ಕಾ ಕಳ್ಳಾ ವೇಷಧಾರಿ' ಎಂದು ಅಪಾರ್ಥ ಮಾಡಿಕೊಂಡರು. ದುರದೃಷ್ಟವಶಾತ್ ಪ್ರದೀಪನು ಗಾತ್ರದಲ್ಲಿ ಹೆಚ್ಚು-ಕಡಮೆ ಅರೀಫ಼್ ಅಹಮದನನ್ನೆ ಹೋಲುತ್ತಿದ್ದ.

ತಾನು ಮಾಡಿದ ಕಳ್ಳ ವೀಸಾ ವ್ಯವಹಾರ ಹೇಗೋ ಬಯಲಾಗಿದೆಯೆಂದೂ, ತನಗೆ ಗಂಡಾಂತರ ವಕ್ಕರಿಸಿದೆ ಎಂದು ಪ್ರದೀಪ ಸರಿಯಾಗಿಯೇ ಊಹಿಸಿದನು.

ಅಧಿಕಾರಿಗಳು ತಾವು ಅಮೇರಿಕಾ ರಹಸ್ಯ ಇಲಾಖೆಯವರೆಂದು ಪರಿಚಯಿಸಿಕೊಂಡು "ನೀವೇನಾ ಪಂಡಿತ್ ಪ್ರದೀಪ್ ಕುಮಾರ್?" ಎಂದು ಪ್ರಶ್ನಿಸಿದಾಗ ಪ್ರದೀಪನು ಕುರಿಯಂತೆ ತಲೆಯಾಡಿಸಿದ. "ಪಂಡಿತ್ ಪ್ರದೀಪ್ ಕುಮಾರ್, ನಿಮ್ಮನ್ನು ಅಕ್ರಮ ವೀಸಾ ವ್ಯವಹಾರದ ಆರೋಪದ ಮೇಲೆ ಬಂದಿಸ್ತಾ ಇದ್ದೀವಿ. ದಯವಿಟ್ಟು ಸಹಕರಿಸಿ" ಎಂದು ವಿನಯಪೂರ್ವಕವಾಗಿ ಆಜ್ಞಾಪಿಸಿದಾಗ 'ನನ್ನ ಕಥೆ ಇನ್ನು ಮುಗಿಯಿತು' ಎಂದು ಅರಿತ ಪ್ರದೀಪನು ಮರುಮಾತಾಡದೆ ಅಧಿಕಾರಿಗಳಿಗೆ ಬೇಡಿ ತೊಡಿಸಲು ಕೈಗಳನ್ನು ನೀಡಿದನು. ಅತ್ತೆಯನ್ನು ನೋಡುವಷ್ಟು ಧೈರ್ಯ ಇರಲಿಲ್ಲಾ. ತಲೆ ತಗ್ಗಿಸಿಕೊಂಡು ಭೂಮಿತಾಯಿಯನ್ನು ನೋಡುತ್ತಾ ಅಧಿಕಾರಿಗಳೊಡನೆ ದಸ್ತಗಿರಿಯಾಗಿ ಮನೆ ಬಿಟ್ಟು ಹೊರಟನು.

ಎಲ್ಲವನ್ನೂ ಕಣ್ಣಾರೆ ನೋಡಿ, ಕಿವಿಯಾರೆ ಕೇಳಿದ ಲಲಿತಳಿಗೆ ದಿಕ್ಕು ತೋಚದಂತಾಗಿತ್ತು. ಪ್ರದೀಪನನ್ನು ಬಂಧಿಸಿಕೊಂಡು ಹೋಗುವುದನ್ನೇ ಎವೆಯಿಕ್ಕದೆ ನೋಡುತ್ತಾ ಅಸಹಾಯಕಳಾಗಿ ನಿಂತಿದ್ದಳು.

ಕಚೇರಿಯಲ್ಲಿ ಕಾರ್ಯಮಗ್ನನಾಗಿದ್ದ ವೀರಣ್ಣನಿಗೆ ಲಲಿತಳಿಂದ ದೂರವಾಣಿ ಬಂತು. ಭಯ ವಿಹ್ವಲದನಿಯಲ್ಲಿ ಲಲಿತಳು ನಡೆದ ಘಟನೆಯನ್ನು ಅಸ್ಪಷ್ಟವಾಗಿ ತಿಳಿಸಿದಳು. ವೀರಣ್ಣನು ದಂಗುಬಡಿದಂತಾಗಿ ಆಲಿಸಿದನು.

ಪ್ರದೀಪನು ತನ್ನ ವೀಸಾ ವಿಷಯವನ್ನು ಮಾವನಿಂದ ಗುಟ್ಟಾಗಿಟ್ಟಿದ್ದನು. ವೀರಣ್ಣನೇ ಒಂದೆರಡು ಸಾರಿ "ಹೇಗೆ ವೀಸಾ ಪಡೆದೆ? ಹೇಗೆ ವೀಸಾ ಬದಲಾಯಿಸಿದೆ?" ಎಂದು ವಿಚಾರಿಸಿದಾಗ ತೇಲುತ್ತರ ಕೊಡುತ್ತಾ ಪ್ರಶ್ನೆಯನ್ನು ಮರೆಯಿಸುತ್ತಿದ್ದ. ಅಳಿಯನು ಏನೋ ಚಕಮಕಿ ಮಾಡುತ್ತಿದ್ದಾನೆಂದು ವೀರಣ್ಣನಿಗೆ ಹೊಳೆದಿದ್ದರೂ, "ಇದೆಲ್ಲಾ ನನಗೇಕೆ? ಸದ್ಯ ನನ್ನ ನೆರವನ್ನು ಕೇಳಲಿಲ್ಲವಲ್ಲಾ" ಎಂದು ತನಗೆ ತಾನೆ ಸಮಾಧಾನ ಪಟ್ಟುಕೊಂಡಿದ್ದ. ಪ್ರದೀಪನು ಅಮೇರಿಕಾಗೆ ಬಂದಿದ್ದು ಅಕ್ರಮವಾಗಿಯೇ ಇರಬಹುದೆಂದು ಲಲಿತಾ ಸರಿಯಾಗಿಯೇ ಊಹಿಸಿದ್ದಳು. ಈ ವಿಷಯದ ಬಗ್ಗೆ ಪ್ರದೀಪನನ್ನು ಕೆದಕಿದಾಗ ವೀರಣ್ಣನೇ 'ಹೇಗೋ ಬಂದ. ಈಗ ಅದೆಲ್ಲಾ ನಿನಗೆ ಯಾಕೆ?' ಎಂದು ಲಲಿತಳನ್ನು ಸುಮ್ಮನಿರುಸುತ್ತಿದ್ದ.

ಆದರೆ ಈಗ ಎಲ್ಲಾ ಬಟಾಬಯಲಾಗಿತ್ತು.

ಕಳ್ಳ ವೀಸಾದಾರರಿಗೆ ಆಶ್ರಯ ಕೊಟ್ಟಿದ ತನಗೆ ಇನ್ನೇನು ಕಾದಿದೆಯೋ ಎಂದು ವೀರಣ್ಣನು ಭಯಗೊಂಡ. ಪ್ರದೀಪನ ಅಭ್ಯುದಯವನ್ನು ಕಂಡು ಕರುಬುತ್ತಿದ್ದ ಲಲಿತಳಿಗೆ ಅಳಿಯನನ್ನು ಅಲ್ಲಗೆಳೆಯಲು ಅವಕಾಶ ಸಿಕ್ಕಿದಂತಾಯಿತು.

****

ತನಿಖಾ ಕೋಣೆಯಲ್ಲಿ ಚಿತ್ರಹಿಂಸೆ

ಕಚೇರಿಯಲ್ಲಿ ಕಾರ್ಯಮಗ್ನನಾಗಿ ಗಹನವಾದ ಸಮಸ್ಯೆಯೊಂದನ್ನು ಬಗೆಹರಿಸಲು ತಿಣುಕುತ್ತಿದ್ದ ವೀರಣ್ಣನಿಗೆ ಲಲಿತಳಿಂದ ದೂರವಾಣಿ ಕರೆ ಬಂದಾಗ ಅದಕ್ಕೆ ಉತ್ತರಿಸಲೂ ಹೋಗದೆ ನಿರ್ಲಕ್ಷಿಸಿದ. ಕರೆಯ ಸಂಖ್ಯೆ ನೋಡಿ ಇದು ಮನೆಯಿಂದ ಲಲಿತಳ ಕರೆಯೆಂದು ತಿಳಿದರೂ, 'ಇದೇನೋ ಮಾಮೂಲಿ ಸುದ್ದಿ ತರುವಾಯ ಕರೆದರಾಯಿತು' ಎಂದುಕೊಂಡು, ಸಮಸ್ಯೆಯತ್ತ ಗಮನ ಹರಿಸಿ ಕಚೇರಿಯ ಗ್ರಂಥಾಲಯಕ್ಕೆ ತೆರಳಿದ. ಇತ್ತ ಗಾಬರಿಯಾಗಿ ದಿಕ್ಕು ತೋಚದೆ ಚಡಪಡಿಸುತ್ತಿದ್ದ ಲಲಿತಳು ನಿಮಿಷಕ್ಕೊಂದು ಸಾರಿ ದೂರವಾಣಿಯಲ್ಲಿ ಗಂಡನಿಗೆ ಕರೆಯಿತ್ತದ್ದರೂ ವೀರಣ್ಣ ಉತ್ತರಿಸಲೇ ಇಲ್ಲ. ತಳಮಳದಿಂದ ತತ್ತರಿಸುತ್ತಿದ್ದ ಲಲಿತ ಕಚೇರಿಯ ಮುಖ್ಯಾಧಿಕಾರಿಯನ್ನೇ ನೇರವಾಗಿ ಕರೆದು ಕೂಡಲೇ ವೀರಣ್ಣನೊಡನೆ ಮಾತನಾಡಬೇಕೆಂದು ಆಗ್ರಹಿಸಿಕೊಂಡಳು. ಗ್ರಂಥಾಲಯದಲ್ಲಿ ತಲ್ಲೀನನಾಗಿದ್ದ ವೀರಣ್ಣನಿಗೆ ಸಹೋದ್ಯೋಗಿಯೊಬ್ಬ ಲಲಿತಳ ಸಂದೇಶವನ್ನು ತಲುಪಿಸಿದಾಗ, ಆತ ಏನೋ ಅಚಾತುರ್ಯ ಆಗಿರಬಹುದೆಂದು ಊಹಿಸಿದ.

ತಕ್ಷಣವೇ ಹೆಂಡತಿಗೆ ದೂರವಾಣಿಯಲ್ಲಿ ಕರೆದಾಗ, ತೊದಲುತ್ತಾ ಲಲಿತಳು 'ಪ್ರದೀಪನನ್ನು ಪೊಲೀಸರು ಎಳೆದುಕೊಂಡು ಹೋದ ವಿಷಯ ತಿಳಿಸಿ ಬೇಗ ಬನ್ನಿ ಎಂದಳು.

ವೀರಣ್ಣನಿಗೆ ಕ್ಷಣಮಾತ್ರದಲ್ಲಿ ಪ್ರದೀಪನ ಬಂಧನದ ಕಾರಣ ಹೊಳೆಯಿತು. ಹಲವಾರು ಸಾರಿ ವೀಸಾ ಹೇಗೆ ಪಡೆದೆ? ಎಂದು ವೀರಣ್ಣನು ವಿಚಾರಿಸಿದರೂ, "ಹೇಗೋ ಗಿಟ್ಟಿಸಿದೆ ಮಾವ" ಎಂದು ಪ್ರದೀಪ ತೇಲುತ್ತರ ಕೊಡುತ್ತಾ ಜಾರಿಕೊಳ್ಳುತ್ತಿದ್ದ. ಪೆಸಿಫ಼ಿಕ್ ವೆಸ್ಟ್ ಆಸ್ಪತ್ರೆ ವಾಷಿಂಗ್ಟನ್ ನಗರದಲ್ಲಿ ಇದೆಯೆಂದು ಹೇಳಿದಾಗಲೂ ವೀರಣ್ಣನಿಗೆ ಸಂದೇಹ ಅನುಮಾನವಾಗಿತ್ತು. ಆದರೆ ಹೆಚ್ಚಿಗೆ ತಲೆಗೆ ಹಚ್ಚಿಕೊಳ್ಳಲಿಲ್ಲ. ಕಳ್ಳ ವೀಸಾ ಪಡೆಯುವ ಹಲವಾರು ರೀತಿನೀತಿಗಳನ್ನೂ, ಸುಮಾರು ವ್ಯವಹಾರಗಳನ್ನೂ ಅರಿತಿದ್ದ ವೀರಣ್ಣನಿಗೆ ಪ್ರದೀಪನ ಗೋಪ್ಯ ವೀಸಾ ವ್ಯವಹಾರ ಅಂತಹ ಅಮಾನುಷ ಕೃತ್ಯವೇನೂ ಅನಿಸಿಲಿಲ್ಲ.

ಅಮೇರಿಕಾವನ್ನು ಕಂಡು ಹಿಡಿದ ಕ್ರಿಸ್ಟೋಫರ್ ಕೊಲಂಬಸ್ಸನಿಗೇ ವೀಸಾ ಇರಲಿಲ್ಲ. ಇನ್ನು ಇವನ್ಯಾವ ಲೆಕ್ಕ! ಆದರೆ ಈಗ ಎಲ್ಲಾ ತಿರುಗುಮುರುಗವಾಗಿತ್ತು. ಸ್ವದೇಶಾನುಮತಿ- ವಿದೇಶಾನುಮತಿಗಳಿಲ್ಲದೆ ಅಮೇರಿಕಾಗೆ ವಲಸೆ ಬರುತ್ತಿರುವ ಸಾವಿರಾರು ಅಕ್ರಮ ಪರದೇಶಿಗಳಿಗೆ ವರದಾನವಾಗಿರುವ ಕಳ್ಳ ವೀಸಾ ವ್ಯವಹಾರದ ಇಂದ್ರಜಾಲ ಪ್ರದೀಪನ ಪಾಲಿಗೆ ಜೇಡರ ಬಲೆಯಾಗಿ ಪರಿಣಮಿಸಿತ್ತು.

ಕೆಲಸ ಬಿಟ್ಟು ಕೂಡಲೇ ಕಚೇರಿಯಿಂದ ತರಾತುರಿಯಾಗಿ ಮನೆಗೆ ಬಂದ ವೀರಣ್ಣನಿಗೆ ಲಲಿತಳು ನಡೆದ ವಿಷಯ ತಿಳಿಸಿ ಅಮೇರಿಕಾ ರಹಸ್ಯಾ ಇಲಾಖೆಯ ಅಧಿಕಾರಿಗಳು ಕೊಟ್ಟಿದ್ದ ಗುರುತುಪತ್ರ ತೋರಿಸಿದಳು. ರಾಷ್ಟ್ರೀಯ ಮಟ್ಟದ ಇಲಾಖೆಯವರು ತನಿಖೆ ಮಾಡಬೇಕಾದರೆ ಪ್ರದೀಪನು ಬಹಳ ದೊಡ್ಡ ಪ್ರಮಾದಕ್ಕೆ ಸಿಕ್ಕಿದ್ದಾನೆಂದು ವೀರಣ್ಣನಿಗೆ ಮನದಟ್ಟಾಯಿತು. ಎಷ್ಟಾದರೂ ಪ್ರದೀಪ ವೀರಣ್ಣನಿಗೆ ಸೋದರಳಿಯನಲ್ಲವೇ? ಪ್ರದೀಪನಿಗೆ ತನ್ನ ಕೈಲಾದ ನೆರವು ನೀಡುವುದು ವೀರಣ್ಣನ ಕರ್ತವ್ಯವಾಗಿತ್ತು. ಈ ವಿಷಮ ಸನ್ನಿವೇಶವನ್ನು ಹೇಗೆ ನಿಭಾಯಿಸಬೇಕೆಂಬುದರ ಬಗ್ಗೆ ವಿಚಾರ ಮಾಡಲು ತನ್ನ ಆಪ್ತ ಸ್ನೇಹಿತ ಹಾಗೂ ಅಮೇರಿಕಾದಲ್ಲಿ ವಿಖ್ಯಾತಿಯಾಗಿರುವ ವಲಸೆ ವಕೀಲ ಅಮರನಾಥ ಗೌಡರನ್ನು ಮುಖತಃ ಭೇಟಿಯಾಗಿ ಮಾತನಾಡಲು ಅವರ ಮನೆಗೆ ತೆರಳಿದ.

ಇತ್ತ ಪ್ರದೀಪನನ್ನು ಬಂಧಿಸಿ ರಹಸ್ಯ ಇಲಾಖೆಯ ಕಚೇರಿಗೆ ಕರೆತಂದ ರಹಸ್ಯಾಧಿಕಾರಿಗಳಿಗೆ ಪ್ರದೀಪನ ಮೇಲೆ ಸಂಶಯಕ್ಕಿಂತಲೂ ಮಿಗಿಲಾಗಿ 'ಇವನೇ ಭಯೋತ್ಪಾದಕ' ಎಂಬ ನಂಬಿಕೆಯೇ ಬಲವಾಗಿತ್ತು. ದುರದೃಷ್ಟವಶಾತ್ ಪ್ರದೀಪ ಎತ್ತರ-ಗಾತ್ರದಲ್ಲಿ ಮತ್ತು ಮುಖಚಹರೆಯಲ್ಲಿ ಅರೀಫ್ ಅಹಮದನನ್ನು ಹೋಲುತ್ತಿದ್ದ. ಕುಖ್ಯಾತ ಭಯೋತ್ಪಾದಕರ ಪಟ್ಟಿಯಲ್ಲಿ ಅಗ್ರಸ್ಥಾನವನ್ನು ಅಲಂಕರಿಸಿದ್ದ ಅರೀಫ್ ಅಹಮದನನ್ನು ಬಂಧಿಸಿ, ಶಿಕ್ಷೆಗೆ ಗುರಿಪಡಿಸುವುದು ರಹಸ್ಯಾಧಿಕಾರಿಗಳಾದ ಡೇವಿಡ್ ಲೆಬ್ರೀ ಮತ್ತು ಜೇಮ್ಸ್ ಹಾರ್ನೆಟ್‌ರವರಿಗೆ, ಕೇವಲ ಸಾಹಸವಲ್ಲದೆ ಬಡ್ತಿ ಗಿಟ್ಟಿಸುವ ಕಾರ್ಯಸಾಧನವೂ ಆಗಿತ್ತು. ಕೇವಲ ಭಾವಚಿತ್ರಗಳಲ್ಲಿ ಮತ್ತು ಸರ್ವೇಕ್ಷಿಕ ದೃಶ್ಯಾವಳಿಯಲ್ಲಿ ಮಾತ್ರ ಅರೀಫ್ ಅಹಮದನನ್ನು ವೀಕ್ಷಿಸಿದ್ದ ಡೇವಿಡ್ ಮತ್ತು ಜೇಮ್ಸ್ ಅವನೇ ಇವನು ಎಂಬ ನಿರ್ಧಾರಕ್ಕೆ ಬಂದಿದ್ದರು.

ಅಂತೂ–ಇಂತೂ ಪ್ರದೀಪನಿಗೆ ಅಗ್ನಿಪರೀಕ್ಷೆ ಪ್ರಾರಂಭವಾಯಿತು.

ಚಿಕಾಗೋ ಮಹಾನಗರದ ಪಶ್ಚಿಮ ರೂಸ್ವೆಲ್ಟ್ ರಸ್ತೆಯಲ್ಲಿರುವ ಅಮೇರಿಕಾ ರಾಷ್ಟ್ರೀಯ ರಹಸ್ಯ ಇಲಾಖೆಯ ಭವ್ಯನಿಲಯ ಪ್ರದೀಪನ ಪಾಲಿಗೆ ಭಯಂಕರ ನಿಲಯವಾಗಿತ್ತು. ಔಪಚಾರಿಕವಾಗಿ ಮಿತಭಾಷಿಗಳಾಗಿ ವರ್ತಿಸುತ್ತಾ ಪ್ರದೀಪನನ್ನು ಬಂಧಿಸಿ ಕರೆತಂದ ರಹಸ್ಯಾಧಿಕಾರಿಗಳು ನಿಯಮಾನುಸಾರವಾಗಿ ಆಪಾದಿತನನ್ನು ಪ್ರಶ್ನಿಸಲಾರಂಭಿಸಿದರು.

ಪ್ರದೀಪನಿಗೆ ತನ್ನ ಕಳ್ಳ ವೀಸಾ ವ್ಯವಹಾರ ಬಯಲಾಗಿದೆಯೆಂದೂ, ಇನ್ನು ತನ್ನ ಕಥೆ ಮುಗಿಯಿತೆಂದೂ, ಅಮೇರಿಕಾದವರು ಒದ್ದು ಭಾರತಕ್ಕೆ ಓಡಿಸುವುದು ಖಚಿತವೆಂದೂ ಮನವರಿಕೆಯಾಯಿತು. ಸದ್ಯ ಈ ವಿಷಯ ಪ್ರಚಾರವಾಗದೆ ಇದ್ದರೆ ಸಾಕಪ್ಪಾ ಎಂದು ದೇವರಲ್ಲಿ ಮೊರೆಯಿಡುತ್ತಿದ್ದ.

ಆದರೆ ಭಯೋತ್ಪಾದನೆಯ ಉರುಳು ತನ್ನ ಕೊರಳಿಗೆ ಬಿದ್ದಿದೆ ಎಂದು ಆತ ಎಣಿಸಿರಲಿಲ್ಲ. ಭಯೋತ್ಪಾದಕನೆಂಬ ಆರೋಪ ರಹಸ್ಯ ಇಲಾಖೆಯವರ ಕುತೂಹಲಕ್ಕೆ ಕೊಳ್ಳಿಯನ್ನಿಟ್ಟಿತ್ತು. ಅಮೇರಿಕಾ ಸರಕಾರದ ವಲಸೆ ಅಧಿಕಾರಿಗಳಿಗೆ ಹಲವಾರು ಸಾರಿ ಚಳ್ಳೆಹಣ್ಣನ್ನು ತಿನ್ನಿಸಿ, ಹಾಡ ಹಗಲಲ್ಲೇ ಕಣ್ಣು ತಪ್ಪಿಸಿಕೊಂಡು ಮರೆಯಾಗಿಹೋಗಿದ್ದ ಅರೀಫ಼್ ಅಹಮದನು ಕುಪ್ರಸಿದ್ಧನಾಗಿದ್ದುದರಿಂದ ರಹಸ್ಯಾಧಿಕಾರಿಗಳು ಚುರುಕಾಗಿದ್ದರು. ಪ್ರದೀಪನ ಬಾಯಿ ಬಿಡಿಸಲು ಟಿಮತಿ ವಾರೆನ್ ಎಂಬ ವಿಶೇಷ ರಹಸ್ಯಾಧಿಕಾರಿಯನ್ನು ನೇಮಿಸಿದರು.

ಟಿಮತಿ ವಾರೆನ್ನನು ಉರ್ದು ಹಾಗೂ ಹಿಂದಿ ಭಾಷೆ ಬಲ್ಲವನಾಗಿದ್ದ. ಸಾಮ, ದಾನ, ಭೇದ ಮತ್ತು ದಂಡೋಪಾಯಗಳನ್ನು ಪ್ರಯೋಗಿಸಿ ಅಪರಾಧಿಗಳ ಗುಟ್ಟನ್ನು ರಟ್ಟುಮಾಡುವ ವಿಧಾನಗಳಲ್ಲಿ ಪಳಗಿದ್ದ. ಮೇಲುನೋಟಕ್ಕೆ ಸೌಮ್ಯನಾಗಿ–ಶಾಂತನಾಗಿ ಕಂಡರೂ, ಗೋಮುಖವ್ಯಾಘ್ರನಾಗಿದ್ದ ಟಿಮತಿ, ಮಾತಿಗೆ ಜಗ್ಗದವರಿಗೆ ರುದ್ರಭಯಂಕರನಾಗಿದ್ದ.

ವಿಷಯಾನ್ವೇಷಣೆಯ ಕೋಣೆಯಲ್ಲಿ ಪ್ರದೀಪನ ಆರೋಪಣಾ ಪರೀಕ್ಷೆ ಆರಂಭವಾಯಿತು. ಟಿಮತಿ ಉರ್ದು ಭಾಷೆಯಲ್ಲಿ "ಅರೀಫ಼್ ಅಹಮದ್, ಯಾಕೆ ಈಗ ಪಂಡಿತ್ ಪ್ರದೀಪ ಕುಮಾರ್ ಅವತಾರವನ್ನ ಎತ್ತಿದ್ದೀಯಾ" ಎಂದು ಕೇಳಿದಾಗ, ಪ್ರದೀಪನಿಗೆ ಅವನ ಮಾತು ಅರ್ಥವಾಗಲೇ ಇಲ್ಲಾ. "ಆ"

ಎಂದು ಕಣ್ಣುಕಣ್ಣು ಬಿಟ್ಟು ನೋಡುತ್ತಿರುವಾಗ ಟಿಮತಿಯು ಮತ್ತೊಮ್ಮೆ ಉರ್ದುವಿನಲ್ಲಿಯೇ "ಹೇಯ್ ಅರೀಫ್ ಅಹಮದ್, ನಿನ್ನನ್ನೇ ಕೇಳ್ತಾಯಿರೋದು. ಈ ವೇಷಾ ಯಾವಾಗಿಂದ? ಬೊಗಳೋ..." ಎಂದು ಗದರಿದ.

ಅರ್ಥವಾಗದ ಭಾಷೆಯಲ್ಲಿ ಪ್ರಶ್ನೆ ಹಾಕುತ್ತಿದ್ದ ಟಿಮತಿಗೆ ಏನು ಹೇಳಲೂ ದಿಕ್ಕು ತೋಚದೆ ಪ್ರದೀಪ "ನಿಮ್ಮ ಮಾತೇ ನನಗೆ ಅರ್ಥವಾಗುತ್ತಿಲ್ಲಾ" ಎಂದು ಹೇಳಿದ.

ಕಳ್ಳ–ಕೊರಮರೆಲ್ಲರೂ ಮೊದಲು "ನಿಮ್ಮ ಮಾತೇ ನನಗೆ ಅರ್ಥವಾಗುತ್ತಿಲ್ಲ" ಎನ್ನುವುದು ಮಾಮೂಲು. ಈ ಮಾತನ್ನು ಸುಮಾರು ಸಾರಿ ಕೇಳಿದ್ದ ಟಿಮತಿಗೆ ಹಾಗೂ ಇತರ ರಹಸ್ಯಾಧಿಕಾರಿಗಳಿಗೆ ಪ್ರದೀಪನು ಪಕ್ಕಾ ಕಿಲಾಡಿ ಬಡ್ಡೀಮಗ ಎಂಬ ಭಾವನೆ ಮೂಡಿತು. ಆದರೆ ಪಾಪ ಪ್ರದೀಪನು ನಿಜವನ್ನೇ ಹೇಳುತ್ತಿದ್ದ.

"ಅರೀಫ್ ಅಹಮದ್, ಸಲಾಮ್ ಅಲೇಕುಮ್" ಎಂದು ಅಣಕಿಸುತ್ತಾ ಟಿಮತಿಯು ಪ್ರದೀಪನ ಕಪಾಳಕ್ಕೆ ಬಲವಾಗಿ ಹೊಡೆದು "ಈವಾಗ ಅರ್ಥವಾಯಿತಾ?" ಎಂದು ಅಬ್ಬರಿಸುತ್ತಾ ಕೆನ್ನೆಗೆ–ತಲೆಗೆ ಕೈಯಿಂದ ಎಡೆಬಿಡದೆ ಪ್ರಹಾರಗಳನ್ನು ಉಡಾಯಿಸಿದ. ಕುರ್ಚಿಯ ಮೇಲೆ ಕುಳಿತಿದ್ದ ಪ್ರದೀಪನ ತಲೆ ಟಿಮತಿಯ ಪ್ರಹಾರಕ್ಕೆ ತತ್ತರಿಸಿ ಹಿಂದಿದ್ದ ಗೋಡೆಗೆ ಬಡಿದು ಮೆದುಳು ರಕ್ತಸ್ರಾವಕ್ಕೀಡಾಗಿತ್ತು. ಮೊದಲೆರಡು ಏಟಿಗೆ ಅಯ್ಯೋ ಅಮ್ಮಾ ಎಂದು ಒರಲುತ್ತಿದ್ದ ಪ್ರದೀಪನು ತರುವಾಯ ಪ್ರಜ್ಞಾಹೀನನಾಗಿ ನಿಶ್ಚೇತನಗೊಂಡು ಮಾತುಕತೆಯಿಲ್ಲದೆ ಟಿಮತಿಯ ಪೆಟ್ಟುಗಳನ್ನು ಸ್ವೀಕರಿಸುತ್ತಿದ್ದನು. ಇದೆಲ್ಲವೂ ಕಳ್ಳ ನಾಟಕ ಎಂದು ಭಾವಿಸಿ ಟಿಮತಿ ನಿರ್ದಯಿಯಾಗಿ ವರ್ತಿಸುತ್ತಿದ್ದನು. ಇದೆಲ್ಲವನ್ನೂ ವೀಕ್ಷಿಸುತ್ತಿದ್ದ ಡೇವಿಡ್ ಮತ್ತು ಜೇಮ್ಸರು ಪ್ರದೀಪನು ತಟಸ್ಥನಾದುದನ್ನು ಅರಿತು ಟಿಮತಿಗೆ ಹೊಡೆಯುವುದನ್ನು ನಿಲ್ಲಿಸಲು ಆದೇಶಿಸಿದರು.

"ಇದೆಲ್ಲಾ ಕಳ್ಳ ನಾಟಕ. ನೀವು ಸ್ವಲ್ಪ ಸುಮ್ಮನಿರಿ. ನಾನು ಇವನ ಬಾಯಿ ಬಿಡಿಸ್ತೀನಿ" ಎಂದು ಟಿಮತಿ ಮತ್ತೆ ಹೊಡೆಯುವುದಲು ಮುಂದಾದಾಗ, ಡೇವಿಡನು ತಡೆದ.

ಜೋತುಬಿದ್ದಿದ್ದ ಪ್ರದೀಪನ ತಲೆಯನ್ನೆತ್ತಿ ಜೇಮ್ಸ್‌ನು "ಹೇಯ್ ಹೇಯ್ ಅರೀಫ್ ಅಹಮದ್, ಕಣ್ಣು ಬಿಡು, ಮಾತಾಡು" ಎಂದು ಅಧಿಕಾರವಾಣಿಯಿಂದ ಹೇಳಿದ. ತರುವಾಯ ಡೇವಿಡನೂ ಪ್ರಯತ್ನಿಸುತ್ತಾ "ಪ್ರದೀಪ್ ಕುಮಾರ್, ಮಾತಾಡಪ್ಪಾ" ಎಂದು ಸಮಾಧಾನಪಡಿಸುವ ದನಿಯಲ್ಲಿ ಹೇಳಿದ.

ಪ್ರದೀಪ ಯಾರ ಪ್ರಶ್ನೆಗೂ ಉತ್ತರಿಸುವ ಅಥವ ಯಾರ ಪ್ರಶ್ನೆಯನ್ನೂ ಕೇಳಿಸಿಕೊಳ್ಳುವ ಸ್ಥಿತಿಯಲ್ಲಿರಲಿಲ್ಲ. ಟಿಮತಿಯ ಪ್ರಚಂಡ ಪ್ರಹಾರಕ್ಕೆ ಪ್ರದೀಪನ ಮೆದುಳು ಜರ್ಝರಿತವಾಗಿತ್ತು. ಪಂಚೇಂದ್ರಿಯಗಳು ಮುದುಡಿಕೊಂಡಿದ್ದವು. ಡೇವಿಡನು ಪ್ರದೀಪನ ದೇಹವನ್ನು ಪರೀಕ್ಷಿಸಿ ಜೀವ ಚಿಹ್ನೆಗಳಿರುವುದನ್ನು ಖಚಿತ ಮಾಡಿಕೊಂಡು ನಿಟ್ಟುಸಿರುಬಿಡುತ್ತಾ "ಟಿಮತಿ, ಬಾಯಿಬಿಡಿಸಪ್ಪಾ ಅಂದ್ರೆ ಪ್ರಾಣಾನೇ ಬಿಡಿಸ್ತಾ ಇದ್ದೀಯಲ್ಲಪ್ಪಾ ನೀನು" ಎಂದು ತಲೆಚಚ್ಚಿಕೊಂಡು ಹೇಳಿದ.

"ಡೇವಿಡ್, ನೀವಿನ್ನೂ ಹೊಸಬರು. ಇಂತಹ ಪಾಕಡಾಗಳನ್ನ ನಾನು ಬಹಳ ನೋಡಿದ್ದೀನಿ. ಇನ್ನೊಂದು ಗಂಟೆ ಆದಮೇಲೆ ಬರ್ತೀನಿ. ಕಾರ್ಯಾಚರಣೆ ಮುಂದುವರಿಸೋಣಾ" ಎಂದು ಹೇಳಿ ನಿರ್ಗಮಿಸಿದ.

ಒಂದು ಗಂಟೆ ಆಯಿತು, ಎರಡು ಗಂಟೆ, ಮೂರು ಗಂಟೆಯೂ ಮುಗಿಯಿತು. ಆದರೆ ಪ್ರದೀಪನಿಗೆ ಪ್ರಜ್ಞೆಯೇ ಬರಲಿಲ್ಲ. ಪ್ರದೀಪನ ಹೊಣೆಗಾರಿಕೆಯನ್ನು ಹೊತ್ತಿದ್ದ ಡೇವಿಡ್ ಮತ್ತು ಜೇಮ್ಸ್‌ರಿಗೆ ತಲೆನೋವು ಶುರುವಾಯಿತು. ಈ ಸುದ್ದಿ ಇಷ್ಟು ಹೊತ್ತಿಗಾಗಲೇ ರಹಸ್ಯ ಇಲಾಖೆಯ ನಿರ್ದೇಶಕ ರಾಜರ್ ವಾರ್ಬರ್ಟನ್‌ರವರಿಗೆ ಮುಟ್ಟಿತ್ತು. ಕುಪಿತಗೊಂಡ ರಾಜರ್ ಅವರು ಡೇವಿಡ್-ಜೇಮ್ಸ್‌ರನ್ನು ಬಯ್ಯುತ್ತಾ "ಈ ಆರೋಪಿ ಹೋದರೆ, ಅವನ ಜೊತೆ ನಿಮ್ಮ ಹುದ್ದೆನೂ ತೋಪಿಗೆ ಹೋಗುತ್ತೆ" ಎಂದು ಪರಿಣಾಮವನ್ನು ಸೂಚಿಸಿದರು.

ಈಗ ತಮ್ಮ ಉದ್ಯೋಗವನ್ನು ಉಳಿಸಿಕೊಳ್ಳಲು ಡೇವಿಡ್-ಜೇಮ್ಸರಿಗೆ ಪ್ರದೀಪನ ಪ್ರಾಣವನ್ನು ಉಳಿಸಲೇಬೇಕಾದ ವಿಚಿತ್ರ ಸಂದರ್ಭ ಬಂದಿತು. ಅಧಿಕಾರಿಗಳಿಬ್ಬರೂ ತಕ್ಷಣವೇ ಪ್ರದೀಪನನ್ನು ಚಿಕಾಗೋ ನಗರದ ವಿಖ್ಯಾತ ಮೈಖೇಲ್ ರೀಸ್ ಆಸ್ಪತ್ರೆಯ ತುರ್ತು ವೈದ್ಯ ವಿಭಾಗಕ್ಕೆ ದಾಖಲು ಮಾಡಿದರು. ಎಂತಹ ವಿಪರ್ಯಾಸ. ಪ್ರದೀಪ ಯಾವ ಆಸ್ಪತ್ರೆಯಲ್ಲಿ ವೈದ್ಯನಾಗಿ ಸೇವೆ

ಸಲ್ಲಿಸಬೇಕಾಗಿತ್ತೋ, ಅದೇ ಆಸ್ಪತ್ರೆಯಲ್ಲಿ ಈಗ ರೋಗಿಯಾಗಿ ದಾಖಲಾಗಿದ್ದಾನೆ!

ಪ್ರದೀಪನನ್ನು ಪರೀಕ್ಷಿಸಿ ವೈದ್ಯರು "ತಲೆಗೆ ಬಲವಾದ ಪ್ರಹಾರ ಆದ ಪರಿಣಾಮ ಮೆದುಳು ಕದಡಿ ಜರ್ಝರಿತವಾಗಿದೆ. ರೋಗಿ ಕೋಮಾದಲ್ಲಿದ್ದಾನೆ" ಎಂದು ತಿಳಿಸುತ್ತಾ, "ಮೆದುಳಿನ ಊತ ತಗ್ಗಿಸಲು ಔಷಧಿ ಕೊಡುತ್ತೇವೆ. ಕೋಮಾದಿಂದ ಹೊರಬರಬೇಕಾದರೆ ಮೂರ್ನಾಲ್ಕು ದಿನಗಳಾಗ ಬಹುದು. ಗಾಬರಿಯಾಗ ಬೇಡಿ. ಪ್ರಾಣಕ್ಕೇನೂ ಅಪಾಯವಿಲ್ಲ" ಎಂದು ಸಮಾಧಾನ ಹೇಳಿದರು.

ಅತ್ಯಂತ ಸುಸಜ್ಜಿತವಾದ ಮೈಕೇಲ್ ರೀಸ್ ಆಸ್ಪತ್ರೆಯ ಸಂದಿಗ್ಧ ಶುಶ್ರೂಷಣಾ ಪಾಲನೆಯಲ್ಲಿ ಪ್ರದೀಪನಿಗೆ ಔಷಧೋಪಚಾರಗಳು ಆಗುತ್ತಿದ್ದವು. ರಹಸ್ಯಾಧಿಕಾರಿಗಳಿಬ್ಬರೂ ಪ್ರದೀಪನು ಸಾಯದೆ ಉಳಿಯಲಿ ಎಂದು ಹಾರೈಸುತ್ತಿದ್ದರು.

ಇತ್ತ ಮಾವ ವೀರಣ್ಣನು ಸೋದರಳಿಯ ಪ್ರದೀಪನ ವಿಷಯವನ್ನೇ ವಕೀಲ ಅಮರನಾಥರ ಮನೆಯಲ್ಲಿ ದೀರ್ಘವಾಗಿ ಚರ್ಚಿಸುತ್ತಿದ್ದ. ಸರಿಯಾದ ವೀಸಾ ಇಲ್ಲದೆ ಅಥವ ಕಳ್ಳ ವೀಸಾ ವ್ಯವಹಾರಗಳಲ್ಲಿ ಸಿಕ್ಕಿಹಾಕಿಕೊಂಡು ತಗಾದೆಯಲ್ಲಿ ತೊಳಲುವ ಸುಮಾರು ಗಿರಾಕಿಗಳನ್ನು ಪ್ರತಿದಿನ ನೋಡುತ್ತಿದ್ದ ವಲಸೆ ವಕೀಲ ಅಮರನಾಥರಿಗೆ ಪ್ರದೀಪನ ಪರಿಸ್ಥಿತಿ ಅಕ್ರಮವೆಂದು ಅರಿವಾದರೂ, ಅಂತಹ ಅಕ್ಷಮ್ಯ ಅಪರಾಧ ಎಂದೇನೂ ಅನಿಸಲಿಲ್ಲ.

ಅಮರನಾಥರು ಚಿಕಾಗೋ ನಗರದ ಅಮೇರಿಕಾ ರಾಷ್ಟ್ರೀಯ ರಹಸ್ಯ ಇಲಾಖೆಯವರನ್ನು ಕರೆದು ತಾನು ಪ್ರದೀಪ ಕುಮಾರನ ಪರ ವಕೀಲ ಎಂದು ಪರಿಚಯಮಾಡಿಕೊಂಡು "ಪ್ರದೀಪ ಹೇಗಿದ್ದಾನೆ? ಬಂಧನಕ್ಕೆ ಕಾರಣವೇನು?' ಎಂದು ವಿಚಾರಿಸಿದರು. ರಹಸ್ಯ ಕಚೇರಿಯ ಅಧಿಕಾರಿಯೊಬ್ಬರು ಉತ್ತರಿಸುತ್ತಾ "ಪ್ರದೀಪನ ಪ್ರಕರಣವನ್ನು ನಿಭಾಯಿಸುತ್ತಿರುವ ಅಧಿಕಾರಿಗಳು ಈಗಾಗಲೇ ಮನೆಗೆ ಹೋಗಿದ್ದಾರೆ. ನಾಳೆ ಅವರನ್ನು ಕರೆಯಿರಿ" ಎಂದು ಉತ್ತರಿಸುತ್ತಾ ಜಾರಿಕೊಳ್ಳಲು ಪ್ರಯತ್ನಿಸಿದಾಗ ಅಮರನಾಥರು "ಪ್ರದೀಪ

ಕ್ಷೇಮವಾಗಿದ್ದಾನೆಯೇ?" ಎಂದು ಮತ್ತೊಮ್ಮೆ ಕೇಳಿದ. "ಕ್ಷೇಮವಾಗಿರಲೇಬೇಕು. ಯಾವುದಕ್ಕೂ ನಾಳೆ ಕರೆಯಿರಿ" ಎಂದು ಸಂಭಾಷಣೆಯನ್ನು ಕಡಿದು ಹಾಕಿದ.

ಪ್ರದೀಪನ ಪ್ರಸ್ತುತ ಪರಿಸ್ಥಿತಿ ವಿವರಿಸುವ ಸ್ಥಿತಿಯಲ್ಲಿ ಅಮೇರಿಕಾ ರಾಷ್ಟ್ರೀಯ ರಹಸ್ಯಾ ಇಲಾಖೆಯವರು ಇರಲಿಲ್ಲ. ವಿಷಮ ಸಂದೇಶವನ್ನು ಮುಂದೂಡುವುದು ಅವರ ತಂತ್ರವಾಗಿತ್ತು. ಸತ್ಯ ಶೋಧನೆ ಮಾಡುವ ಸರಕಾರದ ಸಂಸ್ಥೆಯೇ ಅಸತ್ಯ ಹೇಳಬೇಕಾದ ಸಂದರ್ಭ ಉಂಟಾಗಿತ್ತು.

ಮಾರನೆಯ ದಿನ ವೀರಣ್ಣನು 9 ಗಂಟೆಗೆ ಸರಿಯಗಿ ಜೇಮ್ಸನನ್ನು ದೂರವಾಣಿಯಲ್ಲಿ ಕರೆದು ಪ್ರದೀಪನ ಬಗ್ಗೆ ವಿಚಾರಿಸಿದಾಗ ನಯ-ವಿನಯವಾಗಿಯೇ, "ವೀರಣ್ಣನವರೇ, ಪಂಡಿತ್ ಪ್ರದೀಪ ಕುಮಾರನು ಕಳ್ಳ ವೀಸಾ ಪಡೆದು ವೇಷ ಬದಲಾಯಿಸಿಕೊಂಡು ಬಂದಿರುವ ಕುಖ್ಯಾತ ಭಯೋತ್ಪಾದಕ ಎಂಬ ಆರೋಪದ ಮೇಲೆ ಬಂಧಿತನಾಗಿದ್ದಾನೆ. ಇದು ರಾಷ್ಟ್ರೀಯ ಭದ್ರತಾ ಇಲಾಖೆಯ ಮೊಕದ್ದಮೆಯಾದುದರಿಂದ, ಈ ಸದ್ಯದಲ್ಲಿ ಪ್ರದೀಪನ ವಿಷಯವನ್ನು ನಿಮಗೆ ವಿವರಿಸಲಾರೆ. ಅವಶ್ಯವೆನಿಸಿದಾಗ ನಾವೇ ನಿಮ್ಮನ್ನು ಸಂಪರ್ಕಿಸುತ್ತೇವೆ" ಎಂದು ಹೇಳುತ್ತಾ ವೀರಣ್ಣನಿಂದ ಸಮಯಾವಕಾಶ ಸಂಪಾದಿಸಿದ.

ಕಳ್ಳ ವೀಸಾ ಪಡೆದಿರುವುದನ್ನು ಕೇಳಿ ವಿಚಲಿತನಾಗದ ವೀರಣ್ಣ, ಪ್ರದೀಪನು ಭಯೋತ್ಪಾದಕ ಎಂಬ ಆರೋಪ ಕೇಳಿ ತನ್ನ ಕಿವಿಯನ್ನು ತಾನೇ ನಂಬದವನಾದ. ಭಯೋತ್ಪಾದಕರನ್ನು ಗ್ವಾಂಟಾನಮೋ ಕಾರಾಗೃಹದಲ್ಲಿ ಬಂಧಿಸಿ, ವಿಚಿತ್ರವಾದ ಚಿತ್ರಹಿಂಸೆಗೊಳಪಡಿಸಿ, ಗುಟ್ಟನ್ನು ರಟ್ಟು ಮಾಡುವ ಅಮಾನುಷ ವಿಧಾನಗಳು ವೀರಣ್ಣನ ಮನಸ್ಸನ್ನು ಕೆದಕಿದವು. ಸೋದರಳಿಯನ ಸಹೃದಯತೆಯನ್ನು ಚೆನ್ನಾಗಿ ಅರಿತಿದ್ದ ವೀರಣ್ಣನಿಗೆ ಪ್ರದೀಪನು ಅಚಾನಕವಾಗಿ ಭಯೋತ್ಪಾದಕರ ಜಾಲಕ್ಕೆ ಸೇರಿದ ವ್ಯಕ್ತಿಗಳಿಂದ ಕಳ್ಳ ವೀಸಾ ಪಡೆದು 'ಭಯೋತ್ಪಾದಕ' ಎಂಬ ಕೆಟ್ಟ ಹೆಸರು ಪಡೆದಿರಬಹುದೆಂದು ಸರಿಯಾಗಿಯೇ ಊಹಿಸಿದ.

ಕೂಡಲೇ ಮನೆಯಲ್ಲಿದ್ದ ಪ್ರದೀಪನ ವಸ್ತುಗಳನ್ನೆಲ್ಲಾ ತಪಾಸಣೆಮಾಡಿ, ಅವನ ಸ್ವದೇಶಾನುಮತಿ-ವಿದೇಶಾನುಮತಿ ಇತರೆ ಪ್ರಮಾಣಪತ್ರಗಳನ್ನೆಲ್ಲಾ ತೆಗೆದುಕೊಂಡು ನೇರವಾಗಿ ಅಮರನಾಥರ ಮನೆಗೆ ಹೋದ. ಎಲ್ಲವನ್ನೂ

ಅವಲೋಕಿಸಿದ ನಂತರ ಅಮರನಾಥರಿಗೂ ಪ್ರದೀಪನನ್ನು ತಪ್ಪಾಗಿ ಭಯೋತ್ಪಾದಕನೆಂದು ಗುರುತಿಸಿದ್ದಾರೆಂಬುದು ಖಚಿತವಾಯಿತು.

ಕೂಡಲೇ ಅಮರನಾಥ್ ಮತ್ತು ವೀರಣ್ಣರಿಬ್ಬರೂ ನೇರವಾಗಿ ಅಮೇರಿಕಾದ ರಾಷ್ಟ್ರೀಯ ರಹಸ್ಯಾಧಿಕಾರಿಗಳ ಕಚೇರಿಗೆ ಕಾಲಿಟ್ಟರು. ವಿಖ್ಯಾತ ವಕೀಲರಾಗಿದ್ದ ಅಮರನಾಥರಿಗೆ ರಹಸ್ಯ ಇಲಾಖೆಯ ಮುಖ್ಯಾಧಿಕಾರಿಯಾಗಿದ್ದ ಜಾರ್ಜ್ ಈಲಿಯಟ್‌ರವರೊಡನೆ ಸಂಕ್ಷಿಪ್ತವಾಗಿ ಮಾತನಾಡುವ ಅವಕಾಶ ಸಿಕ್ಕಿತು. ಪ್ರದೀಪನು ಕಳ್ಳ ವೀಸಾ ಪಡೆದಿರುವುದು ನಿಜವಿರಬಹುದಾದರೂ, ಖಂಡಿತವಾಗಿಯೂ ಅವನು ಭಯೋತ್ಪಾದಕನಲ್ಲವೆಂದು ಅಮರನಾಥರು ಪ್ರಮಾಣಪೂರ್ವಕವಾಗಿ ಹೇಳಿದ ನಂತರ, ವೀರಣ್ಣನು ಪ್ರದೀಪನ ಎಲ್ಲಾ ಪ್ರಮಾಣಪತ್ರಗಳನ್ನು ಅಧಿಕಾರಿಗೆ ಪರಿಶೀಲನೆಗಾಗಿ ಒಪ್ಪಿಸಿದ. ತರುವಾಯ ಅಮರನಾಥರು ವೀರಣ್ಣನ ಪರವಾಗಿ ಮಾತನಾಡುತ್ತಾ "ನಾವು ಪ್ರದೀಪನನ್ನು ಮುಖತಃ ಒಂದು ಸಾರಿ ನೋಡಿ ಮಾತಾಡಿಸಬಹುದೇ?" ಎಂದು ಯಾಚಿಸಿದಾಗ ಮುಖ್ಯಾಧಿಕಾರಿಗಳು ತಲೆಯಲ್ಲಾಡಿಸುತ್ತಾ "ಈಗ ಸಾಧ್ಯವಿಲ್ಲಾ" ಎಂದು ನಕಾರವನ್ನು ಸೂಚಿಸಿದರು. ಜಾರ್ಜ್ ಈಲಿಯಟರು ವೀರಣ್ಣ-ಅಮರನಾಥರಿಗೆ ಮತ್ತೆ ಸಂಭಾಷಣೆಯನ್ನು ಮುಂದುವರಿಸಲು ಅವಕಾಶವನ್ನು ನೀಡದೆ ವಿನಯಪೂರ್ವಕವಾಗಿ "ಧನ್ಯವಾದ" ಹೇಳಿ ಕಳುಹಿಸಿದ.

ವಾಸ್ತವವಾಗಿ ಪ್ರದೀಪನ ಪ್ರಜ್ಞಾಹೀನ ಸ್ಥಿತಿ ಜಾರ್ಜ್ ಈಲಿಯಟರ ಬಾಯಿಗೆ ಬೀಗ ಹಾಕಿತ್ತು. ಪ್ರದೀಪನ ಪ್ರಾಣಾಪಾಯ ಇಡೀ ರಹಸ್ಯ ಇಲಾಖೆಯವರರಿಗೆ ಒಂದು ತಲೆ ನೋವಾಗಿತ್ತು.

ವೀರಣ್ಣನು ಒದಗಿಸಿದ ಪ್ರದೀಪನ ಪ್ರಮಾಣಪತ್ರಗಳನ್ನೆಲ್ಲಾ, ಜಾರ್ಜ್ ಈಲಿಯಟರು ಜೇಮ್ಸ್ ಮತ್ತು ಡೇವಿಡರಿಗೆ ತೋರಿಸಿ ಅವುಗಳಲ್ಲಿರುವ ಮಾಹಿತಿಯನ್ನೆಲ್ಲಾ ಕೂಲಂಕಷವಾಗಿ ಪರಿಶೀಲಿಸಲು ಆದೇಶಿಸಿದರು. ವಿಷಯ ಹೆಚ್ಚಾಗಿ ತಿಳಿದಂತೆಲ್ಲಾ ಪ್ರದೀಪನ ನಿರಪರಾಧ ಬಯಲಾಗುತ್ತಿತ್ತು. ಆದರೇನು? ಭಯೋತ್ಪಾದಕನಲ್ಲದಿದ್ದರೂ ಪ್ರದೀಪನು ಅಪರಾಧಿಯೇ: ವೀಸಾ ವ್ಯವಹಾರದಲ್ಲಿ.

ವೈದ್ಯರು ಹೇಳಿದ್ದಂತೆ ಮೂರು ದಿನಗಳ ತರುವಾಯ ಪ್ರದೀಪನಿಗೆ ಪ್ರಜ್ಞೆ ಬಂತು. ಮೆದುಳಿನ ಆಘಾತದಿಂದ ಪ್ರದೀಪನ ಜ್ಞಾಪಕಶಕ್ತಿ ಇನ್ನೂ ಕಾರ್ಗತ್ತಲಲ್ಲಿಯೇ ಉಳಿದಿತ್ತು. ಪ್ರದೀಪನಿಗೆ ಕನಸಿನಲ್ಲಿದ್ದಂತೆಯೇ

ಭಾಸವಾಗುತ್ತಿತ್ತು. ಕ್ಷೀಣ ದನಿಯಲ್ಲಿ ವೈದ್ಯರ ಪ್ರಶ್ನೆಗಳಿಗೆ 'ಆ ಊ' ಎಂದು ಉತ್ತರಿಸುತ್ತಿದ್ದ. "ಒಂದೆರಡು ದಿನಗಳಲ್ಲಿ ಈತ ಚೆನ್ನಾಗಿ ಮಾತನಾಡುತ್ತಾನೆ" ಎಂದು ವೈದ್ಯರು ಆಶ್ವಾಸನೆಯಿತ್ತರು. "ಸದ್ಯ ಸತ್ತಿಲ್ಲವಲ್ಲಾ" ಎಂದು ಜೇಮ್ಸ್-ಡೇವಿಡರು ನಿಟ್ಟಿಸಿರುಬಿಟ್ಟರು.

ನಾಲ್ಕನೆಯ ದಿನ ಪ್ರದೀಪನು ಚೇತರಿಸಿಕೊಂಡು ಸಹಜ ಸ್ಥಿತಿಗೆ ಮರಳಿದ್ದ. ಪ್ರಜ್ಞೆ ಹೋಗುವುದಕ್ಕೆ ಮುಂಚೆ ನಡೆದ ಘಟನೆಗಳು ನೆನಪಿಗೆ ಬರುತ್ತಿದ್ದವು. ವೈದ್ಯರು ಚೆನ್ನಾಗಿ ಅವಲೋಕಿಸಿ, ಪ್ರದೀಪನ ಆರೋಗ್ಯ ಸುಧಾರಣೆಯನ್ನು ಖಚಿತ ಮಾಡಿಕೊಂಡ ನಂತರ ರಹಸ್ಯಾಧಿಕಾರಿಗಳಾದ ಜೇಮ್ಸ್ ಮತ್ತು ಡೇವಿಡರಿಗೆ ಪ್ರದೀಪನನ್ನು ಪ್ರಶ್ನಿಸಲು ಈಗ ಸಾಧ್ಯವಾಗುತ್ತದೆ ಎಂದು ತಿಳಿಸಿದ. ಹೋದ ಪ್ರಾಣ ಬಂದಂತಾಗಿದ್ದ ಪ್ರದೀಪನಿಗೆ ಅಮೇರಿಕಾದಲ್ಲಿ ವೈದ್ಯ ಪಂಡಿತನಾಗಿ ಮೆರೆಯುವ ಕನಸು ಕೇವಲ ಒಂದು ಭ್ರಾಂತಿಯಂತೆ ತೋರಿತು. ನನ್ನೇಕೆ ಭಯೋತ್ಪಾದಕನೆಂದು ಥಳಿಸಿದರೆಂಬುದು ಇನ್ನೂ ಒಗಟಾಗಿಯೇ ಇತ್ತು.

ಜೇಮ್ಸನು ನಯವಿನಯವಾಗಿ "ಪ್ರದೀಪ್ ಕುಮಾರ್, ದಯವಿಟ್ಟು ನಮಗೆ ತನಿಖೆಯಲ್ಲಿ ಸಹಾಯ ಮಾಡು. ನಿನಗೆ ಕಳ್ಳ ವೀಸಾ ಒದಗಿಸಿಕೊಟ್ಟವರು ಯಾರು ಎಂಬುದನ್ನು ತಿಳಿಸು. ನಾವು ನಿನಗೇನೂ ಮಾಡುವುದಿಲ್ಲ" ಎಂದು ಆದೇಶಿಸಿದ. ಡೇವಿಡನು ಅವನ ಮನವಿಯನ್ನು ಅನುಮೋದಿಸುತ್ತಾ "ಹೌದು, ಪಂಡಿತ್ ಪ್ರದೀಪ್, ಎಷ್ಟು ಬೇಗ ನೀನು ಗುಟ್ಟನ್ನು ಹೊರಗೆಡಹುತ್ತೀಯೋ ಅಷ್ಟು ಬೇಗ ನೀನು ಇಲ್ಲಿಂದ ಬಿಡುಗಡೆಯಾಗುತ್ತೀಯೆ" ಎಂದು ಆಶ್ವಾಸನೆಯನ್ನು ತುಂಬಿದನು. ತನ್ನ ವೀಸಾ ರಹಸ್ಯವೇನೂ ಹೊಸದಲ್ಲವೆಂದು ರಹಸ್ಯಾಧಿಕಾರಿಗಳಿಗೆ ನಿಜ ಹೇಳಿ ಅವರ ಕೃಪೆಗೆ ಪಾತ್ರರಾಗಿ, ಆದಷ್ಟು ಬೇಗ ಸಂಕೋಲೆಗಳಿಂದ ಬಿಡಿಸಿಕೊಂಡು ಹೋಗುವುದು ಲೇಸೆಂದು ಪ್ರದೀಪನಿಗೆ ನಿಚ್ಚಳವಾಗಿ ತೋರಿತು. ತನಗೆ ವೀಸಾ ದೊರಕಿಸಿಕೊಟ್ಟ ಜೋಸೆಫ್ ಅಬ್ರಹ್ಯಾಮನಿಗೆ ನಂಬಿಕೆ ದ್ರೋಹವೆಸಿಗಿದಂತಾಗುವುದಲ್ಲವೇ? ಎಂಬ ಯೋಚನೆ ಪ್ರದೀಪನಿಗೆ ಮಿಂಚಿತಾದರೂ, ಆತ್ಮರಕ್ಷಣೆಗೆ ಕೊಲೆ ಮಾಡುವುದೂ ನಿರಪರಾಧವೆಂಬ ನ್ಯಾಯನೀತಿಯ ಪ್ರಜ್ಞೆ ಅಪರಾಧ ಪ್ರಜ್ಞೆಯನ್ನು ಅಳಿಸಿ, ಅವನಿಗೆ ಸತ್ಯವನ್ನು ಹೊರಗೆಡಹಲು ಸ್ಥೈರ್ಯ ಮೂಡಿಸಿತು. ಪ್ರದೀಪನು ಕಳ್ಳ ವೀಸಾ ಪಡೆದ ಕಥೆಯನ್ನು ಚಾಚೂ ತಪ್ಪದೆ ಸವಿಸ್ತಾರವಾಗಿ ಅರುಹಿದ.

ಈತ ತನಿಖಾಧಿಕಾರಿಗಳಿಗೆ ಜೋಸೆಪ್ ಅಬ್ರಹ್ಯಾಮನನ್ನು ಜಾಲಾಡುವ ಕೆಲಸ ಪ್ರಾರಂಭವಾಯಿತು.

ಹಲವಾರು ರಹಸ್ಯಾಧಿಕಾರಿಗಳು, ಪೋಲೀಸರು ಮತ್ತು ಅಪರಾಧ ತಜ್ಞರನ್ನೊಳಗೊಂಡ ವಿಶೇಷ ಕಾರ್ಯತಂಡದ ರಚನೆಯಾಯಿತು. ಜೇಮ್ಸ್-ಡೇವಿಡ್ಡರು ರೂವಾರಿಗಳಾದರು. ಜೋಸೆಫನ ಚಲನವಲನಗಳನ್ನು ಗಮನಿಸುತ್ತಾ, ಅವನನ್ನು ಭೇಟಿ ಮಾಡುತ್ತಿದ್ದ ಪರದೇಶಿಗಳನ್ನೆಲ್ಲಾ ಸಂದೇಹಿಸುತ್ತಾ, ಸಂಪರ್ಕಿಸುತ್ತಿದ್ದ ದೂರವಾಣಿಗಳನ್ನೆಲ್ಲಾ ಭೇದಿಸುತ್ತಾ, ಅಮೇರಿಕಾ ರಹಸ್ಯ ಇಲಾಖೆಯವರು ಕಳ್ಳ ವೀಸಾ ವ್ಯವಹಾರದ ಜಾಡನ್ನು ಬೆನ್ನಟ್ಟಿ, ರೇಮಂಡ್ ಮಿಲ್ಲರನನ್ನು ಪತ್ತೆ ಮಾಡಿ, ಕಳ್ಳ ವೀಸಾ ವ್ಯವಹಾರದ ದಂಧೆಯಲ್ಲಿ ಅವನ ಪಾಲುದಾರಿಕೆಯನ್ನು-ಪಾತ್ರವನ್ನು ಕಂಡು ಹಿಡಿದರು. ಜೋಸೆಫ್ ಅಬ್ರಹ್ಯಾಮನನ್ನು ಚಿಕಾಗೋದಲ್ಲಿ ಮತ್ತು ರೇಮಂಡ್ ಮಿಲ್ಲರನನ್ನು ಅಟ್ಲಾಂಟಾ ನಗರದಲ್ಲಿ ಏಕಕಾಲದಲ್ಲಿ ಹಠಾತ್ತಾಗಿ ಬಂಧಿಸಿ, ಕಳ್ಳ ವೀಸಾ ವ್ಯವಹಾರದ ಆರೋಪಣೆ ಹೊರಿಸಿ, ಸೆರೆಮನೆ ತಳ್ಳಿ ವಿಚಾರಣೆಗೆ ಗುರಿಪಡಿಸಿದರು.

ಅಂತೂ-ಇಂತೂ ಕಳ್ಳರಿಗೆ 50 ವರ್ಷಗಳ ಸುದೀರ್ಘ ಕಾರಾಗೃಹ ಶಿಕ್ಷೆಯಾಯಿತು. ಪ್ರದೀಪನಿಗೆ ಅಪರಾಧ ವಿಮೋಚನೆಯಾಯಿತು.

ಕುಖ್ಯಾತ ವೀಸಾ ಖದೀಮರನ್ನು ಬಯಲಿಗೆಳೆದು ನ್ಯಾಯಾಲಯಕ್ಕೆ ಒಪ್ಪಿಸಿದ ಅಮೇರಿಕಾ ರಾಷ್ಟ್ರೀಯ ರಹಸ್ಯಾ ಇಲಾಖೆಯ ಜೇಮ್ಸ್ ಮತ್ತು ಡೇವಿಡ್ಡರಿಗೆ ಪ್ರಶಂಸೆಗಳ ಸುರಿಮಳೆಯಾಯಿತು. ಪ್ರದೀಪನ ಸಾಕ್ಷಾಧಾರಗಳಿಂದಲೇ ಈ ಅಭ್ಯುದಯ ಸಾಧಿಸಿದ್ದ ಜೇಮ್ಸ್ ಮತ್ತು ಡೇವಿಡ್ಡರಿಗೆ ಪ್ರದೀಪನ ಮೇಲೆ ಅಪಾರ ಕರುಣೆ ಮೂಡಿತ್ತು. ಆದರೆ ಕಾನೂನಿನ ಪ್ರಕಾರ ಪ್ರದೀಪನನ್ನು ಭಾರತಕ್ಕೆ ಗಡೀಪಾರುವುದು ಅನಿವಾರ್ಯವಾಗಿತ್ತು. ನಿರ್ದೋಷಿಯಾಗಿದ್ದ ಪ್ರದೀಪನನ್ನು ಗುಪ್ತಚರ ಇಲಾಖೆಯಿಂದ ವಲಸೆ ಇಲಾಖೆಯ ತೆಕ್ಕೆಗೆ ವರ್ಗಾಯಿಸುವುದು ಮುಂದಿನ ಕ್ರಮವಾಗಿತ್ತು. ಪ್ರದೀಪನನ್ನು ಸುರಕ್ಷಿತವಾಗಿ ಭಾರತಕ್ಕೆ ಹಿಂತಿರುಗಿಸುವುದು ವೀಸಾ ಇಲಾಖೆಯವರ ಜವಾಬ್ದಾರಿಯಾಗಿತ್ತು.

ಕೃತಜ್ಞತಾ ಪ್ರಜ್ಞೆಯಿಂದ ಪ್ರದೀಪನತ್ತ ಮೃದುವಾಗಿದ್ದ ಜೇಮ್ಸ್ ಮತ್ತು ಡೇವಿಡ್ಡರು ಆತನಿಗೆ ಕ್ಷಮಾದಾನ ನೀಡಿ, ಅಮೇರಿಕಾದಲ್ಲಿಯೇ ನೆಲಸಲು ಅಮರನಿವಾಸಿ ವೀಸಾ ಕೊಡಿಸುವುದು ಅಪ್ಯಾಯಮಾನವಾಗಿ ತೋರಿತು. ಈ ವಿಷಯ ರಹಸ್ಯ

ಇಲಾಖೆಯ ಮುಖ್ಯಾಧಿಕಾರಿಗಳಾದ ಜಾರ್ಜ್ ಈಲಿಯಟ್ಟರೊಡನೆ ಪ್ರಸ್ತಾಪಿಸಿದಾಗ "ಇದು ನಾವು ಮಾಡುವ ಕೆಲಸವಲ್ಲ. ವೀಸಾ ಇಲಾಖೆಯವರಿಗೆ ಬಿಟ್ಟಿದ್ದು" ಎಂದು ಅವರು ಜಾರಿಕೊಂಡರು. ಅದೇಕೋ ಜಾರ್ಜ್ ಈಲಿಯಟ್ಟರಿಗೆ ಪ್ರದೀಪನ ಮೇಲೆ ಕರುಣೆಯಿರಲಿಲ್ಲ.

ಪ್ರದೀಪನನ್ನು ರಹಸ್ಯ ಇಲಾಖೆಯಿಂದ ವಲಸೆ ಇಲಾಖೆಯವರಿಗೆ ವರ್ಗಾಯಿಸುವ ಕೆಲಸವನ್ನು ಜೇಮ್ಸ್-ಡೇವಿಡ್ಡರೇ ಮಾಡಬೇಕಾಯಿತು. ಮೊದಲು ಪ್ರದೀಪನನ್ನು ಅಪರಾಧಿಯಂತೆ ಕಾಣುತ್ತಿದ್ದ ಜೇಮ್ಸ್-ಡೇವಿಡ್ಡರು ಈಗ ಪ್ರದೀಪನನ್ನು ಆಪ್ತಮಿತ್ರನಂತೆ ಪ್ರೀತಿಯಾದರಗಳಿಂದ ಕಾಣುತ್ತಿದ್ದರು. ಈಗ ಪ್ರದೀಪನು ಸಂಪೂರ್ಣವಾಗಿ ಚೇತರಿಸಿಕೊಂಡು ಸಹಜಾವಸ್ಥೆಗೆ ಮರಳಿದ್ದ. ಪ್ರದೀಪನಿಗೆ ತನ್ನಿಂದ ಅತ್ತೆ-ಮಾವರಿಗೆ ಆಗಿರಬಹುದಾದ ಅವಮಾನದ ಬಗ್ಗೆ ಮನಸ್ಸು ಬಹಳ ಮುಜುಗರವಾಗಿತ್ತು. ವೀರಣ್ಣ-ಲಲಿತಾರು ತನ್ನ ಬಗ್ಗೆ ಆಕ್ರೋಶ ಕಾರುತ್ತಿರಬಹುದೆಂದು ಊಹಿಸಿ, ಅವರಿಗೆ ಮುಖ ತೋರಿಸಲು ಧೈರ್ಯವಿಲ್ಲದೆ, ಆದಷ್ಟು ಬೇಗ ಅಮೇರಿಕಾದಿಂದ ಭಾರತಕ್ಕೆ ತೆರಳಲು ತವಕಿಸುತ್ತಿದ್ದ. ಆದಷ್ಟು ಬೇಗ ನನ್ನನ್ನು ಭಾರತಕ್ಕೆ ರವಾನಿಸಿ ಎಂದು ಜೇಮ್ಸ್-ಡೇವಿಡ್ಡರನ್ನು ಅಂಗಲಾಚುತ್ತಿದ್ದ.

ಆದರೆ ವಿಧಿಯ ಲೀಲೆ ವಿಚಿತ್ರವಾಗಿತ್ತು. ಅಕ್ರಮ ವಲಸೆಗಾರರನ್ನು ಅಧಿಕೃತವಾಗಿ ಅವರ ದೇಶಕ್ಕೆ ಸುರಕ್ಷಿತವಾಗಿ ಹಿಂತಿರಿಗಿಸುವುದು ಅಮೇರಿಕಾ ವಲಸೆ ಇಲಾಖೆಯವರ ಕರ್ತವ್ಯ. ಅದರಂತೆಯೇ ಪ್ರದೀಪನನ್ನು ಅವರಿಗೆ ಒಪ್ಪಿಸಲು ಜೇಮ್ಸ್-ಡೇವಿಡ್ಡರು ಪ್ರದೀಪನನ್ನು ಚಿಕಾಗೋ ನಗರದ ವಲಸೆ ಇಲಾಖೆಗೆ ಕರೆದೊಯ್ದರು.

ಬರುವಾಗ ದಾರಿಯಲ್ಲಿ ಪ್ರದೀಪನಿಗೆ ಸಮಾಧಾನ ಹೇಳುತ್ತಾ "ಪಂಡಿತ್ ಪ್ರದೀಪ್, ಅಮೇರಿಕಾ ವಲಸೆಗಾರರ ದೇಶ. ನೀನೇನೂ ಮಹಾಪರಾಧವನ್ನು ಮಾಡಿಲ್ಲ. ನಿಯಮಗಳನ್ನು ಉಲ್ಲಂಘಿಸದೇ ದೇಶವನ್ನು ಪ್ರವೇಶಿಸಬೇಕಾಗಿತ್ತು. ಅಷ್ಟೇ" ಎಂದು ಜೇಮ್ಸ್ ಸಮಾಧಾನದ ಮಾತಾಡಿದ. "ಭಾರತಕ್ಕೆ ಹೋದ ಮೇಲೆ ಮತ್ತೆ ಪ್ರಯತ್ನವನ್ನು ಮುಂದುವರಿಸು. ನಮ್ಮ ಕೈಲಾದ ನೆರವನ್ನು ನೀಡುತ್ತೇವೆ" ಎಂದು ಡೇವಿಡ್ಡನು ಉತ್ತೇಜಿಸಿದನು. ಇವೆಲ್ಲವೂ ಬೀಳ್ಕೊಡುವಾಗ ಹೇಳುವ ಔಪಚಾರಿಕ ಮಾತುಗಳು ಎಂದುಕೊಂಡು ಪ್ರದೀಪನು "ಧನ್ಯವಾದ" ಹೇಳುತ್ತಾ ಭಾರತಕ್ಕೆ ಹೋಗುವ ಗುಂಗಿನಲ್ಲೆ ಇದ್ದ. ನಂತರ ಡೇವಿಡ್ಡನು, "ಪ್ರದೀಪ್, ಈ ದಿನದಿಂದ ನೀವು ವಲಸೆ ಇಲಾಖೆಯವರ ಅತಿಥಿ. ಇನ್ನೊಂದು

ವಾರದೊಳಗೆ ನಿನ್ನನ್ನು ಭಾರತಕ್ಕೆ ಕಳುಹಿಸುತ್ತಾರೆ" ಎಂದು ಹೇಳಿದಾಗ ಪ್ರದೀಪನಿಗೆ 'ಅತಿಥಿ' ಎಂಬುದು 'ಖೈದಿ' ಪದದ ಸೌಜನ್ಯ ರೂಪ ಎಂಬುದು ಹೊಳೆಯಿತು. ಅಂತೂ ಇನ್ನೂ ಒಂದು ವಾರ ಕಾರಾಗೃಹ ವಾಸ ಮಾಡಬೇಕಿತ್ತು, ಸ್ವಲ್ಪ ಗೌರವಾನ್ವಿತವಾಗಿ ಮಾತು ಮುಂದುವರಿಸುತ್ತಾ ಡೇವಿಡ್ಡನು "ನಿನ್ನ ಪ್ರಯಾಣದ ಖರ್ಚನ್ನೆಲ್ಲಾ ವೀಸಾ ಇಲಾಖೆಯವರೇ ವಹಿಸಿಕೊಳ್ಳುತ್ತಾರೆ" ಎಂದು ಸಂತೈಸಿದ.

ಅರಸಿ ಬಂತು ಅಮರ ವೀಸಾ

ಚಿಕಾಗೋ ನಗರದ ಪಶ್ಚಿಮ ಕಾಂಗ್ರೆಸ್ ಹೆದ್ದಾರಿಯಲ್ಲಿರುವ ಅಮೇರಿಕಾ ವಲಸೆ ಇಲಾಖೆಯ ಬಹುಮಹಡಿಯನ್ನು ಪ್ರವೇಶಿಸುತ್ತಾ ಮುಖ್ಯದ್ವಾರದಲ್ಲಿದ್ದ "ಅಮೇರಿಕಾಗೆ ಸುಸ್ವಾಗತ" ಎಂಬ ಒಕ್ಕಣಿಯನ್ನು ಪ್ರದೀಪನು ಎವೆಯಿಕ್ಕದೆ ನೋಡುತ್ತಾ ನಿಟ್ಟುಸಿರುಬಿಟ್ಟ. ಪ್ರದೀಪನ ಪಾಲಿಗೆ ಅದು ಅಮೆರಿಕಾ ಬಿಡುವುದಕ್ಕೆ ಸುಸ್ವಾಗತವಾಗಿತ್ತು. ಇದನ್ನು ಗಮನಿಸಿದ ಜೇಮ್ಸ್-ಡೇವಿಡ್ಡರಿಬ್ಬರಿಗೂ ಮನಸ್ಸು ಕರಗಿತು. ಮತ್ತೊಮ್ಮೆ ಸಮಾಧಾನ ಪಡಿಸಲೋಸುಗ ಜೇಮ್ಸನು "ನನಗೆ ಅಧಿಕಾರವಿದ್ದಿದ್ದರೆ ಖಂಡಿತ ನಿನಗೆ ಅಮರನಿವಾಸಿ ವೀಸಾ ನೀಡುತ್ತಿದ್ದೆ" ಎಂದು ಕಿರುನಗೆ ಬೀರುತ್ತಾ ಹೇಳಿದ.

ವಲಸೆ ಇಲಾಖೆಯ ಕಚೇರಿಯಲ್ಲಿ ಪ್ರದೀಪನನ್ನು ಮುಖ್ಯಾಧಿಕಾರಿಗಳಾದ ರಾಬರ್ಟ್ ಟಾಡ್ ಎಂಬುವರಿಗೆ ಅಧಿಕೃತವಾಗಿ ಒಪ್ಪಿಸಲು ಜೇಮ್ಸ್-ಡೇವಿಡ್ಡರಿಗೆ ಆದೇಶವಾಗಿತ್ತು. ಪ್ರದೀಪನೊಡನೆ ಜೇಮ್ಸ್-ಡೇವಿಡ್ಡರು ಪ್ರವೇಶಿಸಿದಾಗ ರಾಬರ್ಟ್ ಟಾಡ್ಡರು ತಮ್ಮ ಒಳಕೋಣೆಯಲ್ಲಿ ಯಾವುದೋ ಸಂಭಾಷಣೆಯಲ್ಲಿ ನಿರತರಾಗಿದ್ದರು. ನಿರೀಕ್ಷಣಾ ಕೋಣೆಯಲ್ಲಿದ್ದ ಅವರ ಕಾರ್ಯದರ್ಶಿಣಿ ಆಗಮಿಸಿದವರಿಗೆ ಕುಳಿತುಕೊಳ್ಳಲು ತಿಳಿಸಿದಳು. ನಿರೀಕ್ಷಣಾ ಕೋಣೆಯಲ್ಲಿ ನಾಲ್ಕಾರು ಪ್ರಕಟಣಾ ಫಲಕಗಳು ಮತ್ತು ಸೂಚನಾ ಫಲಕಗಳು, ವಲಸೆ ಇಲಾಖೆಗೆ ಸಂಬಂಧಪಟ್ಟ ಹಲವಾರು ಅಧಿಕೃತ ಸಂದೇಶಗಳನ್ನು ಸಾರುತ್ತಿದ್ದವು.

ಜೇಮ್ಸ್-ಡೇವಿಡ್ಡರೊಡನೆ ರಾಬರ್ಟ್ ಟಾಡ್ಡರ ಕರೆಗೆ ಕಾಯುತ್ತಿದ್ದ ಪ್ರದೀಪನು ನಿರ್ಲಿಪ್ತನಾಗಿ ಕಣ್ಣು ಹಾಯಿಸುತ್ತಾ ಪ್ರಕಟಣಾ ಫಲಕಗಳ ಸಂದೇಶಗಳನ್ನು ಅವಲೋಕಿಸುತ್ತಾ ಇರುವಾಗ ಬಿಲ್ ರೇಖರನ ಭಾವಚಿತ್ರದಡಿಯಲ್ಲಿ

"ನಾಪತ್ತೆಯಾಗಿದ್ದಾನೆ! ಸುಳಿವು ನೀಡಿದವರಿಗೆ 10,000 ಡಾಲರ್ ಪುರಸ್ಕಾರ' ಎಂಬ ಒಕ್ಕಣೆ ಇತ್ತು.

ಬಿಲ್ ರೇಖರ್... ಅಮೆರಿಕಾದ ಗಡಿಕಾವಲು ಪಡೆಯ ಆರಕ್ಷಕ. ಅರಿಝೋನಾ ರಾಜ್ಯದ ಗಡಿಯಲ್ಲಿ ಅಕ್ರಮವಾಗಿ ವಲಸಿಗರನ್ನು ರವಾನಿಸುತ್ತಿದ್ದ ವಲಸೆದಾರ ಆರ್ಮಾಂಡೋ ಗಾರ್ಸಿಯಾನ ಗುಂಡಿಗೆ ಬಲಿಯಾಗಿದ್ದ ದಕ್ಷ ಅಧಿಕಾರಿ.

ಬಿಲ್ ರೇಖರನ ಚಿತ್ರವನ್ನು ನೋಡುತ್ತಿದ್ದಂತೆ ಪ್ರದೀಪನಿಗೆ ಆ ದಿನ ಆರ್ಮಾಂಡೋ ಗಾರ್ಸಿಯಾನು ಮಾಡಿದ ಕಗ್ಗೊಲೆ ಸ್ಮೃತಿಪಟಲದ ಮುಂದೆ ಮರುಕಳಿಸಿತ್ತು. 10,000 ಡಾಲರ್ ಪುರಸ್ಕಾರ ಪ್ರದೀಪನ ನೆನಪನ್ನು ಪ್ರಚೋದಿಸಿತ್ತು. ಆರ್ಮಾಂಡೋ ಗಾರ್ಸಿಯಾನು ಲೂಷಾಳ ಮೇಲೆ ನಡೆಸಿದ ಅಮಾನುಷ ಅತ್ಯಾಚಾರವನ್ನು ಕಂಡಿದ್ದ ಪ್ರದೀಪನಿಗೆ ಕಿಂಚತ್ತೂ ದಯಾ ಭಾವನೆಯಿರಲಿಲ್ಲ. ಬಿಲ್ ರೇಖರನನ್ನು ನಡು ಹಗಲಲ್ಲೇ ತನ್ನ ಕಣ್ಣೆದುರಿಗೆಯೇ ಕೈಕೋವಿಯಿಂದ ಕೊಲೆಮಾಡಿದ್ದ ಆರ್ಮಾಂಡೋ ಗಾರ್ಸಿಯಾನ ವಿಷಯವನ್ನು ತನಿಖಾಧಿಕಾರಿಗಳಿಗೆ ಅರುಹುವುದು ತನ್ನ ಕರ್ತವ್ಯವೆನಿಸಿತು. ಆ ದಿನ ಬಿಲ್ ರೇಖರನನ್ನು ಕೊಲೆಮಾಡಿದ ನಂತರ ಆರ್ಮಾಂಡೋ "ಈ ಸುದ್ದಿಯನ್ನು ಯಾರಾದರೂ ಬಾಯಿ ಬಿಟ್ಟರೆ ಕತ್ತರಿಸಿ ಹಾಕುತ್ತೇನೆ" ಎಂದು ಅಬ್ಬರಿಸಿ ವಲಸಿಗರನ್ನೆಲ್ಲಾ ಎಚ್ಚರಿಸಿದ್ದ. ಇದನ್ನು ನೆನೆದು ಪ್ರದೀಪನಿಗೆ ಸ್ವಲ್ಪ ಭಯವಾಯಿತು. ಆದರೆ 10,000 ಡಾಲರ್ ಪುರಸ್ಕಾರ ಮತ್ತು ತಾನು ಭಾರತಕ್ಕೆ ಹಿಂದಿರಿಗುವ ಸಂಗತಿ, ಭಯವನ್ನು ಕಡಮೆ ಮಾಡಿತು.

ಸ್ವಲ್ಪ ಆಲೋಚಿಸಿದ ನಂತರ ಪ್ರದೀಪನು ಜೇಮ್ಸ್-ಡೇವಿಡ್ಡರೊಡನೆ ಬಿಲ್ ರೇಖರನ ವಿಷಯವನ್ನು ಪ್ರಸ್ತಾಪಿಸುತ್ತಾ "ಜೇಮ್ಸ್, ಡೇವಿಡ್, ನಿಮ್ಮೊಡನೆ ಒಂದು ಬಹಳ ಗಹನವಾದ ರಹಸ್ಯದ ಬಗ್ಗೆ ಮಾತಾಡಬಹುದೇ?" ಎಂದು ಕೇಳಿದಾಗ, ಹೇಳಪ್ಪ ಎಂದು ಇಬ್ಬರೂ ಪ್ರೊತ್ಸಾಹಿಸಿದರು.

ಪ್ರದೀಪನ ನಡೆದ ಕಥೆಯನ್ನೆಲ್ಲಾ ವಿಷದವಾಗಿ ತಿಳಿಸಿದಾಗ ಜೇಮ್ಸ್-ಡೇವಿಡ್ಡರಿಬ್ಬರೂ ಬೆಚ್ಚಿ ಬೆರಗಾದರು. ಈಗಾಗಲೇ ಪ್ರದೀಪನ ಸಾಕ್ಷ್ಯಾಧಾರಗಳ ಮೇಲೆ ಜೋಸೆಫ್ ಅಬ್ರಹ್ಯಾಮ್ ಮತ್ತು ರೇಮಂಡ್ ಮಿಲ್ಲರ್ ವೀಸಾ ವ್ಯೂಹವನ್ನು ಯಶಸ್ವಿಯಾಗಿ ಭೇದಿಸಿ ವೀಸಾ ಖದೀಮರನ್ನು ಕಾರಾಗೃಹವಾಸಕ್ಕೆ ಕಳುಹಿಸಿದ್ದರು. ಈಗ ಬಿಲ್ ರೇಖರನ ಕೊಲೆಗಾರನನ್ನು ಪತ್ತೆಮಾಡುವ

ಸುವರ್ಣಾವಕಾಶವನ್ನು ಪ್ರದೀಪನು ಕಲ್ಪಿಸುತ್ತಿದ್ದ. ಜೇಮ್ಸ್-ಡೇವಿಡ್ಡರು ಬಹಳ ಸಂತಸಗೊಂಡರು.

ಆರ್ಮಾಂಡೋ ಗಾರ್ಸಿಯಾನ ದುರದೃಷ್ಟ ಪ್ರದೀಪನ ಪಾಲಿಗೆ ಘನಾದೃಷ್ಟವಾಗಿತ್ತು. ವಲಸೆ ಇಲಾಖೆಯ ಮುಖ್ಯಾಧಿಕಾರಿ ರಾಬರ್ಟ್ ಟಾಡ್‌ರವರಿಗೆ ಈ ವಿಷಯವನ್ನು ತಿಳಿಸಿದಾಗ ಅವರು ಗಂಭಿರವಾಗಿ "ಪ್ರದೀಪ್ ಕುಮಾರ್, ನೀನು ಹೇಳುವುದು ನಿಜವಾದರೆ ನಿನಗೆ ಕೇವಲ 10,000 ಡಾಲರ್ ಮಾತ್ರವಲ್ಲಾ, ಅಮೇರಿಕಾದಲ್ಲಿ ನೆಲೆಸುವುದಕ್ಕೆ ಅಮರ ನಿವಾಸಿ ವೀಸಾವನ್ನೂ ಕೊಡಿಸುತ್ತೇನೆ. ಆದರೆ ನೀನೇನಾದಾರೂ ನಾಟಕ ಪ್ರದರ್ಶನ ಮಾಡಿದರೆ ಆರ್ಮಾಂಡೋ ಗಾರ್ಸಿಯಾ ಇರುವ ಊರಿಗೆ ನಿನ್ನನ್ನು ಗಡೀಪಾರು ಮಾಡಿಸುತ್ತೇನೆ" ಎಂದು ಗುಡುಗಿದರು. ರಾಬರ್ಟ್ ಟಾಡ್ಡರ ಮನಸ್ಸಿನಲ್ಲಿ ಪ್ರದೀಪನ ಬಗ್ಗೆ ಒಳ್ಳೆಯ ಭಾವನೆ ಇರಲಿಲ್ಲ.

ಕಸಿವಿಸಿಗೊಂಡ ಪ್ರದೀಪನು "ಸ್ವಾಮಿ, ನಡೆದ ವಿಷಯ ಹೇಳಿದ್ದೇನೆ. ನಂಬಿದರೆ ನಂಬಿ ಬಿಟ್ಟರೆ ಬಿಡಿ. ನೀವು ನನಗೇನೂ ಬಹುಮಾನ ಕೊಡಬೇಕಾಗಿಲ್ಲ. ದಯವಿಟ್ಟು ನನ್ನನ್ನು ನಮ್ಮ ದೇಶಕ್ಕೆ ಕಳುಹಿಸಿ ಕೊಡಿ" ಎಂದು ನಮ್ರನಾಗಿ ಹೇಳಿದ.

"ರಾಬರ್ಟ್, ಪ್ರದೀಪನು ಸುಳ್ಳುಗಾರನಲ್ಲ" ಎಂದು ಜೇಮ್ಸ-ಡೇವಿಡ್ಡರು "ಪ್ರದೀಪನ ದೆಸೆಯಿಂದಲೇ ನಾವು ಚಿಕಾಗೋದ ಅತ್ಯಂತ ದೊಡ್ಡ ಕಳ್ಳವೀಸಾ ಜಾಲವನ್ನು ಪತ್ತೆಮಾಡಿದ್ದು" ಎಂದರು.

ಎಲ್ಲವನ್ನೂ ಆಲಿಸಿ ಕೊನೆಯಲ್ಲಿ ರಾಬಟ್ ಟಾಡ್ಡರು "ಆರ್ಮಾಂಡೋ ಗಾರ್ಸಿಯಾನ ತನಿಖೆ ಮುಗಿಯುವವರೆಗೂ ಇವನು ನಮ್ಮ ಬಂಧನದಲ್ಲಿಯೇ ಇರಬೇಕು. ನಾವು ಕರೆದೊಯ್ಯುವ ಕಡೆ ಬರಬೇಕು. ಅಗತ್ಯವೆನಿಸಿದರೆ ನ್ಯಾಯಾಲಯದಲ್ಲಿ ಸಾಕ್ಷಿಯಾಗಬೇಕು. ಆರ್ಮಾಂಡೋ ಗಾರ್ಸಿಯಾ ಅಪರಾಧಿಯೆಂದು ನ್ಯಾಯಾಲಯದಲ್ಲಿ ದೃಢವಾದರೆ ಮಾತ್ರ ಇವನಿಗೆ ಮುಕ್ತಿ" ಎಂದು ಸ್ವಲ್ಪ ಕಠೋರವಾಗಿಯೇ ಹೇಳಿದರು.

ಟಾಡ್ಡರ ನಿಬಂಧನೆಗಳನ್ನು ಕೇಳಿ ಜೇಮ್ಸ್-ಡೇವಿಡ್ಡರಿಗೂ ಕಸಿವಿಸಿಯಾಯಿತು. ಪ್ರದೀಪನು "ನಾನು ಯಾಕೆ ಆರ್ಮಾಂಡೋನ ಬಗ್ಗೆ ಬಾಯಿ ತೆರೆದೆನೋ" ಎಂದುಕೊಂಡ. ಒಳ್ಳೆಯ ವಕೀಲರ ನೆರವಿನಿಂದ ಎಂತೆಂಥಾ ಭೂಗತ

ಮಾಫಿಯಾ ದೊರೆಗಳೇ ನ್ಯಾಯಾಲಯದಲ್ಲಿ ಸಾಕ್ಷ್ಯಾಧಾರಗಳನ್ನು ಅಲ್ಲಗೆಳೆದು ಮೊಕದ್ದಮೆಯನ್ನು ನೆಲಕಚ್ಚಿಸಿದ್ದಾರೆ. ಪ್ರದೀಪನ ಮಾಹಿತಿಯ ನೆರವಿನಿಂದ ಆರ್ಮಾಂಡೋನನ್ನು ಬಂಧಿಸಿ ಆರೋಪಣೆಯ ಮೇಲೆ ನ್ಯಾಯಾಲಯದಲ್ಲಿ ವಿಚಾರಣೆಗೆ ಗುರಿಪಡಿಸಬಹುದಾದರೂ ಪ್ರಚಂಡ ವಕೀಲರ ನೆರವಿನಿಂದ ಮೊಕದ್ದಮೆ ಖುಲಾಸೆಯಾಗುವ ಸಾಧ್ಯತೆ ಇರುವುದನ್ನು ಮನಗಂಡ ಜೇಮ್ಸ್-ಡೇವಿಡ್ಡರಿಗೆ ರಾಬರ್ಟ್ ಟಾಡ್ಡನ ನಿಬಂಧನೆಗಳು ಸಹಜವಾಗಿ ಕಂಡರೂ, ಇದೆಲ್ಲಕ್ಕೂ ಪ್ರದೀಪನು ಬಲಿಪಶುವಾಗಬಹುದಲ್ಲಾ ಎಂದು ಮರುಗಿದರು.

ಆದರೆ ಕಾಲ ಮಿಂಚಿಹೋಗಿತ್ತು. ಪ್ರದೀಪನು ಹೇಳಿಕೆಯನ್ನು ಹಿಂದಕ್ಕೆ ತೆಗೆದುಕೊಳ್ಳುವ ಹಾಗಿರಲಿಲ್ಲ. ಆರ್ಮಾಂಡೋ ತನಿಖೆಗೆ ಅಮೇರಿಕಾದ ರಹಸ್ಯ ಇಲಾಖೆ ಮುಂದಾಯಿತು. ಪ್ರದೀಪನ ಅಜ್ಞಾತವಾಸ ಪ್ರಾರಂಭವಾಯಿತು.

ಪ್ರದೀಪನಿಗೆ ಈಗಾಗಲೇ ಆಪ್ತರಾಗಿದ್ದ ಜೇಮ್ಸ್-ಡೇವಿಡ್ಡರೇ ಆರ್ಮಾಂಡೋ ಗಾರ್ಸಿಯಾನ ತನಿಖೆಯ ರೂವಾರಿಗಳಾದರು. ಪ್ರದೀಪನ ಪಾಲಿಗೆ ಅದೊಂದು ವರವಾಗಿತ್ತು. ಸದ್ದುಗದ್ದಲವಿಲ್ಲದೆ ಪ್ರದೀಪನ ಮಾರ್ಗದರ್ಶನದಲ್ಲಿ ಬಿಲ್ ರೇಖರನನ್ನು ಕೊಲೆ ಮಾಡಿದ ಜಾಗ ಮತ್ತು ಅವನ ದೇಹ ಬಿಸಾಡಿದ್ದ ತಾಣವನ್ನು ರಹಸ್ಯಾಧಿಕಾರಿಗಳು ಪತ್ತೆ ಹಚ್ಚಿದರು. ಅಸ್ಥಿಪಂಜರವಾಗಿ ಬಿದ್ದಿದ್ದ ಬಿಲ್ ರೇಖರನ ಭೌತಿಕ ಕುರುಹುಗಳನ್ನು ಸಂಗ್ರಹಿಸಿ ಅಪರಾಧ ಪರೀಕ್ಷೆಗೆ ಒಳಪಡಿಸಿದರು. ಎಲ್ಲ ಪರೀಕ್ಷಾ ಫಲಿತಾಂಶಗಳು ಪ್ರದೀಪನ ಹೇಳಿಕೆಗಳನ್ನು ಸಮರ್ಪಕವಾಗಿ ಸಾದರಪಡಿಸುತ್ತಿದ್ದವು.

ಆರ್ಮಾಂಡೋ ಗಾರ್ಸಿಯಾನ ಕೊರಳಿಗೆ ಕುಣಿಕೆ ಖಚಿತವಾಯಿತು. ಅಮೇರಿಕಾ ರಹಸ್ಯ ಇಲಾಖೆಯವರ ಸಾಕ್ಷ್ಯಾಧಾರ ಮತ್ತು ಅಮೆರಿಕಾ ವಲಸೆ ಇಲಾಖೆಯ ಆದೇಶದ ಮೇರೆಗೆ, ಅರಿಝೋನ ಆರಕ್ಷಕ ಇಲಾಖೆಯವರು ಆರ್ಮಾಂಡೋ ಗಾರ್ಸಿಯಾನನ್ನು ಬಿಲ್ ರೇಖರ್ ಕೊಲೆಯ ಆರೋಪದ ಮೇಲೆ ಅರಿಝೋನಾ ರಾಜ್ಯದ ಟ್ಯೂಸಾನ್ ನಗರದಲ್ಲಿ ಬಂಧಿಸಿದರು. ಹಿಂದೆ ಹಲವಾರು ಸಾರಿ ಕೊಲೆಯ ಆರೋಪ ಎದುರಿಸಿ ನ್ಯಾಯಾಲಯದಲ್ಲಿ ಜಯಶೀಲನಾಗಿದ್ದ ಆರ್ಮಾಂಡೋಗೆ 'ಇದು ಇನ್ನೊಂದು' ಎಂದು ಕೊಂಡು ತನ್ನ ಹಿಂದಿನ ವಕೀಲರನ್ನೇ ಈ ಆರೋಪಣೆಯಿಂದ ಮುಕ್ತ ಮಾಡಲು ನೇಮಿಸಿಕೊಂಡಿದ್ದ.

ನ್ಯಾಯಾಲಯದ ಸಾಕ್ಷಿಕಟ್ಟೆಯಲ್ಲಿ ಪ್ರದೀಪನನ್ನು ನೋಡಿದಾಗ ಆರ್ಮಾಂಡೋ ಗಾರ್ಸಿಯಾನಿಗೆ ಆಕ್ರೋಶ ಉಕ್ಕಿ "ಥೂ ಪರದೇಶಿ ಬೋಳಿಮಗನೇ, ನಿನ್ನನ್ನ ನಾಳೆನೇ ನೋಡಿಕೊಳ್ತೀನಿ" ಎಂದು ಅಬ್ಬರಿಸಿದ.

ವಿಚಾರಣೆ ಮುಂದುವರಿಯಿತು. ಪ್ರದೀಪ ಸಾಕ್ಷಿ ಹೇಳಿದ. ಬಿಲ್ ರೇಖರನನ್ನು ಕಗ್ಗೊಲೆ ಮಾಡಿದ ಆಪಾದನೆ ನ್ಯಾಯಾಲಯದಲ್ಲಿ ಸಾಬೀತಾಯಿತು. ಆರ್ಮಾಂಡೋ ಗಾರ್ಸಿಯಾನಿಗೆ ಅಜೀವ ಪರ್ಯಂತ ಜೀವಾವಧಿ ಶಿಕ್ಷೆ ಖಚಿತವಾಯಿತು.

ಪ್ರದೀಪನಿಗೆ ಅಮೇರಿಕಾ ವಲಸೆ ಇಲಾಖೆಯವರಿಂದ ಅಮರ ನಿವಾಸಿ ವೀಸಾ ನೀಡಲಾಯಿತು. ಅರ್ಥಾತ್ ಪ್ರದೀಪನ ಅಮೇರಿಕಾ ಕನಸು ನನಸಾಯಿತು. ಪ್ರದೀಪನಿಗೆ ಅದೆಷ್ಟು ಆನಂದವಾಗಿರಬೇಕು!

ಆದರೆ ಅದಾಗಿರಲಿಲ್ಲ.

ನನ್ನನ್ನು ಮೆಹಿಕೋದಿಂದ ಅಮೇರಿಕಾಗೆ ಕರೆತಂದವನಿಗೆ, ನಾನೇ ಕಂಟಕಪ್ರಾಯನಾದೆ; ನನ್ನ ಅಮೇರಿಕಾ ಕನಸನ್ನು ನನಸಾಗಿಸಿದವನಿಗೆ ನಾನೇ ವಿಷಕಂಟಕನಾದೆ; ಎಂತಹ ವಿಪರ್ಯಾಸ... ಎಂದು ಆಲೋಚಿಸುತ್ತಾ ಪ್ರದೀಪನು ಗೆಲುವಿನಲ್ಲಿ ಸೋಲನ್ನು ಕುರಿತು ಆತ್ಮಾವಲೋಕನ ಮಾಡಿಕೊಳ್ಳುತ್ತಿದ್ದಾಗ, ಜೇಮ್ಸ್-ಡೇವಿಡ್ಡರಿಬ್ಬರೂ ಪ್ರದೀಪನನ್ನು ಹಾರ್ದಿಕವಾಗಿ ಅಭಿನಂದಿಸಿದರು. "ಪಂಡಿತ್ ಪ್ರದೀಪ್ ಕುಮಾರ್, ನೀವು ಹಲವಾರು ವಲಸಿಗರ ಪ್ರಾಣವನ್ನು ಉಳಿಸಿದ್ದೀರ. ಆರ್ಮಾಂಡೋ ಗಾರ್ಸಿಯಾ ಇದುವರೆವಿಗೆ ಕನಿಷ್ಠ ಇಪ್ಪತ್ತು ಜನ ಬಡ ವಲಸಿಗರನ್ನು ಕೊಲೆ ಮಾಡಿದ್ದಾನೆ. ಮಾನವ ಹತ್ಯೆ ಮಾಡುವುದು ಅವನಿಗೊಂದು ಹವ್ಯಾಸ, ಕಾಡುಪ್ರಾಣಿಗಳನ್ನು ಬೇಟೆಯಾಡುವ ಹಾಗೆ. ಈಗ ನಾವು ಬೇಟೆಗಾರನನ್ನೇ ಬೇಟೆಯಾಡಿದ್ದೇವೆ, ನಿನ್ನ ಸಹಾಯದಿಂದ. ನೀನು ಆಸ್ಪತ್ರೆಯಲ್ಲಿ ಪ್ರಾಣ ಉಳಿಸುವ ವೈದ್ಯ ಮಾತ್ರವಲ್ಲ, ಅಮೇರಿಕಾ-ಮೆಹಿಕೋ ಗಡಿಯಲ್ಲೂ ಮನುಷ್ಯರ ಪ್ರಾಣಗಳನ್ನು ಉಳಿಸಿದ್ದೀಯೆ" ಎಂದು ಪ್ರಶಂಸಿದರು.

ಕಷ್ಟ-ಸುಖಗಳ ತಿರಗಣಿಯಲ್ಲಿ ಸಿಕ್ಕಿ ಸುಸ್ತಾಗಿದ್ದ ಪ್ರದೀಪನಿಗೆ ಜೀವನವೇ ಒಂದು ಕನಸಂತಾಗಿತ್ತು. ಸುಮ್ಮನೆ ಅವರ ಮಾತು ಕೇಳುತ್ತಾ ಕುಳಿತ...

****

Made in the USA
Monee, IL
20 August 2025

23885858R00213